GIẢNG GIẢI

CẢM ỨNG THIÊN

TẬP 1

GIẢNG GIẢI

CẢM ỨNG THIÊN - TẬP 1

HÒA THƯỢNG TỊNH KHÔNG

NGUYỄN MINH TIẾN Việt dịch

Bản quyền bản Việt dịch thuộc về dịch giả và Nhà xuất bản Liên Phật Hội (United Buddhist Publisher).

Copyright © 2018 by United Buddhist Publisher (UBP)
ISBN-13: 978-1724544438
ISBN-10: 1724544438

HÒA THƯỢNG TỊNH KHÔNG

NGUYỄN MINH TIẾN Việt dịch

GIẢNG GIẢI
CẢM ỨNG THIÊN

TẬP 1 (TRỌN BỘ 2 TẬP BÌA CỨNG)

NHÀ XUẤT BẢN LIÊN PHẬT HỘI

UNITED BUDDHIST PUBLISHER - UBP

NỘI DUNG

Duyên khởi 9
Bài giảng thứ nhất 19
Bài giảng thứ hai 27
Bài giảng thứ ba 37
Bài giảng thứ tư 45
Bài giảng thứ năm 53
Bài giảng thứ sáu 63
Bài giảng thứ bảy 73
Bài giảng thứ tám 81
Bài giảng thứ chín 89
Bài giảng thứ mười 97
Bài giảng thứ 11 105
Bài giảng thứ 12 115
Bài giảng thứ 13 123
Bài giảng thứ 14 133
Bài giảng thứ 15 141
Bài giảng thứ 16 151
Bài giảng thứ 17 159
Bài giảng thứ 18 167
Bài giảng thứ 19 175
Bài giảng thứ 20 183
Bài giảng thứ 21 191
Bài giảng thứ 22 199
Bài giảng thứ 23 209
Bài giảng thứ 24 219
Bài giảng thứ 25 227

Bài giảng thứ 26...235
Bài giảng thứ 27...243
Bài giảng thứ 28...251
Bài giảng thứ 29...259
Bài giảng thứ 30...267
Bài giảng thứ 31...275
Bài giảng thứ 32...283
Bài giảng thứ 33...291
Bài giảng thứ 34...299
Bài giảng thứ 35...307
Bài giảng thứ 36...315
Bài giảng thứ 37...325
Bài giảng thứ 38...333
Bài giảng thứ 39...343
Bài giảng thứ 40...351
Bài giảng thứ 41...361
Bài giảng thứ 42...371
Bài giảng thứ 43...381
Bài giảng thứ 44...389
Bài giảng thứ 45...397
Bài giảng thứ 46...407
Bài giảng thứ 47...417
Bài giảng thứ 48...427
Bài giảng thứ 49...435
Bài giảng thứ 50...443
Bài giảng thứ 51...453
Bài giảng thứ 52...463
Bài giảng thứ 53...473
Bài giảng thứ 54...485

Bài giảng thứ 55...495
Bài giảng thứ 56...505
Bài giảng thứ 57...513
Bài giảng thứ 58...519
Bài giảng thứ 59...529
Bài giảng thứ 60...539
Bài giảng thứ 61...549
Bài giảng thứ 62...559
Bài giảng thứ 63...567
Bài giảng thứ 64...577
Bài giảng thứ 65...589
Bài giảng thứ 66...597
Bài giảng thứ 67...607
Bài giảng thứ 68...615
Bài giảng thứ 69...623
Bài giảng thứ 70...633
Bài giảng thứ 71...641
Bài giảng thứ 72...651
Bài giảng thứ 73...667
Bài giảng thứ 74...677
Bài giảng thứ 75...687
Bài giảng thứ 76...699
Bài giảng thứ 77...711
Bài giảng thứ 78...721
Bài giảng thứ 79...735
Bài giảng thứ 80...747
Bài giảng thứ 81...755
Bài giảng thứ 82...765
Bài giảng thứ 83...773

Bài giảng thứ 84 781

Bài giảng thứ 85 789

Bài giảng thứ 86 799

Bài giảng thứ 87 809

Bài giảng thứ 88 819

Bài giảng thứ 89 827

Bài giảng thứ 90 837

Bài giảng thứ 91 847

Bài giảng thứ 92 857

Bài giảng thứ 93 865

Bài giảng thứ 94 873

Bài giảng thứ 95 881

Bài giảng thứ 96 889

Bài giảng thứ 97 899

Bài giảng thứ 98 907

Bài giảng thứ 99 917

Duyên khởi

(Giảng ngày 11 tháng 5 năm 1999 tại Tịnh Tông Học Hội Singapore, file thứ 1, số lưu trữ: 19-012-0001)

Thưa quý vị đồng học!

Mới đây có một số vị đồng tu yêu cầu tôi giảng lại bản văn *"Thái Thượng Cảm ứng thiên"*, hy vọng có thể phát sóng qua Đài truyền hình. Làm được như vậy rất tốt, nhưng việc giảng lại lần nữa phải mất nhiều thời gian. Tại đây chúng ta vừa khai giảng các bộ kinh Hoa Nghiêm, kinh Vô Lượng Thọ và kinh Địa Tạng. Cùng lúc giảng giải cả ba bộ kinh như vậy đã nhiều rồi, nay tăng thêm nữa tôi e là quá nặng. Nhưng suy đi tính lại, tôi dự định sẽ tận dụng thời gian sáng sớm để giảng khoảng nửa giờ, trong hai đến ba tháng có thể hoàn tất trọn vẹn phần giảng giải này.

Trong thực tế, khóa giảng này cực kỳ quan trọng và thiết yếu. Hồi cuối triều Thanh, đầu thời Dân quốc, Đại sư Ấn Quang đặc biệt đề cao pháp tu này. Những năm ấy, Đại sư đang ở núi Phổ Đà, quan Tri huyện Định Hải bấy giờ lên núi lễ kính, thỉnh Đại sư đến huyện Định Hải giảng kinh thuyết pháp. Đại sư vốn người Thiểm Tây, phát âm rất nặng, nên đối với cư dân địa phương có sự khác biệt trở ngại về ngôn ngữ, liền nhờ một vị Pháp sư đến Định Hải giảng kinh.

Vị Pháp sư ấy đến Định Hải giảng kinh gì? Dường như là Âm chất văn của Văn Xương Đế quân. Tôi xem văn bản thấy được tư liệu này thì hết sức kinh ngạc. Một vị quan đứng đầu địa phương cung thỉnh pháp sư giảng kinh, ngài đến đó không giảng kinh Phật, mà lại giảng kinh văn của Đạo giáo!

Đặc biệt hơn nữa, Đại sư Ấn Quang suốt một đời hết sức

đề cao những bản văn thuộc loại như Liễu Phàm tứ huấn, Cảm ứng thiên... Vì thế mà ngài phải nhận rất nhiều sự phê phán của người đương thời cũng như đời sau, nhưng hết thảy những phê phán ấy đều là dựa trên chỗ thấy biết của người phàm tục.

Trên phương diện Phật pháp, tôi tin là rất nhiều vị đồng tu đều đã biết qua câu này: *"Viên nhân thuyết pháp, vô pháp bất viên."* (Người hiểu đạo thuyết pháp, dù nói pháp nào cũng không khiếm khuyết.) Lại có câu: *"Vô nhất pháp bất thị Phật pháp."* (Không một pháp nào không là Phật pháp.) Quý vị thử suy ngẫm xem, hai câu ấy có ý nghĩa gì? Trong thực tế, các pháp thế gian với pháp Phật do đâu mà phân biệt? Là do tâm của quý vị. Trong các pháp không hề có thế gian hay xuất thế gian. Không hề có! Đều là do trong tâm quý vị phân biệt. Nếu trong tâm quý vị có sự bám chấp, phân biệt, vọng tưởng thì đó gọi là pháp thế gian, dù quý vị học kinh Đại Phương Quảng Phật Hoa Nghiêm cũng là pháp thế gian. Vì sao vậy? Vì không ra ngoài ba cõi. Nếu như quả thật lìa khỏi sự bám chấp, phân biệt, vọng tưởng, xin thưa với quý vị rằng hết thảy các pháp đều sẽ là thấu triệt sinh tử, ra ngoài ba cõi. Vì thế, không một pháp nào không phải là Phật pháp. Chúng ta cần phải hiểu thật rõ ràng ý nghĩa đó.

Hôm qua khi tôi viếng thăm [các tín hữu] đạo Thiên Chúa, có người hỏi tôi rằng, đạo Thiên Chúa giảng về linh hồn so với đạo Phật giảng về pháp tánh thì khác biệt thế nào? Tôi chỉ đơn giản bảo người ấy rằng, nếu có bám chấp, phân biệt thì gọi là linh hồn, không có bám chấp, phân biệt thì gọi là pháp tánh. Người ấy liền lập tức nhận hiểu, thể hội được vấn đề.

Như vậy, [linh hồn với pháp tánh] là một hay không phải một? Chỉ là một thôi. Nhưng một đằng thì có bám chấp, phân biệt, một đằng thì lìa khỏi bám chấp, phân biệt. Có bám chấp, phân biệt thì hết thảy các pháp đều chướng ngại; lìa khỏi bám chấp, phân biệt thì muôn pháp đều trọn vẹn dung thông. Vì thế cần thấu hiểu được rằng, hết thảy chúng sinh trong pháp giới hư không đều cùng một pháp tánh, kinh Hoa Nghiêm gọi đó là pháp thân: "Thập phương tam thế Phật, cộng đồng nhất pháp thân." (Ba đời mười phương Phật, đều cùng một pháp thân.) Câu này thì quý vị đều nghe rất quen thuộc rồi. Quý vị suy ngẫm xem, đã cùng một pháp thân thì có pháp nào lại không là pháp Phật? Bài văn Cảm ứng thiên lẽ nào là ngoại lệ? Cho nên cũng là pháp Phật. Huống chi, các bài văn Cảm ứng thiên với Âm chất văn, từ đầu đến cuối, mỗi chữ mỗi câu đều là giảng rõ về năm giới và mười nghiệp lành.

Năm giới và mười nghiệp lành là pháp căn bản trong nhà Phật. Những ai lìa khỏi năm giới và mười nghiệp lành là rơi vào tà đạo. Bất luận quý vị tu học theo pháp môn nào, dù là người mới học hay đã chứng A-la-hán, cho đến Bồ Tát Đẳng giác, nếu lìa khỏi năm giới và mười nghiệp lành thì đã rơi vào tà đạo, sao có thể gọi là pháp Phật?

Nếu muốn giảng giải năm giới và mười nghiệp lành cho trọn vẹn và thực tiễn, thì các bài Cảm ứng thiên với Âm chất văn chính là tài liệu giảng dạy rất tốt, đặc biệt là trong giai đoạn hiện nay. Đại sư Ấn Quang đã nói hết sức rõ ràng, thế giới ngày nay nhiều loạn động, nhiều tai nạn, nếu muốn cứu vãn chỉ có một phương pháp là kêu gọi tất cả chúng sinh hãy tỉnh ngộ, thấu hiểu đạo chân chánh, dứt điều ác, làm điều thiện. Như vậy thì mọi tai ương cho dù không hóa giải hoàn toàn cũng sẽ được giảm nhẹ, rút ngắn được thời gian tai kiếp. Mà điều này thì chắc chắn là có thể làm được.

Có vị đồng tu ở Đài Loan hỏi tôi, trong đại kiếp nạn này liệu Đài Loan có thoát được chăng? Tôi bảo người ấy chắc chắn là được. Người Đài Loan tạo tội rất nặng, nhưng quý vị thử suy ngẫm xem, họ bắt đầu tạo tội từ khi nào? Bất quá cũng chỉ từ 20 năm gần đây thôi. Quý vị nghĩ xem, trước đây 20 năm người Đài Loan hết sức có khuôn phép, giữ theo luật pháp. Nhìn ngược lại 30 năm trước, phong khí Đài Loan có thể nói là tốt đẹp nhất Đông Nam Á, lòng người chơn chất, hiền lương. Người Đài Loan tạo tội chỉ trong 20 năm gần đây, khiến phong khí xã hội hoàn toàn thay đổi. Nhưng dù vậy, số người tạo tội cũng không quá nhiều, mà thời gian cũng không quá lâu. Huống chi ở Đài Loan số người niệm Phật rất nhiều, người có thiện tâm cũng rất nhiều. Cho nên dù gặp kiếp nạn, cũng sẽ không quá lớn.

Người Nhật Bản tạo tội rất nặng, có thể nói là hết sức nặng. Trong tương lai khi đại nạn đến, họ phải nhận lãnh quả báo gấp chục lần người Đài Loan hoặc hơn thế nữa. Chúng ta theo như nghĩa lý trong Cảm ứng thiên mà giảng giải thì người gieo nhân lành sẽ gặt quả tốt, người làm việc ác phải chịu quả xấu, đó là lẽ cảm ứng chân thật.

Cho nên, Tổ Ấn Quang hết sức đề cao ba bản văn [Liễu Phàm tứ huấn, Cảm ứng thiên và Âm chất văn]. Đó chính là trí tuệ chân thật, cứu vãn được kiếp nạn của thế giới. Đại sư suốt một đời hết sức nêu cao việc này, mà người chân chánh thấu hiểu được lại không nhiều lắm. Sau khi Tổ Ấn Quang đã vãng sinh rồi, người có khả năng tiếp tục truyền rộng những điều này lại càng quá ít.

Năm 1977, tôi nhận lời mời của các đồng tu, lần đầu tiên đến Hương Cảng (Hong Kong) giảng kinh Lăng Nghiêm. Khi ấy tôi ở lại lâu đến bốn tháng. Trong hai tháng đầu tôi ở tại Cửu Long, nơi thư viện Trung Hoa Phật Giáo của Lão pháp sư Đàm Hư. Hai tháng sau thì ở tại đạo tràng của Lão Hòa thượng Thọ Dã và Giảng đường Quang Minh của Lam Đường Đạo.

Khi ở chỗ thư viện, tôi thấy nơi đây thu thập rất nhiều những kinh sách do Hoằng Hóa Xã của Đại sư Ấn Quang xuất bản. Tôi với Đại sư có quan hệ hết sức mật thiết, là quan hệ truyền thừa tiếp nối, vì thầy tôi là Lão cư sĩ Lý Bỉnh Nam, vốn là học trò của Đại sư. Do đó, bản thân tôi đối với những lời khuyên dạy của ngài, cũng như những Kinh sách do Hoằng Hóa Xã xuất bản, đều tự nhiên có cảm tình rất sâu sắc. Những kinh sách của Hoằng Hóa Xã được thu thập trong thư viện nhỏ này, tôi đều xem qua toàn bộ, thấy có ba quyển được in nhiều nhất, hình thức in đẹp nhất. Đó là các sách Cảm ứng thiên hội biên, An Sĩ toàn thư và Liễu Phàm tứ huấn.

Thư viện Trung Hoa Phật Giáo lưu giữ những sách này với số lượng khá nhiều, tôi liền chọn trong những ấn bản khác nhau, lấy ra mỗi loại một quyển mang về Đài Loan. Khi nhìn vào những trang bản quyền cuối sách thì biết rằng ba tên sách này được in ra nhiều lần, mỗi lần in ít nhất là 10.000 quyển, nhiều nhất thì lên đến 50.000 quyển. Vậy cả thảy đã in bao nhiêu lần? Có đến mấy chục lần! Tôi làm một thống kê sơ lược thì thấy ba tên sách này có số lượng đã in vượt quá ba triệu quyển. Điều này khiến tôi hết sức kinh ngạc. Các sách do Hoằng Hóa Xã xuất bản, mỗi tên sách đều vào khoảng một ngàn, hai ngàn quyển, vì sao ba tên sách này được in nhiều đến thế?

Điều này khiến tôi phải chú ý, rồi lặng lẽ suy ngẫm thật kỹ mới hiểu ra rằng, Tổ Ấn Quang hết lòng muốn cứu vớt tai ương cho đời, cứu vớt kiếp nạn, [ngài tin rằng lưu hành] ba tựa sách này là rất tốt.

Ngày nay, ở những hiệu sách khắp nơi, các vị đồng học đều có thể tìm thấy [sách nói về] những lời tiên tri, dự báo từ thuở xưa của phương Tây. Có rất nhiều sách khác nhau. Tôi đã xem qua đến mười mấy quyển, thảy đều nói rằng năm 1999 là thời điểm cuối cùng của thế giới, với một đại nạn mang tính hủy diệt và kéo dài, đại khái phải đến hơn vài chục năm. Quãng thời gian này bắt đầu từ năm 1990, cho nên phải qua đến sau năm 2010 mới có thể xem là tai qua nạn khỏi.

Những sách như vậy của phương Tây chỉ nói là có tai nạn xảy ra, rằng do con người làm nhiều việc xấu ác, Thượng đế muốn dạy dỗ uốn nắn nên phải trừng phạt người đời, muốn đem cả thế giới này làm mới lại từ đầu. Hết thảy đều là theo luận thuyết "túc mạng" hay số phận an bày, khác xa với các sách như Liễu Phàm tứ huấn, Cảm ứng thiên, vì trong những sách này đề ra phương thức cứu vãn, còn các sách của phương Tây chỉ nói đến kiếp nạn mà không đề ra biện pháp gì để cứu vãn.

Trong số những tiên tri dự báo của phương Tây có một phần nằm trong Thánh kinh, so ra có sự sáng suốt hơn, vì trong đó đi đến kết luận cuối cùng là do nơi lòng người. Nếu lòng người có thể thay đổi, hướng về điều lành, thì kiếp nạn này có thể được hóa giải. Nhưng cũng chỉ nói chung chung vậy thôi, còn việc thay đổi cụ thể thế nào, dứt ác làm thiện ra sao thì không thấy nói rõ. Thật là khác xa với ba quyển [Liễu Phàm tứ huấn, Cảm ứng thiên và An Sĩ toàn thư,] vì trong ba sách này giảng rõ mọi điều thấu triệt, dù nói về lý lẽ hay sự tướng cũng đều hết sức thấu triệt.

Nói thật thì chúng ta hiểu ra những điều này quá muộn, có lẽ cũng vì chúng sinh thế giới này phước báo khác biệt. Vì sao nói rằng chúng ta hiểu ra quá muộn? Chưa từng có ai đem ba tựa sách này dịch sang ngoại ngữ để lưu hành trên toàn thế giới, vì không hiểu được tầm quan trọng, thiết yếu của việc này. Nếu như ba tựa sách này đều được dịch sang nhiều ngôn ngữ trên thế giới, đều được lưu hành rộng rãi khắp nơi, thì nơi nơi đều sẽ được tốt đẹp. Đó là vì chúng ta không hiểu biết, nay hiểu ra được thì không còn kịp nữa. Đó thật là "mất bò mới lo làm chuồng", nhưng vẫn phải làm thôi.

Hy vọng mọi người đều phát tâm, chúng ta cùng khởi xướng việc này, đem hết khả năng chuyển dịch những sách này ra nhiều ngoại ngữ để lưu hành trên khắp thế giới, khiến cho những ai hữu duyên đọc được đều có phúc lành. Hơn nữa, chúng ta còn có trách nhiệm và sứ mạng phải khuyên bảo khuyến khích mọi người tụng đọc, gìn giữ làm theo những lời dạy trong sách, không chỉ để chuyển biến nghiệp báo tự thân, mà còn giúp cho xã hội được bình yên, ổn định, giúp cho chúng sinh trên toàn thế giới được tai qua nạn khỏi.

Trong vòng một năm sau khi từ Hương Cảng trở về, tôi đề xướng việc in ấn sách Cảm ứng thiên hội biên lần thứ nhất, đến nay đã in rất nhiều lần, tổng cộng được khoảng gần 100.000 quyển, cho dù năng lực của tôi rất hạn chế.

Với các sách Cảm ứng thiên hội biên, An Sĩ toàn thư và Liễu Phàm tứ huấn, tôi ở Đài Loan đề xướng việc phiên dịch, in ấn lưu hành. Hơn nữa, các sách này đều được tôi giảng giải qua rất nhiều lần, cũng không nhớ rõ bao nhiêu lần. Quyển Cảm ứng thiên tôi dùng để giảng giải khi trước, bên trong mỗi trang đều có ghi chú bên lề, những chỗ quan trọng đều có đánh dấu. Cách đây mấy hôm, khi đồng tu yêu cầu giảng [sách này], tôi liền tìm kiếm quyển sách đã giảng trước đây. Tìm ra được thì bớt việc, vì đến lúc giảng giải không cần phải chuẩn bị lại.

Hy vọng chư vị đồng tu xem trọng việc này, thực sự dứt trừ hết thảy các việc xấu ác, tu tập hết thảy việc lành. [Nên ghi nhớ,] Tổ Ấn Quang dùng ba quyển sách này để bổ sung vào những chỗ thiếu sót trong giới hạnh của chúng ta.

Về pháp môn niệm Phật, các bậc tổ sư, đại đức thường dạy bảo khuyến khích chúng ta "trì giới niệm Phật". Niệm Phật mà không giữ giới luật, không làm việc thiện thì không thể vãng sanh. Người xưa từng nói: "Miệng niệm Di-đà tâm tán loạn, cho dù lớn tiếng uổng công thôi." Cho nên, điều quan trọng, thiết yếu nhất là phải giữ lòng lành, nói lời lành, làm việc lành. Kết luận cuối cùng trong Cảm ứng thiên cũng là như vậy. Nếu quý vị giữ được thân, khẩu, ý đều hiền thiện, thì theo như trong Cảm ứng thiên, quý vị sẽ được thiện thần bảo vệ, giúp đỡ. Tịnh Độ tông thì dạy rằng như vậy quý vị niệm Phật nhất định sẽ vãng sanh. Thế gian hiện nay rất nhiều tai nạn, nên ví như chúng ta gặp phải tai nạn cũng không cần phải sợ sệt.

Hôm qua, tôi viếng thăm viện dưỡng lão, gặp khoảng hơn 20 người già mắc bệnh ung thư thời kỳ cuối. Tôi bảo các nữ tu trong viện rằng, cần mang đến hy vọng cho những người già này, đừng mang bi thương đến cho họ; phải dùng tôn giáo để giáo dục, mở ra con đường cho họ. [Nên khuyên bảo họ rằng,] con người thật ra không có chết đi. Sống chết là chuyện bình thường, chỉ là chuyển đổi sang hoàn cảnh khác mà thôi. Khi họ thay đổi được quan niệm như thế thì đối với chuyện sống chết họ sẽ thấy không còn quan trọng, trong lòng sẽ được bình yên, tĩnh lặng. Như thế là giải tỏa được vướng mắc để chuyển sang một hoàn cảnh tốt đẹp hơn, một sinh hoạt tốt đẹp hơn.

Cho nên, sự giáo dục của tôn giáo là hết sức quan trọng, thiết yếu. Khi mọi người quan tâm đến trẻ em, đối với những trẻ khuyết tật đều có sự chăm sóc giúp đỡ đặc biệt. Với người già cũng cần phải chăm sóc giúp đỡ đặc biệt như thế, sao có thể thờ ơ xem nhẹ? Người già phải có cách chỉ bày đặc biệt, phải thường trò chuyện, thăm hỏi, an ủi họ. Điều này cũng quan trọng, thiết yếu như việc dạy dỗ trẻ em. Phải có người thường xuyên giảng nói, mang ý nghĩa [sống chết] quan trọng này giảng giải cho họ, giúp họ thoát khỏi sự đau đớn khổ sở vì [nỗi lo] sống chết. Với người học Phật thì nhất định phải khuyên bảo họ cầu sinh về thế giới Tây phương Cực Lạc. Với những tín đồ đạo Thiên Chúa, đạo Cơ Đốc, hãy khuyên bảo họ nhất định phải cầu lên thiên đường. Cõi trời so với cõi người tốt đẹp hơn nhiều. Như thế là giáo dục, không chỉ chăm chăm lo việc giúp đỡ đời sống vật chất, mà đối với đời sống tinh thần cũng nhất định không để họ thiếu thốn.

Chuyện vui chơi giải trí cũng cần tăng thêm. Hôm qua, các nữ tu bảo tôi rằng, những người phụ trách việc giải trí có mời một số thanh niên đến đây ca hát, phục vụ các cụ, nhưng họ không thích nghe. Tôi nói, đó là lẽ đương nhiên. Người già nghe loại âm nhạc thời nay chỉ chán ghét thôi, sao có thể nghe được? Quý vị phải hiểu được tâm lý của người già, phải dùng loại âm nhạc của 30 năm trước, thì họ sẽ thích nghe, hoặc những bài hát của 40 năm trước, có người nghe qua liền nhớ lại lúc còn trẻ họ đã từng hát, trong lòng ắt có cảm xúc. Tất nhiên không thể [người nào cũng] giống hệt như nhau.

Nghe tôi nói rồi họ mới nghĩ lại. Tôi bảo, quý vị cần phải tìm kiếm nhiều loại. Những điệu múa ngày nay người già không thích xem, phải cho họ xem các vở diễn Triều Châu, các tuồng tích xưa, thì họ sẽ vui thích. Các cụ là người của thời xưa, quý vị phải dùng những thứ thời xưa thì họ đáp ứng ngay. Cho nên, chúng ta phải chú tâm, phải thường xuyên trò chuyện với người già, xem họ vui thích chuyện gì, hy vọng những gì, ta mới có thể thay họ mà lo liệu. Như thế mới đúng là chăm sóc, lo lắng cho người già, giúp người già mở mang tâm ý, được sống thoải mái tự do. Chúng ta làm được như vậy mới hết trách nhiệm.

Chúng ta phải hết sức tìm kiếm những bài hát xưa, những vở diễn xưa, những băng ghi hình... Tìm được rồi thì mang đến tặng cho các cụ. Trong số các cụ có rất nhiều người Trung quốc. Những việc làm như vậy có thể nói đích thực là dứt ác, làm thiện.

Hôm nay tôi thấy rất nhiều người trong quý vị đã có tập sách Cảm ứng thiên khổ nhỏ này. Mọi người sử dụng bản in nhỏ gọn như vậy là rất tốt. Tôi vừa xem qua, thấy bản này in ra 1.000 quyển, như vậy là quá ít. Bản này nhỏ gọn, dùng tụng đọc tốt, rất thuận tiện mang theo để thường xuyên đọc. Phần sau lại có cả Âm chất văn của Văn Xương Đế quân. Cả hai bản văn nằm trong một quyển, thật là một quyển sách nhỏ gọn hết sức lý tưởng.

Trong khoảng nửa giờ buổi sáng sớm của thời gian từ hai đến ba tháng tới, chúng ta sẽ cùng nhau nghiên cứu quyển sách nhỏ này.

Hôm nay thời gian đã hết, chúng ta dừng ở đây.

Bài giảng thứ nhất

(Giảng ngày 14 tháng 5 năm 1999 tại Tịnh Tông Học Hội Singapore, file thứ 2, số lưu trữ: 19-012-0002)

Thưa quý vị đồng học!

Hôm nay là ngày bắt đầu, mọi người cùng đến đây học tập bản văn Thái Thượng Cảm ứng thiên. Bản văn này không dài lắm, chỉ hơn 1.300 chữ thôi. Tiêu đề bản văn là Thái Thượng Cảm ứng thiên. Hai chữ "Thái Thượng" có ý tôn xưng, hàm nghĩa rất sâu xa.

Chư Phật, Bồ Tát vì chúng ta giảng kinh thuyết pháp, tất cả đều từ nơi tự tánh lưu xuất hiển lộ, không nên hiểu là do một con người cụ thể nào đó giảng nói ra. Nếu cho rằng kinh Phật là do đức Phật Thích-ca Mâu-ni giảng thuyết thì thật sai lầm! Chúng ta đã thấy trong rất nhiều kinh luận, đức Phật tự nói rằng suốt đời ngài chưa từng giảng kinh, suốt đời ngài chưa từng nói ra một chữ. Câu nói ấy là chân thật, không chỉ là lời nhún nhường vô nghĩa, cũng không phải lời tùy tiện nói ra.

Kẻ phàm phu bám chấp nơi tự ngã, cho là thật có, nên [nói đến] thuyết pháp thì hoặc là tự mình thuyết, hoặc là người đối diện thuyết, hoặc là có người khác thuyết. Chư Phật Bồ Tát không bám chấp tự ngã, nên trong kinh Kim Cang đã nói rất rõ, không chỉ là không có các tướng "ngã, nhân, chúng sinh, thọ giả", mà ngay cả những ý niệm ấy cũng không có, nên nói là không có "ngã kiến, nhân kiến, chúng sinh kiến, thọ giả kiến". Chữ "kiến" ở đây là kiến giải, hay chỗ thấy biết nhận hiểu, tức là ý niệm. Đâu chỉ là không bám chấp nơi các tướng, mà ngay cả ý niệm cũng đã là không.

19

Người thuyết pháp, từ đâu mà thuyết? Đó là từ nơi chân tánh lưu xuất hiển lộ. Chân tánh, không thể là chân tánh của người khác, mà là của chính mình. Ý nghĩa này chúng ta nhất định phải thấu triệt. Từ nơi tự tánh lưu xuất hiển lộ, đó là chân thật. Nếu [phát xuất] từ ý thức, thì ý thức là [sự phân biệt] của mỗi người, nên lời nói ra không thể tin cậy được.

Trong pháp Phật thường nói: "Minh tâm kiến tánh, kiến tánh thành Phật" (Tâm ý sáng rõ thấy được tự tánh; thấy tự tánh liền thành Phật.) Như có bậc đại thánh ra đời thì vị này có thấy được tự tánh hay không? Có thành Phật không?

Đức Phật phương tiện nói rằng, thánh nhân trong thế gian chưa thể thấy được tự tánh. Đó là cách nói phương tiện. Nếu nói theo nghĩa chân thật thì trong kinh luận Đại Thừa từng giảng giải rất nhiều, rằng chư Phật Như Lai ứng hóa nơi thế gian này, tùy theo chủng loại chúng sinh mà hóa thân, tùy theo căn cơ chúng sinh mà thuyết pháp, sao có thể biết được các bậc thánh nhân ấy không phải là chư Phật Như Lai thị hiện hóa thân?

Trước đây có người từng nói rằng Khổng Tử là một vị Bồ Tát, hiệu Đồng Nho. Có người hỏi tôi điều ấy có đáng tin không? Tôi theo thông lệ của các bậc thầy tổ, không trả lời dứt khoát là có hay không. Bởi nếu nói Khổng tử là Bồ Tát thì không có căn cứ, tôi không thể tùy tiện nói. Còn nếu nói Khổng tử không phải Bồ Tát, thì theo như lẽ ứng hóa vừa nêu trên, vẫn có khả năng đó là Bồ Tát ứng hóa tại thế gian này. Nếu thực sự khế nhập được vào cảnh giới chân thật, thì hết thảy chúng sinh có ai không là Bồ Tát, có ai chẳng phải Như Lai?

Cho nên, ở đây nêu lên đề mục trước. Đề mục như vậy, văn gốc như vậy, vừa mở đầu đã nêu bật trong hai chữ "Thái Thượng". Chúng ta cùng tu học pháp Phật, cần phải thấu suốt ý nghĩa gồm thâu trong hai chữ này chính là sự lưu xuất hiển lộ của tự tánh, mà đức của tự tánh là cao trổi không gì hơn được. Nói cách khác, chúng ta có thể giảng giải lý luận, có thể cung kính làm theo [Chánh pháp], ấy đều là thuận theo đức của tự tánh. Thuận theo đức của tự tánh là hiền thiện chân chánh, trái ngược với đức của tự tánh là xấu ác tà vạy. Đó là tiêu chuẩn phân biệt cao nhất giữa hiền thiện và xấu ác, là tiêu chuẩn tuyệt đối để phân biệt giữa chân chánh với tà vạy. Đối với hai chữ "Thái Thượng" nêu lên ngay đầu bản văn, chúng ta phải tỉnh giác răn ngừa, không thể sơ xuất xem nhẹ dụng ý này.

Tiếp theo là hai chữ "cảm" và "ứng". Người xưa so sánh rất thích hợp rằng "cảm" giống như việc trồng cây, còn "ứng" ví như việc cây đơm hoa kết trái. Dùng hai chữ này làm tên gọi của bản văn chính là để nói rõ rằng "có cảm nhất định có ứng".

Ý nghĩa là thế nào? Cảm và ứng đều là y theo tự tánh khởi sinh. Tự tánh biến hiện khắp mọi nơi, mọi lúc. Chúng ta ngày nay nói về thời gian và không gian, trong tự tánh không có phân biệt. Thời gian với không gian là hợp nhất, cho nên có cảm tất nhiên có ứng. Xét trên cơ thể mỗi người thì "nhổ một sợi tóc động toàn thân". Chỉ một sợi tóc thật không đáng nói, nhưng ngay lúc ta kéo mạnh nó lên thì toàn thân liền nhận biết, thấy khó chịu. Kéo một sợi tóc, đó là cảm; toàn thân khó chịu, đó là ứng.

Do đó biết rằng, khi trong tâm chúng ta khởi lên một ý nghĩ, hoặc nói năng hành động, đừng cho là chuyện nhỏ nhặt, không đáng kể. Ngược lại, một ý nghĩ nhỏ nhặt, yếu ớt nhất cũng có thể làm chấn động cả các pháp giới trong hư không. Chúng ta do mê muội mà không biết được điều đó.

Cũng giống như một sợi lông tơ trên cơ thể, khi ta nắm lấy nhổ lên thì toàn thân đều có thể nhận biết. Điều này mọi người đều biết, vì là trên cơ thể của mình. Nhưng quý vị không thấu hiểu được rằng, hết thảy các pháp giới trong hư không cùng với pháp thân thanh tịnh của tất cả chúng sinh đều cùng một thể tánh. Vì cùng một thể tánh, cho nên cảm ứng là không thể suy lường, có cảm ắt có ứng, cảm như thế nào liền ứng như thế ấy.

Cảm ứng như thế cũng có thể gọi là quan hệ nhân quả. Chúng sinh có cảm, đó là nhân; chư Phật, Bồ Tát, chư thiên, long, quỷ thần có ứng, đó là quả. Thấu hiểu được ý nghĩa này, chân tướng sự thật này, quý vị mới thấu triệt được lời dạy của bậc cổ đức: "Chủng qua đắc qua, chủng đậu đắc đậu." (Trồng dưa được dưa, trồng đậu được đậu.) Hình ảnh so sánh này có ý nghĩa rất sâu xa, cho ta biết rằng gieo nhân lành nhất định sẽ được quả lành, tạo nhân xấu ác nhất định không thoát khỏi quả báo xấu ác.

Từ vô thủy đến nay, hết thảy chúng sinh đều gieo nhân lành ít, tạo nhân ác nhiều. Chỉ ngay trong đời này mà tĩnh tâm suy xét kỹ, quán sát chi ly, cũng sẽ thấy quanh ta những nghịch duyên xấu ác rất nhiều, duyên lành rất ít. Duyên lành giúp cho sự nghiệp tu tập của ta được tiến bộ, thúc đẩy hạnh lành. Nghịch duyên xấu ác làm tăng trưởng những ý niệm xấu ác, những việc làm xấu ác. Như vậy, trong tương lai quả báo sẽ đến như thế nào, chẳng phải mỗi người đều tự thấy biết rõ ràng minh bạch rồi sao? Như thế đều là ý nghĩa cảm ứng.

Người xưa thường nói: "Thiên võng khôi khôi, sơ nhi bất lậu." (Lưới trời lồng lộng, tuy thưa nhưng chẳng lọt.) Câu này nói rõ lý lẽ cảm ứng, là lý lẽ chân thật, là chân tướng sự thật.

Trong cả bản văn này, ý nghĩa cốt yếu tổng quát nằm ở bốn câu đầu tiên:

Họa, phước không cửa vào,
Đều do người tự chuốc.
Việc báo ứng thiện, ác,
Như bóng luôn theo hình.

(Họa phúc vô môn,
Duy nhân tự chiêu.
Thiện ác chi báo,
Như ảnh tùy hình.)

Phần còn lại của bản văn đều nhằm giảng rõ bốn câu này, chỉ nhằm giảng giải thật tường tận, chi ly ý nghĩa của bốn câu này mà thôi. Chúng ta học tập, nắm vững được chỗ ý nghĩa cốt yếu của bốn câu này, mỗi lúc khởi lên một ý nghĩ, hoặc nói năng hành động, phải tự xét có phù hợp với đức của tự tánh hay không? Nếu phù hợp với đức của tự tánh thì có thể suy nghĩ như vậy, làm việc như vậy; nếu trái ngược với đức của tự tánh, thì biết ngay là không thể nghĩ như vậy, không thể nói như vậy hoặc làm như vậy.

Trong tất cả kinh luận, đức Phật dạy chúng ta, nhất là chúng sinh thời mạt pháp, nếu muốn thành tựu sự nghiệp tu tập thì điều kiện trước hết là phải gần gũi thiện hữu, hay bạn lành. Điều này được xem là quan trọng nhất. Trong kinh điển Tiểu thừa cũng không khác. Trước đây tôi từng đọc qua kinh A-nan vấn sự Phật cát hung (A-nan thưa hỏi Phật về những chuyện lành dữ), thấy ngay câu đầu tiên đức Phật đã dạy rằng phải "thân cận minh sư" (gần gũi bậc thầy sáng suốt). Minh sư ở đây, trong kinh Đại thừa gọi là thiện hữu hay thiện tri thức. Bởi vì, như kinh Địa Tạng có dạy, chúng sinh phàm phu trong sáu nẻo luân hồi, tâm tánh, nhận thức không cố định. Ngạn ngữ cũng có câu: "Gần mực thì đen, gần đèn thì sáng." Những lời ấy cho thấy rõ rằng, phàm phu chúng ta nhất định chịu ảnh hưởng từ hoàn cảnh sống, chịu ảnh hưởng từ ngoại cảnh, không thể đạt đến mức "cảnh tùy tâm chuyển" (hoàn cảnh tùy theo tâm mà thay đổi), mà trong thực tế thường là "tâm tùy cảnh chuyển" (tâm tùy hoàn cảnh mà thay đổi).

Cho nên, hoàn cảnh đối với chúng ta thật hết sức quan trọng, thiết yếu. Từ xưa nay, các bậc đại đức, thầy tổ, các vị chân chánh tu hành có công phu định tuệ, đều có khả năng chuyển biến hoàn cảnh, không bị hoàn cảnh chuyển biến, nhưng các ngài vẫn dạy đệ tử phải y theo xưa kia, luôn phải soát xét chọn lựa hoàn cảnh sống. Vì sao vậy? Vì những đệ tử ấy đều là phàm phu, không đủ sức làm chuyển biến hoàn cảnh bên ngoài, nên nhất định phải chịu ảnh hưởng từ ngoại cảnh, không thể không soát xét chọn lựa hoàn cảnh.

Trong việc soát xét chọn lựa hoàn cảnh tu học thì điều kiện trước tiên là phải gần gũi bạn lành, hay thiện hữu. Nếu quý vị có thể thường xuyên gần gũi bạn lành, các bậc thiện tri thức, các bậc thầy giỏi, hoặc những bạn đạo tốt để cùng nhau tham học, thì con đường tu tập của quý vị nhất định sẽ được giúp đỡ, hỗ trợ.

Chúng ta xem trong các sách như Cao tăng truyện, Cư sĩ truyện, thấy các bậc đại đức xưa nay gần gũi thiện hữu, minh sư trong hơn mười năm, hoặc hai, ba mươi năm, cho đến suốt một đời vẫn không lìa xa. Những vị ấy khi đã thành tựu việc tu học, hẳn có thể lìa xa thiện hữu, minh sư, nhưng vì sao vẫn không lìa xa? Thật không gì khác hơn là muốn nêu gương cho hàng hậu học. Cho nên, họ kề cận bên thầy, giúp thầy dạy dỗ, tiếp nhận, dẫn dắt những đồng học đến sau. Đến khi vị thầy vãng sinh rồi, đã viên tịch rồi, họ mới rời đi, đến giáo hóa ở vùng khác.

Chúng ta thấy các bậc đại đức, thầy tổ xưa nay, những vị làm như vậy rất nhiều, cũng là thực sự làm theo lời khuyên dạy của đức Thế Tôn, trừ phi không đủ nhân duyên thì đó lại là chuyện khác. Nhưng trong trường hợp đó cũng phải tu sửa đạo nghiệp tự thân để có sự thành tựu chân chánh, rồi mới có thể rời xa [thiện hữu, minh sư].

Thế nào gọi là thành tựu? Theo trong pháp Phật thì tiêu chuẩn trước hết, từ phương diện trí tuệ kiến giải mà nói, là phải có đủ năng lực phân biệt giữa chân với vọng, giữa chánh với tà, giữa đúng với sai, giữa thiện với ác, giữa lợi với hại... Phải thực sự có khả năng phân biệt, nhận biết rõ ràng.

Điều kiện thứ hai là phải có được công phu định lực, không bị nhiễu loạn bởi ngoại cảnh, cũng có nghĩa là không bị hoàn cảnh bên ngoài cám dỗ, dẫn dụ. Ngoài không vướng mắc hình tướng, trong không rối loạn tự tâm. Có đủ hai điều kiện ấy thì mới có thể lìa thầy xa bạn. Không đủ hai điều kiện ấy mà xa thầy là điều hết sức nguy hiểm, bởi vì quý vị phải đối phó với giặc phiền não bên trong, lại thêm hoàn cảnh cám dỗ, dụ hoặc bên ngoài. Quý vị không vượt qua được sự cám dỗ, ắt phải đọa lạc.

Nhưng ví như ngày nay không có thầy dẫn dắt, dù muốn gần gũi thiện tri thức cũng không gặp được, vậy phải làm sao? Như có thể tìm được một số bạn hữu đồng đạo, mọi người có thể họp lại cùng nhau tu tập, giúp đỡ khuyến khích lẫn nhau, xem các bậc đại đức ngày xưa như thiện tri thức [để noi theo].

Tôi cũng giới thiệu với quý vị nên xem Phật A-di-đà là bậc thiện tri thức. Phật A-di-đà phải tìm ở đâu? Ấy là trong kinh Vô Lượng Thọ, trong năm bộ kinh Tịnh Độ, mỗi ngày đều tụng đọc, mỗi ngày đều giảng giải, mỗi ngày đều cùng nhau học tập, như vậy là chúng ta không hề lìa xa bậc thiện tri thức.

Tôi ở tại đây, nhờ mạng Internet kết duyên cùng quý vị đồng học [khắp nơi], đối với mọi người cũng là điều tốt đẹp. Chúng ta dù cách xa nhau, nhưng nhờ phương pháp khoa học kỹ thuật hiện đại mà được gần nhau, mỗi ngày đều có thể cùng nhau tu học.

Bốn câu mở đầu của bài văn này phải thường ghi nhớ trong lòng, luôn nêu cao sự tỉnh giác nhận biết. Mỗi người đều có sự báo ứng của riêng mình, cho đến gia đình, xã hội, quốc gia hoặc cả thế giới này cũng đều không ra ngoài định luật báo ứng đó.

Xã hội ngày nay nhiều loạn động, thế giới không yên ổn, chúng ta đều biết là do sự chiêu cảm của cộng nghiệp. Làm sao có thể hóa giải kiếp nạn này? Chỉ cần mọi người có thể tỉnh ngộ hiểu ra, thấy biết rõ ràng chân tướng lý lẽ sự việc, quyết chí quay đầu sửa lỗi, dứt trừ hết thảy việc ác, nỗ lực làm tất cả điều lành, buông bỏ quyền lợi riêng tư, hết thảy đều vì cộng đồng xã hội, đều vì tất cả chúng sinh, thì kiếp nạn này tự nhiên có thể hóa giải.

Dù là thiên tai hay tai họa con người tạo ra, thảy đều do nghiệp ác chiêu cảm mà đến. Lìa bỏ mọi nghiệp ác thì không chỉ là tai họa do người tạo ra sẽ không còn, mà tôi dám chắc rằng cả những tai họa từ thiên nhiên cũng sẽ không còn nữa. Vì sao nói rằng những tai họa từ thiên nhiên cũng không còn nữa? Đó chính là như trong kinh điển Đại thừa thường dạy: "Cảnh tùy tâm chuyển." Hoàn cảnh tùy nơi tâm thức con người mà chuyển biến vậy. Chỉ khi thấu hiểu sâu sắc được ý nghĩa này thì người ta mới chịu tin tưởng [Phật pháp], mới quyết tâm làm theo.

Bản văn này phân chia các phần, đoạn rất rõ ràng. Người xưa phân thành nhiều đoạn dài, chúng ta hãy nhìn xuống phần "Trực giảng" [trong sách này]. Trong phần "Trực giảng" chia ra thành 10 chương. Chúng ta ở đây cùng học tập, sẽ cùng phân chia các chương ấy theo cách tương tự như trong kinh điển chia phần, phân nghĩa. Sắp tới, khi tôi giảng đến chỗ nào, sẽ đưa ra từng phân đoạn nhỏ và giảng giải thật rõ ràng, minh bạch để quý vị hiểu được mỗi đoạn như thế nói về những ý nghĩa gì.

Bốn câu mở đầu này là cốt yếu tổng quát của toàn bản văn. Hôm nay thời gian đã hết, chúng ta giảng đến đây thôi.

Bài giảng thứ hai

(Giảng ngày 15 tháng 5 năm 1999 tại Tịnh Tông Học Hội Singapore, file thứ 3, số lưu trữ: 19-012-0003)

Thưa quý vị đồng học, cùng tất cả mọi người.

Kinh Dịch của Trung Quốc thời cổ nói rằng: *"Tích thiện chi gia, tất hữu dư khánh; tích bất thiện chi gia, tất hữu dư ương."* (Nhà nào thường làm việc thiện, ắt sẽ được nhiều điều tốt đẹp. Nhà nào thường làm việc ác, ắt sẽ gặp nhiều tai ương.)

Dùng chữ "tất hữu" nghĩa là "ắt có", là một từ ngữ khẳng định dứt khoát. Đó là nói thuyết nhân quả báo ứng nhất định đúng thật, là chân lý của thế gian. Nếu người nào làm nhiều việc thiện, tích tạo nhân đức, thì người ấy nhất định được tăng trưởng phước lành, mọi điều phước báo tự nhiên tìm đến. Nếu người nào chỉ làm toàn những việc xấu ác, thì dù cho gia đình sẵn có phước báo, ông bà cha mẹ sẵn có phước báo, được sinh ra trong nhà giàu có, nhất định rồi cũng sẽ đến lúc thân bại danh liệt, nhà tan cửa nát. Những chuyện như vậy không chỉ được ghi lại rất nhiều trong lịch sử thời xưa, mà xem trong xã hội hiện nay, dù tại Trung quốc hay ở các nước khác, chỉ cần lưu ý một chút là có thể nhận thấy ngay, chứng tỏ lời dạy của người xưa nhất định là chính xác.

Đối với ý nghĩa cảm ứng, chúng ta cần phải nhận thức, hiểu rõ về nhân duyên quả báo, khẳng định sự đúng thật của nhân duyên quả báo, lấy đó làm khuôn thước, chuẩn mực trong suốt một đời người. Được như vậy thì mỗi lúc khởi tâm suy nghĩ, nói năng hành động đều sẽ tự nhiên có sự kiềm chế, ước thúc, biết tránh dữ làm lành, dứt ác tu thiện. Đó chính là sự giáo hóa của bậc thánh hiền, đáng gọi là giáo dục.

Xét như vậy thì con người hiện nay, xã hội hiện nay có giáo dục hay không? Không hề có. Đất nước xây dựng nhiều trường học như vậy, nhưng mục đích cuối cùng là gì? Tôi còn nhớ lúc mới xuất gia, có một hôm đang quét lá ở cổng chùa Lâm Tế tại Viên Sơn. Hồi đó, khoảng sân ngoài cổng chùa lớn lắm, cây cối rất nhiều, mỗi ngày đều phải có người quét lá. Khi ấy, tôi gặp một số sinh viên trên đường lên Viên Sơn ngắm cảnh, hành vi cử chỉ thật không giống như người có học. Tôi nhìn thấy như vậy trong lòng nhiều cảm xúc, cất tiếng than rằng: "Tiếc thay, những người này chưa từng được giáo dục."

Lúc ấy, tôi chỉ nói với một người trong nhóm mấy huynh đệ đang cùng quét lá, nhưng có ba người trong bọn họ nghe được, liền quay lại hỏi tôi: "Ông vừa nói bọn chúng tôi không được giáo dục, có phải vậy chăng?"

Tôi đáp: "Đúng, không sai. Nhìn các anh không giống những người có giáo dục."

Người ấy cãi lại: "Chúng tôi là sinh viên năm thứ tư của trường Đại học Luật Đài Loan, sao ông dám nói chúng tôi không được giáo dục?"

Tôi nói: "Được, các anh nhận là người có giáo dục, xin hỏi các anh chữ giáo phải giảng thế nào? Chữ dục phải giảng thế nào? Hai chữ giáo dục phải giảng giải thế nào? Nhờ các anh giảng giải cho, tôi xin lắng tai nghe."

Những người ấy không nói được gì, nhân đó cơn giận liền giảm xuống ngay. Sinh viên vào thời ấy, nhìn chung khoảng 40 năm trước, so với bây giờ không giống nhau. Họ nguôi giận rồi liền quay sang thưa hỏi, nhờ tôi chỉ dạy.

Tôi bảo họ: "Ý nghĩa của giáo dục là dạy cho chúng ta nên người, các anh đã học qua chưa? Rõ ràng là chưa. Giáo dục của Trung quốc thuở xưa, từ các triều đại Hạ, Thương, Chu cho đến tận cuối đời Thanh, tôn chỉ vẫn không hề thay đổi. Trong việc giáo dục có ba mục đích. Thứ nhất là dạy về quan hệ giữa người với người, như hiếu thuận cha mẹ, tôn kính bậc sư trưởng, thương yêu hòa kính anh chị em, hòa ái vui vẻ với bạn bè... Đại khái là những điều như vậy. Thứ hai là dạy người hiểu rõ về mối quan hệ giữa con người với thiên nhiên, môi trường sống. Thứ ba là dạy rõ về quan hệ giữa con người với trời đất, quỷ thần. Những điều tôi nói đó, các anh đã từng học qua chưa? Rõ ràng là chưa. Hãy nói cụ thể trong đời sống, giáo dục tiểu học đã dạy cách ứng xử khi gặp người vẫy nước quét sân, các anh đã học qua chưa? Chưa từng học qua. Cho nên tôi nhìn các anh giống như những người vô học, các anh thật chưa từng được giáo dục."

Những người ấy liền hỏi lại: "Chúng tôi hiện nay đang học ở trường đại học, nếu nói đó không phải giáo dục thì phải gọi thế nào?"

Tôi nói: "Câu hỏi của anh rất hay. Chỗ mà các anh đang theo học đó chỉ là nơi truyền dạy tri thức mà thôi. Gọi tên như vậy các anh có hiểu ra được ý nghĩa gì chăng? Bảng hiệu trường đại học hiện nay nên gỡ xuống, phải gọi là 'trường cao đẳng truyền dạy tri thức'. Tên gọi như vậy mới phù hợp với sự thật. Trường ấy chẳng hề giáo dục."

Đa số người thời nay đều đã vất bỏ giáo dục, quên mất giáo dục, còn bàn luận được gì nữa? Cho nên xã hội này loạn động, đời sống người dân khốn khổ, đâu phải không duyên cớ? Xã hội ngày nay chỉ biết truyền dạy những kiến thức khoa học kỹ thuật, còn căn bản giáo dục thì vất bỏ mất rồi.

Nói về giáo dục của Phật giáo, Đại sư Thanh Liên trong sách "Địa Tạng Bồ Tát Bổn Nguyện kinh luân quán" có lược nêu ba mục tiêu giáo dục của Phật giáo. Thứ nhất, dạy người dứt ác, làm thiện. Thứ hai, [dạy người] chuyển mê thành ngộ. Thứ ba, [dạy người] chuyển phàm thành thánh. Trong lúc giảng giải kinh điển tôi đều đã có đề cập qua những điều này.

Dạy người dứt ác làm thiện, đó là giúp người chắc chắn không rơi vào ba đường ác. Quý vị trong đời này cho đến đời sau, nếu có thể y theo như thế thì sẽ được phước báo trong hai cõi trời, người. Đó gọi là giáo dục.

Mục tiêu thứ hai là chuyển mê thành ngộ, nghĩa là vượt thoát sáu cõi luân hồi, chứng nhập các cảnh giới Thanh văn, Duyên Giác, Bồ Tát, Phật, tức là bốn Thánh pháp giới trong mười pháp giới [của tông Thiên Thai]. Chuyển mê thành ngộ là ngay trong cảnh giới đời sống thường nhật này không ngừng hướng thượng vươn lên. Đó là giáo dục.

Mục tiêu sau cùng là chuyển phàm thành thánh, là vượt thoát cả mười pháp giới, tâm ý sáng rõ thấy được tự tánh, thấy tự tánh rồi thành Phật. Đó là giáo dục.

Chúng ta hãy nhìn lại xem, xã hội hiện nay dạy những điều gì? Đó là dạy cho người ta khoa học kỹ thuật, dạy cho người ta những năng lực mà sau khi học xong, họ sẽ dùng chính những năng lực đó để tạo nghiệp.

Cách đây mấy ngày có vị đồng học từ Úc châu sang, trò chuyện với tôi về những phần tử tinh anh trong xã hội, những nhân tài kiệt xuất. Ông ấy chỉ ra những người nào? Là các khoa học gia. Những phần tử tinh anh, những nhân tài kiệt xuất ấy chế tạo đầu đạn nguyên tử, vũ khí hạt nhân, thật là thông minh tuyệt đỉnh! Họ tạo ra những thứ như thế để tương lai giết người, mỗi đầu đạn nguyên tử giết chết hàng mấy trăm ngàn người, mấy triệu người... Những phần tử tinh anh, những nhân tài kiệt xuất là thế. Không sai vào đâu được, họ là những kẻ có thể giết chết rất nhiều người. Họ chế tạo ra những thứ mà nhất định chỉ dùng để giết người, quả báo phải vào địa ngục Vô gián. Những nhân tài kiệt xuất ấy tương lai đi về đâu? Đi vào địa ngục Vô gián, mà là đi ngay, đi rất nhanh.

Nền giáo dục Nho gia Trung quốc, nền giáo dục của nhà

Phật, đều tuyệt đối không dạy người giỏi những việc như thế. Quý vị xem trong giới luật nhà Phật, việc chế tạo công cụ để giết hại chúng sinh như vậy đều bị xem là trọng tội sát sinh. Ngày trước chế tạo những công cụ giết hại nào? Đó là cung tên, người chế tạo nó bị xem là phạm tội rất nặng, dù mỗi lần chỉ giết chết một con vật thôi. Trong kinh Phật giảng điều này rất rõ: "Nhân tử vi dương, dương tử vi nhân." (Người chết lại làm dê, dê chết lại làm người.) Oán thù qua lại chẳng bao giờ dứt. Quý vị giết hại một con vật, món nợ nghiệp báo còn dây dưa mãi chẳng bao giờ dứt, vậy giết hại nhiều người đến thế thì sao? Phải đọa vào địa ngục thôi. Người đời thường nói: "Mãi mãi không được chuyển kiếp." Đó là lời nói thật, chẳng phải dối.

Cho nên, tôi đã nói rất nhiều lần, vẫn phải lặp lại nhiều lần nữa là vì sao? Vì trong số quý vị không ghi nhớ hết, không nhận lãnh thể hội được ý nghĩa đó. Thế giới này vốn là đa dạng, khác biệt, nếu muốn biến nó thành đồng nhất là không thể được. Vì sao biết là không thể? Thân này của chúng ta là một vũ trụ nhỏ, môi trường, hoàn cảnh bên ngoài là một vũ trụ lớn. Vũ trụ lớn so với vũ trụ nhỏ là hoàn toàn tương đồng. Vũ trụ lớn kia phức tạp như thế nào, vũ trụ nhỏ của chúng ta cũng phức tạp như thế ấy. Nhà Phật giảng về y báo so với chánh báo tương đồng.

Thân thể này của ta cũng là đa dạng, khác biệt: con mắt khác với lỗ tai, lỗ tai chẳng giống lỗ mũi, lỗ mũi lại khác với lưỡi... Thật là đa dạng. Quý vị làm sao có thể thống nhất lại? Thân thể này của tôi, nếu cho rằng chẳng có gì cần đến, chỉ có con mắt là thiết yếu thôi, vậy có được không? Không được. Cho nên quý vị đã thấy rõ là đa dạng, nhiều phần khác biệt.

Hơn nữa, trong cái đa dạng khác biệt đó, quý vị lại nhận biết về mỗi thành phần đều là bậc nhất, không có cái thua kém. Mắt thấy là bậc nhất, tai nghe là bậc nhất, mũi ngửi cũng là bậc nhất... Thảy thảy mọi thứ đều là bậc nhất, không có cái thua kém. Có thua kém là đối chọi ngay, nên không có thua kém. Từ điểm này mà quý vị có thể hiểu ra được trong toàn thể vũ trụ cũng vậy, muôn việc muôn pháp đều là bậc nhất, không có pháp thua kém.

Cho nên quý vị thấy rằng, khi tiếp xúc với các tôn giáo khác, tôi và các vị lãnh đạo tôn giáo khác thường nói đến bậc nhất, tất cả đều là bậc nhất. Phật giáo là bậc nhất, Cơ Đốc giáo cũng bậc nhất, Hồi giáo cũng là bậc nhất, như thế thì mọi vấn đề đều được giải quyết. Kinh Phật là bậc nhất, Thánh kinh cũng bậc nhất, kinh Koran cũng là bậc nhất, thì có bao nhiêu vấn đề cũng đều giải quyết được cả, có thể cùng sống chung vui vẻ thuận hòa. Bằng như cứ cho rằng ta là thật, người khác là giả, làm sao không đánh nhau? Đánh nhau cho đến chết đi sống lại, tạo tác tội nghiệp cực kỳ nặng nề, tạo thành vòng oán thù qua lại mãi mãi không dứt.

Cho nên đức Phật dạy rằng, mê hay ngộ, phàm hay thánh chỉ khác biệt trong một khoảng mê ngộ mà thôi. Một niệm giác ngộ liền thành Phật, Bồ Tát, thánh nhân. Giác ngộ điều gì? Đó là hiểu được các pháp đều bình đẳng, mỗi mỗi đều là bậc nhất. Quý vị mở kinh Hoa Nghiêm, tìm xem từ đầu đến cuối có pháp nào chẳng phải bậc nhất? Không thể tìm được, vì mỗi mỗi đều là bậc nhất. Trong kinh Lăng Nghiêm, quý vị đọc đến chương "Nhị thập ngũ viên thông" cũng thấy 25 vị Bồ Tát, trong đó mỗi vị đều là bậc nhất, không nói vị nào thua kém cả.

Khi đã biết rằng tất cả các pháp đều bình đẳng, mỗi mỗi đều là bậc nhất, chúng ta mới có thể tôn trọng lẫn nhau, tự nhiên khởi sinh lòng tôn trọng, kính yêu người khác. Như vậy mới có thể giải quyết được các vấn đề xã hội, mới có thể thực sự làm cho xã hội an lành ổn định, thế giới hòa bình, hết thảy chúng sinh đều bình đẳng, đều có được cuộc sống hạnh phúc tốt đẹp trọn vẹn.

Chúng ta xem trong xã hội hiện nay, các cấp lãnh đạo cũng luôn miệng nói những lời như thế, nhưng việc làm đích thực là nhiễu loạn xã hội, phá hoại hòa bình. Những việc họ làm so với những gì họ nói hoàn toàn trái ngược, nguyên do nằm ở đâu? Nói thật một lời, đó là vì không được giáo dục.

Trong thời đại hiện nay, vấn đề đã phát triển đến mức cực kỳ nghiêm trọng, ấy là thế giới sắp hủy diệt. Cơ Đốc giáo, Thiên Chúa giáo thì nói đến ngày tận thế. Tận thế là lúc nào? [Họ nói] là năm 1999, tức là năm nay. Chúng ta xem như hết sức may mắn, gặp được ngay lúc này. Liệu đại nạn này có hóa giải được không? Có thể được. Đức Phật dạy rằng: "Y báo tùy trước chánh báo chuyển." (Y báo tùy theo chánh báo mà thay đổi.) Đức Phật đã dạy cho chúng ta nguyên lý chuyển đổi ấy. Những thiên tai hay tai họa con người tạo ra là y báo, lòng người là chánh báo. Chỉ cần lòng người biết dứt ác tu thiện, trừ mê khai ngộ, thì đại nạn tự nhiên có thể hóa giải.

Chúng ta giảng kinh là vì ai mà giảng? Là vì hết thảy chúng sinh trong hư không pháp giới mà giảng, là vì chư Phật, Bồ Tát mà giảng. Chúng ta vì điều gì mà niệm Phật? Tuyệt đối không thể vì riêng bản thân mình, mà là vì [muốn cho] hết thảy chúng sinh trong thế giới này được tai qua nạn khỏi. Không phải vì tự thân mình. Vì tự thân mình thì công đức hết sức nhỏ nhoi. Vì hết thảy chúng sinh thì công đức hết sức lớn lao.

Trong pháp Phật thường nói đến việc tích lũy công đức, đó không phải nói sự tướng bên ngoài, mà là nói trong tâm thức, tâm lượng phải lớn lao. Sao gọi là tâm lượng lớn lao? Mỗi một ý niệm đều vì xã hội, vì tất cả chúng sinh, tâm lượng như thế là lớn lao. Mỗi một ý niệm đều chỉ vì tự thân mình, vì gia đình của riêng mình, vì đoàn thể của riêng mình, vì đạo trường nhỏ nhoi của riêng mình, công đức như vậy hết sức nhỏ nhoi. Đó chính là ý nghĩa lời Phật dạy: "Y báo tùy nơi chánh báo mà thay đổi."

Chánh báo là gì? Chánh báo là tâm thức. Hết thảy muôn pháp đều do tâm hiển lộ, do thức biến chuyển. Cho nên tâm có thể thay đổi cảnh giới bên ngoài, thay đổi muôn pháp.

Học Phật là từ đâu mà học? Là học từ tâm Phật, tâm Bồ Tát, học từ chỗ tri kiến của Phật, Bồ Tát, học từ công hạnh, việc làm của Phật, Bồ Tát. Trong đó, điều quan trọng thiết yếu nhất là tâm nguyện. Tâm Phật, Bồ Tát là tâm thế nào? Nguyện của Phật, Bồ Tát là những nguyện gì? [Thấu hiểu được những điều] đó là căn bản. Căn bản đã chính xác thì không gì khác là không chính xác.

Cảm ứng thiên là bản văn làm ra từ chỗ lập tâm phát nguyện của bậc thánh hiền, đi thẳng vào thực tế đời sống ứng xử, đối đãi với con người, tiếp xúc với muôn vật. Bậc cổ đức dạy rằng, công dụng của bản văn này có thể làm thang bậc đi lên vượt thoát phàm phu, nhập vào cảnh giới bậc thánh, là then chốt cốt yếu giúp chuyển họa thành phúc.

Tại Trung quốc, trải qua các triều đại trong quá khứ đều có rất nhiều người y theo bản văn này tu tập, đều cảm ứng được quả báo hết sức thù thắng. *Cảm ứng thiên vị biên* (trong sách này sẽ gọi tắt là *Vị biên*) dẫn ra rất nhiều những chuyện như vậy. Chúng ta hôm nay nhắc lại, đều đã là chuyện xưa. Những chuyện ngày xưa như vâng làm theo Cảm ứng thiên được quả báo tốt lành, tạo nghiệp xấu ác nhận lãnh quả báo xấu ác, được thu thập vào trong sách ấy, có thể nói là hết sức phong phú, chúng ta đều đã xem qua.

Nhưng trong thực tế, việc thu thập chuyện xưa như vậy cũng hết sức hạn chế, trong khi những sự tích cảm ứng thì nhiều vô kể. Chúng ta chỉ cần lưu tâm quan sát một chút là thấy ngay những điều đó trong mọi hoàn cảnh quanh ta. Chúng ta sao có thể không tin nhận? Sao có thể không vâng làm theo?

Đại sư Ấn Quang chọn bản văn này làm cơ sở tu tập pháp môn Tịnh độ là rất có ý nghĩa. Người nào có thể thực sự làm theo lời dạy trong Cảm ứng thiên thì khi niệm Phật cầu sinh Tịnh độ nhất định nắm chắc kết quả. Bằng như mọi việc làm đều trái ngược với lời dạy trong Cảm ứng thiên thì dù có niệm Phật cũng không thể vãng sinh.

Cho nên, Tổ Ấn Quang một đời hết sức đề cao bản văn này, đó chính là trí tuệ cao minh, là tâm đại từ đại bi của ngài. Chúng ta cần phải biết được điều đó, tôn trọng điều đó, phải cảm niệm ân đức của ngài, y theo lời dạy mà thực hành, đó mới thật là báo đáp.

Hôm nay thời gian đã hết, chúng ta giảng đến đây thôi.

Bài giảng thứ ba

(Giảng ngày 22 tháng 5 năm 1999 tại Tịnh Tông Học Hội Singapore, file thứ 4, số lưu trữ: 19-012-0004)

Thưa quý vị đồng học, cùng tất cả mọi người.

Trong xã hội Trung Quốc xưa nay, Thái Thượng Cảm ứng thiên là bản văn luôn được mọi người hết sức tôn trọng. Rất nhiều người y theo phương pháp trong bản văn này tu tập, sự cảm ứng đạt được không thể nghĩ bàn. Sách Vị biên đã sưu tập rất nhiều những chuyện tích cảm ứng như vậy, hiển bày hết sức rõ ràng những công năng hiệu quả của sự tu tập. Người xưa khuyên dạy rằng, tâm địa con người cốt yếu phải chân thật tử tế.

Có một lần tôi đến Úc châu, nhưng thời gian chỉ được bốn ngày. Dù thế, các vị đồng học ở đó cũng không muốn bỏ qua cơ hội nên yêu cầu tôi trong bốn ngày ấy đem đại ý sách Liễu Phàm tứ huấn giới thiệu với mọi người.

Về ý nghĩa cảm ứng, phần mở đầu đã nói rất rõ qua việc trích dẫn Kinh Dịch: "Tích thiện chi gia, tất hữu dư khánh; tích bất thiện chi gia, tất hữu dư ương." (Nhà nào thường làm việc thiện, ắt sẽ được nhiều điều tốt đẹp. Nhà nào thường làm việc ác, ắt sẽ gặp nhiều tai ương.) Giữ tâm chân thật tốt đẹp nhất định ngày sau được hưởng phúc. Tâm ý khắc nghiệt khinh bạc thì cho dù trước mắt hoàn cảnh hết sức tốt đẹp thịnh vượng, không bao lâu ắt cũng phải suy thoái. Thực tế cũng như lý luận này, từ xưa đến nay, từ gần đến xa, chỉ cần lưu tâm quan sát thì ai ai cũng thấy được, mà còn thấy hết sức rõ ràng. Cho nên, dù là cá nhân hay gia đình, đoàn thể hay quốc gia, cần phải hiểu rõ rằng sự hưng vượng là hoàn toàn do giữ tâm tốt đẹp chân thật, dứt ác tu thiện. Vì thế,

37

người xưa nói rằng, nếu ai thấu hiểu rõ ràng ý nghĩa đó thì nên đem bản văn Cảm ứng thiên này truyền bá lưu hành rộng khắp.

Chúng ta nên học làm theo Tổ Ấn Quang. Trong suốt một đời ngài đã mang hết tâm ý, sức lực lo việc truyền bá lưu hành Cảm ứng thiên, cùng với các sách Liễu Phàm tứ huấn và An Sĩ toàn thư. Ba bộ sách này ngài đã in ấn lưu hành với số lượng vượt xa hơn so với kinh luận trong Phật pháp. Ngài làm như thế là có dụng ý gì? Thật không gì khác hơn là muốn cứu vãn kiếp nạn hiện nay của thế gian này.

Kiếp nạn này thật hết sức nghiêm trọng, chúng ta cần phải nhận biết cho thật rõ ràng. Kiếp nạn do đâu mà thành? Đều do tâm địa, hành vi của con người mà thành. Do tâm địa, hành vi bất thiện nên tạo thành kiếp nạn, đúng như lời Phật dạy: "Y báo tùy trước chánh báo chuyển." (Y báo tùy theo chánh báo mà thay đổi.) Y báo là hoàn cảnh sống quanh ta. Chánh báo là tâm địa, hành vi của con người. Tâm hiền thiện thì hoàn cảnh sống tự nhiên cũng được tốt lành. Tâm bất thiện thì hoàn cảnh cũng chuyển thành xấu ác, kém cỏi.

Cho nên, bản văn Cảm ứng thiên này nhất thiết phải đọc thật kỹ, suy ngẫm thật sâu xa, gắng sức vâng làm theo. Ngay trong đời sống hằng ngày, mỗi khi khởi tâm động niệm, nói năng hành động, đều phải suy xét xem có phù hợp với lời dạy trong Cảm ứng thiên hay không. Nếu là phù hợp thì đó là điều có thể nghĩ, có thể nói, có thể làm. Nếu không phù hợp thì nhất định là không thể. Trước hết phải đọc cho thật kỹ và thường xuyên suy ngẫm về nghĩa lý trong sách. Đọc kỹ, nghĩ sâu, gắng sức vâng làm, thì tương lai của quý vị sẽ vô cùng xán lạn.

Con đường học Phật của tôi, đến năm 26 tuổi mới được tiếp xúc với Phật pháp. Rất nhiều vị đồng tu đều biết rõ, bản thân tôi không có phước báo, cũng không có thọ mạng lâu dài. Đã có nhiều người xem tướng số, hầu hết đều đoán rằng tôi sống không qua tuổi 45. Tôi tin điều đó, vì trong gia tộc nhà tôi đa số đều sống không quá 45 tuổi.

Không có phước báo, hẳn vì trong đời quá khứ không tu phước. Cũng may là tuy tôi kém cỏi nhưng vẫn có được một chút căn lành, vẫn có được một chút trí tuệ sáng suốt để có thể tiếp nhận pháp lành. Năm ấy, lão cư sĩ Chu Kính Trụ mang hai quyển sách Liễu Phàm tứ huấn và Cảm ứng thiên đưa cho tôi xem. Tôi đọc qua rồi cảm nhận sâu sắc, xúc động trong lòng, tự biết được những thói hư tật xấu của mình, liền tự sửa lỗi, tự làm trong sạch tâm ý, học theo các hạnh nhẫn nhục, nhún nhường. Hiện nay tôi có thêm được chút tuổi thọ, thêm chút phước báu, đều không phải do nơi đời trước, chính là nhờ sự tu tập trong đời này, nên phải nói thật ra là nhờ sức giáo huấn khuyên răn của Tổ Ấn Quang.

Ba quyển sách Liễu Phàm tứ huấn, An Sĩ toàn thư và Cảm ứng thiên tôi đều đã giảng qua rất nhiều lần. Có lần, các vị đồng tu thỉnh tôi giảng lại. Tôi nói, tốt lắm, hiện nay là lúc rất thích hợp. Mọi người bây giờ học Phật, công phu tu tập không hiệu quả, niệm Phật không đạt nhất tâm, tham thiền không vào cảnh định, nghiên cứu Giáo pháp không hiểu thấu suốt, nguyên nhân do đâu? Cần phải tìm ra nguyên nhân ấy, dứt trừ cho được, thì dù tu tập pháp môn nào cũng đều sẽ đạt kết quả. Đặc biệt là trong thế gian hiện nay, mỗi một khu vực trên khắp thế giới này đều thường xảy ra tai nạn, mỗi năm một nhiều hơn, mỗi lần một nghiêm trọng hơn. Chúng ta cần phải lưu tâm tỉnh giác.

Tháng trước, có một đồng tu ở Úc châu mang cho tôi ba quyển sách khổ lớn, nói về những lời tiên tri thời cổ của phương Tây. Tôi bỏ ra hai tuần đọc qua hết, thực sự thấu hiểu rất rõ ràng. Trước đây tôi cũng từng xem qua một số bản, nhưng chỉ là các bản trích dẫn, không hoàn chỉnh, nên xem qua không hiểu rõ được. Cũng có thể do bản thân tôi chưa đủ công phu tu tập nên không hiểu. Nay được xem toàn văn nguyên bản nên tôi hiểu ra.

Ông Nostradamus (Nặc-tra Đan-mã-tư), người phương Tây, là một nhà tiên tri lớn được cả thế giới biết tiếng. Trong thực tế, nếu so sánh với nội dung sách Liễu Phàm tứ huấn thì ông này cũng giống như nhân vật Khổng tiên sinh. Đối với những thay đổi trong tương lai của xã hội, ổn định hay rối loạn, ông đoán trước được hết sức chính xác, chỉ là không hề có biện pháp hóa giải. Trong sách Liễu Phàm tứ huấn, Khổng tiên sinh cũng đoán vận mệnh tương lai của Viên Liễu Phàm cực kỳ chính xác, nhưng chẳng đưa ra được biện pháp gì để thay đổi. Tiên sinh Liễu Phàm thật hết sức may mắn mới gặp được thiền sư Vân Cốc, dạy cho ông biết rằng mạng số do chính mình tạo ra, nên đương nhiên là tự mình có thể sửa đổi. Đó gọi là chuyển đổi số mạng. Và ông đã chuyển đổi thành công.

Tại Trung Quốc, trải qua các triều đại, những người giống như tiên sinh Liễu Phàm nhiều vô kể. Khi quý vị thấu hiểu được ý nghĩa, thấu hiểu được phương pháp, quý vị cũng có thể chuyển đổi số mạng, tạo ra vận mạng của chính mình, tương lai hoàn toàn xán lạn.

Thấu hiểu rõ ràng ý nghĩa này là khó, chẳng phải việc dễ dàng, mà thấu triệt phương pháp [chuyển đổi số mạng] cũng không dễ dàng. Cho nên, nhất định phải hướng thượng nỗ lực học tập.

Ý nghĩa [chuyển đổi số mạng] là cực kỳ sâu xa. Chúng ta tại Singapore này có cơ hội dành nhiều thời gian giảng kỹ các bộ kinh lớn, qua đó đã giảng rõ với quý vị ý nghĩa này rồi. Nhưng nghe qua một lần, hai lần, ba lần, quý vị liệu có thực sự thấu hiểu rõ ràng chăng? Cũng chưa chắc. Nếu nghe qua một lần, hai lần, ba lần... có khi quý vị còn chưa gầy dựng được lòng tin vững chắc, huống hồ là thấu hiểu rõ ràng?

Thật may là kinh Hoa Nghiêm có nội dung rất dài, theo tiến độ giảng giải hiện nay, tôi dự tính phải giảng đến 15 năm. Nếu có đủ nhân duyên làm được như vậy, trong 15 năm đến đây huân tu, tôi tin rằng sẽ có rất nhiều người được khai ngộ. Nếu không có thời gian dài như thế thì không làm được. Nếu không thể đến đây trực tiếp nghe giảng kinh, thì bất đắc dĩ mới phải dùng đến phương cách kém hơn là nghe qua băng ghi âm, xem băng ghi hình, hoặc xem qua mạng Internet. Đó đều là những phương thức kém hơn, bất đắc dĩ phải dùng đến. Ví như mỗi ngày đều có thể đến đây huân tập không gián đoạn, chỉ mong gầy dựng được lòng tin vững chắc, cũng phải mất đến năm ba năm công phu mới có thể đạt được.

Con người ngày nay so với thời xưa không giống nhau. Người xưa tâm an định lại hết sức chân thật, tử tế. Người thời nay tâm tánh khắc nghiệt, khinh bạc, xốc nổi, nóng nảy, nếu không trải qua năm ba năm ắt không thể gầy dựng được lòng tin vững chắc. Lại phải đến tám năm, mười năm mới thực sự hiểu ra, mới thực sự khế nhập [được nghĩa lý]. Bản thân tôi là một trường hợp có thể lấy làm ví dụ. Bình sinh tôi luôn giữ tâm ý bình tĩnh, điều này so với nhiều người có thể xem là ưu điểm. Tôi không có lòng tham muốn, đối với người khác không tranh giành, trong đời sống cũng không mong cầu gì, do đó tâm ý so ra có phần điềm tĩnh. Những điều này đối với sự tu học hết sức hữu ích.

Nếu trong lòng quý vị không được bình tĩnh, lại xốc nổi, nóng nảy, rất nhiều tham dục, muốn tranh giành danh lợi, mưu toan chạy theo năm món dục trong sáu trần cảnh, như vậy là chướng ngại rất lớn cho sự tu tập. Những điều như thế chỉ tạo thêm nghiệp tội, cho nên công phu tu tập của quý vị không đạt kết quả. Ý nghĩa chính là ở chỗ này.

Mỗi người tu hành là một người được hưởng phước lành. Người trong một nhà cùng tu hành, cả nhà được hưởng phước lành. Người trong một địa phương cùng nhau tu hành, cả địa phương ấy được tiêu trừ hết thảy tai nạn. Vùng đất Singapore này cũng không lớn lắm. Tôi ở đây giảng kinh trước sau đã được 12 năm. Vì sao các địa phương khác cũng dành thời gian tu tập mười mấy năm như vậy lại không thấy hiệu quả, còn ở đây chúng ta đã thấy được đôi chút hiệu quả? Nguyên nhân là nhờ nền giáo dục ở Singapore không giống như giáo dục ở các nơi khác. Người dân ở đây hết sức chân thật, tuân thủ luật pháp, sống có khuôn phép. Cho nên, sau khi được nghe pháp Phật, họ thực sự suy ngẫm, hiểu được rồi thực hành theo, qua đó nhận biết được việc thực hành như vậy là tốt đẹp, lại càng nỗ lực thực hành. Khi đã có nhiều người thực hành pháp Phật, liền hình thành phong khí tốt đẹp của cả địa phương. Một quốc gia hết sức nhỏ bé, đa phần thành thị, lại có thể được mọi người trên khắp thế giới tôn trọng, kính nể, tất nhiên phải có nguyên do. Có thể thấy được, nguyên do đó chính là ở nơi giáo dục.

Có người bảo tôi, tiên sinh Lý Quang Diệu từng nói rằng ông ấy được giáo dục bằng Anh ngữ, nếu như ông ấy được giáo dục bằng Hoa ngữ thì nền chính trị Singapore hiện nay hẳn đã tốt đẹp hơn gấp nhiều lần. [Có thể nói được như thế quả] là trí tuệ chân thật, quả là người từng trải.

Nền giáo dục Hoa ngữ dạy người ta những gì? Chúng ta cần phải hiểu rõ, tôn chỉ giáo dục ở Trung quốc từ thời Tam đại, gồm ba triều đại Hạ, Thương, Chu, cho đến những năm cuối triều Thanh vẫn không hề thay đổi. Tôn chỉ ấy chỉ gồm ba điều. Thứ nhất, dạy về quan hệ giữa người với người, đạo làm người phải như thế nào. Thứ hai, dạy về mối quan hệ giữa con người với tự nhiên, môi trường. Thứ ba, dạy về mối quan hệ giữa con người với trời đất, quỷ thần siêu nhiên. Người học nếu có thể thông đạt rõ ràng được mối quan hệ này thì trở thành thánh nhân.

Giáo dục của nhà Phật cũng có ba điều. Bất kể là Đại thừa hay Tiểu thừa, bất kể là thuộc tông phái nào, việc giáo dục vẫn phải theo ba tôn chỉ. Thứ nhất là dứt ác, làm thiện. Xét trong Phật pháp của Ngũ thừa thì đây là pháp dành cho hàng trời người, giúp không bị đọa vào ba đường ác. Thứ hai là chuyển mê thành ngộ, giúp vượt thoát sáu đường luân hồi, vượt thoát ra ngoài ba cõi, thành A-la-hán, Bích-chi Phật, Bồ Tát, Phật. Thứ ba là chuyển phàm thành thánh, vượt thoát cả mười pháp giới, như trong kinh Hoa Nghiêm giảng là Pháp thân Đại sĩ.

Nếu chúng ta không nắm chắc được những điểm cốt yếu như trên của sự học, vậy thì học cái gì?

[Hãy lấy một ví dụ, chúng ta] phải thực sự sáng suốt rõ ràng hiểu được ý nghĩa tri ân [thì mới có thể] báo ân. Người thế gian không hiểu được thế nào là ân, vậy thì báo ân gì? Trong Phật pháp Đại thừa, tri ân và báo ân là pháp tu tập của hàng Bồ Tát Nhị địa. Quý vị thử nghĩ xem, địa vị tu chứng như thế đã cao siêu đến đâu? Bồ Tát Nhị địa tổng cộng tu học tám khoa mục, tri ân báo ân là một trong số đó. Mỗi một ý niệm đều không quên việc hiếu dưỡng cha mẹ, phụng sự bậc sư trưởng. Hai điều ấy là căn bản, tiếp theo mới từ đó mà phát triển lớn rộng, ý nghĩa sáng tỏ hơn, [trở thành] hiếu thuận hết thảy chúng sinh, phụng sự hết thảy chúng sinh.

Trong kinh Phạm Võng, còn gọi là Giới kinh, dạy rằng: "Hết thảy nam giới đều [từng] là cha ta; hết thảy nữ giới đều [từng] là mẹ ta." Đó là đem ý nghĩa báo ân phát huy đến mức cùng cực.

Ngày nay tôi thường tiếp xúc với rất nhiều người khác biệt tôn giáo, khác biệt chủng tộc, tôi đối với họ vẫn luôn thương yêu chân thành, đem lòng vô tư bố thí, cúng dường vô điều kiện. Có nhiều người thấy vậy lấy làm lạ, hỏi tôi: "Pháp sư, vì sao ông lại làm như thế?" Tôi nói, đó là tôi vận dụng lời dạy của kinh Hoa Nghiêm trong thực tế. Chúng ta đã hiểu rõ ý nghĩa hết thảy chúng sinh trong hư không pháp giới đều là pháp thân thanh tịnh của chính mình, sao có thể không thương yêu bảo vệ, sao có thể không quan tâm chăm sóc, sao có thể không cúng dường, nuôi dưỡng?

Nếu mọi người hiểu rõ được ý nghĩa này, mọi người đều thực hiện theo phương pháp này, thì dù thiên tai hay tai họa do con người cũng đều không còn nữa. Đó gọi là pháp Phật. Pháp Phật ở giữa thế gian, nhưng có mấy người thực sự thấu hiểu được pháp Phật?

Chúng ta đã học được những lời khuyên dạy này, nhất định phải đưa vào trong đời sống hằng ngày, phải chuyển biến thành suy nghĩ, chuyển biến thành hành vi, như vậy mới có được lợi ích chân thật.

Cho nên, bản văn Cảm ứng thiên này nhất định phải học qua, nhất định phải nỗ lực tu tập làm theo. Sách Vị biên sưu tập những chuyện tích và kết quả thực hành, những nhân duyên chuyện cũ hết sức phong phú, không thể mang ra giới thiệu từng chuyện, từng chuyện một, vì sẽ mất rất nhiều thời gian. Ở đây tôi chỉ muốn nhắc nhở các vị đồng tu, phải hết sức nỗ lực tụng đọc, gìn giữ làm theo Cảm ứng thiên, như vậy mới thực sự là tự cứu lấy mình.

Hôm nay thời gian đã hết, chúng ta giảng đến đây thôi. Như vậy là vẫn chưa giảng phần chánh văn, ngày mai chúng ta sẽ giảng đến.

Bài giảng thứ tư

(Giảng ngày 23 tháng 5 năm 1999 tại Tịnh Tông Học Hội Singapore, file thứ 5, số lưu trữ: 19-012-0005)

Thưa quý vị đồng học, cùng tất cả mọi người.

Ý nghĩa cảm ứng hết sức sâu xa, chuyện tích cảm ứng vô cùng rộng khắp, người xưa khuyên bảo khuyến khích đã nhiều, thương yêu bảo bọc hết mức. Sách xưa dạy rằng, lòng tin sâu vững là nhân tố thành tựu cao trổi nhất trong tất cả các pháp thế gian và xuất thế gian, nhất là với các pháp lành. Dù là kẻ mong cầu hạnh phúc mỹ mãn ngay trong đời này, hoặc là người học Phật phát nguyện vãng sinh Tịnh độ, thân cận Phật A-di-đà, tất cả đều do nơi lòng tin sâu vững.

Đặc biệt, phải luôn luôn tỉnh giác, kinh Phật thường dạy: "Thế gian vô thường, cõi này nguy khốn mong manh", mạng sống con người hết sức ngắn ngủi, một hơi thở dừng đã sang đời khác. Cho nên, một niệm phát khởi niềm tin là một niệm có căn lành. Mỗi niệm đều giữ được niềm tin sâu vững thì mỗi niệm đều có căn lành tăng trưởng. Mọi người phải kịp thời nỗ lực, nhất định không được lần lữa chờ đợi. Ví như cứ nghĩ rằng [hãy đợi đấy] còn có ngày mai, còn có năm sau... thì người như vậy chỉ hoang phí thời gian, luống qua một đời chẳng làm được gì, đến lúc lìa đời hối tiếc không kịp nữa.

Cho nên, điều thiết yếu là phải gầy dựng lòng tin sâu vững, phải tinh tấn chuyên cần, nỗ lực. Các bậc đại đức, thầy tổ trong Phật giáo, bất kể là tông phái nào, dù là Hiển giáo hay Mật giáo, cũng đều dạy chúng ta phải bắt đầu tu tập từ căn bản. Điều gì là căn bản? Tâm là căn bản.

Trong phép [ứng xử] ở thế gian, Quản Trọng ngày xưa từng nói: "Vui vẻ tiếp đón người khác thì tình thân như anh em." Lời này thật có ý nghĩa. Đem lòng giận tức mà tiếp đón người ắt phải xung đột tàn hại lẫn nhau.

Cho nên, trong nhà Phật dạy chúng ta phải biết tươi cười khi tiếp xúc với người khác. Quý vị thử xem qua trong [đa số] những nơi chùa chiền [ở Trung quốc] thì kiến trúc đầu tiên là điện Thiên Vương. Trong điện ấy thờ Bồ Tát Di-lặc. Tượng Bồ Tát Di-lặc chính là tạc theo Hòa thượng Bố Đại. Điều này [có ý nghĩa] dạy chúng ta phải tu dưỡng tâm ý. Tâm ý phải rộng lượng, bao dung, khoan thứ, phải thấu hiểu việc đem lòng hoan hỷ đối với tất cả chúng sinh, đối với hết thảy mọi người. Đó là điều trước tiên phải học trong Phật pháp.

Sự thành tựu của mỗi người chính là do nơi đức hạnh. Đức hạnh là học vấn chân thật, là sự vận dụng trí tuệ chân thật vào thực tế. Khổng tử chỉ là một người thường dân như đa số mọi người, không có địa vị, cũng không giàu có, làm sao có thể đạt được sự thành tựu đặc biệt cao trổi như vậy? Đức Phật Thích-ca Mâu-ni tuy xuất thân từ dòng dõi đế vương, nhưng ngài đã buông bỏ hết, địa vị, tiền tài đều buông bỏ hết, chỉ sống cuộc đời như một người dân bình thường nhất. Vậy mà sự thành tựu của ngài thế nào? Trong thực tế, đó là một tấm lòng thương yêu bình đẳng, thanh tịnh, thương yêu bảo bọc hết thảy chúng sinh.

Chúng ta trải qua quá trình tu học gần 50 năm, tổng kết những lời dạy của Phật, Bồ Tát, từ đó đưa ra một đường hướng tu tập. Chúng ta mỗi lúc khởi tâm động niệm, nói năng hành động, đều không sai lệch ra ngoài đường hướng tu tập đó. Vâng làm theo đúng lời Phật dạy, tự nhiên sẽ có sự thành tựu. Như bản thân tôi, một đời tu học chưa từng có chút dối gian ẩn khuất, tất cả đều phụng hiến cho mọi người.

Trong việc tu tâm, trước hết phải tu tâm chân thành, đừng sợ người khác dối trá với mình. Phải một lòng đem tâm chân thành đối đãi với người. Cần phải hiểu rằng, người kia đem lòng gian dối đối đãi với ta cũng là lẽ đương nhiên. Vì sao vậy? Vì người ấy đối với chân tướng sự thật chưa thấu hiểu, không biết rằng hết thảy chúng sinh trong hư không pháp giới đều cùng một duyên khởi, cũng không thấu triệt được toàn thể hư không pháp giới đều từ một niệm nơi tự tánh biến hiện ra. Cho nên, người như thế nếu đem tâm không thành thật đối đãi với người khác, tiếp xúc với muôn vật, cũng là lẽ đương nhiên.

Chư Phật, Bồ Tát sáng suốt rõ ràng. Chúng ta tiếp nhận pháp Phật, qua gần 50 năm huân tu đào luyện, chúng ta cũng phải sáng suốt rõ ràng. Đã hiểu biết sáng suốt rõ ràng rồi, lại đem tâm dối trá đối đãi với người khác thì đó là tội lỗi. Kẻ ngu muội thì không sao, nhưng với người đã sáng suốt hiểu rõ thì không thể được.

Hãy tu dưỡng tâm chân thành, thanh tịnh của chính mình. Tâm thanh tịnh là buông xả hết thảy vướng mắc, dứt bỏ thị phi nhân ngã. Những tâm niệm như thế đều dứt bặt, không còn sinh khởi trở lại trong tâm. Được như vậy thì tâm quý vị sẽ được thanh tịnh.

Hãy tu dưỡng tâm bình đẳng của chính mình. Đó là lìa bỏ hết thảy vọng tưởng phân biệt, lìa bỏ hết thảy thị phi, cao thấp... trong tâm liền tự nhiên bình đẳng.

Tâm thanh tịnh bình đẳng chính là tâm chân thành, cũng chính là tâm giác ngộ. Dùng tâm ấy mà nhìn tất cả chúng sinh, quán sát hết thảy muôn vật, thì lòng thương yêu tự nhiên trôi chảy hiện ra. Cho nên, ngay trong tựa đề kinh Vô Lượng Thọ cũng đã vì chúng ta mà nêu đường hướng tu hành, gồm trong 5 chữ: "thanh tịnh bình đẳng giác". Pháp môn Tịnh độ từ nơi thanh tịnh, bình đẳng mà khởi sự tu tập. Thanh tịnh bình đẳng là giác ngộ, giác ngộ là chân thành, giác ngộ cũng là từ bi. Đó là tu dưỡng tâm.

Trong từng giây phút đều quan tâm lo nghĩ đến tất cả chúng sinh, nhất là những chúng sinh đang gặp khổ nạn. Phạm vi khổ nạn thì rất sâu rộng. Trong xã hội ngày nay, những người có địa vị, giàu có, cũng vẫn chịu khổ nạn. Điều này người thế gian thường vô tâm không nhận biết. Những người ấy khổ nạn ở chỗ nào? Ấy là sau khi chết phải đọa vào ba đường ác. Như vậy chẳng khổ được sao, không gặp nạn được sao? Những người ấy si mê năm món dục trong sáu trần cảnh, không thể tự mình giác ngộ. Họ học Phật, nhưng trong thực tế là đến với Phật pháp để tiêu khiển, đùa cợt với pháp Phật, thật không có chút hiểu biết gì về pháp Phật. Họ không có duyên phần được nghe kinh điển, nghiên cứu giáo lý. Duyên phần của họ là mê đắm trong sự hoan lạc của thế gian. Người đời nhìn thấy cho rằng cuộc sống của họ rất hạnh phúc nên ít nhiều khao khát ngưỡng mộ, đều là sai lầm. Sự hoan lạc có thể kéo dài được bao lâu? Một khi qua rồi thì phải lưu lạc vào trong ba đường ác. Điều này chư Phật, Bồ Tát nhìn thấy rõ ràng, biết là khổ nạn của chúng sinh.

Cho nên, chúng sinh khổ nạn không thấy biết được. Đối với sự khổ đói cơm rách áo ngay trước mắt thì hết sức rõ ràng, ai cũng thấy biết. Nhưng với sự khổ của những kẻ giàu sang phú quý không biết học Phật, không hiểu việc tu tâm, trong chớp mắt phải đọa vào ba đường ác thì không thấy được, nên mọi người chúng ta thường bỏ qua không lưu tâm đến.

Có rất nhiều người hiện tại nghèo khó, hèn kém, nhưng từ sớm đến tối chỉ biết niệm Phật. Hãy mở to mắt ra mà xem, họ tu tập như vậy qua mấy năm nữa thì vãng sinh về Tây Phương Cực Lạc, thành Phật, thành Bồ Tát, không chút khổ nạn. Có thể nói là người đời điên đảo, chỉ thấy được chuyện trước mắt, không thấy được sâu xa lâu dài. Ví như chúng ta không được học Phật, không trải qua nhiều năm tu dưỡng thì cũng không thể biết, đâu nghĩ đến có những việc như thế?

Cho nên, các bậc thánh hiền trong thế gian hay xuất thế gian, chư Phật, Bồ Tát, thảy đều đồng nhất một tâm từ bi. Nhà Phật thường dạy: "Từ bi vi bản, phương tiện vi môn" (Từ bi là căn bản, phương tiện là cửa vào), chính là nói việc mang tâm từ bi này, dùng phương tiện thiện xảo đưa vào đời sống, đưa vào thực tế xử sự, đối đãi với con người, tiếp xúc với muôn vật, nhằm chuyển hóa người khác.

Dùng việc làm của chính mình để chuyển hóa người khác thì phải dựa trên các phẩm tính chân thành, thanh tịnh, bình đẳng, chánh giác, tâm từ bi. Người như vậy thành tựu sự nghiệp của bậc thánh hiền, vượt thoát cõi phàm, nhập vào cõi thánh. Cho nên, vị ấy thờ cha mẹ có thể tận hiếu, tiếp xúc muôn vật có thể giữ được lòng nhân; nhân đức với mọi người, thương yêu muôn vật; gặp việc lành liền sinh tâm hoan hỷ, thành tựu điều tốt đẹp cho người khác; gặp việc xấu ác có thể nhẫn chịu. Quý vị quan sát kỹ sẽ thấy người như thế chỉ một niệm chân thành, một lòng hòa khí. Cho nên, phước đức của những người như thế lớn lao không thể suy lường.

Nhìn nơi đức Thế Tôn, Khổng tử, quý vị có thể thấy được những bậc thánh như vậy. Khổng tử suốt một đời, trong việc xử thế, đối đãi với người khác luôn giữ theo một mực ôn hòa, lương thiện, cung kính, kiệm ước, nhún nhường. Chúng ta đọc sách, tu hành, nên biết chính đức Thế Tôn và Khổng tử là những khuôn mẫu lý tưởng để ta noi theo.

Phật pháp không phải tôn giáo. Phật pháp là đạo dạy người. Nói cách khác, đức Phật Thích-ca và Khổng tử đều là những khuôn mẫu tốt nhất để ta noi theo. Hai bậc thánh ấy, nói theo ngôn ngữ hiện đại thì chính là những người làm công tác giáo dục xã hội, được người đời tôn xưng là các nhà hoạt động giáo dục xã hội. Chúng ta là đệ tử của các bậc thánh như thế, phải noi gương các ngài mà học tập, bắt chước theo việc làm của các ngài.

Đại sư Ấn Quang đặc biệt giới thiệu sách này, giúp chúng ta có được một điểm khởi đầu, chính là điều mà trong Phật pháp gọi là phương tiện khéo léo, là phương tiện trước nhất.

Chúng ta hãy xem qua những câu đầu tiên trong Cảm ứng thiên:

Họa, phước không cửa vào,
Đều do người tự chuốc.
Việc báo ứng thiện, ác,
Như bóng luôn theo hình.

(Họa phúc vô môn,
Duy nhân tự chiêu.
Thiện ác chi báo,
Như ảnh tùy hình.)

Bốn câu này là cốt yếu tổng quát của Cảm ứng thiên. Trong thực tế, toàn bộ bản văn đều nhằm giảng giải, làm rõ ý nghĩa của bốn câu này. Trong đó, hai câu trước là chủ yếu, hai câu sau giúp rõ ý hơn.

Hai câu chủ yếu này, nếu quý vị tham học được thấu triệt thì có thể tránh điều tai họa, chiêu cảm điều lành, thành bậc thánh hiền, thành Phật thành Tổ.

Họa phước từ đâu mà đến? Chính do ta tạo ra, chính ta tự làm tự chịu. Đó là nguyên lý căn bản của cảm ứng. Pháp Phật dạy rằng: "Phá mê khai ngộ, ly khổ đắc lạc" (Trừ si mê mở ra giác ngộ, lìa khổ não ắt được an vui), chẳng phải cũng giống như hai câu đang bàn ở đây đó sao? Mê và ngộ là tác nhân chiêu cảm, khổ với vui là đối tượng được chiêu cảm; trí tuệ giác ngộ với an vui là phước, si mê với khổ não là họa. Đây là phần tôn chỉ chủ yếu, nêu khái quát về sự tu dưỡng tâm địa của bậc thánh hiền.

Nếu như chúng ta muốn cầu phước, tránh họa, liệu có được chăng? Việc cầu xin Phật, Bồ Tát hay các vị thần thánh bảo vệ, giúp đỡ, hoặc xóa bỏ, miễn tội cho mình đều là mê tín, đều không phù hợp với nguyên lý cảm ứng. Nếu tham học thấu triệt được hai câu vừa nêu, quý vị sẽ chẳng bao giờ cầu khẩn thần thánh bảo vệ, giúp đỡ nữa. Quý vị hiểu ra được điều gì? Hiểu ra rằng việc đó là mê tín.

"Họa, phước không cửa vào, đều do người tự chuốc." Đều do chính mình tạo ra cả. Tự mình tu thiện, tự mình quay đầu hướng thiện thì nhận được phước lành. Tự mình làm ác, không thể quay đầu hướng thiện thì phải chịu tai họa. Người khác không liên can đến. Chúng ta phải thấu rõ được lý lẽ này. Đó là chân lý.

Cho nên, trong kinh điển Đại thừa đức Phật thường dạy: "Phật không cứu độ chúng sinh." Đó là lời rất chân thật. Chúng sinh làm sao có thể cứu độ? Chúng sinh tự mình giác ngộ, tự mình độ thoát. Quý vị tự mình hiểu ra pháp Phật, tự mình tu tập, tự mình giải thoát. Lời Phật dạy là hết sức chân thật.

Tự mình hiểu ra, tự mình tu tập, tự mình giải thoát, như thế chẳng phải là "đều do người tự chuốc" đó sao? Việc đọa vào ba đường ác, đọa vào địa ngục, đều không do người khác can thiệp vào, chỉ do tự mình tạo nghiệp xấu ác, tự chuốc lấy quả báo xấu ác, sao có thể trách người?

Cho nên, chư Phật, Bồ Tát đối với chúng ta, tuy hết sức từ bi thương xót, cũng không thể ban cho ta chút phước lành nào, cũng không thể thay ta chịu tội báo, không thể miễn trừ tội lỗi cho ta. Thực sự là không thể làm được. Ví như Phật, Bồ Tát dạy [rằng có thể làm được] như thế, hẳn chúng ta sẽ không tin tưởng các ngài.

Như vậy, chư Phật, Bồ Tát dạy [thế nào]? Ngày nay được hưởng phước lành, phước ấy từ đâu mà đến? Ngày nay chịu tội báo, tội ấy từ đâu mà đến? [Thực tế,] các ngài đem chân tướng sự thật ấy giải thích sáng tỏ, đem ý nghĩa ấy giảng dạy hết sức rõ ràng cho chúng ta, giúp ta nhận hiểu được sáng suốt, không còn tiếp tục tạo nghiệp xấu ác, tai họa liền tránh xa. Chúng ta nỗ lực làm việc lành, phước báo liền đến ngay trong hiện tại.

Đó là lời khuyên răn chân thật của chư Phật, Bồ Tát. Chúng ta nghe qua rồi, xét thấy rất hợp tình hợp lý, hợp với chánh pháp, liền vui mừng tiếp nhận, tự mình nỗ lực tu tập. Đối với mỗi người đã như vậy, với mỗi gia đình cũng là như vậy, cho đến toàn xã hội, quốc gia hay cả thế giới cũng đều như vậy. Hy vọng mọi người tự mình trân trọng [giáo pháp này]. Hôm nay thời gian đã hết, chúng ta giảng đến đây thôi.

Bài giảng thứ năm

(Giảng ngày 24 tháng 5 năm 1999 tại Tịnh Tông Học Hội Singapore, file thứ 6, số lưu trữ: 19-012-0006)

Thưa quý vị đồng học, cùng tất cả mọi người.

Ngày hôm qua chúng ta đã giảng đến câu "Họa phúc vô môn, duy nhân tự chiêu" (Họa, phước không cửa vào, đều do người tự chuốc). Câu này nói rõ nguyên tắc cảm ứng tương giao trong đạo lý. Câu văn tuy đơn giản nhưng ý nghĩa hết sức sâu sắc.

Nếu nhìn theo khoa học hiện đại thì đó là sự cảm ứng của tâm điện. Tâm là nói việc có thật, điện là nêu việc thí dụ. Nêu thí dụ thì nói chung không thể hoàn toàn chính xác, chỉ có thể ở mức tương tự, gần giống mà thôi. Vì trong các hiện tượng vật lý ở thế gian, dường như chỉ có dòng điện là truyền đi với tốc độ nhanh nhất, tương đương với tốc độ ánh sáng. Sự cảm ứng tức thời của tâm, nếu so với tốc độ ánh sáng hay tốc độ dòng điện, cũng không thể biết được là nhanh hơn bao nhiêu lần, không thể so sánh chính xác. Nhưng tốc độ của sóng điện truyền đi mỗi giây là 300.000 km, còn tốc độ của ý niệm trong tâm thì vừa sinh khởi đã biến hiện cùng khắp pháp giới hư không. Điều này trong lúc giảng giải tôi đã nhiều lần nói cùng quý vị. Đó là nguyên lý của sự cảm ứng.

Nội dung sách Vị biên hết sức phong phú, nêu ra nhiều chuyện tích xưa với công năng, hiệu quả tu tập [theo Cảm ứng thiên] để chứng minh. Nhưng thật ra những trường hợp nêu ra như vậy đều không nói hết được. Chỉ cần chúng ta lặng lẽ quan sát cuộc sống ngay quanh mình là thể nghiệm được ngay hiện tượng cảm ứng này một cách đúng thật. Người phương Tây gọi đó là lý lẽ thực tế.

Sách Vị biên, trong đoạn thứ năm có nêu một câu của Đại sư Huệ Năng vào đời Đường, tổ thứ sáu Thiền tông Trung Hoa. Trong Pháp Bảo Đàn kinh, Đại sư dạy rằng: "Hết thảy ruộng phước không lìa tự tâm." Đây là lời dạy khái quát. Dựa theo đó mà giảng rộng ra thì cũng chính là ý nghĩa "họa phước không cửa vào, đều do người tự chuốc".

Nói tự tâm là chỉ mọi ý niệm sinh khởi trong tâm. Trong tâm vừa khởi sinh ý niệm liền tức thời chiêu cảm những việc lành hay dữ, họa hay phước. Quả báo nhỏ là những việc lành, dữ. Quả báo lớn là những tai họa hay phước báo. Trong kinh điển, đức Phật dạy rằng: "Cát hung họa phúc giai do tâm tạo." (Việc lành dữ, họa phước đều do tâm tạo ra.) Lại dạy rằng, những việc tội phước, những quả báo khổ não hoặc an vui, đều do nghiệp tạo bởi thân, khẩu, ý chiêu cảm mà có.

Người thế gian không hiểu được ý nghĩa này. Nếu ai thấu rõ được ý nghĩa này mới có thể tự mình nỗ lực tu tập hướng thiện. Nếu không hiểu được, chỉ biết chạy theo những phiền não, vọng tưởng mà tạo nghiệp, nhất định sẽ chiêu cảm những việc xấu ác, tai họa.

Cho nên, nếu chúng ta muốn tiêu trừ thiên tai hay hiểm họa do con người tạo ra ở thế gian này, liệu có được không? Câu trả lời chắc chắn là được. Phải dùng phương pháp nào? Chính là giáo dục. Có lần tôi đang ở Australia, ông Cục trưởng Cục Đa văn hóa Queensland đến gặp tôi, bàn về việc hòa hợp các chủng tộc, hòa hợp các tôn giáo. Làm sao để mọi người có thể buông bỏ những thành kiến tự thân, tôn trọng giúp đỡ lẫn nhau, cùng chung sống hòa hợp trong thực tế? Ông Cục trưởng là người chịu trách nhiệm các vấn đề này tại Australia. Tôi chỉ nói với ông ấy một điều duy nhất, đó là giáo dục.

Các bậc thánh hiền Trung quốc từ xa xưa đã dạy chúng ta rằng: "Trong việc dựng nước trị dân, trước hết là giáo dục."

Chúng ta lập ra một chính quyền, xây dựng một đất nước, cai trị người dân, phải dùng phương pháp gì? Trước hết là giáo dục. Ngày nay, nếu muốn đạt đến một xã hội hòa hợp, một thế giới hòa bình, trừ việc giáo dục ra thì không còn bất kỳ biện pháp nào khác.

Vậy nội dung của một nền giáo dục như thế là gì? Chính là ý nghĩa cảm ứng [chúng ta đang bàn]. Nếu đối với ý nghĩa này đã hiểu rõ ràng, đối với chân tướng sự thật này đã nhận biết sáng tỏ, thì mỗi lúc khởi tâm động niệm liền tự nhiên có sự kiềm chế, soát xét lại, từ đó biết nỗ lực làm việc thiện.

Vậy tiêu chuẩn thế nào là việc thiện? Đó là mười nghiệp lành (thập thiện nghiệp). Nếu ai ai cũng làm theo mười nghiệp lành, thì thiên tai hay hiểm họa do con người tạo ra đều không còn nữa, cũng không thể phát sinh.

Trong kinh điển đức Phật dạy rằng, nếu như mọi vọng tưởng, ý niệm của chúng ta đều chạy theo, đều bám chấp nơi sân hận, tật đố, tà dâm, thì địa ngục sẽ hiện ra ngay trước mắt. Địa ngục như thế từ đâu đến, chúng ta phải nhận hiểu rõ.

Nếu mỗi ý niệm đều là keo kiệt, tham lam, ham muốn không chán, những gì hiện có không thể bỏ ra bố thí, đó chính là tạo nghiệp ngạ quỷ. Cảnh giới của quỷ trong sáu đường liền hiện ra trước mắt.

Thế nào gọi là ngu si? Đối với tất cả các pháp thế gian và xuất thế gian, không có khả năng phân biệt giữa chân thật và giả dối, giữa chánh với tà, giữa đúng với sai, thậm chí cũng không phân biệt được thiện ác, lợi hại, hết thảy đều thấy biết điên đảo trái ngược, như vậy là ngu si. Ngu si là nghiệp của loài súc sinh. Nếu mỗi ý niệm đều ngu si, [cảnh giới súc sinh liền hiện ra trước mắt.]

Cho nên, tham lam, sân hận và si mê là các nghiệp dẫn

đến ba đường ác. Ngày nay, chúng ta hãy bình tĩnh quan sát quảng đại quần chúng trong xã hội này, xem ai là người không có tham sân si? Chẳng những là có, mà tham sân si ấy còn không ngừng phát triển, phát triển với tốc độ thật đáng sợ! Khi những ý niệm, hành vi tham lam, sân hận, si mê đều phát triển, thì ba đường ác liền hình thành hết sức nhanh chóng. Chúng ta đâu cần phải đọa vào ba đường ác trong sáu nẻo luân hồi, chỉ sợ rằng chính xã hội hiện nay của chúng ta đây rồi sẽ biến thành những cảnh giới địa ngục, ngạ quỷ, súc sinh. Quý vị nói xem, như thế có đáng sợ hay chăng?

Ngày nay cũng có một số người thấy biết sáng tỏ, các bậc chí sĩ nhân đức, mong muốn cứu vớt xã hội này. [Trong số đó,] Đại sư Ấn Quang vì chúng ta dẫn dắt, vì chúng ta chỉ bày, dạy dỗ, kêu gọi chúng ta cứu vãn đại nạn khẩn cấp này. Vận dụng đạo lý của Nho gia không kịp nữa, cho đến đạo lý lớn lao của nhà Phật cũng không còn kịp nữa. Vì thế ngài mới đề cao các bản văn Liễu Phàm tứ huấn, Cảm ứng thiên, Văn Xương Đế quân Âm chất văn, nhằm cứu khổ cứu nạn.

Trong tất cả ác nghiệp, hai nghiệp giết hại và dâm dục là nặng nhất. Cho nên, An Sĩ toàn thư đối với hai nghiệp ác này đặc biệt dành riêng mỗi loại trọn một quyển để giảng giải thật rõ, cảnh tỉnh chúng ta phải chú ý. Hai nghiệp ác này là tội lỗi nặng nề căn bản nhất, cũng là cội nguồn của mọi điều hung hiểm, tai họa. mười nghiệp lành có thể cứu vãn được kiếp nạn này.

Niệm Phật là pháp lành cao trổi nhất. Cho nên phần cuối An Sĩ toàn thư là sách Tây quy trực chỉ, khuyên chúng ta niệm Phật cầu sinh về thế giới Cực Lạc.

Các nghiệp ác dẫn đến ba đường ác, chúng ta đã thấu hiểu rõ ràng. Bây giờ nói đến ba đường lành. Cảnh giới a-tu-la nằm trong ba đường lành, [những chúng sinh] tuy làm việc thiện, tâm hạnh tương ưng với mười nghiệp lành, nhưng tập khí ngạo mạn quá nặng, tánh tình quá nóng nảy, tâm háo thắng quá mạnh, nên rơi vào cảnh giới a-tu-la.

Những ai có thể kiên trì giữ theo năm giới, tạo mười nghiệp lành, khởi tâm động niệm, ứng xử đối đãi với người, tiếp xúc muôn vật đều không ra ngoài đường hướng nguyên tắc này, thì được sinh vào cõi người.

Nếu có thể dựa theo mười nghiệp lành mà ngày càng nâng cao hơn nữa, đến mức cực kỳ trọn vẹn đầy đủ, thì đó là con đường sinh vào cõi trời.

Có thể thấy rằng, trong sự giáo dục của Phật giáo thì mục tiêu trước hết là dạy người dứt ác tu thiện. Mục đích là bảo đảm chắc chắn cho chúng ta đời sau không đọa vào các đường ác, có thể được hưởng phước báo ở hai cõi trời người, chỉ có điều là chưa thể vượt thoát ra khỏi ba cõi, sáu đường luân hồi.

Những người thông minh sáng suốt hơn nữa, thấy biết được ba đường lành cũng không phải biện pháp giải thoát rốt ráo, không giải quyết được tận gốc rễ [luân hồi], nên tiếp tục hướng thượng tu tập, vượt thoát ra ngoài ba cõi, như là các bậc A-la-hán. Bậc A-la-hán thấu hiểu được ý nghĩa chân thật của nhân ngã, như trong kinh Kim Cang có dạy: "Nhất thiết hữu vi pháp, như mộng ảo bào ảnh" (Hết thảy các pháp hữu vi, như mộng ảo, bọt nước), cho nên các ngài buông xả mọi sự bám chấp vào bản ngã. Trong Phật pháp thường dạy đó là vô ngã. Bám chấp vào bản ngã liền có đủ sáu đường luân hồi, đạt đến vô ngã thì sáu đường luân hồi đều không còn nữa. Vượt thoát sáu đường luân hồi, đó là chứng đắc quả A-la-hán.

Nếu có người thấu hiểu được hết thảy mọi hiện tượng trong vũ trụ này đều do duyên khởi, thấy được bản chất đều là không, thì những hiện tượng ấy từ đâu mà có? Sáu đường luân hồi từ đâu mà có? Mười pháp giới từ đâu mà có? Hết thảy hiện tượng như thế đều đồng một duyên khởi. Sáng tỏ được ý nghĩa này rồi liền buông xả được những bám chấp cực kỳ vi tế, biết rõ rằng bám chấp là sai lầm. Đạt được cảnh giới ấy là cao trổi hơn bậc A-la-hán, chứng được quả Phật Bích-chi.

Nếu có người hiểu rõ được ý nghĩa vô ngã như trên, lại có thể phát tâm cứu giúp hết thảy chúng sinh, dạy dỗ, dắt dẫn hết thảy chúng sinh, học và làm theo sáu pháp ba-la-mật, đó chính là hạnh nguyện Bồ Tát.

Nếu khởi tâm từ bi, chân thành, bình đẳng, dùng việc làm của chính bản thân mình để giáo hóa người khác, đó chính là hạnh nguyện, là việc làm của chư Phật.

Những lời như trên đều là giảng về chánh báo. Phật từ thân người tu tập mà thành, Bồ Tát cũng từ thân người tu tập mà thành, chỉ cần quý vị một niệm quay về tự tâm liền vượt thoát cõi phàm, nhập vào cõi thánh. Vì sao chúng ta không chịu nỗ lực? Vì sao không chịu hướng thượng học theo? Học làm theo Phật, Bồ Tát thì hết sức tốt lành, hết sức lợi lạc, được phước báo không giới hạn.

Cho nên, những điều lành dữ, tai họa hay phước báo đều "không cửa vào", chính là không có sự nhất định, không có pháp cố định, hết thảy đều [biến chuyển] do nơi một niệm trong lòng người. Người phàm chỉ biết được một ý niệm là hiền thiện hay xấu ác, không thấu hiểu được rằng trong chỗ thiện hay ác đó còn có rất nhiều khác biệt. Chính trong pháp Phật giảng giải cho chúng ta ý nghĩa này hết sức thấu triệt, hết sức sáng tỏ. Một khi ta chuyển biến được chánh báo thì y báo liền theo đó cũng được chuyển biến. Y báo là quốc độ, là môi trường sống quanh ta, [còn chánh báo là tâm thức, là ý niệm, hành vi của mỗi chúng ta].

Quý vị xem kinh Hoa Nghiêm có giảng về thế giới Hoa Tạng, là quốc độ, môi trường sống của đức Phật Tỳ-lô-giá-na. Lại thấy có thế giới Cực Lạc, là quốc độ, môi trường sống của đức Phật A-di-đà, như nói có lầu thơm, cây báu, trang nghiêm thanh tịnh... Những điều ấy từ đâu mà có? Thảy đều từ nơi sự giáo hóa chúng sinh bằng tâm chân thành, từ bi, bình đẳng, chiêu cảm mà biến hiện ra.

Chúng ta ngày nay sống trên trái đất này, trái đất là quốc độ, là môi trường sống của chúng ta. Mọi người đều đã thấy, đã nghe, nhiều người nói rằng trái đất này đã lâm bệnh rồi, mà là bệnh cực kỳ nghiêm trọng. Nơi nơi đều xảy ra thiên tai, hiểm họa. Những thiên tai, hiểm họa ấy từ đâu mà ra? Đều từ tâm niệm tham lam, sân hận, si mê biến hiện ra.

Tâm tham lam [của con người] quá nặng, tâm tham ấy là nước, nên tai họa lũ lụt hiện ra trước mắt. Tâm sân hận [của con người] quá nặng, tai họa lửa thiêu liền hiện ra trước mắt. Tâm ngu si [chiêu cảm] tai họa gió bão. Tâm không bình đẳng [chiêu cảm] động đất. Trạng thái tâm của đại đa số quần chúng trong xã hội chúng ta hiện nay thế nào mà chiêu cảm những thiên tai, hiểm họa như thế?

Thiên tai, hiểm họa có thể tiêu trừ, có thể hóa giải. Tôi thường nói rằng, khoa học kỹ thuật không làm được điều đó. Các biện pháp chính trị, vũ lực, quân sự hay kinh tế cũng không làm được. Tất cả đều do nơi tâm địa con người. Chuyển biến tâm địa con người thì duy nhất chỉ có thể nhờ vào nền giáo dục của thánh hiền. Nền giáo dục của thánh hiền là một nền giáo dục bình đẳng.

Tôi từng tiếp xúc với rất nhiều vị lãnh đạo các tôn giáo trên thế giới, cùng với các vị ấy bàn luận. Hiện nay các vị ấy đều ý thức được rằng kiếp nạn của thế giới này rất đáng sợ. Vì thế, họ đều mong muốn tôi đưa ra phương cách làm thế nào để có hòa bình, có sự hòa hợp chung sống, hợp tác giúp đỡ lẫn nhau. Nhận thức được như vậy là rất tốt. Trong Phật pháp gọi đó là sự giác ngộ ban đầu, tối sơ giác ngộ, đó là hiện tượng tốt. Nguyện vọng như thế của chúng ta, nếu muốn thành hiện thực phải nhờ đến giáo dục. Tôi giải thích với các vị ấy rằng, tôn giáo hiện nay chẳng có biện pháp gì để giải quyết vấn đề, đó là vì chúng ta chỉ có "tôn" (lòng tôn kính, tín ngưỡng) mà không có "giáo" (sự giáo dục), mọi người thử nghĩ xem, có đúng vậy chăng?

Điều này tôi đã nói trong Hội nghị Tôn giáo Thế giới về Hòa bình tại Sydney (Australia). Chúng ta đã có "tôn", cần xem trọng giáo dục. Trong chữ "tôn giáo" thì giáo là giáo dục. Phải làm thế nào giáo dục tín đồ của chúng ta phát phát triển tình thương yêu rộng lớn bình đẳng. Trong Thiên Chúa giáo cũng như Cơ Đốc giáo đều nói rằng: "Thượng đế thương yêu người đời." Chúng ta suy ngẫm câu nói ấy xem, Thượng đế thương yêu người đời, hoàn toàn không phải chỉ thương yêu tín đồ tôn giáo của mình. Người tín ngưỡng Thượng đế được ngài thương yêu, kẻ không tín ngưỡng cũng được ngài thương yêu. Bởi vì đó là con người, mà Thượng đế thương yêu người đời, hoàn toàn không có phân biệt trong sự thương yêu đó.

Nhà Phật dạy tâm từ bi chân thật bình đẳng, thương yêu bảo bọc hết thảy chúng sinh, đem lòng thương yêu chân thành, vô tư bố thí, vì hết thảy chúng sinh phụng sự vô điều kiện. Như vậy thì vấn đề nêu ra đã được giải quyết. Nếu kèm theo điều kiện thì không thể giải quyết được vấn đề. Phải phụng sự hết thảy chúng sinh hoàn toàn vô điều kiện.

Chúng ta sau khi học hỏi phải mang ra thực hành. Học mà không hành thì nào có ích lợi gì? Như vậy thì vẫn chiêu cảm tai nạn đến với mình thôi. Học hỏi xong, phải tức thời vận dụng vào thực tế, phải mang ra thực hành.

Ngày nay, khi viếng thăm những người khác tôn giáo, khác chủng tộc, tôi đều lấy tâm thương yêu chân thành, vô tư cúng dường, nhiệt tình giúp đỡ họ. Và tôi đã nhận lại được sự đáp ứng tương tự, chứng minh cho những lời dạy của Phật,

Bồ Tát, chứng minh cho lời nói của Thái Thượng, đúng là "đều do người tự chuốc". Tôi chiêu cảm được rất nhiều người đối với tôi hết sức nhiệt tình thương yêu.

Từ một điểm nhỏ này, chúng ta có thể suy xét sâu rộng ra để nhận hiểu rằng, sự bình an ổn định của xã hội, hòa bình của thế giới, quả thật có hy vọng đạt được, dựa vào nhiệt tâm giáo dục của các nhà tôn giáo trên thế giới, phát huy tình thương yêu rộng khắp. Như vậy mới có thể giải quyết tai họa hiện nay. Ý nghĩa này chúng ta cần thể hội thật sâu sắc.

Hôm nay thời gian đã hết, chúng ta giảng đến đây thôi.

Bài giảng thứ sáu

(Giảng ngày 25 tháng 5 năm 1999 tại Tịnh Tông Học Hội Singapore, file thứ 7, số lưu trữ: 19-012-0007)

Thưa quý vị đồng học, cùng tất cả mọi người.

Hôm qua chúng ta đã giảng đến hai câu đầu tiên của Cảm ứng thiên:

"Họa phước vô môn,
Duy nhân tự chiêu."
(Họa, phước không cửa vào,
Đều do người tự chuốc.)

Trong sách Vị biên nêu ra những câu chuyện tu tập theo Cảm ứng thiên với công năng hiệu quả rõ ràng, số lượng nhiều không kể xiết. Mỗi chuyện trong đó đều nên đọc kỹ, nghĩ sâu. Ở đây thời gian hạn chế, tôi không thể dẫn ra từng chuyện để giới thiệu, chỉ có thể chọn lựa một số chuyện rồi nêu ra những điểm quan trọng nhất để giảng giải rõ ràng với mọi người.

Trong kinh điển Đại thừa, đức Phật thường dạy rằng: "Nhất thiết pháp tùng tâm tưởng sinh." (Hết thảy các pháp sinh từ tâm tưởng.) Đó là chỗ thấy biết của chư Phật. Nói "duy nhân tự chiêu" (đều do người tự chuốc) cũng là cùng một ý như thế.

Bậc cổ đức dạy rằng, người phàm phu có quá nhiều vọng tưởng. Trong số đó có thể phân chia làm ba loại, là những vọng tưởng [hướng về] quá khứ, hiện tại và tương lai.

Khi ta thường nghĩ về những điều vinh nhục trong quá khứ, nghĩ về những chuyện ân oán đã tạo ra với người khác, những chuyện buồn vui, tan hợp... Những suy nghĩ như thế đều thuộc loại vọng tưởng hướng về quá khứ. Đặc biệt là người lớn tuổi, hầu hết đều nghĩ tưởng đến những chuyện cũ từ thời trai trẻ. Mỗi năm tháng qua đi là mỗi năm tháng tâm tư thêm nặng nề phức tạp, mãi mãi chồng chất thêm. Chuyện cũ như thế đều là vọng tưởng quá khứ.

Lại có những suy tưởng ngay trước mắt, suy tính sự việc nên làm hoặc không nên làm, thường là do dự không quyết định. Những suy tính này thuộc loại vọng tưởng trong hiện tại.

Loại thứ ba là những suy tưởng hướng về tương lai, nghĩ đến những sự việc tương lai, trong thực tế chưa thể biết chắc được. Trong đó rất nhiều chuyện không có khả năng xảy ra nhưng ta vẫn suy tưởng đến, vẫn nghĩ ra được. Đó là những chuyện về tiền bạc, hoặc về địa vị, hoặc về quyền thế. Hết thảy những suy tưởng như thế đều thuộc loại vọng tưởng hướng về tương lai.

Ba loại vọng tưởng này, số nhiều không đo đếm được, không có giới hạn. Chúng tiếp nối theo nhau trong từng giây phút, không hề gián đoạn, cứ hết điều này liền tiếp đến điều khác.

Chúng ta không thể xem thường những vọng tưởng này mà cho là không có gì quan trọng, khẩn yếu. Nghĩ như thế là sai lầm. Mỗi một vọng tưởng đều là nhân tạo nghiệp. Nghiệp nhân ấy gặp duyên thích hợp thì quả báo hiện tiền. Ý niệm hiền thiện thì gặp quả báo lành, ý niệm xấu ác nhất định phải gặp quả báo xấu ác. Quả báo thiện ác như thế không mảy may sai lệch. Đây chính là nguồn gốc phát sinh mọi điều lành, dữ, họa, phúc, như trong bài văn Cảm ứng thiên này giảng giải. Các bậc thánh hiền thế gian hay xuất thế gian thường dạy ta như thế, phải thường ghi nhớ, phải thường suy xét kỹ, phải thường nỗ lực làm theo.

Trong Vị biên có một câu chuyện xưa mà sách Liễu Phàm tứ huấn cũng chép lại. Vào đời Tống, có người tên Vệ Trọng Đạt. Chuyện của ông này lưu truyền rất rộng, không chỉ bởi đương thời nhiều người biết đến, mà còn vì được ghi chép lại nên người đời sau cũng biết đến rất nhiều.

Vệ Trọng Đạt khi đang làm việc ở Viện Hàn Lâm, một hôm bị vua Diêm La bắt đi. Chuyện như thế, người thời nay nghe qua giống như thần thoại, thật khó làm cho người ta tin. Nhưng chuyện như thế quả là có thật.

Khi tôi còn nhỏ cũng gặp một việc tương tự, tôi còn nhớ rất rõ. Quê tôi là một thị trấn nhỏ, vốn là một thành cổ được xây dựng từ đời Hán, đến nay đã trải qua lịch sử hai ngàn năm. Thuở nhỏ tôi có một thời gian ngắn sống ở thôn quê, cách thành 12,5 km. Hồi ấy về thành phải đi bộ, mất khoảng vài giờ, cũng không xa lắm. Tôi ở nhà bà ngoại, cách đó khoảng vài căn nhà có một người lâm bệnh, bệnh nặng lắm.

Khi bệnh trở nên nguy kịch, người ấy bỗng nói rằng: "Thành hoàng bắt tôi đi làm sai dịch."

Người nhà hỏi: "Làm chuyện gì?"

Đáp: "Gánh đồ đạc."

Người nhà lại hỏi: "Gánh đồ đạc gì?"

Người ấy nói: "Thành hoàng muốn dời nhà, bắt rất nhiều người để gánh đồ, nay muốn bắt tôi."

Người nhà lại hỏi: "Bây giờ phải làm sao?"

Người ấy đáp: "Mọi người có thể vì tôi đốt tiền giấy, tôi thuê người khác làm, được vậy tôi khỏi đi."

Người nhà nghe lời liền đốt rất nhiều ngựa giấy, hình nhân giấy, tiền giấy. Sau đó, người ấy thuê mướn người làm được rồi liền khỏi bệnh, tỉnh lại.

Hồi đó, tôi với mọi người nghe chuyện đều lấy làm quái lạ về việc Thành hoàng muốn dời nhà. Sau đó ba ngày, miếu Thành hoàng bị quân đội chiếm đóng, lấy làm doanh phòng, tượng thần trong miếu bị phá hủy. Bấy giờ mọi người mới hiểu ra. Miếu Thành hoàng bị quân đội chiếm là chuyện về sau, mà ba ngày trước Thành hoàng đã dọn nhà, đã bỏ đi mất rồi. Đó là chuyện thật chính tôi được tai nghe mắt thấy. Cho nên nói rằng: "Ngẩng đầu ba thước có thần minh." Cho dù quý vị có tin hay không, sự thật vẫn là như vậy.

Người thời nay không đọc sách thánh hiền, không tin những lời khuyên dạy trung thực. Bản thân tôi chính mắt được nhìn thấy rất nhiều chuyện. Cho nên, đối với những điều người xưa ghi chép lại trong sách tôi đều tin tưởng sâu xa, không chút hoài nghi. Những tiểu thuyết thần thoại thuộc loại như Liêu trai chí dị, Duyệt vi thảo đường bút ký, Tử bất ngữ... tuyệt đại đa số đều là sự thật, không phải hoàn toàn bịa đặt không chứng cứ, cũng không phải ngụ ngôn ẩn dụ.

[Trở lại chuyện] Vệ Trọng Đạt bị vua Diêm La bắt đi rồi, có vị Phán quan điều tra những việc lành dữ mà ông đã làm trong đời. Kết quả, những việc xấu ác ông ta đã làm, được ghi chép chất lại cao như quả núi, còn việc thiện chỉ thấy một quyển duy nhất. Nói cách khác, ông ta chỉ làm được mỗi một việc thiện. Vệ Trọng Đạt nhìn thấy tình hình như thế rồi, liền đối trước Phán quan phân trần: "Tôi còn chưa đến bốn mươi tuổi, sao có thể làm quá nhiều việc ác như thế?"

Phán quan giải thích: "Những sự việc xấu ác này là xét từ tâm niệm của ông. Mỗi khi ông khởi một ý niệm xấu ác, âm tào địa phủ lập tức ghi nhận lưu giữ, hoàn toàn không đợi đến lúc ông thực sự làm. Nếu thực sự đã làm thì tội lỗi càng thêm sâu nặng hơn nữa. Chỉ vừa khởi lên một ý niệm [thiện hay ác] là đã có ngay sự ghi nhận lưu giữ."

Trọng Đạt liền hỏi: "Vậy tôi có một việc thiện đó là gì?"

Ngay khi ấy, vừa so hai bên thiện ác, thấy việc ác quá nhiều, vua Diêm La hết sức tức giận, quát bảo: "Mang cân đến đây xem."

Khi cân qua một lượt, những điều xấu ác hóa ra lại nhẹ hơn, trong khi một quyển ghi việc thiện lại rất nặng. Vua Diêm La thấy vậy đổi giận làm vui. Trọng Đạt liền thưa hỏi lại: "Việc thiện đó của tôi, rốt lại là việc gì vậy?"

Vua đáp: "Lúc hoàng đế muốn xây dựng một công trình không thực sự cần thiết, tốn hao nhiều tiền bạc, công sức của dân, ông có dâng sớ khuyên can hoàng đế đừng làm. Tấm lòng của ông chân thành thương dân mới tấu trình như thế."

Trọng Đạt nói: "Nhưng hoàng đế có nghe lời tôi đâu?"

Vua đáp: "Nếu hoàng đế chịu nghe, phước báo của ông còn lớn hơn thế nữa. Tuy không được nghe theo, nhưng lòng ông chân thành, khởi được một niệm hiền thiện lớn như vậy, đã giúp ông vượt hơn tất cả những việc xấu ác kia."

Câu chuyện về công tích thiện ác này giúp chúng ta phản tỉnh rất nhiều. Sau đó Diêm vương [trước khi thả Trọng Đạt về lại dương gian] còn bảo: "Ông vì có quá nhiều việc xấu ác nên con đường tiến thân sẽ bị chướng ngại. Theo mạng số từ trước của ông, vốn có thể làm đến chức Tể tướng, nhưng nay thì không thể được rồi."

Về sau, Trọng Đạt làm quan đến chức Thượng thư bộ Lại, tương đương với hiện nay là Bộ trưởng Bộ Nội vụ. Làm đến chức ấy, [so với Tể tướng] là bị giáng thấp một bậc.

Cho nên, đối với việc tạo nghiệp thiện ác, tôi thường giảng về cả ba nghiệp. Chúng ta từ sáng đến tối, cả thân, miệng, ý đều tạo nghiệp. Thân hành động, miệng nói năng, ý khởi niệm, nếu tương ứng với mười nghiệp lành thì đó là thiện, ngược lại với mười nghiệp lành thì đó là ác. Đó là tiêu chuẩn tổng quát nhất, xét vào từng việc chi ly nhỏ nhặt thì không thể nói hết.

Trong Phật pháp có giới luật và oai nghi, nói thật ra thì hiện nay chẳng thấy ai làm được. Vào đời Minh, Đại sư Liên Trì, Đại sư Ngẫu Ích phải hết sức đề cao sách Sa-di luật nghi, cho thấy khi ấy tiêu chuẩn về điều thiện cũng đã bị hạ thấp đến cùng rồi. Nếu chúng ta có thể làm theo được mười điều giới, hai mươi bốn oai nghi trong sách Sa-di luật nghi, thì có thể xem là đệ tử chân chánh của Phật. Thế nhưng cho đến ngày nay, khi mức sống vật chất bình quân tăng cao, thì quan niệm đạo đức lại rơi xuống thấp, cả mười điều giới, hai mươi bốn oai nghi đều chẳng ai làm theo được.

Quý vị ở đây đều biết Pháp sư Hoằng Nhất. Ngài suốt một đời cung kính giữ theo năm giới, mười nghiệp lành, nhưng đối với người khác luôn tự xưng mình chỉ là cư sĩ xuất gia. Ngài là người đức hạnh, suốt một đời làm người ngay thẳng chính trực, có thể đạt đến chỗ danh xưng phù hợp với thực tiễn. Gọi là tỳ-kheo chỉ là tỳ-kheo giả, không phải chân thật, vì thật không làm nổi. Cho nên nói là cư sĩ xuất gia thì có thể làm được. Người thọ trì năm giới, mười nghiệp lành, có thể gọi tên như thế là đúng thật.

Thật ra, không phải Đại sư Hoằng Nhất là người đầu tiên dùng danh xưng cư sĩ xuất gia. Tôi xem trong sách thấy người sử dụng danh xưng này trước tiên là ngài Thành Thời, đệ tử của Đại sư Ngẫu Ích.

Đại sư Ngẫu Ích tu hành hết sức chân thật. Sau khi thọ đủ Tam đàn Đại giới (gồm Sơ đàn thọ giới sa-di, Nhị đàn thọ giới tỳ-kheo, Tam đàn thọ giới xuất gia Bồ Tát), ngài liền xin xả giới tỳ-kheo. Vì sao ngài xả giới tỳ-kheo? Vì thấy chính xác là không giữ làm theo nổi.

Hơn nữa, việc truyền thừa giới tỳ-kheo nếu không đúng pháp thì không thể đắc giới. Đại sư Ngẫu Ích nói rằng, ở Trung quốc từ sau triều Nam Tống đã không có tỳ-kheo, vậy đến cuối đời Minh làm gì còn ai có khả năng đắc giới tỳ-kheo?

Chỉ là có danh xưng mà không đúng thật. Cho nên sau khi thọ giới rồi, ngài xin xả giới tỳ-kheo, trọn một đời chỉ cung kính giữ theo giới sa-di, giới Bồ Tát. Vì thế, ngài thường tự nhận mình chỉ là sa-di giữ giới Bồ Tát, vì danh xưng như vậy có thể làm đúng được.

Bậc thầy đã nhận chỉ là sa-di, đệ tử làm sao dám xưng sa-di? Cho nên đệ tử của ngài là Thành Thời mới tự xưng là cư sĩ xuất gia. Tôi xem trong sách thấy ngài Thành Thời là một, đến gần đây mới có thêm Đại sư Hoằng Nhất, đó là hai người sử dụng danh xưng này, quả thật phù hợp với thực tế.

Chúng ta tu hành trong thời đại này, nếu có thể chân chánh giữ theo được năm giới với mười nghiệp lành, chân thành niệm Phật cầu sinh Tịnh độ, nhất định sẽ được vãng sinh.

Thế nhưng, người muốn sinh về Tịnh độ rất nhiều, vì sao không được vãng sinh? Không được vãng sinh, đương nhiên là do có chướng ngại. Chướng ngại là gì? Là không buông xả các duyên trần tục. Điều này hết sức trọng yếu. Nếu là người chân chánh cầu được vãng sinh, phải buông xả tất cả, quyết định không vướng nhiễm.

Chúng ta sống giữa thế gian này, nếu tự mình có duyên phận, có thể vì xã hội, vì mọi người làm được chút việc tốt nào, phải hết sức mà làm để rộng kết duyên lành. Trong Phật pháp thì rộng kết nhân duyên với Chánh pháp.

Quý vị hãy noi gương Lão Hòa thượng Hư Vân trong thời cận đại này, mọi người ở đây đều biết rất rõ. Ngài dùng những mối nhân duyên với Chánh pháp, dùng sức ảnh hưởng của mình, đi đến đâu đều xây dựng đạo tràng, tự viện, giúp cho những người trẻ tuổi có nơi xuất gia tu hành. Đạo tràng xây dựng vừa xong ngài liền giao phó, không bao giờ theo dõi chất vấn đến nữa. Như thế là bậc tu hành đại phước báo, chúng ta phải học hỏi làm theo.

Sức ảnh hưởng của chúng ta không thể so sánh với Lão Hòa thượng, vì yếu ớt lắm, nhưng có thể khuyến khích nhiều vị đồng tu có năng lực, cùng phát tâm xây dựng những đạo tràng nhỏ. Như Tịnh Tông Học Hội thì hiện nay trên toàn thế giới có khoảng năm, sáu mươi chỗ. Mỗi một Tịnh Tông Học Hội đều hoạt động độc lập. Chúng ta dùng sức ảnh hưởng của mình thúc đẩy việc hình thành như thế. Thành tựu rồi, có nên theo dõi chất vấn [hoạt động của họ] hay không? Không nên. Nếu chúng ta vẫn còn theo dõi chất vấn, đó là còn ràng buộc vướng mắc, không thể vãng sinh. Phải hoàn toàn buông xả hết, từ thân tâm mình cho đến toàn thế giới, một chút bụi trần cũng không vướng nhiễm, như thế thì chuyện vãng sinh có thể nắm chắc trong tay. Điều này hết sức trọng yếu.

Cho nên, có thể vãng sinh hay không đều do chính mình, không do ngoại cảnh, dù là danh lợi hay năm món dục, sáu trần cảnh, đều không thể làm ta vướng nhiễm.

Trong kinh Phật dạy rất rõ: "Tài sắc danh thực thùy, địa ngục ngũ điều căn." (Tiền bạc, sắc đẹp, danh vọng, tham ăn, mê ngủ là năm điều căn bản dẫn đến địa ngục.) Chỉ vướng một trong năm điều này thôi đã không thoát khỏi địa ngục, làm sao có thể vãng sinh? Việc này phải hết sức ghi nhớ, không thể để vướng vào tham muốn.

Cho nên, suốt đời chỉ nên tùy duyên mà không chạy đuổi theo duyên. Tùy duyên thì hoan hỷ, chuyện xảy đến thế nào cũng tốt, mỗi ngày chỉ cần ăn vừa no, mặc vừa ấm, một lòng hướng theo đạo pháp. Suốt một đời tôi cũng chỉ làm đến vậy thôi. Chỉ lo giảng kinh, thuyết pháp, hoằng pháp lợi sinh, ngoài ra mọi việc khác đều không hỏi tới. Cả đời tôi không riêng có đạo trường, tự viện, không có đồ chúng. Trong quá khứ, những người xuất gia là do [Hàn] Quán trưởng thu nhận, không phải tôi thu nhận. Quý vị xem việc đặt pháp danh, cũng đều do Quán trưởng đặt, không phải tôi.

Hy vọng mọi người đều tu học cho thật tốt. Tôi nay đã già rồi, theo người xưa nói là đã đến lúc nên chết đi: "Thất thập tam, bát thập tứ, Diêm vương bất thỉnh tự kỷ khứ." (Bảy mươi ba, tám mươi tư, Diêm vương không gọi cũng tự mình đi.) Như vậy thì còn lưu luyến gì nữa chứ? Một đời tôi không cai quản người khác, không cai quản công việc, không cai quản tiền bạc. Nay đã già rồi, nếu quay lại cai quản thì thật là sai lầm lớn, không còn gì có thể sai lầm hơn nữa. Cho nên, từ thân tâm cho đến thế giới, hết thảy đều buông xả, còn sống một ngày là một ngày vì chư Phật, Bồ Tát mà làm việc.

Hôm nay thời gian đã hết, chúng ta giảng đến đây thôi.

Bài giảng thứ bảy

(Giảng ngày 26 tháng 5 năm 1999 tại Tịnh Tông Học Hội Singapore, file thứ 8, số lưu trữ: 19-012-0008)

Thưa quý vị đồng học, cùng tất cả mọi người.

Xin mời quý vị xem hai câu tiếp theo trong Cảm ứng thiên:

Thiện ác chi báo,
Như ảnh tùy hình.
(Việc báo ứng thiện, ác,
Như bóng luôn theo hình.)

Bốn câu mở đầu là cương lĩnh tổng quát của toàn bản văn. Phần còn lại của bản văn đều nhằm giảng rõ bốn câu này.

Hai câu đầu tiên nói tổng quát: "Họa phúc vô môn, duy nhân tự chiêu." (Họa, phước không cửa vào, đều do người tự chuốc.) Đó là nói về nguyên lý cảm ứng. Tiếp theo là hai câu: "Thiện ác chi báo, như ảnh tùy hình." (Việc báo ứng thiện ác, như bóng luôn theo hình.) Đó là nói rõ lẽ chân thật của sự báo ứng.

Trong bốn câu này có đủ cả lý lẽ và sự tướng. Y báo và chánh báo đều trang nghiêm tốt đẹp trong khắp pháp giới hư không, đó là quả báo cảm ứng lớn lao. Hiện trạng của mỗi một thế giới, mỗi một xã hội, đó là hình thức nhân quả báo ứng nhỏ hơn. Cho đến trường hợp của mỗi một cá nhân, mỗi một gia đình, thì đó là nghiệp nhân quả báo ở phạm vi nhỏ nhất. Cho nên, đức Phật thuyết dạy hết thảy Kinh điển đều không ra ngoài nguyên lý đó. Như kinh Hoa Nghiêm giảng về "ngũ chu nhân quả", kinh Pháp Hoa giảng về "nhất thừa nhân quả"...

Do đó mà biết rằng, dù là pháp thế gian hay xuất thế gian, hết thảy đều giảng rõ về nhân duyên quả báo. Vì thế, nhà Phật thường nói: "Vạn pháp giai không, nhân quả bất không." (Muôn pháp đều là không, nhưng nhân quả thật có.)

Ngày hôm qua chúng ta đã đọc chuyện Vệ Trọng Đạt đời Tống. Trong thực tế, đưa ra câu chuyện này chỉ như một ví dụ mà thôi, vì mỗi một cá nhân, mỗi một chúng sinh, có ai không giống như vậy? Chúng ta một đời tạo tác vô số nghiệp tội, nhất là làm người trong thời hiện đại này. Người thời xưa cũng tạo nghiệp, nhưng thử lấy chuyện Vệ Trọng Đạt ra mà xét, tuy ông ta tạo nghiệp ác rất nhiều, nhưng so với chúng ta thời nay thì nghiệp ác của ông như vậy là ít. Những nghiệp ác người thời nay tạo ra, nếu so với nghiệp ác của Trọng Đạt, chí ít nhất cũng phải nhiều gấp trăm lần, ngàn lần hoặc hơn thế nữa. Nguyên nhân là vì sao?

Người xưa từ thuở nhỏ đã được tiếp nhận nền giáo dục của thánh hiền. Cho nên hết thảy những nghiệp ác mà Vệ Trọng Đạt đã tạo đều chỉ là những ý niệm, những suy nghĩ xấu ác, chưa hề biến thành hành động. Đã có ý niệm xấu ác nhưng không dám thực hiện hành động xấu. Do đâu mà không dám? Là do có sự răn dạy của thánh hiền. Người thời nay không chỉ có ý niệm xấu ác, mà họ dám làm tất cả. Nghiệp ác lớn nhất là bất hiếu với cha mẹ, khinh chê Tam bảo [họ cũng làm]. Chúng ta thử nghĩ xem, tự mình có dám làm những tội như vậy hay không? Chúng ta cả đời khởi tâm động niệm, nói năng hành động, luôn tự mình suy xét có hổ thẹn với cha mẹ hay không, có hổ thẹn với Tam bảo hay không? Những tội như vậy còn không dám làm, huống chi là các tội [động trời] kia!

Kinh Vô Lượng Thọ nói: "Tiên nhân bất thiện." (Do người trước không khéo dạy.) Nói cách khác, [khi một người phạm tội,] không thể hoàn toàn trách cứ người ấy, [vì còn phải xét đến yếu tố giáo dục của những người đi trước]. Đó là tấm lòng của người quân tử nhân hậu, có thể khoan thứ cho hết thảy những kẻ phạm tội. Nhưng quỷ thần không khoan thứ như thế. Chư Phật, Bồ Tát có thể khoan dung tha thứ, nhưng quỷ thần không khoan dung tha thứ. Mọi việc thiện ác rốt cùng đều có quả báo, chỉ là đến sớm hoặc muộn mà thôi.

Đối với việc nhận lãnh quả báo, lý lẽ rất sâu xa, sự tướng vô cùng phức tạp. Chúng ta không thể chỉ nhìn vào những việc trước mắt. Đối với việc trước mắt, cần phải có trí tuệ chân thật mới thấy ra được [nhân quả trong đó]. Phàm phu làm sao có khả năng thấy được [nhân quả] trước mắt? Khi có người cố tình tạo nghiệp, quý vị phải thấy cho đến kết quả cuối cùng của họ thì mới thực sự hiểu rõ được ý nghĩa quả báo "như bóng luôn theo hình".

Đạo Phật dạy rằng có ba loại quả báo. Thứ nhất là hiện báo. Tất cả quả báo đều có nhân, có duyên, hợp thành nhân duyên quả báo. Nhân là những điều đã làm trong quá khứ, duyên là những điều kiện, cơ hội đang gặp hiện nay, khiến cho những chủng tử nghiệp từ trong tạng thức (a-lại-da thức) được lôi kéo hiện ra, biến hóa thành quả báo hiện tiền. Quả báo thiện, nhất định là do có chủng tử thiện. Chủng tử ấy là nhân, đã gặp được duyên lành. Duyên có hai loại, đều gọi là tăng thượng duyên. Một là tăng thượng duyên có hoàn cảnh thuận lợi, hai là tăng thượng duyên có hoàn cảnh trái nghịch. Cả hai loại tăng thượng duyên thuận và nghịch đều có quả báo tốt đẹp, đó là vì sao? Vì có nhân tốt, trong tạng thức có chủng tử thiện, ấy là nhân thiện.

Nếu như trong tạng thức chứa chủng tử xấu ác, ấy là nhân xấu ác, dù gặp duyên lành cũng biến hiện thành sự việc xấu ác, liền có quả báo xấu ác hiện ra.

Sự thật [nhân quả báo ứng là] như thế, chúng ta chỉ cần lặng lẽ quan sát sơ qua là đã có thể thấy được ngay, rất rõ ràng, minh bạch.

Những gì trong đời tôi đã gặp, các vị đồng tu theo tôi nhiều năm đều biết rõ. Trong những việc ấy, có đủ cả duyên lành và nghịch duyên không tốt. Duyên lành là tôi gặp được nhiều bậc minh sư, như Tiên sinh Phương Đông Mỹ tiếp nhận, dẫn dắt tôi vào cửa Phật, Đại sư Chương Gia giúp tôi có được nền tảng, căn cơ vững chắc, Lão cư sĩ Lý Bỉnh Nam giúp tôi thành tựu [sự nghiệp học Phật]. Đó đều là những nhân lành, duyên lành.

Về sau, trong quá trình hoằng pháp, đạo trường nơi tôi xuất gia lại không dung chứa, tôi bị trục xuất phải ra đi, đó là nghịch duyên không tốt. Quý vị thử nghĩ xem, rồi sau quả báo tốt hay không tốt? Quả báo rất tốt. Nếu tôi không bị trục xuất phải ra đi lúc đó, cuộc đời này của tôi hẳn đã không thành tựu. Vì sao vậy? Sự thành tựu của tôi phải nhờ trải qua trăm ngàn rèn luyện trên bục giảng. Dù đạo tràng xưa đối với tôi tốt hơn, cũng không cho phép tôi giảng kinh, tôi không có cơ hội lên bục giảng. Cho nên, nghịch duyên không tốt ấy về sau lại thành quả báo tốt đẹp.

Sau đó tôi gặp Hàn Quán trưởng. Suốt một đời bà, trong 30 năm qua luôn giúp đỡ tôi, thành tựu mọi việc cho tôi, tạo cho tôi cơ hội giảng giải kinh điển. Việc quản lý đạo trường bà ấy hoàn toàn nắm hết. Có rất nhiều người, xuất gia cũng như tại gia, đến nói với tôi rằng: "Hàn Quán trưởng đoạt quyền." Tôi cười nói, có người cai quản mọi việc, chẳng phải như thế càng tốt hay sao? Tôi không lo gì việc ấy. Cho nên, có những người thấy vậy cho là nghịch duyên, [tiếc cho tôi] sao lại gặp phải một người như vậy?

Trong trường hợp của tôi, đối với tôi thì đó là duyên lành, bà ấy giúp thành tựu cho tôi. Bà ấy việc gì cũng muốn, tôi việc gì cũng giao cho bà, bao nhiêu tham sân si của tôi đều dứt sạch. Cho nên, nhân lành dù gặp duyên xấu, quả báo vẫn là tốt đẹp. Tôi có được thành tựu ngày hôm nay, dù người khác nói rằng bà ấy không tốt, tôi vẫn cảm tạ đại ân đại đức của bà. Đó là chỗ mà phàm phu thế gian không thể thấy biết được. Đối với nghiệp nhân quả báo, chỉ người có trí tuệ chân chánh mới thấy biết rõ ràng, mới thấu suốt được.

Điều quan trọng, thiết yếu nhất là sự tu dưỡng tâm. Tâm là nhân, hoàn cảnh bên ngoài là duyên. Cho nên, gieo cấy được hạt giống tâm tốt đẹp, đó là nhân tốt, dù gặp nghịch duyên xấu ác, về sau kết quả vẫn là tốt đẹp. Gieo nhân lành được quả lành, gieo nhân xấu nhất định gặp quả báo xấu. Ý nghĩa đó trong bản văn này trình bày hết sức rõ ràng, hết sức sáng tỏ. Vì thế, trong các loại quả báo có hiện báo, đó là khi nhân mạnh mẽ, duyên thù thắng, [ngay lập tức tạo thành quả báo].

Loại quả báo thứ hai gọi là sinh báo. Sinh báo là ngay trong đời này chưa thấy quả báo, đợi sang đời sau mới có. Trong thế gian này chúng ta thấy được rất nhiều trường hợp như thế, có những quả báo lành, hoặc quả báo xấu ác, dường như không do nhân tạo ra ngay trong đời này. Có người hiền thiện, tốt bụng, nhưng lại gặp quả báo không tốt, phải sống đời nghèo hèn khốn khó. Lại có người rõ ràng xấu ác, lại được phát tài, cực kỳ giàu sang phú quý. Qua đó chúng ta biết rằng, nhân lành giàu sang phú quý của người ấy là gieo trồng từ đời trước, đến đời này quả ấy thành thục nên được hưởng, còn những nghiệp ác người ấy tạo trong đời này, đến đời sau sẽ nhận quả báo. [Đó gọi là nhân] quả báo [ứng] tương quan trong cả ba đời: [quá khứ, hiện tại và tương lai.]

Loại quả báo thứ ba gọi là hậu báo. [Đối với loại quả báo này,] kể từ đời thứ ba về sau đó, không nhất định thời điểm nào, có khi là cách xa rất nhiều đời, lúc nhân duyên hội đủ, quả báo liền xuất hiện.

Thấu hiểu rõ ràng được những ý nghĩa này, mỗi khi khởi tâm động niệm đều phải tốt đẹp thành thật, tâm địa phải hiền hậu tử tế. Người tâm địa thuần hậu thì nhất định hưởng phước sâu dày. Người tâm địa khắt khe khinh bạc thì nhất định sẽ gặp tai họa hung hiểm. Ý nghĩa như thế, sự thật như thế, tất cả chúng ta đều phải thấu hiểu rõ ràng.

Có một đoạn chú giải nói rằng: "Tạo tác các việc thiện ác, báo ứng như bóng theo hình." Đó là dùng hình ảnh thí dụ để minh họa. Hình ở đây là thân thể chúng ta, ở nơi có ánh nắng chiếu liền xuất hiện bóng đen bên dưới. Bóng ấy nhất định luôn đi theo thân hình của ta, không thể rời khỏi. Thí dụ này nói rõ lẽ báo ứng cũng tương tự như thế.

Cho nên, muôn ngàn lần không được hiểu sai, thấy kẻ làm việc ác không chịu quả báo rồi do đó mất đi lòng tin. Người xưa giảng rằng, kẻ làm việc ác mà hiện tại không thấy chịu quả báo xấu ác, đó là phước báo từ đời trước còn chưa hưởng trọn. Ngày nay được hưởng đó, chính là phước báo từ đời trước. Một khi phước báo đời trước đã hết, nghiệp tội xấu ác tràn đầy, quả báo liền xuất hiện.

Cùng một ý nghĩa tương tự như thế, người có tâm thiện, làm nhiều việc thiện, nhưng không thấy được hưởng phước báo ngay trước mắt. Thậm chí có khi quan sát bản thân người ấy, gia đình người ấy, còn thấy gặp rất nhiều tai họa hung hiểm. Nhiều người thấy vậy không còn tin vào luật nhân quả. Những người ấy không hiểu được rằng, ngày nay phải chịu nhiều hung tai hiểm họa, chính là do nghiệp ác đã tạo trong đời quá khứ vẫn còn lưu lại. Đợi khi nhận chịu xong những dư báo xấu ác ấy thì phước báo liền đến. Đó là lúc quả thiện được thành tựu trọn vẹn.

Tâm hiền thiện, hạnh nguyện tốt lành, cho dù ở trong nghịch cảnh nào, gặp phải nghịch duyên nào, cũng quyết không suy giảm, thối thất. Phải giữ lòng tin kiên định, hạnh nguyện tốt đẹp không thối chuyển. Người như vậy đích thực có phước báo.

Ngày trước khi tôi còn cầu học ở Đài Trung, Lão cư sĩ Lý Bỉnh Nam dạy tôi đọc sách Ngũ chủng di quy của Trần

Hoằng Mưu biên soạn. Trong sách có thiên Tâm tướng, thầy đặc biệt chú trọng, bảo tôi nên đọc lại nhiều lần, đọc kỹ nghĩ sâu, nỗ lực làm theo, sửa chữa lỗi lầm.

Người tu hành chân chánh, mỗi ngày đều phải tự kiểm điểm những lỗi lầm của bản thân mình, mỗi ngày đều nhận ra được những sai lầm khiếm khuyết. Như thế nhà Phật gọi là khai ngộ. Người khai ngộ rồi, mỗi ngày đều tự sửa chữa sai lầm khiếm khuyết của bản thân, đó gọi là tu hành chân chánh, là công phu chân thật, phước báo về sau nhiều không thể suy lường.

Việc sửa lỗi nhất định phải bắt đầu từ trong tâm. Tâm là gốc rễ, là cội nguồn sinh ra họa, phước. Một niệm hiền thiện trong tâm thì đó là cội nguồn của phước báo; một niệm xấu ác trong tâm thì đó là cội nguồn của tai họa. Cho nên, họa, phước không cửa vào, đều do người tự chuốc.

Thời xưa, ở nhà có cha mẹ dạy dỗ, đến trường có thầy giáo dưỡng. Chúng sinh ngày nay, thực tế mà nói thật vô cùng bất hạnh, chẳng được ai dạy dỗ. Như lớp người cùng tuổi với tôi còn có được chút duyên may, nên lúc nhỏ được cha mẹ dạy dỗ, khi đi học được thầy dạy dỗ, cũng còn một chút duyên may. Khi đến Đài Loan, vẫn còn chút duyên thầy trò, được sự dạy dỗ, quả thật là muôn phần may mắn. Đó là chuyện mà trong Phật pháp thường nói: "Bá thiên vạn kiếp nan tao ngộ." (Trăm ngàn muôn kiếp khó gặp được.)

Các bậc thầy mà tôi thân cận, cũng có rất nhiều người khác thân cận. Học trò của Tiên sinh Phương Đông Mỹ rất đông, học trò của Đại sư Chương Gia cũng rất đông, học trò của Lão cư sĩ Lý Bỉnh Nam cũng rất đông, nhưng sự thành tựu vì sao chẳng giống nhau?

Tôi từng nói qua với quý vị nguyên nhân này rồi. Đó là lòng hiếu học. Quý vị hiếu học, gặp được những bậc thiện tri thức như vậy liền có sự thành tựu. Tự thân quý vị không ham học hỏi, dù có gặp cũng bằng như không. Tự mình ham học hỏi là nhân, gặp được bậc đại thiện tri thức là duyên, ấy là duyên lành. Cho nên, điều quan trọng thiết yếu nhất vẫn là nhân đã tạo của chính mình. Tự mình không có nhân sâu dày [trong đời này], thì các nhân ấy chính là trong quá khứ nhiều đời nhiều kiếp đã từng tích lũy, đã từng tu tập mà thành, không phải chỉ trong một đời.

Cho nên, chúng ta nhìn thấy các bậc minh sư có rất nhiều học trò, nhưng số người thực sự thành tựu không nhiều, ý nghĩa là ở chỗ này. Thuận duyên giống nhau nhưng nhân đã tạo không giống nhau, quả báo cũng không giống nhau. Chúng ta hiểu rõ được ý nghĩa này, thấy biết được sự thật này, thì tự biết bản thân mình nên tu học như thế nào.

Ngày nay quý vị đều thấy rõ thế giới này có nhiều tai nạn. Không cần đến những lời tiên tri dự báo từ xưa của phương Đông hay phương Tây, tự chúng ta cũng có thể thấy được. Từ đâu mà thấy được? Từ nơi lòng người. Cổ thư Trung quốc nói rất nhiều về điều này. Lòng người tốt đẹp, tử tế, chân thật thì xã hội bình yên ổn định, người dân được hưởng phước lành. Nếu lòng người đầy ngờ vực, nghi ky, đầy tham lam, sân hận, si mê, kiêu mạn, thị phi, nhân ngã... thì xã hội không bình yên ổn định, thế giới ấy không được thái bình.

Trong thực tế, nếu muốn cứu vãn kiếp nạn này thì [việc lưu hành] hai quyển sách Liễu Phàm tứ huấn và Cảm ứng thiên rất hiệu quả. Chúng ta mỗi ngày tụng đọc, vâng làm theo đúng lời dạy trong sách, chân thành niệm Phật cầu sinh Tịnh độ, như vậy chắc chắn có thể thành Phật. Cho nên, khi các vị đồng môn yêu cầu tôi giảng hai quyển sách này, tôi hết sức hoan hỷ. Trong thời điểm hiện nay mà giảng hai quyển sách này là cực kỳ thích hợp. Trong nhà Phật có nói đến các yếu tố khế cơ và khế lý, đây thật là hết sức khế hợp thời cơ.

Hôm nay thời gian đã hết. Chúng ta giảng đến đây thôi.

Bài giảng thứ tám

(Giảng ngày 27 tháng 5 năm 1999 tại Tịnh Tông Học Hội Singapore, file thứ 9, số lưu trữ: 19-012-0009)

Thưa quý vị đồng học, cùng tất cả mọi người.

Chúng ta đã đọc qua bốn câu đầu tiên, là cương lĩnh tổng quát của Cảm ứng thiên. Đúng như Tư Mã Quang từng nói: "Để tiền bạc cho con cháu, con cháu chưa chắc đã giữ được. Để sách vở cho con cháu, con cháu chưa chắc đã đọc. Tốt nhất là tích lũy công đức, thì con cháu đời sau nhất định có quả báo tốt đẹp." Phải là người thấu hiểu rõ ràng đạo lý cảm ứng thì mới nói ra được như thế.

Đức Phật dạy rằng, các mối quan hệ giữa cha con, anh em, cho đến giữa người với người, đều không ra ngoài bốn loại duyên nghiệp: báo ân, báo oán, đòi nợ và trả nợ. Nếu không rơi vào một trong bốn loại duyên nghiệp này, thì dù có gặp nhau cũng không quen biết, vẫn là người xa lạ. Trong đời này, nếu bản thân ta phát sinh quan hệ với người khác, nhất định là trong quá khứ đã từng có một trong bốn loại duyên nghiệp như trên với người ấy. Mối duyên nghiệp ấy có khi là thiện, có khi là ác, nếu chúng ta hiểu được rõ ràng sáng tỏ thì nhất định sẽ tự biết bỏ ác làm lành.

Có nợ người khác nhất định phải trả. Người khác lừa gạt, xâm phạm, cướp đoạt của ta, nên nghĩ rằng đó là ta trả nợ cho họ. Nghĩ như vậy thì lòng ta sẽ hết sức thanh thản, hết sức tự tại. Họ lừa gạt ta, trộm cắp, cướp đoạt của ta, vì sao không lừa gạt người khác, không cướp đoạt người khác? Vì những người khác trong quá khứ không có duyên nghiệp với họ. Nói cách khác, trong quá khứ ta đã từng trộm cắp, cướp đoạt của người, nay có nhân duyên gặp lại nhau, người ấy cũng dùng đúng những phương pháp ấy để lấy lại, nên đích thực là ta đang trả nợ.

Vì vậy, chúng ta phải mừng vui hoan hỷ kết duyên lành với tất cả chúng sinh, không kết duyên xấu ác. Ví như gặp phải duyên xấu ác cũng quyết buông xả, không giữ mãi trong lòng.

Người xưa nói: "Nhân giả vô địch." (Người có lòng nhân không ai thắng nổi.) Một người nhân từ, có tâm thương yêu, có tâm từ bi, thì trọn đời nhất định không có kẻ thù oán đối nghịch. Điều này phải hiểu thế nào? Kẻ thù oán đối nghịch đương nhiên là có, nhưng trong lòng người ấy thực sự không có. Tâm người ấy từ bi thanh tịnh, dù gặp kẻ oán thù đối nghịch cũng đem lòng chân thành thương yêu bảo bọc, thấy người gặp lúc khốn khổ nguy nan, nhất định sẽ nhiệt tình giúp đỡ, hoàn toàn không ghét bỏ. Người như thế, phước báo ngày sau rất lớn.

Ví như đời trước chúng ta không hề tu phước, phước báo hết sức mỏng manh, nhưng nếu đời này có thể tin vào ý nghĩa cảm ứng, y theo lời dạy mà làm, một lòng hướng thượng, hết sức nỗ lực, thì ngay trong đời này sẽ được phước báo.

Cuộc đời tôi, các vị đồng tu đều biết rõ. Có lẽ kiếp trước tôi từng tu tuệ nhưng không tu phước, nên kiếp này có được chút trí tuệ mà không phước báo. Đời sống vật chất hết sức khó khăn, phải trải qua rất nhiều ngày khốn khổ. Những điều người khác e rằng không chịu đựng nổi, nhưng tôi đã từng trải qua tất cả. Tuy nhiên, tuổi tác ngày càng cao thì phước báo cũng ngày càng tăng thêm. Như vậy, hẳn không phải do đời trước có tu, mà chính nhờ sự tu tập ngay trong đời này. Những điều tôi nói, tất cả quý vị đều đã tận mắt chứng kiến. Những năm tuổi già, tôi làm bất kỳ việc gì cũng hết sức như ý, hoàn toàn không ràng buộc.

Trong nhà Phật nói về ba chuyển pháp luân [là thị chuyển (chỉ rõ), khuyến chuyển (khuyên bảo) và chứng chuyển (chứng minh)]. Trường hợp của tôi là vì mọi người mà chứng chuyển, nghĩa là vì mọi người mà chứng minh [sự thật nhân quả báo ứng hiện tiền].

Chỉ cần chúng ta thật lòng bỏ ác làm lành, đối với tất cả chúng sinh đều thương yêu chân thành, thanh tịnh, bình đẳng, không phân biệt kẻ oán người thân, hết thảy đều bình đẳng, thì cho dù không cầu phước báo, phước báo cũng tự đến, không cầu tuổi thọ, tuổi thọ cũng tự nhiên kéo dài.

Những điều như vậy tôi có mong cầu chăng? Không, tôi hoàn toàn không nghĩ đến việc sống lâu nơi thế gian này, hết thảy đều vâng theo sự khuyên dạy của chư Phật, Bồ Tát, chỉ tùy duyên mà sống qua ngày. Ngạn ngữ nhà Phật có câu: "Một ngày làm hòa thượng, một ngày lo động chuông." Mỗi ngày còn sống ở thế gian này đều vì Phật pháp, đều làm việc tốt vì chúng sinh.

Tôi thật không mong cầu phước báo, không mong cầu danh tiếng địa vị, cũng không mong cầu sống lâu. Hết thảy đều không mong cầu. Những ngày sống [không mong cầu] như thế, sao có thể không tự do tự tại? Một số người tốt bụng, đối với đời sống của tôi hết sức quan tâm lo lắng, thường đến thăm hỏi, tôi đều tùy duyên giải tỏa hết. Cho nên, chúng ta nhất thiết phải thấu hiểu sâu xa rõ ràng về lý lẽ cũng như thực tế của sự báo ứng.

Dưới đây là đoạn thứ ba trong bản văn. Tuy là tiểu đoạn thứ ba, nhưng phân chia trong toàn bản văn thì thuộc phân đoạn thứ nhì. Ý nghĩa của phân đoạn thứ nhì này là nói về việc thiên thần giám sát thế gian. Câu đầu tiên trong đoạn là nói khái quát [ý nghĩa cả đoạn]:

"Thị dĩ thiên địa hữu ty quá chi thần, y nhân sở phạm khinh trọng dĩ đoạt nhân toán." (Cho nên, trong trời đất có thần chủ trì việc xét lỗi, tùy theo chỗ phạm lỗi nặng nhẹ của người mà định phần tính toán.)

Ở đây nói "trong trời đất", đó là có thiên thần, quỷ thần. Trong những thiên thần, quỷ thần đó, có một nhóm các vị chuyên làm công việc điều tra [tội lỗi của người]. Nói đến "thần chủ trì việc xét lỗi" chính là chỉ các vị làm công việc giám sát. Các vị này thường ở thế gian quan sát [việc làm của con người].

Chúng ta nên biết, trong kinh Phật có nói thiên thần và quỷ thần đều có đủ năm loại thần thông. Thần thông của họ do phước báo mà có. Trừ ra Lậu tận thông họ không có được, còn các loại Thiên nhãn thông, Thiên nhĩ thông, Tha tâm thông, Túc mạng thông và Thần túc thông họ đều có đủ. Sức thần thông của các vị địa thần kém hơn thiên thần, và đương nhiên các vị thiên thần cũng kém hơn các bậc tu hành chứng quả. Nhưng đối với người thế gian mà nói, năng lực của các vị ấy như thế là quá đủ [để giám sát], mỗi khi chúng ta khởi tâm động niệm, các vị ấy đều biết rõ, đều có ghi chép lưu giữ, đến sau khi chết ta nhất định phải chịu sự phán xét.

Về chuyện phán xét, ở phần sau của bản văn chúng ta sẽ giảng đến rất nhiều. Những gì chúng ta tạo tác, không chỉ là hành vi, mặc dù hành vi là rất quan trọng, mà chỉ cần khởi tâm động niệm thì hết thảy đều là tạo tác. Cho nên, thấu hiểu rõ ràng được sự thật này, chúng ta phải khởi tâm e sợ. Tâm e sợ đó là biết khiếp sợ đối với quả báo xấu ác. Quý vị khởi một niệm ác, làm một việc ác, tương lai nhất định không thể trốn chạy khỏi quả báo xấu ác. Cho nên nói rằng: "Thiên võng khôi khôi, sơ nhi bất lậu." (Lưới trời lồng lộng, thưa mà không lọt.) Ý nghĩa và sự thật như thế, thời nay rất ít người biết đến.

Đối với những người không có căn lành, không có phước đức, khi ta giảng nói với họ điều này, họ đều cho là mê tín, cho đó là chuyện thần thoại. Họ không thể tin theo, không thể tiếp nhận. Đến khi quả báo hiện ra trước mắt, hối hận không còn kịp nữa.

Những người ấy không thể tin theo là do có lòng nghi. Tham lam, sân hận, si mê, kiêu mạn và nghi ngờ, thảy đều là những phiền não rất nặng nề, gây chướng ngại cho trí tuệ [giải thoát], xui khiến chúng ta tạo tác vô số nghiệp tội.

Trong kinh Phật cũng có nói việc thiên thần giám sát, như kinh Hoa Nghiêm nói rằng, khi một người sinh ra đều có hai vị quỷ thần đi theo, suốt đời không xa lìa. Hai vị thần ấy ở trên hai vai người, tự người ấy không thấy được, người khác cũng không thấy được. Một vị gọi là Đồng Sinh, một vị gọi là Đồng Danh. [Kinh Phật gọi đây là] hai vị thiên nhân, cũng có thể xem là thiên thần. Các vị ấy suốt đời giám sát chúng ta, ngày đêm đều không xa rời, nhưng chúng ta không nhìn thấy được.

Hai vị thần ấy, trong kinh Phật còn có tên gọi khác là Thiện, Ác Đồng tử. Một vị xem xét những việc thiện suốt đời ta, còn vị kia xem xét các việc xấu ác. Chúng ta tránh đâu cho khỏi? Không cách gì tránh khỏi.

Đó là lời Phật dạy trong kinh Hoa Nghiêm. Các kinh Đại thừa nói đến hai vị Thiện, Ác Đồng tử, cũng chính là hai vị Đồng Sinh và Đồng Danh trong kinh Hoa Nghiêm.

Chúng ta học Phật nhưng tin Phật là rất khó. Tôi cũng từng kể với quý vị rồi. Tôi xuất gia được 2 năm mới thọ giới. Sau khi thọ giới, đến Đài Trung gặp lại Lão sư Lý Bỉnh Nam. Lão sư vừa gặp lại liền chỉ vào tôi mà nói ngay: "Ông cần phải tin Phật." Lúc đó tôi ngây người đứng sững. Tôi học Phật được 7 năm rồi mới xuất gia, xuất gia rồi thì dạy ở Phật học viện, giảng giải Kinh điển. Ngày tôi xuất gia cũng là ngày bắt đầu giảng kinh, dạy học, nên đến lúc ấy đã giảng kinh được 2 năm rồi. Vậy mà Lý lão sư vừa thấy mặt đã chỉ vào tôi, bảo tôi phải tin Phật!

Sau đó Lão sư giải thích với tôi, có rất nhiều người xuất

gia cho đến lúc già chết, bảy, tám mươi tuổi mà vẫn không tin Phật. Khi ấy tôi mới hiểu ra được.

Thế nào gọi là tin Phật? Những lời Phật dạy, quý vị phải thấu hiểu được, phải vâng làm theo, đó gọi là tin Phật. Nếu không thấu hiểu rõ ràng được ý nghĩa, không làm theo được, đó là không tin Phật. Qua đó chúng ta mới hiểu rõ được, có biết bao người suốt đời mặc bộ y phục [xuất gia] này, sống trong chùa chiền nhưng vẫn không tin Phật, không thực sự vâng làm theo lời Phật dạy. Người xuất gia đã vậy, người tại gia cũng vậy. Cho nên, trong niềm tin nhất thiết phải có tâm nguyện, phải có thực hành. Nếu không có tâm nguyện, không có thực hành thì không gọi là tin. Trong niềm tin nhất định phải có trọn đủ "giải" (sự hiểu biết), "hành" (sự thực hành) và "chứng" (sự chứng nghiệm), hợp thành "tín, giải, hành, chứng".

Giải là đối với những phương pháp, lý luận, cảnh giới mà Phật đã thuyết dạy đều phải thông đạt, hiểu biết rõ ràng.

Hành là phải mang những điều hiểu biết trong Phật pháp áp dụng vào thực tiễn tu tập.

Chứng có nghĩa là chứng nghiệm, khế hợp, thâm nhập giáo pháp.

[Có đủ những yếu tố đó thì] quý vị mới có thể tự mình thực sự tiếp nhận, được lợi ích từ pháp Phật. Trong Phật pháp gọi là được lợi ích chân thật.

Cho nên, đức Thế Tôn trong kinh Kim Cang nói rằng, những lời Phật dạy là "chân ngữ, thật ngữ, như ngữ, bất cuống ngữ, bất dị ngữ". Chân, nhất định không thể là giả tạo. Thật, nhất định không thể là hư dối. Như, nhất định là tương ưng, phù hợp với sự thật, không thêm không bớt. Bất cuống, nhất định là không lừa dối, gạt gẫm chúng sinh. Bất dị, nhất định không mơ hồ, khó xác định, không thể hiểu theo nhiều nghĩa, hoặc tợ hồ như đúng mà lại sai. Phật không nói những lời như vậy. Lời Phật dạy hết sức rõ ràng dứt khoát, khẳng định ý nghĩa chân thật.

Đức Phật dạy rằng, mỗi người đều có hai vị thiên nhân là Thiện, Ác Đồng tử, ngày đêm theo sát cho đến cuối đời, không một giây phút nào rời xa. Mỗi khi khởi tâm động niệm, nói năng hành động, nếu chúng ta luôn nghĩ đến hai vị Thiện, Ác Đồng tử đang ở bên cạnh ta, thì hết thảy mọi ý tưởng, nói năng, hành động của ta, sao có thể không cẩn thận? Lời Phật dạy như thế nhất định không giả dối, không lừa gạt chúng ta.

Chúng sinh từ vô thủy đến nay, tập khí phiền não tích chứa hết sức sâu nặng. Thời xưa có cha mẹ dạy dỗ, có thầy dạy dỗ, có bạn bè khuyên bảo, cho nên hoàn cảnh tu tập hết sức tốt đẹp, con người ít tạo nghiệp ác, làm việc thiện nhiều hơn. Hoàn cảnh trong hiện tại không còn như vậy. Nền văn hóa xưa, những truyền thống ngày xưa, người thời nay không ưa chuộng, không tin nhận, cho nên cha mẹ không dạy dỗ con cái, thầy cô giáo cũng không quan tâm đến việc ấy. Vì vậy, chúng ta suốt đời buông xuôi theo phiền não, buông xuôi theo tập khí, tạo tác vô số nghiệp tội, làm sao không đọa lạc? Làm sao không bị quỷ thần trừng phạt? Mỗi người đã như vậy, toàn gia đình cũng như vậy, cho đến cả thế giới này cũng vậy.

Hiện nay, quý vị thấy một số nhà xuất bản phát hành các sách về tiên tri rất nhiều. Tôi ít khi đến các nhà sách, nhưng có nhiều vị đồng tu mua những sách ấy mang đến cho tôi xem. Hiện nay tôi cũng không cần xem nữa. Các sách ấy nói năm 1999 - 2000 là tận thế, vì người đời làm quá nhiều việc ác, Thượng đế nổi giận phải trừng phạt họ.

Những lời này cũng phù hợp với ý nghĩa cảm ứng. Vì sao người thế gian hết thảy đều làm việc ác? Vì không có ai dạy dỗ. Vì sao không có ai dạy dỗ? Chư Phật, Bồ Tát đại từ đại bi, vì sao không ra đời dạy dỗ chúng ta? Đó là vì người thế gian hiện nay không chịu tiếp nhận. Cho nên mới có đại kiếp nạn này.

Hôm qua có một cư sĩ đến gặp tôi, hỏi rằng kiếp nạn này có thể tránh được chăng? Tôi nói thật lòng, rất khó tránh được. Về mặt lý luận, phương pháp để tránh khỏi thì nhất định là có, chỉ có điều không cách gì áp dụng được vào thực tế. Ai là người có thể tự mình sửa lỗi, làm lại cuộc đời? Ai là người có thể buông xả lợi ích tự thân, vì xã hội, vì chúng sinh phụng sự? Nếu mọi người không buông bỏ được lợi ích riêng tư, vẫn theo nếp cũ mà làm những việc hại người hại mình, thì kiếp nạn này quả thật không cách gì tránh được.

Cho nên, phải thấu hiểu rõ ràng sự thật là "trong trời đất có thần chủ trì việc xét lỗi". Ở đây tôi chỉ giới thiệu hai vị thần trong kinh Hoa Nghiêm nói đến là Đồng Sinh và Đồng Danh. Ngoài hai vị này, trong trời đất còn có vô số quỷ thần giám sát thế gian, ghi chép những việc thiện ác của người đời, các tôn giáo đều có nói đến, đều có ghi chép. Chúng ta khởi tâm động niệm, nói năng hành động, làm sao che giấu được? Cho nên, chúng ta nhất định phải tự mình thấu hiểu, tự mình khắc phục những phiền não của mình, khắc phục những tập khí xấu ác của mình, sửa chữa lỗi lầm, tự hoàn thiện bản thân mình, nỗ lực tu thiện.

Chúng ta không mong cầu quả báo ngay trong đời này, cầu cho đời sau. Đời sau sẽ được phước báo lớn lao, nhất định lại càng hướng thượng vươn lên. Mục tiêu vươn lên của chúng ta đều là hướng về thế giới Cực Lạc. Quý vị phải thường suy ngẫm việc mình tu dưỡng tâm địa như thế nào, nói năng như thế nào, ứng xử với người khác, tiếp xúc với muôn vật như thế nào, liệu có đủ tư cách để đến thế giới Cực Lạc hay chăng? Suy ngẫm như vậy rồi thì tự nhiên biết được việc chúng ta niệm Phật cầu vãng sinh có nắm chắc kết quả hay không.

Hôm nay thời gian đã hết, chúng ta giảng đến đây thôi.

Bài giảng thứ chín

(Giảng ngày 28 tháng 5 năm 1999 tại Tịnh Tông Học Hội Singapore, file thứ 10, số lưu trữ: 19-012-0010)

Thưa quý vị đồng học, cùng tất cả mọi người.

Hôm qua chúng ta đã giảng đến câu: "Trong trời đất có thần chủ trì việc xét lỗi, tùy theo chỗ phạm lỗi nặng nhẹ của người mà định phần tính toán."

Đó là sự thật, tuyệt đối không chỉ là phương tiện do chư Phật, Bồ Tát hay các vị hiền thánh xưa bày đặt ra để khuyên răn người đời bỏ ác làm lành. Nếu chúng ta nhìn nhận việc này như thế thì thật sai lầm, vì không biết rằng những gì các bậc hiền thánh nói ra đều là chân thật, nhất định không có sự lừa dối.

Việc khuyên răn, chỉ bày cho người đời có rất nhiều phương pháp, cách thức, nhất định các ngài không thể dùng đến phương pháp lừa dối, không chân thật. Vì nếu người đời chỉ một lần phát hiện sự lừa dối, thì về sau dù nói bất cứ điều gì họ cũng sẽ không tin. Trên thế giới có nhiều quốc gia, chẳng hạn như nước Mỹ, nước Úc... cũng giống như vậy. Nếu quý vị đối với các cơ quan chính phủ có một lần gian dối, họ đều đưa vào hồ sơ lưu trữ, sau này dù quý vị nói bất cứ điều gì họ cũng đều không tin. Pháp thế gian mà còn như vậy, huống chi chư Phật, Bồ Tát là các bậc đại thánh, đại hiền? Lời dạy của các ngài, chúng ta phải tin nhận và nghiêm túc thực hành.

Dù vậy, chư Phật, Bồ Tát cũng từng dạy rằng, trong trời đất tuy có các vị thần giám sát việc thiện ác của người, nhưng một khi ta có sự chuyển đổi tâm ý thì tình huống sẽ thay đổi. Các bậc thánh trong thế gian dạy rằng: "Khắc niệm tác

89

thánh." (Chế ngự được ý niệm là bậc thánh.) Ý niệm ở đây chỉ cho các vọng niệm. Chế ngự được vọng niệm thì quý vị trở thành bậc thánh, mà thần minh trong trời đất đối với các bậc thánh hiền đều rất tôn kính, luôn theo bảo hộ. Cho nên lúc này tình huống sẽ hoàn toàn khác trước. Cho đến cảnh giới của chư Phật, Bồ Tát thì lại càng cao hơn thế nữa.

Vì vậy, trong phần chú giải có một đoạn dẫn kinh Hoa Nghiêm, theo sau là lời giải thích của các bậc tổ sư, đại đức, dạy ta rằng trong công phu tự khắc phục mình cần phải khởi đầu từ chỗ khó khắc phục nhất. Khắc phục chính mình là tự sửa lỗi lầm, hoàn thiện bản thân. Chúng ta cần phải tự xét lại mình, xem trong đời sống thường ngày có những thói hư tật xấu nào là lớn nhất, quan trọng nhất. Phải từ nơi thói hư tật xấu lớn nhất đó mà bắt đầu tu sửa. Với thói hư tật xấu lớn nhất, khó sửa chữa nhất mà ta khắc phục được rồi, thì những thói hư tật xấu nhỏ nhặt hơn đều sẽ dễ dàng.

Đặc biệt trong hoàn cảnh hiện nay, chúng ta đã thấy lan truyền rất nhiều lời tiên tri trong truyền thuyết xa xưa, dễ dàng tìm thấy ở khắp nơi. Đa số trong đó đều tập trung dự báo vào các năm 1999, 2000 và 2001, nói rằng trong ba năm đó thế giới sẽ phát sinh tai nạn rất lớn.

Tai nạn từ đâu sinh ra? Là từ nghiệp ác của chúng sinh chiêu cảm mà sinh ra. Đó là nguyên lý cảm ứng. Những gì truyền thuyết nói chưa hẳn đã đúng. Nhưng khi quan sát kỹ đạo đức xã hội cũng như lòng người, ta sẽ thấy lòng người hiện nay đi ngược lẽ thường, phản bác, chống lại hết thảy các pháp lành, mừng vui hoan hỷ tiếp nhận các pháp xấu ác. Mười nghiệp lành thì người người nghe đến đều lắc đầu. Tạo mười nghiệp xấu ác thì ai nấy đều đồng thuận. Quý vị nói xem, như vậy còn có phương pháp gì [cứu vãn được] nữa? Tham lam, sân hận, si mê, kiêu mạn, lừa dối người khác, mỗi một ý niệm đều chỉ nghĩ đến việc khống chế hết thảy mọi người, mọi việc; chỉ nghĩ đến việc chiếm hữu hết thảy muôn người, muôn vật, toàn ra sức làm những việc hại người để mong lợi mình.

Nhưng thật ra tôi đã giảng về điều này rất nhiều lần, việc có hại cho người khác nhất định không thể có lợi cho mình. Những kẻ ấy do nhận thức sai lầm, cho rằng gây hại người khác có thể làm lợi cho mình. Nhưng hại người chính là hại mình. Trong hiện tại được chút lợi ích rất nhỏ nhoi, mà sau khi chết nhất định phải đọa vào ba đường ác, chịu nhiều khổ não. Thấu hiểu rõ ràng được ý nghĩa này, nhận biết được sự thật này, thì một chút khổ nhọc trước mắt nào có đáng gì! Đời sau sẽ được phước báo trong hai cõi trời, người. Thù thắng hơn nữa là niệm Phật được vãng sinh làm Phật, làm Tổ. Đó mới là lợi ích chân thật hết sức lớn lao.

Quý vị muốn được lợi ích chân thật thì phải tu tập sửa chữa những thói hư tật xấu của mình, không thể không sửa, nhất định phải sửa.

Hết thảy chúng sinh cùng với chư Phật, Bồ Tát có điểm khác biệt là: tâm Phật chân thành, thanh tịnh, bình đẳng, từ bi. Cho nên, tâm Phật, Bồ Tát với tâm phàm phu hoàn toàn trái ngược nhau. Tâm phàm phu thì hư ngụy, giả dối, nhiễm ô, phân biệt cao thấp, luôn nghĩ đến lợi ích riêng tư. Thực sự muốn sửa lỗi thì phải từ trong tâm mà sửa, nếu có thể chân chính đạt được tâm chân thành, thanh tịnh, bình đẳng, thì nghiệp chướng từ vô số kiếp đều được tiêu trừ. Như trong kinh điển Đại thừa thường nói: "Tâm bao thái hư, lượng chu sa giới." (Tâm lớn như hư không, bao trùm hết thảy các thế giới.)

Chúng ta đều từng nghe qua lời Phật dạy: "Từ bi vi bản, phương tiện vi môn." (Từ bi là căn bản, phương tiện là cửa vào.) Từ bi là tâm thương yêu chân thành. Tình thương yêu thanh tịnh, bình đẳng gọi là từ bi. Tâm thương yêu như thế lớn rộng bao trùm hư không, biến hiện cùng khắp pháp giới. Chúng ta thấy trong tôn giáo khác thường nói: "Thượng đế thương yêu người đời." Do đó có thể biết rằng, cùng khắp pháp giới trong hư không chỉ có một điều thực sự bao quát, đó là tâm thương yêu. Có thể thương yêu hết thảy chúng sinh trong cùng khắp pháp giới giữa hư không, đó là thực sự thương yêu chính mình.

Đối với ý nghĩa, sự thật về nghiệp nhân quả báo, trong kinh điển đã giảng giải hết sức rõ ràng, sáng tỏ. Chúng ta tu học được [đến mức như vừa giảng trên], quý vị thử nghĩ xem, các vị "thần xét lỗi trong trời đất" còn có thể ghi chép lỗi lầm của ta, định đoạt [số mạng] của ta được chăng? Hoàn toàn không thể được. Vì chúng ta đã vượt qua phạm vi quyền hạn của họ. Nhưng chỉ cần quý vị sinh khởi vọng tâm, còn giữ vọng tưởng phân biệt bám chấp, thì mỗi một ý tưởng hay việc làm mờ ám đều nằm trong phạm vi quyền hạn trách phạt của các vị quỷ thần trong trời đất, không cách gì vượt qua quyền hạn ấy. Quý vị phải thấu hiểu rõ ràng điều đó.

Trong phần chú giải có câu chuyện về tiên sinh Vương Dụng Dư, nêu được một điển hình kết quả tu tập có ý nghĩa rất hay, rất tốt đẹp, đáng để chúng ta lưu tâm cảnh tỉnh. Câu chuyện này là sự thật, không phải giả dối, chứng minh rõ ràng điều mà người đời thường nói: "Nhất ẩm nhất trác mạc phi tiền định." (Mỗi một miếng cơm ngụm nước đều đã định trước.) Vậy ai là người định trước? Chính là bản thân ta. Dứt ác tu thiện, tích lũy công đức thì được quả báo tốt đẹp. Tiên sinh Vương Dụng Dư ba đời tu tích phước đức, từ ông nội đến cha, rồi đến đời của ông ấy, suốt đời chưa từng lừa dối bất cứ ai. Trong việc ứng xử với người, tiếp xúc muôn vật, đều giữ tâm chân chính tốt đẹp, có thể từ bỏ lợi ích riêng tư để làm lợi cho người khác, vui vẻ giúp đỡ mọi người, hết lòng hiếu thuận với cha mẹ, hòa kính anh chị em, cho nên chiêu cảm được những điều hết sức rõ ràng trong chuyện tích của ông.

Thời xưa thi cử là đường công danh, phải tham gia kỳ thi tuyển của cả nước. Chúng ta từng nghe nhiều người kể lại, việc tham gia thi cử như thế có được trúng tuyển hay không, một phần là do âm đức. Âm đức tích lũy của mỗi người, một phần là do ông bà tổ tông nhiều đời tích lũy, cho đến đời người ấy thì được phát lộ, hiển đạt. Cho nên, mọi chuyện lành dữ, họa phước đều do sự tu sửa tốt xấu mà thành, cần phải hiểu rõ như vậy. Tâm còn chưa sáng tỏ, chưa thấy được tự tánh, thì hết thảy [công đức] đều nhờ sự tu sửa mà đạt được, chúng ta phải đặc biệt lưu ý điểm này.

Nói về người xuất gia, hôm trước tôi nghe Pháp sư Tường Vân ngã bệnh, mà bệnh hết sức đột ngột, hiện nay đang nằm trong bệnh viện, hoàn toàn bất tỉnh, không biết gì nữa. Vì sao người xuất gia đến lúc ra đi lại không bằng người tại gia? Tôi ở đây từng thấy người tại gia niệm Phật vãng sinh, hiện điềm lành hiếm có. Năm ngoái, ông Hội trưởng Hội Quán Âm Cứu Khổ là Lâm Y Sanh vãng sinh, tôi có đến viếng. Tôi cùng rất nhiều vị đồng học đến hỗ trợ ông, trợ niệm cho ông. Lúc ông ấy sắp ra đi, thần trí sáng suốt, nói với mọi người: "Tôi không nhìn thấy quý vị nữa, chỉ thấy một đạo hào quang." Ông nói vậy rồi ra đi.

Những chuyện nhìn thấy Phật, Bồ Tát tiếp dẫn người vãng sinh, chúng ta được nghe rất nhiều. Thậm chí rất nhiều người đọc kinh, niệm Phật có được những sự cảm ứng không thể nghĩ bàn. Những sự cảm ứng như vậy, chúng ta biết rõ nhưng không nói ra. Chỉ cần đem tâm chân thành tu tập, dứt ác tu thiện, tự sửa lỗi mình, hoàn thiện bản thân, chân thành niệm Phật cầu sinh Tịnh độ thì nhất định sẽ được vãng sinh.

Ở cuối đoạn văn [chú giải] trên nêu một câu chuyện nhỏ. Vào đời Tống có An Thiền sư ở chùa Quang Hiếu, trong khi nhập định nhìn thấy hai vị tăng trò chuyện cùng nhau. Ban đầu, lúc họ trò chuyện có thiên thần hiện đến chung quanh ủng hộ. Nhưng rồi không lâu sau, các thiên thần bỏ đi. Sau đó, một đám ác quỷ hiện đến vây quanh họ, nhổ nước bọt vào họ rồi mắng nhiếc. Do nguyên nhân gì vậy? Đó là vì hai người xuất gia ấy trước hết nói chuyện Phật pháp, nên thiên thần hiện đến ủng hộ. Sau đó, họ mang chuyện gia đình ra nói, thiên thần liền bỏ đi. Sau nữa họ nói chuyện gì? Là những chuyện danh vọng, lợi dưỡng, nên ác quỷ liền kéo đến.

Quý vị nên hiểu rõ điều này mỗi khi khởi tâm động niệm. Một niệm chân chánh hiền thiện liền được chư Phật hộ niệm, hàng trời, rồng đều ủng hộ. Một niệm xấu ác vừa khởi sinh, lập tức yêu ma quỷ quái liền kéo đến. Cho nên, bàn luận chuyện thế gian đều bị quỷ thần khiển trách. Nghĩ đến danh vọng, lợi dưỡng là tạo ra nghiệp tội.

Chúng ta quan sát những nghiệp thân, khẩu, ý mà người đời hiện nay tạo tác, nói thật ra thì so với người xuất gia chỉ có hơn chứ không thua kém. Người đời còn thảo luận Phật pháp, [người xuất gia] ngày nay gặp mặt chỉ toàn nói chuyện danh vọng, lợi dưỡng, mấy ai còn thảo luận Phật pháp? Cho nên chúng ta cần hiểu rõ, thế gian ngày nay đạo pháp suy yếu, yêu ma lớn mạnh, việc hoằng pháp lợi sinh làm sao không gặp chướng ngại? Điều quan trọng là chúng ta phải giữ tâm chân chính, làm việc chân chính, còn sống được một ngày là một ngày chỉ làm việc tốt đẹp. Trong các việc tốt đẹp thì thù thắng nhất chính là hoằng pháp lợi sinh.

Cho nên, có người đến hỏi tôi làm sao xây dựng đạo tràng? [Tôi nói,] xây dựng đạo tràng không khó, chỉ khó là nơi ấy liệu rồi có đạo hay không? Thế nào là có đạo? Nhất định phải có giảng kinh. Mỗi ngày đều phải giảng kinh, mỗi ngày đều phải niệm Phật. Ba ngày không giảng kinh, ba ngày không niệm Phật thì nhiều luồng ý kiến [khác biệt] nổi lên, mọi người đều suy bậy nghĩ bạ, mỗi người đều có sự phân biệt, mỗi người đều có sự bám chấp. Như thế không phải đạo tràng. Quý vị cần hiểu rõ ý nghĩa này.

Nhân tài có khả năng hoằng pháp cần được tích cực bồi dưỡng. Nhân tài như thế từ đâu bồi dưỡng mà thành? Từ trên bục giảng kinh rèn luyện mà thành. Nếu quý vị không thể mỗi ngày đều lên bục giảng kinh, thì làm sao giảng cho hay được? Nếu muốn giảng một bộ kinh cho hay, cho thấu triệt, thì mỗi ngày đều phải lên giảng đường luyện tập. Phải hết sức thành khẩn, hết sức cung kính tiếp nhận mọi sự phê bình, chỉ dạy của đại chúng, một lòng hướng thượng sửa chữa lỗi lầm, hoàn thiện bản thân, như vậy thì tự mình mới có sự tiến bộ. Thực sự muốn giảng được hay, không chỉ là phải nắm vững phương pháp, khuôn mẫu, kỹ năng khéo léo, mà còn phải thực sự có tâm đạo, mỗi câu mỗi chữ đều từ trong tâm tánh lưu xuất, hiển lộ, như thế mới là chân thật.

Đó đều là do công phu tu tập chân chính của tự thân mà có được. Nếu không có công phu tu tập chân chính, dù có đủ những kỹ năng khéo léo cũng không thể đạt được hiệu quả. Nhất định phải dùng việc làm của tự thân để giáo hóa người khác. Tự mình có công phu tu tập mới có thể giúp đỡ, hỗ trợ người khác, mới có thể làm sinh khởi tác dụng cảm ứng giao hòa trong đạo pháp.

Một câu trong Cảm ứng thiên [hôm nay bàn đến] đã cảnh tỉnh chúng ta, khích lệ chúng ta, giúp chúng ta biết được đúng thật như người đời thường nói: "Ngẩng đầu ba thước có thần minh." Nhất định đây không phải lời nói dối, nhất định không phải sự lừa gạt. Chúng ta cần phải có sự cảnh tỉnh, kiêng sợ [việc ác], một lòng hướng thượng nỗ lực tu học, hy vọng vươn cao khỏi cảnh giới của mình, vượt ra ngoài phạm vi quyền hạn của quỷ thần. Đó là sự thành công đích thực.

Hôm nay thời gian đã hết, chúng ta giảng đến đây thôi.

Bài giảng thứ mười

(Giảng ngày 29 tháng 5 năm 1999 tại Tịnh Tông Học Hội Singapore, file thứ 11, số lưu trữ: 19-012-0011)

Thưa quý vị đồng học, cùng tất cả mọi người.

Mời quý vị xem phần chính văn Cảm ứng thiên. Câu thứ tư bắt đầu là: "Toán giảm tắc bần hao, đa phùng ưu hoạn." (Tính toán giảm thì nghèo khó hao tổn, gặp nhiều buồn lo hoạn nạn.) Đó là một câu mở đầu, nêu lên một vấn đề. Từ đây đến câu thứ 9 "toán tận tắc tử" (Tính toán giảm hết thì phải chết) đều là giảng rõ chi tiết về vấn đề này.

Những gì gọi là "toán"? Toán là tính toán, phán định, như ta thường nói là thêm bớt, bù trừ. Vận mạng tất nhiên là có. Do nghiệp đã tạo từ đời trước chiêu cảm mà có quả báo. Ví như trong đời này không làm được việc thiện rất lớn lao, hoặc không tạo nghiệp quá xấu ác, thì nói chung là vận mạng trong đời sẽ diễn ra chính xác như đã định trước. Điều này có một số người giải thích thành thuyết định mạng. Ngạn ngữ thì nói rằng: "Nhất sinh giai thị mạng, bán điểm bất do nhân." (Việc trong một đời đều do vận mạng, chẳng có gì do người định đoạt.) Như thế đều là nói trong trường hợp không làm được việc thiện lớn lao, cũng không tạo nghiệp quá xấu ác.

Nhưng nếu người phát tâm làm việc thiện, phước báo trong "định mạng" của người ấy sẽ tăng thêm. Nếu làm việc xấu ác, phước báo đã có từ đời trước sẽ bị giảm bớt. Cho nên, mỗi ngày đều có sự thêm bớt, bù trừ. Mỗi ngày khi chúng ta khởi tâm động niệm, nói năng hành động, [tùy theo thiện ác mà] đều có sự thêm bớt, bù trừ. Mức độ thêm bớt, bù trừ như thế thường không lớn, nên vận mạng một người vẫn có thể được người khác tính toán, đoán được phần nào chính xác.

Vận mạng mỗi người là như thế, của cả một gia đình cũng thế, cho đến của một đoàn thể, một quốc gia hay cả thế giới cũng đều như thế, không ra ngoài lẽ ấy. Quý vị thấy trên thế giới có rất nhiều nhà tiên tri, dự báo, nói về những điều lành dữ, họa phước của thế giới này. Cho nên nói chung, hết thảy đều có định số.

Định số của mỗi người không phải do Phật, Bồ Tát định sẵn, cũng không do thần minh định sẵn. Vậy ai là người định sẵn? Vận mạng của mỗi người chính là do tự thân người ấy tạo thành. Vận mạng của mỗi gia đình chính là do cả gia đình tạo thành, là cộng nghiệp của mọi người trong gia đình ấy. Vận mạng của thế giới là cộng nghiệp của tất cả mọi người trong thế giới ấy. Cứ xem một người làm những việc gì thì biết được quả báo của người ấy thế nào. Gieo nhân lành ắt được quả lành, gieo nhân ác nhất định chiêu cảm quả báo xấu. Đó là lẽ chân thật. Chư Phật, Bồ Tát xuất hiện giữa thế gian, chỉ thuần làm việc thiện, không có việc ác, đó cũng là không ra ngoài lẽ nhân quả chân thật.

Quý vị thấy người xưa giảng kinh Pháp Hoa có "nhất thừa nhân quả", kinh Hoa Nghiêm có "ngũ chu nhân quả", hết thảy đều không xa lìa định luật nhân quả. Cho nên trong Phật pháp nói rằng: "Vạn pháp giai không, nhân quả bất không." (Muôn pháp đều là không, nhưng nhân quả thật có.)

Vì sao nhân quả là thật có? Vì sự chuyển biến của nhân quả là thật có. Nhân rồi biến thành quả, quả lại biến thành nhân [của quả] theo sau nữa. Nhân quả cứ thế mãi mãi xoay vần, mãi mãi lưu chuyển, cho nên nói nhân quả là thật có. Nghiệp nhân, quả báo như thế, những việc lành dữ, họa phúc mãi mãi xoay vần. Đó là sự tương tục thật có, là ý nghĩa quan trọng, là chân tướng sự thật.

Cho nên đức Phật dạy chúng ta phải lìa hình tướng. Hình tướng của thế gian không được bám chấp, cho đến hình tướng trong Phật pháp cũng không vướng chấp. Trong kinh Kim Cang nói rất hay: "Pháp thượng ưng xả, hà huống phi pháp." (Pháp còn phải buông xả, huống chi những điều không phải pháp.) Pháp ở đây là Phật pháp, Phật pháp mà còn phải buông xả. Đó là vì Phật pháp cũng do nhân duyên sinh ra. Các pháp do nhân duyên sinh ra đều không có tự tánh, ngay nơi tự thể như thế đã là không, rốt cùng đều không thể nắm bắt. Dù là pháp thế gian hay Phật pháp cũng không ra ngoài lẽ ấy. Cho nên, hết thảy đều không được bám chấp. Phân biệt, bám chấp đều là sai lầm. Nếu đạt được đến [cảnh giới] không phân biệt, không bám chấp, thì pháp thế gian với Phật pháp đều không sai khác.

Những ý nghĩa này, trong kinh điển Đại thừa có giảng rất nhiều. Chúng ta cần chú tâm nhận hiểu. Hết thảy hiện tượng đều phải chú tâm quan sát kỹ thì mới có thể thực sự được phần lợi ích, phá trừ si mê, mở ra giác ngộ, xa lìa khổ não, đạt đến an vui.

Chúng ta quan sát hoàn cảnh khái quát hiện nay, đời sống của cả thế giới này đều đang loạn động. Đáng sợ nhất là sự tạo nghiệp của chúng sinh. Nghiệp ác quá nhiều thì quả báo sẽ hiện ra ngay trước mắt.

Người xưa nói, người làm việc ác không gặp quả báo xấu trong hiện tại, không phải do không quả báo, chỉ là chưa đến lúc. Những sự thật như vậy trong quá khứ, lịch sử đều có ghi lại. Toàn bộ lịch sử đều là ghi chép những chuyện nhân duyên quả báo. Những hiện tượng [nhân quả] như vậy hiện nay cũng hiển hiện trước mắt chúng ta. Cứ xem tư tưởng, lời nói, việc làm của một người như thế nào, thì quả báo tương lai của người ấy là thiện hay ác, lành hay dữ, họa hay phước, chẳng phải đã hết sức sáng tỏ, rõ ràng rồi sao?

Những người trong quá khứ tu phước, đời này lại không biết tiếp tục tu phước, chỉ chuyên làm việc xấu ác thì phước báo dần dần giảm đi, đó gọi là "toán giảm".

"Bần" là nghèo khó, tiền bạc mất mát. "Hao" là hao tổn, đến mức nghiêm trọng nhất thì cửa nhà tan nát, nhân mạng tiêu vong, cho đến đất nước diệt vong.

"Đa phùng ưu hoạn" là gặp nhiều buồn lo hoạn nạn, chính là đời sống của chúng ta ngày nay trong thế giới này.

Hai câu này chính xác là mô tả rõ ràng đời sống của ta hiện nay. Chúng ta trong đời quá khứ cũng xem là có tu tích một phần phước báo, đời nay làm việc ác, quả báo xấu chưa đến, vẫn còn phước báo ngày trước lưu lại được hưởng. Như vậy thì phước báo ngày trước tu tích cũng không ít. Do đó có thể biết được, nếu như chúng ta đời này không làm việc ác, nỗ lực làm lành, thì phước báo tạo được trong đời này nhất định sẽ còn hơn xa phước báo đang được hưởng.

Ý nghĩa này, nếu không phải người thực sự trải nghiệm thấu đáo thì dù quý vị có vì họ giảng nói họ cũng không tin. Vì sao không tin? Vì mê muội, hết sức mê muội. Sự mê muội đó không phải không có nguyên nhân. Đó là vì những gì họ nhìn thấy hoặc tiếp xúc hiện nay, xem ra không giống với lời dạy của người xưa. [Đối với họ,] lời dạy của người xưa giống như một kiểu lý tưởng, chẳng phải sự thật. Họ nhìn thấy sự thật không phải như vậy. Họ tin vào sự thật mà họ nhìn thấy.

Thật ra, cái nhìn của họ là sai lầm. Chúng ta có thể khẳng định họ sai lầm. Vì sao có thể khẳng định như vậy? Tâm thức người xưa tĩnh lặng, người thời nay thì nông nổi, nóng nảy nên tâm thức loạn động. Cũng tương tự như nước, khi mặt nước yên tĩnh thì phản chiếu rõ ràng như gương soi, mọi hình ảnh phản chiếu đều rõ ràng. Mặt nước nếu gợn sóng nhấp nhô thì mọi hình ảnh phản chiếu không còn rõ ràng được nữa. Từ ý nghĩa đó quý vị có thể suy ngẫm kỹ hơn để thấy, khi tâm thức thanh tịnh thì nhìn việc gì cũng thấy được rõ ràng. Tâm thức nông nổi, loạn động thì nhìn việc gì cũng thấy sai lầm.

Cho nên, chúng ta tin tưởng vào lời răn dạy của chư Phật, Bồ Tát, của các bậc hiền thánh xưa là dựa vào đâu? Là vì tâm các ngài đều thanh tịnh, không nhiễm ô như tâm chúng ta. Suy nghĩ trong lòng ta hiện nay như gió to sóng lớn, điều này mỗi người phải tự thấy rõ. Tâm thức chúng ta bị nhiễm ô nghiêm trọng, từ sáng đến tối toàn chạy theo những điều thị phi, nhân ngã. Tham lam, sân hận, si mê, kiêu mạn, mỗi ngày đều tăng trưởng. Như vậy thì đối với nhân sinh, vũ trụ, ta làm sao có khả năng nhìn thấy rõ ràng? Chúng ta làm việc đều chạy theo những vọng tưởng, bám chấp của bản thân mình, lẽ nào lại không tạo ra nghiệp ác?

Ngày nay học Phật nếu muốn thành tựu, nếu muốn có chút lợi lạc, nhất định phải buông bỏ những thành kiến của tự thân, phải thừa nhận những thành kiến của riêng mình là sai lầm, phải gấp gấp quay đầu, hối cải lỗi lầm, hướng về giác ngộ, y theo lời răn dạy của chư Phật, Bồ Tát mà tu học, từ chỗ căn bản mà bắt đầu.

Trong Quán Kinh giảng về Tam phước, dạy chúng ta bắt đầu làm từ việc "hiếu dưỡng cha mẹ, phụng sự bậc sư trưởng, giữ tâm từ không giết hại, tu mười nghiệp lành". Hỏi thế nào là hiếu, thế nào là dưỡng, chẳng ai biết cả! Lại hỏi thế nào là phụng sự, cũng chẳng ai biết cả! Hiện nay nhiều người nhìn vào mấy chữ này đều tự cho mình là hoàn hảo, rằng mình đã làm được, điều đó cũng chẳng có gì lạ. Những người ấy tự mình đều làm được, hết thảy đều làm rất tốt, đều làm rất trọn vẹn, vậy thì họ đã thành Phật, thành Bồ Tát rồi!

Ngày nay, ở thế gian này, có những người tự xưng là Phật này Phật kia tái sinh, là Bồ Tát này Bồ Tát nọ tái sinh, điều đó cũng không trách họ. Tự thân họ cho rằng mình đã thành Phật rồi. Trong kinh điển đức Phật dạy rằng, chư thiên ở cõi trời Tứ thiền, Tứ không tự cho rằng họ đã thành Phật, thành Bồ Tát. Hiện tại không cần phải lên đến cõi trời Tứ không, ngay tại đây những người ấy cũng đều thành Phật, thành Bồ Tát cả rồi! Thật là một sự nhận hiểu sai lầm!

Chữ hiếu, chữ dưỡng đều mang ý nghĩa sâu rộng, sâu rộng đến mức không có giới hạn, chúng ta liệu đã hiểu được bao nhiêu? Bồ Tát ở địa vị Đẳng Giác vẫn còn một phần sinh tướng vô minh chưa dứt hết, nên các ngài đối với hai chữ hiếu dưỡng vẫn còn một phần khiếm khuyết, chưa được trọn vẹn. Ý nghĩa như vậy mấy ai hiểu được? Chỉ khi chứng đắc quả Phật Như Lai thì việc hiếu dưỡng phụ mẫu, phụng sự sư trưởng mới thực sự trọn vẹn. Do đó có thể biết rằng, nếu thực sự đem hết sức mình hiếu dưỡng, phụng sự thì người như thế đã đạt đến quả vị của bậc thánh nhân, mức thấp nhất cũng là địa vị Bồ Tát Sơ tín theo Viên giáo.

Theo tiêu chuẩn này mà nói, khi 88 phẩm kiến hoặc trong ba cõi chưa dứt trừ hết, thì đối với ý nghĩa hiếu dưỡng, phụng sự như Phật dạy quý vị chưa làm được gì cả. Quý vị có hiếu dưỡng, phụng sự, cũng chỉ là theo pháp thế gian, là việc nằm trong sáu đường luân hồi. Dứt trừ được hết 88 phẩm kiến hoặc, sự hiếu dưỡng, phụng sự của quý vị mới đúng theo tiêu chuẩn Phật dạy, mà là tiêu chuẩn thấp nhất. Quý vị có thể làm được vậy chăng?

Nếu như niệm Phật cầu vãng sinh thế giới Tây phương Cực Lạc, thực sự được vãng sinh rồi, thì sự hiếu dưỡng, phụng sự của quý vị có thể nói đã đạt được một nửa. Đó là theo tiêu chuẩn Phật dạy. Thế nhưng quý vị niệm Phật, nhất tâm cầu sinh Tịnh độ, liệu có thực sự được sinh về Tịnh độ hay không? Nếu thực sự vãng sinh thì được. Nếu có niệm Phật nhưng không vãng sinh thì [chuyện hiếu dưỡng, phụng sự xem như] không được.

Vì sao [niệm Phật] không được vãng sinh? Quý vị phải suy ngẫm, nhất định phải dứt trừ hết những nguyên nhân khiến mình không được vãng sinh. Đại sư Trí Giả dạy ta phương pháp [làm được điều đó]. Chúng ta phải suy đi nghĩ lại cho thật kỹ lưỡng. Chư Phật, Bồ Tát thực sự có lòng từ bi rộng lớn vô biên, dùng phương pháp "Ngũ đình tâm quán" (Năm phép quán định tâm) giúp ta hỗ trợ việc tu tập, giúp ta phá trừ thị phi, nhân ngã, phá trừ những phiền não như tham lam, sân hận, si mê, kiêu mạn.

Chư Phật quả thật có phương pháp hay, chỉ có điều chúng ta lại không chịu làm. Nếu y theo phương pháp Phật dạy mà làm, ắt phải có hiệu quả, cho dù chưa dứt trừ hết phiền não ba độc [tham, sân, si], nhất định cũng hàng phục được, nghĩa là làm cho chúng giảm nhẹ đi. Phiền não giảm nhẹ thì trí tuệ tăng trưởng. Nếu quý vị không chịu một lòng hướng thượng nỗ lực tu học thì còn có phương pháp nào khác nữa?

Chúng ta vãng sinh phải đạt đến mức nào? Mức thấp nhất là Phẩm vị thứ năm [theo tông Thiên Thai, tức Chánh hành Lục độ]. Đại sư Trí Giả vì chúng ta thị hiện, khi ngài vãng sinh, các đệ tử thưa hỏi ngài vãng sinh phẩm vị thế nào, ngài đáp là vãng sinh Phẩm vị thứ năm. Phẩm vị thứ năm là sinh về nơi vẫn còn hai bậc phàm, thánh. Nói thật ra, Ngũ đình tâm quán hay Phẩm vị thứ năm [theo tông Thiên Thai], hết thảy chúng sinh đều có thể làm được. Đại sư Trí Giả dạy chúng ta phương pháp ấy, tự thân ngài lại nêu gương thực hiện và thành tựu phương pháp ấy, quả thật là lòng từ bi rộng lớn vô biên.

Chúng ta hãy bình tĩnh quan sát thế giới này, quan sát hoàn cảnh cuộc sống của chính mình, chúng ta ngày nay đúng thật là "gặp nhiều buồn lo hoạn nạn". Người sống trong thế giới ngày nay, mấy ai có được cảm giác thân tâm an toàn? Sống trong thế giới không thấy an toàn, thật đáng thương, thật đau khổ biết bao. Đó là sự bất hạnh của chúng ta khi sinh vào thế giới loạn lạc này.

Trong thế giới đại loạn, chúng ta có thể đạt được sự an ổn

thân tâm hay không? Câu trả lời là được. Nhưng chỉ trong Phật pháp, trong sự giáo dục của thánh hiền, chúng ta mới có thể đạt được điều đó. Cần phải thấu hiểu sự thật này. Phải tự biết mình từ đâu đến, sẽ đi về đâu; phải biết được mọi thứ nghiệp nhân quả báo khác nhau trong thế gian này, thì trong tâm ta mới được an ổn. Đó gọi là "lý đắc tâm an" (thông đạt lý lẽ thì tâm an ổn). Nhận hiểu rõ ràng thấu đáo được ý nghĩa chân lý thì tâm an ổn. Nếu ý nghĩa ấy, sự thật ấy quý vị không thấu hiểu rõ ràng, thì tâm quý vị làm sao có thể an?

Những điều này chúng ta nhất định phải biết, nhất định phải hiểu rõ, nhất định phải học hỏi.

Quý vị muốn nhận biết, muốn hiểu rõ ràng, nhưng không chịu học tập thì làm sao đạt được? Học rồi phải rèn tập. Rèn tập là ôn luyện và thực sự bắt tay thực hành. Có như vậy quý vị mới thực sự thể hội được.

Hôm nay thời gian đã hết, chúng ta giảng đến đây thôi.

Bài giảng thứ 11

(Giảng ngày 30 tháng 5 năm 1999 tại Tịnh Tông Học Hội Singapore, file thứ 12, số lưu trữ: 19-012-0012)

Thưa quý vị đồng học, cùng tất cả mọi người.

Hôm qua chúng ta đã giảng đến câu "Trong trời đất có thần chủ trì việc xét lỗi, tùy theo chỗ phạm lỗi nặng nhẹ của người mà định phần tính toán." Tiếp theo bên dưới câu này giảng rõ với ta sáu việc, trình bày trong sáu câu, mỗi câu một việc.

"Toán giảm tắc bần hao, đa phùng ưu hoạn." (Tính toán giảm thì nghèo khó hao tổn, gặp nhiều buồn lo hoạn nạn.) Hai việc trong câu này, hôm qua đã giảng. Hôm nay ta xem xét đến việc thứ ba: "Nhân giai ố chi." (Người người đều ghét bỏ.)

Chữ "ố" hay "yếm ố", nghĩa là chán ghét. Nói cách khác, người làm việc xấu ác thì những bậc hiền nhân quân tử nhất định sẽ lánh xa, không gần gũi.

Trong Ngọc Xu [Bảo] Kinh của Đạo giáo có nhiều câu nói về điều này, chẳng hạn như nói rằng, nếu một người không tu tập nghiệp lành, nhất định có quỷ thần đến bắt ép quấy nhiễu, làm cho tinh thần họ điên đảo, tâm trí không sáng suốt. Bất kể họ có địa vị xã hội cao quý đến đâu, giàu sang phú quý cỡ nào, chỉ cần lặng lẽ quan sát họ, ta sẽ thấy ngay là họ không được bình thường như người khác. Thời cổ đại có những bậc đế vương đến hồi mạt vận, những ông vua sắp mất nước, chúng ta thấy ghi chép rất nhiều trong lịch sử. Những bậc vua chúa trong hoàn cảnh ấy đều có tâm bất thiện, hành vi bất lương. Các vị thiện thần, sao chiếu mệnh lành đều lìa xa họ, ác quỷ, ác thần lại thường tìm đến. Đó là vì hành vi của họ bị người thế gian ghét bỏ. Những điều như thế đều là sự thật, nhất định không nên xem là mê tín.

Ngày nay, tuy khoa học kỹ thuật trên thế giới đã tương đối phát triển, nhưng sự hiểu biết về những việc quỷ thần trong trời đất vẫn còn hết sức mơ hồ không khác trước đây. Chúng ta vẫn phải đợi khi nào khoa học kỹ thuật tiếp tục phát triển hơn nữa mới có thể phát hiện được những sự thật về cảnh giới quỷ thần. Khi đó mới thay đổi được cách nhìn của chúng ta, thay đổi được hành vi của ta. Trước khi khoa học kỹ thuật tiến bộ đến mức ấy, chúng ta phải dựa vào Thánh ngôn lượng, tin tưởng lời dạy của chư Phật, Bồ Tát.

Các bậc đại thánh đại hiền không bao giờ lừa dối chúng ta. Các ngài giáo hóa chúng sinh, quả thật có trí tuệ, có phương tiện khéo léo, đâu lẽ nào lại lừa dối chúng sinh? Đức Phật Thích-ca Mâu-ni trong suốt một đời thuyết pháp giảng kinh, nếu có bất kỳ chúng sinh nào phát hiện một câu trong đó là giả dối lừa người, thì những gì ngài thuyết dạy 49 năm có thể bị xóa bỏ hoàn toàn, không ai tin cậy vào Phật nữa. Thời xưa, những bậc hiền nhân quân tử thế gian mà còn gìn giữ được suốt đời không nói dối, huống chi chư Phật, Bồ Tát là những bậc đại thánh, đại hiền?

Chúng ta nhất thiết phải ghi nhớ, nhất định phải thấu suốt điều này. Có thể tin tưởng vào lời dạy của các bậc thánh hiền, đó chính là phước báo của chúng ta. Có thể y theo đó vâng làm, chúng ta nhất định sẽ được những lợi ích lớn lao tốt đẹp.

Trong ý nghĩa đó, các bậc cổ đức dạy ta khi gặp phải người ôm lòng thù hận, chèn ép lấn lướt thì phải làm thế nào? Người hiểu rõ lý lẽ thì biết là nên nhẫn nhịn. Chúng ta cứ lấy tâm hiền thiện đối đãi với người ấy, chắc chắn thiên thần sẽ bảo vệ, giúp đỡ ta. Ý nghĩa này rất sâu xa. Người không thấu hiểu sẽ không chịu làm theo. Họ sẽ muốn chống đối, đánh lại. Người đời thường nói: "Bênh kẻ yếu thế." Cho nên, người ở tình thế yếu kém hơn luôn dễ dàng được số đông cảm thông đồng tình. Lẽ trời cũng giống như vậy. Người giữ tâm hiền lương, không tính toán bon chen, cho dù bị kẻ khác chèn ép, hạ nhục, bức hại, đều nhẫn chịu được, lại đem lòng hiền thiện đối xử với người.

Nhưng nếu bị người bức hại đến chết thì sao? Đó là phần phước của ta, bị hại chết như thế được sinh về cõi trời, không phải ở trong cõi người chịu tội báo. Ngay lúc vừa chết liền được thiên thần hiện đến đón về trời, như thế có gì không tốt? Nhưng đối với kẻ chèn ép, bức hại người khác, lẽ trời rồi sẽ trừng phạt họ.

Người xưa thường nói: "Thiên tâm nhân thuật." (Lòng trời đầy nhân ái.) Đó là nói về các vị thiên thần, có tôn giáo gọi là Thượng đế. Các vị thiện thần theo lẽ trời đều có tâm thương yêu, tuyệt đối không trừng phạt người hối lỗi. Người đã phạm lỗi phải biết ăn năn sửa lỗi. Người ăn năn sửa lỗi rồi liền được chư Phật, Bồ Tát hộ niệm, được quỷ thần trong trời đất khoan dung tha thứ, không tìm đến quấy nhiễu người ấy nữa. Cho nên, những việc sai lầm trong quá khứ không quan trọng. "Nhân phi thánh hiền, thục năng vô quá? Quá nhi năng cải, thiện mạc đại yên." (Người chưa thành bậc thánh hiền, sao có thể không phạm lỗi? Nhưng phạm lỗi biết sửa thì không gì tốt hơn.)

Trong pháp thế gian cũng như Phật pháp, bàn về sự tu hành thì không gì khác hơn sửa lỗi. Chúng ta mỗi ngày đều tự xét mình, tự kiểm bản thân, biết lỗi liền tự sửa, tự biết được sai trái khiếm khuyết của mình. Tôi vẫn thường nói từ rất nhiều năm qua, người biết được sai trái khiếm khuyết của mình là đã mở ra con đường giác ngộ. Sửa chữa những sai trái khiếm khuyết ấy gọi là tu hành. Phải luôn nhiệt thành tu sửa, lặng lẽ tu sửa, quý vị mới được chư Phật hộ niệm, được hàng trời, rồng, thiện thần theo ủng hộ, sau đó mới thực sự [đạt được đến chỗ] như Đại sư Chương Gia ngày xưa từng dạy: "Phật thị môn trung, hữu cầu tất ứng." (Trong cửa Phật có cầu liền có ứng.) Đó là sự cảm ứng giao hòa trong đạo, quý vị có thể tự chứng nghiệm.

Bất kể là chúng ta có trí tuệ thiên phú, sinh ra tự biết, hoặc đầu óc ngu si, nhờ nỗ lực cầu học rồi mới biết, sự thành tựu cũng không khác nhau. Cho nên chúng ta phải tự mình phát khởi sự phấn chấn, phải hết sức nỗ lực.

Người đời thường nói: "Công đạo tại nhân tâm" (Lẽ công bằng ở ngay trong lòng người), nên đối với những người làm việc xấu ác, chúng ta đâu cần phải so đo tính toán nhiều? Vì thế, không chỉ là phải giữ tâm từ bi, tâm thương yêu mãi mãi, mà còn phải làm cho các tâm ấy không ngừng tăng trưởng.

Giáo lý căn bản trong Phật pháp dạy ta phải dứt trừ tham lam, sân hận và si mê. Tham, sân, si là ba thứ phiền não độc hại. Kiêu mạn cũng là phiền não quan trọng, vừa sinh ra đã sẵn có. Phần trước đã giảng với quý vị các loại phiền não vừa sinh ra đã sẵn có là ngu si, kiêu mạn, tham lam, ái luyến. Nếu không dứt trừ các phiền não này, nhất định không thể thoát ra ngoài ba cõi. Nếu không dứt trừ, việc niệm Phật cầu vãng sinh sẽ bị chướng ngại vô cùng nghiêm trọng. Điều đó chúng ta nhất thiết phải hiểu rõ, nhất thiết phải cảnh giác.

Đời người ngắn ngủi, liệu sẽ qua được bao mùa mưa nắng, vì sao không làm người tốt? Mấy năm nay, chúng ta khởi xướng cuộc vận động bốn điều tốt: giữ lòng tốt, làm việc tốt, nói lời tốt, làm người tốt. Được vậy nhất định sẽ có phước báo. Mọi điều lành dữ, họa phước đều là báo ứng những việc do chính ta làm, không phải do người khác mang đến. Lẽ quyết định là tự làm tự chịu. Làm việc ác ắt phải chịu tai ương họa hại, làm điều thiện nhất định sẽ được quả lành, được lợi lạc. Các vị thánh nhân của thế gian, xuất thế gian đều đã phân tích quá nhiều về việc này.

Đừng thấy người làm ác [mà ngờ vực sao] dường như họ được phước báo. Ngày nay họ [có điều kiện] sống rất tốt, nên biết đó là trong quá khứ họ đã từng tích tạo phước đức lớn. Làm việc ác thì nhất định phải bị giảm thiểu phước báo, tuổi thọ. Nhưng dù bị giảm thiểu, phước báo, tuổi thọ của kẻ ấy vẫn chưa hết, nên ngày nay ta thấy họ còn được hưởng phước. Nếu người ấy không làm việc ác, phước báo của họ sẽ còn lớn hơn, tuổi thọ còn dài hơn. Chúng ta không có thiên nhãn, không có túc mạng thông, không thể biết được quá khứ của người ấy.

Người làm việc thiện nhưng hiện tại đời sống hết sức nghèo khó, dường như không được chút quả báo tốt đẹp gì, nguyên nhân vì sao? Vì trong quá khứ tạo ác quá nhiều, nên đời này phải chịu quả báo khổ nhọc. Nhờ làm việc thiện, quả báo khổ nhọc của người ấy có giảm đi phần nào. Sự thêm bớt, bù trừ như thế, mắt phàm không nhìn thấy, nhưng nếu quý vị lưu tâm suy xét kỹ thì có thể thấy biết được.

Câu tiếp theo là "Hình họa tùy chi." (Tai họa, hình phạt liền theo sau.)

Câu trước nói "người người đều ghét bỏ", đó là báo ứng còn nhẹ. Cho đến mức "tai họa, hình phạt liền theo sau" thì báo ứng đã nặng nề.

Hình là hình phạt. Kẻ phạm vào luật pháp của quốc gia, liền bị hình phạt chế tài. Họa là những tai nạn lớn, sự việc rất xấu. Tùy là theo sát, không xa lìa.

Thái Hư Chân nhân dạy rằng, người khác đem tâm xấu ác đối xử với ta, khiến ta phải chịu tai nạn, đau khổ, ta cứ nhận lấy, lại đem lòng hiền thiện đối xử với họ, làm việc tốt lành cho họ, thì phước đức thường sinh. Đó là cơ duyên tốt nhất để ta tu tập, bồi đắp phước đức.

Nên biết rằng con người gặp nhau đều do duyên phần. Duyên có thiện, có ác. Trước đây tôi giảng kinh ở giảng đường

Quang Minh tại Hương Cảng, được khoảng vài tháng. Giảng đường ấy do Lão hòa thượng Thọ Dã xây dựng. Lão hòa thượng năm nay chắc đã 90 tuổi, hiện ở tại New York. Tại giảng đường có treo một cặp câu đối, tôi còn nhớ rất rõ như sau:

"Phu thê thị duyên, hữu thiện duyên, hữu ác duyên, oan oan tương báo. Nhi nữ thị trái, hữu thảo trái, hữu hoàn trái, vô trái bất lai."

(Vợ chồng là duyên, duyên tốt, duyên xấu, có oán tìm nhau. Con cái là nợ, nợ đòi, nợ trả, không nợ không đến.)

Cặp câu đối này mô tả rõ ràng một cách khái quát nhất những hoàn cảnh gặp gỡ trong đời người. Con người gặp nhau không ngoài bốn trường hợp: có ơn, có oán, đòi nợ, trả nợ. Chúng ta thấu hiểu được ý nghĩa này, nhận biết được sự thật này, thì khi gặp gỡ bất cứ ai chúng ta cũng nhận biết được rõ ràng sáng tỏ đó là quan hệ thuộc loại nào. Nếu là có ơn với ngườbi, mong sao ơn càng sâu nặng. Nếu là có oán, cầu cho oán được hóa giải. Đó là trí tuệ, là lợi ích chân thật. Thiếu nợ người thì vui vẻ hoàn trả; người khác nợ mình thì quên hết đi, không quan tâm, bớt được nhiều lo phiền. Thường giữ tâm như thế là giữ lòng tốt; thường làm được như thế là làm việc tốt.

Do đó có thể biết rằng, phước lành do chính mình tu, chính mình được lợi lạc. Tai họa hay phước báo đều do chính mình tạo ra, thế mà nhiều người lại không chịu chấp nhận ý nghĩa này, không chịu chấp nhận sự thật này. Người có ơn với mình, vừa thấy chút việc cỏn con không vừa ý liền quên ơn phụ nghĩa. Người có oán với mình thì ôm ấp mãi trong lòng, toàn nghĩ chuyện trả thù. Nợ người khác không trả, người khác nợ mình thì tìm đủ mọi phương cách thúc ép [đòi cho bằng được]. Đó là tạo nghiệp ác. Nghiệp ác như thế nhất định phải đọa vào ba đường dữ. Nợ nần thù oán với nhau như thế, đời đời kiếp kiếp cùng nhau qua lại không dứt. Đó là ngu si, trong Phật pháp gọi là "đáng thương".

Chúng ta học Phật đã đến mức nào? Ngay cả lý lẽ như vậy, sự thật như vậy cũng không hiểu rõ, làm sao có thể nỗ lực tự cứu lấy mình? Phước báo không phải do chư Phật, Bồ Tát ban cho ta, không phải Thượng đế ban cho ta, cũng không phải quỷ thần trong trời đất ban cho ta, mà do ta tự tạo. Gieo nhân lành nhất định được quả tốt. Tạo nhân xấu ác nhất định phải chịu quả báo xấu. Đó là lời dạy cho ta biết cách làm người trong cuộc sống hằng ngày, biết cách ứng xử với người, tiếp xúc với muôn vật.

Trong kinh Hoa Nghiêm có một đoạn nói về thế giới của chúng ta, nói rằng thế giới này có năm điều uế trược, xấu ác. Hiện nay có thể nói là sự uế trược, xấu ác đã đến mức cùng cực. Uế trược là ô nhiễm. Ngày nay trái đất này đã ô nhiễm nghiêm trọng, như mọi người đều biết. Rất nhiều người đang nghiên cứu, bàn luận cách phòng ngừa và chấm dứt sự ô nhiễm, cải thiện hoàn cảnh sinh hoạt, nhưng họ đều nhận hiểu sai lầm. Liệu họ có làm được việc này hay không? Khẳng định là không được. Vì sao ta có thể khẳng định họ không làm được? Bởi vì trong kinh Phật dạy rất rõ ràng: "Y báo tùy trước chính báo chuyển." (Y báo tùy theo chánh báo mà thay đổi.) Chính báo là gì? Đó là lòng người. Từ nơi chính báo đã bị ô nhiễm rồi, nhưng hiện nay rất ít người nhắc đến. Chúng ta ngày nay tư tưởng bị ô nhiễm, sự hiểu biết bị ô nhiễm. Đây là những điều căn bản nhất của sự ô nhiễm: nhận hiểu trái ngược, hiểu biết mê muội sai lầm. Tinh thần chúng ta cũng bị ô nhiễm, đến giai đoạn cực kỳ nghiêm trọng, nhưng điều đó vẫn không được mọi người nhận biết, vẫn chưa được xã hội chú trọng, thật vô cùng bất hạnh.

Đức Phật răn dạy, thánh hiền khuyên bảo, điều quan trọng nhất chính là giúp ta tu tập thanh tịnh tâm ý. Vì tâm thanh tịnh thì thân thanh tịnh, thân thanh tịnh thì môi trường đời sống cũng thanh tịnh.

Có nhiều vị đồng tu gặp tôi đều ngưỡng mộ vì sức khỏe của tôi rất tốt, dường như không thấy dấu hiệu suy kém của tuổi già, liền hỏi tôi nhờ đâu được như thế. Chẳng nhờ đâu cả, đời sống của tôi cũng giống như mọi người [ở đây], hết sức đơn giản. Chỉ có điều tôi thấu hiểu được một lẽ: Tâm thanh tịnh thì thân thanh tịnh.

Làm sao tu tập được tâm thanh tịnh? Đó là: đọc kinh, niệm Phật, giảng kinh. Quý vị nên hiểu rằng, đọc kinh, niệm Phật, giảng kinh tức là gần gũi chư Phật, Bồ Tát, mỗi ngày đều được thân cận với chư Phật, Bồ Tát. Một ngày không đọc kinh, một ngày không niệm Phật, một ngày không giảng kinh, đối với chư Phật, Bồ Tát liền xa cách, dù đặt tượng Phật ngay trước mặt cũng chẳng ích gì. Chúng ta đối với chư Phật, Bồ Tát phải tương hợp tâm ý, tinh thần kết hợp với nhau thì mới được chư Phật hộ niệm. Được thế thì bao nhiêu danh vọng lợi dưỡng, năm dục sáu trần, tham sân si mạn ở thế gian này đều tự nhiên buông xả được hết.

Điều quan trọng là hằng ngày quý vị kết bạn cùng ai? Sống chung với ai? Như tôi phần lớn thời gian là sống với chư Phật, Bồ Tát. Các vị đồng học đều biết rõ, khi [Hàn] Quán trưởng còn sống, tôi cảm ân đức của bà ấy nên dành một phần thời gian để giúp bà. Bà ấy muốn đi đâu, tôi nhất định giúp bà đến chơi nơi đó. Tuy đưa bà đi chơi nhưng công phu của tôi vẫn hoàn toàn không gián đoạn. Tôi niệm Phật, tôi mang theo kinh điển bên mình, nhiều vị đồng học thường ở bên tôi đều biết điều đó. Ngày nay, Quán trưởng đã vãng sinh, tôi dành trọn tinh thần cho việc đọc kinh, vì tôi vẫn còn phải giảng kinh. Tuy đã giảng hết sức thuần thục nhưng vẫn cần phải đọc kinh. Không đọc thì làm sao thâm nhập? Ý nghĩa kinh điển không có chỗ cùng tận, sâu rộng không cùng tận. Người xưa nói: "Bách độc bất yếm" (Đọc trăm lần không chán) là nói về những sách vở của thế gian [mà còn được vậy]. Đối với kinh Phật, từ lúc bắt đầu phát tâm [tu học] cho đến khi chứng đắc quả vị Như Lai, lúc nào cũng tụng đọc không chán, tụng đọc không mỏi mệt. Mỗi lần đọc là một lần có chỗ nhận hiểu, mỗi lần đọc là một lần có chỗ lợi lạc, vượt thoát cõi trần nhập vào cõi thánh. Đọc kinh như thế cũng là một pháp môn, một phương pháp tu tập.

Chúng ta nên biết, trong đời này ai là người được phước báo lớn nhất? Chính là người mỗi ngày đều được đọc kinh, đều được sống cùng chư Phật, Bồ Tát. Đó là người có phước báo. Chư Phật, Bồ Tát đối với người người đều bình đẳng, vì sao chúng ta không thân cận các ngài?

Chư Phật, Bồ Tát xưa nay chưa từng cự tuyệt người nào. Dù là những kẻ phạm năm tội nghịch, tạo mười nghiệp ác, chư Phật, Bồ Tát cũng không hề quở trách. Chỉ cần kẻ ấy chịu gần gũi chư Phật, Bồ Tát, quay đầu hối cải liền được hướng thiện. Chúng ta thấu hiểu được lý lẽ ấy, nhận biết được sự thật ấy rồi nên phát tâm phấn chấn, nhanh chóng quay đầu sửa lỗi, cùng chư Phật, Bồ Tát kết bạn, gia nhập cùng một pháp hội với các ngài. Quý vị nói xem, như thế thật là tự tại biết bao!

Hôm nay thời gian đã hết, chúng ta giảng đến đây thôi.

Bài giảng thứ 12

(Giảng ngày 31 tháng 5 năm 1999 tại Tịnh Tông Học Hội Singapore, file thứ 13, số lưu trữ: 19-012-0013)

Thưa quý vị đồng học, cùng tất cả mọi người.

Hôm qua chúng ta đã giảng đến câu: "Toán giảm tắc bần hao, đa phùng ưu hoạn, nhân giai ố chi, hình họa tùy chi." (Tính toán giảm thì nghèo khó hao hụt, gặp nhiều buồn lo hoạn nạn, người người đều ghét bỏ, tai họa, hình phạt liền theo sau.)

Bài văn Cảm ứng thiên không dài, nhưng cảnh giới trong mỗi một câu đều hết sức sâu rộng, hết thảy đều làm rõ những sự lành dữ, họa phước đích thực là do con người tự chiêu cảm đến.

Trong sách Vị biên có trích dẫn một đoạn kinh Hoa Nghiêm, tôi sẽ đọc qua một lượt:

"Trong cõi Diêm-phù-đề, chúng sinh chịu năm sự uế trược, chẳng tu mười nghiệp lành, chuyên tạo các nghiệp ác: giết hại, trộm cướp, tà dâm, nói dối, nói thêu dệt, nói ác độc, nói hai lưỡi, tham lam, sân hận, tà kiến; bất hiếu với cha mẹ, bất kính Tam bảo, lại thêm sân hận tranh giành, chê bai sỉ nhục lẫn nhau, theo tình chấp khởi sinh tà kiến, mưu cầu sai trái. Do nhân duyên ấy phải chịu cảnh chiến tranh tàn khốc, mất mùa đói kém, dịch bệnh chết chóc, người gây tai họa, trời phạt nạn tai, chịu đủ mọi quả báo xấu ác."

Đoạn kinh văn này mô tả rất giống với tình trạng xã hội hiện nay của chúng ta. Nghĩ lại xem, ta sống trong môi trường này, đối với những lời Phật răn dạy có phạm vào hay không? Nếu có, cần phải biết sám hối, phải biết tự mình sửa lỗi, hướng thượng, hoàn thiện bản thân. Nếu không, cũng cần nỗ lực hơn nữa, tự khích lệ mình tinh tấn niệm Phật cầu sinh Tịnh độ. Thế gian này chẳng có gì đáng cho ta lưu luyến. Trong ngàn kinh muôn luận, đức Phật luôn khuyến khích, chỉ dạy chúng ta phải tu tịnh nghiệp.

Kinh nói "trong cõi Diêm-phù-đề", thật ra là nói về trái đất này, chúng sinh đang trong thời đại xấu ác có đủ năm sự uế trược, tức năm sự ô nhiễm nghiêm trọng. Chúng ta đã thấy trong kinh A-di-đà, trong kinh Vô Lượng Thọ cũng nói đến rất nhiều. Chúng ta tu hành ở thời đại hiện nay, có rất nhiều phương pháp trong kinh luận mà đời này ta không làm nổi. Ta chỉ mong cầu ở mức thấp nhất, tìm một phương pháp hiệu quả nhất, bảo đảm chắc chắn cho chúng ta [tu tập] trong một đời này, chẳng những sẽ không bị đọa vào ba đường ác, mà còn nhất định phải thoát ly ba cõi, vượt ngoài mười pháp giới.

Ngày nay ta có duyên lành [đã gặp được phương pháp như thế], quả thật là mối nhân duyên hiếm có từ vô lượng kiếp, thật may mắn không gì bằng. Nay đã gặp rồi thì việc làm sao để nắm chắc phương pháp, quyết định sự tu tập thành tựu, đều do chính bản thân ta. Có nhân duyên gặp được pháp môn rồi, có thể tin tưởng, có thể thấu hiểu thì đó là căn lành; có thể hướng thượng nỗ lực thực hành thì đó là phước đức. Đã có đủ ba điều kiện căn lành, phước đức, nhân duyên thì một đời này của chúng ta nhất định thành tựu, tai nạn từ vô số kiếp đến nay đều có thể được miễn trừ. Đó là lời dạy của chư Phật Như Lai.

Tu học ở mức độ thấp nhất là giữ theo năm giới và tạo mười nghiệp lành. Phải bắt đầu từ trong tâm mà làm, mỗi khi khởi tâm động niệm, nói năng hành động đều lấy đó làm tiêu chuẩn. Tu tập tích lũy công đức đều phải y theo lời Phật dạy về Ngũ phẩm vị trong kinh Pháp Hoa làm tiêu chuẩn. Những tiêu chuẩn ấy là thấp nhất rồi, ai ai cũng có thể làm được cả.

Cho nên người xưa mới nói rằng pháp môn này "muôn người tu, muôn người thành tựu". Lời ấy là chân thật. Nếu không thành tựu, đó là quý vị chưa thực hành đúng theo ý nghĩa giáo pháp. Nếu thực hành đúng theo ý nghĩa giáo pháp, có lý nào lại không thành tựu?

Cho nên, ngày nay chúng ta không cần phải nêu lên những việc cao siêu, không cần phải nói những chuyện quá sâu xa, huyền bí, vì không thực sự hữu ích, không phù hợp thực tế. Hoàn cảnh sống hiện nay của chúng ta thế nào, trình độ trước mắt của ta ra sao, pháp môn nhất định phải [phù hợp theo đó], phải khế hợp căn cơ, tức là căn cơ hiện nay của chúng ta, thì sự tu tập mới thực sự được phần lợi lạc.

Trong đoạn kinh trên nêu hai câu hết sức nghiêm trọng, chúng ta phải lưu tâm cảnh giác. Trước tiên nêu "chẳng tu mười nghiệp lành, chuyên tạo nghiệp ác", đó là nói tổng quát. Tiếp đến kể ra mười nghiệp ác: giết hại, trộm cướp, tà dâm, nói dối, nói thêu dệt, nói ác độc, nói hai lưỡi, tham lam, sân hận, tà kiến. Tà kiến tức là si mê. Đó là nêu đủ mười nghiệp ác. Chúng ta nhất thiết phải lưu tâm cảnh giác, luôn tự xét mình có phạm vào mười nghiệp ác như thế hay không?

Đối với hành vi thực tế trong đời sống, Phật dạy ta không thể bất hiếu với cha mẹ, không thể bất kính với Tam bảo. Đó là căn bản xử thế trong đạo làm người. Phật giáo cũng như Nho giáo đều xem đạo hiếu là căn bản ban đầu, cho đến mục tiêu cuối cùng [của sự tu học] cũng chính là thực hiện hoàn thành đạo hiếu. Ý nghĩa đó tôi đã từng giảng giải rất nhiều, nhưng đối với hai chữ "hiếu kính" phải nói thật ra là chúng ta không hiểu rõ được. Điều này cũng không có gì lạ. Bởi vì sao mà không hiểu? Vì không có người dạy, quý vị làm sao hiểu được?

Kinh Phật dạy rằng, chúng sinh cõi Diêm-phù-đề có khả năng dùng tai nghe nhạy bén nhất. Dùng mắt nhìn mà hiểu được thì rất khó, nhưng dùng tai nghe thì dễ dàng hơn nhiều. Đó là vì khả năng dùng tai nghe nhạy bén. Chỉ có điều, vì suốt một đời không có duyên gặp được bậc thiện trí thức, không có ai đem vấn đề hiếu kính giảng giải rõ ràng, sáng tỏ cho chúng ta, nên về cơ bản chúng ta đều không hiểu được.

Hiếu kính cha mẹ, tôn trọng bậc sư trưởng, những điều này chỉ nhận thức ý nghĩa thế nào thôi cũng đã không được, thử hỏi sao có thể làm được? Tôi đã từng giảng qua kinh Địa Tạng, cứ mỗi lần giảng đến những đoạn kinh văn có ý nghĩa này, tôi đều giảng rất kỹ, rất chi tiết, hy vọng quý vị đồng học được huân tập nhiều lần mới có thể thực sự đưa vào hành trì trong cuộc sống, đề cao sự cảnh giác, tự khích lệ bản thân, hướng thượng nỗ lực tu học.

Phần tiếp theo nói chúng sinh cõi này "bất hiếu với cha mẹ, bất kính Tam bảo, lại thêm sân hận tranh giành". Điều này tất nhiên có ý nghĩa trong đó. Chúng ta thì gọi là "đấu tranh kiên trì", trong đó mỗi người đều bám chấp vào tà kiến, cái thấy biết sai lầm của riêng mình. Đó là nói theo kinh Phật, còn người đời thì gọi là "thành kiến". Mỗi người đều có chỗ thấy biết riêng, so với người khác có chỗ bất đồng liền khởi lên tranh chấp. Người với người tranh nhau, quốc gia này với quốc gia khác tranh nhau, biết bao giờ mới kết thúc?

Tiếp theo nói "chê bai sỉ nhục lẫn nhau", đó là nói đôi bên cùng hủy báng, nói xấu nhau; cùng chế giễu, làm nhục lẫn nhau. Lại nói "theo tình chấp khởi sinh tà kiến", nghĩa là hoàn toàn buông xuôi theo tình cảm bám chấp của bản thân mà khởi sinh những kiến giải, hiểu biết sai lầm, tà vạy. "Mưu cầu sai trái", đó là nói những chuyện không đúng chánh pháp, như cầu danh, cầu lợi, cầu địa vị, đều dùng những phương pháp bất chính, sai trái và phi lý để mưu cầu. Thử hỏi cầu như vậy có được hay không? Nhưng cũng có khi cầu được. Vì sao cầu được? Vì trong vận mạng thật ra đã sẵn có.

Trong vận mạng nếu không sẵn có, dù mưu cầu theo những cách như thế cũng không thể được. Những điều này trong sách Liễu Phàm tứ huấn giảng giải rất rõ ràng, quý vị nên xem đi xem lại nhiều lần. Trước đây tôi cũng đã giảng rất kỹ sách này, phần ghi âm vẫn còn lưu giữ, quý vị có thể nghe lại nhiều lần.

Cho nên nói rằng: "Muôn việc đều do vận mạng, không có gì do người định đoạt." Câu nói ấy rất có ý nghĩa, cũng đúng sự thật. Nhưng trong đạo Phật dạy rằng: "Phật thị môn trung, hữu cầu tất ứng." (Trong cửa Phật có cầu có ứng.) Các bậc tổ sư, đại đức xưa nay dạy ta rằng lời này không sai. Trường hợp thiền sư Vân Cốc chỉ dạy Viên Liễu Phàm là một ví dụ hết sức rõ ràng. Khi tôi mới vào học Phật, nhờ được Đại sư Chương Gia chỉ dạy về câu "Phật thị môn trung, hữu cầu tất ứng", mới hiểu rằng phải theo đúng lý, đúng Chánh pháp mà cầu. Nếu mưu cầu sai Chánh pháp nhất định không thể được. Mưu cầu sai Chánh pháp mà vẫn được, đó là trong vận mạng đã sẵn có việc ấy, chỉ có điều là phước báo phải bị giảm đi. Ví như trong vận mạng sẵn có mười phần, mưu cầu sai Chánh pháp sẽ làm giảm đi chỉ còn năm phần, đã tổn giảm một nửa. Những ý nghĩa đó cần phải hiểu rõ.

Do những nguyên nhân như thế mà thế giới này mới có chiến tranh, là tai họa do con người tạo ra, mới có mất mùa đói kém, mới có dịch bệnh. "Dịch bệnh" ở đây chỉ các bệnh truyền nhiễm, ôn dịch, chết người hàng loạt. Trong mấy năm qua, quý vị nhìn lại có thể thấy các loài vật bị nhiều trận dịch bệnh nghiêm trọng. Tại Anh quốc, trâu bò bị dịch. Tại Hương Cảng, trước đây mấy năm có trận dịch gà vịt. Đài Loan thì bị bệnh dịch lợn (heo). Những trận dịch ấy đều làm chết đến hàng triệu con vật. Một ngày kia, nếu con người bị dịch bệnh như thế thì biết làm sao? Điều đó rất có khả năng xảy ra.

Thiên tai, nhân họa, thảy đều là quả báo phải nhận lãnh.

Những quả báo ấy từ đâu mà có? Đều do chính mình tạo ra. Chúng ta nhìn các loài vật chịu quả báo như thế có thể hiểu ra. Những người không thấu hiểu sự thật thì không tin, nhưng chúng ta tin. Những con vật ấy đời trước từng làm người, vì sao chúng phải sinh làm súc vật? Vì chúng tạo nhiều nghiệp ác, ngày nay phải sa đọa đến mức mang thân súc sinh. Đã mang thân súc sinh vẫn còn phải chịu quả báo xấu ác, thật thê thảm biết bao! Do đó có thể biết rằng, tất cả đều là tự làm tự chịu, nhất định không phải do người khác tạo ra.

Năm nay là 1999, những lời tiên tri cổ xưa trên toàn thế giới đều nói rằng sẽ có tai nạn lớn. Những quyển sách nhỏ truyền bá các thông tin này có thể tìm thấy khắp nơi. Hôm qua có vị đồng tu ở Đài Loan điện thoại cho tôi, nói rằng hiện nay xã hội Đài Loan nhìn chung đang chịu ảnh hưởng của những truyền thuyết này, khiến lòng người thấp thỏm lo sợ. Trên truyền hình có một số người giải thích rằng, những lời tiên tri ấy không hẳn đã hoàn toàn đáng tin, khuyên mọi người phải bình tĩnh, chớ nên tin vào điều đó. Đó cũng là một phương pháp ổn định lòng người trong xã hội, nhưng đó chưa phải phương pháp rốt ráo, trọn vẹn.

Phương pháp rốt ráo trọn vẹn là phải đưa sự thật ra giảng giải rõ ràng, rằng vận mạng nhất định là có. Mỗi người có vận mạng, mỗi gia đình có vận mạng, mỗi quốc gia cũng có vận mạng, toàn thế giới này cũng phải có vận mạng. Vận mạng ấy do chính ta tạo thành, tất nhiên chính ta cũng có khả năng làm thay đổi, chuyển biến vận mạng của mình. Người xưa hiểu rất rõ ý nghĩa này, nên mỗi khi gặp phải thiên tai, hiểm họa, ta thấy các bậc đế vương, quan chức đều lo sám hối lỗi lầm, tự xét mình để sám hối, sửa chữa lỗi lầm, hoàn thiện bản thân, dứt ác làm lành, tích lũy công đức. Người xưa đã biết làm điều đó. Gia đình gặp phải điều bất hạnh thì cả nhà đều sám hối, người trong một nhà đều tu sửa lỗi lầm, hoàn thiện bản thân. Quốc gia gặp phải tai nạn, các vị đế vương dẫn dắt mọi người cùng tu tập sám hối. Điều đó thật hữu lý, nhất định không phải mê tín.

Người thời nay tự cho mình là thông minh, tự cho là tri thức khoa học đã vượt qua hết thảy. Nói thật ra, nếu mê muội tin theo khoa học thật không bằng mê muội tin theo các bậc hiền thánh xưa. Nên biết rằng, tri thức, học vấn của các bậc hiền thánh xưa là từ ngàn năm, trăm năm tích lũy mà có, không thể sai lầm. Khoa học rốt cùng có sai lầm hay không, hiện nay vẫn chưa phát hiện, vì thời gian chưa lâu lắm. Nói cách khác, khoa học chưa trải qua sự khảo nghiệm của lịch sử. Những lời răn dạy của người xưa thì đã trải qua sự chứng nghiệm trong lịch sử, chúng ta làm sao có thể phớt lờ, xem nhẹ? Cho nên, nói đến lý lẽ cũng như phương pháp để chiêu cảm điều lành, né tránh điều dữ, thì đều có trong Phật pháp, trong sách vở của Nho gia và Đạo gia tại Trung quốc. [Theo phương pháp ấy], nhất định phải thấu hiểu thật rõ ràng, sáng tỏ những khái niệm thiện ác, tà chánh, đúng sai. Có như vậy rồi mới biết được thế nào là ác và làm sao dứt ác, mới biết thế nào là thiện và làm sao tu thiện.

Trong một đời ngắn ngủi, chúng ta phải nắm chắc lấy cơ duyên hiếm có, khó gặp này. Kinh Phật thường dạy: "Nhân thân nan đắc, Phật pháp nan văn." (Thân người khó được, Phật pháp khó được nghe.) Nếu có thể tin tưởng, nhận hiểu, y theo lời dạy vâng làm, thì chúng ta có thể tránh xa tai họa, thực sự có thể tiêu trừ nghiệp chướng, vượt qua hết thảy khổ đau ách nạn. Những việc như thế đều là trong khả năng con người làm được. Phải tìm cho ra nguyên nhân của những điều lành hay dữ, tai họa hay phước báo. Nguyên nhân của điều dữ, của tai họa thì phải tiêu trừ. Từ đâu mà tiêu trừ? Từ trong tâm mà tiêu trừ. Cội gốc của điều lành, của phước báo cũng từ trong tâm mà bồi đắp, nuôi dưỡng. Như vậy thì tự nhiên trong đời không còn gặp tai họa nữa.

Chân thành sám hối dứt trừ nghiệp chướng, thực sự tu tập tích lũy công đức, chính là ngay hôm nay, chính tại lúc này. Hy vọng mọi người đều hiểu rõ, tự khích lệ bản thân, nỗ lực hướng thượng thực hành.

Chúng ta là người tu hành phải phát khởi tâm lượng rộng lớn, tu tập thay cho rất nhiều chúng sinh mê hoặc điên đảo trong thế gian. Ta thay họ tu tập cũng có thể tiêu trừ được tai nạn cho họ. Trước tiên là tai nạn của chính bản thân ta được tiêu trừ, còn tai nạn của người khác cho dù không thể tiêu trừ tất cả, nhưng ít nhất cũng giúp bớt đi phần nào, khiến cho giảm nhẹ đi, thời gian chịu nạn rút ngắn đi. Hiệu quả như thế nhất định là có. Mong rằng mọi người đều hướng thượng nỗ lực.

Hôm nay thời gian đã hết, chúng ta giảng đến đây thôi.

Bài giảng thứ 13

(Giảng ngày 1 tháng 6 năm 1999 tại Hương Cảng, file thứ 14, số lưu trữ: 19-012-0014)

Thưa quý vị đồng học, cùng tất cả mọi người.

Xin mời mở sách Cảm ứng thiên. Chúng ta ngay từ đầu đã đọc thấy:

Thái thượng viết:
Họa, phước không cửa vào,
Đều do người tự chuốc.
Việc báo ứng thiện, ác,
Như bóng luôn theo hình.

(Họa phúc vô môn,
Duy nhân tự chiêu.
Thiện ác chi báo,
Như ảnh tùy hình.)

Bốn câu này là nói tổng quát. Nói tổng quát những gì? Nói rằng hết thảy sự trang nghiêm của y báo, chính báo khắp các pháp giới trong tận cùng hư không đều không ra ngoài nguyên lý báo ứng này. Cuộc đời của mỗi người là nhân duyên quả báo [của người ấy], cho đến cả một thế giới hay vô số thế giới cũng đều [là nhân duyên quả báo] giống như vậy. Nguyên lý quan trọng này chúng ta nhất định phải thấu hiểu.

Toàn bộ phần còn lại của bản văn đều là sự chú giải của bốn câu này. Chúng ta hãy xem qua đoạn đầu tiên:

"Thị dĩ thiên địa hữu ty quá chi thần, y nhân sở phạm khinh trọng dĩ đoạt nhân toán. Toán giảm tắc bần hao, đa phùng ưu hoạn, nhân giai ố chi, hình họa tùy chi."

(Cho nên, trong trời đất có thần chủ trì việc xét lỗi, tùy theo chỗ phạm lỗi nặng nhẹ của người mà định phần tính toán. Tính toán giảm thì nghèo khó hao hụt, gặp nhiều buồn lo hoạn nạn, người người đều ghét bỏ, tai họa, hình phạt liền theo sau.)

Bài trước đã giảng đến chỗ này. Có rất nhiều vị quỷ thần trong trời đất phụ trách việc giám sát từ sự khởi tâm động niệm cho đến nói năng, hành động của hết thảy chúng sinh. Cho nên, hết thảy mọi điều thiện, hết thảy mọi điều ác, không chỉ là trong lời nói, việc làm, mà ngay cả khi vừa khởi tâm động niệm thì quỷ thần đều thấy biết. Không chỉ là thấy biết, mà đều có sự ghi chép lưu lại. Mỗi chúng sinh đều có một hồ sơ tư liệu hết sức hoàn chỉnh [ghi rõ việc thiện ác]. Đây không phải việc lừa người, không phải việc giả dối.

Quý vị thử xem trong xã hội thực tế hiện nay của chúng ta, theo cách làm việc của chính phủ thì mỗi người từ lúc sinh ra cho đến chết đi đều có hồ sơ tư liệu, là vì chính phủ [có trách nhiệm] quản lý địa phương. Các vị thiên thần, quỷ thần vì sao phải lưu giữ hồ sơ hoàn chỉnh [của mỗi người]? Vì địa phương chúng ta đang sống đây cũng thuộc sự quản lý của họ. Thành hoàng quản lý huyện thị này thì phải có hồ sơ tư liệu. Tư liệu của Thành hoàng so với tư liệu của chính phủ ở dương gian cũng phải hoàn chỉnh như vậy.

Địa phương của chúng ta cũng thuộc phạm vi cai quản của thiên thần. Trong kinh Phật có nói đến Đại Phạm Thiên Vương, Ma-hê-thủ-la Thiên Vương là những vị cai quản thế giới Ta-bà. Nói cách khác, ta là chúng sinh trong sáu đường, có rất nhiều vị cai quản chúng ta, chỉ là ta không biết họ. Cũng giống như xã hội hiện nay, chúng ta đang sống trong địa phương này, có các vị trưởng thôn, chủ tịch xã quản lý chúng ta. Cao hơn nữa lại có các vị ở chính quyền quận, huyện... Lại cao hơn nữa là các vị ở chính quyền thành phố, tỉnh... cho đến cao nhất là chính quyền trung ương. Cho nên, người [có trách nhiệm] quản lý chúng ta thật rất nhiều.

Các vị quỷ thần, thiên thần quản lý chúng ta so ra còn nhiều hơn, phức tạp hơn nữa, vậy có cách nào [thoát khỏi được] không? Ai khiến chúng ta đọa lạc vào trong ba cõi? Trong mười pháp giới thì các vị quỷ thần này không quản được đến các bậc A-la-hán, Bích-chi Phật, Bồ Tát, Phật Như Lai.[1] Những bậc [giác ngộ] này quỷ thần không quản đến nổi. Vì sao không quản được? Vì các ngài đã đạt đến vô ngã.

Nói cách khác, còn bám chấp bản ngã thì còn bị các vị quỷ thần cai quản, [tu hành] đạt đến vô ngã thì các vị này không quản nổi. Các bậc như thế là: "Thân chơi ngoài ba cõi, không hệ lụy ngũ hành", thiên thần, quỷ thần đều tôn kính. Đức Phật được tôn xưng là bậc thầy của hai cõi trời, người, ý nghĩa là ở chỗ này.

Bài văn Cảm ứng thiên [ngày nay] nhất thiết phải giảng vào chi tiết. Những người thời xưa có đọc sách, hoặc giới trí thức Trung quốc thì hầu như ai ai cũng từng đọc qua Cảm ứng thiên. Những người ấy ít nhiều đều có nền tảng Hán học, nên chỉ giảng qua hết bản văn một lần là đủ, không cần phải giảng lại chi ly, tường tận.

Người thời nay không đọc sách xưa, đối với các bản văn đời sau dùng lối "thiển văn ngôn" rõ ràng dễ hiểu[2] cũng đều gặp khó khăn chướng ngại, không có ai giảng giải, chỉ bày. Đối với ý nghĩa [cảm ứng] này, sự thật này, hiện nay mang ra

---

[1] Tức là bốn Thánh Pháp giới theo giáo lý của tông Thiên Thai.

[2] Nguyên tác dùng thiển hiển đích văn ngôn văn (淺顯的文言文). Văn ngôn văn (文言文) là chỉ chung Hán văn, cách viết chữ của Hán tộc Trung quốc từ xưa, trong đó chia ra thâm văn ngôn (深文言) là cách viết dùng trong các sách cổ xưa, từ thời Tiền Tần, thường phức tạp, thâm sâu, khó hiểu, và thiển văn ngôn (淺文言) là cách viết đơn giản hơn từ thời Lưỡng Hán trở về sau đến các đời Ngụy Tấn, Nam Bắc triều. Như vậy vẫn khác xa so với chữ viết và lối văn bạch thoại hiện nay.

giảng thì họ cho rằng đầu óc chúng ta có vấn đề, rằng chúng ta mê tín. Họ đâu biết được rằng đây là sự thật, đây là lẽ chân thật?

Phật độ người hữu duyên. Sao gọi là hữu duyên? Là người chịu tin nhận, là người có khả năng lý giải, nhận hiểu. Người có thể tin nhận, đó là người có căn lành sâu vững. Có thể nhận hiểu, lý giải cũng là có căn lành sâu vững. Người có thể y theo lời Phật dạy vâng làm, đó là người có phước đức sâu dày. Chúng ta có duyên tiếp cận được với những lời răn dạy của thánh hiền, đó quả thật là "bá thiên vạn kiếp nan tao ngộ" (trăm ngàn muôn kiếp khó gặp được).

Trên đây đã nói rõ ý nghĩa câu "trong trời đất có thần chủ trì việc xét lỗi". Đó là những vị chuyên trách soát xét [mọi hành vi thiện ác của chúng ta]. Trong xã hội hiện tại thì "chủ trì xét lỗi" như vậy chính là ngành công an, cảnh sát, những người phụ trách công việc điều tra.

Trong bản văn nói "tùy theo chỗ phạm lỗi nặng nhẹ của người", đó là nghiêng về những việc làm xấu ác. Tùy theo người phạm tội nặng hay nhẹ, đối với tuổi thọ dài ngắn hay sự giàu nghèo của họ đều có thêm bớt, bù trừ. Người tu thiện tích đức thì phước báo được tăng thêm, tuổi thọ được lâu dài hơn. Người làm việc xấu ác thì tuổi thọ bị rút ngắn, phước báo cũng bị giảm trừ.

Cho nên, mỗi ngày chúng ta khởi tâm động niệm [như thế nào], tuổi thọ hay những điều họa phước của ta đều [tùy theo đó] có sự thêm bớt, bù trừ. Chỉ có điều là sự thêm bớt, bù trừ như thế thường có mức độ không lớn, cho nên về đại thể thì người áp dụng phương pháp đúng vẫn có thể đoán biết được khá chuẩn xác vận mạng của chúng ta. Như trong sách Liễu Phàm tứ huấn, ngay từ đầu ta đã thấy Khổng tiên sinh đoán vận mạng cho Viên Liễu Phàm, đoán rất chính xác. Đó là vì Liễu Phàm tuy mỗi ngày đều có tạo ác, nhưng việc ác không lớn, lại có làm thiện, nhưng việc thiện cũng không lớn. Do đó, mức độ thêm bớt, bù trừ vào vận mạng không lớn, có thể đoán trước được rất chính xác.

Nếu làm điều thiện lớn hoặc điều ác lớn thì vận mạng nhất định có thay đổi. Tiên sinh Viên Liễu Phàm về sau gặp được thiền sư Vân Cốc, dạy cho ông [lẽ nhân quả tự làm tự chịu]. Ông nhận hiểu rõ ràng liền dứt ác tu thiện, vận mạng được thay đổi, phước báo tăng thêm, không phải trong vận mạng đã sẵn có như thế. Về tuổi thọ, Khổng tiên sinh đoán ông chỉ sống đến 53 tuổi, về sau sống được đến hơn 70 tuổi. Tuổi thọ tăng thêm, đó là hiệu quả của việc làm nhiều điều thiện.

Nếu như tạo nghiệp ác lớn, phước báo sẽ rút ngắn thời gian được hưởng, tuổi thọ cũng rút ngắn. Hồi Đệ nhị Thế chiến, quý vị đều thấy Hitler của nước Đức là người có phước báo rất lớn. Nếu ông ta không phát động chiến tranh, biết đem tâm hiền thiện đối đãi với tất cả nhân dân, thì tuổi thọ của ông ta rất lâu dài, phước báo không ai có thể sánh bằng. Nhưng ông ta có tâm bất thiện, giết chết rất nhiều người, số người bị hại cũng rất nhiều, phước báo một phen giảm thiểu, chỉ hơn mười năm đã hết sạch. Ông ấy lẽ ra có thể hưởng phước đến vài trăm năm chưa hết, lại chỉ hưởng được trong mười mấy năm; tuổi thọ lẽ ra rất lâu dài, nhưng cuộc chiến tranh ấy chưa kết thúc thì ông đã chết.

Đó là [kết quả của] những việc thiện lớn, những việc ác lớn, chúng ta đã xem xét. Trong xã hội hiện thực, chúng sinh hiện hữu khắp nơi chính là hiện tượng quả báo thực tiễn, là sự thật quả báo bày ra ngay trước mắt, nhưng chúng ta không thấy được. Không thấy được như vậy là vì ngu si, mê hoặc, điên đảo.

Nếu quý vị thấy ra được, đó là quý vị đã khai mở trí tuệ, đã có được sự cảnh giác cao, biết được phải tu sửa tâm tánh như thế nào, phải làm người như thế nào, biết trừ dứt mọi điều ác, làm mọi điều thiện. Được như vậy rồi mới thực sự đối trước chư Phật, Bồ Tát, đối trước lời răn dạy của các bậc thánh hiền xưa mà phủ phục lễ lạy, năm vóc đều sát đất, khâm phục bội phần, mới biết là những giáo huấn ấy nhất định phải tu học.

Cho nên, câu tiếp theo nói rõ sự thật một cách cụ thể: "toán giảm tắc bần hao" (tính toán giảm thì nghèo khó hao tổn). "Toán giảm" là những gì bị giảm? Đó là giảm phước báu, giảm tuổi thọ. Người làm việc ác, phước báo giảm thiểu còn ít ỏi thì phải nghèo khó. Hao là hao tổn, tiêu tán, mất mát. "Đa phùng ưu hoạn" (gặp nhiều buồn lo hoạn nạn) là nói về những điều gặp phải trong đời sống, [kẻ làm ác phải] gặp nhiều hung tai, hoạn nạn. Kẻ ấy sống trong xã hội bị người người ghét bỏ, đàn áp, đó là "nhân gian ố chi".

Tiếp theo, "hình họa tùy chi" (hình phạt, tai họa liền theo sau) là nói người làm việc ác [phạm vào hình luật] phải chịu sự chế tài của luật pháp trong xã hội, đó là hình phạt. Tai họa là như chúng ta đang nói về thiên tai, nhận họa, kẻ làm việc ác sẽ thường gặp phải.

Nhưng vấn đề hiện nay nằm ở đâu? Chính là ở chỗ không nhận biết rõ ràng được thế nào là thiện, thế nào là ác, thật khó phân biệt. Nếu có thể phân biệt được lợi hại, thiện ác trong xã hội hiện nay, có thể xem là đó bậc thượng căn. Trong muôn ngàn người, nói thật ra rất khó tìm được năm ba người như thế! Tuyệt đại đa số mọi người đều không phân biệt được điều lợi hại, không hiểu rõ được điều thiện ác; đối với điều thiện cho là ác, đối với điều ác cho là thiện; đối với việc chân chính lợi lạc thì cho là có hại, đối với việc tai hại thì cho là có lợi. Quý vị có giảng giải [lẽ thật] với những người ấy thì họ không tin tưởng, không tiếp nhận, cho rằng những điều ấy đã lỗi thời, rằng quý vị mê tín. Hạng người như thế, trong kinh Phật gọi là "nhất-xiển-đề".

Nhất-xiển-đề là phiên âm từ Phạn ngữ, nghĩa là "người không có căn lành". Người không có căn lành thì chư Phật, Bồ Tát cũng không thể giúp đỡ, hỗ trợ. Vì sao không thể giúp đỡ? Vì họ không chịu tiếp nhận.

Những người có thể thực sự nhận thức phân biệt được giữa chân thật với hư vọng, chánh với tà, đúng với sai, thiện với ác, lợi với hại, trong kinh Phật gọi là bậc thượng căn. Chúng ta đích thực chỉ thuộc hàng hạ căn, căn cơ thấp kém, phải hết sức nỗ lực học tập mới mong được tăng trưởng, mới mong được vươn lên. Chúng ta bắt đầu từ chỗ thấp kém nhất trong hàng hạ căn, [nhờ nỗ lực tu tập] có thể vươn lên đến chỗ thấp kém nhất trong hàng thượng căn. Từ chỗ thấp kém trong hàng thượng căn, có thể vươn lên bậc trung bình. Tiếp tục nỗ lực tu học, công phu ấy sẽ không uổng phí, dần dần trải qua nhiều năm, mười năm, hai mươi năm, ba mươi năm, chúng ta có thể vươn lên đến bậc cao trổi trong hàng thượng căn.

Đây chính là điều mà Đại sư Thiện Đạo trong chú giải Quán Kinh đã gọi là "ngộ duyên bất đồng" (gặp duyên khác nhau). Chúng ta có thể được gần gũi bậc thiện tri thức chân chính, có thể gần gũi chư Phật, Bồ Tát, đó là đại nhân duyên tốt đẹp, phải biết giữ gìn, phải biết nắm chắc, thời gian còn lại trong đời này nhất định phải tu tập có thành tựu.

Sự thành tựu ấy, trước hết là thấu hiểu triệt để về nguyên lý cũng như thực tiễn nhân duyên quả báo. Quý vị có thấu hiểu triệt để rồi mới có thể thực sự dứt ác tu thiện, mới biết quay đầu sửa lỗi hướng thượng. Quý vị không thể quay đầu hướng thượng là vì chưa thông suốt rõ ràng, không khắc phục được tập khí xấu ác, không lìa xa được ma chướng. Kinh Phật gọi những trường hợp như vậy là "thật đáng thương".

Chúng ta đã giảng đến câu "hình họa tùy chi". Trong sách Vị biên nêu ra một chuyện tích nói lên công năng hiệu quả của sự tu tập. Ở đoạn thứ hai của chuyện này trích dẫn kinh

Hoa Nghiêm, phần trước đã giảng qua với quý vị nhưng chưa hết ý. Bây giờ, tôi tận dụng thời gian còn lại để bổ sung thêm một chút. Tôi sẽ đọc qua một lần đoạn trích dẫn này:

"Trong cõi Diêm-phù-đề, chúng sinh chịu năm sự uế trược, chẳng tu mười nghiệp lành, chuyên tạo các nghiệp ác: giết hại, trộm cướp, tà dâm, nói dối, nói thêu dệt, nói ác độc, nói hai lưỡi, tham lam, sân hận, tà kiến; bất hiếu với cha mẹ, bất kính Tam bảo."

Phần trước đã giảng đến đây, ý nghĩa thật hết sức sâu xa, sự tướng hết sức rộng lớn, rộng lớn đến khắp cùng pháp giới trong hư không.

Nói đến việc "bất hiếu với cha mẹ", thử hỏi chữ "hiếu" có ý nghĩa gì? Liệu có bao người hiểu thấu? Trên giảng đường, tôi đã từng giảng qua ý nghĩa chữ này rất nhiều lần, nhưng với những ai không có cơ hội đến nghe thì cũng đành chịu. Ý nghĩa của một chữ "hiếu" này, đừng nói là phàm phu như chúng ta, dù chư Phật Như Lai có vì chúng ta giảng giải, cho đến hết thảy các đấng Như Lai đều hiện đến vì chúng ta giảng giải, giảng qua vô số kiếp, cũng không thể giảng hết ý nghĩa chữ này.

Ý nghĩa chữ "hiếu" bao quát khắp hư không pháp giới, là chân lý căn bản, vô lượng vô biên sự tướng đều nằm trong đó, làm sao có thể giảng nói hết được? Vậy ai có thể thực hiện đạo hiếu một cách trọn vẹn? Chỉ có các đấng Như Lai mới thực hiện được trọn vẹn đạo hiếu. Tôi đã từng nói rất nhiều lần, cho đến quả vị Bồ Tát Đẳng Giác vẫn còn một phẩm sinh tướng vô minh chưa dứt sạch, nên vẫn chưa trọn vẹn đạo hiếu.

Phật pháp là gì? Phật pháp chính là đạo hiếu. Thành Phật là gì? Thành Phật chính là thực hiện trọn vẹn đạo hiếu. Phật pháp được xây dựng trên cơ sở đạo hiếu, từ khởi đầu cho đến kết thúc đều là thực hành đạo hiếu, chỉ là hết sức thực hành đạo hiếu mà thôi. Chúng sinh hiện tại không người dạy dỗ nên đâu biết được, mỗi sự khởi tâm động niệm, nói năng hành động của họ đều là bất hiếu với cha mẹ.

Lại nói đến việc "bất kính Tam bảo". Tam bảo chính là bậc sư trưởng của chúng ta. Thời Phật tại thế, Phật là thầy của chúng ta. Phật không còn tại thế, Pháp là thầy của chúng ta. Nhưng Pháp phải có người trao truyền, phải có người hoằng hóa rộng ra. Truyền pháp, hoằng pháp chính là [việc của] Tăng bảo. Vì sao chư tăng được tôn xưng là bảo, là ngôi báu? Vì chư tăng là người truyền pháp, hoằng pháp. Truyền pháp là đem Giáo pháp của Như Lai truyền lại từ đời này sang đời khác, không để gián đoạn. Ngày nay chúng ta gọi đó là công việc dạy học, bồi dưỡng nhân tài hoằng pháp để kế tục. Đó là truyền pháp.

Hoằng pháp là mang Phật pháp ra giới thiệu, phổ biến rộng rãi đến với quảng đại quần chúng, giúp cho hết thảy chúng sinh đều có thể tiếp cận được với những lời răn dạy trong Phật pháp, đều có thể đạt được những lợi ích chân thật từ Phật pháp.

Thực hiện công việc truyền pháp, hoằng pháp, đó là Tăng bảo. Như thế mới xứng được tôn xưng là "ngôi báu". Chánh nghiệp của người xuất gia chính là những việc này. Người xuất gia không cần theo đuổi những công việc xã hội như từ thiện, phúc lợi. Đó không phải việc của người xuất gia. Người xuất gia phải lo việc dạy học, hoằng pháp. Người xuất gia không sở hữu tài sản, lấy gì để làm chuyện phúc lợi xã hội? Chuyện phúc lợi xã hội là việc của hai chúng tại gia, nam nữ cư sĩ. Quý vị nghĩ xem, đức Phật Thích-ca Mâu-ni khi còn tại thế, du phương hoằng hóa đến nơi nào cũng đơn sơ chỉ ba tấm y, một bình bát, mỗi đêm ngủ dưới một gốc cây, mỗi ngày chỉ ăn một bữa, nếu như ngài làm chuyện từ thiện xã hội thì lấy gì mà làm? Hoàn toàn không một xu dính túi! Cho nên, bổn phận của người xuất gia là hoằng truyền đạo pháp.

Xây dựng chùa chiền không phải bổn phận của người xuất gia. Vì sao vậy? Đức Phật Thích-ca Mâu-ni không xây ngôi chùa nào cả. Tinh xá Trúc Lâm, Kỳ thọ Cấp Cô Độc viên là do cư sĩ tại gia cúng dường. Quyền sở hữu tài sản vẫn thuộc người tại gia, chẳng phải người xuất gia. Người ấy phát tâm thỉnh Phật, thỉnh các vị đệ tử Phật đến an cư, đến giảng kinh thuyết pháp.

Do đó mà biết rằng, chư Phật, Bồ Tát, các bậc Tổ sư qua nhiều đời, đều chỉ tá túc nơi các đạo trường. Đạo trường không thuộc sở hữu các ngài. Bản thân các ngài không hề xây dựng đạo trường. Ý nghĩa đó tự thân đức Phật cũng đã nêu gương cho chúng ta. Ngài nêu lên một tấm gương hết sức sáng tỏ rõ ràng nhưng chúng ta vẫn không thấy được. Thật ngu si đến thế là cùng, còn nói chi đến chuyện thành tựu được gì?

Người xuất gia nếu phải tự mình xây dựng đạo trường thì làm thế nào? Chỉ đơn sơ lợp bằng cỏ tranh. Điều này kinh Phật có dạy, trong Giới kinh có ghi chép. Đệ tử đời sau hết thảy đều kém thể lực so với thời đức Phật. Vào thời đức Phật, [chư tăng] có thể ngủ dưới gốc cây ngoài trời. Chúng ta hiện nay không làm được, thân thể không có được thể lực như vậy, nên cần phải có chỗ che trú. Làm sao có chỗ che trú? Tự mình lên núi chặt năm ba cây nhỏ, dựng lều cỏ tranh. Đó là đạo tràng của người xuất gia. Tại Trung quốc, các vị tổ sư, đại đức ngày xưa đều làm theo cách ấy. Chúng ta phải ghi nhớ, đó là những khuôn mẫu tốt nhất để noi theo. Phải hướng thượng học tập, dứt trừ tham lam, sân hận, si mê, thành tựu giới, định, tuệ.

Hôm nay thời gian đã hết, chúng ta giảng đến đây thôi.

Bài giảng thứ 14

(Giảng ngày 2 tháng 6 năm 1999 tại Hương Cảng, file thứ 15, số lưu trữ: 19-012-0015)

Thưa quý vị đồng học, cùng tất cả mọi người.

Hôm qua chúng ta đọc Cảm ứng thiên, giảng giải đến chỗ người làm việc ác thì "người người đều ghét bỏ, hình phạt, tai họa liền theo sau".

Các bậc hiền thánh xưa cũng như chư Phật, Bồ Tát đều thực sự từ bi, thương yêu bảo vệ chúng sinh. Chúng sinh không tin vào các ngài, tạo tác nhiều nghiệp ác, thật ra chính là vì chẳng có ai dạy dỗ họ. Điều đó trong kinh Vô Lượng Thọ đức Phật đã giảng giải rất rõ ràng: "Tiên nhân bất thiện" (Do người trước không khéo dạy). Không có sự giáo hóa tốt đối với chúng sinh, do đó cũng không nên trách cứ họ.

Trong những hoàn cảnh bất thiện, nếu ai có thể không tạo nghiệp ác, phải nói thật rằng đó là bậc hiền thánh tái sinh hoặc chư Phật, Bồ Tát ra đời, nhất định không thể là phàm phu. Nếu quả thật là phàm phu, có thể khẳng định kẻ ấy nhất định phải tạo nghiệp ác. Cho nên, việc [chúng sinh] tạo nghiệp ác cũng là lẽ tất nhiên. Nhưng người có thể quay đầu hướng thiện, chỉ cần một niệm hồi tâm, chư Phật liền hộ niệm, chư thiên, thiện thần đều hoan hỷ, theo bảo vệ, giúp đỡ, tuyệt đối không trách tội người ấy. Đó gọi là "thiên tâm nhân thuật" (lòng trời đầy nhân ái), sẽ không đem hình phạt áp dụng với người đã hối lỗi. Chúng ta phải tin vào lý lẽ này.

Do đó có thể biết rằng, việc chiêu cảm điều lành, né tránh điều dữ, chính thật chỉ trong thời gian một ý niệm. Thiên đường, địa ngục đều ở ngay trước mắt. Một niệm hiền thiện, thiên đường hiển hiện; một niệm xấu ác, địa ngục hiện tiền.

Cho nên, một người đã biết được lỗi lầm trong quá khứ, biết hối cải, hướng thiện, đem tâm chân thành dứt ác tu thiện, thì tuyệt đối không có lý nào người ấy vẫn phải gặp quả báo xấu ác.

Nói cách khác, nếu người như thế mà vẫn gặp quả báo xấu ác, thì đó là do tâm sám hối không chân thành, đối với lời dạy của thánh hiền vẫn còn nghi ngờ không quyết định. Trong kinh Vô Lượng Thọ dạy rằng, đem tâm hoài nghi niệm Phật cầu sinh Tịnh độ, chẳng phải là không lợi ích, vẫn có lợi ích là được sinh về thế giới Cực Lạc, nhưng phải sinh vào Nghi thành ở vùng biên địa. Cùng một ý nghĩa đó, nếu đem tâm nghi hoặc để dứt ác làm thiện, do tâm nghi hoặc nên sự sám hối không triệt để, vì thế vẫn phải chịu quả báo xấu ác. Bất quá chỉ là quả báo ấy được giảm nhẹ mà thôi. Như tội phải vào địa ngục Vô gián,[1] có thể giảm nhẹ chỉ đọa vào địa ngục Du tăng;[2] tội phải vào địa ngục Du tăng có thể giảm nhẹ chỉ vào địa ngục Cận biên.[3] Nhất định sẽ được giảm nhẹ đến chỗ tốt hơn. Cho nên, chúng ta đối với những lời răn dạy của chư Phật, Bồ Tát, các bậc thánh hiền, điều quan trọng trước nhất là phải đặt niềm tin sâu vững không nghi ngại.

Chúng ta đem tâm bất thiện đối đãi với người khác, ta không tin rằng thế gian này có người hiền thiện, không tin thế gian có người tốt. Cũng vậy, người đời cũng sẽ không tin ta là người hiền thiện, không tin ta là người tốt, cũng cùng một lẽ như vậy mà thôi.

Nhưng thế gian này quả thật có người hiền thiện, quả

---

[1] Địa ngục Vô gián: nơi tội nhân phải chịu hình phạt không có lúc nào dừng nghỉ nên gọi là vô gián. Tên gọi theo phiên âm Phạn ngữ là địa ngục A-tỳ.

[2] Địa ngục Du tăng: địa ngục nhỏ hơn thuộc phạm vi bên ngoài của Bát nhiệt địa ngục. Mỗi địa ngục lớn có 16 địa ngục nhỏ vây quanh, tổng cộng là 128 địa ngục Du tăng. Tội nhân đọa vào các địa ngục này, đi từ nơi này sang nơi khác thì hình phạt khổ não tăng lên gấp bội nên gọi là du tăng.

[3] Địa ngục Cận biên: địa ngục phụ cận, nhỏ hơn, nằm bên ngoài các địa ngục kể trên.

thật có người tốt, hoàn toàn không thể vì mọi người có lòng nghi hoặc mà người ấy không làm người tốt, không giữ tâm tốt đẹp, không có lý nào như vậy.

Chư Phật, Bồ Tát, những người đã thực sự giác ngộ, các ngài đều là những bậc hiền thiện, những người tốt. Dù cho cả thế gian này đều hủy báng, khinh khi hủy nhục, hãm hại các ngài, các ngài vẫn đem tâm chân thành thương yêu đối đãi với chúng sinh. Như thế là hạng người gì? Là người giác ngộ.

Cho nên, giáo dục trong Phật pháp, tâm chân thật trong dạy dỗ, là giúp đỡ hỗ trợ chúng sinh trong việc phá mê khai ngộ, giúp họ đạt được giác ngộ thì đó là của báu. Nhà Phật nói về ba ngôi báu là Tam bảo, giác ngộ chính là Phật bảo. Phật bảo hiện hữu ngay trước mắt, Pháp bảo với Tăng bảo liền tự nhiên theo đó hiện ra. Pháp bảo là sự thấy biết chân chánh. Tăng bảo là sống chung hòa thuận với tất cả chúng sinh, liền theo đó là tương thân tương ái.

Cho nên, quan trọng nhất chính là Phật bảo. Có Tăng bảo, có Pháp bảo, chưa hẳn đã có Phật bảo, nhưng có Phật bảo thì nhất định có Pháp bảo, có Tăng bảo. Vì thế, chúng ta cần phải hết sức nỗ lực hướng theo chư Phật, Bồ Tát mà học tập.

Câu thứ năm [của bản văn] là "cát khánh tị chi" (điều tốt đẹp lánh xa). Người làm việc ác thì tâm xấu ác, lời nói xấu ác, hành vi cũng xấu ác. "Cát khánh" là những điều tốt đẹp, an lành. Người làm việc ác không gặp được sự tốt lành. Điều họ gặp được là hung tai hiểm họa. Chữ "tị" trong phần chú giải giảng hàm ý là cầu mong chẳng được. Người làm ác thì chỗ mong cầu đều không đạt được, không được vừa lòng thỏa ý.

Phần đầu chú giải có những câu ý tứ rất hay, như "thiên đạo vô thân" (đạo trời không có tình riêng). Chữ "thân" ở đây chỉ lòng riêng tư, tình cảm riêng tư, chư Phật, Bồ Tát đều không có, quỷ thần trong trời đất cũng không có. Lại nói "duy thân thiện nhân" (chỉ gần gũi người hiền thiện). Chỉ cần người có tâm thiện, làm việc thiện, chư Phật, Bồ Tát, hàng trời, rồng, thiện thần đều sẽ tự nhiên gần gũi người ấy, đó là ý nghĩa "đồng sinh tương ưng". Kinh Dịch nói: "Vật cùng loài họp nhau thành bầy, người hợp ý phân chia thành phần",[1] cũng là một ý này, nghĩa là ý hướng tương đồng. Chư Phật, Bồ Tát hiền thiện, các vị trời, rồng, thiện thần cũng hiền thiện, khi thấy người nào có tâm hiền thiện thì tự nhiên tương hợp hướng về nhau.

Đối với người làm việc bất thiện thì thật là "như muỗng với vị canh",[2] họ không hoan hỷ với chư Phật, Bồ Tát, các vị thiện thần, mà các ngài cũng không hoan hỷ với việc làm của họ, đó cũng đồng nghĩa như "điều tốt đẹp lánh xa".

Cho nên, một người thực sự giác ngộ là giác ngộ điều gì? Là giác ngộ những điều thiện ác, lợi hại. Chỉ cần thấu hiểu rõ ràng những ý nghĩa đó là quý vị có thể thường xuyên gần gũi các vị thiện thần, liền được chư Phật, Bồ Tát quan tâm đến.

Nếu một người thực sự có thể phát tâm, với nghị lực kiên định sửa chữa lỗi lầm, hoàn thiện bản thân, đó gọi là "cung kỷ thuận thiên" (cung kính thận trọng giữ mình, thuận theo đạo trời). Chữ "cung" ở đây là cung kính, thận trọng, cẩn trọng. Trong "thuận thiên" thì chữ thiên là trời nhưng được dùng để tiêu biểu cho các thiện hạnh. Tu tập mười nghiệp lành mới được sinh về cõi trời, nên chư thiên ở cõi trời đều là những vị có thiện tâm, thiện hạnh, tự nhiên cùng với chư

---

[1] Nguyên bản: 物以類聚，人以群分 (Vật dĩ loại tụ, nhân dĩ quần phân.) Ý nói loài vật cùng loài sống thành bầy đàn, con người hợp chí hướng cũng kết hợp với nhau, nhưng do đó lại phân chia thành các hội, nhóm, tổ chức khác nhau, thành phần khác nhau.

[2] Nguyên bản dùng 格格不入 (cách cách bất nhập), là một thành ngữ chỉ sự khác biệt, hoàn toàn không tương hợp. Chúng tôi dùng cách diễn đạt "như muỗng với vị canh" được mượn từ kinh Pháp cú, cũng nói lên ý nghĩa này, như cái muỗng tuy nằm trong bát canh nhưng không hề nếm biết được vị canh. Người bất thiện dù gặp chư Phật, Bồ Tát cũng vậy, không có chỗ tương hợp.

Phật, Bồ Tát, các vị thiện thần có sự cảm ứng giao hòa. Người như thế luôn gặp được những điều tốt lành, phúc lợi.

Nếu như tâm ý ngược lại với những điều nói trên, trong lòng nghĩ việc ác, nói lời ác, làm việc ác, thì ở thế gian này sẽ có rất nhiều nguy cơ phải chịu hình phạt. Hình phạt thế gian là những chế tài của luật pháp như phân xử, phán quyết, bỏ tù... và còn có rất nhiều sự trừng phạt khác nữa, cần phải hiểu rõ. Người phàm mắt thịt không thấy được, nhưng quỷ thần trong trời đất sẽ tính toán hết [mọi việc xấu ác]. Trong đời quá khứ tu tích được bao nhiêu phước báo, do việc tạo nghiệp ác sẽ bị giảm thiểu; trong quá khứ tu tích được bao nhiêu tuổi thọ, cũng sẽ bị rút ngắn. Những việc tốt đẹp an lành đều sẽ lánh xa, hung tai hiểm họa sẽ thường xảy đến. Người làm việc ác không có cách nào né tránh [quả báo xấu ác], do nghiệp ác chiêu cảm. Điều này quý vị phải hiểu rõ.

Cũng trong đoạn này, phần đầu chú giải nêu ra một chuyện minh họa cho kết quả của sự tu tập, là một câu chuyện xưa. Chuyện này có thật, quả đúng là người thật việc thật. Chuyện kể ngày xưa có một thư sinh tâm hành bất thiện, lời nói việc làm đều ngược lẽ trời, trái với lương tâm. Nhưng anh ta có tài, văn chương tuyệt hảo. Vì thế, đến lúc dự kỳ thi tuyển, quan khảo thí hết sức khen ngợi bài văn của anh ta, liền chấm đỗ. Đến khi niêm yết bảng, ngay lúc ghi tên thì bài thi của anh bỗng nhiên lạc mất, tìm mãi không ra. Do đó, lần ấy anh không có tên trong những người thi đỗ.

Sau khi yết bảng rồi thì tìm thấy bài thi. Tìm thấy ở đâu? Ở ngay trong ống tay áo của quan khảo thí. Ấy là quỷ thần trong trời đất bỡn cợt anh ta. Quan khảo thí có ý đề bạt bài văn này, muốn đưa ra trước nhất nên đặc biệt để riêng trong ống tay áo, nhưng đến lúc khai bảng [không hiểu sao] nó vẫn nằm yên trong đó chẳng rơi ra. Cơ duyên tốt đẹp [mà quan khảo thí muốn dành cho anh ta] vì thế hoàn toàn mất đi.

Xảy ra việc như thế, anh thư sinh vô cùng đau khổ. Quan khảo thí thì đối với anh ta vẫn có cảm tình hết sức tốt đẹp. Về sau, ông quan ấy được thăng chức, vẫn luôn nhớ đến việc đề bạt anh ta và cũng đã có rất nhiều cơ hội. Nhưng cứ mỗi lần cơ hội đến thì đều phát sinh chướng ngại, đều phát sinh những ý tưởng không thuận lợi, khiến cho việc đề bạt anh ta luôn gặp sai sót. Do đó, trong lòng anh ta vướng mắc khó vượt qua. Vì sao có biết bao nhiêu cơ hội tốt đẹp như thế, những cơ hội thật rõ ràng chắc chắn thành tựu, nhưng rồi đột nhiên đều tan biến mất đi? Vì thế mà anh ta buồn khổ uất ức, dần dần sinh bệnh, rồi bệnh nặng, nằm liệt giường đến ba năm liền. Đến một hôm, anh ta bỗng nhiên giác ngộ, hiểu ra rằng mọi điều gặp phải trong quá khứ của mình đều do những việc ác đã làm chiêu cảm sự báo ứng.

Sau khi anh ta thấu hiểu rõ ràng, thật lòng hối cải, căn bệnh liền dần giảm nhẹ. Cuối cùng anh khỏi bệnh. Khỏi bệnh rồi, anh ta lại nỗ lực sửa lỗi, hoàn thiện bản thân, suốt đời làm thiện.

Những thư sinh ngày xưa, chúng ta ở đây đều biết, dù họ có tâm bất lương, có hành vi hết sức xấu ác, nhưng rốt cuộc cũng đều đã từng được trải qua sự dạy dỗ trong gia đình, sự răn dạy của thầy. [Vì thế], tuy có nhất thời mê đắm năm món dục trong sáu trần cảnh, tạo tác nghiệp ác, nhưng khi phải chịu nhiều khổ não rồi liền có khả năng tỉnh ngộ, nhận biết.

Người thời nay tạo tác nghiệp ác, đến chết cũng không tỉnh ngộ là vì sao? Vì không có hạt giống giác ngộ. Người xưa [dù tạo ác] cũng vẫn còn sẵn có hạt giống giác ngộ. Quý vị nói xem, người thời nay thật rất đáng thương, hoàn toàn không có hạt giống giác ngộ!

Các bậc cổ đức khích lệ chúng ta rằng, trong trời đất sẵn có phúc lộc. Nói theo ngôn ngữ hiện đại thì bao nhiêu tài nguyên của cải trong môi trường tự nhiên chính là phúc lộc của trời đất. Nếu chúng ta không giữ gìn thiện tâm thiện hạnh, chuyên cần phấn đấu nỗ lực tu dưỡng tự thân, chúng ta sẽ không được dự phần thụ hưởng những tài nguyên của cải đó.

[Ví như] quý vị trong đời này không tu tập, đời trước có tu tích nhiều phước báo, vì thế hiện nay được hưởng phần phúc lộc, tôi gọi đó chỉ là sự hưởng thụ vật chất. Nói thật ra, ngày nay nếu nói đến đời sống tinh thần thì hoàn toàn không có. Ai là người hiểu được về đời sống tinh thần? Nói đến đời sống tinh thần hiện tại, mọi người đều cho đó là những chốn ăn chơi hoan lạc, đi xem ca nhạc, xem múa hát, vui chơi cuồng loạn, thế mà gọi là đời sống tinh thần sao? Từ nơi ma túy, từ nơi chất kích thích, có hiểu được đời sống tinh thần chăng? Đời sống tinh thần là phải có sự văn minh cao độ, là sự tu dưỡng cao độ mới có thể thấu hiểu được, thể hội được. Ngày nay chỉ thấy toàn là đời sống vật chất. Quý vị nếu có đạt được rồi cũng chẳng làm nên sự nghiệp gì lợi ích cho xã hội, cho chúng sinh. [Người xuất gia như vậy] không tiêu hóa được [hạt cơm tín thí]. Điều này người xưa đã giác ngộ được, đã thể hội được.

Trong kinh điển đức Phật giảng giải điều này hết sức rõ ràng, hết sức sáng tỏ: "Thí chủ nhất lạp mễ, đại như Tu-di sơn. Kim sinh bất liễu đạo, phi mao đái giác hoàn." (Một hạt gạo [cúng dường] của thí chủ lớn như núi Tu-di. Đời này không đắc đạo, [đời sau] phải mang thân súc sinh để đền trả.) Quý vị cho rằng làm người xuất gia chỉ để được no cơm ấm áo? Cứ xem đi xem lại trong kinh Phát khởi Bồ Tát thù thắng chí lạc[1] thì quý vị có thể hiểu rõ. Chỉ có điều, kinh ấy nằm trong Đại Tạng Kinh, chẳng ai xem đến.

---

[1] Phát khởi Bồ Tát thù thắng chí lạc kinh (發起菩薩殊勝志樂經), còn có tên là Di-lặc Bồ Tát sở vấn kinh (彌勒菩薩所問經), hiện tìm thấy trong Đại Chánh tân tu Đại tạng kinh thuộc kinh Đại Bảo Tích, quyển thứ 91 và 92, với tên gọi là Phát thắng chí lạc hội (發勝志樂會), hội thứ 25. (Đại Chánh Tạng, Tập 11, kinh số 310)

Đức Phật không chỉ giảng trong một bộ kinh, mà việc này được Phật giảng giải rất nhiều lần, trong rất nhiều bộ kinh. Quý vị không đọc qua Đại Tạng Kinh, quý vị làm sao biết được?

Tôi xem trong Đại tạng Kinh, trích thuật một phần, mang ra giảng giải qua mấy lượt, cũng đã cho in ấn xuất bản [thành sách Phát khởi Bồ Tát thù thắng chí lạc kinh giảng ký] cúng dường đại chúng. Liệu có bao nhiêu người qua những lời răn dạy trong đó mà có thể tỉnh ra, có thể giác ngộ? [Những lời dạy trong kinh] rất đáng để chúng ta tự mình phản tỉnh, rất đáng để chúng ta học tập, thật lòng sám hối, sửa chữa lỗi lầm, hoàn thiện bản thân, mỗi giây mỗi phút đều tự mình cảnh tỉnh kiêng sợ, không dám quay lại tạo nghiệp xấu ác.

Chúng ta phải học theo chư Phật, Bồ Tát, lấy tâm chân thành đối đãi với người khác, bất kể đó là hạng người nào. Dù là kẻ có nợ nần thù oán với mình, cũng lấy tâm chân thành đối đãi, không khác chư Phật, Bồ Tát. Đem tâm chân thành từ bi hoàn toàn bình đẳng đối đãi với hết thảy chúng sinh. Những chúng sinh nào có duyên [với ta] đều sẽ tiếp nhận, những chúng sinh nào không có duyên sẽ không tiếp nhận.

Những người nào là có duyên? Là những người có thiện tâm. Người có thiện tâm, thiện hạnh sẽ tiếp nhận, tiếp nhận lòng từ bi của chư Phật, Bồ Tát. Người có tâm xấu ác, người làm việc ác, sẽ chê bai bác bỏ lòng từ bi của chư Phật, Bồ Tát. Đó không phải do chư Phật, Bồ Tát không từ bi, không phải chư Phật, Bồ Tát không thương yêu bảo vệ, chỉ do người ấy chê bai bác bỏ, người ấy không tiếp nhận. Tuy người ấy chê bai, bài xích, không tiếp nhận, nhưng tâm thương yêu chân thành của chư Phật, Bồ Tát, lòng từ bi của chư Phật, Bồ Tát đối với người ấy vẫn không giảm thiểu chút nào. Chúng ta học Phật phải từ chỗ này mà học.

Hôm nay thời gian đã hết, chúng ta giảng đến đây thôi.

Bài giảng thứ 15

(Giảng ngày 3 tháng 6 năm 1999 tại Hương Cảng, file thứ 16, số lưu trữ: 19-012-0016)

Thưa quý vị đồng học, cùng tất cả mọi người.

Bây giờ chúng ta xem tiếp câu thứ tám và thứ chín:[1] *"Ác tinh tai chi, toán tận tắc tử."* (Ác tinh chiếu vào gây họa, tính toán hết thì phải chết.) Phần cuối cùng là tổng kết ý nghĩa cả đoạn.

Quỷ thần trong trời đất giám sát việc người đời tạo nghiệp thiện hay ác, nặng hay nhẹ. Trong Cảm ứng thiên nói về sáu loại quả báo.[2] Đó là sáu loại quả báo lớn, trong mỗi loại ấy lại có sự phân chia hết sức phức tạp, hết sức rắc rối. Câu thứ tám nói về *"ác tinh tai chi"* (ác tinh chiếu vào gây họa), ý nghĩa hết sức sâu rộng.

Phần chú giải giảng rằng "ác tinh" là các vì sao, tinh tú, cũng là đồng loại với các vị thiên thần, ta thường gọi họ là thiên thần ác sát hay hung thần. Các vị này là thần chưởng quản hết thảy các loại tai họa, ách nạn trong chốn nhân gian. Các vị chuyên việc tạo ra các hung tai ách nạn để trừng phạt người làm việc ác. Những vị này có thể thuyết giảng giáo pháp thông suốt, nhưng đối với ý nghĩa thì họ không hiểu được trọn vẹn.

Con người với các vì tinh tú ấy có quan hệ gì? Người thời

---

[1] Chỗ này bản Trung văn chép nhầm là thứ sáu và thứ bảy (第六句跟第七句). Chúng tôi căn cứ nội dung phía trước và phía sau để điều chỉnh cho đúng.

[2] Sáu loại quả báo ở đây chỉ sáu vấn đề người làm ác phải gánh chịu được nêu trong câu đang giảng: "Toán giảm tắc (1) bần hao, (2) đa phùng ưu hoạn, (3) nhân giai ố chi, (4) hình họa tùy chi, (5) cát khánh tị chi, (6) ác tinh tai chi".

nay đối với chuyện này có thể nói là hoàn toàn xem nhẹ, không suy xét kỹ. Trong nền giáo dục cổ đại của Trung quốc, đặc biệt là trong Phật giáo, Phật pháp dạy rằng, xét đến chỗ rốt cùng thì hết thảy chúng sinh trong các pháp giới cùng khắp hư không, bao quát hết các vị thiên địa thần minh, cùng với tự thân chúng ta đều là một thể thống nhất, tương quan mật thiết với nhau. Trong Phật pháp gọi đó là pháp thân, là lý thể, sao có thể không tương quan? Chẳng những tương quan, mà còn là quan hệ hết sức mật thiết với nhau.

Con người sinh ra trong thế gian này, mỗi một sát-na không ngừng sinh diệt, không một niệm dừng nghỉ. Trong kinh điển đức Phật giảng giải với chúng ta rất rõ. Hư không từ đâu đến? Thế giới từ đâu đến? Chúng sinh từ đâu đến? Sự sống từ đâu đến? Hết thảy những hiện tượng đang diễn ra đó là gì? Trong kinh điển đức Phật dạy rằng, đó đều là những vấn đề quan trọng. Ngài mang những ý nghĩa ấy, những sự thật ấy, giảng giải từng phần cho chúng ta, rất rõ ràng, rất sáng tỏ, giúp chúng ta đối với chân tướng của vũ trụ, nhân sinh đều có thể giác ngộ thấu triệt. Người giác ngộ rồi gọi là Phật, Bồ Tát. Người chưa giác ngộ gọi là phàm phu. Phàm phu so với chư Phật Bồ Tát chỉ là mê muội khác với giác ngộ mà thôi, trừ ra điều đó thì không có gì khác biệt.

Quỷ thần trong trời đất, các vị ác tinh, thảy đều là chúng sinh, do các duyên hòa hợp mà sinh ra. Chúng ta hiểu rõ được [thì biết] hết thảy đều biến hiện từ một niệm trong tự tánh. Phật pháp gọi là: "Nhất thiết pháp duy tâm tưởng sinh." (Hết thảy các pháp đều từ tâm tưởng sinh ra.) Chúng ta cần phải ghi nhớ điều này.

Cho nên, hết thảy các pháp đối với chúng ta đều có quan hệ mật thiết. Chúng ta khởi tâm động niệm, một niệm hiền thiện thì cảnh giới cũng hiền thiện tốt lành. Cảnh giới là môi trường, hoàn cảnh sống của ta. Kinh điển Đại thừa thường dạy: "*Y báo tùy trước chánh báo chuyển.*" (Y báo tùy theo chánh báo mà thay đổi.) Một người tu tâm thiện, làm việc thiện, hoàn cảnh sống của người ấy liền được tốt đẹp. Một người khởi tâm ác, làm việc ác, hoàn cảnh sống của người ấy liền xấu ác, chướng ngại đến với người ấy rất nhiều. Điều này cũng giống như ý nghĩa đang giảng ở đây. Cho nên, thiện cùng thiện tương ưng, ác với ác chiêu cảm.

Quan niệm của người Trung quốc đối với hiện tượng tinh tú so ra có chút khác biệt. Người Trung quốc xem trọng thuyết ngũ hành, bát tự, xem trọng những điểm này. Người Tây phương đối với hiện tượng tinh tú cũng hết sức xem trọng. Nếu người Trung quốc mê tín thì người Tây phương cũng mê tín vậy. Cả hai bên đều đoán số mạng, cả hai bên đều có thuật chiêm bốc, bói toán. Nhưng Tây phương đoán số mạng, bói toán, phần lớn dựa vào hiện tượng tinh tú, [gọi là chiêm tinh]. Người Trung quốc đoán số mạng, bói toán chủ yếu dựa vào thuyết bát quái trong Kinh Dịch. Tuy vừa nhìn qua có vẻ như rất khác biệt nhau, nhưng trong thực tế lại giống nhau, vì hiện tượng tinh tú đối với chúng ta quả thật có quan hệ.

Khi tôi ở Singapore, có vị đồng tu mang tặng một quyển sách tiên tri. Người ấy nói quyển sách này là do một đứa con đi du lịch ở Moscow (Mát-xcơ-va), tình cờ phát hiện trong một tiệm sách liền mua về. Sách này là của một nhà tiên tri Tây phương, người Pháp, sống hồi thế kỷ 16, tên là Nostradamus (Nặc-tra Đan-mã-tư).[1] Những lời tiên tri của ông này hết sức nổi tiếng trên thế giới. Ông cũng căn cứ vào các hiện tượng tinh tú. Ông Nostradamus học thức rất uyên bác. Người Trung quốc thường nói đến khả năng siêu nhiên, Nostradamus có khả năng siêu nhiên rất mạnh mẽ, có thể quan sát thấy được những việc trong tương lai. Ông ấy sống vào thế kỷ 16, cách chúng ta khoảng 500 năm. Từ 500 năm

---

[1] Nostradamus, tên đầy đủ là Michel de Nostredame, bác sĩ và là nhà tiên tri người Pháp, sinh năm 1503, mất năm 1566.

trước, ông đã suy luận và tiên tri rằng vào tháng 7 năm 1999, thế giới sẽ có một tai kiếp rất lớn. Ông nói rằng nhân loại sẽ bị hủy diệt.

Quyển sách này được chuyển dịch rất tốt, phần bình luận cũng khách quan, chính xác. Nhưng cho dù ông ấy có khả năng siêu nhiên và hết sức tinh thông khoa chiêm tinh, đã từng đưa ra những lời tiên tri hầu như đã đạt độ chính xác đến 99%, như vậy là quá giỏi, nhưng trong đó vẫn còn 1% không chính xác. Nếu như tháng 7 năm nay không có gì xảy ra, thì đó chính là 1% ông ấy đoán không chính xác. Phần bình luận cho biết ông ta theo đạo Cơ Đốc, nên tư tưởng, kiến giải của ông phải chịu sự hạn chế trong truyền thống đạo Cơ Đốc, không có cách gì vượt qua.

Đạo Phật không nói theo cách đó. Đạo Phật dạy rằng kiếp nạn có thể hóa giải được, trong khi đạo Cơ Đốc nói rằng kiếp nạn nhất định không thể hóa giải, bất kể con người có tư tưởng như thế nào, bất kể hành động ra sao, đều không thể làm thay đổi mạng số. Theo tư tưởng của họ thì con người nhất định phải vâng theo vận mạng đã định trước. Họ đưa ra một ví dụ, như một vở kịch đang diễn trên sân khấu. Tuy vở kịch chưa kết thúc, nhưng kịch bản đã được viết xong trước đó rồi, nên nhất định [diễn viên] phải y theo kịch bản mà diễn.

Theo tư tưởng đạo Cơ Đốc, hết thảy chúng sinh trong thế gian này đều phải sống theo một "kịch bản" sẵn có, không có khả năng thay đổi được bất cứ điều gì. Điều này cũng giống như trong sách Liễu Phàm tứ huấn, Khổng tiên sinh đoán vận mạng cho Viên Liễu Phàm, nói rằng ông ấy suốt đời không có cách gì thay đổi. Đó là kiểu tư tưởng "Nhất sinh giai thị mạng, bán điểm bất do nhân." (Việc trong một đời đều do vận mạng, chẳng có gì do người định đoạt.)

Nhưng rồi Liễu Phàm gặp thiền sư Vân Cốc, được ngài

một phen khai thị, ông liền hiểu rõ. Trước đó ông chỉ nghĩ rằng vận mạng đã định sẵn. Nhưng ai định sẵn? Ông không đặt ra câu hỏi đó. Vận mạng suốt một đời mình lại do người nào sắp đặt trước? Nếu có sự suy ngẫm sâu xa, nhất định sẽ hiểu ra. Vận mạng không thể do thần quyết định. Nếu như thần quyết định vận mạng của người, vậy người làm việc ác [là do thần quyết định], sao thần lại phải trừng phạt? Như vậy chẳng phải thần tự làm khó hay sao? Còn nếu thần viết "kịch bản", sao không viết ra kịch bản tốt đẹp, lại viết những kịch bản thật xấu xa độc ác? Thần như thế chẳng phải thần thông minh, thật là thần hồ đồ.

Chúng ta cần hiểu rõ được ý nghĩa này. Vận mạng là do chính mình tạo ra. Phật pháp dạy điều này rất hữu lý. Vận mạng là do chúng ta từ nhiều kiếp trước đến nay tạo tác các việc thiện ác, chiêu cảm những quả báo tai họa hay phúc lành mà thành. Cho nên, bài văn Cảm ứng thiên trong phần trước chẳng phải đã nói rõ rồi sao? Chỉ cần chúng ta biết quay đầu, dù trong quá khứ đã tạo nhiều nghiệp ác, chỉ cần thực sự quay đầu, thật lòng sám hối. Quỷ thần trong trời đất tuyệt đối không trừng phạt người đã hối lỗi, người đã thật lòng sám hối sửa lỗi.

Ý nghĩa này hết sức thâm sâu, quý vị phải thật lòng tin tưởng, thực sự nhận hiểu, sửa chữa lỗi lầm, tự hoàn thiện bản thân, chuyển họa thành phúc, chỉ trong khoảnh khắc là có thể làm được.

Cho nên, Nostradamus đã thấy ra được một sự thật. Sự thật ấy có hay không? Hoàn toàn có thể có. Ông ấy đã nhìn nhận đúng thật, không hề sai lầm. Chỉ có điều là sự thật ấy có thể thay đổi được. Nếu như Nostradamus được đọc qua kinh Phật, tiếp nhận được giáo lý nhà Phật, cách nhìn của ông ta sẽ không như thế, không thể cứng nhắc ở quan điểm vận mạng không thay đổi.

Hôm nay giảng đến câu "ác tinh tai chi" (ác tinh chiếu vào gây họa), tôi đưa ra quyển sách này. Trong sách xác định rằng trong khoảng thời gian tháng 7, tháng 8 năm nay có một hiện tượng tinh tú hết sức kỳ quái, điều này trong quá khứ chưa từng có. Trong sách giảng giải về điều này rất nhiều, phân tích rất chi tiết. Chín hành tinh lớn trong Thái dương hệ, tính gồm cả mặt trời là 10 tinh cầu. Hiện tại chúng ta đã dùng máy điện toán để tính ra được rằng, vào ngày 18 tháng 8 năm nay, [10 tinh cầu này sẽ] xếp hàng thành một hình thập tự giá giữa không gian. Hiện tượng này vô cùng hy hữu, rất khó xuất hiện. Các chiêm tinh gia cho rằng đó là hiện tượng cực kỳ xấu, là ác tinh soi vào gây họa.

Hiện tượng ấy xuất hiện khiến cho địa cầu này phải chịu tai nạn lớn, đó là nói theo người Tây phương. Từ trường của Thái dương hệ, do cách sắp xếp của các tinh cầu như vậy mà tạo thành một từ trường cực kỳ hủy hoại, cực kỳ xấu. Môi trường sống trên địa cầu của chúng ta sẽ chịu ảnh hưởng rất lớn. Đó là những ảnh hưởng về khí hậu, ảnh hưởng rất lớn về việc nhiễu sóng vô tuyến, cũng có khả năng dẫn phát những cơn địa chấn, những cơn bão lớn, nhưng không thể biết được vào thời điểm nào thì xuất hiện loại tai nạn nào.

Từ trường xấu đó cũng sẽ ảnh hưởng đến con người, ảnh hưởng đến tư tưởng, cảm xúc, vì trong từ trường đó tinh thần con người không ổn định, tỏ ra nóng nảy bức bối, rất dễ nổi nóng. Con người trong trạng thái đó rất dễ dàng thay đổi, rất dễ dàng phản ứng với tình huống. Nếu như với các vị lãnh đạo quốc gia, trong trạng thái như vậy, thần trí không sáng suốt tỉnh táo, rất dễ dàng nổi giận, chỉ một chút không hài lòng là phát động chiến tranh hạt nhân thì tai họa như thế là rất lớn.

Chúng ta có thể hiểu được, điều này rõ ràng là sự thật. Ví như chúng ta đến một nơi nào, hoặc vào một căn phòng nào đó, trong những nơi ấy có bầu khí hết sức không tốt, sau khi ta đến đó rồi liền cảm thấy vô cùng khó chịu, rùng mình sởn ốc. Người nước ngoài gọi đó là từ trường, người Trung quốc gọi là khí. Vào thời điểm đó, Thái dương hệ có bầu khí rất xấu, có từ trường rất xấu, rất dễ xảy ra chuyện. Nostradamus xác định tai nạn này xảy ra vào một thời điểm, vậy ngày tháng ông xác định đó là dựa vào điều gì? Dựa vào hiện tượng các tinh cầu mà xác định. Chỉ có điều hiện tượng tinh tú đó rốt cùng đối với chúng ta ảnh hưởng nhiều hay ít, đến mức nào thì các khoa học gia hiện nay, thậm chí cả phương pháp chiêm tinh của phương Tây, đều không có cách gì để tính toán được. Nhưng tất cả đều thừa nhận rằng đó là một hiện tượng cực kỳ xấu. Vậy thì họ cũng gần như công nhận rằng, rốt cùng sẽ có nhiều sự nguy hại rất lớn, đến nỗi chẳng ai dám nói ra.

Ông Nostradamus khẳng định rằng đó là một kiếp nạn rất lớn, rằng có "Khủng bố Đại vương từ trên trời hạ xuống". Ông nói rằng thế giới này từ trước chưa từng có một kiếp nạn như vậy.

Người học Phật chúng ta nghe qua những chuyện ấy rồi, đề cao cảnh giác, nhưng không bi quan như họ, không có cảm xúc tiêu cực. Chúng ta tích cực, chúng ta nỗ lực dứt ác tu thiện, từ trong tâm chân thành sám hối, tu tập niệm Phật tốt hơn nữa. Việc dứt ác tu thiện nhất định phải làm cho đến mức không tranh giành với người khác, không mong cầu trong đời sống. Phải dứt trừ được lòng ái dục, dứt trừ sự ham muốn, tức là hết thảy những thứ mà ta ưa thích. Hai thứ dục vọng đó đoạn trừ được rồi, tâm trí quý vị sẽ sáng suốt, sẽ đạt được giác ngộ, sẽ có đủ năng lực để ứng phó với tai kiếp lần này.

Tôi có [hướng dẫn] một đạo tràng nhỏ ở Brisbane, Australia. Hôm qua tôi thông báo sang bên ấy, bảo họ tích cực chuẩn bị các khóa tu chuyên tâm niệm Phật: đả Phật thất, kết thất niệm Phật, cũng là 24 giờ mỗi ngày không gián đoạn. Đạo tràng ấy phạm vi không lớn, tôi đề nghị giới hạn trong 48 người, vì không gian chỉ đáp ứng được vậy thôi. 48 người niệm Phật, niệm trong 49 ngày, luân phiên liên tục ngày đêm không gián đoạn. Người ngoài cũng có thể tham gia, nhưng trước hết phải ghi danh.

Hiện nay trong xã hội này, mọi người đều có công việc hết sức bận rộn, bề bộn. Việc gác bỏ hết mọi việc để niệm Phật liên tục trong 49 ngày không phải chuyện dễ dàng. Cho nên, trong pháp hội niệm Phật 49 ngày ở Australia, chúng tôi mở thoáng ra một điểm, không nhất thiết phải hạn chế nghiêm ngặt thời gian. Mỗi người có thể tham gia một tuần cũng tốt, hai tuần cũng tốt, nếu tham gia được trọn khóa tu tất nhiên là tốt nhất. Chúng ta có thể cho đăng ký trước, nếu như quá đông người, chúng ta có thời gian dễ dàng phân phối, sao cho ở Niệm Phật Đường mỗi ngày đều có từ 48 người trở lên, không để ít hơn 48 người.

Đạo Phật dạy rằng, muốn tiêu trừ tai ương, tránh khỏi ách nạn, thì niệm Phật là pháp môn thù thắng nhất. Chúng sinh nghiệp chướng hết sức nặng nề, trong Phật pháp có 84.000 pháp môn, bất kỳ pháp môn nào cũng đều không đủ hiệu quả, nên hết thảy đều không cứu vớt được chúng sinh. Cuối cùng, chỉ có pháp môn niệm Phật là có thể giúp chúng sinh thoát khỏi nguy nan. Chúng sinh y theo pháp môn niệm Phật có thể được độ thoát, nên trong đạo Phật thì niệm Phật là pháp môn thù thắng nhất. Vì thế, hết thảy chư Phật Như Lai trong khắp mười phương thế giới đều tán thán đức Phật A-di-đà, tôn xưng Phật A-di-đà là "quang trung cực tôn, Phật trung chi vương" (hào quang tôn quý nhất, bậc nhất trong chư Phật), ý nghĩa là ở đó.

Hôm nay chúng ta đọc đến một câu [trong Cảm ứng

thiên], nghĩ đến việc rất nhiều chiêm tinh gia Tây phương đã nói với chúng ta, trong năm nay, ngày 18 tháng 8, các tinh cầu trong Thái Dương hệ sẽ xếp thành hàng, đó là một kiếp nạn đang bày ra. Ngày tháng ấy đối với chúng ta đã cận kề lắm rồi, chúng ta nên có sự cảnh tỉnh, kiêng sợ, biết rằng từ trường của Thái Dương hệ đích thực sẽ có ảnh hưởng đến chúng ta. Chỉ những người có công phu thiền định thâm hậu, thực sự đã đạt được định lực và trí tuệ thì mới không chịu ảnh hưởng. Nếu không phải người thực sự có đủ định tuệ thì không một ai là không chịu ảnh hưởng.

Hôm nay thời gian đã hết, chúng ta giảng đến đây thôi.

Bài giảng thứ 16

(Giảng ngày 4 tháng 6 năm 1999 tại Hương Cảng, file thứ 17, số lưu trữ: 19-012-0017)

Thưa quý vị đồng học, cùng tất cả mọi người.

Hôm qua chúng ta xem đến câu thứ chín trong Cảm ứng thiên: "Toán tận tắc tử." (Tính toán giảm hết thì phải chết.) Bốn chữ trong câu này tổng kết trước đó đã nói về việc "thiên địa hữu ty quá chi thần" (trong trời đất có thần chủ trì việc xét lỗi), xét theo việc người đời làm ác nặng hay nhẹ mà tăng giảm sự trừng phạt. Trước đó nói sáu câu, đến câu này tổng kết lại, khi "toán tận" (tính toán giảm hết) thì người phải chết.

Câu này quả thật Thái Thượng đã đem tâm lão bà từ bi để khó nhọc răn dạy chúng ta, vì chúng ta đưa ra một lời cảnh báo. Tập khí xấu ác của chúng sinh quá sâu nặng, điều này chúng ta phải tự mình tỉnh giác, quay lại soát xét mới có thể hiểu được sâu xa, thấy rõ ràng những lỗi lầm khiếm khuyết của mình, hết lòng nghĩ đến việc cải hối, sửa chữa, dù là sửa không được. Nhưng sửa không được thì cuối cùng chỉ có mỗi một con đường chết, mà là chết cực kỳ bi thảm, sau khi chết nhất định phải đọa vào ba đường ác.

Vì sao vậy? Chỉ cần chúng ta lưu tâm tự xét kỹ, trong một đời này, thậm chí chỉ một ngày hôm nay, từ sáng đến tối, hoặc trong 24 giờ, chúng ta khởi tâm động niệm, được bao nhiêu ý niệm hiền thiện, có bao nhiêu ý niệm xấu ác? Chúng ta nói năng, hành động, được bao nhiêu việc thiện, còn những việc xấu ác nhiều đến bao nhiêu? Nếu không tự mình phản tỉnh thì không biết được. Lặng lẽ phản tỉnh suy xét rồi sẽ hiểu được rõ ràng.

Đức Phật dạy ta hành trì hai thời công phu sớm tối, tôi đã giảng rất nhiều về điều này. Thời công phu lúc sáng sớm là để nhắc nhở chúng ta khởi tâm tự phản tỉnh. Chúng ta đọc lên mỗi đoạn kinh văn, tự mình tu tập theo ý nghĩa được dạy trong kinh, khởi tâm tỉnh giác trong suốt ngày hôm đó, mỗi lúc khởi tâm động niệm, nói năng hành động, đều phải lấy lời dạy trong kinh làm tiêu chuẩn noi theo. Thời công phu buổi tối là để chúng ta tự phản tỉnh, suy xét trong ngày hôm đó ta đối với những lời Phật dạy đã làm được hay chưa? Nếu đã làm được, càng phải cố gắng nhiều hơn. Nếu chưa làm được, ngày mai nhất định sẽ gắng sức làm. Đó là ý nghĩa đích thực của hai thời công phu sớm tối.

Chúng ta tu tập theo pháp môn Tịnh độ, thời công phu sáng tụng đọc 48 lời nguyện trong kinh Vô Lượng Thọ. Trong 48 lời nguyện này có đầy đủ ý nghĩa lý luận, có nêu lên sự tướng, có phương pháp tu học, có [xưng tán] cảnh giới, chính là tâm lượng lớn lao, đại nguyện rộng khắp của đức Phật A-di-đà. Chúng ta mỗi sáng sớm tụng đọc đoạn kinh văn này, phải học tập noi theo đức Phật A-di-đà, học tập theo tâm lượng lớn lao của ngài, theo đại nguyện rộng khắp của ngài. Chúng ta thực hành xong thời công phu sáng, tụng niệm xong đoạn kinh văn đó rồi, đã phát tâm [được như thế] hay chưa? Nếu như tâm nguyện của ta so với những lời tụng niệm trong kinh hoàn toàn không phù hợp thì chỉ uổng công tụng kinh, thời khóa công phu đó xem như vô ích.

Thời công phu tối, chúng ta tụng đọc từ phẩm thứ 32 đến phẩm thứ 37 [trong kinh Vô Lượng Thọ]. Phần kinh văn này giảng giải những gì? Đó là năm giới và mười nghiệp lành. Chúng ta phải chú tâm tự suy xét kỹ, trong suốt một ngày qua đã khởi tâm động niệm, nói năng hành động như thế nào, so với lời Phật dạy có phù hợp hay không? Nếu không phù hợp, đó là ta đã làm việc xấu ác, tạo nghiệp tội. Làm ác tạo nghiệp thì niệm Phật sao có thể vãng sinh?

Cho nên, công phu niệm Phật của chúng ta không đạt hiệu quả chính là do ở điểm này. Mỗi ngày dường như đều tụng niệm công phu sáng tối, thật ra chẳng có gì, chỉ là hình thức, chỉ là làm ra dáng như thế mà thôi, thực chất chẳng được gì. Nếu quý vị thực sự hành trì hai thời tụng niệm sớm tối, thì công phu tu tập sẽ tăng tiến vượt bậc, nền tảng sự nghiệp tu tập sẽ vững chắc, quý vị tự mình cảm nhận được sự hộ niệm của chư Phật, sự ủng hộ của các vị trời, rồng, thiện thần. Không cần phải hỏi nơi người khác, tự mình có thể cảm nhận được.

Trong thời đại này, mọi người đều biết là sẽ có kiếp nạn lớn lao xảy đến, nhưng kiếp nạn ấy do đâu mà có? Là do lòng người đi ngược lẽ thường. Thế nào là lẽ thường? Là vâng theo năm giới với mười nghiệp lành. Phạm vào năm giới với mười nghiệp lành là trái ngược lẽ thường. Trái lẽ thường sẽ gặp phải nạn tai hung hiểm, thuận lẽ thường thì được phước báo an lành. Ý nghĩa này trong kinh Phật giảng giải rất rõ ràng, Cảm ứng thiên cũng nói đến hết sức thấu triệt. Kinh Phật là do bậc thánh nhân từ thời cổ đại Ấn Độ giảng dạy, Cảm ứng thiên là do bậc thánh hiền Trung quốc nói ra. Chúng ta cũng có thể xem đây như những lời tiên tri của thời cổ đại để xem xét đối chiếu.

Những lời tiên tri này đều dựa trên cơ sở lý luận. Mọi điều lành hay dữ, họa hay phúc quả thật có thể thay đổi chỉ trong một ý niệm. Một ý niệm đó sẽ tạo ra sự chuyển biến như thế nào của ta. Nếu như vẫn tiếp tục tạo nghiệp [ác], tiếp tục giữ tâm bất thiện thì quả đúng là như lời Phật dạy: "Biển nghiệp mênh mang, biển khổ không cùng." Biển nghiệp là do chính ta tạo ra, biển khổ là quả báo ta phải nhận lãnh. Tuy vậy, còn lại được một chút phước báo từ đời quá khứ, ta lại mải mê tận hưởng, trong đời sống thường ngày không biết tu tích thêm phước đức, cho dù có được nhiều phước báo lớn, liệu có thể hưởng thụ được bao lâu?

Đại sư Ấn Quang suốt một đời luôn dạy người tu tích phước đức, gặp ai cũng dặn dò. Lúc ăn cơm phải giữ lòng thanh tịnh, dù một hạt cơm cũng không để thừa, cũng không bỏ phí, đó là tu tích phước đức. Tự mình có miếng cơm ăn, phải nhớ nghĩ đến người khác, trên thế gian này vẫn còn biết bao người gặp khó khăn không có cơm ăn. Lúc mặc y phục vào cũng phải giữ tâm thanh tịnh, mặc vào ngay ngắn chỉnh tề, đó là tu tích phước đức. Y phục dù rách nát cũng chẳng hề gì, có thể vá lại, chỉ cần giặt cho sạch sẽ, chủ yếu có thể che thân, có thể giữ ấm là tốt rồi. Trên thế gian này vẫn còn rất nhiều người khó khăn không có đủ y phục che thân.

Trong lòng phải thường nhớ nghĩ đến hết thảy chúng sinh, hơn nữa còn phải hết lòng hết sức giúp đỡ, hỗ trợ cho hết thảy chúng sinh. Thường giữ được tấm lòng như thế, đó là lòng lành. Trong cuộc sống hằng ngày cũng phải thường lưu tâm giữ ý, người tu hành chân chính, dù một mảnh giấy cũng không hoang phí, xé bỏ, [nghĩ đến người] làm ra khó khăn vất vả. Cho dù ngày nay khoa học kỹ thuật phát triển [làm ra dễ dàng hơn], cũng vẫn phải kiêng dè không được lãng phí. Vật dụng gì có thể tiết kiệm được, phải hết sức tiết kiệm thì phước báo còn lại từ đời trước có thể được hưởng mãi không hết. Nếu tùy tiện hoang phí thì phước báo không bao lâu sẽ hưởng tận.

Hưởng tận phước báo rồi, dù tuổi thọ còn vẫn phải chết. Vì sao vậy? Vì không có phước báo. Phước báo hết thì mạng người phải mất. Ví như quý vị có tuổi thọ được trăm năm, nhưng phước báo chỉ hưởng được trong 60 năm, vậy thì 60 tuổi quý vị phải chết. Ngược lại, nếu quý vị có tuổi thọ được 60 năm, nhưng suốt một đời tu tích phước đức, đến 60 tuổi vẫn chưa hưởng hết phước báo, tuổi thọ của quý vị sẽ được kéo dài, cho đến khi hưởng hết phước báo tu tích được trong đời này.

Nói thật ra, người đời nay được hưởng chút phước báo nào cũng chỉ là từ đời quá khứ còn thừa lại. Trong đời này họ chỉ toàn hưởng phúc, không hề tu phúc. Những ý nghĩa đó, người đời hiện nay không mong cầu được nghe. Nếu giảng giải với họ, chưa hẳn họ đã chịu tin.

Người học Phật thường tiếp xúc với kinh sách, lời dạy của các bậc thánh nhân, đối với những điều lý luận, chân tướng sự thật, đều có được nhiều cơ hội nghe biết, vì sao không thay đổi sửa lỗi được? Vì chịu ảnh hưởng của hoàn cảnh xã hội, đại đa số người đời đều không tin, cho rằng những điều chư Phật, Bồ Tát giảng dạy chưa hẳn đã là chân thật. Cho nên, chính tôi đã thấy rất nhiều người học Phật, với thái độ hoài nghi ôm ấp trong lòng mà học Phật. Do đó, dù được nghe giảng rõ ràng, sáng tỏ, thấy được cảnh giới hiện tiền, nhưng rồi vẫn buông xuôi theo hoàn cảnh chung quanh mà lưu chuyển, không quay đầu lại được. Phật dạy: "Hồi đầu thị ngạn" (Quay đầu là bờ), những người này không quay đầu lại được, cho nên "toán tận tắc tử" (tính toán hết thì chết), mà sau khi chết còn phải chịu tai ương. Tai ương đó là phải luân chuyển trong ba đường ác: địa ngục, ngạ quỷ và súc sinh. Ba đường ác đó rơi vào rất dễ, thoát ra mới cực kỳ khó khăn.

Tuyệt đối không được nói rằng chết là hết. Sau khi chết vì sao vẫn là chưa hết chuyện? Vì nếu quả thật chết là hết, chúng ta đâu cần phải học Phật? Nhưng sự thật là chết đi rồi vẫn chưa hết chuyện, đó là lời chân thật. Tôi đã giảng câu này trên giảng đường từ mấy chục năm qua. Chết đi chưa phải là hết chuyện, cho nên phải tận dụng lúc hơi thở này chưa dứt mà kịp thời quay đầu hướng thượng.

Trong kinh luận giảng rất rõ ràng việc Phật độ chúng sinh. Trong sáu đường luân hồi, vì sao đức Phật chỉ thị hiện thành Phật trong cõi người, còn năm đường khác không có Phật thị hiện? Điều đó nói lên rằng, cõi người tuy có khổ, nhưng con người rất dễ quay đầu hướng thượng. Cõi trời vui nhiều khổ ít, rất khó giác ngộ. Điều đó cũng giống như trong thế gian, người giàu sang phú quý rất khó học đạo. Ba đường ác thì quá khổ, không còn lòng dạ nào nghĩ đến chuyện học Phật. Cho nên, Phật muốn độ chúng sinh trong ba đường ác cũng hết sức khó khăn. Chỉ riêng có cõi người là khổ nhiều vui ít, so ra rất dễ giác ngộ, rất dễ tiếp nhận những lời Phật dạy.

Chúng ta nhất định phải thấu hiểu được sự thật trong chốn nhân gian, rằng thân người này khó được nhưng dễ mất. Trong sáu đường luân hồi, được sinh vào cõi người thật không dễ dàng. Trong kinh luận có đưa ra nhiều ví dụ so sánh nói rõ việc này. Pháp Phật rất khó được nghe. Muốn nghe pháp Phật thì điều quan trọng tối yếu là tự bản thân mình phải có tâm chân thật muốn học. Vì sao vậy? Tâm chân thật muốn học thì tự mình có thể cảm, chư Phật, Bồ Tát liền có ứng. Trong kinh dạy rằng: "Phật thị môn trung, bất xả nhất nhân." (Trong cửa Phật không bỏ người nào.) Đó là lời chân thật. [Chỉ vì] chúng ta không có tâm chân thật cầu học, chư Phật, Bồ Tát không hiện đến. Chúng ta dùng tâm hư vọng học Phật, đem tình ý hư dối, giả tạo mà học Phật, không thể cùng với chư Phật, Bồ Tát có sự cảm ứng. Vậy cảm ứng với ai? Với yêu ma quỷ quái. Yêu ma quỷ quái liền hiện hình thành chư Phật, Bồ Tát đến dụ dỗ, mê hoặc chúng ta. Đó là Phật giả, chẳng phải thật. Tâm chân thật thì cảm ứng Phật thật, tâm hư vọng ắt cảm ứng Phật giả.

Tâm ý người thời nay hầu hết đều hư dối, cho nên cảm ứng Ma vương Ba-tuần biến hiện thành chư Phật, Bồ Tát. Kinh Lăng Nghiêm dạy: "Tà sư thuyết pháp nhiều như cát sông Hằng." Những tà sư ấy cũng đắp y ca-sa, cũng hiện tướng tỳ-kheo xuất gia, nhưng họ là hạng người nào? Là yêu ma quỷ quái. Họ dạy cho quý vị tạo nghiệp, xô đẩy quý vị vào ba đường ác. Họ rất giỏi những việc như thế. Chúng ta người phàm mắt thịt không thấy biết được. Trong kinh Lăng Nghiêm có giảng đến 50 loại ấm ma, quý vị thường tụng đọc thì biết được. Cảnh giới của ma, phàm phu chúng ta nhất định không nhận biết, tuyệt đại đa số đều xem đó là cảnh giới của chư Phật, cho đó đúng thật là Phật. Quý vị không đọc kinh Lăng Nghiêm thì không hiểu được điều đó.

Cho nên, đức Phật Thích-ca Mâu-ni dạy rằng, trong tương lai khi tất cả Giáo pháp đều phải mất đi thì kinh Lăng Nghiêm sẽ bị mất trước tiên. Vì sao kinh bị mất trước tiên lại là kinh Lăng Nghiêm? Ngày trước tôi theo Lão cư sĩ Lý Bỉnh Nam học giảng kinh, chủ yếu là học kinh Lăng Nghiêm, nên đối với kinh này tôi có sự thể hội sâu sắc. Kinh này nếu còn lưu lại thế gian thì ma không được thuận tiện hại người. Đối với ma mà nói thì kinh này là chướng ngại lớn nhất. Chúng ta liệu có năng lực gì phân biệt được đâu là Phật, đâu là ma? Chính phải dựa theo kinh Lăng Nghiêm làm tiêu chuẩn phân biệt. Trước đây tôi giảng kinh Lăng Nghiêm, có nói rằng kinh Lăng Nghiêm là kính chiếu yêu, soi rõ yêu ma. Kinh Lăng Nghiêm không còn nữa, kinh Lăng Nghiêm mất đi rồi thì ma sẽ được thuận tiện dễ dàng. Chúng ta không nhận biết được ma, ta sẽ xem chúng là Phật, Bồ Tát, sẽ theo chúng tu học, tương lai đều sẽ rơi vào ba đường ác, đều sẽ biến thành con cháu của ma. Cho nên kinh Lăng Nghiêm phải bị mất trước tiên.

Trong kinh Pháp Diệt Tận, Phật dạy rằng kinh Vô Lượng Thọ sẽ mất đi sau cùng. Vì khi pháp Phật đã mất hết rồi, chỉ riêng còn một câu danh hiệu "A-di-đà Phật" cũng có thể cứu độ vô số chúng sinh được vãng sinh về Tịnh độ. Chúng ta phải hiểu rõ ràng ý nghĩa này, phải thấu triệt ý nghĩa này.

Một hơi thở còn, quay đầu hướng thượng tu tập cũng vẫn còn kịp. Đợi đến lúc chết thì không kịp nữa. Ngay lúc này đây mà quay đầu hối cải còn không được, huống chi đến lúc sắp chết, có mấy ai còn giữ được tâm trí sáng suốt tỉnh táo? Quý vị liệu có duy trì được chăng? Vào thời điểm sắp chết, quý vị có giữ tâm trí sáng suốt tỉnh táo được chăng? Tâm trí không sáng suốt thì không thể vãng sinh. Tâm trí sáng suốt tỉnh táo, vào thời điểm cuối cùng sắp chết niệm một câu "A-di-đà Phật" cũng được vãng sinh. Quý vị có nắm chắc được điều đó hay chăng? Có chắc chắn rằng đến lúc lâm chung sẽ giữ được tâm trí sáng suốt tỉnh táo hay chăng? Nếu không tin chắc được như vậy thì ngay lúc này phải nỗ lực dứt trừ hết thảy mọi điều ác, tu tập hết thảy mọi điều lành, suy xét lo nghĩ đến đời sau của chính mình. Đó mới là người thông minh, đó mới thực sự là người có trí tuệ.

Hôm nay thời gian đã hết, chúng ta giảng đến đây thôi.

Bài giảng thứ 17

(Giảng ngày 5 tháng 6 năm 1999 tại Tịnh Tông Học Hội Singapore, file thứ 18, số lưu trữ: 19-012-0018)

Thưa quý vị đồng học, cùng tất cả mọi người.

Bài văn Cảm ứng thiên, từ câu thứ ba đến câu thứ chín là một đoạn. Đoạn này nói tổng quát về quả báo của các nghiệp ác. Câu chữ không nhiều, nhưng hàm nghĩa cực kỳ sâu rộng. Theo sau là một đoạn rất dài, giảng rõ với chúng ta về những tình huống tạo nghiệp ác của người đời, cũng có thể xem là phần chú giải cho sáu câu trước đó. Những việc làm ác này, từ xưa đến nay, ở khắp mọi nơi, nói thật ra là không kể xiết. Hơn nữa, người đời mỗi ngày lại vẫn đang tiếp tục, không biết quay đầu, không biết tỉnh ngộ.

Người ta sống ở thế gian này chỉ mấy chục năm ngắn ngủi, thoáng chốc như vừa khảy móng tay, mọi thứ đã trôi vào quá khứ. Khi tôi còn trẻ, năm 22 tuổi đến Đài Loan, vừa chớp mắt đó nay đã thành ông lão hơn bảy mươi rồi. Bạn bè một thời cùng đọc sách, cùng làm việc, cùng tu học với tôi, ngày nay có đến hai phần ba đã tạ thế rồi. Cho nên, đời người ngắn ngủi là thế. Nhưng phải biết rằng, không phải sau khi chết thì mọi thứ đều không còn. Con người chết đi rồi, ngày tháng sau đó vẫn còn rất dài. Các bậc thánh hiền thế gian cũng như xuất thế gian đều nói cho ta biết về điều đó, đã nói rất nhiều, nói rất chi tiết tường tận, bằng nhiều cách khác nhau.

Làm việc thiện có quả báo lành, sau khi chết sinh về nơi tốt đẹp, ở mức thấp nhất cũng được hưởng phước báo trong hai cõi trời, người. Phước báo cõi người ngắn ngủi, chúng ta đều biết. Phước báo cõi trời được lâu dài hơn, nhưng phải biết

159

rằng, dù lâu dài cũng vẫn có giới hạn. Cho nên, những người thực sự thông minh trí tuệ, không ai không mong cầu vượt thoát ra ngoài ba cõi.

Không cần nói đến chuyện vượt thoát ngoài ba cõi, [muốn hưởng] phước báo trong cõi trời, người cũng phải theo pháp tu tập tạo phước nghiệp cõi trời, người. Vì sao lại làm việc ác? Vì sao phải khởi niệm ác, phải suy nghĩ ác? Chúng ta muốn dứt ác tu thiện thì phải đem những xấu ác trong tư tưởng dứt trừ tận gốc, sau đó thì mọi hành vi sẽ tự nhiên hiền thiện. Sự hiền thiện ấy không phải được tạo ra, mà vốn là từ trong nội tâm tự nhiên trôi chảy hiển lộ thành. Chúng ta đều là những người cùng học Phật, trong kinh điển, ngữ lục, chư Phật và các vị tổ sư dạy ta rất nhiều về việc này.

Và nói đến việc tu tập thì ai tu người ấy được hưởng. Đó gọi là: "Ông tu ông được, bà tu bà được, không tu thì không được." Người khác tu tập thì chúng ta không được hưởng phần. Chúng ta thấy trong Pháp hội Lăng Nghiêm, Tôn giả A-nan cũng có ý tưởng sai lầm, cho rằng đức Thế Tôn là anh họ của mình, nên việc tu tập hành trì của bản thân có thể sơ sài đôi chút, đến lúc cần hẳn có thể nhờ cậy nơi Thế Tôn. Kết quả đến khi gặp nạn Ma-đăng-già mới thực sự hiểu ra, công phu tu hành của Phật thì mình không hưởng được, nhất định phải dựa vào sự tu tập của chính bản thân mình. Công đức [tu hành] là như vậy, phước báo lẽ nào không như vậy? Ý nghĩa này chúng ta cần phải thấu hiểu rõ ràng, minh bạch.

Chúng ta cũng có thể dựa vào phước báo của người khác đôi chút, nhưng cần phải có duyên phần, mà phải đầy đủ các duyên. Ví như chúng ta hiện nay ở trong cõi người, sinh ra đồng thời, cùng ở một nơi, đó là trong quá khứ đã từng có duyên phần ấy. Nếu người kia nhiều tiền của, ta không có, họ có thể giúp ta một chút, ta có thể dựa vào họ một chút. Nếu như đôi bên không sinh ra cùng nơi chốn, không cùng thời đại, dù người ấy muốn giúp ta cũng không thể giúp. Những việc như thế vì sao không chịu nhiều lần suy ngẫm?

Cho nên, người ta sống ở đời, điều quan trọng tối yếu là phải làm việc thiện đối với người khác. Dù đó là người ác, ta cũng phải đem tâm hiền thiện, dùng thiện hạnh đối đãi với họ. Lâu dần, kẻ xấu ác được cảm hóa cũng hướng về điều thiện. Nếu họ không thể quay đầu hướng thiện, đó là sức cảm hóa của ta chưa đủ mạnh. Bản thân ta phải sinh lòng hổ thẹn vì việc ấy, phải khởi tâm sám hối: "Mình đã làm không tốt, không giúp được người ấy quay đầu hướng thiện." Tâm đại từ bi khởi sinh là từ chỗ nhìn thấy người khác làm việc ác, nhìn thấy người khác bị đọa lạc. Đó là điều trong kinh điển đức Phật dạy là: "Phật pháp nhân duyên sinh." (Phật pháp do nhân duyên mà sinh.)

Chư Phật, Bồ Tát thị hiện trong sáu đường luân hồi, thị hiện giữa chốn nhân gian, các ngài vì sao thị hiện? Vì cảm ứng, chúng sinh có cảm nên chư Phật có ứng. Cảm ứng cũng là duyên sinh, cảm với ứng đều là duyên. Chính vì vậy nên Phật pháp cũng là duyên sinh. Nói chung, tất cả các pháp do duyên sinh thì tự thể đều là không, rốt cùng không thể nắm bắt. Chư Phật thấu triệt, chư Bồ Tát cũng hiểu rõ điều này, nên các ngài ứng hóa tại thế gian, dốc toàn tâm toàn lực cứu giúp hết thảy chúng sinh khổ nạn, nhưng không bám chấp nơi hình tướng.

Trong kinh Kim Cang, đức Thế Tôn dạy Tôn giả Tu-bồ-đề khi giáo hóa cứu độ chúng sinh cần phải chú ý đến sự không bám chấp này. Đây cũng là lời dạy cho chúng ta. Trong kinh, Phật dạy các Bồ Tát khi thị hiện trong sáu đường luân hồi, trong chín pháp giới, nhất định phải giữ theo một nguyên tắc: "Bất thủ ư tướng, như như bất động." (Không nắm giữ hình tướng, như như chẳng xao động.) Như thế mới gọi là Bồ Tát chân thật. "Không nắm giữ hình tướng" là bên ngoài không bám chấp hình tướng. "Như như chẳng xao động" là trong tâm không hề xao động. Như vậy mới có đủ năng lực để ứng hóa thị hiện.

Nếu bên ngoài bám chấp hình tướng, trong tâm xao động, thì đó chính là tạo nghiệp. Đã tạo nghiệp thì có lẽ nào không nhận lãnh quả báo? Quý vị nói rằng mình làm vì chư Phật, Bồ Tát, vì hết thảy chúng sinh phục vụ, nhưng nếu bám chấp nơi hình tướng, trong tâm xao động, thì đó vẫn là nghiệp báo. Nếu bám chấp nơi hình tướng bất thiện, động tâm bất thiện, khởi sinh những tâm chướng ngại như tham lam, sân hận, si mê, kiêu mạn, tật đố, thì nói thật ra đều là những quả báo phải vào địa ngục. Chúng ta suy ngẫm xem, bản thân mình có động tâm, có khởi sinh những ý niệm như thế hay không? Nếu quả thật có thì phải mau mau gấp rút sám hối.

Chúng ta chú tâm quan sát kỹ, ngay trong đời này ta đã gặp rất nhiều người xuất gia. Những người ấy vào lúc lâm chung, lìa bỏ cuộc đời này, đã biểu hiện những hình tướng thế nào thì chúng ta đều tận mắt chứng kiến, tự mình nghe biết. Đó là những hiện tượng gì? Chúng ta ngày nay tự thân được làm người xuất gia, trong tương lai đến lúc chết liệu sẽ chết như thế nào? Liệu có ra đi trong trạng thái thần trí mơ màng mờ mịt hay không? Liệu có phải lâm cơn bệnh nặng, mê man bất tỉnh không còn biết gì lúc ra đi hay không?

Người lâm chung nếu trong tình trạng bệnh nặng, mê man bất tỉnh, không còn nhận biết được thân nhân quyến thuộc, thì nhất định phải tái sinh vào ba đường ác. Nếu được tái sinh vào hai cõi trời, người thì thần trí [lúc lâm chung] hết sức minh mẫn.

Chúng ta ở chốn thế gian này cùng người khác tranh chấp những gì? Đối với người khác mà tranh danh đoạt lợi thì hãy chuẩn bị mà đi vào ba đường ác. Nếu thực sự mong cầu được sinh về thế giới Cực Lạc thì phải hoàn toàn buông xả hết thị phi, nhân ngã, tham lam, sân hận, si mê, kiêu mạn. Trong việc hoằng pháp lợi sinh, phải thực sự đạt đến chỗ bên ngoài không bám chấp hình tướng, trong tâm không xao động, chỉ duy nhất đem một tấm lòng chân thành, thanh tịnh, bình đẳng, từ bi mà xử sự, mà đối đãi với người, tiếp xúc với muôn vật.

Trong đời này nếu bị người khác sỉ nhục, hủy báng, hãm hại, ta đối với người ấy phải chân thành cảm kích, biết ơn. Biết ơn vì điều gì? Vì đã giúp ta tiêu trừ nghiệp chướng. Bao nhiêu nghiệp tội ta đã tạo trong đời quá khứ cũng như đời này đều nhờ đó xem như trả hết, vì ta đối với người ấy tuyệt đối không một mảy may oán hận. Nếu ta có một mảy may oán hận, chẳng những nghiệp chướng không được tiêu trừ mà còn tăng trưởng nhiều hơn. Phải thấy rằng điều này [được quyết định] chỉ trong một ý niệm. Một ý niệm đó có thể là mê hoặc ngộ, là họa hay phúc, là lành hoặc dữ.

Nên biết rằng, hết thảy các pháp thế gian, trong kinh Phật thường dạy là mười pháp giới, sự trang nghiêm của y báo và chính báo, đều chỉ như mộng ảo, bọt nước. Hết thảy [hình tướng ấy] đều không chân thật. Chúng ta vì sao phải nhận biết đúng thật như vậy? [Vì có như vậy thì khi] người khác cần, ta sẽ mừng vui hoan hỷ cúng dường, hoan hỷ bố thí, không chỉ là những vật ngoài thân, mà ngay cả thân mạng ta cũng hoan hỷ bố thí. Tâm hoan hỷ bố thí như vậy sẽ được vô lượng vô biên phước báo.

Những lời Phật dạy trong kinh điển, mỗi câu mỗi chữ đều chân thật, không có lời giả dối. Y theo pháp Phật mà tu học chắc chắn sẽ được lợi ích. Chúng ta vì sao không tin tưởng? Vì sao không chịu làm theo?

Có vị đồng tu kể với tôi một câu chuyện. Trước đây có lần ông mộng thấy Bồ Tát Quán Thế Âm. Trong giấc mộng, ông thấy mình rơi vào một hoàn cảnh cực kỳ nguy nan, giống như trên một hòn đảo nhỏ, bốn bên đều là biển cả, sóng gió dữ dội, mạng sống chỉ còn trong khoảnh khắc. Ngay lúc ấy, ông nhìn thấy Bồ Tát Quán Thế Âm, liền quỳ xuống đất cầu xin cứu nạn. Bồ Tát Quán Thế Âm không nói một lời, đưa tay chỉ xuống phía dưới, hàm ý bảo ông nhảy xuống. Ông nói: "Không được, bên dưới đó là biển cả, con nhảy xuống chẳng phải đường chết sao?" Bồ Tát Quán Thế Âm lại chỉ lần nữa, ông liền tin tưởng: "Bồ Tát đã bảo ta nhảy xuống thì ta cứ nhảy." Kết quả khi ông nhảy xuống rồi liền thấy mình ở trên bàn tay Bồ Tát. Nếu không tin theo ắt là không được cứu. Ngay sau khi nhảy ông cũng không hề nghĩ đến việc Bồ Tát sẽ đưa tay nâng đỡ. Đỡ ông lên rồi, lại đưa đến một nơi an toàn, một nơi rất tốt đẹp. Ông rơi xuống trên mặt đất rồi thì không còn thấy Bồ Tát đâu nữa, chỉ thấy nơi ấy đang xây dựng một tòa lầu to lớn, phong cảnh thật xinh đẹp. Cả giấc mộng là như thế.

Cho nên, nhất định phải đặt niềm tin nơi chư Phật, Bồ Tát, tiếp nhận những lời răn dạy của chư Phật, Bồ Tát. Chư Phật, Bồ Tát dạy chúng ta buông xả hết cả thân tâm, thế giới, thì ta phải buông xả, nhất định sẽ đạt đến chỗ tốt đẹp.

Trong việc xử sự, đối đãi với người, tiếp xúc muôn vật, phải luôn hòa mục, xem hết thảy chúng sinh đều như Phật, Bồ Tát. Người có lòng tốt đối đãi với ta, phải cảm ơn vì được người quan tâm chiếu cố. Người đem lòng xấu ác đối đãi với ta, cũng phải cảm ơn, vì giúp ta tiêu trừ nghiệp chướng. Như vậy thì có người nào không phải thiện tri thức? Có người nào không phải Phật, Bồ Tát? Hết thảy quanh ta đều là thiện tri thức, đều là Phật, Bồ Tát. Như thế gọi là tu hành.

Nếu như chúng ta suốt một đời này luôn sống trong sự thành kính, sự biết ơn, sự sống như vậy phong phú biết bao! Người đời thường nói về ý nghĩa sự sống, giá trị của sự sống, trong thực tế thì đối với ý nghĩa và giá trị của sự sống, họ chỉ có khái niệm thôi, không thực sự hiểu được. Nhưng các bậc thánh hiền ở thế gian và xuất thế gian thì nhận hiểu rất rõ ràng, sáng tỏ. Các ngài đã tự mình thực hiện được các ý nghĩa và giá trị đó. Chúng ta không hề lưu ý, không hề chú tâm quan sát, cũng có thể vì thời đại của các bậc thánh hiền ấy cách ta quá xa, nên chúng ta xem nhẹ, không chú ý. Nếu chúng ta chú tâm đọc kỹ những sách xưa của các bậc thánh hiền, chú tâm thể hội, thì cũng không khó để nhận hiểu rõ. Sách vở thánh hiền quả thật rất đáng để chúng ta học tập.

Vì thế, [hôm nay] chúng ta giảng rộng những ý nghĩa rõ ràng trong bài văn Cảm ứng thiên, đặc biệt là sách Vị biên. Trước đây tôi có khuyên các vị đồng tu ở thư viện nên tụng đọc bản văn này như giới luật, mỗi ngày nên tụng đọc một lần cùng với việc trì giới, niệm Phật, nâng cao sự cảnh giác của bản thân.

Ví như chúng ta niệm Phật mỗi ngày từ sáng đến tối, nói như Đại sư Ngẫu Ích là "niệm đến mức trời mưa xuống không ướt, niệm đến mức giống hệt như tường đồng vách sắt", nhưng ý niệm xấu ác, hành vi xấu ác không sửa chữa được, thì chỉ là uổng công vô ích. Đó chính là điều mà các bậc tổ sư, đại đức đã đem tâm từ bi khó nhọc răn dạy chúng ta. Chúng ta đối với lời răn dạy này phải luôn ghi khắc trong tâm, mỗi giây mỗi phút đều tự mình cảnh tỉnh, kiêng dè, giữ lòng tốt, làm việc tốt, nói lời tốt, làm người tốt, nhất định được quả báo tốt đẹp. Ngược lại, nếu trái lời răn dạy của chư Phật, Bồ Tát, trái lời răn dạy của các bậc hiền thánh xưa, thì nhất định phải nhận quả báo không tốt.

Hôm qua tôi giảng kinh ở Hương Cảng (Hong Kong), vừa về lại Singapore thì có mấy vị đồng học từ châu Âu về đến nói với tôi, xã hội châu Âu hiện nay hỗn loạn, lòng người hoảng hốt lo sợ, bầu không khí chung hết sức không tốt. Nơi ấy có ít người học Phật, ít người hiểu được những lời răn dạy của các bậc hiền thánh xưa. Chúng ta nghe qua việc này rồi nên nghĩ tưởng đến họ, nghĩ cách làm sao đem hết sức lực nhỏ nhoi của mình ra mà giúp đỡ, hỗ trợ cho họ, đó là việc nên làm. Tuyệt đối không được nói rằng tai nạn của họ bên ấy chẳng liên quan gì đến ta. Quan niệm như thế là sai lầm. Dù khác biệt chủng tộc, khác biệt quốc gia, khác biệt tôn giáo tín ngưỡng, vẫn phải đem tâm từ bi bình đẳng mà đối đãi với họ. Nhìn thấy người khác gặp nạn cũng xem như chính mình gặp nạn, không có gì khác biệt. Cho dù sức mình không cứu được nạn, cũng phải khởi tâm như thế. Tâm như thế chính là lòng tốt.

Hôm nay thời gian đã hết, chúng ta giảng đến đây thôi.

Bài giảng thứ 18

(Giảng ngày 6 tháng 6 năm 1999 tại Tịnh Tông Học Hội Singapore, file thứ 19, số hồ sơ: 19-012-0019)

Thưa quý vị đồng học, cùng tất cả mọi người.

Xin mời xem tiếp câu thứ mười trong Cảm ứng thiên: "Hựu hữu tam thai, Bắc đẩu thần quân tại nhân đầu thượng, lục nhân tội ác, đoạt kỳ kỷ toán." (Lại có [bốn vị] thần là tam thai và Bắc đẩu ở trên đầu người, ghi chép tội ác để giảm trừ kỷ toán.)

Câu này nói rằng, mỗi một hành vi, mỗi một ý niệm của con người, bất luận vào thời điểm nào, bất luận đang ở nơi đâu, đều có quỷ thần thấy biết. Trong số quỷ thần có những vị chuyên trách giám sát những điều thiện ác của người đời. Người có tâm thiện, làm việc thiện, các vị ấy liền ghi chép; nếu khởi tâm ác, làm việc ác, cũng có sự ghi chép. Nói cách khác, các vị quỷ thần thiên địa luôn có đầy đủ hồ sơ hoàn chỉnh ghi chép mọi ý niệm, hành vi tạo tác của chúng ta, so với sự ghi chép của cơ quan cảnh sát, điều tra ở thế gian cũng rõ ràng không kém. Nếu chúng ta hiểu được sự thật này thì tâm sợ sệt, kiêng dè sẽ tự nhiên sinh khởi, đối với mọi ý niệm và hành vi của chính mình nhất định sẽ có sự soát xét thiện ác.

"Tam thai, Bắc đẩu" là bốn vị thần minh được dân gian theo Đạo giáo thờ phụng tại Trung quốc. Thượng thai là thần cai quản sự sống chết của con người, thần trung thai cai quản về phúc và thần hạ thai cai quản về lộc. Nói theo ngôn ngữ hiện đại thì thần hạ thai cai quản sự giàu có, thần trung thai cai quản về địa vị xã hội, thần thượng thai cai quản về vận mạng. Như vậy, những sự sống chết, thọ yểu, giàu nghèo, sang hèn của mỗi người đều có quỷ thần cai quản.

Chúng ta có thể đặt câu hỏi là những vị thần này có quyền quyết định chuyện sống chết, họa phúc của ta hay không? Trong thực tế, họ không có quyền quyết định, chỉ là cai quản các phạm vi đó mà thôi. Mọi chuyện lành hay dữ, họa hay phúc đều do chính ta quyết định [qua những hành vi tạo tác của mình], họ chỉ giữ việc chấp hành thực hiện mà thôi. Cũng giống như cấu trúc các cơ quan cảnh sát, điều tra ở thế gian. Nếu người làm thiện, họ báo lên cấp trên để khen thưởng; với người làm ác, họ cũng báo lên cấp trên để trừng phạt. Họ là những đơn vị giám sát chấp hành, hoàn toàn không phải chủ thể quyết định. Chủ thể quyết định đích thực chính là bản thân ta. Cho nên, vận mạng là do chính ta tạo ra, tự làm tự chịu. Ý nghĩa và sự thật này chúng ta phải thấu hiểu rõ ràng, sáng tỏ.

Ví như đã lỡ phạm vào tội lỗi, như một phần trước tôi đã nói qua, chỉ cần quý vị biết lỗi và sửa lỗi. Thần minh không trừng phạt người đã biết sám hối sửa lỗi. Đến như chư Phật, Bồ Tát lại càng từ bi hơn nữa, đối với những chúng sinh khi đã tạo nghiệp ác đọa vào ba đường ác cũng vẫn lấy tâm từ bi đối đãi như trước, thật là bậc thánh nhân.

Các vị quỷ thần vẫn thuộc hàng phàm phu, chưa buông xả tình chấp, nên thấy người làm việc thiện thì hoan hỷ, thấy người làm ác thì ghét bỏ, không ưa. Chúng ta hiện nay cũng là phàm phu nên có thể dùng tâm lý tình cảm của chính mình để đo lường tâm lý tình cảm của các vị quỷ thần, cũng có thể biết được phần nào.

Đây chỉ nói Bắc đẩu tinh quân, trong Đạo giáo còn có Nam đẩu tinh quân. Nam đẩu chủ quản sự sống của con người, Bắc đẩu chủ quản về sự chết. Khi một chúng sinh tái sinh vào cõi người, Nam đẩu liền ghi chép và lưu giữ hồ sơ về người ấy. Khi một người đã hết tuổi thọ, vào lúc chết đi cũng có sự ghi chép hồ sơ, đó là việc của Bắc đẩu. Theo như người đời thì nếu có ai muốn cầu đảo thần minh, nên hướng về Bắc đẩu mà cầu. Các vị quỷ thần này thường theo chu kỳ xuống chốn thế gian, vào những ngày giờ nhất định, đại khái trong khoảng hai tháng một lần, hoặc hai lần, dường như có định kỳ nhất định. Giống như việc đi tuần tra soát xét, vào thời điểm nào đó thì sẽ đến một địa phương nào đó. Mỗi hai tháng một lần, đó là theo cách tính can chi (giáp tý)1 ngày xưa của Trung quốc, cứ 60 [ngày] là một chu kỳ can chi. Cho nên, ít nhất là hai tháng thì các vị ấy phải [xuống thế gian] một lần.

Trong kinh Nghiệp báo nhân duyên nói rằng, khí chất của bảy vì sao thường kết lại thành một, ở phía trên đầu người, cách đầu ba tấc. Ngạn ngữ Trung quốc nói: "Ngẩng đầu ba thước có thần minh." Trong kinh không nói ba thước, mà là ba tấc. Một người tâm địa hiền lương, hành vi hiền thiện thì phía trên đỉnh đầu người ấy có hào quang. Vầng hào quang ấy lớn nhỏ không giống nhau, màu sắc cũng khác biệt, con người không nhìn thấy nhưng quỷ thần nhìn thấy. Hiện nay có một số người tu tập thiền định cũng nhìn thấy được. Tâm thanh tịnh đến một mức độ nào đó thì có thể thấy. Như một số người luyện khí công, cũng là một hình thức tu định, cũng có khả năng thấy. Hào quang có màu tốt nhất là màu của vàng ròng, kế đến là màu vàng, xấu nhất là màu xám tro, màu đen. Người có khí sắc đen thì thọ mạng gần như đã hết. Người luyện khí công gọi đó là khí, trong đạo Phật gọi là hào quang.

Do đó có thể biết rằng, con người nhất định phải tu thiện. Tôi thường nói, đời người quả thật khổ đau, ngắn ngủi. Tôi vừa từ Hương Cảng (Hong Kong) về đây, nhớ lại lần đầu tiên tôi đến Hương Cảng là vào năm 1977. Lần đó tôi ở lại 4 tháng, giảng kinh Lăng Nghiêm. Khi ấy, người mời tôi là

---

1 Tức Thập can (Giáp, Ất, Bính, Đinh...) và Thập nhị chi (Tý, Sửu, Dần...). Can và chi được người Trung Quốc kết hợp để tính các chu kỳ thời gian bao gồm cả giờ, ngày, tháng, năm.

Pháp sư Thánh Hoài và cư sĩ Tạ Đạo Liên. Pháp sư hiện nay vẫn còn, nhưng Tạ cư sĩ thì mất rồi. Ông vãng sinh hồi năm ngoái. Rất nhiều người hồi đó cùng tu cùng học với tôi, nay đến hơn một nửa đã qua đời rồi. Đời người giống như một giấc mộng dài. Ngày trước, các vị ấy đều cư trú ở những khu nhà sang trọng, tôi cũng từng ghé qua. Ngày nay những tòa lầu vẫn còn nguyên đó, nhưng đã đổi chủ, khiến lòng tôi dâng lên cảm xúc trước lẽ vô thường.

Bản thân tôi cũng mỗi năm một già yếu hơn. Khi tôi mới đến Đài Loan, bạn đồng học xấp xỉ vài trăm người, hiện nay trong số đó còn lại chưa đến năm mươi. Con người đứng trước hoàn cảnh ấy, cảm xúc thật sâu xa.

Đức Phật dạy: "Mọi thứ đều bỏ lại, chỉ có nghiệp mang theo." Nhưng vì sao chúng ta vẫn cứ tạo nghiệp? Vì ngu mê tăm tối. Đối với ý nghĩa đó, cho dù chúng ta thường đọc sách, đọc kinh, nghiên cứu giáo pháp, nghe giảng kinh [nên đã hiểu rõ], nhưng rốt lại cũng không chống nổi với sự dụ dỗ mê hoặc trong thế gian. Danh vọng, lợi dưỡng, tiền bạc, sắc đẹp, danh tiếng, ăn ngon, ngủ ngon... đều không chống lại nổi. Không chống lại nổi liền tạo nghiệp. Nghiệp ấy cùng đi theo ta. Ta tạo nghiệp lành liền được quả báo lành, tạo nghiệp ác phải chịu quả báo xấu ác.

Thiện ác báo ứng không phải do quỷ thần tạo ra cho chúng ta, cũng không phải Phật, Bồ Tát, không phải Thượng đế, vua Diêm La tạo ra. Hết thảy những điều lành dữ, họa phúc đều do chính ta tự tạo, tự làm tự chịu. Chỉ những ai thực sự hiểu rõ ý nghĩa này, sự thật này, mới giữ được tâm điềm tĩnh, cho dù có gặp đủ mọi tai họa cũng không hề oán trời trách người; cho dù bị người khác sỉ nhục, hãm hại cũng không hề oán hận.

[Người như thế] rõ biết điều gì? Rõ biết rằng những điều ấy là báo ứng nhân quả, là quả báo. Trong quá khứ nếu ta không phạm tội với người khác, ngày nay người khác không thể phạm tội với ta. Trong quá khứ nếu ta không hãm hại người, ngày nay người khác sao có thể hãm hại ta? Ta bị người sỉ nhục, hủy báng, hãm hại, thảy đều do chính mình tự tạo, nên tự mình phải nhận chịu, vui vẻ mà nhận chịu thì quyển sổ nợ cũ đó mới được xóa sạch.

Nợ mạng sống phải trả bằng mạng sống, nợ tiền bạc phải trả bằng tiền bạc, [nhân] quả báo [ứng] tương quan trong cả ba đời, làm sao trốn tránh được? Cho dù quý vị đã thành Phật, quay lại thị hiện trong sáu đường luân hồi để hóa độ chúng sinh, cũng không thể tránh được nghiệp báo đã tạo từ đời trước. Tôi từng đọc sách thấy đức Khổng tử bị nạn cắt lương thực tại nước Trần phải chịu đói, đức Phật Thích-ca Mâu-ni chịu quả báo phải ăn thứ lúa dùng nuôi ngựa trong ba tháng. Trong kinh điển đức Phật đã dạy chúng ta, nghiệp nhân từ đời trước, khi nhân duyên thành thục thì dù thành Phật cũng không cách gì tránh được quả báo.

Trong Thiền tông có công án Dã hồ thiền, rất nhiều vị đồng tu đều quen thuộc. Đây là chuyện về Đại sư Bách Trượng đời nhà Đường. Đại sư mỗi ngày giảng kinh đều có một ông già đến nghe. Ông già ở phía sau núi, cứ đến giờ giảng kinh lại tìm đến nghe. Mọi người không ai biết, nhưng Đại sư Bách Trượng biết ông không phải người thường. Nếu gọi theo người đời thì ông là hồ tiên hoặc hồ ly tinh.

Một hôm, ông già ấy đến thỉnh giáo Đại sư Bách Trượng, tự nói việc mình bị đọa lạc như thế nào. Đời trước ông vốn là pháp sư, một vị pháp sư giảng kinh thuyết pháp. Trong đại chúng có người thưa hỏi, ông giải đáp sai lầm, chỗ sai lầm là bác bỏ nhân quả, liền bị đọa phải mang thân chồn, đã hơn 500 năm. Hiện tại không biết cách gì để thoát khỏi thân súc sinh, thỉnh cầu Đại sư giúp đỡ. Đại sư Bách Trượng đáp: "Có thể được. Ngày mai lúc giảng kinh, ông hãy bước ra thưa hỏi.

Hãy đem câu hỏi ngày trước thính chúng đã hỏi ông ra hỏi lại tôi."

Hôm sau, hai người làm đúng như vậy. Ông lão hồ ly bước ra thưa hỏi Đại sư: "Bậc tu hành cao trổi còn rơi vào nhân quả hay chăng?" Ý nghĩa câu này muốn hỏi là, bậc tu hành chân chánh đã chứng đạo, chứng quả, đạt đến cứu cánh viên mãn là quả Phật, vị Phật ấy có rơi vào nhân quả hay không? Đại sư Bách Trượng đáp: "Chẳng che mờ nhân quả." Trước đây vị pháp sư này trả lời câu hỏi ấy là "không rơi vào nhân quả", như vậy là sai lầm. Nay Đại sư trả lời là "chẳng che mờ nhân quả". Thế nào là "chẳng che mờ"? Là quả báo tất yếu phải có, rõ ràng, minh bạch, không che mờ, không phải là không có nhân quả. Bậc thánh nhân ở thế gian như đức Khổng tử, bị đứt lương thực tại nước Trần, đó là quả báo [của nghiệp đã tạo] từ đời trước. Đức Phật Thích-ca Mâu-ni ôm bát đi khất thực chẳng có gì ăn, phải chịu đói. Có người dùng thứ lúa cho ngựa ăn mang đến cúng dường, Phật vẫn nhận [và ăn thứ lúa ấy]. Đời trước tạo nhân bất thiện thì đời này phải nhận lãnh quả báo, ngài hiểu rõ điều đó.

Cho nên, người tu hành tiếp nhận nghịch duyên, gặp người xấu ác, đều luôn rõ biết, lúc cần đền mạng thì đền mạng, lúc cần trả nợ thì trả nợ, vui vẻ hoàn trả rồi thì hết nợ.

Trong câu chuyện ghi chép về An Thế Cao, chúng ta thấy ngài là người tu hành chứng quả, đến Trung quốc vẫn phải chịu hai lần đền mạng. Đời trước ngài sơ ý mà giết người, nên đời sau cũng hai lần bị người giết nhầm. Trong truyện ký chép lại rất rõ ràng. Do đó, chúng ta mới có thể hoàn toàn khẳng định rằng, con người sống giữa thế gian, nếu nói chiếm được phần lấn lướt hơn người khác là điều không thể có, nếu nói bị thiệt thòi hơn người khác, cũng là điều không thể có. Đời này lấn lướt người khác, đời sau phải hoàn trả đủ; đời này chịu thiệt thòi, đời sau được phước báo [bù đắp].

Nhân duyên quả báo không một mảy may sai lệch. Quỷ thần trong trời đất luôn nhìn thấy rõ ràng, minh bạch. Người tạo tội nghiệp nhất định phải bị giảm phước báu, rút ngắn tuổi thọ.

Lịch sử Trung quốc cổ đại ghi chép những sự việc như vậy rất nhiều. Những quả báo như thế hiện nay có thể nói là còn rõ ràng hơn. Chúng ta không quan sát thấy là vì không chú tâm, không xét kỹ. Chỉ cần tĩnh tâm một chút, quan sát kỹ ngay chung quanh ta, sẽ thấy ngay những chuyện nhân quả báo ứng rõ ràng minh bạch, phân minh sáng tỏ. Thấy như vậy rồi mới biết là kinh điển của Phật cũng như những lời răn dạy của các bậc hiền thánh xưa đều đúng thật không sai. Chúng ta phớt lờ việc này chỉ là tự dối mình dối người.

Ngày trước Lý lão sư thường nói: "Phải hướng về nơi xa mà nhìn." Thế nào gọi là nơi xa? Nơi xa là đời sau, vì đời này gọi là gần. Nhìn trong đời này thôi thì quý vị chỉ thấy được những chuyện quá gần. Quý vị cần phải hướng tầm nhìn về đời sắp tới, về đời sau nữa, rồi mới hiểu được mình nên làm những gì, làm những gì là có lợi cho mình, và làm những gì là gây hại cho chính mình. Hiện nay liệu có mấy người rõ biết chuyện lợi hại? Hy vọng mọi người có thể trân trọng quý tiếc mối nhân duyên [học pháp] này, thực sự nỗ lực tu học.

Hôm nay thời gian đã hết, chúng ta giảng đến đây thôi.

Bài giảng thứ 19

(Giảng ngày 7 tháng 6 năm 1999 tại Tịnh Tông Học Hội Singapore, file thứ 20, số hồ sơ: 19-012-0020)

Thưa quý vị đồng học, cùng tất cả mọi người.

Bài văn Cảm ứng thiên không dài, tổng cộng chỉ hơn ngàn chữ. Sách Vị biên phân chia Cảm ứng thiên thành 124 đoạn nhỏ, mỗi đoạn chỉ một, hai câu. Đoạn cuối cùng dài hơn, có nhiều câu. Về sau chúng tôi in lại bài văn Cảm ứng thiên, không ngại y theo cách phân đoạn trong sách Vị biên mà phân chia lại, bản này dùng tụng đọc, giảng giải đều hết sức thuận tiện.

Hôm nay chúng ta xem đến đoạn thứ 11: "Lại có ba thần thi ở trong thân người, cứ đến ngày canh thân thì lên thiên tào nói rõ những điều tội lỗi của người."

Những người trẻ tuổi ngày nay, mà không riêng gì người trẻ tuổi, kể cả hạng trung niên, nghe đến câu này thì đều cho là mê tín. Dùng hai chữ "mê tín" để phủ nhận sự thật này, quả báo của những người ấy thật không dám nghĩ đến. Dưới mắt người sáng suốt thì đây là việc hết sức đáng tiếc. Các bậc hiền thánh xưa tích lũy kinh nghiệm từ nhiều ngàn năm, trong khi khoa học kỹ thuật hiện đại có lịch sử còn ngắn ngủi, chưa được ba trăm năm. Nhưng khoa học kỹ thuật hiện nay vẫn không ngừng phát triển. Họ đã biết về các chiều không gian, chỉ là chưa thể đột phá vượt qua. Giả sử khoa học cứ tiếp tục tiến xa hơn nữa, đến một ngày kia có được sự hiểu biết đột phá vượt qua các chiều không gian, thì cũng có khả năng sẽ thấy được trạng thái của quỷ thần, các trạng thái khác trong sáu đường luân hồi.

Tôi sống ở Mỹ và Canada một thời gian khá lâu, thấy hiện nay ở Tây phương đang rất thịnh hành thuật thôi miên. Người ta dùng phương thức thôi miên để khiến người bị thôi miên tự nói ra được chuyện đời trước, chuyện quá khứ của họ. Những tư liệu loại này khá phong phú, được xuất bản ngày càng nhiều hơn. Qua đó, người ta đã chứng minh được sự tồn tại đích thực của sáu đường luân hồi, rằng sáu đường luân hồi là có thật. Tuy là như vậy, nhưng thuật thôi miên không có khả năng chứng minh được về sự giám sát của quỷ thần đối với người đời, cũng không có cách gì để làm rõ được sự thật này. Chỉ qua những lời dạy của các bậc hiền thánh xưa, của chư Phật, Bồ Tát, ta mới biết được việc người đời khởi tâm động niệm mảy may chi tiết đều có quỷ thần ngay đó thấy biết.

Nói về ba thần thi, trong Phật pháp có nói đến hai vị thần là Đồng Sinh và Đồng Danh, thường ở phía trên vai trái và vai phải của ta, không lúc nào xa rời, nhưng ba thần thi ở trong nội tạng, thật không thể nghĩ bàn. Tuy nhiên, chúng ta đã từng xem qua băng ghi hình Lời tiên tri cổ, được mang từ Mỹ về. Trong đó nói đến một người có năng lực đặc biệt lạ thường, khám bệnh giúp người khác. Nhưng bệnh nhân không ở trước mặt ông, cũng không hề quen biết trước, lại ở cách xa đến mấy mươi dặm, hoặc mấy trăm dặm cũng không hề gì, chỉ cần nói cho ông ấy biết tên họ, địa chỉ, thì ông có thể đến khám bệnh. Ông đến đâu để khám bệnh? Là đến bên trong lục phủ, ngũ tạng mà khám. Ông có khả năng đi vào bên trong nội tạng của người bệnh, quan sát từng nơi xem tim, gan, lá lách, phổi... nếu có gì khác thường liền nói ra, bên cạnh có người ghi chép lại. Băng ghi hình việc ấy quý vị đều đã xem qua.

Ba thần thi hẳn cũng như vậy. Chúng ta xem trong phần chú giải, ba thần thi giống như ba chị em cùng ở trong thân thể người. Thần thượng thi ở trên đầu, có thể khiến người

176

rối loạn tư tưởng, có thể khiến người mờ mắt, rụng tóc. Thần trung thi ở trong ruột và dạ dày của người, có thể khiến người tham ăn, khiến người mất trí nhớ, khiến người làm chuyện hư hỏng. Thần hạ thi ở trong chân người, khiến người háo sắc, tham lam, ưa thích việc giết chóc. Ba thần này đều mong cho người sớm chết đi, vì sau khi người chết họ sẽ biến thành quỷ, có thể được hưởng sự cúng tế của người. Cho nên, khi một người khởi tâm động niệm, nói năng hành động, ai là người biết rõ nhất? Chính là ba thần thi này. Ba thần thi này biết rõ nhất về con người.

Ba thần thi "ở trong thân người, cứ đến ngày canh thân thì lên thiên tào". Mỗi chu kỳ can chi có một ngày canh thân. Trung quốc thời xưa tính ngày, tháng, năm đều theo chu kỳ can chi. Chúng ta xem hiện nay đoán vận mạng sắp xếp bát tự thì biết. Khi tính năm, dùng can chi (giáp tý) mà sắp xếp, cứ 60 năm là một chu kỳ. Tính ngày tháng cũng dùng can chi mà sắp xếp, cứ [60 ngày], 2 tháng là một chu kỳ. Vì thế, cứ 60 ngày lại có một ngày canh thân, đó là ngày ba thần thi dâng cáo trạng lên "thiên tào". "Thiên tào" rất có thể là chỉ cho cõi trời Tứ vương thiên và Đao-lợi thiên. Họ đi lên đến Tứ vương thiên, Đao-lợi thiên để báo cáo.

Quý vị nên biết, việc này bất kể quý vị có tin hay không tin, không phải cứ tin thì mới có, không tin không có. Nếu quả thật không tin không có, thì các bậc thánh hiền nói với chúng ta việc này chẳng phải chỉ gây phiền toái cho ta thôi sao? Như thế, đối với ta sao có thể đáng bậc thánh hiền? Cho nên, dù không tin thì vẫn có thật như thế. Người Trung quốc có như thế, người nước khác cũng có như thế, không một người nào là không có như thế.

Nếu tạo đủ mọi nghiệp ác mà vẫn không gặp quả báo xấu ác, đó là do nguyên nhân gì? Là do đời quá khứ đã tạo phúc rất lớn. Trong đời này tạo nghiệp ác, đương nhiên bị giảm phúc, nhưng tuy bị giảm mà vẫn còn dư nhiều, do đó vẫn tiếp tục được hưởng. Ý nghĩa là như thế. Nếu người ấy trong đời này hiểu rõ được ý nghĩa đó, dứt ác tu thiện, thì phước báo lại càng lớn lao hơn, nhiều đời nhiều kiếp cũng không hưởng tận, đúng thật như thế. Vậy thì người đời vì sao phải tạo nghiệp ác?

Người xưa cũng có thuyết nói rằng ba thần thi chính là hồn vía của mỗi người. Ta thường nói "ba hồn, bảy vía", đó là cách nói thời xưa của người Trung quốc. Trong Đạo giáo cũng có thuyết riêng của họ: "Nhân nơi vía mà có tinh, nhân nơi tinh mà có hồn, nhân nơi hồn mà có thần, nhân nơi thần mà có ý, nhân nơi ý lại có vía, [cứ xoay vòng như thế]." Đó là cách Đạo gia giải thích về nguồn gốc sinh ra hồn vía. Cho nên họ nói rằng, bậc thánh nhân đối với hết thảy cảnh giới đều không dùng đến vọng tâm, tức là tâm vọng tưởng [để nhận thức]. Các vị không dùng tâm vọng tưởng mà dùng chân tâm.

Thế nào gọi là chân tâm? Tâm không có vọng niệm gọi là chân tâm. Dùng tâm ấy nhận thức cảnh giới bên ngoài, đó là thuần thiện. Ai có thể dùng chân tâm ấy? Nói thật ra, chỉ có chư Phật, Bồ Tát, các bậc chân chính giác ngộ mà thôi. Trong kinh Thanh tĩnh [của Đạo giáo] nói: "Nhân thần ưa thích sự thanh tịnh." Nhưng tâm vọng tưởng của chúng ta làm nhiễu loạn sự thanh tịnh đó, phiền não làm nhiễu loạn. Tâm xưa nay vốn thanh tịnh, do dục vọng làm xáo động, khiến cho tâm không còn thanh tịnh nữa. Tâm không thanh tịnh chính là phàm phu. Do đó có thể biết rằng, chúng ta cần phải khôi phục tâm thanh tịnh. Tâm thanh tịnh chính là tự tánh, tâm thanh tịnh cũng là chân tâm. Khôi phục được tâm thanh tịnh, có thể dùng tâm thanh tịnh ấy mà xử sự, mà đối đãi với người, tiếp xúc muôn vật, thì người như thế chính là Phật, Bồ Tát.

Từ trong kinh điển, chúng ta phải thể hội thêm được ý nghĩa này: Mục đích cao nhất của việc học Phật là chuyển phàm thành thánh. Nhà Phật thường nói, giáo dục Phật giáo dạy người ba sự chuyển biến. Một là chuyển xấu ác thành hiền thiện. Hai là chuyển si mê thành giác ngộ. Ba là chuyển phàm thành thánh.

Quý vị cần hiểu được phải bắt đầu chuyển từ đâu. Tâm ta xưa nay vốn là chân thành, thanh tịnh, bình đẳng, giác ngộ và từ bi. Hiện nay cả năm phẩm tính này đều không còn nữa, hết thảy đều biến thành hư ngụy, thành nhiễm ô, thành kiêu mạn, thành ngu si, thành tự tư tự lợi. Chúng ta nghĩ xem, có phải vậy chăng? Tự mình đã vậy, nhìn sang mọi người khác quanh ta cũng đều như vậy. Cho nên thế giới này mới phải gặp kiếp nạn, mới đầy thiên tai, nhân họa.

Chúng ta ngày nay sinh ra vào thời điểm kề cận với kiếp nạn, không nói chắc được sẽ nhanh chóng gặp nạn lúc nào. Làm sao để cứu vãn? Làm sao có thể né tránh? Tự cổ chí kim, từ đông sang tây, con người ai ai cũng muốn tìm sự an lành, tránh điều hung hiểm. Ai ai cũng biết vậy, nhưng làm sao để được an lành, tránh được hung hiểm thì lại không biết. Ở một nơi có tai nạn, không tốt, ta tìm đến một nơi khác để tránh đi có được không? Không nhất thiết phải vậy. Ngạn ngữ có câu: "Số kiếp khó tránh." Quý vị đã rơi vào số kiếp, dù trốn tránh đến nơi khác cũng chẳng ích gì, vẫn phải nhận lãnh kiếp nạn ấy thôi. Đó là lý lẽ nhất định, là lý lẽ chân thật.

Vậy phải làm thế nào mới tránh né được? Nhất định phải từ trong tâm mình thực hiện một sự chuyển biến. Chính xác là như vậy. Ở một địa phương có tai nạn, quý vị vẫn có thể tránh được. Đó là điều mà nhà Phật gọi là trong cộng nghiệp[1] có biệt nghiệp.[2] Biệt nghiệp là nghiệp không cùng chịu với

---

[1] Cộng nghiệp: nghiệp quả chung của cả một cộng đồng, xảy đến cho mọi người trong cộng đồng đó.

[2] Biệt nghiệp: nghiệp quả riêng của một cá nhân, do những hành vi thiện, ác mà họ đã làm.

người khác. Cho nên, chúng ta phải làm sao khôi phục tâm thanh tịnh, tâm bình đẳng của mình.

Tôi đề cập đến 5 phẩm tính [là chân thành, thanh tịnh, bình đẳng, giác ngộ và từ bi], chỉ cần khôi phục được một, thì bốn phẩm tính khác đều hoàn toàn khôi phục. Trong mỗi một phẩm tính đã hàm chứa đủ bốn phẩm tính kia. Kinh Hoa Nghiêm dạy rằng: "Một tức là nhiều, nhiều tức là một." Chúng ta từ nơi ấy mà thực hiện một sự chuyển biến. Nhất định phải dứt trừ, nhất định phải buông xả, từ nơi căn bản nhất mà khởi làm, buông xả ái dục, buông xả lòng ham muốn. Lòng ham muốn là những thứ mà ta ưa thích, khi có được thì trong lòng vui mừng. Phải xa lìa danh vọng, lợi dưỡng, xa lìa năm điều tham muốn: tiền bạc, sắc đẹp, danh tiếng, ăn ngon, ngủ ngon. Làm được như vậy thì có thể tiêu trừ tai nạn. Bằng như quý vị không buông xả được ái dục, không bỏ được những điều ham muốn, thì cho dù quý vị trốn tránh đến bất cứ nơi đâu trên thế giới này cũng không thể thoát được kiếp nạn. Chúng ta phải hiểu rõ được ý nghĩa đó.

Kinh Phật thường dạy: "Dùng gươm trí tuệ phá tan giặc phiền não, dùng đao trí tuệ cắt rách lưới phiền não, dùng lửa trí tuệ đốt sạch củi phiền não." Điều này đức Phật thường nói trong cả kinh điển Đại thừa cũng như Tiểu thừa, nhưng đặc biệt trong kinh luận Đại thừa nói đến nhiều hơn.

Trong kinh Hoa Nghiêm, đức Phật dạy ta phương cách tu tập chuyển hóa. Nói đến lý lẽ và phương pháp chuyển hóa thì rất nhiều, nhưng quả thật không đâu bằng trong kinh Hoa Nghiêm. Đây là một bộ kinh lớn nên giảng giải rất chi tiết, tường tận, văn nghĩa liên tục lặp lại, giúp chúng ta có cơ hội thấm nhuần dần dần và tu tập trong thời gian dài. Đây là điểm hết sức quan trọng.

Chúng ta ngày nay học Phật đã lâu như thế, vì sao không đạt hiệu quả? Nói thật ra là vì thời gian huân tập còn chưa đủ, vì tập khí phiền não của chúng ta quá nặng, ý niệm quá xấu ác. Cho dù nói được lời lành, làm được việc lành, nhưng ý niệm còn xấu ác. Ý niệm xấu ác thì làm việc lành, nói lời lành cũng đều không thiết thực, cho nên công phu tu tập không hiệu quả, kiếp nạn không tránh được, ý nghĩa là ở chỗ này.

Cần phải thực hiện một sự chuyển biến đích thực, thực sự chuyển biến từ bên trong. Điểm mấu chốt của việc này là phải thâm nhập Kinh tạng. Thâm nhập Kinh tạng, nói nghe sao dễ dàng thế? Ngày nay mọi người không đọc sách xưa. Chẳng những không đọc sách xưa, mà cũng chẳng thích đọc sách, nên nhìn thấy sách là chán chường mệt mỏi, còn biết làm sao? Hiện nay khoa học kỹ thuật phát triển mạnh, chúng ta có thể tận dụng những công cụ hiện có như băng ghi hình, băng ghi âm.

Quý vị nghĩ xem, người xưa cách nay mấy ngàn năm, mấy vạn năm, vì sao đem những tinh yếu quan trọng trong văn hiến khắc lên trên đá? Chúng ta hiện nay đều biết rõ, ví như khoa học kỹ thuật ngày xưa cũng phát triển, so với chúng ta ngày nay có thể còn phát triển cao hơn, nhưng chỉ một phen đại hủy diệt là sẽ hoàn toàn mất sạch, chỉ có những tảng đá là tồn tại thôi. Với khoa học kỹ thuật hiện nay, quý vị thường nói rằng các loại đĩa dữ liệu VCD, CD có thể bảo tồn được vài trăm năm. Liệu có thật bảo tồn được vài trăm năm chăng? Ví như một ngày kia trên thế giới này hoàn toàn không còn nguồn điện thì những thứ ấy cũng như không tồn tại. Cho nên, chúng không có giá trị bằng các bản sách in, vì sách in có thể bảo tồn. Nhưng sách được bảo tồn cũng có giới hạn, tương lai nhiều trăm năm sau rồi giấy trong sách phải thành tro bụi, nên sách cũng không còn nữa. Cho nên, chúng ta thấy tổ tiên người Trung quốc xưa kia đem kinh Phật khắc lên trên đá, có thể vĩnh viễn truyền lại đời sau. Chúng ta đến Phòng Sơn ở Bắc Kinh nhìn thấy những bản kinh trên đá, đó mới thật là trí tuệ chân chính, như vậy mới thực sự bảo tồn vĩnh viễn được mọi điều. Khi khoa học kỹ thuật bị hủy diệt rồi, chúng ta mới thấy ra được thế nào là trí tuệ chân thật. Nhưng hiện nay vẫn còn các công cụ, phương tiện, ta phải nhanh chóng tận dụng chúng. Không được nghĩ rằng chẳng có gì quan trọng, ta có thể giữ được những thứ này đến vài trăm năm, hôm nay không nghe thì ngày mai nghe, ngày mai không có thời gian thì ngày mốt vẫn còn thời gian, cứ từ từ thư thả. Đến ngày mốt, nếu mạng sống không còn thì quý vị còn nghe gì nữa? Cho nên, phải hiểu rõ ý nghĩa này.

Hôm nay thời gian đã hết, chúng ta giảng đến đây thôi.

Bài giảng thứ 20

(Giảng ngày 8 tháng 6 năm 1999 tại Tịnh Tông Học Hội Singapore, file thứ 21, số hồ sơ: 19-012-0021)

Thưa quý vị đồng học, cùng tất cả mọi người.

Hôm qua chúng ta giảng đến "ba thần thi", nói rõ việc bất kỳ một chúng sinh nào, không chỉ trong nhân loại mà bao gồm cả các cảnh giới súc sinh, ngạ quỷ, địa ngục, mỗi khi khởi tâm động niệm, mỗi một hành vi, đều có thần minh trong trời đất giám sát. Người thời nay cho việc này là mê tín, hoàn toàn vô lý. Nhưng cũng có một số người giảng giải sai lầm, cho rằng đối với việc này nếu tin thì sẽ có, không tin thì không có. Quan niệm, giảng giải như thế là hoàn toàn sai lầm. Cho dù quý vị có tin hay không tin, sự thật nhất định vẫn tồn tại. Ý nghĩa đó quý vị cần hiểu rõ.

Người thời xưa, đặc biệt là những người có học, đọc sách hiểu được lý lẽ thì đối với những lời răn dạy của các bậc hiền thánh đều tin chắc không nghi.

Giáo pháp của đức Phật còn cao trổi, sáng suốt hơn nữa. Chư Phật, Bồ Tát dạy dỗ, không chỉ dạy ta phải đặt niềm tin, mà còn dạy ta phải chứng minh rõ sự lý, gọi là "tín, giải, hành, chứng" (tin nhận, hiểu rõ, thực hành, chứng nghiệm). Phật dạy chúng ta [đối với giáo pháp] phải chứng minh ý nghĩa là đúng, phải chứng minh được sự thật, đó gọi là chứng quả. Một phương pháp giáo dục như thế đích thực là hợp tình, hợp lý, hợp chánh pháp, quả là một phương thức giáo dục thực sự rốt ráo, trọn vẹn.

Giáo lý của đạo Phật về sáu đường luân hồi, nếu nói chi tiết thì đó là mười hai nhân duyên [xoay vòng sinh khởi], còn nói đại lược thì đó là [chu kỳ] hoặc, nghiệp, khổ, tức là [do chúng sinh] mê hoặc, tạo nghiệp và phải chịu quả báo. Chúng sinh trong sáu đường vĩnh viễn chịu sự chi phối của các lực tác động này. Vĩnh viễn những lực tác động này, tức là nghiệp lực, luôn là chủ thể chế ngự trong luân hồi.

Chúng ta muốn thoát khỏi sáu đường luân hồi, chỉ có một phương pháp duy nhất là không tạo nghiệp. [Muốn không tạo nghiệp thì phải] không mê hoặc. Không mê hoặc thì mới không tạo nghiệp. Cho nên, phá mê khai ngộ là cực kỳ quan trọng thiết yếu. Vì sao tạo nghiệp? Chính vì si mê. Mê tức là đối với sự thật không hiểu rõ, không giác ngộ. Các nhà Duy thức giải thích rằng hoặc bao gồm trí tưởng, tương tục tưởng. Những trí ấy không phải trí tuệ, đó là trí phân biệt. Trong Phật pháp gọi [người có những trí đó] là thế trí biện thông, không phải trí tuệ chân thật.

Trí tuệ chân thật sinh ra từ việc giữ giới, tu định. Cho nên chúng ta biết rằng, tâm không thanh tịnh, tâm không an định thì không có trí tuệ. Thế gian rất nhiều người có tri thức cao, như các nhà khoa học, triết học, nhà nghiên cứu tôn giáo... Những người này so với người bình thường có trí tuệ vượt trội, nhưng trong Phật pháp có xem họ là người có trí tuệ không? Không, vì trí tuệ của họ là loại thế trí biện thông, không phải trí tuệ chân thật.

Trong Phật pháp, tiêu chuẩn để xác định trí tuệ chính là tâm thanh tịnh. Tiêu chuẩn để xác định tâm thanh tịnh là phải lìa xa các phiền não do thấy biết sai lầm và nghĩ tưởng sai lầm. Những phiền não ấy chưa dứt trừ thì tâm chưa thanh tịnh. Dứt trừ được những phiền não ấy rồi, Phật mới thừa nhận đó là người khai mở trí tuệ, nhưng chỉ là chút trí tuệ ban đầu, chưa phải bậc đại trí tuệ. Trong danh xưng Vô thượng Chánh đẳng Chánh giác thì người như thế được kể là đạt được chánh giác.

Đạt được chánh giác là những quả vị nào? Đó là các vị

A-la-hán, Bích-chi Phật. Trong kinh thường nói các vị ấy đã đạt Lậu tận thông. Sao gọi là Lậu tận thông? Lậu tức là các phiền não do thấy biết sai lầm (kiến hoặc) và nghĩ tưởng sai lầm (tư hoặc). Các phiền não này đã dứt sạch, đó là chứng được Lậu tận thông, khi ấy mới là Chánh giác. Nếu chưa đạt được như thế thì chỗ giác ấy không phải chánh, trong Phật pháp gọi là tà tri tà kiến.

Gọi là tà tri tà kiến, không phải là sỉ nhục người ấy, không phải khinh thường người ấy, mà là nói đúng sự thật. Tà ở chỗ nào? Vì người như thế còn chấp ngã. Kinh Kim Cang nói, nếu ai còn có "ngã tướng, nhân tướng, chúng sinh tướng, thọ giả tướng", thì người ấy còn vọng tưởng, phân biệt, bám chấp. Như vậy, chỗ thấy biết chưa phải là chân chánh. Ý nghĩa này không thể không rõ biết.

Biết được như thế rồi, tự mình sẽ biết được hiện tại mình đang ở tầng bậc nào [trên đường tu tập], đang ở địa vị nào trong quá trình tu học Phật pháp. Biết như vậy rồi mới có thể tinh tấn nỗ lực, mới phát tâm phấn chấn. Nếu không tự biết được mình đang ở địa vị nào, sẽ nghĩ mình đã chứng đắc rất cao. Trong kinh luận thường nói đó là kẻ được ít đã cho là đủ. Người như thế chỉ vừa đạt được một chút an ổn thư thái, một chút thông minh trí tuệ đã tự cho rằng mình thành tựu ghê gớm lắm rồi, khiến cho sự nghiệp tu tập vì thế phải bị chướng ngại, hy vọng thành tựu trong một đời này sẽ không còn nữa.

Trong sự tu học Phật pháp [có hạnh môn và giải môn thì] giải môn là quan trọng trước nhất. Sau khi hiểu đúng rồi thì sự thực hành, công phu mới đạt hiệu quả. Chúng ta đều biết, có rất nhiều người thực sự nỗ lực tu hành, nhưng vì sao công phu một đời không đạt kết quả, đến thời điểm lâm chung thì ra đi trong trạng thái mơ màng mờ mịt? Chúng ta thấy rất nhiều, nghe biết rất nhiều những trường hợp như thế, nên phải xem đó mà tự cảnh tỉnh mình.

Lại có những người suốt đời chưa từng được nghe giảng kinh, thậm chí còn không biết đọc chữ, chuyện gì cũng không biết, chỉ học được mỗi một câu "A-di-đà Phật", niệm mãi cho đến phút cuối cùng có thể đứng mà vãng sinh, ngồi mà vãng sinh, chuyện như thế là thế nào? Xin thưa, đó là những người có trí tuệ chân thật. Họ như thế nào? Họ có lòng tin thanh tịnh. Kinh Kim Cang nói: "Lòng tin thanh tịnh ắt sinh thật tướng."

Ngày trước Lý lão sư thường nói, những người này là người ngu, nhưng là kiểu ngu [chúng ta] không theo kịp. Kiểu ngu của họ, chúng ta không thể sánh bằng. Vì sao vậy? Vì trong đầu óc họ thanh tịnh, không hề có những tư tưởng mông lung rối loạn, họ thực sự buông xả hết muôn duyên, họ không cần phải đọc kinh, không cần phải học hỏi điều này điều nọ. Chỉ với một câu Phật hiệu, họ có thể thành tựu đạo Vô thượng, ai có thể sánh được với họ?

Dù là pháp thế gian hay Phật pháp cũng đều nhấn mạnh vào hai hạng người, bậc thượng căn thượng trí và hạng người ngu không học. Hai hạng người này đều có thể được hóa độ tốt nhất. Một hạng là căn cơ cao trổi nhất, một hạng lại là căn cơ thấp kém nhất. Bậc căn cơ cao trổi có trí tuệ, tâm thanh tịnh, một khi nghe giảng thuyết qua liền thông đạt, hiểu rõ. Hạng căn cơ thấp kém tuy không có trí tuệ, nhưng không có vọng tưởng, người khác thật lòng chỉ dạy điều gì, họ tiếp nhận cho đến rốt cùng. Hai hạng người này chỉ cần gặp được Phật pháp là nhất định thành tựu.

Khó [hóa độ] nhất là hạng người ở quãng giữa, tức là hạng có tri thức nửa vời, chẳng thuộc hạng cao, không phải hạng thấp, nhưng luôn tự cho mình là thông minh, tự cho mình là đúng, tự mình làm chướng ngại cho chính mình, tức là phạm vào sai lầm lớn.

Chư Phật, Bồ Tát giáo hóa chúng sinh chính là nhắm đến đối tượng này, là những người khó giáo hóa nhất, kinh Địa Tạng gọi là "cứng đầu khó dạy". Đức Thế Tôn đối với hạng căn cơ cao trổi hay căn cơ thấp kém nhất, chỉ cần giảng kinh thuyết pháp trong khoảng mấy giờ đã có thể xong việc, đâu cần phải giảng đến 49 năm? Trong suốt 49 năm dùng tâm từ bi khó nhọc giảng dạy, chính là vì hạng chúng sinh [khó hóa độ] như chúng ta đây. Cho nên, hạng chúng sinh có căn cơ trung bình mới thực sự phiền toái nhất, thật không dễ hóa độ chút nào. Họ tự cho mình là thông minh, tự cho mình là có trí tuệ, không tự biết mình đang mê hoặc. Vì mê hoặc nên tạo nghiệp.

Trong thực tế, chính đức Phật đã thị hiện một điển hình tốt nhất để ta noi theo, nhưng chúng ta không hề thấy được, không giác ngộ được. Trên giảng đường, tôi vẫn thường bàn luận với mọi người về vấn đề này. Chúng ta học Phật, phải học theo đức Phật Thích-ca Mâu-ni, học theo đời sống của ngài, lời nói việc làm của ngài đều là khuôn mẫu để ta noi theo. Đức Phật Thích-ca Mâu-ni suốt một đời không xây dựng đạo tràng, chỉ ôm bình bát đi khất thực mà sống, bao nhiêu danh văn lợi dưỡng, năm dục sáu trần đều buông xả hết sạch, không còn mảy may vướng nhiễm, do vậy nên tâm mới được thanh tịnh. Ngài làm khuôn mẫu cho ta noi theo, muôn duyên nhất thời buông xả, chúng ta học Phật phải bắt đầu từ điểm này.

Thời đại của Đức Thế Tôn cách chúng ta quá xa, đã gần ba ngàn năm. Đại sư Ấn Quang là người gần đây, ngài thị hiện sống vào cuối triều Thanh. Nói cách khác, ngài là khuôn mẫu tốt để chúng ta noi theo trong thời cận đại. Chúng ta phải hiểu được điều đó.

Người xuất gia trong thời đại gần đây thường mắc phải những khuyết điểm gì? Chúng ta có thực sự nhận biết để phản tỉnh, nhận biết để suy ngẫm hay không? Vì sao Đại sư Ấn Quang suốt một đời không thu nhận đệ tử [xuất gia]? Chúng ta xem qua những người xuất gia trong thời hiện đại này, vì sao tu hành không được thành tựu? Là vì trói buộc bởi đệ tử. Đại sư Ấn Quang vì chúng ta thị hiện một khuôn mẫu tuyệt vời, suốt đời không làm trụ trì, không truyền giới. Không truyền giới thì không đi ngược lại nhân quả. Truyền giới rất dễ, giữ giới mới thật khó. Người không thọ giới, tuy phạm tội cũng là tội, nhưng nếu đã thọ giới rồi mà phạm tội thì tội ấy nặng hơn bội phần. Vì sao có thể nhẫn tâm khiến họ phải mắc tội nặng nề hơn?

Trong khoảng mấy mươi năm gần đây, ở nhiều nơi tại Trung quốc cũng như hải ngoại, chúng ta nhìn thấy rất nhiều đạo tràng, hòa thượng già còn chưa chết mà đệ tử đã tranh nhau chia tài sản của chùa, dùng đủ mọi cách đấu đá nhau. Có khi lão hòa thượng bệnh nặng không ai chăm sóc, vì đệ tử bận tranh giành tài sản, tội lỗi ấy nặng nề biết bao. Tổ Ấn Quang thấy biết, nhận hiểu rõ ràng việc này, nên thị hiện một khuôn mẫu cho chúng ta noi theo. Một đời ngài chỉ nhận người theo học, không thu đệ tử [xuất gia], thật có ý nghĩa lớn lao trong đó.

Khi tôi học Phật vào lúc chưa xuất gia, Lý lão sư bảo tôi học theo gương Đại sư Ấn Quang. Tôi một đời noi theo Đại sư làm khuôn mẫu học tập. Một đời tôi không xây dựng đạo tràng, cũng không thu nhận đồ chúng. Các vị xuất gia ở đây có pháp danh chữ Ngộ đều biết, đó là do Hàn Quán trưởng thu nhận. Pháp danh của quý vị là do Hàn Quán trưởng đưa ra. Chỉ có một ngoại lệ là Ngộ Đạo, vì xuất gia ở Phật Đà Giáo Dục Cơ Kim Hội. Còn những người xuất gia ở Đồ Thư Quán, đều do Hàn Quán trưởng thế độ. Sau khi Hàn Quán trưởng qua đời, Đồ Thư Quán gặp biến cố. Mọi người ở đây cùng tôi tu học đã nhiều năm, tôi đương nhiên có nghĩa vụ quan tâm đến mọi người. Nhưng tôi khuyên tất cả mọi người, kể cả các vị đồng tu từ đại lục sang, tôi chân thành khuyên hết thảy mọi người, nên học theo gương Pháp sư Ấn Quang, quyết định như vậy là chính xác, nhất định sẽ có thành tựu.

Thời kỳ tôi bắt đầu tu học là hết sức gian khổ. Sau khi xuất gia rồi thì các đạo tràng, tự viện nơi ấy đều không chịu thu nhận tôi. Nguyên nhân vì sao? Vì tôi kiên trì muốn học Giáo pháp, mà những nơi ấy họ chỉ muốn làm các Phật sự tụng kinh bái sám mà thôi. Tôi không chịu làm theo như vậy. Không chịu làm theo thì chỉ có một đường ra đi, mà họ không thể đi, cho nên tôi phải bị bức vào đường cùng. Lúc đó gặp được Hàn Quán trưởng giúp đỡ, thành tựu cho tôi được 30 năm trên giảng đường. Tôi một đời cảm kích bà. Bà quả là Phật, Bồ Tát hiện đến hộ pháp. Bà giúp đỡ tôi quá nhiều, nên tôi một đời này cảm ơn bà. Bà đúng là hộ pháp chân chánh. Năm nay bà vãng sinh đã tròn hai năm, chúng ta tổ chức Phật sự kỷ niệm hai năm ngày bà mất. Lúc thực hiện nghi thức Tam thời hệ niệm, có vị đồng tu nhìn thấy bà, cùng với mấy vị tỳ-kheo ni ngồi ở hàng đầu tiên, khi ấy Ngộ Đạo ở trên đài làm lễ Tam thời hệ niệm. Thường có người nhìn thấy, bà lúc nào cũng hộ trì đạo tràng này như xưa không khác, không hề lìa xa. Quý vị đồng tu ở Đồ Thư Quán đều đến đây rồi, đương nhiên bà có trách nhiệm, bà có có nghĩa vụ, nên bà phát tâm hộ trì đến cùng. Chúng ta ở đây ai ai cũng cảm kích bà.

Sáng nay có một giờ rưỡi giảng kinh Hoa Nghiêm, gặp lúc thầy Ngộ Chính từ Đài Bắc đến. Thầy có người em mới vừa niệm Phật vãng sinh, có điềm lành hiện vô cùng hy hữu. Tôi bảo thầy trình bày chi tiết mọi việc với tôi. Tôi ngưng việc giảng kinh, ở trong giảng đường thu hình, rồi sẽ đưa băng ghi hình này ra lưu hành trên toàn thế giới. Em của thầy chỉ niệm Phật sáu tháng được vãng sinh. Quý vị hãy xem đó, người ta niệm như thế nào, tu hành như thế nào, thành công như thế nào? Quả thật là một tấm gương sáng cho người tu học trong thời hiện đại, một chương thù thắng nhất trong những chuyện vãng sinh hiện đại, rất đáng để những người niệm Phật học tập theo. Sau phần trình bày của thầy Ngộ Chính, tôi cũng đã có mấy lời bình ngắn. Băng ghi hình đó rồi sẽ phân phát cho mọi người.

Hôm nay thời gian đã hết, chúng ta giảng đến đây thôi.

Bài giảng thứ 21

(Giảng ngày 9 tháng 6 năm 1999 tại Tịnh Tông Học Hội Singapore, file thứ 22, số hồ sơ: 19-012-0022)

Thưa quý vị đồng học, cùng tất cả mọi người.

Xin mời xem câu thứ mười hai trong Cảm Ứng Thiên: "Nguyệt hối chi nhật, táo thần diệc nhiên." (Đến ngày cuối tháng, thần bếp cũng [lên thiên tào báo cáo] như vậy.)

Tám chữ này là một đoạn. Bản văn Cảm ứng thiên vừa mở đầu đã nói rõ nguyên lý nghiệp nhân quả báo, tiếp theo nêu lên sự thật là gieo nhân lành nhất định được quả lành, tạo nhân ác nhất định không tránh khỏi quả báo xấu ác. Ngay sau đó lại nói về sự giám sát của thiên địa quỷ thần. Đối với việc này, người thời xưa đa số đều tin, nhưng người thời nay cho là mê tín, hoàn toàn không lưu tâm đến. Do đó có sự cảm ứng, phải hứng chịu nhiều tai họa lớn.

Có người cho rằng đa số tai họa đều do thiên nhiên gây ra, chẳng phải do con người. Cách suy nghĩ, giải thích này chắc chắn là sai lầm. Những người này không biết rằng, hết thảy chúng sinh trong pháp giới cùng khắp hư không với tự thân chúng ta vốn là một sinh thể thống nhất. Cho nên, mỗi một ý niệm, hành vi của chúng ta đều có liên quan đến hết thảy chúng sinh trong hư không pháp giới, đều có tác động qua lại ảnh hưởng đến nhau.

Ý nghĩa này trong kinh luận giảng giải rất nhiều, giảng giải rất chi tiết. Nếu chúng ta không thâm nhập được Kinh tạng thì đối với ý nghĩa này thật rất khó thể hội. Do đó mà chỉ biết buông xuôi theo tập khí phiền não của tự thân, tất nhiên tạo nghiệp xấu ác nặng nề. Tạo nhiều nghiệp ác như thế mà tự mình không hề hay biết.

Nếu tự mình biết được mình đang tạo nghiệp thì người như thế đã khai mở được sự giác ngộ, nhà Phật gọi là đã giác ngộ. Đã giác ngộ thì có thể quay đầu hướng thượng, đã giác ngộ thì có thể được cứu thoát. Quay đầu là bờ, liền có thể vượt thoát hết thảy mọi tai nạn, có thể thoát ra khỏi sáu đường, mười pháp giới. Người như thế đã là Phật, là Bồ Tát rồi. Nhưng người có căn tánh như vậy trong thế gian này thật hiếm hoi như sừng lân, lông phụng, trong muôn ngàn người cũng khó tìm được một. Trong kinh điển Phật dạy rằng, người như thế là có căn lành phước đức nhân duyên trong vô số kiếp quá khứ, nay đã thành thục mới được như vậy.

Đại đa số người khác đều không biết được [mình đang tạo nghiệp]. Chư Phật, Bồ Tát đối với những người này cũng không buông bỏ, thật là từ bi đến mức tận cùng, trước sau vẫn thị hiện giữa chúng sinh, trong sáu đường luân hồi, dùng đủ mọi phương tiện khơi dậy tánh giác của chúng sinh. Dù trong nhất thời, trong một kiếp không thành tựu được, các ngài cũng tiếp tục hóa độ trong nhiều đời nhiều kiếp. Chúng ta đời này có thể tỉnh ngộ, lẽ nào không phải nhờ chư Phật, Bồ Tát đã trải qua nhiều đời nhiều kiếp mở bày chỉ bảo? Chúng ta một phen bừng tỉnh nhận ra điều này, mới hiểu rõ được quả thật là "Phật thị môn trung, bất xả nhất nhân." (Trong cửa Phật không bỏ người nào.) Nhưng trước đây khi ta chưa tỉnh ngộ, chưa quay đầu hướng thượng thì biển khổ mênh mang, nghiệp báo không thể suy lường nào ai biết được?

Trước mắt chúng ta đã thấy tai kiếp lớn lao. Tai kiếp ấy từ đâu mà đến? Là do nghiệp lực tạo thành. Nghiệp lực của ai? Người thực sự khế nhập Phật pháp đều biết đó là nghiệp lực của chính bản thân mình. Vì sao chúng sinh không thể hướng thiện? [Nhưng thôi,] hãy xét ở phạm vi nhỏ hơn, vì sao các bạn đồng tu của chúng ta không thể tu hành thật tốt, không thể y theo chánh lý, chánh pháp mà tu hành? Đó là vì tự thân ta chưa làm tốt, ta chưa nêu gương tốt để mọi người noi theo. Ta phải nhận lấy trách nhiệm, không thể đùn đẩy, quy trách cho người khác. Tự bản thân ta phải làm được một tấm gương rất tốt, như vậy là tự độ chính mình rồi mới cứu độ được cho người khác.

Nếu ta đã thực sự là một tấm gương tu tập tốt nhưng vẫn không cảm hóa được chúng sinh giác ngộ, thì đó là do nghiệp chướng của họ quá sâu nặng, chúng ta vẫn phải tiếp tục không ngừng giúp đỡ, hỗ trợ cho họ. Như trong kinh nói là dùng đủ mọi phương tiện, giúp đỡ hỗ trợ lâu dài, cuối cùng đến một ngày kia họ sẽ hiểu được, sẽ quay đầu hướng thiện. Công đức giáo hóa của chúng ta sẽ có kết quả, nhất định không hề uổng phí.

Trong Cảm ứng thiên có ba đoạn nói về việc quỷ thần giám sát người đời. Đoạn thứ nhất nói về thiên thần, đoạn thứ hai nói về ba thần thi. Ba thần thi tức là trong đạo Phật nói về thần thức. Hôm nay chúng ta xem đến [đoạn thứ ba,] hai câu nói về thần bếp.

Thần bếp giám sát trong nhà của một người, tức là một gia đình, giám sát cả một gia đình. Trước đó nói về thiên thần với ba thần thi đều là giám sát riêng mỗi người, còn đây là giám sát cả gia đình. Người trong một nhà đó làm thiện, làm ác, thần bếp đều rõ biết.

Ngày xưa, dân gian Trung quốc nhà nào cũng thờ cúng thần bếp, những người hơi lớn tuổi đều còn nhớ rất rõ. Thời ấy căn bếp của mỗi gia đình đều có bếp nấu củi, không phải hiện đại đến mức dùng bếp điện. Lúc xây lò, đặt bếp, trong nhà cũng dành một chỗ đặt cái khám nhỏ để thờ cúng thần bếp. Bên cạnh khám thờ thần bếp thường đặt một đôi liễn, tôi vẫn còn nhớ rõ một vế là "Lên trời làm việc tốt", vế còn lại là "Xuống đất giữ bình an".

Theo tập tục thì thần bếp lên trời vào ngày 24 tháng chạp [hằng năm] để báo cáo những việc làm thiện, ác của gia đình đó trong suốt một năm. Người thời nay cho đó là mê tín, trong nhà không thờ cúng thần bếp nữa. Không thờ cúng thần bếp, vậy thần bếp có quản đến việc trong nhà của quý vị hay không? Vẫn quản như trước thôi, tuyệt đối không phải khi ta không thờ cúng thì thần bếp không quản việc thiện ác nữa, mà là vẫn quản như trước. Cho nên, từ sự giám sát của quỷ thần trong trời đất, chúng ta hiểu ra được một sự thật là mọi chuyện lành dữ, họa phúc đều có điểm báo trước, có sự cảnh báo trước để cảnh cáo chúng ta. Những cảnh báo ấy có rất nhiều trong hoàn cảnh trước mắt, chỉ cần chúng ta tỉnh táo, chú ý quan sát thì hầu như mọi sự tiếp xúc nhận biết của các giác quan chúng ta đều là dấu hiệu cảnh báo. Những dấu hiệu cảnh báo ấy đều là không tốt, hết sức bất lợi, cho nên chúng ta tự mình nhất định phải thực hiện một sự chuyển biến lớn.

Tôi được tiếp xúc với Phật pháp từ năm 26 tuổi, lúc đó đã có cảm giác như quá muộn rồi. Tôi vừa học Phật thì Đại sư Chương Gia đem mọi việc như thế dạy bảo cho tôi. Tôi tin nhận, y theo lời dạy mà làm. Những lời răn dạy của thầy thảy đều chân thật, cho nên tôi cảm ơn thầy, suốt một đời này luôn sống trong niềm biết ơn đó. Tôi giúp đỡ người khác, dạy bảo người khác cũng đều với tâm thái mà trước đây thầy đã dạy dỗ tôi, tức là tâm chân thành, thanh tịnh, bình đẳng, không hề phân biệt, đối với hết thảy mọi việc trong thế gian đều không mong cầu. Đặc biệt đến ngày nay đã lớn tuổi rồi, những năm xế chiều còn có gì mà không buông xả?

Nếu y theo nghiệp báo [đời trước] hẳn tôi đã chết sớm rồi, đã xa lìa thế gian này rồi. Đây cũng là một tấm gương cho quý vị noi theo. Quý vị cứ xem gương tôi hẳn sẽ có chỗ hiểu ra. Một đời tôi không có tuổi thọ nhiều, không có phước báo, nói theo trong Phật pháp thì đại khái là đời trước chỉ tu tuệ không tu phước, do đó cũng may mắn có được một chút trí tuệ, cùng với chúng sinh kết mối duyên lành, cho nên gặp được toàn những bậc thiện tri thức. Bản thân tôi cũng có một điều kiện tốt, đã từng nói qua với quý vị nhiều lần, là tôi rất ham học, chịu học, rất vui mừng được gần gũi các bậc thiện tri thức, rất vui mừng được đọc các sách khuyến thiện. Đó là bản thân tôi có đủ điều kiện [hướng thượng].

Tôi vốn không có phước báo, nhưng hiện nay mọi người đều thấy tôi có được một chút phước báo. Tháng trước, pháp sư Dụ Dân đến thăm tôi, ông là người biết đoán vận mạng. Ông đoán vận mạng cho tôi, nói rằng: "Pháp sư, thầy có vận tẩu lão, trong lòng hiện nay nghĩ đến việc gì cũng đều thành tựu, làm việc gì cũng đều thuận lợi, cũng thành tựu, tuổi thọ cũng lâu dài." Hết thảy những chuyện ấy tôi đều không cầu. Tôi không cầu phước báo, cũng không cầu tuổi thọ.

Ngày trước, lão cư sĩ Lý Bỉnh Nam giảng kinh, dạy học ở Đài Trung, mỗi khi thấy trong số học sinh có người mệnh bạc, người có số mạng ngắn ngủi, người không có phước báo, thầy đều đặc biệt khuyên bảo những người ấy phát tâm hoằng pháp lợi sinh. Thầy dạy: "Hoằng pháp lợi sinh là phước báo lớn nhất thế gian." Tôi cũng được thầy khuyến khích dẫn dắt nên mới đi theo con đường này, quả thật rất hiệu quả.

Chỉ có điều là muốn vậy thì từ trong thân tâm cho đến thế giới bên ngoài nhất thiết phải buông xả hết, phát tâm làm việc là vì [nghĩ đến] chư Phật, Bồ Tát, vì hết thảy chúng sinh phụng sự. Hết thảy chúng sinh có phước báo, chư Phật, Bồ Tát muốn quý vị phụng sự, tự nhiên quý vị sẽ được chư Phật hộ niệm, các vị trời, rồng, thiện thần theo ủng hộ, quý vị không cần tìm kiếm, các vị ấy tự nhiên tìm đến. Tuyệt đối không theo ý riêng của mình, muốn gì làm nấy, như vậy là sai lầm, là nhất định tạo nghiệp. Tạo nghiệp là tổn giảm phước báo của bản thân, nghĩa là những phước báo quý vị tu tích được trong đời quá khứ sẽ bị tổn giảm.

Trong Liễu Phàm tứ huấn và Cảm ứng thiên tuy giảng

nói rất nhiều, thật ra cũng chỉ để làm rõ điều này: "Nhất ẩm nhất trác mạc phi tiền định." (Mỗi một miếng cơm ngụm nước đều đã định trước.) Đều là do chính bản thân quý vị định trước. Điều này chứng tỏ các pháp thế gian và xuất thế gian là một tổng thể nhân duyên quả báo. Quý vị hiểu rõ được ý nghĩa này thì sẽ gieo nhân lành, sẽ giữ lòng tốt, làm việc tốt, nói lời tốt, làm người tốt, quả báo vô cùng tốt đẹp.

Đối với người học Phật, đức Phật chính là điển hình, là khuôn mẫu của chúng ta. Tâm Phật thanh tịnh, bình đẳng, chân thành. Đức Phật đối với hết thảy chúng sinh đều từ bi, thương yêu bảo bọc, quan tâm không bỏ sót điều nhỏ nhặt nào. Ta phải luôn đem lòng chân thành, cung kính đối xử với người, với sự vật. Chúng ta phải chú tâm quán sát kỹ lưỡng, phải biết học theo như thế nào? Đức Phật không chỉ khuyên dạy ta bằng lời nói, ngài còn dùng công hạnh của tự thân để dạy dỗ chúng ta.

Những điều đức Phật dạy cho ta đều hết mức hiền thiện, hết mức tốt đẹp. Cho nên, khế nhập vào cảnh giới của Phật thì không gian hoạt động của ta thật lớn lao, rộng đến tận cùng hư không, biến khắp pháp giới. [Khi ấy,] những gì chúng ta nghĩ tưởng, suy xét liệu lường, tuyệt đối không chỉ là trong một vòng giới hạn nhỏ nhoi, không chỉ là trong một thế giới, mà là vô lượng vô biên cõi Phật. Tấm lòng như vậy lớn đến mức nào? Đó chính là tâm lượng lớn thì phúc đức lớn. Cho nên, phúc đức trí tuệ của Phật đều trọn đủ, không có gì là không thể bao dung.

Chúng ta ngày nay thử xét nơi một đạo tràng, chỉ có mấy người xuất gia cùng sống, hỗ tương qua lại đã không thể bao dung cho nhau, như vậy thì có phước báo gì? Phước báo như thế thật đáng thương xót, nhỏ nhoi quá, hưởng tận rồi đi vào ba đường ác. Lý lẽ đúng thật này ta phải nhận hiểu cho rõ ràng, sáng tỏ.

196

Thần bếp là thật có, tuyệt đối không phải giả dối bày ra. Không chỉ có thần bếp, mà trong mỗi nhà còn có rất nhiều quỷ thần, như nơi cửa ra vào có thần cửa. Quý vị nên đọc sách Lễ ký thì sẽ hiểu được. Vốn dĩ trong mỗi căn phòng, mỗi góc nhà đều có quỷ thần cư trú. Chúng ta khởi tâm động niệm, nói năng hành động, người khác không thấy biết nhưng quỷ thần luôn thấy biết hết sức rõ ràng.

Đời nhà Minh có bài văn "Du Tịnh Ý công ngộ táo thần ký" (Chuyện Du Tịnh Ý gặp thần bếp), do người đồng hương của Du Tịnh Ý ghi chép lại, hoàn toàn là sự thật. Chuyện này được in thêm vào phía sau sách Liễu Phàm tứ huấn, lúc trước tôi đã từng giảng qua một lần, giảng rất chi tiết, quý vị có thể dùng [nội dung ấy] để tham khảo. Không chỉ riêng mình Du Tịnh Ý gặp thần bếp, chúng ta xem trong những ghi chép của người xưa thấy có rất nhiều. Nhưng bài văn này được viết tường tận và chi tiết nhất, hay nhất, nên được Pháp sư Ấn Quang chọn để lưu hành.

Những người có học, người tu hành, thường tự thấy mình là người hiền thiện, tốt đẹp. Người khác nhìn vào cũng thấy là rất tốt. Mỗi ngày đều làm việc thiện, nói lời tốt, làm việc tốt. Du Tịnh Ý ban đầu cũng là người như vậy, nhưng cứ mãi nghèo khổ vất vả. Tự thân ông thấy mình toàn làm việc thiện, chưa từng làm bất cứ điều gì xấu ác, nhưng nghèo khổ mãi như thế thật là trời ban quả báo không công bằng.

Thần bếp rất từ bi, biết ông là người có học thức, nếu được chỉ bày dạy bảo sẽ tiếp nhận được, có thể phản tỉnh, liền thị hiện bảo ông: "Hành vi của ông tuy giống như hiền thiện mà tâm niệm, ý nghĩ lại rất xấu ác, nhưng ông không biết phản tỉnh suy xét. Do tâm niệm, ý nghĩ xấu ác, nên những điều thiện ông làm đều không thực tế, không chân thật. Vì thế, quỷ thần trong trời đất theo giám sát ông, thấy từ ngày đầu năm cho đến cuối năm không hề có lấy một việc thiện chân thật, toàn là những việc phô diễn, giả dối, cố làm ra dáng cho người khác xem. Đó là những việc thiện giả dối, không phải chân thật." Được thần bếp chỉ bày như vậy, ông bừng tỉnh nhận ra sự thật, thực sự hiểu rõ được vấn đề.

Con người tạo nghiệp ác chưa đáng sợ, chỉ sợ không thể quay đầu hướng thượng, chỉ sợ không thể nhận biết hiểu rõ. Nếu chịu quay đầu hướng thượng, có thể nhận biết hiểu rõ thì đều cứu được. Mỗi một người là như vậy, một gia đình cũng như vậy, cho đến toàn xã hội, quốc gia hay cả thế giới cũng cùng một lẽ đó.

Hiện tại kiếp nạn ngay trước mắt, mọi người đều biết, vậy kiếp nạn này có cứu vãn được chăng? Nhất định cứu vãn được. Từ đâu bắt đầu cứu vãn? Từ trong lòng người mà bắt đầu cứu vãn, từ trong tâm mỗi người mà cứu vãn. Tự tâm mỗi người phải thực hiện một sự chuyển biến lớn, dứt ác tu thiện, phá trừ si mê mở ra giác ngộ, vậy mới cứu vãn được.

Hy vọng mọi người thực sự nỗ lực, sửa chữa lỗi lầm, hoàn thiện bản thân, không chỉ tự mình được cứu độ mà cũng giúp đỡ, hỗ trợ được cho người khác, công đức lớn lao không gì bằng.

Hôm nay thời gian đã hết, chúng ta giảng đến đây thôi.

Bài giảng thứ 22

(Giảng ngày 10 tháng 6 năm 1999 tại Tịnh Tông Học Hội Singapore, file thứ 23, số hồ sơ: 19-012-0023)

Thưa quý vị đồng học, cùng tất cả mọi người.

Xin mời xem đến câu thứ 13 trong Cảm ứng thiên:

"Phàm nhân hữu quá, đại tắc đoạt kỷ, tiểu tắc đoạt toán, kỳ quá đại tiểu, hữu sổ bách sự. Dục cầu trường sanh giả, tiên tu tị chi." (Người đời phạm tội lỗi, lớn thì giảm kỷ, nhỏ thì giảm toán, những tội lỗi lớn nhỏ như thế tính ra đến số mấy trăm. Muốn cầu sống lâu thì trước hết phải kiêng tránh tất cả những tội lỗi này.)

Đây là một đoạn tổng kết về việc quỷ thần giám sát [những việc thiện ác] của người đời.

Hôm qua nói đến thần bếp, kể chuyện Du Tịnh Ý gặp thần bếp. Thần bếp chỉ dạy cho ông mấy câu, rất đáng cho chúng ta lưu tâm cảnh tỉnh. Những khiếm khuyết của Du Tịnh Ý cũng đích thực là những khiếm khuyết mà bản thân chúng ta ngày nay mắc phải. Khiếm khuyết của chính mình mà bản thân lại thực sự không biết, ai ai cũng cho rằng những gì mình nghĩ tưởng, nói ra hay hành động đều là đúng đắn, còn người khác đều là không đúng. Vấn đề này hết sức nghiêm trọng. Trong Phật pháp gọi đó là mê hoặc, điên đảo. Kinh Phật mô tả đến chỗ nghiêm trọng nhất [của khuynh hướng điên đảo này là trở thành] nhất-xiển-đề. Nhất-xiển-đề là tiếng Phạn, có nghĩa là "không có căn lành". Chư Phật, Bồ Tát đều không thể cứu được người như vậy. Người ấy không biết quay đầu hướng thượng, không biết đến giác ngộ.

Nguồn gốc [của sự mê lầm] như thế làm sao để tiêu trừ?

Chúng ta tỉnh táo mà suy xét thì [phương pháp] vẫn như xưa là phải đọc kinh sách. Không đọc kinh sách thánh hiền thì làm sao có thể giác ngộ? Nói thật ra, sự mê lầm cũng giống như cái hố bùn, [đã sa vào thì] ngày càng lún sâu, không dễ thoát lên. Người đọc sách thánh hiền, mỗi ngày đều gần gũi các bậc hiền thánh, huân tập lâu ngày, dần dần sẽ đạt được giác ngộ. Tại Trung quốc từ xưa đến nay, những người lớn tuổi luôn khuyên bảo lớp hậu sinh phải đọc sách thánh hiền, phải đọc kinh Phật, ý nghĩa là ở chỗ này.

Du Tịnh Ý có thể quay đầu hướng thượng cũng là nhờ có nền tảng sâu dày từ trước đó đã từng đọc sách. Nếu như [thần bếp] giảng nói những điều như vậy với người thời nay, họ cũng không thể quay đầu hướng thượng, là vì sao? Vì họ không có được nền tảng [đọc sách] như vậy. Đây là điều chúng ta có thể hiểu ra sâu sắc từ chuyện này.

Thần bếp bảo Du Tịnh Ý: "Ý niệm xấu ác của ông quá nặng, [việc làm] chỉ nhằm đạt được hư danh." Thần bếp còn nói nhiều điều nữa, nhưng hết thảy đều không cần giảng giải, chỉ riêng hai câu này là cốt lõi quan trọng. Nếu chỉ là vì cầu được danh tiếng, được ngợi khen, thì cho dù làm thật nhiều việc thiện cũng đều không chân thật. Cho nên thần bếp mới nói: "Quỷ thần trong trời đất mỗi ngày giám sát, mỗi ngày xem xét ông. Ông đối trước quỷ thần cầu khấn, trông có vẻ hết sức khẩn thiết, cũng có chút thành ý, nhưng ông đối đãi với người, tiếp xúc muôn vật, so với lúc cầu khấn quỷ thần lại hoàn toàn không giống nhau."

Thiên thần có lòng từ bi. Ngày xưa ở Trung quốc, những người có học đều tin là có Ngọc Hoàng Đại đế, các tôn giáo khác gọi là Thượng đế. Thần bếp nói rằng: "Thượng đế lệnh cho quỷ thần giám sát việc thiện ác của thế gian, đến xem xét kỹ những việc ông làm, trải qua nhiều năm không thấy một việc thiện chân chính nào cả. Những việc thiện ông làm đều là phụ họa theo người khác. Nói cách khác, nếu người khác không làm thì ông chẳng bao giờ chủ động làm thiện. Lại thấy những khi ông ở một mình nơi khuất tất vắng vẻ thì khởi sinh toàn là những tâm niệm tham lam, dâm dật, ganh ghét, hẹp hòi nóng nảy, tự mãn khinh người, nhớ việc đã qua, mong việc sắp đến, toan tính báo thù rửa hận... Những vọng tưởng, tạp niệm ấy quá nhiều, không thể nói hết. Hết thảy đều là những ý niệm xấu ác, cấu kết trong lòng ông, thiên địa quỷ thần đã ghi chép thành hồ sơ rất nhiều, ông trốn họa còn không được, dựa vào đâu mà cầu hưởng phúc?"

Sau khi nghe những lời này, Du Tịnh Ý như người bị tạt gáo nước lạnh, một phen bừng tỉnh. Ông quỳ trước mặt thần bếp, lúc đó đang thị hiện hình người, nói rằng: "Ngài nhất định là thần tiên, thấy biết trong lòng tôi quá rõ ràng." Du Tịnh Ý cầu xin được cứu giúp. Ông ấy còn có được một chút tâm niệm [quay đầu] như vậy. Người thời nay nghe những điều như thế hoàn toàn không quan tâm, cũng không tin nhận, cho là mê tín. Tự họ cho rằng mình có đầu óc khoa học, người khác không theo kịp, như vậy làm sao họ tiếp nhận được? Sửa lỗi cho người thời nay thật quá khó, hết sức khó. Du Tịnh Ý còn có một chút lòng hối cải nên thần bếp mới đến giúp ông, dạy ông từ đó về sau đối với hết thảy những tâm niệm tham lam, dâm dục, giả tạo, vọng tưởng tạp niệm... đều phải dứt trừ hết sạch, để tâm ý được thanh tịnh.

Hôm kia, quý vị được nghe thầy Ngộ Chính báo cáo việc em của thầy được vãng sinh, nhưng quá trình tu hành như thế nào chưa nói rõ ràng. Hôm qua đã bổ sung nội dung này, tôi vẫn còn chưa nghe lại. Nhưng cha mẹ người này có kể với tôi về quá trình tu hành của anh ta. Mỗi ngày đều khó nghe được anh nói vài ba câu. Người trong nhà mời gọi đến trò chuyện, anh ta đều cự tuyệt: "Không cần trò chuyện với tôi." Anh chuyên tâm [tu hành] đến mức như thế. Đó là bí quyết vãng sinh của anh. Tâm anh ta đã an định, đã thực sự buông xả hết muôn duyên. Kinh A-di-đà có nói về thời gian, so với trường hợp này còn ngắn hơn, quý vị đều đã tụng niệm rất thông thuộc: "Hoặc một ngày, hai ngày cho đến bảy ngày." Có trường hợp nào niệm Phật bảy ngày thành công hay chăng? Có đấy. Sách Tịnh độ thánh hiền lục có ghi chép, sách Vãng sinh truyện cũng có ghi chép. Nếu thực sự chịu quay đầu hướng thượng, triệt để buông xả [muôn duyên] thì người như thế có thể thành tựu. Cho nên, sự thù thắng của pháp môn này là không gì hơn được.

Tôi thường khuyên quý vị đồng học, chúng ta tu hành thì điều quan trọng nhất là phải giữ lòng tốt. Trong lòng chỉ toàn điều thiện, không có điều ác. Những ý niệm ác, việc ác, người ác đều không được chất chứa trong lòng. Chỉ nhìn thấy những chỗ hiền thiện của người khác, chỉ nhìn thấy những chỗ tốt đẹp của người khác, thì đời sống của chúng ta sẽ toàn là hiền thiện, không có sự xấu ác. Trong lòng quý vị sẽ thanh thản an vui, khoái lạc biết bao, đâu cần nói đến thành tựu gì khác. Mỗi ngày nghĩ tưởng đến chỗ xấu ác của người khác, đến oán thù với người khác, thì hoàn cảnh sống của quý vị sẽ hết sức xấu ác, quý vị phải chịu nhiều đau khổ, phải sống trong cay đắng khó nhọc.

Do đó có thể biết rằng, [sự chuyển đổi] khổ não hay an vui đều chỉ nằm trong khoảng thời gian một ý niệm, không phải do người khác mang đến, mà do chính sự chuyển biến trong ý niệm của ta tạo thành. Hiểu rõ được ý nghĩa này, vì sao không đem ý niệm của mình chuyển thành ý niệm của Phật? Mỗi niệm đều niệm Phật A-di-đà, mỗi niệm đều niệm thế giới Tây phương Cực Lạc với y báo, chính báo trang nghiêm. Như vậy, chúng ta tuy chưa đến được thế giới Cực Lạc nhưng hiện tiền đã sống trong thế giới Cực Lạc rồi. Tâm thức, tình cảm của ta đều đã sống trong thế giới Cực Lạc. Khi tuổi thọ hết, có lý nào lại không vãng sinh? Cho nên, muôn duyên đều phải buông xả.

Cư sĩ Bàng Uẩn có dạy: "Thêm một chuyện chẳng bằng bớt một chuyện. Bớt một chuyện chẳng bằng vô sự." Vô sự ở đây không phải là dạy ta bất cứ chuyện gì cũng không làm, hiểu như vậy là sai lầm. Mọi chuyện đều vẫn làm theo đúng lẽ, nhưng trong tâm nhất định không có sự vướng mắc, nhớ nghĩ. Vô sự ở đây là nói tâm vô sự, chẳng phải nói thân vô sự. Đối với thân không có gì ngăn ngại, như trong kinh Hoa Nghiêm nói: "Lý sự không ngăn ngại, sự sự không ngăn ngại."

Những gì là ngăn ngại, che chướng? Ý niệm trong tâm là ngăn ngại, che chướng. Cho nên, quý vị thấy trong truyện Du Tịnh Ý nói rõ, lời nói của ông ta hiền thiện, việc làm hiền thiện, nhưng tâm ý bất thiện, cho nên làm việc thiện gì, nói lời hiền thiện gì cũng đều không có tác dụng, đều trở thành hư ngụy, giả dối không chân thật. Nếu tâm ý hiền thiện thì đó mới thực sự là thiện. Đó là căn bản khởi sinh của thiện ác.

Thần bếp khuyến khích ông ta trước hết phải giữ lòng tốt, giữ một tấm lòng hoàn toàn thuần thiện, sau đó mới tùy hoàn cảnh, tùy khả năng của mình mà làm việc tốt. Khả năng đến đâu thì đem hết sức ra làm đến đó. Khi làm, phải làm với tâm thanh tịnh, hoàn toàn không mong cầu quả báo. Vì cầu quả báo mà làm thiện thì tâm ý đã là bất thiện.

Vì sao vậy? Vì [làm việc thiện mà] có điều kiện. Làm việc thiện không có điều kiện mới là việc thiện chân thật. Làm việc thiện không cầu quả báo thì quả báo thù thắng nhất. Không cầu danh tiếng, không cầu lợi dưỡng, việc gì cũng không cầu, đem hết sức mình ra giúp đỡ người khác, có thể vì người khác quên mình. Đối với sự việc không kể là khó hay dễ, lớn hay nhỏ, đều đem tâm thành khẩn, chân thật mà làm. Nếu sức mình không làm nổi, vẫn phải giữ được tấm lòng tốt đẹp như thế. Đó gọi là: "Tâm hữu dư nhi lực bất túc." (Lòng tốt có thừa nhưng sức không đủ.) Tấm lòng như vậy sẽ có sự cảm ứng. Nếu thực sự chân thật thuần thiện, sẽ được chư Phật hộ niệm, các vị trời, rồng, thiện thần đến giúp đỡ. Nói cách khác là tăng thêm sức lực cho người làm thiện, giúp cho tâm nguyện làm thiện đó được thành tựu trọn vẹn, bởi người làm thiện không vì tự thân, chỉ vì chúng sinh mà làm, vì Phật pháp mà làm.

Chúng ta biết rằng, trong đời quá khứ tự mình không tu tích phước báo, đời này cũng không biết tu tích phước báo. Không tu tích phước báo, lại còn lãng phí phước báo. Thế nhưng đời sống trước mắt vẫn tạm ổn, chư Phật, Bồ Tát từ bi vẫn thường thị hiện sự cảnh tỉnh, cảnh giác chúng ta, thị hiện sự khích lệ, khuyến khích chúng ta. Chúng ta từ chỗ này phải biết tăng trưởng tín tâm. Có một số vị Bồ Tát hộ pháp, dường như ở đâu cũng có, đến bảo là muốn cho chúng ta đất đai, muốn cho ta nhà cửa, muốn cho ta tiền bạc, đó đều là chư Phật, Bồ Tát gia trì [cho sự tu tập của ta]. Ta có thể tiếp nhận, chỉ có điều nhận rồi dùng vào việc gì? Nếu biết là không có chỗ dùng [thích hợp] thì nên từ chối tất cả, dứt khoát không nhận.

Trong sự việc này có thông điệp nhắn gửi gì, quý vị có thể nhận hiểu được chăng? Có một thông điệp nhắn gửi rất mạnh mẽ, rằng chỉ cần ta lo tu tập, khi có nhu cầu là lập tức có trợ duyên ngay. Đây là một thông điệp nhắn gửi mạnh mẽ. Ngày nay, ví như chúng ta thực sự có năm ba trăm người chân chính tu tập, liền lập tức sẽ có ngay một đạo trường lớn rộng, đủ chỗ cho mấy trăm người ấy cùng tu tập một nơi, cho đến mấy ngàn người cũng vậy, không cần thiết phải bận tâm lo lắng chút nào. Thông điệp nhắn gửi là như thế. Chúng ta không nên cô phụ tấm lòng của chư Phật, Bồ Tát, không nên cô phụ các bậc trưởng giả hộ pháp, phải gắng sức tu hành, thực sự nỗ lực. Những người phát tâm giúp đỡ [sự tu tập] của chúng ta đều là thành tâm thành ý, không phải hư dối, chúng ta còn mong cầu phước báo gì khác nữa? Hoàn toàn không cần thiết. Chúng ta chỉ cần một lòng một dạ vì chư

Phật, Bồ Tát mà làm việc, vì hết thảy chúng sinh mà phụng sự. Quý vị chỉ cần kiên trì theo ý hướng như vậy, thực sự nỗ lực làm theo như vậy, nhất định không dối mình dối người, hết thảy mọi trợ duyên đều sẽ tự nhiên thành tựu.

Cũng giống như sau khi Du Tịnh Ý quay đầu hướng thượng, ông ấy có thể vâng theo lời dạy mà làm, hiểu sâu ý nghĩa cũng như sự thật về nhân quả báo ứng, cho nên "động tắc vạn thiện tương tùy, tĩnh tắc nhất niệm bất sinh" (khi động muôn việc thiện tùy theo, khi tĩnh không sinh một niệm). Hai câu này thật quan trọng, đã giúp ông ấy thay đổi vận mạng. Khi động, dù khởi tâm động niệm đều là vì chúng sinh, vì Phật pháp, đối với bản thân mình thì dù một [tạp] niệm cũng không sinh khởi, chỉ chân thật niệm Phật. Ông sống đến 88 tuổi. Ông sinh được bốn người con trai, đã chết mất ba, còn một người từ nhỏ đã thất lạc không thấy mặt. Sau khi ông hướng thượng làm lành, đứa con thất lạc ấy bỗng dưng không hẹn mà gặp, tìm nối lại được tình cha con.

Đứa con trai út này thuở nhỏ lúc đi chơi, trèo lên một chiếc thuyền của người khác, gặp lúc thuyền nhổ neo đi xa nên lạc mất. Về sau, đứa bé bị người ta mang bán đi, rất may là có một quan thái giám bỏ tiền mua về. Quan thái giám ấy là người rất tốt bụng, không con cái, mua được đứa bé về xem như con mình, muốn nuôi nấng để phòng khi tuổi già có người chăm sóc. Về sau khi Du Tịnh Ý đã làm quan, công danh thành tựu, làm lành tích đức, chuyển hóa được nghiệp báo [xấu ác], liền [gặp dịp tình cờ] đến ra mắt quan thái giám này. Quan thái giám gọi hết mấy người con nuôi đến chào khách. Du Tịnh Ý vừa nhìn thấy đã nhận ra trong số đó có một đứa diện mạo rất giống con mình, chỉ có điều đã quá nhiều năm không gặp [nên không chắc được], liền gạn hỏi tên tuổi, quê quán. Người con trai vừa nói ra, ông liền rơi lệ, hỏi tiếp: "Dưới bàn chân con có hai nốt ruồi, phải vậy không?" Đứa con lập tức cởi giày ra xem quả nhiên đúng vậy, quả đúng là đứa con [thất lạc] của ông. Quan thái giám liền trao lại đứa con cho ông. Về sau, người con này cũng học hành đỗ đạt thành danh, sinh ra rất nhiều con cháu. Đó chính là làm lành được quả báo lành, nhân duyên quả báo không một mảy may sai lệch. Bản văn Du Tịnh Ý công ngộ táo thần ký tôi đã từng giảng qua rất chi tiết, tường tận, dường như cũng có băng ghi âm.

Trong câu văn kết luận [chúng ta đang xem xét, có thể thấy rằng], mọi lỗi lầm lớn nhỏ, nặng nhẹ của một người, đều có quỷ thần nơi đó ghi chép lại, đều có hồ sơ lưu trữ. Quý vị nên biết, ở chỗ vua Diêm La có hồ sơ chi tiết, tường tận [về việc làm thiện ác] của chúng ta. Ở cõi trời Tứ vương cũng có, ở cõi trời Đao Lợi cũng có những hồ sơ ghi chép như vậy. Đó là điều chân thật, không giả dối, không phải chuyện hù dọa. Chúng ta khởi tâm động niệm đều có ghi chép đủ trong các hồ sơ ấy, quý vị tránh đâu được? Không thể trốn tránh được. Những người trí thức, có học vấn trước đây đều tin chắc sự việc này, cho nên mỗi lúc khởi tâm động niệm đều biết tự kiềm chế. Người thời nay thực sự mê hoặc, điên đảo, làm những điều càn dỡ, xằng bậy, không biết sợ sệt quả báo, không biết sự đáng sợ ngay từ lúc khởi tâm động niệm.

[Trong đoạn văn nói] việc ác lớn, nặng nề thì phải bị "đoạt kỷ", tức là giảm tuổi thọ. Mỗi kỷ là 12 năm, tức là tuổi thọ bị giảm đi 12 năm. Nhưng nếu quý vị tu thiện tích đức thì được tăng kỷ. Tăng thêm một kỷ thì sống thêm được 12 năm, tăng hai kỷ được sống thêm 24 năm. Điều này trong các sách xưa vẫn thường thấy ghi chép. Việc ác nhỏ thì bị "đoạt toán", tức là tổn giảm phước báo, tổn giảm tuổi thọ.

Từ đoạn văn này chúng ta hiểu được rằng, mỗi một con người sinh ra, từ thân tâm cho đến gia đình, địa phương quanh mình, trong suốt một cuộc đời luôn có quỷ thần vây quanh [giám sát]. Các bậc hiền thánh xưa, cho đến chư Phật,

Bồ Tát, không một vị nào không dạy dỗ chúng ta dứt ác làm lành, nhất là những lúc ở một mình nơi khuất tất vắng vẻ lại càng phải thận trọng [với các tâm niệm xấu ác]. Khi có nhiều người thường phải giữ thể diện, cố làm ra vẻ [tốt đẹp], những lúc không có ai quanh mình thì bản chất bên trong ắt phải bộc lộ, đó là điều hết sức đáng sợ. Người có thể sống riêng rẽ một mình trong nhà vắng mà vẫn không nảy sinh mảy may ý niệm bất thiện, như vậy mới là tu hành đã có được nền tảng chắc chắn. Chúng ta nên học tập theo như vậy.

Hôm nay thời gian đã hết, chúng ta giảng đến đây thôi.

Bài giảng thứ 23

(Giảng ngày 11 tháng 6 năm 1999 tại Tịnh Tông Học Hội Singapore, file thứ 24, số hồ sơ: 19-012-0024)

Thưa quý vị đồng học, cùng tất cả mọi người.

Hôm qua chúng ta xem đến câu thứ 14 [trong Cảm ứng thiên]: "Kỳ quá đại tiểu, hữu số bách sự, dục cầu trường sanh giả, tiên tu tị chi." (Những tội lỗi lớn nhỏ như thế tính ra đến số mấy trăm, muốn cầu sống lâu thì trước hết phải kiêng tránh tất cả.)

Những tội lỗi lớn nhỏ "tính ra đến số mấy trăm", ở đây muốn chỉ đến mấy trăm loại. Trong mỗi một loại ấy, thật ra lại có vô số tội lỗi khác biệt. Các bậc cổ đức nói: "Việc phi nghĩa mà làm thì đều là tội lỗi." Phi nghĩa là những chuyện không nên làm. Nếu tư tưởng, hành vi của quý vị là những chuyện không nên làm thì đó là tội lỗi.

Tội lỗi có lớn nhỏ, lớn là những tội ác nặng nề, nhỏ là những lỗi lầm sai sót. Đối với mọi tội lỗi, quỷ thần trong trời đất đều thấy biết, chư Phật, Bồ Tát cũng thấy biết rõ ràng, minh bạch. Thật ra, quỷ thần trong trời đất thấy biết, chúng ta thường xem là chuyện đương nhiên. Chư Phật, Bồ Tát còn có thể thấy được đến cả lý lẽ nguyên nhân [của tội lỗi], thấy biết rõ quý vị vì sao rơi vào mê hoặc, vì sao tạo nghiệp, vì sao thọ quả báo.

Vì sao nói rằng chư Phật, Bồ Tát có thể thấy được lý lẽ nguyên nhân? Trong kinh Vô Lượng Thọ mọi người đều đã đọc qua rồi, người ở thế giới Cực Lạc, ngay cả người chỉ vừa mới vãng sinh, hoặc người vãng sinh [ở phẩm vị thấp nhất là] hạ phẩm hạ sinh, cũng đều có thiên nhãn thông nhìn thấu suốt, thiên nhĩ thông nghe thấu suốt, tha tâm thông rõ biết hết [tâm ý người khác]. Nói cách khác, đối với mỗi người chúng ta, trong quá khứ nhiều đời nhiều kiếp từng trải qua những tình huống gì, các vị đều biết rõ. Do đó, các vị biết được mọi lý lẽ nguyên nhân.

Bao nhiêu nghiệp ác, thói quen xấu ác đã tích lũy, tập thành qua nhiều đời nhiều kiếp, thật không dễ sửa đổi. Chúng ta đã thấy trong kinh Địa Tạng, thế gian có những người bất thiện, tập khí nghiệp chướng hết sức nặng nề, quá khứ từng đọa vào ba đường ác rồi mới từ đó sinh vào cõi người, vẫn còn mang theo những tập khí tàn dư trong ba đường ác.

Những điều tương tự như vậy, thiên địa quỷ thần chưa hẳn đã thấy biết được rõ ràng. Năng lực của một vị A-la-hán cũng chỉ biết được đến 500 kiếp quá khứ của một người. Thời gian lâu xa hơn 500 kiếp thì vị A-la-hán không thấy biết được. Cho nên, người thuyết pháp cần phải thấu suốt rõ ràng mới có thể khế hợp căn cơ, mới biết cần sử dụng pháp môn phương tiện nào để giúp đỡ cứu vớt chúng sinh khổ nạn.

Câu này trong Cảm ứng thiên [khuyên chúng ta kiêng tránh mọi tội lỗi] cũng là một nguyên tắc. Nguyên tắc mang tính khái quát, chỉ cần ta có thể tuân thủ làm theo, nhất định sẽ được lợi ích.

Ngày xưa ở Trung quốc, cả Tam giáo Nho, Lão, Phật đều tham gia vào giáo dục trong xã hội, cùng theo tư tưởng văn hóa đa nguyên nhất thể, đã cống hiến rất lớn lao cho xã hội. Tam giáo tuy khác biệt nhưng cũng có chỗ tương đồng, đó là bất luận tu học theo pháp môn nào của đạo nào, nhất định vẫn phải lấy việc tích đức làm căn bản. Điều này cả Tam giáo đều công nhận.

Phải bắt đầu từ đâu mà tích đức? Từ trong tâm mà thực hiện công phu. Trong tâm nhất định phải chân thành chính trực. Nhà Phật nói "vượt phàm lên thánh", thế nào là phàm?

Phàm là tình cảm đời thường, chúng ta thường gọi là cảm xúc, tình cảm. Cảm xúc, tình cảm là tình thường. Phàm cũng có nghĩa là hành xử theo tình cảm, cảm xúc. Hành xử theo tình cảm ắt có lỗi lầm, sai sót, ta thường nói là hành động theo cảm tính.

Nếu có thể buông xả, dứt bỏ mọi tình cảm vướng mắc thì người đó là bậc thánh. Bậc thánh là người hiểu biết sáng tỏ, giác ngộ; định nghĩa về bậc thánh là như thế. Cho nên, trở thành bậc thánh tức là làm một người hiểu biết sáng tỏ, làm người giác ngộ. Nếu không đem bám chấp tình cảm chuyển biến thành trí tuệ thì không thể thành bậc thánh. Nói cách khác, người bám chấp tình cảm thì vĩnh viễn không hiểu biết sáng tỏ, không thể giác ngộ.

Sự bám chấp tình cảm từ đâu phát sinh? Trong Phật pháp dạy rằng, đó là từ nơi sự phân biệt, bám chấp vào bốn tướng mà phát sinh. Bốn tướng là tướng ngã, tướng nhân, tướng chúng sinh và tướng thọ giả. Khi phân biệt bốn tướng này, bám chấp vào bốn tướng này, thì đó là nguồn gốc phát sinh sự bám chấp tình cảm.

Do phân biệt chấp trước cho nên mới có sự ích kỷ riêng tư, giành lợi ích về mình, mới có thị phi nhân ngã, mới có tham lam, sân hận, si mê, kiêu mạn. [Khi ấy,] không chỉ lời nói, việc làm mới tạo nghiệp, mà khởi tâm động niệm cũng đều tạo nghiệp.

Phần trước đã nói qua khái quát với quý vị điều này, khởi tâm động niệm xấu ác là tâm quý vị xấu ác, không tốt. Chư Phật, Bồ Tát đã giác ngộ, hiểu rõ. Người giác ngộ không có tự ngã, không [bám chấp] tự kỷ nên mới có thể thực sự tôn kính người khác. Người hiểu biết sáng tỏ mới làm được như thế. Nho gia cũng [dạy như] vậy, chỉ sau khi hiểu biết sáng tỏ rồi mới có thể xem nhẹ bản thân, tự mình khiêm hạ mà tôn trọng người khác.

Chỉ có người mê hoặc mới tự cao tự đại, tự nâng mình lên cao thật cao, hoàn toàn không xem trọng người khác, không thể chịu được sự trái ý bất công. Chỉ một chút trái ý bất công là ôm hận trong lòng, chẳng lúc nào quên, do đó chiêu cảm phải chịu quả báo [gặp những điều] không vừa ý [làm khởi tâm sân hận]. Mọi người đều biết, sân hận thì phải đọa vào địa ngục.

Cho nên, chư Phật, Bồ Tát vì sao không trụ trong sáu đường? Vì sao không trụ trong mười pháp giới? Khi thị hiện trong sáu đường, các ngài vẫn trụ nơi pháp giới nhất chân, điều đó có ý nghĩa gì? Đó là, không có tự ngã, không [bám chấp] tự ngã thì mới có thể khiêm hạ. Người giác ngộ ở nơi thấp kém vẫn khoái lạc, tự tại, chỉ có người mê hoặc mới tham địa vị cao. Ý nghĩa này quý vị phải lưu tâm suy xét kỹ, chú tâm thể hội, được lợi ích vô cùng.

Nếu thực sự hiểu rõ được nhân quả trong ba đời, như tôi vẫn thường nói trong các buổi giảng, thì quan hệ giữa người với người nhất định không có sự lấn lướt được lợi, cũng nhất định không có sự thiệt thòi thua kém. Quý vị lấn lướt được lợi, tương lai phải đền trả lại, nợ mạng phải đền mạng, nợ tiền phải trả tiền. Trong truyện Hồng Lâu Mộng nói nợ người nước mắt phải trả bằng nước mắt, đó là chuyện thật chứ không phải giả.

Chỉ có người thực sự giác ngộ, thực sự hiểu biết sáng tỏ, không còn tạo nghiệp, mới có thể làm được đến mức tùy duyên qua ngày, trong chỗ tùy duyên đó thành tựu công đức. Trong Thập đại nguyện vương nói "tùy hỷ công đức", công đức là gì? Đức của tự tánh lưu xuất hiển lộ là công đức. Trong ý nghĩa này, có một quan niệm trọng yếu nhất mà chúng ta không có cách gì hình thành [trong nhận thức của mình]. Nếu có thể hình thành được quan niệm này thì đạo Bồ Tát không còn khó khăn gì nữa, tích lũy công đức cũng là chuyện hết sức dễ dàng.

Đó là quan niệm gì? Hết thảy chúng sinh trong pháp giới cùng khắp hư không cũng là chính bản thân mình. Quan niệm như thế chúng ta không có cách gì hình thành [trong nhận thức của mình]. Nhưng chư Phật, Bồ Tát đều quan niệm như thế. Phật chứng đắc thanh tịnh pháp thân, pháp thân là gì? Pháp thân là hết thảy chúng sinh trong pháp giới cùng khắp hư không, cũng là chính bản thân mình. Người nào có thể khẳng định [hết thảy chúng sinh] là chính bản thân mình, nhất định không mảy may nghi hoặc đó là bản thân mình, thực sự là bản thân mình, thì người ấy đã thành Phật, đã chứng đắc pháp thân thanh tịnh. Cho nên vị ấy vì hết thảy chúng sinh phụng sự cũng chính là vì bản thân mình phục vụ. Như vậy đâu còn gì để nói, đâu còn gì để chấp trước? Không phải vì người khác, mà là vì chính bản thân mình.

Trong lúc giảng kinh tôi cũng từng nói, vũ trụ phức tạp như thế nào, thân thể chúng ta cũng phức tạp như thế ấy. Thân thể ta chính là vũ trụ thu nhỏ; vũ trụ là thân thể ta khuyếch đại. Trong đó, mức độ phức tạp không tăng thêm cũng không giảm bớt, hoàn toàn tương đồng. Cho nên, thân thể chúng ta là một vũ trụ nhỏ. Vũ trụ nhỏ này với vũ trụ lớn cũng là một, chẳng phải hai.

Kinh Hoa Nghiêm nói, lớn nhỏ đều bao dung, lớn có thể bao dung nhỏ, nhỏ cũng có thể bao dung lớn. "Hạt cải hàm chứa núi Tu-di, núi Tu-di hàm chứa hạt cải", đó mới là cảnh giới không thể nghĩ bàn. Chư Phật, Bồ Tát trong vô số cõi nước cứu giúp hết thảy chúng sinh chưa giác ngộ, cũng là xuất phát từ quan niệm vừa nói trên, dựa trên quan niệm này mà kiến lập. Cho nên, pháp là pháp không thể nghĩ bàn, người cũng là người không thể nghĩ bàn.

Chúng ta đọc kinh "Bồ Tát Địa Tạng bản nguyện", qua giảng chú đại lược của Pháp sư Thanh Liên, trong năm tầng ý nghĩa huyền diệu, đối với mỗi tầng ngài đều thêm vào lời tán "không thể nghĩ bàn", điều đó rất có ý nghĩa. Nếu bản thân ngài không khế nhập được những cảnh giới ấy thì không thể nói ra những lời như thế. Vì ngài đã thể hội sự thật chân tướng, nhận biết rõ ràng, khế nhập được vào những cảnh giới [trong kinh], nên mới có thể nói ra những điều như thế.

Chúng ta đọc qua rồi, liệu thể hội được mấy phần? Vì sao chúng ta không thể hội? Vì có chướng ngại. Chướng ngại ấy không ngoài hai điều là phiền não chướng và sở tri chướng. Phiền não chướng là [những phiền não] tham lam, sân hận, si mê, kiêu mạn. Sở tri chướng, nói theo ngôn ngữ ngày nay là những thành kiến, định kiến trong phương diện học thuật, tri thức. Nếu là những thành kiến về mặt nhân quả thì vẫn thuộc về phiền não chướng, là một loại trong các phiền não do thấy biết, nghĩ tưởng. Nếu thuộc về lãnh vực tri thức thì gọi là sở tri chướng. Vì tự cho mình là đúng nên không thể thấy biết được chân tướng sự thật.

Chúng ta ở chỗ này phải có sự vận dụng công phu, trừ được một phần chướng ngại thì trí tuệ hiển lộ được một phần. Chướng ngại như vậy có thể dùng cách gì để trừ, chúng ta cần phải hiểu biết rõ ràng. Việc trừ bỏ chướng ngại chính là đối với những tình chấp phân biệt [hãy làm cho] dần dần giảm nhẹ đi, không còn nặng nề nghiêm trọng như trước. Mỗi năm mỗi giảm dần, mỗi tháng mỗi nhẹ hơn, sự phân biệt bám chấp sẽ dần dần giảm nhẹ. Đó là từng bước xa lìa, dứt bỏ.

Đối với [sự phân chia] 51 phẩm vị của hàng Bồ Tát, hoặc bốn cõi, ba hạng, chín phẩm của [người vãng sinh] Tịnh độ cũng đều như vậy. Bớt đi một phần phiền não tập khí thì phẩm vị lại tăng cao hơn một bậc, cho đến khi tập khí phiền não hoàn toàn dứt sạch tức là viên mãn thành tựu quả Phật. Bồ Tát ở địa vị Đẳng giác vẫn còn một phẩm vô minh sinh tướng chưa dứt sạch, nên vẫn còn phiền não. Do đó mà vẫn chưa viên mãn, công đức chưa hoàn toàn thành tựu. Chưa rốt ráo thành tựu, cần phải tiếp tục tu tập buông xả hết cho đến khi hoàn toàn thanh tịnh, như vậy mới rốt ráo thành tựu viên mãn.

Cho nên, chúng ta cần phải dứt trừ, buông xả hết. Nếu không chịu buông xả thì đó là tích lũy tội nghiệp; buông xả được, đó là tích lũy công đức. Vì sao không buông xả được? Vì không hiểu biết sáng tỏ về sự thật chân tướng, đối với những điều giả dối mà cho là chân thật, nhận biết sai lầm, nghĩ tưởng sai lầm cho nên tu tập sai lầm, tự chiêu cảm quả báo xấu ác.

Thế nhưng, buông xả và nhận biết thấu đáo là hai việc phụ thuộc và thành tựu cho nhau. Nếu có thể buông xả một chút, liền có thể nhận biết rõ ràng hơn một phần. Nếu có thể nhận biết thấu đáo thêm một phần, liền có thể buông xả được thêm một chút nữa. Nói cách khác, vị Bồ Tát từ lúc mới phát tâm cho đến lúc thành tựu viên mãn quả Phật là một quá trình thấy biết thấu đáo và buông xả, phụ thuộc và thành tựu cho nhau.

Trong sáu ba-la-mật thì trí tuệ là thấy biết thấu đáo và năm ba-la-mật còn lại đều là buông xả. Quý vị nghĩ xem có đúng vậy không? Bố thí là buông xả tâm tham lam. Trì giới là buông xả ý niệm xấu ác. Nhẫn nhục là buông xả sân hận, buông xả lòng ganh ghét. Tinh tấn là buông xả sự giải đãi, lười nhác. Thiền định là buông xả tán loạn. Tất cả đều là buông xả. Bát-nhã là sáng tỏ, rõ ràng, minh bạch, thấu đáo. Sáu pháp ba-la-mật quy về trong bốn chữ "nhìn thấu, buông xả", chúng ta phải thực sự cố gắng thực hành.

Những khái niệm, hình tướng trong kinh luận như thế này tuyệt đối không thể chỉ đọc qua là xong. Vừa đọc qua đã là quá khứ, làm sao thực hành? Quý vị thực sự nhận biết thấu đáo, rõ ràng, sáng tỏ, thực sự buông xả hết, bao nhiêu tội lỗi đều không còn nữa, sao có thể không được sống lâu?

Sống lâu là tuổi thọ không thể đo lường. Cho nên, nếu muốn cầu được sống lâu, cầu được phước báo, phải từ nơi tâm địa mà cầu, vì tâm sinh ra muôn vật. Trong kinh Phật nói: "Tâm sinh thì đủ mọi pháp sinh." Phần trước chúng ta ta đã xem qua: "Hết thảy các pháp từ tâm tưởng sinh." Cho nên, Phật pháp gọi là cái học bên trong. Trong [tâm tu hành] đã trọn vẹn đầy đủ thì cảnh giới bên ngoài liền thuận theo tâm [mà hiển lộ]. Cho nên nói rằng: "Tâm tưởng sự thành." (Trong tâm nghĩ tưởng thì sự việc thành tựu.) Trong Phật pháp dạy điều này là chính xác.

Quý vị vừa nghĩ tưởng điều ác, việc ác ngay lúc đó đã hình thành. Quý vị nghĩ tưởng điều hiền thiện, việc thiện được hình thành. Quý vị nghĩ tưởng đến Phật là đã có Phật. Nghĩ tưởng đến tham lam, sân hận, si mê thì ba đường ác đã hình thành. Trong tâm nghĩ tưởng là sự việc hình thành. Nghĩ tưởng đến tham lam thì cảnh giới ngạ quỷ đã hình thành. Nghĩ tưởng đến sân hận, ganh ghét thì địa ngục hình thành.

Sự trang nghiêm của y báo, chính báo trong mười pháp giới từ đâu mà có? Là từ trong tâm tưởng của chính mình. Hết thảy các pháp đều từ trong tâm tưởng khởi sinh, biến hiện ra thành những cảnh giới ấy. Đã biết sự thật là như thế, vì sao không nghĩ tưởng Phật? Vì sao lại nghĩ tưởng những việc khác? Nghĩ tưởng đến Phật là làm Phật. Trong tâm tưởng Phật, miệng niệm Phật, thân làm theo những điều Phật làm, miệng nói đúng những lời Phật dạy, người như thế là đã thành Phật rồi.

Cho nên, chúng ta muốn thành Phật thì không thể không đọc kinh. Nếu không đọc kinh thì tư tưởng lan man lộn xộn. Chúng ta muốn cho tư tưởng của mình hoàn toàn tương ưng với lời dạy trong kinh Phật thì khởi tâm động niệm phải nghĩ tưởng những gì? Phải nghĩ tưởng đến những ý nghĩa được Phật giảng dạy trong kinh điển, đến những lời giáo huấn của Phật, đến những cảnh giới Phật đã thuyết dạy. Vì thế, tôi khuyên mọi người tụng kinh Vô Lượng Thọ 3.000 lượt, ý nghĩa là ở chỗ này.

Kinh điển không [tụng đọc cho] thuần thục thì quý vị nghĩ tưởng điều gì? Không có cách gì nghĩ tưởng [đến Phật được] cả. Trước hết phải tụng đọc kinh điển cho thuần thục, cho đến khi thuộc nằm lòng, thuộc lòng đến mức hết sức nhuần nhuyễn thì khởi tâm động niệm tự nhiên những ý nghĩa lập luận trong kinh, những cảnh giới trong kinh hoàn toàn có thể hiện ra ngay trước mắt.

Tôi thường bảo mọi người: "Nhớ Phật, niệm Phật, hiện tại hoặc tương lai nhất định sẽ gặp Phật." Tin vào điều đó hay không là tùy quý vị. Có người tin được, làm theo, đạt được chỗ tốt đẹp, người ấy hết sức vui mừng hoan hỷ, đến nói cho tôi biết, tôi cũng vui mừng hoan hỷ theo, tôi vì người ấy mà hoan hỷ. Những người không chịu tiếp nhận, không chịu làm theo, tôi thấy vậy cũng vẫn hoan hỷ. Vì sao vậy? Một khi tâm người ấy nghĩ tưởng thì sự việc sẽ thành tựu, pháp giới khắp hư không chính là như vậy. Người ấy trong đời này không được cứu độ nhưng cũng xem như đã gieo trồng được căn lành, trong tạng thức (a-lại-da thức) cũng đã có một nhân duyên [về sau] được cứu độ, có chủng tử của việc được cứu độ. Như vậy cũng tốt, chỉ là không được cứu độ ngay trong đời này mà thôi.

Lý lão sư trước đây thường giảng, còn muốn kéo dài kiếp sống trong luân hồi là còn phải chịu đựng rất nhiều khổ nạn. Cho nên, chúng ta thực sự tin nhận, thực sự vâng làm theo lời dạy, ngay trong đời này phải làm xong việc này. Đó là căn lành, phúc đức, nhân duyên đều đã thành thục.

Hôm nay thời gian đã hết, chúng ta giảng đến đây thôi.

Bài giảng thứ 24

(Giảng ngày 12 tháng 6 năm 1999 tại Tịnh Tông Học Hội Singapore, file thứ 25, số hồ sơ: 19-012-0025)

Thưa quý vị đồng học, cùng tất cả mọi người.

Mời quý vị xem tiếp đến câu thứ 15 trong Cảm ứng thiên: "Thị đạo tắc tấn, phi đạo tắc thoái." (Hợp đạo thì tiếp tục làm, trái đạo thì thối lui.) Từ câu này suốt đến câu thứ 36: "Dục cầu thiên tiên giả, đương lập nhất thiên tam bách thiện. Dục cầu địa tiên giả, đương lập tam bách thiện." (Muốn cầu làm thiên tiên phải thực hiện một ngàn ba trăm điều thiện. Muốn cầu làm địa tiên phải thực hiện ba trăm điều thiện.) là một đoạn, thảy đều nói về phước báo. Xét trong toàn bản văn thì đây là đoạn lớn thứ ba.

Tám chữ này là nói tổng quát: "Thị đạo tắc tấn, phi đạo tắc thoái." (Hợp đạo thì tiếp tục làm, trái đạo thì thối lui.) Người ta nên dứt bỏ điều ác, tu tập điều thiện, đó là chân lý bất di bất dịch. Hết thảy chúng sinh, có ai không cầu được phước báo? Có ai lại mong muốn gặp phải tai họa? Nhưng quý vị cũng đã biết phước báo từ đâu mà ra, tai họa từ đâu mà đến. Tám chữ này chính là [chỉ rõ] nguồn gốc ban đầu của mọi điều lành dữ, họa phước. Nhưng trong tám chữ này thì ý nghĩa then chốt nằm ở chữ đạo, vậy chữ đạo này phải hiểu thế nào?

Ý nghĩa chữ này rất sâu rộng. Thông thường thì đạo được hiểu là lý lẽ, là đạo lý, cũng được hiểu là con đường. Vậy thế nào gọi là "hợp đạo"? Thế nào là "trái đạo"? Đây là điều chúng ta phải phân biệt thật rõ ràng.

Tâm hiền thiện, công hạnh hiền thiện là hợp đạo. Tâm

bất thiện, việc làm bất thiện là trái đạo. Đó là xét từ góc độ gieo nhân. Điều lành, phước báo là hợp đạo. Điều xấu ác, tai nạn hiểm họa là trái đạo. Đó là xét từ góc độ nhận lãnh quả báo. Đối với lý lẽ và sự tướng về nhân quả, chúng ta đều phải nhận hiểu thật rõ ràng.

Tiêu chuẩn [về hợp đạo] trong Phật pháp thì chính là [so với] đức của tự tánh. Những gì phù hợp, thuận theo đức của tự tánh là hợp đạo. Những gì không phù hợp, trái ngược với đức của tự tánh là trái đạo.

Đức của tự tánh, nếu xét đến chỗ rốt ráo thì chính là tâm tánh quy về một niệm chuyên nhất. Cho nên, xét đến rốt cùng thì một niệm chuyên nhất là hợp đạo, phân ra hai niệm, ba niệm... đều là trái đạo. Tiêu chuẩn này rất cao, là tiêu chuẩn của hàng Pháp thân Đại sĩ, chư Phật Như Lai, vì chỉ có các ngài mới đủ năng lực giữ vững một niệm chuyên nhất, không rơi vào niệm thứ hai. Cho nên, quả báo của các ngài là đại cát, đại phúc, là cảnh giới không thể nghĩ bàn. Trong kinh Đại thừa thường gọi đó là pháp giới nhất chân.

Pháp giới nhất chân từ đâu mà có? Từ một niệm chuyên nhất mà có. Nếu chúng ta không giữ vững được một niệm chuyên nhất, hóa thành phân tâm tán ý, từ đó liền biến hiện ra mười pháp giới với sự trang nghiêm của y báo và chánh báo. Cho nên, đối với bậc Pháp thân Đại sĩ thì mười pháp giới với sự trang nghiêm của y báo và chánh báo đều là trái đạo.

Chúng ta cần hiểu rõ ý nghĩa đó. Dù tự thân mình chưa làm được nhưng không thể không hiểu biết. Điểm tốt của sự hiểu biết là trong quá trình tu học sẽ không rơi vào chỗ biết ít mà tự cho là đủ. Vì biết được cảnh giới hiện tại của mình hết sức giới hạn, nên từ đó mới phát tâm phấn chấn không ngừng nỗ lực hướng thượng vươn lên.

Thế nhưng, trong điều kiện trước mắt của chúng ta, hãy đem [ý nghĩa của] chữ đạo ấy hạ xuống mức thấp. Đến mức thấp nhất thì những gì là đạo? Đó là năm giới và mười nghiệp lành. Những gì là trái đạo? Đó là phạm vào năm giới, là mười điều ác. Đã hạ thấp tiêu chuẩn [định nghĩa] đến mức này thì chúng ta nhận hiểu được rõ ràng, sáng tỏ rồi, đã có được một chỗ để làm căn cứ, đã biết được chỗ để bắt đầu tu tập. Đó là nói một cách phổ quát với toàn thể đại chúng.

Riêng với quý vị đồng tu niệm Phật thì tại sao quý vị niệm Phật? Mục đích của việc niệm Phật là gì? Đó là cầu mong được sinh về Tịnh độ. Nói cách khác, sự mong cầu này không thể là rỗng không vô ích, nhất định phải thành hiện thực. Cho dù là sinh về cõi phàm thánh đồng cư ở phẩm vị thấp nhất, cũng không phải là vô ích, tâm nguyện cũng được trọn thành.

Mức độ [tu tập để đạt được phẩm vị vãng sinh] thấp nhất này là gì? Đức Thế Tôn trong kinh Quán Vô Lượng Thọ Phật đã dạy chúng ta về "tịnh nghiệp tam phúc" (ba điều phúc lành tạo nghiệp thanh tịnh), đó là mức độ [tu tập] thấp nhất, nếu muốn được vãng sinh ngay trong đời này thì phải nhận biết rõ.

Về "tịnh nghiệp tam phúc", trước đây tôi đã giảng qua rất nhiều lần, có cả băng ghi âm, băng ghi hình, dường như cũng có in thành sách lưu hành rồi. Phật dạy về ba điều phúc lành [trong kinh Quán Vô Lượng Thọ Phật] tổng cộng có 11 câu. Thuận theo 11 câu này là hợp đạo, nghịch với 11 câu này là trái đạo.

Điều phúc thứ nhất thuộc về phước báo cõi trời người, cũng là đạo trong hai cõi trời, người. Quý vị vâng làm theo điều này thì đời đời kiếp kiếp không mất thân người. Quý vị không vâng làm theo điều này thì trái đạo. Trái đạo là ba đường ác, nhất định phải đọa vào ba đường ác.

Bốn câu nói về điều này là: "Hiếu dưỡng phụ mẫu, phụng sự sư trưởng, từ tâm bất sát, tu thập thiện nghiệp" (hiếu dưỡng cha mẹ, phụng sự bậc sư trưởng, giữ lòng từ không giết hại, tu mười nghiệp lành). Chúng ta có hiểu rõ được những ý nghĩa này chăng? Chúng ta có chịu làm theo hay chăng?

Trong câu thứ nhất ["hiếu dưỡng phụ mẫu"] cũng đã hàm ý nói rõ về mười nghiệp lành. Đây là căn bản của mọi điều căn bản. Thế nào gọi là hiếu? Thế nào gọi là kính? Nhất định phải hiểu điều này thật rõ ràng, sáng tỏ. Chỗ này tôi sẽ không giảng giải nhiều.

Điều phúc thứ hai thuộc về hàng Nhị thừa, là tiêu chuẩn tu tập của Nhị thừa. Ba câu nói về điều này là: "Thọ trì tam quy, cụ túc chúng giới, bất phạm oai nghi." (Thọ trì ba quy y, đầy đủ các giới, không phạm oai nghi.) Như vậy là đã bước vào cửa Phật. Điều phúc thứ nhất là nền tảng để bước vào cửa Phật, nhưng chưa thực sự bước vào. Đến điều phúc thứ hai là đã bước vào, đã làm đệ tử của Phật, là học trò của Phật.

Quý vị thử nghĩ xem, chúng ta có đủ tư cách làm học trò của Phật hay chăng? Học trò của Phật thì phải tuân thủ trong khuôn thước của ba quy y, khởi tâm động niệm, nói năng hành động đều không trái lời Phật răn dạy.

Trước hết trong ba quy y là quy y Phật, điều này khi truyền thụ ba quy y tôi có giảng giải hết sức rõ ràng, sáng tỏ. Quy y Phật là sáng suốt hiểu biết, không mê lầm. Chúng ta khởi tâm động niệm, nói năng hành động có được sáng suốt, không mê lầm hay chăng? Sáng suốt hiểu biết là hợp đạo, mê lầm là trái đạo.

Tư tưởng, kiến giải của chúng ta có chính xác hay chăng? Tư tưởng, kiến giải hoàn toàn chân chánh, phù hợp với [lời dạy của] Phật là hợp đạo. Tư tưởng, kiến giải không chân chánh, rơi vào tà tri, tà kiến là trái đạo. Đó là ý nghĩa của việc quy y Pháp.

Thứ ba là quy y Tăng. Tăng là sáu căn thanh tịnh, không

bị cảnh trần làm nhiễm bẩn. Chúng ta nghĩ xem, tâm mình có thanh tịnh hay chăng? Ý niệm của mình có thanh tịnh hay chăng? Thân này có thanh tịnh hay chăng? Hoàn cảnh sống quanh ta hiện nay có thanh tịnh hay chăng? Thanh tịnh là hợp đạo, không thanh tịnh là trái đạo.

Cho nên, đệ tử của Tam bảo trong mỗi niệm đều phải tương ưng, phù hợp với "giác, chánh, tịnh" (hiểu biết sáng tỏ, chân chánh, thanh tịnh). Đó là hợp đạo. Nếu mỗi niệm đều rơi vào "mê, tà, nhiễm" (mê lầm, tà vạy, nhiễm bẩn) thì đó là trái đạo. Tư tưởng, lời nói, việc làm đều phải y theo giới luật, đặc biệt là với người mới phát tâm.

Thật ra thì từ lúc mới phát tâm cho đến địa vị Như Lai, Bồ Tát Đẳng giác, [hành giả] đều nghiêm trì giới luật. Quý vị đã có bao giờ thấy chư Phật, Bồ Tát phá giới, phạm giới? Hoàn toàn không có. Hình tượng của chư Phật, Bồ Tát đều làm lợi ích cho chúng sinh. Đệ tử Phật phải noi gương chư Phật, Bồ Tát. Học Phật phải học đến mức giống như Phật. Phải đem chỗ giống như Phật đó mà làm tấm gương sáng, làm khuôn mẫu tốt đẹp để noi theo cho toàn xã hội, cho hết thảy chúng sinh. Chúng ta phải thấu hiểu được ý nghĩa này. "Không phạm oai nghi", oai nghi đó chính là khuôn mẫu tốt đẹp để noi theo.

Điều phúc thứ ba là nền tảng của Bồ Tát Đại thừa, [trước hết dạy] "phát tâm Bồ-đề". Phát tâm Bồ-đề là phát "Tứ hoằng thệ nguyện" (Bốn lời nguyện sâu rộng). Phát nguyện rồi thì phải thực hiện. Tâm nguyện ấy không thể là hư rỗng, phải làm được. Cho nên Bồ Tát phải có tâm tàm quý, nhờ tâm tàm quý thúc giục, khích lệ trong sự tu tập, khiến cho Bồ Tát có thể phát tâm phấn chấn hướng thượng, tinh tấn, dũng mãnh. Tàm quý là hợp đạo; không có tàm quý, không biết hổ thẹn là trái đạo.

[Tiếp đến là] "thâm tín nhân quả" (tin sâu nhân quả), tôi

đã giảng về câu này rất nhiều. Nhân quả đề cập ở đây không phải là nhân quả hiểu theo nghĩa thông thường. Nhân quả theo nghĩa thông thường thì có lý nào Bồ Tát lại không biết? Nhân quả ở đây là: "Niệm Phật là nhân, thành Phật là quả." Thực sự thì không mấy người hiểu được ý nghĩa này.

[Tiếp theo nữa là] "tụng đọc [kinh điển] Đại thừa, khuyên bảo khích lệ hành giả". Tụng đọc [kinh điển] Đại thừa là thân cận chư Phật Như Lai. Mỗi ngày đều không bỏ luống qua, mỗi ngày đều thân cận chư Phật Như Lai. Chư Phật Như Lai ở tại đâu? Các kinh điển Đại thừa chính là chư Phật Như Lai, mỗi ngày đều phải tụng đọc.

Về phương pháp tụng đọc, trước tiên phải thân cận với một vị thiện tri thức. Đây là bí quyết cầu đạo, cầu học ở thế gian cũng như xuất thế gian, người xưa gọi là "theo thầy học đạo". Nhất định phải nương theo một vị thiện tri thức mà thành tựu, sau đó mới có thể tham vấn cầu học với vô số các bậc thiện tri thức khác. Dưới sự dẫn dắt của một vị thiện hữu mà thành tựu được bản lĩnh tham học thì mới có năng lực tham học. Bản lĩnh đó là gì? Kinh Bát-nhã gọi đó là căn bản trí. Tham vấn khắp thảy các bậc thiện tri thức là thành tựu hậu đắc trí, [có đủ hai trí thì] trí tuệ mới được viên mãn.

Phần cuối Kinh Hoa Nghiêm đưa ra cho chúng ta một ví dụ minh họa: Đồng tử Thiện Tài thân cận với Bồ Tát Văn Thù. Đó là [thân cận với] một bậc thiện tri thức. Đó là theo thầy học đạo. Đồng tử Thiện Tài dưới sự dẫn dắt của ngài Văn Thù đạt được căn bản trí, sau đó mới ra đi tham học. Qua 53 lần tham học thành tựu trọn vẹn được hậu đắc trí, đó là trí tuệ viên mãn.

Không có căn bản trí, quý vị không có năng lực tham học. Căn bản trí là thật trí, là trí tuệ chân thật. Trí này có năng lực phân biệt được chân chánh với hư vọng, có năng lực phân biệt được tà chánh, thị phi, thiện ác, lợi hại, một khi vừa tiếp xúc liền rõ biết. Cho nên [người đạt được căn bản trí rồi] ra đi tham học, bất kể gặp hạng người nào, bất kể gặp sự việc gì, cũng đều là khai mở trí tuệ, không gặp phải chướng ngại.

Nếu quý vị không có được [năng lực] căn bản này mà ra đi tham học, gặp một vị thiện tri thức chỉ cho một con đường, gặp hai vị thiện tri thức lại chỉ ra hai con đường, gặp ba vị thiện tri thức thì thành ngã ba đường, gặp bốn vị thiện tri thức là đứng giữa ngã tư đường, quý vị biết đi về đâu? Quý vị không biết đi đường nào cả!

Khi quý vị có căn bản, có thể phân biệt, có thể nhận thức, thì không có gì phải sợ. Dù thân cận nhiều vị thiện tri thức nhưng phương hướng, mục tiêu của quý vị nhất định không thay đổi. Chúng ta xem như Đồng tử Thiện Tài là một hình mẫu minh họa.

Đồng tử Thiện Tài thân cận Bồ Tát Văn Thù, được ngài dạy dỗ điều gì? Ngài dạy cho pháp môn niệm Phật. Nhưng xem trong kinh văn không thấy được điều đó. Kinh văn thì không có, nhưng ý nghĩa là rõ ràng như thế. Ý nghĩa ấy nằm ở đâu? Bồ Tát Văn Thù cầu sinh về thế giới Tây phương Cực Lạc, [Thiện Tài là] môn sinh đắc ý nhất của ngài, nếu như không kế thừa y bát thì sao có thể gọi là đệ tử truyền pháp? Quý vị phải hiểu rõ ý nghĩa này. Đức Thế Tôn dạy chúng ta pháp Tứ y, trong đó có "y nghĩa bất y ngữ" (y theo ý nghĩa, không y theo từ ngữ), quý vị cần phải thể hội được ý nghĩa đó.

Lại xem Thiện Tài ra đi tham học với những ai? Vị thiện tri thức đầu tiên là Tỳ-kheo Cát Tường Vân đã dạy cho Thiện Tài điều gì? Dạy pháp Tam-muội Ban-chu. Pháp Tam-muội Ban-chu chính là chuyên niệm hồng danh A-di-đà Phật, cũng gọi là Tam-muội Phật Lập.

Vị thiện tri thức được tham học cuối cùng là Bồ Tát Phổ Hiền, [người phát khởi] Thập đại nguyện vương dẫn về Cực Lạc. Suốt từ khởi đầu cho đến kết thúc [hành trình tham học] đều là pháp môn niệm Phật. [Quá trình tham học của Đồng tử Thiện Tài] đã nêu lên cho chúng ta một tấm gương để noi theo. Đó là hợp đạo thì phải tiếp tục làm, phải dũng mãnh tinh tấn mà làm; trái đạo thì phải gấp rút nhanh chóng thối lui.

Hai câu [tụng đọc kinh điển Đại thừa, khuyên bảo khích lệ hành giả] là nói tổng quát. Không chỉ riêng mình hiểu biết sáng tỏ, còn phải thường khuyên bảo, dẫn dắt người khác, giúp đỡ người khác. Đó là phần cuối trong điều phúc thứ ba: "Khuyên bảo khích lệ hành giả."

Nói tóm lại, trong 11 câu [nói về ba điều phúc], có 10 câu là tự lợi (tự làm lợi ích cho mình), câu cuối cùng là lợi tha (làm lợi ích cho người khác). Tự làm lợi ích cho mình rồi mới có khả năng làm lợi ích cho người khác. Tự mình chưa có thành tựu gì mà nghĩ đến việc làm lợi ích cho người khác, kinh Phật thường nói là điều "không thể có".

Cho nên, hai câu tám chữ: "Độc tụng Đại thừa, khuyến tấn hành giả" có hàm nghĩa hết sức sâu rộng, là cương lĩnh tổng quát của những điều phước thiện. Tiếp theo phần sau sẽ nói về cách thức tu thiện, tu phúc, tích lũy công đức trong cuộc sống hằng ngày.

Hôm nay thời gian đã hết, chúng ta giảng đến đây thôi.

Bài giảng thứ 25

(Giảng ngày 13 tháng 6 năm 1999 tại Tịnh Tông Học Hội Singapore, file thứ 26, số hồ sơ: 19-012-0026)

Thưa quý vị đồng học, cùng tất cả mọi người.

Xin mời xem đến đoạn thứ 16 trong Cảm ứng thiên. Chúng ta phân đoạn hoàn toàn y theo sách Vị biên. Đoạn này có hai câu: "Bất lý tà kính. Bất khi ám thất." (Không làm những việc tà vạy. Chẳng xem thường nơi khuất tất vắng vẻ.)

Đoạn trước đã giảng về phước báo, xét trong toàn bản văn là đoạn thứ ba: "Thị đạo tắc tấn, phi đạo tắc thoái." (Hợp đạo thì tiếp tục làm, trái đạo thì thối lui.) Hai câu ấy là cương lĩnh tổng quát.

"Bất lý tà kính. Bất khi ám thất." (Không làm những việc tà vạy. Chẳng xem thường nơi khuất tất vắng vẻ.) Từ câu này trở xuống là nói về việc tu tích phước báo, trong đạo Phật gọi là tu hành.

Điều quan trọng thiết yếu nhất trong sự tu hành là tâm địa phải chân thành. Hai câu này dạy ta về thành ý, chính là từ chỗ căn bản mà khởi sự tu tập. Chữ "lý" (làm) chỉ chung mọi hành động của thân, ý niệm của tâm. Cho nên, khởi tâm động niệm, hành vi tạo tác đều là "lý", đều gọi chung là "làm". Trong hai chữ "tà kính", tà (tà vạy) được dùng đối lại với chánh (chân chánh). Nói cách khác, "tà kính" là chỉ chung hết thảy mọi sự thấy biết sai lầm tà vạy, nói năng hành động tà vạy, không chân chánh. Cũng có nghĩa là ba nghiệp thân, khẩu, ý trái với đạo lý chân chánh thì đều gọi là tà.

Chữ "khi" (xem thường) là ý nói đã biết rõ mà còn cố ý phạm vào, nên gọi là xem thường, là dối mình, dối người.

"Ám thất" (nhà tối) là chỉ nơi [vắng vẻ khuất tất,] người khác không thể nhìn thấy, cũng là nơi bắt đầu phân chia ranh giới [quyết định việc] thiện ác. Việc dứt ác tu thiện phải dụng công từ chỗ này, đó là tu hành chân chánh.

Hai câu này là thực tiễn chân thành, là mẫu mực của sự chân thành. Chúng ta muốn tự xét bản thân mình xem đã đạt đến sự chân thành hay chưa, có thể dùng [hai câu] tám chữ này để so sánh, kiểm tra mà biết được. Cho nên, hai câu tám chữ này nói lên được những ý nghĩa hết sức tinh vi, tế nhị.

"Bất lý tà kính" (không làm những việc tà vạy) cũng chính là như Phật dạy trong kinh Vô Lượng Thọ: "Đoan tâm, đoan ý, đoan thân" (tâm, ý, và thân đều ngay thẳng), ý muốn nói là chân chánh ngay thẳng. Người thế gian thường nói là "đường đường chính chính". Người Trung quốc thời xưa thì tiêu chuẩn mong đợi đối với giới trí thức là phải "quang minh chính đại", phải "đường đường quân tử". Do đó có thể biết rằng, Nho gia nói về tiêu chuẩn của người quân tử là phải như hai câu này: "Không làm những việc tà vạy. Chẳng xem thường nơi khuất tất vắng vẻ."

Nền giáo dục của Nho gia phân chia thành ba mức độ [đào tạo] là người quân tử, người hiền và bậc thánh nhân. Đó là mục đích của giáo dục [theo Nho gia]. Cho nên nói rằng, chí hướng của người đọc sách là thánh hiền, đi học là để thành bậc thánh, để thành người hiền. Quân tử là [tiêu chuẩn] căn bản để làm người hiền, để thành bậc thánh, nên muốn làm bậc thánh hiền thì [trước hết] phải làm được như tám chữ này: "Bất lý tà kính. Bất khi ám thất." (Không làm những việc tà vạy. Chẳng xem thường nơi khuất tất vắng vẻ.)

Phật pháp giảng giải rõ ràng hơn. Giáo dục trong Phật giáo cũng phân chia thành quả thành ba bậc là A-la-hán, Bồ Tát và Phật. So sánh với Nho gia thì A-la-hán và quân tử giống nhau, Bồ Tát là người hiền và Phật là bậc thánh nhân. Tuy cũng phân chia ba bậc tương tự như vậy, nhưng trong thực tế có sự khác biệt cao thấp rất lớn.

Giáo dục của Nho gia là [giới hạn] trong một đời này, khởi đầu là dạy con từ lúc trong thai và kết thúc là già chết, tang sự hợp lễ, thờ cúng chân thành. Nhưng giáo dục trong Phật giáo là gồm đủ ba đời, có đời quá khứ, đời hiện tại và đời vị lai. Về mặt không gian thì Phật giáo nói đến các pháp giới cùng khắp trong hư không, đó là chỗ mà nội dung giáo dục của Nho gia không thể theo kịp. Cho nên, giáo dục trong Phật giáo giảng giải hết sức tinh tế tường tận, hết sức chu đáo, giúp người nhận biết rõ ràng rồi thì tự hiểu được là nên làm người tốt, nên làm người hiền thiện, không nên làm người xấu ác, không nên làm người bất thiện, mong cho người khác cũng được hiền thiện như mình, được vậy thì vui sướng biết bao.

Chúng ta mong cầu sao cho cả gia đình làm người thiện, cả đất nước cùng làm thiện, cả thế giới đều làm thiện. Quý vị có tâm nguyện như vậy, hành trì như vậy thì tương ưng với Phật đạo. Như vậy thì đương nhiên khi nói đến "những việc tà vạy" quý vị có thể "không làm theo", nói đến "chỗ khuất tất vắng vẻ" quý vị có thể "chẳng xem thường".

Trong quá khứ, người đời đều biết [làm điều hiền thiện để] cầu phúc cho con cháu. Người thời nay rất ít [người như vậy], trong thực tế đều chỉ lo cho tự thân mình. Có thể quan tâm đến gia đình, quan tâm đến vợ con cũng đã xem là người tốt rồi. Nhưng con cái quan tâm đến cha mẹ thật ít có, thực tế mà nói là không gặp được nhiều. Thực trạng này Nho gia gọi là "nhà không ra nhà, nước không ra nước".

Gia đình là căn bản của đất nước, [người trong một nhà] là sự kết hợp bởi ân nghĩa. [Mọi người cùng] lo lắng cho nhau, quan tâm đến nhau, hòa hợp giúp đỡ cho nhau, như vậy mới có ân, như vậy mới có nghĩa. Nếu [mỗi người] chỉ biết lo cho bản thân mình, chỉ nghĩ đến riêng mình, không quan tâm người khác, thì [gia đình như thế] không có ân nghĩa.

[Quan hệ] ân nghĩa [trong gia đình] vốn là lẽ tự nhiên, nhưng cũng cần có sự bồi đắp qua thời gian. Nếu hoàn cảnh về sau có trắc trở, ân nghĩa bị lợi nhuận, tham dục che lấp, khi ấy người ta chỉ còn biết tranh danh đoạt lợi, lời nói việc làm đều là vong ân phụ nghĩa. Như vậy thì khởi tâm động niệm cho đến hết thảy việc làm, nếu nói đến chỗ như trong hai câu này thì đối với "những việc tà vạy" không thể "không làm theo", đối với "chỗ khuất tất vắng vẻ" không thể "chẳng xem thường".

Cho nên, giáo dục quan trọng hơn tất cả. Chỉ có giáo dục mới có thể bổ sung những khiếm khuyết bẩm sinh [của mỗi người], mới có thể hoàn thành tốt sự phát triển căn lành đời trước. Do đó, các bậc đại thánh đại hiền trong đạo xuất thế cũng như thế gian, không một vị nào không đem hết tâm lực đóng góp vào sự nghiệp giáo dục. Đặc biệt là [các vị luôn] chú trọng đến giáo dục gia đình và giáo dục xã hội. Chỉ cần hai phạm trù giáo dục này được thực hiện cho thật tốt thì xã hội tự nhiên được an định, thế giới nhất định có hòa bình.

Nhưng làm thế nào để thực hiện tốt? [Xét ở điểm này thì nội dung] hai câu "Bất lý tà kính. Bất khi ám thất" là quan trọng thiết yếu. Hai câu này là [dạy về] thân giáo, là ý giáo. Trong nhà Phật nói về "tam luân thuyết pháp", "tam luân" đó là thân, khẩu và ý. Thân phải nêu gương tốt, làm khuôn mẫu tốt cho người trong gia đình noi theo, nhất là con cái.

Cha mẹ phải nêu gương tốt cho con cái. Từ thuở nhỏ, [những gì] mỗi ngày luôn nhìn thấy trong tầm mắt từ sáng đến tối sẽ tạo một ấn tượng cực kỳ sâu sắc. Cho nên, muốn dạy con cái thành người tốt thì cha mẹ trước hết phải nêu gương tốt, tương lai con cái trưởng thành tự nhiên sẽ thành người hiền hậu, sáng suốt. Tương tự như vậy, thầy cô giáo ở trường học muốn học sinh của mình tương lai được thành tựu, cống hiến cho xã hội, cống hiến cho chúng sinh, thì cũng phải tự mình nêu gương tốt.

Ở độ tuổi còn đi học, khả năng [học hỏi theo cách] mô phỏng, bắt chước của học sinh đặc biệt rất tốt. Ở trường học thì các em học theo thầy cô giáo, trong gia đình thì học theo cha mẹ. Nếu như cha mẹ, thầy cô giáo đều không nêu gương tốt mà muốn thế hệ tiếp theo mình được thành tựu thì quả thật rất khó.

Ngày nay nhiều người có quan điểm sai lầm, cho rằng con cái hoặc học trò của mình có được tri thức về kỹ thuật, về khoa học thường thức, có năng lực kiếm tiền là tốt rồi. Quan niệm như vậy là sai lầm. Ở các nước tiên tiến trên thế giới ngày nay, thực sự có không ít khoa học gia với năng lực, kỹ thuật, khoa học thường thức, mỗi ngày đều đang phát minh, chế tạo. Họ chế tạo những gì? Chế tạo những vũ khí tinh xảo hiện đại, người bình thường không thể làm ra được. Chế tạo những thứ ấy để làm gì? Để giết người, để hủy diệt thế giới. Cha mẹ có con em như thế, thầy cô giáo có học trò như thế, có cảm thấy vẻ vang, vinh dự hay chăng? Đó là một quan niệm hết sức sai lầm.

Nếu như nuôi dưỡng một đứa con, dạy dỗ một học trò, để tương lai thành người chế tạo các vũ khí khoa học kỹ thuật cao nhằm hủy diệt thế giới, tất nhiên không thể bằng nuôi dưỡng một đứa con tốt, dạy dỗ một học sinh tốt có thể mang lại phước lành cho xã hội, tạo phước cho mọi người. Hai việc này đem ra so sánh với nhau, chúng ta sẽ chọn lựa thế nào? Đó là trí tuệ, đó là phúc đức.

Nếu quả thật quý vị thực sự tham cứu thấu suốt ý nghĩa này thì những gì có ảnh hưởng xấu đối với chúng sinh, đối với xã hội, thảy đều là "những việc tà vạy". Trong giới luật nhà Phật cũng nghiêm cấm không được chế tạo những công cụ giết hại sinh mạng. Thời xưa chế tạo những thứ như đao, thương, cung tên... cũng đều là công cụ giết hại sinh mạng, giới luật nhà Phật đều nghiêm cấm. Không chỉ nghiêm cấm việc chế tạo mà kể cả việc mua bán [các thứ ấy] cũng là phạm giới, cũng là phá giới.

Thời xưa, những binh khí, công cụ giết hại đó, trong thực tế thì mức độ sát thương rất nhỏ [so với vũ khí ngày nay], để giết một con vật nhỏ thôi cũng đã phải mất không ít sức lực. Hiện nay chỉ một lần nhấn nút, một đầu đạn nguyên tử nổ tung thì có đến mấy triệu người mất mạng, như thế có thể xem là vẻ vang vinh dự hay sao? Nếu nói đó là vẻ vang vinh dự, thì ấy là vinh dự của ma vương, của quỷ quái, chẳng phải vinh dự của con người. Loài người phải buồn khổ bi ai, hai cõi trời người đều buồn khổ bi ai thì tà ma cảm thấy là vinh dự. Cụm từ "những việc tà vạy" xét trong bối cảnh ngày nay thì ý nghĩa thật quá lớn lao hơn so với thời xưa.

Ý nghĩa của hai chữ "ám thất" (nơi khuất tất vắng vẻ) cũng rất sâu xa, chỉ cho những nơi mà người khác không nhìn thấy được. Quý vị sống một mình trong một ngôi nhà, đó là nghĩa đen của từ "ám thất". Nhưng ý nghĩa sâu xa hơn, ý nghĩa tinh tế hơn lại chỉ đến những ý niệm sâu kín trong lòng ta. Ngay cả khi giữa thanh thiên bạch nhật, đối diện cùng nhau thì người khác cũng không thể biết được quý vị đang che giấu những gì trong lòng. [Do đó,] quý vị khởi lên một ý niệm gì cũng đều gọi là ở trong "ám thất". Nên có thể thấy rằng, ý nghĩa của hai chữ "ám thất" cũng rất sâu rộng.

Thực sự đạt đến mức độ dù ở bất cứ nơi đâu, bất cứ lúc nào cũng không tự dối mình, không dối người, đó là công phu thành kính. Đại sư Ấn Quang dạy chúng ta phải "tồn thành, tận phận" (giữ lòng thành, hết bổn phận). "Tồn thành" (giữ lòng thành) là lưu tâm giữ ý. Tám chữ "Bất lý tà kính. Bất khi ám thất" đều là nói về việc lưu tâm giữ ý. "Phận" là bổn phận, phải làm hết bổn phận của mình vì lợi ích xã hội, lợi ích chúng sinh. Nhất định không vì bản thân mình. Nếu vì bản thân mình là rơi vào lầm lỗi. Quý vị sẽ hỏi tại sao vậy? [Đó là vì, kẻ] vì bản thân mình là mê muội, người vì tất cả chúng sinh là giác ngộ. Nếu vì tất cả chúng sinh thì bản thân mình cũng là một chúng sinh trong đó, nên hoàn toàn công tâm không vì lợi ích riêng.

Do đó có thể biết rằng, vì tất cả chúng sinh là vì cái ngã lớn lao rộng khắp, là cái ngã chân thật. Vì bản thân mình là vì cái ngã nhỏ nhoi hẹp hòi, là cái ngã hư giả. Ý nghĩa này, sự thật này nhất định phải thấu hiểu thật rõ ràng, sáng tỏ, sau đó mới có thể thấu triệt được ý nghĩa của hai câu "Bất lý tà kính. Bất khi ám thất", mới biết được hai câu này nên thực hiện như thế nào. Hơn thế nữa, mới hiểu được rằng nhất định phải làm theo.

Hai câu này chính là [nói về] lòng sâu vững trong tâm Bồ-đề. Lòng sâu vững luôn yêu chuộng điều lành, yêu chuộng đức hạnh, thực sự vui thích, không mảy may miễn cưỡng. Tu tạo phước lành, tích lũy công đức, thảy đều dựa trên căn bản này mà phát triển sâu rộng. Cho nên, nếu không lưu tâm giữ ý thế này thì không cần nói đến chuyện tu tập của quý vị sẽ khó khăn, mà ngay như trong cuộc sống thế tục muốn cầu được tránh dữ gặp lành, tai qua nạn khỏi cũng đều không thể được.

Trong Phật giáo, bất kỳ tông phái nào cũng đều dạy người tu hành phải bắt đầu từ chỗ căn bản. Hai câu "Bất lý tà kính. Bất khi ám thất" này chính là căn bản quan trọng nhất, ý nghĩa sâu rộng không cùng tận, hy vọng quý vị đồng học phải lưu ý, thực sự nỗ lực học tập.

Hôm nay thời gian đã hết, chúng ta giảng đến đây thôi.

Bài giảng thứ 26

(Giảng ngày 14 tháng 6 năm 1999 tại Tịnh Tông Học Hội Singapore, file thứ 27, số hồ sơ: 19-012-0027)

Thưa quý vị đồng học, cùng tất cả mọi người.

Hôm qua chúng ta đã giảng đến việc tu tập [theo lời dạy của Đại sư Ấn Quang phải] giữ lòng thành. Trong bản văn [thì giảng đến] hai câu: "Bất lý tà kính. Bất khi ám thất." Hai câu này, trong thực tế chính là căn bản làm người, là căn bản học Phật. Các bậc thánh hiền thế gian cũng như xuất thế gian khi dạy dỗ hết thảy chúng sinh, điều quan trọng nhất vẫn luôn là dạy cho chúng ta khả năng phân biệt thiện ác.

Mục tiêu của giáo dục trong Phật giáo có ba giai đoạn, trong các buổi giảng kinh tôi vẫn thường đề cập đến. Giai đoạn thứ nhất là dạy người dứt ác tu thiện. Giai đoạn thứ hai là dạy người phá mê khai ngộ. Giai đoạn thứ ba là chuyển phàm thành thánh.

Căn bản của nền giáo dục này là giai đoạn thứ nhất ngay trước mắt chúng ta hiện nay. Nếu không có khả năng phân biệt thiện ác thì làm sao dứt ác, làm sao tu thiện? Cho nên, có được năng lực phân biệt rõ ràng đâu là thiện, đâu là ác thì trong đạo Phật gọi là khai ngộ, thực sự được khai ngộ.

Nhưng hai chữ "thiện ác" này trong thực tế thật không dễ phân biệt rõ ràng. Nếu chúng ta không từ chỗ này mà hạ thủ công phu thì mục tiêu thứ nhất của việc học Phật là dứt ác tu thiện sẽ rất khó đạt được. Đạt được mục tiêu thứ nhất này rồi, thì mới chắc chắn không bị đọa vào ba đường ác.

Hai chữ "thiện ác" làm sao phân biệt? Trong bản văn này có một tiêu chuẩn, tiêu chuẩn rất hay. Về mặt nguyên lý,

235

nguyên tắc mà nói, tiêu chuẩn này chỉ rõ tường tận [sự khác biệt giữa] hai phạm trù thiện và ác. Nhưng con người trong thời hiện đại tâm ý thô tháo, ví như có đọc bản văn này đến ba ngàn lượt cũng chưa hẳn đã có được năng lực phân biệt thiện ác. Cho nên, điều ác không dễ dứt trừ, điều thiện rất khó tu tập, ý nghĩa là ở chỗ này.

Chúng ta niệm Phật, cầu mong được sinh về Tịnh độ, nhưng đối với hai chữ "thiện ác" này không phân biệt được rõ ràng, đó là mê hoặc. Trong lòng mê hoặc thì tiếp tục tạo nghiệp xấu ác. Dù miệng không tạo nghiệp, thân không tạo nghiệp thì ý cũng tạo nghiệp. Mỗi một ý niệm đều tương ưng với điều xấu ác, không tương ưng với điều hiền thiện. Niệm Phật như thế thì đối với việc vãng sinh phải gặp chướng ngại rất lớn, chúng ta nhất định phải biết rõ.

Cho nên, Đại sư Ấn Quang suốt đời đem hết sức lực đề cao các sách Liễu Phàm tứ huấn, Cảm ứng thiên và An Sĩ toàn thư, hết sức xem trọng các sách này. Vào thời đại của ngài mà in ấn lưu hành đến hơn ba triệu quyển sách, quả thật phải khiến người ta kinh ngạc. Tại sao ngài làm như thế? Mục đích không gì khác hơn là muốn cứu vãn tai kiếp này, giúp người niệm Phật được bình an sinh về Tịnh độ.

Các bậc cổ đức thường khuyên người "trì giới niệm Phật". Quý vị dùng ba quyển sách này, nội dung không nhiều lắm, lý giải cho thấu triệt rồi tin nhận làm theo, đó gọi là trì giới. Như vậy thì niệm Phật có thể vãng sinh.

Trong sách Vị biên, phần chú giải nói rất nhiều, nói rất tường tận, tinh tế, đưa ra nhiều thí dụ để chứng minh. Những trường hợp thí dụ ấy, thực tế mà nói cũng không đủ nói hết. Trong sách nêu ra một số trường hợp đó, bất quá chỉ là trong muôn phần nêu được một vài phần mà thôi. Nếu chúng ta thực sự lưu tâm thì ngay trong thời hiện đại này, chỉ cần quan sát thật kỹ sẽ thấy ngay quả báo thiện ác rõ ràng minh bạch. Nhưng người tâm ý thô tháo thì không thể thấy được, người tâm ý tinh tế thì thấy rõ rất dễ dàng.

Khi chúng ta có lỗi lầm thì lỗi nào là nghiêm trọng nhất? Chính là tâm vị kỷ, chỉ biết lo nghĩ riêng cho bản thân mình, không quan tâm người khác. Vì khởi tâm động niệm đều chỉ vì lợi ích riêng tư nên chúng ta đối với mọi việc đúng, sai, thiện, ác đều bị che khuất, không thấy rõ ràng, xem thường những lời răn dạy quan trọng tối yếu về dứt ác, tu thiện. Cho nên, dù trong đời này có duyên phận tốt, được làm người, gặp Phật pháp, nhất là gặp được pháp môn Tịnh độ thù thắng này, nhưng rồi suốt một đời vẫn cứ như xưa, không thể đạt được thành tựu. Quý vị nói xem, thật đáng tiếc biết bao! Trong đời thật không có gì đáng tiếc hơn nữa, trong lòng chúng ta phải hiểu rõ việc này.

Thế nào mới được xem là tu hành chân chánh? Trước hết chúng ta phải hiểu cho thật rõ ý nghĩa hai chữ "tu hành". Hành là hành vi, trong Phật pháp phân chia làm ba nhóm hành vi là thân (thân thể), ngữ (lời nói) và ý (ý nghĩ). Thân thể tạo tác, mỗi một hành vi tác động đều tạo thành nghiệp của thân. Ngữ là ngôn ngữ, lời nói. Ý là ý nghĩ, tư tưởng, sự nhận hiểu. Quý vị nghĩ tưởng, nhận biết, đó đều là hành vi của ý.

Trong ba nhóm hành vi tạo nghiệp đó thì nghiệp của ý là quan trọng nhất. Mỗi khi khởi tâm động niệm, nếu mỗi niệm đều vì lợi ích chúng sinh, đó là thiện; nếu mỗi niệm đều vì lợi ích bản thân, đó là ác. Lợi ích bản thân nhưng cũng có lợi ích cho chúng sinh, đó là trong ác có thiện. Lợi ích chúng sinh nhưng còn vướng mắc lợi ích bản thân, đó là trong thiện có ác. Hết thảy những điều này đều phải phân biệt rõ ràng thì mới có thể khởi đầu việc dứt ác tu thiện.

Nhất định phải thấu hiểu rằng kiếp người là khổ đau ngắn ngủi. Trong kinh điển Phật thường dạy rằng: "Thế gian vô thường, quốc độ nguy thúy." (Thế gian vô thường, cõi này nguy khốn mong manh.) Người thực sự hiểu biết sáng tỏ sẽ nắm chắc cơ hội [được làm người] này, chú tâm vận dụng cơ duyên, số phận hiện nay để dứt ác tu thiện, tích lũy công đức. Thiện ác vẫn là nằm trong ba cõi. Vấn đề trong ba cõi mà không giải quyết được thì không thể có khả năng vượt thoát ngoài ba cõi.

Quý vị nên biết, có những người chưa từng đọc sách, cũng không biết đọc chữ, dường như lý lẽ lập luận gì cũng không hiểu cả, nhưng phút lâm chung niệm Phật có thể tự tại vãng sinh. Không nói chuyện quá khứ, chỉ nói hiện tại, hiện tại cũng có không ít người [như vậy]. Chính tôi được nghe biết cả thảy cũng đến mấy mươi người, khi lâm chung biết trước ngày giờ ra đi, tinh thần sáng suốt, đứng mà vãng sinh, ngồi mà vãng sinh, hiện điềm lành hy hữu.

Nhìn qua thì thấy dường như các vị này đối với ý nghĩa [thiện ác] không hiểu được thật rõ ràng, nhưng trong thực tế là họ đã buông xả được muôn duyên. Quý vị hãy quan sát cho thật kỹ, sẽ thấy tâm địa các vị ấy thuần nhất từ bi, hoàn toàn không một chút ý niệm riêng tư vị kỷ, cho nên [khi họ ra đi] mới hiện điềm lành như vậy. Nếu còn bám chấp mảy may ý niệm vị kỷ riêng tư, dù cũng có thể được vãng sinh, nhưng không có điềm lành như vậy.

Hiện tượng cảm ứng này là cực kỳ vi diệu, chúng ta cần phải chú tâm quan sát kỹ, chú tâm tinh tế nhận hiểu, thực sự nỗ lực làm theo thì bản thân nhất định đạt đến chỗ tốt đẹp. Không thấu hiểu rõ ràng ý nghĩa này, nhiều người thường tự cho rằng mình đang làm thiện, tự mình đã dứt lìa mọi điều xấu ác [nhưng thật ra tâm vị kỷ vẫn còn]. Cách nhận hiểu sai lầm này rất thường gặp, hiện vẫn tồn tại phổ biến nhiều nơi, nhất là trong xã hội hiện đại, trong đủ mọi tầng lớp. Quả đúng như người xưa nói: "Gộp sai thành đúng", mọi người hiện nay đều sai cả. Mọi người đều sai thì cái sai ấy được xem là đúng.

Trong pháp thế gian thì cũng có thể miễn cưỡng lập luận như thế, nhưng đứng về phương diện nhân quả hoặc theo như trong Phật pháp thì nhận hiểu như thế nhất định là sai lầm, không thể mọi người đều sai thì có thể xem là đúng. [Đối với sai lầm thực sự thì] nhân quả không khoan dung tha thứ, quỷ thần trong trời đất không khoan dung tha thứ.

Trong phần chú giải [của sách Vị biên] nêu ra rất nhiều trường hợp thí dụ. Chẳng hạn như nói về tiền bạc, cách sử dụng chân chánh là dùng để giúp đỡ trong xã hội, nhất là giúp những chúng sinh đang gặp khổ nạn. Chúng ta xem các bậc hiền nhân ngày xưa nhìn vấn đề tiền bạc như thế nào. Quý vị tích lũy được nhiều tiền bạc, đó là quý vị quả thật đã từng tu tích nhiều phước báo. Người hiểu biết sáng tỏ, người đã giác ngộ [thì trong trường hợp đó] chỉ giữ lấy những gì cần thiết, những gì thực sự cần cho bản thân mình. Hơn nữa, với người có tâm từ bi, có lòng yêu thương [chúng sinh] thì sinh hoạt của bản thân họ luôn hết sức tiết kiệm, dư ra được bao nhiêu tiền bạc đều dùng hết vào việc giúp đỡ người khác. Nhân sĩ trong xã hội còn làm được như thế, huống chi là người học Phật?

Nhưng trong thế gian cũng có người học Phật rất tốt, chẳng hạn nói về tu tập bố thí tài vật như Pháp sư Ấn Quang. Ngài một đời lo việc in ấn kinh sách phân phát miễn phí, [dù còn rất khó khăn] trong thời đại của ngài. Thời nay so với thời ấy tiến bộ hơn rất nhiều, ngoài các bản kinh Phật còn có băng ghi âm, băng ghi hình, hiện nay còn có các loại đĩa CD, VCD, hết thảy đều có thể xem là công cụ để lưu thông Phật pháp, đệ tử Phật tôn xưng là Pháp bảo. Đại sư Ấn Quang tiếp nhận sự cúng dường của bốn chúng đệ tử, tiền cúng dường không dùng cho riêng mình, dù chỉ một xu, chuyên làm mỗi một việc in kinh ấn tống, cả một đời chỉ làm một việc ấy mà thôi.

Phương thức làm của ngài rất hay. Tôi cho rằng phương thức ấy không phải do ngài chế định, nhất định do người trợ giúp ngài nghĩ ra. Kinh sách do ngài đưa ra có một phần tặng hoàn toàn miễn phí, đó là đối với những người không có khả năng mua, những người có đời sống khó khăn, tặng cho họ hoàn toàn miễn phí. Với những người có đời sống vật chất khá hơn, ngài thu một nửa giá thành. Với những người giàu có, ngài thu lại đúng giá thành in kinh sách. Do đó có thể biết rằng, khi thu đúng giá thành in kinh sách thì ngài cũng không kiếm được một xu nào từ việc đó. Vì sao làm như vậy? Mục đích không ngoài việc tạo cơ hội gieo trồng phước lành, giúp cho mọi người một cơ hội gieo trồng phước lành, không để họ bỏ luống qua, ý nghĩa là như vậy, nhất định không thể nói là vì muốn kiếm tiền.

Hiện nay một số tín đồ Phật giáo có quan niệm sai lầm, [in ấn kinh sách bán ra để] kiếm tiền rồi dùng tiền kiếm được để tiếp tục in ấn nữa, tiếp tục lưu thông nhiều hơn nữa. Quý vị nói xem, quan niệm này là đúng hay không đúng? Không thể nói là không đúng, cũng không thể nói là hoàn toàn đúng. Theo cách nhìn của thế tục trong công việc làm ăn mua bán thì quan niệm đó là đúng, nhưng trong Phật pháp thì như vậy không đúng.

Trong Phật pháp, quý vị nên biết là tiền bạc [dùng ấn tống kinh điển] như thế sẽ dùng không hết, không bao giờ hết, quý vị cần gì phải kiếm thêm đôi chút tiền lãi? Đứng sau hỗ trợ cho Phật pháp chính là chư Phật Như Lai, phước báo của các ngài thế gian này không ai có thể sánh kịp. Quý vị không cần phải nhìn nơi đâu khác, chỉ cần quan sát kỹ những gì tôi làm trong một đời này thôi. Từ xưa đến nay tôi chưa từng bán một quyển sách nào, đừng nói là giá thành chi phí in ấn, đến một phần trăm của chi phí đó tôi cũng không thu lại. Vậy mà quý vị xem, tiền để in kinh sách cứ mỗi ngày một nhiều hơn, kinh sách cũng ngày càng in ấn được nhiều hơn, đó chẳng phải là một sự chứng minh rất thuyết phục hay sao?

Chúng ta lưu hành kinh điển Phật pháp, càng ngày càng được nhiều hơn, đó là oai thần của Tam bảo gia trì, không thể nghĩ bàn. Nếu như chúng ta đối với việc này không có lòng tin thì quả thật sai lầm.

Chúng ta giảng đến câu "Bất lý tà kính. Bất khi ám thất." (Không làm những việc tà vạy. Chẳng xem thường nơi khuất tất vắng vẻ.) Hai chữ "tà" (tà vạy) và "ám" (khuất tất, tối tăm) ý nghĩa hết sức sâu rộng, vô cùng tinh tế, sâu kín, chúng ta phải nhận hiểu thật thấu đáo, phải từ nơi chỗ tinh tế, sâu kín mà khởi làm. Phải khởi thiện tâm chân thành, làm việc thiện chân chánh, vì chư Phật Bồ Tát mà làm, vì hết thảy chúng sinh mà phụng sự, tự nhiên có thể được Phật lực gia trì, tự nhiên được các vị thiện thần, trời, rồng theo giúp đỡ.

Chúng ta mang Phật pháp đến cho hết thảy những chúng sinh đang chịu khổ nạn, hy vọng những chúng sinh ấy đều nhờ nơi Phật pháp mà được cứu độ.

Hôm nay thời gian đã hết, chúng ta giảng đến đây thôi.

Bài giảng thứ 27

(Giảng ngày 15 tháng 6 năm 1999 tại Tịnh Tông Học Hội Singapore, file thứ 28, số hồ sơ: 19-012-0028)

Thưa quý vị đồng học, cùng tất cả mọi người.

Hôm qua đã giảng đến căn bản của sự tu hành, làm thế nào để đạt được tâm thành kính, đối với các việc đúng sai, tà chánh, thiện ác phải phân biệt hết sức rõ ràng, sáng tỏ. Việc này từ xưa nay vốn không dễ dàng.

Nền giáo dục thời xưa rất tốt, tuy trường học chưa được phổ cập rộng rãi như bây giờ, nhưng cha mẹ đều quan tâm lo việc dạy dỗ con cái, tinh thần trách nhiệm so với thời nay rất khác biệt. Người xưa ai ai cũng hết sức xem trọng giáo dục, phong khí xã hội còn thuần hậu, khái niệm luân lý đạo đức còn tồn tại phổ biến. Những lời dạy của các bậc thánh hiền Trung quốc thời xưa, nay vẫn có thể đọc thấy trong sách Ngũ chủng di quy. Hiện nay có biếu tặng quý vị sách Lễ ký tinh hoa lục, trong đó cũng có thể đọc thấy.

Nhưng từ thời Dân quốc đến nay, quan niệm giáo dục thời xưa bị phủ định, quan niệm [giáo dục theo] Tây phương được tiếp nhận phổ biến. Người Tây phương theo chủ nghĩa vị lợi, đối với đạo đức luân lý [của Trung quốc thời cổ đại] họ không nhận hiểu được rõ ràng. Trung quốc chịu ảnh hưởng của việc này rất lớn. Từ đó, thế hệ tuổi trẻ [ngày nay] ngay từ thuở nhỏ đã không được ai dạy dỗ, không có ai giảng giải, xã hội cũng không chú trọng, cũng không đề xướng.

Trong lòng chất chứa phiền não tập khí từ vô số kiếp đến nay, bên ngoài thì năm dục lạc trong sáu trần cảnh dẫn dụ mê hoặc, sao có thể không động tâm? Sao có thể không khởi niệm [chạy theo]? Trong hoàn cảnh như thế mà thực sự không động tâm, thực sự không khởi niệm thì đó không phải phàm phu, nhất định là chư Phật, Bồ Tát thị hiện. Nếu thật là phàm phu thì không có khả năng như thế!

Trước thực trạng [thay đổi] như thế, chỉ có một số rất ít các vị tiên sinh cao niên từng đọc sách xưa mới thỉnh thoảng còn trao đổi, bàn luận, hoặc trong nhà chùa thì các vị hòa thượng khi giảng kinh thuyết pháp cũng thỉnh thoảng đề cập đến [nền giáo dục xưa], còn từ nay về sau nữa thật rất khó nói.

Từ hiện tượng đó, chúng ta thực sự nhận hiểu được vì sao Giáo pháp của đức Thế Tôn có ba giai đoạn [chánh pháp, tượng pháp và mạt pháp]. Ba giai đoạn ấy thảy đều khác biệt, mỗi lúc một đi xuống, nguyên nhân thì nhìn chung ta đã thấy rõ. [Thời mạt pháp,] pháp lành không còn ai giảng dạy, dẫn dắt.

Thực tế không phải là không có người dạy, mà là không có người chịu nghe chịu học, không có người chịu tiếp nhận. Cho nên chư Phật, Bồ Tát giúp đỡ chúng sinh tất yếu phải dùng đến một phương thức khác. Phương thức khác đó tất nhiên là trí tuệ cao minh ở mức cùng cực, nhưng khó thực hiện mà hiệu quả cũng không lớn, chính là hai pháp lợi hành nhiếp và đồng sự nhiếp trong Tứ nhiếp pháp, quả thật là chư Phật, Bồ Tát hết sức từ bi.

Sự nghiệp chúng ta thực hiện ngày nay chính là kế thừa ý niệm này, kế thừa mối đạo này, quên mình vì người khác. Theo quan niệm của người thế gian mà nói thì tự thân mình phải có sự hy sinh lớn lao, xa lìa danh lợi, xa lìa năm dục sáu trần. Vì sao? Vì muốn mang lại hạnh phúc cho hết thảy chúng sinh. Cho nên, mấy năm qua tôi giảng kinh thuyết pháp ở các nơi, nêu đề mục chung thường chọn lấy hai câu của quý thầy cô giáo ở trường Đại học Sư phạm Bắc Kinh: "Học vi nhân sư, hành vi thế phạm." (Học để làm thầy người khác, hành động để nêu gương cho đời.) Hai câu này quả đúng là tâm Bồ Tát, hạnh nguyện Bồ Tát. Làm thầy là chuẩn mực, nêu gương là khuôn mẫu cho người đời noi theo.

Chúng ta khởi tâm động niệm, nói năng tạo tác, đã có thể nêu gương sáng cho người đời hay chưa? Muốn vì người khác nêu gương sáng thì tự mình nhất định phải tuân theo luân lý, đạo đức, vâng theo những lời răn dạy của bậc thánh hiền. Cho nên, kinh điển phải đọc thật kỹ, lý lẽ phải suy ngẫm sâu xa, sau đó mới đem những lời dạy bảo của thánh hiền áp dụng vào thực tế.

Người đời có thể sống dư dả sung túc, có thể hưởng thụ những điều mà họ cho là lạc thú. Những lạc thú như vậy mang lại hậu quả gì, họ có nghĩ đến hay không? Họ không hề nghĩ đến, nhưng chúng ta hãy nghĩ đến. Nếu sự hưởng thụ như thế không thể giúp vượt thoát ra khỏi sáu đường luân hồi, quý vị nên biết rõ là sự hưởng thụ ấy chỉ là tạm thời ngắn ngủi mà thôi. Trong kinh Phật có nêu ví dụ so sánh sự hưởng thụ đó như "liếm mật ngọt trên lưỡi dao sắc", thật không đáng [ham thích].

Vì thế, chư Bồ Tát khi vì chúng sinh thị hiện đều thị hiện với hình thức khổ hạnh, thật rất có ý nghĩa. Xin nói để quý vị biết, mục đích thị hiện khổ hạnh là vì chúng sinh trong thời kỳ mạt pháp. Đức Phật trong thời kỳ Chánh pháp trụ thế vẫn nêu lên tấm gương sáng cho chúng sinh thời kỳ mạt pháp noi theo. Điều đó nói cho ta biết rằng, chỉ thông qua đời sống [khổ hạnh] như thế, cách thức hành trì như thế, chúng ta mới giữ trọn được đức hạnh của bản thân. Lòng tham muốn không thể buông thả. Người xưa dạy rằng, tình dục khởi sinh từ chỗ hết sức vi tế, khi vừa mới sinh thì dễ khống chế. Các bậc tổ sư, đại đức của Tịnh độ tông dạy ta rằng, một câu niệm "A-di-đà Phật" có thể trừ được cái ý niệm [tình dục] vi tế đó.

Cần phải biết rõ sự lợi hại, được mất. Điều này trong kinh điển thường nói. Chúng ta từ vô lượng kiếp đến nay lưu chuyển trong sinh tử luân hồi, không biết ngày nào thoát ra, khổ sở không nói hết. Nay trong đời này gặp được Phật pháp, lại gặp được pháp môn Tịnh độ thù thắng trong Phật pháp. Điều này cũng có nghĩa là ngay trong đời này ta đang có cơ hội vượt thoát sáu cõi luân hồi, có cơ hội thoát ly mười pháp giới. Một cơ hội như thế thật không dễ gặp được. Nay gặp được rồi, liệu ta có thể thoát ly [luân hồi] hay chăng? Điểm then chốt quyết định nằm ngay trong khoảng thời gian của một ý niệm. Mỗi một niệm đó cần phải duy trì, gìn giữ, [sao cho] niệm niệm đều là giác ngộ. Vì sao bảo quý vị niệm Phật? Vì niệm Phật chính là duy trì, gìn giữ cho niệm niệm đều là giác ngộ.

Người niệm Phật rất nhiều, người đạt được thành tựu cuối cùng rất ít. Vì sao đa số người niệm Phật không được thành tựu? Vì họ không biết được điều lợi hại. Đối với sự lợi hại, được mất không thấu hiểu rõ ràng, cho nên ý niệm của họ luôn bị trói buộc bởi năm dục, sáu trần, không thể hoàn toàn buông xả. Như vậy là đã bỏ luống qua cơ hội của đời này, thật hết sức đáng tiếc.

Vì sao mỗi ngày đều phải đọc kinh, mỗi ngày đều phải giảng kinh? Trong thực tế, ý nghĩa này rất đơn giản. Chính là vì sợ chúng ta quên mất, sợ chúng ta nhất thời xao lãng mà tu tập sai lệch, cho nên mỗi ngày đều phải giảng giải.

Lớp học của chúng ta tuy không nhiều người, nhưng chúng ta kế thừa sứ mạng của chư Phật, Bồ Tát đem những ý nghĩa này, những sự thật này giới thiệu với hết thảy đại chúng. Chúng ta nếu muốn giúp đỡ người khác thì trước hết phải tự mình nhận hiểu rõ ràng, sáng tỏ, tự mình thấu triệt rồi mới có khả năng giúp đỡ người khác. Được như vậy thì công đức vô lượng. Nếu chúng ta tự mình không nhận hiểu rõ ràng, sáng tỏ, tự mình không thấu triệt, vậy thì làm sao có thể giúp đỡ người khác?

Có khi mỗi ngày đều giảng giải, mỗi ngày đều nghiên cứu thảo luận, mà vẫn không kiềm chế được phiền não của bản thân, mới biết là tập khí phiền não của chúng ta sâu nặng biết chừng nào. Những lúc như vậy ta phải làm sao? Lại phải tiếp tục nỗ lực, kiên trì mạnh mẽ không thối chí. Các bạn đồng học trong lớp chúng ta có được duyên lành thù thắng hơn rất nhiều so với những người học Phật nói chung. Chúng ta mỗi ngày đều thực sự hết sức nỗ lực tu tập.

Trong phương thức, nghệ thuật diễn giảng mà tôi đã truyền thụ, tôi muốn lưu ý quý vị rằng đức hạnh so ra còn quan trọng hơn. Trước đây, trong sách Nội điển tu học yếu lĩnh tôi đã có nói qua vấn đề này, rằng [trong sự diễn giảng thành công thì] đức hạnh quyết định đến chín phần mười, trong khi cách thức diễn giảng chỉ quyết định nhiều nhất không quá một phần mười. Về phương pháp, kỹ thuật thì người khác có thể giúp được, nhưng việc tu dưỡng đức hạnh phải dựa vào chính bản thân mình, vì người khác không thể giúp ta được.

Việc tu dưỡng đức hạnh, trong kinh luận nói đến rất nhiều. Quý vị hiện đang đọc kinh Vô Lượng Thọ, trong kinh này từ đầu đến cuối mỗi phẩm đều có nói đến vấn đề này, nhưng giảng giải nhiều nhất và cụ thể nhất là từ phẩm thứ 32 đến phẩm thứ 37. Những giáo huấn loại này trong Phật pháp gọi là pháp thực hành.

Phật pháp phân ra bốn nhóm Giáo pháp quan trọng là: giáo (dạy bảo), lý (lý lẽ, lập luận), hành (tu tập, thực hành) và quả (tu chứng, kết quả). Pháp thực hành thì nhất định phải áp dụng trong thực tế. Phương pháp tu hành mà không áp dụng vào thực tế thì chỉ là rỗng không vô ích. Không thực hành thì nhất định không được lợi ích. Chỉ sau khi thực hành rồi, quý vị mới đạt được những lợi ích chân chánh trong Phật pháp. Đó là tu chứng, là kết quả. Vì thế, tuy phân ra bốn nhóm giáo, lý, hành, quả, nhưng thực tế chỉ là một thôi. Tuy một mà bốn, tuy bốn mà một.

Trong Cảm ứng thiên, câu tiếp theo sau dạy chúng ta: "Tích đức lũy công" (chứa góp công đức). Trong phần phụ chú, câu thứ nhất giải thích về ý nghĩa của công và đức. Giữ lòng lành là đức, vận dụng [lòng tốt đó] vào thực tế gọi là công. Cho nên, đức không chứa nhiều thì không sâu dày, công không góp lại thì không lớn rộng. Chúng ta xem như chư Phật, Bồ Tát từ vô lượng kiếp đến nay, trải qua đời đời kiếp kiếp, những gì các ngài đã làm đều được bao quát trong bốn chữ này. Vì ai mà góp công? Vì ai mà chứa đức? Vì hết thảy chúng sinh, không vì riêng bản thân mình. Đó mới thực sự là công lớn, đức lớn.

Chúng ta cần phải học làm theo chư Phật, Bồ Tát. Tại sao các ngài làm mọi việc đều vì hết thảy chúng sinh? Vì các ngài hiểu rõ được sự thật rằng hết thảy chúng sinh trong pháp giới cùng khắp hư không cũng chính là tự thân mình, cho nên các ngài mới làm như thế. Chúng ta không hiểu rõ sự thật ấy nên trong lòng mới đầy vọng tưởng, phân biệt, vướng chấp, chỉ quan tâm đến riêng bản thân mình, không quan tâm mọi người khác, luôn cho rằng bản thân mình với người khác là hai thực thể khác nhau, tách biệt nhau; chỉ biết mưu lợi cho bản thân mình, không biết làm lợi ích cho người khác, không hiểu được rằng lợi ích cho người khác là chân chánh lợi ích cho bản thân mình. Mưu lợi tự thân trong thực tế là làm hại chính mình, trong khi làm lợi ích người khác là thực sự lợi ích cho mình. Cái hại của việc mưu lợi tự thân là sáu đường luân hồi, là [đọa vào] ba đường ác.

Nội dung sách Vị biên hết sức phong phú, có chú giải, dẫn chứng. Sách đã trải qua rất nhiều thời đại, không ngừng được bổ sung, ngày nay chúng ta có bản in này là tương đối hoàn thiện, nên đọc nhiều lần, suy ngẫm nhiều, thực sự nỗ lực học tập. Học theo chư Phật, Bồ Tát chính là bắt đầu từ chỗ này. Tâm thức chúng ta với chư Phật, Bồ Tát có giống nhau chăng? Hành vi của chúng ta có giống với chư Phật, Bồ Tát hay chăng? Phải thường suy ngẫm, khởi tâm động niệm liền lập tức nhận biết rõ, đối với ý niệm [vừa khởi lên] như thế này chư Phật, Bồ Tát có hoan hỷ tán thành hay không? Lời nói này có nên nói ra hay không? Sự việc này có nên làm hay không? Đó là tiêu chuẩn để cân nhắc. Tiêu chuẩn trong Vị biên là tiêu chuẩn thấp nhất, việc học Phật cũng từ đó mà bắt đầu. Tổ Ấn Quang suốt một đời đề cao [sách này], ý nghĩa là ở chỗ đó.

Hôm nay thời gian đã hết, chúng ta giảng đến đây thôi.

Bài giảng thứ 28

(Giảng ngày 16 tháng 6 năm 1999 tại Tịnh Tông Học Hội Singapore, file thứ 29, số hồ sơ: 19-012-0029)

Thưa quý vị đồng học, cùng tất cả mọi người.

Về nội dung "tích đức lũy công" trong Cảm ứng thiên, phần chú giải của sách Vị biên trong đoạn thứ nhất có mấy câu hết sức trọng yếu. Người ta ai cũng thích làm việc tốt, cũng đều kỳ vọng bản thân mình trong một đời này có chỗ làm nên việc, có chỗ được thành tựu, nhưng rồi hầu hết đều do nơi tự thân trì trệ, lần lữa qua ngày, [lời nói việc làm] cẩu thả, không thể phấn chấn phát khởi [quyết tâm] nên phải rơi vào đọa lạc.

Cho nên ở đây muốn dạy chúng ta, bất kể làm việc gì cũng nhất định phải đặt ra kỳ hạn, trong thời hạn ấy phải hoàn thành, như vậy thì mới có sự tiến bộ. Ví như việc đọc sách, chúng ta muốn đọc một quyển sách thì phải xác định có bao nhiêu thời gian để đọc xong, như vậy mới đạt được hiệu quả. Nếu như thời gian có thể kéo dài không kỳ hạn, trong lòng sẽ phân tán, ý chí tinh thần không thể tập trung, cho nên rất nhiều người thất bại do nguyên nhân này.

Vì thế, việc học cũng có học kỳ, đó là kỳ hạn phải học xong. Chúng ta đi học cũng vậy. Quý vị nhớ lại lúc học đại học cũng có kỳ hạn là bốn năm. Trong bốn năm ấy phải học xong chương trình, như vậy mới tốt nghiệp. Mọi việc ở thế gian cũng như pháp xuất thế gian, hết thảy đều phải xác định kỳ hạn, đúng kỳ hạn phải hoàn thành.

Việc tích lũy công đức cũng phải như vậy. Một ngày có thể làm được một việc thiện thì [đều đặn trong] ba năm có thể làm được một ngàn việc thiện, đó gọi là [phương pháp] "nhật hành nhất thiện" (mỗi ngày một việc thiện). Nếu tinh tấn nỗ lực thì hy vọng mỗi ngày có thể làm được nhiều việc thiện hơn. Như tiên sinh Liễu Phàm ban đầu phát nguyện làm ba ngàn việc thiện, phải mười năm mới hoàn thành. Lần thứ hai phát nguyện làm ba ngàn việc thiện, chỉ ba năm là xong. Đó chính là [muốn thành tựu] phải xác định kỳ hạn.

Trong Phật pháp thì pháp môn niệm Phật gọi là "khắc kỳ cầu chứng" (định thời hạn để cầu thành tựu). Trong kinh [A-di-đà] có một ví dụ, kinh văn nói hoặc một ngày, hoặc hai ngày cho đến bảy ngày. Trong các kinh Đại thừa thường nói mười ngày hoặc trăm ngày tức là ba tháng, như vậy mới thấy được hiệu quả rõ ràng. Cho nên, trong Tịnh độ tông quý vị thường nghe nói đến pháp sự Phật thất, lấy bảy ngày [làm kỳ hạn]. Trong thực tế, kinh Phật dạy rằng bảy ngày đó là bảy ngày bảy đêm.

Chúng ta hiện nay niệm Phật qua bảy ngày như vậy vẫn cảm thấy hết sức rối rắm, phân tán. Nguyên nhân là vì không làm được trọn vẹn hoàn toàn, không làm được trọn bảy ngày đêm. Nếu chuyên tâm nhất trí trong bảy ngày đêm, nhất định phải có sự cảm ứng, phải có sự thành tựu. Phải thực sự buông xả muôn duyên thì công phu tu tập mới có hiệu quả, chỉ hơi xen tạp một chút là mất hiệu quả rồi.

Hôm nay có một đồng học là thầy Chứng Dương thưa hỏi, vì sao công phu của thầy tại Niệm Phật Đường không đạt hiệu quả. Thầy đã không tự xem kỹ lại chính mình để thấy được nguyên nhân không hiệu quả. Phần lớn đều là do công phu xen tạp, lại còn có sự nghi hoặc. Hiện tại giảng đường này hằng ngày đều giảng kinh nên vấn đề nghi hoặc cũng không lớn, sự xen tạp mới là vấn đề lớn. Chỉ cần mảy may xen tạp, trong lòng chưa buông xả liền có nhiều chướng ngại, chúng ta gọi là ma chướng, ma chướng ở ngay trước mắt. Nếu buông xả hoàn toàn, ở trong Niệm Phật Đường này công phu bảy ngày đêm, giống như Viên Liễu Phàm, không khởi tâm, không động niệm, không phân biệt, không vướng chấp, chỉ một câu Phật hiệu niệm đến rốt ráo, đâu có lý nào công phu như thế lại không hiệu quả? Cho nên cần phải buông xả hết. Không buông xả được là một khiếm khuyết lớn. Vì thế phải phát tâm thật dũng mãnh, khởi lòng tin chân thành, nỗ lực tinh tấn.

Trong đời sống hằng ngày, ở đây khuyên chúng ta không nên keo lận tài vật, phải hoan hỷ bố thí. Bố thí chính là buông xả đi tâm niệm keo lận, hoan hỷ bố thí. Đừng sợ người khác cười chê, vì như vậy là trong tâm còn nghi ngờ [việc làm của mình]. Có một số người không hiểu rõ ý nghĩa này, sự cười chê ấy là do nhận hiểu sai lầm. Lại cũng có một số người là do ganh ghét, cố ý gây chướng ngại, cố ý phá hoại. Nhưng bất kể những kẻ ấy cười chê với tâm niệm như thế nào, chúng ta chỉ cần một mực phớt lờ đừng lưu ý. Chỗ y cứ của chúng ta là giáo pháp trong Kinh điển, là những lời răn dạy của Phật-đà. Cứ y theo lời dạy vâng làm, đến khi thực sự có được thành quả, những kẻ ấy tự nhiên sẽ thấy hổ thẹn. Cho nên hoàn toàn không sợ người khác cười chê làm dao động lòng tin của mình, mà càng phải nỗ lực phấn chấn hơn nữa.

Trong thực tế, chướng ngại lớn nhất của đạo Bồ-đề là lòng tham muốn riêng tư, tự lo cho mình, giành lấy lợi ích riêng cho mình, đối với ái luyến, tham dục, những điều ham thích không buông xả được. Những thứ đó thực sự là chướng ngại của chúng ta. Chúng ta phải thường xuyên phản tỉnh, suy xét xem những chướng ngại ấy rốt lại nằm ở nơi nào? Sau khi tìm ra được rồi thì triệt để buông xả. Phải khởi tâm dũng mãnh để đối trị, thì những chướng ngại trên đường hướng đến quả vị Bồ-đề sẽ giảm nhẹ.

Trong kinh Phật thường nói: "Nhân thân nan đắc, Phật

pháp nan văn." (Thân người khó được, pháp Phật khó được nghe.) Cơ duyên gặp được pháp Phật thật không dễ dàng.

Tự mình không thể khắc phục phiền não của chính mình, cho nên các bậc đại đức ngày xưa đề xuất việc nhiều người cùng tu tập. Nhiều người cùng tu tập là nương theo và dựa vào đại chúng. Dựa vào đại chúng để khích lệ bản thân mình, để cảnh tỉnh, sách tấn bản thân mình. Đó là một biện pháp đối trị rất tốt. Cho nên mới có đại chúng tụ họp về một chỗ để cùng tu.

Từ ngày 18 tháng 7 tới đây, Tịnh Tông Học Hội ở Brisbane, Australia, bắt đầu hành trì mười Phật thất, tức là 70 ngày. Trong thời gian Phật thất 70 ngày đó, chúng ta niệm Phật ngày đêm không gián đoạn, mỗi ngày 24 giờ. Gần đây mọi người đều tích cực chuẩn bị. Trong Phật thất này, ngoài địa phương Australia còn có nhiều đồng tu niệm Phật ở các nơi khác đến tham gia, như Singapore, Đài Loan, Hương Cảng, Hoa Kỳ. Chúng ta hoan nghênh [những ai] chân chánh phát tâm, buông xả hết thảy, dụng công tu hành tốt.

Trong chú giải có mấy câu, tôi sẽ đọc qua một lượt, mọi người lắng nghe: "Không nên nói lời sáo rỗng hay ho mà thực hành chẳng tương hợp." Hy vọng tất cả chúng ta đều có thể nói được làm được, giữ lòng tốt đẹp trước sau như một. Có rất nhiều người ban đầu thực hành đúng đắn, theo đúng khuôn mẫu,nhưng trải qua thời gian lâu dài thì trở nên giải đãi, buông thả phóng túng.

Chúng ta [tu tập] không sợ hiềm nghi, cũng không sợ oan uổng, không lần lữa qua ngày, không gián đoạn [công phu]. Dù là việc ở thế gian hay pháp xuất thế, quý vị đều cần phải hiểu rõ, đó gọi là làm việc tốt phải nhiều gian nan khốn khó. Đặc biệt trong thời hiện tại này, là thời kỳ mạt pháp. Chúng ta đọc thấy trong kinh điển, vào thời đức Thế Tôn còn tại thế, Ma vương Ba-tuần từng nói rõ với Phật. Ma vương muốn phá hoại Phật pháp phải dùng cách gì? Đó là, vào thời mạt pháp Ma vương sẽ sai khiến ma cháu ma con đều cùng nhau xuất gia, đắp y ca-sa để phá hoại Phật pháp. Đức Thế Tôn nghe Ma vương nói như vậy rồi thì rơi lệ, không nói lời nào.

Cho nên, ngày nay chúng ta muốn chân chánh nỗ lực tu hành thì người gây chướng ngại cho ta rất nhiều, kể cả những người trong đạo Phật của ta. Những người trong đạo Phật đó là ai? Chúng ta biết rằng, đó chính là con cháu Ma vương Ba-tuần. Bọn họ xuất gia không vì mục đích gì khác hơn là phá hoại Phật pháp, chúng ta trong lòng phải hiểu rõ, phải sáng tỏ việc ấy. Phật dạy chúng ta đối với hạng người ấy phải có thái độ thế nào? Phật dạy pháp "mặc tẫn". Mặc tẫn nghĩa là không để ý đến. Chúng ta tự mình công phu, tự mình lợi ích, không để ý đến những người ấy cũng tốt. Tự mình không được trì trệ, lần lữa qua ngày, không được gián đoạn, không cầu danh, không cầu lợi, chân thật mà làm, cũng không cầu mong được quả báo tốt.

Khi gặp hết thảy những sự việc có lợi ích cho xã hội, có lợi ích cho chúng sinh, chúng ta phải hết sức nỗ lực mà làm. Có những lúc phải linh hoạt uyển chuyển mà làm để tránh chướng ngại. Các bậc đại đức thời gần đây dạy ta phải làm với thái độ hết sức hạ mình. Vì sao làm chuyện tốt đẹp, lợi ích cho xã hội, lợi ích cho chúng sinh mà phải có thái độ hết sức hạ mình? Vì để tránh những người ganh ghét gây chướng ngại.

Chúng tôi gần đây phát tâm giúp đỡ cho bên Australia một một viện dưỡng lão, nhưng gặp thất bại. Nguyên nhân vì sao? Vì có quá nhiều người cản trở. Đó là vì ban đầu chúng tôi sơ ý, nếu khi ấy mà làm với thái độ hết sức hạ mình thì sự việc hẳn đã được thành tựu viên mãn. Việc này cho chúng tôi một bài học quý giá, cũng thực sự chứng minh rằng làm việc tốt phải nhiều gian khó. Chúng tôi thể hội sâu sắc ý nghĩa này. Ngẫm nghĩ càng thấy những lời giáo huấn của các bậc hiền thánh xưa quả thật [xuất phát từ học vấn] hết sức uyên thâm, là những điều chân thật rút ra từ kinh nghiệm, nhất định phải học qua, lại phải y theo lời dạy mà vâng làm, phải hết sức nỗ lực học tập.

Thời cổ đại, dân gian Trung quốc đều biết đến Đậu Yên Sơn. Trong sách Tam tự kinh có câu "Giáo ngũ tử, danh câu dương" (Dạy năm con đều thành danh) là nói về Đậu Yên Sơn. Ông sống vào thời Ngũ đại, kết hôn đã nhiều năm nhưng đến năm 30 tuổi vẫn chưa có con. Đối với người xưa, đây là một điều gây nhiều phiền muộn lo lắng. Một hôm, Đậu Yên Sơn nằm mộng thấy ông nội [đã chết] hiện về nói: "Mạng số con không có con, lại rất yểu mạng. Con nên tu thiện, tích đức, tích lũy công đức."

Đậu Yên Sơn từ khi nằm mộng được ông nội dạy bảo như vậy thì hết sức nỗ lực làm theo. Mạng số ông không có con, nhưng sau rồi sinh được năm người con trai, đó chính là do cầu mà được. Cũng giống như tiên sinh Viên Liễu Phàm, mạng số không có con, về sau được hai người con ngoan, quả nhiên chứng thực là "hữu cầu tất ứng", đó là do cầu mà được. Cho nên, muốn cầu được phải dùng thiện tâm, thiện hạnh, dùng công đức chân thật làm vốn liếng để cầu. Quý vị không có thiện tâm, thiện hạnh, không có công đức thì lấy gì để cầu? Nhất định không phải mỗi ngày cúi lạy trước Phật, Bồ Tát, đốt mấy nén hương, dâng cúng ít hương hoa trà quả rồi cầu mà được. Không dễ dàng như vậy! Nhất định phải nỗ lực tu hành mới được.

"Hữu cầu tất ứng" cũng là ý nghĩa nhân quả. Cho nên, gieo nhân lành nhất định hưởng quả lành, tạo nhân ác nhất định phải nhận lãnh quả báo xấu ác. Nhân duyên quả báo không một mảy may sai lệch, "hữu cầu tất ứng" cũng chính là ý nghĩa này. Phật pháp cũng không thể ngược lại với ý nghĩa này. Cho nên, Phật dạy chúng ta cầu thì cũng dạy chúng ta phát tâm, phát tâm Bồ-đề, dạy chúng ta phải làm những việc lợi ích hết thảy chúng sinh, không nên làm những việc chỉ mưu lợi riêng cho bản thân mình. Như vậy mới là chân chánh dứt ác tu thiện.

Chỉ mưu cầu lợi ích riêng cho bản thân là việc xấu ác. Vì lợi ích xã hội, vì lợi ích chúng sinh mới là việc thiện. Ý nghĩa việc dứt ác tu thiện như vậy, chúng ta phải hiểu rõ mới thể hội được. Nếu có thể vì lợi ích nhiều người mà chịu tổn hại về mình, đó là việc thiện lớn lao, quả báo không cần mong cầu cũng tự nhiên hiện tiền, vì nhân lành quả lành. Nếu làm việc có hại cho xã hội, có hại cho chúng sinh chỉ vì mưu lợi riêng cho mình, trước mắt tuy có được đôi chút lợi ích nhưng tai nạn lớn lao sẽ đi liền theo sau. Tai nạn lớn nhất là sau khi chết phải đọa vào ba đường ác, nhất định không tránh khỏi.

Những ý nghĩa này, hiện nay ngày càng ít người nhận hiểu. Những sự thật [nhân quả] này Phật đã thuyết dạy trong kinh điển, nhưng người hiện đại mở kinh ra xem thì cười cợt, cho là mê tín, không thể tin nhận. Đến lúc chết rồi đọa vào ba đường ác, dù có hối hận cũng không còn kịp nữa.

Cho nên, "tích đức lũy công" là điều mà các bậc thánh hiền thế gian cũng như xuất thế gian đều khuyên dạy chúng ta, ta phải tin nhận. Người tin nhận, vâng làm theo thì được phúc lành.

Hôm nay thời gian đã hết, chúng ta giảng đến đây thôi.

Bài giảng thứ 29

(Giảng ngày 17 tháng 6 năm 1999 tại Tịnh Tông Học Hội Singapore, file thứ 30, số hồ sơ: 19-012-0030)

Thưa quý vị đồng học, cùng tất cả mọi người.

Phần trước đã giảng đến câu "tích lũy công đức". Trong sách Vị biên, phần giải thích có trích dẫn đoạn "Tích thiện" trong sách Liễu Phàm tứ huấn. Đoạn này trước đây dù đã giảng giải qua rất nhiều lần rồi, nhưng tôi vẫn thường phải giảng lại. Vì sao vậy? Vì tuy đã giảng giải qua, nhưng chúng ta còn chưa làm theo được.

Vì sao chưa làm được? Chúng ta phải suy đi ngẫm lại, tìm cho ra nguyên nhân khiến ta chưa làm được, rồi trừ bỏ nguyên nhân ấy đi thì mới được cứu vớt. Nếu không thì tiền đồ phía trước hoàn toàn đen tối, phải đi về hướng ba đường ác, đi về hướng địa ngục. Đó là sự thật, nhưng chúng ta vẫn thường xao nhãng xem nhẹ. Chúng ta không đi trên đường đạo Bồ-đề mà đi về hướng ba đường ác. Cho nên, đoạn khai thị này vô cùng trọng yếu. Đoạn văn trích dẫn rất dài, tôi chỉ chọn ra mấy điều phân biệt thiện ác để cùng mọi người nghiên cứu lại.

Trong Liễu Phàm tứ huấn nói: "Việc thiện có chân thật [khác với] giả dối; có ngay thẳng [khác với] tà vạy." Ngay thẳng ở đây là hành vi ngay thẳng chính trực, tà vạy là hành vi không ngay thẳng chính trực.

"Tích âm đức [khác với] tạo phúc ở đời." Tạo phúc ở đời là làm việc thiện mà mọi người đều biết, được mọi người trong xã hội khen ngợi. Tích âm đức là làm việc thiện mà người đời không ai hay biết đến, thiên địa quỷ thần [đối với người ấy] báo đáp hết sức trọng hậu.

"Đúng đắn khác với sai lầm, lệch lạc khác với chính đáng, một phần khác với trọn vẹn, lớn lao khác với nhỏ nhặt, khó khăn khác với dễ dàng." Chỗ này nói nhiều điều như vậy để giúp chúng ta phân biệt. Hai chữ "thiện ác" vừa nhìn qua thấy thật dễ dàng, nhưng trong thực tế hết sức khó phân biệt, chiêu cảm quả báo lành dữ, họa phúc vô cùng vi diệu. Trong phần trước chúng ta đã xem qua, quả thật là "lưới trời lồng lộng, thưa mà không lọt".

Mỗi người sinh ra trong một đời, cho đến nhiều đời nhiều kiếp, là một vòng nhân quả báo ứng. Một gia đình, một đoàn thể, một xã hội cho đến một quốc gia, ngày nay chúng ta nói đến cả địa cầu, cả thế giới, quý vị cứ quan sát, suy ngẫm cho thật kỹ, liệu có gì không phải là nhân duyên quả báo?

Cho nên, nhà Phật dùng hai chữ "nhân quả" đã bao quát được hết các pháp thế gian và xuất thế gian. Không chỉ pháp thế gian là nhân duyên quả báo, cho đến pháp xuất thế gian cũng không ngoại lệ. Trong các kinh luận thường nói: "Phật pháp do nhân duyên sinh." Thấu triệt được ý nghĩa và sự thật về nhân duyên quả báo thì đó là Phật, là Bồ Tát. Đối với với ý nghĩa và sự thật ấy mà còn mê muội không sáng tỏ thì đó là phàm phu.

Tiên sinh Liễu Phàm đem sự tâm đắc trong một đời tu học để viết ra mười điều [phân biệt] như trên cho ta tham khảo. Chúng ta cần phải đọc kỹ, nghĩ sâu, dùng đó mà thiết lập nền tảng học Phật, căn bản làm người, thật không còn gì tốt đẹp hơn.

Ông nói ra những câu rất hay như: "Làm thiện mà không rõ lý lẽ, ắt tự cho mình đang làm thiện mà không biết đó là đang tạo nghiệp, phí công khó nhọc tâm tư vô ích." Câu này rất hay, quả là lời răn dạy chân thật, là tâm đắc chân thật trong một đời của ông. Quý vị muốn dứt ác tu thiện nhưng đối với ý nghĩa dứt ác tu thiện lại không thấu triệt, không sáng tỏ, nên thường luôn tự cho là mình đang làm việc tốt, kỳ thật đó là tạo nghiệp. Hiện tượng như thế từ xưa nay ở khắp mọi nơi, lúc nào cũng có thể nhìn thấy. Đặc biệt là trong thời cận đại này, vì người ta ít đọc sách xưa.

Chúng ta cần phải hiểu rằng, những sách xưa ghi chép kinh nghiệm trong lịch sử, trải qua mấy ngàn năm, là kinh nghiệm đời đời truyền lại, sự sai lệch không lớn, độ tin cậy rất cao. Nếu chúng ta dựa vào kinh nghiệm một đời của chính mình, bất quá cũng chỉ mấy mươi năm là cùng, đem so với kinh nghiệm mấy ngàn năm của người xưa thật khác biệt quá xa. [Si mê như thế nên] cứ thường tự cho mình là đúng, việc mình làm là thiện, tạo tác [nghiệp ác] chiêu cảm tai họa thì tự mình không thừa nhận, cho đó là thiên nhiên gây hại, rồi đem trách nhiệm đùn đẩy [cho người khác], như thể tự thân mình không liên can gì, tự cho mình là một bậc đại thiện, không biết rằng tự mình đang tạo nghiệp xấu ác nặng nề.

Khi giảng kinh tôi thường nói, những điều lành dữ, họa phước trong đời là do ai làm ra? Người giác ngộ nhận hiểu được đó là do chính mình tạo ra, người mê hoặc thì đem trách nhiệm ấy đùn đẩy về người khác, cho rằng mình chẳng liên can. Người giác ngộ biết rằng đó là do mình tự tạo, tự mình không làm điều tốt, tự mình xao nhãng xem thường [nhân quả]. Đặc biệt là ngày nay chúng ta tự mình khởi tâm động niệm, nói năng hành động đều không đáng để làm gương cho người khác. Đó chính là tự mình làm điều xấu ác, tự mình không làm được điều tốt đẹp.

Chư Phật, Bồ Tát thị hiện nơi thế gian này cũng tự cảm thán như vậy, các ngài tự cho rằng mình làm chưa tốt nên chưa cảm hóa được người đời. Chư Phật, Bồ Tát nhận lãnh trách nhiệm [giáo hóa] về mình, qua đó thành tựu đức lớn của tự thân.

Vì sao chư Phật, Bồ Tát không thể hóa độ người đời? Nhà Phật thường nói, trong thời kỳ mạt pháp thì Chánh pháp suy yếu, ma pháp càng mạnh mẽ. Ma hiện ra đủ mọi hình thức, đủ mọi cách dụ hoặc [người đời]. Người đời khi ấy tập khí phiền não xấu ác sâu nặng, mê hoặc điên đảo, chấp nhận sự giả dối mà không nhận điều chân thật. Ma nương theo sở thích mê lầm của người đời, dạy cho người đời những gì? Dạy người tham lam, sân hận, si mê; dạy người tự lo cho mình, giành lấy lợi ích riêng cho bản thân mình. Giáo pháp của Phật ngược lại với những điều đó, nên người đời rất khó tiếp nhận. Đó là thực trạng hiện nay của chúng ta.

Nhà Phật thường nói: "Phật không độ người không có duyên." Chúng sinh không tự mình quay đầu [hướng thiện], chư Phật cũng không thể giúp đỡ. Nếu thực sự chịu quay đầu hướng thiện, Phật có thể nâng đỡ cứu giúp. Đối với những người không chịu quay đầu, chư Phật vẫn thị hiện đủ mọi cách, lúc nào cũng khó nhọc khơi mở dạy dỗ, hy vọng có ngày họ chịu quay đầu. Đó là lòng đại từ đại bi của chư Phật, gọi là: "Phật thị môn trung, bất xả nhất nhân." (Trong cửa Phật không bỏ người nào.)

Tiên sinh Liễu Phàm khi bàn về việc thiện "chân thật khác với giả dối" đã nêu ra một ví dụ, rằng xưa có một nhóm nho sinh đến tham vấn hòa thượng Trung Phong. Hòa thượng Trung Phong là người triều Nguyên. Ngày xưa, các nho sinh ít nhiều đều có học qua kinh điển nhà Phật. Các nho sinh này thưa hỏi Hòa thượng Trung Phong rằng, nhà Phật đưa ra thuyết "nhân quả báo ứng, như bóng theo hình", nhưng ngày nay thấy người làm việc thiện mà gia nghiệp không hưng thịnh, có người làm việc ác mà gia nghiệp lại hết sức hưng vượng. Họ nói, xem như vậy thì thuyết "thiện ác báo ứng" của nhà Phật là sai lầm, chẳng phải chân thật.

Hòa thượng Trung Phong đáp lại rất hay, rằng đối với

kẻ phàm phu, cảm xúc trần tục chưa dứt sạch, phiền não tập khí còn nguyên vẹn thì trí tuệ chưa thể khai mở. Con mắt đạo chưa mở ra thì đối với việc thiện liền xem là ác, đối với việc ác lại xem là thiện. Những việc thị phi điên đảo như thế rất thường gặp. [Các anh] tự mình không biết phản tỉnh, không biết quay đầu hướng thiện, ngược lại còn oán trời trách người, cho rằng đạo trời chẳng công bình, không có báo ứng, thật là sai lầm.

Lời thuyết pháp của Hòa thượng Trung Phong hoàn toàn chính xác. Hai chữ "thiện ác" đó có vẻ như mọi người đều nhận hiểu, nhưng thật ra là không hiểu. Liệu có được mấy người thực sự nhận hiểu rõ ràng về thiện ác? Thực sự nhận hiểu rõ ràng về thiện ác rồi thì mới có thể dứt ác tu thiện. Nay những người ấy không có cách gì dứt ác tu thiện được, vì đối với hai chữ thiện ác họ còn chưa nhận hiểu rõ. [Hòa thượng lại hỏi:] "Hai chữ "thiện ác" ý nghĩa sâu rộng vô cùng, các anh đối với sự phân biệt thiện ác đã hiểu được bao nhiêu?"

Khi ấy, các nho sinh liền thưa hỏi: "Vậy theo cách nhìn của Hòa thượng thì thế nào là thiện, thế nào là ác?" Hòa thượng Trung Phong liền hỏi ngược lại họ câu ấy. Một người nói: "Đánh người, mắng nhiếc người, nhục mạ người khác là ác; cung kính, lễ phép với người khác là thiện, có phải như vậy chăng?" Những người khác trong nhóm đều gật đầu cho là phải.

Hòa thượng Trung Phong nói: "Sai rồi, các anh chỉ thấy ở bề mặt hình tướng, không có sự quan sát kỹ. Nếu như người đem lòng chân thành thương yêu, muốn bảo vệ người kia mà đánh mắng, vì muốn giúp người kia quay đầu hướng thiện, thì đánh mắng như thế là thiện. Nếu ngợi khen, lễ kính vì nịnh bợ, vì có việc cầu cạnh, vì muốn hối lộ người kia thì đó là ác, không phải thiện. Chỉ hoàn toàn nhìn vào hình thức biểu hiện bên ngoài thì không thể thấy ra được, các anh phải quan sát sâu vào [nội dung bên trong] mới có thể biết được thế nào là thiện, thế nào là ác."

[Một người khác nói:] "Tham muốn tiền của, làm bậy để lấy của người khác là ác; ngay thẳng thanh bạch, giữ phẩm hạnh là thiện." Hòa thượng Trung Phong lắc đầu đáp: "Đó chỉ là nhìn từ biểu hiện bên ngoài. Chưa hẳn đã là như vậy." [Ngài dạy tiếp:] "Tiêu chuẩn để phân biệt thiện ác, không nói đến tiêu chuẩn quá cao siêu, chỉ là tiêu chuẩn phổ thông thôi, chúng ta cần phải hiểu rõ. Nói chung những việc gì lợi ích cho mọi người, cho xã hội, cho hết thảy chúng sinh, đều gọi là thiện. Chỉ cần là việc hữu ích, dù đánh đập, mắng chửi người khác cũng vẫn là thiện. Những việc gì chỉ mang lại lợi ích cho riêng bản thân mình đều là xấu ác. Nịnh hót, bợ đỡ người khác thì sự cung kính, lễ phép đó cũng là xấu ác. Vì sao vậy? Vì muốn cầu tiếng tăm, lợi ích cho riêng mình, đó là tư lợi, chẳng phải việc công."

Cho nên, người đời thường chỉ nhìn ở bề ngoài, không thấy được đến chỗ dụng tâm. Các bậc thánh hiền thế gian cũng như xuất thế gian đều dạy chúng ta phải dụng tâm như thế nào, làm sao để giữ gìn lòng tốt. Tâm niệm lợi ích cho chúng sinh, lợi ích cho xã hội, lợi ích cho người khác thì mỗi niệm đều nên duy trì tâm niệm như vậy, mọi hành vi của quý vị sẽ là thiện. Nếu như mỗi ý niệm đều vì riêng bản thân mình thì tâm niệm đó là xấu ác, tự lo cho mình, mưu lợi riêng cho mình, thì dù làm việc tốt cũng vẫn là ác. Ngạn ngữ gọi đây là "mua danh chuộc tiếng", không phải việc thiện chân thật. [Người như vậy] sau khi chết vẫn phải rơi vào ba đường ác, không thể sinh vào hai cõi trời, người. Ý nghĩa đó chúng ta không thể không hiểu biết.

Nếu không thể sinh vào hai cõi trời người, quý vị nghĩ xem, như vậy há có thể sinh về thế giới Cực Lạc được sao? Sinh về thế giới Tây phương Cực Lạc phải là bậc đại thiện, trong kinh [A-di-đà] đã nói rõ với chúng ta như vậy. Thế giới ấy là nơi "chư thượng thiện nhân câu hội nhất xứ" (các bậc thượng thiện cùng hội về một chỗ).

Chúng ta chỉ cần đem tâm ý chân thành, mạnh dạn mà làm, đừng kiêng sợ e dè. "Tôi đem lòng tốt để làm việc này, nhưng số tiền ấy bị người khác dùng sai chỗ." Sự việc như thế tuy chẳng thành công, nhưng đó là việc của họ, chẳng phải việc của ta. Mỗi người đều có quả báo riêng.

Có một lần trước đây, tôi từ Australia trở về, Hội trưởng Lý bảo tôi rằng tại một ngôi chùa ở Phúc Kiến có ông tăng vì tham tiền, biết lão hòa thượng mang tiền trong người liền giết hại, cướp lấy 300.000 nhân dân tệ rồi bỏ trốn về phương bắc, nhưng không bao lâu đã bị bắt về, tất nhiên là phải chịu án tử hình. Số tiền đó là do Lão pháp sư Đàm Thiền ở chỗ chúng ta cúng dường hòa thượng ấy để xây chùa. Pháp sư Đàm Thiền nghe biết sự việc này, gật đầu nói, quả đáng tội, mỗi người đều có quả báo riêng.

Pháp sư Đàm Thiền phát tâm giúp xây chùa là việc thuần thiện, không hề có chút tâm ý gì xấu ác. Người kia thấy tiền sinh lòng tham, giết người cướp của, đó là tội ác của họ, nhất định không phải Pháp sư Đàm Thiền có ý hại người. Trong việc này, quả báo thiện ác chúng ta cần nhận hiểu rõ ràng. Huống chi vào lúc trao tiền, Pháp sư Đàm Thiền còn nói rất rõ ràng: "Tôi cúng tiền [để xây chùa] là nhân quả của tôi, quý vị tự mình dùng vào việc gì, tương lai sẽ nhận quả báo, đó là nhân quả của các vị." Lời nói ấy thật rõ ràng minh bạch. Mỗi người đều có nhân quả của riêng mình, không ai có thể thay thế cho ai.

Cho nên, mỗi một ý niệm đều vì lợi ích chúng sinh thì đó là tâm lành, là lòng tốt. Nhất định không có sự tham muốn riêng tư trong đó, hoàn toàn không cầu sự báo đáp, như thế mới là việc thiện chân chánh.

Ngày nay chúng ta thấy có nhiều người, vừa làm được một chút việc tốt thì kèm theo rất nhiều điều kiện, cho nên quả báo không tốt đẹp. Nói chung, bố thí không có điều kiện, cúng dường không có điều kiện, trong lòng thanh tịnh, vô tư mà làm thì quả báo sâu dày, phước báo lớn lao. Lý lẽ này trong kinh Phật nói đến rất nhiều. Nho gia, Đạo gia cũng đề cập đến không ít. Những việc như vậy, từ xưa đến nay ở khắp mọi nơi, chỉ cần chúng ta tỉnh táo một chút, khách quan một chút, ngay trong hoàn cảnh hiện tại cũng có thể thấy được rất rõ ràng, minh bạch.

Muốn làm thiện một cách chân chánh thì phải từ trong tâm địa mà khởi sự công phu. Đề kinh Vô Lượng Thọ nêu lên "thanh tịnh bình đẳng giác" là rất hay. Khởi tâm động niệm, nói năng hành động đều tương ưng với năm chữ này thì đó là việc thiện chân chánh. Nếu trái ngược với những phẩm tính này thì dù làm thiện cũng không chân thật, cũng không thuần thiện.

Làm thế nào để tương ưng với những phẩm tính này, chúng ta phải nhận hiểu rõ, phải học tập, không chỉ là để thiết lập nền móng căn bản cho việc tu đạo Bồ-đề, mà ngay trong đạo lý làm người thì đây cũng là căn bản.

Cho nên, đối với hai chữ "thiện ác" này chúng ta nhất định phải dành thời gian thảo luận. Chúng ta y theo cương lĩnh của cư sĩ Liễu Phàm mà ra công nghiên cứu, dựa trên nền tảng này mà suy xét rộng ra về ý nghĩa dứt ác tu thiện, tích lũy công đức thì có khả năng sẽ thu được đôi chút hiệu quả. Nếu không tham cứu sâu xa, chỉ sợ rằng chúng ta đối với hai chữ thiện ác này sẽ nhận hiểu điên đảo trái ngược, tạo bao nghiệp ác mà vẫn cứ tưởng rằng mình đang tu thiện. Như thế thật là sai lầm quá lớn.

Bài giảng thứ 30

(Giảng ngày 18 tháng 6 năm 1999 tại Tịnh Tông Học Hội Singapore, file thứ 31, số hồ sơ: 19-012-0031)

Thưa quý vị đồng học, cùng tất cả mọi người.

Hôm qua chúng ta đã giảng đến đoạn trong Liễu Phàm tứ huấn nói rằng "việc thiện chân thật [khác với] giả dối", tôi đã giới thiệu qua. Phần thứ hai nói "việc thiện ngay thẳng [khác với] tà vạy". Ngay thẳng là ngay thẳng chính trực, tà vạy là quanh co gian dối, không ngay thẳng chính trực.

Thế nào gọi là ngay thẳng chính trực? Trong thực tế, tiêu chuẩn phân định thiện ác của bậc giác ngộ đã hiểu biết sáng tỏ không giống với tiêu chuẩn của người đời. Nói thật ra thì tiêu chuẩn phân biệt thiện ác cũng khác biệt nhiều lắm, ngay trong Phật pháp, tiêu chuẩn theo [Thiên Thai] Tứ giáo, mỗi phần cũng đã khác biệt nhau. Trong Đại thừa cũng chia ra 51 phẩm vị Bồ Tát, hay nói cách khác là có 51 tiêu chuẩn [phân biệt thiện ác] khác biệt nhau.

Các bậc thánh nhân ở thế gian cũng như xuất thế gian dạy bảo chúng ta, đa phần đều nói về nguyên lý, nguyên tắc chung, trong đó hàm chứa ý nghĩa rất sâu rộng, cần phải hết sức chú tâm thể hội, phải vận dụng vào thực tế đời sống. Từ trong thực tế đời sống còn phải quan sát sâu sắc hơn nữa. [Có như vậy thì] sau đó mới hiểu được rằng trong sách vở của các bậc thánh hiền xưa, mỗi câu mỗi chữ đều hàm chứa vô lượng nghĩa, mới thể hội được rằng tất cả các pháp do Phật thuyết dạy đều rộng lớn, tinh tế và sâu sắc.

[Sách Liễu Phàm tứ huấn] trong đoạn nói về ngay thẳng khác với tà vạy có đề cập đến mấy nguyên tắc vô cùng trọng yếu. [Đó là,] tâm chân chánh thì việc làm cũng chân chánh, tâm bất chánh thì dù làm bất cứ việc gì, làm theo cách nào cũng đều là bất chánh, cũng đều là quanh co tà vạy. Cho nên, cội nguồn là ở nơi tâm.

Tiên sinh Liễu Phàm nêu ra ba nguyên tắc [để phân biệt ngay thẳng với tà vạy].

Thứ nhất là "chỉ duy nhất một tâm nguyện cứu người giúp đời". Chúng ta có [tâm nguyện này] hay không? Nhất định không được có ý niệm mưu lợi cho riêng mình, mỗi một ý niệm đều chỉ vì [lợi lạc] chúng sinh, đặc biệt là vì những chúng sinh đang gặp khổ nạn. Thế gian hiện nay tai nạn ngày càng nhiều hơn, mức độ ngày càng nghiêm trọng hơn. Tai nạn ấy do đâu mà hình thành? Tất nhiên phải nói là do cộng nghiệp [của mọi người] chiêu cảm, nhưng cộng nghiệp đó lại do đâu mà hình thành?

Các bậc thánh hiền xưa của Trung quốc gọi đó là do "không được dạy dỗ", nghĩa là không có sự giáo dục, không có ai dạy dỗ. Không có ai dạy dỗ thì đương nhiên mọi người sẽ [hành động] tùy thuận theo phiền não, tùy thuận theo lòng tham muốn của riêng mình, từ đó tạo ra vô số tội nghiệp. Mỗi một ý niệm đều là vì lợi ích riêng tư, chưa từng quan tâm đến người khác, tạo nghiệp như vậy thật quá nặng.

Hôm qua tôi đọc báo địa phương - tôi rất ít khi đọc báo - tình cờ nhìn thấy một tiêu đề nói Đài Loan năm nay có 400.000 trường hợp phá thai, năm ngoái là 320.000, tăng đến 80.000 trường hợp. Thật hết sức nghiêm trọng! Trong Phật pháp, Phật dạy phá thai nhất định phải đọa địa ngục, vì là tội giết người. Quý vị biết đấy, một năm nay [tại Đài Loan] giết chết 400.000 người, năm ngoái giết chết 320.000 người, những oan hồn ấy là oan gia trái chủ làm nhiễu loạn trong xã hội, làm sao được thái bình? Làm sao được ổn định? Quỷ thần đang làm loạn, thật hết sức đáng sợ.

Quả thật là chúng ta chưa làm tròn trách nhiệm giáo dục. Thời xưa, trong nhà có cha mẹ dạy dỗ, đến trường có thầy giáo dục. Giáo dục thời xưa so với bây giờ thật không giống nhau. Giáo dục hiện nay truyền thụ năng lực kỹ thuật, tức là kỹ thuật công nghệ. Giáo dục thời xưa dạy cho quý vị cách làm người, cách xử thế, làm sao để sống một cuộc đời hạnh phúc mỹ mãn. Không chỉ trong đời này được hạnh phúc, mà đời sau cũng được hạnh phúc, đời đời kiếp kiếp không mất đi phước báo. Đó là cách giáo dục của người xưa.

Chúng ta nhìn xem, giáo dục hiện đại dạy những điều gì? Chỉ mưu tính lợi ích nhỏ nhặt trước mắt, đừng nói chi đời sau, ngay cả lợi ích trong năm sau cũng không biết đến, không quan tâm đến. Một đời người như thế, quý vị nghĩ xem còn có ý nghĩa gì? Mỗi ngày đều tạo tác những tội nghiệp hết sức nặng nề, tương lai đi vào ba đường ác. Tình trạng trong ba đường ác, quý vị đọc kinh đã thấy nhiều rồi, kinh điển nhất định không lừa dối người. Kinh Kim Cang nói rất rõ: "Như Lai thị chân ngữ giả, thật ngữ giả, như ngữ giả, bất cuống ngữ giả, bất dị ngữ giả." (Lời của Như Lai là chân, là thật, là phù hợp, là không lừa dối, là chính xác.) Lời lời [trong kinh điển] đều chân thật.

Chúng ta có thấy biết được sự đáng sợ của địa ngục, sự khủng khiếp trong ba đường ác hay chăng? Trước mắt được một chút lợi lộc có đáng gì? Trước mắt thiệt thòi một chút cũng có đáng gì? Phải suy đi nghĩ lại về con đường lâu dài về sau.

Cho nên, thánh nhân mới dạy chúng ta "tích đức lũy công". Tích đức là giữ gìn lòng tốt, lũy công là nói lời lành, làm việc lành. Điều tốt lành đó là điều thiện. Mỗi một ý niệm đều phải nghĩ đến lợi ích xã hội, lợi ích chúng sinh, lợi ích cho người khác. Nếu có một niệm chỉ vì lợi ích cho riêng mình thì đó là bất thiện. Nếu xét về chính trực với tà vạy thì đó là tà vậy, chẳng phải chính trực. Cần phải giữ tâm [tốt đẹp] như vậy, làm những việc [tốt đẹp] như vậy.

[Nguyên tắc] thứ hai là "luôn tâm niệm chân thật thương yêu giúp đỡ người khác, như mẹ hiền yêu con". Đặc biệt khi đứa con vừa được vài ba tuổi, cha mẹ đều thương yêu bảo vệ, cha mẹ đều quan tâm chăm sóc, chúng ta liệu có thể đem cái tâm thương yêu như vậy mở rộng ra thành thương yêu hết thảy chúng sinh? Nói thật ra, các bậc cha mẹ ngày nay thương yêu con cái cũng không được như ngày xưa. Vì trong hiện tại, đa số các bậc cha mẹ đều có chức phận, nghề nghiệp, đều bận rộn công việc, thường giao con cái cho người giúp việc trong nhà chăm sóc. Quý vị nghĩ xem, như vậy có lòng thương yêu gì chăng? Nói chi đến lòng thương yêu, tương lai con cái như thế lớn lên liệu có tình thân [với mình] hay chăng? [Trong hoàn cảnh như thế,] tình thân hẳn phải mất đi rất nhiều.

Trong Văn Sao, Đại sư Ấn Quang cực lực chủ trương rằng sự nghiệp vĩ đại nhất mà người phụ nữ cống hiến cho dân tộc, cho xã hội, cho hết thảy chúng sinh chính là chăm sóc con cái, đem toàn tâm toàn lực chăm sóc, nuôi dưỡng dạy dỗ, khiến con cái trở nên người hiền tuệ, nên người sáng suốt thành đạt, đó chính là rường cột của đất nước, của xã hội. Nuôi dưỡng dạy dỗ thế nào? Chính là do người mẹ nuôi dưỡng dạy dỗ. Cho nên Tổ Ấn Quang nói rằng, người phụ nữ hiện nay không lo thực hiện sự nghiệp vĩ đại nhất của mình mà lại bỏ mất, đi tìm những công việc nhỏ nhặt trong xã hội mà làm, đó gọi là điên đảo.

Vì thế, tiêu chuẩn phân biệt đúng sai của bậc thánh hiền so với phàm phu chúng ta thật không giống nhau. Các ngài nhìn xa trông rộng, rất sâu sắc. Lòng mẹ yêu con, tình thân ấy được bồi đắp từ thuở nhỏ, cảm động trong lòng đứa trẻ, là giai đoạn có ấn tượng ghi khắc sâu nhất trong suốt một đời người. Muôn ngàn lần không nên cho rằng trẻ con chưa biết gì. Như thế là sai lầm. Cách suy nghĩ, nhận thức như vậy là hoàn toàn sai lầm. Trẻ con tuy còn nhỏ, lúc một vài tuổi, thậm chí còn chưa biết nói, nhưng đã có sự ghi nhận qua mắt nhìn, tai nghe. Đó gọi là, những điều huân tập từ lúc nhỏ cũng giống như bản tính trời sinh.

Xã hội ngày nay có quá nhiều những trường hợp vợ chồng ly dị. Nếu không con cái thì chẳng nói, nếu có thì đó là điều gây thương tổn lớn nhất cho con cái, tạo ra ấn tượng cực kỳ không tốt cho con cái. Những người ấy không biết rằng quả báo của việc ly hôn hết sức đáng sợ. Họ không có trách nhiệm đối với xã hội, đối với sự an ổn của thế giới. Thời xưa tôi chỉ nghe chuyện kết hôn, chưa từng nghe đến ly hôn, thật chưa từng nghe qua. Cho nên xã hội ổn định, nền trị an được lâu dài, ý nghĩa là ở chỗ nào? Ý nghĩa nằm ở chỗ gia đình được [hạnh phúc] mỹ mãn thì xã hội mới được phồn vinh, ổn định, đất nước mới được giàu mạnh.

Hiện nay không ai dạy bảo, không ai hiểu rõ được ý nghĩa như thế. Thỉnh thoảng có xem thấy trong sách xưa thì cho rằng những điều ấy đã xưa rồi, đã lỗi thời rồi, phải loại bỏ đi. Đem những điều như thế bỏ đi thì hiện tại chúng ta tiếp nhận những gì? Là thiên tai, là những tai họa do con người tạo ra. Hiện có rất nhiều người nói đến ngày tận thế. Chối bỏ những lời răn dạy của thánh hiền thì ngày tận thế đã ở ngay trước mắt. Cho nên mới có [tiêu chuẩn về] lòng chân thật thương yêu giúp đỡ người khác, thực sự quan tâm chăm sóc người khác.

[Nguyên tắc] thứ ba là "chỉ duy nhất một tâm nguyện chân thành cung kính", đó là ngay thẳng chính trực. [Khi ấy thì] quý vị làm hết thảy các việc thiện đều tương đồng với các bậc hiền thánh. Nếu đối với điều này mà tương phản, trái ngược, không có thành ý, không có lòng cung kính, không có tâm thương yêu, không có tâm chân thật cứu giúp hỗ trợ người khác, thì dù tu tập tất cả các pháp lành cũng đều không ngay thẳng chính trực.

Những điều này nói ra dễ dàng nhưng làm thật khó. Khó ở chỗ nào? Khó ở điểm là chúng ta căn bản chưa được giáo dục qua như vậy, xưa nay chưa từng nghe ai giảng qua, lại bị tập nhiễm thói tục, tích góp những điều sai trái cho là đúng, ngày nay được nghe thuyết giảng như thế này thì cảm thấy hết sức kỳ quái. Quý vị trong đời quá khứ có phúc đức căn lành, nghe được những điều này thì nhận hiểu không sai, nhưng rồi vẫn y nếp cũ, không thể làm theo được.

Không làm được những gì? Nhìn ra mọi người trong xã hội đều không làm như thế này, nếu mình làm theo chẳng phải chịu thiệt thòi sao? Dù một chút cũng không chịu thiệt được. Vì sao không chịu thiệt thòi? Vì những ý niệm muốn giành lợi ích riêng cho mình quá mạnh mẽ, mỗi ý niệm đều đem lợi ích của riêng mình đặt lên hàng đầu. Chư Phật, Bồ Tát, các bậc thánh hiền thì đem lợi ích của chúng sinh đặt lên hàng đầu, so với chúng ta như vậy thì hoàn toàn tương phản. Các ngài đặt lợi ích xã hội lên hàng đầu, tự mình tình nguyện chấp nhận thiệt thòi, tình nguyện hy sinh phụng hiến.

Nhưng cách làm của chư Phật, Bồ Tát như thế thật ra không thiệt thòi, phước báu về sau không cùng tận. Chúng ta ngày nay lấn lướt hơn người một chút, trước mắt thấy dường như được một chút lợi ích, nhưng hoạn họa về sau thật khôn cùng, nhất định phải đọa vào ba đường ác. Đọa vào ba đường ác thì rất dễ, thoát ra không dễ chút nào. [Khi ấy,] quý vị sẽ phải chịu nhiều kiếp luân hồi, nhiều kiếp khổ não.

Thứ ba là nói đến "việc thiện có âm, có dương". Âm dương ở đây cũng rõ ràng. Quý vị làm việc thiện, người khác đều biết rõ, đó gọi là dương thiện. Quý vị làm việc ác, đem việc ác đó che giấu đi, tìm mọi cách che giấu không cho người khác biết, đó gọi là âm ác. Nếu chúng ta toàn làm những việc "dương thiện âm ác" như vậy thì không tránh khỏi rơi vào ba đường ác, chịu quả báo khổ não nhất trong địa ngục, làm việc trong địa ngục. Cho nên, thánh nhân dạy chúng ta phải "dương ác ẩn thiện" (bộc lộ điều ác mà che giấu điều thiện).

Muốn tích âm đức thì làm hết thảy các việc thiện đều không cần ai biết đến. Những việc thiện ấy mới tích lũy được sâu dày, quả báo thật thù thắng. Lỡ làm việc xấu ác thì phải cho mọi người đều biết. Đạo Phật dạy chúng ta phải bộc lộ sám hối, dù mảy may cũng không che giấu, hoàn toàn nói ra hết, chấp nhận sự chỉ trích, phê phán của mọi người. Chỉ trích đó là quả báo, trả rồi là xong. Quý vị xem, quả báo ác thì trả hết, quả báo thiện thì tàng chứa bên trong, như vậy thì phúc đức sâu dày.

Thế nhưng người đời hoàn toàn làm ngược lại. Khi làm những việc hư hoại xấu ác thì che giấu kỹ, làm được việc tốt thì trong lòng chỉ hận không thể khiến cho tất cả mọi người đều biết rõ, mọi người đều ngợi khen tán thán, nên quả báo vừa được đã hết ngay. Vì thế mà điều thiện không thể tích lũy, giữ bền, điều xấu ác thì tích tụ vô cùng bền chặt. Người như thế trong tương lai phải nhận quả báo thế nào, không cần nói cũng đã biết rõ.

Phật dạy chúng ta phải sám hối [tội lỗi], đức Khổng tử dạy ta sửa chữa lỗi lầm. Trong tôn giáo cũng dạy ta phải sám hối tỏ bày. Chúng ta đối với những lời răn dạy đó lại không hiểu được ý nghĩa chân thật. Nếu như quý vị hiểu được rõ ràng thì đã như trong kinh Hoa Nghiêm nói, thực sự hiểu biết rồi sẽ y theo lời dạy vâng làm. Quý vị vẫn còn chưa làm được, nên ý nghĩa, sự thật này quý vị vẫn còn chưa thực sự hiểu rõ, chưa sáng tỏ. Do đó mà vẫn làm những chuyện hồ đồ như cũ, người khác có chỉ ra thì không phục, gian giảo biện bạch.

Trong đạo Phật cũng quan tâm đến thể diện. Việc tiếp nhận sự phê bình, chỉ trích của người khác, đức Phật có chỉ định một ngày đặc biệt, là ngày pháp hội Tự tứ, tức vào lúc hạ an cư [của chư tăng] viên mãn. Tại pháp hội này, mỗi vị tăng tiếp nhận sự phê bình, chỉ trích của bất cứ ai đối với những lầm lỗi, sai trái của mình. Nhưng trong những ngày thường thì khuyến khích quý vị tự mình sám hối lỗi lầm, thường không có người khác nói lỗi của quý vị.

Thật ra, người khác chỉ lỗi cho mình là rất tốt, hỗ trợ chúng ta trong việc cầu sám hối, đó mới thật là bậc thiện tri thức. Nhưng có mấy người vui lòng tiếp nhận người khác nói lỗi của mình? Chẳng những không có được hiệu quả đúng đắn mà ngược lại còn kết thành thù oán. Cho nên, người đời đối mặt nhau chỉ toàn ngợi khen tán thán, không ai nói ra lỗi lầm [của người khác].

Xưa nay, ai là người nói lỗi [của quý vị]? Đó là cha mẹ, thầy cô giáo, những người có trách nhiệm dạy dỗ quý vị, thấy quý vị có lỗi liền nói cho quý vị biết. Bạn đồng học với nhau cũng rất ít khi chỉ lỗi [cho nhau], huống hồ là người ngoài, vì không muốn kết oán với người khác. Trong Phật pháp cũng chỉ có một ngày Tự tứ, trong một năm chỉ có một ngày. Cho nên, chúng ta cần phải thấu hiểu, rõ biết, thiện làm sao tích lũy, công làm sao bồi đắp, dứt ác tu thiện như thế nào. Thành tựu phúc đức chân chính thì đời sống sẽ được hạnh phúc, tự tại.

Hôm nay thời gian đã hết, chúng ta giảng đến đây thôi.

Bài giảng thứ 31

(Giảng ngày 19 tháng 6 năm 1999 tại Tịnh Tông Học Hội Singapore, file thứ 32, số hồ sơ: 19-012-0032)

Thưa quý vị đồng học, cùng tất cả mọi người.

Về câu "tích đức lũy công" [trong Cảm ứng thiên], sách Vị biên đã trích dẫn phần giảng về "phương pháp tích thiện" trong Liễu Phàm tứ huấn. Tu hành là lập chí làm người tốt, đem những hành vi không tốt sửa đổi thành chân chánh. Một người tu hành muốn thực sự đạt được mục tiêu đó, trước hết đối với những việc thiện ác phải có khả năng phân biệt rõ ràng.

Việc thiện có chân chánh khác với giả dối, có ngay thẳng chính trực khác với tà vạy, có tích âm đức khác với làm thiện ở đời. Dưới đây sẽ giảng giải tiếp về những việc thiện đúng đắn khác với sai lầm, lệch lạc khác với chính đáng, một phần khác với trọn vẹn. Nếu quý vị nhận biết không rõ ràng thì đối với việc ác sẽ cho là thiện, việc thiện lại cho là ác. Chuyện sai lầm như thế vẫn thường gặp và rất có khả năng rơi vào trường hợp của chính mình. [Nếu vậy thì] mong cầu trong một đời này của mình là dứt ác tu thiện, nhưng trong thực tế lại là dứt thiện tu ác, trái ngược hoàn toàn. Điều đó chúng ta thường thấy trong kinh luận, đức Thế Tôn rất thương cảm cho hạng người này mà nói rằng: "Thật đáng thương thay!"

Những người như thế quả thật rất đáng thương, đối với những chuyện đúng sai, thiện ác đều không phân biệt được rõ ràng. Trước đây lão sư Lý Bỉnh Nam còn có lời cảnh tỉnh khiến người phải suy ngẫm sâu xa hơn: "Không chỉ là không phân biệt được tà chính, đúng sai, mà cho đến chuyện lợi hại trước mắt những người này cũng không phân biệt được, do đó mà tạo nghiệp, phải chịu báo ứng cực kỳ khổ não."

Những chuyện về nhân sinh vũ trụ, chuyện trong trời đất, không chỉ Phật pháp giảng giải rõ ràng, thấu triệt, mà những người hiền thiện, các bậc thánh hiền trong thế gian cũng nói đến không ít. Những điều các vị ấy nói liệu có phải lời chân thật hay không?

Từ xưa đến nay, lịch sử Trung quốc [được ghi chép] khá hoàn chỉnh so với trên thế giới, kể từ ba đời Hạ, Thương, Chu cho đến hiện nay, hết thảy đều được ghi chép tường tận, đúng thật, chúng ta gọi là tín sử, rất đáng tin cậy. Đặc biệt là đối với những chuyện nhân quả báo ứng càng được ghi chép đầy đủ, đúng thật hơn nữa. Từ những sự thật đó có thể chứng minh lời răn dạy của chư Phật, Bồ Tát, của các bậc hiền thánh xưa đều là chân thật không hư dối.

Phân biệt đúng sai trong việc thiện ác, người xưa có nêu tiêu chuẩn: "Bất luận hiện hành, nhi luận lưu tế." (Không bàn việc đang làm, chỉ bàn đến tác dụng lưu hành.) Cách nhìn nhận này quả thật là nhìn xa trông rộng. Xét đến cùng thì thiện hay ác không thể chỉ nhìn nơi bề mặt biểu hiện, không thể chỉ nhìn trong hiện tại. Hai chữ "lưu tế" (tác dụng lưu hành) theo cách nói hiện nay là sức ảnh hưởng đối với xã hội, trong cả không gian và thời gian. Cần phải quan sát vấn đề từ góc độ như vậy.

Trước mắt thấy là việc thiện, việc tốt, nhưng lại [có thể] có ảnh hưởng không tốt. Chúng ta có thể đưa ra một ví dụ. Cư sĩ Vương Long Thư hội tập kinh Vô Lượng Thọ là việc rất tốt, có biết bao người ngợi khen tán thán. Ngụy Mặc Thâm cũng hội tập kinh Vô Lượng Thọ. Bản hội tập của Vương Long Thư được đưa vào [Đại tạng kinh] Long tạng. Thời xưa, kinh sách được đưa vào Đại tạng tức là được mọi người công nhận có giá trị cao. Vì sao Đại sư Ấn Quang đối với bản hội tập này lại phê bình nghiêm khắc? Trong lời phê bình ngài nói rõ, vì ông Vương đem bản dịch [Hán văn] gốc tự động sửa đổi. Ông ấy sửa văn chương hay, nên việc như vậy là thiện, nhưng Đại sư Ấn Quang nói đó là ác, vậy ác ở chỗ nào?

Cách nhìn của Đại sư Ấn Quang là ở "tác dụng lưu hành", tức là ảnh hưởng của việc đó. Vương Long Thư có thể sửa kinh, tôi cũng có thể sửa kinh, quý vị cũng có thể sửa kinh. Mỗi người đều đem kinh điển sửa lại những chỗ không hợp ý mình thì kinh điển truyền lại đời sau sai trái hết.

Sự phản đối của Đại sư Ấn Quang không phải ở chỗ cho rằng ông Vương không thể hội tập kinh. Việc hội tập kinh hoàn toàn không bị phản đối, nhưng không được sửa đổi từ ngữ trong kinh điển. Trong kinh nếu có những chữ dùng không được hay cũng không được sửa chữa, vì sửa chữa e rằng sẽ gây ảnh hưởng đến tương lai.

Vương Long Thư sửa đổi không có vấn đề, vì ông ấy có học vấn, có tu trì, đích thực là sửa lại hay hơn. Nhưng người đời sau thấy vậy lại nghĩ rằng, ông ấy có thể sửa thì mình cũng có thể sửa. Câu kinh đọc thấy không suông, vì trình độ không đủ, lại đem câu kinh khó sửa lại cho thành dễ đọc, theo suy nghĩ của riêng mình mà sửa, làm sao chấp nhận được? Cho nên, không thể làm theo suy nghĩ của riêng mình, như vậy là sai lầm.

Người như Vương Long Thư, Ngụy Nguyên đều là những bậc đại hiền, nhưng Đại sư Ấn Quang vẫn chê trách họ [việc sửa kinh], cho dù họ đối với Tịnh độ tông thực sự có nhiều cống hiến, công lao không thể bỏ qua.

Chính vì vậy mà có bản hội tập [kinh Vô Lượng Thọ] thứ ba của Lão cư sĩ Hạ Liên Cư ra đời. Bản hội tập này tránh được những lỗi lầm của các bản trước, giữ được những ưu điểm nhưng loại bỏ hết khuyết điểm. Vì thế mọi người đều khen ngợi bản hội tập này là hay nhất, là bản kinh Vô Lượng Thọ hay nhất.

Bản kinh này có điểm tốt nào chăng? Có rất nhiều điểm tốt. Trong khoảng mười mấy năm gần đây, khí thế của chư vị đồng tu niệm Phật trên toàn thế giới được khơi dậy. Do đâu mà được khơi dậy? Là nhờ có bản hội tập [kinh Vô Lượng Thọ] của Lão cư sĩ Hạ Liên Cư. Rất nhiều người tụng đọc bản kinh này, được vãng sinh hiện điểm lành hy hữu. Chính tôi tự thân được nhìn thấy tại Singapore, tại khu vực Malaysia, chính tai tôi được nghe cũng rất nhiều.

Chúng ta từ một việc [hội tập kinh] này mà xem xét đúng sai. Đó là đơn cử một việc để từ đây suy ra, trong sinh hoạt thường ngày, nói năng hành động, nhất định phải lưu tâm quan sát kỹ những ảnh hưởng [của việc mình làm] đối với chung quanh, đối với xã hội, đối với những thế hệ về sau, nói chung là ảnh hưởng đối với lịch sử. Chúng ta phải hiểu rõ những ý nghĩa này.

Nhìn xa hơn nữa, vào thời đại của Khổng tử, chúng ta thấy rất nhiều chư hầu cầm quyền cai trị không được như ý dân. Khổng tử đi qua khắp các nước, hy vọng có vua chư hầu nhận hiểu được ngài, trọng dụng ngài, để ngài có thể giúp vị ấy trị nước, mang lại thái bình cho thiên hạ. Ngài có đủ trí tuệ, cũng có khả năng làm việc ấy. Nhưng các nước chư hầu tiếp đón ngài, ngợi khen xưng tán ngài mà chẳng ai trọng dụng ngài. Ngài chỉ còn cách là trở về quê nhà dạy học.

Chúng ta có thể đặt nghi vấn, vì sao ngài không làm một cuộc cách mạng? Vì sao không lật đổ chính quyền đi, thay thế họ mà trị nước? Ngài không làm như vậy không phải vì không có năng lực. Chúng ta xem trong số 3.000 đệ tử của ngài có 72 bậc hiền tài. Ngày nay ta xem trong Luận ngữ, thấy [đệ tử ngài] có đủ các hạng nhân tài. Khổng tử có thể làm việc [thay đổi chính quyền], hơn nữa đó lại là việc tốt, chỉ có điều "tác dụng lưu hành" không tốt, sẽ tạo thành ảnh hưởng tiêu cực trong lịch sử. [Người đời sau sẽ nghĩ rằng,] đối với một chính quyền không vừa ý thì cứ lật đổ đi. Quý vị nên biết, có biết bao nhiêu sinh mạng, tài sản của mọi người sẽ tiêu tan chỉ vì một ý niệm như thế. Tội lỗi ấy hết sức nghiêm trọng. Chỉ thỏa mãn lòng tham muốn của một người mà khiến cho bao nhiêu người lâm nạn, chuyện như vậy thật không thể làm.

Chính quyền thời ấy tuy không được hoàn toàn như ý dân, cũng chưa đến mức phải bị lật đổ. Cách mạng Thang Vũ là chuyện bất đắc dĩ, vua Trụ nhà Ân quả thật là quá sức tệ hại, đối với bá tánh chẳng xem như con người, nên thật đáng lật đổ. Người cầm quyền chân chánh không lúc nào lại như thế. Cho nên, chư Phật, Bồ Tát, các bậc đại thánh đại hiền đều cầu cho xã hội ổn định, thế giới hòa bình, thiết chế thực thi không tốt thì dần dần sửa đổi. Như thế là hiểu rõ được những điều thiện ác, sáng tỏ được những việc đúng sai, các ngài đều nhìn xa trông rộng, quả là thánh nhân.

Khổng tử tuy là người thuộc lớp thường dân, nhưng thành tựu của ngài là ở việc dạy học, ảnh hưởng của ngài từ thời ấy còn mãi đến ngày nay, hơn 2.500 năm rồi, lại còn lan rộng khắp thế giới. Trên thế giới ngày nay, dù ở đất nước, vùng miền nào, nói đến Khổng tử thì người ta đều biết, đều khởi tâm kính trọng. Chúng ta thử nghĩ xem, ngài đã nhìn nhận sự việc như thế nào, ứng xử như thế nào?

Cho nên, [có những việc] giống như đúng mà lại sai, thật không dễ phân biệt. [Có những việc] giống như thiện mà lại ác, lại cũng có [những việc] giống như ác mà lại thiện, vì bề ngoài biểu hiện là bất thiện nhưng ảnh hưởng lại là thiện. Có thể thấy rằng, bậc thánh hiền đối với những việc đúng sai, thiện ác, so với tiêu chuẩn phân biệt của chúng ta thật không giống, chúng ta phải lưu ý.

Thế nào là lệch lạc khác với chính đáng? Trong việc này [sách Liễu Phàm tứ huấn] nêu ra một chuyện xưa, là chuyện Tể tướng Lã Văn Ý lúc về hưu. Khi ông về hưu, người dân trong làng đối với ông đương nhiên đều tôn kính. Nhưng trong làng có một người uống rượu say, đối với ông không chút lễ độ, dùng lời nói thô lỗ, xúc phạm. Tể tướng vốn khoan dung đại lượng, bỏ qua không để bụng, không tính toán gì, tha thứ cho anh ta.

Một năm sau, nghe tin người ấy phạm tội bị kết án tử hình, quan quân tống giam vào ngục. Lúc ấy, Lã Văn Ý cảm thấy mình hết sức có lỗi. Ông nghĩ, lúc anh ta làm nhục ta, lẽ ra ta phải giao đến cửa quan để trị tội, hẳn là anh ta [phải hối cải] không đến nỗi phạm vào việc xấu ác quá nặng nề như hôm nay. Khi ấy chỉ vì một ý niệm nhân hậu, tha thứ cho anh ta, thật không biết là về sau anh ta lại phạm tội nặng nề hơn nữa.

Chuyện tương tự như thế, chúng ta trong đời sống hằng ngày vẫn thường nhìn thấy. Lỗi lầm nhỏ không bị trừng trị, dần dần nuôi dưỡng thành việc ác lớn. Hơn nữa, ảnh hưởng của việc này thật không tốt, [nếu phát triển] thành người người đều dám làm việc ác thì xã hội làm sao có thể ổn định?

Cho nên, Nho giáo và Phật giáo đều là con đường giáo dục. Ngày nay chúng ta cực lực đề xướng [tôn chỉ]: "Học vi nhân sư, hành vi thế phạm." (Học để làm thầy người khác, hành động để nêu gương cho đời.) [Tôn chỉ] tám chữ này là do trường Đại học Sư phạm Bắc Kinh đề xuất. Tôi thấy rất hay, rất nên đem tám chữ này quảng bá rộng khắp, không chỉ giới hạn tại Bắc Kinh, nên lưu thông đến toàn thế giới. Mỗi ngày tôi đều giảng dạy, quý đồng học mỗi ngày đều đến nghe, liệu đã có được ý thức như vậy hay chưa? Nếu có được ý thức như vậy, đó là quý vị đã tích đức, trong lòng quý vị đã có được đức hạnh chân thật. Nếu quý vị có thể đem ý thức này áp dụng vào thực tế đời sống thường ngày, đó là quý vị tích công. Tích lũy công đức như vậy là thành tựu. [Luôn phải tự nhắc nhở mình,] chúng ta khởi tâm động niệm, nói năng hành động, liệu đã có thể nêu gương tốt cho xã hội hay chưa? Phải gìn giữ tâm niệm như thế, hành động theo cách như thế thì xem như được.

Nhất định phải luôn suy ngẫm, cách làm này của ta đối với xã hội có ảnh hưởng gì? Đối với những người học theo trong tương lai có ảnh hưởng gì? Phải thường xuyên suy ngẫm ở điểm này. Cho nên cần phải biết, rất thường có những việc thiện mà [ảnh hưởng] về sau lại xấu ác, không thể không cảnh giác. Lại cũng có những việc ác mà về sau mang lại hậu quả rất tốt, hóa ra là việc thiện. Đó gọi là trong lệch lạc có chính đáng. Việc thiện mà về sau gây ảnh hưởng bất thiện, đó là trong chính đáng có lệch lạc. Trước mắt làm một việc không tốt, nhưng ảnh hưởng lại tốt, đó là trong lệch lạc có chính đáng.

Những sự việc như vậy, nếu không có sự tu dưỡng thật sâu sắc, quý vị làm sao có thể quan sát nhận biết được? Hơn nữa, những việc như vậy vừa tiếp cận phải rõ biết ngay, không thể đợi qua rồi mới suy ngẫm lại, như vậy không kịp nữa. Vừa gặp việc là hiểu rõ, mới có thể tùy theo tình hình sự việc mà quyết đoán ngay, đó mới là học vấn, là công phu chân thật.

Lúc bình thường [công phu] tu dưỡng không sâu dày thì khi gặp việc không thể tránh được sai lầm. Có nhiều sai lầm không cách gì sửa chữa được. Đặc biệt là chúng ta sống trong thời đại này, không có ai giảng dạy đạo pháp, cũng không có ai giảng dạy lý lẽ, thật là đời hỗn loạn. Chúng ta ở trong đời hỗn loạn mà muốn lập chí làm người tốt, làm bậc thánh hiền thật không dễ chút nào. Đây chính là trường hợp trong kinh điển Phật thường dạy, nếu không có nhân duyên phước đức căn lành sâu vững thì không thể làm được. Mong cầu là một việc, có thành tựu mãn nguyện hay không lại là một việc khác.

Nhưng người chân chánh phát nguyện thì bất kể rơi vào hoàn cảnh nào rồi cũng đều sẽ thành tựu, chỉ cần bền tâm không thối chí thì tâm niệm hiền thiện đạo đức không lay chuyển lui sụt, đó là nhân. Thường ham học hỏi, thực sự ham học hỏi, đó là duyên. Như trong Phật pháp thường nói: "Phật thị môn trung, bất xả nhất nhân." (Trong cửa Phật không bỏ người nào.) [Có đủ nhân duyên như trên thì] quý vị sẽ được chư Phật, Bồ Tát quan tâm hộ trì.

Quý vị có tâm nguyện tốt nhưng không hiếu học thì không thành tựu. Quý vị hiếu học nhưng không phát đại nguyện, cũng không thành tựu. Hạnh và nguyện hỗ trợ cho nhau mới có thể thành tựu, ý nghĩa này trong kinh Phật giảng giải rất nhiều. Các bậc đại thánh đại hiền từ xưa nay, chúng ta nhìn qua không một vị nào không hiếu học. Chư Phật, Bồ Tát là những tấm gương hiếu học, chúng ta cần phải học tập theo.

Bài giảng thứ 32

(Giảng ngày 20 tháng 6 năm 1999 tại Tịnh Tông Học Hội Singapore, file thứ 33, số hồ sơ: 19-012-0033)

Thưa quý vị đồng học, cùng tất cả mọi người.

Hôm nay chúng ta tiếp tục bàn về nội dung tiên sinh Liễu Phàm gọi là "thiện hữu bán mãn" (việc thiện có một phần khác với trọn vẹn). Chữ "mãn" là "viên mãn", nghĩa là tròn đầy trọn vẹn, nên hết thảy những việc gì chưa được hoàn toàn trọn vẹn đều nói chung là một phần.

Tiên sinh trích dẫn hai câu trong kinh Dịch: "Thiện bất tích, bất túc dĩ thành danh; ác bất tích, bất túc dĩ diệt thân." (Điều thiện không tích chứa thì không đủ tạo thành danh thơm tiếng tốt; điều xấu ác không tích chứa thì không đủ gây thành họa diệt thân.) Hai câu này quả là danh ngôn chí lý, người tu hành nhất định phải khắc ghi bền bỉ trong lòng.

Nói chung, không tích chứa thì không đủ để tròn đầy, tức là không trọn vẹn. Cho nên mới dạy chúng ta phải tích lũy công đức. [Người có] đức hạnh phải gìn giữ mỗi niệm không quên, thời thời khắc khắc luôn duy trì tâm nguyện làm lợi ích cho người khác, lợi ích cho chúng sinh, lợi ích cho xã hội, phải buông xả hết ý niệm giành lợi ích riêng cho mình.

Người đời nói chung không phải không hiểu rõ ý nghĩa này, cũng không phải chưa từng đọc qua sách vở thánh hiền. Rất nhiều người đã đọc sách thánh hiền, đã hiểu rõ ý nghĩa này, nhưng chỉ là họ không làm được. Vì sao không làm được? Đó là vì lòng dục riêng không buông bỏ được. Do đó có thể biết rằng khuynh hướng giành lợi ích riêng cùng với đủ điều ham thích ưa muốn không chỉ là chướng ngại lớn lao cho người tu hành, mà cũng là trở ngại khiến người đời không được phước báo.

Chúng sinh vì sao phải đọa vào ba đường ác? Nguyên nhân trong việc này chúng ta không khó để lý giải. Kinh Phật giảng giải về ba đường ác, về địa ngục rất rõ ràng, minh bạch, nhưng chúng ta đọc qua rồi, nghe qua rồi vẫn không thể đề cao sự cảnh giác [đối với những việc xấu ác]. Đây chính là trơ trơ vô cảm, chỉ chú trọng chút lợi nhỏ trước mắt mà không biết tương lai phải chịu hại lớn.

Cho nên, đối với [những ý nghĩa] thiện ác, lợi hại, chân lý sự thật, nào có mấy ai nhận thức được rõ ràng, sáng tỏ? Có mấy ai làm được trọn vẹn? Người đời hiện nay không làm được, nói thật ra cũng không thể trách họ, cũng không lấy gì làm lạ. Vì sao vậy? Vì không ai dạy dỗ họ. Những ý nghĩa lớn lao như vậy phải được giáo dục từ thuở nhỏ, đó gọi là tập quen từ lúc nhỏ mới được như bẩm tính trời sinh.

Điều này rất có ý nghĩa. Đợi đến tuổi trung niên hoặc tuổi già, ở giữa xã hội ô nhiễm nên đã bị nhiễm ô nghiêm trọng, dù được nghe qua [những ý nghĩa này] cũng biết là hợp lý, cũng gật đầu tán thành, nhưng khi gặp việc đưa đẩy trước mắt thì vẫn mê hoặc điên đảo, vẫn không thể buông xả. Nguyên nhân đều do nhận biết chưa thấu triệt nên mới có hiện tượng như thế. Từ đó có thể biết rằng việc giáo dục thật quan trọng biết bao.

Thời cổ đại ở Trung quốc, giáo dục được xem là việc quan trọng nhất trong đời người, bất kể là trong gia đình hay [kế sách] quốc gia, nhờ đó mà dân tộc [Trung quốc] mới có thể trải qua được mấy ngàn năm đến hôm nay mà không bị diệt vong. Chúng ta xem lại sự hưng khởi của [chủ nghĩa] đế quốc phương Tây, chưa kéo dài được bao lâu đã suy thoái. Chúng ta có thực sự nhận ra được nguyên nhân dẫn đến sự hưng khởi hay suy thoái đó là gì hay không? Vì sao họ hưng khởi?

Vì sao họ suy vi? Trung quốc cũng từng bị suy vi một lần, nhờ đâu lại có thể phục hưng? Nguyên nhân nằm ở cội gốc văn hóa [của dân tộc] rất sâu vững.

Tuy nhiên, trong thời cận đại, mọi người nhìn thấy người phương Tây với súng trường, súng lớn, bị khuất phục trước vũ lực của họ nên đánh mất đi lòng tự tin dân tộc. Nhưng Trung quốc vẫn còn được một số người lớn tuổi trong lòng hiểu rõ, vẫn luôn giữ bền mạng mạch văn hóa dân tộc, chờ đợi nhân duyên cơ hội để phát triển lớn mạnh. Điều gì là nhân duyên cơ hội? Đó là khi mọi người tỉnh ngộ, có thể quay lại tiếp thụ [văn hóa dân tộc], đó chính là nhân duyên cơ hội thành thục. Trong hoàn cảnh chung của cả đất nước Trung quốc, đã qua mấy ngàn năm hun đúc, nói thật ra là cũng dễ dàng giác ngộ, bừng tỉnh ra. Đó là phước báo của người Trung quốc. Người Trung quốc có phước thì nhân loại cũng có phước.

Những lời răn dạy của các bậc hiền thánh xưa [ở Trung quốc] so với quan niệm của người phương Tây thật không tương đồng. Người Trung quốc từ xưa đến nay vẫn cho rằng "thiên hạ là việc chung", lại dạy ta "yêu người thương vật, suy mình hiểu người". Tâm lượng như thế thật rộng lớn biết bao, [được như vậy thì có thể] thành tựu công đức trọn vẹn. Cho nên, dù có nhất thời bị mê hoặc, trong thời gian ngắn gặp phải tai nạn thì cuối cùng cũng có thể tỉnh ngộ hồi tâm.

Nói đến [việc làm thiện] một phần hay trọn vẹn, thật ra đều là do tu dưỡng tâm. Trong chú giải, phần này nêu ra một ví dụ. Có cô gái lên chùa dâng hương, cúng dường hai văn tiền. Nói hai văn thì người thời nay không hiểu. Hai văn là bao nhiêu? Vào cuối triều Thanh, mười văn tiền là một xu, mười xu là một hào, [mười hào là một đồng]. Như vậy, quý vị có thể thấy hai văn là một số tiền rất nhỏ. Từ đó ta có thể hình dung được cô gái này gia cảnh hết sức nghèo khó. Nhưng cô cúng dường với tâm chân thành nên hòa thượng trụ trì đích thân làm lễ tiêu tai cho cô.

Về sau, cô gái trở nên giàu có, quay lại chùa này dâng hương hoàn nguyện. Lần này cô cúng dường 1.000 lượng bạc. Hòa thượng trụ trì cử một vị tăng trong chùa làm lễ tiêu tai cho cô. Nghi lễ hoàn tất, cô gái đến thưa hỏi thầy trụ trì: "Bạch hòa thượng, lúc trước con cúng dường hai văn tiền, thầy đích thân làm lễ tiêu tai cho con. Hôm nay con cúng dường nhiều đến thế này, vì sao thầy chỉ tùy tiện sai một vị tăng làm lễ tiêu tai, có vẻ như hời hợt với con quá chăng?"

Hòa thượng đáp: "Ngày trước tuy con cúng dường rất ít nhưng với tâm chân thành. Nếu ta không đích thân làm lễ tiêu tai thì thật phụ lòng con. Hôm nay tuy con cúng dường rất nhiều nhưng tâm thành kính không được như xưa, nên chỉ tùy tiện nhờ một vị tăng làm lễ cho con là đủ rồi."

Từ câu chuyện này chúng ta có thể thấy được, [công đức] một phần hay trọn vẹn không do ở chỗ cúng dường nhiều hay ít, mà do ở tâm chân thành. Bài pháp này rất hay. Chẳng phải cứ có tiền, có thế lực là có thể tu tạo được công đức lớn, được công đức viên mãn, còn người nghèo hèn thì không có cơ hội tu tập. Sáng tỏ ý nghĩa này thì mới biết rằng người nghèo khó vẫn thường có thể tu tạo công đức tròn đầy trọn vẹn, nhưng người giàu sang phú quý có khi thường chỉ tu tạo được một phần công đức.

Chúng ta hiểu rõ được ý nghĩa này, thông suốt được chân tướng sự thật, người giàu sang chưa hẳn đã đời đời sinh ra đều giàu có, người nghèo hèn cũng không hẳn đời đời sinh ra đều nghèo hèn. Người nghèo khó [có khi] đời sau được giàu sang, người giàu sang [có khi] đời sau sinh ra nghèo khó. Quý vị có thể thắc mắc, điều này có ý nghĩa gì? Chính là ý nghĩa muốn nói lên trong đoạn [chú giải] này.

Thông thường, người giàu sang thường nhiều kiêu mạn. Người nghèo hèn thì đa số đều khiêm hạ, cung kính. Đâu biết rằng khiêm cung là đức, kiêu mạn làm hao tổn phước báo, cho nên [lòng kiêu mạn thì] dù tu tập thế nào cũng chỉ được một phần [công đức], không thể đạt đến trọn vẹn.

Tiên sinh Liễu Phàm cũng nêu ra một câu chuyện xưa, là chuyện Lã Động Tân, rất đáng để chúng ta suy xét phản tỉnh sâu sắc. Lã Động Tân là một trong Bát tiên của Đạo giáo. Thuở trước khi vừa gặp được Chung Ly, cũng là một vị trong Bát tiên, ông này liền dạy cho Lã Động Tân một phép thuật có thể biến sắt thành vàng. Quý vị muốn bố thí cứu giúp người nghèo khó mà có được khả năng này thì rất thuận tiện.

Lã Động Tân khi ấy hỏi Chung Ly: "Tôi biến sắt thành vàng, có khi nào vàng hóa lại thành sắt không?" Chung Ly đáp: "Sau 500 năm thì vàng mới trở lại thành sắt." Lã Động Tân tự nghĩ, như vậy chẳng phải ta làm hại người của 500 năm sau rồi ư? Liền nói với Chung Ly: "Phép thuật này không cần đâu, tôi không học nữa." Chung Ly khen ngợi, nói: "Người tu tiên phải tích lũy đủ 3.000 công đức. Chỉ một ý niệm tốt đẹp này của ông thì 3.000 công đức đã được trọn vẹn rồi."

Tôi thấy người thời nay không có được tâm niệm này. Đừng nói chi việc làm hại người sau 500 năm họ không chịu trách nhiệm, cho đến người hiện tại trước mắt đây họ cũng làm hại cả. Từ câu chuyện xưa đó chúng ta thể nhận được một điều, chư Phật, Bồ Tát, các vị thần tiên đều đem lòng thương yêu đối đãi với con người, dù là chúng sinh của trăm ngàn năm sau cũng quyết không có ý niệm làm tổn hại, huống chi là ngay trong hiện tại. Đó là điều mà chúng ta phải học theo.

Phần sau có câu kết luận rất hay: Chỉ cần có tâm chân thành, thanh tịnh, từ bi, thì bố thí một đồng xu cũng có thể tiêu trừ tội lỗi trong ngàn kiếp. Do đó có thể biết rằng, không do nơi việc bố thí ít hay nhiều, mà do nơi tâm niệm chân thành. Nếu như tâm không chân thành, cho dù vàng ròng vạn dật, ý nói rất nhiều, như ngày nay chúng ta gọi là tiền muôn bạc vạn, mang hết ra bố thí cúng dường, cũng chỉ được phước một phần, chẳng được trọn vẹn.

Ý nghĩa này trong Phật pháp giảng giải rất rõ ràng. Chân thành, thanh tịnh, từ bi, không bám chấp hình tướng, chính là trường hợp mà trong Phật pháp gọi là "cảnh tùy tâm chuyển". [Người như vậy] tâm lượng rất lớn, trong lòng không có chướng ngại, không có phân biệt, không có bám chấp, mỗi một niệm đều tương ưng với pháp giới trong khắp hư không, công đức như vậy là tròn đầy trọn vẹn.

Nếu như trong tâm không buông bỏ được vọng tưởng, phân biệt, bám chấp, tâm lượng nhỏ hẹp, cho dù bố thí tiền muôn bạc vạn, vàng bạc châu báu, cũng không cách gì đột khởi khai thông được tâm lượng [nhỏ hẹp] ấy. Cho nên phước báo không thể tròn đầy trọn vẹn, ý nghĩa là ở chỗ này.

Chúng ta phải suy ngẫm thật kỹ lưỡng, quan sát thật kỹ lưỡng. Cho nên, chư Phật, Bồ Tát giáo hóa chúng sinh, bất kể là tài thí, pháp thí hay bố thí theo cách nào, cũng đều tùy theo tâm lượng mà biến hiện đầy khắp pháp giới mười phương, thành tựu đại viên mãn: mỗi một ý niệm đều là đại viên mãn, mỗi một sự việc đều là đại viên mãn. Nếu chúng ta không hiểu rõ được ý nghĩa này thì biết tu tập thế nào? Cho nên, học Phật không thể không rõ lý lẽ, tu phước cũng không thể không rõ lý lẽ.

Dưới đây nói tiếp [về ý nghĩa] việc thiện có lớn lao khác với nhỏ nhặt, cũng đều ở trong một ý niệm chí thành mà phân biệt. Một niệm vì lợi ích xã hội, lợi ích chúng sinh, như thế mà làm là [việc thiện] lớn lao. Mỗi niệm đều vì lợi ích riêng tư cho bản thân mình, như vậy thì dù làm rất nhiều việc thiện, phước báo vẫn là nhỏ nhặt.

Trong Vị biên dẫn một chuyện công tích của Vệ Trọng Đạt, người triều Tống. Câu chuyện này chúng ta gặp trong rất nhiều thư tịch, bút ký của người xưa, nên có thể thấy là chuyện được rất nhiều người biết đến.

Vệ Trọng Đạt làm quan rất lớn, gặp phải nhân duyên bị tiểu quỷ bắt dẫn đến chỗ Diêm vương. Diêm vương sai phán quan mang hồ sơ ghi chép về ông ra. Hồ sơ ấy chia làm hai phần, một phần ghi chép những việc ác, một phần ghi chép những việc thiện. Phần ghi những việc ác nhìn qua thấy quá nhiều, trong khi việc thiện rất ít, chỉ ghi chép trong một quyển duy nhất.

Diêm vương nhìn thấy tình trạng như vậy rất không hài lòng, bảo phán quan mang cân ra để so sánh. Kết quả là những việc ác tuy rất nhiều, quả thật là quá nhiều, còn việc thiện chỉ thấy ghi trong một tờ giấy mỏng, nhưng tờ giấy mỏng ấy lại nặng hơn tất cả những [hồ sơ ghi chép] việc ác. Diêm vương thấy vậy thì liền tươi cười nói: "Ngươi cũng không tệ."

Vệ Trọng Đạt liền thưa hỏi phán quan: "Tôi năm nay chưa được bốn mươi tuổi, làm sao có thể tạo quá nhiều việc ác đến thế?" Phán quan đáp: "Việc ác không nhất thiết là ông đã làm, chỉ cần khởi lên một ý niệm ác, nơi âm tào địa phủ đã có hồ sơ ghi chép rồi."

Trọng Đạt lại hỏi: "Vậy việc thiện của tôi là việc gì?"

Đáp: "Đó là khi triều đình muốn xây dựng một công trình lao nhọc sức dân, tốn hao tiền của, ông đã dâng biểu lên xin hoàng đế đừng làm."

Trọng Đạt nói: "Nhưng hoàng đế đâu có nghe lời tôi?"

Phán quan giải thích: "Dù hoàng đế không nghe theo, nhưng tâm niệm của ông là vì số đông dân chúng mà lo nghĩ, không phải vì nghĩ đến lợi ích riêng tư, quả thật vì lợi ích cho muôn vạn dân đen. Biết bao dân lành [sẽ khổ vì việc này], ông vì họ mà khởi tâm chân thành lo lắng. Chỉ một ý niệm [hiền thiện] đó, công đức đã vượt hơn rất nhiều tội lỗi của ông. Cho nên, một niệm thiện đó là lớn lao, bao nhiêu niệm xấu ác bình thường kia đều là nhỏ nhặt."

Chúng ta nếu hiểu rõ ý nghĩa này thì sẽ có lòng tin nơi việc sửa lỗi hướng thiện, cũng biết được tự mình phải làm như thế nào, biết rằng việc sám hối không khó. Vệ Trọng Đạt bất quá cũng chỉ tích lũy nghiệp ác [chưa được] 40 năm, chúng ta ngày nay phải nói là nghiệp ác đã tích lũy từ vô lượng kiếp, nhưng trong một ý niệm cũng có thể hối cải.

Câu chuyện này đối với việc tự sửa mình, hướng thiện bỏ cũ làm mới, sám hối lỗi lầm, tu tạo phước báo của mỗi chúng ta đã mang lại niềm tin lớn lao. Chỗ thấy biết của chư Phật, Bồ Tát, của thần minh trong trời đất so với chúng ta thật không giống nhau. Hy vọng tất cả chúng ta đều cố gắng học tập.

Hôm nay thời gian đã hết, chúng ta giảng đến đây thôi.

Bài giảng thứ 33

(Giảng ngày 21 tháng 6 năm 1999 tại Tịnh Tông Học Hội Singapore, file thứ 34, số hồ sơ: 19-012-0034)

Thưa quý vị đồng học, cùng tất cả mọi người.

Hôm qua chúng ta giảng đến sự nhận biết [phân biệt] đối với các việc thiện ác, họa phúc hay lợi hại. Nội dung này đã đề cập rất nhiều lần. Thật ra, đây là vấn đề lớn, nhất định không thể chỉ trong mấy câu mà có thể nói rõ ràng, đặc biệt là với chúng sinh hiện nay, nếu không nói ra thật rõ ràng, thấu triệt, thật không dễ gì lý giải với họ.

Thuở xưa, chư Phật, Bồ Tát, các vị thánh hiền giảng kinh thuyết pháp đều rất dễ dàng, ngôn ngữ hàm súc, nói vừa đủ là dừng, người nghe pháp có thể hoát nhiên đại ngộ. Chúng sinh ngày nay dường như thông minh vượt hơn người xưa, nhưng trí tuệ thật kém rất xa. Ý nghĩa trong [sự khác biệt] này chúng ta cần phải hiểu rõ.

Dưới đây sẽ nói tiếp về việc làm thiện tích đức có khó khăn khác với dễ dàng. Trong sách này đưa ra một ví dụ, đó cũng là câu chuyện được kể trong Liễu Phàm tứ huấn.

Thế nào là khó khăn khác với dễ dàng? Các vị Nho gia ngày trước dạy rằng: "Muốn tự chế phục bản thân thì phải khởi đầu từ chỗ khó chế phục nhất." Đó là giáo dục của Nho gia. Công phu của nhà Nho cũng giống với điều trong Phật pháp gọi là tu hành. Hành là hành vi. Đối với những hành vi sai trái, những cách nhận hiểu sai lệch về vũ trụ nhân sinh, những cách suy nghĩ sai lầm, những cách làm, cách nói sai lầm của bản thân, hết thảy đều [nỗ lực] thay đổi, sửa chữa thành chân chánh, đúng đắn, đó gọi là tu hành.

Những gì là sai lầm? Những gì là chân chánh đúng đắn? Chân chánh đúng đắn là thiện, sai lầm là xấu ác. Dứt ác tu thiện phải từ chỗ này hạ thủ công phu. Những tập khí xấu ác, thói hư tật xấu của chúng ta thật quá nhiều, làm cách nào sửa chữa thành chính đáng? Các bậc hiền thánh xưa dạy người phải [bắt đầu] từ nơi khó chế phục nhất. Làm được rồi thì những việc khác đều trở thành dễ dàng. Dù là Nho gia hay Phật giáo cũng đều theo nguyên tắc này.

Phiền não tập khí của mỗi người đều không giống nhau, tự mình phải biết rõ, phải thường tự kiểm, phải thường phản tỉnh. Biết được thói xấu nào là nghiêm trọng nhất của mình thì phải bắt đầu từ đó mà tu sửa. Nếu thói xấu của mình là tham lam tiền bạc, vậy trước tiên phải bắt đầu tu tập bố thí tiền bạc. Nếu thói xấu là tham muốn sắc đẹp, trước tiên phải xa lìa sắc đẹp...

Nói chung, phải biết được thói xấu của chính mình nằm ở chỗ nào. Tự rõ biết được thói xấu của mình, đó là người đã giác ngộ. Đối với thói xấu của mình có thể hướng thiện sửa đổi, đó là công phu chân chánh, công phu thực tiễn, đó là chân tu.

Cho nên, việc tu hành ngàn vạn lần không được sai lầm. Mỗi ngày đọc mấy quyển kinh, niệm bao nhiêu tiếng Phật hiệu, đó gọi là tu hành sao? Đó chỉ là hình thức, không phải thực chất. Phải từ nơi thực chất [vấn đề] mà hạ thủ công phu. Hình thức là đặt ra cho người chưa học Phật, vì người chưa biết tu hành nên làm khuôn mẫu để họ noi theo. Đó là [việc làm vì] cứu độ người khác. Công phu thực chất mới là chân chánh lợi lạc cho mình.

Không có thực chất của sự tự lợi, quý vị có cố làm khuôn mẫu cho người khác noi theo, người khác nhìn vào cũng liền thấu hiểu được ngay đó là giả dối, chẳng phải chân thật, chẳng có giá trị gì. Hình thức giả dối chỉ có thể dối gạt được những người ngu si trong thế gian, còn những người thực sự có kiến thức, có mắt nhìn, có đức hạnh, quý vị làm sao dối gạt được? Những người này sẽ thấy biết rõ ràng minh bạch, chỉ là không nói với quý vị mà thôi.

Vì sao không nói với quý vị? Vì nói cũng chẳng ích gì, chỉ tạo thêm khẩu nghiệp. Nếu nói ra mà quý vị không chịu lắng nghe, không chịu hối cải thì nói với quý vị để làm gì? Quý vị có thể thực sự tiếp thu, có thể hối cải, những người ấy sẽ có thể giúp đỡ, hỗ trợ quý vị, nói cho quý vị biết. Nếu không biết hối cải, dù Phật, Bồ Tát có nhìn thấy như vậy cũng không nói với quý vị một câu nào, không kết oán thù với quý vị làm gì.

Trong phần này cũng nêu ra những chuyện tích xưa rất đáng để chúng ta suy ngẫm phản tỉnh.

Bước đầu tiên trong công phu dứt ác tu thiện chính là có khả năng sửa lỗi. Tiến lên một bước nữa là có thể nhẫn nhục thì công phu mới được duy trì, không thối thất. Cho nên, trong sáu pháp ba-la-mật của hàng Bồ Tát thì bố thí có thể tu tạo phước báo, nhẫn nhục có thể tích lũy công đức. Người tu tạo phước báo mà không có khả năng nhẫn nhục, tuy vẫn được phước đức nhưng hoàn toàn không có công đức.

Mọi người cần phải hiểu rõ, phước đức không thể giải quyết được vấn đề [của chúng ta]. Sinh tử là việc lớn, đường luân hồi nguy hiểm, quý vị không có công đức chân thật thì biết làm thế nào? Nhất là trong đời loạn hiện nay, dù ở nơi đâu, bất cứ lúc nào, không thể xác định thời gian, không biết sẽ gặp tai nạn gì, chúng ta đều có thể mất đi mạng sống.

Sau khi chết rồi sẽ đi về đâu? Đó là vấn đề quan trọng. Đời người ai cũng phải chết. Chúng ta không nên né tránh cái chết, không nên sợ chết, mà phải dùng trí tuệ sáng suốt đối diện với hiện thực, hướng đến chỗ lợi mình lợi người. Người chân chính thông đạt Phật pháp biết rằng trong Phật pháp không có chuyện sống chết. Phật pháp giải thích đó là sự chuyển biến. Như vậy mới đích thực là chân tướng sự thật. Sống hay chết chỉ là sự chuyển biến [từ trạng thái này sang trạng thái khác]. Nói theo cách của khoa học hiện nay là sự chuyển biến thời gian và không gian khác biệt. Từ cõi người chuyển đến cõi trời là khác biệt về thời gian và không gian. Chúng ta sống trong không gian ba chiều, chư thiên cõi trời sống trong không gian bốn chiều, năm chiều, là không gian đa chiều bậc cao hơn. Đó là chuyển biến. Không gian trong ba đường ác so với không gian của chúng ta khổ não hơn nhiều. Nhà Phật không chỉ nói về sáu đường, mà còn nói về mười pháp giới.

Có được thân người, gặp được Phật pháp, nhân duyên này thật không dễ có. Chúng ta cần phải biết trân quý mối nhân duyên này, thực sự nỗ lực tạo một sự chuyển biến tốt. Trong kinh điển Phật dạy rất rõ ràng, sự chuyển biến thù thắng nhất không gì hơn niệm Phật. Niệm Phật được vãng sinh, không còn thối chuyển, cho đến thành Phật, đó là sự chuyển biến thù thắng không gì sánh được, chúng ta cần phải nhận hiểu thật rõ.

Không chỉ buông xả hoàn toàn muôn vạn trần duyên, cho đến Phật pháp cũng phải buông xả. Tám mươi bốn ngàn pháp môn, cho đến vô số pháp môn, tất cả đều hoàn toàn buông xả. Đem tâm thanh tịnh chân thành không gì sánh được mà phát khởi lòng tin, phát khởi tâm nguyện niệm Phật, trong một đời này quyết lòng tu tập thành tựu.

Người niệm Phật không được vãng sinh, nguyên nhân tại đâu? Đó là vì quý vị chưa buông xả, bên trong lòng ôm giữ nắm níu tính toan đủ việc, bên ngoài cảnh chiều theo muôn thứ dẫn dụ mê hoặc. Trong ngoài đều không thanh tịnh, niệm Phật như thế không thể vãng sinh.

Cho nên, người tu hành thì sống càng đơn giản càng tốt.

Thuở xưa, các bậc tu hành dù chưa đạt được đến mức ba tấm y một bình bát [như thời đức Phật], nhưng cũng không tham nhiều. Khi tôi còn trẻ, còn nhớ lúc rời nhà đi học xa, ở lại trường học, chỉ mang theo một tấm chăn, một bọc hành lý. Trong bọc cũng chỉ có mấy bộ quần áo thay ra thay vào, mấy quyển sách đang học. Tôi còn nhớ rất rõ, tấm chăn của tôi nặng ba cân. Mẹ tôi chuẩn bị cho tôi tấm chăn ấy, dùng một tấm vải màu tro lót phía dưới cùng. Thời ấy mỗi người tự mang theo mùng, hết sức đơn giản, không quá phiền phức như bây giờ.

Chúng tôi cùng sống chung với nhau, nhu cầu tham khảo tư liệu thì có thư viện. Trong thư viện có đủ tư liệu phục vụ chung cho mọi người, không cần phải tự trang bị. Nếu như mọi thứ đều phải tự trang bị, quý vị nói xem, có khó nhọc cho mọi người hay không? Như vậy càng tăng thêm sự vướng bận thân tâm, làm trở ngại các phẩm tính thanh tịnh bình đẳng giác của tâm. Chúng ta tìm cầu thanh tịnh bình đẳng giác nhưng trong đời sống thực tế lại tạo ra biết bao chướng ngại, như vậy thật sai lầm.

Sáng hôm nay tôi có dặn pháp sư Ngộ Nhẫn. Tôi ở lầu năm, có không ít các vị cư sĩ cúng dường thức ăn đủ món, một cái tủ lạnh chứa không hết, phải dùng hai tủ lạnh, cũng chứa đầy cả hai. Tôi nói, thế này là tội lỗi. Tôi ăn không hết phải tức thời mang xuống lầu ba cúng dường đại chúng, không nên cất vào tủ lạnh. Tôi không ăn, mọi người cũng không ăn, cất chứa vào tủ lạnh rồi hư hỏng cả, chẳng phải là đang tạo tội nghiệp đó sao? Tôi ở lầu năm, tất cả chỉ có ba người, dùng đến hai cái tủ lạnh thật là quá nhiều. Hơn nữa, trong tủ lạnh lại chứa đầy thức ăn, nếu có người đến nhìn thấy, [họ sẽ tự hỏi] như vậy có phải người tu hành hay chăng? Đó là tạo tội nghiệp, quả báo phải xuống địa ngục. Mang cúng dường hết cho đại chúng là phước báo. Chúng ta lúc cần thức ăn thì đến lầu ba nhận, như vậy cũng được nhẹ nhàng, được tự tại.

Các bậc đại đức xưa dạy chúng ta: "Thêm một chuyện chẳng bằng bớt một chuyện. Bớt một chuyện chẳng bằng không có chuyện." Điều trọng yếu nhất là thân tâm thanh tịnh. Tâm tịnh thì cõi Phật tịnh. Đây là điều kiện trọng yếu để vãng sinh thế giới Cực Lạc. Mục đích của tín, nguyện, hạnh cũng chính là cầu được nhất tâm bất loạn, cầu được tâm địa thanh tịnh. Nếu tín, nguyện, hạnh không đạt được mục đích đó, không đạt được nhất tâm bất loạn thì tín nguyện hạnh cũng là vô ích. Ý nghĩa này chúng ta phải nhận hiểu thật rõ ràng, sáng tỏ.

Thực sự học Phật, thực sự mong muốn được vãng sinh thì phải triệt để buông xả hết, nhất định không còn gì lưu luyến. Mỗi một ý niệm đều nghĩ đến người khác, đều nghĩ đến chúng sinh, như vậy mới tương ưng với tâm nguyện của chư Phật, Bồ Tát. Mỗi một niệm đều chỉ lo nghĩ cho tự thân mình, đó là sai lầm. Người tại gia thì nghĩ cho gia đình, người xuất gia thì nghĩ tưởng đến đạo tràng nhỏ nhoi của mình, đoàn thể nhỏ nhoi của mình, cũng sai lầm cả.

Cho nên, tu hành mà không được thành tựu, lại không biết nguyên nhân ở đâu. Điều này tôi thường nói là do ái dục, do sự ưa thích. Ưa thích là những điều ham muốn, ham muốn chính là dục vọng, tham ái cũng chính là dục vọng. Đó là những phiền não căn bản, những thứ ấy chưa dứt trừ hết thì quý vị thành tựu được gì?

Phải từ nơi gốc rễ mà diệt trừ. Cái gì là gốc rễ? Chính là từ ý niệm. Trong sinh hoạt thường ngày, những ý niệm [loại này] không còn sinh khởi nữa, đó là trừ tận gốc rễ. Đây là cửa ải khó khắc phục, khó vượt qua nhất. Chúng ta từ chỗ khó khắc phục mà khắc phục được, mọi thứ tham ái, mọi sự ưa thích đều buông xả hết được trong sạch thanh tịnh, như vậy thì tâm ta mới được thanh tịnh.

Chúng ta phải nghe theo lời răn dạy chân thật của chư

Phật, Bồ Tát, không tùy thuận theo tình cảm thế tục của thế gian. Tùy thuận thế gian thì vĩnh viễn không thể thoát khỏi luân hồi. Tùy thuận lời dạy của bậc thánh nhất định được vãng sinh Tịnh độ. Nếu quý vị nhận thức không thật rõ ràng, minh bạch thì quý vị không biết được việc lấy bỏ như thế nào.

Chúng ta xem trong thế gian hiện nay, đạo trường nhiều, người tu hành cũng nhiều, bất luận là tại gia hay xuất gia, đó là nhờ truyền thông phát triển, nhờ phương tiện khoa học kỹ thuật. Chỉ có điều, người tu hành vì sao không được thành tựu? Quý vị nghĩ xem, vẫn là do không buông xả được các thói xấu ái dục và ưa thích, đó là gốc của bệnh. Vô số triệu chứng bệnh trạng đều từ nơi gốc bệnh này sinh khởi. Chúng ta có thể từ nơi gốc bệnh trừ dứt thì sẽ được tự tại.

Đó là nói về việc khắc phục những tập khí, thói xấu của chính mình phải từ nơi khó khắc phục nhất mà bắt đầu hạ thủ công phu. Chỗ khó mà làm được mới quý, chỗ dễ thì dễ làm rồi.

Bài giảng thứ 34

(Giảng ngày 22 tháng 6 năm 1999 tại Tịnh Tông Học Hội Singapore, file thứ 35, số hồ sơ: 19-012-0035)

Thưa quý vị đồng học, cùng tất cả mọi người.

Trong sách Liễu Phàm tứ huấn, ở cuối đoạn nói về tích lũy công đức có giảng việc "tùy duyên giúp người". Nói theo ngôn ngữ hiện đại là vì chúng sinh phụng sự. Những việc phụng sự chúng sinh thì quá nhiều, cho nên trong sách nói nếu phân loại thì rất nhiều, có đến muôn hình vạn trạng.

Nếu hết lòng nhiệt thành vì chúng sinh phục vụ, nhưng chưa lìa bỏ được bốn tướng ngã, nhân, chúng sinh, thọ giả như trong kinh Kim Cang đã giảng, đó chính là các bậc thánh hiền của thế gian.

Nếu đã trừ dứt được bốn tướng ấy, thực sự đạt đến mức không còn các tướng ngã, nhân, chúng sinh, thọ giả, vì hết thảy chúng sinh trong pháp giới mà phục vụ, đó chính là các vị Phật, Bồ Tát, các bậc đại thánh xuất thế.

Những điều như trên chúng ta cần phải nhận hiểu rõ ràng. Các bậc thánh nhân thế gian hay xuất thế gian khác biệt nhau là ở điểm này.

[Mặc dù có muôn hình vạn trạng,] nhưng trong sách này đề xuất việc phụng sự chúng sinh có thể tạm phân chia làm mười loại, cũng là mười cương lĩnh, khái quát được hết thảy những [hình thức] phụng sự chúng sinh.

Thứ nhất là "làm thiện với người khác". Khởi tâm động niệm, hết thảy đều đem tâm lành đối đãi với người khác, xử thế với tâm hiền thiện. Các bậc thánh nhân thế gian hay xuất thế gian cũng đều giữ theo nguyên tắc này. Cho dù đối đãi với người xấu ác vẫn dùng tâm thiện, nói lời thiện, làm việc thiện. Như vậy mới có thể xưng là bậc thánh.

Vì sao vậy? Vì bản tính của con người vốn là hiền thiện. Sách giáo khoa vỡ lòng của Trung quốc là quyển Tam tự kinh, ngay câu đầu tiên đã nói: "Nhân chi sơ tính bản thiện." (Con người khi mới sinh ra vốn tính hiền thiện.) Vậy thì tại sao họ làm việc xấu ác? Vì sao lại cùng ta kết thành oán cừu? Đều là do mê hoặc, do hiểu sai, do không tỉnh giác.

Họ không hiểu biết [đạo lý], còn ta thì hiểu rõ. Nếu họ đem tâm xấu làm việc ác với ta, ta không thể đem tâm xấu làm việc ác với họ. Ý nghĩa này họ không hiểu được, còn ta hiểu được rõ ràng. Nếu thường giữ được tâm niệm hiền thiện như vậy thì đối với hết thảy chúng sinh trong các pháp giới cùng tận hư không, chẳng có ai mà mình không thể cùng chung sống.

Người khác không thể sống chung với mình, không nên trách họ, hãy quay lại tự xét mình. Nếu tự mình không có lỗi lầm gì, sao không thể sống chung cùng người khác? Có người không hiểu đến cùng lý lẽ, lúc nào cũng quy trách lỗi lầm về người khác. Cho nên, người như vậy dù có thực sự nỗ lực tu hành, tinh tấn không lười nhác cũng không thể chứng quả, thậm chí nghe pháp cũng không thể khai ngộ. Nguyên nhân là vì nghiệp chướng của tự thân không thể tiêu trừ, không tự biết được lỗi lầm của mình nằm ở đâu.

Như phần trên đã nói, muốn tích lũy công đức phải bắt đầu từ nơi khó khắc phục nhất mà hạ thủ công phu. Đó chính là đem tâm lành, việc lành đối đãi với người xấu ác, đối đãi với kẻ oán cừu. Đây là việc rất khó làm, nên phải từ đây mà hạ thủ công phu, từ đây mà khởi sự làm. Được như vậy mới là chân chính quay đầu hướng thiện, mới là chân chính giác ngộ.

Thứ hai là "giữ lòng yêu kính" [đối với người khác], đặc biệt là với những người khác biệt chủng tộc, khác biệt tôn giáo, thường nảy sinh sự ngăn cách tạo thành nhiều điều không vừa ý. Nguyên nhân là do khi đối đãi với người không cùng chủng tộc, không cùng tôn giáo, người ta không hề có lòng yêu kính. Người như vậy không hề biết rằng, hết thảy chúng sinh trong pháp giới cùng khắp hư không đều cùng một thể tánh, đều là chính mình. Không yêu kính người khác cũng là không yêu kính chính bản thân mình.

Nhà Phật nói về pháp thân, đó chính là hết thảy chúng sinh trong pháp giới cùng khắp hư không. Quý vị học Phật, phát nguyện thành Phật, thành Phật thì nhất định phải chứng đắc pháp thân thanh tịnh. Quý vị đối với những người không cùng chủng tộc, không cùng tôn giáo mà có sự phân biệt, có sự vướng chấp thì quý vị vĩnh viễn không thể chứng đắc pháp thân. Hay nói cách khác, quý vị vĩnh viễn không thể trọn thành Phật đạo. Như vậy chẳng phải là tự hại bản thân mình rồi sao?

Tu hành trước hết phải giác ngộ. Các bậc cổ đức dạy chúng ta [tu tập phải đủ các bước] tín, giải, hành, chứng (tin, hiểu, thực hành và chứng đắc). Quý vị không tin không hiểu thì sự thực hành của quý vị chỉ là mù quáng. Tự mình tu hành mù quáng thì liệu có tự mình biết được điều đó hay chăng? Thật không biết được, còn tự cho rằng mình tu hành không có sai lầm, muốn dạy bảo người khác nữa.

Cho nên, trong kinh [Tứ thập nhị chương] đức Phật dạy ta hết sức rõ ràng, không nên tin vào tâm ý của chính mình. Đó là nói không nên tin vào kiến giải của bản thân mình, không nên tin vào tư tưởng, suy nghĩ của riêng mình. Lời Phật dạy là chân thật. Vậy đến lúc nào có thể tin vào kiến giải, tin vào tư tưởng của chính mình? Đó là sau khi đã chứng đắc quả A-la-hán. Khi ấy có thể tin vào cách suy nghĩ của mình, cách nhận thức của mình không có sai lầm.

A-la-hán là cảnh giới nào? Đó là khi đã dứt sạch "kiến tư

phiền não" (những phiền não do thấy biết, suy nghĩ). Chúng ta thấy trong kinh Kim Cang nói về các tướng ngã, nhân, chúng sinh, thọ giả, [vị A-la-hán] không có hết thảy các tướng này. Không chỉ [vị chứng đắc] Tứ quả A-la-hán không có các tướng này, đến như [các vị chứng đắc] Sơ quả Tu-đà-hoàn cũng không có.

Nói cách khác, quý vị còn có bốn tướng [ngã, nhân, chúng sinh,thọ giả] là còn chưa chứng đắc quả Tu-đà-hoàn, thì cách suy nghĩ, cách nhìn nhận của quý vị dù thế nào cũng chưa chính xác, vẫn còn sai lầm. Đối với sự sai lầm đó mà cho là chính xác thì quý vị vĩnh viễn không đạt được sự chính xác, vĩnh viễn không thể chứng đắc [Thánh quả].

Cho nên, những người học Phật sơ cơ, nói chung những người còn chưa chứng đắc quả A-la-hán, đều không thể lìa xa chư Phật, Bồ Tát. Chư Phật, Bồ Tát [đối với chúng ta] cũng như người chăm sóc bảo vệ, nếu lìa xa các ngài sẽ phát sinh vấn đề, phát sinh nguy hiểm, thậm chí là táng thân mất mạng. Trong [sự tu tập] Phật pháp thì nói là mất đi tuệ mạng, [tức là năng lực trí tuệ giác ngộ]. Vì thế, chúng ta đọc thấy trong các sách Cao tăng truyện, Cư sĩ truyện, Thiện nữ nhân truyện... các bậc tu hành ngày xưa, dù xuất gia hay tại gia cũng đều không xa lìa thiện tri thức. Có người thân cận với thiện tri thức suốt cả một đời, đến khi bậc thiện tri thức ấy đã vãng sinh rồi mới rời đi, đến giáo hóa ở một nơi khác. Ý nghĩa này hết sức sâu xa, hết sức rộng lớn, chúng ta cần phải suy ngẫm thật kỹ để thể hội.

Thứ ba là "thành tựu điều tốt đẹp cho người khác". Cần phải hiểu rằng bản thân ta và người khác vốn không phải hai thực thể khác biệt nhau. Chúng sinh mang tâm phân biệt, mang tâm vướng chấp. Chư Phật, Bồ Tát không có, các bậc giác ngộ không có [tâm phân biệt ấy].

Tôi ở Singapore này cùng các tôn giáo khác qua lại giao

hảo, luôn nhiệt thành giúp đỡ, hỗ trợ cho họ. Họ làm việc tốt, tôi thành tựu cho họ. Có nhiều người đến chất vấn tôi: "Bạch thầy, tín đồ Phật giáo chúng con quyên góp những khoản cúng dường này là để làm Phật sự, tại sao thầy sử dụng để giúp đỡ các tôn giáo khác?"

Tôi nói: "Tôi không giúp đỡ các tôn giáo khác."

Họ nói: "Thầy đã giúp cho Hồi giáo, Ấn Độ giáo, Cơ Đốc giáo."

Tôi đáp: "Đó đều là Phật giáo. Trong kinh Đại thừa nói: 'Không một pháp nào không phải Phật pháp.' Quý vị có nghe câu đó hay chăng?"

Những người ấy gật đầu: "Dạ, đã có nghe qua."

Tôi nói: "Như vậy, Cơ Đốc giáo là Phật pháp, Thiên chúa giáo cũng là Phật pháp, Hồi giáo cũng là Phật pháp. Không một pháp nào không là Phật pháp. Tôi không hề làm việc cho ngoại đạo. Tôi làm việc của Phật giáo."

Quý vị nếu có tư tưởng sai lầm như vậy, cách nhìn nhận sai lầm như vậy, thì đối với kinh điển Đại thừa không thể hiểu được. Phật dạy chúng ta buông xả mọi vọng tưởng phân biệt vướng chấp, quý vị lại giữ chặt kiên cố những vọng tưởng, phân biệt, vướng chấp, thì biết đến bao giờ mới được là đệ tử Phật?

Tâm lượng của Phật là trùm khắp hư không, bao quát pháp giới, quý vị đều biết. Quý vị lại thường niệm Phật hiệu, mở miệng là niệm Phật, nhưng tâm lượng của chính mình vẫn cứ nhỏ nhoi, vẫn không thể bao dung người khác, như vậy là không theo đúng lời răn dạy của Phật. Quý vị biết thương yêu bảo vệ động vật, thương yêu bảo vệ loài súc sinh, sao có thể nói là đối với người không cùng chủng tộc, không cùng tôn giáo thì quý vị đối lập? Những chúng sinh động vật kia đối với quý vị cũng là không cùng chủng tộc, vì sao đối với chúng lại thương yêu bảo vệ, đối với con người lại không thương yêu bảo vệ? Học Phật đến đâu rồi? Đọc kinh đến đâu rồi? Hồ đồ đến thế là cùng. Cần phải giác ngộ, hãy mở kinh ra đọc từng câu từng chữ mà suy ngẫm, suy ngẫm cho thật rõ ràng, thật sáng tỏ.

Thành tựu điều tốt đẹp cho người khác, "người khác" ở đây được dùng với nghĩa rộng, trong đó bao quát hết thảy chúng sinh mười pháp giới. Chỉ cần người khác làm việc tốt, chúng ta thấy được, nghe được, nhất định không có lòng ganh ghét, nhất định không gây trở ngại, thương tổn cho họ, mà phải phát tâm tùy hỷ công đức, hết lòng hết sức giúp đỡ hỗ trợ, bởi vì thành tựu cho người ấy cũng là thành tựu cho chính mình. Đó là thành tựu đức hạnh của chính mình, thành tựu tánh đức của chính mình.

Thứ tư là "khuyên người khác làm việc thiện". Không chỉ là khuyên bảo bằng lời, còn phải dùng cả hành vi của tự thân để khuyên bảo, [gọi là thân khuyến]. Khuyên bảo bằng lời nghĩa là dùng ngôn ngữ, nên [những lời khuyên] viết ra thành sách vở, văn tự cũng đều xem là khuyên bảo bằng lời. [Ngoài những điều ấy ra,] nhất định còn phải tự thân mình nỗ lực làm thiện, nêu tấm gương tốt cho người noi theo, đó là thân khuyến.

Trong kinh điển, đức Phật thường dạy chúng ta [đối với giáo pháp] phải "thọ trì độc tụng, vị nhân diễn thuyết" (thọ trì tụng đọc, vì người khác diễn nói). Diễn là biểu diễn, [là hành vi phô diễn cho người khác xem,] đó là thân khuyến. Tự mình phải làm tấm gương sáng, làm khuôn mẫu tốt cho người khác nhìn vào noi theo, khơi dậy và phát triển tâm nguyện học tập [giáo pháp] của người khác.

Thứ năm là "cứu người nguy cấp". Phần giảng giải ở đây mỗi điều đều hàm chứa ý nghĩa vô cùng sâu rộng. Tai nạn đã đến trước mắt rồi mới cứu giúp thì không kịp nữa. Cho nên, cứu người nguy cấp phải hiểu là [giúp người] phòng tránh từ khi [tai nạn] chưa xảy ra.

Sự nguy cấp từ đâu sinh ra? Chính là từ chỗ tạo nghiệp xấu ác mà sinh ra. Điều thực sự khẩn yếu trong việc cứu người nguy cấp chính là phải dạy cho họ biết dứt ác tu thiện, chuyển mê thành ngộ. Khi ấy thì sự nguy cấp mới thực sự được tiêu trừ.

Nhưng quý vị nghĩ xem, dạy người dứt ác tu thiện mà bản thân mình không dứt ác tu thiện được thì người khác làm sao tin theo? Khuyên người khác chuyển mê thành ngộ mà bản thân mình còn mê hoặc điên đảo thì người khác làm sao giác ngộ?

Cho nên, chư Phật, Bồ Tát đối với hết thảy mọi việc đều từ nơi tự thân mình khởi làm. Các ngài dạy chúng ta buông xả danh tiếng, lợi dưỡng thì tự thân các ngài thực sự làm được. Chỉ ba tấm y với một bình bát đi du hóa khắp nhân gian, thực sự đạt đến mức sáu căn thanh tịnh, một chút bụi trần cũng không nhiễm bẩn.

Chúng ta nhìn vào gương sáng của các ngài thì cảm nhận, suy nghĩ thế nào? Từ nơi hình tượng, khuôn mẫu ấy, ta có giác ngộ, hiểu ra được điều gì hay không? Nếu thực sự có giác ngộ, hiểu ra được điều gì thì nhất định sẽ vui mừng hoan hỷ làm theo, học tập theo. Đó là giác ngộ, là đã hiểu ra.

Nếu không làm được, không giác ngộ, thì chẳng những không làm được mà cho đến ngay nơi ý niệm cũng không chuyển hóa được. Trước hết, từ nơi ý niệm chuyển hóa được rồi thì sau đó đối với sự việc, hình tướng sẽ không khó làm.

Trong chúng ta đây cũng có một số vị đồng tu rất muốn học theo hạnh Bồ Tát, rất muốn tu theo đạo Bồ Tát, nhưng học tập cách gì rồi cũng không làm theo giống được. Nguyên nhân là vì đâu? Vì chưa chuyển hóa được ý niệm, vẫn giữ tâm phàm tục, vẫn giữ tâm mê muội, cuộc sống vẫn đắm chìm trong tình chấp, không hề giác ngộ, không hề hiểu ra. Như vậy cho nên việc học tập [noi gương] vô cùng nhọc nhằn, vô cùng khó khăn, rất dễ thối chuyển, ý nghĩa là ở chỗ này.

Cũng chính vì nguyên nhân này mà chư Phật, Bồ Tát khi thị hiện luôn xem việc giảng kinh thuyết pháp là hình thức giáo hóa quan trọng nhất. Mục đích của việc giảng kinh thuyết pháp là giúp chúng ta phá trừ si mê, mở ra giác ngộ. Sau khi giác ngộ, hiểu ra rồi thì làm bất kỳ việc gì cũng dễ dàng. Không giác ngộ, không hiểu ra thì làm gì cũng khó khăn, quả thật hết sức khó khăn. Cho nên trong Phật pháp, không chỉ Thiền tông mà cả Giáo tông cũng đều dạy ta khởi sự tu tập sau khi đã giác ngộ, nhận hiểu được giáo pháp. Không giác ngộ, không nhận hiểu được thì biết tu những gì?

Chỉ riêng Tịnh độ tông là khác biệt. Đối với Tịnh độ tông thì nhận hiểu và hành trì đồng thời cùng tu tiến, còn các pháp môn khác đều là sau khi nhận hiểu, giác ngộ giáo pháp rồi mới khởi sự tu tập. Không nhận hiểu thì không có chỗ để bắt đầu. Sự thù thắng của Tịnh độ tông là cho dù không nhận hiểu, chỉ với một câu "A-di-đà Phật" vẫn có thể chân thành trì niệm, vừa niệm Phật vừa tìm cầu giác ngộ, cùng một lúc hành trì cả hai việc.

Điều này trong vô số pháp môn chỉ duy nhất có ở Tịnh độ tông mà thôi. Cho nên mới gọi là "giáo ngoại biệt truyền" (truyền riêng ngoài giáo điển). Nhưng như vậy không có nghĩa là người tu pháp môn niệm Phật không cần giác ngộ, đặc biệt là với người phát tâm hoằng pháp. Không giác ngộ thì lấy gì để hoằng pháp? Lấy gì để dạy người khác? Cho nên, giác ngộ là điều cực kỳ trọng yếu. Thực sự giác ngộ rồi thì tự mình mới lìa xa được những điều nguy cấp, quý vị mới có khả năng cứu giúp sự nguy cấp của người khác.

Trong mười điều [được đề cập trên], chúng ta đã giảng đến năm điều, được phân nửa rồi. Hôm nay thời gian đã hết, chúng ta giảng đến đây thôi.

Bài giảng thứ 35

(Giảng ngày 23 tháng 6 năm 1999 tại Tịnh Tông Học Hội Singapore, file thứ 36, số hồ sơ: 19-012-0036)

Thưa quý vị đồng học, cùng tất cả mọi người.

Hôm qua nói đến phần "tích lũy công đức", trong đó có trích dẫn sách Liễu Phàm tứ huấn, chúng ta đã giảng đến [điều thứ năm là] "cứu người nguy cấp" trong [mười điều cương lĩnh của] việc "tùy duyên giúp người".

Hôm nay giảng đến điều tiếp theo là "hưng kiến đại lợi" (khởi xướng, xây dựng những việc lợi ích lớn lao [cho cộng đồng]).

Nói chung những việc mang lại lợi ích cho xã hội, lợi ích cho chúng sinh thì đều là lợi ích chân thật. Nhưng thế nào là lợi ích lớn lao? Điều này có quan hệ mật thiết với việc "cứu người nguy cấp" vừa giảng qua. Nói cách khác, nếu có thể cứu giúp sự nguy cấp của chúng sinh thì đó là lợi ích lớn lao, có thể phòng ngừa được hết thảy các loại tai nạn thì đó là lợi ích lớn lao.

Muốn cứu giúp chúng sinh, phải hiểu rõ việc ngăn ngừa khi họa hại chưa xảy ra. Như thế nào mới thực sự là hiểu rõ cách ngăn ngừa họa hại? Điều này cần phải có trí tuệ, có học thức nhiều, hiểu biết rộng. Từ những yêu cầu này, có thể liên tưởng ngay đến giáo dục chính là lợi ích lớn lao bậc nhất.

Nhìn từ phương diện thành quả đạt được, ở Trung quốc vào thời cổ đại có Khổng tử là người xuất thân từ giới bình dân xây dựng sự nghiệp giáo dục. Đời sống vật chất của ngài hết sức thanh bần, nhưng việc làm vô cùng tốt đẹp. Ngài không chỉ tạo được ảnh hưởng đương thời, ảnh hưởng trong lịch sử, mà cho đến ngày nay sức ảnh hưởng của ngài cũng vẫn còn. Ảnh hưởng đó chẳng những không mất đi mà có vẻ như còn dần dần phát triển lớn mạnh hơn. Quý vị nghĩ xem, có hình thức lợi ích nào có thể ảnh hưởng đến ngàn năm, đến muôn đời? Xem lại không thấy [có hình thức nào khác], chỉ có giáo dục mới tạo ra được ảnh hưởng sâu xa như vậy.

Tại Ấn Độ vào thời cổ đại, đức Phật Thích-ca Mâu-ni cũng là một điển hình tốt đẹp, cũng thực hiện công việc giáo dục trong xã hội. Công việc của đức Phật và Khổng tử đều giống nhau [ở điểm thuộc về phạm vi giáo dục], sức ảnh hưởng cũng giống nhau ở điểm không thể nghĩ bàn. Đó là vì công việc [giáo dục] ấy thực sự có thể giúp người dứt ác tu thiện, phá trừ si mê, mở ra giác ngộ, cũng có thể tiêu trừ hết thảy tai nạn cho chúng sinh, dù là thiên tai hay tai họa do người gây ra đều có thể tránh được.

Nói rằng tai nạn do con người gây ra có thể tránh được thì mọi người đều đồng ý, đều tin nhận. Nhưng đối với thiên tai, các tai họa do thiên nhiên gây ra, liệu có thể tránh được chăng? Nhà Phật nói là có thể được. Vì sao vậy? Vì "y báo tùy trước chánh báo chuyển" (y báo tùy theo chánh báo mà thay đổi). Lòng người ngay thẳng chân chính, hành vi ngay thẳng chân chính thì môi trường sống quanh ta cũng theo đó mà ngay thẳng chân chính.

Điều này nói lên rằng, thiên tai vốn tùy nơi lòng người mà khởi sinh, biến hiện ra. Chúng sinh vì không hiểu rõ được ý nghĩa này, suy nghĩ trong lòng chỉ toàn những ý niệm xấu ác, việc làm xấu ác, do đó chiêu cảm nhiều thiên tai, nhân họa. Cho nên, muốn giúp chúng sinh lìa khổ được vui, biện pháp duy nhất là phải giúp họ phá mê khai ngộ. Do đây chúng ta nhận ra được rằng, việc khởi xướng, xây dựng lợi ích lớn lao chính là giáo dục.

Về giáo dục, tưởng chúng ta cũng nên mượn lời người

nước ngoài để nói, vì người Trung quốc hiện nay thường u mê chuộng ngoại, theo kiểu "trăng nước ngoài sáng hơn".

Vào thập niên 1970, [nhà sử học, triết gia] người Anh là [Arnold Joseph] Toynbee (1889-1975) đã tuyên bố: "Muốn giải quyết được vấn đề của thế kỷ 21, [thế giới này] chỉ có thể dựa vào Phật pháp Đại thừa và học thuyết Khổng Mạnh mà thôi."

Đó là lời do chính một người ngoại quốc nói ra. Chúng ta từ đó nhận hiểu được rằng, chỉ có nền giáo dục của Phật giáo và Nho gia mới có thể thiết lập được lợi ích lớn lao nhất trong việc hỗ trợ và giúp đỡ hết thảy chúng sinh đang chịu khổ nạn.

Nhưng ai là người đứng ra thực hiện? Người đã giác ngộ, đã nhận hiểu phải đứng ra thực hiện. Không đủ sức làm [việc lớn lao] thì chỉ vài ba người đồng tâm hiệp ý muốn học tập [cũng phải mở lớp dạy]. Dạy cho ba người, năm người, tám người, mười người cũng đều phải dạy. Chỉ cần tự mình thực sự hiểu biết rõ ràng, đem hết tâm ý sức lực ra làm, hoàn toàn không cầu danh tiếng, không cầu lợi dưỡng, nhất định không cầu lợi ích riêng tư cho bản thân mình. Chúng ta nên biết, đức Phật Thích-ca Mâu-ni thuở xưa tại vườn Lộc-dã ban đầu cũng chỉ dạy có năm người.

Từ năm vị tỳ-kheo ấy mà khởi đầu sự nghiệp giáo dục. Đó là chân thật làm thiện với người, là chân thật thành tựu điều tốt đẹp cho người, nên tự nhiên có thêm nhiều người tương hợp khác cùng đến học tập. Cho nên, sự giáo hóa của đức Thế Tôn vào thời ấy, người theo học dần dần ngày càng đông hơn. Chúng ta xem trong kinh điển thấy có đến 1.255 người, đó là thời điểm đông đảo nhất, số người theo học đã nhiều đến mức ấy.

Ở Trung quốc, sự giáo dục của chư vị Tổ sư qua các thời đại đều là những tấm gương tốt đẹp nhất cho chúng ta.

Trường lớp dành cho giáo dục cũng không nhất định [phải có]. Nếu phải đợi xây dựng đạo trường, xây dựng trường học rồi mới có thể dạy học thì chậm chạp quá, không kịp thời. Chỉ cần tùy lúc tùy nơi phải hết lòng nhiệt tình giáo dục. Còn việc xây dựng đạo trường, trường học thì nên tùy duyên.

Người thực sự hiểu biết, thực sự giác ngộ thì không ai là không suốt đời "tùy duyên độ nhật" (sống qua mỗi ngày đều tùy theo nhân duyên xảy đến), cho nên tâm ý tình cảm luôn thanh tịnh tự tại. Điều này rất trọng yếu. Chỉ cần mảy may tâm niệm chạy theo duyên trần, mảy may tâm niệm vì lợi ích riêng tư cho mình, là quý vị lập tức khởi sinh ưu tư lo nghĩ. Quý vị nên biết, ưu tư lo nghĩ đó là tạo nghiệp, một ý niệm cực kỳ vi tế cũng đã tạo nghiệp, không đợi phải thể hiện thành hành vi.

Ở phần trước chúng ta đã xem qua chuyện Vệ Trọng Đạt, thấy được những ý niệm cực kỳ vi tế [của ông ta] đều tạo thành nghiệp ác. Cho nên, phải đem hết những ý niệm vì lợi ích riêng tư mà trừ dứt đến tận gốc rễ, chỉ còn thuần những ý niệm lợi ích chúng sinh, lợi ích xã hội. Như vậy mới là tốt đẹp, sự tu học trong đời này của chúng ta mới có thành tựu. Trong tương lai đến lúc lìa đời, đến lúc vãng sinh mới được tự tại, mới được thanh thoát không vướng bận, tự mình làm chủ được mình. Chúng ta phải hiểu rõ được ý nghĩa này, phải hiểu rõ được những gì là lợi ích lớn lao.

Thứ bảy là "xả tài tác phúc" (bỏ tiền của làm việc tạo phước). Người đời ai ai cũng muốn được giàu có. Đối với sự giàu sang luôn cảm thấy càng nhiều càng tốt, không lúc nào thấy đủ. Tiền bạc tích chứa đó rồi, nếu không biết cách sử dụng thì tạo thành nghiệp, ấy là tội lỗi. Ngày nay, trên thế giới vẫn có nhiều nơi người dân đói khổ ở các vùng biên địa, không có được áo quần, thực phẩm. Chúng ta thì mỗi ngày đều tích chứa giữ lại, để người khác chịu đói khổ. Quý vị nói xem, tu hành như vậy là tạo phúc hay đang tạo nghiệp ác?

Các bậc hiền thánh xưa dạy ta rằng tiền bạc phải lưu thông thì mới có thể làm lợi ích cho hết thảy chúng sinh. Cho nên, tiền bạc nhất định không được tích chứa. Sử dụng hết là tốt, dùng cho hết sạch không còn nữa là tốt nhất. Không còn nữa thì thế nào? Thì được thanh tịnh, không có việc gì nữa. Quý vị nói xem, tự tại biết dường nào!

Tiền tài có được là do nhân quả, càng buông xả càng được nhiều hơn, càng được nhiều hơn càng phải buông xả. Ý nghĩa [tương quan giữa] "có được" và "buông xả" chúng ta nhất định phải hiểu rõ.

Ở đây có hai tầng ý nghĩa. Thứ nhất là ý nghĩa nhân quả. Buông xả tiền tài là tạo nhân, có được tiền tài là hưởng quả. Nhưng được tiền tài rồi, sau đó lại phải buông xả, phải đem cả những gì có được của mình cũng buông xả hết đi thì trí tuệ của quý vị mới khai mở. Cho nên, [ý nghĩa thứ hai là] tu pháp buông xả được thông minh trí tuệ. Buông xả thế nào thì đạt được thế ấy, nhân quả báo ứng không mảy may sai chạy. Chư Phật, Bồ Tát vì chúng ta mà thị hiện đủ mọi hình thức, trong đó [được sử dụng] nhiều nhất, rõ ràng nhất là hình thức bố thí, chính là buông xả.

Kinh Hoa Nghiêm, phẩm Thập hồi hướng, trong chương nói về điều hồi hướng thứ sáu, chúng ta xem thấy không có điều gì không buông xả. Mọi thứ đều có thể buông xả, bố thí. Buông xả đến trong sạch thanh tịnh, đó gọi là Phật, đó gọi là Bồ Tát, gọi là người giác ngộ chân chính triệt để.

Người mê muội lo toan được mất, cuộc sống thật đáng thương. Suốt đời quanh quẩn mãi trong vòng được mất, quý vị nói xem, thật đáng thương biết bao. Đối với chư Phật, Bồ Tát thì ý niệm được mất không còn nữa. Mỗi niệm đều chỉ vì hết thảy chúng sinh.

Cho nên tôi thường nói, làm việc giúp đỡ hết thảy chúng sinh, vì tất cả chúng sinh phục vụ, nhưng chưa buông bỏ, chưa trừ dứt được các tướng ngã, nhân, chúng sinh, thọ giả, thì sự tu tập đó của quý vị chỉ là tạo phước báo trong thế gian này, không thoát được ra khỏi sáu đường luân hồi. Nếu quý vị dứt trừ được bốn tướng ấy, như trong kinh Kim Cang đã giảng, [đạt đến mức] không có ngã tướng, không có nhân tướng, không có chúng sinh tướng, không có thọ giả tướng, phát tâm vì hết thảy chúng sinh phục vụ, giúp đỡ hết thảy những chúng sinh khổ nạn một cách vô điều kiện, thì đó chính là bậc đại thánh xuất thế, đó là Phật, Bồ Tát. Người như thế, bất kể thị hiện là nam hay nữ, già hay trẻ, làm công việc nghề nghiệp gì, cũng đều là Bồ Tát hóa thân.

Chúng ta cần biết buông xả tiền tài để làm việc tạo phúc, vì tiền tài không thể tích chứa. Không cần phải lo sợ rằng: Tiền bạc của tôi buông xả hết, rồi ngày mai biết sống thế nào? Đời sống ngày mai so với hôm nay sẽ càng tốt hơn. Quý vị không tin, [tôi] cũng đành chịu. Quý vị phải hiểu rõ được ý nghĩa này, phải tự biết cách làm như thế nào.

Thứ tám là "hộ trì chánh pháp" (ủng hộ và bảo vệ, giữ gìn chánh pháp). Chánh đối lập với tà. Theo tiêu chuẩn trong Phật pháp thì tương ưng với thật tướng của vũ trụ nhân sinh là chánh, trái ngược với thật tướng là tà. Nhưng thật tướng đó không dễ nhận hiểu. Nội dung của tất cả kinh luận Đại thừa đều là nói về thật tướng của vũ trụ nhân sinh, chúng ta phải thường đọc tụng.

Sự tướng tuy phức tạp nhưng cũng có cương lĩnh, cũng có đầu mối để lần theo. Kinh Kim Cang là bộ kinh được người Trung quốc ưa chuộng nhất. Lời kinh đơn giản, ý nghĩa đầy đủ, thuận tiện cho việc thọ trì đọc tụng. Vì thế nên người người đều ưa chuộng, ai ai cũng biết đến. Trong kinh Kim Cang dạy ta thật tướng là gì? Thật tướng là không có bốn tướng ngã, nhân, chúng sinh và thọ giả. Đó là thật tướng. Quý vị vướng chấp nơi ngã, nhân, chúng sinh, thọ giả đều là sai lầm.

Tư tưởng sai lầm, kiến giải sai lầm là nguồn gốc của hết thảy mọi sự thiên lệch tà vạy. Phật dạy chúng ta sự thật rằng hết thảy mọi hiện tượng tồn tại đều "như mộng huyễn, bào ảnh" (như mộng ảo, bọt nước), lại cũng "như lộ diệc như điển" (như sương sa, điện chớp). Quý vị phải tham cứu thấu triệt những ý nghĩa này. Quý vị thấu hiểu rõ ràng, sáng tỏ những ý nghĩa này thì sẽ được tự tại vô cùng. Vì sao vậy? Vì hiểu rõ được lý lẽ, ý nghĩa rồi thì tâm được an ổn.

Chúng ta thường nói "tâm an lý đắc" (tâm an ổn vì đạt được lý). Vì sao tâm được an ổn? Vì ý nghĩa đạo lý đã hiểu rõ ràng, đã sáng tỏ. Tâm kinh mở đầu bằng câu: "Quán Tự Tại Bồ Tát hành thâm Bát-nhã ba-la-mật-đa thời." Chữ hành đó là gì? Hành là hành vi trong đời sống. Hành vi đời sống đều ở trong trí tuệ hết sức thâm sâu. Nói cách khác, đời sống của Bồ Tát là đời sống với trí tuệ cao thâm siêu việt. Đó là ý nghĩa câu đầu tiên của Tâm kinh, nói về đời sống với trí tuệ cao siêu.

Cho nên, "chiếu kiến ngũ uẩn giai không" (soi thấy năm uẩn đều không), đó là thấu hiểu sáng tỏ thật tướng của vũ trụ nhân sinh. Câu tiếp theo là "độ nhất thiết khổ ách" (vượt qua hết thảy mọi khổ não tai ách). Người đời sống trong khổ não, tai nạn; chư Phật, Bồ Tát không có khổ não, không có tai nạn. Do đó có thể biết rằng, khổ đau, tai nạn đều từ trong sự mê hoặc khởi sinh, biểu hiện ra. Tự tại, an vui chân thật là từ nơi sự giác ngộ mà có.

Từ chỗ đó, chúng ta có thể nhận hiểu được chính xác về khái niệm "hộ trì chánh pháp" (ủng hộ và bảo vệ, giữ gìn chánh pháp). Ý nghĩa câu này rất sâu xa, chúng ta cần có thêm thời gian để nói rõ, vì điều này đối với đời sống của chúng ta, trong việc "đãi nhân tiếp vật" (đối xử với người khác, tiếp xúc với muôn vật) cũng như việc tu hành chứng quả đều có quan hệ hết sức quan trọng.

Bài giảng thứ 36

(Giảng ngày 24 tháng 6 năm 1999 tại Tịnh Tông Học Hội Singapore, file thứ 37, số hồ sơ: 19-012-0037)

Thưa quý vị đồng học, cùng tất cả mọi người.

Hôm qua chúng ta đã giảng đến câu "hộ trì chánh pháp". Ý nghĩa câu này không giảng nói hết được. Đức Thế Tôn trong suốt 49 năm giảng dạy cũng chính là chỉ một việc này.

Xét đến cùng thì những gì là chánh pháp? Hộ trì như thế nào? Phần trước đã nói qua với quý vị, giữ được tâm thuần thiện, duy nhất một tâm thương yêu, vì lợi lạc nhất thiết chúng sinh, đó là chánh pháp. Có thể vận dụng tâm ấy vào thực tế đời sống, đó là công đức. Nếu trong lòng có mảy may ý niệm riêng tư, vì lợi ích riêng cho mình, thì đó là phá hoại chánh pháp, cũng là hủy hoại hết công đức. Điều này chúng ta không thể không nhận biết rõ ràng, sáng tỏ.

Trong kinh Phật thường nói, tương ưng với một niệm duy nhất là chánh pháp. Một niệm duy nhất đó là tự tánh, là chân tâm. Chân tâm là thuần thiện, là duy nhất một tâm thương yêu, vì lợi lạc hết thảy chúng sinh, nhất định không có sự hư dối, nhất định không có tạo tác.

Trong việc học Phật, người mới vào học đã được biết về biểu tượng bốn vị Thiên vương trong điện Thiên vương, chính là dạy chúng ta hộ trì chánh pháp.

Thiên vương Trì Quốc ở phương đông. Phương đông là khởi đầu, nơi mặt trời bắt đầu mọc lên, cũng là nói việc hộ trì chánh pháp phải bắt đầu từ đâu. Chính là bắt đầu từ nơi đó, cũng gọi là Thiên vương Hộ Quốc. Chúng ta hãy suy ngẫm về hàm nghĩa trong danh xưng của vị này. Muốn "hộ quốc" (bảo vệ đất nước) thì trước tiên nhất định phải bảo vệ gia đình. Không có gia đình thì làm sao có đất nước? Muốn bảo vệ gia đình thì nhất định phải bảo vệ tự thân, không có bản thân mình thì cũng không có gia đình. Cho nên, đạo Nho dạy người phải "thành ý, chính tâm, tu thân, tề gia, trị quốc" (ý chân thành, tâm chân chánh, tu sửa bản thân, chỉnh đốn gia đình, cai trị đất nước), nhất định phải theo trình tự trước sau như thế.

Hàm nghĩa biểu trưng của vị thiên vương này là lo tròn chức trách của mình. Mỗi người sinh ra ở đời đều có chức trách riêng. Nền giáo dục Trung quốc thời cổ đại dạy đó là "ngũ luân, thập nghĩa".

Ngũ luân nói về thân phận, địa vị [của chúng ta trong mối quan hệ với chung quanh], chẳng hạn như quý vị ở trong xã hội có thân phận thế nào, giữ địa vị gì, đó gọi là luân, hay phân loại.

Nghĩa là nói về nghĩa vụ, điều mà quý vị phải làm, nên làm. Chẳng hạn như trong gia đình quý vị làm một người cha thì nghĩa vụ của quý vị là phải thương yêu con cái, thương yêu gia đình mình. Đó cũng là chức phận, là trách nhiệm của quý vị. Khi quý vị làm người con trong gia đình thì nghĩa vụ là phải hết lòng hiếu thảo. Nói chung là cha hiền con hiếu, anh thuận hòa, em cung kính. Khi quý vị làm anh chị thì phải thương yêu các em, nếu là em thì đối với anh chị phải tôn kính. Thời xưa đối với những điểm giáo dục này hết sức coi trọng, xem đây là căn bản của đạo làm người.

Nhưng trong nền giáo dục hiện đại không có những điểm này. Trong gia đình thì cha mẹ không dạy cho con, đến trường học cũng không đề cập, trong xã hội cũng không bàn đến, do đây mà thiên hạ đại loạn.

Loạn như thế nào? Đó là rối loạn các mối luân thường. Người sống trong đời này, nếu chỉ mưu tính chạy theo sự hưởng thụ vật chất thì có khác chi loài cầm thú? Con người sở dĩ khác biệt so với cầm thú là nhờ có sự giáo dục của các bậc thánh hiền. Nhờ có sự giáo dục này mà trong quan hệ giữa người và người mới biết tương thân tương ái, sống chung hòa thuận. Hiện nay thì chẳng có ai dạy [những điều như thế].

Trong Phật pháp vẫn còn một số người, nhưng nói thật ra trong nhà Phật hiện nay đối với những lời răn dạy của chư Phật, Bồ Tát, những lời răn dạy của các bậc đại đức, tổ sư, cũng đang dần dần ngày một phai nhạt, quên lãng. Hình thức tuy vẫn còn nguyên đó nhưng ý nghĩa sâu xa đã không còn người nhận hiểu rõ ràng.

Cho nên, muốn hộ trì chánh pháp thì trước tiên phải gìn giữ nơi bản thân mình tâm chân thành, tâm thanh tịnh, tâm bình đẳng, tâm giác ngộ, tâm từ bi. Đạo Phật thường dạy: "Từ bi vi bản, phương tiện vi môn." (Từ bi là gốc, phương tiện là cửa vào.) Phải từ chỗ này mà hạ thủ công phu, khởi sự tu tập. Nếu trong lòng ta không chân thành, đầy dối trá, hư ngụy, điều đó sẽ tạo thành vô số tội lỗi nghiệp báo. Trước mắt tuy có thể được đôi chút tốt lành nhưng quả báo [ngày sau] phải vào địa ngục, thật không đáng!

Hôm qua, tại Bắc Kinh có người gọi điện thoại cho tôi, báo rằng ở vùng đông bắc có một số người xuất gia giả danh nghĩa tôi đi quyên góp tiền bạc. Họ quyên được không ít tiền, nghe nói cũng đến vài ba triệu [nhân dân tệ]. Họ nói tôi muốn đến đó lập đạo tràng, muốn đến đó truyền giới. Các vị pháp sư ấy tôi hoàn toàn không biết, họ có thần thông chăng? Dù có thần thông cũng đã sai mất rồi, vì tôi hoàn toàn không có ý niệm đó.

Tôi suốt đời không có đạo tràng riêng của mình, cả đời đều cư ngụ nơi đạo tràng của người khác, năm nay đã 73 tuổi lại muốn xây dựng đạo tràng, sao lại có chuyện ngu si như thế? Tôi một đời không làm trụ trì, không truyền giới, học theo Pháp sư Ấn Quang, không quyên góp tiền bạc, không hóa duyên, suốt mấy mươi năm qua giữ trọn như một ngày không khác, sao có chuyện đến tuổi già lại đi làm chuyện hồ đồ như vậy?

Cho nên, mong rằng đồng tu khắp nơi đều hiểu rõ việc này, đừng để bị người khác lừa gạt. Đối với những kẻ bịa chuyện dối gạt [như thế], nếu quý vị đem tiền cúng dường là cúng dường cho họ, không liên quan gì đến tôi. Hy vọng quý vị hiểu rõ điều này, không bị lừa gạt. Tôi không có việc gì phải dùng đến tiền bạc cả, tôi quyên tiền làm gì? Tôi không mong cầu gì khác, chỉ mong mọi người đều giữ gìn lòng tốt, làm việc tốt, như vậy là tốt rồi.

Cho nên những người học đạo, nhất là học Phật, [phải hiểu rằng] học Phật là học sự giác ngộ, học sự chân thành, thanh tịnh, đẳng giác, từ bi. Điểm từ bi trước hết là phải biết thương yêu chính bản thân mình, biết gìn giữ thiện tâm của mình, gìn giữ thiện hạnh của mình, như vậy mới gọi là hộ trì chánh pháp.

Phải gìn giữ [tâm] như thế nào? Phải từ đâu khởi đầu công phu tu tập? Tôi thường nói, phải [bắt đầu từ việc] buông bỏ mọi ý niệm riêng tư, mưu lợi cho riêng mình, buông bỏ mọi ý niệm muốn khống chế, muốn chiếm hữu đối với hết thảy mọi người khác cũng như đối với mọi sự vật. Như vậy thì tâm quý vị được thanh tịnh, được chân thành, tự nhiên chân tâm liền lưu xuất hiển lộ. Nếu [chưa buông xả hết,] còn mảy may ý niệm [chiếm hữu] này thì quý vị đã sai lầm, chỗ dụng tâm của quý vị là vọng tâm, là hư dối, chẳng phải chân thật.

Chư Phật, Bồ Tát luôn đem tâm thuần nhất chân thật đối đãi với hết thảy mọi người, hết thảy mọi sự vật, hoàn toàn chân thật, thuần nhất một lòng thương yêu, một lòng lo cho lợi ích của mọi người. Vì sao các ngài làm như vậy? Vì các ngài đã giác ngộ, đã thấu hiểu rõ ràng, hết thảy chúng sinh đều là chính tự thân mình. Có nhiều người tìm tôi xin viết chữ tặng, tôi cũng thường viết tặng một câu là: "Hết thảy chúng sinh trong pháp giới cùng khắp hư không quả thật là chính bản thân mình." Người nghĩ được như vậy chính là Phật, Bồ Tát.

Kẻ phàm phu không rõ biết sự thật như thế nên phân chia có mình và người khác, do đó mà làm hết thảy mọi việc theo khuynh hướng hại người lợi mình, đều là những chuyện hồ đồ. Do tâm mê hoặc mà làm chuyện hồ đồ, đó gọi là phàm phu, không rõ biết lẽ chân thật. Điều này trong kinh điển đức Phật vẫn thường cảm thán rằng: "Đáng thương thay!"

Hạng người nào là đáng thương? Là hạng người không hiểu được lẽ chân thật. Cho nên, hộ trì chánh pháp là trước tiên phải hiểu rõ lẽ chân thật, phải giữ gìn bảo vệ tánh đức của tự thân mình. Trong cuộc sống thường ngày, việc xử sự, đối đãi với người, tiếp xúc muôn vật đều phải thực sự làm hết trách nhiệm, phận sự của mình. Chư Phật, Bồ Tát là những mẫu mực, khuôn mẫu tốt nhất cho chúng ta noi theo.

Thứ hai là Thiên vương Tăng Trưởng ở phương nam. Phương nam là tượng trưng cho trí tuệ quang minh. Đồng tử Thiện Tài 53 phen tham học đều ở phương nam. Nhưng nói phương nam đó, không thực sự là chỉ phương hướng trong bốn phương đông tây nam bắc, mà hàm ý chỉ việc hướng về trí tuệ. Theo thuyết ngũ hành của Trung quốc thì phương nam thuộc lửa (hỏa), lửa tượng trưng cho ánh sáng quang minh. Thiện tri thức trụ nơi đâu? Trụ tại một hướng ánh sáng quang minh ấy. Cho nên [trong kinh nói] các vị thiện tri thức đều ở tại phương nam, chúng ta cần hiểu rõ đó không phải chỉ phương hướng [địa lý]. Người có trí tuệ cư trú nơi nào thì nơi đó đều gọi là phương nam, ý nghĩa là như vậy.

Quý vị hãy suy ngẫm về danh xưng của Thiên vương Tăng Trưởng [ở phương nam], đó là mong rằng trí tuệ của chúng ta mỗi ngày đều tăng trưởng. Nên hiểu theo ý nghĩa như thế. Đó là hộ trì chánh pháp.

Vị thiên vương ở phương đông cầm trên tay một cây đàn tỳ bà, đó là hình ảnh biểu trưng, hoàn toàn không phải vị này ưa thích âm nhạc ca hát, đừng nhận hiểu sai như vậy. [Hình ảnh đó] biểu thị ý nghĩa gì? Đó là biểu thị ý nghĩa trung đạo. Nho gia của Trung quốc nói về trung dung, đạo Phật nói về trung đạo.

Đàn tỳ bà là loại nhạc cụ dây. Chúng ta đều biết, nếu dây đàn chùng quá thì không kêu, căng quá thì đứt, nên cần phải điều chỉnh ở mức giữa, mức vừa phải, như vậy thì âm thanh mới hay. Điều này chính là dạy chúng ta rằng, trong việc xử sự, đối đãi với người, tiếp xúc muôn vật, phải đạt mức vừa phải, đừng quá đáng, cũng không thể chưa đủ. Phải tìm được mức ở giữa, dùng mức vừa phải đó. Vừa phải thì hòa hợp, không vừa phải thì không hòa hợp. Hòa hợp mới có thể cùng nhau hợp tác. Bất hòa thì làm sao có thể hợp tác? Cho nên [hình ảnh đàn tỳ bà] có ý nghĩa biểu trưng như vậy.

Vị thiên vương ở phương nam cầm trên tay thanh gươm, đó là biểu tượng của trí tuệ, là gươm trí tuệ, chặt đứt phiền não, nên hiểu ý nghĩa như vậy.

Các vị thiên vương ở phương tây, phương bắc là muốn nói về cách thức, phương pháp, làm thế nào đạt đến sự hộ pháp, làm sao cho tốt việc hộ pháp, thế nào là trí tuệ tự thân được tăng trưởng. Phần tiếp theo sẽ chỉ bày phương pháp cụ thể.

Vị thiên vương ở phương tây gọi là Quảng Mục. Quý vị nên suy ngẫm ý nghĩa này, "quảng mục" là ý muốn nói việc mở rộng tầm nhìn, xem xét nhiều, ngày nay gọi là nghiên cứu văn hóa, quan sát nhiều. Vị thiên vương phương bắc là Đa Văn. [Hình tượng] cả hai vị thiên vương [phương tây, phương bắc] này muốn nói với chúng ta là cần phải nghe nhiều, quan sát nhiều, nhận hiểu nhiều.

Mấy ngày nay, Hội đồng Tôn giáo Singapore tổ chức một cuộc triển lãm chung gồm 9 tôn giáo. Việc này nói chung là mới có lần đầu trên thế giới, trước đây chưa từng thấy, cũng chưa từng nghe nói đến. Nhờ đây chúng ta có được cơ hội thuận lợi để tiếp xúc với từng tôn giáo [khác nhau]. Chúng ta được thấy nhiều, nghe nhiều, có được nhiều nhận thức đối với họ. Nhận hiểu được nhiều, nhờ đó mới có thể cùng nhau vui vẻ hợp tác, xã hội mới hài hòa tốt đẹp.

Khi có sự khác biệt tôn giáo, khác biệt chủng tộc, chúng ta làm thế nào để thực sự tôn trọng lẫn nhau, kính yêu lẫn nhau, cùng giúp đỡ, hợp tác với nhau, cùng tồn tại phát triển với nhau? Singapore đã mang ý niệm này vận dụng vào thực tiễn.

Mấy ngày nay có các vị đồng học đang giảng kinh nhưng tôi không thể đến nghe được, tôi đi xem [triển lãm] các tôn giáo, nhận hiểu nhiều hơn, nhận thức nhiều hơn về họ. Đó là [một hình thức] giáo dục, giáo dục tôn giáo. Cùng lúc đó, chúng ta cũng đem Phật giáo ra giới thiệu với các tôn giáo khác.

Xã hội là [một hợp thể] đa nguyên, biến hóa rất nhiều hướng. [Hình tượng] Thiên vương Quảng Mục cầm trong tay là con rồng, hoặc con rắn. Rồng và rắn cũng giống nhau [trong trường hợp này]. Rồng hay rắn biểu trưng cho điều gì? Biểu trưng cho sự biến hóa, biến hóa đến ngàn vạn cách thức, cũng là nói lên sự biến hóa của xã hội có ngàn hình muôn vẻ, quý vị cần phải hiểu rõ.

Trong sự biến hóa ấy lại cũng có nguyên lý, nguyên tắc bất biến. Vì thế, [trong hình tượng] Thiên vương Quảng Mục thì một tay nắm con rồng, một tay cầm hạt châu. Hạt châu là biểu trưng cho nguyên tắc bất biến, phải nắm vững thì mới có khả năng ứng phó với xã hội nhiều biến đổi. Ý nghĩa là như thế, quý vị xem, thật là hay lắm.

Vị thiên vương phương bắc cầm trên tay cái lọng che, đó là biểu trưng cho điều gì? Là sự phòng ngừa và chấm dứt ô nhiễm. Quý vị tiếp xúc với xã hội đa nguyên nhiều biến hóa, nhất định không được để mình nhiễm ô, nhiễm ô là sai lầm. Ở trong xã hội phức tạp này, phải bảo vệ, giữ gìn được [các phẩm tính] thanh tịnh bình đẳng giác. Lọng che là mang ý nghĩa như thế, đó gọi là hộ pháp.

Không phải bảo chúng ta đừng tiếp xúc, nhưng khi sáu căn tiếp xúc với cảnh giới sáu trần bên ngoài phải giữ được sự thanh tịnh, bình đẳng, chính giác, từ bi của tự thân mình, đó là thực sự hiểu về hộ pháp, nhất định không còn bị nhiễm ô.

Những gì là nhiễm ô? Đó là những ý niệm riêng tư, lợi ích cho bản thân mình, làm hại người khác để được lợi mình, những ý niệm tham lam, sân hận, si mê, kiêu mạn. Những ý niệm ấy chính là nhiễm ô. Chúng ta trong bất kỳ hoàn cảnh tiếp xúc nào với con người, với sự việc, trong bất kỳ hoàn cảnh vật chất [cám dỗ] nào, vĩnh viễn xa lìa hết những ý niệm ô nhiễm đó thì tâm mới được thanh tịnh. Tâm thanh tịnh khởi sinh trí tuệ, như thế mới có thể thực sự hộ trì chánh pháp.

Quý vị cần phải hiểu rõ rằng, Phật pháp là chánh pháp. Vậy ngoài Phật pháp ra có phải là chánh pháp hay không? Nhà Phật thường nói: "Viên nhân thuyết pháp, vô pháp bất viên" (Người hiểu đạo thuyết pháp, dù nói pháp nào cũng không khiếm khuyết.) Trong giáo pháp Đại thừa lại có câu: "Vô nhất pháp bất thị Phật pháp." (Không một pháp nào không là Phật pháp.) Giác ngộ rồi thì tất cả pháp đều là Phật pháp. Cho nên mới nói rằng, Phật pháp rộng lớn vô biên, thường nói tắt là Phật pháp vô biên, không có giới hạn. Nếu như quý vị nói Cơ Đốc giáo không phải Phật pháp, thì Cơ Đốc giáo chính là chỗ giới hạn của Phật pháp, như vậy thì Phật pháp có giới hạn. Như thế làm sao có thể nói là Phật pháp vô biên, không giới hạn? Đối với Thiên chúa giáo, Do Thái giáo cũng vậy.

Chiều hôm qua tôi có đến xem [chỗ triển lãm của] Do Thái giáo, hôm nay [đi xem] Bái Hỏa giáo. Nếu như nói các tôn giáo ấy không phải Phật pháp, vậy thì Phật pháp cũng có giới hạn rồi, sao có thể nói Phật pháp vô biên, không giới hạn? Vì Phật pháp là vô biên, nên chúng ta mới hiểu được là hết thảy các tôn giáo, hết thảy các chủng tộc đều là Phật pháp.

Chữ Phật mang nghĩa là giác ngộ. Nếu quý vị có sự giác ngộ, hiểu biết sáng tỏ thì đó gọi là Phật pháp. Quý vị không giác ngộ, không hiểu biết sáng tỏ thì đó gọi là pháp thế gian. Phật pháp là sáng tỏ, minh bạch, vậy mới gọi là Phật pháp. Dù là kinh điển Phật giáo bày ra trước mặt, nếu chúng ta nhìn vào không hiểu biết, không sáng tỏ thì đó không phải là Phật pháp. Cho nên, đối với người mê hoặc không hiểu biết, thử hỏi một câu, có pháp nào là Phật pháp không? [Với họ thì] không có một pháp nào là Phật pháp cả. Khi giác ngộ rồi thì hết thảy các pháp đều là Phật pháp.

Người đã giác ngộ rồi thì không có phân biệt, không có vướng chấp, không có vọng tưởng. Còn vọng tưởng, phân biệt, vướng chấp thì dù pháp nào cũng không phải Phật pháp, không có gì là Phật pháp cả. Lìa xa vọng tưởng, phân biệt, vướng chấp thì tất cả các pháp đều là Phật pháp. Điều này đức Phật vẫn thường nói đến trong các kinh điển Đại thừa, chúng ta cần phải hiểu rõ.

Ngày nay tôi làm việc bố thí, cúng dường các tôn giáo khác, rất nhiều người cho là quái lạ. Vì sao họ cho việc này là quái lạ? Vì họ là phàm phu, không có Phật pháp, không hiểu rõ được Phật pháp. Cho nên, có rất nhiều người đến chất vấn tôi: "Bạch thầy, tại sao thầy sử dụng tiền [chúng con quyên góp] để cúng dường các tôn giáo khác?"

Tôi nói: "Tôi không cúng dường các tôn giáo khác."

Họ nói: "Vì sao thầy không cúng dường Phật giáo."

Tôi đáp: "Tôi thật có cúng dường Phật giáo."

Họ nói: "Rõ ràng [những tôn giáo thầy cúng dường đó] là Hồi giáo, Ấn Độ giáo, Cơ Đốc giáo."

Tôi đáp: "Đó đều là Phật giáo, chỉ vì tự thân quý vị không hiểu biết rõ ràng. Các tôn giáo ấy đều là Phật giáo. Trong Phật giáo có chia tông phái, quý vị có biết điều đó chăng?"

Những người ấy đáp: "Dạ, có biết. Phật giáo có 10 tông phái."

Tôi nói: "Các tôn giáo kia cũng đều là tông phái của Phật giáo. Trong tôn giáo của họ thờ phụng các vị thần, thờ phụng Thượng đế, đó đều là chư Phật Như Lai hóa thân. Chẳng phải trong đạo Phật vẫn thường dạy như vậy đó sao? Quý vị đọc phẩm kinh Phổ Môn thấy có 32 ứng hóa thân của Bồ Tát Quán Thế Âm, tùy theo phải dùng hiện thân nào để cứu độ chúng sinh, liền hiện thân đúng như thế. Nếu phải dùng hiện thân Cơ Đốc giáo để hóa độ, các ngài liền hiện thân Cơ Đốc giáo. Nếu phải dùng hiện thân Thượng đế để hóa độ, các ngài liền hiện thân Thượng đế. Hết thảy đều là [hiện thân của] chư Phật Như Lai.

Kinh Vô Lượng Thọ nói: "Hết thảy đều thành Phật." Nói hết thảy đó, liệu có bao quát các tôn giáo khác hay không? Có, bao quát tất cả, nên hết thảy đều thành Phật. Quý vị thấy ý nghĩa đó sâu sắc, rộng lớn biết bao, trọn vẹn đầy đủ biết bao.

Tâm lượng nhỏ hẹp thì phân biệt có ta, có người khác, quý vị sẽ vĩnh viễn không thể thành tựu. Không chỉ là không thể chứng quả, mà cho đến sự khai ngộ cũng không thể được. Đó là tự mình làm chướng ngại chính mình. Chúng ta cần phải hiểu rõ, cần phải sáng tỏ ý nghĩa này.

Hôm nay thời gian đã hết, chúng ta giảng đến đây thôi.

Bài giảng thứ 37

(Giảng ngày 25 tháng 6 năm 1999 tại Tịnh Tông Học Hội Singapore, file thứ 38, số hồ sơ: 19-012-0038)

Thưa quý vị đồng học, cùng tất cả mọi người.

Phần nội dung "tùy duyên giúp người" nói đến 10 điều, trong các bài trước chúng ta đã giới thiệu qua 8 điều rồi, sau đây còn lại 2 điều. Thứ chín là "kính trọng bậc tôn trưởng" và thứ mười là "thương yêu quý tiếc mạng sống muôn loài". [Trong việc tùy duyên,] Phật dạy chúng ta tùy duyên nhưng không bám víu, chạy đuổi theo duyên. Bản thân chư Phật, Bồ Tát đều đã thực hiện trọn vẹn điều này, nêu gương tốt để chúng ta noi theo.

"Kính trọng bậc tôn trưởng", đặc biệt chính là điều mà người đời hiện nay xem nhẹ. Vì sao phải kính trọng? Bậc tôn trưởng là những đối tượng để chúng ta học tập kính trọng. Nhưng trong thực tế, hàm ý của đức Phật là dạy chúng ta phải tôn kính tất cả. Vì sao vậy? Vì sự tôn kính là tánh đức. Mục đích học Phật của chúng ta là muốn thành Phật, vậy phải làm thế nào mới thành Phật? Phải khôi phục tánh đức [của tự thân mình] cho thật viên mãn, thật trọn vẹn đầy đủ, như vậy thì tự nhiên thành Phật.

[Quả] Phật không phải miễn cưỡng thành tựu, mà là tự nhiên thành tựu. Trong kinh điển Đại thừa, đức Phật dạy rằng: "Hết thảy chúng sinh xưa nay vốn đã thành Phật." Nguyên lai chúng ta vốn đã là Phật, nhưng hiện nay không phải Phật. Do nguyên nhân gì mà hiện nay không phải là Phật? Là do tư tưởng, kiến giải, hành vi đều trái ngược với tánh đức nên không là Phật. Phải thuận theo, tương ưng với tánh đức thì mới là Phật, vì so với chư Phật Như Lai [mới tương hợp] không hai không khác.

Do đây có thể biết rằng, đức Phật giáo hóa chúng sinh không gì khác hơn là giáo hóa người tùy thuận tánh đức. Tùy thuận tánh đức là tự nhiên, trái ngược với tánh đức là phá hoại tự nhiên. Trong Phật pháp cũng có những lúc tránh không dùng chữ "tự nhiên", vì sợ mọi người đối với danh từ này có sự bám chấp, có sự hiểu sai. Khi ấy thì dùng chữ "pháp nhĩ". Pháp nhĩ mang ý nghĩa gì? Cũng đồng nghĩa với tự nhiên. Pháp là chỉ hết thảy các pháp, nhĩ nghĩa là như vậy, xưa nay vốn là như vậy.

Nói thật ra, đối với ý nghĩa này chúng ta ngày nay muốn thể hội phải có sự suy ngẫm sâu sắc. Vì sao vậy? Mọi người thường nói rằng hoàn cảnh tự nhiên đang bị phá hoại. Hoàn cảnh tự nhiên chính là môi trường sống của chúng ta. Tự nhiên bị phá hoại chính là môi trường sống của ta bị phá hoại. Đời sống của chúng ta hiện nay đã phải cảm nhận quá nhiều nỗi khổ, không chỉ trong đồ ăn thức uống chứa nhiều vi khuẩn gây bệnh, khiến người ăn vào phải thường xuyên lo sợ, mà cho đến trong nước cũng có chứa chất độc.

Chúng ta sống trong thời đại này, nước uống hay không khí hít thở đều không [trong sạch] như thời xưa. Vào thời xưa, nước uống quả thật là từ dòng suối trong lành, không khí hít thở cũng trong lành, thanh khiết. Như vậy, môi trường sống của chúng ta ngày nay quả thật thua xa người xưa. Ai là người đã phá hoại? Chính chúng ta là người phá hoại, quả thật là tự làm tự chịu. Chỉ có điều, không phải toàn thể nhân loại này đều là người phá hoại. Chỉ một số ít người phá hoại thôi, nhưng đa số người phải chịu liên lụy. Một số ít người phát minh [những thứ độc hại], đa số người vì tham muốn chút thuận tiện, chút lợi ích nhỏ [trước mắt, nên đua nhau sử dụng], không biết rằng ngay sau đó là tai họa lớn lao khủng khiếp. Đó chính là sự ngu si, thực sự không hiểu biết.

326

Đức Phật dạy chúng ta không gì khác hơn là khôi phục tánh đức. Tánh đức là cái vốn có của quý vị. Quý vị trong hiện tại đã mê mờ không biết, vô số năng lực trí tuệ, đức hạnh đều không thể hiển lộ hiện tiền, nên đức Phật phải khởi lòng từ bi, khó nhọc dạy bảo khuyến khích. Năng lực trí tuệ, đức hạnh [của chúng ta] vì sao không thể hiển lộ hiện tiền? Là do mê hoặc, ngu si. Từ nơi si mê khởi sinh vọng tưởng, phân biệt, vướng chấp, thị phi nhân ngã, tham lam, sân hận, si mê, kiêu mạn, tạo ra đủ loại tội nghiệp. Đó chính là phá hoại hoàn cảnh tự nhiên, khiến cho tự tánh vốn có đủ năng lực đức hạnh phải sinh ra nhiều chướng ngại, không thể hiển lộ hiện tiền. Cho nên, Phật gọi những người [si mê] này là phàm phu. Chỉ cần trừ dứt được những chướng ngại ấy, năng lực trí tuệ, đức hạnh khôi phục [như vốn có] liền gọi đó là Phật, Bồ Tát. Chư Phật, Bồ Tát với chúng sinh khác biệt nhau chính là ở chỗ này.

Chúng ta chỉ cần tin nhận lời Phật dạy, hiểu rõ được lời Phật dạy, y theo lời Phật dạy mà thực hành, thì có thể khôi phục tánh đức. Trong kinh Hoa Nghiêm, Bồ Tát Phổ Hiền vì chúng ta nêu ra mười cương lĩnh tu học [qua Thập đại nguyện vương], trong đó điều trước nhất là "lễ kính chư Phật", cũng có nghĩa là người chân chính tu hành phải bắt đầu từ việc lễ kính chư Phật. Tiên sinh Liễu Phàm ở [điều thứ chín] này dạy chúng ta kính trọng bậc tôn trưởng, cũng chính là vận dụng "lễ kính chư Phật" vào thực tiễn.

Đây là sự vận dụng bước đầu. [Tiếp theo] phải nuôi dưỡng tâm kính trọng, yêu kính, tôn trọng; nuôi dưỡng tâm như thế là tánh đức. Sau đó mới đem tâm yêu kính này, chân thành yêu kính, chân thành tôn trọng mà đối đãi với hết thảy chúng sinh, không có sự phân biệt, không có sự vướng chấp. Đó chính là sự lưu xuất hiển lộ của tánh đức, là [đại nguyện] lễ kính chư Phật của Bồ Tát Phổ Hiền, chân chính vận dụng vào thực tiễn. Chỉ cần một đại nguyện này có thể vận dụng vào thực tiễn thì chín đại nguyện còn lại đều tốt đẹp, không có khó khăn. Khi ấy, đời sống của quý vị, từ công việc cho đến ứng xử, đối đãi với người, tiếp xúc muôn vật, tư tưởng, lời nói, việc làm, hết thảy đều là đại nguyện Phổ Hiền, đều là thành tựu những phương pháp tu hành của Bồ Tát Phổ Hiền.

Trong Phật pháp Đại thừa, đại nguyện Phổ Hiền là pháp tu thù thắng nhất, có thể giúp thành tựu quả Phật. Nói cách khác, pháp tu này có thể giúp hành giả "minh tâm kiến tánh" (tâm ý sáng rõ, thấy được tự tánh), cho nên nói rằng thành Phật chính là minh tâm kiến tánh.

Chúng ta suy đi ngẫm lại, những kinh luận như trên ta từng đọc qua rất nhiều, nghe nói đến thì ai cũng quen thuộc, không hề xa lạ, nhưng rồi trước sau vẫn không vận dụng được vào thực tiễn. Nguyên nhân là do đâu?

Nguyên nhân là do thực hành không mạnh mẽ, không nỗ lực. Nói thật ra, căn bản là không có ý muốn thực hành, không hề muốn thực hành. Không chỉ là thực hành không đủ mạnh mẽ mà căn bản là không hề thực hành. Như vậy cho nên không cách gì khế nhập vào cảnh giới của chư Phật, Bồ Tát. Nói lời thành thật, chúng ta không hề nhận hiểu thấu triệt được ý nghĩa chân thật của Thập đại nguyện vương, hoàn toàn không thực sự hiểu rõ. Nếu thực sự hiểu rõ, đâu có lẽ nào lại không làm theo?

Các bậc hiền thánh xưa dùng pháp [kính trọng bậc tôn trưởng] này để nuôi dưỡng vun bồi tánh đức. Nếu chúng ta thực sự biết kính trọng cha mẹ, kính trọng các bậc sư trưởng, trưởng bối, thì từ đó có thể dễ dàng khởi sự công phu tu tập. Nhưng việc này hiện nay rất khó làm, vì điều phổ biến trong xã hội là ưa chuộng khuynh hướng tự đề cao mình, không tôn trọng người khác, luôn tự cao tự đại. Cho nên tập khí ngạo mạn không ngừng tăng trưởng, lúc nào cũng xem thường, lấn lướt người khác. Trạng thái tâm thức như vậy là tạo ra tội nghiệp nặng nề nhất, hoàn toàn trái ngược với tánh đức. Người không học Phật mà như thế đã là không chấp nhận được, người học Phật mà vẫn làm như thế thì đâu có lý nào không bị đọa lạc?

Cho nên, chúng ta phải thấu rõ được ý nghĩa này, đức Phật vì sao dạy chúng ta [phải kính trọng bậc tôn trưởng]? Giáo pháp này chẳng phải do ngài sáng tạo ra, không phải do ngài thiết lập hình thành, chỉ là hoàn toàn tùy thuận [điều kiện] tự nhiên, hoàn toàn tùy thuận tánh đức. Chúng ta nếu thực sự hiểu được, rõ biết được, thì tự nhiên sẽ vui mừng hoan hỷ cung kính làm theo lời dạy của ngài, nỗ lực học tập theo đó. Học tập theo trong đời sống, học tập theo trong mỗi lúc xử sự, đối đãi với người, tiếp xúc với muôn vật.

Điều cuối cùng [trong phần này] là "thương yêu quý tiếc mạng sống muôn loài". Trong thực tế, điều này khuyên chúng ta phải quý tiếc phước báo. Tự tánh sẵn có vô lượng phúc đức, trong kinh điển Đại thừa chúng ta đã thấy rõ. Trong kinh Hoa Nghiêm nói về y báo, chánh báo trang nghiêm của đức Phật Tỳ-lô-giá-na, trong các kinh điển Tịnh độ nói về thế giới Cực Lạc là y báo, chánh báo trang nghiêm của đức Phật A-di-đà. Những phước báo [lớn lao] như vậy không phải do tu tập mà có, chính là do xứng hợp với tự tánh, cũng tức là hoàn toàn tự nhiên. Môi trường sống tự nhiên như vậy là không bị hủy hoại một mảy may nào, bất kể là hoàn cảnh vật chất hay nhân sự đều tốt đẹp đến mức không gì hơn được nữa, cho nên mới gọi là thế giới Cực Lạc.

Trong môi trường hoàn cảnh [cực kỳ hoàn thiện] như vậy, chư Phật, Bồ Tát vẫn vì chúng ta thị hiện "thương yêu quý tiếc mạng sống muôn loài", huống chi chúng ta là phàm phu chưa thấy được tự tánh, dù mảy may phước báo của tự tánh cũng chưa từng thụ hưởng được. Phước báo mà chúng ta hôm nay được hưởng là gì? Từ đâu mà có? Đó là do sự tu tập đức độ mà có. Lấy một ví dụ, phước báo [sẵn có trong tự tánh] của quý vị cũng giống như tiền bạc, tài sản đáng giá tiền muôn bạc triệu, nhưng đang nằm cả trong ngân hàng, còn trên người quý vị không mang theo đồng nào. Khi ấy quý vị đi lỡ đường, muốn ăn món này món khác, nhưng đành phải chịu đói vì [không có tiền] chẳng ai cho quý vị ăn. Lúc ấy biết làm sao? Phải tạm thời làm thuê, kiếm một chút tiền ăn uống. Việc tạm thời làm thuê kiếm ăn như vậy cũng giống như tu sửa đức hạnh, tu tích phước báo. Vì vô lượng phước đức của tự tánh tuy vẫn sẵn có, nhưng lúc ấy [còn mê muội] không đưa ra [sử dụng] được. Tình trạng của phàm phu chúng ta [hiện nay] rất giống như vậy.

Chúng ta tu tập được đôi chút phước báo, nếu quý vị không biết quý tiếc giữ gìn thì phước báo ấy sẽ dùng hết rất nhanh. Người xưa nói: "Lộc tận nhân vong." (Hết lộc thì mạng người không còn.) Lộc là gì? Chính là phước báo. Ví như người có thọ mạng rất dài lâu, chẳng hạn có tuổi thọ đến tám, chín mươi tuổi, nhưng trong thời gian đó chỉ mới năm, sáu mươi năm đã hưởng hết phước báo rồi, không biết quý tiếc [giữ gìn] phước báo, chỉ biết thụ hưởng cho đến hết. Hết phước rồi thì dù thọ mạng còn cũng vẫn phải chết, vì không có phước báo.

Do đó có thể biết rằng, việc quý tiếc [giữ gìn] phước báo là điều trọng yếu. Nên biết, người quý tiếc phước báo, cho dù tuổi thọ đã hết nhưng phước báo còn chưa hưởng tận thì không thể chết. Do đó mà tuổi thọ tự nhiên được kéo dài. Vì sao vậy? Vì chưa hưởng tận, phước báo vẫn còn dư thừa.

Cho nên tôi thường nói, thêm phước báo là thêm tuổi thọ. Việc thêm phước báo cũng có hai cách. Một là tự mình tu được thêm phước báo, hai là tự mình quý tiếc [giữ gìn] phước báo [hiện có]. Nhưng cũng có khi vừa tu phước vừa biết quý tiếc phước, người như vậy đương nhiên là được kéo dài tuổi thọ. Đó là lẽ nhất định. Nho giáo, Phật giáo đều dạy chúng ta phải biết tiết kiệm, [quý tiếc phước báo cũng là ý nghĩa này].

Thương yêu quý tiếc mạng sống muôn loài, ở đây đặc biệt chỉ đến các loài động vật, nên trong câu này hàm ý không giết hại. Tiến thêm một bước nữa là không ăn thịt chúng sinh. Không ăn thịt chúng sinh, đó là quý tiếc phước báo. Đừng nên xem việc ăn thịt chúng sinh là rất bình thường, chỉ vì trong xã hội mọi người đều ăn. Trong kinh Phật giảng giải rất rõ, quý vị ăn vào tám lạng, tương lai phải trả đủ nửa cân.

Không phải ăn xong rồi không có chuyện gì, mà ăn xong rồi phải chịu rất nhiều phiền phức. Trong một đời này, quý vị ăn vào bao nhiêu thịt động vật, phải mất biết bao nhiêu kiếp sống sau này mới đền trả hết. Cho nên, "nhân thân nan đắc nhi dị thất" (thân người khó được mà dễ mất), mất đi thân người [của đời này] rồi, muốn được lại thân người [đời sau] thật không dễ dàng. Chỉ nói một cách đơn giản nhất, trong đời này quý vị giết hại bao nhiêu chúng sinh để ăn thịt thì đời sau phải làm súc sinh, nhiều đời nhiều kiếp phải làm súc sinh, để trả lại đủ. Tất cả đều phải hoàn trả đủ, trả hết rồi mới có thể được lại thân người. Quý vị nghĩ xem, việc [ăn thịt chúng sinh] thật phiền phức biết bao.

Người đời không biết [cân nhắc những điểm] lợi hại như trên, nhưng chư Phật, Bồ Tát biết rõ, các bậc tu hành chân chánh đều biết rõ, nên các ngài không kết oán thù với chúng sinh, không trói buộc nợ nần với bất kỳ ai. Người khác nợ mình không cần đến nữa, điều đó là tốt. Nếu cần đến thì thế nào? Thì quý vị lại phải đòi nợ, lại phải sinh ra đời để cùng gặp gỡ với người thiếu nợ. Nếu không cần đến [món nợ ấy] thì xem như xong, không vướng bận.

Thiếu nợ người khác thì phải nhanh chóng trả cho xong. Trả xong nợ là hết sức khoan khoái, vì con đường hướng đến Bồ-đề sẽ không còn chướng ngại. Đến giờ phút vãng sinh, ra đi cũng được thảnh thơi, tự tại, không có những kẻ oán thù hay chủ nợ đến lôi kéo làm khó, được chư Phật hộ niệm, các vị thiện thần, trời rồng bảo vệ giúp đỡ.

Quý vị không biết làm thế nào để quý tiếc phước báo? Quý tiếc phước báo là mỗi mỗi sự vật dù nhỏ nhặt cũng đều quý tiếc, phải tập dần như vậy cho thành thói quen.

Khi tôi đến Vancouver ở Canada lần đầu tiên để giảng kinh, có vị đồng tu ở đó kể tôi nghe việc một thí chủ hộ pháp lớn từng cúng dường Pháp sư Tuyên Hóa một tòa nhà lớn, vào thời ấy trị giá đến một triệu đô-la. Tôi có đến xem qua tòa nhà trị giá một triệu đô-la này. Do nguyên nhân gì có sự cúng dường? Có lần trong một bữa ăn, vị thí chủ này nhìn thấy Pháp sư Tuyên Hóa dùng một miếng giấy lau miệng, dùng qua rồi gấp lại dùng tiếp, cả thảy đến 8 lần, chỉ một miếng giấy lau. Vị này quá cảm động, liền phát tâm cúng dường một triệu đô-la. Đây là quả báo của sự quý tiếc, gìn giữ phước báo.

Tại nước Mỹ, ở nhiều thành phố lớn Pháp sư Tuyên Hóa đều có đạo tràng, phước báo thật rất lớn. Phước báo ấy do đâu mà có? Là do biết quý tiếc, giữ phước. Pháp sư là người thực sự tiết kiệm [mọi thứ], thực sự quý tiếc, giữ phước. Đời sống của ngài vô cùng tiết kiệm, người khác làm theo không nổi. Ngài mỗi ngày chỉ ăn một bữa, ngủ ngồi không nằm, trong phòng không có giường chiếu. Ngài hết sức nghiêm trì giới luật. Chỉ riêng một điểm này đã đáng cho chúng ta tán thán, đáng cho ta học tập theo. Ngài nói về thần thông, chúng ta không tán thán, nhưng chỉ riêng về phương diện trì giới, quý tiếc giữ phước, chúng ta phải học tập theo ngài.

Mười điều [trích dẫn trong Liễu Phàm tứ huấn nói về tùy duyên giúp người,] đến đây tôi đã giới thiệu qua một cách giản lược với quý vị đồng tu. Phần chú giải này [trong sách Vị biên] nói rất chi tiết, tường tận, quý vị có thể tự mình tham khảo thêm.

Bài giảng thứ 38

(*Giảng ngày 26 tháng 6 năm 1999 tại Tịnh Tông Học Hội Singapore, file thứ 39, số hồ sơ: 19-012-0039*)

Thưa quý vị đồng học, cùng tất cả mọi người.

Câu thứ 18 trong Cảm ứng thiên là "Từ tâm ư vật." (Đem lòng từ đối với muôn vật.) Phần trước đã giảng về tu tập tâm cung kính. Phần dưới đây sẽ giảng về sự tu tâm dưỡng tính.

"Đem lòng từ đối với muôn vật", vật ở đây là tất cả chúng sinh. Trong Phật pháp thường nói: "Từ bi vi bản, phương tiện vi môn." (Từ bi là căn bản, phương tiện là cửa vào). Từ bi là đức, [là lòng tốt,] phương tiện là công, [là sự thực hành lòng tốt,] chúng ta thường nói chung là công đức. Phần trước đã có đoạn giảng giải về "tích đức lũy công". Tích đức là giữ tâm tốt đẹp, lũy công là thực hành [điều tốt đẹp].

Tâm từ bi, người đời cũng nói là lòng thương yêu. Trong Phật pháp vì sao không nói thương yêu mà phải nói là từ bi? Việc này có nguyên nhân. Sự thương yêu của người đời là tình cảm, thương yêu khởi sinh từ tình cảm. Từ bi cũng là thương yêu, nhưng từ bi khởi sinh từ trí tuệ, là do lý trí chứ không do tình cảm. Những gì do tình cảm [khởi sinh] thì rất dễ thay đổi, nên người đời thường nói tình cảm thương yêu nhất định không thể tin cậy vào, vì thay đổi biến hóa đến ngàn vạn cách, tự mình cũng không thể khống chế điều khiển được.

Tâm thương yêu của chư Phật, Bồ Tát thì vĩnh viễn thường còn, không thay đổi, gọi là từ bi. Đó là tánh lý, là tự tánh của tâm, là sự lưu xuất hiển lộ của chân lý tự nhiên. [Có đủ các phẩm tính] chân chánh, từ ái, bình đẳng, đó chính là Phật.

Trong kinh điển, đức Phật dạy chúng ta về nhân và hạnh của mười pháp giới. Tất nhiên, nói đến nhân duyên của mỗi một pháp giới đều vô cùng phức tạp. Kinh Hoa Nghiêm gọi là "vô lượng nhân duyên". Trong vô lượng nhân duyên đó luôn có một nhân tố trọng yếu nhất, cho nên đức Phật mới đem nhân tố trọng yếu nhất mà giảng giải cho chúng ta.

Nhân tố trọng yếu nhất để thành Phật chính là "chân chánh, từ ái, bình đẳng". Chân là thuần chân, hoàn toàn chân chánh. Phần trước, khi nói về "tích đức lũy công" tôi đã có giảng qua. Một người tu hành, hiểu biết sáng tỏ, thấu triệt về chân tướng của vũ trụ nhân sinh sẽ có được ba điều mà phàm phu chúng ta thiếu sót.

Thứ nhất, tâm vị ấy chân thành, hết mức hiền thiện, tức là tâm thiện. Tâm thiện đạt đến mức rốt ráo, trọn vẹn đầy đủ, hết mức hiền thiện. Đạo Nho cũng dạy người "chỉ ư chí thiện" (dừng ở chỗ hết mức hiền thiện), đó là dạy đem tâm thuần thiện để xử sự, đối đãi với người, tiếp xúc với muôn vật. Tâm thuần thiện đó, ở đây gọi là tâm từ. Đó là điểm đặc biệt thứ nhất [của người tu hành giác ngộ].

Thứ hai, tâm vị ấy chỉ một lòng thương yêu người khác, hoàn toàn không nghĩ đến bản thân mình, giống như người mẹ hiền hết lòng thương yêu bảo bọc đứa con thơ ấu, hết lòng hết sức quan tâm chăm sóc, quên cả thân mình. Chư Phật, chư Đại Bồ Tát đều dùng tâm thương yêu như thế để thương yêu bảo bọc hết thảy chúng sinh trong mười pháp giới.

Thứ ba, tâm vị ấy chỉ hoàn toàn làm lợi ích [hết thảy chúng sinh].

Ba điều này có thể nói lên trọn vẹn tâm hạnh của chư Phật, Bồ Tát. Nhưng nếu quan sát kỹ ta có thể thấy ba điều này dường như phù hợp với tất cả các tôn giáo khác nhau. Các tôn giáo tuy có giáo nghĩa khác nhau, nghi thức khác nhau, nhưng ba điều [vừa đề cập] trên chính là điểm chung cùng của tất cả. Nhờ đó mà các tôn giáo có thể hòa hợp vẹn toàn với nhau. Có thể nói ba điều này là những pháp căn bản, nền tảng nhất, để từ đó có thể phát triển mở rộng.

Kinh Hoa Nghiêm là một ví dụ, kinh Pháp Hoa cũng là một ví dụ. Xem qua kinh luận Đại thừa trong đạo Phật, trong giáo điển Nhất thừa, không một chỗ nào không dùng ba nhân tố [căn bản] này để dung hợp đủ mọi chủng loại khác biệt trong các pháp giới cùng khắp hư không.

Chúng ta ngày nay nói về sự khác biệt văn hóa, sự khác biệt về nếp sống, sự khác biệt về tôn giáo, tín ngưỡng, đều có thể dùng ba nhân tố này để dung hợp. Đó là hết mức hiền thiện, chân thành thương yêu và vì lợi ích hết thảy chúng sinh, thực sự làm được đến mức vì người quên mình.

Phật là bậc đại trí đại giác, chúng ta tôn xưng là "giác hạnh viên mãn" (tuệ giác và công hạnh đều trọn vẹn đầy đủ). Những bậc đại trí đại giác đều có đủ ba nhân tố này, có thể đem tâm bình đẳng, từ ái đối đãi với tất cả chúng sinh.

Đạo Phật dạy người nuôi dưỡng sự sống, đó là đối với hết thảy chúng sinh, có thể nói là không phân biệt chủng loại, dòng tộc, không phân biệt tôn giáo, điều quan tâm nhất chính là giúp họ bảo vệ và duy trì được sự khỏe mạnh, sống lâu, được hạnh phúc vui sướng. Đó là nuôi dưỡng sự sống.

Nếu muốn thân thể phát triển tốt, sống lâu khỏe mạnh, thì điều trọng yếu nhất là phải có tâm từ bi. Đây là điều rất nhiều người thiếu sót, không quan tâm. Tâm thanh tịnh, từ bi thì không sinh bệnh tật. Hết thảy các thứ bệnh khổ, đau đớn, phiền não từ đâu sinh ra? Chúng ta lưu tâm quan sát kỹ lưỡng sẽ thấy đó là từ sự nhiễm ô sinh ra. Ý nghĩa này không khó để hiểu rõ.

Mấy hôm nay tôi nghe mọi người nói là báo chí đưa tin, thịt bò ở châu Âu lại phát sinh vấn đề, lại không ăn được. Thậm chí trong rượu nho còn có lẫn máu bò, làm rượu có màu hồng. Trong lòng mọi người đều lo sợ, thật quá rõ ràng là nguồn gốc bệnh tật phát sinh từ sự ô nhiễm. Tâm thanh tịnh không có sự ô nhiễm thì không sinh bệnh tật.

Tâm từ bi có thể hóa giải mọi điều chẳng lành. Không chỉ có thể giải độc cho tự thân, mà [với tâm từ bi] quý vị còn có khả năng giải độc [cho người khác]. Tâm từ bi có năng lực giải độc, tâm từ bi có thể hóa giải được sự bất đồng chủng tộc trên thế giới, hóa giải được những sự hiểu lầm, sự kỳ thị phát sinh giữa các tôn giáo khác nhau. Vì thế, tâm từ bi có thể hóa giải được hết thảy mọi chuyện chẳng lành.

Cho nên, đã nhiều năm qua tôi nuôi trong lòng một ý tưởng, hy vọng có thể xây dựng được một trường học đa nguyên văn hóa. Trường đa nguyên văn hóa sẽ dạy những gì? Chính là dạy tâm chí thiện, tâm từ bi, tâm vì lợi ích hết thảy chúng sinh. Sẽ có nơi nghiên cứu về đa nguyên văn hóa, có khoa Đa nguyên văn hóa, nội dung học chính là ba điểm [căn bản] nêu trên. [Có đủ] ba điểm này, trong Phật pháp gọi là Bồ Tát.

Nhưng điều trọng yếu nhất trong tâm từ chính là không giết hại. Quý vị thấy điều thứ nhất trong tịnh nghiệp tam phúc (ba điều phúc lành tạo nghiệp thanh tịnh) là: "Hiếu dưỡng phụ mẫu, phụng sự sư trưởng, từ tâm bất sát." (Hiếu dưỡng cha mẹ, phụng sự bậc sư trưởng, tâm từ không giết hại.)

"Từ tâm ư vật", chữ vật chỉ cho hết thảy chúng sinh, nên đối với hết thảy chúng sinh không thể khởi lên ý niệm giết hại. Không chỉ là không giết chết, mà cũng không được gây sự tổn thương, nguy hại. Đó mới thực sự là tâm từ, chính là nền tảng của hết thảy mọi giới luật, là căn bản của giới hạnh.

Chư Phật, Bồ Tát dạy chúng ta nuôi dưỡng sự sống, đặc biệt chú trọng đến tâm từ bi. Người đời nuôi dưỡng sự sống chỉ biết [đến khía cạnh] sinh lý hay thể chất, món ăn thức uống phải sạch sẽ, hợp vệ sinh. Chữ vệ đó là bảo vệ, bảo vệ yếu tố thể chất, mong được khỏe mạnh về phương diện thể chất, nếp sống. Nhưng nhân tố đích thực tạo ra sự khỏe mạnh về thể chất thì người đời không biết được. Cho nên, dù đã chọn lựa thức ăn hết sức lành mạnh mà con người vẫn phát sinh bệnh tật, vẫn phải chịu già chết. Nguyên nhân vì đâu?

Để sống lâu vui khỏe thì sự khỏe mạnh về thể chất chưa phải nhân tố hàng đầu. Đó là nhân tố ở hàng thứ hai, cho nên [chú ý riêng về thể chất] chỉ là chữa trị phần ngọn, chưa phải chữa trị phần gốc. Do đó có thể biết rằng, người giữ theo phép vệ sinh chỉ là chữa trị phần ngọn, không chữa trị phần gốc.

Cái gì là gốc? Tâm là gốc. Trong kinh Phật thường nói: "Y báo tùy trước chánh báo chuyển." (Y báo tùy theo chánh báo mà thay đổi.) Thân thể này của chúng ta là y báo, tâm ta là chánh báo. Cho nên, trong tâm lành mạnh thì thể chất của chúng ta đã được đa phần khỏe mạnh, trong việc ăn uống chỉ cần chú ý thêm một chút là cuộc sống vô cùng tốt đẹp. Trong tâm không lành mạnh thì phương diện thể chất dù có điều chỉnh nuôi dưỡng thế nào cũng chẳng giúp ích gì.

Những trường hợp như thế chúng ta nhìn thấy rất nhiều. Các bậc đế vương quan tướng thời xưa, đối với việc bảo vệ đời sống sinh lý, thể chất, luôn tìm kiếm các chuyên gia, những người giỏi nhất để chăm sóc họ, nhưng rồi vẫn cứ chết yểu. Các đời đế vương, quý vị thử tìm lại xem, có mấy người sống được đến tuổi bảy mươi? Không có mấy người. Đại đa số chỉ khoảng bốn, năm mươi tuổi là đã chết; năm, sáu mươi tuổi có thể nói là sống thọ; bảy mươi tuổi trở lên là cực kỳ hiếm có. Người xưa cũng gọi tuổi này là tuổi xưa nay hiếm có.

Nguyên nhân vì đâu? Vì thiếu sót không biết đến phép vệ sinh tâm lý. Những người ấy chỉ biết phép vệ sinh thể chất, sinh lý, không hề biết đến phép vệ sinh tâm lý, [tu dưỡng tinh thần]. Cho nên, tâm từ bi so ra thật vô cùng trọng yếu.

Chúng ta nuôi dưỡng thân thể, cũng phải biết nuôi dưỡng tính tình.

Việc ăn uống trong nhà Phật vì sao chọn cách ăn chay? Vào thời đức Phật Thích-ca Mâu-ni còn tại thế cũng đã khuyên chúng ta ăn chay, chỉ có điều bản thân ngài chưa thực sự ăn chay. Đó là do hoàn cảnh sinh hoạt chưa thể được. Đức Phật là người hết sức từ bi, nên không bao giờ muốn làm phiền người khác. Mỗi ngày đức Phật đi khất thực, người ta ăn món gì thì cúng dường cho ngài món ấy, như vậy là thuận tiện. Nếu như Phật đề xuất [bắt buộc] việc ăn chay, thì mỗi nhà [muốn cúng dường] đều phải chuẩn bị thức ăn chay cho người khất thực. Quý vị nói xem, thật phiền phức biết bao. Đức Phật không muốn tạo thêm sự phiền phức cho người khác. Cho nên mới có sự tùy duyên như vậy.

Chư Phật, Bồ Tát, các bậc tu hành chân chánh thì tùy duyên không có vấn đề gì, vì tâm các ngài từ bi, không có sự phân biệt, vướng chấp. Tâm các ngài thanh tịnh, không bị nhiễm ô. Chúng ta là phàm phu. Tâm ta không thanh tịnh, có thể bị ô nhiễm, cho nên không thể không có sự chọn lựa [món ăn].

Phật giáo Trung quốc thực hành ăn chay khởi đầu từ thời Lương Vũ Đế. Lương Vũ Đế đọc kinh Lăng-già, thấy trong kinh đức Phật khuyến khích các vị Bồ Tát không nên ăn thịt chúng sinh. Nhà vua đọc qua điều này vô cùng xúc động, liền tự mình thực hành ăn chay và khuyến khích người xuất gia đều nên ăn chay. Cho nên, việc vận động ăn chay được bắt đầu như vậy. [Ngày trước,] tín đồ Phật giáo trên toàn thế giới đều không ăn chay, việc ăn chay chỉ có ở Trung quốc.

Trong đạo Phật, người xuất gia trên thế giới cũng không có việc thiêu hương đỉnh đầu. Việc thiêu hương đỉnh đầu chỉ có ở Trung quốc. Đặt viên hương tròn ngay trên đỉnh đầu rồi đốt cháy [thành sẹo] có ý nghĩa gì? Trong kinh đức Phật có nói rằng: "Đốt cháy thân mình, soi sáng người khác." Đó là nói chúng ta phát nguyện vì người khác quên thân mình. Hiểu rõ ý nghĩa đó là được, không phải dạy quý vị phải thực sự đốt cháy thân thể mình.

Thân thể này đốt cháy rồi, quý vị lấy gì để giúp đỡ người khác? Nói theo ngôn ngữ hiện nay thì chư Phật, Bồ Tát đều là phụng sự chúng sinh, vì chúng sinh phục vụ. Quý vị không có được một thân thể khỏe mạnh thì lấy gì để phục vụ?

Nhà Phật nói thiêu thân, đốt ngón tay, đốt cánh tay, đều là muốn nói lên ý nghĩa vì người khác quên mình. Quý vị hiểu sai ý nghĩa này, lại thực sự thiêu đốt thân thể, đốt ngón tay, đốt cánh tay. Như vậy là biến thành người tàn phế, không làm được việc gì nữa. Bồ Tát Quán Thế Âm có hai tay còn chưa đủ, phải cần đến ngàn tay ngàn mắt. Chúng ta có hai cánh tay lại đem thiêu cháy đi, như vậy phải nói thế nào? Là hiểu sai ý nghĩa.

Các bậc tổ sư, đại đức dạy ta thiêu hương trên đỉnh đầu là để chúng ta trong mỗi giây mỗi phút đều luôn ghi nhớ việc đã từng phát nguyện vì người khác quên thân mình. Nhưng có nhiều người thiêu hương như vậy nhiều quá. Chính tôi từng nhìn thấy một vị xuất gia, trên đỉnh đầu đại khái có đến ba, bốn chục vết sẹo thiêu hương. Thiêu hương nhiều đến như vậy nhưng trong lòng tràn đầy ý niệm riêng tư, muốn giành lợi riêng cho mình, luôn cao ngạo, ngã mạn. Vì sao vậy? Vị ấy thiêu hương nhiều, người khác ít hơn, liền đem bản thân mình so với người khác. Như vậy là cao ngạo, ngã mạn, hoàn toàn không hiểu được ý nghĩa của việc thiêu hương.

Cho nên, trên thân thể có thiêu hương hay không cũng không quan trọng, [điều quan trọng là] trong lòng phải luôn ghi nhớ lời Phật răn dạy, thực sự phát tâm phụng sự hết thảy chúng sinh một cách hoàn toàn vô tư, vô điều kiện.

Nhưng việc ăn chay là vô cùng quan trọng, thiết yếu. Ăn

chay là hợp phép dưỡng sinh, dưỡng tâm, dưỡng tính. Theo cách nói hiện nay thì tính là tính khí, cảm xúc. Trong việc ăn chay cũng có những thứ không tốt cho tính tình, đức Phật đều đã loại bỏ ra. Mọi người nên biết, nhà Phật có nói đến năm loại rau [dùng làm gia vị] cay nồng gọi là "ngũ huân". Chữ "huân" có bộ thảo trên đầu (葷), không phải thuộc loại thịt. Có nhiều người nói ăn các món này là ăn thịt, nói vậy là sai. Năm loại thực vật cay nồng này không phải thịt, chúng vẫn thuộc loại rau. Trong nhà Phật gọi thịt là tinh, là hôi tanh, [các loại thực vật cay nồng này là huân, nên ăn chay là tránh cả] huân tinh, [những thứ hôi tanh và cay nồng].

Huân ở đây chỉ năm loại rau, những thứ này mọi người đều biết, đó là hành, hẹ, kiệu, tỏi, tỏi tây (boa-rô). Tỏi tây hay boa-rô ngày trước ở Trung quốc không có, ngày nay thì rất phổ biến, có người cũng gọi là hành tây. Những loại [gia vị cay nồng] này [ăn vào] có ảnh hưởng đến sinh lý. Đối với người không có công phu tu tập, không có công phu an định, có thể bị [chúng kích thích làm] nảy sinh những hệ quả không tốt, cho nên đức Phật dạy phải tránh đi. Năm thứ rau có mùi vị cay nồng này [gọi là ngũ vị tân].

Kinh Lăng Nghiêm cũng nói rất rõ ràng, [những thứ này] ăn sống rất dễ kích thích làm cho người nóng nảy, bồn chồn. Cho nên đức Phật khuyên dạy những người mới học đạo phải biết gìn giữ tâm tính lương thiện hiền hậu. Các món ăn vào có ảnh hưởng đến tâm tính [là như thế].

Ăn chay là gìn giữ được tâm từ bi, vì không ăn thịt chúng sinh. Như vậy thức ăn sạch sẽ tinh khiết, bảo vệ được sinh lý thể chất, bảo vệ tính tình, bảo vệ tâm tánh, thật là một sự lựa chọn tốt đẹp nhất, là phép dưỡng sinh tốt nhất vì nuôi dưỡng được cả thể chất, tính tình, tâm tánh. [Nên quyết định ăn chay là] khôn ngoan, rất có học vấn.

Từ [việc ăn chay] này mà khởi sinh lòng thương yêu bảo

vệ hết thảy chúng sinh, hoan hỷ quan tâm đến hết thảy chúng sinh một cách vô điều kiện, giúp đỡ hết thảy chúng sinh. Tâm Bồ-đề cũng từ đây mà sinh khởi.

Đức Phật thường khuyên chúng ta phát tâm Bồ-đề, nhưng tâm Bồ-đề của chúng ta không biết từ đâu khởi phát? Tâm Bồ-đề phải từ trong tâm thương yêu mà khởi phát, tâm thương yêu đó không kèm theo bất kỳ điều kiện gì. Tâm thương yêu có điều kiện không phải là tâm Bồ-đề. Tâm thương yêu vô điều kiện mới là tâm Bồ-đề.

Tâm thương yêu vô điều kiện thật khó khởi phát. Khó ở điểm nào? Khó vì chúng ta không hiểu rõ được chân tướng của nhân sinh vũ trụ. Nếu quý vị hiểu rõ được thì tâm Bồ-đề sẽ tự nhiên khởi phát.

Thế nào là chân tướng của nhân sinh vũ trụ? Đó là hết thảy chúng sinh trong các pháp giới cùng khắp hư không cũng chính là bản thân mình. Đó là chân tướng. Tôi nói như thế thì mọi người đều hiểu rõ. Trong kinh Phật cũng nói ý nghĩa này thì mọi người nghe qua rất khó thể hội. Trong kinh Phật nói như thế nào? Nói rằng: "Thập phương tam thế Phật, cộng đồng nhất pháp thân." (Ba đời mười phương Phật, cũng đồng một pháp thân.) Câu này vừa mới nghe qua không hiểu rõ được. Tôi đem câu ấy biến hóa đi một chút, thành: "Hết thảy chúng sinh trong các pháp giới cùng khắp hư không cũng chính là bản thân mình." Quý vị thử nghĩ xem, khi nào quý vị thể hội được ý nghĩa câu này, khi nào quý vị thừa nhận, khẳng định được điều này, thì tâm thương yêu của quý vị sẽ tự nhiên khởi phát. Tâm thương yêu đó chính là tâm từ bi bình đẳng, là tâm Bồ-đề chân chính.

Hôm nay thời gian đã hết, chúng ta giảng đến đây thôi.

Bài giảng thứ 39

(Giảng ngày 27 tháng 6 năm 1999 tại Tịnh Tông Học Hội Singapore, file thứ 40, số hồ sơ: 19-012-0040)

Thưa quý vị đồng học, cùng tất cả mọi người.

Câu thứ 19 trong Cảm ứng thiên gồm hai chữ: "Trung hiếu." Hai chữ này trong thực tế là căn bản của sự cảm ứng đức hạnh. Cho nên, chú giải của phần này là đoạn phong phú nhất trong toàn bản văn. Bản sách tôi đang dùng có khác biệt với bản mà quý vị đang có. Bản của tôi [riêng phần chú giải này] có tổng cộng 17 tờ, mỗi tờ 2 trang [là 34 trang], qua đó có thể thấy các bậc cổ đức đối với hai chữ "trung hiếu" cực kỳ xem trọng.

Nói về "trung hiếu", hiếu là căn bản của sự thành kính. Phật pháp được xây dựng trên nền tảng đạo hiếu. Ở Trung quốc từ xưa đến nay, nền giáo dục của Nho gia cũng lấy trung hiếu làm tâm điểm. Cho nên, trong việc học tập thì thế nào gọi là giáo dục? Chỉ hai chữ trung hiếu là đủ rồi. Đó là những phẩm tính không thể không biết đến, cho nên phải học chữ trung, phải tận chữ hiếu. Người xưa dạy rằng: "Làm bầy tôi phải tận trung, làm con phải tận hiếu, đó là lẽ thường của trời, là căn bản giềng mối của người." Phần mở đầu của chú giải là những câu này.

"Làm bầy tôi phải tận trung." Câu này phải dùng ngôn ngữ hiện đại để giải thích. Đức Phật dạy chúng ta "y nghĩa bất y ngữ" (nương theo ý nghĩa, không nương theo câu chữ.) Câu này nói lên ý nghĩa rất hay, quý vị cần hiểu rõ được ý nghĩa trong đó. Vì lời nói, câu chữ tùy theo thời đại mà biến đổi, nhưng ý tứ trong đó là nguyên tắc, là cương lĩnh, nên vĩnh viễn không thay đổi.

Trong quá khứ, vào thời đại phong kiến, "bầy tôi phải tận trung" là nói những kẻ phò vua phải tận trung với vua. Theo ngôn ngữ hiện đại mà nói thì thuộc cấp phải tận trung với người lãnh đạo. Ý nghĩa này suy rộng ra là những ai vì nhân dân phục vụ đều phải tận trung. Ý nghĩa này thì quý vị càng hiểu rõ hơn. Chúng ta phục vụ là có đối tượng để phục vụ. Đối tượng đó là ai? Đối tượng đó là nhân dân. Chúng ta vì nhân dân phục vụ, vì hết thảy chúng sinh phục vụ, phải biết tận trung.

"Làm con phải tận hiếu." Câu này rất dễ hiểu. Muốn tận trung phải dựa vào tận hiếu làm căn bản. Nếu có người không thấu hiểu được đạo hiếu thì người ấy làm sao có thể tận trung? Cho nên, hiếu là "lẽ thường của trời, là căn bản giềng mối của người".

Lòng trung là ý nghĩa lớn trong đạo làm người. Quý vị xem chữ viết của Trung quốc, chữ trung (忠) là [gồm hai chữ] trung (中) và tâm (心), nên tâm của quý vị phải chân chánh ngay thẳng, phải ở giữa, không được thiên lệch [sang hai bên], không được tà vạy [cong quẹo].

Người xưa vì chúng ta giải thích đó là "thành kính", thành kính là tướng mạo bên ngoài. Cũng nói: "Không khởi sinh ý niệm nào, đó gọi là thành." Do đó ta có thể hiểu được, "trung tâm" (tâm chân chánh ngay thẳng) cũng là "nhất tâm". [Phân tán thành] hai tâm là không còn chân chánh ngay thẳng, tâm phân tán là đã có thiên lệch.

Tâm chân chánh thì không khởi sinh bất kỳ ý niệm nào. Khởi sinh bất kỳ ý niệm nào thì tâm không còn chân chánh ngay thẳng. Do đó có thể biết rằng, chữ trung này là sự thành kính hết mức. Chân thành cung kính đến mức cùng cực, đó gọi là trung. Nền giáo dục của Nho giáo, của Phật giáo đều dạy như vậy. Đó là lẽ thường của trời. Thường ở đây là đạo thường, thường còn không biến đổi. Trong Phật pháp thì đó là sự thường tồn của tánh pháp, pháp vốn luôn như vậy. Người có thể giữ theo đạo thường, đó gọi là Phật, đó gọi là Bồ Tát. Đánh mất đạo thường, trái ngược với đạo thường, đó gọi là chúng sinh, gọi là phàm phu. Có thể thấy rằng, thánh hay phàm đều từ một chỗ này mà khởi lên ý niệm sai biệt.

"Căn bản giềng mối của người", đó là căn bản làm người. Nói cách khác, hai chữ trung hiếu này nếu chưa làm được thì giềng mối căn bản của người đã mất, cho dù vẫn mang hình trạng như người, vẫn có hình dáng con người, nhưng trong thực tế kẻ ấy có phải là người hay chăng? Thật không phải người, chỉ đội lốt người mà thôi.

Đại sư Thiên Thai giảng kinh Pháp Hoa, đem mười pháp giới giảng rộng thành "bách giới, thiên như" (một trăm cảnh giới, một ngàn như thị). Một trăm cảnh giới đó từ đâu mà có? Trong mỗi một pháp giới đều có đủ mười pháp giới. Ví dụ như ta đang sống trong pháp giới người, trong pháp giới người này lại có Phật trong cõi người. Thế nào là Phật trong cõi người? Đối với hai chữ "trung hiếu" đều làm được trọn vẹn, đầy đủ, không mảy may khiếm khuyết, đó là Phật trong cõi người. Bồ Tát trong cõi người thì đối với hai chữ "trung hiếu" chỉ làm được năm phần trở lên, chưa được trọn vẹn. Đó là Bồ Tát trong cõi người, là Duyên giác, Thanh văn trong cõi người.

Hai chữ "trung hiếu" này, mười phần thực hiện được một, hai phần, đó gọi là người trong cõi người, mới đáng xem là người. Có thể làm được bốn, năm phần thì đó là chư thiên trong cõi người. Nếu như không làm được, hoặc làm trái ngược, thì đó là súc sinh, là ngạ quỷ trong cõi người. Hoàn toàn trái ngược với trung hiếu, hết sức ngỗ nghịch [với cha mẹ], đánh mất đạo hiếu, đó là địa ngục trong cõi người.

[Trong mười pháp giới,] mỗi một pháp giới đều có đủ mười pháp giới, cho nên cả thảy là một trăm pháp giới. Mỗi một pháp giới này lại đều có đủ mười như thị, cho nên gọi là "bách giới, thiên như" (một trăm cảnh giới, một ngàn như thị).

"Bách giới thiên như" nói lên một nguyên tắc, một chân tướng sự thật. Ví như mở rộng lần nữa, trong một trăm pháp giới, mỗi pháp giới đều có mười pháp giới, vậy là có đến ngàn pháp giới. Cho nên, [cứ tiếp tục mở rộng như vậy thì] số pháp giới là vô lượng vô biên.

Pháp giới từ đâu mà có? Từ trong vọng tưởng, phân biệt, vướng chấp của chúng ta mà biến hiện khởi sinh, vô lượng vô biên pháp giới, biến ảo khôn cùng. Nhưng trong sự biến ảo đó có một nguyên tắc bất biến. Nguyên tắc đó chính là trung hiếu. Cho nên, trong Cảm ứng thiên, phần chú giải hai chữ "trung hiếu" chiếm số trang rất lớn. Đó là sự từ bi, thương yêu bảo hộ của chư vị đại đức thuở xưa, chỉ sợ chúng ta đối với hai chữ "trung hiếu" này nhận thức không được rõ ràng.

Học vấn thế gian hay xuất thế gian, có thể thành tựu hay không, điểm mấu chốt đều nằm ở hai chữ này. Tu hành có thể chứng quả hay không, điểm mấu chốt cũng ở hai chữ này. Quý vị nói xem, thật trọng yếu biết bao!

Phần chú giải bên dưới có mấy câu, chúng ta hãy đọc qua, ý tứ sâu rộng vô cùng: "Ví như làm bề tôi bất trung thì vua mong đợi gì ở bề tôi? Làm con bất hiếu thì cha [mẹ] mong đợi gì ở con? Súc sinh cầm thú còn không như vậy, sao có thể gọi là người?"

Mấy câu này, người thời nay nghe qua ắt sẽ lắc đầu, nghe qua không chịu được. Người thời nay không cho những điều đó là đúng, cho là đã lạc hậu rồi, rằng đó là văn hóa cũ, cần phải đào thải. Chính những kẻ mang quan niệm [xem thường trung hiếu] như vậy, có hành vi như vậy, nên mới chiêu cảm tai nạn lớn lao đến với thế gian này. Người hiểu rõ được về trung hiếu, hiểu rõ được ý nghĩa này, hiểu rõ được chân tướng sự thật, chẳng những không dám làm điều sai trái xằng bậy, cho đến một ý niệm suy tưởng tà vạy cũng không chấp nhận, có chỗ nào để tạo thành nghiệp? Huống chi lại tạo tội nghiệp cực trọng [là bất hiếu bất trung]?

Ý nghĩa này quý vị đồng học phải suy đi ngẫm lại nhiều lần, quan sát nhiều lần, lưu tâm nhận hiểu kỹ, sau đó mới biết được những lời răn dạy của thánh nhân là hết sức chân chánh, hết sức tốt đẹp. Chúng ta tuyệt đối không được mê mờ theo thế tục. Mê theo thế tục sẽ chiêu cảm quả báo khổ não không cùng tận.

Quý vị đã biết, có rất nhiều lời tiên tri cổ xưa cũng như hiện nay, trong nước cũng như ngoài nước, đều tập trung nói về thời đại này, đều nói rằng thế gian này sẽ có tai kiếp. Chúng ta là người học Phật, không tin vào những lời tiên tri. Người học Phật chỉ tin vào nhân quả. Nhân như thế, quả như thế, thọ báo như thế. Đức Phật không nói lời tiên tri, ngài nói về nhân quả. Người làm thiện nhất định được quả thiện, người làm ác nhất định phải chịu quả báo ác. Nhân quả báo ứng không mảy may sai lệch.

Trung hiếu là hiền thiện, là căn bản quan trọng của hiền thiện. Những chữ này không thể không giảng nhiều, vì cần phải nhận hiểu thật rõ ràng. Hai chữ trung hiếu, trong nguyên tắc chế tác chữ viết của Trung quốc thì đều thuộc loại hội ý, theo đó chữ viết là một ký hiệu để nhận biết, biểu trưng ý nghĩa. Quý vị nhìn thấy ký hiệu ấy thì hiểu được ý nghĩa hàm chứa trong đó. Cho nên, chữ trung (忠) gồm hai chữ trung (中), tâm (心), [là đặt tâm ở giữa,] không thiên lệch nghiêng ngả, [hàm ý] dạy chúng ta biết phải dụng tâm như thế nào. Ở giữa là chân tâm, thiên lệch là vọng tâm, chữ này [hàm nghĩa] dạy chúng ta phải dùng chân tâm. Chư Phật, Bồ Tát dùng chân tâm. Các vị thanh văn, duyên giác dùng tâm tương tự như chân tâm, chưa đạt đến mức thuần chân. Phàm phu trong sáu đường đều dùng vọng tâm, không chân thật. Cho nên, ý nghĩa này hết sức sâu xa.

Chữ hiếu [hàm nghĩa] dạy chúng ta thể hội chân tướng sự thật. Chân tướng sự thật có hình dạng thế nào? Chúng ta xem hình dạng chữ hiếu (孝), phần trên là chữ lão (老), phần dưới là chữ tử (子), ý nghĩa hàm chứa trong đó nói với chúng ta rất rõ ràng. Thế hệ trước và thế hệ sau hợp nhất một thể, đó là hiếu. Thế hệ trước với thế hệ sau chia rẽ, đó là bất hiếu. Từ ý nghĩa này suy rộng ra, thế hệ trước vẫn còn thế hệ trước nữa, đi sâu vào quá khứ không có khởi đầu. Thế hệ sau vẫn còn thế hệ sau nữa, tương lai không cùng tận. Không có khởi đầu, không có kết thúc, đó là một thể.

Đó là hiện tượng gì? Chẳng phải là trong kinh điển đức Phật đã dạy chúng ta về tự tánh, pháp thân đó sao? Trong kinh điển Đại thừa thường nói: "Thập phương tam thế Phật, cộng đồng nhất pháp thân." (Ba đời mười phương Phật, đều cùng một pháp thân.) Đây là chú giải hay nhất cho chữ này. Chữ hiếu có ý nghĩa gì? Đó là "Ba đời mười phương Phật, đều cùng một pháp thân." Cho nên tôi thường nói: "Hết thảy chúng sinh trong pháp giới cùng khắp hư không đều là chính bản thân mình." Đó là chữ hiếu.

Một ký hiệu [như chữ hiếu (孝)] nói rõ được chân tướng của vũ trụ nhân sinh. Thấu hiểu, sáng tỏ được chân tướng ấy là quý vị nhận thức được hiếu đạo.

Hai chữ [trung hiếu] cùng hợp lại là Phật pháp viên mãn, trọn vẹn đầy đủ. Hết thảy kinh điển đức Phật Thích-ca thuyết giảng trong 49 năm nói lên điều gì? Chỉ hai chữ trung hiếu này thôi. Không chỉ là hết thảy các pháp đức Thế Tôn thuyết giảng đều không xa lìa hai chữ này, cho đến Pháp tạng vô tận mà chư Phật ba đời mười phương thuyết giảng, cũng chỉ là hai chữ này thôi. Hai chữ này làm sao nói hết được? [Ví như] chư Phật Như Lai cùng lúc thuyết giảng, cùng nhau thuyết giảng, thuyết giảng trong vô lượng kiếp, vẫn không nói hết được hai chữ này.

Chúng ta đối với phần ý nghĩa cạn cợt thô thiển của hai chữ này còn không hiểu nổi, nên chẳng lạ gì công phu tu học không hiệu quả, học kinh nghe pháp không thể khai ngộ.

Học kinh nghe pháp không thể khai ngộ, đó là đối với hai chữ này không nhận thức được. Tu hành, niệm Phật, công phu không hiệu quả, đó là đối với ý nghĩa của hai chữ này không làm được một mảy may nào. Cho nên, nhận thức được hai chữ này, quý vị sẽ khai ngộ. Thực hành được ý nghĩa hai chữ này, quý vị có thể tu hành chứng quả. Vì thế, đối với hai chữ này chúng ta cũng phải dành nhiều thời gian hơn để giảng giải, giới thiệu với quý vị đồng tu. Trong thực tế, những gì tôi hiểu được cũng không nhiều, tôi chỉ thể hội mấy phần, cũng chỉ làm được đến một, hai phần mà thôi.

Phần chú giải nói tiếp: "Con người dù đáng sinh về cõi tiên, cũng phải trải qua rất nhiều năm. Chỉ riêng với người chí trung chí hiếu thì hôm nay qua đời, ngày mai đã sinh về cõi trời. Người ta biết rằng trung hiếu là tiết hạnh quan trọng của kẻ bầy tôi, con cái, nhưng đâu biết rằng đó còn là gốc của sự siêu độ."

Câu này rất hay, rất đúng, không sai. Đó là nói việc gì? Nói về sự tu hành. Cảm ứng thiên là bản văn của Đạo giáo. Mục tiêu sự tu hành của Đạo giáo là sinh về cõi trời, được lên sống cùng các bậc thần tiên, cũng rất khó đạt được. Sinh về cõi trời không phải chuyện đơn giản. Trong Phật pháp dạy rằng [muốn sinh về] các cõi trời Dục giới thì phải tu mười nghiệp lành, bốn tâm vô lượng. [Muốn sinh về] các cõi trời thuộc Sắc giới còn phải tu tứ thiền, bát định. Nhưng người đời nếu có thể tận trung tận hiếu, không cần phải tu hành, sau khi chết tự nhiên được sinh về cõi trời. Lời này là đúng thật. Người chí trung chí hiếu, sinh về cõi trời cũng có phẩm vị cao.

Nói cách khác, nếu là người bất trung bất hiếu, dù có tu

mười nghiệp lành, bốn tâm vô lượng, cũng không thể sinh về cõi trời. Cùng một ý nghĩa như vậy, người bất trung bất hiếu, dù niệm Phật cũng không thể vãng sinh về thế giới Cực Lạc. Quý vị ở Niệm Phật Đường thành tâm thành ý niệm Phật, mỗi ngày niệm đến mười vạn câu Phật hiệu, [nếu bất trung bất hiếu] như vậy vẫn không thể vãng sinh.

Cho nên, hai chữ trung hiếu không chỉ là căn bản làm người, mà cũng là căn bản cực kỳ quan trọng của việc tu hành, nhất định không thể sơ sót bỏ qua. Đối với hai chữ trung hiếu này, chúng ta cần phải dành nhiều thời gian nghiên cứu thảo luận.

Bài giảng thứ 40

(Giảng ngày 28 tháng 6 năm 1999 tại Tịnh Tông Học Hội Singapore, file thứ 41, số hồ sơ: 19-012-0041)

Thưa quý vị đồng học, cùng tất cả mọi người.

Hôm qua đã giảng đến phần về "trung hiếu". Hai chữ trung hiếu này, bất kể là xét từ góc độ văn hóa vốn có của Trung quốc hay từ góc độ Phật pháp Đại thừa, đều thuộc về cái học nuôi tâm dưỡng tính. Hai chữ trung hiếu (中孝) này, trong sáu cách chế tác chữ viết của Trung quốc (lục thư) thì thuộc vào loại chữ hội ý, có nghĩa là khi nhìn vào hình dạng chữ ta có thể thấy được ý nghĩa hàm chứa trong đó.

Ý nghĩa của chữ tâm rất khó nhận hiểu rõ. Trong kinh Lăng Nghiêm mọi người đều đã thấy, trong đoạn mở đầu đức Thế Tôn đã hỏi ngài A-nan tâm ở tại đâu? Hoàn toàn không nói rõ chân tâm hay vọng tâm, ngài A-nan so với chúng ta thông minh hơn nhiều, đã nêu ra bảy vị trí của tâm, nhưng đều bị đức Thế Tôn bác bỏ.

Đoạn kinh văn này rất dài, người xưa phân chia thành "thất xứ trưng tâm" (nêu tâm ở bảy nơi). Lại cũng có người phân chia thành "thất phiên phá xứ" (bảy phen phá chỗ [sai lầm]). Phân chia như vậy đều có ý nghĩa.

Tâm chẳng những không thể tìm thấy được, mà đối với tâm thậm chí cũng không có cách gì nghĩ tưởng ra. Cho nên, trong kinh Phật thường dùng 8 chữ để hình dung tâm là: "Bất khả tư nghị, tâm hành xứ diệt." (Không thể nghĩ bàn, dứt hết mọi ý niệm.) Tám chữ này có thể nói lên được một phần nào đó tương tự với tâm.

Nhà Nho, nhà Phật nói đến tâm đều là nói chân tâm, đều

là nói về bản tánh. Chân tâm, bản tánh biến hiện khắp mọi nơi, nên trong Phật pháp nói rằng tâm bao trùm khắp cả hư không.

Kinh Lăng Nghiêm đặc biệt giảng đến mức thấu triệt: Hết thảy chúng sinh trong các pháp giới cùng khắp hư không đều "duy tâm sở hiện" (chỉ do tâm hiển hiện). Cho nên, tâm có khả năng biến hiện, mà hết thảy chúng sinh trong các pháp giới cùng khắp hư không đều là đối tượng do tâm biến hiện ra. Cũng giống như khi ta nằm mộng.

Chúng ta ai cũng từng trải qua kinh nghiệm nằm mộng. Trong mộng cũng có hư không, cũng có pháp giới, cũng có hết thảy chúng sinh, [tất cả những thứ ấy] từ đâu hiện đến? Người đời hiện nay nói rằng đó là do trong tâm ý thức biến hiện thành cảnh mộng. Nói như vậy không sai. [Nhưng] tâm ý thức đó là vọng tâm, trong Phật pháp gọi là thức [thứ sáu] hay ý thức, biến hiện ra những cảnh trong mộng. Còn đối với hoàn cảnh thực tại của chúng ta, đối với thực tại chúng sinh đó đây trong các pháp giới cùng khắp hư không, thì mấy ai biết được đó chính là những thứ do chân tâm, bản tánh của chúng ta biến hiện? Điều này không ai hiểu được.

Tâm không có hình tướng, nhưng tâm có khả năng hiện ra hình tướng. Tâm khởi lên tác dụng thì có khả năng đem hết thảy các hiện tượng như vậy mà tùy tiện xoay vần biến hóa. Cho nên mới nói, do thức biến hiện mà có y báo, chánh báo trang nghiêm của mười pháp giới. Thức là gì? Thức là ý niệm. Ý niệm là tác dụng của tâm. Tâm khởi lên tác dụng thì gọi là ý niệm.

Chữ niệm cũng thuộc loại chữ hội ý. Quý vị xem trong chữ viết của Trung quốc, chữ niệm (念) gồm chữ kim (今) [ở trên] và chữ tâm (心) [ở dưới], có nghĩa là "tâm hiện nay" của quý vị. Tâm hiện nay của quý vị đang động [mới có ý niệm]. Cho nên, đức Phật dạy: "Nhất thiết pháp tùng tâm tưởng sinh." (Hết thảy các pháp đều từ tâm tưởng sinh ra.) Tâm tưởng ở đây cũng chính là ý niệm.

Tâm khởi lên tác dụng, làm thế nào vận dụng tác dụng ấy một cách hoàn toàn chân chánh? Cách vận dụng tâm của các bậc thánh nhân ở thế gian cũng như xuất thế gian đều hoàn toàn chân chánh. Chư Phật, Bồ Tát cũng vận dụng tâm hoàn toàn chân chánh. Hoàn toàn chân chánh cũng chính là đức trung. Bên trên chữ tâm (心) nếu không thêm bất kỳ chữ nào khác thì đó là biểu hiện chính xác của tâm. Nếu có thêm chữ khác, đó là biểu thị tác dụng của tâm. Chữ trung (忠) [gồm có chữ trung (中) nằm phía trên chữ tâm (心) nên] biểu thị cách vận dụng [tâm] chân chánh, không có bất kỳ lỗi lầm, sai trái nào, đó gọi là trung (忠). Chúng ta cần phải hiểu rõ. Cho nên, ý nghĩa này thật sâu rộng vô cùng.

Trong sách Đại Học của Nho gia dạy người phải "thành ý, chánh tâm". Thành ý là bản thể của tâm, chánh tâm là tác dụng của tâm. Phải dùng tâm một cách chân chánh. Chân chánh đó là trung. Chỉ có điều, chúng ta hiện nay đều là phàm phu, đâu nhận biết được tâm?

Thiền tông có câu nói rất hay: "Đối với người nhận biết được tâm, thế giới này không một tấc đất." Chư Phật Như Lai dạy bảo chúng ta không gì khác hơn là nhận biết được tâm. Nhận biết được tâm thì quý vị đã thành Phật rồi. Do đó có thể biết rằng, trừ ra chư Phật, Bồ Tát, không ai khác có thể nhận biết được tâm. Các vị thanh văn, duyên giác chưa hề "minh tâm kiến tánh" (sáng rõ được tâm, thấy được tự tánh). Nói cách khác, các vị này vẫn còn chưa nhận biết được tâm, huống chi những người tu hành còn thấp hơn nữa.

Tâm khởi lên tác dụng, thành ra tư tưởng, thành ra kiến giải. Những tư tưởng, kiến giải đó đều là sai lầm. Sai lầm ở chỗ nào? Nhà Phật dạy rằng, [những tư tưởng, kiến giải đó đều đã bị] chướng ngại bởi vô minh, bị khuấy động bởi phiền não. Đạo Phật nói như vậy, Nho gia cũng nói như vậy. Cho nên, đạo Phật, đạo Nho khi bàn đến việc tu hành đều nói trước hết phải dứt trừ phiền não, sau đó mới khai mở được trí tuệ. Trí tuệ khai mở rồi, quý vị mới nhận biết được tâm. Cương lĩnh tiết mục của nền giáo dục Nho giáo cũng nói như vậy, đó là "cách vật trí tri" (quan sát đối tượng để đạt đến sự hiểu biết). Hai chữ "cách vật" (quan sát đối tượng) thật trọng yếu biết bao! Chúng ta ngày nay công phu tu học không đạt hiệu quả, chính vì không từ chỗ này hạ thủ công phu, khởi sự tu tập, không làm gì cả.

Chữ vật [trong "cách vật"] đó là gì? Là tham muốn dục vọng, là vật dục. Hết thảy chúng sinh đối với vật dục đều tham luyến, vướng chấp sâu sắc. Quả báo của sự tham muốn đó là đời đời kiếp kiếp tạo thành luân hồi, tạo thành ba đường ác.

Cho nên, quý vị tu hành nếu muốn thành tựu thì phải buông xả năm dục sáu trần cho hết sạch, như vậy mới có lối thoát. Không chỉ là không được tham muốn các pháp thế gian, cho đến pháp Phật cũng không được tham muốn. Kinh Kim Cang nói rất rõ ràng: "Pháp thượng ưng xả hà huống phi pháp." (Pháp còn phải buông xả, huống chi những gì không phải pháp.)

Chúng ta thử nghĩ xem, vì sao bản thân mình [tu hành] không thể thành tựu? Vì sao vẫn tạo nghiệp địa ngục? Có nhiều người học Phật tạo nghiệp địa ngục, tôi đã nhìn thấy rất nhiều. Hiện nay tạo nghiệp địa ngục, tương lai nhất định phải chịu quả báo trong địa ngục. Không biết được quả báo là đáng sợ nên mới dám tạo nghiệp, nên khởi tâm động niệm đều nghĩ việc riêng tư, giành lợi riêng cho mình, khởi tâm động niệm đều lừa dối chúng sinh, lừa dối Phật, Bồ Tát. Đó gọi là dối mình dối người. Người như vậy dùng tâm gì [để tu tập]? Dùng tâm như vậy [tu tập] làm sao có thể thành tựu?

Dùng tâm như thế mà làm việc tốt thì cũng có quả báo. Quả báo tại đâu? Quả báo [đi vào] trong ba đường, sáu nẻo mà nhận lãnh.

Nếu như không giữ trọn năm giới và mười nghiệp lành. Nói thật ra, người giữ trọn năm giới và mười nghiệp lành không nhiều. Trước hết là không thành thật. Trong năm giới có giới không nói dối. Trong mười nghiệp lành cũng dạy không nói dối, không nói lời ác độc, không nói hai lưỡi, không nói lời trau chuốt vô nghĩa. Chúng ta tự nghĩ xem bản thân mình có phạm vào [nói dối] hay không? Nếu có, kinh Địa Tạng đã nói rất rõ ràng, quý vị làm sao tránh khỏi địa ngục kéo lưỡi? Không cần nói đến việc thực sự nói dối, chỉ cần khởi lên ý niệm gian dối là đã tạo nghiệp rồi. Điều này từ trước chúng ta đã đọc qua không ít, nhưng khởi tâm động niệm vẫn đang tạo nghiệp. Tự thân mình nếu muốn được quả báo tốt đẹp thì đâu có chuyện như thế?

Trước đây khi tôi thuyết giảng ở Houston (Texas), có gặp Thái lão cư sĩ, con trai của Lão cư sĩ Thái Niệm Sinh, cùng dùng cơm với nhau, bàn đến việc vì sao tu học không thể thành tựu, ông nói một câu rất hay: "Người công phu tu tập không thể thành tựu, nguyên do là không biết xấu hổ." Tôi nghe qua rồi suy ngẫm câu này rất sâu. Quả thật là do không biết xấu hổ. Nho gia nói: "Biết xấu hổ là gần đạt đức dũng." Dũng là tinh tấn không lười nhác. Vì sao không thể tinh tấn? Vì không biết xấu hổ.

Hôm đó chúng tôi trò chuyện cũng đi đến một kết luận cụ thể, hy vọng có thể vận động thúc đẩy khuynh hướng "biết xấu hổ". Tôi còn nghĩ đến việc hình thành một học hội "biết xấu hổ". Biết xấu hổ chính là nền tảng căn bản của các bậc thánh hiền thế gian cũng như xuất thế gian. Bồ Tát biết xấu hổ, nhờ đó các ngài có thể thành Phật. Thanh văn, duyên giác biết xấu hổ, nhờ đó các ngài có thể tinh tấn.

Thế nào gọi là biết xấu hổ? Tự thấy mình không [thành tựu] bằng người khác là đáng xấu hổ. Phải dựa theo người nào làm tiêu chuẩn [so sánh]? Phải lấy chư Phật, Bồ Tát làm tiêu chuẩn [so sánh]. Chúng ta mỗi mỗi đều không sánh bằng chư Phật, Bồ Tát, đó là điều rất đáng xấu hổ. Phải hướng theo chư Phật, Bồ Tát mà học tập. Chư Phật, Bồ Tát thân tâm đều thanh tịnh, hết thảy các pháp thế gian cũng như xuất thế gian đều buông bỏ hết sạch. Các ngài có thể làm được như vậy, chúng ta vì sao không làm được? Chúng ta vì sao vẫn cứ tham lam, vướng mắc, vẫn cứ liều mạng mưu cầu [đủ thứ]? Thật sai trái!

Phật pháp dạy về cách dụng tâm đều khuyên người phát tâm Bồ-đề. Trong tâm Bồ-đề thì giảng về tâm ngay thẳng, tâm chí thành. Đó là hiếu. Tâm chân thành hết mức, đó là chân tâm, đó là bản tánh, là bản thể của tâm Bồ-đề. Tâm tánh khởi lên tác dụng liền có phần đối với tự thân, có phần đối với người khác. Đối với tự thân là tâm sâu vững. Tâm sâu vững là tâm tự làm lợi ích cho mình. Đối với người khác là tâm đại bi. Tâm đại từ bi là tâm làm lợi ích cho người khác. Cho nên, tâm sâu vững với tâm đại bi đều là ý nghĩa của chữ trung. Tâm của quý vị khởi lên tác dụng [sâu vững, từ bi] như vậy là đúng, là hoàn toàn chân chánh không tà vạy. Thế nào gọi là tâm sâu vững? Bậc cổ đức giải thích là "hiếu đức hiếu thiện" (yêu thích đức độ, hiền thiện). Cách giải thích này không sai, đó là tâm yêu thích đức độ, hiền thiện.

Thế nào gọi là đức độ? Phần trước đã giảng qua, giữ gìn tâm là đức. Giữ gìn tâm nào? Chúng tôi đem những lời răn dạy của các bậc thánh hiền thế gian cũng như xuất thế gian gom lại thành 10 chữ: "chân thành, thanh tịnh, bình đẳng, chánh giác, từ bi". Trong tâm thường gìn giữ [những phẩm tính] như 10 chữ này thì đó là tâm sâu vững, đó là tự mình được lợi lạc. Quý vị nếu thường giữ gìn theo 10 chữ này thì tự nhiên được khỏe mạnh sống lâu, tâm tư tình cảm luôn vui thích khoan khoái, người thế gian gọi là được hạnh phúc mỹ mãn, biểu hiện rõ ra bên ngoài. Bao nhiêu lo âu, phiền não, tội nghiệp của quý vị cũng có thể được tiêu trừ.

Nếu như trái ngược với [những phẩm tính trong] 10 chữ này, đó là quý vị tạo nghiệp, quý vị không thể lìa khỏi phiền não, không thể lìa khỏi lo âu, không thể lìa xa nghiệp ác. Tâm giữ theo được 10 chữ này, đó là có đức độ. Phần trước đã giảng qua về "tích đức [lũy công]". Mỗi một ý niệm đều không quên 10 chữ này, đó là "tích đức", khởi tâm đại bi làm lợi lạc người khác, đó là "lũy công".

Nếu quý vị thật có tích đức, thì đức biểu hiện ở đâu? Biểu hiện ra bên ngoài qua hình tướng của quý vị. Người xưa gọi đó là: "Thành ư trung nhi hình ư ngoại." (Trong lòng chân thành thì biểu hiện ra hình tướng bên ngoài.) Tướng mạo, hành vi, thái độ của quý vị sẽ biểu hiện hoàn toàn [những phẩm tính trong] 10 chữ này ra bên ngoài, trên vẻ mặt của quý vị. Phật pháp dạy rằng: "Lục căn môn đầu phóng quang động địa." (Từ cửa ngõ sáu căn phóng xuất hào quang chấn động cõi đất.) Điều gì phóng xuất hào quang? Là [những phẩm tính trong] 10 chữ này phóng xuất hào quang. "Chấn động cõi đất" là nói việc làm cảm động người khác.

[Giữ theo 10 chữ này thì] tướng mạo, ngôn ngữ, hành vi, cử chỉ của quý vị tự nhiên hiển lộ ra bên ngoài các phẩm tính "nhìn thấu, buông hết, tự tại, tùy duyên". Tám chữ này cũng là phóng xuất hào quang chấn động cõi đất. Tu tập thêm pháp niệm Phật nữa thì đó là không thể nghĩ bàn. Như vậy mới đạt đến cứu cánh viên mãn, rốt ráo trọn vẹn.

Đối với 10 chữ này, tôi nghĩ quý đồng học mỗi người đều thấu hiểu hết sức rõ ràng, đều có thể nói ra rành mạch. Chỉ có điều là không hề ghi khắc trong tâm, không đem áp dụng trong hành vi ứng xử, do đó mà công phu vẫn luôn không đạt hiệu quả, vẫn luôn tạo nghiệp luân chuyển sáu đường. Nói sáu đường là [nhẹ đi] cho dễ nghe, chứ trong thực tế đó là tạo nghiệp đi vào ba đường ác, vậy thì thành tựu được gì?

Về việc chúng ta học Phật trong những năm gần đây, ngày hôm kia đại sứ Trần có hỏi tôi rằng cương lĩnh tu tập hiện nay là gì. Tôi bảo ông ta là chúng ta có cương lĩnh chung gồm tám chữ: "Học vi nhân sư, hành vi thế phạm." (Học để làm thầy người khác, hành động để nêu gương cho đời.) Còn mục đích [cụ thể của việc học Phật] là "tri ân báo ân" (biết ơn, đền ơn), đưa việc "biết ơn, đền ơn" này vào thực tiễn đời sống.

Người học Phật chúng ta ngoài miệng luôn nói đến việc biết ơn đền ơn, mỗi ngày đều tụng niệm [lời nguyện] "trên đền bốn ơn nặng, dưới cứu khổ ba đường", nhưng bốn ơn nặng là gì thì không biết! Cha mẹ đối với ta có ơn gì? Thầy cô có ơn gì? Đất nước, xã hội có ơn gì? Hết thảy chúng sinh đối với ta có ơn gì? Mấy ai biết được những điều này? Không biết thì thật đáng xấu hổ. Biết mà không làm được cũng thật đáng xấu hổ. Cần phải thực sự nhận biết, hiểu rõ những điều đó.

Phật pháp dạy chúng ta [tu học] phải đủ các bước "tín, giải, hành, chứng" (tin nhận, hiểu rõ, thực hành, chứng đắc). Quý vị vì sao không làm được? Chỉ vì quý vị không hiểu rõ, không nhận thức được thấu suốt. Nếu quý vị hiểu rõ thấu suốt, nhất định sẽ làm được, không cần người khác khích lệ, không cần người khác cưỡng ép, chỉ tự mình tự động làm được.

Cũng có khi [quý vị] hiểu nhưng không hiểu được sâu, không hiểu được thấu suốt. Vì sao có trường hợp này? Vẫn chỉ là một câu đã nói, là do không ham học, không chịu học, như vậy thì hết cách!

Ai là người có thể học hỏi thấu đáo? Là người ham học, mới có thể học hỏi thấu đáo. Năm xưa tôi ở Đài Trung, gần gũi Lý lão sư, vào lúc ấy còn chưa xuất gia. Tôi gần gũi thầy Lý được một năm ba tháng, sau đó sang Đài Bắc xuất gia.

Lúc ấy, Lý lão sư đã ở Đài Trung được mười năm, người theo học có đến mười mấy vạn người. Thầy hết sức cảm khái nói với đồ chúng một câu rằng: "Các ông theo tôi mười mấy năm nay chẳng học được gì cả, người học được thì đã đi rồi."

Các bạn đồng học liền đến Đài Bắc tìm tôi, hỏi: "Lý lão sư nói ông là người học được pháp của thầy, vậy ông đã học được những gì?" Tôi đáp: "Lão sư không đặc biệt dạy riêng tôi, mỗi lúc vào học chẳng phải tôi vẫn học chung với mọi người đó sao?" Đó là lời chân thật. Lão sư xưa nay chưa từng có sự dạy dỗ đặc biệt riêng tôi, vì sao tôi có thể học được mà quý vị không thể học được? Vì tôi có lưu tâm, quý vị không lưu tâm. Tôi muốn học, chịu học, còn quý vị tuy mỗi ngày đều đến lớp ngồi, nghe được nhiều hơn tôi, có cơ hội nhiều hơn tôi, nhưng quý vị nghe rồi như gió thoảng qua tai, quý vị nghe rồi không hề ghi nhớ trong lòng. Cho nên, nếu không chịu học thì dù mỗi ngày kề cận bên thầy, trọn đời rồi cũng vẫn tạo nghiệp địa ngục, tạo nghiệp ba đường ác. Như vậy thật đáng tiếc vô cùng.

Hôm nay chúng ta xem xét đến hai chữ "trung hiếu", cảm xúc của tôi thật vô cùng sâu sắc. Đoạn chú giải [của hai chữ này] cũng rất dài, có đến hơn 30 trang, hy vọng quý vị xem qua thật kỹ, xem rồi lại đến nghe tôi giảng giải.

Nếu thực sự chịu học, vui thích mà học, nỗ lực học tập thì quý vị nhất định sẽ được lợi ích. Lợi ích ấy không chỉ trong một đời, mà nhất định còn được vãng sinh, tâm không thối chuyển, tiến tới thành tựu quả Phật.

Hôm nay thời gian đã hết, chúng ta giảng đến đây thôi.

Bài giảng thứ 41

(Giảng ngày 29 tháng 6 năm 1999 tại Tịnh Tông Học Hội Singapore, file thứ 42, số hồ sơ: 19-012-0042)

Thưa quý vị đồng học, cùng tất cả mọi người.

Sách Vị biên giảng về chữ trung, trong phần chú giải có tổng cộng 43 điều, đại đa số đều là nêu lên các trường hợp điển hình tận trung của nhiều thành phần xã hội khác nhau qua các thời đại để chúng ta tham khảo, học tập. Đối với người tu hành, học Phật thì phải tận trung như thế nào? Tận hiếu như thế nào? Đối với hai chữ trung hiếu phải có cách nhìn nhận như thế nào?

Phần trước đã nói qua với quý vị, hai chữ "trung hiếu" này đều thuộc loại chữ hội ý, chúng ta từ nơi hình dạng chữ viết phải nhận hiểu được ý nghĩa chân thật hàm chứa trong đó.

Hình dạng của chữ trung (忠) chính là chữ trung (中) ở trên và chữ tâm (心) ở dưới. Đó là nói tâm khởi lên tác dụng phải giữ được ở mức trung đạo. Đạo Phật dạy rằng, trung đạo là chân lý cao nhất. Nhà Nho thì nói về trung dung. Cho nên, phải thấu hiểu rõ ràng về việc vận dụng ở mức trung, tức là ở giữa, ở mức vừa phải. [Người được như vậy,] ở giữa thế gian là bậc thánh hiền, trong Phật pháp là Phật, Bồ Tát.

Các bậc thánh nhân ở thế gian cũng như xuất thế gian đều thấu hiểu rõ ràng việc dụng [tâm] ở mức trung. Thánh nhân thế gian dụng tâm ở mức trung, đạt đến mức tương tự như [thật] trung, nếu vận dụng [giáo lý] lục tức của tông Thiên Thai thì các vị này là trong giai vị Tương tự tức. Bậc đại thánh của thế gian cũng có thể đạt đến trong giai vị Phần chứng tức. Chư Phật, Bồ Tát trong Phật pháp, như trong kinh Hoa Nghiêm giảng về 41 vị Pháp thân Đại sĩ, có thể nói là đã đạt đến trong giai vị Cứu cánh tức.

Quý vị từ sự giải thích này của tôi có thể nhận hiểu được ý nghĩa, đó là pháp trung đạo cứu cánh viên mãn, rốt ráo trọn vẹn.

Trung là [ở giữa nên] không thiên lệch [sang hai bên], trung là [thẳng thắn nên] không cong quẹo, khuất tất. Vì sao tôi nói rằng chư Phật, Bồ Tát dụng tâm ở mức trung rốt ráo trọn vẹn, vượt xa các bậc thánh thế gian? Vì tâm của chư Phật, Bồ Tát đích thực là bao trùm khắp các pháp giới trong hư không. Ý nghĩa này, chân tướng sự thật này, các bậc thánh thế gian không đạt đến.

Các bậc thánh thế gian tuy nói là [nghĩ đến] thiên hạ, trong thực tế chỉ bao gồm trên trái đất này, nên dù lấy thiên hạ làm tâm mình thì cũng chỉ đạt đến mức thương yêu con người [trên thế giới này là cùng]. Nhưng tâm lượng của chư Phật, Bồ Tát là trùm khắp các pháp giới trong hư không, vì các ngài biết rằng hết thảy chúng sinh trong các pháp giới cùng khắp hư không đều do tâm biến hiện.

Nói cách khác, hết thảy đều là tướng phần của tâm. Tâm không có tướng, nhưng có khả năng biến hiện ra tướng, cho nên [tất cả] tướng là tướng phần của tâm. Chúng ta hiện nay là phàm phu, tướng phần trong cảm quan của sáu thức đều là do thức biến hiện. Những gì do thức biến hiện ta gọi là tướng hư vọng. Cho nên kinh Kim Cang nói: "Phàm sở hữu tướng giai thị hư vọng." (Hết thảy những gì có hình tướng đều là hư vọng.) [Chính là nói các tướng do thức biến hiện.] Vậy ngoài tướng hư vọng ra, có tướng chân thật nào không? Phật dạy là có, tướng chân thật đó là pháp giới nhất chân. Thế giới Hoa Tạng là pháp giới nhất chân, thế giới Cực Lạc cũng là pháp giới nhất chân.

Quý vị từ trong những lời giảng này có nhận hiểu được ý nghĩa gì không? Nếu quý vị thực sự nhận ra được, quý vị sẽ sáng tỏ. Tướng, thật ra không có chân hay vọng. Nói chân, nói vọng, chỉ là Phật dùng phương tiện mà nói, không phải ý nghĩa rốt ráo. Vì sao không thể nói [tướng] là chân hay vọng? Vì trong tâm vốn không có tướng, làm sao có thể nói là chân? Làm sao có thể nói là vọng? Nếu quý vị [đạt đến] nhất tâm, [khi ấy] tướng hiện ra gọi là nhất chân. Nếu quý vị tâm ý phân tán, rối loạn, [khi ấy] tướng hiện ra gọi là tướng hư vọng. Quý vị có hiểu được rõ ràng những điều này hay chăng?

Tướng là do tâm hiện ra, là do thức biến ra. Cho nên nói rằng, hết thảy hiện tượng đều từ tâm tưởng sinh ra. Đó là chân lý, là chân tướng sự thật. Nếu nhận hiểu được, quý vị sẽ có thể khẳng định lời Phật dạy trong kinh: "Y báo tùy trước chánh báo chuyển." (Y báo tùy theo chánh báo mà thay đổi.)

Chánh báo là gì? Chánh báo là tâm, y báo là cảnh giới. Cảnh giới nhất định tùy theo tâm niệm mà chuyển biến. Cho nên, chư Phật, Bồ Tát ở trong cảnh giới có thể làm chủ được. Phàm phu không hiểu được ý nghĩa này, cũng không biết được chân tướng sự thật này, do đó tâm bị cảnh chuyển. Nghe nói thế gian này có tai nạn thì hốt hoảng không yên, lo toan vạn mối, là vì sao vậy? Vì tâm tùy cảnh chuyển. Đó là không được tự tại, là khổ sở không nói hết.

Quý vị có thể thắc mắc, vậy chư Phật, Bồ Tát có gặp tai nạn hay không? Không hề có. Vì sao không có? Vì các ngài không những không có tâm bất thiện, mà còn hoàn toàn không có sự phân tán tâm ý, vĩnh viễn an trụ trong trạng thái nhất tâm. Cho nên, những gì người đời gọi là lành dữ, họa phúc đều hoàn toàn không có nơi các ngài. Những gì người đời cảm thụ như khổ, vui, lo, mừng, được, mất... cũng không hề có nơi các ngài. Đó gọi là biết dụng tâm ở mức trung, đó là tâm trung [đạo].

Người đời nói đến tận trung, tận trung là thế nào? Là dụng tâm ở mức trung đạt đến chỗ cùng cực. Dụng tâm [như vậy] đến chỗ cứu cánh viên mãn, rốt ráo đầy đủ, gọi là tận trung. Thực sự làm được đến chỗ cứu cánh viên mãn, rốt ráo đầy đủ của trung, đến chỗ cứu cánh viên mãn, rốt ráo đầy đủ của hiếu, đó là quả vị Như Lai. Bồ Tát Đẳng Giác vẫn còn một phẩm vô minh chưa dứt sạch, nên đức trung hiếu của các ngài vẫn còn khiếm khuyết một phần, vẫn chưa làm được đến mức cứu cánh viên mãn, rốt ráo đầy đủ.

Đó là cách giảng giải về trung hiếu trong Phật pháp, có khác biệt với pháp thế gian. Chỉ có điều, cách giảng này cao siêu, chỉ sợ chúng ta không làm nổi. Nhưng làm không nổi cũng phải làm, vì người học Phật nhất định phải noi theo chư Phật, Bồ Tát mà học tập.

Bắt đầu học từ đâu? Phải bắt đầu từ chỗ khai mở tâm lượng cho rộng lớn hơn. Trong Phật pháp thường nói: "Tâm bao thái hư, lượng chu sa giới." (Tâm rộng lớn như hư không, bao trùm hết thảy các thế giới.) Quý vị phải hiểu rõ được hai câu tám chữ này chính là nói về chân tâm của chúng ta, là vị thế căn bản của chúng ta, vì chân tâm của ta xưa nay vốn là như vậy.

Hiện nay vì sao tâm lượng [của chúng ta] biến thành nhỏ hẹp như thế này? Nhỏ đến mức chỉ biết lo chuyện riêng tư, giành lợi riêng cho bản thân mình, cho nên mới [chiêu cảm] tai nạn. Làm thế nào được tiêu trừ, tránh khỏi tai nạn? [Tu tập] khai mở tâm lượng cho rộng lớn hơn là phương pháp tốt nhất, hiệu quả nhất. [Muốn vậy,] phải phát tâm vì hết thảy chúng sinh trong các pháp giới cùng khắp hư không mà phục vụ.

Đó cũng là câu đầu tiên trong bốn lời nguyện sâu rộng: "Chúng sinh vô biên thệ nguyện độ." Câu này nói theo ngôn ngữ hiện đại thì chính là vì hết thảy chúng sinh trong các pháp giới cùng khắp hư không mà phục vụ. Trong đạo Phật nói "độ" chính là mang ý nghĩa phục vụ. Phát tâm [phục vụ] như vậy chính là tâm Bồ-đề chân chánh. Cho nên, [chư Phật, Bồ Tát] vượt xa các vị thánh nhân của thế gian, ý nghĩa là ở điểm này.

Chúng ta có phát tâm như thế hay không? Trong cuộc sống đời thường, khởi tâm động niệm có luôn vì người khác phục vụ hay chăng? Nếu thường gìn giữ được tâm như vậy, đó là có đức, như trong phần trước đã giảng qua với quý vị về "tích đức lũy công".

Chúng ta cũng rất muốn học theo chư Phật, Bồ Tát mà không học được. Như vậy có thực sự muốn học theo chư Phật, Bồ Tát hay chăng? Nếu thực sự muốn học theo, phải tìm cho ra nguyên nhân làm mình không học được. Vì sao không học được? Vì sao các vị Thanh văn, Duyên giác, Bồ Tát đều học được mà chúng ta lại không học được? Quý vị phải tìm cho ra nguyên nhân ấy, dứt trừ đi nguyên nhân ấy thì đường đạo Bồ-đề chẳng phải là không còn chướng ngại hay sao? [Khi ấy] quý vị cũng sẽ học được, cũng sẽ học theo được giống như chư Phật, Bồ Tát. Thành tựu trong sự tu học cũng nhất định sẽ mở dần ra từ Quán hạnh [tức], Tương tự [tức], Phần chứng [tức] cho đến Cứu cánh [tức], rốt ráo viên mãn. Đó là những thành tựu của chúng ta luôn không ngừng hướng thượng vươn lên.

Chướng ngại của chúng ta là những gì? Chướng ngại chính là [tâm niệm] riêng tư, muốn giành lợi riêng cho mình. Chỉ cần đối với những ý niệm tự tư tự lợi đó buông bỏ hết thì quý vị với chư Bồ Tát không còn khác biệt. Quý vị sẽ có thể học theo được, học theo rất giống [với chư Phật, Bồ Tát]. Cho nên, tự tư tự lợi là chướng ngại lớn nhất trên đường đạo Bồ-đề, nhất định phải hiểu được điều đó.

Từ ý niệm tự tư tự lợi cho đến hành vi tự tư tự lợi chỉ

mang lại cho chúng ta những lợi ích hết sức nhỏ nhoi, quả thật không đáng nói. Nhưng nếu có thể buông bỏ những ý niệm, [hành vi] như thế, quý vị sẽ được lợi ích vô lượng vô biên, hoàn cảnh mà quý vị hưởng thụ sẽ là thế giới Hoa Tạng, sẽ là thế giới Cực Lạc.

Vì sao lại tham luyến cõi [Ta-bà] có năm sự uế trược mà không chịu buông bỏ? [Ở trong cõi này,] dùng danh xưng tốt đẹp là "cứu độ chúng sinh", đó là đại từ đại bi, nhưng quý vị có thực sự làm được vậy chăng? Chư Phật, Bồ Tát thị hiện trong nhân gian, thị hiện trong sáu đường, nhưng thật ra các ngài luôn an trụ trong pháp giới nhất chân. Chúng ta nhìn thấy các ngài trụ trong sáu đường, nhưng thực tế các ngài trụ nơi pháp giới nhất chân. Vì sao vậy? Vì các ngài dù ở trong sáu đường nhưng một chút bụi trần cũng không nhiễm bẩn, luôn thanh tịnh tự tại, thị hiện tấm gương tốt đẹp nhất cho phàm phu trong sáu đường [noi theo]. Đó mới thật là chân chánh làm lợi ích chúng sinh, chân chánh cứu độ chúng sinh.

[Những ai] không có trí tuệ, không có năng lực đức hạnh, không rõ phép ứng cơ, dù [ở cõi Ta-bà này] mang danh xưng tốt đẹp là "cứu độ chúng sinh" nhưng trong thực tế đều là đang tạo nghiệp. Đã tạo nghiệp thì có lý nào lại không đọa lạc? Cho nên, dù có tham cầu được mấy chục năm hưởng thụ vật chất, hư danh lợi dưỡng [trong một đời], hậu quả [ngày sau thật đáng sợ đến mức] không thể tưởng tượng nổi.

Chúng ta nhất định phải hiểu rõ rằng, mạng sống là vĩnh hằng, tuyệt đối không thể nói rằng chết là hết. Nếu chết rồi là hết thì mọi chuyện dễ dàng lắm. Tôi thường nói, sau khi chết thật đáng sợ. Đó là lời chân thật với quý vị. Người học Phật biết rằng không có chuyện sống chết [như chúng ta thường nhận thức]. Sống chết là sự kiện gì? Đó chỉ là sự chuyển biến, thay đổi thời gian và không gian sống của chúng ta mà thôi. Các khoa học gia hiện đại đã chứng thực rằng thế gian này có vô số chiều không gian. Các khoa học gia đã chứng minh được, đích thực là có thể khẳng định, ít nhất có đến 11 [cấu trúc] không gian khác nhau [hiện cùng tồn tại]. Đó là không gian ba chiều, không gian bốn chiều, năm chiều cho đến không gian 11 chiều, cũng gọi là không gian thập nhất độ. Đó là điều đã được chứng thực.

Về mặt lý luận, không gian đa chiều là vô hạn, [có thể có vô số cấu trúc]. Cách nói này so với quan niệm của đạo Phật là tương đồng. Đạo Phật không nói về không gian đa chiều, mà nói về các pháp giới. Các pháp giới là vô lượng vô biên, mười pháp giới chỉ là phân loại khái quát. Quý vị đã thấy Đại sư Thiên Thai giảng giải, trong [mười pháp giới thì] mỗi một pháp giới đều có mười pháp giới, nên [tổng cộng] có một trăm pháp giới. Tông Thiên Thai gọi là "bách giới, thiên như" (một trăm cảnh giới, một ngàn như thị). Trong một trăm pháp giới đó, mỗi pháp giới lại có một trăm pháp giới, [tiếp tục như vậy nên] trùng trùng vô tận. Điều này so với các khoa học gia nói về các chiều không gian vô hạn là tương đồng.

Nhưng các khoa học gia vẫn chưa có khả năng chứng thực hoàn toàn, còn Phật giáo thì hoàn toàn khẳng định. Cho nên, sống chết chỉ là sự thay đổi, chuyển biến không gian sống của chúng ta. Quý vị phải hiểu rõ được ý nghĩa đó, sự thật đó. Quý vị đối với chuyện sống chết sẽ không còn sợ hãi, [biết rằng đó chỉ là] thay đổi hoàn cảnh sống, quý vị sẽ rất tự tại, không hề sợ sệt. Nhưng thay đổi chuyển biến như vậy, có lúc là thay đổi tốt, cũng có lúc thay đổi so với hoàn cảnh hiện nay của chúng ta lại kém xa. Quý vị không thể biết được.

Người có công phu tu hành, tu dưỡng, người có tâm lành thì mỗi lần thay đổi đều đến cảnh giới tốt hơn. Người đời chúng ta thường nói, đời sau sinh lên cõi trời. Quý vị thấy, lìa bỏ thân người mà được sinh lên cõi trời thì đó là sự thay đổi tốt đẹp.

Người đời đối với cõi trời [hiểu biết] rất chung chung, mơ hồ. Đạo Phật nhận biết rất rõ ràng. Cõi trời có cả thảy 28 tầng trời. Thuộc về Dục giới có 6 tầng trời, thuộc về Sắc giới có 18 tầng trời, thuộc về Vô sắc giới có 4 tầng trời. Quý vị sinh về bất kỳ tầng trời nào trong số đó cũng đều là còn trong ba cõi. Ngoài ba cõi ra còn có Thanh văn, Duyên giác, Bồ Tát, Phật, càng chuyển biến càng thù thắng hơn.

Nếu quý vị tham sống sợ chết, đối với cái chết vô cùng khiếp sợ thì sự việc rất tồi tệ, như vậy thì việc chuyển biến ngày càng tệ hơn. Quý vị sẽ đi vào cảnh giới súc sinh, đi vào cảnh giới ngạ quỷ. Nếu nghiệp ác rất nặng nề, sẽ đi vào địa ngục.

Cho nên, nói "không có sống chết" là lời chân thật. Đó chỉ là sự chuyển đổi không gian, thời gian của đời sống mà thôi. Trong kinh luận, đức Phật giảng giải rất nhiều về ý nghĩa, chân tướng sự thật này. Chúng ta cần phải chú tâm suy xét nhận hiểu, phải thực sự nỗ lực, hy vọng có thể đạt được một sự chuyển biến tự tại.

Chư Phật, Bồ Tát không một vị nào không được tự tại. Các ngài tự tại như thế nào? Quý vị đều đã đọc qua phẩm Phổ Môn, đều biết đến 32 ứng hóa thân của Bồ Tát Quán Thế Âm. Ba mươi hai ứng hóa thân, đó là đại tự tại. Ba mươi hai ứng hóa thân khác nhau, tùy loại hóa thân, tùy cơ thị hiện. Đối với những sự chuyển biến đó, ngài đều có thể tự mình làm chủ, đó là được đại tự tại. Chúng ta ngày nay với sự chuyển biến của mình không tự mình làm chủ được.

Vậy ai làm chủ? Là nghiệp lực làm chủ. Đó là sự thật, phàm phu trong sáu đường tùy nghiệp lưu chuyển. Chúng ta khởi tâm động niệm đều là tạo nghiệp. Tạo nghiệp lành thì được quả báo lành, thọ thân trong ba đường lành, lại chuyển đến ba đường lành. Tạo nghiệp ác lại chuyển đến ba đường ác, chuyển biến không được tự tại. Chư Phật, Bồ Tát vì sao chuyển biến được tự tại? Nói lời thành thật, đó là [do các ngài] tận trung tận hiếu.

Quý vị hãy mang hai chữ trung hiếu ra xem cho thật rõ ràng, thật sáng tỏ. Chư Phật, Bồ Tát trong ngàn kinh muôn luận cũng chỉ là giảng giải hai chữ này, giảng đến mức cực kỳ trọn vẹn, đầy đủ, hết sức thấu đáo.

Cho nên, quý vị nếu muốn nói rõ thật tường tận chi tiết về hai chữ "trung hiếu", thì toàn bộ Đại Tạng Kinh đều là giảng về hai chữ này.

Bài giảng thứ 42

(Giảng ngày 30 tháng 6 năm 1999 tại Tịnh Tông Học Hội Singapore, file thứ 43, số hồ sơ: 19-012-0043)

Thưa quý vị đồng học, cùng tất cả mọi người.

Hai chữ "trung hiếu", trong phần trước đã giới thiệu giản lược về chữ trung. Trong Vị biên nêu ra những câu chuyện tận trung, cũng chính là nói cách vận dụng lòng trung vào thực tiễn đời sống, vào thực tiễn công việc, xử sự, đối đãi với người, tiếp xúc muôn vật. Trong sách nêu rất nhiều trường hợp điển hình, nhưng những trường hợp ấy vốn nhiều không kể hết, lý sự liên quan cũng không thể nói hết. Quý vị phải từ nơi những trường hợp nêu ra đó mà tự mình nhận hiểu.

Hôm nay chúng ta lại bàn về chữ hiếu. Hiếu là căn bản, trung là [từ căn bản đó] khởi lên tác dụng. Trong Vị biên giảng về chữ hiếu, đoạn trước tiên sử dụng bài Hiếu để luận của tiên sinh Nhan Quang Trung. Đoạn này nói rất hay, so với tư tưởng nhà Phật hết sức gần gũi.

Tác giả viết: "Hữu tử nói: Hiếu để là gốc của lòng nhân." Câu này là trích từ sách Luận ngữ. [Lại viết tiếp:] "Mạnh tử nói: Đạo của Nghiêu Thuấn chỉ hai chữ hiếu để mà thôi."

Đây quả là một nhà Nho, vừa mở lời đã lấy Khổng Mạnh làm chỗ y cứ, tiếp theo mới từ đó mà phát triển, nói rõ hơn. "Hiếu để, quan thiệp thậm đại." (Hiếu để, liên quan rất lớn.") Quan là quan hệ, thiệp là có liên quan đến. Hai chữ "hiếu để" có phạm vi liên quan rất lớn, đã sâu lại rộng. "Hoành đích tung đích" (dù ngang hay dọc) là nói phạm vi trong không gian. "Vãng cổ lai kim" (từ xưa đến nay) là nói phạm vi trong thời gian. "Vô biên vô tế" (không có giới hạn), cách nhận thức này là đúng thật. "Đô thị giá cá vật sự, nhiên tu hiểu đắc hiếu để đích thị hà vật. Sở dĩ hiếu để đích thị thập ma căn miêu, nhân ư thiên địa gian nhất khí nhĩ." (Hết thảy trong muôn sự vật, phải hiểu được hiếu để là gì, hiếu để phát xuất từ đâu. Con người là khí tiết trong trời đất vậy.)

Tôi chỉ đọc đến đoạn này, phần sau quý vị tự mình xem.

Chữ hiếu cũng thuộc loại chữ hội ý, nên quý vị nhìn vào chữ viết có thể nhận hiểu được ý nghĩa hàm chứa trong đó. Phần trên của chữ hiếu (孝) là chữ lão (老), phần dưới là chữ tử (子). Chữ lão (người già) là tượng trưng cho một thế hệ trước, chữ tử (con cái) là tượng trưng cho một thế hệ sau.

Quý vị hãy xem xét ý nghĩa của chữ hiếu này. Một thế hệ trước (老) với một thế hệ sau (子) hợp nhau thành một thể, đó gọi là hiếu (孝). Nếu thế hệ trước với thế hệ sau phân tán, chia rẽ, đó là bất hiếu.

Cho nên, người phương Tây gọi [sự khác biệt giữa các thế hệ] là "khoảng cách thế hệ" (generation gap). Có khoảng cách tức là chia rẽ, là thế hệ trước, thế hệ sau ngăn cách với nhau, chia rẽ nhau. Đó là bất hiếu. Người Trung quốc không có cách nói này.

Quý vị lại suy xét sâu xa hơn nữa, sẽ thấy rằng thế hệ trước vẫn còn một thế hệ trước đó nữa, [cứ như vậy tiếp tục hướng về] quá khứ không [thể tìm đến] chỗ khởi đầu; thế hệ đi sau lại sẽ có một thế hệ sau đó nữa, [cứ như vậy tiếp tục về] tương lai không có kết thúc. Không có khởi đầu, không có kết thúc, đó là ý nghĩa mà Nhan tiên sinh gọi là "từ xưa đến nay, không có giới hạn".

Quý vị phải hiểu được [phạm vi] liên quan [trong thời gian] như vậy, sau đó mới xem xét đến phương diện "ngang dọc" [trong không gian], chính là giống như trong đạo Phật nói "cùng tận hư không, biến khắp pháp giới". Ở đây lại cũng dùng hình dạng chữ hiếu (孝) để biểu hiện, không một hiện tượng nào có thể nằm ngoài các pháp giới trong hư không, nên hết thảy đều bao hàm trọn vẹn, đầy đủ bên trong đó. Khi thuyết giảng tôi cũng thường nói qua, mà không chỉ nói qua một lần, tôi nói điều này [theo cách] rất dễ hiểu: "Hết thảy chúng sinh trong pháp giới cùng khắp hư không quả thật là chính bản thân mình." Đây là ý nghĩa của chữ hiếu.

"Hết thảy chúng sinh trong pháp giới cùng khắp hư không", nói hết thảy chúng sinh như vậy là một phạm vi rất rộng. Hữu tình là chúng sinh, ngày nay chúng ta gọi là con người, động vật. Vô tình cũng là chúng sinh, như thực vật, khoáng vật, cho đến các hiện tượng trong tự nhiên. Nói chung, những gì do các duyên hòa hợp sinh ra đều gọi là chúng sinh. Chúng sinh hiểu theo nghĩa này là rất rộng, rất lớn. Hết thảy chúng sinh như vậy đều là chính bản thân mình.

Tôi nói ra lời này là có căn cứ, vì không phải tôi tự nói, chính là đức Phật nói. Chỉ có điều đức Phật không nói theo cách như vậy, nhưng cùng một ý nghĩa. Chúng ta y theo ý nghĩa, không y theo ngôn ngữ, như vậy là đúng thật. Trong kinh điển đức Phật dạy rằng: "Hư không pháp giới duy tâm sở hiện, duy thức sở biến." (Các pháp giới trong hư không đều do tâm hiển hiện, do thức biến hóa.) Tâm là chân tâm của chính ta, là bản tánh của ta; thức là tác dụng của tâm, là tâm khởi lên tác dụng.

Cho nên, một chữ hiếu này, nếu giảng giải bằng Phật pháp thì chính là pháp môn quan trọng, bao gồm hết thảy các pháp, rốt ráo trọn vẹn, cứu cánh viên mãn. Chúng ta đối với ý nghĩa suy xét được từ chữ này phải nhận hiểu thật rõ ràng, sáng tỏ, thì sau đó mới biết được phải học hạnh hiếu, phải thực hành đạo hiếu như thế nào, hy vọng đạt được đến chỗ tận hiếu.

Một chữ hiếu này thực hành được trọn vẹn, đầy đủ thì đã thành Phật rồi. Thành tựu quả Phật rốt ráo của Viên giáo [theo tông Thiên Thai] thì mới thực hành trọn vẹn, viên mãn được đạo hiếu. Các vị Bồ Tát Đẳng Giác vẫn còn một phẩm vô minh chưa dứt hết, nên đạo hiếu còn có chỗ khiếm khuyết, chưa thể đạt đến trọn vẹn, viên mãn. Do đó có thể biết rằng, Phật pháp được xây dựng trên nền tảng đạo hiếu. Trong kinh luận, trong giới Bồ Tát đều thuyết dạy như vậy, chúng ta phải nhận hiểu được, phải rõ biết được. Đó là căn bản của sự học Phật, là căn bản cực kỳ quan trọng.

Chúng ta thử nghĩ xem, sự truyền bá của Phật pháp xưa kia đi về cả bốn phương tám hướng, truyền khắp đó đây. Các vị đệ tử Phật đi đến mỗi nơi đều giảng kinh thuyết pháp, vì sao chỉ riêng tại Trung quốc Phật pháp mới bám rễ, đơm hoa kết trái, phát triển mạnh mẽ, còn những nơi khác đều không thành tựu? Đặc biệt là tại châu Âu hay miền Tây Á, cho đến nơi phát tích của Phật giáo là Ấn Độ [đều không phát triển mạnh]. Ấn Độ là một điển hình rõ rệt.

Chúng ta đều biết rõ, khi Phật giáo chưa truyền đến Trung quốc thì nền giáo dục Nho gia cũng đã hết sức xem trọng đạo hiếu. Nói cách khác, giáo dục Khổng Mạnh, như trong sách này nói rất đúng: "Hiếu đễ nhi dĩ" (hai chữ hiếu đễ mà thôi). Cho nên, Phật pháp vừa truyền đến Trung quốc, tiếp xúc với mọi nơi trong nước thì người Trung quốc vừa nghe qua đã vô cùng mừng vui đón nhận. Vì sao vậy? Vì so với những khái niệm sẵn có của chúng ta là hoàn toàn tương đồng, mà phương pháp thực hiện so với chúng ta lại tinh tế hơn.

Nền giáo dục Nho gia chỉ đề ra được cương lĩnh khái quát, Phật pháp giảng đến chỗ tinh tế, chi ly. Vì thế, kinh điển của đạo Phật rất phong phú, người Trung quốc đặc biệt hoan nghênh, đặc biệt xem trọng, nhờ đó Phật pháp được truyền đến Trung quốc. Nếu như trong xã hội này, trong khu vực này không có khái niệm nhận hiểu về đạo hiếu thì Phật pháp không thể bám rễ được, ý nghĩa là ở chỗ này.

Trước đây khi tôi ở Đài Loan, có một số pháp sư sang Hoa Kỳ. Tôi không quen biết nhiều, nhưng với những ai quen biết tôi đều khuyên họ đến Hoa Kỳ đừng xây chùa chiền. Họ hỏi tôi vậy nên xây dựng gì? Tôi bảo, nên xây từ đường, đề cao đạo hiếu. Trong từ đường cũng có thể giảng kinh thuyết pháp, có thể thờ cúng tổ tiên. Không phải thờ bài vị tổ tiên của một họ, mà thờ phụng hết [các dòng họ] trên toàn quốc. Tôi bàn với họ gọi đó là "Bách tính tôn tử" (Từ đường trăm họ). Không phải giống như từ đường họ Đỗ đối diện chỗ chúng ta đây, chỉ thờ duy nhất một họ. Tôi bảo họ nên xây dựng từ đường cho trăm họ của người dân Trung Hoa. Hết thảy người Trung quốc đều [thờ cúng] trong từ đường ấy, rất tốt. Như vậy là đề cao đạo hiếu.

Phước của tôi quá mỏng, không đủ phước, không đủ năng lực làm được như vậy. Ở Dallas (Texas) xây dựng được một đạo tràng nhỏ, tôi không phát triển được nên bên trong chỉ thờ duy nhất một bài vị. Tại Đài Loan [có đạo tràng] đặt hai bài vị lớn, một là bài vị thờ tổ tiên trăm họ người Trung Hoa. Tôi từng sống ở Mỹ, không thể hoàn toàn quên bỏ nước Mỹ, nên bài vị còn lại là thờ tổ tiên trăm họ của người Mỹ, chúng tôi thờ cúng cả hai. Tôi có tấm lòng như vậy, có ý nghĩ như vậy, nhưng không đủ năng lực thực hiện.

Đạo tràng ở Australia có lẽ quý vị đã đến rồi, trong điện Phật cũng có thờ hai bài vị. Tại Singapore, quý vị đến Niệm Phật đường đều thấy cũng thờ hai bài vị như thế. Một bài vị thờ tổ tiên trăm họ dân tộc Trung Hoa, một bài vị thờ tổ tiên trăm họ người Singapore. Đó là gốc của Phật pháp, là căn bản của hết thảy các pháp thế gian và xuất thế gian. Nếu không có cội gốc này thì không thể bàn đến bất kỳ chuyện gì khác. Cho nên, phải lấy hiếu làm gốc.

Chúng ta đọc sách, nhìn thấy chữ hiếu này, nói thật ra là lơ đễnh không chú ý, xem thoáng qua một cách mơ hồ, chung chung, như vậy sao được? Không chỉ đức Phật Thích-ca Mâu-ni trong 49 năm thuyết giảng hết thảy kinh điển đều là giảng giải chữ hiếu này, mà cho đến hết thảy chư Phật ba đời mười phương, thuyết giảng vô lượng kinh điển giáo pháp giáo hóa chúng sinh, cũng đều là giảng giải chữ hiếu này.

Tôi nói lời này có hay không có căn cứ? Có phải tôi tự ý nói bừa như vậy hay không? Quý vị đọc qua kinh Quán Vô Lượng Thọ Phật, tức Quán kinh, thấy trong đó có chuyện phu nhân Vi-đề-hy gặp biến cố gia đình, trong lòng đối với muôn việc đều lạnh nhạt không còn ham thích, khẩn thiết cầu xin đức Phật Thích-ca Mâu-ni cứu giúp. Bà nói, thế giới này hoàn cảnh quá xấu ác tồi tệ. Bà là đệ tử Phật nên biết rằng có vô lượng vô biên các thế giới khác, liền hướng về đức Phật mà thưa hỏi, có thế giới nào thanh tịnh, an lạc hay không, bà rất muốn được sinh về đó.

Đức Phật Thích-ca Mâu-ni nghe qua lời thỉnh cầu của bà rồi, liền dùng thần lực khiến cho các thế giới của chư Phật trong mười phương đều hiện ra trước mắt bà, cho phép bà tự mình quan sát, tự mình chọn lựa. Bà Vi-đề-hy quan sát kỹ rồi, liền chọn thế giới Cực Lạc của đức Phật A-di-đà, trong lòng hết sức vui mừng. Bà hướng về đức Phật Thích-ca Mâu-ni thỉnh cầu chỉ dạy cách thức làm sao để có thể sinh về thế giới Tây phương Cực Lạc. Do nhân duyên này mà đức Phật thuyết giảng kinh Thập lục quán.

Phu nhân Vi-đề-hy thưa thỉnh về phương pháp để được vãng sinh, đức Phật trước tiên không nói gì về phương pháp mà giảng giải cho phu nhân về "tịnh nghiệp tam phúc" (ba điều phúc lành tạo nghiệp thanh tịnh), dạy cho bà về ba điều kiện cơ bản. Trong ba điều kiện cơ bản đó thì câu đầu tiên là: "Hiếu dưỡng phụ mẫu, phụng sự sư trưởng."

Quý vị ngẫm nghĩ xem, như vậy là ý nghĩa gì? Mở đầu một câu đã giảng về hiếu: Hiếu với cha mẹ, tôn kính sư trưởng.

Cho nên quý vị phải biết rằng, Phật pháp là đạo trọng thầy. Tôn trọng thầy phải dựa trên nền tảng của đạo hiếu. Không có hiếu thì làm gì có nghĩ đến thầy? Không biết hiếu thuận với cha mẹ thì nhất định không có khả năng tôn kính bậc sư trưởng.

Không có hiếu, không trọng thầy, trong sáu đường luân hồi không có ba đường lành. Nói cách khác, khi ấy quý vị chỉ có thể sinh vào một trong ba đường ác. Trong ba đường ác, súc sinh cũng có loài biết hiếu đạo, biết hiếu dưỡng cha mẹ. Nói cách khác, người [bất hiếu thì] không bằng loài súc sinh.

Cho nên, trong xã hội có nhiều người vì không hiểu biết mới bài xích Phật giáo. Bài xích Phật giáo là bài xích đạo hiếu, bài xích đạo tôn sư. Đối với cách nghĩ, cách làm của những người ấy, chúng ta không nên trách cứ họ, nên tự trách mình [không cảm hóa được họ]. Họ đối với Phật pháp còn có chỗ hiểu sai, chưa nhận rõ được. Nếu họ hiểu rõ được rồi [sẽ không bài xích nữa], vì thấy rằng Phật pháp đối với mỗi chúng sinh đều mang lại lợi ích chân thật. Có ai lại muốn đem lợi ích chân thật của mình hủy hoại đi? Không thể có chuyện như vậy. Do chúng ta chưa làm tròn trách nhiệm rộng truyền đạo pháp [nên họ chưa hiểu đạo], chúng ta có lỗi.

Đức Phật giảng về ba điều phúc lành rất hay. Điều trước tiên là nói về phước báo trong hai cõi trời người: "Hiếu dưỡng phụ mẫu, phụng sự sư trưởng, từ tâm bất sát, tu thập thiện nghiệp." (Hiếu dưỡng cha mẹ, tôn kính bậc sư trưởng, lòng từ không giết hại, tu mười nghiệp lành.) [Bốn câu này] là tiêu chuẩn thấp nhất để quý vị giữ được thân người [trong đời sau]. Nếu theo đó tu tập được tốt hơn thì có thể sinh về cõi trời, hưởng phước cõi trời.

Điều thứ hai là phước báo của hàng Tiểu thừa, Thanh văn, Duyên giác, gồm ba câu: "Thọ trì tam quy, cụ túc chúng giới, bất phạm oai nghi." (Thọ trì tam quy, giữ theo các giới, không mất oai nghi.)

Điều thứ ba là phước báo của hàng Bồ Tát Đại thừa, gồm bốn câu: "Phát Bồ-đề tâm, thâm tín nhân quả, độc tụng Đại thừa, khuyến tấn hành giả." (Phát tâm Bồ-đề, tin sâu nhân quả, tụng đọc kinh điển Đại thừa, khuyên bảo khuyến khích người tu.)

Tổng cộng [về ba phước lành] có 11 câu. Cuối cùng, đức Phật đưa ra một kết luận rằng 11 câu này là "tam thế chư Phật tịnh nghiệp chánh nhân" (chánh nhân tịnh nghiệp của chư Phật ba đời). Như vậy, chẳng phải đã nói hết rồi sao? Ba đời là quá khứ, hiện tại và vị lai. Người tu hành muốn thành Phật, chúng ta đều biết, các pháp môn mà chư Phật tu tập trong ba đời không giống nhau, như trong kinh Hoa Nghiêm có nói, mỗi người tu tập là một pháp môn riêng của người ấy, nhưng tất cả đều có thể thành tựu Phật đạo. Đó gọi là "thù đồ đồng quy, pháp môn bình đẳng" (đường lối khác nhau nhưng cùng hướng về một chỗ, các pháp môn đều bình đẳng như nhau). Ý nghĩa chính là giải thích về sự khác biệt pháp môn.

Vô lượng vô biên các pháp môn đều có thể [giúp người tu tập] trọn thành Phật đạo. Chỉ có điều tất cả [các pháp môn] đều được hình thành trên căn bản ba điều phúc lành. Lìa khỏi ba phước lành này, bất kể là tu tập pháp môn nào cũng đều không thể thành tựu.

Cho nên, việc tu hành khởi đầu từ hiếu, đến viên mãn trọn vẹn cũng là đạo hiếu. Phật pháp không dạy điều gì khác, từ đầu đến cuối đều là thực hành đạo hiếu, tận hiếu mà thôi. Có mấy ai hiểu được ý nghĩa này?

Vì sao không hiểu được? Vì bốn chúng đệ tử chúng ta chưa làm hết trách nhiệm, đặc biệt là các đệ tử xuất gia không giảng giải được rõ ràng, tự thân mình cũng chưa làm được, cho đến khái niệm về hiếu cũng không có. Ý nghĩa căn bản của hiếu chính là tự tánh tròn đầy viên mãn, nghĩa lý chân thật của hiếu chính là như trong Phật pháp thường nói "nhất tâm nhất niệm". Cho nên, chúng ta phải nhận thức thật rõ ràng về chữ hiếu này, sau đó mới nghiên cứu, mới thảo luận, làm cách nào để mang ý nghĩa suy xét được từ chữ hiếu vận dụng vào đời sống? Đó là thực hành đạo hiếu. Làm thế nào để vận dụng vào việc tu học Phật pháp? Đó là tận hiếu.

Nếu như mọi người đều hiểu được rõ ràng ý nghĩa này, sáng tỏ được chân tướng sự thật này, chúng ta tin tưởng sâu vững rằng, hết thảy chúng sinh trong chín pháp giới sẽ không một ai không tự nguyện quy y Phật pháp. Quy y Phật pháp là quy y gì? Đó là quy y đạo hiếu. Sẽ không một ai không tôn kính sư trưởng, đều sẽ dùng đạo tôn sư để trọn thành đạo hiếu. Hiếu là bản thể, tôn kính sư trưởng là trí tuệ. Tuệ mạng pháp thân của chúng ta có được là từ thầy dạy. Nhờ nơi tuệ mạng pháp thân này mới hoàn thành đạo hiếu. Ý nghĩa này phải nhận hiểu rõ ràng.

Đối với chữ hiếu này, chúng ta cũng cần dành thêm nhiều thời gian hơn để thảo luận. Hôm nay thời gian đã hết, chúng ta giảng đến đây thôi.

Bài giảng thứ 43

(Giảng ngày 1 tháng 7 năm 1999 tại Tịnh Tông Học Hội Singapore, file thứ 44, số hồ sơ: 19-012-0044)

Thưa quý vị đồng học, cùng tất cả mọi người.

Sáng hôm qua chúng ta đã trình bày đơn giản về hàm nghĩa của chữ hiếu. Hàm nghĩa chữ này sâu rộng vô cùng. Đây là pháp môn dung nhiếp hết thảy chúng sinh trong các pháp giới cùng khắp hư không. Điều này cũng có nghĩa là phạm vi [của chữ hiếu] trong không gian biến khắp mười phương, trong thời gian suốt cả ba đời, hết thảy đều bao quát trong hình dạng một chữ hiếu này. Phật pháp cũng từ nơi đây mà kiến lập.

Cho nên, Phật pháp khởi đầu từ chữ hiếu, lại cũng lấy hiếu làm mục tiêu cuối cùng. Chư Phật, Bồ Tát dạy người không gì khác hơn là tận hiếu, thực hành đạo hiếu mà thôi. Vì thế, trong ba điều phúc lành tạo nghiệp thanh tịnh (tam phúc tịnh nghiệp) thì ngay trước tiên đã dạy chúng ta "hiếu dưỡng phụ mẫu". Đó là dạy chúng ta phải thực hành đạo hiếu, phải tận hiếu.

Phải từ chỗ nào bắt đầu thực hành? Từ việc hiếu dưỡng cha mẹ mà bắt đầu thực hành, sau đó mới mở rộng đến mức hiếu dưỡng hết thảy chúng sinh. Trong kinh Bồ Tát Giới, đức Thế Tôn dạy rất rõ ràng: "Hết thảy người nam đều là cha ta, hết thảy người nữ đều là mẹ ta." Đó là mở rộng sự hiếu dưỡng cha mẹ, mở rộng đến khắp các pháp giới trong hư không, như vậy mới có thể tận hiếu. Cho nên, ai là người có thể tận hiếu đến mức viên mãn, trọn vẹn? Chỉ người đạt đến quả vị Như Lai mới có thể thực sự làm được trọn vẹn, viên mãn. Bồ Tát Đẳng Giác vẫn còn chưa đạt đến sự rốt ráo viên mãn.

Do đó có thể biết rằng, học Phật chính là học một chữ hiếu, chính là học một chữ trung. Phật pháp không có gì khác, chỉ là trung hiếu mà thôi.

Cha mẹ đối với chúng ta ơn đức quá lớn, thân mạng này của ta có được là nhờ cha mẹ. Cho nên, hiếu dưỡng cha mẹ là đạo lý muôn đời bất biến, giữ trọn theo mới đáng gọi là người. Dựa trên căn bản [hiếu dưỡng] này mà tu học mới có thể thành Bồ Tát, thành Phật.

Chúng ta hiếu dưỡng cha mẹ, dùng tâm hiếu để nuôi dưỡng cha mẹ, Nho gia nói rất rõ: "Nuôi dưỡng thân mạng cha mẹ." Đó là đối với mọi nhu cầu vật chất trong đời sống của cha mẹ đều phải quan tâm đến. Ngoài ra còn phải biết "nuôi dưỡng tinh thần cha mẹ", phải giữ cho cha mẹ không lo buồn, không phiền não, tâm tư tình cảm vui tươi khoan khoái, đó là chiều thuận. Nếu không chiều thuận, cha mẹ hẳn phải sinh phiền não, phải sinh lo buồn.

Cho nên, việc thực hành đạo hiếu thật không dễ dàng. Nếu như không có tâm chân thành, như tôi thường nói là tâm chí thiện, tâm thuần hiếu, tâm thuần kính, thì chữ hiếu này thật không dễ vận dụng vào thực tiễn. Nói tóm lại là phải dùng tâm chân thật.

Ngoài ra phải biết "nuôi dưỡng ý hướng của cha mẹ". Ý hướng của cha mẹ là gì? Là những kỳ vọng đối với quý vị. Ý hướng như vậy của cha mẹ, ở mức nhỏ nhoi là mong cho quý vị được thăng quan, phát tài. Nếu là nhìn xa trông rộng, thì người Trung quốc gọi đó là mong cho con trai hóa rồng, con gái thành phụng. Nói theo ngôn ngữ hiện đại thì là hy vọng quý vị có thể kiệt xuất hơn người, làm rạng rỡ tông đường, khiến cho tổ tiên dòng họ đều cảm thấy vinh dự, tự hào về quý vị. Đó là sự kỳ vọng của các bậc cha mẹ thông thường ngày xưa đối với con cái.

Nếu cha mẹ là người đã giác ngộ, hiểu đạo, thì sẽ kỳ vọng quý vị có thể thành Bồ Tát, thành Phật, đạt đến cứu cánh chân thật viên mãn, trọn vẹn. [Như vậy,] chúng ta có thể làm cho cha mẹ không phải thất vọng vì mình hay không?

Muốn làm Bồ Tát, làm Phật, bất kể quý vị mang thân phận gì, đang làm nghề nghiệp gì, cũng đều có thể thành tựu được. Thành Phật, cũng không nhất thiết phải có đủ 32 tướng tốt, 80 vẻ đẹp mới là tướng Phật. Cư sĩ Duy-ma-cật thị hiện tướng Phật là người cư sĩ tại gia. Các vị hòa thượng Phong Can, Hàn Sơn, Thập Đắc thị hiện hình tướng của những con người hết sức bình thường. Chúng ta hôm nay nói về những người thiện nguyện, làm công quả cho đạo tràng, đó là thị hiện hình tướng người làm công quả. Quan sát cho thật kỹ, các vị làm công quả đó đích thực là đang tu Bồ Tát hạnh, đích thực là một hiện tướng của Phật. Bồ Tát Quán Thế Âm có 32 ứng hóa thân, [đó là] 32 loại tướng Phật, 32 cách thực hành Bồ Tát hạnh. Cho nên, dù mang thân phận gì, đang làm nghề nghiệp gì, quý vị cũng đều có thể làm Bồ Tát, cũng đều có thể làm Phật.

Làm Bồ Tát, làm Phật so với phàm phu có khác biệt gì? Tôi nghĩ là quý vị đồng tu đều hiểu rất rõ, rất sáng tỏ việc này. Mỗi ngày chúng ta tụng đọc kinh điển Đại thừa, mỗi ngày đều nghiên cứu, thảo luận, nên lẽ ra phải có ấn tượng rất sâu sắc. [Khác biệt ở đây là,] chư Phật, Bồ Tát không có vọng tưởng, phân biệt, vướng chấp. Chư Phật, Bồ Tát chỉ có duy nhất một tâm chân thành, tâm thuần thiện, tâm thuần nhất thương yêu con người, thương yêu hết thảy chúng sinh, thuần nhất một tâm vì chúng sinh phục vụ, không một ý niệm nào vì lợi ích riêng cho bản thân, mỗi một ý niệm đều nghĩ đến sự an định của xã hội, hòa bình của thế giới, hạnh phúc chân thật của hết thảy chúng sinh. Các ngài khởi tâm động niệm, nói năng hành động đều tương ưng, phù hợp hoàn toàn với năm giới, mười nghiệp lành.

Cho nên, chúng ta nhất định không thể xem nhẹ, không được bỏ qua năm giới với mười nghiệp lành. Thực hành được trọn vẹn, rốt ráo, viên mãn mười nghiệp lành chính là đại hiếu, là sự trọn vẹn viên mãn đạo hiếu, là trọn thành Phật đạo. Chúng ta từng được xem qua rất nhiều tranh tượng Phật, thấy trên đỉnh đầu có vầng hào quang tròn, bên trên hào quang thường viết ba chữ, đa số là viết bằng chữ Phạn, nhưng cũng có khi viết bằng chữ Hoa. Đó là chữ án, chữ a và chữ hồng.

Quý vị nhìn thấy rồi phải suy ngẫm, ba chữ ấy có ý nghĩa gì? Ba chữ ấy chính là [biểu thị] sự viên mãn mười nghiệp lành, [bao gồm] thân, khẩu (hay ngữ) và ý. Chữ án là nghiệp của thân, chữ a là nghiệp của khẩu, chữ hồng là nghiệp của ý. Ba chữ này biểu thị ba nghiệp thanh tịnh.

Trong mười nghiệp lành, chúng ta đã học là có 3 nghiệp của thân, 4 nghiệp của khẩu và 3 nghiệp của ý. Quý vị có thực sự làm được đến mức thanh tịnh viên mãn hay không? Chỗ tu tập của chư Phật, Bồ Tát chính là tu tập ba chữ này, học chính là học ba việc này, đạt đến viên mãn rốt ráo cũng chính là ba việc này.

Ngày xưa, khi tôi mới vừa tiếp xúc với Phật pháp, rất may mắn được biết đến Đại sư Chương Gia. Tôi thỉnh ngài ban cho tôi một bức thư pháp, ngài nhận lời viết cho tôi một bức. Bức thư pháp này do quá nhiều lần tôi thay đổi chỗ ở nên đã thất lạc không tìm lại được. Trên bức thư pháp này là ba chữ án, a và hồng, Đại sư viết bằng chữ Tạng. Ngài trao cho tôi rồi, lại vì tôi giảng giải tường tận, chi ly ý nghĩa ba chữ này.

Vì thế, chúng ta phải hiểu rõ, học Phật là học những gì? Nếu như khởi tâm động niệm, nói năng hành động đều hoàn toàn trái ngược với những gì mình học thì đó không phải là học Phật. Không phải học Phật thì chính là đang tạo nghiệp. Chúng ta phải nhận hiểu rõ ràng, phải sáng tỏ điều này.

Cho nên, tôi thường khuyên tất cả mọi người, chúng ta làm người muốn thành người tốt, học Phật muốn thật giống Phật, thì trước tiên phải buông bỏ hết sạch mọi ý niệm tự tư tự lợi. Như vậy thì công phu tu tập mới hiệu quả. Mỗi một ý niệm đều phải vì [lợi lạc] chúng sinh, vì Phật pháp, vì [muốn cho] Phật pháp trụ lâu nơi thế gian này.

Trong kinh điển đức Phật giảng giải rất rõ ràng, sáng tỏ, vận hội chánh pháp của đức Phật Thích-ca Mâu-ni vẫn còn 9.000 năm nữa. Hiện nay bên ngoài có rất nhiều lời tiên tri, nói rằng đã đến ngày tận thế. Tôi không tin. Vì sao tôi không tin? Vì tôi tin lời của Phật Thích-ca Mâu-ni [trong kinh điển]. Nhưng tai nạn thì khẳng định là sẽ có. Vì sao? Vì lòng người không hiền thiện, tạo các nghiệp [chẳng lành] nên chiêu cảm, đương nhiên là [tai nạn] không thể né tránh được.

Nhưng nếu lòng người có thể quay về hướng thiện, thì tai nạn ấy có thể được giảm nhẹ, thời gian chịu nạn có thể được rút ngắn. Vì thế, tôi nhìn thấy Trung quốc có tương lai tốt đẹp. Do đâu mà nhìn thấy như thế? Vì có nhiều người niệm Phật. Nghe nói hiện nay tại Trung quốc số người niệm Phật A-di-đà, tụng kinh Vô Lượng Thọ, vượt quá số hơn trăm ngàn người. Người niệm Phật nhiều như vậy, thật hy hữu! Trong mười người mà có một người niệm Phật thì chín người còn lại cũng được hưởng nhờ lợi ích. Tại Singapore, Đông Nam Á, hiện nay khuynh hướng, phong khí niệm Phật đang rất mạnh mẽ. Nói chung thì Chánh pháp trụ ở nơi nào, nơi ấy sẽ được chư Phật hộ niệm, chư thiện thần, trời rồng đều theo bảo vệ, giúp đỡ. Đó là lẽ nhất định, là hoàn toàn hợp tình hợp lý.

Chúng ta muốn có tâm thiện thì tâm học Phật là tâm chí thiện, chỉ có điều phải học theo cho giống. Học theo không giống Phật thì đó là giả, chẳng phải thật. Phải học theo cho giống Phật. Chân chánh học theo được giống Phật thì cũng có khả năng buông xả được.

Cho nên, tôi lần đầu tiên gặp được Đại sư Chương Gia, cầu xin ngài xin chỉ dạy, Đại sư dạy cho tôi chỉ sáu chữ: "Nhìn được thấu, buông được hết." Một đời tôi, đã gần năm mươi năm qua chính là học sáu chữ này, cũng chỉ mới học giống được đôi chút thôi.

Vì thế, chúng ta nhìn về các bậc đại đức trong quá khứ như Lão hòa thượng Hư Vân, Đại sư Ấn Quang, phẩm hạnh đạo đức của các ngài trong suốt một đời chẳng phải chỉ là sáu chữ này đó sao? Thực sự nhìn thấu, buông hết.

Ấn Tổ cùng với Hư lão hòa thượng suốt đời không có đạo tràng riêng, không có đồ chúng. Tín đồ Phật tử tin theo rất đông, các ngài chỉ khuyên mọi người niệm Phật tu hành mà thôi, ngoài việc ấy ra trong lòng không chút nhiễm bẩn. Thật không giống như nhiều vị pháp sư hiện nay, đối với tín đồ luôn ghi lại tên tuổi, địa chỉ, số điện thoại, lại còn thêm hình ảnh nữa... Quý vị xem, thật là phiền phức biết bao. Chỉ vì sợ quên mất tín đồ! Chúng ta nhìn lại các bậc đại đức trong quá khứ, tín đồ không tìm đến thì các ngài quên sạch, tuyệt đối không vướng bận trong lòng. Cho nên tôi nói các ngài không có tín đồ. Tâm địa các ngài thực sự thanh tịnh, không nhiễm bụi trần, không có phiền não, không có lo buồn, không ràng buộc vướng mắc, trong lòng như thế nên tràn đầy trí tuệ, từ bi. Chúng ta nên học theo như thế. Đó là thực sự học Phật.

Thế gian có được nhiều người chân chánh học Phật thì người thế gian có phúc, Phật pháp mới có thể trụ lâu dài ở thế gian. Quý vị đồng học nhất định phải phát tâm [học Phật chân chánh], bất kể là tại gia hay xuất gia. Làm người xuất gia, quý vị nhất định phải ghi nhớ, phải nêu gương tốt cho người xuất gia. Ai là tấm gương tốt nhất để người xuất gia noi theo? Chính là đức Phật Thích-ca Mâu-ni. Người tại gia cũng phải nêu gương tốt cho người tại gia. Ai là gương tốt cho người tại gia noi theo? Là cư sĩ Duy-ma-cật, đó gọi là người chân chánh học Phật.

Nếu nói rằng đức Thế Tôn hay cư sĩ Duy-ma-cật cách chúng ta quá xa, ta sẽ tìm [những tấm gương thuộc] một thế hệ gần đây. Trong một thế hệ gần đây quý vị cũng có thể tìm ra được. Người xuất gia học theo Pháp sư Ấn Quang, học theo Lão hòa thượng Hư Vân, nhất định không thể sai lầm. Hai vị này là điển hình giống Phật trong giới xuất gia. Người tại gia học Phật thì có Lão cư sĩ Giang Vị Nông là gương tốt. Lão cư sĩ Lý Bỉnh Nam ở Đài Trung cũng là một tấm gương tốt. Các vị ấy đều chân chánh học Phật, rất giống với cư sĩ Duy-ma-cật, mỗi một ý niệm đều vì Phật pháp, vì hết thảy chúng sinh, không vì bản thân mình.

Cho nên, chúng ta học Phật, không chỉ là y cứ vào những lý luận trong kinh điển, qua đó Phật dạy chúng ta rất nhiều phương pháp, mà còn phải tìm cho được một tấm gương tốt để noi theo, một mô thức đúng để y theo đó mà rèn giũa, tu sửa tự thân mình. Có như vậy thì một đời này của chúng ta mới không trôi qua uổng phí, mới thực sự học Phật có kết quả cụ thể, nhất định có thể vãng sinh, không còn thối chuyển, hướng đến thành Phật.

Ở thế gian này, không chỉ là các pháp thế gian, mà ngay cả Phật pháp cũng phải buông xả, buông xả cho hết sạch, một chút bụi trần cũng không nhiễm bẩn thì chúng ta mới được thành tựu. Nếu có mảy may vướng nhiễm thì đó là chướng ngại lớn nhất, chẳng những khiến ta không thể thành tựu Phật pháp, mà ở trong thế gian cũng sẽ tạo ra vô lượng vô biên tội nghiệp. Những chuyện nhân quả trả vay, trong sách Cảm ứng thiên [vị biên] đã nói quá nhiều rồi, chúng ta không thể không biết đến, không thể không lưu ý.

Nói về hiếu hạnh có rất nhiều điều chi ly tinh tế, không thể nói hết, nhưng chỉ cần nêu ra được một cương lĩnh khái quát [để noi theo,] chẳng hạn phải phụng sự cha mẹ như thế nào, đối đãi với anh chị em như thế nào, giữ gìn sự hòa thuận êm ấm trong dòng tộc như thế nào, làm thế nào để mang đến cho xã hội, cho hết thảy chúng sinh một cuộc sống an định, hòa bình, hết thảy những điều ấy đều không ra ngoài chữ hiếu, đều thuộc về hiếu hạnh.

Bài giảng thứ 44

(Giảng ngày 2 tháng 7 năm 1999 tại Tịnh Tông Học Hội Singapore, file thứ 45, số hồ sơ: 19-012-0045)

Thưa quý vị đồng học, cùng tất cả mọi người.

Trong phần trước, tôi đã đem tánh thể của chữ hiếu giới thiệu qua với mọi người. Tánh thể của hiếu chính là tự tánh của một niệm tròn đầy viên mãn. Hình tướng biểu hiện của hiếu là các bậc đại thánh đại hiền ở thế gian cũng như xuất thế gian. Phạm vi của một chữ hiếu này là pháp giới trong hư không, hết thảy đều bao hàm trong đó.

Về sự thực hành chữ hiếu, đạo Nho gọi là "chỉ ư chí thiện" (dừng ở chỗ hết mức hiền thiện). Trong Phật pháp thì hiếu là công hạnh của chư Phật, Bồ Tát. Về việc vận dụng chữ hiếu trong cuộc sống hằng ngày như thế nào, học tập theo chữ hiếu như thế nào, hôm qua cũng đã nêu ra [với quý vị] một cương lĩnh khái quát.

Đức Phật dạy chúng ta phải từ nơi thực tế hiếu dưỡng cha mẹ, tôn kính bậc sư trưởng thì mới biết được về sự hiếu dưỡng.

Trong việc hiếu dưỡng đời sống thể chất của cha mẹ, phải biết chú tâm chăm sóc cả những điều nhỏ nhặt. Khi cha mẹ tuổi già sức yếu, phải biết quan tâm chăm sóc giống như đối với đứa trẻ thơ vừa sinh ra, nghĩa là phải hết sức cẩn thận, hết sức chú tâm, từ việc ăn uống cho đến đi đứng nằm ngồi đều phải lưu tâm chú ý.

Trong sách Lễ ký, chúng ta đọc thấy rất nhiều chỉ dẫn về việc phụng dưỡng người già, nhất là về phương diện món ăn thức uống, nhất định phải chọn lựa theo đúng với nhu cầu, đặc điểm sinh lý riêng của cha mẹ. Điều này [người làm con] nhất định phải hiểu rõ. Tình trạng sức khỏe và thể trạng của mỗi người đều khác nhau, nên việc phụng dưỡng nhất thiết không thể hoàn toàn giống nhau. Chỉ có điều là vẫn có một nguyên tắc chung, cần phải [chọn những thức ăn] dễ tiêu hóa, dễ hấp thụ.

Ngày nay so với trước đây đã tiến bộ rất nhiều, phương thức kiểm tra sức khỏe rất thuận tiện. Sau khi kiểm tra có thể biết được những dưỡng chất nào đang bị thiếu, tùy theo đó có thể cung ứng bổ sung, điều chỉnh chế độ ăn uống của cha mẹ cho thích hợp. Đó là phụng dưỡng đời sống thể chất của cha mẹ.

[Sau đây nói về] việc phụng dưỡng đời sống tinh thần, tâm linh của cha mẹ. Các bậc cha mẹ đối với con cháu, đối với bạn bè thân thích đều luôn thương yêu bảo bọc, luôn quan tâm lo lắng, hết thảy đều hy vọng con cháu hay bạn bè thân thích đều được mọi điều tốt đẹp, cuộc sống tốt đẹp, thành tựu sự nghiệp vượt trội hơn người.

Người ta khi càng lớn tuổi thì càng phát triển tâm từ bi, vì tự biết mình ngày tháng còn lại trên cõi đời không nhiều lắm. Chuyện của bản thân trải qua một đời, nay đều đã thành quá khứ, cho nên họ chỉ còn kỳ vọng thực tiễn nơi con cháu trẻ tuổi. Tâm địa ấy hết sức chân thành, từ bi. Tôi thường nói: "Lão bà tâm thiết." Lão bà ở đây chỉ các cụ bà, tâm của các cụ chân chánh hiền lành tốt đẹp, ví như trong quá khứ từng làm điều sai trái thì đến lúc già cũng đã biết sám hối, đã biết quay đầu hướng thiện.

Người còn trẻ tuổi thì khó khăn lắm, nhưng đến tuổi già rất dễ quay đầu hướng thiện. Tôi đã gặp không ít người tuổi già nghe pháp rồi tu hành thành tựu. Họ tiếp xúc với Phật pháp trong thời gian không được lâu dài, thời gian niệm Phật cũng rất ngắn, nhưng lại được vãng sinh với điềm lành hiếm có. Ý nghĩa này chúng ta cần hiểu biết rõ ràng. Từ xưa đến nay, chúng ta thấy những người từ 60 tuổi trở lên tu hành thành tựu rất nhiều.

Người chân chánh tu hành thành tựu, đó là đại hiếu. Chúng ta phải thấu rõ được ý nghĩa này. Việc giúp đỡ, hỗ trợ những người tu hành không phải lúc nào cũng giống nhau. Vì thế, phải thấu hiểu được trong lòng cha mẹ, thấu hiểu được những niềm hy vọng của cha mẹ, không phụ lòng cha mẹ, không phụ lòng các bậc thầy dạy.

Sự kỳ vọng của các bậc thầy đối với học trò so với sự kỳ vọng của cha mẹ đối với con cái quả thật không khác nhau. Cho nên, theo lễ nghĩa xưa kia của Trung quốc thì lòng biết ơn của học trò đối với thầy dạy so với lòng biết ơn của con cái đối với cha mẹ không hề khác biệt, chỉ khác nhau ở điểm là trong lễ tang cha mẹ thì con cái phải mặc đồ tang, còn đối với lễ tang của thầy thì không. Ngoài điểm này ra thì không tìm thấy sự khác biệt nào nữa.

Người ta nếu trọn đời có thể sống trong thế giới biết ơn thì đó là điều thực sự có giá trị, thực sự có ý nghĩa. Phải thấu hiểu rõ ràng, sáng tỏ ý nghĩa này. Trong giai đoạn tuổi trẻ còn đang học tập ở trường, cha mẹ, thầy cô đều hy vọng chúng ta biểu hiện những thành tích thật tốt. Chúng ta học tập không tốt để cha mẹ phải lo lắng, đó là bất hiếu. Đạo đức hạnh kiểm của ta không tốt, cha mẹ cũng lo lắng. Người con hiếu thì mỗi giây phút đều cố gắng giữ cho cha mẹ được vui lòng, được thanh thản, hay nói cách khác là dù làm việc gì cũng hướng đến sao cho cha mẹ được vui thích.

Bạn đồng học không sống chung hòa thuận với nhau, đó là bất hiếu. Không vâng theo lời dạy bảo của thầy cô, đó là bất hiếu. Chúng ta liệu có làm được như vậy hay chăng? Thời niên thiếu của ta đã trôi qua, thử nhìn lại xem có mấy người làm được? Quý vị không làm được cũng không đáng trách. Vì sao vậy? Vì pháp Phật giảng giải luôn hợp tình, hợp lý, hợp chánh pháp. Khi quý vị còn nhỏ tuổi, không có người chỉ dạy thì quý vị làm sao biết được? Không người chỉ dạy mà quý vị có thể biết được thì đó là Phật, Bồ Tát tái sinh, chẳng phải người phàm, nên mới không cần ai chỉ dạy.

Sau khi quý vị trưởng thành, đã lập gia đình thì gia đình phải hòa thuận. Nếu gia đình bất hòa sẽ khiến cha mẹ lo buồn. Anh em, chị em dâu rể bất hòa thì việc gì cũng khiến cho cha mẹ lo âu. Cha mẹ đối với con cháu mà ôm lòng lo lắng suốt đời thì khi lâm chung cũng canh cánh trong lòng, nào ai hiểu được điều đó? Chỉ khi tự thân quý vị đến lúc tuổi già thì mới có thể cảm nhận được điều đó.

Con người sống giữa thế gian, khi bước vào xã hội nhất định phát sinh đủ thứ việc, cần phải có một nghề nghiệp chính đáng, một công việc chính đáng, vì xã hội, vì hết thảy chúng sinh mà phục vụ. Quý vị [hiện nay] đối với công việc, đối với nghề nghiệp của mình có tận tâm tận lực mà làm hay chăng? Nếu không tận tâm tận lực mà làm thì đó là bất hiếu, là có lỗi với cha mẹ, có lỗi với thầy cô. Do đó có thể biết rằng, hạnh hiếu đầy khắp trong vũ trụ, biến hiện khắp pháp giới trong hư không.

Không chỉ tâm hiếu là tròn đầy viên mãn, mà hạnh hiếu cũng là tròn đầy viên mãn. Chúng ta đọc trong kinh Phật, thấy rằng chư Phật, Bồ Tát đối với hết thảy chúng sinh trong các pháp giới cùng khắp hư không đều có sự cảm ứng giao hòa trong đạo thể. Chúng ta lại đọc qua về Bồ Tát Quán Thế Âm, thấy có câu "thiên xứ kỳ cầu thiên xứ ứng" (ngàn nơi khẩn cầu, ngàn nơi ứng hiện), đó là gì? Chính là thực hành đạo hiếu, là tận hiếu mà thôi. Chúng ta học Phật, nếu đối với những ý nghĩa cơ bản này mà không hiểu rõ được thì xem như chỉ đọc suông vô ích.

Làm người học Phật, không có gì khác hơn là học đạo

hiếu từ lời Phật dạy, học theo sự tận hiếu mà thôi. Chư Phật, Bồ Tát thị hiện cũng không ngoài việc này. Người thấu hiểu được đạo hiếu, thực hành được đến mức cùng cực của hạnh hiếu, mỗi niệm đều rộng độ chúng sinh, mỗi một việc làm đều nêu cao gương tốt cho người thế gian. Cho nên, chúng ta đối với chư Phật, Bồ Tát, các bậc tổ sư qua nhiều đời, cần phải lưu tâm chú ý, thể hội được hành trạng oai nghi của các ngài khi thị hiện trong cuộc đời, hướng theo các ngài mà học tập.

Trước khi Hàn quán trưởng vãng sinh, trong hơn hai giờ cuối cùng tôi đã cùng bà trò chuyện, [bà bày tỏ] hy vọng rằng người xuất gia đều có thể làm gương tốt cho người xuất gia, người tại gia cũng đều có thể làm gương tốt cho người tại gia, đạo tràng tu tập đều có thể nêu gương tốt cho tất cả các đạo tràng khác. Như vậy là tận hiếu, là thực hành đạo hiếu, là tâm Phật, là hạnh Bồ Tát.

Chúng ta phải cầu tìm những con người nào? Chính là những người con hiếu. Người Trung quốc thời xưa thường nói: "Tìm tôi trung nơi nhà con hiếu." Quý vị cần biết, hai chữ "tôi trung" [ngày nay] phải hiểu theo ý nghĩa nào? Chính là chỉ các nhân viên làm việc [tận tụy]. Phần trước đã giảng qua về chữ trung, đó là đem chữ hiếu vận dụng vào cuộc sống, vận dụng vào thực tế ứng xử, giao tiếp với mọi người. Người có thể thực hành theo trung đạo, theo lẽ trung dung thì rất đáng tin cậy trong công việc. Họ có thể hết lòng hết sức, không có tâm thiên lệch, riêng tư, luôn khách quan vô tư vì công việc chung. Đó gọi là trung.

Cho nên, hai chữ trung hiếu mà làm được là Phật đạo đã trọn vẹn đầy đủ. Người làm được như vậy chính là Bồ Tát, là Phật. Vì thế, phàm phu thành Phật chỉ trong khoảng thời gian của một ý niệm. Một niệm chuyển hóa liền thành Phật, Bồ Tát, hết thảy thân tâm, thế giới đều buông xả hết.

Buông xả những gì? Đó là buông xả [những tâm niệm]

tham, sân, si; buông xả [những ý niệm] thị phi, nhân ngã; buông xả mọi điều khen chê vinh nhục; buông xả trần duyên níu kéo; buông xả tâm ganh ghét tật đố; buông xả [sự phân biệt] ta và người khác.

Tôi thường bảo quý vị, hãy buông xả sự ham thích ưa muốn, những điều quý vị ham muốn, những dục vọng của quý vị, buông xả tham lam ái luyến, buông xả sự hung ác ngang ngược, buông xả mọi điều ân oán, hết thảy đều buông xả, đem tâm thanh tịnh, tâm chân thành, tâm đại từ bi mà vì Phật pháp, vì xã hội, vì tất cả chúng sinh phục vụ. Sự chuyển biến được như vậy là đã vượt phàm lên thánh.

Bất kể thân phận hiện nay của quý vị thế nào, bất kể quý vị làm nghề nghiệp gì, quý vị đều ở trong công việc, trên cương vị của mình, bất kể thân phận nào cũng đều vì chúng sinh phục vụ, vì xã hội phục vụ.

Dù nghề nghiệp, công việc nào cũng đều là vì xã hội, vì chúng sinh phục vụ. Người xuất gia cũng là một công việc, cũng phụ trách, gánh vác một phần trách nhiệm trong xã hội. Trách nhiệm ấy phải được nhận thức thật rõ ràng, đó là giáo dục xã hội, giáo dục một xã hội đa nguyên văn hóa. Cho nên chúng ta phải nhận biết, phải khẳng định rằng đức Phật Thích-ca Mâu-ni là một bậc thầy dẫn dắt trong giáo dục đa nguyên văn hóa, đoàn kết các chủng tộc, dung hợp các nền văn hóa khác biệt, các tôn giáo khác nhau.

Tối hôm qua chúng ta đã viếng thăm và tìm hiểu về đạo Baha'i [ở cuộc triển lãm các tôn giáo]. Lý tưởng của tôn giáo này chính là theo đuổi sự đoàn kết các tôn giáo, chỉ có điều là về mặt lý luận cũng như thực hành, giáo dục, đạo Phật đều thiết thực và vượt trội hơn so với họ.

Trước đây tiên sinh Phương Đông Mỹ từng nói, trong kinh Hoa Nghiêm có đủ triết lý chân thật, cứu cánh, viên mãn. Những nền triết học trong thế gian cũng như xuất thế gian mà trong suốt một đời ông đã đọc qua, đã nghiên cứu qua, đều không sánh được với triết học trong kinh Hoa Nghiêm vì có lý luận trọn vẹn viên mãn, phương pháp đầy đủ rõ ràng, sau đó còn có phần diễn đạt minh họa. Đồng tử Thiện Tài 53 phen tham học [các bậc thiện tri thức] chính là sự diễn đạt minh họa [triết lý Hoa Nghiêm], giúp chúng ta có thể nhìn thấy, có thể học tập theo.

Cho nên, Phương tiên sinh thường nói rằng kinh Hoa Nghiêm là hệ thống triết học khái luận hay nhất ở thế gian. Những năm cuối đời, có thể nói là tiên sinh chỉ hoàn toàn học tập kinh Hoa Nghiêm. Tại trường học ông cũng khai mở triết học Hoa Nghiêm, giới thiệu kinh Hoa Nghiêm.

Chúng ta hiện nay thân làm người xuất gia, là đệ tử của Phật, nếu như những ý nghĩa này đều không hiểu rõ, lời Phật dạy đều không ghi nhớ, không thể hết sức nỗ lực làm theo, thì đó chính là đại bất hiếu. Kẻ bất trung bất hiếu thì còn thành tựu được gì chứ? Tôi nói những lời này quý vị hãy nhớ kỹ, tuy có phần khó nghe, cũng không e dè khách khí. Người bất trung bất hiếu thì ngày sau phải đi vào ba đường ác, không thể có phần trong ba đường lành. Quý vị cho rằng chỉ niệm mấy câu Phật hiệu là có thể được vãng sinh, dễ dàng đến như vậy sao? Người niệm Phật phải tận trung, tận hiếu mới nhất định được vãng sinh, như vậy mới được chư Phật hộ niệm, các vị trời rồng theo ủng hộ.

Hy vọng chúng ta có thể cùng nhau gắng sức, thực sự nỗ lực tu học. Hôm nay thời gian đã hết, chúng ta giảng đến đây thôi.

Bài giảng thứ 45

(Giảng ngày 3 tháng 7 năm 1999 tại Tịnh Tông Học Hội Singapore, file thứ 46, số hồ sơ: 19-012-0046)

Thưa quý vị đồng học, cùng tất cả mọi người.

Mấy ngày qua chúng ta bàn về hai chữ "trung hiếu". Trong thực tế, rất ít người nhận thức được hai chữ này. Những người có thể chân chính thể hội được ý nghĩa biểu trưng của hai chữ này lại ngày càng ít hơn. Chúng ta bị giới hạn về thời gian nên chỉ có thể giới thiệu sơ qua một cách đơn giản. Nhưng với sự giới thiệu đơn giản đó, nếu quý vị có thể lưu tâm thật kỹ để thể hội được thì hai chữ này đã bao quát được hết thảy pháp Phật. Không chỉ là những gì đức Phật Thích-ca Mâu-ni đã giảng thuyết trong 49 năm, mà cho đến hết thảy các pháp ba đời chư Phật Như Lai mười phương đã thuyết giảng cũng không thể vượt ra ngoài [phạm vi ý nghĩa của] hai chữ "trung hiếu" này.

Hiếu là nói về tướng thể của hết thảy chúng sinh trong các pháp giới cùng khắp hư không. Trung là nói về chỗ vận dụng lớn lao [của hiếu]. Nếu dùng tiêu đề kinh Hoa Nghiêm để nói thì chữ hiếu chính là "Đại Phương Quảng" trong tiêu đề kinh, còn chữ trung chính là "Phật Hoa Nghiêm". Hiếu là Đại Phương Quảng, trung là Phật Hoa Nghiêm, cho nên hàm nghĩa của hai chữ "trung hiếu" này sâu rộng vô cùng, chúng ta phải hết sức chú tâm thể hội.

Đức Phật Thích-ca Mâu-ni trong 49 năm thuyết giảng hết thảy kinh điển Đại Tạng đều là nhằm giảng rộng chi tiết ý nghĩa hai chữ này. Hai chữ này thực hiện được trọn vẹn đầy đủ thì đó là Vô thượng Bồ-đề, là quả vị rốt ráo của Như Lai. Mỗi cá nhân muốn thành bậc hiền thánh, gia đình muốn hòa hợp, xã hội muốn an lành, hết thảy chúng sinh muốn sống chung hòa thuận an vui, nếu lìa khỏi ý nghĩa hai chữ này thì không thể nào đạt được. Cho nên, đối với hai chữ trung hiếu này, chúng ta nhất định không được xao lãng xem nhẹ.

Người xưa nói: "Một người nhân từ, cả nước nhân từ." Nhân từ là biết thương yêu, nhân hậu với người khác. Chữ nhân (仁) này cũng thuộc loại chữ hội ý. Vậy ý nghĩa của nó là gì? Thương yêu là thương yêu chúng sinh, [là có đối tượng], cho nên chữ nhân (仁) biểu hiện có hai người, không phải một người, có bản thân mình lại cũng có người khác, mình và người là một thể thống nhất, mình và người không phân hai, đó là ý nghĩa biểu đạt của chữ nhân (仁).

Trong nhà thiền có câu: "Thức đắc nhất, vạn sự tất." (Hiểu được nghĩa nhất thể, muôn việc đều xong.) Trong nhà Phật thường nói "nhập bất nhị pháp môn" (vào pháp môn chẳng phân hai). Người nào có thể thực sự hiểu được ý nghĩa nhất thể, vào được pháp môn chẳng phân hai, thì đó mới là người có đức nhân. Trong nhà Phật khi tôn xưng ai thì gọi người đó là nhân giả, [tức là người có đức nhân]. Cách xưng hô này là hết sức tôn kính. Trong kinh điển, đức Phật thường gọi các vị Bồ Tát là "nhân giả" (người có đức nhân). Chúng ta từ nơi hình dạng chữ viết mà quan sát phân tích, người có đức nhân từ, chỉ có các vị Bồ Tát mới "từ bi vi bản, phương tiện vi môn" (lấy từ bi làm căn bản, phương tiện làm cửa vào).

Chúng ta nếu muốn cả nhà đều thực hành nhân ái thì quý vị phải biết rằng nhân ái với thân ái ý nghĩa không giống nhau. Thân ái là dựa trên tình thân mà thiết lập, nên tình cảm sâu dày. Nhân ái là dựa trên lẽ thật mà thiết lập, do sự hiểu biết. Hiểu biết những gì? Hiểu biết rằng ta và người vốn không phân hai, muôn pháp đều cùng một thể, nên tâm thương yêu đó là dựa trên lẽ thật, từ trong tâm tánh mà lưu xuất hiển lộ.

398

Đó là thương yêu chân thật, thường còn không biến đổi. Người khác thương yêu ta, ta cũng thương yêu người. Người khác không thương yêu ta, ta vẫn thương yêu người. Người khác đem tâm hiền thiện đối xử với ta, ta cũng đem tâm hiền thiện đối xử với người. Người khác đem tâm bất thiện đối xử với ta, ta vẫn đem tâm hiền thiện đối xử với người. Đó là Bồ Tát, đó là nhân ái, không thể đem cái ý nghĩa thường tình gọi là thân ái mà so sánh được.

Tình cảm có nhiều biến đổi, cho nên tâm thương yêu phát sinh từ tình cảm là vô thường. Thương yêu đó rồi biến thành oán ghét, rồi lại biến thành thù hận. Những việc như vậy, tôi cho rằng quý vị đồng tu đều đã dễ dàng hiểu rõ. Mọi người nhìn vào xã hội hiện nay cũng có thể biết được. Có biết bao người khi vừa đến với nhau đều là bạn tốt, trai gái lúc vừa kết hợp ân ái cùng nhau, thắm tình chồng vợ, chỉ có điều chẳng bao lâu sau thì chia lìa, thì ly hôn, rồi biến thành oan gia của nhau, biến thành đối đầu lẫn nhau, bạn bè hóa ra thù địch, rất nhiều trường hợp như vậy.

Nguyên nhân là vì đâu? [Nam nữ] kết hợp ân ái là do tình cảm. Nhìn bề ngoài thì chẳng có gì sai trái, nhưng vấn đề bên trong là phức tạp, cho nên kết hợp ấy không thể thường còn, không thể dài lâu. Tâm thương yêu của chư Phật, Bồ Tát là thường còn, không thay đổi. Vì sao vậy? Vì trong ngoài đều như nhau, bên ngoài là bình đẳng, bên trong là thanh tịnh, không phát sinh vấn đề gì. Đó chính là tự tánh của mỗi chúng ta, chính là bản lai diện mục. Học Phật không phải gì khác hơn là khôi phục tự tánh, khôi phục bản lai diện mục mà thôi.

Ngày nay thế giới không được bình an, lòng người không được bình an. Trong tâm ta bình an thì thế giới quanh ta sẽ được bình an. Đem tâm bình đẳng, đem cái nhìn bình đẳng làm thanh tịnh pháp giới, thể nhập vào pháp giới của chúng sinh, đạt được sự tự tại lớn lao, đó chính là "pháp giới không chướng ngại" được thuyết giảng trong kinh Hoa Nghiêm. Điều đó hoàn toàn do nơi sự tu dưỡng của riêng mỗi người. Trọn đời luôn được đầy đủ trí tuệ, đầy đủ sự nhân từ, quý vị nghĩ xem thật hạnh phúc biết bao, thật trọn vẹn biết bao! Ý nghĩa của một đời người, giá trị của một đời người chính là ở chỗ này.

Tôi nói "một đời người" cũng là tùy thuận cách nói của thế tục. Nếu nói theo ý nghĩa chân thật thì đó là thường còn mãi mãi. Mạng sống là thường còn. Người thế gian mê hoặc nên thấy có sống chết. Người đã hiểu rõ thì biết là không có sống chết. Sống chết là gì chứ? Chỉ là sự chuyển biến, sự chuyển biến của nhân và quả. Chuyển biến là điều tất nhiên, là việc nhất định phải có. Hết thảy muôn vật đều đang biến đổi, có pháp nào lại không biến đổi? Trừ chân tánh ra, còn mọi thứ khác đều đang biến đổi. Hơn nữa, quý vị cần hiểu rõ là trong mỗi một sát-na ngắn ngủi [muôn vật] đều đang biến đổi, mỗi một sát-na đều không dừng lại. Nhân biến thành quả, quả lại biến thành nhân, rồi nhân lại biến thành quả... mãi mãi xoay vòng không dừng lại.

Nếu quý vị có thể tỉnh giác quan sát chân tướng như thế thì thấu triệt rõ ràng được lẽ sống chết. Nhà Phật thường nói "hiểu rõ lẽ sống chết". Hiểu rõ nghĩa là thấy biết sáng tỏ, đối với chân tướng sự thật của việc sống chết quý vị đã thấu triệt rõ ràng sáng tỏ. Người thấu triệt sáng tỏ thì tự tại trong sự chuyển biến. Trong Phật pháp có nói về việc "thừa nguyện tái lai" (theo hạnh nguyện mà tái sinh trong cõi đời), do nguyện lực mà thọ thân [phàm phu]. Chư Phật, Bồ Tát ứng hóa trong thế gian, đó đều là sự tự tại trong chuyển biến.

Kẻ phàm phu không hiểu rõ được chân tướng sự thật, không biết được sự thật chuyển biến [đang diễn ra], nên ở trong vòng chuyển biến đó mà sinh vọng tưởng, khởi phân biệt, vướng chấp. Phân biệt vướng chấp đều là hư vọng, thảy đều không chân thật. Cho nên, càng chuyển đổi càng thêm bất thiện, càng chuyển đổi lại càng không tốt, không biết chuyển hóa [đúng cách]. Đó là nói về sự tướng của dòng sinh tử lưu chuyển.

Mấy hôm nay có lẽ quý vị đồng tu đều đã xem trên mạng internet thấy người nước ngoài đưa tin về kiếp nạn [sắp đến] của thế giới này. Rất nhiều vị đồng tu xem qua rồi trong lòng hoảng sợ, không biết phải làm sao liền tìm đến hỏi tôi. Tôi bảo họ, nếu quả thế gian này sắp có kiếp nạn lớn như thế, liệu quý vị có tin rằng tại Trung quốc này sẽ có rất nhiều vị Phật, Bồ Tát ứng hóa hiện thân hay không? Trên cả thế giới này cũng vậy. Gần đây nhất có một vị mà chúng ta đều biết là Đại sư Ấn Quang, chính là Bồ Tát Đại Thế Chí ở thế giới Tây phương Cực Lạc hóa hiện đến. Ngài có nói qua với chúng ta về kiếp nạn của thế giới này hay không? Quả thật là có. Trong Văn sao nói đến rất nhiều, nói đến kiếp nạn rất nghiêm trọng, rất lớn lao.

Vậy tai nạn ấy có cách gì giải cứu được không? Quả thật là có. Ngài đã dạy cho chúng ta về các sách Liễu Phàm tứ huấn, Cảm ứng thiên, An Sĩ toàn thư. Nếu có thể y theo ba bộ sách này mà tu tập hành trì, dứt trừ hết thảy việc xấu ác, tu tập hết thảy các điều lành, dựa trên nền tảng đó mà chuyên tâm niệm Phật thì kiếp nạn lớn lao kia tự nhiên sẽ được hóa giải.

Vì sao có thể hóa giải [được kiếp nạn]? Trong kinh Phật có dạy rằng: "Y báo tùy trước chính báo chuyển." (Y báo tùy theo chánh báo mà thay đổi.) Chúng ta cũng từng đọc qua [trong kinh điển] rằng hết thảy các pháp đều từ tâm tưởng khởi sinh. Trong lòng người nếu mỗi ngày chỉ nghĩ toàn những việc xấu ác, mỗi ngày đều làm việc ác, thì sự chiêu cảm chính là kiếp nạn. Nếu trong tâm dứt sạch mọi điều ác, nghĩ tưởng điều lành, nghĩ tưởng điều tốt đẹp, như mấy năm gần đây chúng ta đã đề xướng bốn điều tốt: giữ lòng tốt, làm việc tốt, nói lời tốt, làm người tốt, thì kiếp nạn sẽ chuyển đổi qua đi.

Vì sao không chịu học điều tốt? Học điều tốt phải bắt đầu từ đâu? Phải bắt đầu từ chỗ [trung thực] không tự dối mình, không lừa dối người khác. Nếu như vẫn dối mình dối người thì hết thảy những gì quý vị làm đều là giả dối, kiếp nạn của quý vị không thể nào chuyển biến trôi qua. Cho nên tôi thường khuyên mọi người, Phật dạy chúng ta phải phá trừ bốn tướng. Việc phá trừ bốn tướng đó hoàn toàn không phải chỉ vì những bậc tu hành cao siêu mà nói. Quý vị xem kỹ trong kinh Kim Cang sẽ thấy, vị Tu-đà-hoàn của Tiểu thừa cũng đã lìa bốn tướng: "Vô ngã tướng, vô nhân tướng, vô chúng sinh tướng, vô thọ giả tướng."

Tu-đà-hoàn chỉ mới là sơ quả, là quả vị đầu tiên. Vị Tu-đà-hoàn không tự cho là mình đã chứng đắc quả vị Tu-đà-hoàn, đó chính là lìa bỏ bốn tướng. Chúng ta đối với các tướng ngã, nhân, chúng sinh, thọ giả đều có sự phân biệt vướng chấp hết sức kiên cố, không bước qua được cửa vào Phật pháp.

Sơ quả [Tu-đà-hoàn] là mới bước vào cửa, cũng giống như người đi học mới vào lớp một, vừa mới nhập học. Trong Phật pháp Đại thừa, theo thứ bậc 51 quả vị Bồ Tát thì đó là Bồ Tát ở Sơ tín vị. Nếu không lìa bỏ bốn tướng thì quý vị chưa xứng là Bồ Tát ở Sơ tín vị. Quý vị học Phật cho dù có hay giỏi đến đâu, bất quá cũng chỉ là ở trong phạm vi danh xưng hình thức, hữu danh vô thật, [không có thành tựu chân thật].

Trước đây lão sư Lý Bỉnh Nam thường nói: "Nên sống chết thế nào thì cứ sống chết như thế ấy, nên luân hồi thế nào thì cứ luân hồi như thế ấy." Vì sao vậy? Khởi tâm động niệm, hết thảy mọi hành vi tạo tác đều là tạo nghiệp luân hồi. Học Phật pháp, giảng Phật pháp, lại tạo nghiệp luân hồi, vậy thì có lợi ích gì? Vì sao chúng ta không chuyển hóa được? Tội nghiệp của bản thân chúng ta quá nặng nề, tập khí phiền não từ vô lượng kiếp đến nay không dứt trừ được. Bên ngoài nhìn thấy giống như làm rất tốt những việc bố thí, trì giới, nhẫn nhục, nhưng chỉ là nhìn thấy giống như vậy thôi, trong lòng lại như ngọn lửa dữ đang bùng cháy, không phải tâm bình an tĩnh lặng.

Sự thù thắng của Phật pháp là ở chỗ từ nơi công phu nội tâm khởi làm, đó gọi là cái học bên trong. Lửa phiền não phải làm sao để có thể dập tắt, hóa thành trong trẻo mát lành? Phải dùng trí tuệ. Cho nên, đức Thế Tôn trong 49 năm giảng kinh thuyết pháp đã dành đến 22 năm riêng giảng về trí tuệ Bát-nhã. Chỉ có trí tuệ chân thật mới có thể đạt đến chân thành, thanh tịnh, bình đẳng, giác ngộ và từ bi.

Nếu không có trí tuệ chân thật, cho dù làm được cũng chỉ là biểu lộ bên ngoài, là hình tướng giả tạo, không phải chân thật. Hình tướng giả tạo đó cho dù có đáng yêu nhưng trước sau gì cũng sẽ bị người khác vạch trần. Tự thân quý vị không thể tu hành chứng quả thì đó chỉ là ngụy trang, là tướng mạo mô phỏng theo, không phải chân thật. Tu hành chân thật, quý vị nên biết là không thể lìa xa giới, định và tuệ.

Đại sư Ấn Quang đã lưu ý chúng ta về giới ở mức độ sơ khai, rõ ràng nhất, mức độ cơ bản nhất, đó là năm giới và mười nghiệp lành, không thể không thực hành trọn vẹn. năm giới với mười nghiệp lành cũng có thể giúp thay đổi vận mạng, cũng có thể làm tiêu trừ kiếp nạn.

Nếu muốn thành Phật, muốn ra khỏi sáu đường luân hồi, muốn chứng đắc thánh quả, thì căn bản ở đây phải là "tịnh nghiệp tam phúc" (ba điều phúc lành tạo nghiệp thanh tịnh).

Cho nên, trước mắt cho dù thấy có nhiều tai nạn, chỉ cần thực sự nỗ lực học làm theo năm giới với mười nghiệp lành thì bao nhiêu tai nạn cũng đều có thể tránh được.

Vì thế, Đại sư Ấn Quang suốt đời đề xướng những việc này: thực hành năm giới với mười nghiệp lành, chân thành niệm Phật. Chúng ta quan sát lại trong suốt một đời ngài đã làm những gì? Ngài nêu lên tôn chỉ gồm 16 chữ và thực sự làm được trọn vẹn: "Đôn luân tận phận, nhàn tà tồn thành, tín nguyện niệm Phật, cầu sinh Tịnh độ." (Hòa mục theo đạo, làm tròn chức trách, ngăn điều tà vạy, giữ sự chân thành, tin sâu nguyện thiết, niệm Phật cầu sinh Tịnh độ.) Suốt một đời ngài chỉ làm theo 16 chữ này và thực sự làm được, làm một cách trọn vẹn đầy đủ.

"Đôn luân tận phận" cũng chính là hai chữ trung hiếu. Luân là luân thường, [những giềng mối đạo đức]. Đôn là [đôn hậu,] hòa thuận, một nhà hòa thuận, cả nước hòa thuận, cả thế giới này cùng hòa hợp. [Tận phận là] làm hết trách nhiệm, bổn phận của bản thân mình. Bản thân mình đang giữ vai trò gì, chức trách gì, trong cương vị công việc đó phải lo tròn chức trách của mình, phải làm cho đến mức tốt đẹp nhất, hoàn hảo nhất [trong khả năng của mình]. Đó là tận phận.

Như chúng ta hiện nay là người xuất gia, người xuất gia phải làm những việc gì? Phải học theo đức Phật Thích-ca Mâu-ni mà giáo hóa chúng sinh, lời nói việc làm đều phải nêu gương tốt để chúng sinh noi theo. Phải nêu gương chân thành, nêu gương thanh tịnh, bình đẳng, giác ngộ. Phải nêu gương từ bi, nêu gương quán chiếu thấu triệt, nêu gương buông xả. Phải nêu gương tự tại, tùy duyên. Phải nêu gương chân thành niệm Phật. Đó là bổn phận của người xuất gia. Đối với Tăng đoàn phải chân thành, cung kính tán thán.

Các bậc cổ đức thường dạy: "Muốn Phật pháp hưng thịnh, chư tăng phải xưng tán lẫn nhau." Chư tăng cung kính lẫn nhau, tán thán lẫn nhau, toàn thể Tăng đoàn hòa thuận an vui thì Phật pháp hưng thịnh. Không chỉ riêng một đoàn thể

Tăng-già là chúng ta phải hòa thuận chung sống, phải tôn kính, phải tán thán, mà nói rộng ra cả thế giới này, có bao nhiêu đoàn thể trong xã hội này chúng ta cũng đều phải tôn trọng, phải tán thán, phải sống chung hòa thuận, cùng hỗ trợ hợp tác với nhau.

Có người nói không dễ làm được như thế. Tôi bảo họ cũng không khó làm, chỉ cần thực sự làm được ba việc thì những điều trên đều có thể làm được. Thứ nhất là khởi tâm chân thành, chí thiện, tâm hiền thiện chân thành. Thứ hai là khởi tâm thương yêu chân thật. Thứ ba là cúng dường, bố thí với tâm vô tư, vô điều kiện. Quý vị chỉ cần làm được ba việc ấy thì thiên hạ được thái bình, cho đến yêu ma quỷ quái cũng hòa hợp chung sống.

Ngạn ngữ Trung quốc có câu: "Người có lòng nhân không có thù địch." Quý vị suy ngẫm câu này xem, lòng nhân đó trong Phật pháp gọi là từ bi. Người có lòng nhân là người có tâm đại từ đại bi. Thế nào là không có thù địch? Vì trong lòng người ấy không có ai là thù địch. Câu này hàm ý rằng bậc đại từ đại bi có thể dung hợp được các chủng tộc khác nhau, có thể dung hợp hết thảy chúng sinh. Đó là thực hiện trung hiếu đến mức trọn vẹn đầy đủ, thực sự là tận trung, là thực hành đạo hiếu.

Trong sách [Cảm ứng thiên] này có nhiều chú giải, giảng giải rất dài, rất tường tận chi tiết. Đoạn văn này tôi chỉ giảng đến đây thôi, hy vọng quý vị sẽ tự mình đọc qua các phần chú giải, nếu chỗ nào nghi hoặc thì có thể đến hỏi. Hai chữ trung hiếu này tôi sẽ không giảng thêm nhiều hơn nữa.

Bài giảng thứ 46

(Giảng ngày 4 tháng 7 năm 1999 tại Tịnh Tông Học Hội Singapore, file thứ 47, số hồ sơ: 19-012-0047)

Thưa quý vị đồng học, cùng tất cả mọi người.

Chúng ta đã giảng giải qua rất nhiều về hai chữ "trung hiếu", nhưng thật ra ý nghĩa của hai chữ này không thể nói hết. Trong sách Vị biên có một câu đủ nghĩa: "Đại hiếu tiện thị thuận thân dưỡng chí." (Bậc đại hiếu là thuận theo cha mẹ, nuôi dưỡng tâm chí.) Câu này rất hay, chúng ta nên hết sức nỗ lực học tập làm theo.

Bậc cổ đức dạy ta những khái niệm cơ bản là: "Thiên địa đồng căn. Vạn vật đồng thể." (Trời đất cùng một cội nguồn. Muôn vật cùng một thể tánh). Hai câu này vốn được trích từ sách Đạo Đức Kinh của Lão tử. Cảnh giới này so với trong kinh Hoa Nghiêm là hoàn toàn tương đồng, cũng chính là "Phật tri Phật kiến" (chỗ thấy biết của chư Phật).

Tôi thường viết thư pháp tặng cho nhiều người, luôn chọn viết câu: "Hết thảy chúng sinh trong pháp giới cùng khắp hư không quả thật là chính bản thân mình." Đó cũng gọi là "nhập Phật tri kiến" (thể nhập vào chỗ thấy biết của chư Phật). Hai câu của Lão tử so với ý nghĩa ở đây hoàn toàn tương đồng. Đó là đạo hiếu, là thực sự nhận hiểu được chữ hiếu, thấy biết sáng tỏ về chữ hiếu.

Đem tâm [nhận biết] như vậy đối đãi với hết thảy chúng sinh thì đó là tâm Phật. Từ trong tâm [nhận biết] như vậy mà khởi sinh mọi tư tưởng, hành vi thì đó thực sự là công hạnh Bồ Tát. Cho nên, ở đây nói "thuận thân dưỡng chí" là từ quan điểm [chúng sinh với tự thân mình là một] như trên

407

mà nói, nhất định không phải dựa theo khái niệm [phân biệt thông thường] của phàm phu.

Trong chỗ nghĩ tưởng của phàm phu thì phương thức nuôi dưỡng cha mẹ, phương thức nuôi dưỡng tâm chí của chính mình đều hết sức hẹp hòi, không ra khỏi được khuynh hướng tự tư tự lợi, làm sao có thể hiểu được ý nghĩa lớn lao? Có thể thấy rằng nguồn tâm của bậc thánh hiền so với phàm phu thật không giống nhau. Nguồn [tâm] này ta gọi là đầu nguồn, cũng ví như nguồn nước, chỗ phát xuất của mỗi dòng nước đều không giống nhau.

Nói về "nuôi dưỡng cha mẹ", cha mẹ ở đây nghĩa là gì? Đó là tánh Phật, là chân tâm bản tánh của mỗi chúng ta. Làm sao có thể nuôi dưỡng được chân tâm bản tánh của cha mẹ, đó chính là sự tận hiếu của chư Phật, Bồ Tát. Cha mẹ ta [hiện tại] là phàm phu, đang sống trong mê muội, làm sao có thể dùng phương tiện khéo léo để tác động mạnh mẽ đến các vị, hỗ trợ các vị giác ngộ, đó mới thực sự là trọn vẹn đại hiếu. Cho nên, nói "thuận [thân]" (thuận theo cha mẹ) ở đây là phải thuận theo tánh thể, không phải thuận theo tình cảm thông thường. Đối với tình thường thì đạo Phật cũng như đạo Nho đều nói phải "hợp tình hợp lý" [chứ không phải thuận theo].

Nói về đạo hiếu ở Trung quốc, đức Khổng tử tôn sùng vua Thuấn là bậc thấu hiểu đạo hiếu, thực hành được đạo hiếu, đạt đến tận hiếu. Khổng tử xem vua Thuấn là tấm gương tốt nhất để noi theo trong việc thực hành đạo hiếu, đạt đến tận hiếu. Điều vua Thuấn làm được chính là hỗ trợ cho cha mẹ ngài giác ngộ. Vì thế, người khác nhìn thấy cha mẹ đối xử với ngài cực kỳ khắt khe độc ác, lúc nào cũng muốn đẩy ngài vào chỗ chết, nhưng với ngài thì luôn xem cha mẹ như các bậc đại thánh đại hiền, thực sự là Phật, là Bồ Tát.

Vì sao có hai cách nhìn khác nhau như thế? Vì vua Thuấn

nhìn sự việc từ nơi tánh thể, từ nơi tâm tánh [chân thật]. Từ tâm tánh mà nhìn nên hết thảy chúng sinh đều là chư Phật Như Lai. Cho nên, trong kinh Phật dạy rằng, lúc Bồ Tát thành Phật, ngài nhìn thấy chúng sinh trong khắp thế giới đều thành Phật đạo, chính là ý nghĩa này.

Nhưng cha mẹ của vua Thuấn thì lại nhìn tất cả chúng sinh theo cách dựa trên vọng tưởng, phiền não, tập khí của bản thân mình. Cho nên hai bên có cách nhìn không giống nhau. Một bên là từ nơi tâm tánh lý thể mà quán sát, một bên lại từ nơi phiền não, tập khí mà nhìn người khác. Vì thế, vua Thuấn có thể linh hoạt quyền biến thích hợp. Khi cha mẹ trách phạt, nếu có thể chịu đựng thì chấp nhận, nếu không thể chịu đựng thì lẩn tránh.

Không thể nói rằng dù không chịu đựng nổi cũng phải chịu. [Nếu vậy,] quý vị có bị cha mẹ đánh chết cũng đáng đời, nhưng chết oan uổng như vậy là đại bất hiếu. Chính ở chỗ này cần phải linh hoạt quyền biến. Khi có thể chịu đựng thì chịu đựng, không chịu đựng nổi thì phải tránh né, lại đem hết khả năng mình tìm cơ hội để khơi mở, thức tỉnh cha mẹ. Cha mẹ ngài quả nhiên [về sau được] giác ngộ, quả nhiên được hiểu biết sáng tỏ, quả nhiên thành bậc đại thánh đại hiền. Như vậy mới được xem là tận hiếu, mới được xem là thuận theo cha mẹ.

Chúng ta ngày nay muốn thuận theo cha mẹ thì tâm tham lam của cha mẹ lại quá nặng nề, [nếu thuận theo thì] quý vị phải kiếm tiền, phải kiếm thật nhiều tiền, phải làm quan lớn, phải tham ô... Quý vị thuận theo tất cả những điều ấy thì tương lai phải đọa vào địa ngục, cha mẹ quý vị cũng đọa vào địa ngục, như thế không phải là [đúng nghĩa] thuận theo cha mẹ.

Chúng ta đọc sách thánh hiền, học theo chư Phật, Bồ Tát, không gì khác hơn là để làm người hiểu biết sáng suốt. Người hiểu biết sáng suốt thì không làm những việc sai trái, không có những ý niệm sai trái. Như thế mới gọi là [chân chánh] thuận theo cha mẹ.

Hiểu rõ được ý nghĩa của việc thuận theo cha mẹ là như vậy, lại vận dụng những lý luận, phương pháp này mà suy rộng ra, hằng thuận tất cả chúng sinh, đó chính là hạnh nguyện Phổ Hiền. Trong chỗ hằng thuận chúng sinh lại có tùy hỷ công đức. Hai câu nguyện này, lúc Phật pháp còn chưa truyền đến Trung quốc mà vua Thuấn đã làm được. Chúng ta đọc trong lịch sử phần ghi chép về vua Thuấn, nếu nhìn theo quan điểm của Phật giáo thì chẳng phải vua Thuấn chính là Phật, là Bồ Tát ứng hóa đến Trung quốc đó sao? Oai nghi hành trạng một đời ngài chính là mười nguyện của Bồ Tát Phổ Hiền. Bồ Tát Phổ Hiền có mười nguyên tắc tu hành, mỗi nguyên tắc ấy vua Thuấn đều thực hiện được, mà còn thực hiện một cách hết sức trọn vẹn, đầy đủ. Cho nên, chư Phật, Bồ Tát ứng hóa trong thế gian này, chúng ta dùng mắt thịt của phàm phu không thể nhận biết được.

Chúng ta lúc nào cũng tùy thuận theo tập khí phiền não, tạo tác bao nhiêu là nghiệp ác, nhưng chư Phật, Bồ Tát vẫn luôn đem lòng từ bi hiện đến giáo hóa chúng ta.

Chúng ta cần hiểu rõ ý nghĩa thực sự của hai chữ "thuận thân" (thuận theo cha mẹ). Hiểu rõ được rồi mới biết làm sao hằng thuận chúng sinh, làm sao có thể thực hành trọn vẹn hạnh nguyện Bồ Tát, có thể tu tập thành tựu đạo Bồ Tát.

Lại nói đến "dưỡng chí" (nuôi dưỡng tâm chí), nhà Nho dạy người lập chí, nhà Phật dạy người phát nguyện. Phát nguyện cũng là lập chí. Lập chí không phải là chạy theo danh lợi, mà chính là phải lập được công trạng lớn lao, lợi ích nhiều người. Chỗ này [Nho gia] có một câu [giải thích hai chữ "dưỡng chí"] rất hay: "Dưỡng kỳ triệt địa thông thiên bào dân dữ vật chi chí." (Nuôi dưỡng chí nguyện lo cho cả người lẫn vật ở khắp trong trời đất.) Nhưng câu này người đời hiện nay xem qua rất khó hiểu được ý nghĩa, nên tôi đã chuyển dịch thành văn bạch thoại dễ hiểu hơn là: "Vị pháp giới nhất thiết chúng sinh tận trung tận hiếu phục vụ chi chí." (Chí nguyện vì hết thảy chúng sinh trong pháp giới mà tận trung tận hiếu phục vụ.) Ý nghĩa cũng vẫn là như vậy.

Đời người nên lấy sự phục vụ [người khác] làm mục đích, lấy sự giúp đỡ người khác làm căn bản vui thích. Phật dạy chúng ta như vậy. Nho gia, Đạo giáo cũng đều dạy ta như vậy. Nếu không hiểu được ý nghĩa này thì tâm chí, hạnh nguyện của quý vị đều có sự lệch lạc, sai trái, nghiêng theo tà vạy, không chân chánh, rơi vào sai lầm.

Thế thì việc "thuận thân, dưỡng chí" (thuận theo cha mẹ, nuôi dưỡng tâm chí) phải bắt đầu từ đâu để vận dụng vào thực tiễn? Trong sách Đại Học giảng giải rất hay. Sách này dạy ta cương lĩnh thực tế, phải bắt đầu từ nơi "thành ý chánh tâm" (ý chân thành, tâm chân chánh). "Thành ý chánh tâm" đó, trong nhà Phật gọi là phát tâm Bồ-đề. Chỉ có điều chúng ta thường không phát khởi được tâm Bồ-đề. Vì sao không phát khởi được? Vì có chướng ngại. Cho nên cần phải trừ bỏ chướng ngại.

Việc trừ bỏ chướng ngại, Nho gia gọi là "cách vật trí tri" (cứu xét sự vật để đạt đến cùng tột hiểu biết). [Trình tự tiến hành theo sách Đại Học là] "cách vật nhi hậu trí tri, trí tri nhi hậu ý thành, ý thành nhi hậu tâm chính" (xét việc rồi mới hiểu thấu, có hiểu thấu rồi ý mới chân thành, ý chân thành rồi tâm mới chân chánh). Nho gia có phương pháp như vậy, có trình tự thứ lớp như vậy. Cho nên, muốn vận dụng vào thực tiễn đời sống thì điều kiện trước tiên là phải chân thành. Muốn được chân thành thì phải "cách vật", [phải trừ bỏ vật]. Vật ở đây là gì? Chính là vật dục, là dục vọng.

Khi tôi giảng kinh Địa Tạng, có nói với mọi người rằng

dục vọng có hai loại, một là ái dục, hai là thị dục. Thị dục là những điều quý vị ưa thích, ham muốn. Nếu quý vị có thể buông bỏ được cả hai loại dục vọng này, đó gọi là "cách vật". Sức mạnh của dục vọng vô cùng mãnh liệt, mạnh mẽ, vì là tập khí [tích lũy] từ vô lượng kiếp đến nay, không chỉ ngăn chướng đường đạo mà cũng ngăn chướng hết thảy các pháp lành trong thế gian.

Quý vị xem lại lời Phật dạy về căn lành, cùng là hết thảy pháp lành trong thế gian này, thảy đều có nguồn gốc. Nguồn gốc ấy là gì? Đó là [ba phẩm tính] không tham, không sân, không si. Đó là ba căn lành. Khi quý vị vẫn còn tham, sân, si thì cho dù có làm được việc lành, việc lành ấy cũng chỉ là giả dối, không phải việc lành chân thật. Quý vị có thể lừa dối người khác nhưng không thể lừa dối quỷ thần trong trời đất, quý vị không thể lừa dối lương tâm của chính mình.

Phật pháp gọi là dứt trừ phiền não, Nho gia gọi là "cách vật", cách vật cũng là dứt trừ phiền não. Cách là "cách đấu", nghĩa là đánh nhau. Cách vật là hàm ý phải chiến thắng vật dục, sử dụng trí tuệ của quý vị, sử dụng lý tính của quý vị để khuất phục phiền não của chính mình. Ý nghĩa là như vậy. Trong Phật pháp gọi việc này là "đoạn phiền não chướng" (dứt trừ chướng ngại phiền não). Trừ điều này ra thì vẫn còn một chướng ngại nữa, trong Phật pháp gọi là sở tri chướng (chướng ngại của sự hiểu biết).

Nho gia nói "trí tri" (thấu hiểu đến tận cùng), muốn thấu hiểu đến tận cùng thì phải khai mở trí tuệ chân thật. Trí tuệ chân thật có hiển lộ hiện tiền thì mới buông bỏ được hết những chướng ngại của sự hiểu biết.

Quý vị nên biết, nhà Phật tu hành đều hướng đến thiền định. Tám vạn bốn ngàn pháp môn là tám vạn bốn ngàn phương pháp khác nhau, cách thức khác nhau để tu tập thiền định. Chúng ta tu pháp môn niệm Phật cũng là dùng việc chấp trì danh hiệu làm phương pháp để tu thiền định.

Mục đích của thiền định là gì? Là phá trừ [phiền não chướng,] chướng ngại của phiền não. Tâm thanh tịnh rồi, được an định rồi liền phát sinh trí tuệ. Trí tuệ có thể phá trừ [sở tri chướng,] chướng ngại của tri thức, [của sự biết nhiều].

Phương pháp dụng công hiện nay của chúng ta là đồng thời tu tập, ở Niệm Phật Đường chú trọng tu định, nơi giảng đường nhấn mạnh tu tuệ. Nhưng định tuệ của ta đều không thành tựu, nguyên nhân là vì đâu? Vì chúng ta chưa dứt trừ hết được ái dục và thị dục. Cho nên, dù có tu tập cách nào, tu cho đến trọn đời, bên ngoài có thể rất giống [như thành tựu] nhưng bên trong thực chất nội dung không có. Lỗi lầm của chúng ta chính là ở chỗ này.

Tu hành đã lâu đến thế mà công phu vẫn không hiệu quả, quý vị còn chưa chịu phản tỉnh hay sao? Điều này rất giống như khi ta có bệnh, mời thầy thuốc đến chẩn trị, cho thuốc. Chúng ta uống thuốc rất lâu mà bệnh không hề thuyên giảm, lại vẫn không hiểu ra được sao? Nhất định là không đúng thuốc, là chẩn đoán có sai lầm. Bệnh không thuyên giảm thì phải nhanh chóng tìm một thầy thuốc khác. Chúng ta ai cũng có sự hiểu biết thông thường như thế.

Tự thân tu hành công phu không đạt hiệu quả, so ra cũng giống như người có bệnh. Khi ấy nên chú tâm quán sát, kiểm điểm thật kỹ lưỡng, tìm xem khuyết điểm của ta rốt cùng là ở chỗ nào? Tìm được khuyết điểm của mình rồi, phải đem khuyết điểm ấy dứt trừ đi, thì công phu tu tập liền có hiệu quả. Công phu tu tập có hiệu quả cũng giống như [người bệnh] uống thuốc có công hiệu, có hiệu quả trị liệu.

Hai sự chướng ngại [là phiền não chướng và sở tri chướng] nhất định phải dứt trừ, nhưng việc dứt trừ không hề đơn giản. Dứt trừ không đơn giản, vậy phải làm cách nào? Phải [chia nhỏ ra] từng phần mà dứt trừ. Nho giáo, Phật giáo đều dạy ta rằng, dứt trừ một phần phiền não là khai mở một phần trí tuệ, dứt trừ hai phần phiền não là khai mở hai phần trí tuệ. Bậc thánh hiền cũng chính là phàm phu tu tập mà thành. Chư Phật, Bồ Tát cũng là phàm phu tu tập mà thành. Các vị làm sao được thành tựu? Chính là đoạn trừ phiền não từng phần. Mỗi ngày đều nỗ lực đoạn trừ, nên phiền não mỗi ngày đều dần dần giảm nhẹ, trí tuệ mỗi ngày đều tăng trưởng. Đó là công phu, đó là sự tiến bộ. Đó cũng là "sự hưởng thụ tối cao trong đời người" mà năm xưa tiên sinh Phương Đông Mỹ đã dạy tôi. Kẻ phàm phu ở thế gian không hưởng thụ được đến mức này.

Phiền não giảm nhẹ, trí tuệ tăng trưởng thì đối với những ý nghĩa về nhân sinh vũ trụ, đối với chân tướng của nhân sinh vũ trụ càng ngày càng hiểu rõ, càng ngày càng sáng tỏ. [Tu tập được như thế thì] đời sống của quý vị, bất kể là đang sống như thế nào, giàu sang cũng tốt, nghèo hèn cũng tốt, bất kể thân phận địa vị thế nào, có địa vị cao quý cũng tốt, bần cùng hạ tiện cũng tốt, hết thảy đều không ngăn ngại. Quý vị có thể trải qua một đời sống thực sự hạnh phúc mỹ mãn, một đời sống an vui tự tại. Đó chính là đời sống của các bậc hiền thánh, đời sống của chư Phật, Bồ Tát. Chúng ta "dưỡng chí" phải nuôi dưỡng được tâm chí như vậy.

Cho nên, có thể thuận theo, có thể nuôi dưỡng, nguồn gốc của những việc ấy đều từ nơi sự nhận biết được chân tướng của vũ trụ nhân sinh. Trong Phật pháp gọi đó là sự nhận biết tánh Phật, tánh pháp của hết thảy chúng sinh. [Nhận biết được như vậy rồi] thì quý vị mới có thể làm được [việc thuận theo, nuôi dưỡng]. Nhưng sự nhận biết này cũng không dễ dàng. Các bậc hiền thánh xưa dạy ta phải thân cận thiện tri thức. Mục đích của sự thân cận các vị thiện tri thức là gì? Thật không gì khác hơn là để nương cậy vào kinh nghiệm [tu tập] của các vị, nương cậy vào sự tu trì của cách vị, hỗ trợ chúng ta hướng đến giác ngộ, hỗ trợ cho chúng ta nhận biết [đúng thật] mà thôi.

Công phu tu tập không nhất thiết phải cao siêu, chỉ cần đạt được hiệu quả liền có thể tự tại trong sinh tử, tương lai phía trước mở ra xán lạn. Điều này chúng ta thấy được nơi các bậc tu hành trong quá khứ, được ghi chép lại rất nhiều với những thông tin, với những kết quả. Các vị ấy đã có được thành tựu như vậy, chúng ta không thể thua kém lui sụt về phía sau. Như vậy thì một đời này của ta mới không luống qua vô ích, một đời này nhất định vãng sinh, đạt quả vị bất thối hướng đến thành Phật, không còn tái sinh trở lại lần nữa. Thân này sinh ra trong sáu đường luân hồi là thân cuối cùng, không còn sinh nữa. Chúng ta phải nuôi dưỡng tâm chí như thế, thực sự nỗ lực vâng làm theo, để cho chí nguyện ấy được thành tựu rốt ráo viên mãn, đó gọi là đại hiếu.

Tự mình nuôi dưỡng [tâm chí], cũng có thể hỗ trợ người khác nuôi dưỡng [tâm chí]. Tự mình thuận [theo cha mẹ], cũng có thể hỗ trợ người khác thuận [theo cha mẹ]. Tự mình thực hành, giáo hóa người khác, đó chính là Bồ Tát đạo của Đại thừa.

Nội dung sách Vị biên hết sức phong phú, vô cùng tuyệt mỹ. Cảm ứng thiên là bản văn của Đạo giáo nhưng phần chú giải lại là [những giáo lý] Phật giáo, Nho giáo. Quả thật là tam giáo hợp thành một thể. Đây là một quyển sách hay mà Đại sư Ấn Quang suốt đời tôn sùng, hy vọng có thể sử dụng để hóa giải kiếp nạn hiện nay.

Trong kiếp nạn này, nếu chúng ta thực sự muốn được hóa dữ làm lành, chuyển tai nạn thành an lành, thì quyển sách này sẽ bảo đảm cho việc ấy. Chỉ có điều là quý vị phải nhận hiểu rõ, phải vâng làm theo thì mới có thể đạt được mục đích tiêu trừ nghiệp chướng, tiêu tai giải nạn, làm căn bản cho sự tu hành vãng sinh thành Phật.

Hôm nay thời gian đã hết, chúng ta giảng đến đây thôi.

Bài giảng thứ 47

(Giảng ngày 5 tháng 7 năm 1999 tại Tịnh Tông Học Hội Singapore, file thứ 48, số hồ sơ: 19-012-0048)

Thưa quý vị đồng học, cùng tất cả mọi người.

Trong đạo Phật khi nói đến tu hành, chúng ta nhất định phải hiểu thật rõ định nghĩa của hai chữ này. Tu hành là sửa lại cho chính đáng những hành vi sai trái của bản thân. Hành vi thì có rất nhiều, nhưng đạo Phật phân chia tất cả thành ba nhóm lớn là [hành vi của] thân, khẩu và ý. Cho dù rất nhiều, nhưng tất cả hành vi của chúng ta đều không nằm ngoài ba nhóm này.

Hành vi của thân là hết thảy mọi cử chỉ, động tác. Hành vi của khẩu là hết thảy ngôn ngữ lời nói. Hành vi của ý là hết thảy mọi tư tưởng, kiến giải. Khi hành vi có sự sai trái, lầm lạc, chúng ta đem những sai trái, lầm lạc đó sửa đổi thành chính đáng thì gọi là tu hành. Ý nghĩa này cần phải được nhận hiểu thật rõ ràng, sáng tỏ.

Các bậc tổ sư, đại đức dạy chúng ta rằng, việc tu hành phải bắt đầu từ căn bản. Điều gì là căn bản? Ý niệm là căn bản, tư tưởng là căn bản. Cho nên, nói tu hành phải bắt đầu từ căn bản cũng có nghĩa là hết thảy mọi hành vi của chúng ta, cho dù nhiều đến đâu cũng đều phát sinh từ nơi tư tưởng. Tư tưởng hoàn toàn chân chánh thì tất cả đều chân chánh. Tư tưởng thiên lệch, tà vạy thì tất cả đều không chân chánh. Đó chính là ý nghĩa của lời khuyên tu hành phải bắt đầu từ căn bản.

Nhưng cách nói như vậy chỉ là ở bề mặt của vấn đề, chúng ta cần phải hiểu rõ được khi xét đến ý nghĩa sâu xa đích thực thì điều gì là căn bản. Ý nghĩa này gọi là "xứng tính khởi tu, toàn tu tại tính" (khởi sự tu hành tương hợp với tự tánh, hết thảy pháp tu đều ở nơi tự tánh). Đây mới đích thực là tìm ra được căn bản [của sự tu hành].

Khởi tu từ tự tánh, vì tánh ấy là căn bản của tâm. Tánh là thể mà tâm là tác dụng. Trong Phật pháp Đại thừa thường gọi tâm là thức, là thức tâm hay tâm thức. Đó là tác dụng từ tự tánh của một niệm. Một niệm còn mê muội, còn là phàm phu thì tự tánh liền tạo thành tám thức, năm mươi mốt tâm sở. Do đó có thể biết rằng, tác dụng của tự tánh khá phức tạp nhưng thể của nó vẫn là một. Y báo, chánh báo trang nghiêm của mười pháp giới đều từ căn bản là tự tánh của một niệm mà sinh ra.

Kinh Hoa Nghiêm giảng giải rất hay: "Duy tâm sở hiện, duy thức sở biến." ([Tất cả các pháp] đều do tâm hiển hiện, do thức biến hóa.) Hết thảy các hiện tượng biến hóa vô cùng trong mười pháp giới đều do tâm hóa hiện. Sự biến hóa ấy từ đâu mà có? Là do thức biến hiện. Thức chính là ý niệm, là tư tưởng, là kiến giải. Phật dạy ta rằng, sự biến hóa vô cùng trong mười pháp giới chính là từ nơi ý niệm, tư tưởng của chúng ta mà ra. Đó mới là nguồn gốc. Người tu hành phải từ nơi nguồn gốc này mà hạ thủ công phu.

Nguồn gốc này cũng chính là hai chữ "trung hiếu" chúng ta đã giảng qua trong mấy ngày trước. Hôm qua bàn với quý vị về "thuận thân dưỡng chí" (thuận theo cha mẹ, nuôi dưỡng tâm chí), ý nghĩa đã nói rất sâu xa. Đạo hiếu nhất định phải thuận, không thuận không gọi là hiếu. Cho nên, [hai chữ] hiếu thuận luôn đi đôi với nhau.

Nhưng phải thuận như thế nào mới được xem là thực sự có hiếu? Phải thuận theo thể tánh, [không phải thuận theo tình thường,] đó mới gọi là thực sự hiểu rõ được đạo hiếu, nhận thức được đạo hiếu. Trong Phật pháp Đại thừa dạy rằng: "Hết thảy chúng sinh đều có tánh Phật." Tùy thuận tánh Phật mới là đại hiếu, mới là đạo hiếu chân thật.

Cha mẹ ta đều có tánh Phật, tùy thuận tánh Phật của cha mẹ là tận hiếu, không tùy thuận theo phiền não [của cha mẹ]. Cha mẹ vẫn còn là phàm phu nên có phiền não, ta không thể tùy thuận theo phiền não của cha mẹ, mà phải tùy thuận theo tánh Phật của các vị. Ý nghĩa đó chúng ta phải thể hội, phải hỗ trợ cha mẹ [tu hành] thành Phật, hỗ trợ cha mẹ giác ngộ, đó mới được xem là tận hiếu.

Do đó có thể biết rằng, chúng ta muốn hỗ trợ cho cha mẹ giác ngộ, nhưng tự mình không giác ngộ thì làm cách nào giúp đỡ được? Cho nên, muốn tận hiếu, thực hành đạo hiếu, chúng ta phải biết rằng, trước hết phải tự mình giác ngộ, phải tự mình thành tựu, như vậy mới có thể giúp đỡ hỗ trợ người khác. Giúp đỡ người khác thì đối tượng trên hết chính là cha mẹ.

Vì thế, chữ hiếu trong kinh Phật được giảng là tự tánh của một niệm. Chữ trung là công hạnh của Phật, công hạnh của Bồ Tát. Phát tâm Bồ-đề, thực hành đạo Bồ Tát là tận trung. Đó là hai chữ "trung hiếu" giảng sâu hơn một bậc, là ý nghĩa đích thực của trung hiếu.

Ý nghĩa đích thực này Nho gia có nói đến hay không? Quả thật là có, nhưng nói đến không nhiều. Vì sao không nói nhiều? Vì nói ra người nghe không hiểu được. Cho nên không thể nói ý nghĩa sâu xa, chỉ nói một phần ý nghĩa cạn cợt để dạy người mới học.

Trong Phật pháp giảng giải [ý nghĩa này] rất nhiều, cơ sở tu học của Phật pháp so ra sâu dày hơn, thời gian tu học Phật pháp cũng lâu dài hơn. Đặc biệt là Phật pháp chú trọng ở "nhất môn thâm nhập, trường thời huân tu" (vào sâu một pháp môn, tu tập lâu dài). Tám chữ này cực kỳ trọng yếu, chúng ta tu tập có thành tựu hay không, mấu chốt là ở chỗ này.

Trong sự tu học Phật pháp, điều tối kỵ là tu tập hỗn tạp. Trong sáu ba-la-mật có tinh tấn ba-la-mật. Thế nào là tinh tấn? Tinh là thuần túy, không hỗn tạp. Hỗn tạp thì không tinh, nên [tu theo] một môn là tinh tấn, hai môn là không tinh tấn.

Về pháp niệm Phật, quý vị phải hiểu rằng, chân chánh niệm Phật thành tựu cũng là vào sâu một pháp môn. Bồ Tát Đại Thế Chí dạy chúng ta phương pháp niệm Phật: "Thâu nhiếp sáu căn, niệm niệm thanh tịnh tương tục nối nhau." Thế nào gọi là niệm thanh tịnh? Chúng ta đối với cõi Tây phương Tịnh độ, đối với đức Phật A-di-đà không có sự hoài nghi, không có sự xen tạp, không có sự gián đoạn. Sự không hoài nghi, không xen tạp đó gọi là niệm thanh tịnh. Không gián đoạn là tương tục nối nhau, niệm niệm thanh tịnh tương tục nối nhau. Được như vậy mới có thể thâu nhiếp sáu căn, vãng sinh phẩm vị mới được cao.

Rất nhiều người không hiểu biết, cho rằng muốn tiêu trừ nghiệp chướng thì phải tụng kinh Dược Sư, phải tụng phẩm Phổ Môn, phải tụng kinh Địa Tạng, phải trì chú Đại Bi, phải tụng niệm kinh này chú nọ... Đều là sai lầm, đều là hỗn tạp, [làm như vậy] nghiệp chướng có thể tiêu trừ đôi chút nhưng không thể triệt để tiêu trừ. Nếu như những người ấy thấu hiểu được việc chuyên trì duy nhất một câu Phật hiệu thì nghiệp chướng của họ sẽ có thể được diệt trừ tận gốc, có thể được vãng sinh thế giới Tây phương Cực Lạc với phẩm vị cao hơn.

Có người cũng được vãng sinh nhưng phẩm vị không cao, là do đâu? Là vì tu tập xen tạp. Những người tu tập xen tạp [hiện nay] quá nhiều. Mọi người không thấu hiểu được sức mạnh của một câu Phật hiệu này, nên mới cho rằng việc niệm danh hiệu Phật dù có tiêu trừ nghiệp chướng cũng không bằng tụng kinh Dược Sư, không bằng trì chú Đại Bi. Quý vị nói xem, như vậy có phải hỏng bét rồi không? Sự hoài nghi đó làm tổn hại rất lớn đến công phu tu tập của chính bản thân mình.

Pháp sư Từ Vân Quán Đảnh khi chú giải kinh Quán Vô Lượng Thọ Phật có nói với chúng ta về điều này. Bản chú giải của ngài tên là Quán kinh trực chỉ, hiện nay cũng có bản in riêng đang lưu hành. Tôi đọc qua bản chú giải này của ngài liền hoát nhiên đại ngộ. Ngài giảng điều này rất hay: "Chúng sinh tạo tác những tội nghiệp cực kỳ nặng nề như năm tội nghịch, mười điều ác, tất cả kinh luận đều không tiêu trừ hết được những tội nghiệp đó, tất cả thần chú, các pháp sám hối cũng đều không tiêu trừ hết được những tội nghiệp đó, vì tội nghiệp như thế quá nặng. Cuối cùng chỉ có một câu niệm A-di-đà Phật là có thể tiêu trừ hết được."

Qua đó chúng ta mới biết rằng, một câu niệm A-di-đà Phật vượt hơn cả ngàn kinh muôn luận, vượt hơn cả hết thảy thần chú, là thần chú [vượt trội] trong tất cả thần chú, là kinh điển [vượt trội] trong tất cả kinh điển, không gì có thể so sánh thù thắng hơn được. Chỉ có điều không ai tin được điều này, vì họ cho rằng một câu niệm A-di-đà Phật là quá dễ dàng, quá đơn giản, nên sợ rằng không có hiệu quả, mới quay sang tìm kiếm môn này pháp nọ vô cùng hỗn tạp.

Việc vãng sinh quyết định ở điểm là quý vị có niềm tin và nguyện lực hay không. Quý vị không có niềm tin chân thành, không có nguyện lực thiết tha thì [cho dù có được] vãng sinh phẩm vị cũng rất thấp. Hiện tượng này chính là như Đại sư Thiện Đạo đã dạy: "Chín phẩm vãng sinh [cao hay thấp] đều do gặp duyên khác biệt." Quý vị không gặp được bậc thiện tri thức, không có người dạy dỗ, sự nghi hoặc của quý vị không thể dứt trừ, [đó là những duyên không tốt cho sự vãng sinh.]

Chúng ta ngày nay tại Singapore xây dựng nên đạo tràng này, chúng ta hiểu rõ, tin sâu không nghi ngại, cho nên trong Niệm Phật Đường chỉ duy nhất một câu Phật hiệu, trong giảng đường chỉ [giảng giải] một bộ kinh Vô Lượng Thọ, dù một mảy may cũng không xen tạp.

Chúng ta ở đây vừa giảng xong bộ kinh Địa Tạng. Bộ kinh Địa Tạng này là vì [đạo tràng] Cửu Hoa Sơn mà giảng, bởi pháp sư Nhân Đức muốn thỉnh tôi lên núi Cửu Hoa giảng kinh này. Tôi không có thời gian đi đến đó, nên [giảng tại đây rồi] ghi hình để gửi tặng [đạo tràng] Cửu Hoa Sơn. Ý nghĩa sự việc là như vậy. Lại vì quý đồng học mà khai giảng kinh Đại Phương Quảng Phật Hoa Nghiêm, cũng là điều bất đắc dĩ. Vì trong mười mấy năm qua, có nhiều vị đồng tu trong và ngoài nước đến gặp tôi đều khải thỉnh, hy vọng tôi giảng qua một lần kinh Hoa Nghiêm này, ghi hình lại để làm tư liệu cho hàng hậu học tham khảo. Tôi đã nhận lời, vì nguyên nhân như vậy nên mới giảng kinh Hoa Nghiêm.

Nếu theo ý riêng của tôi, nói thật lòng tôi chỉ giảng một bộ kinh Di-đà cho đến cùng, không muốn thay đổi. Các bậc đại đức xưa nay giảng kinh Di-đà trong suốt một đời, giảng đến 300 lượt. Tôi thấy vậy vô cùng hoan hỷ, vô cùng ngưỡng mộ. Nhưng trong một đời tôi phải giảng nhiều kinh luận khác nhau, đều là chuyện bất đắc dĩ, phải đáp ứng với sự thỉnh cầu của đại chúng mà thôi.

Muốn thực sự thành tựu, nhất định phải tinh chuyên, nhất định phải vào sâu một pháp môn, trọn đời không thay đổi, có như vậy mới được thành tựu. Nhất định phải học theo gương chư Phật, Bồ Tát. Chư Phật, Bồ Tát là điển hình, là khuôn mẫu của chúng sinh trong chín pháp giới, thực sự là "Học vi nhân sư, hành vi thế phạm." (Học để làm thầy người khác, hành động để nêu gương cho đời.) Chúng ta ngưỡng mộ các ngài, học theo các ngài, chúng ta cũng mong muốn ngay trong đời này có được sự thành tựu như chư Phật, Bồ Tát.

Có người hỏi, liệu có thể được như vậy hay chăng? Câu trả lời nhất định là được. Đây cũng là chỗ mà Đại sư Thiện Đạo nói là "gặp duyên khác biệt". Quý vị có thể gặp nhân duyên thù thắng thì trong một đời này có thể được thành tựu. Đồng tử Thiện Tài gặp nhân duyên thù thắng, trong một đời thành Phật. Long Nữ gặp nhân duyên thù thắng, tám tuổi thành Phật. Trong kinh Hoa Nghiêm, kinh Pháp Hoa nói rõ những việc ấy.

Nói chung, những gì đức Phật giảng giải trong kinh luận đều là những việc mà người thế gian chúng ta có thể làm được. Nếu người thế gian không thể làm được, đức Phật đã không nói ra. Vì nói ra như vậy là không thích hợp với chúng ta. Nói ra những điều mà ta không thể làm được, như vậy chẳng phải là chỉ để giễu cợt, để trêu chọc hay sao? Như vậy thì lời của Phật sao có thể tôn xưng là lời chân chánh, là lời đúng thật, là lời phù hợp, là lời không sáo rỗng, là lời không lừa dối? Những phẩm chất, tiêu chuẩn ấy đều sẽ không đạt được. Cho nên, chư Phật, Bồ Tát giảng thuyết với chúng ta thì lời lời đều là chân thật. Chỉ cần chúng ta chú tâm suy xét kỹ để thể hội được, y theo lời dạy mà thực hành, thì trong một đời này có thể trọn thành Phật đạo.

Nhưng nếu quý vị muốn công phu tu tập có hiệu quả [thì phải lưu ý]. Mấy ngày gần đây, có nhiều đồng tu từ Trung quốc đến nói với tôi là họ dụng công tu tập rất khó đạt hiệu quả. Tôi thường khuyến khích mọi người rằng việc học hiểu và hành trì phải xem trọng như nhau thì công phu mới đạt hiệu quả. Vì sao Niệm Phật Đường của chúng ta mỗi ngày đều phải có hai giờ giảng kinh? Đó là dùng sự học hiểu để giúp sức hành trì, dùng sức hành trì để giúp sự học hiểu. Học hiểu và hành trì giúp nhau cùng thành tựu.

Quý vị không hiểu rõ ý nghĩa [giáo pháp] thì sự tu hành sẽ giải đãi, sẽ thối chuyển. Vì sao vậy? Vì tập khí phiền não trong đời quá khứ rất sâu nặng, một chút công phu nhỏ nhoi, một chút đạo lực yếu ớt của chúng ta không chống nổi với những phiền não như vậy. Cho nên mỗi ngày đều phải nghe giảng kinh.

Niệm Phật là tu định, nghe giảng kinh là tu tuệ. Chỉ có điều, mỗi ngày đều niệm Phật, nghe kinh nhưng công phu vẫn không hiệu quả, khuyết điểm rốt cùng phát sinh ở chỗ nào? Nói thật ra là phát sinh ngay ở chỗ quý vị không làm đúng theo. Quý vị niệm Phật mà không hướng tâm nơi Phật, miệng niệm Phật mà trong tâm khởi sinh vọng tưởng, công phu tu tập như vậy đương nhiên không có hiệu quả. Mỗi ngày tuy đều nghe giảng kinh, xem ra có vẻ như thấu hiểu rõ ràng nhưng lại chẳng hề làm theo. Trong kinh dạy ta bố thí, dạy ta trì giới, dạy ta nhẫn nhục, chẳng có điều nào ta làm theo được cả. Trong cuộc sống hằng ngày lại tùy thuận theo tập khí phiền não. Công phu như vậy thì tất nhiên không thể đạt hiệu quả.

Quý vị xem trong kinh Phật, mỗi bộ kinh đều có một câu sau cùng là gì? Chính là câu: "Y giáo phụng hành, tác lễ nhi khứ." (Y theo lời dạy vâng làm, lễ bái lui ra.) Trong mỗi một bộ kinh đều có câu cuối cùng này, dạy chúng ta phải y theo lời dạy vâng làm. Đức Phật trong tất cả kinh điển đều không ngại rườm rà, luôn nhắc nhở chúng ta phải "thọ trì độc tụng, vị nhân diễn thuyết" (thọ trì đọc tụng, vì người khác diễn nói). Vì người khác diễn nói cũng chính là y theo lời dạy vâng làm. Chúng ta không hề làm thì công phu sao có thể hiệu quả?

Cho nên, học hiểu được một phần phải làm theo một phần, học hiểu được hai phần phải làm theo hai phần. Khi quý vị làm theo hai phần, liền có thể học hiểu được ba phần. Học hiểu được ba phần lại có thể làm theo ba phần. Làm theo ba phần liền có thể học hiểu được bốn phần... Sự học hiểu hỗ trợ cho thực hành, thực hành lại hỗ trợ cho sự học hiểu. Như vậy mới có thể đạt đến sự rốt ráo viên mãn. Nếu học hiểu mà không thể thực hành thì nào có ích gì?

Chướng ngại lớn nhất của sự tu hành là gì? Chính là không buông xả được. Không buông xả được tham ái thì phiền toái biết bao. Đây là chướng ngại căn bản rất lớn. Cho nên, phải buông xả cho hết sạch cả ái dục, thị dục (những điều ham muốn, ưa thích). Đại sư Huệ Năng dạy rằng: "Xưa nay không một vật, chỗ nào vướng bụi trần." Chỉ cần quý vị còn "có" một vật, quý vị liền phải vướng bụi trần. Bụi trần là phiền não, phiền não của quý vị không thể dứt trừ.

Cho nên, quý vị phải buông xả cho hết sạch, cả thân tâm, thế giới này dù một hạt bụi trần cũng không vướng nhiễm thì trong một đời này mới có hy vọng thành Phật. Nếu có một mảy may không buông xả thì không hy vọng gì thành Phật, thành Tổ.

Vì thế, y theo lời dạy vâng làm chính là tận trung tận hiếu, là thực hành trung hiếu. Đạo lớn của chư Phật cũng chỉ là trung hiếu mà thôi.

Hy vọng quý vị đồng học có thể chú tâm suy xét kỹ và thể hội được, thực sự nỗ lực vâng làm theo thì con đường phía trước sẽ vô cùng sáng tỏ, hết thảy tai nạn đều có thể được hóa giải.

Bài giảng thứ 48

(Giảng ngày 6 tháng 7 năm 1999 tại Hương Cảng (Hong Kong), file thứ 49, số hồ sơ: 19-012-0049)

Thưa quý vị đồng học, cùng tất cả mọi người.

Sách Vị biên giảng rõ về ý nghĩa chân thật của hai chữ "trung hiếu", trình bày trong một chương sách rất dài, trong đó có dẫn một câu: "Nghiêu Thuấn suất thiên hạ dĩ nhân, nhi dân tùng chi." (Vua Nghiêu, vua Thuấn dùng đức nhân nêu gương cho thiên hạ mà dân noi theo.) Một câu này rất đáng để chúng ta suy ngẫm sâu xa.

Thực tế cho thấy rõ, người lãnh đạo có mối quan hệ cực kỳ quan trọng đối với sự bình yên ổn định của xã hội, sự giàu có phát triển của quốc gia, cũng như nền hạnh phúc của nhân dân. Nếu người lãnh đạo hiền đức sáng suốt, có thể dạy dỗ muôn dân trăm họ, thì thiên hạ sẽ được thái bình yên ổn. Sự thật như thế, chúng ta có thể đọc thấy trong lịch sử, được ghi chép lại rất tường tận, đúng thật. Thời xưa, các bậc đế vương ấy vì sao có thể làm được [người lãnh đạo hiền đức sáng suốt]? Chúng ta hiện nay xem trọng dân chủ [nhưng người lãnh đạo] vì sao lại không làm được như vậy? Điều này lại cũng rất đáng để ta suy ngẫm sâu xa.

Không bàn đến những quốc gia khác, chỉ nói tại Trung quốc, vào thời xưa kia những người lãnh đạo [đất nước] đều được tiếp nhận một nền giáo dục cực kỳ tốt đẹp. Một vị vua muốn đào tạo người kế vị ngai vàng phải hết sức khó nhọc khổ công, tìm cầu những bậc thầy giỏi khắp trong nước, ngoài nước, là những người có đạo đức, học vấn, kinh nghiệm vượt xa người thường. Tìm được những bậc thầy như thế rồi mới giao cho việc đào tạo, dạy dỗ người kế vị ngai vàng, để vị này có thể tiếp thu được nền giáo dục của thánh hiền, thực sự thấu hiểu được ý nghĩa lớn lao của việc làm vua, làm cha mẹ [muôn dân], làm thầy [thiên hạ]. Vì thế mà khi xây dựng được một chính quyền rồi thì có thể tồn tại dài lâu đến mấy trăm năm không suy vi. Những ông vua vào cuối triều đại [chính là vì] quên mất lời giáo huấn của các bậc thầy, buông thả theo tình dục, tùy thuận tập khí phiền não, mới khiến cho triều đại ấy phải diệt vong.

Việc cai trị đất nước là như vậy, việc gìn giữ nếp nhà cũng không ngoại lệ. Gia đình muốn phát triển thịnh vượng, muốn đời đời truyền nối thì phải dựa vào đâu? Phải dựa vào con ngoan cháu hiền. Con cháu ngoan hiền chính là thành tựu của sự giáo dục, bồi dưỡng. Nếu không lưu tâm vào việc giáo dục, bồi dưỡng thì không thể được như vậy. Cho nên, bậc làm cha mẹ hiền đức sáng suốt nhất định phải lo cho con cái có được một nền giáo dục tốt nhất.

Ngày nay, các bậc làm cha mẹ đâu lẽ nào lại không có suy nghĩ như thế? Nhưng chỉ có điều do quan niệm của chúng ta bị sai lệch. Ngày nay tiếp nhận một nền giáo dục [chỉ nặng về] khoa học kỹ thuật, một nền giáo dục theo chủ nghĩa vị lợi, [xem trọng lợi ích thực dụng]. Nền giáo dục như thế không thể duy trì, gìn giữ được gia đình. Thời xưa, thế hệ người lớn tuổi dạy dỗ đào tạo con cháu đều dựa vào nền giáo dục thánh hiền. Điểm đặc sắc của nền giáo dục thánh hiền là dạy cho người học hiểu rõ về quan hệ giữa người với người. Đó mới là học vấn lớn lao, đó mới là trí tuệ cao vời.

Rốt lại thì giữa người với người có quan hệ thế nào? Xét đến chỗ cùng cực thì quan hệ giữa người với người là mối quan hệ đồng nhất thể. Ý nghĩa chân thật này ai là người hiểu rõ? Ngày nay chúng ta vừa nói ra, người nghe đã bật cười lớn tiếng, cho rằng đầu óc ta hẳn có vấn đề. Đây chính là như Lão tử từng nói: "Kẻ thấp kém nghe đạo thì cười to.

Nếu họ không cười thì điều đó chưa đủ gọi là đạo." Ý nghĩa [đồng nhất thể] này Nho giáo, Lão giáo đều nói đến, nhưng chỉ riêng trong kinh luận Đại thừa Phật giáo mới nói được rõ ràng tường tận nhất.

Phật giáo dạy chúng ta rằng, hết thảy chúng sinh trong các pháp giới cùng khắp hư không với bản thân ta là đồng nhất thể (cùng một thể tánh). Cho nên, các bậc đại thánh đại hiền nhìn thấy chúng sinh tâm tánh hiền lành lương thiện, được hạnh phúc mỹ mãn, thì các ngài đều vô cùng hoan hỷ; nhìn thấy chúng sinh tạo nghiệp ác, chịu khổ báo đau đớn thì các ngài cũng đau lòng rơi lệ. Đó chính là tâm nhân hậu, lòng nhân từ, là tâm tình chân thật lưu xuất hiển lộ.

Tâm tình chân thật không phải tình cảm thông thường. Tâm tình chân thật là tình trong thể tánh. Xã hội Trung quốc thời xưa [nói đến người giàu lòng yêu thương thì] dùng chữ "tính tình", không nói "cảm tình". Yêu thương mà do cảm tình thì thay đổi, biến đổi không thường.

Người [giàu lòng yêu thương chân thật] với chân tình của thể tánh, trong Phật pháp gọi là Bồ Tát. Vị ấy rõ biết một cách chân thật các lẽ đúng sai, tà chánh, lợi hại. Những việc mà vị ấy làm chính là đạo nghĩa, Nho gia thường nói đủ là [các phẩm tính] "đạo, đức, nhân, nghĩa, lễ". Trong tình cảm thông thường không có những ý nghĩa này. Nếu tình thường mà thuận theo, phù hợp với "đạo, đức, nhân, nghĩa, lễ", không trái ngược lại, thì tình cảm thông thường ấy cũng chính là chân tình trong thể tánh.

Trong nền giáo dục, học vấn của xã hội hiện nay, người hiểu biết được [những ý nghĩa đó] không nhiều, người giảng giải thì lại càng ít hơn, còn đại chúng bình dân thì cho rằng những lời dạy đó đã lạc hậu rồi, không hợp thời nữa. Tôi nghe qua những lời như vậy cũng gật đầu đồng ý, nói như vậy không sai. Quả thật đã lạc hậu rồi, không hợp thời nữa rồi.

Vì sao vậy? Vì thừa tiếp được tư tưởng của thời đại thái bình, tư tưởng của thiên hạ an lạc hạnh phúc, nhưng ngày nay ta lại đem những tư tưởng ấy, những lý lẽ khái niệm ấy vất bỏ hết, kết quả đã tạo ra một thế giới loạn động, tai nạn biến đổi, diễn tiến [tồi tệ] đến mức không cách gì tưởng tượng nổi, khiến nhân loại trong xã hội này phải hứng chịu khổ nạn lớn lao cùng cực.

Những tai biến trong hiện tại, chúng ta từ nơi tin tức lan truyền hiện nay mà thấy biết, mỗi năm lại xảy ra càng nhiều hơn, mỗi năm lại mỗi nghiêm trọng hơn. Chúng ta nghe được, chúng ta nhìn thấy, chỉ toàn là kinh hoảng sợ sệt, trở tay không kịp, chẳng biết làm sao, cứ xem đó là do thiên nhiên gây hại. Tai họa trong thiên nhiên do đâu hình thành? Vì sao có những tai họa như thế? Những tai họa như thế có thể tiêu trừ được hay chăng? Có thể né tránh được hay chăng? Câu trả lời của các bậc thánh nhân thế gian cũng như xuất thế gian đều khẳng định là có thể.

Chúng ta nhìn sang phương Tây tìm hiểu các thuyết của một số nhà tiên tri, có một câu kết luận cho rằng, chúng ta có phải nhận lấy tai kiếp này hay không còn do nơi hành vi của chính chúng ta. Kết luận như vậy là chính xác. Chỉ có điều các vị ấy không nói ra được lý lẽ tất nhiên này. Vì sao hành vi của ta có thể quyết định việc tai nạn phát sinh hay không, ý nghĩa đó họ không nói ra được rõ ràng. Ý nghĩa này trong nhà Phật thường nói là: "Duy tâm sở hiện, duy thức sở biến." ([Các pháp] do tâm hiển hiện, do thức biến hóa.) Lại cũng nói là: "Nhất thiết pháp tùng tâm tưởng sinh." (Hết thảy các pháp từ nơi tâm tưởng sinh ra.)

Nếu chúng ta thực sự thấu hiểu rõ ràng ý nghĩa này, ắt sẽ hiểu rằng mỗi một ý niệm khởi lên của chúng ta đều có thể [góp phần làm] thay đổi hoàn cảnh. Hoàn cảnh là y báo, y báo tùy theo chánh báo mà chuyển đổi.

Phương pháp chuyển đổi là thế nào? Phải triệt để sám hối [lỗi lầm đã tạo], thực sự quay đầu [hướng thiện]. Như vậy mới được cứu nạn. Nếu chỉ là sám hối ngoài miệng thì chẳng ích gì. Sau khi thành tâm chân thật sám hối, lời nói việc làm của quý vị tự nhiên đều sẽ thay đổi, sẽ hồi tâm quay về hướng thiện. Từ nay về sau luôn đem tâm thuần thiện mà đối xử với người, tiếp xúc với muôn vật, đem tâm thương yêu mà xử sự, đối đãi với người. Đem tâm vô tư, vô điều kiện mà hết lòng hết sức cúng dường, bố thí cho tất cả chúng sinh. Được như vậy mới gọi là chân thật sám hối, mới gọi là chân thật quay đầu hướng thiện.

Một người sám hối [như thế] là một người được cứu, hai người sám hối là hai người được cứu. Không nên cho rằng chỉ một mình ta chân chánh sám hối thì tác động quá yếu ớt [không đủ làm thay đổi được gì]. Vua Nghiêu, vua Thuấn năm xưa cũng chỉ [làm thiện như] là một người riêng lẻ. Vấn đề quan trọng ở đây là quý vị có tâm chân thành hay không? Tâm chân thành liền tự nhiên có thể cảm hóa được người khác.

Người làm nhiều việc ác cũng vẫn có tánh Phật, cũng vẫn có lương tâm. Chỉ vì tánh Phật của người ấy, thiên lương của người ấy đã bị vật dục làm cho mê muội, bị tập khí phiền não che chướng [không phát lộ được]. Chúng ta cứ đem tâm hiền thiện chân thành, tâm thương yêu chân thành, vô tư bố thí, cúng dường cho họ. Khi mới tiếp xúc ắt họ còn hoài nghi: "Người này vì sao đối với ta quá tốt như vậy? Hẳn phải có ý đồ gì đây?" Người ấy sẽ hết sức chú tâm đề phòng. Nhưng thời gian qua lâu rồi, người ấy sẽ thấy ta đối với họ hoàn toàn không có ý đồ gì, dần dần rồi họ sẽ cảm động [trước lòng tốt của ta]. Đạo của vua Nghiêu, vua Thuấn có tác dụng cũng chính là theo cách như vậy. Chư Phật, Bồ Tát ứng hóa ở thế gian cũng là theo cách như vậy. Chúng sinh có sự chiêu cảm, chư Phật Bồ Tát liền có sự ứng hiện. Các ngài vì sao ứng hiện đến? Chúng ta cần phải hiểu rõ điều đó.

Do đó có thể biết rằng, phong tục đạo đức trong xã hội bị hủy hoại thì nguyên nhân ngay trước đó là gì? Là vì chúng ta đối với con em mình không có sự quan tâm. Đặc biệt là trong xã hội hiện đại, cha mẹ đều thương yêu con cái, nhưng lại không có sự quan tâm đến chúng. Bản thân mỗi người đều bận rộn công việc, bận rộn những chuyện giao tiếp xã hội, nên phải thuê người chăm sóc con cái. Người làm công dù làm hết trách nhiệm nhưng nhất định không thể có dù chỉ một phần lòng thương yêu như cha mẹ đối với con cái của mình. Cho nên, truyền nối đến thế hệ tiếp theo thì cái nhân tố [thương yêu] đó dần dần bị quên mất đi, bị vất bỏ đi.

Con cái từ nhỏ đã không được cha mẹ quan tâm chăm sóc thương yêu, lớn lên mới trở thành bất hiếu, ngỗ nghịch, nhân phẩm bị ô nhiễm, lòng dạ bị ô nhiễm. Điều đó tạo thành một kiếp nạn nghiêm trọng cho xã hội.

Những thiên tai, nhân họa trong thế giới ngày nay có nguồn gốc từ đâu? Chúng ta phải chú tâm quán xét tìm hiểu kỹ, phải tìm ra được những nguyên nhân ấy. Nguồn gốc của vấn đề đều do nơi giáo dục, đặc biệt là giáo dục ở độ tuổi vị thành niên. Người xưa hiểu rất rõ ý nghĩa này, biết rõ sự đáng sợ của nhân quả, nên đối với việc dạy dỗ trẻ thơ luôn đem hết tâm ý, sức lực mà thực hiện, xem đây là việc quan trọng nhất trong đời người.

Tại Trung quốc từ xưa đến nay, đời đời tổ tiên truyền nối, đất nước, dân tộc này đã qua mấy ngàn năm vẫn không bị diệt vong, điều đó có ý nghĩa gì? Nhất định không phải chỉ nhờ may mắn, mà chính là hiệu quả của nền giáo dục từ các bậc thánh hiền xưa. Trung quốc hiện đại vì sao suy yếu đến thế? Chính là vì trong khoảng một, hai trăm năm gần đây đã dần dần bỏ mất đi nền giáo dục thánh hiền. Một điều ngu muội là tôn sùng nước ngoài, cho rằng "trăng nước ngoài tròn đẹp hơn trăng Trung quốc", quả thật ngu muội đến thế là cùng. Cho nên, cả một thế hệ ngày nay của Trung quốc phải chịu nhiều khổ não đắng cay, phải nhận lãnh kiếp nạn như thế.

Hiện tại tai nạn ngày càng nhiều, càng thêm nghiêm trọng, bão lụt, hỏa tai, động đất, thiên tai hiểm họa... không cách gì phòng ngừa chống giữ được. Những tai nạn như thế do đâu mà có? Đức Phật dạy chúng ta rằng, lũ lụt khởi sinh từ lòng tham, nếu ta trừ dứt lòng tham,lũ lụt sẽ không còn nữa. Hỏa tai khởi sinh từ sân hận, chiến tranh thuộc về hỏa tai, sinh ra từ lòng sân hận. Gió bão khởi sinh từ sự ngu si, động đất khởi sinh từ [tâm phân biệt] không bình đẳng. Nếu như mọi người đều thấu hiểu, đều tu tập [các phẩm tính] thanh tịnh, bình đẳng, giác ngộ, thì những tai nạn như thế sẽ không còn nữa. Hoặc nếu có cũng sẽ vô cùng nhỏ nhặt, không đến mức gây tổn hại.

Những lời dạy này ai có thể tin được? Nếu không phải là người thâm nhập Kinh tạng, thực sự thấu hiểu rõ ràng chân lý, thì khi quý vị đem những lời này nói với họ, họ sẽ bảo quý vị nói chuyện điên rồ, rằng quý vị mê tín, nói những điều không có chứng cứ khoa học. Cho nên, chỉ đối với người thâm nhập Kinh tạng, người có tâm địa thanh tịnh, thì nghe qua những lời này mới có thể gật đầu khẳng định, thừa nhận là hữu lý.

Thưa quý vị đồng học, tôi đã nói qua với mọi người, chúng ta khoác áo cà-sa thành đệ tử Phật, phải làm những việc gì? Sứ mạng của [người xuất gia] chúng ta là gì? Nếu như không thể thực sự nỗ lực hoàn thành sứ mạng giáo hóa của Phật-đà, thì đó chính là như người xưa đã nói: "Dưới áo cà-sa đánh mất thân người." Dưới áo cà-sa đánh mất thân người thì sẽ đi về đâu? Hết thảy [những kẻ ấy] đều vào địa ngục.

Cho nên, vì sao các bậc tổ sư, đại đức, những người sáng suốt đều không khuyên người khác xuất gia? Khuyên người xuất gia thì quá dễ, nhưng người xuất gia ấy không làm tròn được [phận sự người xuất gia], không thể hoàn thành sứ mạng giáo hóa của Phật-đà, như vậy chẳng phải là xô đẩy người ta vào địa ngục rồi sao?

Không xuất gia thì không nhất định phải đọa vào địa ngục, xuất gia [mà không tu hành chân chánh thì] nhất định phải đọa vào địa ngục. Ngạn ngữ có câu: "Trước cửa địa ngục nhiều thầy tăng." Nói như vậy không phải là không có lý lẽ.

Cho nên, đã là người xuất gia, nhất định phải thực sự nỗ lực học tập, đem lời dạy của Phật giới thiệu đến với tất cả mọi người, vì tất cả mọi người mà giảng giải thật rõ ràng, thật sáng tỏ. Hơn thế nữa, tự thân mình cũng phải hết sức nỗ lực vâng làm theo lời Phật dạy. Như vậy mới xứng đáng là đệ tử tốt của Phật, mới thực sự là bậc thầy dẫn đường cho hai cõi trời, người.

Hôm nay thời gian đã hết, chúng ta giảng đến đây thôi.

Bài giảng thứ 49

(Giảng ngày 8 tháng 7 năm 1999 tại Hương Cảng (Hong Kong), file thứ 50, số hồ sơ: 19-012-0050)

Thưa quý vị đồng học, cùng tất cả mọi người.

Thời gian sáng sớm trong mấy ngày qua chúng ta đã dành để bàn đến nội dung hai chữ "trung hiếu". Hai chữ này làm sao vận dụng vào thực tế? Vận dụng vào thực tế sẽ biểu hiện như thế nào? Ở thế gian, đức Khổng tử là người đã vận dụng được [trung hiếu] vào thực tế. Mạnh tử cũng đã vận dụng được. Tâm thái và hành vi trong suốt một đời của hai vị này chính là biểu hiện của việc vận dụng [trung hiếu] vào thực tế.

Chúng ta học Phật thì quý vị nên biết, Phật giáo là giáo dục. Là giáo dục thế nào? Chính là nền giáo dục của thánh hiền. Mục đích [cuối cùng] của việc học Phật là học để thành bậc thánh, học để làm người hiền. Nói theo cách trong nhà Phật thì là học để thành Phật, để làm Bồ Tát. Chư Phật, Bồ Tát là những bậc chí thiện. Nho gia nói "chỉ ư chí thiện" (dừng ở chỗ hết mức hiền thiện). Bốn chữ này chỉ có chư Phật Như Lai mới thực sự làm được đến mức rốt ráo viên mãn.

Chí thiện là sự lưu xuất hiển lộ của tính đức viên mãn. Nói cách khác, chúng ta nếu muốn làm người chí thiện thì tự mình phải thành Phật, phải làm Bồ Tát. Thành Phật, Bồ Tát, đối với tất cả chúng sinh mà nói đều là lẽ tất yếu. Chúng ta hiện là phàm phu, mê muội đánh mất tự tánh, nhất là sinh ra trong thời đại hiện nay có quá nhiều khổ nạn. Sự giày vò hành hạ của những khổ nạn này đối với con người tất nhiên là rất đáng sợ, nhưng cũng có thể nhờ đó giúp kẻ phàm phu thức tỉnh, giống như gậy quật vào người đau đớn khiến ta [đang ngủ mê phải] tỉnh giấc. Đã tỉnh dậy rồi thì từ đó về sau mới chịu quay đầu [hướng thiện].

[Người có thể] thực sự quay đầu, triệt để quay đầu, khôi phục được bản tánh của chính mình thì đó là Phật, đó là Bồ Tát, Nho gia gọi là bậc đại thánh đại hiền. Cho nên chúng ta mỗi khi khởi tâm động niệm, nói năng hành động trong đời sống, ứng xử với người, tiếp xúc muôn vật, luôn luôn phải suy ngẫm xem đó là nên hay không nên? Nếu quý vị có thể hiểu biết rõ ràng sáng tỏ những gì là nên hay không nên thì quý vị không còn mê hoặc điên đảo, trí tuệ liền được khai mở. Khi ấy quý vị tu học, làm người, công phu đều tự nhiên có hiệu quả.

Điều này chính là như trong Phật pháp thường dạy "phân biệt chân vọng, tà chánh, thị phi, thiện ác, lợi hại". Chân, chánh, thị, thiện, lợi đều là những gì chúng ta nên làm, vọng, tà, phi, ác, hại là những điều không nên làm.

Lợi hại ở đây không phải là lợi hại đối với tự thân chúng ta. Ở đời có rất nhiều người học Phật nhận hiểu chữ "lợi hại" ở đây là có lợi hay có hại cho bản thân mình, như vậy là sai lầm. Sự lợi hại ở đây là muốn nói, đối với xã hội có lợi hay có hại, đối với quốc gia có lợi hay có hại, đối với hết thảy chúng sinh có lợi hay có hại, không phải nói đối với tự thân mình. Quý vị cần hiểu rõ, nếu như nói đến sự lợi hại chỉ đối với bản thân mình thì đó là sai lầm, không phải là Phật pháp. Đó là pháp dẫn đến luân hồi.

Ý nghĩa của "lợi hại" là như vậy, cho đến bốn cặp "chân vọng", "tà chánh", "thị phi", "thiện ác" cũng là như vậy, đều không phải đối với bản thân mình mà nói. Quý vị từ nơi ý nghĩa này mà chuyển đổi tâm niệm, đó là đã học Phật được rồi. Nếu như với các ý nghĩa "tà chánh", "thị phi", "thiện ác", "lợi hại" thảy đều lấy bản thân mình làm tiêu chuẩn để xét thì quý vị vẫn là phàm phu, dù học hỏi thế nào cũng không vượt thoát được ra khỏi sáu đường luân hồi.

Nếu không vượt thoát ra khỏi sáu đường luân hồi, mọi người chúng ta đều hiểu rõ, đức Phật dạy rất rõ ràng, nhất định rồi sẽ đọa vào ba đường ác. Chúng sinh trong sáu đường luân hồi, thời gian ở trong ba đường ác rất lâu dài mà thời gian ở trong ba đường lành rất ngắn ngủi. Trong kinh Phật cũng có ví dụ về điều này, tôi thường so sánh rằng [chúng sinh] đi vào ba đường lành giống như người được nghỉ mấy hôm đi du lịch thăm viếng đó đây, còn đọa vào ba đường ác lại giống như quay về nhà mình. Nhà ở [thường xuyên] của chúng sinh trong sáu đường chính là ba đường ác.

Trong Kinh điển đức Phật vẫn thường chỉ rõ, vẫn thường giảng nói, nhưng có mấy người lưu tâm đến lời Phật dạy? Nếu ai thực sự quan tâm đến những lời răn dạy của Phật, người ấy sẽ hết sức nỗ lực suy nghĩ tìm kiếm phương thức để vượt thoát khỏi luân hồi. Nhưng vì người ta không quan tâm đến lời Phật dạy, chỉ như gió thoảng qua tai, nghe qua rồi quên mất, nên vẫn cứ làm xằng làm bậy, vẫn cứ tạo nhân đi vào sáu đường luân hồi.

Chư Phật, Bồ Tát quả là từ bi đến mức cùng cực, cho dù chúng ta ngang ngược cứng đầu như vậy, đức Phật vẫn không từ bỏ, đời đời kiếp kiếp vẫn ở bên cạnh để thức tỉnh chúng ta, mở mang chỉ dạy cho ta, vô số lần lặp lại những lời dạy dỗ, dẫn dắt chúng ta. Ân đức của Phật, cha mẹ cũng không thể sánh bằng. Ân đức cha mẹ đối với chúng ta chỉ trong một đời này, còn ân đức của chư Phật, Bồ Tát đối với chúng ta là nhiều đời nhiều kiếp, từ vô lượng kiếp đến nay mãi mãi không bỏ chúng ta.

Chúng ta phải làm sao để vận dụng những lời răn dạy từ bi của chư Phật, Bồ Tát vào thực tế? Khi tôi giảng đến hai chữ "trung hiếu" đã đem phạm vi nội dung hàm chứa của hai chữ này giảng rộng bao trùm toàn bộ Phật pháp, chính là pháp môn thâu nhiếp toàn bộ mà đạo Phật giảng giải. Nói theo cách của người Trung quốc thì chư Phật, Bồ Tát dạy chúng ta không gì khác hơn là dạy đạo trung hiếu mà thôi. Ngàn kinh muôn luận đều không ra ngoài hai chữ "trung hiếu" này.

Trung là chân lý trung đạo tuyệt đối, đệ nhất nghĩa đế. Hiếu là tướng chân thật của vũ trụ nhân sinh, tướng thật của tất cả các pháp. Tướng chân thật là gì? Là hết thảy chúng sinh trong các pháp giới cùng khắp hư không đều đồng một thể tánh, đó là tướng chân thật. Từ nơi tâm tánh, lý thể lưu xuất hiển lộ từ bi, lưu xuất hiển lộ bác ái. Quý vị tụng đọc kinh Vô Lượng Thọ đã nhiều lần, đều biết rằng hai chữ "bác ái" là phát xuất từ trong kinh này.

Phật dạy chúng ta rằng tâm thương yêu phải thanh tịnh bình đẳng, tâm thương yêu phải thuần nhất [không xen tạp]. Phật dạy chúng ta đem tâm thuần thiện, tâm thương yêu thanh tịnh bình đẳng mà yêu người, thương yêu hết thảy mọi người; yêu vật, thương yêu hết thảy muôn vật.

Nền giáo dục Nho giáo chỉ dạy chúng ta ba điều. Thứ nhất, dạy ta hiểu rõ về quan hệ giữa người với người, đây chính là giáo dục về luân lý. Thứ hai, dạy chúng ta hiểu rõ về quan hệ giữa con người với [môi trường] tự nhiên. Thứ ba, dạy ta về mối quan hệ giữa con người với quỷ thần. Giáo học Phật giáo cũng dạy ba điều ấy, nhưng so với Nho giáo thì phạm vi rộng lớn hơn nhiều. Phạm vi của giáo học Phật giáo là các pháp giới cùng khắp hư không, [trong suốt dòng thời gian] vô thủy vô chung, quá khứ không có điểm khởi đầu, vị lai không có điểm kết thúc, đích thực là danh xưng đúng với thực chất, rộng lớn tinh sâu. Đó là nền giáo học xứng hợp thể tánh, là những lời răn dạy chân thật, đều quy về hai chữ "trung hiếu".

Nho gia dạy chúng ta vận dụng mức trung, là đạo trung dung, trung hòa. Phật pháp dạy chúng ta vận dụng mức trung, Bồ Tát vận dụng ý nghĩa chân lý tuyệt đối của trung đạo. Tôi đến Bắc Kinh tham quan có đi xem Tử Cấm Thành (Cố Cung), thấy bên trong có ba tòa kiến trúc chủ yếu. Thứ nhất là điện Thái Hòa, thứ hai ở giữa là điện Trung Hòa và thứ ba là điện Bảo Hòa. Giá như quý vị có thể làm được cả ba mức "thái hòa, trung hòa, bảo hòa". Thái hòa là gì? Chính là đạo hiếu, quý vị nghĩ xem mình có làm được chăng? Trung hòa với bảo hòa là gì? Chính là đạo trung. Trung hòa là dạy quý vị vận dụng mức trung, bảo hòa là dạy quý vị không thể quên việc vận dụng mức trung. Ba tòa điện lớn này xây dựng ở đó, với bảng lớn treo ở nơi đó, chẳng phải là dạy trung, dạy hiếu đó sao?

Thời xưa các bậc đế vương lấy gì để giáo hóa chúng sinh? Lấy gì để trị nước? Chỉ là [dùng đạo] trung hiếu mà thôi. Chúng ta phải thể hội được, phải thấu hiểu được. Thái hòa là tự tánh, là chân tâm bản tánh. Trung hòa, bảo hòa là đức của tự tánh, là chỗ dùng đức của chân tánh. Chúng ta mê muội đã lâu, thật đã quá lâu. Các bậc thánh hiền dạy ta khôi phục lại tự tánh. Các ngài có phương pháp, phương pháp ấy trong đạo Phật gọi là phương tiện thiện xảo.

Các ngài dạy chúng ta khiêm nhường lễ độ, giáo dục từ thuở nhỏ. Việc giáo dục phải bắt đầu từ thuở nhỏ. Ngạn ngữ có câu: "Thiểu thành nhược thiên tính, tập quán thành tự nhiên." (Tập quen từ nhỏ giống như bẩm tính trời sinh, thói quen lâu ngày thành tự nhiên.) Từ thuở nhỏ đã được giáo dục, dần dần dạy cho trẻ thành thói quen nên so với bẩm tính trời sinh không khác biệt.

Vì thế, việc giáo dục của Nho gia bắt đầu từ lúc nào? Chính là từ lúc đứa trẻ còn trong thai mẹ, gọi là thai giáo. Khi người mẹ còn đang mang thai đã bắt đầu việc dạy dỗ. Cho nên, người mẹ mang thai tâm địa phải hiền hòa mềm mỏng, từ bi, chân thành, ảnh hưởng đến thai nhi, mỗi một động tác cử chỉ đều phải giữ gìn hợp theo lý lẽ, hợp theo giáo pháp. Mục đích để làm gì? Chính là hy vọng đứa trẻ trong thai hấp thụ được khí phần tốt đẹp này, đó là khởi đầu dạy dỗ từ trong thai.

Người đời hiện nay nào hiểu được ý nghĩa này? Mang ra nói với họ thì họ cho là mê tín, cho là chúng ta đang nói chuyện gây cười. Việc này có ý nghĩa lớn lao trong đó. Người đời nay không tin được ý nghĩa đó, chỉ tin theo khoa học. Khoa học là phương thức nhỏ hẹp. Phương thức nhỏ hẹp không giải quyết được vấn đề, chỉ làm cho vấn đề càng thêm phức tạp, chỉ phá hỏng sự việc. Khoa học kỹ thuật hiện nay phát triển, mang đến cho xã hội những hiện tượng trước mắt, quý vị đều tự mình nhìn thấy, tự mình thể hội được. Chỉ có đạo lớn mới có thể giải quyết được vấn đề.

Từ thuở nhỏ đã được học khiêm nhường lễ độ. Lễ độ là học theo quy củ. Khi bước vào xã hội, trong một đời bất kể là quý vị sống trong môi trường nào, làm công việc gì, trong việc ứng xử với người khác, tiếp xúc với muôn vật, quý vị đều phải biết nhẫn nhịn nhún nhường. Đến khi đức hạnh của quý vị được thành tựu, sự nghiệp được thành tựu trong xã hội, quý vị được thăng tiến lên địa vị lãnh đạo, các bậc thánh hiền dạy là vẫn phải khiêm nhượng, nhún nhường khiêm tốn. Nhún nhường không phải là vì bản thân mình, mà hết thảy đều phải vì người khác.

Đó là ba giai đoạn trong đời người, [từ thuở thiếu thời, đến lúc trưởng thành và khi đã thành tựu sự nghiệp,] cả ba giai đoạn ấy đều phải nhún nhường người khác.

Cho nên quý vị phải biết rằng, nhún nhường là tánh đức của chúng ta, là đức hạnh tốt đẹp, quý vậy cần phải có khả năng áp dụng vào thực tế, đó là thực hành nhún nhường.

Một đời nhún nhường với người khác, đó là nêu tấm gương tốt cho xã hội. Xã hội hiện nay [người người] cạnh tranh nhau, đánh nhau đến vỡ đầu chảy máu. Người với người tranh nhau, đoàn thể với đoàn thể tranh nhau, nước này với nước khác tranh nhau. Một thế giới như vậy làm gì có sự hòa mục tốt đẹp? Làm gì có thái bình?

Tôi thường nói, trong Phật pháp muốn làm bậc thầy, muốn làm khuôn mẫu, muốn nêu gương tốt cho xã hội phải bắt đầu từ đâu? Chính là từ chỗ phải biết nhún nhường. Những việc tốt đẹp đều nhường cho người khác, bản thân mình chỉ lo nỗ lực làm [điều tốt], hy vọng người khác nhìn vào rồi sẽ giác ngộ, rồi sẽ quay đầu [hướng thiện].

Chúng ta làm [việc tốt], làm xong rồi mà người khác [nhìn vào] vẫn không giác ngộ, vẫn không quay đầu hướng thiện. Không đạt hiệu quả nên ta không làm nữa, coi như xong. Như vậy là chúng ta sai lầm, mê hoặc.

[Phải biết rằng,] chúng ta làm [việc tốt], người khác [nhìn vào] vẫn không giác ngộ, vẫn không chịu quay đầu [hướng thiện], đó là chúng ta làm còn chưa đủ, chúng ta làm chưa được triệt để, chưa đủ khả năng cảm hóa người khác.

Vua Thuấn vì sao có thể cảm hóa được cha mẹ, cảm hóa được anh em, cảm hóa được những người láng giềng hàng xóm, cảm hóa được cả một quốc gia? Chúng ta thử nghĩ xem, một đời vua Thuấn liệu có phải từ nhỏ đã được học nhún nhường, khiêm tốn, lễ độ hay không? Nếu muốn thực hành trung hiếu mà không hiểu rõ đạo nhún nhường thì không thể làm được.

Tôi còn nhớ trước đây có lần tôi đã giảng một chuyên đề về ba chữ "quân, thân, sư" (vua, cha mẹ, thầy dạy). Tôi đã giảng giải rất nhiều, đó là những gì Nho gia gọi là "đạo làm vua, đạo làm cha mẹ, đạo làm thầy". Vua là người lãnh đạo, dẫn dắt người khác; cha mẹ là người thương yêu bảo bọc, nuôi dưỡng vun bồi; thầy là người dạy dỗ, đào tạo. Mỗi người chúng ta sống trong xã hội, bất kể sinh hoạt trong môi trường nào, bất kể đang làm công việc, nghề nghiệp gì, cũng đều có đủ ba vai trò "quân, thân, sư" [đối với người khác]. Ba vai trò này trong thực tế đều là phải thực hành nhún nhường, phải biết nhún nhường.

Đặc biệt là đối với những thứ danh vọng, lợi dưỡng, năm món dục, sáu trần cảnh, đều là những thứ mà tất cả chúng sinh đều tham muốn ưa thích, đều tranh nhau giành lấy, chúng ta càng phải tùy bệnh cho thuốc, từ nơi những chỗ ấy mà học lấy sự nhún nhường nhẫn nhịn, học lấy sự khiêm tốn khiêm nhường.

Hôm nay tôi giảng với mọi người về việc thực hành đạo trung hiếu, phải chú trọng đến sự nhường nhịn, nhún nhường, lễ độ, nhẫn nhịn, khiêm tốn, khiêm nhường.

Bài giảng thứ 50

(Giảng ngày 9 tháng 7 năm 1999 tại Hương Cảng (Hong Kong), file thứ 51, số hồ sơ: 19-012-0051)

Thưa quý vị đồng học, cùng tất cả mọi người.

Điều quan trọng và thiết yếu nhất trong nền giáo học của Phật giáo là dạy người học nhận thức được tự tánh. Tự tánh là chân tâm của chính mình, là "bản lai diện mục" (mặt mũi xưa nay) theo cách nói của Thiền tông. Nói cách khác, tự tánh là tự ngã chân thật.

Người nhận hiểu vấn đề này thật rõ ràng, minh bạch, đó gọi là Phật, người ấy đã thành Phật, đã chứng quả. Chứng nghĩa là chứng minh được chân tướng sự thật [về tự ngã chân thật] này. Điều này đối với phàm phu mà nói, quả thật tương đối rất khó nhận thức. Khó khăn này hình thành từ sự mê hoặc trong vô lượng kiếp đã qua cho đến ngày nay, nhiều đời nhiều kiếp tích lũy sự nhận biết sai lầm, không cách gì nhất thời buông xả hết được. Cho nên, dù Phật Tổ giảng giải hết sức rõ ràng, hết sức sáng tỏ, chúng ta nghe qua cũng thừa nhận là đúng đắn, cũng nhận hiểu không sai lệch, nhưng rồi cảnh giới [mê lầm] vẫn y nguyên như cũ không thể nào chuyển biến thay đổi.

Điều này là bởi chúng ta không thể "minh tâm kiến tánh" (sáng tỏ tâm thức, thấy được tự tánh), không thể ngay trong một đời này thành tựu được điều then chốt. Do đó, trong sự tu học thì cả hai yếu tố nhận hiểu và hành trì đều phải được xem trọng như nhau. Đại sư Thanh Lương dạy rất hay: "Hữu giải vô hành, tăng trưởng tà kiến; hữu hành vô giải, tăng trưởng vô minh." (Nhận hiểu mà không hành trì, tà kiến thêm lớn; hành trì mà không nhận hiểu, vô minh thêm dày.)

Đây là lời dạy từ tâm chân thật của người trải qua tu học. Chúng ta hiện nay trong sự tu học, vấn đề bất ổn cũng xuất phát từ chỗ này.

Nhiều người hết sức dụng công tu hành nhưng đối với giáo lý không hiểu rõ, đối với chân tướng của vũ trụ nhân sinh vẫn y nguyên mê hoặc, điên đảo. Tự mình nhận biết tu tập không sai lầm, giới luật cũng rất nghiêm trì, cũng có khả năng tu tập thiền định, công phu định lực cũng không sai lầm, chỉ có điều là thị phi, nhân ngã, tham, sân, si, mạn vẫn cứ như cũ không chịu buông bỏ. Vì thế vẫn gặp chướng ngại rất lớn, không thể đạt được các phẩm tính thanh tịnh, bình đẳng, giác ngộ.

Ngoài ra lại có một số người khác, đối với giáo lý hết sức dày công nỗ lực nghiên cứu, kết quả nghiên cứu cũng thông suốt sáng tỏ, cũng có thể giảng thuyết nhiều lời hoa mỹ xúc động người nghe, nhưng tập khí phiền não không hề dứt trừ. Vấn đề nằm ở đâu? Chính là do thiên lệch về một phía, [có nhận hiểu mà không hành trì].

Tu hành phải vận dụng ở mức trung, nhà Phật gọi là trung đạo. Mức trung là gì? Là không thiên lệch bất kỳ bên nào, [cả hai việc] nhận hiểu và hành trì phải tương ưng, đó chính là trung đạo. Nhận hiểu hỗ trợ cho hành trì, hành trì hỗ trợ cho nhận hiểu. Người xưa đưa ra tỷ dụ như con chim có đủ hai cánh mới có thể bay, cỗ xe có đủ hai bánh mới có thể chạy. Chim một cánh, xe một bánh thì không thể bay, không thể chạy. Ý nghĩa này thật hết sức rõ ràng.

Nhận hiểu là gì? Đó là điều mà chúng ta gọi là nhìn thấy, nhìn thấu [chân tướng sự việc] chính là nhận hiểu sáng tỏ.

Hành trì là gì? [Trong sự tu tập thì] hành trì chính là buông xả hết.

Quý vị cần phải hiểu rõ ràng, chúng ta nói trì giới cũng tốt, trì giới là thuộc về hành trì, tham thiền là hành trì, niệm

Phật cũng là hành trì. Hành trì như vậy không sai, chỉ có điều nếu tập khí phiền não không buông xả hết thì những pháp hành trì đó chỉ là bề ngoài, cũng có thể đạt được đôi chút tốt đẹp, nhưng chỉ là phước báo hữu lậu trong ba cõi mà thôi.

Thế nào gọi là hữu lậu? Bởi vì phiền não của quý vị không dứt trừ, phiền não đó là lậu, hay lậu hoặc. Trong chỗ công phu tu hành của quý vị còn xen tạp, bám víu phiền não, do đó đã biến [những thành tựu] thành phước báo [hữu lậu].

Các bậc tổ sư đại đức xưa nay dạy chúng ta [tu hành] phải chú trọng vào thực chất. Thực chất là bề ngoài biểu hiện đúng pháp, bên trong nội tâm thanh tịnh, muôn duyên đều buông xả, một hạt bụi trần cũng không vướng nhiễm. Công phu như vậy cần phải nhận hiểu thấu triệt [giáo pháp] mới có thể làm được.

Do vậy, khi đức Phật Thích-ca Mâu-ni còn tại thế, trải qua 49 năm giảng kinh thuyết pháp, sự nhận hiểu luôn đi đôi với hành trì. Nhận hiểu và hành trì là một thể thống nhất, chẳng phải tách rời. Sự phiền phức của chúng ta hiện nay chính là đã tách rời nhận hiểu với hành trì thành hai việc khác nhau, trong sự nhận hiểu không có hành trì, trong sự hành trì không có nhận hiểu. Giáo pháp của đức Thế Tôn là trong nhận hiểu có hành trì, trong hành trì có nhận hiểu.

Trong sự hành trì có nhận hiểu, đó là giống như ngài Huệ Năng đã nói: "Đệ tử trong tâm thường sinh trí tuệ." Đó là trong sự hành trì luôn có nhận hiểu, nên thường sinh trí tuệ.

Trong sự nhận hiểu có hành trì là thế nào? Từ chỗ nghe biết [giáo pháp] đi vào quán chiếu, đó là trong sự nhận hiểu có hành trì, tùy theo [ý nghĩa] kinh điển mà thay đổi, chuyển biến được tư tưởng, quan niệm của mình. Cho nên, khi chúng ta đọc kinh điển, trong kinh điển không chỉ là những tư tưởng, kiến giải của đức Phật Thích-ca Mâu-ni mà thôi. Chúng ta đọc qua rồi, càng đọc càng thay đổi, trong tâm ta khởi sinh sự chuyển biến, thay đổi, [những điều nhận hiểu trong kinh] trở thành tư tưởng, kiến giải của chính bản thân ta, đó là tùy chỗ nghe biết mà đi vào quán chiếu. Phương pháp này chính là thực hành trung đạo.

Trung đó là nhân, chúng ta phải thực hành trung, [phải gieo nhân,] phải bắt chước theo cách vận dụng mức trung của chư Phật, Bồ Tát. Các ngài đều vận dụng mức trung, trung đó là chân tâm, vận dụng chân tâm thì không một mảy may thiên lệch tà vạy, do đó đạt kết quả là hòa hợp.

Chúng ta ngày nay giảng pháp Lục hòa kính, mỗi ngày đều đề xướng Lục hòa kính, vì sao mọi người vẫn cứ bất hòa? Vì Lục hòa kính chỉ nói suông bằng miệng mà không được thực hiện, không biết vận dụng mức trung [để nhận hiểu đi đôi với hành trì]. Nếu mỗi người chúng ta đều vận dụng mức trung [như thế], thì tự nhiên có sự hòa hợp.

Điều thứ nhất [trong Lục hòa kính] là "kiến giải hòa" hay "kiến hòa đồng giải" (chia sẻ tri thức, kiến giải để cùng thấu hiểu). Đó là nhân tố căn bản nhất của sự sống chung hòa mục. [Nhờ có "kiến hòa đồng giải" nên] cách nghĩ, cách nhìn [của mọi người] đều tương đồng, như vậy thì còn có vấn đề gì lại không được giải quyết tốt đẹp?

[Thứ hai là] "giới hòa đồng tu" (nghiêm trì giới luật để cùng tu tập) thì đương nhiên mọi người [trong cộng đồng] đều giữ theo đúng pháp. [Những điều còn lại như] "thân hòa đồng trú" (thân hòa hợp cùng sống chung), "khẩu hòa vô tranh" (lời nói hòa hợp không tranh chấp), "ý hòa đồng duyệt" (ý hòa hợp cùng vui thích), "lợi hòa đồng quân" (lợi ích cùng chia đều nhau) thảy đều dễ làm, hết thảy đều có thể làm được.

Khó nhất là gì? Chính là ở nơi tư tưởng, tri kiến. Mỗi người mỗi cách nghĩ, mỗi người mỗi cách nhìn [khác biệt nhau] thì sự việc thành phiền toái. Cho nên [không thực hiện được điều thứ nhất "kiến hòa đồng giải" thì] năm điều còn lại không thể đạt đến hòa hợp được.

Vận dụng mức trung thì tư tưởng được thuần nhất chân chánh, nên pháp lục hòa có thể thực hiện được.

Vận dụng mức trung là nhân, đạt được lục hòa là quả. [Sống theo] lục hòa là nhân, vào được cảnh giới của lục hòa thì mọi người đều đạt tâm bình tĩnh, hòa hợp, an bình [thì đó là quả].

Người người đều bình đẳng, các pháp đều bình đẳng. Kinh Kim Cang dạy rằng: "Các pháp môn đều bình đẳng, không có cao thấp." Bất hòa thì nhất định là không bình đẳng, có hòa hợp vui vẻ [cùng nhau] mới có sự bình đẳng.

Bình đẳng đó lại cũng là nhân. Vậy quả là gì? Là an ổn, là bình an. Quý vị muốn xã hội ổn định, bình an, thế giới hòa bình, nhưng bản thân quý vị không bình đẳng thì làm sao đạt được bình an ổn định? Các pháp đều bình đẳng thì pháp giới được bình an ổn định. Quý vị xem, đó chính là mối quan hệ tuần hoàn nhân quả. Sau khi các pháp được bình đẳng, điều này lại tạo thành nhân để tiếp theo sản sinh hiệu quả là sự vui thích. Đây mới thực sự là niềm vui chân thật.

Mục tiêu nền giáo học của Phật giáo là dạy người lìa khổ được vui, cho nên thực sự muốn cho hết thảy chúng sinh đều được vui thích thì trong bốn phẩm tính đã nêu trên đều không được thiếu sót, phải có đủ "trung, hòa, bình, an". Như vậy mới có được niềm vui chân thật.

Bốn phẩm tính này đều không có mà hiện nay nói được hưởng niềm vui thì vui đó là những gì? Đó là sử dụng heroin, morphin, chất kích thích, có chỗ nào là niềm vui chân thật? Chúng ta ngày nay thấy trong xã hội có rất nhiều chốn ăn chơi, những người tuổi trẻ đi đến đâu cũng đều là hưởng lạc, là ma túy, là chất kích thích. Ma túy là tinh thần, heroin là tinh thần, là tìm chất kích thích, ở đâu có niềm vui chân thật?

Niềm vui chân thật là từ trong nội tâm lưu xuất hiển lộ. Nhân tố trước tiên thực sự cần đến [để có niềm vui chân thật] là quý vị phải thấu hiểu rõ ràng cách vận dụng đạo trung. Thế nào là đạo trung? Việc chung là đạo trung, việc riêng tư là thiên lệch tà vạy. Mỗi một ý niệm đều vì lợi ích chúng sinh, vì lợi ích xã hội, đó là đạo trung. Nói năng hành động, hết thảy đều vì xã hội, vì muôn dân, vì chúng sinh, đó là vận dụng đạo trung.

Trong kinh Lăng Nghiêm, Tôn giả A-nan sau khi được khai mở giác ngộ liền phát nguyện: "Tương thử thâm tâm phụng trần sát." (Nguyện đem tâm sâu vững này phụng sự [hết thảy chúng sinh trong] các pháp giới nhiều như bụi nhỏ.) Đó chính là vận dụng đạo trung.

Thế nào gọi là "tương thử thâm tâm phụng trần sát"? "Trần sát" (các cõi thế giới nhiều như bụi nhỏ) chính là nói hết thảy chúng sinh trong các pháp giới. "Phụng" là phụng sự, theo cách nói hiện nay là phục vụ. Đem thân, khẩu thuyết pháp, tự thân nêu gương tốt cho chúng sinh, đó là vì hết thảy chúng sinh phục vụ. "Tâm" [ở đây] là những gì? Là những tư tưởng, suy nghĩ trong lòng, mọi ý tưởng trong lòng đều là vì hết thảy chúng sinh phục vụ. Đó chính là: "Tương thử thâm tâm phụng trần sát, thị tắc danh vi báo Phật ân." (Đem lòng sâu vững phụng sự hết thảy chúng sinh, đó gọi là báo đền ơn Phật.)

Vì sao phải làm như thế? Lời răn dạy của đức Phật hoàn toàn sáng tỏ, phải thực sự biết rằng hết thảy chúng sinh trong các pháp giới cùng khắp hư không đều là một thể thống nhất, chính là pháp thân thanh tịnh của chính mình.

Hai câu vừa dẫn trên của Tôn giả A-nan, nếu quý vị xem cho thật kỹ, đó chính là chứng đắc pháp thân. Không chứng đắc pháp thân thì không thể nói ra được những lời này, những ý tưởng, hành vi như vậy không thể có được. Chỉ có người đã chứng đắc pháp thân mới có được những tư tưởng như vậy, hành vi như vậy, mới có thể làm được như vậy, nghĩa là vì hết thảy chúng sinh trong pháp giới mà phụng hiến thân tâm phục vụ.

Đó không phải do đức Phật khuyến khích, không phải do người khác khuyên bảo chỉ dẫn, chính là do ngài A-nan tự động phát tâm. Từ chỗ này chúng ta có thể hiểu ra được rằng giáo học đã thành tựu, sự giáo dục của Phật-đà [đối với ngài A-nan] đã thành tựu. Giáo dục của Phật-đà được thành tựu thì tự nhiên tự phát tâm nguyện vì người khác quên mình, vì muôn dân phục vụ, vì xã hội, vì hết thảy chúng sinh phục vụ. Quý vị thử nghĩ xem, trong thế gian cũng như xuất thế gian, có nền giáo dục nào có thể so sánh với [giáo dục Phật-đà như vậy] hay không?

Chiều hôm qua tôi đã giới thiệu với mọi người phẩm Hạnh Nguyện trong kinh Hoa Nghiêm, phiên bản 40 quyển. Trong đó có nói đến 20 giai tầng khác nhau [trong xã hội]. Con số 20 đó chỉ là theo ước lệ nêu đại lược, vì thực ra bên trong mỗi một giai tầng lại có vô lượng vô biên [các giai tầng nhỏ hơn]. Trong 20 giai tầng đó, vì sao đức Phật chỉ đặc biệt nêu ra quốc vương là một giai tầng, Phật mẫu là một giai tầng, thái tử phi là một giai tầng? Ý nghĩa này thật rất sâu xa.

Trong xã hội, các nghề nghiệp, ngành nghề khác nhau thật quá nhiều, vì sao ngài không chọn nêu những giai tầng nào khác, chỉ chọn nêu các giai tầng này? Vì các giai tầng này đối với lòng người trong thế gian có ảnh hưởng quyết định. Sự thịnh suy của đạo đức thế gian, sự khổ đau hay an vui của chúng sinh, đối với ba hạng người này có quan hệ mật thiết.

Đại sư Ấn Quang trong bộ Văn Sao, từ đầu đến cuối có thể nói là mỗi trang đều nói rõ được vấn đề này. Quốc vương hay vua là người lãnh đạo. Người lãnh đạo của các đoàn thể, người lãnh đạo của các tầng lớp [trong xã hội], đều dùng [một hình ảnh] quốc vương này để làm đại biểu. [Như vậy,] trong một gia đình thì quốc vương chỉ người gia trưởng. Trong một trường học thì quốc vương là vị hiệu trưởng. Trong một công ty thì quốc vương là tổng giám đốc. Trong mỗi một đoàn thể đều có người lãnh đạo, đều dùng cách biểu thị như vậy.

Ngày xưa, vị quốc vương được xưng là "thiên tử" (con trời). Ngày nay, người lãnh đạo một đoàn thể nhỏ cũng là thân phận thiên tử. Thiên tử là cách xưng hô tôn kính nhất đối với người lãnh đạo, không phải sùng bái. Cách xưng hô như vậy là nhắc nhở người lãnh đạo phải thay trời hành đạo. Quý vị [lãnh đạo] là con của trời, quý vị phải gìn giữ lòng trời, phải thực hành đạo trời.

Lòng trời là gì? Trong sách cổ Trung quốc nói: "Lòng trời không riêng tư." Quý vị nếu có lòng riêng tư, đó là phàm phu, chẳng phải thiên thần. Người Trung quốc đối với thần có định nghĩa rằng: "Chỉ lo việc chung, không có lòng riêng tư, đó là thần." Cho nên, thần là công bằng chính trực. Một người suốt đời công bằng chính trực thì sau khi chết sẽ làm thần. Cũng có thuyết nói là người thông minh chính trực thì [sau khi chết] làm thần. Thông minh tức là có trí tuệ.

Giữ lòng trời chính là giữ tâm vô tư. Phần trước chúng ta đã nói đến việc giữ lòng trung hiếu, đó là lòng trời. [Lại nói] thi hành đạo trời thì đạo trời là gì? Là thương dân, yêu vật, đem lòng nhân từ đối đãi với hết thảy mọi người, đem lòng thương yêu đối đãi với hết thảy muôn vật. Nói cách khác, người có thể thực hành được đạo trung hiếu, đó là thi hành đạo trời. Người như vậy được tôn xưng là thiên tử. Tâm của người ấy so với thiên thần, so với thượng đế đều không khác. Hành vi của người ấy so với thiên đế, thượng đế đều không khác, nên xưng là thiên tử, là người lãnh đạo quần chúng.

Áp dụng thực tế trong hình tướng sự việc thì đó là người thấu hiểu được cách vận dụng đạo trung, vận dụng hòa hợp, vận dụng bình đẳng, vận dụng an lạc, [có đủ bốn phẩm tính "trung, hòa, bình, an"]. Vận dụng an thì thực sự được lạc, xã hội được an toàn, nhân dân được lợi lạc. Đó là đạo làm vua, là người lãnh đạo.

Người giữ địa vị lãnh đạo trong xã hội, việc làm của người ấy noi theo đạo lý. Đó là nói rõ việc thực hành ý nghĩa hai chữ trung hiếu trong đạo làm vua, người lãnh đạo phải thực hành trung hiếu, tận trung tận hiếu như thế nào. Chúng ta phải thấu hiểu sâu xa, sáng tỏ ý nghĩa này.

Người xuất gia tuy không ở địa vị lãnh đạo, nhưng chức trách là giáo dục, dạy dỗ. [Người xuất gia] chúng ta không lãnh đạo quần chúng trong xã hội, nhưng chúng ta phải chỉ dạy, dẫn dắt quần chúng trong xã hội, phải giúp đỡ hỗ trợ cho hết thảy mọi người nhận hiểu sáng tỏ ý nghĩa này. Mỗi người ở trong phạm vi chức trách bổn phận của mình mà tận trung tận hiếu, thực hành trung hiếu, đó là những việc chúng ta phải làm.

Vai trò của [người xuất gia] chúng ta là thực hiện công việc giáo dục trong xã hội. Hơn nữa, đây là nghĩa vụ của chúng ta, nghĩa vụ là [làm mà] không cầu được báo đáp. Chúng ta hòa nhập vào sâu trong [các tầng lớp] xã hội để khuyên bảo, cảm hóa, dạy dỗ, dắt dẫn, không có hình thức [nhất định].

Chúng ta suy ngẫm thật kỹ xem, đức Thế Tôn năm xưa còn tại thế hoàn toàn không có trường học, cũng không có phòng học. Ngài lên lớp giảng dạy ở đâu? Là trên bãi cỏ, ngoài đồng trống, tìm một tảng đá mà ngồi lên, người học quây quần chung quanh, là cách dạy học như vậy. Các vị đệ tử học hiểu sáng tỏ rồi, giác ngộ rồi, mỗi người tự đi đến trong các thôn xóm, giáo hóa chúng sinh. Quý vị nói xem, tự tại biết ngần nào! Hoàn toàn là quay về với đại tự nhiên. Đó mới thực sự là đời sống con người.

Xây một căn nhà lên là tự nhốt mình vào bên trong đó, chẳng có gì đáng thích thú. Nhà xây thật đẹp, trang hoàng vàng ngọc lộng lẫy, nói chung vẫn là giống như lao ngục giam người vào trong. Chúng ta hình dung đức Phật sống như thế nào? Là sống hòa hợp với môi trường tự nhiên thành một thể, cùng nhau vui sống. Quý vị nói xem, như vậy trong lòng rộng mở biết bao, thanh thản biết bao, không một mảy may trói buộc.

Chúng ta nên suy ngẫm nhiều, nên học tập theo cách sống như thế. [Trong môi trường ấy,] tham, sân, si, mạn đều không sinh khởi được. Xây dựng những cung điện, đạo tràng thế này thì tham, sân, si, mạn đều khởi lên rồi. Đức Phật Thích-ca Mâu-ni ngày xưa vì sao không xây đạo tràng, vì sao không xây phòng ốc? Là dứt bỏ đi cái duyên làm sinh khởi tham, sân, si, mạn của chúng sinh. Chủ ý như vậy thật tốt đẹp, là phương pháp hay. Chúng ta cần phải giác ngộ, sáng tỏ. Cách làm của đức Phật thật đúng đắn, chính xác. Cách làm của chúng ta hiện nay là sai lầm.

Hôm nay thời gian đã hết, chúng ta giảng đến đây thôi.

Bài giảng thứ 51

(Giảng ngày 10 tháng 7 năm 1999 tại Tịnh Tông Học Hội Singapore, file thứ 52, số hồ sơ: 19-012-0052)

Thưa quý vị đồng học, cùng tất cả mọi người.

Mấy ngày vừa qua, chúng ta đọc văn Cảm ứng thiên, hai chữ "trung hiếu" đã giảng qua không ít lần. Trong sách Vị biên có rất nhiều chú giải, dẫn chứng về hai chữ "trung hiếu" này, chiếm số trang sách rất nhiều. Điều này có ý nghĩa của nó. Hai chữ này ai ai cũng nhớ, ai ai cũng nói được, chỉ có điều không mấy người thực sự nhận hiểu được hàm nghĩa trong đó. Nếu như thực sự thấu hiểu rõ ràng, người ấy nhất định phải làm được. Nếu không làm được, đó là vì đối với hai chữ này không nhận thức được, hoặc nhận thức không thấu triệt. Đó là sự thật.

Người xưa có nói, đặc biệt rất đúng với Phật pháp: "Tri nan hành dị." (Hiểu rõ được là khó, thực hành dễ.) Việc thực hành trung hiếu, tận trung, tận hiếu đều không khó, nhưng đối với ý nghĩa hai chữ "trung hiếu" có thể triệt để thông đạt sáng tỏ thật rất khó.

Phần trước tôi có nói qua với quý vị, chư Phật Như Lai vì hết thảy chúng sinh trong pháp giới giảng thuyết vô số kinh luận, quy nạp tất cả lại chính là hai chữ "trung hiếu". Từ đó thấy rằng, hàm nghĩa hai chữ này thực sự có thể nói là tận cùng hư không, biến khắp pháp giới, không đâu có thể nói hết. Đức Thế Tôn thuyết pháp trong 49 năm, bất quá cũng chỉ có thể vì chúng ta nêu lên một cương lĩnh khái quát mà thôi. Chúng ta phải từ nơi cương lĩnh ấy mà thể hội, mà nhận hiểu nhiều lần, sau đó mới chắc chắn có khả năng y theo lời dạy vâng làm.

Chữ hiếu, trong nhà Phật giảng là thể trọn vẹn của tâm tánh. Kinh Bát-nhã gọi đó là dấu hiệu biểu hiện của "thật tướng các pháp". Từ chữ hiếu này chúng ta thể hội được ý tứ biểu thị, rằng hết thảy chúng sinh trong các pháp giới cùng khắp hư không với tự thân ta là cùng một thể.

Ai có thể nhận thức được điều này? Trong kinh Phật nói rằng đó là bậc Pháp thân Đại sĩ. Vì sao vị này có thể nhận hiểu được? Vì ngài đã chứng đắc pháp thân. Thế nào gọi là chứng đắc pháp thân? Khẳng định rằng hết thảy chúng sinh trong pháp giới cùng khắp hư không là chính bản thân mình. Sự khẳng định như thế gọi là chứng đắc pháp thân.

Ý nghĩa này trong phần trước tôi có nói qua với quý vị. Chúng ta cùng với hết thảy chúng sinh còn có nhiều mâu thuẫn, còn có nhiều hiểu lầm, còn có nhiều xung đột, thảy đều là do không hiểu rõ được chân tướng sự thật. Nếu hiểu rõ được chân tướng sự thật rồi thì đâu có những sự việc ấy?

Khi những sự mâu thuẫn, hiểu lầm, xung đột... phát sinh, rất giống với trường hợp một người có bệnh. Có bệnh là thế nào? Trong nhà Phật thường nói là do bốn đại không hòa hợp, khiến người có bệnh. Bản thân chúng ta cùng với hết thảy chúng sinh không hòa hợp thì pháp thân sinh bệnh, cùng với hết thảy chúng sinh được hòa hợp thì pháp thân khỏe mạnh.

Chướng ngại của sự hòa hợp pháp thân là gì? Trong kinh điển Phật dạy rất rõ ràng, rất sáng tỏ, đó là các loại phiền não kiến tư, phiền não trần sa, phiền não vô minh. Trong khi giảng giải tôi đã chỉ rõ đó là vọng tưởng, phân biệt, chấp trước. Quý vị còn ôm ấp những thứ này thì đó là bốn đại không hòa hợp, là pháp thân không hòa hợp. Do đó mà mỗi lúc khởi tâm động niệm, nói năng hành động đều trái ngược với pháp tánh. Pháp tánh chính là tự tánh. Tự tánh chính là chân tâm, người thế gian thường gọi là lương tâm, là sự thiện lương chân thuần. Chúng ta làm trái lại, từ đó tạo tác vô lượng vô biên tội nghiệp. Tội nghiệp ấy lại chiêu cảm quả báo khổ đau trong luân hồi.

Quả báo hiện tiền như thế nào? Đức Phật dạy rất rõ ràng, do tâm thức biến hiện, hết thảy các pháp đều từ tâm tưởng khởi sinh. Cho nên, quý vị nghĩ tưởng những điều hiền thiện, quả báo liền biến hiện tốt lành, hoàn cảnh sống của quý vị biến hiện tốt lành. Tư tưởng xấu ác, hoàn cảnh sống của quý vị liền biến hiện xấu ác.

Hoàn cảnh sống của chúng ta thuận lợi hay trái nghịch, tốt lành hay xấu ác, không phải do người khác làm chủ mà do chính bản thân ta, người khác không liên can. Tự bản thân ta phải chịu trách nhiệm, không chỉ là trách nhiệm với bản thân mà còn là trách nhiệm đối với hết thảy chúng sinh. Người có học ở thế gian đều rõ biết, nhờ học hành sáng tỏ lý lẽ. Người tu hành học Phật cũng rõ biết. Thế nhưng, ngày nay người có học cũng không rõ biết, người tu hành cũng không rõ biết [những lý lẽ này], nguyên nhân là do đâu? Vì giới trí thức không hề đọc sách thánh hiền xưa, còn người tu hành thì không hiểu rõ được những lời răn dạy của chư Phật, Bồ Tát, buông xuôi theo tập khí phiền não của bản thân mình, có lẽ nào lại không tạo nghiệp?

Trong phần trước tôi có giảng qua với quý vị về sự hiếu thuận, phải thuận như thế nào? Bậc cổ đức nói rất hay, phải thuận theo pháp tánh, chẳng thuận theo tình cảm thông thường; phải thuận theo trí tuệ, chẳng thuận theo phiền não.

Đức Khổng tử đặc biệt nêu trường hợp vua Thuấn làm tấm gương cho chúng ta noi theo. Tâm tưởng vua Thuấn so với Đồng tử Thiện Tài trong kinh Hoa Nghiêm không khác biệt, trong tâm tưởng luôn nhìn tất cả chúng sinh là chư Phật Như Lai, người thấu hiểu đạo hiếu, nhận thức được đạo hiếu, thảy đều là chư Phật Như Lai, hoàn toàn chân thật. Vì sao tất cả đều là chư Phật Như Lai? Vì chỉ do tâm biến hiện. Tâm [các ngài] là Như Lai, những gì Như Lai biến hiện có lẽ nào lại không phải Như Lai? Người xưa có một tỷ dụ nói lên điều này rất hay: "Dùng vàng tạo vật thì vật nào cũng là vàng." Vì lẽ như vậy ta mới hiểu ra được rằng, sự trang nghiêm y báo và chánh báo của các pháp giới trong hư không thảy đều là tự tánh, đều là chư Phật Như Lai, chỉ có riêng ta là phàm phu. Nói nôm na thì hết thảy mọi người trong thế gian đều là người tốt, chỉ riêng mỗi mình ta là không tốt, ta được làm người nhưng làm không tốt.

Vua Thuấn thường tự phản tỉnh, mỗi ngày đều tự sửa lỗi, Đồng tử Thiện Tài cũng vậy. Cho nên các ngài đều có thể ngay trong một đời thành bậc đại thánh đại hiền, ngay trong một đời trọn thành quả vị Vô thượng Bồ-đề. Không có gì khác, chỉ là một sự nhận hiểu mà thôi. Ngày ngày tự phản tỉnh, ngày ngày tự sửa lỗi, học đạo trung, làm theo đạo trung, tận trung. Trung đó là đệ nhất nghĩa trung đạo. Trong chánh tư duy, chánh ngữ, chánh nghiệp của Bát chánh đạo, chữ chánh đó là ý nghĩa của trung. Trung là chánh, thiên lệch là tà vạy, là bất chánh. Vận dụng tâm tưởng phải vận dụng theo trung. Nho gia dạy người phải "thành ý chánh tâm" thì thành ý là hiếu, chánh tâm là trung. Vì thế, chỉ sau khi thành ý rồi thì mới có thể vận dụng được đạo trung. Trọng tâm của Nho giáo, Phật giáo đều là ở chỗ này.

Nhưng chướng ngại lớn nhất của chúng ta hiện nay là gì? Là không buông xả được sự bám chấp phân biệt, là tập khí, phiền não quá nặng. Và mấu chốt vấn đề vẫn như tôi thường nói là do không chịu học hỏi, cho nên quý vị không có khả năng khắc phục phiền não của mình, không có khả năng khắc phục tập khí của mình. Nếu như quý vị thực sự ham học hỏi, quý vị nhất định có thể khắc phục được tập khí, phiền não của bản thân.

Người khác mắng chửi ta hoàn toàn vô lý, còn ta có đủ lý lẽ, vậy ta nên làm sao? Hãy chắp tay cung kính lắng nghe, miệng niệm A-di-đà Phật, [như đang] lắng nghe lời giáo huấn của người ấy. Ta có lòng nhẫn nhịn lắng nghe, để xem người ấy có thể mắng chửi được bao lâu. Người ấy không mắng chửi được quá vài giờ, hoặc không quá vài chục giờ, hoặc không quá vài trăm giờ? Dù người ấy có thể mắng chửi trong bao lâu, ta đều ở đó cung kính lắng nghe, chẳng có chuyện gì cả. [Dù bị] mắng chửi nhưng không mắng lại. Sau khi mắng chửi như vậy xong, vài ngày sau người ấy sẽ tìm ta xin lỗi. Vậy là hòa, là vấn đề đã giải quyết xong. Nếu người khác muốn đánh ta, hãy mau mau nằm xuống cho họ đánh. Nói cho quý vị biết, chính tôi đã từng như thế.

Hồi còn trẻ, có người mắng chửi tôi, tôi vẫn giữ lòng cung kính. Hồi ấy tôi còn chưa học Phật. Tôi đứng yên nơi ấy lắng nghe [những lời mắng chửi như] lời giáo huấn. Người ấy mắng chửi được nửa giờ thì xong, không thể nào mắng lại lần nữa.

Hồi đó, khi khảo sát trong đoàn thể thì thành tích của tôi đứng đầu về phẩm hạnh, đạo đức. Do đâu mà được như vậy? Là nhờ chính người mắng chửi tôi đã nâng tôi lên. Ví như người ấy không mắng chửi tôi, người lãnh đạo làm sao biết đến sự tu dưỡng của tôi như vậy, phẩm hạnh tốt đẹp như vậy để đưa lên hàng đầu? Cho nên, thành tích hàng đầu của tôi là nhờ sự giúp đỡ của người đã mắng chửi tôi. Tôi cảm tạ người ấy, biết ơn người ấy. Sự thật là sau khi mắng tôi ba ngày thì người ấy tìm đến tôi để sám hối, xin lỗi.

Nhất định không được mắng lại. Ngay lúc mắng chửi lại thì cả hai bên đều bị khai trừ, đều không được xét đến nữa. Cho nên, người khác muốn đánh ta, cứ nằm dài tại chỗ cho họ đánh. Đánh được mấy cái rồi thì không thể đánh được nữa. Cần phải có hai người đánh nhau mới thành trận đánh. Một người đánh, một người không đánh lại thì không thể đánh tiếp được, vì chung quanh còn có nhiều người nhìn vào.

Làm người phải ham học, phải lắng nghe những lời dạy của thánh hiền. [Trong kinh Hoa Nghiêm, Đồng tử Thiện Tài trải qua] 53 lần tham học là trải qua sự rèn luyện tâm tánh. Quý vị không trải qua những sự việc như thế thì làm sao mài giũa được tập khí của mình? Làm sao có thể hàng phục được phiền não? Đó chính là hiểu rõ cách vận dụng đạo trung.

Nội dung đoạn này cực kỳ phong phú, phần giới thiệu của tôi cũng chỉ đến mức đó mà thôi. Trong đoạn này có nói đến tội bất hiếu và đại bất hiếu, nguyên nhân là gì? Có rất nhiều nguyên nhân, rất phức tạp, nơi đây nêu ra mấy điểm rất đáng cho chúng ta tham khảo. Trong sách nói rằng tội bất hiếu là do những thói quen bất lương tạo thành.

Thứ nhất là từ nhỏ do cha mẹ nuông chiều tập quen thành tánh nết ngỗ nghịch. Phải nhận là điều này rất có lý. Cha mẹ thương yêu, cần gì có nấy, mọi việc đều thỏa mãn ý muốn của con, về sau có một ngày không thể đáp ứng thỏa mãn liền khởi sinh phiền phức. Cho nên, con cái phải dạy dỗ vun bồi từ nhỏ, phải biết cách dạy dỗ nuôi dưỡng như thế nào. Trong đời sống, những việc không vừa ý thường chiếm đến tám chín phần mười, phải dạy cho con cái biết cách nhận hiểu, chấp nhận, nhất định không được kiêu căng buông thả. Những yêu cầu hợp lý thì phải đáp ứng, không hợp lý thì nhất định phải hạn chế. Hiện nay các bậc làm cha mẹ hiểu rõ được ý nghĩa này cũng không nhiều.

Thứ hai là thói quen. Người xưa thường nói: "Thiểu thành nhược thiên tính, tập quán thành tự nhiên." (Tập quen từ nhỏ giống như bẩm tính trời sinh, thói quen lâu ngày thành tự nhiên.) Từ thuở nhỏ phải nuôi dưỡng cho trẻ có những thói quen tốt. Tuổi còn nhỏ thì việc nuôi dưỡng thói quen rất dễ, khi đã tập nhiễm thói quen xấu rồi thì việc thay đổi rất khó khăn. Đây là chỗ sơ sót, xem nhẹ trong sự giáo dục của chúng ta đối với trẻ con, không có sự chú ý nuôi dưỡng những thói quen tốt từ thuở nhỏ.

Bậc tiểu học của Nho gia đã hiểu rõ ý nghĩa này. Trong Phật pháp thì lúc ban sơ xuất gia phải học giới 5 năm, đó cũng là bồi đắp, nuôi dưỡng những thói quen tốt. Thế nhưng, hiện nay những điều ấy không còn nữa. Cả Nho giáo, Phật giáo đều không thấy nữa. Những khuyết điểm, tập khí của chúng ta mỗi ngày đều tăng thêm, [cho nên] niệm Phật, tham thiền, học hỏi kinh điển giáo pháp đều không mấy tác dụng. Bước lên bục giảng thì giảng giải kinh điển, vừa bước xuống liền phạm lỗi như cũ. Do nguyên nhân gì? Do thói quen lâu ngày thành tự nhiên. Tập khí như vậy không dễ khắc phục.

Thứ ba là buông thả ham muốn. Ham muốn không có chỗ dừng, không thể "biết đủ thường an vui". Điều thứ ba này cũng có thể gọi là không biết đủ.

Thứ tư là quên ơn nhớ oán. Hạng người này thì sao có thể tận hiếu? Sao có thể thực hành hiếu?

Tội bất hiếu có bốn nguyên nhân như vậy. Bốn nguyên nhân này cũng khiến cho chúng ta suốt đời sống trong tội ác nghiêm trọng. Kinh Địa Tạng dạy rằng: "Chúng sinh trong cõi Diêm-phù-đề, khởi tâm động niệm tất cả đều tạo tội." Nói cách khác, đời sống của chúng ta là sống trong tội báo.

Xã hội này hiện nay, đi đến đâu cũng thấy lòng người hoang mang lo sợ, tâm lý chung của mọi người đều có một dự cảm dường như ngày tận thế sắp đến.

Ngày tận thế phải vượt qua như thế nào? Các tôn giáo dạy người sám hối, dạy người phải tin vào thượng đế, phải sám hối sửa lỗi. Những lời dạy ấy không sai, chỉ có điều ý nghĩa quá mơ hồ, không sáng tỏ, cho nên hiệu quả thật không dễ đạt được.

Bảo người tin thượng đế, vậy thượng đế là gì? Phải tin theo cách nào? Trong phần trước tôi có giảng qua về lòng trời chính trực vô tư. [Thượng đế là trời,] do đó có thể biết rằng, [giữ lòng] chính trực vô tư chính là tin thượng đế. Nếu có mảy may riêng tư muốn thủ lợi cho riêng mình, đó là không tin thượng đế. Quý vị không sửa lỗi, không sám hối thì tai kiếp này quý vị không thể vượt qua.

Cho nên, [nếu mọi người] nhận thức được đạo trung, nhận thức được đạo hiếu, có thể học trung học hiếu, tận trung tận hiếu thì thế gian này làm gì có tai nạn? Tai nạn cũng có thể tiêu trừ. Người Trung quốc thường nói: "Gặp dữ hóa lành, gặp nạn thành phúc." Người nào có thể được như vậy? Người con hiếu có thể được như vậy, người tôi trung có thể được như vậy. Trong lịch sử có rất nhiều chuyện dẫn chứng như vậy.

Vì sao con hiếu, tôi trung có thể được như vậy? Vì con hiếu, tôi trung đều là những người có tâm thuần thiện, tâm hoàn toàn thương yêu bảo bọc hết thảy chúng sinh, tâm hoàn toàn làm lợi ích hết thảy chúng sinh, nên gặp hoàn cảnh xấu ác họ có thể làm cho biến đổi. Cảnh tùy tâm chuyển là lẽ đó. Tâm làm thay đổi môi trường hoàn cảnh, không phải hoàn cảnh làm thay đổi tâm. Cho nên điều này có căn cứ lý luận.

Chúng ta hiểu rõ lý lẽ này rồi, liền biết rõ nên làm như thế nào, cũng biết được phải hóa giải kiếp nạn hiện tiền như thế nào. Một người hiểu rõ, một người nỗ lực làm, đối với người ấy không còn tai nạn nữa. Mọi người đều hiểu rõ, mọi người đều chịu làm, thì kiếp nạn của cộng nghiệp này không còn nữa.

Lũ lụt khởi sinh do tâm tham lam. Tâm tham lam tăng trưởng là cơn lụt lớn. Tâm sân hận là lửa dữ, núi lửa bùng phát, vũ khí hạt nhân phát nổ đều thuộc về tai nạn lửa dữ, do tâm sân hận biến hiện ra. Ngu si là gió bão, ngã mạn, bất bình đẳng là động đất, tâm niệm như thế nào thì chiêu cảm nghiệp báo như thế ấy.

Cho nên, nếu chúng ta có thể thực sự y theo lời răn dạy của Phật, tu tập ba căn lành: không tham, không sân, không si; trong việc ứng xử, đối đãi với người, tiếp xúc với muôn vật thì như tôi đã giảng qua về các đức tính lễ độ, nhún nhường, nhẫn nhịn, khiêm tốn và khiêm nhường, như vậy thì một đời người này của chúng ta trôi qua mới có ý nghĩa, trôi qua mới có giá trị, đó gọi là học Phật. Như vậy mới là được sống cuộc sống của chư Phật, Bồ Tát. Cho nên nhất định phải quay đầu, quay ngược hẳn lại với hướng đi sai lầm thì chúng ta mới có thể tự cứu được mình, mới có thể hỗ trợ giúp đỡ người khác.

Bài giảng thứ 52

(Giảng ngày 11 tháng 7 năm 1999 tại Tịnh Tông Học Hội Singapore, file thứ 53, số hồ sơ: 19-012-0053)

Thưa quý vị đồng học, cùng tất cả mọi người.

Đức Khổng tử nói rằng, cả đời thuyết giảng của ngài, hết thảy đều chỉ là "thuật nhi bất tác" (thuật lại [ý tưởng đã có từ xưa] chứ không tự nghĩ ra). Đức Phật Thích-ca Mâu-ni trong 49 năm giáo hóa chúng sinh cũng đều là "thuật nhi bất tác". Điều này có nghĩa là toàn bộ những gì các ngài giảng dạy đều được truyền lại qua nhiều đời, không phải do các ngài tự nghĩ ra.

Ngày nay, người đời gọi [những gì tự nghĩ ra] là sáng tạo. Đức Khổng tử không có sáng tạo, Phật Thích-ca Mâu-ni cũng không có sáng tạo. Những gì đức Khổng tử thuyết giảng, ngài nói rằng đều do các triều đại quá khứ như Hoàng Đế, Hạ, Thương, Chu, Văn vương, Vũ vương, Chu công... truyền lại. Những gì đức Phật Thích-ca Mâu-ni thuyết giảng là do chư vị Cổ Phật trong quá khứ truyền lại qua nhiều đời. Nhất định không có gì do các ngài tự sáng tạo cả.

Chúng ta có thể thắc mắc, vậy hết thảy những đạo lý này rốt cuộc là do ai sáng tạo? Không ai sáng tạo cả. Thật ra đều là từ trong tự tánh tự nhiên lưu xuất hiển lộ. Là tự tánh của ai? Là tự tánh của mỗi chúng ta, nhất định không phải sự sáng tạo mới.

Trong kinh điển Đại thừa thường giảng rằng: "Tự tánh vốn sẵn đủ trí tuệ, đức năng." Do đó có thể biết rằng, những gì các bậc đại thánh thế gian cũng như xuất thế gian thuyết giảng với ta, hết thảy đều từ trong tự tánh tự nhiên lưu xuất hiển lộ. Nhà Phật dạy rằng: "Pháp vốn là như vậy." Dù một mảy may ý tưởng sáng tạo cũng không có, đó mới là chân thật. Nếu nói điều gì do quý vị sáng tạo thì điều đó là giả tạo. Bởi do quý vị sáng tạo thì đó là do quý vị mà có, chẳng phải do tự tánh.

Tự tánh vốn sẵn có đủ. Tự tánh là bản thể chung của hết thảy chúng sinh trong khắp pháp giới cùng tận hư không. Cho nên, nếu nói một điều gì do quý vị sáng tạo thì tự nhiên điều đó không phải là lý thể mà hết thảy chúng sinh đều có. Do vậy không phải chân thật.

Hiện nay trong tâm tưởng người đời những ý niệm sáng tạo chen nhau dày đặc. Đó là mê muội, là phân biệt, là vọng tưởng, là bám chấp. Từ nơi vọng tưởng, phân biệt, bám chấp mà khởi sinh thì dù việc gì cũng đều trái ngược với tự tánh. Cho nên, chúng ta còn có một ý niệm sáng tạo thì đó là mê muội, là đã sai lầm rồi. Sự sai lầm đó không chỉ tai hại cho bản thân ta mà còn gây hại cho mọi người trong xã hội, cho hết thảy chúng sinh, vô cùng tai hại.

Ý nghĩa và chân tướng sự thật này chúng ta cần suy ngẫm nhiều, cần phải tỉnh táo quan sát, như vậy mới có thể nhận hiểu rõ ràng. Nho giáo, Phật giáo đều dạy chúng ta phải noi theo gốc đạo. Gốc đạo là gì? Là căn bản của đại đạo, chính là tâm tánh của một niệm. Thể của tâm tánh một niệm là hiếu, tác dụng của tâm tánh một niệm chính là trung. Cho nên bản thể, căn bản của đại đạo chỉ là trung hiếu mà thôi. Chúng ta khởi tâm động niệm đều phải noi theo căn bản này. Đó là tâm hạnh hoàn toàn tự nhiên lưu xuất hiển lộ của các bậc thánh nhân thế gian cũng như xuất thế gian, dạy ta truy tìm về nguồn gốc của mệnh trời.

Thế nào gọi là mệnh trời? Trời chính là tự nhiên. Do đó có thể biết rằng, cội nguồn hai chữ mệnh trời chính là tùy thuận theo tự nhiên. Nguyên tắc của tự nhiên chính là mệnh trời.

Mùa xuân sinh nở, mùa hạ tăng trưởng, mùa thu hàm chứa, mùa đông ẩn tàng, [những quy luật tuần hoàn tự nhiên] ấy là mệnh trời.

Học theo tự nhiên, tùy thuận tự nhiên, đó chính là [cuộc sống] lành mạnh nhất, hạnh phúc nhất, mỹ mãn nhất. Người nào sống không phân biệt nghèo giàu, sang quý hay bần tiện, luôn thấu hiểu lẽ tùy thuận tự nhiên mà sống, tùy thuận tự nhiên mà làm việc, tùy thuận tự nhiên mà xử thế thì đó là thánh nhân.

Do đó có thể biết rằng, phàm phu hoàn toàn trái ngược với tự nhiên, chúng ta ngày nay nói đó là phá hoại môi trường tự nhiên. Như trong thân người có đôi chân để đi, bước đi là tự nhiên, lên xe ngồi [để di chuyển] là không tự nhiên, là trái ngược với tự nhiên. Cho nên người thường ngồi xe thì về già đôi chân không cử động được, bị tê liệt, đó là sinh bệnh.

Vì sao những nông dân ở thôn quê đều được khỏe mạnh, đều được sống lâu? Vì họ sống tùy thuận tự nhiên. Người sống ở các vùng đô thị, mọi thứ đều tận dụng, hưởng thụ văn minh khoa học kỹ thuật, hoàn toàn trái ngược với tự nhiên nên bệnh tật gì cũng có đủ.

Trong việc này ý nghĩa rất sâu xa, sự tướng rất phức tạp, chúng ta cần phải suy ngẫm nhiều. Tôi nói ra điều này chính là nguồn gốc kiếp nạn hiện nay của thế giới. Đó là chúng ta hiện nay sống hoàn toàn trái ngược với tự nhiên, phá hoại môi trường tự nhiên. Việc này con người chúng ta tự tạo ra, phải tự mình nhận lấy quả báo.

Có cách nào để tự cứu mình chăng? Về việc này, các bậc thánh hiền đã dạy ta là phải tương đồng với ý trời. Chúng ta ngẫm nghĩ xem, ý muốn của thiên thần, của thượng đế, của chư Phật, Bồ Tát là gì? Nói theo cách của người Trung quốc thì hoàn toàn ở nơi trung hiếu, thuận nhường.

Tâm của các bậc đại thánh đại hiền đều là thuần hiếu. Về chữ hiếu, trong phần trước đã giảng qua với chư vị rồi, chính là như trong kinh Bát-nhã gọi là "thật tướng của các pháp". Tôi thường gọi đó là chân tướng của vũ trụ nhân sinh.

Chữ hiếu (孝) này nằm trong văn tự Trung quốc. Văn tự là ký hiệu, hàm nghĩa của ký hiệu này là các pháp giới trong hư không cùng một thể, rằng hết thảy chúng sinh trong pháp giới cùng khắp hư không đều chung một tánh thể sinh mạng. Chữ hiếu biểu thị ý nghĩa như vậy.

Trong kinh điển Đại thừa giảng về ngã, nói có chân ngã. Chúng ta hiện nay có người nói về ngã, đó là khái niệm sai lầm, cho nên đức Phật [vì phá trừ sai lầm ấy mà] dạy pháp vô ngã, [như trong kinh Kim Cang nói:] "Vô ngã tướng, vô nhân tướng, vô chúng sinh tướng, vô thọ giả tướng." Đó là đức Phật vì chúng ta [mê lầm] mà thuyết giảng.

Nếu như quý vị đã sáng tỏ tâm ý, thấy được thể tánh rồi, thì lúc ấy có ngã, có đủ thường lạc ngã tịnh, đó là có chân ngã. Chân ngã đó không phải thân thể này. Chân ngã đó là hết thảy chúng sinh trong pháp giới cùng khắp hư không. Đó là chân ngã.

Chúng ta hiện nay nhận thân thể mình là ngã, đó là sai lầm. Thân này chỉ là một hạt bụi nhỏ trong pháp giới giữa hư không mà thôi. Lấy một hạt bụi nhỏ mà nhận làm mình, đó là quên hết pháp giới trong hư không. Trong kinh Lăng Nghiêm đức Phật đưa ra một ví dụ rất hay. Ngài lấy biển lớn làm ví dụ. Biển lớn đó là chân ngã, nhưng trong biển lớn lại có bọt nước nhỏ khởi sinh, quý vị nhận lầm bọt nước nhỏ nhoi đó là mình mà quên đi biển lớn.

Cho nên kẻ phàm phu không biết đến pháp thân, người tu hành không thể chứng đắc pháp thân, nguyên nhân là ở chỗ này. Người đã sáng tỏ tâm ý, thấy được bản tánh thì giác ngộ, nhận biết được, biết rằng hết thảy chúng sinh chính là chân ngã, từ đó mỗi khi khởi tâm động niệm đều vì hết thảy chúng sinh, những ý niệm tự tư tự lợi đều hoàn toàn dứt sạch không còn. Đó là chỗ nhận thức cơ bản của chư Phật, Bồ Tát so với phàm phu chúng ta không giống nhau. Các ngài thấy được chân tướng sự thật, còn chúng ta hoàn toàn chìm sâu trong vọng tưởng, từ vọng tưởng khởi lên phân biệt, khởi lên bám chấp.

Sự nhận biết hoàn toàn chân chánh là trí tuệ. Trí tuệ ấy trong tự tánh vốn sẵn có đủ, không phải từ bên ngoài đến. Từ nhận thức [đúng đắn] này khởi lên tác dụng, [khởi lên các phẩm tính] hiếu, đễ, trung, tín, thương người yêu vật, đều là tùy thuận tự nhiên, không một mảy may nào là tạo tác.

Phàm phu mê muội đã quá lâu, từ vô thủy kiếp đến nay mê muội quên mất tự tánh, như vậy trải qua đời sống như thế nào? Đó là [đời sống] tùy thuận phiền não bản thân, tùy thuận vọng tưởng, tùy thuận tập khí, đem nhất chân pháp giới ban đầu chuyển biến thành mười pháp giới, biến thành sáu đường luân hồi, biến thành ba đường ác.

Chúng ta ngày nay đang sống đời sống như thế nào? Nếu ta nhìn cho thật rõ ràng, cho thật sáng tỏ, thì đời sống hiện nay của chúng ta chính là ba đường ác, là súc sinh, là ngạ quỷ, là địa ngục. Đừng nhìn nơi thân thể con người, hình dạng con người, [hãy xét nơi] tư tưởng, lời nói, hành động trong đời sống sẽ thấy toàn là ngạ quỷ, súc sinh, địa ngục. Ai biết được điều này? Chư Phật, Bồ Tát biết rõ, người hiểu biết sáng tỏ đều thấy rõ. Ba đường ác là những dạng thức nào? Tham, sân, si là ba đường ác.

Bám chấp thật bền chắc, kiên cố, tham muốn danh tiếng, lợi dưỡng, tham muốn năm món dục, sáu trần cảnh, đó đều là quỷ. Người như vậy là đang sống trong đường ngạ quỷ.

Gặp một chút việc không vừa ý liền khởi tâm sân hận,

ganh ghét gây chướng ngại cho người khác, đó là đời sống trong địa ngục.

Đúng sai không rõ, tà chánh không phân, không thể gần gũi bậc thiện tri thức, ngày ngày gần kẻ tà kiến; trong kinh Phật gọi là "thầy tà bạn ác", lại cùng những người như vậy qua lại gần gũi. Đó là ngu si, chính là đời sống của súc sinh.

Chúng ta ngẫm nghĩ xem, thật đáng sợ vô cùng. Phải tự mình phản tỉnh trong từng giây từng phút. Đừng nhìn nơi người khác, hãy tự nhìn lại đời sống của mình xem như thế nào? Nếu quả thật quý vị đang sống cuộc sống của con người, thì năm giới với mười điều lành đều phải giữ trọn, mỗi khi khởi tâm động niệm, nói năng hành động đều nhất định phải phù hợp theo với năm giới, mười điều lành, nhất định phải phù hợp với hiếu, đễ, trung, tín. Chúng ta hiếu thuận cha mẹ, tôn kính thầy dạy; cha mẹ còn sống thì thường xuyên quan tâm chăm sóc, cha mẹ qua đời thì thường nhớ nghĩ đến ân đức của cha mẹ, đó là tự thân ta có sự tu học tốt.

Nhà Phật nói "đem công đức này hồi hướng về cha mẹ", là công đức gì? Ăn cơm, mặc áo đều là công đức, khởi tâm động niệm đều là công đức. Không dám khởi lên một niệm xấu ác, không dám khởi sinh vọng tưởng; khởi lên một niệm xấu ác, khởi lên một vọng niệm, đó là làm việc sai lầm, có lỗi với cha mẹ. [Giữ tâm thường tỉnh giác như vậy] đó là sự hồi hướng chân thật. Chớ nên cho rằng [chỉ cần] mỗi ngày niệm bao nhiêu câu Phật hiệu, tụng bao nhiêu quyển kinh, rồi đem công đức ấy hồi hướng cho cha mẹ. Cha mẹ không nhận được gì cả. Vì sao vậy? Vì niệm Phật, tụng kinh như thế đều là việc ngoài miệng, chẳng có gì trong tâm. Công đức chân thật là đời sống của quý vị luôn phù hợp với lời răn dạy của Phật, với lời răn dạy của các bậc thánh nhân. Đó gọi là công đức. Công đức ấy có thể hồi hướng [về cho cha mẹ].

Cho nên công đức chân thật ở nơi sự khởi tâm động niệm

của quý vị, nơi sự nói năng tạo tác của quý vị, với tâm hạnh hoàn toàn giúp đỡ người khác phá trừ si mê đạt đến giác ngộ, hoàn toàn vận dụng vào thực tế cuộc sống của mình, trong công việc của mình, đó là công đức chân thật. Công đức như vậy hồi hướng mới có chỗ tác dụng, đó là chân chánh hiếu thuận với cha mẹ, không lúc nào quên. Cha mẹ vãng sinh rồi, công đức ấy có thể giúp cha mẹ lên phẩm vị cao hơn. Cha mẹ không may rơi vào đường ác, công đức ấy có thể giúp cha mẹ được siêu sinh. Đó là sự siêu độ chân chánh. Không phải thỉnh mấy vị hòa thượng hay đạo sĩ đến đọc kinh mà có thể siêu độ [cho cha mẹ]. Đó là mê tín. Tất cả đều do tâm hành thực tế của chúng ta trong đời sống.

Quý vị cũng từng đọc qua sách Ảnh trần hồi ức lục của Pháp sư Đàm Hư, trong đó ngài kể lại câu chuyện của một vị bằng hữu là Lưu cư sĩ, "tám năm nỗ lực đọc Lăng Nghiêm". Vị này đã làm cách nào để siêu độ oan thân trái chủ? Không có cách nào cả, chỉ hoàn toàn dựa vào đức hạnh của tự thân mình.

Khởi tâm động niệm, sinh hoạt hành vi đều theo lời Phật dạy, học theo việc làm của Phật, đó gọi là hiếu dưỡng cha mẹ, tôn kính sư trưởng, thương yêu hòa thuận với anh em.

Có thể tôn trọng hết thảy chúng sinh, thương yêu bảo vệ hết thảy chúng sinh vô điều kiện, vô tư đem hết tâm lực giúp đỡ tất cả chúng sinh, giúp chúng sinh lìa khổ được vui, luôn chỉ một tâm như thế, chỉ một ý niệm như thế. Tâm như thế, ý niệm như thế chính là ý trời, trong Phật pháp gọi là nguyện Phật.

Quý vị thử nghĩ xem, chúng ta vừa qua giảng kinh Vô Lượng Thọ, chính đúng lúc giảng đến 48 đại nguyện, mỗi nguyện ấy đều là giúp đỡ chúng sinh lìa khổ được vui. Cho nên, [giúp chúng sinh] lìa khổ được vui là một lời nguyện tổng quát. Nhưng lìa khổ được vui là quả, quả ấy ắt cần phải có nhân. Nên muốn giúp hết thảy chúng sinh lìa khổ được vui thì trước hết phải dạy cho họ tu nhân.

Điều gì là nhân [của lìa khổ được vui]? Là phá trừ si mê, mở ra giác ngộ. Khổ là mê muội, từ trong mê muội mà đến; vui là từ nơi giác ngộ mà được. Phá trừ si mê là lìa được khổ. Mở ra giác ngộ là được vui. Cho nên, các bậc đại thánh nhân ở thế gian cũng như xuất thế gian, thảy đều từ nơi công việc dạy dỗ, giáo dục mà trực tiếp giúp đỡ hỗ trợ cho chúng sinh phá trừ si mê, mở ra giác ngộ. Những công hạnh, thiện nghiệp khác của các ngài đều là [sự giúp đỡ] gián tiếp, chỉ riêng việc giáo dục là trực tiếp.

Không chỉ dạy dỗ, mà còn phải nêu tấm gương sáng cho mọi người noi theo, hy vọng mọi người nhìn vào hình tượng bản thân mình, nghe lời dạy dỗ khuyên răn của mình mà được giác ngộ, hiểu rõ, làm theo các bậc thánh hiền, hướng theo chư Phật, Bồ Tát mà học tập, như vậy mới có thể đạt được quả báo chân thật.

Chúng ta cần phải nhận hiểu rõ ràng những ý nghĩa này, nhất là ta đang sống vào giai đoạn cuối thế kỷ này, tai nạn xảy ra quá nhiều, lại cũng khá nghiêm trọng. Làm cách nào để tiêu trừ tai nạn? Làm cách nào để cứu mình, cứu người? Hoàn toàn đều do sự nhận hiểu sáng tỏ chân tướng vũ trụ nhân sinh, triệt để quay đầu hướng thiện. Quay đầu là bờ, vấn đề tai nạn liền có thể được giải quyết.

Phương Đông cũng như phương Tây đều có những lời tiên tri dự báo, nói rằng có rất nhiều khả năng phát sinh kiếp nạn, cuối cùng đều có những kết luận rất hay. Mục đích của những lời tiên tri không phải để cảnh báo chúng ta rằng kiếp nạn sắp tới, mà là để giúp chúng ta hiểu rõ rằng có khả năng phát sinh điều [không hay] như thế, từ đó trong lòng mới khởi sinh một sự chuyển biến, nhanh chóng quay đầu hướng thiện, dứt ác tu thiện.

Rốt cuộc thì có hay không có kiếp nạn? Điều đó được quyết định ngay trong một ý niệm của chúng ta, không phải do bên ngoài quyết định, là do chính chúng ta quyết định.

Trên giảng đường tôi vẫn thường nói, tâm tham lam chiêu cảm tai họa lũ lụt. Kinh Lăng Nghiêm dạy rằng tâm sân hận là tai họa lửa dữ, tâm ngu si là tai họa gió bão, kiêu căng ngã mạn là nạn động đất. Nếu như chúng ta từ trong tâm diệt trừ được hết tham, sân, si; đối với người khác, đối với muôn vật đều biết khiêm tốn, hạ mình, nhẫn nhục, nhường nhịn, thì những tai nạn ấy đều không còn nữa.

Chư thiên cõi trời Tứ thiền vì sao không còn phải chịu ba đại tai kiếp do nước, lửa và gió? Vì các vị đã trừ dứt được tham, sân và si. Cho nên, người có nhiều phước đức sống ở nơi nào thì nơi ấy là đất lành.

Chúng ta nghe Phật dạy rồi, cần phải giác ngộ, phải sáng tỏ, phải thực sự từ trong nội tâm trừ dứt hết tham lam, sân hận, si mê, kiêu mạn, đem lòng từ bi xử sự, đối đãi với người khác, tiếp xúc với muôn vật.

Hôm qua, lúc giảng kinh tôi có khuyên mọi người học theo chư Phật, Bồ Tát. Chư Phật, Bồ Tát dùng nhãn quang như thế nào để nhìn mọi người? Các ngài nhìn thấy hết thảy chúng sinh đều là Phật, đều là Bồ Tát. Đó là sự thật. Chúng ta thì nhìn thấy hết thảy chúng sinh đều là phàm phu, đều là người xấu ác. Đó là sai lầm. Chúng ta nhìn sai lầm, chư Phật, Bồ Tát nhìn rất chính xác.

Nhưng có những người nghe tôi nói vậy thì vẫn giữ ý kiến ngược lại, cho rằng chư Phật, Bồ Tát đã nhìn sai, chúng ta nhìn mới chính xác, rõ ràng thấy đây là người tốt, kia là kẻ xấu. Chư Phật, Bồ Tát vì sao đối với người tốt, kẻ xấu đều không phân biệt? Trong thực tế, chư Phật, Bồ Tát nhìn thấy như vậy là chính xác, chúng ta nhìn đã sai lầm. Ý nghĩa này rất sâu xa, cần phải suy ngẫm rất kỹ, rất nhiều lần. Phải thay đổi, sửa lại quan điểm sai lầm của chúng ta, sửa chữa lại hành vi sai lầm của chúng ta.

Chúng ta chịu ơn ai dù rất nhỏ cũng phải luôn ghi nhớ, mãi mãi không quên. Ngược lại, người khác có điều gì không tốt với chúng ta, tuyệt đối không nên ghi nhớ trong lòng, phải quên hết sạch đi, nhất định không để lại chút ấn tượng nào. Như vậy thì quý vị mới có điều kiện học Phật, mới đủ tư cách làm Phật.

Những kẻ quên ơn bội nghĩa lại thường luôn ghi nhớ kỹ việc người này đối xử không tốt với ta, người kia đối xử không tốt với ta... Những người như vậy nhất định phải đọa vào ba đường ác. Cho dù có ngày ngày tụng kinh niệm Phật vẫn phải đọa vào ba đường ác. Những năm đầu triều Thanh, Pháp sư Quán Đảnh từng giảng như thế. Lời ngài giảng hoàn toàn không sai. Hy vọng mọi người đều ghi nhớ, đều thực sự nỗ lực học tập, nhanh chóng quay đầu hướng thiện, được tiêu trừ tai nạn.

Hôm nay thời gian đã hết, chúng ta giảng đến đây thôi.

Bài giảng thứ 53

(Giảng ngày 12 tháng 7 năm 1999 tại Tịnh Tông Học Hội Singapore, file thứ 54, số hồ sơ: 19-012-0054)

Thưa quý vị đồng học, cùng tất cả mọi người.

Trong hơn ngàn chữ của bài văn Cảm ứng thiên, câu trọng yếu nhất chính là: "Trung, hiếu, hữu, đễ." Câu này có thể nói là trọng tâm của toàn bài văn, có quan hệ rất lớn [với mọi vấn đề]. Đối với một người sống trong xã hội thì đạo lý xây dựng bản thân, phát triển gia đình, ổn định đất nước, tạo lập hòa bình thế giới đều nằm trong một câu này. Người xuất gia tu hành, khai ngộ, chứng quả, thành Bồ Tát, thành Phật, mấu chốt cũng nằm ở [một câu] bốn chữ này.

Cho nên tôi đã nói rất nhiều lần, đối với các bậc thánh nhân ở thế gian cũng như xuất thế gian thì mục đích, nguyện vọng không gì khác hơn là mong cho hết thảy chúng sinh đều có thể cùng sống chung hòa thuận vui vẻ, thương yêu giúp đỡ lẫn nhau. Thế nhưng quả báo của hết thảy các loài chúng sinh đều không tương đồng. Sự khác biệt ấy do đâu mà có? Là do các nhân họ tạo ra trong quá khứ cũng như hiện nay đều không tương đồng. Cho nên, từ nơi quả ta có thể thấy được nhân, từ nơi nhân có thể thấy được quả. Người [thấy được] như vậy là có trí tuệ.

[Mục đích và nguyện vọng] như trên nếu muốn thực sự đạt được thì không thể dựa vào chính trị. Cho nên, đức Phật Thích-ca Mâu-ni vốn là vương tử, nếu [phương thức] chính trị có thể đạt được nguyện vọng, mục đích như trên, hẳn ngài đã làm một bậc quốc vương. Nhưng ngài biết rằng phương thức chính trị không thể giúp đạt được mục đích của mình.

Võ lực cũng không thể giải quyết được vấn đề. Chúng ta đọc thấy trong kinh điển rằng đức Phật Thích-ca Mâu-ni thời tuổi trẻ võ nghệ cao cường. Ngài có thể làm một vị tướng quân, một bậc thống soái, nhưng ngài buông bỏ hết. Ngài biết rằng, đối với việc này thì võ lực không thể thành tựu được.

Người đời nay nói đến kinh tế, khoa học kỹ thuật, tất cả cũng đều không thể giúp thành tựu được.

Phương pháp duy nhất đạt hiệu quả tốt chỉ có giáo dục. Cho nên, đức Phật Thích-ca Mâu-ni đã chọn công việc giáo dục trong xã hội, suốt đời toàn tâm toàn ý thực hiện công việc đa nguyên văn hóa giáo dục. Đức Phật Thích-ca Mâu-ni là người như thế, chúng ta cần phải nhận biết rõ ràng. Chí nguyện lớn lao, hùng tâm dũng mãnh của ngài là muốn giúp đỡ hết thảy chúng sinh đều lìa khổ được vui, sống chung hòa thuận vui vẻ, thương yêu giúp đỡ lẫn nhau. Ngài đã chọn con đường giáo dục này.

Hôm nay, tại đây có rất nhiều bậc thầy đi theo con đường giáo dục. Công việc này cực kỳ vĩ đại, nhưng trong thế giới ngày nay những người nhận thức đúng về giáo dục hãy còn quá ít. Tôi nghe một số vị đồng học nói rằng, hiện nay làm thầy rất khó, học sinh không dễ dạy. Vấn đề này tôi cũng đã từng đề cập đến.

Hiện tại đạo thầy trò suy thoái, có thể nói đang mất dần rồi. Đạo hiếu không còn nữa. Không có đạo hiếu thì đương nhiên không có đạo thầy trò, vì đạo thầy trò được xây dựng trên nền tảng đạo hiếu. Người không biết hiếu thuận với cha mẹ thì làm sao có thể tôn kính thầy dạy? Điều này không thể có.

Thời xưa, người học trò học tốt cần phải có sự hợp tác mật thiết giữa thầy dạy với cha mẹ. Như vậy mới có thể bồi đắp, nuôi dưỡng mầm non là đứa trẻ trưởng thành, khiến cho trẻ ấy tương lai thành bậc rường cột tài năng trong xã hội.

Tôi còn nhớ lúc tôi khoảng bảy, tám tuổi, lần đầu tiên đi học. Lúc đó vẫn còn là trường tư nhân, không phải trường công lập. Trường tư nhân được tổ chức trong một ngôi từ đường, vị thầy dạy khoảng hơn vài mươi học sinh. Cha tôi mang lễ vật kính dâng thầy, tại phòng lớn của thầy. Phòng lớn này chính là chỗ điện thờ trong từ đường, trên trướng thờ có ngai thờ đức Chí thánh tiên sư là Khổng tử. Cha tôi dắt tôi đến, rồi người đứng phía trước, tôi đứng sau, cùng hướng về ngai thờ đức Khổng tử thực hiện nghi lễ tôn kính nhất là ba lần quỳ gối, chín lần khấu đầu.

Hành lễ như vậy xong, cha tôi thỉnh thầy ngồi lên ghế trên, cha tôi lại đứng trước, tôi đứng phía sau, cùng hướng về thầy thực hiện nghi lễ ba lần quỳ gối, chín lần khấu đầu. Sau đó cha tôi mới dâng lễ vật, rồi đem con giao phó cho thầy.

Phụ huynh đối với thầy tôn trọng như thế, nếu thầy không dạy dỗ học trò thật tốt thì sao có thể xứng đáng với sự tôn trọng ấy? Những lễ nghi như thế hiện nay không còn nữa.

Khi tôi ở Đài Trung, thầy Lý Bỉnh Nam có mở một lớp học Nghiên cứu nội điển. Lớp này có tám học sinh, do chính thầy Lý là người phụ trách. Thầy Lý thỉnh năm vị thầy đến dạy cho lớp, trong đó có tôi. Ngày khai giảng lớp học, thầy Lý đại diện cho tất cả phụ huynh của tám học sinh, hành lễ với năm vị thầy dạy. Thầy Lý đã lạy chúng tôi ba lạy. Những phụ huynh của các học sinh ấy đều không hiểu biết, thầy Lý thay mặt họ. Chúng tôi thật không dám nhận, nhưng không dám nhận cũng không được, đành phải kính vâng theo lời dạy của thầy. Thầy bảo chúng tôi ngồi thật ngay ngắn, chúng tôi chỉ còn biết ngồi yên đó để thầy lạy ba lạy. Đã nhận lãnh lễ nghi long trọng đến thế, nếu không nỗ lực dạy dỗ thì đó là tội lỗi.

Hiện nay không còn [lễ nghi tôn kính như vậy] nữa. Điều hiện nay nghe thấy là gì? Là thầy dạy học sinh, phụ huynh còn muốn đi kiện thầy. Cho nên, tai nạn hết sức lớn lao sắp xảy ra nơi thế gian này. Đó là gì? Là đúng như các tôn giáo đều nói về sự trừng phạt của trời cao, của thượng đế. Chúng ta xem trong các lời tiên tri, người tiên tri nói rằng có thể nhìn thấy trong tương lai thế gian này rất nhiều người chết, chôn cất đến bảy tháng chưa hết. Quả báo như thế do đâu mà có? Là do tạo nhân bất thiện.

Tại Trung quốc vào thời cổ đại, việc lớn lao trọng yếu nhất của quốc gia chính là giáo dục. Trong sách Lễ ký, thiên Học ký chính là phần triết học giáo dục của Trung quốc thời xưa, là phương châm dẫn dắt của ngành giáo dục. Trong đó nói hết sức rõ ràng, sáng tỏ rằng: "Kiến quốc quân dân, giáo học vi tiên." (Dựng nước trị dân, giáo dục là trước nhất.) Xây dựng một đất nước, cai trị đất nước đó, lãnh đạo toàn dân, điều gì là trọng yếu nhất? Chính là giáo dục.

Đối với mỗi gia đình cũng vậy, trong gia đình điều gì là trọng yếu nhất? Cũng chính là giáo dục. Con người nếu không được tiếp nhận nền giáo dục của thánh hiền, nói thật ra so với cầm thú có gì khác biệt? So với cầm thú [thì con người] còn tàn nhẫn hơn, còn độc ác hơn nữa. Quý vị nghĩ xem, như cọp, sư tử khi ăn no rồi thì đối với các loài vật nhỏ đều để yên, dù có chạy đi chạy lại quanh đó chúng cũng không thèm lưu ý đến. Con người thì khác, dù [lúc đã no bụng] không ăn cũng muốn giết hại.

Cho nên, con người nhất định phải được dạy dỗ, phải được tiếp nhận sự giáo dục. Trong thời đại hiện nay, người có thể tiếp nhận được thì phải tận tâm tận lực dạy bảo họ. Người không tiếp nhận được thì cũng không còn cách nào, ta cũng bớt đi không tự chuốc phiền toái làm gì.

Mục đích giáo dục của Nho giáo là dạy người thành bậc thánh hiền. Mục đích giáo dục của Phật giáo là dạy quý vị thành Phật, thành Bồ Tát. Nền giáo dục của Phật giáo từ đầu đến cuối thật ra không ngoài ba việc. Thứ nhất là dạy người dứt ác tu thiện. Thứ hai là dạy người phá trừ si mê, mở ra giác ngộ. Thứ ba là dạy người chuyển phàm thành thánh.

Thế nào gọi là thánh? Là thấy biết sáng tỏ chân tướng vũ trụ nhân sinh, thông đạt sự lý nhân duyên quả báo. Người như thế gọi là thánh nhân. Cho nên, bậc thánh [của Trung Hoa] so với Phật của Ấn Độ là tương đồng về ý nghĩa. Phật là bậc giác ngộ, thánh là người hiểu biết sáng tỏ. Hiểu biết sáng tỏ là giác ngộ, giác ngộ là hiểu biết sáng tỏ.

Lý lẽ sự tướng về vũ trụ nhân sinh hết sức sâu rộng, không phải dùng sự học mà có thể đạt đến, vì học không đạt được. Việc học của quý vị trong một đời có sự giới hạn, làm sao có thể đạt được? Cần phải giác ngộ mới đạt được. Cho nên, giáo dục ở thế gian cũng như xuất thế gian đều xem trọng sự khai ngộ.

Không chỉ nhà Phật mới nói đến khai ngộ, nền giáo dục Nho gia cũng nói đến khai ngộ. Không khai ngộ thì làm được gì? Chúng ta ngày nay vì sao không thể khai ngộ? Vì phiền não che lấp, vọng tưởng, phân biệt, bám chấp [là những thứ] khiến ta không thể khai ngộ. Chư Phật, Bồ Tát dạy ta buông bỏ vọng tưởng, phân biệt, bám chấp sẽ được khai ngộ. Buông bỏ một phần sẽ được khai ngộ một phần, buông bỏ hai phần sẽ được khai ngộ hai phần. Đó là những thứ gây chướng ngại.

Giác ngộ rồi thì tự tánh của ta vốn sẵn đủ trí tuệ đức năng, chẳng phải từ bên ngoài có được. Vì sao chúng ta cứ bám chấp vô cùng bền chắc? Trong sự bám chấp thì nghiêm trọng nhất là chấp ngã. Có ngã liền có sự riêng tư, có ngã liền có dục vọng. Lòng riêng tư là mê hoặc, dục vọng là nguồn gốc của tội nghiệp, [nên chấp ngã là] quý vị đã tạo tội nghiệp rồi.

Phật dạy mỗi người chúng ta, mỗi một đệ tử học Phật, đều phải cùng nhau gánh vác công việc giáo dục trong xã hội. Điều này rất tuyệt vời. Phật pháp muốn rộng độ chúng sinh, muốn cứu khổ cứu nạn, phải dùng cách gì để cứu? Là dựa vào giáo dục. Người xuất gia là xem như đã chọn công việc giáo dục trong xã hội, chúng ta phải có tinh thần chuyên nghiệp, thúc đẩy mở mang nền giáo dục Phật-đà.

Nền giáo dục Phật-đà là giáo dục xã hội đa nguyên văn hóa, trong đó không phân biệt chủng tộc, không phân biệt địa phương, không phân biệt tôn giáo tín ngưỡng, là nền giáo dục bình đẳng. Ngoài ra còn phải lấy bản thân mình làm gương mẫu, vì mọi người trong xã hội mà nêu gương tốt.

Đặc biệt trong kinh Hoa Nghiêm, chúng ta xem thấy chúng sinh đủ mọi chủng loại ngàn sai muôn khác, đó chính là những khác biệt về chủng tộc, khác biệt về văn hóa, khác biệt về tôn giáo, tín ngưỡng. Chúng ta thấy đức Phật đều có khả năng dạy bảo thành tựu trọn vẹn cho tất cả những chủng loại ấy, giúp cho tất cả đều được phá trừ si mê, mở ra giác ngộ, đều được thành bậc thánh hiền. [Trong sự giáo dục đó] hoàn toàn không phá hoại chủng loại của họ, không gây chướng ngại tôn giáo, tín ngưỡng của họ, cũng không mảy may tổn hại đến văn hóa của họ, chỉ có sự giúp đỡ hỗ trợ mở rộng làm đẹp hơn đời sống của họ, khéo léo dẫn dắt văn hóa của họ, nhờ vậy mà đạt được sự thành công.

[Đức Phật] dựa vào điều gì [để làm được như vậy]? Chính là dựa vào tâm chân thành. Nhà Phật gọi là tâm Bồ-đề, tâm chân thật đối đãi với người khác, chân thành tiếp xúc với muôn vật. Lão tử của Trung quốc cũng nói: "Người khác đem lòng tốt đối xử với ta, ta đem lòng tốt đối lại với người. Người khác đem lòng xấu ác đối với ta, ta vẫn đem lòng tốt đối lại với người. Người khác tin cậy ta, ta tin cậy người. Người khác chẳng tin cậy ta, ta vẫn tin cậy người."

Cho nên, bậc thánh hiền dạy chúng ta rằng, phải có tâm ý chân thành, phải có tâm ý hiền thiện, tâm ý hoàn toàn thương yêu muôn người muôn vật, bố thí một cách vô tư, cung kính cúng dường hết thảy chúng sinh vô điều kiện. Quý vị xét kỹ trong kinh Phật, thấy đức Phật có làm được như vậy hay không? Đó chính là hành trạng oai nghi của Phật, là nguyên tắc mà Phật vận dụng trong việc xử sự, đối đãi với người, tiếp xúc với muôn vật. Chúng ta ở điểm này phải học tập theo. Cho nên, [người xuất gia] chúng ta, đồng tu trong bốn chúng, cũng không chỉ riêng người xuất gia, quý đồng tu tại gia cũng phải thực hiện, thực sự nỗ lực thực hiện, thì mới có khả năng cứu vãn xã hội này, phải lấy bản thân mình làm gương mẫu.

Tôi hiện nay thành lập được mười trường trung học tại Trung quốc. Mười trường ấy đều lấy tên chung là Trung học Từ Quang. Quý vị từ Đài Loan đến đều biết là tôi ở Thư viện Từ Quang được mười năm. Ở Trung quốc đại lục tôi xây dựng mười trường Trung học Từ Quang, xem như kỷ niệm thầy Lý Bỉnh Nam, gọi là học sinh báo ơn thầy.

Thuở nhỏ tôi đi học ở Đồng Nhân thuộc Quý Châu. Trường tôi học khi ấy là trường công lập Đệ Tam Trung Học, thầy hiệu trưởng là tiên sinh Chu Bang Đạo, hiệu Khánh Quang. Ở Đồng Nhân tôi xây dựng trường Trung học Khánh Quang để kỷ niệm thầy hiệu trưởng.

Vì sao tôi làm như vậy? Học sinh ngày nay đối với thầy dạy quên ơn phụ nghĩa, chúng ta làm sao để giáo dục việc tôn sư trọng đạo, chẳng lúc nào quên ơn thầy? Đó là tôi muốn nêu gương để mọi người noi theo.

Tôi được theo học với tiên sinh Phương Đông Mỹ. Tại quê hương của thầy là Đồng Thành thuộc tỉnh An Huy chỉ có duy nhất một trường trung học, tôi giúp nhà trường xây dựng một phòng dạy vi tính lấy tên là Đông Mỹ, tặng cho trường 100 máy vi tính, đều là để kỷ niệm thầy Phương Đông Mỹ.

Tại trường Đại học Sơn Đông ở Tế Nam thuộc tỉnh Sơn Đông, tôi giúp trường xây dựng một phòng vi tính đặt tên là

Lý Bỉnh Nam, ngoài ra còn giúp họ xây dựng một phòng đọc sách công cộng mở cửa cho công chúng, đều là để kỷ niệm thầy Lý Bỉnh Nam.

Các thầy dạy tôi học, hiện có một vị vẫn còn tại thế. Những ngày lễ, tết hằng năm tôi đều đến thăm viếng, cũng có cúng dường thầy. Đây là thầy giáo chủ nhiệm lớp tôi khi tôi học ở Nam Kinh, tên là Đỗ Thế Trạch. Lần này tôi cũng đã nghĩ đến việc tại trường học cũ ở Nam Kinh cho xây một phòng vi tính, tặng 100 máy vi tính, và cũng đặt tên theo tên thầy là Thế Trạch. Đó là tỏ lòng tôn sư trọng đạo.

Người đời hiện nay đối với những chuyện này đều quên hết, cho nên thế gian mới gặp phải tai kiếp đại nạn. Con cái bất hiếu với cha mẹ, học trò không kính trọng thầy cô, một xã hội như thế thì còn ra gì nữa? Chúng ta nhìn thấy thực trạng này rất đau lòng.

Chúng ta đem toàn tâm toàn lực nghĩ đến thì mọi việc đều sẽ thực hiện được. Việc xây dựng trường học tại Trung quốc đại lục phải hy vọng được chính phủ hỗ trợ. Lần trước, ông đại sứ Trần đến thăm tôi, tôi đã trực tiếp thỉnh cầu ông giúp đỡ, mong sao những nguyện vọng của tôi được nhanh chóng thực hiện. Hiện tại việc xây dựng hai phòng vi tính thì trong khoảng một, hai tháng tới sẽ thực hiện.

Cho nên chúng ta phải dạy những gì? Là dạy trung, dạy hiếu. Đức Phật Thích-ca Mâu-ni thuyết pháp trong 49 năm, cho đến hết thảy chư Phật mười phương ba đời vì tất cả chúng sinh giảng kinh thuyết pháp, cũng chỉ là hai chữ trung hiếu mà thôi. Hai chữ này, nói thật ra những người nhận thức được thì ngày càng ít đi, những người có thể thực hiện được lại càng hiếm hoi hơn nữa. Vì thế, chúng ta cần phải dạy bảo, phải nỗ lực giảng giải, phải đi sâu vào giảng giải, lại còn phải tự mình thực hiện để nêu gương cho người khác noi theo.

Hai chữ "hữu đễ" (hòa ái kính thuận) vốn đã được bao quát trong đạo hiếu, vậy vì sao ở câu ["Trung hiếu hữu đễ"] này lại đặc biệt nêu riêng? Đó là muốn dạy ta phương pháp thực hành đạo hiếu. Đạo hiếu bắt đầu từ đâu? Là từ hòa ái, từ kính thuận mà bắt đầu. Hòa ái, kính thuận là cách đối đãi với người.

Chữ hiếu theo nguyên tắc chế tác chữ viết thuộc loại chữ hội ý, nằm trong sáu nguyên tắc chế tác chữ viết của người Trung quốc thời cổ đại, gọi là lục thư. Hình dạng chữ hiếu giúp chúng ta thấy được, thể hội được ý nghĩa bao hàm trong đó. Phần trên là chữ lão (老), dưới là chữ tử (子), hai phần hợp lại thành chữ hiếu (孝). Ý nghĩa này muốn nói với chúng ta hết sức rõ ràng, rằng thế hệ trước với thế hệ sau là cùng một thể. Thế hệ trước lại vẫn còn thế hệ trước nữa, thế hệ sau vẫn còn thế hệ sau nữa.

Đây chính là ý nghĩa như trong nhà Phật dạy: "[Hết thảy chúng sinh trong] mười phương ba đời đều chung một tánh thể sinh mạng, đều cùng một chỉnh thể." Đó chính là ý nghĩa tượng trưng của chữ hiếu, như trong kinh Bát-nhã gọi là "thật tướng của các pháp". Trên bục giảng tôi thường gọi đó là pháp tính của hết thảy chúng sinh trong pháp giới hư không, trong triết học thì gọi là bản thể vũ trụ nhân sinh.

Từ sự nhận biết này mới thực sự khởi sinh tâm thương yêu, tâm cung kính. Vừa rồi tôi nhắc đến những tâm chân thành, tâm chí thiện, tâm bác ái, cùng tâm nguyện giúp đỡ hết thảy chúng sinh một cách vô tư, vô điều kiện, thảy đều từ trong tâm hiếu mà khởi sinh.

Quý vị không nhận thức được, không hiểu rõ, cho nên Phật khuyến khích phát tâm Bồ-đề mà tâm Bồ-đề của quý vị vĩnh viễn không phát khởi được. Nguyên nhân là do đâu? Là do quý vị không hiểu rõ được ý nghĩa, không hiểu rõ được chân tướng sự thật, nên tâm [Bồ-đề] của quý vị không cách gì phát khởi được cả, đều là vì quý vị không biết được, không hiểu được rằng hết thảy chúng sinh trong pháp giới cùng khắp hư không cũng là chính bản thân mình.

Nếu quý vị biết được, hiểu được như thế thì tâm Bồ-đề tự nhiên phát khởi. Tâm Bồ-đề phát khởi cũng chính là lòng sâu vững, là tâm đại bi. Lòng sâu vững luôn ưa thích đức hạnh, hiền thiện. Vương Dương Minh gọi đó là sự hiểu biết phân biệt tự nhiên về điều thiện, là bản năng hiền thiện. Tâm đại bi là tâm làm lợi ích hết thảy chúng sinh, không có điều kiện, không mong cầu báo đáp. Cho nên, nền giáo dục theo Phật giáo là thực hiện giáo dục vì nghĩa vụ, không nhận báo đáp. Nhận báo đáp thì mọi người hoài nghi, không nhận báo đáp thì mọi người mới tôn kính, mới thấy rằng quý vị dạy bảo họ là chân thật, là không có điều kiện.

Chúng ta muốn Phật pháp hưng vượng, muốn cứu vớt thế gian này nhưng không thực sự noi theo chư Phật, Bồ Tát mà học tập thì không thể làm được. Cho nên, điều trước tiên là phải dứt trừ, phải nhổ tận gốc rễ những ý niệm tự tư tự lợi. Trong thời quá khứ, dù những ý niệm ấy còn vướng lại đôi chút quý vị cũng vẫn có được ít nhiều thành tựu, nhưng trong thời hiện tại này, dù chỉ còn lại mảy may cũng đều không được. Thời đại đã khác rồi.

Điều này cũng có nghĩa là chúng ta đang đối diện với hoàn cảnh cực kỳ xấu ác, trong kinh điển gọi là "ngũ trược ác thế" (thời đại xấu ác với năm sự uế trược). Sự xấu ác, uế trược đã đến mức cùng cực, nếu không dùng tâm cực kỳ thanh tịnh thì không cách gì có thể cứu vớt giúp đỡ chúng sinh. Trong thực trạng thời đại xấu ác này, đạo Phật dạy rằng chúng ta đang đứng trước những chúng sinh cần được cứu độ, vì so với quá khứ thì thời đại này khó khăn nguy khốn hơn quá nhiều. Cho nên, chúng ta ngày nay nếu như phẩm đức, học vấn, trí tuệ, phương tiện khéo léo không vượt trội hơn người xưa gấp mười lần thì không đủ sức thực hiện [việc cứu vớt chúng sinh].

Chúng ta liệu có khả năng vượt hơn người xưa hay chăng? Hoàn toàn do nơi một ý niệm của chính ta, nếu chấp nhận buông bỏ liền có khả năng vượt hơn người xưa. Buông bỏ những gì? Buông bỏ những vọng tưởng, phân biệt, bám chấp, buông bỏ danh tiếng, lợi dưỡng, năm món dục, sáu trần cảnh, phải buông bỏ đi hết sạch.

Đức Phật Thích-ca Mâu-ni ngày xưa tại vườn Lộc Dã bắt đầu lập giáo chỉ có năm học trò. Chúng ta ngày nay cũng không cầu nhiều, có được năm, sáu người cùng chí hướng, hợp tâm đạo thì có thể cùng nhau làm cho Phật pháp hưng vượng trở lại.

Chúng ta phải làm gì? Phải học theo đức Phật Thích-ca Mâu-ni, sống cuộc sống ở mức thấp nhất, không tranh với người khác, việc đời không mong cầu, sống như thời nguyên thủy, đi khắp nơi giáo hóa chúng sinh, như vậy thì có thể thu được hiệu quả.

Cho nên, chúng ta sinh đến thế gian này, không phải vì mình mà vì hết thảy chúng sinh đang khổ nạn. Chết đi cũng là chết vì chúng sinh, không phải vì bản thân mình. Nếu có một mảy may ý niệm vì bản thân, đó là phàm phu, không phải thánh nhân, không phải đệ tử chân chánh của Phật.

Kinh Kim Cang dạy: "Nếu Bồ Tát còn có tướng ngã, tướng nhân, tướng chúng sinh, tướng thọ giả, đó không phải là Bồ Tát." Cho nên phải buông bỏ bốn tướng này, để tâm thực sự đạt đến chân thành, thanh tịnh, bình đẳng, chính giác, từ bi, phải thực sự làm được, chắc chắn làm được.

Những biểu hiện bên ngoài là thực sự nhìn thấy, buông xả, tự tại, tùy duyên, chuyên tâm niệm Phật, cầu sinh Tịnh độ. Đó chính là đệ tử chân chánh của Phật. [Ý nghĩa này là] những lời răn dạy chân thật đối với bản thân, đối với chúng sinh, đối với xã hội, nhất định được chư Phật hộ niệm, được chư vị thiện thần, trời, rồng theo bảo vệ, giúp đỡ.

Cho nên quý vị đồng học phải nỗ lực khắc phục tập khí phiền não của bản thân mình. Tại giảng đường ngồi xếp bằng vài giờ mà không làm được, vậy thì làm được gì? [Phải quyết tâm, dù] liều mạng cũng phải làm cho được. Tâm thanh tịnh, an định rồi thì không khó. Khó là vì có nhiều vọng tưởng, vì nhiều dục vọng. Đó là chướng ngại rất lớn, không chỉ chướng ngại sự tu đạo, hơn nữa còn xô đẩy chúng ta vào ba đường ác, xô đẩy chúng ta đọa vào địa ngục.

Vì thế, ái dục và sự ưa thích nhất định phải buông bỏ, buông bỏ cho hết sạch. Trong đời sống tùy duyên nhưng tuyệt đối không chạy đuổi theo duyên. Quý vị ở đây học tập được thành tựu rồi phải đi giáo hóa trong thế gian, tốt nhất là khôi phục lại việc ôm bình bát khất thực như xưa, tối lại thì tìm gốc cây lớn làm chỗ nghỉ, hoặc nghỉ trong lều nhỏ cũng tốt.

Trí tuệ khai mở rồi thì chẳng cần đến sách vở, vì chúng sinh giảng kinh thuyết pháp cũng không cần chuẩn bị, mọi thứ đều buông bỏ hết. Đức Phật Thích-ca Mâu-ni năm xưa không có quyển sách nào. Đức Khổng tử cũng không có quyển sách nào. Cần đến những thứ ấy để làm gì? Cho nên, hiện nay phải cố gắng đọc sách, cố gắng học tập, là vì nhất định phải đạt đến khai ngộ. Sau khi đã hoàn toàn khai ngộ rồi thì trí tuệ từ trong tự tánh chính là Phật pháp viên mãn.

Hy vọng quý vị đồng tu phải nghiêm túc nỗ lực. Thời gian cực kỳ quý báu, dù một phút giây cũng không thể bỏ luống qua vô ích.

Bài giảng thứ 54

(Giảng ngày 13 tháng 7 năm 1999 tại Tịnh Tông Học Hội Singapore, file thứ 55, số hồ sơ: 19-012-0055)

Thưa quý vị đồng học, cùng tất cả mọi người.

Câu tiếp theo [của phần chúng ta đang giảng đến] trong Cảm ứng thiên là "Chính kỷ hóa nhân." (Sửa mình chân chánh, cảm hóa người khác.)

Những gì đã giảng ở phần trước đều là nói về việc hoàn thiện đức hạnh bản thân, mục đích là nhắm đến giúp đỡ, hỗ trợ người khác. Nếu đức hạnh, trí tuệ của bản thân mình chưa thành tựu thì không có khả năng giáo hóa chúng sinh. Cho nên, muốn giáo hóa chúng sinh thì trước hết tự thân mình phải tu tập tốt, đó là lẽ nhất định. Bất kể là các bậc thánh hiền xưa của Trung quốc hay chư Phật, Bồ Tát của Ấn Độ, mỗi vị đều phải theo đúng phương pháp [tự giác giác tha] như vậy, cho đến hết thảy chư Phật trong mười phương thế giới cũng không ngoại lệ. Vì thế, chúng ta phải đi theo con đường như vậy, trước hết tự thân mình phải nỗ lực tu tập thật tốt.

Phần trước đã có giảng qua với quý vị về Tứ hoằng thệ nguyện (Bốn lời nguyện sâu rộng). Trong đó, câu "chúng sinh vô biên thệ nguyện độ" áp dụng vào thực tế thì nhất định trước hết phải dứt trừ phiền não, thành tựu pháp môn. Dứt trừ phiền não là thành tựu đức hạnh tự thân, học pháp môn là thành tựu trí tuệ của chính mình. Người Trung quốc thường nói là "phẩm học kiêm ưu" (phẩm hạnh và học vấn đều tốt đẹp). [Được như vậy rồi] mới có thể giáo hóa người khác.

Chúng ta tự thân là đệ tử của Phật, không kể là xuất gia hay tại gia đều có sứ mạng cứu độ, giáo hóa chúng sinh. Dù là người xuất gia hay tại gia cũng đều là Bồ Tát, cho nên thành tựu giáo dục của Phật chính là pháp giới Bồ Tát. Thế giới Hoa Tạng trong kinh Hoa Nghiêm là pháp giới Bồ Tát. Kinh Vô Lượng Thọ giảng rất rõ ràng, thế giới Cực Lạc không chỉ là pháp giới Bồ Tát mà hơn nữa còn là pháp giới Bồ Tát Phổ Hiền. Câu kinh này quý vị đều đã từng tụng đọc qua: "Tất cả đều vâng tu theo đức hạnh của Đại sĩ Phổ Hiền." Chúng ta thử nghĩ xem, mình đã có được đức hạnh của Đại sĩ Phổ Hiền hay chưa? Nếu như chưa có thì không thể vãng sanh. Điểm này phải đặc biệt lưu ý.

"Tất cả đều vâng tu theo đức hạnh của Đại sĩ Phổ Hiền." Trong kinh Vô Lượng Thọ, đây là câu kinh đầu tiên ngay sau phần liệt kê đại chúng và các vị thượng thủ. Đức Phật dạy như thế nào, chúng ta nên học theo như thế ấy. Sau đó lại suy ngẫm, người niệm Phật rất nhiều, người được vãng sinh vì sao ít thế? Chỉ cần lưu ý một chút nơi kinh văn thì thấy rất rõ ràng, rất sáng tỏ điều này. Người niệm Phật tuy rất nhiều, nhưng chưa có đủ đức hạnh của Đại sĩ Phổ Hiền cho nên không thể vãng sinh.

Điểm mấu chốt trong đức hạnh của Đại sĩ Phổ Hiền là ở đâu? Chính là ở nơi tâm lượng, [là sự rộng mở của tâm]. Tâm lượng Bồ Tát Phổ Hiền so đồng với pháp giới trong hư không, đối với ngài thực sự là "tâm bao thái hư, lượng chu sa giới" (tâm rộng lớn như hư không, bao trùm hết thảy các thế giới.) Đó là [tâm lượng của] Bồ Tát Phổ Hiền. Chúng ta tâm lượng quá nhỏ hẹp, mỗi ngày dù niệm đến trăm ngàn câu Phật hiệu cũng không thể vãng sanh. Lời này là chân thật, không hư dối.

Bậc đại đức xưa kia dạy rằng: "Miệng niệm Di-đà tâm tán loạn, cho dù lớn tiếng uổng công thôi." Nếu có được đức hạnh như Đại sĩ Phổ Hiền thì niệm một câu Phật hiệu cũng vãng sanh rồi, đâu cần phải niệm nhiều đến thế? [Người được như thế thì] tâm hạnh người ấy chính là tâm Phật, chính là hạnh Phật, tâm và hạnh tương ưng nhau, nguyện với nguyện tương ưng, như thế đâu có lý nào lại không được vãng sinh?

Chúng ta cần hiểu rõ, hằng ngày tụng kinh Vô Lượng Thọ nhưng không tu theo đức hạnh của Đại sĩ Phổ Hiền thì làm sao có thể thành tựu?

Đức hạnh của Đại sĩ Phổ Hiền vô lượng vô biên, dù hết thảy chư Phật Như Lai cùng ngợi khen diễn nói cũng không thể nói hết. Đức Thế Tôn vì chúng ta mà quy nạp [những đức hạnh ấy] thành mười nhóm lớn, gọi là Phổ Hiền Thập Đại Nguyện Vương. Quy nạp thành mười đại nguyện như thế, chúng ta tu học sẽ được thuận tiện dễ dàng hơn.

Nguyện thứ nhất là "Lễ kính chư Phật." Chúng ta đã làm được chưa? Ý nghĩa của đại nguyện này chính là lấy tâm chân thành cung kính đối đãi với hết thảy muôn người muôn vật. Đó gọi là lễ kính chư Phật. Chúng ta nếu chưa làm được thì cần phải phản tỉnh. Nếu chúng ta đối đãi với mọi người, với sự vật bằng tâm thái hoàn toàn tương phản, ngược lại, thì đó là đại bất kính. Hằng ngày cặp mắt láo liên như kẻ trộm, chuyên rình mò bới móc tìm chuyện xấu của người khác, chuyên nhìn vào những khuyết điểm của người khác, thu gom nhặt nhạnh những lỗi lầm sơ sót của người khác, đó là đại bất kính. Như thế thì dù quý vị có to tiếng niệm Phật cũng chỉ uổng công phí sức.

Không cần nói đến hạnh nguyện Bồ Tát, [cho dù] một người hiền thiện quân tử của thế gian [cũng không như thế]. Chúng ta đọc sách Nho, bộ sách tiêu biểu soạn tập được đầy đủ các lời giáo huấn đức hạnh của Nho gia chính là Ngũ chủng di quy, do tiên sinh Trần Hoằng Mưu vào đời Thanh biên tập. Ông đem kinh sách của Nho gia cùng với lời nói, phẩm hạnh của các bậc đại đức qua nhiều thời đại, cùng những lời răn dạy chân thật, tất cả đưa vào phân loại, biên tập thành sách. Ngày trước khi tôi cầu học ở Đài Trung, thầy Lý Bỉnh Nam chỉ định quyển này làm sách giáo khoa tu thân cho học sinh chúng tôi.

Hồi ấy bản in tôi dùng của nhà xuất bản nào không nhớ rõ, chữ in nhỏ, khá nhiều trang, đóng bìa cứng rất dày. Về sau, Thư cục Trung Hoa tách nội dung này từ trong Tứ Bộ Bị Yếu, xuất bản riêng thành hai quyển thượng hạ, dùng bìa thường, chữ in lớn rất dễ đọc. Xem qua thì biết các bậc thánh hiền thế gian dạy người như thế nào.

Cho nên chúng ta phải thường phản tỉnh, không được làm những việc suy tổn đức hạnh. Chuyên tâm tu tập đức hạnh còn sợ không kịp, huống chi lại chuyên làm những việc suy tổn đức hạnh thì sao có thể thành tựu? Nói cách khác, những phẩm tính, điều kiện của người hiền thiện quân tử thế gian mà chúng ta chưa đạt được, thế thì [so với đức hạnh của] các vị Bồ Tát, A-la-hán còn cách rất xa.

Những kỹ xảo trên bục giảng chúng ta có thể dễ dàng học được, nhưng nếu quý vị muốn từ trên bục giảng có thể thâu nhiếp hộ trì đại chúng thì phải dựa vào công phu tu trì. Quý vị không có công phu tu trì chân thật thì không có khả năng nhiếp hóa đại chúng. Nói cách khác, những gì quý vị giảng thuyết, mỗi câu mỗi chữ phải phát xuất từ nội tâm, không chỉ là những lời từ cửa miệng. Nếu tâm ý và hành vi không tương ưng phù hợp nhau, lời nói và việc làm không tương ưng phù hợp nhau, sẽ không ai tin quý vị. Dù nói rất hay, người ta nghe rồi cũng chỉ cười mà thôi.

Cho nên, không kể là người tại gia hay xuất gia, cần phải có công phu tu hành chân thật. Tự bản thân mình không đoan chánh lại muốn giúp cho người khác đoan chánh thì thật là vô lý. Trong thời đại có quá nhiều tai nạn này, bản thân mình không có khả năng tiêu trừ tai nạn mà muốn hỗ trợ giúp đỡ người khác cũng là chuyện hoàn toàn vô lý. Vì thế, câu "chính kỷ hóa nhân" này hết sức trọng yếu.

Trong bản văn, từ câu này trở xuống giảng về việc giáo hóa người khác, cho nên câu này là nói tổng quát. Trong sách Vị biên cũng chú giải [phần này] rất tường tận, chi tiết. Trong sách giải thích về hai chữ chính và hóa. Thế nào là chính? "Xác bất khả dị" (đúng thật không thể thay đổi), đó gọi là chính. Thế nào là hóa? Hóa là "tự nhiên nhi nhiên" (hoàn toàn theo tự nhiên). Hai câu giải thích này rất hay.

Chính là lòng tin kiên định, là tâm nguyện kiên định. Lòng tin và tâm nguyện của chúng ta là ở nơi cầu đạo, là ở nơi cầu chứng quả. Thế nào là chứng quả? Trong Phật pháp, A-la-hán là chứng quả, Bồ Tát là chứng quả, Phật là chứng quả. Muốn được chứng quả thì trước hết phải dứt trừ phiền não. Tập khí phiền não không dứt trừ thì sự tu học của ta không thể nói đến thành tựu gì.

Chúng ta đều biết, dứt trừ hết sạch kiến tư phiền não mới có thể chứng đắc quả A-la-hán. Ví như chúng ta không dứt trừ được hết, cũng phải hướng theo con đường dứt trừ phiền não, nhất định phải làm cho phiền não giảm nhẹ bớt đi, thì công phu tu tập của chúng ta mới có thành tựu. Phiền não mỗi năm mỗi giảm nhẹ, mỗi tháng mỗi bớt đi thì đời sống của chúng ta được hạnh phúc, được tự tại, được vui thích. Trong Phật pháp thường nói "pháp hỷ sung mãn" (tràn đầy niềm vui của chánh pháp), đó là lời chân thật không hư dối.

Học Phật học được rất nhiều niềm vui, rất nhiều lợi ích. Trong quý vị đồng tu ở đây, có người được như vậy hay không? Quả thật là có, mà không phải số ít. Họ thực sự có được lợi ích nên đến nói với tôi, tôi vui mừng cho họ. Họ có được niềm vui của chánh pháp, họ chân chánh tu tập.

Từ chỗ nào bắt đầu làm? Các bậc cổ đức dạy ta rất nhiều điều, nhưng quan trọng, khẩn thiết nhất vẫn là phải bắt đầu từ không nói dối. Đó là lời răn dạy chân thật. Chúng ta tu hành từ đâu bắt đầu? Bắt đầu tu tập từ việc không nói dối. Điều này phù hợp với cương lĩnh tu hành được đức Thế Tôn giảng trong kinh Vô Lượng Thọ: "Thiện hộ tam nghiệp" (Khéo phòng hộ ba nghiệp.) Chúng ta xem thấy câu đầu tiên dạy rằng: "Khéo phòng hộ khẩu nghiệp, không chê bai lỗi người." Các bậc đại đức xưa dạy chúng ta bắt đầu từ việc không nói dối. Bắt đầu từ đó khởi tu là tương ưng, phù hợp với lời dạy trong kinh.

Các bậc đại đức xưa dạy chúng ta phương pháp tu tâm thanh tịnh, pháp môn tu của Tịnh độ tông là "nhất tâm bất loạn", mục đích tu học của Tịnh độ tông thực sự cũng chính là "nhất tâm bất loạn". Kinh A-di-đà dạy "nhất tâm bất loạn", lại cũng nói "tâm bất điên đảo". Nhất tâm bất loạn là định, tâm bất điên đảo là tuệ.

Làm sao có thể thực sự thành tựu được "nhất tâm bất loạn, tâm bất điên đảo"? Đương nhiên việc khéo phòng hộ ba nghiệp là cực kỳ trọng yếu, nhưng phải bắt đầu từ đâu? Người xưa dạy rằng: "Tri sự đa thời phiền não đa, thức nhân đa xứ thị phi đa." (Lắm lần biết chuyện, lắm phiền não; nhiều chỗ quen người, nhiều thị phi.) Cần gì phải nghe biết lắm chuyện đến thế? Đi đâu cũng dò hỏi nghe ngóng, vậy là quý vị chết chắc rồi!

Ngày trước, khi tôi xuất gia thọ giới, có một vị sư huynh cùng thọ giới là pháp sư Giác Bân. Huynh ấy thọ giới không bao lâu sau, dường như khoảng nửa năm, thì đến Nam Bộ để đóng cửa nhập thất. Thật tốt quá, lúc ấy tôi hết sức ngưỡng mộ huynh ấy, hẳn phải thật nhiều phúc báo mới có thể được đóng cửa nhập thất tu tập như vậy. Qua một năm sau, tôi có nhân duyên đến Nam Bộ, đặc biệt tìm đến thăm huynh ấy.

Vào lúc bắt đầu nhập thất, huynh ấy có mượn của tôi bộ sách "Trung quán luận sớ", cũng không dày lắm, là loại sách dùng chỉ khâu gáy thành tập, cả thảy 12 quyển. Huynh ấy muốn mượn để đọc trong lúc nhập thất. Đến lúc ấy đã quá một năm rồi, tôi hỏi: "Bộ sách huynh mượn của tôi đã đọc đến đâu rồi?" Huynh ấy đáp: "Quyển thứ nhất còn chưa đọc xong."

Lần gặp nhau đó, huynh ấy kể với tôi đủ thứ chuyện trong thiên hạ, chuyện đạo trường, chuyện pháp sư... Huynh ấy đóng cửa nhập thất mà sao tin tức nhanh chóng thông suốt đến thế! Tôi ở bên ngoài chẳng nghe biết chuyện gì cả. Tôi nghe huynh ấy kể những chuyện mới xảy ra, [nói là đóng cửa nhập thất nhưng] như thế này thì có cửa nào đóng? Cho nên, một chút thành tựu cũng không có.

Về sau huynh ấy cùng pháp sư Bạch Thánh đến chùa Cực Lạc ở Tân Thành thuộc Nam Dương. Pháp sư Bạch Thánh làm trụ trì, nhờ huynh ấy quán xuyến việc chùa. Ở đó không lâu thì huynh ấy qua đời. Huynh ấy là người tốt, đối với tôi cũng tốt, chỉ có điều rất thích dò la nghe ngóng việc đời. Người xưa nói: "Lắm lần biết chuyện, lắm phiền não." Anh ấy thật lắm phiền não nên tâm không thể an định.

Quý vị đồng tu, bất kể là tại gia hay xuất gia, giữ tâm thanh tịnh là điều quan trọng cốt yếu. Những chuyện không liên can đến bản thân mình thì nghe biết nhiều để làm gì? Quý vị ở đây đều biết, bao nhiêu người viết thư cho tôi, những thư ấy tôi không xem đến. Vì sao vậy? Tôi không muốn biết quá nhiều chuyện đến thế. Viết thư cho tôi để làm gì? Chuyên tâm niệm Phật là tốt rồi. Tôi mỗi ngày giảng kinh đã là nhiều việc, còn muốn thêm những việc không liên can đó nữa thì hết sức sai lầm.

Người quen biết thì càng ít càng tốt. Quý vị xem, tôi có một quyển sổ tay nhỏ ghi số điện thoại, chỉ có hơn hai mươi người, đó là những số nào? Là những số khi cần liên lạc không thể không ghi lại, còn những số không cần thiết tôi không ghi. Số điện thoại của chính tôi, tôi cũng không biết. Những số điện thoại, số fax của Học Hội chúng ta, của cư sĩ Lâm, hoặc số của phòng tôi ở trên lầu, tôi đều không biết. Ghi nhớ những thứ ấy để làm gì? Tên người tôi không nhớ, cũng tốt thôi, gặp mặt thấy quen thì chào hỏi, còn quý vị tên họ là gì tôi không biết. Không dính dáng liên hệ gì, quý vị là một người tự tại biết bao!

Nếu nói rằng phải nhớ tên họ bao nhiêu người, vậy sao không nhớ bao nhiêu danh hiệu chư Phật, Bồ Tát? Làm bằng hữu với chư Phật, Bồ Tát, giao hảo với chư Phật, Bồ Tát thì con đường tương lai của chúng ta mới có hy vọng [tốt đẹp hơn]. Cho nên, những lời dạy của các bậc hiền thánh xưa phải thường ghi nhớ trong lòng, vâng làm đúng theo những lời dạy ấy. Lời dạy của các ngài đều là giúp chúng ta đạt đến giác ngộ, chân chánh và thanh tịnh. Đó là những lời răn dạy chân thật.

Trong giao tiếp giữa người với người, sai lầm lớn nhất, chướng ngại lớn nhất là lan truyền những chuyện thị phi. Người tu hành vì sao không thành tựu? Hội họp nhau, quý vị thử lắng nghe xem, những điều họ nói ra toàn là chuyện thị phi, tốt xấu [của người khác].

Trong phần trước tôi xem thấy một công án, đã có nêu ra với quý vị rồi. Chuyện kể rằng có một pháp sư tu thiền định, trong khi nhập định nhìn thấy hai vị tăng trò chuyện, có thần hộ pháp vây quanh. Một lúc sau, các thần hộ pháp bỏ đi. Sau đó, một đám yêu ma quỷ quái hiện đến vây quanh họ. Do nhân duyên gì vậy? Vị thiền sư kể, ban đầu hai người xuất gia ấy nói chuyện Phật pháp, nên có hộ pháp vây quanh. Sau đó, họ nói chuyện trong gia đình, các thần hộ pháp liền bỏ đi. Sau khi nói chuyện nhà xong, hai người bắt đầu nói chuyện thị phi, yêu ma quỷ quái liền kéo đến. Cho nên, nếu thường nói chuyện thị phi, bàn luận tốt xấu, hay dở [của người khác], quý vị nên biết là chung quanh quý vị sẽ toàn yêu ma quỷ quái, không có hộ pháp thiện thần.

Làm thế nào để được chư Phật hộ niệm, chư vị thiện thần, trời, rồng theo bảo vệ, giúp đỡ? Phải giữ tâm thường theo chánh đạo. Đó là cảm ứng giao hòa trong đạo thể. Chúng ta khởi tâm động niệm có sự giao cảm, chư Phật, Bồ Tát liền ứng hiện. Nếu chúng ta khởi tâm động niệm có sự giao cảm bất thiện, yêu ma quỷ quái liền ứng hiện.

Yêu ma quỷ quái từ đâu đến? Quý vị tự chiêu cảm họ đến. Không phải họ đi tìm quý vị, chính là quý vị đi tìm họ. Quý vị vừa tìm, họ liền đến ngay. Khởi một niệm xấu ác, nói một lời xấu ác, tất cả đều khiến yêu ma quỷ quái tìm đến. Người tu hành làm những việc như vậy, chẳng phải là hết sức sai lầm đó sao? Cho nên phải nhớ kỹ, lời dạy của người xưa cực kỳ hữu lý: "Tri sự thiểu thời phiền não thiểu." (Ít lần biết chuyện, ít phiền não.)

Cho nên, người tu hành thời xưa vì sao chọn những nơi núi sâu, không có dấu chân người? [Vì như vậy] tâm họ thanh tịnh, dễ dàng thành tựu. Chúng ta hiện nay cư trú nơi đô thị, là hoàn cảnh bất lợi nhất cho sự tu tập. Hoàn cảnh đã không tốt, quý vị còn đi đó đây lắng nghe dò xét, còn xoi mói bới móc thêm chuyện, vậy thì [tu hành] được gì? [Như vậy thì] quý vị không có hy vọng gì thành tựu.

Cho nên, chúng ta muốn thành tựu thì nhất định trước hết phải biết cách bảo vệ, phòng hộ chính mình. Phương pháp bảo vệ phòng hộ tự thân thì Tứ thiên vương có chỉ bày cho chúng ta. Phương pháp biểu trưng của Tứ đại thiên vương, khi chúng ta hiểu được rồi, pháp ấy dạy ta bảo vệ, phòng hộ mình như thế nào, ta phải học.

Bồ Tát Di-lặc là hình tượng biểu trưng của Hòa thượng Bố Đại. Đó là tâm của Bồ Tát Phổ Hiền, tâm lượng lớn, phước báo lớn, tâm rộng lớn như hư không, bao trùm hết thảy các thế giới.

Trong kinh Hoa Nghiêm, cuối cùng của 53 lần tham vấn là tham vấn ba vị đại sĩ: Bồ Tát Di-lặc, Bồ Tát Phổ Hiền và Bồ Tát Văn Thù. Đồng tử Thiện Tài sau cùng tham học với ba vị Bồ Tát, [việc này có] dụng ý rất sâu xa. Di-lặc là biểu trưng tâm lượng, Văn-thù là biểu trưng trí tuệ. Tâm lượng không lớn lao thì trí tuệ không thể viên mãn. Trí tuệ hiển lộ trong thực tế chính là Bồ Tát Phổ Hiền. Phần cuối dùng [hình ảnh] ba vị đại sĩ để tiêu biểu cho đại viên mãn. Chúng ta đọc kinh phải thể hội được những ý nghĩa đó thì bản thân mình mới biết cách học tập như thế nào.

Một câu bốn chữ ["Chính kỷ hóa nhân"] này ý nghĩa rất sâu rộng, cũng phải cần thêm thời gian để đồng học chúng ta cùng nhau học tập.

Bài giảng thứ 55

(Giảng ngày 15 tháng 7 năm 1999 tại Tịnh Tông Học Hội Australia, file thứ 56, số hồ sơ: 19-012-0056)

Thưa quý vị đồng học, cùng tất cả mọi người.

Phần trước giảng đến hai chữ "hóa tha" (cảm hóa người khác), ý nghĩa tổng quát là "chính kỷ hóa nhân" (sửa mình chân chánh, cảm hóa người khác). Trong phần chú giải [Vị biên] đã nói rất hay: "Đó gọi là tự thân chân chánh thì không cần mệnh lệnh [người khác cũng] làm theo. [Cho nên,] sửa mình chân chánh phải cần nhiều công phu, [nhưng] cảm hóa người khác có nhiều tác dụng kỳ diệu. Với những người có thể tự sửa mình chân chánh thì sẽ có khả năng cảm hóa người khác."

Những lời này đều khẳng định hết sức chắc chắn rằng, muốn hỗ trợ giúp đỡ người khác, hỗ trợ giúp đỡ xã hội này - như hôm qua tôi cũng đã giảng rất nhiều - điều quan trọng thiết yếu nhất vẫn là do nơi chính bản thân mình. Tự thân mình không chân chánh mà muốn hỗ trợ giúp đỡ người khác thì cực kỳ khó khăn, đương nhiên sẽ gặp rất nhiều chướng ngại. Đặc biệt là trong xã hội hiện đại của chúng ta, về sự tướng cũng như lý lẽ ta đều phải hiểu thật rõ ràng, sáng tỏ: Tự tâm mình chân chánh, lời nói chân chánh, việc làm chân chánh, thì tự nhiên có thể được mọi người tôn trọng.

Không chỉ là mọi người đối với quý vị có sự tôn trọng mà quỷ thần cũng tôn trọng, trong chỗ u mặc vô hình tự nhiên [quý vị có] được sự ủng hộ [của họ], hơn nữa còn được chư Phật hộ niệm. Tự thân mình muốn làm việc chân chánh thì điều quan trọng cốt yếu là tâm phải chân chánh.

Mỗi người chúng ta đều muốn học, hết sức mong muốn được học, vì sao không học được? Nguyên nhân không học được là vì không buông bỏ những ý niệm tự tư tự lợi, hết thảy đều bị chướng ngại bởi những ý niệm này. Cho nên, nếu muốn tâm chân chánh, hành vi chân chánh, thì cần phải buông xả hết những ý niệm gây chướng ngại ấy.

Nhưng cũng có một số vị đồng tu nói rằng, chúng tôi rất muốn buông bỏ mà không buông bỏ được. Vậy nguyên nhân không buông bỏ được nằm ở đâu? Nói thật ra thì nguyên nhân chính là vì không hiểu được thật tướng của các pháp. Đức Phật Thích-ca Mâu-ni thuyết pháp trong 49 năm, 49 năm ấy ngài thuyết dạy những gì? Nói gọn một câu, chính là giảng về thật tướng của các pháp. Theo cách nói hiện nay thì đó là chân tướng của vũ trụ nhân sinh. Thấu hiểu được chân tướng rồi thì tự nhiên dễ dàng buông bỏ, không một chút khó khăn gì.

Nhưng chân tướng vũ trụ nhân sinh đã sâu xa lại rộng lớn, rất khó thấu hiểu được. Cho nên đức Phật phải dùng đến thời gian lâu dài đến thế. Đặc biệt thuyết giảng chuyên biệt về ý nghĩa này chính là kinh Bát-nhã. Đức Phật thuyết giảng kinh Bát-nhã đến 22 năm. Trong 49 năm thuyết pháp, kinh Bát-nhã chiếm 22 năm, gần đến một nửa thời gian. Đức Phật dành một thời gian dài đến thế, tâm từ bi khó nhọc răn dạy, chỉ một mục đích duy nhất là giúp đỡ, hỗ trợ chúng ta nhìn thấy [được thật tướng của các pháp]. Nhìn thấy được rồi thì sau đó trên đường tu tập đạo Bồ-đề sẽ không còn chướng ngại gì lớn.

Đường Bồ-đề là gì? Đó là con đường sống hạnh phúc mỹ mãn. Bồ-đề là Phạn ngữ, có nghĩa là giác ngộ. Khi chúng ta sống trong trạng thái giác ngộ mênh mông, đối đãi với muôn người, tiếp xúc với sự vật đều không mê hoặc điên đảo, đó gọi là đi trên đường Bồ-đề. Cho nên, đường Bồ-đề chính là đời sống, công việc thường ngày, chính là những hoạt động bình thường trong đối nhân xử thế, tiếp xúc, ứng xử với sự vật. Hoạt động bình thường như thế cũng chính là đời sống của Bồ Tát, đời sống của chư Phật. Chúng ta học Phật, mục đích cũng chính là ở điểm này. Đây là điều mà chúng ta trước hết phải nhận thức thật rõ ràng, không thể xem chư Phật, Bồ Tát như những vị thần rồi chờ đợi, cầu khẩn sự bảo vệ, giúp đỡ cho ta. Quan niệm như thế là hoàn toàn sai lầm.

Công phu tu tập "chính kỷ hóa nhân" đương nhiên trước hết phải thiết lập cho được một vũ trụ quan, một nhân sinh quan chính xác, cũng có nghĩa là xác định một nhận thức, cách nhìn đối với nhân sinh, đối với hoàn cảnh, môi trường sống. Có nhận thức chính xác, đó là trí tuệ. Có trí tuệ rồi còn cần phải có công phu. Công phu là gì? Là khắc phục tập khí phiền não của bản thân. Đó là công phu, [phiền não] phải khắc phục.

Tập khí phiền não vốn được nuôi dưỡng, tích tập từ vô thủy kiếp đến nay, Nho gia gọi là tập tánh, là thói quen lâu ngày thành tự nhiên. Tập tánh như thế rất đáng sợ, rất phiền toái, rất khó dứt trừ. Nhưng khi chưa dứt trừ hết [tập khí phiền não] thì dù có nhận hiểu được, lý giải được cũng chẳng ích lợi gì, vẫn cứ tạo tác [nghiệp lưu chuyển trong] sáu đường luân hồi, vẫn cứ phải đọa vào ba đường ác.

Do đâu đọa vào ba đường ác? Do [những ý niệm] thị phi, nhân ngã, tham, sân, si, mạn. Những quan niệm như thế, những hành vi như thế là nghiệp nhân đọa vào ba đường ác. Chúng ta phải dứt trừ, buông bỏ được những tác nhân này thì mới không còn bị đọa vào ba đường ác.

Nhưng liệu được mấy người có khả năng dứt trừ? Vì sao không thể dứt trừ? Vì không chịu khắc phục tập khí phiền não của tự thân, sáu căn tiếp xúc với sáu trần, tự nhiên lập tức sinh khởi tham, sân, si, mạn, tự nhiên sinh khởi [những ý niệm] tự tư tự lợi. Những phiền toái như vậy thật lớn lắm.

Cho nên, Phật dạy chúng ta phải thực hiện một cuộc chuyển biến. Lời dạy này rất hay. Nhất định phải thực hiện một cuộc chuyển biến. Về mặt công phu tu tập mà nói, muốn bỏ ác làm thiện phải bắt đầu thay đổi từ đâu? Phải bắt đầu từ nơi ý niệm mà thay đổi, phải bắt đầu từ nơi hành vi mà thay đổi. Trong quá khứ, mọi ý niệm của ta đều vì bản thân mình, mọi hành vi cũng đều vì bản thân mình. Hãy đem những ý niệm như thế chuyển đổi, từ nay về sau luôn vì người khác, không vì tự thân mình. Mỗi một thời khắc đều lo nghĩ vì người khác, lo nghĩ vì xã hội, lo nghĩ vì hết thảy chúng sinh.

Thế gian có rất nhiều người đáng thương. Vì sao họ đáng thương như vậy? Vì không ai dạy bảo họ, nên không biết làm thiện, không biết tích đức, gây nhân xấu ác phải chịu quả xấu ác, tuy được thân người, chuyện ăn mặc thường bị thiếu thốn. Chúng ta thấy như vậy phải hết lòng hết sức giúp đỡ hỗ trợ cho họ.

Đức Phật Thích-ca Mâu-ni thuở còn tại thế, không chỉ tự thân ngài mà ngay cả những đệ tử của ngài, không phải là không thể sống cuộc sống sung túc hơn. Các vị có thể chọn cuộc sống tốt hơn rất dễ dàng. Bản thân đức Phật xuất thân là một vương tử, các vị quốc vương, đại thần đều là hộ pháp của ngài, nên muốn hưởng thụ vật chất đến mức độ nào đi nữa, đối với ngài đều không phải chuyện khó khăn. Ngài vì sao phải ôm bát đi khất thực? Vì sao phải sống cuộc đời đơn sơ khó nhọc như vậy? Không gì khác hơn là muốn giảm bớt một miếng ăn để giúp đỡ người đói thiếu.

Ngài có thực sự giúp được gì chăng? Xin nói để quý vị biết, quả thật là giúp được. Giảm bớt sự hưởng thụ vật chất của bản thân mình chính là giúp đỡ, hỗ trợ cho người đói thiếu. Nếu ta không có tâm hạnh này thì đương nhiên không có khả năng thực hành Bồ Tát hạnh. Trước tiên phải có tâm hạnh này, là tâm thuần thiện, là hạnh thuần thiện, cho nên cảm động đến các vị thiện thần, trời, rồng đều hộ trì, việc giáo hóa chúng sinh trong một đời mới đạt được hiệu quả.

Chúng ta học Phật phải từ chỗ này mà bắt đầu, phải có công phu tu tập chân chánh. Chúng ta ngày nay hưởng thụ vật chất, lấy chuyện ăn uống mà nói, ngày ba bữa vẫn chưa thấy đủ, còn phải bổ sung thêm các bữa ăn vặt. Đó là do nguyên nhân gì? Thân thể này là thân nghiệp chướng. Tâm có nghiệp chướng, thân cũng có nghiệp chướng. Sự ăn uống đối với sinh mạng con người là quan trọng thiết yếu nhất. Trong mạng sống của ta, thân thể này là một cỗ máy vận hành không ngừng nghỉ nên cần phải có năng lượng cung cấp bổ sung. Sự ăn uống chính là năng lượng bổ sung. Người nghiệp chướng nặng nề thì tiêu hao năng lượng rất nhiều, nếu bổ sung ít sẽ sinh bệnh, không thể làm việc. Người tiêu hao năng lượng ít [thì dù bổ sung ít cũng vẫn] làm việc bình thường.

Năng lượng tiêu hao rốt cuộc là do đâu? Người học Phật đều biết, khoảng 95% năng lượng tiêu hao vào vọng niệm, chúng ta thường gọi là tư tưởng loạn động. Người tu hành so với mọi người trong xã hội nói chung thường ít vọng niệm hơn, tâm ý tương đối thanh tịnh hơn. Vọng niệm ít thì tiêu hao năng lượng ít, cho nên việc bổ sung năng lượng cũng ít. Đức Thế Tôn vì những người sơ học chúng ta mà thị hiện, dạy chúng ta đem tất cả những ưu tư lo phiền vướng mắc buông bỏ hết đi, vì hết thảy những thứ ấy đều không cần thiết. Như vậy thì thân tâm quý vị đều được lành mạnh khỏe khoắn, mức tiêu hao năng lượng dần dần giảm thấp. Cho nên, mỗi ngày ăn một bữa là đủ. Ngay cả một bữa ăn này, [thỉnh thoảng] không ăn cũng chẳng hề gì, vẫn có thể vận động làm việc bình thường. Đó là sự thật.

Chúng ta đọc thấy trong kinh điển, tâm ý của vị A-la-hán vô cùng thanh tịnh, vọng tưởng, tạp niệm hầu như không có. Năng lượng bổ sung của các ngài, mỗi tuần chỉ khất thực một lần, có nghĩa là mỗi tuần chỉ ăn một bữa cơm. Các ngài ăn một bữa cơm, dưỡng chất cung cấp trong một tuần như vậy là đủ. Các vị Phật Bích-chi có công phu an định còn hơn thế nữa, so với các vị A-la-hán thì tâm ý các ngài thanh tịnh hơn, nửa tháng mới đi khất thực một lần, nghĩa là hai tuần ăn một bữa cơm, đối với các ngài là đủ.

Trong thực tế, chư Phật và các bậc Pháp thân Đại sĩ có cần đến việc ăn uống hay không? Không cần thiết nữa. Đối với các ngài có thể hoàn toàn dứt bỏ. Đức Phật ra đời là thị hiện một tấm gương để chúng ta noi theo. Trong cương vị đó, ngài có thể hoàn toàn dứt bỏ việc ăn uống. Nhưng dứt bỏ việc ăn uống rồi, phàm phu chúng ta nhìn thấy mà không thể noi theo, như vậy thì làm sao? Cho nên, ngài dạy chúng ta rằng người tu hành mỗi ngày ăn một bữa là được.

Việc tu tâm thanh tịnh là quan trọng thiết yếu, niềm vui thiền định là thực phẩm, niềm vui trong chánh pháp tràn đầy. Dùng niềm vui thiền định, dùng niềm vui chánh pháp để nuôi dưỡng thân thể, dùng tâm thanh tịnh, như vậy thì năng lượng tiêu hao ở mức ít nhất. Đó là công phu tu tập thực hành. Công phu này phải được rèn luyện ngay trong cuộc sống thường ngày, rèn luyện tâm thanh tịnh, hạnh thanh tịnh.

Tâm hạnh thanh tịnh không phải điều gì khác, chính là buông xả mà thôi. Những việc không liên can phải buông xả, những ý niệm không liên can phải dứt trừ, thường duy trì chánh niệm trong hiện tại. Chánh niệm chính là niệm Phật. Ngày đêm tiếp nối, mỗi phút mỗi giây, trong lòng duy nhất chỉ có một câu Phật hiệu, đó là chánh niệm.

Hết thảy chúng sinh không biết được sự thù thắng của Phật pháp, không biết được sự lợi ích của niệm Phật. Chúng ta phải dùng phương tiện khéo léo để giúp đỡ, hỗ trợ, khiến cho chúng sinh biết được lợi ích của việc niệm Phật, cũng có thể học tập, niệm Phật theo như chúng ta. Sự giúp đỡ hỗ trợ của Bồ Tát đối với chúng sinh không thể nói hết, nhưng chỉ có một mục đích duy nhất là cuối cùng dẫn dắt họ vào con đường niệm Phật. Mục đích ấy là hoàn toàn chân chánh, trừ mục đích này ra, Bồ Tát không có mục đích nào khác.

Cho nên, quý vị đối đãi với người khác, tiếp xúc với muôn vật, cần phải khởi tâm từ bi, mở rộng lòng khoan dung độ lượng, phải nhận thức được tổng thể vấn đề, nhất định không được tùy thuận theo tình cảm, tham muốn của riêng bản thân mình. Chiều theo tham muốn của bản thân là chiều theo phiền não, như vậy là sai lầm. Đạo Phật dạy rằng như vậy là quý vị đang tạo nghiệp.

Vì thế, trong công phu thường ngày ở bước khởi đầu, chúng ta phải làm giảm nhẹ đi [những ý niệm] thị phi, nhân ngã. Dứt trừ chúng không phải dễ, nên trước hết phải làm giảm bớt, phải xem nhẹ chúng. Đặc biệt là đối với những lời khen tiếng chê. Gặp lúc bị người khác nhục mạ phỉ báng, hoặc có lúc được người khác ngợi khen xưng tán, những việc khen chê ấy đều không để động lòng thì tâm quý vị sẽ dần dần thanh tịnh.

Những chuyện không thiết yếu thì không cần biết đến, những người không thiết yếu phải tiếp xúc thì không cần quen biết. Người xưa nói rất hay: "Tri sự đa thời phiền não đa, thức nhân đa xứ thị phi đa." (Lắm lần biết chuyện, lắm phiền não; nhiều chỗ quen người, nhiều thị phi.) Lắm phiền não, nhiều thị phi, tâm quý vị làm sao có thể thanh tịnh? Tâm quý vị không thanh tịnh thì nghiệp thanh tịnh không thể thành tựu.

Chỗ mong cầu của chúng ta là thế giới Tây phương Cực Lạc, sớm được gần gũi với đức Phật A-di-đà. Muốn vãng sinh về thế giới Tây phương Cực Lạc, điều kiện duy nhất chính là: "Tâm thanh tịnh thì cõi Phật thanh tịnh."

Chúng ta niệm một câu Phật hiệu, hiệu quả ở chỗ nào? Đó là dùng câu Phật hiệu này để trừ hết những ý niệm vọng tưởng, phân biệt, bám chấp. Trong tâm có tạp niệm, khởi lên một câu A-di-đà Phật thì bao nhiêu tạp niệm liền buông bỏ. Nếu thực sự suốt ngày suốt đêm chỉ có mỗi một câu Phật hiệu trong tâm, vọng tưởng, tạp niệm không khởi sinh, đó là công phu của quý vị đã được thành tựu, chuyện vãng sinh nắm chắc trong tay. Quý vị cùng với đức Phật A-di-đà đã có sự cảm ứng giao hòa trong đạo thể. Ngược lại, niệm Phật mà vọng tưởng không dứt trừ, đương nhiên công phu tu tập như vậy không có hiệu quả.

Có người hỏi, học tập giáo pháp cũng khiến tâm phân tán, vậy có phải tạp niệm hay không? Nếu học giáo pháp vì để được danh tiếng, vì lợi dưỡng thì đó là tạp niệm. Nếu học vì để làm cho Phật pháp tỏa sáng rộng truyền, cứu độ khắp thảy chúng sinh thì đó là chánh niệm. Do đó có thể biết rằng, nếu chúng ta không vì bản thân mình, vì tất cả chúng sinh phá trừ si mê mở ra giác ngộ, đó chính là chánh niệm hiện tiền. Nếu vì danh tiếng, vì lợi dưỡng của bản thân, đó chính là ý niệm [lưu chuyển trong] luân hồi. Như vậy thì giảng kinh thuyết pháp cũng vẫn là tạo nghiệp luân hồi, là nghiệp lành trong các nghiệp luân hồi, quả báo đi vào ba đường lành.

Nếu tâm tham danh lợi quá nặng nề, nói chung không thể đi vào ba đường lành. Vậy đi về đâu? Đi vào ba đường ác mà hưởng phúc. Nói chung, hoằng pháp lợi sinh cũng là tu phúc. Nếu quá chú trọng vào danh tiếng, lợi dưỡng của bản thân mình, tham muốn hưởng thụ năm món dục, sáu trần cảnh, [người như thế] sẽ hưởng phúc trong cảnh giới súc sinh, hưởng phúc trong cảnh giới ngạ quỷ. Những trường hợp như vậy [xưa nay] rất nhiều, không thể kể hết.

Chư vị nghĩ xem, người bạn đồng học của ngài An Thế Cao ngày xưa [về sau thác sinh] làm Long vương ở hồ Cung Đình, mang thân rắn. Đó là sinh vào cảnh giới súc sinh. Ông này đã tạo nghiệp gì? Ông là người xuất gia, thấu hiểu kinh điển, ưa thích làm việc bố thí. Giáo lý Phật pháp đều thông đạt, lại vui thích bố thí, nhưng ý niệm riêng tư chưa dứt trừ, chưa buông bỏ hết. Một hôm đi khất thực được món ăn không ngon, không vừa ý, trong lòng không thoải mái, liền tạo thành nghiệp đời sau phải sinh làm thân súc sinh. Tuy làm súc sinh nhưng phước báo lớn. Ông hiểu rõ kinh điển, có trí tuệ, nên đọa làm thân súc sinh nhưng được làm Long vương, hết sức linh hiển. Linh hiển là do ông có trí tuệ. Phước báo ông rất lớn, trong vòng một ngàn dặm [quanh nơi ông cư trú], người ta tìm đến lễ bái, cúng dường ông. Đó là phước lớn, vì [thuở trước] vui thích bố thí. Nhưng nỗi khổ không thể nói hết là ông phải làm Long vương.

Ngài An Thế Cao đến hóa độ cho ông, vì ông giảng kinh thuyết pháp, khuyên ông quay đầu hướng thiện. Trong truyện ký về ngài An Thế Cao ghi chép rất rõ ràng. Chỉ gặp một chút không vừa ý, không thỏa mãn mà người hiểu biết kinh điển, ưa thích bố thí vẫn phải đọa vào ba đường ác. Chúng ta ngay nay kinh điển không hiểu rõ, cũng không ưa thích bố thí, tánh nóng nảy thì lại hơn xa, vậy tương lai đi về đường nào chẳng phải đã quá rõ ràng, quá sáng tỏ rồi sao? Quý vị nhất định không thể được như ông ấy.

Cho nên, suy ngẫm việc này thật rất đáng sợ. Biết là đáng sợ thì phải quay đầu hướng thiện, không dám khởi lên ý niệm xấu ác, không dám làm những hành vi xấu ác. Vì thế, đọc nhiều truyện ký cũng có lợi ích, có thể từng giây từng phút cảnh giác bản thân mình, khích lệ [sự tu tập của] bản thân mình.

Bài giảng thứ 56

(Giảng ngày 16 tháng 7 năm 1999 tại Tịnh Tông Học Hội Australia, file thứ 57, số hồ sơ: 19-012-0057)

Thưa quý vị đồng học, cùng tất cả mọi người.

Câu "chính kỷ hóa nhân" vận dụng vào hành trì trong thực tế đời sống có rất nhiều sự tướng phức tạp, không thể nói hết. Trong phần tiểu chú [sách Vị biên] có nêu một câu rất đáng để chúng ta học tập là: "Thanh quý dung, nhân quý đoán." (Người thanh cao quý ở sự bao dung, kẻ nhân từ quý ở sự quyết đoán.) Hai câu này thường chính là chỗ chúng ta xao nhãng xem nhẹ.

Người học Phật so với người thế gian thì khác biệt lớn nhất là sự thanh cao. Ngạn ngữ có câu: "Nghèo thanh cao [hơn] giàu nhơ nhuốc." Đây quả là một câu có giá trị muôn đời.

Nhưng người thanh cao cốt yếu phải có sự bao dung độ lượng. Trong Phật pháp, đức Thế Tôn là người thanh cao không ai sánh bằng, khiến cho người người đều kính ngưỡng. Giáo dục Phật giáo cũng xem đây là một trong những phẩm tính cần được dạy dỗ trước tiên.

Chúng ta đi vào các tự viện chùa chiền theo kiến trúc Phật giáo thì kiến trúc đầu tiên là điện Thiên Vương, có người gọi là thần Hộ Pháp. Ngay chính giữa điện Thiên vương thờ Bồ Tát Di-lặc. Người Trung quốc xưa tạc tượng Bồ Tát Di-lặc đều theo hình dạng Hòa thượng Bố Đại.

Hòa thượng Bố Đại sinh vào đời Nam Tống của Trung quốc. Quý vị đều biết, đời Nam Tống có Đại tướng Nhạc Phi, Hòa thượng Bố Đại sinh đồng thời với vị đại tướng này, tại huyện Phụng Hóa thuộc tỉnh Chiết Giang. Khi sắp viên tịch ngài mới nói cho mọi người biết rằng ngài là Bồ Tát Di-lặc hóa thân. Điều đó không sai, ngài nói xong liền viên tịch nên đó là sự thật. Nếu nói rồi không viên tịch, đó là giả dối, không thể tin được.

Hiện tại chúng ta nghe rất nhiều vị pháp sư, đại đức, tự xưng là Phật, Bồ Tát ra đời, nhưng họ nói rồi vẫn tiếp tục sống, điều đó không tin được. Hòa thượng Bố Đại nói xong thì viên tịch ngay. Cho nên người Trung quốc từ đó về sau tạo tượng Bồ Tát Di-lặc đều tạc theo hình dạng của ngài.

Hình tướng ngài rất đặc biệt, có ý nghĩa biểu trưng vô cùng tốt đẹp. Đó là hình tướng hoan hỷ, cho nên mọi người thường tôn xưng là Phật Hoan Hỷ, luôn tươi cười chào đón mọi người, thể hiện niềm vui chánh pháp tràn đầy. Ý nghĩa biểu trưng thứ hai là bụng ngài rất lớn, biểu thị sức dung chứa, có thể bao dung khoan thứ. Cho nên, người xưa từ nơi hình tượng biểu trưng của ngài mà đề ra hai câu tám chữ, cũng được dùng để giáo huấn người mới học: "Sinh bình đẳng tâm, thành hỷ duyệt tướng." (Khởi sinh tâm bình đẳng, hiện tướng hoan hỷ mừng vui.) Hai câu này dùng dạy người mới học, là bài học đầu tiên. Cho nên nhất định phải có sức dung chứa, phải bao dung khoan thứ. Nếu không thể bao dung thì nhất định không có khả năng học Phật.

Vì sao vậy? Chúng ta hiện nay đều biết rất rõ ràng, Phật pháp là nền giáo dục xã hội đa nguyên văn hóa. Điều quan trọng thiết yếu nhất của đa nguyên văn hóa là khả năng bao dung. Không có khả năng bao dung thì không thể nói đến giáo dục đa nguyên văn hóa. Cho nên phẩm tính bao dung khoan thứ được đưa lên hàng đầu, chính là điều mà chúng ta không thể không biết đến, không thể không học tập.

Người học Phật bất kể là tại gia hay xuất gia, nói thật ra thì mục đích không gì khác hơn là học cách sống chung hòa thuận, vui vẻ với các tôn giáo, tín ngưỡng khác biệt, văn hóa khác biệt, chủng tộc khác biệt. Ý nghĩa là như vậy. Bài học đầu tiên này nếu chúng ta không hiểu rõ thì việc học Phật về sau sẽ có nhiều chướng ngại, sẽ gặp nhiều khó khăn.

Câu thứ hai là "Nhân quý đoán." (Kẻ nhân từ quý ở sự quyết đoán.) Nhân là nhân từ. Điều đáng quý ở người nhân từ là sự quyết đoán. Quyết đoán những gì? Phải có khả năng [quyết đoán] phân biệt rõ ràng những điều thị phi, thiện ác, tà chính. Đó mới là người chân chánh nhân từ.

Nhà Phật thường nói: "Từ bi đa họa hại, phương tiện xuất hạ lưu" (Từ bi gặp nhiều tai họa, phương tiện đi vào đường xấu), nhưng cũng nói: "Từ bi vi bản, phương tiện vi môn" (Từ bi là căn bản, phương tiện là cửa vào). Quả thật, nhìn theo hướng tiêu cực thì từ bi đúng là dễ gặp phải nhiều tai họa, phương tiện dễ đi vào đường hèn xấu. Nguyên nhân vì đâu? Là vì dựa theo tình cảm mà ứng xử, không có trí tuệ quyết đoán. Nếu như có trí tuệ quyết đoán thì những hệ quả xấu đó đều có thể tránh được.

Cho nên, Phật pháp là nền giáo dục trí tuệ. Có trí tuệ chân thật mới có thể dung hợp được các chủng tộc khác biệt, mới có thể làm cho pháp thân được lành mạnh khang kiện. Phạm vi pháp thân rất mênh mông rộng lớn, nay chỉ nói ở phạm vi nhỏ hẹp là xã hội này được lành mạnh tốt đẹp, như vậy thì quý vị có thể dễ nhận hiểu hơn. Mọi người trong xã hội có thể sống chung hòa thuận, xã hội đó sẽ lành mạnh tốt đẹp, quốc gia ấy tốt đẹp, thế giới tốt đẹp. Giáo dục Phật giáo là nhằm mục đích này.

Sự phát triển trí tuệ và đức hạnh của mỗi cá nhân phải đạt đến mức viên mãn tròn đầy. Trí tuệ và đức hạnh viên mãn có tác dụng gì? Đó là [dẫn đến] thế giới đại đồng, hết thảy chúng sinh cùng sống chung hòa thuận. Hết thảy chúng sinh đó không chỉ là toàn nhân loại, mà còn bao quát cả hết thảy động vật, thực vật, cho đến núi sông đất nước, tất cả đều có thể sống chung hòa thuận không hủy hoại lẫn nhau.

Chúng ta nhất định không được cho rằng động vật có tánh linh còn thực vật không có tánh linh, khoáng vật không có tánh linh. Nhận thức như vậy là sai lầm. Thực vật cũng có tánh linh, khoáng vật cũng có tánh linh, hòn đá cũng có tánh linh. Nếu như không có tánh linh, [ngày xưa] Sinh công thuyết pháp sao đá biết gật đầu? Cho nên, khoáng vật cũng đều có tánh linh.

Quý vị có thể thắc mắc, vì sao khoáng vật lại có tánh linh? Đó là vì cùng một pháp tánh biến hiện ra. Tánh linh của khoáng vật so với tánh linh của động vật, nói thật ra không có gì khác biệt. Chính là ý nghĩa trong nhà Phật nói "bất tăng bất giảm" (không thêm không bớt). [Tánh linh ở] động vật không thêm chút nào, ở nơi thực vật, khoáng vật cũng không bớt chút nào. Tánh linh là bình đẳng. Đó là lẽ chân chánh, là chân lý. Người biết được lẽ này không nhiều, chỉ có chư Phật, Bồ Tát rõ biết. Trong các vị Bồ Tát thì đặc biệt là các bậc Pháp thân Đại sĩ. Cho nên, nếu không đọc kỹ kinh điển, hiểu sâu nghĩa lý, thì ý nghĩa lớn lao này rất ít người biết được.

Người phương Tây nói rằng, nhân loại không biết yêu quý trái đất, tùy ý giẫm đạp hủy hoại trái đất, cho nên trái đất phải đáp trả lại, phải trả thù, khiến chúng ta gặp nhiều tai nạn, lũ lụt, động đất, bão tố, gọi là những tai họa của thiên nhiên. Điều này ngày nay chúng ta thấy là một cách báo thù của thực vật và khoáng vật đối với động vật.

Cho nên, chúng ta không chỉ yêu thương con người, yêu thương động vật, mà còn phải yêu thương hết cả thực vật, khoáng vật đủ loại, hết thảy đều phải thương yêu bảo vệ, đem tâm thanh tịnh bình đẳng mà thương yêu bảo vệ, như vậy mới được.

Hơn nữa, tu học Phật pháp phải nhận thức được việc chung, phải chú trọng vào việc chung. Những gì là việc chung? Hết thảy chúng sinh trong pháp giới là việc chung, đó là điều mà chư Phật Như Lai, các bậc Pháp thân Đại sĩ thường xuyên quan tâm đến. Đối với những người sơ học như chúng ta mà nói [thì phạm vi có nhỏ hẹp hơn], một xã hội có an ninh là việc chung, đất nước giàu mạnh là việc chung, thế giới hòa bình là việc chung. Chúng ta mỗi khi khởi tâm động niệm phải quan tâm đến việc chung.

Người nhận hiểu được việc chung mới có khả năng buông bỏ được những điều riêng tư, không giành lợi ích cho riêng mình. Những lúc tình cảm riêng tư hay sự yêu thích của cá nhân có xung đột, mâu thuẫn với việc chung, nhất định phải lo cho thành tựu việc chung, hy sinh phần riêng tư của bản thân mình. Đó là lời Phật dạy chúng ta.

Lẽ chung với tình riêng phải phân biệt rõ ràng, tuyệt đối không được thuận theo tình riêng mà làm tổn hại lẽ chung. Đó đều là những nguyên tắc quan trọng, những tiền đề quan trọng, chúng ta không thể không quan tâm, không thể không suy ngẫm kỹ càng.

Đến như trong đời sống, các bậc hiền thánh xưa cũng dạy chúng ta nguyên tắc ứng xử, đối đãi với người khác. Đó là: "Gặp lúc nhiều việc càng phải bình thản." Vì sao vậy? Dù có bận cũng không để phải rộn, nên dùng tâm lý bình thản để giải quyết những công việc bận bịu, bề bộn. Đó chính là biểu hiện của trí tuệ cao minh, trong Phật pháp thì gọi là phương tiện khéo léo.

Gặp lúc khó khăn nguy cấp lại càng phải đặc biệt giữ tâm bình tĩnh. Lúc khó khăn nguy cấp mà trong lòng hối hả gấp gáp thì nhất định càng gây rối loạn thêm. Cho nên, lúc khó khăn nguy cấp càng phải giữ tâm bình tĩnh để đối phó, xử lý. Đặc biệt đối với những người ở cương vị lãnh đạo, như chúng ta đều biết, người lãnh đạo phải thông minh sáng suốt hơn so với người thường, vì họ dẫn đầu. Người dẫn đầu mà rối loạn thì những người theo họ đều loạn cả. Cho nên, gặp lúc khó khăn nguy cấp, những người dẫn đầu càng phải hết sức trầm tĩnh, hết sức ổn định, đó gọi là gặp việc không loạn. Lúc bình thường phải hết sức phòng ngừa, phải thường xuyên kiểm tra, nhưng lúc xảy việc phải giữ tâm nhẫn nại, phải có đủ hai yếu tố ổn định và sáng suốt.

Con người sống chung với nhau cũng như sống chung với muôn vật trong trời đất, tâm nghi ngờ là khuyết điểm nghiêm trọng. Trong kiến tư phiền não có năm loại tư hoặc, bao gồm: tham, sân, si, mạn và thứ năm là nghi. Thông thường khi nêu tên những tư hoặc này, chúng ta nói đến nghi là chỉ cho sự nghi ngờ đối với Thánh giáo. Đó là tâm nghi lớn, gây chướng ngại cho sự khai ngộ, chứng quả của chúng ta. Nhưng còn có những tâm nghi hoặc nhỏ hơn cũng không thể xao nhãng xem nhẹ.

Những gì là tâm nghi hoặc nhỏ? Là sự nghi ngờ đối với người khác. Người với người mà nghi ngờ lẫn nhau thì làm sao có thể chung sống?

Vì sao khởi sinh hoài nghi? Nói thật ra, phần lớn sự hoài nghi khởi sinh từ thành kiến của chính mình. Thành kiến của tự thân rất sâu đậm, cho nên lúc nào sống chung với người khác cũng nghi bóng nghi gió, tâm lượng hẹp hòi nhỏ nhặt. Bồ Tát dạy chúng ta phải khoan dung tha thứ lỗi người. Tâm lượng của quý vị rộng mở, có thể bao dung cho người khác thì phiền não nghi hoặc không còn nữa. Tâm lượng càng hẹp hòi thì lòng nghi hoặc càng sâu nặng. Nghi hoặc càng sâu nặng thì càng không thể sống chung cùng người khác.

Đặc biệt là đối với những người lãnh đạo. Người lãnh đạo mà có lòng nghi sâu nặng thì thuộc cấp bên dưới nhất định không có người tài. Lãnh đạo như vậy thì đối với người tài giỏi luôn nghi ngờ, đố ky, do đó họ không sử dụng người tài mà chỉ dùng toàn những kẻ nô dịch dễ sai khiến. Chỉ dùng toàn những người mà trí tuệ năng lực đều không bằng mình thì sao có thể làm nên sự nghiệp? Người lãnh đạo thực sự có thể nhẫn nại nhún nhường với người khác thì người theo giúp họ đều là người tài.

Chúng ta đọc sách xưa có chuyện Quản Trọng, là một nhà chính trị kiệt xuất của thời xưa, theo giúp Tề Hoàn Công "chín lần hội chư hầu, chỉnh đốn cả thiên hạ", giống như ngày nay ta nói là đứng đầu Liên Hiệp Quốc. Thời ấy chư hầu đều tôn kính Tề Hoàn Công, hết thảy đều làm theo ý Tề Hoàn Công, đó là thành công của Quản Trọng. Chúng ta đọc sách Quản tử, thấy Quản Trọng dùng người toàn là những nhân tài nổi bật, người nào cũng cũng có năng lực vượt trội hơn ông. Bất kể làm việc gì, như trong hành chánh ông không bằng người này, trong quản lý tài chánh ông không bằng người kia, trong chỉ huy quần chúng ông lại không bằng một người khác nữa... Nói chung, trong bất cứ việc gì ông cũng có chỗ kém hơn thuộc cấp của mình, nhưng ông làm Tể Tướng.

Đó chính là như trước đây tiên sinh Tôn Trung Sơn từng nói: "Người lãnh đạo cần điều gì? Cần có quyền hạn. Cán bộ bên dưới cần có người tài." Phải sử dụng người tài, phát huy người tài. Tuyệt đối không được ganh ghét đố ky người tài. Quản Trọng đã làm được như vậy. Người lãnh đạo phải có tâm lượng bao dung như thế, cho nên người tài mới chịu làm việc cho ông, mới liều mạng sống vì ông.

Nói theo Phật pháp thì những người tài ấy trong quá khứ có duyên phần với ông. Không có duyên phần thì ai chịu làm việc cho quý vị? Phật pháp giảng về nhân quả rất sâu xa. Pháp thế gian chỉ thấy biểu hiện bên ngoài [trong hiện tại], không nói đến quá khứ. Phật pháp giảng rất sâu, rằng trong đời quá khứ đã có nhân duyên sâu đậm [với những người tài] ấy, đã kết duyên lành với nhau.

Cho nên, sự kết duyên là quan trọng thiết yếu hơn hết, phải kết duyên lành, tuyệt đối không kết duyên xấu ác. Phật dạy chúng ta: "Oan gia nên mở, không nên buộc." Oan gia đối đầu là do trong đời quá khứ đã kết duyên xấu ác với nhau, đời này gặp lại nên tháo gỡ sự kết duyên xấu ác đó, nhất định phải biết cách hóa giải, đó là dùng trí tuệ, dùng phương tiện khéo léo mà hóa giải.

Nói thật ra thì đó là dùng tâm chân thật, ý chân thành, tâm thương yêu, vô tư vô điều kiện mà giúp đỡ hỗ trợ người khác. Giúp đỡ hỗ trợ những kẻ oan gia trái chủ ấy, thì những kết duyên xấu ác [thuở xưa] sẽ dần dần được tháo gỡ, được mở ra.

Oan gia trái chủ thường sinh vào cùng nhà với quý vị, điều này chúng ta phải rõ biết. Không phải oan gia trái chủ thì không hội tụ trong một nhà. Cho nên, đối với những người chung sống một nhà, cha con đối đãi với nhau càng phải hiểu rõ ý nghĩa này. Cần đem những oán kết từ vô thủy kiếp đến nay mà hóa giải hết đi. Hãy kết pháp duyên, đem tình duyên hóa giải, hóa thành pháp duyên. Thế thì vấn đề được giải quyết xong, lại có thể đạt được hạnh phúc mỹ mãn, gia đình hưng vượng, xã hội hài hòa. Những lời giáo huấn này cực kỳ quý báu, chúng ta phải ghi nhớ, phải học tập.

Bài giảng thứ 57

(Giảng ngày 21 tháng 7 năm 1999 tại Tịnh Tông Học Hội Singapore, file thứ 58, số hồ sơ: 19-012-0058)

Thưa quý vị đồng học, cùng tất cả mọi người.

Hôm nay chúng ta xem đến câu thứ 22 trong Cảm ứng thiên: "Căng cô tuất quả, kính lão hoài ấu." (Thương yêu giúp đỡ người cô độc góa bụa, kính trọng người già lo cho trẻ thơ.) Tám chữ này dạy chúng ta thực hành nhân ái, tận trung, biết suy từ bản thân mình để nghĩ cho người khác. Nói theo hiện nay thì đó là lo cho sự nghiệp an sinh phúc lợi của xã hội.

Những người cô độc, góa bụa là rơi vào hoàn cảnh kém may mắn nhất trong đời. Đàn ông góa vợ gọi là "quan" (鰥), đàn bà góa chồng gọi là "quả" (寡). Mất đi người bạn đời, đặc biệt là khi tuổi cao, già yếu, đó là điều mà đời người khó tránh khỏi, hầu như nhất định phải gặp. Chỉ một số rất ít người được sống hạnh phúc mỹ mãn cho đến suốt đời, là nhờ trong quá khứ có tu tập rất tốt.

Trong thế gian này, những người quan quả cô độc thật rất nhiều. Hiện nay nhiều quốc gia, khu vực trên thế giới đều ngợi khen khuyến khích các nhân sĩ tôn giáo đem tâm từ bi thương yêu giúp đỡ những người bất hạnh [sống cô độc] này. Cho nên, ngay tại Singapore này chúng ta cũng thấy được, hầu như mỗi tôn giáo đều có xây dựng các viện dưỡng lão, viện cô nhi, thu nhận và nuôi dưỡng những người bất hạnh phải sống cô độc trong xã hội.

Đêm giao thừa năm ngoái, lúc đón mừng năm mới, chúng tôi nghĩ đến những người cô độc bất hạnh như thế trong xã hội, liền mời họ đến cùng chúng tôi đón mừng năm mới, cùng nhau trải qua một đêm giao thừa thật ấm cúng. Chúng tôi đề nghị tất cả các tôn giáo có xây dựng viện dưỡng lão, viện cô nhi cho mời hết thảy những người đang sống trong các viện ấy cùng toàn thể nhân viên. Đối với những người đang có bệnh không thể đi, hoặc do công việc không thuận tiện, không cách gì đi đến được, chúng tôi có chuẩn bị quà tặng và phái người chuyển đến cho họ. Ngoài ra tất cả những ai có thể đến tham dự được chúng tôi đều hoan nghênh. Trong đêm giao thừa ấm cúng đó, chúng tôi đã mời được cả thảy 3.800 người khách.

Mỗi một người già, mỗi một trẻ mồ côi, chúng tôi đều có riêng một tấm thiệp mời chính thức. Điều này có vẻ như nhỏ nhặt nhưng lại mang ý nghĩa rất lớn. Chúng ta thử nghĩ xem, một đứa trẻ trong viện cô nhi, một người già trong viện dưỡng lão, chỉ sợ rằng trong suốt một năm qua chưa từng có ai đến mời mọc, chính thức mời họ đi ăn. Thật chưa từng có. Cho nên, một tấm thiệp mời đối với họ là vô cùng ấm áp tình cảm, là một kỷ niệm tốt đẹp trong suốt cuộc đời họ.

Vì thế, chúng tôi mời thỉnh không phải chỉ một thiệp mời chung cho cả đoàn thể, tổ chức. Không phải vậy, mà là mỗi người đều có thiệp mời riêng. Đó là [bày tỏ] lòng thương yêu. Đối với mỗi viện dưỡng lão, mỗi viện cô nhi, chúng tôi đều gửi đến rất nhiều quà tặng, gồm đủ các nhu yếu phẩm hằng ngày. Đối với mỗi đoàn thể chúng tôi cũng đều biếu tặng hỗ trợ một số tiền, biểu thị sự quan tâm của chúng tôi đối với họ.

Thế là có những người đến hỏi tôi: "Bạch thầy, vì sao thầy lại đem những khoản tiền quyên góp cúng dường của tín đồ Phật giáo để tặng cho các tôn giáo khác?" Những người nêu câu hỏi như thế, có quan niệm như thế, đó là tâm lượng quá nhỏ hẹp, không phải đệ tử Phật. Đức Phật không phải như vậy. Đức Phật bình đẳng thương yêu tất cả không phân biệt.

[Những người hỏi như vậy] cũng không phải đệ tử các vị Bồ Tát, Tổ sư. Các vị Bồ Tát, Tổ sư đều dạy chúng ta tụng đọc Cảm ứng thiên, dạy chúng ta học Âm chất văn, đó chẳng phải đều là giáo lý của tôn giáo khác, là ngoại giáo đó sao? Có thể thấy rằng chư Phật, Bồ Tát, các bậc Tổ sư, đại đức đều hoàn toàn không có sự phân biệt, không có sự bám chấp, xem hết thảy chúng sinh trong các pháp giới cùng khắp hư không đều bình đẳng như nhau, lẽ nào có sự phân biệt [tôn giáo] như vậy hay sao?

Như vậy có thể thấy rằng, tâm lượng của chúng ta quá hẹp hòi, nên ta học Phật không được thành tựu, niệm Phật không đạt nhất tâm. Đừng nói đến không đạt nhất tâm, ngay cả tu tập công phu thành khối [không còn xen tạp] cũng không đạt được. Chúng ta tham thiền không thể nhập định, học giáo pháp không thể nhận hiểu thông suốt trọn vẹn, học mật pháp không đạt tương ưng, nguyên nhân là tại đâu? Là do sự phân biệt, bám chấp quá nặng nề.

Chúng ta dùng tâm sai lầm, vẫn đem tâm luân hồi để học pháp Phật. Cho nên Phật pháp cũng biến thành pháp luân hồi. Cảnh tùy tâm mà chuyển, Phật pháp cũng là cảnh giới bên ngoài, vậy phải xem tâm của quý vị là tâm gì. Cho nên, chúng ta tự mình đã sai lầm.

Ý nghĩa quan trọng lớn lao [như trên] mang ra giảng với những người [hẹp hòi] ấy thì họ không hiểu được. Cho nên tôi phải giảng với họ những ý nghĩa cạn cợt, dễ hiểu hơn. [Tôi hỏi họ,] đối với những trẻ em mồ côi, những người già sống cô độc trong xã hội, người học Phật chúng ta có cần phải quan tâm đến hay không? Họ đáp, cần phải quan tâm. [Tôi lại hỏi,] vậy chúng ta có cần xây viện dưỡng lão, có cần xây viện cô nhi hay không? [Họ đáp,] rất cần. [Tôi nói,] rất cần nhưng vì sao chúng ta không xây? Là vì trong lòng rất muốn làm nhưng không đủ sức, chúng ta không có đủ điều kiện [tài chánh].

[Tôi lại hỏi,] vậy người khác xây dựng so với chúng ta tự mình xây dựng có gì là khác nhau? Điểm này cần phải hiểu rõ, người khác xây dựng cũng như chúng ta xây dựng thôi. Vậy chúng ta mang tiền bạc, thức ăn, nhu yếu phẩm hằng ngày biếu tặng [đến những người trong viện dưỡng lão, trong viện cô nhi], chẳng phải là lẽ tất nhiên thường tình đó sao? [Quý vị có] còn lời nào khác hơn để nói nữa chăng?

[Nên biết,] người khác xây dựng đó cũng là chúng ta xây dựng, không có khác biệt. Trong Phật pháp thậm chí còn giảng đến ý nghĩa chúng sinh cùng chư Phật là một, chẳng phân hai, chẳng khác biệt. Chúng ta ngày nay hư hỏng càng thêm hư hỏng đều do sự phân biệt, bám chấp. Sự phân biệt, bám chấp khiến chúng ta phải đọa vào sáu đường, chìm đắm lưu chuyển trong ba đường ác. Trong nhiều đời nhiều kiếp cũng từng có lúc gặp được Phật pháp, cũng từng gieo trồng được một chút căn lành, thế nhưng vẫn không cách gì ra khỏi được sáu đường luân hồi.

Nguyên nhân tại đâu? Do tâm phân biệt, bám chấp quá sâu nặng. Tâm lượng quá hẹp hòi, cho nên khởi tâm động niệm đều là vì chính bản thân mình, lo việc riêng tư, giành lợi riêng cho mình. Chuyện gì cũng vì bản thân, vì gia đình riêng của mình, vì đoàn thể của mình, vì tôn giáo của mình, cho nên hỏng cả rồi. Những ý niệm như thế đều là hư vọng, không chân thật.

Phật dạy chúng ta phải dùng tâm chân thật, ý chân thành. Thành có nghĩa là gì? Trước đây, tiên sinh Tăng Quốc Phiên đời Thanh có một câu rất hay: "Nhất niệm bất sinh thị vị thành." (Một niệm không sinh gọi là thành.) Do đó có thể biết rằng, khởi tâm động niệm đều không phải chân thành; không khởi sinh một niệm, đó mới là chân thành. Chân thành khởi sinh tác dụng, Nho gia gọi là tâm chân chánh, trong Phật pháp gọi là tâm sâu vững, tâm đại bi. Cho nên, trước đây tôi có giảng rằng tâm đại bi, tâm sâu vững đó là trung trong trung hiếu. [Trung hiếu] chính là tâm chân thành vận dụng vào thực tế, là tâm chân thành khởi sinh tác dụng.

Trung có ý nghĩa gì? Là không một mảy may thiên lệch, tà vạy. Chỉ một ý niệm riêng tư là tâm của quý vị đã thiên lệch rồi, tâm của quý vị đã tà vạy rồi. Mỗi một ý niệm đều suy nghĩ vì hết thảy chúng sinh, không một mảy may suy nghĩ vì bản thân mình, tâm như thế gọi là tâm trung.

Tận trung vì đất nước là tâm gì? Mỗi một niệm đều suy nghĩ vì đất nước, suy nghĩ vì nhân dân, nhất định không có một ý niệm nào suy nghĩ vì bản thân mình, đó gọi là tận trung vì đất nước. Khởi tâm động niệm nếu đem lợi ích bản thân đặt lên hàng đầu, đó là tâm luân hồi, tạo nghiệp luân hồi, làm sao có thể vượt thoát ra khỏi sáu đường luân hồi? Chúng ta phải học theo chư Phật, học theo chư Bồ Tát. Bắt đầu học từ đâu, bản thân ta phải hiểu rõ, phải thật sáng tỏ.

Cho nên, tám chữ "căng cô tuất quả, kính lão hoài ấu" này ý nghĩa rất hay, giúp chúng ta thường xuyên nhớ nghĩ rằng trong thế gian này vẫn còn có nhiều người rất đáng thương, những người rất cấp thiết phải được quan tâm giúp đỡ. Chúng ta nhìn vào các viện dưỡng lão, những người đã về hưu, xã hội Singapore thường gọi là "lạc linh nhân sĩ" (những người vui tuổi già), những trẻ mồ côi, có những người dấn thân phụng sự [các đối tượng này] trong công tác phúc lợi xã hội, chúng ta phải hết sức tôn trọng, kính phục họ. Chúng ta lễ kính, ngợi khen, xưng tán những người này, họ đã đem lời giáo huấn của các bậc hiền thánh xưa, của chư Phật, Bồ Tát mà vận dụng vào thực tế cuộc sống, thực sự thể hiện qua việc làm. Chúng ta cần phải tùy theo nhân duyên, điều kiện, hoàn cảnh, tùy theo chức phận khả năng của mình mà hết lòng hết sức hợp tác hỗ trợ cho họ, giúp đỡ họ, sao lại có thể có sự phân biệt, có sự bám chấp? [Nhờ có những người này mà] xã hội mới được an ổn, thế giới mới được hòa bình, như vậy trong Phật pháp gọi là bố thí sự vô úy (không sợ hãi) [cho người khác]. Chỉ có bố thí sự vô úy mới được quả báo sống lâu khỏe mạnh.

Đức Phật vì chúng ta giảng về tám nỗi khổ: sinh, già, bệnh, chết, thương yêu phải chia lìa, oán ghét phải gặp nhau, mong cầu không được thỏa mãn, năm ấm không điều hòa. Tám nỗi khổ này trong thực tế đều có thể tránh được, đều có thể chuyển hóa mất đi. Người thông minh, có trí tuệ luôn hiểu rõ rằng, muốn có quả cần phải có nhân, trồng nhân lành nhất định được quả lành. Chúng ta khởi tâm động niệm đều là vì tự thân mình, cho nên tạo ra các nhân bất thiện, mới có [quả báo là] tám nỗi khổ ấy. Nếu như có thể mỗi một ý niệm đều vì xã hội, mỗi niệm đều vì hết thảy chúng sinh, thì tám nỗi khổ ấy tự nhiên tiêu trừ. Lìa khổ được vui là lời chân thật, tuyệt đối không phải lời sáo rỗng hư dối. Vấn đề quyết định ở nơi sự giác ngộ của cá nhân, phải chân chánh quay đầu hướng thiện, thực sự nỗ lực tu tập hành trì.

Hai câu "Căng cô tuất quả, kính lão hoài ấu" này ý nghĩa thật rộng lớn mênh mông. Hôm nay thời gian đã hết, chúng ta giảng đến đây thôi. Ngày mai tôi sẽ tiếp tục giảng cùng quý vị.

Bài giảng thứ 58

(Giảng ngày 22 tháng 7 năm 1999 tại Tịnh Tông Học Hội Singapore, file thứ 59, số hồ sơ: 19-012-0059)

Thưa quý vị đồng học, cùng tất cả mọi người.

Tôi giới thiệu với mọi người bài văn Cảm ứng thiên. Trọn bài không dài lắm, chỉ hơn ngàn chữ. Khi giới thiệu, tôi phân đoạn dựa theo sách Vị biên. Trong sách này, hầu như mỗi câu đều có chú giải chi tiết, tường tận, có dẫn chứng. Thật là một bộ sách hay không dễ có được. Mỗi lần giảng tôi đều nêu rõ số thứ tự của các đoạn văn, đó cũng là dựa theo sự sắp xếp phân chia trong Vị biên.

Đoạn thứ 22 là: "Căng cô tuất quả, kính lão hoài ấu." (Xót thương giúp đỡ người cô độc góa bụa, kính trọng người già lo cho trẻ thơ.) Tám chữ này trước đây khi giới thiệu tôi có đưa ra một sự phân chia. Trước đó nói "chính kỷ hóa nhân" (sửa mình chân chánh, cảm hóa người khác) là nói việc dạy người. Trong phần dạy người thì câu đầu tiên là nói tổng quát, câu "chính kỷ hóa nhân" là nói tổng quát, tiếp đó mới kể ra tường tận, chi tiết từng phần.

Đoạn thứ 22 này là thực hành đức nhân, cũng là nói cách làm thế nào để vận dụng lòng nhân từ, nhân ái vào trong thực tế đời sống. Trong phần này dẫn việc thi hành chính trị của người xưa: "Văn vương chi chánh, bất quá viết, ai thử quỳnh độc." (Nền chính trị của Văn vương, xét cho cùng không ngoài việc thương xót những người già nua cô độc.) Ngôn ngữ hết sức đơn giản, thực sự phù hợp với yêu cầu của người Trung quốc thời xưa: đơn giản, thiết yếu, tường tận, rõ ràng.

Bốn chữ ["ai thử quỳnh độc"] này đã nói lên được mục đích, nguyên lý trị nước của Chu Văn vương, [đó là] thương xót quan tâm đến trẻ con và những người già sống cô độc, giúp họ có thể tránh được sự buồn lo khổ sở trong cuộc sống, nuôi dưỡng chăm sóc cho họ hưởng trọn tuổi trời. Đó là nền chính trị nhân từ. Làm người lãnh đạo đất nước mà có thể thi hành nền chính trị nhân từ, đó là bậc thánh vương. Từ đó suy ra, các quan chức địa phương cũng phải hiểu rõ ý nghĩa này để thúc đẩy thi hành chính trị nhân từ.

Trong Phật pháp, đức Thế Tôn cũng dạy bảo những người làm chính trị, đó là trong kinh Nhân vương hộ quốc. Kinh này nằm trong bộ Bát-nhã, [tên đầy đủ là] kinh Nhân Vương Hộ Quốc Bát-nhã ba-la-mật-đa. Trước đây tôi cũng từng giảng giải, giới thiệu qua. Đó là những nguyên lý cai trị đất nước, người lãnh đạo quần chúng nên thực hiện những điều này.

Đức Phật cũng dạy phải đem lòng thương xót, cứu giúp những người góa bụa, già nua cô độc, tuổi già sức yếu, bệnh hoạn tàn tật không người chăm sóc. Phải đặc biệt thương yêu lo lắng nhiều hơn, đặc biệt quan tâm chăm sóc nhiều hơn đối với những người như vậy. Hiện tại chúng ta gọi đây là chính sách an sinh phúc lợi xã hội, là chính sách phúc lợi cho người già. Mỗi một đất nước, mỗi một địa phương hiện nay đều hết sức nỗ lực thúc đẩy việc thực hiện những chính sách này. Đây chính là những ý nghĩa đoạn văn này muốn nói.

Tiếp theo, trong sách nói: "Phu tử chi chí, diệc bất quá viết, lão an thiếu hoài." (Chí hướng của đức Khổng tử xét cho cùng cũng là [muốn sao cho] người già được sống yên ổn, trẻ con được chăm sóc.) Khổng tử là nhà giáo dục lớn của phương Đông, ngài dạy những gì? Cũng là dạy những việc như vậy không khác. Do đây có thể biết rằng, các bậc đại thánh đại hiền ở thế gian cũng như xuất thế gian đều dạy chúng ta những việc này.

520

Đặc biệt trong Phật pháp nói thuyết nhân quả. Chúng ta không tôn kính người già, không thương yêu bảo vệ người già, không quan tâm chăm sóc người già, thử hỏi chúng ta rồi đây có già như họ không? Khi bản thân ta già yếu rồi, rất hy vọng sẽ có những người trẻ quan tâm chăm sóc ta, rất hy vọng sẽ có ai đó tôn trọng ta.

Đức Phật trong kinh luận thường dạy chúng ta phải "thâm tín nhân quả" (tin sâu nhân quả). Lời dạy này ý nghĩa rất sâu rộng, chúng ta phải nhận hiểu, thể hội thật sâu sắc. Cho nên, tôn trọng người khác là tôn trọng chính mình, thương yêu bảo vệ người khác là thương yêu bảo vệ chính mình, quan tâm chăm sóc người khác là quan tâm chăm sóc chính mình. Trong việc này thì quan trọng thiết yếu nhất là tâm chân thành. Đó chính là đạo Bồ Tát.

Trong kinh luận, đức Phật dạy Bồ Tát tu học sáu cương lĩnh, sáu nguyên tắc, trong kinh điển gọi là sáu ba-la-mật. Một số người khi giảng kinh chỉ đem tên gọi sáu pháp ba-la-mật này nói lướt qua, mô tả rất sơ sài, khiến người nghe hiểu sai vấn đề, tưởng chừng như đã hiểu rõ mà thật ra chẳng hiểu chút nào.

Sáu cương lĩnh này không thể giảng nói hết được. Đức Phật Thích-ca Mâu-ni trong 49 năm thuyết pháp mỗi ngày đều giảng. Do đó có thể biết rằng, ý nghĩa của các pháp này vô cùng sâu rộng, đặc biệt quan trọng thiết yếu là phải vận dụng vào thực tế.

Thứ nhất là Bố thí [ba-la-mật]. Đối với những người già không ai quan tâm chăm sóc, chúng ta phải đặc biệt quan tâm lo lắng cho họ. Quan tâm đến họ là bố thí, bố thí lòng thương yêu, bố thí tâm từ bi. Rất ít người nói đến việc bố thí tình thương, bố thí tâm từ bi, bố thí tâm chân thành, bố thí tâm thanh tịnh. Người ta chỉ biết thấy người khác không có quần áo mặc thì mang cho mấy thùng quần áo, không có gì ăn thì mang cho một ít thức ăn. Họ không phát khởi tâm thương yêu chân thành. Công đức như vậy tuy có làm được nhưng không trọn đủ. Không chỉ là công đức không trọn đủ, mà nói thật ra là không có công đức. Những việc bố thí như vậy là thuộc về phước đức, cũng không phải loại phước đức trọn đủ, vì trong phước đức trọn đủ phải có tâm thương yêu chân thành. Chân chánh bố thí là phải có sự quan tâm chăm sóc, đem lòng từ bi cứu giúp.

Người khác vì sao phải chịu những khổ nạn này? Chúng ta là người học Phật phải hiểu thật rõ ràng, sáng tỏ. Con người sinh ra ở thế gian có hai loại nghiệp lực. Một là dẫn nghiệp, là nghiệp dẫn dắt chúng ta sinh vào cõi người. Đó là năm giới, trong quá khứ từng giữ theo năm giới không phạm vào, nên ngày nay nhờ đó mà được thân người. Tuy được thân người, nhưng mỗi người trong đời nhận chịu quả báo không giống nhau. Quả báo này thuộc về mãn nghiệp, mãn là viên mãn.

Mãn nghiệp là những nghiệp thiện ác đã làm trong quá khứ. Chúng ta sinh ra, từ dung mạo cho đến tình trạng sức khỏe, điều kiện vật chất, tinh thần, đủ các điều kiện khác nhau đều thuộc về mãn nghiệp. Những người cô độc góa bụa kia có dẫn nghiệp tương đồng với chúng ta, đều được thân người, nhưng mãn nghiệp không giống nhau.

Điều này trong kinh Phật nói đến rất nhiều. Kẻ nghèo khó không tiền bạc của cải là do nguyên nhân gì? Do [ngày trước] không tu tập bố thí tài vật. Do tham lam, keo lận nên ngày nay phải chịu quả báo nghèo khó. Người không có trí tuệ, không có khả năng tự mình kiếm sống, đó là đời trước không tu pháp bố thí. Thân thể không được tốt đẹp, không được khỏe mạnh, nhiều bệnh tật, [đó là đời trước] không tu tập bố thí sự không sợ hãi cho người khác.

Chúng ta từ nơi quả [hiện nay] phải thấy được nhân [đã

tạo trong quá khứ]. Từ nơi những gì người khác đang làm, đang suy nghĩ, nói năng, tạo tác, đang tạo nhân trong hiện tại, ta có thể thấy được quả báo tương lai của họ. Ý nghĩa này, nói sâu thì rất sâu, nói cạn cũng rất cạn. Ý nghĩa cạn và sự thật của nó thì chúng ta có đủ khả năng quan sát nhận hiểu. Nhưng ở tầng bậc sâu xa hơn, ý nghĩa và sự thật sâu xa hơn, những người sơ học chúng ta không nhận hiểu, không thể hội được.

Nói chung trong sáu đường luân hồi, mười pháp giới, cho đến pháp giới nhất chân được nói đến trong Phật pháp, hết thảy đều không ra ngoài nhân quả. Cho nên, nhà Phật thường nói: "Vạn pháp giai không, nhân quả bất không." (Muôn pháp đều không, nhưng nhân quả thật có.) [Đó là vì muôn pháp đều] không ra ngoài định luật nhân quả. Chúng ta nếu muốn sống thật khỏe mạnh, thật tốt đẹp đầy đủ thì phải tu nhân lành.

Giúp đỡ hỗ trợ người khác nên lấy điều gì làm chính? Nên giúp họ khai mở trí tuệ, nên lấy điều này làm chính yếu. Đó mới là từ bi cứu giúp một cách chân chánh, thực sự giúp người khác lìa khổ được vui, vĩnh viễn thoát khỏi luân hồi, không còn tạo ra những phiền phức trong chốn sinh tử. Đó là quý vị thực sự cứu giúp được người khác. Không phải chỉ thấy họ thiếu quần áo thì cho quần áo, thiếu ăn thì cho thức ăn [là đủ]. Như vậy, quý vị chỉ cứu giúp được họ trong nhất thời, không cứu giúp được họ lâu dài. Quý vị giúp đỡ họ trong đời này, sang đời khác thì biết làm sao?

Chư Phật, Bồ Tát cứu giúp hết thảy chúng sinh khổ nạn hoàn toàn không giống như sự nghĩ tưởng của chúng ta. Cho nên, giáo dục trong nhà Phật chính là dạy người sáng tỏ về nhân duyên quả báo, biết được rằng hiện trạng của chúng ta hôm nay do nhân duyên gì tạo thành, phải dùng phương pháp nào để thay đổi, cải thiện. Đó mới là cứu giúp một cách chân chánh.

Không hiểu rõ về lý luận cũng như sự thật nhân duyên quả báo thì việc dứt ác tu thiện hết sức khó làm. Không cần nói đến việc khi ta khuyên bảo người khác, họ không dễ dàng làm được, ngay như chính bản thân chúng ta đều là những người đã phát tâm xuất gia, mang hình tướng của người xuất gia, nhưng mỗi ngày ta có thực sự thực hành việc dứt ác tu thiện hay không? Hoàn toàn không. Bao nhiêu tập khí xấu ác vẫn cứ tăng trưởng mỗi ngày, không hề giảm nhẹ. Do nguyên nhân gì? Do không thấu triệt đạo lý nhân quả. Cho nên, học Phật không phải chuyện dễ dàng.

Bản thân tôi học Phật so với người khác là hết sức may mắn, từng gặp được nhiều duyên thù thắng, duyên tốt đẹp. Hồi còn trẻ, khoảng 26 tuổi, tôi gặp lão cư sĩ Chu Kính Trụ, lúc ấy thầy khoảng 70 hoặc 71 tuổi, so ra cùng tuổi với lão cư sĩ Lý Bỉnh Nam. Thầy trao cho tôi một quyển Liễu Phàm tứ huấn. Trong quá trình học Phật của tôi, đây là quyển sách đầu tiên, tôi từ nội dung sách này mà khởi tu. Như vậy cũng có nghĩa là từ lẽ nhân quả mà khởi tu. Tôi đọc sách này đến mấy mươi lần, tin sâu không nghi ngại. Từ chỗ tin sâu nhân quả mà bén rễ [vào Phật pháp], sau đó mới biết được những khuyết điểm, tật xấu [của chính mình] cần phải tu sửa, cần phải dứt trừ.

Nếu tùy thuận tập khí phiền não của bản thân thì hậu quả thật [khủng khiếp] không dám nghĩ đến. Nếu có thể triệt để tu sửa những khuyết điểm, tật xấu, tập khí xấu ác của bản thân thì tương lai xán lạn rực rỡ. Liễu Phàm tứ huấn vận dụng vào thực tế chính là Cảm ứng thiên. Thiền sư Vân Cốc trao cho tiên sinh Liễu Phàm bản Công quá cách. Công quá cách [là pháp tu tự phân biệt công đức hay lỗi lầm trong mọi việc làm hằng ngày của mình, nhưng] dựa vào đâu để xác định? Chính là dựa vào Cảm ứng thiên mà xác định. Cho nên, Cảm ứng thiên chính là những lẽ nhân duyên quả báo trong Liễu Phàm tứ huấn được vận dụng vào thực tế.

Chúng ta xem trong Liễu Phàm tứ huấn thấy khi tiên sinh Liễu Phàm làm Tri huyện Bảo Để, ông thi hành chính sách trị dân nhân từ, chính là ý nghĩa chỗ này chúng ta đang giảng giải. Cuộc sống của bản thân tiên sinh đặc biệt tiết kiệm, đem bổng lộc [nhận được của triều đình còn thừa] giúp đỡ cho những người cô độc, góa bụa, nghèo khó. Tiên sinh thu nhận và nuôi dưỡng trẻ mồ côi. Những trẻ thông minh sáng ý thì mời thầy đến dạy cho học, những trẻ không được sáng dạ thì giúp đỡ cho học nghề, để khi trưởng thành có nghề nghiệp tự mưu sinh, có thể tự lập thân. Đó mới đích thực là cứu giúp.

Cho nên, các bậc thánh nhân ở thế gian cũng như xuất thế gian, khi thực hành bố thí đều chỉ toàn là bố thí pháp. Quý vị đều đã tụng đọc qua phẩm kinh Phổ Hiền hạnh nguyện, hoặc như kinh Kim Cang mọi người đều tụng đến thuộc lòng, trong đó đức Phật dạy rằng, việc bố thí có suy lường, hoặc bố thí tài vật, hoặc bố thí bảy báu trong đại thiên thế giới, công đức đều không lớn lao bằng mang bốn câu kệ trong kinh ra bố thí, tức là bố thí pháp.

Điều đó có ý nghĩa gì? Cúng dường hay bố thí bảy báu trong cả đại thiên thế giới, bất quá cũng chỉ nuôi dưỡng được thân mạng mà thôi, không liên can gì đến tuệ mạng. Nuôi dưỡng thân mạng, trong suốt một đời quý vị được ăn no mặc ấm, đó là hưởng thụ vật chất. Quý vị cũng chỉ đạt đến mức đó thôi, không thể thấu triệt sinh tử, không thể vượt thoát ngoài ba cõi. [Còn như đối với] bốn câu kệ trong kinh Phật, nếu quý vị thực sự thấu hiểu, thực sự thông đạt thì quả thật có thể chuyển đổi cảnh giới, đích thực có thể giúp quý vị vượt phàm lên thánh, vĩnh viễn thoát ly sinh tử luân hồi. Sự bố thí pháp lớn lao như thế [thì bố thí tài vật] làm sao có thể sánh nổi?

Chúng ta ngày nay học Phật, quý vị đồng tu đều biết, thế gian này sắp có kiếp nạn. Mới hôm qua còn có người hỏi tôi, kiếp nạn ấy có thật hay không? Có phương pháp nào để tránh được hay không? Phương pháp thì có rất nhiều, có thể giúp ta hoàn toàn không phải nhận lãnh tai nạn. Đó là phương pháp gì? Là nâng cao cảnh giới của tự thân mình, như vậy thì quý vị không phải nhận lãnh tai nạn. Hiện tại quý vị ở cõi người, phải chịu tai nạn. Nếu như cảnh giới được nâng cao, lên đến cõi trời thì tai nạn này không còn liên can đến quý vị nữa. Lại nâng cao lên đến cảnh giới của bậc A-la-hán, Phật Bích-chi, hoặc cảnh giới Bồ Tát thì quý vị có năng lực cứu khổ cứu nạn [cho chúng sinh], làm sao còn phải nhận chịu tai nạn?

Cho nên tôi nói rằng, chúng ta sinh ra trong thế gian này, đối với người tu hành mà nói, chưa hẳn đã là chuyện không tốt. Nếu không gặp lúc có tai kiếp, chúng ta hẳn còn lần lữa buông xuôi, cứ nghĩ rằng qua hết hôm nay còn có ngày mai, qua hết năm nay vẫn còn năm tới, cứ từ từ thong thả. Hiện nay gặp phải tình trạng này, chúng ta biết rằng không thực sự tích cực nỗ lực là không được. Điều này thuộc về nghịch tăng thượng duyên (duyên trái ngược giúp tăng trưởng), có thể giúp chúng ta nhanh chóng nâng cao cảnh giới của mình trong thời gian ngắn. Đó là việc tốt.

Chúng ta muốn nâng cao cảnh giới của mình nhưng không nâng cao được, nguyên nhân nằm ở đâu? Vì không buông bỏ được sự bám chấp, [những tâm niệm] thị phi, nhân ngã, tham sân si mạn, đủ mọi thứ như vậy đều là gánh nặng trì níu. Nếu có thể buông xả hết những thứ này thì việc nâng cao cảnh giới không còn khó khăn. Khó khăn là vì quý vị không chịu buông xả ý niệm riêng tư, tự lợi, không chịu buông xả chấp ngã kiên cố.

Sự bám chấp kiên cố như vậy cũng giống như tảng băng, như nước đông lại thành băng. Người Trung quốc thường nói: "Băng dày ba thước chẳng phải do lạnh trong một ngày." Sự chấp trước kiên cố của chúng ta trong hiện tại chính là tảng băng đã đông cứng từ vô lượng kiếp đến nay. Chúng ta đều biết, tảng băng đông cứng đó chẳng phải thật cứng, chỉ cần gặp khí nóng liền lập tức tan rã. Khí nóng đó là gì? Chính là trí tuệ. Trí tuệ một khi khai mở liền làm tan rã [tảng băng chấp ngã].

Ngày nay, sự bám chấp kiên cố làm cho trí tuệ của quý vị không khai mở. Đại sư Chương Gia dạy tôi rằng: "Khán phá thị trí tuệ, phóng hạ thị công phu." (Nhìn thấy là trí tuệ, buông xả là công phu.) Không có trí tuệ, quý vị nhất định không buông xả được. Nhưng buông xả lại hỗ trợ cho quý vị khai mở trí tuệ, trí tuệ hỗ trợ quý vị buông xả. [Đó là một quy trình hỗ tương qua lại,] nhìn thấy để buông xả, buông xả để nhìn thấy.

Con đường tu tập của Bồ Tát từ lúc phát tâm cho đến lúc thành tựu quả vị Như Lai, các ngài sử dụng phương pháp gì? Cũng là phương pháp [nhìn thấy, buông xả] này. Do đó có thể biết rằng, chúng ta học Phật thì điều quan trọng thiết yếu nhất là thực hành. Học hiểu được bao nhiêu phải đem ra thực hành bấy nhiêu. Ngay trong lúc thực hành đó thì trí tuệ của quý vị được khai mở, trí tuệ khai mở rồi thì lại thực hành được thêm một phần nữa. Hai phương pháp [nhìn thấy, buông xả] này vĩnh viễn luân chuyển, hỗ trợ và thành tựu cho nhau, đưa cảnh giới của chúng ta lên ngày càng cao hơn.

Không chịu buông xả là điều tệ hại nhất. Ví như có trí tuệ, trí tuệ của quý vị cũng bị dừng tại chỗ này, không thể tiếp tục hướng thượng nâng cao. Do vậy, nếu quý vị không ngừng buông xả thì trí tuệ của quý vị cũng sẽ không ngừng tăng trưởng. Ý nghĩa này nhất định phải hiểu rõ, nhất định phải thực sự nỗ lực thực hành.

Chúng ta ngày nay sống trong xã hội, thế gian có nhiều người đau khổ. Người xưa có câu: "Tuế thời xuân nhật thiểu." (Mỗi năm chẳng mấy ngày xuân.) Suốt trong một năm, những ngày thời tiết sáng tỏ tốt tươi không nhiều. Thế gian quá nhiều người đau khổ, chúng ta phải luôn suy nghĩ, người khác chịu khổ không khác gì bản thân mình chịu khổ. Chúng ta thấy người khác chịu khổ, liền nghĩ mình cũng có những lúc chịu khổ như vậy, quá khứ đã từng có, tương lai rồi cũng sẽ có. Khi ta ở vào cảnh khổ như vậy, mong cầu người khác giúp đỡ cứu vớt, mong cầu người khác thương xót đến mình. Ngày nay ta nhìn thấy [người khác khổ đau], nếu không khởi tâm thương xót, không khởi ý niệm giúp đỡ cứu vớt, thì khi chúng ta chịu khổ chịu nạn cũng sẽ không ai quan tâm đến. Đó là lẽ đương nhiên.

Cho nên, gặp người khổ nạn trong thế gian, không phân biệt chủng tộc, tôn giáo, cũng chẳng kể là kẻ oán người ơn, thảy đều bình đẳng hết lòng hết sức ra tay giúp đỡ, hỗ trợ. Đó là quý vị thực sự giác ngộ, thực sự thấu hiểu sáng tỏ, biết được mình nên tu tập như thế nào.

Bài giảng thứ 59

(Giảng ngày 23 tháng 7 năm 1999 tại Tịnh Tông Học Hội Singapore, file thứ 60, số hồ sơ: 19-012-0060)

Thưa quý vị đồng học, cùng tất cả mọi người.

Đoạn thứ 22 trong Cảm ứng thiên, phần chú giải có hai câu rất hay: "Hiếu thiện chi tâm nhân chi sở đồng." (Mọi người đều sẵn có lòng ưa thích điều thiện như nhau.) Nói cách khác, con người ai cũng sẵn có tâm hiếu thiện. Thế nhưng việc thiện, việc tốt ắt phải có người đề xướng. Người đề xướng đó cũng chính là người dẫn đầu, là bậc chí sĩ chân chánh nhân từ. Vị ấy nhờ đâu có thể dẫn đầu? Đó cũng chính là nói vị ấy đã vận dụng được những đạo lý mà mình hiểu biết sáng tỏ vào thực tế, do đó mới có thể đứng lên dẫn đầu.

Lại nói: "Thiên hạ chẳng lo không người có năng lực, chỉ lo không người phát đại nguyện mà thôi." Câu này cũng mang ý nghĩa giống như trên. Cho nên, rất khó có được người phát khởi tâm nguyện lớn lao.

Trong kinh Phật thường khuyến khích chúng ta phát tâm Bồ-đề. Trong thực tế, phát tâm Bồ-đề là việc rất khó. Nhưng không phát tâm Bồ-đề thì không thể nói gì đến việc tu hành. [Tâm Bồ-đề là tâm cầu giác ngộ, nên] ngược lại với tâm Bồ-đề là [chạy theo] mê hoặc. Người mê hoặc cho dù có tu hành thì thành tựu cũng hết sức hạn chế, nên nhất định cần phải phá trừ si mê, mở ra giác ngộ.

Công phu tu hành đều là ở nơi cuộc sống hằng ngày. Những khuyết điểm, tập khí xấu ác của bản thân nhất định phải rõ biết. Rõ biết là giác ngộ, không rõ biết là mê hoặc. Từ cuộc sống hằng ngày mà nói, khi có một chút gì không vừa ý thì trong lòng không thoải mái, không vui thích. Chúng ta theo tập quán, thói quen lâu ngày đều cho rằng như vậy chẳng có gì đáng nói, nên không hề lưu ý đến những điều như vậy. Đâu biết rằng chính những tâm niệm [không thoải mái] như vậy là đang tạo nghiệp.

Người không đọc kinh Phật thì không rõ biết. Người đọc mà không hiểu sâu ý nghĩa cũng không rõ biết. Vì sao [những lúc ấy] ta không vui thích? Vì sao không được thoải mái? Chính là do phân biệt, bám chấp. Nếu quý vị không có tâm phân biệt, bám chấp, thì từ đâu khởi sinh những tâm trạng ấy?

Phân biệt, bám chấp rất khó dứt trừ. Phần trước tôi có kể với quý vị chuyện ngài An Thế Cao với người bạn đồng học. Vị này là Long vương ở hồ Cung Đình, đời trước vốn là bạn đồng học với ngài An Thế Cao. Long vương [mang thân rắn] là loài súc sinh. Vì sao một người tu hành phải đọa vào đường súc sinh? Chính là vì một chút không vừa lòng, một chút không vui thích.

Vào thời ấy, người xuất gia mỗi ngày đều đi khất thực. Vị tăng này là một pháp sư tu hành không lầm lỗi, hiểu rõ kinh điển, ưa thích làm việc bố thí. Kinh điển giáo pháp hết sức thông đạt, giảng kinh thuyết pháp rất hay, lại chịu mở lòng bố thí, pháp duyên thật thù thắng. Một vị pháp sư như thế thật ít có. Lúc ngài đi khất thực, nhận được món ăn không hợp khẩu vị, trong lòng liền có chút không vui. Chỉ một chút ý niệm không vui đó, liền bị đọa vào đường súc sinh.

Quý vị thử nghĩ xem, chúng ta ngày nay đức hạnh không thể so được với vị này. Những tâm niệm sân hận, phân biệt, ganh ghét đố kỵ, bám chấp thì so với vị ấy thật không thể biết là nhiều hơn, nặng nề hơn biết bao nhiêu lần. Vị ấy được làm Long vương, còn như chúng ta hãy thử nghĩ xem, tương lai biết sẽ đọa thành gì? Những điều này đều là sự thật.

Cho nên, bậc tu hành chân chánh, khi rơi vào những cảnh duyên như thế liền lập tức giác ngộ, lập tức quay đầu hướng thiện, lo tu tâm thanh tịnh, tu tâm bình đẳng. Tâm thanh tịnh là đạo, tâm bình đẳng là đạo.

Vì thế, tu hành là ngay trong cuộc sống thường ngày, ngay nơi khởi tâm động niệm, phải tinh tế quán xét soi chiếu xem bản thân mình có còn bám chấp hay không? Có còn phân biệt hay không? Chúng ta đối với người khác, đối với sự vật, có còn yêu thích ưa mến hay không? Có còn ghét bỏ không ưa hay không? Thuận theo ý mình thì sinh lòng vui thích, không thuận theo ý mình thì sinh lòng giận tức. Hơi một chút giận dỗi thì không muốn tới lui, không muốn gặp mặt nhau nữa. [Nếu có vậy là] chúng ta sai rồi. Chúng ta vẫn còn phân biệt, bám chấp. Chúng ta vẫn chưa buông xả, trong lòng vẫn còn so đo tính toán, vẫn còn thị phi, vẫn còn được mất, vẫn còn tốt xấu, vậy thì làm sao được? Vậy thì đích thực là phàm phu trong sáu đường rồi.

Do đó mới thể hội được lời dạy trong kinh Địa Tạng: "Diêm-phù-đề chúng sinh, khởi tâm động niệm vô bất thị tội." (Chúng sinh trong cõi Diêm-phù-đề, khởi tâm động niệm đều là tội lỗi.) Từ đây hiểu được sơ qua ý nghĩa câu này. Nếu không có sự quán xét soi chiếu tinh tế, chú tâm phản tỉnh thì chúng ta đọc trên văn kinh hẳn đều cho là Kinh điển nói có phần quá đáng. Nhưng một khi quan sát tỉ mỉ, một khi đã tự phản tỉnh liền thấy rõ trong văn kinh mỗi câu mỗi chữ đều chính xác, không sai chút nào.

Bậc tu hành lớn lao chân chánh đều ở trong cảnh duyên dứt trừ tập khí phiền não, cho đến lúc hoàn toàn thanh tịnh, mài giũa cho sáng sủa trơn láng bao nhiêu góc cạnh thô xấu [của tâm thức]. Đó là tu hành chân chánh.

Người tu hành hạ thủ công phu là ở chỗ nào? Chúng ta đã hiểu rõ. Hiểu rõ rồi thì phải thực sự làm. Trong cuộc sống thường ngày, khi đối đãi với người, ứng xử với sự việc, tiếp xúc với muôn vật đều không gì khác hơn là học theo một mực nhìn thấu, buông xả. Khi có mảy may ý niệm khởi lên, ý niệm đó phải buông xả. Phải biết rằng, trong tâm thanh tịnh, tâm bình đẳng, trong chân tâm hoàn toàn không có một mảy may ý niệm gì. Nếu có mảy may ý niệm khởi sinh thì đó là vô minh hiện khởi. Chúng ta phải hiểu rõ ý nghĩa này, phải biết đó là vô minh.

Nếu chúng ta không vận dụng công phu tu tập như trên thì làm sao có khả năng thành tựu? Việc dụng công tu tập theo Tịnh độ tông quả thật so với các phương pháp khác thuận tiện hơn nhiều. [Tu tập theo] Tịnh độ tông là nêu lên một câu Phật hiệu, vừa khởi tâm động niệm đã tự mình quán sát nhận biết. Như người xưa có nói: "Bất phạ niệm khởi, chỉ phạ giác trì." (Không sợ niệm khởi, chỉ sợ biết chậm.) Ý niệm vừa khởi lên thì quý vị liền tức thời quan sát nhận biết, niệm tiếp theo là câu Phật hiệu "A-di-đà Phật" thay thế cho niệm trước đó, biến ngay thành A-di-đà Phật. Như vậy gọi là niệm Phật. Pháp môn niệm Phật vốn dĩ chính là cách niệm như vậy.

Một câu Phật hiệu A-di-đà san bằng hết thảy mọi ý niệm của quý vị, đè dẹp hết thảy mọi ý niệm. Công phu niệm Phật được như vậy gọi là hiệu quả, thành tựu.

Trong chúng ta ngày nay có người nói công phu được thành tựu, nhưng chưa hẳn vậy, chỉ là hiểu sai ý nghĩa. Thế nào gọi là thành tựu? Ý nghĩa này người ta không hiểu được rõ ràng, sáng tỏ. Công phu thực sự thành tựu thì mỗi niệm liền trừ diệt hết tham sân si, mỗi niệm liền trừ diệt hết thị phi nhân ngã, mỗi niệm liền trừ diệt hết bốn tướng [ngã, nhân, chúng sinh, thọ giả]. Công phu như vậy mới gọi là thành tựu.

Không chỉ là bốn tướng không còn, cho đến bốn kiến [chấp] cũng không còn. Kinh Kim Cang phần sau nói: "Ngã kiến, nhân kiến, chúng sinh kiến, thọ giả kiến." Người dụng công tu tập chân chánh trong suốt ngày đêm đều hạ thủ công phu tại chỗ này, làm sao còn có chỗ phải trừ vọng tưởng? Nhưng quý vị nên biết, công phu nếu có lúc không hiệu quả thì vọng tưởng liền khởi sinh. Trong Phật pháp dạy [chúng ta phải] quán chiếu, nếu quán chiếu có lúc mất tập trung, có quên sót, không giữ được liền mạch thì vọng tưởng khởi sinh, những ý niệm xen tạp khởi sinh.

Chúng ta tự mình thường phản tỉnh, thường giác ngộ sẽ cảm thấy vô cùng tàm quý hổ thẹn, vì khởi tâm động niệm vẫn còn đang tạo nghiệp.

Trong cuộc sống thường ngày, chúng ta đều biết, Bồ Tát Phổ Hiền [trong Thập đại nguyện vương] dạy rất rõ ràng: "Hằng thuận chúng sinh, tùy hỷ công đức." (Thường thuận theo chúng sinh, vui theo công đức.) Thế nhưng ta không làm được, vẫn cứ như cũ mà làm, chính là thường thuận theo bản thân mình, thuận theo tập khí phiền não của bản thân mình, thuận theo sự bám chấp, phân biệt, vọng tưởng của bản thân mình. Những gì chúng ta làm vẫn là như vậy.

Nhưng chúng ta cần phải giác ngộ, vì nếu cứ làm theo như hiện nay thì nhất định không thể ra khỏi sáu đường luân hồi. Mong cầu vãng sinh là hy vọng của quý vị, nhưng [cứ như thế này thì] không chắc gì đạt được. Đó là lời chân thật không hư dối, nhất định không phải gạt người.

Muôn người niệm Phật là muôn người đều hy vọng được vãng sinh về thế giới Tây phương Cực Lạc, nhưng thực sự vãng sinh chỉ được vài ba người. Trước đây lão sư Lý Bỉnh Nam thường nói như vậy. Đó là do nguyên nhân gì? Do không buông xả được bám chấp, vọng tưởng, phân biệt, vẫn tùy thuận theo tập khí phiền não.

Làm sao mới có thể vãng sinh? Tối thiểu cũng phải biết tùy thuận đức Phật A-di-đà, mỗi niệm đều là Phật A-di-đà, người như thế mới có thể vãng sinh. [Thường niệm] Phật hiệu A-di-đà mới thực sự đè bẹp được những bám chấp, phân biệt, vọng tưởng của bản thân mình. Đó là chế phục phiền não, hoàn toàn chưa nói đến dứt trừ.

Bậc tu hành chân chánh chính là người ở đây chúng ta gọi là người phát nguyện dẫn đầu. Vị này có thể nêu gương cho mọi người noi theo. Nêu gương nhưng không hề khởi lên ý nimm nêu gương, mà chính là bản thân vị ấy đã tu hành theo pháp như vậy, không phải cố ý dựng khuôn tạo mẫu cho người khác nhìn vào. Không hề có ý niệm như vậy. Nếu có ý niệm như vậy liền rơi vào vọng tưởng, liền rơi vào bám chấp, phân biệt. Cho nên, đó không phải chân tâm.

Chân tâm không có sự tạo tác, chân tâm là [sự hiển lộ] hoàn toàn tự nhiên. Thuận theo tự nhiên, đó là chân. Trái ngược tự nhiên, đó là tạo tác, là giả dối, là hư ngụy. Tâm hư ngụy không thể sinh về thế giới Cực Lạc. Người vãng sinh về thế giới Tây phương Cực Lạc đều là có tâm chân thành. Nói cách khác, mọi người ở thế giới ấy đều là chân thành, thanh tịnh, bình đẳng, chánh giác, từ bi.

Tuyệt đối không thể nói rằng tâm hư vọng cũng có thể vãng sinh. Không có lý lẽ đó. Tâm hư vọng niệm Phật chỉ là kết pháp duyên với đức Phật A-di-đà. Trồng căn lành như vậy, đời này không được vãng sinh phải đợi đến đời sau, đời sau nữa. Đợi những đời sau, đến khi nào gặp được duyên phần này, gặp được pháp môn niệm Phật, đến khi quý vị vận dụng tâm chân thật [niệm Phật]. Đó cũng có nghĩa là, nếu quý vị vận dụng tâm chân thành, thanh tịnh, bình đẳng, chánh giác, từ bi để niệm Phật cầu sinh Tịnh độ, quý vị chắc chắn sẽ được vãng sinh. Ý nghĩa này không thể không rõ biết.

Chúng ta hiện nay đã hiểu được rồi, cần phải biết vận dụng, phải học tập làm theo đúng vậy thì trong một đời này có thể được vãng sinh.

Có thể vãng sinh hay không, vãng sinh phẩm vị cao thấp thế nào, Đại sư Thiện Đạo nói rất hay: "Đều do gặp duyên khác biệt." Chúng ta ngày nay đã được gặp duyên thù thắng, đối với những ý nghĩa, phương pháp, cảnh giới như vậy về đại lược đều nhận hiểu rõ ràng, sáng tỏ. Hiểu được sáng tỏ rồi thì phải biết làm người, phải biết sống.

Làm người thế nào? Sống thế nào? Làm người xa lìa vọng tưởng, phân biệt, bám chấp, đối với hết thảy chúng sinh đều lấy tâm thanh tịnh, tâm chân thành, bình đẳng để đối xử, nhất định không khởi tâm [phân biệt] người này là tốt, người kia là không tốt. Nếu cứ nhất định phải tranh giành với người khác, phải so đo tính toán [thì nên biết rằng], so đo tính toán như vậy rốt cùng chính mình phải đọa vào ba đường ác.

Quý vị hẳn sẽ thắc mắc là vì sao? Đó là vì ba đường ác do chính mình tạo ra. Hết thảy các pháp đều từ nơi tâm tưởng sinh ra, quý vị bám chấp như thế, muốn hơn người như thế, hiếu thắng như thế, đó chính là nguyên nhân đích thực của sự đọa lạc.

Chúng ta xem trong kinh luận thấy chư Phật, Bồ Tát có tranh nhau hay chăng? Hoàn toàn không có. Vì sao các ngài không tranh giành? Vì các ngài đều thấu hiểu một ý nghĩa: Hết thảy những gì có hình tướng đều là hư vọng. Người tốt, hoàn cảnh tốt là hư vọng. Người xấu, hoàn cảnh xấu cũng là hư vọng. Cho nên, đối với hết thảy cảnh duyên hiện ra trước mắt, trong tâm các ngài đều an nhiên không lay động. Kinh Kim Cang dạy: "Bất thủ ư tướng, như như bất động." (Không dính mắc hình tướng, an nhiên không lay động.) Vì thế, các ngài hoàn toàn không có tâm niệm tranh giành.

Chân tâm lìa hết thảy ý niệm, không còn khởi niệm. Đức Phật sợ người hiểu sai, cho rằng chân tâm lìa hết thảy ý niệm là [cảnh giới] định vô tưởng, cho nên ngài dạy thêm: "Lìa hết thảy ý niệm, đó là lìa vọng niệm." Có nghĩa là, người lìa hết thảy ý niệm vẫn còn có chánh niệm.

Thế nào là chánh niệm? Niệm mà không niệm, đó là chánh niệm; không niệm mà niệm, đó là chánh niệm. Ý nghĩa này rất sâu xa, nhưng chúng ta phải thể hội được.

Niệm mà không niệm, đó là niệm hết thảy chúng sinh, niệm Phật, niệm Pháp, niệm Tăng, điều mà kinh A-di-đà có nói đến. Niệm Phật, niệm Pháp, niệm Tăng là lợi ích cho hết thảy chúng sinh. Hết thảy chúng sinh cũng chính là Phật, là Pháp, là Tăng. Niệm như thế là chánh niệm.

Thế nào gọi là không niệm? Tuy thường niệm Phật, niệm Pháp, niệm Tăng, niệm lợi ích hết thảy chúng sinh, nhưng trong tâm địa trước sau vẫn luôn thanh tịnh, thực sự không hề khởi lên một ý niệm nào.

Cả hai điều [niệm và không niệm] đó đều là đồng thời, không có trước sau, đó mới gọi là chánh niệm.

Ý niệm của người nào là chánh niệm? Là của bậc Pháp thân Đại sĩ. Chúng ta đều biết, bậc Pháp thân Đại sĩ không có sự phân biệt, nhất định là không có sự phân biệt, nhất định không có sự bám chấp, các chướng phiền não và sở tri đều dứt trừ, vô minh cũng đã phá trừ được mấy phần, chân tâm được hiển lộ, cũng chính là tâm chân thành, tâm thanh tịnh, tâm bình đẳng, tâm chánh giác, tâm từ bi đã hiển lộ. Các ngài vận dụng những tâm như vậy.

Phàm phu so với những điều này đều trái ngược. Nói cách khác, phàm phu không có tâm chân thành. Tâm [phàm phu là] hư ngụy, là nhiễm ô, là [phân biệt] cao thấp (không bình đẳng), là tâm mê hoặc, tâm tự tư tự lợi. So với [những tâm của bậc Pháp thân Đại sĩ] như thế đều hoàn toàn trái ngược. Cho nên, phàm phu thật không dễ ra khỏi được sáu đường luân hồi.

Chúng ta nói đến tu hành thì phải đem những tâm này tu sửa, thay đổi, thay đổi hoàn toàn, phải biết vận dụng các tâm chân thành, thanh tịnh, bình đẳng, chánh giác, từ bi. Đó là tâm Bồ-đề, đó là chân tâm, là Phật tâm. Tâm như vậy khởi lên tác dụng chính là Bồ Tát hạnh, thực sự là hạnh phúc tốt đẹp mỹ mãn. Người đời gọi đó là trí tuệ chân thiện mỹ.

Cho nên chúng ta biết được rằng, [với người tu hành chân chánh thì] một mảy may bám chấp cũng không thể có. Thế nhưng loại tập khí xấu ác này vẫn tự nhiên lưu xuất hiển lộ mà ta hoàn toàn không hay biết, mọi lúc mọi nơi quý vị đều có thể nhìn thấy.

Nhìn thấy được ở nơi người khác, có tức thời nghĩ đến bản thân mình không? Bản thân mình có [những tập khí xấu này] hay không? Tự mình thấy được tật xấu của mình thật không dễ dàng. [Cho nên] thấy được [tật xấu] nơi người khác phải lập tức quay nhìn lại mình, tự soi rọi chính mình, như vậy mới có thể thấy được bản thân mình, mới biết được mình là người như thế nào.

Thấy biết rõ ràng được tự thân mình, đó là giác ngộ. Bao nhiêu tập khí xấu ác của mình đều nhanh chóng tu sửa, thay đổi, đó là tu hành chân chánh. Kinh điển không thể không đọc, không thể không nghe giảng. [Người còn mê muội] nghe giảng kinh thì chán lắm, thế nhưng không nghe thì bao nhiêu tập khí xấu ác của bản thân thực sự không thể nhận biết được, vĩnh viễn cũng không có được một ngày tỉnh ra, nhận biết để sửa đổi. Như vậy thì sao được? Như vậy thì chúng ta học Phật uổng công mất rồi.

Hôm nay thời gian đã hết, chúng ta giảng đến đây thôi.

Bài giảng thứ 60

(Giảng ngày 24 tháng 7 năm 1999 tại Tịnh Tông Học Hội Singapore, file thứ 61, số hồ sơ: 19-012-0061)

Thưa quý vị đồng học, cùng tất cả mọi người.

Câu thứ 22 [trong Cảm ứng thiên] là: "Căng cô tuất quả, kính lão hoài ấu." (Thương yêu giúp đỡ người cô độc góa bụa, kính trọng người già lo cho trẻ thơ.) Trong phần chú giải trích dẫn một đoạn kinh Hoa Nghiêm:

"Nguyện hết thảy chúng sinh phát tâm Bồ-đề, đầy đủ trí tuệ, giữ gìn mạng sống mãi không dứt mất.

"Nguyện hết thảy chúng sinh, tu hành đầy đủ, lìa pháp già chết, hết thảy tai ương nạn độc không hại đến mạng sống.

"Nguyện hết thảy chúng sinh thành tựu đầy đủ thân không bệnh não, tuổi thọ không giới hạn, sống lâu tùy ý.

"Nguyện hết thảy chúng sinh không già không bệnh, mạng sống thường còn, dũng mãnh tinh tấn nhập trí tuệ Phật."

Bốn lời nguyện trên là những điều mà hết thảy chúng sinh ở thế gian luôn mong cầu. Có thể cầu được hay không? Đương nhiên là có thể cầu được. Nếu như không thể cầu được, đức Phật chắc chắn đã không nói ra những lời nguyện này. Nếu Phật nói ra những ý nghĩa mà chúng ta không thể hiểu được, những phương pháp mà chúng ta không thể làm được, thì sự thuyết pháp như vậy là không khế hợp căn cơ, cũng gọi là những lời nhàn rỗi vô nghĩa. Như vậy thì sao có thể tương ưng với năm [phẩm tính] của lời Phật nói, như trong kinh Kim Cang [đã xác định rõ lời của Như Lai là "chân ngữ, thật ngữ, như ngữ, bất cuống ngữ, bất dị ngữ" (lời chân chánh, lời đúng đắn, lời như thật, lời không dối gạt, lời không sai khác)]?

Do đó có thể biết rằng, mỗi câu mỗi chữ trong kinh luận đều nằm trong khả năng lý giải nhận hiểu của chúng ta, đều có thể thực hiện được. Như vậy mới đúng là những lời răn dạy chân thật.

Trong lời nguyện đầu tiên, điểm trọng yếu nhất là phát tâm Bồ-đề. Nói đúng ra, cả bốn lời nguyện này đều lấy tâm Bồ-đề làm căn bản. Không phát tâm Bồ-đề, chúng ta muốn sinh về thế giới Cực Lạc cũng không thể được. Kinh Vô Lượng Thọ đã vì chúng ta khai thị rõ ràng, điều kiện quan trọng thiết yếu nhất để vãng sinh về thế giới Tây phương Cực Lạc là tám chữ "phát tâm Bồ-đề, một lòng chuyên niệm".

Niệm Phật Đường của chúng ta ngày nào cũng 24 giờ [niệm Phật] không hề gián đoạn, không chỉ bảy ngày hay bảy mươi ngày mà là trường kỳ như vậy. Đó là đạt đến mức một lòng chuyên niệm. Nhưng nếu không phát tâm Bồ-đề thì vẫn không thể vãng sinh. Dù mỗi ngày niệm Phật liên tục 24 giờ không gián đoạn, niệm suốt một đời cũng không thể vãng sinh.

Chúng ta không thể trách đức Phật, ngài đã giảng giải quá rõ ràng. Nhưng ngài giảng tám chữ, ta chỉ làm được bốn chữ. Dù có trọn vẹn bốn chữ ấy thì bất quá cũng chỉ mới được một nửa thôi, chưa đạt yêu cầu. Nên có thể thấy rằng việc phát tâm Bồ-đề là quan trọng thiết yếu như thế nào.

Tâm Bồ-đề là gì? Là tâm chân chánh giác ngộ. Giác ngộ điều gì? Chân tướng vũ trụ nhân sinh đều [nhận hiểu] sáng tỏ rõ ràng. Chân tướng đó hình dạng thế nào? Kinh Kim Cang dạy rằng: "Phàm sở hữu tướng giai thị hư vọng." (Hết thảy những gì có hình tướng đều là hư vọng.) Lại nói: "Nhất thiết hữu vi pháp, như mộng ảo bào ảnh." (Hết thảy các pháp hữu vi, như mộng ảo, bọt nước.) Đó là cái thấy của chư Phật, Bồ Tát về chân tướng [vũ trụ nhân sinh].

Lại nói dễ hiểu hơn một chút thì hết thảy hiện tượng đều là nghiệp nhân quả báo. Nhân lành được quả lành, nhân ác gặp quả báo ác. Nhân quả thay đổi tiếp nối nhau, kéo dài không dứt, đó là sự thật chân tướng.

Lại xét đến sâu xa hơn một bậc, Phật dạy rằng hết thảy chúng sinh trong các pháp giới cùng khắp hư không với tự thân ta là cùng một tánh thể sinh mạng.

Đó là nói sâu xa hơn một bậc. [Những điều trên] thảy đều là sự thật chân tướng.

Thấu hiểu rõ ràng, sáng tỏ về sự thật chân tướng, đó gọi là tâm Bồ-đề. Sau khi hiểu rõ rồi thì điều quan trọng thiết yếu nhất là phải tự giúp mình đạt đến giải thoát. Làm sao để thoát khỏi sáu đường luân hồi? Làm sao để ra khỏi mười pháp giới, cùng chư Phật, Bồ Tát chung sống trong pháp giới nhất chân bình đẳng? Đó mới đích thực là giác ngộ, đó mới đích thực là Bồ-đề. Không chỉ tự giúp mình [giải thoát] mà còn phải cứu giúp, hỗ trợ cho hết thảy mọi chúng sinh đang khổ nạn.

Quý vị nên biết, người giác ngộ trong thế gian này phải chịu nhiều đắng cay vất vả, không phải như chúng ta tưởng tượng rằng họ sẽ hết sức tự tại, hết sức khoái lạc. Sự thật là ngược lại. Người giác ngộ phải chịu đựng hết thảy mọi oan khuất, chịu đựng hết thảy mọi sự khinh chê hủy nhục, chịu đựng hết thảy mọi sự chà đạp giày vò. Những oan khuất, hủy nhục, giày vò đó do đâu mà có? Là từ nơi những chúng sinh mê muội mà có. Người giác ngộ phải có khả năng nhận chịu. Không chỉ trong Phật pháp là như thế, cho đến pháp thế gian cũng vậy. "Người tốt chịu khinh chê", chẳng phải người đời vẫn thường nói vậy sao?

Người tốt bị kẻ xấu ác khinh chê lấn áp, người tốt khi ấy thế nào? Người tốt vẫn là người tốt, họ tự nguyện chấp nhận sự khinh chê lấn áp, hơn nữa còn không chút oán trách. Như thế mới gọi là người tốt. Người tốt là người đã thấu hiểu sáng tỏ, khi sống chung với những người mê muội chưa sáng tỏ, người tốt phải giúp đỡ hỗ trợ những người ấy quay đầu hướng thiện, giúp đỡ họ giác ngộ, lại phải nhận chịu sự giày vò, nhận chịu sự hủy nhục của họ. Nếu không phải người thực sự giác ngộ thì không thể làm được như vậy.

Chỉ có người thực sự giác ngộ, tâm địa mới chân thành, thanh tịnh, bình đẳng, đại từ, đại bi. [Hết thảy những phẩm tính ấy] đều lưu xuất hiển lộ trong cuộc sống, nhưng người mê hoặc điên đảo không thể nhìn thấy được. Ai là người có thể nhìn thấy được? Chư Phật, Bồ Tát có thể nhìn thấy được. Chư Phật, Bồ Tát khích lệ, ủy lạo người tốt. Chư Phật, Bồ Tát ở trong chỗ u mặc vô hình luôn âm thầm hộ trì người ấy. Người giác ngộ qua việc làm của chính mình mà cảm hóa người khác, vì tất cả chúng sinh mà tiêu trừ tai nạn.

Chúng ta phát tâm làm người tốt, dù người tốt phải chịu nhiều cay đắng vất vả. Nhưng người tốt có trí tuệ đầy đủ, đó là sự thật. Người phát tâm Bồ-đề thì trí tuệ liền hiển lộ.

Có nhiều người trong chúng ta muốn phát tâm Bồ-đề nhưng không phát khởi được. Nguyên nhân vì sao? Là do nghiệp chướng, nghĩa là do nghiệp gây chướng ngại. Nghiệp là những gì? Là sự tạo tác. Hết thảy những suy nghĩ bất thiện, những hành vi bất thiện đều tạo thành nghiệp [xấu ác]. Nghiệp ấy gây chướng ngại tâm Bồ-đề của ta, cho nên tâm Bồ-đề không thể hiện khởi. Ý nghĩa là ở chỗ này.

Vậy chúng ta tạo các thiện nghiệp có được không? Thiện nghiệp cũng chướng ngại tâm Bồ-đề. Câu này phải hiểu thế nào? [Phải hiểu rằng,] việc thiện của quý vị chưa phải là việc thiện chân chánh. Việc thiện đó chỉ là trong vòng thiện ác đối đãi mà nói. Việc thiện trong vòng đối đãi thiện ác không có tác dụng [với tâm Bồ-đề], không giúp ích gì. Việc thiện trong vòng đối đãi chỉ có thể giúp đạt được phước báo hữu lậu trong ba cõi, không thể giúp khai mở trí tuệ.

Cho nên, Phật dạy chúng ta dứt ác tu thiện, trong việc thiện này không xen tạp những phân biệt, bám chấp. Đó mới gọi là việc thiện chân chánh. Phân biệt là ý niệm của bản thân, bám chấp là [so tính] lợi hại của bản thân. Nói cách khác, phải đem hết thảy những ý niệm riêng tư, muốn giành lợi ích bản thân, những kiến giải, chủ trương, thành kiến của riêng mình, hết thảy đều buông bỏ. Dứt ác tu thiện được như vậy chính là tâm Bồ-đề. Tu hành như vậy mới khai mở trí tuệ, mới đầy đủ trí tuệ.

Trí tuệ hiển lộ hiện tiền mới có thể giữ gìn mạng sống mãi mãi không dứt mất. Quý vị phải biết rằng, mỗi chúng sinh như chúng ta, không chỉ riêng con người mà là hết thảy mọi chúng sinh, đều có tuổi thọ vô lượng. Mọi người không nên cho rằng chỉ ở thế giới Tây phương Cực Lạc mới có tuổi thọ vô lượng, còn chúng ta ở đây không có. Nếu như chúng ta ở đây không có tuổi thọ vô lượng thì lời Phật giảng trong kinh không thể thông suốt, tự có mâu thuẫn rồi. Phật pháp là pháp bình đẳng, thế giới Tây phương Cực Lạc có tuổi thọ vô lượng, còn ở đây tuổi thọ ngắn ngủi, như vậy là không bình đẳng, sao có thể gọi là Phật pháp?

Cho nên, chúng ta so với Phật A-di-đà ở thế giới Tây phương Cực Lạc không khác, mỗi người đều có tuổi thọ vô lượng. Chỉ vì chúng ta mê hoặc điên đảo không biết, không hiểu được tự thân mình vốn có tâm Bồ-đề, không biết rằng tự mình vốn có vô lượng trí tuệ, tuổi thọ vô lượng, cho nên mới gọi là những người đáng thương.

Trí tuệ vô lượng, tuổi thọ vô lượng đó có phải do tu tập mà được? Không phải, là do trong tự tánh vốn sẵn có đủ. Vậy vấn đề bất ổn của hiện tại nằm ở đâu? Là ở chỗ quý vị không thể giác ngộ. Vấn đề bất ổn nằm ở đó. Một khi đã giác ngộ, một khi đã quay đầu hướng thiện thì quý vị tự nhiên đạt được.

Hôm kia có vị đồng tu đưa tôi xem một bản tin, có nhà tiên tri ở Mỹ giải thích về tai kiếp của thế giới. Tôi nhìn trong hình thấy có nhiều người đến nghe. Có thể thấy rằng, ngày nay có rất nhiều người, kể cả người Mỹ, hết sức quan tâm đến vấn đề này. Một tai kiếp lớn lao của toàn thế giới sắp xảy đến, như thế có ai mà không sợ hãi? Nhưng rốt lại thì đây là chuyện gì?

Trong thế gian này có một số người thông minh sáng suốt, nói thật ra là người thông minh sáng suốt rất nhiều, mọi lúc mọi nơi ta đều có thể gặp. Những người này trong khi nhập định nhìn thấy, hoặc là trong giấc mộng nhìn thấy, hoặc là trong quá trình tu học nhìn thấy, cũng có thể là ngay trong cuộc sống thường ngày nhìn thấy [tai kiếp sắp xảy ra], nhưng tất cả đều chỉ thấy biết được cái đương nhiên xảy ra mà không hiểu được nguyên nhân của vấn đề. Do đó mà lo sợ, hốt hoảng nhưng không thể giải quyết được vấn đề.

Chỉ có Phật pháp hiểu biết được sáng tỏ việc này, nhất là Phật pháp Đại thừa. Cho nên mới tôn xưng pháp là món báu [ở thế gian, là Pháp bảo]. Chúng ta thể nghiệm càng lâu càng sâu sắc, đích thực là Chánh pháp món báu, chỉ món báu này mới có khả năng giải quyết vấn đề.

Tai kiếp hiện nay chỉ là chuyện nhỏ nhặt mà thôi. Nhà Phật nói đến ba tai kiếp lớn, mới thực sự là đại tai kiếp. Đó là thủy tai (nạn nước lụt), phong tai (nạn gió bão) và hỏa tai (nạn lửa cháy), có khả năng phá hủy đến tận các tầng trời Sơ thiền, Nhị thiền và Tam thiền. Đó mới thật là đại tai kiếp. Những đại tai kiếp như vậy, nhưng trong Phật pháp cũng không xem là đáng kể, vì [đối với] người nhận hiểu rồi thì không phải nhận chịu tai kiếp, thực sự có tuổi thọ kéo dài đến vô lượng.

Nhưng người không hiểu thì phải nhận chịu tai nạn, như là phải có sống chết, có tuổi thọ dài ngắn... Những huyễn tướng như vậy không ra ngoài vọng tưởng phân biệt bám chấp. Cho nên, lìa khỏi vọng tưởng phân biệt bám chấp thì đúng như Đại sư Vĩnh Gia [Huyền Giác] nói trong Chứng Đạo Ca: "Giác hậu không không vô đại thiên." (Sau khi giác ngộ thì hết thảy đều rỗng không, cả thế giới cũng không có.)

Phật pháp, nhất là Phật pháp Đại thừa, từ khởi đầu cho đến kết thúc không gì khác hơn là dạy ta giác ngộ. Tuy nhiên, đi vào giáo dục thì Phật pháp có ba mục tiêu. Thứ nhất là chuyển mê thành ngộ. Đây là mục tiêu chủ yếu, chỉ cần đạt được mục tiêu này thì có thể nói trước sau gì hai mục tiêu còn lại cũng tự nhiên hoàn thành, những việc [tiếp theo là] bỏ ác làm thiện, chuyển phàm thành thánh đều không thành vấn đề.

Cho nên, điểm cốt yếu là ở nơi chuyển mê thành ngộ. Điều này thường được nêu rõ trong nhà Phật là: "Phá mê khai ngộ, lìa khổ được vui." Muôn câu ngàn lời, ngàn kinh muôn luận, hết thảy đều không ra ngoài nguyên tắc này.

Vì thế, việc phát tâm Bồ-đề là vô cùng quan trọng thiết yếu. Tâm Bồ-đề thực sự hiện khởi thì tuổi thọ vô lượng có thể đạt được. Vì sao vậy? Vì chắc chắn được vãng sinh, dù niệm Phật một câu hay mười câu cũng đều được vãng sinh. Không phát tâm Bồ-đề thì dù mỗi ngày niệm Phật 24 giờ, niệm suốt một đời cũng không thể vãng sinh. Phát tâm Bồ-đề rồi thì niệm Phật một câu, mười câu đều được vãng sinh. Cho nên, ý nghĩa của mỗi câu mỗi chữ trong kinh điển đều phải được nhận hiểu thật rõ ràng sáng tỏ.

Lời nguyện thứ hai là: "Nguyện hết thảy chúng sinh, tu hành đầy đủ, lìa pháp già chết, hết thảy tai ương nạn độc không hại đến mạng sống." Đây chẳng phải là điều mà mọi người chúng ta hiện nay cần đến hay sao? Phải tu theo phương pháp nào để có thể lìa được già chết?

Nói già chết vẫn còn thiếu một việc, không phải sót thiếu mà là lược bớt, đó là bệnh. Lìa được già, bệnh, chết, [nghĩa là] không già, không bệnh, không chết, có ai đạt được như vậy hay không? Có rất nhiều người đạt được. Những người vãng sinh, đứng mà viên tịch, ngồi mà viên tịch, ngay trước lúc ra đi từ biệt thân thích bằng hữu, như thế không phải là chết, họ không hề chết. Vãng sinh thế giới Tây phương Cực Lạc là đang sống mà vãng sinh. Điều đó quý vị phải nhận hiểu thật rõ ràng. Đó là pháp tu [đạt đến] không già, không bệnh, không chết.

Phải tu pháp ấy như thế nào? Y theo kinh Vô Lượng Thọ mà tu học sẽ thành công. Quý vị muốn y theo kinh Vô Lượng Thọ mà tu hành, trước tiên đối với kinh văn phải thuộc lòng, đọc kỹ. Thứ hai là phải nhận hiểu sâu xa. Thứ ba là phải vận dụng vào thực tế đời sống. Làm được như vậy thì vấn đề đã được giải quyết, đã lìa khỏi được cả già, bệnh, chết.

"Hết thảy tai ương nạn độc" chính là nói về tình trạng xã hội chúng ta hiện nay. Tai nạn, virus gây bệnh, tức là dịch bệnh lây nhiễm, đều không thể gây hại đến quý vị.

Chúng ta đối diện với hoàn cảnh hiện nay, sợ sệt không thể giải quyết, trăm phương ngàn cách để phòng ngừa cũng không thể giải quyết, vì không cách gì phòng ngừa nổi. Chỉ có một cách duy nhất là nương dựa vào Thánh giáo, nương dựa vào những lời răn dạy chân thật của chư Phật, Bồ Tát, ta mới có thể thoát khỏi được kiếp nạn này.

Cho nên, Phật dạy ta phải tụng đọc kinh điển Đại thừa, đặc biệt là những người tu học theo Giáo tông, những người phát tâm hoằng pháp lợi sinh. Tụng đọc kinh điển Đại thừa là khóa trình tu tập quan trọng, thiết yếu nhất của chúng ta.

Trong việc tụng đọc đó phải bao gồm cả nghiên cứu và thảo luận [nghĩa lý].

Quý vị đồng học hiện nay ở đây tu học, hoàn cảnh tu học như thế này thật là nhân duyên tốt nhất, hiếm có ở thế gian. Nếu quý vị không biết nắm lấy cơ hội [để nỗ lực tu học] thì đó là lỗi của quý vị. Trước đây tôi tu học ở Đài Trung mười năm, ngày nào cũng như ngày nấy, suốt mười năm không hề gián đoạn. Nhưng hoàn cảnh tu học của tôi so với hoàn cảnh tu học của quý vị hiện nay khác xa nhau một trời một vực. Quý vị [ngày nay] giống như được ở trên trời cao, còn hoàn cảnh của tôi [khi ấy] như ở dưới đất bằng.

Bạn đồng học của tôi ở Đài Trung cả thảy được bảy người, cùng tâm chí, hợp đạo tình. Chúng tôi bảy người cùng học với nhau suốt mười năm, mỗi tuần chỉ họp nhau một lần trong ba giờ để cùng nhau nghiên cứu thảo luận. Bởi vì mỗi người đều có gia đình, có công việc riêng, không thể ngày nào cũng họp nhau. Quý vị [ngày nay] mỗi ngày đều họp mặt nhau, nếu như có thể học tập giống chúng tôi [ngày trước] thì ít nhất một năm học cũng bằng chúng tôi học trong bảy năm. Quý vị học trong hai năm bằng chúng tôi học trong mười bốn năm! Đó là nói đúng với thực tế. Tôi học ở Đài Trung mười năm, quý vị ở đây học một năm rưỡi là đã hoàn thành rồi. Nếu không thể khéo léo vận dụng cơ duyên tốt đẹp này thì thật đáng tiếc lắm.

[Quý vị] không phải không có phước báo, mà là phước báo rất lớn. Chỉ có điều khi phước báo lớn đến lại không chịu tận hưởng. Đã không chịu hưởng phước, lại còn ở trong hoàn cảnh ấy khởi sinh phiền não, thật đáng tiếc lắm.

Phần trước tôi có nói với mọi người về tâm thiết tha cầu học, quý vị không làm được như vậy. Nếu quý vị thực sự có tâm thiết tha cầu học thì đối với thời gian dù một giây một phút cũng không để luống qua. Cho nên, bạn đồng học cùng tụ họp thì mỗi giây mỗi phút đều phải tập trung nghiên cứu thảo luận. Chúng ta học giảng kinh thì một người giảng, những người khác cùng nghe. Nghe xong rồi thì nêu ý kiến, nhận xét góp ý, giúp nhau sửa đổi để tiến bộ.

Giúp nhau sửa đổi như vậy không chỉ là giúp cho riêng một người [giảng kinh], mà tất cả mọi người tham gia đều được lợi ích, đều được tiến bộ. Như vậy làm gì có thời gian rảnh rỗi để khởi sinh vọng tưởng? Như vậy mới gọi là thực sự tu tập.

Đặc biệt là quý vị từ những nơi khác, đến Singapore này quý vị là khách, thời gian đối với quý vị càng quý báu biết dường nào, đúng như người thời nay thường nói là phải tranh thủ từng giây từng phút. Như vậy thì chúng ta mới có thể thành công lớn, thành tựu sự nghiệp lớn lao.

Sự nghiệp lớn lao này là gia nghiệp của đức Như Lai, đâu chỉ là giữ được tuổi thọ dài lâu, chỉ là không bị hại mà thôi? Hy vọng quý vị đồng học thể hội sâu xa ý nghĩa chân thật của [Giáo pháp] Như Lai, thực sự nỗ lực vâng theo lời dạy tu hành, lợi ích cho mình, lợi ích cho người. Như vậy thì một đời này của chúng ta mới không luống qua vô ích. Đó mới là sống có ý nghĩa, có giá trị.

Bài giảng thứ 61

(Giảng ngày 25 tháng 7 năm 1999 tại Tịnh Tông Học Hội Singapore, file thứ 62, số hồ sơ: 19-012-0062)

Thưa quý vị đồng học, cùng tất cả mọi người.

Hôm qua chúng ta xem đến [phần chú giải] trong Cảm ứng thiên có trích dẫn bốn lời nguyện trong kinh Hoa Nghiêm. Nguyện thứ nhất và thứ hai là:

"Nguyện hết thảy chúng sinh phát tâm Bồ-đề, đầy đủ trí tuệ, giữ gìn mạng sống mãi không dứt mất.

"Nguyện hết thảy chúng sinh, tu hành đầy đủ, lìa pháp già chết, hết thảy tai ương nạn độc không hại đến mạng sống."

Hai lời nguyện này tôi đã giảng qua với quý vị. Tiếp theo còn hai lời nguyện nữa là:

"Nguyện hết thảy chúng sinh thành tựu đầy đủ thân không bệnh não, tuổi thọ không giới hạn, sống lâu tùy ý.

"Nguyện hết thảy chúng sinh không già không bệnh, mạng sống thường còn, dũng mãnh tinh tấn nhập trí tuệ Phật."

Hôm nay chúng ta xem tiếp đến hai lời nguyện sau này.

Cả bốn lời nguyện này, như tôi đã nói, chính là những điều mà hết thảy chúng sinh đều mong cầu. Vấn đề là có thể cầu được hay không? Nhà Phật có câu: "Phật thị môn trung, hữu cầu tất ứng." (Trong cửa Phật có cầu có ứng.) Nếu như bốn lời nguyện này mà cầu không thể được thì câu "Phật thị môn trung, hữu cầu tất ứng" ắt có vấn đề, là lời hư dối, không phải lời chân thật.

Chư Phật, Bồ Tát nhất định không có lời dối trá, nói ra lời nào cũng đều là chân thật. Vấn đề là ở phía chúng ta nên mới cầu không được. Trong thế gian này, tám nỗi khổ lớn có bao gồm "cầu bất đắc khổ" (khổ vì mong cầu không được). Vì sao cầu không được? Vì không hiểu rõ sự thật chân tướng nên chỗ mong cầu của quý vị không hợp lý, không hợp Chánh pháp, không thuận tánh pháp, do đó mà chỗ mong cầu của quý vị không đạt được. Mong cầu như vậy trái ngược với lời nguyện. Nếu thực sự mong cầu đúng lý đúng pháp thì không có chuyện gì không cầu được. Cầu làm Phật mà còn có thể được, bốn lời cầu nguyện này nếu đem so với việc cầu thành Phật là quá nhỏ nhặt, chỉ là chuyện nhỏ thôi. Cho nên, xác định chắc chắn là có thể cầu được.

Hôm qua tôi cũng đã nói, nguyên tắc cơ bản trong sự mong cầu là phát tâm Bồ-đề. Chỉ cần phát tâm Bồ-đề rồi thì bốn lời nguyện này có cầu có ứng. Nếu không phát khởi được tâm Bồ-đề, bốn lời nguyện này rất khó cầu được. Cho nên, việc phát tâm Bồ-đề là quan trọng thiết yếu. Quý vị thường tụng kinh Vô Lượng Thọ, trong [phẩm thứ 24] "Ba bậc vãng sinh" có [ba đoạn] nói đến [ba bậc vãng sinh là] bậc thượng, bậc trung và bậc hạ. Đoạn cuối [của phẩm kinh này] nói thêm về việc tu học các pháp môn [Đại thừa] khác cũng [có thể] phát nguyện hồi hướng cầu sinh Tịnh độ. Trong cả [bốn đoạn nêu rõ] bốn nhóm lớn [những người tu tập được vãng sinh] này, Phật dạy chúng ta một cương lĩnh chung, một nguyên tắc chung là "phát tâm Bồ-đề, một lòng chuyên niệm". Đây là nguyên tắc chung nhất. Có thể vãng sinh thế giới Tây phương Cực Lạc hay không? Tâm ý và việc làm của chúng ta phải tương ưng, phù hợp với [nguyên tắc] tám chữ đó. Được vậy thì quý vị có thể nắm chắc sẽ được vãng sinh. Nếu trái ngược với tám chữ đó thì không thể vãng sinh.

Chúng ta hiện nay ở Niệm Phật Đường này mỗi ngày niệm Phật 24 giờ không gián đoạn, quanh năm suốt tháng không gián đoạn, đó là thực hiện được [bốn chữ] "một lòng chuyên niệm". Vậy có thể vãng sinh hay không? Còn phải xem quý vị có phát tâm Bồ-đề hay không. Nếu như không thể phát tâm Bồ-đề thì không thể vãng sinh. Mỗi ngày niệm Phật đủ 24 giờ cũng không thể vãng sinh. Điều này chúng ta nhất định phải hiểu rõ. Đó là vì quý vị chỉ mới làm được [bốn chữ] "một lòng chuyên niệm" nhưng không phát tâm Bồ-đề.

Cho nên, phát tâm Bồ-đề là cực kỳ quan trọng thiết yếu. Trong việc vãng sinh thế giới Tây phương Cực Lạc, "phát tâm Bồ-đề" đích thực là nhân, "một lòng chuyên niệm" là duyên. Đầy đủ nhân duyên thì nhất định được sinh về Tịnh độ. Ý nghĩa này, sự thật chân tướng này chúng ta phải thấu hiểu thật rõ ràng, sáng tỏ, không được hiểu sai thánh ý của Phật.

Tâm Bồ-đề là tâm giác ngộ chân chánh, tâm giác ngộ triệt để. Tâm giác ngộ là như thế nào? Nói ở mức đơn sơ dễ hiểu nhất thì đó là chúng ta có thể tự mình thể hội, tự mình vận dụng vào thực tế, khởi tâm động niệm đều thuận theo những lời răn dạy của Phật, không thuận theo ý niệm riêng tư của mình, buông bỏ hết những ý niệm riêng tư, hết thảy đều y theo lời Phật dạy. Đó chính là biểu hiện của tâm Bồ-đề.

Chư Phật, Bồ Tát trong Kinh luận dạy chúng ta làm những việc gì, chúng ta đều nỗ lực làm theo; dạy chúng ta không làm những việc gì, chúng ta không bao giờ nghĩ đến những việc ấy. Đó chính là biểu hiện của tâm Bồ-đề.

Tối hôm qua chúng ta học đến đại nguyện thứ mười ba trong kinh Vô Lượng Thọ, "Quang minh vô lượng nguyện", tôi đã giảng giải rất tường tận, chi tiết. Nói thật ra, do [bị giới hạn thời gian] theo tiến độ [của khóa học] nên chúng ta không thể giảng đi giảng lại nhiều lần, nhưng mỗi câu mỗi chữ trong Kinh văn đều hàm chứa vô lượng ý nghĩa. Do đó chúng ta phải thể hội được, phải biết cách học tập như thế nào.

Pháp lành nhất định phải tu tập, mà pháp lành trọn vẹn đầy đủ nhất chính là vãng sinh Tịnh độ. Thực sự mong cầu vãng sinh Tịnh độ thì phải buông bỏ hết những chướng ngại của việc vãng sinh. Nói về "đới nghiệp vãng sinh" (vãng sinh mang theo nghiệp) thì không thể cho rằng quý vị có thể mang theo những chướng ngại đó mà vãng sinh. Điều đó không thể được. Các bậc đại đức ngày xưa đã giảng nói với chúng ta rất rõ ràng, chỉ có thể mang theo những nghiệp cũ, không thể mang theo những nghiệp hiện hành [để vãng sinh. Nghiệp cũ là những nghiệp] tạo ra khi ta còn chưa học Phật, bản thân còn ngu muội không hiểu biết. Sau khi đã học Phật rồi mà vẫn tạo nghiệp thì không có cách gì mang theo [những nghiệp ấy để vãng sinh]. Sau khi đã học Phật thì phải lắng nghe lời Phật dạy, phải sửa lỗi thay đổi chính mình cho hoàn thiện hơn, hết thảy mọi việc làm đều vì mong cho Phật pháp được lưu truyền dài lâu ở thế gian, như vẫn thường nói là "Chánh pháp cửu trụ" (Chánh pháp ở đời lâu dài), lại vì giúp đỡ hỗ trợ cho hết thảy chúng sinh được phá mê khai ngộ, lìa khổ được vui.

Cho nên, giác ngộ triệt để rốt ráo chính là biết phát nguyện cầu sinh Tịnh độ. Đó mới là thực sự giác ngộ triệt để. Được vãng sinh về thế giới Tây phương Cực Lạc rồi là thực sự lìa khổ được vui, bao nhiêu khổ não trong ba cõi, mười pháp giới hết thảy đều xa lìa, đạt được niềm vui rốt ráo. Đó chính là lời dạy trong Kinh luận của đức Thế Tôn, của Phật A-di-đà cùng hết thảy chư Phật.

Nếu chúng ta thực sự hiểu được tấm lòng thương yêu khó nhọc của chư Phật đối với ta, thực sự nhận hiểu rõ ràng và cung kính vâng làm theo lời Phật dạy, thì bốn lời nguyện trên không khó thành tựu.

Lời nguyện thứ ba không phải nguyện cho chư Phật, Bồ Tát, mà là nguyện cho hết thảy chúng sinh. Trong hết thảy chúng sinh đó bao gồm cả bản thân chúng ta, đều được "thành tựu đầy đủ thân không bệnh não". Thân thể chúng ta hiện nay không tốt, là thân có bệnh, có phiền não. Làm sao có thể ngay trong một đời này đạt đến mức không bệnh đau, không phiền não?

Lại nói "tuổi thọ không giới hạn, sống lâu tùy ý". Sống lâu tùy ý có nghĩa là quý vị muốn sống bao lâu ở thế gian này cũng được, tuổi thọ không giới hạn, muốn viên tịch thì viên tịch, muốn trụ thế liền tiếp tục trụ thế. Có thể được như vậy hay chăng? Quả thật có thể được.

Chúng ta xem trong các sách Cao tăng truyện, Cư sĩ truyện, Thiện nữ nhân truyện, quả thật đều thấy có như vậy. Có những vị tuổi thọ đã hết nhưng chưa muốn viên tịch, tiếp tục trụ thế mấy năm nữa để vì chúng sinh làm thêm việc gì đó. Các vị làm được ngay, không có vấn đề gì.

Pháp sư Giao Quang là người soạn chú giải Lăng Nghiêm Kinh chính mạch. Khi tuổi thọ đã hết, Phật A-di-đà hiện đến tiếp dẫn ngài. Ngài thưa thỉnh với đức Phật rằng còn muốn ở lại thế gian này mấy năm nữa, vì kinh Lăng Nghiêm từ trước chưa từng có ai chú giải đầy đủ, nên ngài muốn đem kinh Lăng Nghiêm ra chú giải lại [cho thật đầy đủ], xong việc mới vãng sinh. Đức Phật A-di-đà đồng ý, ngài lưu lại thế gian và hoàn tất việc chú giải kinh Lăng Nghiêm. Điều này chứng minh rõ việc "sống lâu tùy ý".

Những người tu tập đạt công phu như vậy không chỉ riêng có Pháp sư Giao Quang. Xưa nay không kể là tại gia hay xuất gia, có rất nhiều người đạt được như vậy. Thế nhưng, người muốn ở lại thế gian như vậy nói thật ra chỉ có một việc mà thôi, đó là giúp cho Chánh pháp truyền lại dài lâu ở đời. Như trường hợp Pháp sư Giao Quang, chính là muốn cho Chánh pháp truyền lại dài lâu, rộng độ chúng sinh. Theo cách nói hiện nay thì đó là vì tất cả chúng sinh mà phục vụ. Ngài không vì riêng bản thân mình, không có ý riêng tư, cho nên ngài có thể "thành tựu đầy đủ thân không bệnh não".

Do đó có thể biết rằng, bệnh đau phiền não đều do chúng

ta khởi tâm riêng tư vị kỷ nên mới có. Do bám chấp thân này là tôi, bám chấp những vọng tưởng phân biệt của mình là tôi, nên khởi tâm động niệm đều là "tôi muốn thế này, ý tôi là thế này, tôi cho là thế này..." Quý vị có "cái tôi" [như thế] thì quý vị liền có bệnh, liền có phiền não, liền có đau đớn khổ não.

Sự tu hành trong Phật pháp, bất kể là pháp môn nào, tông phái nào, cương lĩnh tổng quát được kinh Kim Cang nêu ra rất hay là: "Nhược Bồ Tát hữu ngã tướng, nhân tướng, chúng sinh tướng, thọ giả tướng tức phi Bồ Tát." (Nếu Bồ Tát còn có các tướng ngã, nhân, chúng sinh, thọ giả thì không phải Bồ Tát.)

Thế nào là Bồ Tát? Bồ Tát là người đã hiểu biết sáng tỏ, là người tu hành. Không hiểu biết sáng tỏ là mê hoặc điên đảo, không tu hành tức là tạo nghiệp [xấu ác]. Các bậc hiền thánh xưa từng nêu những tấm gương Bồ Tát để chúng ta noi theo. Người xuất gia gần đây, trong Thiền tông có Lão Hòa Thượng Hư Vân, trong Tịnh độ tông có Đại sư Ấn Quang, các ngài đều là những tấm gương [Bồ Tát] để chúng ta noi theo. Nêu gương như thế nào? Không có các tướng ngã, nhân, chúng sinh, thọ giả. Quý vị hãy quan sát cho kỹ, các ngài đều có đầy đủ trí tuệ.

Các vị cư sĩ tại gia hiện tướng Bồ Tát cũng không phải ít. Cư sĩ Giang Vị Nông là người soạn chú giải sách Kim Cang Kinh Giảng Nghĩa, ngài là một nhân vật kiệt xuất. Tại Đài Loan, chính mắt tôi đã được nhìn thấy cư sĩ Lý Bỉnh Nam. Các ngài đều thị hiện những tấm gương hiểu biết sáng tỏ, chân chánh tu hành. Các ngài sống ở đời chỉ có một mục đích đơn giản là giúp đỡ, hỗ trợ chúng sinh dứt ác tu thiện, phá mê khai ngộ. Suốt đời các ngài chỉ làm mỗi một việc ấy, thực sự giúp cho Chánh pháp được lưu truyền dài lâu ở đời, không một mảy may ý niệm riêng tư, không một mảy may ý niệm vì lợi riêng. Đó thực sự là hạnh Bồ Tát.

Chúng ta qua những điều nhìn thấy được, so với trong

kinh điển dạy đều tương ứng. Các ngài vì sao không trụ thế nhiều năm? Là vì người đã hiểu biết sáng tỏ, bậc tu hành chân chánh ở lại thế gian này không phải do ý riêng của mình, hoàn toàn đều tùy theo duyên phần. Khi có duyên thì ở lại trong một giai đoạn, lúc không có duyên liền ra đi. Những gì là duyên? Duyên là tâm nguyện của chúng sinh, có mong muốn được học tập với các ngài hay không. Nếu có người mong muốn được học với các ngài, các ngài liền trụ thế, vì "Phật thị môn trung, bất xả nhất nhân" (Trong cửa Phật không bỏ người nào). Nếu [chúng sinh] không có ai mong muốn học với các ngài, việc trụ thế không cần thiết, các ngài liền ra đi.

Quý vị có thể sẽ nói, người muốn học với các ngài [lúc nào cũng] rất nhiều. Nhìn theo vẻ ngoài thì đúng vậy, quả thật thấy có rất nhiều người. Nhưng có người thực sự muốn học hay không? Những kẻ ngoài mặt nghe theo, trong lòng trái nghịch vốn rất nhiều. Những kẻ như vậy không tính. Đó là những kẻ nhìn bề ngoài rất giống như đang theo Bồ Tát học tập, đang theo thiện tri thức học tập, nhưng trong thực tế thì khởi tâm động niệm, nói năng hành động đều hoàn toàn trái ngược với lời dạy của Bồ Tát, của thiện tri thức. Cho nên, [đã là như vậy thì] tất nhiên là các ngài không cần trụ thế.

Đức Phật Thích-ca Mâu-ni năm xưa thị hiện nhập Niết-bàn, nguyên nhân cũng là như vậy. Phật dạy rằng, người cần hóa độ đều đã được độ, người chưa được hóa độ phải xem lại nhân duyên, hiện tại nhân duyên chưa thành thục, ngài liền nhập Niết-bàn. Chư Phật, Bồ Tát trụ thế hay không, hoặc trụ thế thời gian dài hay ngắn, đều là nhìn nơi thái độ học tập của chúng ta có thực sự nỗ lực hay không. Cho nên, chúng ta phải suy ngẫm việc này. Chúng ta đã bị chư Phật, Bồ Tát nhìn đúng tâm can [không muốn tu học] hay chúng ta bị chư Phật, Bồ Tát bỏ rơi?

Tôi nói câu này khó nghe, nhưng bản thân chúng ta không

chịu học tập thì chư Phật, Bồ Tát đối với chúng ta cũng chẳng làm gì được. Nhất là trong xã hội hiện tại này, dân chủ, tự do, khai phóng, không ai có thể can thiệp vào việc của người khác. Ngày xưa, cha mẹ, thầy cô giáo có thể ép buộc con cái, học trò, nhưng ngày nay thì không thể được, ép buộc người khác là phạm pháp. Cho nên, chư Phật, Bồ Tát trụ thế theo điều kiện nhân duyên như vậy, chúng ta nhất định phải hiểu rõ, phải sáng tỏ.

Thực sự vâng làm theo lời dạy [của chư Phật, Bồ Tát] thì có thể được thân không bệnh não. Bệnh vốn từ đâu sinh ra? Chúng ta hiện nay đều biết là do nhiễm phải virus gây bệnh. Nhưng mọi người lại không biết rằng, loại virus gây bệnh nghiêm trọng nhất theo Phật dạy chính là ba món độc tham, sân, si. Vì trong lòng chúng ta vốn có tham, sân, si nên mới bị nhiễm phải virus gây bệnh từ bên ngoài. Trong lòng ta nếu không có tham, sân, si thì bên ngoài dù có virus gì cũng không nhiễm hại được ta. Hiện nay y học có nói đến khả năng miễn nhiễm, đến hệ thống miễn nhiễm [của cơ thể]. Nhà Phật dạy rằng khả năng miễn nhiễm thực sự chính là dứt trừ được tham, sân, si, tâm địa thanh tịnh, bình đẳng, giác. Như vậy là thực sự có thể miễn nhiễm. Tâm địa đại từ đại bi có thể giải trừ mọi sự độc hại.

Cho nên, sự thật là chắc chắn có thể thành tựu đầy đủ thân không bệnh não, có thể sống lâu tùy ý.

Lời nguyện [thứ tư] tiếp theo nói "nguyện hết thảy chúng sinh được không già không bệnh". Làm thế nào có thể trẻ mãi không già, đó là điều mọi người đều mong muốn. Ai cũng hy vọng giữ được tuổi thanh xuân mãi mãi. Bằng cách nào có thể trẻ mãi không già? Con người dường như ai cũng phải có tuổi già. Chúng ta cần phải hiểu được, nguyên nhân của tuổi già nằm ở đâu? Đó là do [những ý niệm] phân biệt, bám chấp.

Quý vị còn bám chấp, quý vị liền có bệnh. Quý vị có phân

biệt, quý vị liền già suy. Đối với hết thảy các pháp thế gian, các pháp xuất thế gian, nhất định không khởi sinh phân biệt, không bám chấp, [như vậy thì] quý vị không sinh bệnh, không già suy. Hoặc ít nhất thì hiện tượng già suy cũng sẽ chậm lại, chính là điều chúng ta gọi là lão hóa rất chậm.

Người phân biệt, bám chấp nặng nề thì tiến trình lão hóa rất nhanh, già yếu rất nhanh. Nếu thực sự hoàn toàn không còn phân biệt, bám chấp, sự lão hóa sẽ dừng lại, thực sự dừng lại, không còn già yếu nữa. Tiến trình lão hóa, già yếu còn không có, người như thế làm sao có bệnh?

Nguyên nhân sinh bệnh có ba loại. Thứ nhất là nguyên nhân sinh lý. Đó là những nguyên nhân như "bệnh từ miệng vào", do quý vị ăn uống món này món khác không cẩn thận chú ý. Hoặc do việc ăn mặc không thích hợp, không lưu tâm [giữ ấm] dẫn đến nhiễm gió cảm lạnh. Đó là các bệnh do nguyên nhân sinh lý.

Nguyên nhân thứ hai là bệnh do oan nghiệp, phần nhiều là do sát sinh hại mạng, bao nhiêu hồn oan [chúng sinh] tìm theo quý vị, báo thù quý vị, quỷ oan nhập thân. Hết thảy đều là do những oan gia đối đầu của quý vị. Loại bệnh này cần phải hòa giải. Nếu đối phương đồng ý hòa giải với quý vị, rời bỏ đi thì bệnh tự nhiên bình phục. Quốc sư Ngộ Đạt trong [lời tựa] sách Tam-muội Thủy sám [kể chuyện] bị ung nhọt hình mặt người [nơi đầu gối], đó là thuộc loại bệnh này.

Loại bệnh thứ ba so ra phiền toái hơn nhiều. Đó là bệnh do nghiệp cũ, nghiệp từ quá khứ đã tạo. Hoặc cũng có thể do ngay trong đời này tạo tác tội nghiệp quá nhiều. Cho nên, đối với loại bệnh này không phải do ăn uống, cảm lạnh, cũng không do oan gia đối đầu, mà do quả báo của những tội nghiệp do chính mình tạo ra. Loại quả báo này, theo cách nói hiện nay thì chứng Alzheimer ở người già cũng thuộc loại này. Tôi đã từng gặp qua rất nhiều, phần lớn là những người giàu sang, có địa vị trong xã hội, có nhiều tiền của, mắc phải bệnh này rồi thì sống không ra sống, chết không ra chết, hơi thở chưa dứt thì vẫn cần nhiều người đến chăm sóc, phục dịch. Họ nằm trên giường, ngay cả con cái họ cũng không nhận biết được, nhưng hơi thở vẫn không dứt. Chúng ta nhìn thấy như vậy thì biết ngay đó là bệnh nghiệp chướng.

Bệnh như vậy có thể cứu được không? Có thể cứu được, bằng cách sám hối, sám hối dứt trừ nghiệp chướng thì bệnh có thể hồi phục. Nhưng những người ấy thường không tin nhận, họ không biết sám hối. Người nhà họ cũng không hiểu được ý nghĩa này nên không thể giúp gì được.

Nếu hiểu rõ được ý nghĩa này, tiêu trừ hết nghiệp chướng, không kết oán thù với chúng sinh, trong cuộc sống biết chú trọng giữ gìn vệ sinh, như vậy thì có thể không già, không bệnh. Quý vị có được thân thể cường tráng khỏe mạnh thì mới có khả năng sức lực để lo cho đạo pháp, mới có thể "dũng mãnh tinh tấn". Đợi đến lúc thể lực suy yếu, dù muốn tinh tấn cũng không làm nổi, lúc ấy đã muộn rồi.

Cho nên, từ xưa đến nay, công phu tu hành đạt hiệu quả nhất là giai đoạn nào? Chính là vào thời còn thanh niên trai tráng. Chúng ta xem Lục tổ Đàn kinh, thấy Đại sư Huệ Năng đắc đạo năm 24 tuổi, chính là lúc đang có thể lực. Lên Niệm Phật Đường niệm Phật bảy ngày bảy đêm vẫn thản nhiên như không, đó là nhờ có thể lực. Già yếu đến bảy, tám mươi, lên Niệm Phật Đường, [niệm Phật] vài giờ đã không làm nổi, đã không chịu nổi, dù muốn tinh tấn cũng không cách gì làm được. Ý nghĩa đó chúng ta cần phải hiểu thật rõ ràng thì mới biết phải tu học như thế nào.

Kinh Hoa Nghiêm dạy bốn lời nguyện ấy, chúng ta thảy đều có thể làm được, nhất định không phải lời gạt gẫm, hư dối.

Hôm nay thời gian đã hết, chúng ta giảng đến đây thôi.

Bài giảng thứ 62

(Giảng ngày 27 tháng 7 năm 1999 tại Tịnh Tông Học Hội Singapore, file thứ 63, số hồ sơ: 19-012-0063)

Thưa quý vị đồng học, cùng tất cả mọi người.

Xin mời mọi người mở xem đến câu thứ 23 trong Cảm ứng thiên: "Côn trùng thảo mộc, do bất khả thương." (Côn trùng cỏ cây cũng không được làm hại.)

Câu này hàm ý yêu người thương vật, từ bi bình đẳng.

Chữ "côn" (昆) hàm nghĩa rất nhiều, cũng chính là nói đến hết thảy [các loài] lớn cũng như nhỏ, đến như loài bò sát nhỏ, các động vật nhỏ nhoi đều không có ý làm hại, huống chi đối với các loài vật lớn? Đó là thực sự nuôi dưỡng tâm từ bi.

Trong ba loại bố thí, ý nghĩa này thuộc về bố thí vô úy (bố thí sự không sợ hãi). Quả báo của bố thí vô úy là được sống lâu, an ổn khỏe mạnh. Người Trung quốc nói về năm loại phước báo thì trong đó có hai loại quả báo [sống lâu, an ổn khỏe mạnh] này. Cho nên, chúng ta nhìn thấy quả thì phải biết cách tu nhân như thế nào [để được quả ấy]. Thực sự chịu tu nhân lành thương yêu nhân ái thì về sau nhất định được quả báo tốt đẹp. Nhân duyên quả báo không mảy may sai lệch.

Toàn văn Cảm ứng thiên đều là khuyên người tu nhân lành, dứt bỏ duyên xấu ác. Từ vô lượng kiếp đến này, chúng ta khởi tâm động niệm, nói năng hành động, nói thật ra đều quá nhiều việc ác, ít việc lành. Cho nên, trong Kinh luận Phật giáo cho chúng ta biết về số lượng phiền não, như trong luận Bách pháp minh môn quy nạp hết thảy phiền não thành 26 nhóm lớn thì các pháp lành chỉ có 11 nhóm, [còn lại toàn là pháp xấu ác.] Vì thế, tập khí xấu ác của chúng ta so với tập khí hiền thiện quả thật là quá mức nhiều hơn.

Đối với các loài vật nhỏ nhoi, nhất là như các loài muỗi mòng, sâu kiến, mỗi lúc nhìn thấy ta đều vô ý giết hại. Giết hại như vậy có lý do gì không? Hoàn toàn không có lý do. Vậy do nguyên nhân gì? Là do tập khí, tập khí xấu ác [khiến ta giết hại như vậy].

Cho nên, các bậc thánh nhân thế gian cũng như xuất thế gian đều dạy ta phải nuôi dưỡng, bồi đắp tâm từ bi. Phải nuôi dưỡng, bồi đắp bắt đầu từ đâu? Chính là từ việc biết thương yêu quý trọng mạng sống của các loài vật nhỏ nhoi. Người học Phật biết rằng [mỗi con vật bé nhỏ] đó cũng là một sinh mạng [như chúng ta]. Chúng phải thọ thân nhỏ bé như vậy là do trong quá khứ đã tạo nghiệp xấu ác. Chúng ta trong quá khứ cũng không thể biết được đã bao nhiêu lần thọ thân như chúng. Những thân tướng nhỏ hơn, những động vật nhỏ hơn ta cũng vẫn có một thần thức [như chúng ta], làm sao có thể giết hại? Không chỉ là không thể giết hại, mà khiến chúng khởi sinh phiền não [như sợ sệt, oán hận...] thì ta cũng có lỗi. Đối với các loài vật nhỏ đều như vậy, làm sao có thể khởi tâm xấu ác đối với người khác?

Có nhiều người cho rằng động vật càng nhỏ nhoi thì càng ngu si hơn, nên các động vật lớn có linh tính cao hơn, cũng chính là thông minh hơn. Tuy nhiên, chúng ta quan sát kỹ trong thực tế thì quan điểm này rất khó chấp nhận. Bởi vì chúng ta thấy như loài kiến cũng rất thông minh. Xã hội của chúng được tổ chức rất nghiêm ngặt, chặt chẽ, có kiến chúa, có sự phân công. Kiến cũng biết phân công, nên có thể thấy chúng hoàn toàn không phải loài quá ngu si.

Côn trùng có cánh như ong mật cũng có tổ chức xã hội, sao có thể nói chúng hoàn toàn ngu si? Những sự thật này chúng ta phải quan sát thật kỹ. Các nhà động vật học chuyên nghiên cứu động vật đều quan sát kỹ lưỡng, chi tiết hơn chúng ta. Họ nghiên cứu cách sinh hoạt, động thái [của từng loài], rồi từ những động thái, cách sinh hoạt đó có thể nhận hiểu được tâm lý của chúng.

Cho nên nhất định không được cho rằng việc giết hại các loài vật nhỏ cũng chẳng quan trọng gì vì chúng rất ngu si, không biết trả thù. Cách suy nghĩ như vậy là sai lầm. Trong sách xưa có kể chuyện một cậu bé cứu con kiến. Con kiến này sắp bị chìm trong nước, cậu vớt nó đưa lên bờ. Về sau cậu bé được kiến báo ơn. Có thể thấy, kiến cũng có tánh linh. Từ đó chúng ta có thể nhận hiểu được rằng, nếu chúng đã biết báo ơn thì khi bị giết hại chúng cũng biết báo oán.

Những loài vật nhỏ nhoi cũng đều có tánh linh, cũng đều biết trả ơn, báo thù, huống chi là các loài vật lớn? Vì thế, trong kinh Lăng Già đức Phật khuyên ta không nên ăn thịt chúng sinh. Trong kinh Phật cũng giảng giải rất rõ ràng về căn nguyên của chiến tranh. Đó là do [con người] ăn thịt chúng sinh, oan oan tương báo, không có lúc kết thúc. Nhưng thế gian ngày nay có ai chịu tin vào lời dạy ấy? Chúng ta khuyên bảo người khác, họ bảo ta là mê tín, họ giễu cợt chúng ta, còn biết làm sao được?

Khi Phật còn tại thế, hằng ngày nuôi sống bằng cách đi khất thực. Khất thực như thế hoàn toàn không phải gây phiền toái cho chúng sinh. Trong thực tế, đức Thế Tôn suốt đời không muốn gây mảy may phiền toái nào cho người khác. Chúng ta xem trong kinh đều thấy, tất cả là tùy duyên, hằng thuận chúng sinh, tùy hỷ công đức. Cho nên [khi Phật đi] khất thực, người ta cúng dường món gì thì ăn món ấy, nhất định không hề có sự phân biệt, không có sự bám chấp. Vì thế, có người cúng dường thịt thì ăn thịt, cúng dường món gì thì ăn món ấy, tuyệt đối không phải là đề xướng hay tán thành việc ăn thịt. Chúng ta phải nhận hiểu thật rõ ràng ý nghĩa này.

Lẽ tự nhiên trên tinh thần "từ bi là gốc, phương tiện là cửa vào" thì không cần buộc mọi người phải chuẩn bị riêng thức ăn chay để cúng dường cho người xuất gia, gây phiền toái thêm cho họ. Ý nghĩa [của việc nhận ăn thịt] là như vậy.

Cho nên, trong kinh Lăng Già khuyên người ăn chay, vua Lương Vũ Đế của Trung quốc đọc qua kinh này cảm động sâu sắc nên tự thân quyết định ăn chay trường. Ông là một vị hộ pháp lớn lao, đã đem toàn tâm toàn lực hộ trì Phật pháp. Ông tự mình ăn chay, lại khuyến khích người xuất gia ăn chay. Phật giáo Trung quốc bắt đầu ăn chay là nhờ có sự đề xướng của Lương Vũ Đế. Sự đề xướng này là hết sức đúng đắn, thuận theo lời răn dạy của đức Phật.

Những động vật nhỏ bé hơn so với con người cũng hoàn toàn giống nhau. Chúng không may nhận lãnh thân tướng như vậy trong luân hồi, chúng ta nhất định không được thấy chúng nhỏ nhoi yếu ớt mà khinh thường lấn áp. Như vậy chắc chắn là sai lầm. Trong phần chú giải nói rất rõ ràng, những con vật nhỏ bé không chỉ là có tánh linh, mà chúng cũng có tánh Phật. Trong kinh Phật dạy: "Hết thảy chúng sinh đều có tánh Phật." Đã có tánh Phật thì rồi sẽ thành Phật, chúng ta sao có thể làm hại những vị Phật [tương lai]? Sao có thể giết chết những vị Phật [tương lai]? Chúng ta tự mình tu hành muốn được thành Phật, lại đi hại Phật, giết Phật, vậy sao có thể thành Phật được?

Cho nên, Phật chế định giới luật, điều trước tiên là không giết hại. Ý nghĩa này hết sức sâu rộng. Nếu như không tụng đọc kinh điển Đại thừa, hiểu sâu nghĩa lý, thì rất khó nhận hiểu được [ý nghĩa của] điều giới không giết hại. Thực sự giữ theo giới không giết hại, thử hỏi đối với các loài vật nhỏ nhoi có thể làm thương tổn chúng hay không? Không thể được. Có thể thấy rằng chúng cũng có trí tuệ, cũng có sự chọn lựa.

Trong sách Cao tăng truyện gần đây, quý vị đều biết là

Đại sư Ấn Quang không bị những loài vật nhỏ bé quấy nhiễu, gây tổn hại. Bất kỳ ngài đến ở nơi đâu, trong phòng của ngài cũng không thể tìm được dù chỉ một con muỗi, ruồi, bọ nhảy, kiến... Không thể tìm thấy. Lúc bình thường thì nhiều lắm, nhưng một khi ngài đến ở thì không còn nữa. Những con vật nhỏ bé ấy đều dời đi nơi khác.

Vì sao Pháp sư Ấn Quang có thể có sự cảm ứng như vậy còn chúng ta thì không? Điều này rất đáng để chúng ta suy ngẫm sâu xa. Chúng ta phải nghĩ xem, điều đó có ý nghĩa gì? [Là do ngài có] tâm chân thành, thanh tịnh, bình đẳng, từ bi. Tâm chân thành thì trên có thể cảm động chư Phật, Bồ Tát, dưới cảm động đến quỷ thần trong trời đất, cho đến quỷ thần trong cảnh giới ngạ quỷ cũng đều cảm động, huống chi những động vật nhỏ bé trong cảnh giới súc sinh. Hết thảy chúng đều cảm động. Điều này chúng ta phải nhận biết.

Cho nên, người tu hành chân chánh thì khi nhìn thấy những loài vật nhỏ bé ấy đều chắp tay niệm Phật, niệm Tam quy y: "Quy y Phật, không đọa vào địa ngục; quy y Pháp, không đọa vào ngạ quỷ; quy y tăng, không đọa vào súc sinh." Tôi nghĩ là mọi người đều đã nghe qua những câu này rồi. Nhưng chúng ta có thực sự vâng làm theo hay không? Rất nhiều người [nghe qua rồi] quên hết cả.

Ba câu quy y này đối với loài vật mà nói, chính là lời chúc phúc, là lời nhắc nhở chúng. Chúng ta nói vậy, chúng có hiểu được không? Về ngôn ngữ thì không thể hiểu, nhưng về tánh linh thì thông suốt. Sự chí thành trong tâm ta, chí thành chúc phúc, chúng có thể cảm nhận được. Chỉ cần ta thực sự chân thành.

Thế nào là chân thành? Nhất tâm, [không tạp niệm] là chân thành. Ta vì chúng chúc phúc, vì chúng niệm Tam quy y, nếu tâm ấy không chân thành, xen tạp, tán loạn thì không có hiệu quả gì. Nếu thực sự chân thành sẽ có hiệu quả. Tâm chân thành không chỉ đối với một việc này, cần phải trong điều kiện bình thường nuôi dưỡng bồi đắp cho tâm chân thành ấy hiện ra.

Tâm chân thành, thanh tịnh, bình đẳng, chính giác, từ bi, đó chính là chân tâm của chúng ta, là tự tánh vốn đầy đủ tánh đức. Chúng ta vốn có, chư Phật, Bồ Tát cũng có, hết thảy chúng sinh cũng đều vốn có. Tánh đức của các vị Thanh văn, Duyên giác, Bồ Tát, chư Phật đều hiện tiền, tự tại. Tánh đức của chúng ta bị chôn sâu trong tập khí phiền não, nên tuy có mà không thể khởi sinh tác dụng.

Cho nên, Phật dạy chúng ta phải khắc phục phiền não, khắc phục chướng ngại, sao cho tánh đức hiển lộ hiện tiền. Nhà Nho nói "khắc niệm tác thánh" (khắc phục được ý niệm thành bậc thánh) cũng là ý nghĩa này. Khắc phục phiền não, khắc phục tập khí là điều quan trọng thiết yếu nhất.

Căn tánh mỗi người không giống nhau. Đối với người có căn lành phước đức sâu dày thì rất dễ dàng. Những người này vừa nghe qua một lần [việc không giết hại] liền sáng tỏ, có thể làm được ngay. Ví như đối với ý nghĩa này chưa được thấu suốt, họ nghe qua rồi cũng sinh tâm hoan hỷ, rất muốn làm theo.

Chúng ta mỗi ngày đều nghe giảng kinh, mỗi ngày đều tụng đọc Kinh điển Đại thừa, nhưng không thể làm theo được, nên có thể tự hiểu rằng căn lành phước đức của mình mỏng manh đến mức nào. Như vậy thì phải làm sao? Phải nghe nhiều, đọc nhiều [hơn nữa], phải nuôi dưỡng bồi đắp căn lành phước đức của mình. Khi nhân duyên thành thục liền tự nhiên hết sức hoan hỷ triệt để làm theo lời răn dạy không giết hại, làm được đến mức trọn vẹn. Không chỉ là không giết hại mà cũng tuyệt đối không gây phiền não cho chúng sinh.

Không giết hại chúng sinh thì được quả báo sống lâu.

Không gây phiền não nhiễu hại chúng sinh thì được quả báo an ổn khỏe mạnh. An ổn khỏe mạnh tức là thân tâm được an vui, suốt đời không có việc gì buồn phiền lo nghĩ trong lòng, không có phiền não gì. Như vậy là an ổn khỏe mạnh.

An ổn khỏe mạnh đó là quả, do nhân là không muốn gây phiền não cho hết thảy chúng sinh. Nhân thế nào thì quả như thế ấy, nhân duyên quả báo không mảy may sai lệch. Nguyên lý nhân quả như thế có thể quy kết đến mức rốt cùng chỉ gồm trong bốn chữ "tự làm tự chịu".

Chúng ta tự mình tu thiện, tự mình hưởng phước báo; tự mình làm việc xấu ác, tự mình nhất định phải nhận chịu quả báo xấu ác. Ngàn vạn lần không thể oán trời trách người. Oán trời trách người là tạo nghiệp lớn, thêm tội nghiệp.

Ở đời có nhiều người không hiểu ý nghĩa này, cho rằng hết thảy những chuyện không vừa ý đều do người khác gây ra cho mình, rằng người khác gây phiền phức cho mình. Như vậy là sai lầm, [vì sự thật chính là] tự làm tự chịu.

Nói người khác gây phiền phức cho ta, vì sao họ không gây phiền phức cho ai khác, chỉ riêng tìm đến ta? Vì ta với họ trong quá khứ có duyên xấu ác, họ tìm đến ta để báo thù. Chúng ta hiểu rõ được như vậy thì nên tiếp nhận, chấp nhận quả báo mà không mảy may oán hận, như vậy thì gút mắt oán thù tự nhiên được mở ra, tự nhiên được hóa giải.

Các bậc thánh hiền thế gian cũng như xuất thế gian đều dạy chúng ta: "Oán thù nên hóa giải, không nên buộc vào." Không kết oán với người khác thì con đường tu đạo Bồ-đề luôn xuôi buồm thuận gió, sống trong đời cũng luôn được như ý, tốt lành. Hết thảy đều do tự thân tu tập mà được.

Hôm nay thời gian đã hết, chúng ta giảng đến đây thôi.

Bài giảng thứ 63

(Giảng ngày 28 tháng 7 năm 1999 tại Tịnh Tông Học Hội Singapore, file thứ 64, số hồ sơ: 19-012-0064)

Thưa quý vị đồng học, cùng tất cả mọi người.

Hôm qua đã giảng đến câu thứ 23: "Côn trùng thảo mộc, do bất khả thương." (Côn trùng cỏ cây cũng không được làm hại.)

Côn trùng là động vật, cỏ cây là thực vật. Hôm qua chúng ta nói đến các loại côn trùng nhỏ bé như kiến, muỗi... Các bậc thánh nhân thế gian cũng như xuất thế gian dạy ta nuôi dưỡng tâm từ bi, không chỉ thương yêu bảo vệ các động vật nhỏ bé, mà đến cỏ cây, thực vật cũng phải từ bi thương yêu bảo vệ. Tâm từ bi như thế mới là chân thật.

Thế nhưng, người thương yêu bảo vệ động vật còn có, chứ nói đến thực vật cũng không làm tổn hại thì ít có vô cùng. Trong phần chú giải có dẫn kinh Viên Giác để nói rằng, [hết thảy chúng sinh dù] hữu tình hay vô tình cũng đều cùng một tánh thể sinh mạng. Điều này thật không dễ nhận hiểu, nhưng trong kinh điển Đại thừa nói đến rất nhiều. Chúng ta phải chú tâm suy ngẫm thật kỹ để nhận hiểu được, đây là sự thật chân tướng.

Đức Phật vì ta nói ra một nguyên tắc chung về hết thảy chúng sinh trong các pháp giới cùng khắp hư không. Hết thảy chúng sinh đó là cách nói theo nghĩa rộng, tức là hết thảy các duyên hòa hợp mà sinh ra hình tướng vật thể, tất cả đều là "duy tâm sở hiện, duy thức sở biến" (chỉ do tâm hiển hiện, chỉ do thức biến hóa), tất cả đều từ tâm tưởng sinh ra. Do đó có thể biết rằng, hết thảy chúng sinh đó đều cùng chung một tánh thể sinh mạng, cũng chính là như trong kinh

567

điển Đại thừa thường nói: "Thập phương tam thế Phật, cộng đồng nhất pháp thân" (Ba đời mười phương Phật, đều cùng một pháp thân.) Đó cũng chính là cùng chung một tánh thể sinh mạng. Thực vật đương nhiên cũng không ngoại lệ.

Kinh Lăng Nghiêm nói về điều này rất hay: "Như Lai thường thuyết, chư pháp sở sinh, duy tâm sở hiện, nhất thiết nhân quả, thế giới vi trần, nhân tâm thành thể." (Đức Như Lai thường dạy: Các pháp sinh khởi đều do tâm hiển hiện, hết thảy nhân quả cho đến các thế giới nhiều như bụi nhỏ đều nhân nơi tâm mà thành tánh thể.) Câu kinh này có thể dùng để giảng rõ cho tám chữ trong kinh Hoa Nghiêm: "duy tâm sở hiện, duy thức sở biến" (chỉ do tâm hiển hiện, chỉ do thức biến hóa). Cho nên, hai bộ kinh [Lăng Nghiêm và Hoa Nghiêm] cùng tham khảo cho nhau thì ý nghĩa đặc biệt sáng tỏ.

Kinh Lăng Nghiêm còn nói chi tiết hơn: "Kỳ trung nãi chí thảo diệp lũ kết, cật kỳ căn nguyên hàm hữu thể tính." (Trong đó cho đến cỏ cây dây gút, xét đến cùng nguồn gốc đều hàm chứa tánh thể.) Cỏ cây là thực vật, dây gút là chỉ hình tướng sự vật. Chúng ta cầm một đoạn thừng, một sợi dây buộc thành cái gút, đó là hình tướng sự vật. [Thực vật hay sự tướng,] hết thảy đều có nguồn gốc của nó, đều có tánh thể của nó. Tánh thể là gì? Là tánh pháp. Nguồn gốc là gì? Là tự tánh.

Cho nên, trước đây tôi vẫn thường khẳng định, hết thảy chúng sinh trong các pháp giới cùng khắp hư không đều là chính bản thân mình. Đây chính là chỗ thấy biết của chư Phật. Người thể nhập được chỗ thấy biết của chư Phật, theo như Đại sư Thiên Thai [Trí Khải] nói là đã chứng được một phần quả vị Phật. Kinh Hoa Nghiêm có nói đến 41 địa vị Pháp thân Đại sĩ, chỗ thấy biết của các vị này cũng là như vậy. Đó gọi là thể nhập chỗ thấy biết của chư Phật.

Nếu thực sự khẳng định được [chỗ thấy biết như trên] thì quý vị chính là bậc thượng thượng căn, được pháp thượng thượng thừa, tức thì vượt lên địa vị Như Lai, tức thì vượt lên địa vị Pháp thân Đại sĩ. Điều này [chúng ta] có thể làm được hay không? Vấn đề nằm ở chỗ, ngay trong một ý niệm chúng ta có thể thay đổi được hay không? Khi huân tu Kinh điển Đại thừa lâu ngày, [hành giả sẽ có] sự phát sáng giống như tia chớp điện nhất thời phóng ra. Nhưng người xem kinh có căn lành khác biệt nhau. Người căn lành sâu dày thì tần suất phát sáng như vậy thường xuyên hơn, số lần nhiều hơn, chỉ tiếc là không thể duy trì được. Một niệm sáng tỏ vừa [nhận biết] gật đầu khẳng định thì niệm tiếp theo đã quên đi mất. Đó là do nguyên nhân gì? Do tập khí quá nặng, vừa chớp mắt đã rơi vào mê lầm. Nếu như có thể duy trì được sự sáng tỏ nhận biết này, quý vị liền chứng quả, liền vào quả vị Phật, chứng một phần quả vị Phật, sự hành trì của quý vị so với chư Phật, Bồ Tát không còn khác biệt.

Quý vị đối với hết thảy các loài vật nhỏ bé cũng như thực vật đều một lòng từ bi, cũng giống như đối với chư Phật Như Lai, cũng giống như đối với cha mẹ mình, nhất định [tất cả đều bình đẳng] không sai khác. Thương yêu bảo vệ các loài muỗi, kiến, bảo vệ tất cả các loài hoa cỏ, hết thảy đều giống như quan tâm chăm sóc cha mẹ mình, như phụng sự chư Phật không khác, như vậy thì quý vị là Pháp thân Đại sĩ. Nhưng nếu như vẫn còn tâm phân biệt thì quý vị là phàm phu.

Chúng ta trong đời này được thân người, được nghe Phật pháp, nhân duyên như vậy thật thù thắng không gì sánh bằng. Chúng ta xem trong quá khứ vài ngàn năm qua, tại Trung quốc có các bậc tổ sư, đại đức cũng như cư sĩ nam nữ tại gia tu hành chứng quả rất nhiều. Các vị ấy cũng đều là phàm phu, vì sao có thể chứng được thánh quả? Chính là nhờ không ngừng nghe pháp, không ngừng tu tập, cho nên các vị mới được thành tựu.

Chúng ta vì sao không thành tựu? Vì xét về cả hai phương diện nghe pháp cũng như tu tập, chúng ta đều thường gián đoạn. Do gián đoạn nên sức lực hiệu quả đều yếu ớt đi. Nếu như bên trong lại thêm tập khí phiền não, bên ngoài năm món dục, sáu trần cảnh dẫn dụ mê hoặc, thì công phu học pháp và hành trì của chúng ta hầu như rơi xuống chỉ bằng số không. Như vậy chẳng những không thể tiến bộ mà mỗi ngày đều thối lui, rơi thẳng xuống đến tận địa ngục A-tỳ. Hiện tượng như vậy xảy ra ngay trước mắt, chúng ta thường nhìn thấy rất nhiều.

Đạo tràng này ở Singapore cũng có thể xem là không tệ. Mỗi ngày đều có hai giờ giảng kinh. Thực tế giảng kinh như vậy đã đủ chưa? Nhất định là chưa đủ. Vài giờ giảng kinh đó, còn lại đến hai mươi hai giờ khởi sinh vọng tưởng. Cho nên, Phật pháp [trong chúng ta] không thắng nổi các pháp thế gian, tâm thanh tịnh [trong chúng ta] không thắng nổi sự nhiễm ô tâm ý. Chúng ta không thể thành tựu, nguyên nhân chính là ở chỗ này. Nhưng quý đồng học mỗi ngày dụng công tu học ít nhất tám giờ thì cũng có thể duy trì, củng cố được sự nhận hiểu giáo nghĩa. Tám giờ nghiên cứu giáo điển, thêm tám giờ chuyên tâm niệm Phật, nếu có thể chân thật nỗ lực làm được như vậy thì trải qua năm ba năm, chúng ta cũng không thua kém các bậc đại đức xưa.

Việc này phải dựa vào chính tự thân mình, không thể dựa vào người khác thúc đẩy, đôn đốc. Trong thời đại hiện nay, việc đốc thúc không còn khả thi. Cách giáo dục thúc ép trong quá khứ có thể thực hiện được, nhưng hiện tại với [các quan niệm] dân chủ, tự do, khai phóng, không ai có quyền đốc thúc quý vị, cũng không ai dám đốc thúc. Ở Hoa Kỳ, cha mẹ cũng không dám trách mắng con cái. Đến như trẻ con năm, sáu tuổi, nếu bị cha mẹ đánh chửi, hàng xóm sẽ gọi cảnh sát, nói rằng nhà ấy có cha mẹ ngược đãi trẻ em, nếu bị khép tội phải vào tù. Quý vị nói xem có phải hỏng cả rồi không?

Cha mẹ không dám quản con cái mình thì thầy cô giáo sao dám quản học sinh? Cho nên, xã hội hiện tại là thế nào? Cha mẹ với con cái là bạn bè, thầy cô giáo với học sinh là bạn bè. Nếu thực sự theo đúng các chuẩn mực bạn bè thì cũng không đến nỗi, nhưng nói thật ra thì [những quan hệ này hiện nay đều] chưa thể nói là bạn bè.

Xã hội ngày nay là như vậy, cho nên việc tu hành có thể thành tựu hay không là hoàn toàn dựa vào chính tự thân mình. Tôi khích lệ mọi người, khuyên dạy mọi người, chỉ có thể ở nơi đạo tràng này mà nói vậy thôi. Quý vị nghe được thì điều này có thể giúp quý vị thêm chút thuận duyên tăng trưởng. Quý vị nghe rồi hoan hỷ, nhận hiểu sáng tỏ thì y theo những lời này mà làm. Ngược lại, quý vị nghe qua không vừa ý thì buổi giảng sau có thể không đến. Cho nên, phải hiểu được hiện trạng của xã hội chúng ta hiện nay, quả thật [việc tu hành] có thể thành tựu hay không đều hoàn toàn dựa vào sự giác ngộ, nhận hiểu của tự thân, hoàn toàn dựa vào công phu tự mình khắc phục lấy mình.

Vì thế tôi thường nói, nhân duyên đạo tràng ở đây thù thắng không gì sánh bằng, có thể được ở tại đây tu học là sự thành tựu của căn lành phúc đức nhân duyên từ vô lượng kiếp. Đạo tràng này có hộ pháp nhiệt tâm hộ trì, nơi ăn chốn ở không cần phải lo lắng, có thể đem hết tinh thần dốc toàn tâm toàn lực vào việc tu tập đạo, mong cầu đạt đến mức nhận hiểu và hành trì tương ưng nhau. Có thể nắm lấy cơ hội này mà liều mạng nỗ lực tu tập, qua năm ba năm nhất định sẽ được thành tựu không thể nghĩ bàn.

Hãy nghĩ đến việc thế gian này có biết bao người muốn cầu nhân duyên như thế này mà không được. Thuở tôi còn trẻ học tập ở Đài Trung, cũng thấy mình có được cơ duyên khá tốt rồi, nhưng so với quý vị ở đây bây giờ thì cùng lắm bảy phần chỉ so được một mà thôi. Thế nào là bảy phần chỉ so được một? Chúng tôi mỗi tuần được một lần cùng học với thầy, với bạn học, cùng nghiên cứu thảo luận. Quý vị hiện nay mỗi tuần được bảy lần như vậy. Cho nên, duyên phần của tôi [ngày trước] so với quý vị [bây giờ] chỉ bằng một phần bảy, quý vị so với tôi được nhiều hơn sáu lần. Thành tựu của quý vị theo lẽ thì phải vượt hơn tôi sáu lần mới xứng. Quý vị không hơn tôi, đó là quý vị không dụng công, quý vị bỏ mất cơ hội này rồi.

Tôi học ở Đài Trung mười năm, quý vị hôm nay với cơ hội [tốt đẹp] này, với duyên phần [thuận lợi] này thì mỗi năm học bằng bảy năm học của tôi. Học qua hai năm thì đã vượt hơn tôi rất nhiều rồi. Hồi đó học chung với tôi đều là những cư sĩ tại gia, tất cả đều có gia đình, có sự nghiệp riêng, mỗi người đều phải gánh vác lo toan gia đình, công việc, mỗi tuần chỉ dành ra được ba giờ để đến lớp nghe giảng, học tập với thầy. Mỗi tuần chỉ có một buổi học mà thôi. Khi tôi học giảng kinh cũng mỗi tuần lên lớp một lần, học được ba giờ. Nếu nói mỗi ngày đều được đến lớp học, tôi làm gì có số mạng tốt đến thế?

Do đó có thể biết rằng, cơ hội [tốt đẹp] này rất khó có được. Khó được mà chúng ta đã có được rồi, chính là như trong kinh Phật thường nói: "Nhân thân nan đắc kim dĩ đắc, Phật pháp nan văn kim dĩ văn." (Thân người khó được nay đã được, pháp Phật khó gặp nay được nghe.) Không chỉ là nay đã được nghe, mà còn là mỗi ngày đều được nghe.

Nơi đạo trường nhỏ này hết thảy Kinh điển đều có đủ, không thiếu sót gì cả. Thiếu sót chính là sự nhận hiểu của chúng ta đối với cơ duyên này, chỉ sợ đối với cơ hội tốt đẹp này quý vị không nhận thức được, quý vị không thể nắm lấy, không thể tận dụng tốt. Đây quả là điều hết sức đáng tiếc.

Tôi thường khuyên các thầy Ngộ Đạo, Ngộ Hạnh, hiện còn có thầy Ngộ Giáo bên Malaysia, các thầy này hiện nay giảng kinh thuyết pháp khắp nơi trên toàn thế giới. Đây là một sự hy sinh lớn lao, chính là tu tập phúc đức. Trong sự tu tập nhận hiểu và hành trì thì đây là một sự hy sinh lớn lao. Tôi thường khuyến khích các thầy phải hết sức nỗ lực. Nhưng mặt khác, quý vị đồng học ở đây tu tập tinh tấn, các thầy ấy trong tương lai nhất định phải theo sau quý vị, hơn nữa lại còn chênh lệch khoảng cách rất lớn. Quý vị ở đây ngày ngày chuyên cần tinh tấn nỗ lực tu hành, còn các thầy ấy thì nhọc nhằn bận rộn bôn ba khắp chốn, sự nhận hiểu và hành trì đều hết sức trì hoãn, chậm chạp. Quý vị ở đây thì nhận hiểu và hành trì đều tiến bộ rất nhanh.

Pháp thế gian hay Phật pháp cũng đều phải nhìn xa trông rộng. Chỉ nhìn quá gần thì không có thành tựu, phải biết nhìn thật sâu xa. Thành tựu chân chánh là phải song song tu tập cả phúc đức và trí tuệ, trong tu phúc có tu tuệ, trong tu tuệ có tu phúc. Tu phúc và tu tuệ là một thể thống nhất, không phải hai pháp khác nhau. Các vị pháp sư kia hoằng pháp lợi sinh trên khắp thế giới, [đối với họ] phúc và tuệ là hai pháp khác nhau, chẳng phải một. Họ không hòa hợp được cả hai, có thể nói là họ tu phúc nhiều hơn tu tuệ.

Phúc báo không thể [giúp chúng ta] vượt thoát ra ngoài sáu đường [luân hồi]. Phải tái sinh vào cảnh giới nào trong sáu đường để hưởng phúc cũng rất khó nói, còn phải xem công phu tu hành của quý vị. Tu tập năm giới với mười nghiệp lành đạt được chín, mười phần thì chỗ tu phúc của quý vị [có thể được hưởng] ở hai cảnh giới trời, người. Nếu không đạt được mức ấy, quý vị sinh vào cảnh giới nào để hưởng phúc thật rất khó nói.

Trong Kinh điển, Phật nói lời nào cũng đều chân thật, không một lời nào dối gạt chúng sinh, chúng ta phải suy ngẫm cho thấu đáo. Tu hành song song cả phúc đức và trí tuệ thì trong lúc tu phúc không có lòng riêng tư, trong lúc tu phúc vẫn gìn giữ tâm thanh tịnh bình đẳng giác, như vậy là trong tu phúc có tu tuệ, có thể giải quyết được vấn đề. Trong lúc tu phúc nếu có lòng riêng tư, [chạy theo] danh tiếng, lợi dưỡng, hưởng thụ năm món dục, sáu trần cảnh, không chịu triệt để buông bỏ, như vậy thì không thể thoát ra khỏi sáu đường luân hồi.

Ở đoạn này [trong sách] đưa ra hai câu chuyện, quý vị nên xem thật kỹ, rất đáng để chúng ta suy ngẫm phản tỉnh. Câu chuyện thứ nhất là trong lúc đức Phật thuyết pháp có một con ốc sên nhỏ đang bò gần đó cũng nghe Phật giảng kinh, ngẫu nhiên bị người vô ý giẫm lên mà chết. Do nhân duyên nghe kinh Phật, nên sau khi chết con ốc nhỏ liền được sinh về cõi trời Đao-lợi, làm vị Thiên vương Đao-lợi. Sau đó, vị Thiên vương Đao-lợi này liền trở lại nghe Phật giảng kinh thuyết pháp, chứng quả Tu-đà-hoàn. Câu chuyện này cho chúng ta biết, động vật nhỏ bé cũng có tánh linh, sao có thể gây hại cho chúng?

Câu chuyện còn lại kể về một vị xuất gia vẫn chưa khai mở được đạo nhãn, thường xuyên nhận cúng dường từ hai cha con một nhà thí chủ. Nhà thí chủ này ăn chay trường. [Vị tăng kia] sau khi chết phải trả nợ, sinh làm cụm nấm rơm mọc trong vườn rau của nhà vị thí chủ. Cụm nấm rơm chính là vị tăng năm xưa, mỗi ngày mọc một tai nấm cúng dường cha con vị thí chủ kia. Chuyện này nói lên điều gì? Nói lên rằng thực vật cũng có tánh linh. Cha con người kia mỗi ngày ra vườn nhổ nấm, không hề biết rằng đó là vị pháp sư mình từng cúng dường. Mỗi ngày họ đều nhổ nấm, [vị pháp sư] kia mỗi ngày đều trả nợ. Trong pháp Phật thường nói: "Thí chủ nhất lạp mễ, đại như Tu-di sơn. Kim sinh bất liễu đạo, phi mao đái giác hoàn." (Mỗi hạt gạo của thí chủ [cúng dường] đều lớn như núi Tu-di. Đời này tu hành không hiểu đạo, [đời sau phải] mang lông đội sừng để trả lại.) [Mang lông đội sừng] là nói phải thọ thân súc sinh, còn trong chuyện này là tái sinh làm thực vật, đều phải trả nợ [cho thí chủ vì tu hành không đạt đạo].

Cho nên, trong pháp thế gian cũng như xuất thế gian, chúng ta phải hiểu thật rõ ràng, thật sáng tỏ, không có chuyện chiếm phần lấn lướt. Ai có thể chiếm phần lấn lướt hơn ai? Cũng nhất định không có chuyện thua thiệt. Ai thua thiệt, ai bị lấn lướt? Không hề có, nhân duyên quả báo thông suốt ba đời. Trong đời này người khác chiếm phần lấn lướt hơn ta, ta chịu thua thiệt, đâu biết rằng đời sau lại sẽ có người tính sổ, bù đắp cho ta. Phải thấu hiểu rõ ràng ý nghĩa này.

Đương nhiên chúng ta cũng không mong muốn người khác phải trả nợ cho ta. Nếu cứ như thế thì xoay vần oan oan tương báo, vay qua trả lại mãi mãi không dứt, không phải chuyện tốt đẹp đáng mong muốn. [Tu tập] khai ngộ là khẩn thiết, chứng quả là khẩn thiết, vãng sinh là khẩn thiết. Đó mới là giải thoát rốt ráo, về sau có thể quay lại giúp đỡ, hỗ trợ những chúng sinh hữu duyên.

Trong Phật pháp có câu: "Phật chẳng độ người không có duyên." Những người nào có duyên với chúng ta? Trong quá khứ, đời đời kiếp kiếp từng là oan gia trái chủ của nhau, đó là có duyên. Có ơn với nhau là duyên phần, kết oán cùng nhau cũng là duyên phần. Ta thiếu nợ người khác, đó là duyên phần. Người khác thiếu nợ ta, đó cũng là duyên phần. Duyên phần là [bao gồm hết thảy những chuyện] báo ơn, trả oán, trả nợ, vay nợ, cùng xoay cả trong một vòng.

Chúng ta đã từng kết nên những duyên phần như thế rất nhiều, phải nhanh chóng [tu hành] thành tựu để còn quay lại giúp đỡ hỗ trợ những oan gia trái chủ đó, cứu độ cho tất cả.

Cho nên, tự mình nhất định phải xem trọng cả hai mặt nhận hiểu và hành trì, phải cùng lúc tu học cả định lực và trí tuệ. Nhất là trong tình trạng xã hội hiện nay, không thực sự nỗ lực [tu tập] thì chắc chắn phải đọa lạc, hơn nữa còn đọa lạc rất nhanh. Vì thế, mỗi phút mỗi giây đều phải luôn đề cao cảnh giác. Tay vừa buông quyển kinh xuống thì Phật hiệu phải khởi lên, phải niệm Phật ngay. Vừa ngưng câu niệm Phật liền mở quyển kinh ra. Mỗi ngày nếu có thể nghiên cứu giáo lý được tám giờ, niệm Phật được tám giờ thì vọng tưởng tự nhiên ít đi, vì không có thời gian khởi sinh vọng tưởng.

Hy vọng quý vị đồng học thực sự nỗ lực, không nên cô phụ cơ duyên hiếm có khó gặp như hiện nay.

Bài giảng thứ 64

(Giảng ngày 29 tháng 7 năm 1999 tại Tịnh Tông Học Hội Singapore, file thứ 65, số hồ sơ: 19-012-0065)

Thưa quý vị đồng học, cùng tất cả mọi người.

Chúng ta đã giảng đến: "Căng cô tuất quả, kính lão hoài ấu. Côn trùng thảo mộc, do bất khả thương." (Thương yêu giúp đỡ người cô độc góa bụa, kính trọng người già lo cho trẻ thơ. Côn trùng cỏ cây cũng không được làm hại.)

Bốn câu này giảng về việc thực hành đức nhân ái.

Tiếp theo câu thứ 24 là: "Nghi mẫn nhân chi hung, lạc nhân chi thiện." (Phải thương xót trước việc ác của người, vui mừng với việc thiện của người.) Và theo sau nữa là: "Tế nhân chi cấp, cứu nhân chi nguy." (Giúp người khi khẩn cấp, cứu người lúc nguy nan.)

Những câu này đều nói về thực hành đức nghĩa hiệp.

Nhân ái và nghĩa hiệp đều là sự vận dụng trung hiếu vào thực tế. Phần trước đã giảng qua với quý vị, trong nhà Phật thì hiếu là tự tính, là tính thể, trung là chỗ vận dụng lớn lao của tự tính ấy. Đạo Phật gọi là trung đạo. Chư Phật Như Lai, các bậc Pháp thân Đại sĩ trong mọi sinh hoạt, đối đãi với người, tiếp xúc muôn vật, thị hiện đủ các pháp, giáo hóa đủ các môn, hết thảy đều là thực hành đức trung.

Trung là vận dụng hiếu vào thực tế, nhân nghĩa lại là sự vận dụng thực tế của đức trung. Những ý nghĩa này chúng ta phải hiểu thật rõ ràng. Chúng ta học Phật phải bắt đầu từ đâu, tự mình phải nhận hiểu rõ, phải sáng tỏ. Con người nếu không hiểu rõ được những ý nghĩa lớn lao này thì như người xưa thường nói, so với cầm thú không khác biệt gì. Cầm thú là động vật, con người cũng là động vật. Chỗ khác nhau giữa người và thú là con người có thể nhận hiểu được nguyên lý lớn lao của nhân sinh vũ trụ, thấu hiểu được thật tướng của các pháp. Như thế mới gọi là làm người. Những ý nghĩa lớn lao đó nhất định không phải sinh ra đã tự biết được. Lịch sử từ xưa đến nay, trên khắp hoàn cầu, chưa từng thấy ai sinh ra đã biết. Tất cả đều phải học qua mới biết.

Trong việc học thì mỗi người bẩm sinh năng khiếu không giống nhau, nhà Phật thường nói có ba hạng căn tánh: thượng căn, trung căn và hạ căn. Bậc thượng căn có khả năng tiếp thu mạnh mẽ, có thể nghe một biết mười, một lần nghe ngàn lần ngộ. Bậc trung căn thì kém hơn, hàng hạ căn lại càng kém hơn nữa.

Sự khác biệt về căn tánh như vậy do đâu hình thành? Người đời quả thật mê muội, có người nói là do di truyền. Nếu quả thật do di truyền, sao có những trường hợp cha mẹ hết sức thông minh mà con cái vô cùng ngu tối? Nếu nói do di truyền thì những trường hợp này không thể giải thích thông suốt được. Lại có những trường hợp cha mẹ không thông minh, chỉ là những người hết sức bình thường, nhưng con cái lại cực kỳ thông minh. Như vậy có thể thấy là cách hiểu do di truyền không thể đứng vững.

Đức Phật giải thích điều này rất hay. Do từ vô lượng kiếp đến nay, mỗi chúng sinh đều có tập tính khác biệt nhau. Cách giải thích này chúng ta nghe qua liền có thể chấp nhận được. Con người nhất định không chỉ có một đời này. Nếu quả thật cho rằng con người chỉ có một đời này, không có đời sau, đó là rơi vào đoạn kiến. Có người lại nói, con người chết đi rồi luôn sinh trở lại làm người. Đức Phật dạy rằng cách hiểu như thế là thường kiến. Cả hai cách nhận hiểu này đều sai lầm.

Ấn Độ vào thời cổ đại có rất nhiều tôn giáo, bậc thầy của các tôn giáo ấy đều có tu thiền định. Chúng ta biết rằng, thiền định có khả năng đột phá các chiều kích thời gian và không gian. Nói cách khác, những người tu thiền định có thể thấy biết được về không gian bốn chiều, không gian năm chiều, thậm chí là những chiều không gian cao hơn nữa. Phạm vi đời sống của họ như vậy là rất lớn lao, biết được rất nhiều điều. Cho nên họ thấy được đến các tầng trời Dục giới, Sắc giới, thấy biết được trạng huống đích thực của sáu đường luân hồi. Vì thế, thuyết về sáu đường luân hồi không phải do Phật nói ra, mà vốn đã có từ trước thời Phật ra đời. Các tôn giáo của Ấn Độ thời cổ đại đã từng thấy biết được, đã chứng thực được hiện trạng như vậy.

Tôi từng sống ở Hoa Kỳ rất nhiều năm. Tại Hoa Kỳ có nhiều người cũng chứng minh được sự tồn tại của sáu đường luân hồi. Họ không dùng thiền định để thấy biết, họ dùng phép thôi miên. Nói thật ra, thôi miên cũng là một trong các pháp thiền định, nhưng không phải thiền định ở mức thâm sâu, đó là sự tập trung ý chí. Nếu không tập trung ý chí thì không thể đi vào trạng thái thôi miên. Đối với người tư tưởng rối loạn xen tạp thì các nhà thôi miên cũng không can thiệp gì được.

Làm cách nào mới thể nhập được vào trạng thái thôi miên? Phải nghe theo sự chỉ dẫn của người thôi miên, lắng nghe lời họ, họ bảo làm gì thì phải hoàn toàn làm theo đúng vậy. Như thế thì rất dễ đi vào trạng thái thôi miên. Đi vào trạng thái thôi miên rồi thì người ấy có thể nhớ biết được về đời quá khứ, trước đó một đời, hai đời. Nếu thể nhập được sâu thì có thể biết đến ba đời, bốn đời. Bình thường nhất là biết được quá khứ một đời trước. Điều này rất phổ biến. Có thể biết được đến ba đời, bốn đời thì hiếm có lắm. So với pháp thiền định của Phật giáo mà nói thì đó là công phu định lực được sâu hơn. Cho nên, việc này không phải giả dối.

Người chết rồi không phải hết chuyện. Nếu chết là hết chuyện thì chúng ta còn học Phật làm gì? Như vậy thì không cần thiết nữa. Nhưng con người sau khi chết còn rất nhiều việc, nhiều đến vô cùng vô tận. Sự thật này chúng ta phải nhận hiểu thật rõ ràng, sáng tỏ. Chúng ta biết là có đời trước, có đời sau, nên người thông minh có con mắt nhìn thấu trước sau, đó là điều người xưa đã nói. Thế nào là con mắt nhìn thấu trước sau? Là thấy được đời trước, thấy được đời sau. Con mắt nhìn như vậy là thấy được rất xa.

Người có thể nhìn thấy được quá khứ, vị lai thì không tạo nghiệp nữa. Vì sao vậy? Vì họ biết được rằng nghiệp thực sự có quả, việc thiện có quả lành, việc ác có quả xấu ác. Cho đến y báo và chánh báo trang nghiêm của mười pháp giới, mà không chỉ mười pháp giới, cho đến pháp giới nhất chân ở địa vị chư Phật Như Lai, như kinh Hoa Nghiêm nói là thế giới Hoa Tạng, Tịnh độ tông nói là thế giới Cực Lạc, hết thảy cũng đều không ra ngoài nguyên lý nhân quả. Mọi người đều biết, kinh Hoa Nghiêm giảng về "ngũ chu nhân quả", kinh Pháp Hoa giảng về "nhất thừa nhân quả", dù là pháp thế gian hay xuất thế gian, hết thảy đều không xa lìa nhân quả. Đó là chân lý.

Giảng về nhân quả đến chỗ rốt ráo, các bậc tổ sư, đại đức xưa nay có một câu tổng kết: "Lý bất xuất tâm tính, sự bất xuất nhân quả." (Lý lẽ không ra ngoài tâm tánh, sự tướng không ra ngoài nhân quả.) Hai câu này nói lên toàn bộ những điều giảng dạy của đức Phật Thích-ca Mâu-ni trong suốt 49 năm.

Đạo Phật đã như vậy, Nho gia, Đạo gia của Trung quốc đâu lẽ nào lại không như vậy? Không chỉ là về mặt lý luận hoàn toàn tương đồng, cho đến trong các pháp thế gian cũng giống nhau về đại thể, chỉ khác biệt tiểu tiết, hết thảy đều không ra ngoài một chữ trung này.

Thế nào gọi là trung? Gần đây tôi đã giảng giải không ít lần, nhân vì giảng trong Cảm ứng thiên có nói đến hai chữ trung hiếu. Những chữ này trong tâm Bồ-đề gọi là tâm sâu vững. Chữ hiếu, trong tâm Bồ-đề gọi là tâm ngay thẳng, cũng chính như Phật dạy trong Quán kinh là tâm chí thành. Chân thành đến hết mức, đó là trung hiếu. Chỉ một mảy may thiên lệch là rơi vào bất trung, là bất trung bất hiếu. Ai có thể thực hiện trung hiếu đến mức trọn vẹn đầy đủ? Là địa vị chứng quả Như Lai. Đó là nói đến mức rốt ráo trọn vẹn đầy đủ. Trung hiếu đã trọn vẹn đầy đủ, nhân nghĩa đương nhiên cũng trọn vẹn đầy đủ, cũng là nói sự vận dụng thực tế vào đời sống, trong cách xử sự, đối đãi với người, tiếp xúc với muôn vật, hết thảy đều đạt đến mức cực kỳ trọn vẹn, đầy đủ.

Bồ Tát Đẳng Giác [so với chuẩn mực này] lệch đi một độ, nếu chúng ta nói [trong tổng thể] 360 độ [của phương hướng]. Bồ Tát Đẳng giác chỉ lệch đi một độ, như vậy là cực kỳ gần sát [với chuẩn mực của Như Lai]. Bồ Tát Pháp Vân Địa lệch đi hai độ. Nếu chúng ta cứ theo cách này mà nói thì Bồ Tát ở địa vị Sơ tín lệch đi bao nhiêu? Lệch đi năm mươi hai độ. Năm mươi hai độ cũng xem là tốt lắm rồi. Phàm phu chúng ta lệch đến một trăm tám mươi độ, [nghĩa là theo hướng hoàn toàn ngược lại]. Do đó có thể biết rằng, chúng ta học Phật là học những gì? Chỉ là học trung, hiếu, nhân, nghĩa mà thôi.

Hôm nay chúng ta đọc đến câu thứ 24 này: "Nghi mẫn nhân chi hung, lạc nhân chi thiện." (Phải thương xót trước việc xấu ác của người, vui mừng với việc thiện của người.) Lại tiếp theo sau là: "Tế nhân chi cấp, cứu nhân chi nguy." (Giúp người khi khẩn cấp, cứu người lúc nguy nan.) Chúng ta ngày nay nhìn vào bốn chữ "hung, thiện, nguy, cấp" có cảm xúc rất sâu xa.

Những điều hung tai, nguy cấp trong hiện tại này quá nhiều, quá nghiêm trọng, dường như lan rộng khắp toàn cầu. Điều này do nhân tố nào tạo thành? Y theo lời giảng của người xưa ở Trung quốc thì đó là do không được giáo dục, là mất dạy. Vào thời xưa, hai chữ "mất dạy" này là vô cùng nặng nề nghiêm trọng. "Mất dạy" là chỉ những người chưa từng được nhận sự dạy dỗ, giáo dục. Người xưa bất cứ ai nghe đến hai chữ này cũng đều cảm thấy hết sức nhục nhã xấu hổ. "Mất dạy", không được dạy dỗ, giáo dục thì quý vị không biết đạo làm người. Nhưng hiện nay nói đến mấy chữ này thì người ta không hiểu, nghe rồi không hiểu, không biết được trong đó có ý nghĩa gì.

Về giáo dục, ngày nay mọi người nhìn bề ngoài đều thấy có vẻ như đang phát triển vượt trội. Nhưng giáo dục theo Phật giáo so với giáo dục trong xã hội chúng ta ngày nay hoàn toàn khác nhau. Xã hội hiện nay giáo dục những gì? Là giáo dục [những kiến thức] khoa học kỹ thuật. Giáo dục khoa học kỹ thuật, chúng ta hiện nay ngẫm nghĩ xem, là nền giáo dục hoàn toàn trái ngược với phép tắc trong tự nhiên. Mỗi ngày, mọi người đều làm những việc đi ngược với phép tắc trong tự nhiên.

Cho nên, có những nhà tiên tri ở nước ngoài, tôi có xem qua sách của họ, nói rằng trái đất này đang trả thù toàn bộ nhân loại. Quý vị làm thương tổn, hủy hoại trái đất, trái đất phải báo thù quý vị. Nghe ra thật giống như lời nói đùa, nhưng thực tế hiện nay biết bao nhiêu thiên tai, nhân họa, chẳng phải là trái đất này đang phản kháng, chống lại nhân loại đó sao? Con người vẫn cứ mơ hồ chẳng hiểu biết gì, cho rằng đó những tai họa do tự nhiên, không liên quan gì đến hành vi của chúng ta. [Sai lầm như thế] là vì không được tiếp nhận sự giáo dục.

Sự giáo dục của các bậc hiền thánh xưa, không chỉ riêng trong nhà Phật, cho đến Nho gia, Đạo gia, các nhà giáo dục từ thời Tiên Tần, hết thảy đều giảng nói về đạo làm người. Tôn chỉ của giáo dục trước hết là dạy người hiểu rõ về mối quan hệ giữa người với người, tức là giềng mối đạo lý làm người. Người Trung quốc gọi là giáo dục luân lý. Cho nên dân tộc Trung quốc trải qua mấy ngàn năm duy trì, đến ngày nay vẫn không bị đào thải, vẫn không bị diệt vong, đó là nhờ những nhân tố gì? Chính là nhờ giáo dục luân lý.

Tôn chỉ thứ hai của giáo dục là dạy người rõ biết về mối quan hệ giữa con người với môi trường thiên nhiên, biết thương yêu muôn vật. Giáo dục luân lý dạy quý vị yêu thương con người, còn giáo dục loại này dạy quý vị biết thương yêu muôn vật, thương yêu bảo vệ môi trường sống của chúng ta, bảo vệ nơi cư trú cũng như muôn vật quanh ta. Đó là sự thật.

Quý vị chỉ cần lưu ý một chút thôi, như nói về việc trồng hoa. Có rất nhiều người yêu thích hoa lá cây cỏ. Quý vị đối với cây hoa có lòng thương yêu, cây hoa đặc biệt lớn nhanh, tươi tốt. Đó là đáp lại tình thương của quý vị. Nếu quý vị đối với hoa không có lòng thương yêu, hoa cũng nở nhưng không đẹp, cũng lớn lên nhưng không tươi tốt, dù cũng chính là cây hoa đó, là bồn hoa đó.

Chúng ta có thể thấy rất rõ ràng, trước đây [Hàn] quán trưởng rất thích chơi hoa, bà quan tâm chăm sóc, những bông hoa ấy nở ra đặc biệt xinh đẹp. Lúc bà đi du lịch nước ngoài, giao người khác chăm sóc, đến lúc trở về hoa khô héo đến mức như gần chết. Bà phải mất đến một, hai tuần mới có thể làm hoa hồi phục. Cây cỏ cũng cảm thông được tình người.

Người đời còn nói hoa có thần hoa, cỏ có thần cỏ. Đối diện chúng ta có mấy khóm xương rồng đang nở hoa, mỗi đóa hoa đều có một vị thần hoa, chúng ta mắt thường không nhìn thấy được. Quý vị đối tốt với hoa, hoa báo đáp quý vị [bằng cách lớn nhanh tươi tốt]. Quý vị đối với hoa không tốt, hoa cằn cỗi, khô chết. Quý vị quan sát kỹ thì hiểu được.

Giáo dục sâu hơn một bậc là giúp chúng ta hiểu được mối quan hệ với quỷ thần trong trời đất, đó cũng là vượt qua chiều kích không gian, thời gian bình thường. Cũng giống như hết thảy mọi người cùng nhau chung sống được thì mới có thể vui vẻ, mới có thể dung hợp. Cho nên, mục đích của giáo dục nằm ở đâu? [Mục đích ấy] không ra ngoài việc dạy người có thể chung sống vui vẻ với người khác, với muôn vật, với quỷ thần trong trời đất, có thể tôn trọng giúp đỡ lẫn nhau, thương yêu kính trọng lẫn nhau, hợp tác cùng nhau. Được như vậy thì mới có thể sống một cuộc sống hạnh phúc mỹ mãn. Cuộc sống hạnh phúc mỹ mãn chính là thế giới Cực Lạc, chính là pháp giới nhất chân.

Cho nên Phật dạy chúng ta sống với trí tuệ chân thật trọn đủ, nhất định không rơi vào mê tín. Con người nếu không có trí tuệ thì đời sống hết sức đắng cay khổ sở, hết sức đáng thương.

Thế giới ngày nay vì sao đầy dẫy tai nạn hung hiểm? Đầy dẫy những nguy cơ? Là vì nền giáo dục của thánh hiền đã mất đi, không còn ai đề xướng dạy dỗ, cũng không còn ai chịu học.

Hôm nay chúng ta cùng ở nơi này, chỉ một số ít quý vị đồng tu, chúng ta thật vô cùng may mắn, dù sống trong thời đại này mà vẫn còn nghe được những lời răn dạy của thánh hiền, vẫn còn có thể đọc sách thánh hiền. Điều này quả đúng như cư sĩ Bành Tế Thanh đã nói: "Vô lượng kiếp lai hy hữu nan phùng đích nhất nhật." ([Gặp được Phật pháp] chính là một ngày hiếm có khó gặp từ vô lượng kiếp đến nay.) Chúng ta đã gặp được rồi vậy.

Gặp được [Phật pháp] là thuận duyên đã đầy đủ, vậy quý vị có thể thành tựu hay không? Còn phải xem căn lành phúc đức của quý vị [như thế nào nữa]. Những gì gọi là căn lành? Là khi quý vị tiếp xúc [với Phật pháp] rồi thì sinh lòng hoan hỷ, có thể tin nhận, có thể hiểu rõ. Đó chính là căn lành của quý vị.

Phúc đức là khả năng vận dụng của quý vị trong thực tế. Quý vị có thể đem những điều đã tin nhận, đã hiểu rõ, vận dụng vào đời sống thực tế hằng ngày, vào việc xử sự, đối đãi với người, tiếp xúc với muôn vật. Quý vị có thể giống như chư Phật, Bồ Tát, giống như các vị thánh hiền xưa biết thương người yêu vật, đó là phúc đức của quý vị.

Căn lành, phúc đức với nhân duyên, ba yếu tố này đều hội đủ thì quý vị trong một đời này sẽ có sự thành tựu rất lớn lao. Thành tựu rất lớn lao đó là gì? Là vĩnh viễn thoát khỏi luân hồi, thành Phật, thành Bồ Tát.

Làm Phật, làm Bồ Tát không phải thần tiên, không nên hiểu sai như vậy. Phật, Bồ Tát có ý nghĩa gì? Người Ấn Độ gọi là Phật, người Trung quốc gọi là thánh nhân. Người Ấn Độ gọi là Bồ Tát, người Trung quốc gọi là hiền nhân. Phật, Bồ Tát là những vị đối với chân tướng của vũ trụ nhân sinh có thể hiểu biết thấu triệt, sáng tỏ. Làm người phải hiểu biết sáng tỏ, đừng làm người hồ đồ. Hiểu biết sáng tỏ là thánh nhân, hồ đồ mê muội là phàm phu. Điều này chúng ta cần phải hiểu biết thật rõ ràng.

Sự khác biệt giữa thánh nhân với phàm phu tôi đã giảng giải rất nhiều. Chúng ta phải học tập như thế nào? Giáo trình đang dùng đây là tư liệu hết sức tốt [để học tập]. Không cần phải học toàn bộ quyển sách, chỉ học được một câu, vài câu trong đó là được lợi ích suốt đời không hết rồi.

Thế gian hiện nay nhiều tai nạn, quý vị đều biết. Cũng có rất nhiều người khuyên rằng phải tìm những nơi an toàn để dời đến đó sống. Nói như vậy có đúng không? Nói thì không sai, nhưng quý vị còn phải nhìn lại [các phẩm chất] trung hiếu, nhân nghĩa. Nếu là người bất nghĩa, sống buông thả, gọi là bừa bãi buông thả, thì người như thế dù sống ở thế gian cũng nào có ý nghĩa gì? Xã hội Trung quốc ngày trước thường có câu: "Sĩ vị tri kỷ giả tử." (Kẻ sĩ sẵn lòng chết vì tri kỷ.) Kẻ sĩ là những ai? Là những người có học, người trí thức, người hiểu rõ lý lẽ, người sẵn sàng vì nhân nghĩa đi vào chốn nước sôi lửa bỏng không từ nan. Người như thế sống mới có ý nghĩa, sống mới có giá trị. [Người như thế] làm sao có thể tham sống sợ chết? Làm gì có lý lẽ đó? Huống chi trong Kinh điển đức Phật đã vì chúng ta giảng giải rất rõ ràng: "Cảnh tùy tâm chuyển." (Hoàn cảnh tùy theo tâm mà chuyển đổi.)

Chúng ta cần phải chuyển biến cảnh giới này, hoàn cảnh này, giải pháp của vấn đề khẳng định phải là như vậy. Phải từ đâu mà chuyển đổi? Phải bắt đầu chuyển từ tâm địa, chuyển tâm phàm thành tâm Phật, cũng là chuyển phàm thành thánh. Tâm chuyển đổi được rồi thì thân liền chuyển đổi. Đích thực trong Phật pháp có dạy pháp không già, không bệnh, không chết. Đó là chân thật, tuyệt đối không giả dối.

Ai có thể thực hiện được [những pháp ấy]? Chư Phật, các bậc Pháp thân Đại sĩ có thể thực hiện được. Chúng ta nếu như có thể vượt lên đến cảnh giới của các bậc Pháp thân Đại sĩ thì cũng có thể thực hiện được.

Do đâu mà có bệnh, có già, có chết? Do quý vị có ý niệm, có vọng tưởng. Chỉ cần quý vị có vọng tưởng, có phân biệt, có bám chấp, nhất định quý vị phải có già, có bệnh, có chết. Điều này chúng ta đọc thấy trong rất nhiều Kinh điển Đại thừa. Quý vị thực sự không có vọng tưởng, không có phân biệt, không có bám chấp, thì tự nhiên quý vị không già, không bệnh, không chết.

Cho nên, bệnh từ đâu sinh ra? Chẳng phải đức Phật thường giảng là do ba món độc tham lam, sân hận và si mê đó sao? Trong lòng quý vị có tham, có sân, có si, tâm đó của quý vị độc hại không gì bằng, đó chính là virus gây bệnh. Trong lòng có virus nghiêm trọng gây bệnh, bên ngoài có năm món dục, sáu trần cảnh dẫn dụ mê hoặc, tấn công vào, quý vị làm sao có thể không sinh bệnh? Nhà Phật đã tìm ra được căn nguyên của bệnh tật là như vậy.

Các bậc thánh nhân Trung quốc cũng rất siêu việt. Sách y học của Trung quốc, đứng đầu là bộ Hoàng Đế Nội Kinh, nội dung phần Linh Khu của sách này không nói gì về trị bệnh, chỉ giảng về phép trường sinh, [giúp người sống lâu]. Người Trung quốc thời xưa cho rằng tuổi thọ con người ít nhất cũng có thể sống được đến hai trăm năm. Con người là một cỗ máy, nếu có thể bảo dưỡng tốt, chăm sóc tốt thì tuổi thọ phải lên đến vài trăm năm. Chưa được vài trăm năm mà quý vị đã chết thì đó là quý vị đã không chăm sóc, bảo dưỡng tốt. Điều này cũng giống như ngày nay chúng ta sử dụng máy móc. Quý vị không chăm sóc tốt thì sẽ làm hỏng máy.

Người Trung quốc thời xưa biết quan tâm chăm sóc thân tâm, cũng là chú trọng đến giữ lòng thanh tịnh, ít ham muốn, so với giáo lý nhà Phật thật đã rất gần. Giữ lòng thanh tịnh, ít ham muốn, so với Phật pháp thì dứt trừ hết dục vọng, cho nên lòng thanh tịnh đạt đến mức rốt ráo, còn ít ham muốn thì chưa phải là dứt sạch.

Rất nhiều người thấy thân thể tôi khỏe mạnh, đã cao tuổi thế này rồi vẫn có thể đi lại nhanh nhẹn, nguyên nhân là nhờ đâu? Là do tôi ít ham muốn hơn so với mọi người. Ý nghĩa là như vậy. Do đó mà tiến trình lão hóa được chậm lại, bệnh tật quả thật được giảm thiểu. Mỗi ngày tôi ăn một bữa, rất bình thường, tinh thần rất tốt. Rất nhiều người quan tâm đến tôi, sợ tôi [ăn uống như vậy] không đủ dinh dưỡng, liền mang đến món này, món nọ, tôi chỉ thấy phiền phức.

Phải chăm sóc bản thân như thế nào? Giữ lòng thanh tịnh, ít ham muốn. Tốt nhất là mỗi ngày đều giảm bớt đi những ham muốn của mình. Mỗi năm đều giảm bớt như vậy, cho đến khi không còn nữa, đó mới [thực sự trở lại] là một người bình thường.

Thầy tôi dạy tôi nhìn thấu, buông hết. Chư Phật Như Lai triệt để buông hết, buông hết những danh tiếng, lợi dưỡng, buông hết những dục vọng hiện có, thậm chí đến thân này cũng buông xả, mọi ý niệm đều buông xả. Khởi tâm động niệm, nói thật ra đều không khởi tâm. Nếu quả thật có khởi tâm động niệm thì quý vị vẫn chưa buông hết.

Chúng ta mấy ngày nay giảng giải ý nghĩa trong kinh điển rất hay. Chư Phật, Bồ Tát ứng hiện là do chúng sinh có sự chiêu cảm. Chư Phật, Bồ Tát ứng hiện, hóa hiện như vậy, tuyệt đối không phải các ngài có sự khởi tâm động niệm. Nếu nói khởi tâm động niệm thì đó là chạy đuổi theo duyên, chẳng phải tùy duyên. Chư Phật, Bồ Tát ứng hóa đều là tùy duyên, không phải chạy đuổi theo duyên. Cho nên, chúng ta phải tùy duyên thì quý vị mới được tự do tự tại. Chạy đuổi theo duyên thì không được tự do tự tại. Chạy đuổi theo duyên thì trong lòng khởi lên ý muốn phải làm thế nào, như vậy là sai rồi.

Cho nên chúng ta phải học theo đức Phật Thích-ca Mâu-ni. Đức Phật là tấm gương tốt nhất để ta noi theo. Thông thường người ta học Phật chỉ nói ngoài cửa miệng, thực tế không hiểu được ý nghĩa chân chánh của việc học Phật, cũng không biết phải học Phật như thế nào. Chúng ta phải suy ngẫm, lời Phật dạy chúng ta đích thực là chân lý, đích thực là hết mức hiền thiện. Nhà Nho gọi là "dừng ở chỗ hết mức hiền thiện".

Hôm nay giảng với quý vị một ít nguyên tắc làm thế nào để "mẫn nhân chi hung, lạc nhân chi thiện, cứu nhân chi nguy" (thương xót trước việc xấu ác của người, vui mừng với việc thiện của người, cứu người lúc nguy nan). Khi vận dụng [những nguyên tắc này] vào thực tiễn cụ thể, chúng ta còn phải chú tâm cứu xét, thăm dò, thử nghiệm, làm sao mới có thể vận dụng được những câu này vào thực tế.

Hôm nay thời gian đã hết, chúng ta giảng đến đây thôi.

Bài giảng thứ 65

(Giảng ngày 30 tháng 7 năm 1999 tại Tịnh Tông Học Hội Singapore, file thứ 66, số hồ sơ: 19-012-0066)

Thưa quý vị đồng học, cùng tất cả mọi người.

Hôm qua đã giảng đến câu: "Nghi mẫn nhân chi hung, lạc nhân chi thiện. Tế nhân chi cấp, cứu nhân chi nguy." (Phải thương xót trước việc ác của người, vui mừng với việc thiện của người. Giúp người khi khẩn cấp, cứu người lúc nguy nan.)

Ngày nay, những tai nạn hung hiểm, nguy cấp có thể nói đã đạt đến mức đỉnh điểm, người hứng chịu không phải chỉ một, hai người, cũng không chỉ trăm người, ngàn người... Hôm nay chúng ta xem bốn câu này, dường như có ý chỉ đến việc nhân loại toàn cầu đang gặp phải tai nạn lớn.

Thương xót, không chỉ là một tấm lòng thương xót, như thế nào có tác dụng gì? Thương xót phải có hành động cụ thể. Hành động đó là từ trong nội tâm có sự triệt để sám hối [mọi lỗi lầm], trong tôn giáo gọi là hối cải, sửa lỗi. Như thế mới là thực sự khởi tâm thương xót.

Tai kiếp lớn lao trên toàn thế giới hình thành như thế nào? Trong lúc giảng kinh tôi đã đề cập đến rất nhiều lần. Trước hết, quý vị phải nhận thức được, chúng ta hiện cư trú trên trái đất này, nằm trong hệ Thái dương, hệ Ngân hà, đây là y báo của chúng ta. Trong Kinh điển Đại thừa, đức Phật nhiều lần dạy rằng: "Y báo tùy trước chánh báo chuyển." (Y báo tùy theo chánh báo mà thay đổi.) Nếu quý vị thực sự hiểu rõ được ý nghĩa câu này thì quý vị cũng sẽ hiểu được tai nạn của toàn thế giới, hoặc tai nạn của hệ Thái dương, của hệ Ngân hà là do đâu mà có.

Chính là do bản thân chúng ta đã làm những việc bất thiện. Vì đây là y báo của chúng ta, nên y báo tùy theo chánh báo mà thay đổi. Chúng sinh không giải quyết được vấn đề, nhất định phải hứng chịu tai nạn, phải nhận lãnh quả báo. Vì chúng sinh nhận thức vấn đề sai lầm, cho rằng [sự hình thành] những tai nạn đang xảy đến không liên can đến mình, chỉ do người khác làm sai, còn bản thân mình không làm gì sai. Quan niệm như thế là sai lầm. Hết thảy mọi người [quanh ta] đều là hoàn cảnh nhân sự của chính ta, hết thảy muôn vật [quanh ta] đều là hoàn cảnh vật chất trong đời sống của ta.

Ngày nay, hoàn cảnh nhân sự, hoàn cảnh vật chất đều không tốt, truy cứu đến nguyên nhân căn bản là do bản thân chúng ta nuôi dưỡng tâm địa không tốt, bản thân chúng ta làm người không tốt, cho nên y báo là hoàn cảnh của chúng ta mới hết sức tồi tệ như thế này. Đó chính là then chốt trong việc tiêu trừ tai nạn.

Cho nên, tự bản thân mình phải nhận thức rõ ràng, tự mình phải biết quay đầu [hướng thiện]. Trong quá khứ khởi tâm động niệm toàn vì bản thân mình, vì chuyện riêng tư, giành lợi ích riêng mình. Vì thế mới tạo nên hoàn cảnh, tình thế như ngày nay. Hình thành sự việc như thế này là do tâm lượng [của chúng ta] quá nhỏ nhen, hẹp hòi. Tai kiếp lớn lao này xảy đến như một gậy thật nặng nề quật thẳng vào chúng ta, rốt cùng phải làm cho chúng ta tỉnh lại, phải triệt để sửa lỗi, tự làm trong sạch tâm ý, [phát tâm] vì hết thảy chúng sinh nhận chịu khổ nạn.

Như vậy là thực sự hiểu rõ vấn đề, thực sự tỉnh thức, thực sự hối cải. Những lời răn dạy của chư Phật, Bồ Tát trong kinh điển Đại thừa quả nhiên đã có được cơ duyên vận dụng vào thực tế. Chúng ta [trong lúc này dù phải] đi vào nước sôi lửa bỏng cũng không tiếc [thân mình], nhất định phải làm.

Những gì không phù hợp với lời Phật dạy, nhất định không làm, cho dù [việc ấy] đối với riêng mình có được lợi ích lớn lao cũng không cần. Chúng ta biết rõ những lợi ích như thế là dẫn dụ mê hoặc ta, chỉ là chút mồi ngon nhỏ nhoi trước mắt. Người đời đối với danh tiếng, lợi dưỡng đều ham muốn ngưỡng mộ, nhưng những thứ đó chỉ là [tạm bợ như] khói mây trong chớp mắt, hậu quả là rơi vào ba đường ác, là quả báo khổ não. Lúc mê muội không hề biết, tỉnh ngộ rồi thì [những điều ấy] rõ ràng minh bạch.

Chúng ta tự mình đã giác ngộ, đã hiểu rõ rồi, phải đem những ý nghĩa ấy chia sẻ với người có duyên, vì nhà Phật thường nói: "Phật không độ được người không duyên." Thế nào là người có duyên? Là những người chịu lắng nghe, có thể nhận hiểu, có thể tiếp nhận, có thể y theo lời dạy vâng làm. Như thế là người có duyên.

Cho nên, chúng ta đi các nơi hoằng pháp, trước tiên phải biết cách quán sát cơ duyên. Trong việc quán sát cơ duyên thì quan trọng nhất là [quán xét] đại chúng thường trú [ở nơi đó]. Nếu đại chúng thường trú vắng mặt không tham dự, không hoan hỷ với việc nghe pháp, cho dù hàng tín đồ bên ngoài có đến tham dự nhiều, nơi ấy cũng không nên đến. [Việc giảng pháp] là kết duyên với các tín đồ, nhưng đại chúng thường trú không có ý muốn học Phật, vẫn chạy theo ham muốn riêng tư, giành lợi ích riêng, chỉ làm vì danh tiếng, lợi dưỡng, không thực hành Phật pháp, vậy làm sao có thể đến đó?

Hôm nay trong sách này giảng đến thế nào là hung hiểm, thế nào là nguy nan, thế nào là khẩn cấp, chúng ta cần phải nhận thức thật rõ ràng, minh bạch. [Việc của ngày nay] không phải là tai nạn nhỏ nhặt, không phải là mối nguy có thể trì hoãn, mà là cực kỳ nghiêm trọng.

Chúng ta ngày nay dạy người khác, khởi tâm từ bi khó nhọc giảng dạy, có mấy người chịu tin nhận? Dạy người khác phải làm thế này, thế này... nhưng tự bản thân mình không làm được, nên người ta nghe qua rồi khởi sinh rất nhiều nghi vấn, đặt rất nhiều dấu hỏi [ở những chỗ được nghe]. Quý vị nói như vậy là đúng thật hay giả dối?

Đức Phật Thích-ca Mâu-ni năm xưa thuyết pháp là nói được làm được. Nói đúng ra là ngài đã làm được rồi sau đó mới nói. Chúng ta trong thực tế thì tâm thô ý tháo, bao nhiêu hành vi công hạnh suốt một đời của Phật năm xưa ta quên sạch hết rồi. Hành vi công hạnh của ngài chính là chỗ để chúng ta noi theo, là tấm gương tốt cho chúng ta. Đức Thế Tôn vì răn dạy chúng sinh, vì tuyên dương Chánh pháp nên không từ gian lao khó nhọc. Đức Phật hết sức khó nhọc, hết sức nhọc nhằn. Chúng ta ngày nay Kinh điển không xem qua, cả bộ Đại Tạng Kinh ngay đến tên gọi cũng chưa từng nhìn thấy, sao có thể nói là nhọc nhằn? Sao có thể nói là khó nhọc? Sao có thể nói là không chịu được nữa? Đó không phải lời của đệ tử Phật, là lời của ma. Lời lẽ như vậy là của ma vương, chư Phật, Bồ Tát không có những lời lẽ ấy.

Cho nên, trong lúc gặp phải tai nạn lớn lao, nguy cấp nghiêm trọng mà chúng ta hôm nay vẫn còn có cơ hội ở tại nơi này học tập, đó chính là sự gia trì của Tam bảo, là căn lành, phúc đức nhân duyên của mọi người tích lũy từ vô lượng kiếp đến nay đã thành thục. Những chúng sinh khổ nạn sau này làm sao được cứu độ phải dựa vào quý vị. Quý vị có nghĩ đến điều đó hay không? Nếu như có nghĩ đến, sao có thể không hết sức nỗ lực? Sao có thể không phát khởi ý chí mạnh mẽ?

Hẳn có người trong quý vị đồng học sẽ nêu câu hỏi, chúng tôi căn lành phúc đức mỏng manh, trí tuệ nhỏ nhoi, chúng tôi có thể làm được [việc cứu độ chúng sinh] hay chăng?

Trong Kinh điển Phật dạy chúng ta rằng, căn lành, phúc đức, trí tuệ của hết thảy chúng sinh so với Như Lai không hai, không khác, [tức là hoàn toàn giống nhau]. Quý vị đã không tin vào điều đó. Thế nhưng hiện nay không có trí tuệ. Hiện nay không có trí tuệ là do phiền não của quý vị che lấp, quý vị đối với bản thân mình không có niềm tin.

Việc đầu tiên của người học Phật là khôi phục lòng tự tin, khắc phục phiền não, tập khí của chính mình, nhất định sẽ được chư Phật hộ niệm. Phước báo không đủ, [chỉ cần nỗ lực tu hành] tự nhiên có các vị thiện thần, trời, rồng theo bảo vệ, giúp đỡ quý vị, gia trì cho quý vị, tuyệt đối không cầu nơi người khác. Người khác ở thế gian dù có phước báo lớn lao cũng tuyệt đối không mở miệng đòi hỏi họ một xu, [giàu sang phú quý] đó là chuyện của họ. Chúng ta chỉ cầu nơi chư Phật. Cầu Phật là lẽ chân chánh, là pháp chân chánh. Điều này năm xưa Đại sư Chương Gia dạy tôi, tâm chúng ta vĩnh viễn thanh tịnh, vĩnh viễn là tự tại.

Phật dạy người "dứt ác tu thiện, phá mê khai ngộ, chuyển phàm thành thánh", chúng ta học [Phật] chính là học ba việc này. Nhân duyên đầy đủ thì chúng ta đối với hết thảy chúng sinh khổ nạn làm được nhiều việc, nhân duyên không đầy đủ thì chỉ làm ít việc, không có duyên thì không làm. Đâu lẽ nào có thể gượng ép mong muốn mà được? Trong lòng chỉ một mảy may gượng ép mong muốn, quý vị liền không được tự tại. Nói cách khác, [như vậy là] quý vị không có trí tuệ.

Chúng ta ngày nay mong cầu là vì hết thảy chúng sinh khổ nạn mà mong cầu, hoàn toàn không phải vì bản thân mình mà mong cầu. Vì bản thân mong cầu là tạo nghiệp. Vì hết thảy chúng sinh mong cầu là phúc đức, là công đức. [Chúng ta] học Phật đã nhiều năm như vậy, lẽ nào một chút ý nghĩa này cũng không hiểu rõ?

Cho nên, chúng ta ngày nay phải làm sao để cứu khổ cứu nạn [cho hết thảy chúng sinh]? Đó là phải thực sự quay đầu hướng thiện, bao nhiêu việc xấu ác đã làm trước đây nhất định phải dứt trừ, dứt trừ cho hết sạch. Hết thảy các việc thiện nếu trước đây chưa từng tu tập, từ hôm nay phải nỗ lực tu tập làm theo.

Thế nào là thiện? Thế nào là ác? Cảm ứng thiên là tiêu chuẩn tốt nhất. Chính Đại sư Ấn Quang đã vì chúng ta mà giới thiệu. Phật dạy rất nhiều tiêu chuẩn [thiện ác], phân tán trong khắp các kinh luận Đại thừa, thật không dễ dàng tụng đọc hết. Cảm ứng thiên chỉ trong hơn một ngàn chữ tập trung phân biệt được hết thảy các điều thiện ác, mỗi câu đều là trong kinh Phật có nói. Cho nên, bộ sách này cũng là kinh Phật.

Chúng ta tu hành, bước đầu tiên dứt ác tu thiện, y theo bản Cảm ứng thiên này thực hành là được. [Sang giai đoạn] chuyển mê thành ngộ, [sử dụng] kinh Hoa Nghiêm, kinh Bát-nhã là những giáo trình tốt nhất. Để chuyển phàm thành thánh thì kinh Vô Lượng Thọ là giáo trình tốt nhất.

Chúng ta không cần thiết phải đọc quá nhiều [kinh sách], vì đọc nhiều quá thì tinh thần phân tán, lại phải mất rất nhiều thời gian. [Người học Phật] nắm lấy cương lĩnh trọng yếu trong Phật pháp, nhận hiểu được một câu phải thực hành được một câu.

Trong chú giải của phần này nêu ra rất nhiều trường hợp ví dụ, đều nói lên việc chư đại đức xưa kia đã làm sao để giúp đỡ người khác. Chúng ta có thể xem qua để tham khảo.

Ở đây tôi giảng giải với quý vị là cương lĩnh chung, là nguyên tắc chung, là bắt đầu từ căn bản của việc cứu độ. Trong pháp căn bản thì "y báo tùy theo chánh báo mà thay đổi". Điều này nhất định là đúng thật. Hết thảy các pháp từ tâm tưởng sinh, kinh Hoa Nghiêm dạy là "chỉ do tâm hóa hiện, chỉ do thức biến thành". Chúng ta đối với lý luận cơ bản này, cội nguồn của muôn pháp, cần phải tham khảo thấu đáo thì mới biết được phải làm như thế nào, cũng có được niềm tin để khởi làm.

Với niềm tin chân chánh, tâm nguyện thiết tha, sao có thể không chuyển biến được [hiện trạng] cảnh giới? Hy vọng quý vị đồng học suy ngẫm nhiều về việc này, quan sát nhiều hơn, nhận hiểu nhiều hơn.

Trong bốn câu đang giảng có câu "vui với điều thiện của người". Thế nào là điều thiện? Cần phải nhận thức rõ điều này. Hết thảy mọi việc tốt đẹp, hiền thiện trong đời này, nếu có xen tạp, vướng mắc tâm ý riêng tư trong đó thì đều hóa thành bất thiện. Dù có đến 90% là vì công chúng, chỉ cần xen tạp 1% vì bản thân mình đã là bất thiện. Hoàn toàn không có ý riêng tư, đó gọi là thuần thiện.

Chúng ta phải nâng cao tiêu chuẩn [phân biệt thiện ác] lên đến mức này. Cũng có quý đồng tu cho rằng [tiêu chuẩn] mức ấy quá cao, người bình thường không thể làm nổi. Tôi cũng biết vậy, nên chúng ta chỉ tự mình nâng cao [tiêu chuẩn] đến mức ấy, không nhất thiết phải yêu cầu người khác. Yêu cầu tự thân mình phải thuần thiện [thì được], muốn yêu cầu người khác, đối với họ thì 90% là vì bản thân mình, chỉ 10% là vì người khác đã là tốt lắm rồi, rất ít có rồi. Vì sao vậy? Vì họ không giác ngộ, không hiểu rõ chân tướng sự thật.

Người giác ngộ rồi thì nhất định không thể như vậy. Chỉ xen tạp một phần trăm ý niệm riêng tư đã là không thể được.

Đối với việc này mỗi ngày tôi đều giảng giải, mỗi ngày đều khuyên bảo, luôn hy vọng quý vị có lúc bừng tỉnh ngộ. Lúc nghe khuyên bảo thì dường như tỉnh ngộ, hiểu rõ, nhưng khi tôi rời khỏi giảng đường này rồi thì mọi người lại mơ hồ lẫn lộn, lại mê muội như trước. Cho nên, đức Thế Tôn phải khuyên dạy đến bốn mươi chín năm. Bốn mươi chín năm ấy, rốt cuộc có được bao nhiêu người tỉnh ngộ? Cũng không nhiều lắm. Số người thực sự tỉnh ngộ chỉ là số ít.

Số ít người đó là những chúng sinh căn tánh thành thục. Những người chưa chịu quay đầu hướng thiện là căn tánh chưa thành thục. Người căn tánh thành thục [được giác ngộ rồi] quay lại tiếp sức, giúp đỡ hỗ trợ cho người căn tánh chưa thành thục, nhờ đó Chánh pháp được lưu truyền dài lâu, đời đời đều có người truyền nối, như vậy mới là phúc của chúng sinh.

Hiện nay việc giảng dạy khó khăn hơn rất nhiều so với trong quá khứ. Cho dù là đức hạnh hay trí tuệ, nói thật ra [người giảng dạy] đều phải vượt xa hơn các bậc tổ sư đại đức [trước đây] thì mới có thể cứu vãn được vận hạn thế giới. Nếu đức năng và trí tuệ tương đương như các bậc tổ sư đại đức ngày xưa thì không cứu vãn được thế giới này.

Chúng ta không thực sự nỗ lực thì làm sao được? Không thực sự nỗ lực, không chỉ là muốn giúp đỡ người khác cũng không giúp được, mà cho đến tự cứu chính mình cũng không cứu nổi. Phải thực sự có khả năng giúp đỡ hỗ trợ người khác thì mới có thể tự cứu chính mình. Bản thân ta với người khác vốn chẳng phải hai, không thể chia tách.

Bài giảng thứ 66

(Giảng ngày 31 tháng 7 năm 1999 tại Tịnh Tông Học Hội Singapore, file thứ 67, số hồ sơ: 19-012-0067)

Thưa quý vị đồng học, cùng tất cả mọi người.

Xin mời xem đến câu thứ 26: "Kiến nhân chi đắc như kỷ chi đắc. Kiến nhân chi thất như kỷ chi thất." (Thấy người khác được cũng như mình được. Thấy người khác mất cũng như mình mất.)

Câu này nói về sự được mất. Trong kinh Phật dạy chúng ta rằng, sự được mất [trong đời] không [có ý nghĩa] chân thật. Nhưng người đời hết thảy đều mê muội trong [chỗ được mất] đó mà tạo thành biết bao tội nghiệp. Trong hai mươi bốn pháp hành bất tương ưng thì "được mất" xếp ở vị trí đầu tiên, nên có thể thấy rằng chúng sinh đối với vấn đề [được mất] này mê muội rất sâu, rất nghiêm trọng.

Câu này trong Cảm ứng thiên nói rất hay, đối với vấn đề "được mất" thì cách nhìn, cách nghĩ của người đời thật không bình thường, [không hợp lý]. Thấy người khác được thì sinh lòng ganh ghét, thấy người khác mất lại sinh lòng hoan hỷ mừng vui. Tâm niệm như vậy đã tạo ra vô số tội nghiệp.

"Thái Thượng xét lỗi của người đời", đó là nói những lầm lỗi, sai sót. Câu này là xét những lầm lỗi sai sót [của người đời], dạy người phải biết xem người khác như chính bản thân mình, không phân biệt. [Do vậy mà] thấy người khác được có thể sinh lòng hoan hỷ mừng vui, thấy người khác mất có thể sinh lòng thương xót cảm thông.

Phạm vi của vấn đề "được mất" hết sức rộng lớn. Trong pháp thế gian thì đó là được danh tiếng, được lợi dưỡng, được năm món dục trong sáu trần cảnh. Trong pháp Phật thì đó là được thiền định, được giác ngộ, được chứng quả. [Cho nên,] pháp thế gian và xuất thế gian đều bao quát trong phạm vi [hai chữ "được mất"] này.

Phật dạy rằng, được mất cũng là quan hệ nhân quả, không gieo nhân thì nhất định không có gì được. Chỗ mong cầu của hết thảy chúng sinh không ngoài những việc giàu sang phú quý, thông minh trí tuệ, khỏe mạnh sống lâu. Người Trung quốc gọi là Ngũ phúc, phần trước đã có giảng qua với quý vị. Hết thảy những điều này đều có nghiệp nhân.

Cho nên, gieo nhân lành thì được quả lành. Gieo nhân xấu ác mà mong cầu quả lành, đâu lẽ nào như thế? Trong kinh Phật thường gọi [những trường hợp này] là "chuyện không thể có". [Cho nên,] chúng ta mong cầu những điều gì thì phải cố gắng tạo nhân [tương ứng]. Quý vị tạo nhân thù thắng thì được quả thù thắng, tạo nhân tốt đẹp trọn vẹn thì được quả báo tốt đẹp trọn vẹn.

Câu văn [đang giảng] này hết sức quan trọng thiết yếu. Trong câu này chúng ta thấy ra được là nhất định không được khởi tâm ganh ghét đố kỵ [với người khác]. Không chỉ là không ganh ghét đố kỵ, mà còn phải sinh tâm tùy hỷ, vui theo niềm vui của người khác.

Tâm tùy hỷ là pháp tu của hàng Bồ Tát, chính là pháp tu của Bồ Tát Phổ Hiền, là công hạnh lớn lao của ngài: "Hằng thuận chúng sinh, tùy hỷ công đức." (Thường tùy thuận chúng sinh, vui theo công đức [của người khác].) Quý vị đồng tu chúng ta đối với điều này thường xao nhãng xem nhẹ, đối với lợi ích [tu tập] rất lớn lao trước mắt này lại bỏ lỡ đi. Điều này chúng ta cần phải suy xét lại.

Quý vị đồng tu học Phật đều biết là phải dứt việc ác, phải làm việc thiện. Thế nhưng việc thiện thường vẫn cứ không thể thành tựu, việc xấu ác mỗi ngày đều tiếp tục tạo thêm. Đặc biệt là khẩu nghiệp, tiếp xúc với người khác là tạo ngay khẩu nghiệp, là bình phẩm phê phán những thị phi, được mất của người khác.

Những điều quý vị bình phẩm, phê phán đó có chính xác không? Nếu là chính xác, là sự thật, cũng đều không nên nói ra. Nếu là không chính xác, chẳng phải [nói như thế] là oan uổng cho người khác rồi sao? Nói oan cho người khác là tạo nghiệp nặng nề. Nếu sự bình phẩm, phê phán của quý vị không có ảnh hưởng gì đối với xã hội thì tội lỗi ấy còn nhỏ, nhưng nếu điều đó có ảnh hưởng lớn lao đối với xã hội thì tội lỗi đó vô cùng nặng nề. Nếu như quý vị hủy báng Tam bảo, khiến cho một số người có lòng tin bị thối thất tâm đạo thì tội ấy phải đọa vào địa ngục. Điều này có nói rõ trong kinh Phát khởi Bồ Tát thù thắng chí lạc, quý vị nào đã xem qua đều biết.

[Cho nên,] không được xem nhẹ việc tùy tiện nói năng, tưởng rằng chẳng có quan hệ gì lớn lao, trong một lúc thích thú hứng chí [nói ra những điều] làm ngăn cản hoặc dứt mất căn lành của người khác, phải chuốc lấy tội nghiệp đọa vào địa ngục A-tỳ. Trong xã hội chúng ta rất thường thấy, thường nghe có nhiều người mắc phải sai lầm này. Chư Phật, Bồ Tát nhìn thấy như vậy rất đau lòng, rất thương xót, đúng như trong kinh [thường gọi những người này] là "thật đáng thương xót".

Vì sao tạo thành những việc [đáng tiếc] như thế? Vì tin nghe những lời đồn đại mà không tìm hiểu sự thật. Trong đời tôi gặp việc như vậy rất nhiều. Tôi có một nguyên tắc là, không liên quan đến mình thì không lưu tâm, không cần thiết phải lưu tâm, chỉ cười mà cho qua, cũng không để trong lòng. Để trong lòng cũng là tạo nghiệp. Muốn tâm mình thanh tịnh, muốn tâm mình thuần thiện thì mảy may ý niệm xấu ác cũng không để trong lòng. Như vậy mới gọi là nuôi dưỡng lòng tốt. Quý vị đem những chuyện thị phi, nhân ngã đó đây tạp nhạp dồn chứa hết trong lòng thì tâm của quý vị là bất thiện, tâm quý vị không tốt.

Nếu sự việc lan truyền là có quan hệ với bản thân mình, quan hệ với đại chúng, chúng ta nhất định phải thẩm tra, tìm chứng cứ. Phải điều tra ngay, phải chứng minh ngay những tin đồn lan truyền đó là đúng thật hay không đúng thật, sau đó mới bình phẩm, phê phán. Cho nên không thể nghe sự việc từ một phía. Chỉ nghe sự việc theo lời của một bên thì đó là ngu si, là mê hoặc.

Nhất là đối với những người giữ cương vị lãnh đạo. Chúng ta đọc sách xưa, thấy bên cạnh các vị đế vương thường có rất nhiều kẻ tâu rỗi [về người khác], họ có hoàn toàn tin vào những lời ấy hay không? [Không,] họ chỉ xem đó như nguồn tin tham khảo thôi. Họ nhất định phải điều tra, chứng minh, cho nên họ không xử oan người tốt, cũng không bị kẻ xấu lừa gạt. Như vậy mới là người thông minh. Những điều đó đều là do các bậc thầy đã dạy cho họ, cha mẹ đã dạy cho họ.

Người xưa có nói: "Dao ngôn chỉ ư trí giả." (Lời đồn đại không qua được kẻ trí.) Chỉ vì người thực sự có trí tuệ luôn biết rõ phải xử lý như thế nào. Nhưng người không có trí tuệ lại rất nhiều. Những người này nghe qua lời đồn thì tin ngay, rồi tiếp nối sự đồn đại sinh sự.

Hiện nay thế gian này có quá ít người trí tuệ. Hẳn quý vị sẽ hỏi tại sao không có trí tuệ? Là vì không có bậc thánh hiền răn dạy. Hiện nay trên toàn thế giới, tuyệt đại đa số là loại giáo dục nào? Là giáo dục theo [chủ nghĩa] vị lợi, [là thực dụng], chạy đua theo lợi nhuận, là kiểu giáo dục cạnh tranh nhau để đạt được danh tiếng, lợi dưỡng, [sự hưởng thụ] năm món dục trong sáu trần cảnh. Chỉ cần khởi lên ý niệm cạnh tranh thì nhất định đã là chuyện lợi mình hại người, trái nghịch lẽ trời. Giáo dục hiện đại là như vậy. Cho nên đối với giáo dục hiện đại, nói ra thật khó nghe, nhưng đó là [nền giáo dục dạy người] tăng trưởng tâm luân hồi, thúc đẩy chúng sinh tạo nghiệp luân hồi. Họ làm nên những chuyện như vậy.

Người học Phật tuy nhiều nhưng đối với Kinh điển có mấy người thực sự nghiên cứu, thảo luận và học tập? Cho nên ngạn ngữ có câu: "Trước cửa địa ngục nhiều thầy tăng." [Người xuất gia không nỗ lực tu tập,] tội nghiệp ấy thật quá nặng nề. Núp dưới chiêu bài [tu hành theo] thánh hiền mà vẫn tạo nghiệp luân hồi như cũ, cho nên phải chịu đọa lạc hết sức nặng nề, đọa vào địa ngục A-tỳ.

Danh hiệu [thánh hiền] là không thể giả mạo. Hiện tại đối với luật pháp thế gian, mọi sự giả mạo đều phải bị trừng trị. Danh hiệu Phật là cao trổi nhất trong tất cả các pháp thế gian cũng như xuất thế gian, quý vị nếu tùy tiện mượn đó làm chiêu bài [che giấu việc làm sai trái] của mình, tội nghiệp đó không gì nặng nề hơn.

Chúng ta ngày nay nêu lên danh hiệu Phật thì phải y theo lời dạy [của Phật] vâng làm, thực sự noi theo chư Phật, Bồ Tát mà học tập. Luôn luôn phải học được ít nhiều theo giống như chư Phật, Bồ Tát. Nếu hoàn toàn không giống thì đó là tội lỗi. Không thể nói rằng tôi không tạo tội nghiệp gì, tôi không làm hại người khác... Không làm hại người khác, nhưng nêu lên danh hiệu Phật, [mang danh đệ tử Phật] mà không vâng làm y theo lời Phật dạy thì đó là tạo tội nghiệp rồi.

Đó là tội nghiệp gì? Tội phá hoại hình tượng Phật pháp. Tội danh là như thế. Tội danh này không thể gánh nổi rồi. Chư Phật, Bồ Tát là hình tượng gì? [Người xuất gia] chúng ta ngày nay khởi sinh những tâm niệm gì, làm những việc gì? Vì sao hiện nay trong xã hội Phật pháp lại suy yếu đến như vậy?

Chúng ta đọc sách xưa, thấy ngày trước từ triều đình cho đến vùng dân dã, không nơi nào người xuất gia không được tôn trọng. Xã hội hiện tại đối với người xuất gia khinh thường, xem nhẹ, nguyên nhân là tại đâu? Thời xưa, người xuất gia học Phật làm theo giống như chư Phật, Bồ Tát, cho nên được mọi người kính ngưỡng, tôn trọng, đích thực là những bậc mô phạm, chuẩn mực của trời người. Hiện nay xã hội vì sao khinh thường người xuất gia? Vì người xuất gia không vâng làm y theo lời Phật dạy, không học theo chư Phật, Bồ Tát. Như vậy là học theo ai? Điều này thật không cần phải nói.

Chúng ta cần phải phản tỉnh, tự xét lại, phải giác ngộ, phải quay đầu hướng thiện, phải xác định thật rõ ràng, minh bạch đối tượng nào để học tập theo. Không học tập theo chư Phật, Bồ Tát là sai lầm.

Các bậc cao tăng đại đức là điển hình [để chúng ta noi theo], nhưng phải quán sát cho thật kỹ, người có danh tiếng, chức vị cao có thực sự có đức hạnh hay không? Danh tiếng và thực chất phải tương hợp nhau thì mới là tấm gương để ta noi theo, để hướng theo các vị ấy mà học tập.

Ban đầu tôi mới học Phật, lão cư sĩ Lý Bỉnh Nam suy cử Đại sư Ấn Quang, khuyên tôi hướng theo ngài học tập. Đồng thời với Đại sư Ấn Quang cũng có rất nhiều bậc cao tăng đại đức, vì sao thầy Lý Bỉnh Nam không giới thiệu những người khác? Vì sao ngày nào thầy cũng nhắc đến, cũng giới thiệu Đại sư Ấn Quang? Ý nghĩa nằm trong chỗ đó, sự khổ tâm nằm trong chỗ đó, chúng ta biết hay không biết?

Trong kinh điển chúng ta đều xem thấy, người xuất gia nhiều, trong đó có đệ tử chân thật của Phật, nhưng cũng có con cháu của ma vương. Vào thời mạt pháp, ma vương đã có lời nguyền sẽ cho con cháu của ma trà trộn vào cửa Phật, xuất gia, khoác áo cà sa để hủy diệt Phật pháp. Điều này trong kinh Phật có ghi rõ. Chúng ta sinh vào đời mạt pháp, cho nên trong số người xuất gia có [đệ tử] Phật, cũng có [con cháu của] ma, chúng ta phải có con mắt trí tuệ, phải biết phân biệt.

Chúng ta noi theo chư Phật học tập, không thể noi theo ma học tập. Học tập theo Phật, chúng ta trong một đời này sẽ có thành tựu. Học theo ma, trong một đời này chúng ta nhất định sẽ đọa vào ba đường ác. Chuyện lợi hại khẩn thiết đối với bản thân như thế, sao có thể không rõ biết?

"Thấy người khác được cũng như mình được. Thấy người khác mất cũng như mình mất." Chúng ta đối với câu này phải thường dùng làm phương châm sống, phải luôn ghi nhớ trong lòng. Nhất định phải buông xả hết [những ý niệm] tự tư tự lợi, niệm niệm đều vì lợi ích của hết thảy chúng sinh, niệm niệm đều vì giúp đỡ hỗ trợ người khác.

Tuy khởi tâm như thế rồi, nhưng để vận dụng tâm ấy vào thực tế cũng không phải dễ dàng. Quý vị muốn làm việc tốt, lại không có duyên, không có cơ hội, hoặc là duyên không đủ. Lúc nào cũng có nhiều người gây trở ngại cho quý vị, không để cho quý vị làm việc tốt, không muốn quý vị thành tựu được việc thiện nào, họ nghĩ ra đủ mọi phương cách để gây trở ngại. Những chuyện như vậy rất thường gặp.

Do đó có thể biết rằng, duyên là điều vô cùng quan trọng, thiết yếu, nên cần phải rộng kết duyên lành với hết thảy chúng sinh, dù một đời này chưa làm xong vẫn còn đời sau nữa. Bồ Tát cứu độ chúng sinh trải qua đời đời kiếp kiếp vĩnh viễn không dừng nghỉ.

Quý vị đồng tu đều biết, lần trước tôi thành tâm thành ý muốn giúp người bên Australia xây dựng viện dưỡng lão, lại bị người khác phá hoại. Người phá hoại đó có khả năng làm việc tốt đẹp hay không? Họ không thể làm. Tự mình không thể làm được, nhưng lại gây trở ngại không cho người khác làm.

Bình luận chuyện đúng sai phải trái của một người thật không dễ dàng. Quan sát họ về đủ mọi mặt, thấy biết đều rõ ràng rồi, cũng không dám đưa ra một câu quyết đoán. Người xưa nói rất hay: "Cái quan định luận." (Đóng nắp quan tài rồi mới nhận định được [về tính cách một người].) Chỉ khi đóng nắp quan tài rồi mới có thể bình luận về nhân phẩm của một người. Họ còn chưa chết thì chưa dám nói chắc.

Vì sao vậy? Suốt một đời làm việc xấu ác, nhưng đến lúc lâm chung khởi tâm sám hối, từ bỏ lỗi lầm, tự làm thanh tịnh tâm ý, cũng trở thành người tốt. Người như vậy niệm Phật vẫn có thể vãng sinh, vẫn có thể thành Phật. Cho nên, quay đầu [hướng thiện] là bờ giác. Người chết rồi không thể quay đầu, nên phải đợi đến lúc đó mới có thể xác định họ có phải người xấu hay không.

Vì thế, quý vị phải biết rằng việc phán định tính cách một người thật khó khăn biết bao. Người xưa viết truyện ký, đều là sau khi nhân vật đã chết, người đời sau viết lại. Một triều đại lịch sử cũng vậy, sau khi đã diệt vong rồi, người của triều đại sau đó mới viết lại. Như thế đều là ý nghĩa "cái quan định luận".

Chúng ta gây chướng ngại cho việc làm thiện của người khác, quả báo là sẽ bị người khác gây chướng ngại việc làm thiện của ta. Nhân duyên quả báo không mảy may sai chạy, nhất là trong xã hội hiện đại này, càng quá rõ ràng, càng quá nhanh chóng. Cho nên, quý vị đồng học phải ghi nhớ, gặp được cơ hội, gặp được việc tốt phải nhanh chóng làm ngay. Thấy người khác làm việc tốt, phải giúp đỡ hỗ trợ, giúp họ thành tựu. Thành tựu việc tốt đẹp cho người, không thành tựu những việc xấu ác cho người.

Người khác làm việc đối với xã hội, đối với nhân dân, đối với chúng sinh chẳng ích lợi gì, ta nhất định không giúp đỡ hỗ trợ. Nếu quả là việc có lợi ích, chúng ta phải hết lòng hết sức quan tâm, hết lòng hết sức hợp tác hỗ trợ, nhất định không khởi tâm ganh ghét đố kỵ gây chướng ngại cho họ. Chỉ luôn hằng thuận, luôn tùy hỷ, đó là hành Bồ Tát đạo.

Quy kết đến chỗ sau cùng là nhất định phải có trí tuệ chân thật, nhất định không để xen tạp tình kiến trong lòng. Tình kiến là si mê, trí tuệ chân thật là quang minh chính đại. Điều này chúng ta phải học tập.

Hôm nay thời gian đã hết, chúng ta giảng đến đây thôi.

Bài giảng thứ 67

(Giảng ngày 1 tháng 8 năm 1999 tại Tịnh Tông Học Hội Singapore, file thứ 68, số hồ sơ: 19-012-0068)

Thưa quý vị đồng học, cùng tất cả mọi người.

Hôm nay chúng ta xem tiếp đến câu thứ 27 trong Cảm ứng thiên: "Bất chương nhân đoản, bất huyễn kỷ trường." (Không phô bày nhược điểm của người, không khoe khoang ưu điểm của mình.)

Hai câu này nghe qua hết sức bình thường, nhưng đối với việc tu hành chân chánh lại có quan hệ hết sức trọng đại. Phần tiểu chú của câu này mở đầu rất hay: "Người [khác] có chỗ kém cỏi cũng giống như tên riêng của cha mẹ, tai có thể nghe nhưng miệng không thể nói."

Câu này là nói trong xã hội thời xưa, hiện tại chúng ta nghe qua rất khó nhận hiểu. Vào thời xưa, có thể nói ở Trung quốc từ khoảng triều Hán cho đến triều Thanh, trước sau luôn duy trì, xem trọng lễ tiết, gọi là "dùng lễ làm yên ổn thiên hạ". Câu này có ý nghĩa rất sâu xa.

Thời xưa, việc gọi tên riêng [do cha mẹ đặt lúc mới sinh ra] chỉ dành cho những người có quan hệ cực kỳ mật thiết. Thông thường thì đối với tên riêng này, chỉ có hai đối tượng có thể dùng để gọi, một là cha mẹ và hai là thầy dạy. Những người này có thể gọi tên riêng của quý vị.

Theo lễ xưa, con trai đủ hai mươi tuổi được xem là trưởng thành, sẽ thực hiện "quán lễ", tức là lễ đội mũ. Hai mươi tuổi là trưởng thành nên đội mũ để biểu thị là người đã trưởng thành. Kể từ sau lễ này, bạn bè đồng trang lứa, anh em, bằng hữu, đồng học, mọi người đều chúc mừng, đồng thời dành cho họ một [danh xưng mới, gọi là] tên tự.

Cho nên, [thời xưa mỗi người đều] có tên riêng [do cha mẹ đặt] gọi là danh, tên khi đã trưởng thành gọi là tự. Tên riêng không được mang ra gọi [thường ngày], chỉ dùng tên tự, đó là bày tỏ sự tôn trọng đối với người ấy. Vì thế, một người sau khi đã trưởng thành thì chỉ có cha mẹ, thầy dạy mới gọi bằng tên riêng. Ví như có ra làm quan thì tại triều đình, hoàng đế cũng chỉ dùng tên tự để gọi, không gọi tên riêng, để tỏ sự tôn trọng. Nếu hoàng đế không dùng tên tự mà gọi thẳng tên riêng, đó là trường hợp người đã phạm tội, không còn được xem là người bình thường nữa. Nói cách khác, đó là người đang chờ xử tội.

Thông thường thì tên riêng của một người, người khác đều không thể tùy tiện xưng hô, huống chi con cái đối với tên riêng của cha mẹ, người ta chỉ có thể nghe thôi, nhất định không dám từ miệng mình nói ra. Ở đây nói "không phô bày nhược điểm của người khác" lại dùng việc [gọi tên riêng cha mẹ] làm ví dụ, ý nghĩa rất sâu xa. Tai nghe người khác nói chuyện thị phi, nói chuyện tốt xấu hay dở, ở đây muốn nói rằng hãy xem như đang nghe người khác gọi tên riêng của cha mẹ mình, quý vị chỉ có thể nghe thôi, quý vị không thể nói theo, không thể lặp lại. Nếu nói thì thế nào? Thì đó là đại bất kính đối với cha mẹ, cũng chính là tội đại bất hiếu.

Phần chú giải dùng việc này làm ví dụ rất hay. Nhưng hiện tại chẳng có ai học lễ tiết, cũng chẳng ai dạy lễ, nên đọc đến câu này thì hiện nay ít người hiểu được, cũng không có cách gì để nhận hiểu. Thậm chí ý nghĩa trong câu này sâu rộng như thế nào, người hiện nay cũng không hiểu thấu.

Người [Trung quốc] thời xưa đối với việc xưng hô hết sức xem trọng, nhất định không có sự rối loạn. Đó là căn bản của nền giáo dục luân lý. Nhưng người phương Tây không có việc này, cho đến khái niệm này họ cũng không có. Ở phương Tây, con cái tùy tiện gọi tên riêng cha mẹ. Điều này trong xã hội Trung quốc thời xưa tuyệt đối không có. Người Trung quốc thời xưa đối với một người bình thường thì gặp nhau xưng hô bằng tên tự để tỏ sự tôn trọng. Nếu là người có đạo đức, học vấn, có sự cống hiến đối với xã hội, đối với quốc gia, thì mọi người cũng không xưng hô bằng tên tự nữa, mà dành cho họ một tên khác nữa là tên hiệu. Như vậy là đối với họ tôn kính hơn.

Người được tôn kính bậc nhất thì ngay cả tên hiệu cũng không dùng để xưng hô. Vậy xưng hô bằng tên gì? Xưng hô bằng địa danh, quê quán của họ. Ví dụ như ông Lý Hồng Chương, tên riêng của ông là Hồng Chương. Ông làm đến chức Tể tướng, được mọi người trong xã hội tôn kính, nên tên riêng, tên tự, tên hiệu của ông họ đều không dùng, mà gọi ông là Lý Hợp Phì, bởi ông là người ở Hợp Phì. Đó là dùng địa danh quê quán của ông. Như vậy không chỉ là tôn kính đối với ông, mà với quê hương ông mọi người cũng tôn kính. Đất Hợp Phì sản sinh ra được một nhân vật quan trọng như vậy, đây là niềm vinh dự tự hào của tất cả người Hợp Phì, dùng địa danh để gọi tên là có ý nghĩa như vậy.

Đối với người xuất gia, người trong xã hội cũng dùng cách xưng hô này. Lấy ví dụ như Đại sư Trí Giả vào đời Tùy, gọi ngài là Trí Giả cũng đã rất tôn kính, vì pháp danh của ngài là Trí Khải, nhưng không gọi là Trí Khải mà gọi [tên hiệu] là Trí Giả, như vậy là rất tôn kính. Nhưng tôn kính bậc nhất là ngay cả tên hiệu ấy cũng không dám gọi, chỉ gọi ngài là Đại sư Thiên Thai, vì ngài ở tại núi Thiên Thai nên gọi là Đại sư Thiên Thai. Vì thế, tôn kính bậc nhất là xưng hô bằng địa danh quê quán, nơi sinh trưởng, hoặc nơi người ấy trú ngụ lâu dài. Chúng ta xem trong sách xưa thấy rất nhiều trường hợp như vậy. Người được xưng hô theo cách này là người được mọi người trong xã hội đương thời kính ngưỡng. Đây chỉ nêu một ví dụ như vậy.

Lại tiến xa hơn bước nữa, không chỉ là miệng không được nói ra, mà "tai cũng không được nghe". Đó là cao hơn một bậc nữa. Không chỉ là nghe người khác nói [lỗi người khác] rồi thì không được nói theo, không được lặp lại, mà tốt nhất là tránh đi không nghe. Điều này vô cùng quan trọng, thiết yếu.

Chúng ta tu hành thì điều quan trọng thiết yếu nhất là gì? Là giữ tâm thanh tịnh. Phật pháp xét đến chỗ rốt cùng không ngoài ba pháp: Giác môn, Chính môn và Tịnh môn.

Giác môn là pháp tu của Tánh tông, của Thiền tông, phải là những bậc thượng căn mới tu được. Không phải bậc thượng căn thì không có khả năng vào được pháp môn này. Tông này giảng giải những gì? Là "đại triệt đại ngộ, minh tâm kiến tánh" (giác ngộ thấu triệt hoàn toàn, tâm ý sáng rõ thấy được tự tánh). Người thuộc hàng trung căn, hạ căn thì trong một đời không tu tập đến nổi.

Cho nên, tu tập theo Giác môn tất nhiên là [thành tựu] nhanh chóng, nhưng chắc chắn chỉ một số ít người làm được mà thôi. Trong lịch sử Thiền tông Trung quốc, người theo học dưới Pháp hội của Lục tổ Đại sư Huệ Năng được triệt ngộ nhiều lắm cũng không quá 43 người. Quý vị nghĩ xem, được nhận sự dạy dỗ của Đại sư Huệ Năng có bao nhiêu người? Tôi chỉ tính sơ qua thôi, nhất định cũng phải có đến mấy vạn người. Trong số mấy vạn người mà chỉ có 43 người được triệt ngộ, là thiểu số thôi. [Cho nên,] nhất định không phải bậc thượng căn thì không thể tu tập [thành tựu].

Từ thời Lục tổ về trước, từ lúc Tổ sư Đạt-ma đến Trung quốc, [mỗi bậc thầy] suốt đời chỉ có được một đệ tử, cho nên truyền nối chỉ đơn độc một người. Kể từ Lục tổ về sau, người được khai mở trí tuệ dưới pháp hội của các bậc tổ sư đại đức cũng chỉ được ba người, năm người, xưa nay cũng chưa từng vượt quá số mười người. Phần lớn là chỉ ở mức ba người, năm người. Cho nên, Giác môn tuy là pháp môn tốt nhưng lại rất khó khăn.

Chính môn cũng không dễ dàng. Chính môn là pháp môn nghiên cứu giáo lý, tu tập chầm chậm tiến dần từng bước (tiệm tu). Giác môn là pháp môn tu tập nhanh chóng đạt đến thành tựu, nhanh chóng siêu việt (đốn tu). Ngoài Thiền tông ra thì các tông khác đều thuộc về Giáo tông, [tức là nặng về giáo lý], như Thiên Thai tông, Hiền Thủ tông, Tam Luận tông, Pháp Tướng tông đều là thuộc về Giáo tông, kinh sách giáo điển rất nhiều.

Điều này cũng giống như khi quý vị đi học, từ tiểu học, trung học rồi lên đại học, đi vào nghiên cứu, nghĩa là dần dần lên cao dần. Những người có căn tánh bậc trung, bậc hạ đi theo con đường này là thích hợp thuận tiện, chỉ có điều phải mất rất nhiều thời gian. Thời gian tu tập kéo dài thì chướng ngại cũng càng nhiều, chướng ngại vì con người, chướng ngại vì hoàn cảnh, những điều ấy không lúc nào tránh khỏi. Cho nên, tiến tới thì ít, thối lui thì nhiều, đạt đến thành tựu cũng rất gian nan.

Chúng ta xem trong sử truyện đều thấy, nếu không có tâm kiên trì, không có nghị lực, không thực sự nỗ lực thực hành công phu khắc phục bản thân thì không thể thành tựu. Cho nên, con đường tu theo Giáo môn là hết sức xa xôi diệu vợi, cũng không dễ dàng học được.

Thứ ba là Tịnh môn, tức là pháp tu tâm thanh tịnh. Trong Phật pháp Đại thừa có hai tông thuộc về Tịnh môn là Tịnh độ tông và Mật tông, đều là pháp tu tâm thanh tịnh. Người tu tâm thanh tịnh, nếu thường xen tạp những chuyện thị phi, tốt xấu, hay dở [của người khác] thì tâm làm sao thanh tịnh được? Thường nghe chuyện thị phi, thường nói chuyện thị phi, như vậy là tạo khẩu nghiệp rất nặng nề. Không chỉ là tâm không thanh tịnh, mà quả báo gánh chịu trong tương lai cũng thật khó tưởng tượng.

Trong kinh Phật nói về địa ngục Bạt Thiệt (lưỡi bị kéo ra), đó chính là quả báo của khẩu nghiệp. Khẩu nghiệp quý vị tạo thành, đối với người khác, đối với xã hội, nếu như gây sự tổn hại lớn lao thì không chỉ là địa ngục Bạt Thiệt, mà còn có thể từ địa ngục Bạt Thiệt chuyển đến địa ngục Vô Gián. Kinh Phát khởi Bồ Tát chí lạc có nói, ngay từ đầu kinh đã nói rõ ràng rồi. Tông chỉ thực sự của kinh này là ở chỗ nào? Chính là ở chỗ dạy người tu hành tin sâu nhân quả, dứt ác tu thiện.

Đặc biệt là đối với khẩu nghiệp, người nào có thể thường tự giữ tâm thanh tịnh, thường giữ lòng nhân hậu lương thiện, ví như chưa thành tựu đạo nghiệp thì cũng là bậc hiền thiện trong hai cõi trời người.

Nhà Phật nói về thiện, người xưa tổng kết xem đó là Giáo pháp đức Phật thuyết giảng trong suốt một đời. [Bởi vì,] chư Phật, Bồ Tát giảng lý lẽ không ra ngoài tâm tánh, giảng sự tướng không ra ngoài nhân quả. Nhân quả với tâm tánh nếu có thể hoàn toàn tương ưng, đó là đại thiện. Đó là chỗ hành trì của chư Phật, Bồ Tát.

Chúng ta học Phật, quý ở chỗ có thể nắm chắc được cương lĩnh thì sự tu học mới không cảm thấy khó khăn. Sau khi thấu hiểu sáng tỏ về nhân quả rồi, quý vị mới có thể khẳng định chắc chắn rằng gieo nhân lành sẽ được quả lành. Chúng ta mong cầu quả lành, vì sao không chịu gieo nhân lành?

Suốt đời tôi luôn gìn giữ một điểm này: Người khác nói chuyện thị phi là tôi nhanh chóng tránh đi, dù chỉ nghe thôi cũng không nghe. Nếu nghe rồi thì sao? Nghe rồi thì tâm bị ô nhiễm. Cũng từng có người phá hoại tôi, có người nói xấu tôi, rồi có đồng tu ghi âm được mang đến, hoặc ghi chép thành văn bản gửi cho tôi, nhưng xưa nay tôi đều không xem không nghe. Băng ghi âm thì tôi dùng lại để ghi âm những việc khác, văn bản ấy thì vất bỏ vào thùng rác, không để cho thức a-lại-da phải ghi lại những chủng tử như vậy. Đó là những chủng tử không tốt.

Người khác bịa đặt sinh sự, hủy báng là oan gia. Oan gia nên cởi mở, không nên buộc vào. Cứ để họ bịa đặt, chúng ta không cần nghe. Chúng ta chỉ nhớ những ưu điểm, những điều tốt của người khác, không nhớ những khuyết điểm của họ. Chúng ta chỉ nghe về những thiện hạnh, thiện sự của người khác, không nghe những lời xấu ác, về những hành vi xấu ác. Đó không chỉ là tu tâm thanh tịnh mà cũng là tu tập lòng nhân hậu lương thiện.

Trong một đời này thường giữ tâm thanh tịnh, thường giữ lòng nhân hậu, cho dù đời sống vật chất của quý vị có thiếu thốn, có khổ cực, đời sống tinh thần vẫn luôn phong phú, luôn được an vui sảng khoái. [Người xưa nói:] "Lý đắc tâm an", thông đạt lý lẽ thì tâm được an ổn. Nhất là khi quý vị đã được nghe qua Phật pháp, đã phát nguyện cầu sinh thế giới Tây phương Cực Lạc, quý vị phải nghĩ xem, thế giới Tây phương Cực Lạc là nơi "chư thượng thiện nhân câu hội nhất xứ" (các bậc thượng thiện nhân cùng hội tụ một nơi), tâm hạnh chúng ta nếu bất thiện, sao có thể đến đó được?

Phật A-di-đà tuy là từ bi tiếp dẫn, nhưng tiếp dẫn đó cũng phải có điều kiện. Tự thân quý vị tâm hạnh bất thiện, dù có siêng năng niệm Phật, dù tâm nguyện có khẩn thiết, [nhưng tâm hạnh] so với hoàn cảnh ở Tây phương Cực Lạc hoàn toàn không tương ưng thích hợp. Phật A-di-đà có tiếp dẫn đưa quý vị về, quý vị lại mỗi ngày cãi cọ sinh chuyện, mỗi ngày cùng người khác thị phi đôi co, chẳng phải là làm náo loạn thế giới Cực Lạc hay sao? Quý vị đối với Phật A-di-đà dù có tình sâu nặng, đức Phật cũng không vì quý vị mà đem thế giới Cực Lạc hủy hoại đi.

Cho nên, muốn được vãng sinh thế giới Tây phương Cực Lạc thì điều kiện là bản thân quý vị phải có thiện tâm, thiện hạnh. Khổng tử dạy: "Chỉ ư chí thiện" (dừng ở chỗ hết mức hiền thiện), đó mới là điều kiện để cùng các bậc thượng thiện nhân ở thế giới Tây phương Cực Lạc hội tụ một nơi.

Tôi thường nói, dù một mảy may tâm ý xấu ác cũng không được có. Chỉ cần một mảy may tâm ý xấu ác, ý niệm xấu ác là không thể vãng sinh. Không thể cho rằng pháp môn này không linh nghiệm, rằng "tôi đã tu tập cả đời, tôi niệm Phật cả đời, ngày ngày đều lễ Phật, ngày ngày đều niệm Phật, đến lúc lâm chung vẫn không được vãng sinh, Phật Thích-ca Mâu-ni thật dối gạt người". Kỳ thật, đức Phật không hề dối gạt quý vị, là do quý vị tự mình hiểu sai ý nghĩa. Người thực sự mong cầu vãng sinh thế giới Tây phương Cực Lạc thì dù một mảy may tâm ý xấu ác cũng không thể có.

"Không phô bày nhược điểm của người." Câu này hết sức quan trọng thiết yếu. Tuyệt đối không được nói chỗ khiếm khuyết, yếu kém của người khác, tốt nhất là ngay cả nghe cũng [tránh đi] không nghe.

Câu tiếp theo là: "Không khoe khoang ưu điểm của mình." Tự mình có chỗ tốt đẹp, có ưu điểm, không cần phải khoe khoang phô bày, không cần phải phô trương, điều đó không có gì tốt cả.

Bài giảng thứ 68

(Giảng ngày 2 tháng 8 năm 1999 tại Tịnh Tông Học Hội Singapore, file thứ 69, số hồ sơ: 19-012-0069)

Thưa quý vị đồng học, cùng tất cả mọi người.

Hôm qua chúng ta xem đến đoạn thứ 27 trong Cảm ứng thiên: "Bất chương nhân đoản, bất huyễn kỷ trường." (Không phô bày nhược điểm của người, không khoe khoang ưu điểm của mình.) Hai câu này đối với chúng ta là lời dạy quý báu nhất trong việc xử thế.

Người ta sống ở đời ai cũng có công việc thuộc bổn phận riêng. Công việc thuộc bổn phận mình, nếu làm tốt thì đó là bổn phận phải làm, đâu có gì đáng để kiêu ngạo? Cho nên, không có lý do gì để khoe khoang ưu điểm của mình. Nếu làm không tốt thì sao? Làm tốt là tròn bổn phận, làm không tốt là lỗi lầm, sai sót, cũng là tội nghiệp. Khẩu nghiệp là dễ dàng tạo thành tội nghiệp nhất và cũng thường nghiêm trọng nhất, như những việc thêu dệt sinh sự, đảo lộn thị phi...

Quý vị đều biết, hiện nay thế gian này có tai kiếp lớn. Hôm qua, quý vị đồng tu ở Hoa Kỳ và Australia đều điện thoại hỏi tôi, hỏi rằng ngày 18 tháng 8 này làm cách nào qua được? Quý vị nói xem, làm sao vượt qua? Đi đến đâu để tránh kiếp nạn? Ngạn ngữ thường nói: "Vận số khó tránh", quý vị tránh đi đâu? Ngày nay, điều quan trọng thiết yếu nhất, cách giải quyết thông minh nhất, là làm thế nào hóa giải kiếp nạn này, chứ không phải né tránh.

Kiếp nạn từ đâu đến? Chính từ trong tâm thức biến hiện ra. Hết thảy các pháp đều từ tâm tưởng sinh ra. Pháp tướng tông nói rằng: "Chỗ sinh khởi của các pháp chỉ là do tâm biến hiện." Nguồn gốc của nghiệp chướng đều do sự khởi tâm động niệm của tự thân ta. Để hóa giải, cũng chính từ sự khởi tâm động niệm. Sự hóa giải đó cũng không phải là chuyện nhất thời, chuyện chỉ một lần, [theo kiểu như] khi có kiếp nạn xảy ra liền nhanh chóng dứt ác tu thiện, lúc không còn kiếp nạn thì quay lại tạo nghiệp xấu ác. Tâm thức như vậy thì không cách gì thoát được tai nạn. Nghiệp ác, ý niệm ác một khi đã dứt trừ phải vĩnh viễn dứt trừ thì kiếp nạn này mới thực sự được hóa giải.

Chúng ta phải tận dụng cơ hội này, là một cơ hội tốt cho sự tu hành. Nhân duyên, điều kiện không thể chậm trễ trì hoãn. Chúng ta phải ngay trong một thời gian ngắn nhất nâng cao cảnh giới của mình, nâng cao lên đến cảnh giới của chư Phật, Bồ Tát thì kiếp nạn này không còn nữa, kiếp nạn này được hóa giải. Nếu không chịu nâng cao cảnh giới của mình, hoặc [nghĩ rằng ta sẽ] nâng lên một lúc, kiếp nạn qua rồi lại rơi xuống như cũ, cũng xem như xong, không có lý nào lại như vậy.

Các bậc đại đức xưa đã từng cho ta một điển hình về việc này. Vào triều Tống, có vị pháp sư tên Oánh Kha. Chuyện của vị này được ghi chép trong Vãng sinh truyện, cũng ghi chép trong Tịnh độ Thánh hiền lục. Quyển Tây quy trực chỉ trong bộ An Sĩ toàn thư cũng có ghi chép.

Pháp sư Oánh Kha là người xuất gia nhưng không giữ theo thanh quy của tự viện, phạm vào giới luật. [Tuy vậy,] ông không phải kẻ ngu muội hồ đồ, có thể xem là một người hiểu biết, giác ngộ. [Do đó] trong lòng thường suy nghĩ, những việc làm của mình đời này nhất định trong tương lai phải chịu quả báo ở địa ngục. Ông tự biết chắc mình sẽ phải vào địa ngục. Vì thế, ông liền tham vấn các bạn đồng học để xem liệu có phương pháp nào có thể cứu vớt bản thân mình hay không?

Có người bạn đồng học trao cho ông một quyển Vãng sinh truyện. Ông xem qua rồi thì hết sức cảm động, liền bắt đầu đóng cửa ở trong phòng chuyên tâm niệm Phật A-di-đà. Niệm được trọn ba ngày ba đêm, không ăn không uống, cũng không ngủ nghỉ. Suốt ba ngày ba đêm liều cả thân mạng [niệm Phật].

Do tâm chí thành của ông như vậy nên có sự cảm ứng linh hiệu, đức Phật A-di-đà hiện đến. Đức Phật bảo ông: "Tuổi thọ của ông vẫn còn mười năm nữa, hãy cố gắng tu hành. Sau mười năm ta sẽ đến tiếp dẫn ông."

Pháp sư Oánh Kha bạch Phật: "Tập khí xấu ác của con rất nặng nề, không chống chọi nổi muôn sự dẫn dụ mê hoặc. Một khi bị hoàn cảnh bên ngoài dắt dẫn, e rằng con lại tạo nghiệp. Trong mười năm nữa thật không thể biết là con sẽ tạo tác bao nhiêu tội nghiệp. Con không cần mười năm tuổi thọ đó nữa, ngay bây giờ xin được theo Phật vãng sinh." Đức Phật chấp nhận lời khẩn cầu của ông, nói: "Ba ngày nữa ta sẽ tiếp dẫn ông, như vậy được chứ?" Pháp sư Oánh Kha hết sức mừng rỡ vâng theo lời Phật.

Ông liền mở cửa phòng, thông báo với đại chúng rằng ba ngày nữa ông sẽ vãng sinh. Người trong tự viện không ai tin lời ông. Một kẻ [xưa nay] không từ bất kỳ chuyện xấu ác nào, chỉ vừa đóng cửa ba ngày, cũng không biết làm gì trong đó, thế mà lại dám nói sau ba ngày nữa sẽ vãng sinh! Cũng tốt thôi, thời gian ba ngày không lâu lắm, mọi người cứ đợi xem sau ba ngày ông ấy có thật vãng sinh hay không?

Đến ngày thứ ba, quả nhiên ông ấy liền tắm rửa, thay y phục sạch sẽ, mời tất cả đồng tu trong đạo trường cùng đến niệm Phật giúp ông, tiễn ông đi. Tất nhiên là mọi người đều rất hoan hỷ khi được thấy một người thực sự có thể vãng sinh về thế giới Tây phương Cực Lạc. Quý vị xem, ông ấy không bệnh tật gì, là người đang rất bình thường. Niệm Phật chưa được thời gian một khắc - thời gian một khắc là rất ngắn - ông nói với mọi người: "Phật A-di-đà đã đến, đến giờ tôi đi đây." Rồi ông từ biệt mọi người, ngồi mà vãng sinh.

Điều này chứng thực lời dạy trong kinh A-di-đà, [nếu người niệm Phật] trong một ngày, hai ngày, ba ngày cho đến bảy ngày, [nhất tâm bất loạn được Phật tiếp dẫn,] quả thật không sai. Quý vị tại Niệm Phật Đường niệm Phật quá lâu như thế, không hề thấy Phật A-di-đà hiện đến, là do tâm quý vị chẳng chân thành. Vì sao người ta niệm trong ba ngày thì được thấy Phật, chúng ta niệm lâu đến thế mà một chút tin tức của Phật cũng không nhận được? Nguyên nhân là ở đâu? Chúng ta phải tự mình hiểu được điều đó.

Người được vãng sinh thế giới Tây phương Cực Lạc tức là đi làm Phật. Quý vị thử nghĩ xem, từ địa vị phàm phu thấp kém, chỉ một bước vươn lên đến cảnh giới của chư Phật, Bồ Tát. Quả thật là một điển hình tốt, một tấm gương tốt để ta noi theo.

Tôi tin rằng trải qua nhiều thế hệ, có [rất nhiều] người giống như pháp sư Oánh Kha, những người thực sự quay đầu, triệt để quay đầu hướng thượng, sửa chữa lỗi lầm, tự làm thanh tịnh tâm ý, từ một người xấu ác trở thành một người hết sức hiền thiện. Đó thực sự là hồi đầu, thay đổi chỉ trong thời gian một ý niệm. Những người vãng sinh như thế, từ xưa đến nay không thể biết được là bao nhiêu, không có ai ghi chép đủ, mà các vị ấy cũng chẳng nói cho ai biết.

Người niệm Phật vãng sinh không thể biết được số lượng bao nhiêu, các sách Vãng sinh truyện, Tịnh độ thánh hiền lục ghi chép lại được chỉ là số ít, khoảng một phần mười, một phần trăm mà thôi. Sự thật đó chúng ta cần hiểu rõ. Chúng ta còn gì phải sợ sệt, còn gì phải lo lắng? Phải sống như thế nào? Hãy chơn chất niệm Phật mà sống. Thân thể này của ta còn lưu lại ở thế gian này, tạm thời chưa buông xả đi thì phải thay Phật A-di-đà mà làm công việc tuyên dương, thường vì tất cả chúng sinh mà nêu gương tu tập, như vậy mới được.

Giúp Phật A-di-đà tiếp dẫn đại chúng, khuyên bảo hết thảy chúng sinh niệm Phật cầu sinh Tịnh độ, nhất định phải sửa chữa lỗi lầm, tự làm thanh tịnh tâm ý.

Hôm qua có nói với quý vị, câu mở đầu chú giải của phần này rất hay: "Người [khác] có chỗ kém cỏi cũng giống như tên riêng của cha mẹ, tai có thể nghe nhưng miệng không thể nói." Quý vị có thể nghe lại trong băng ghi hình, buổi giảng hôm qua tôi giảng rất rõ ràng.

Câu này ngày nay nói với mọi người, có thể quý vị không có chút ấn tượng gì, nhưng vào thời xưa thì [ý nghĩa] câu này là hết sức nghiêm trọng.

Chúng ta ở thời đại này gặp phải kiếp nạn lớn lao này, thật ra mà nói [là do] không tiếp nhận được sự răn dạy của thánh hiền, mọi việc trong đời sống đều buông xuôi, thuận theo phiền não của tự thân, có lý nào lại không tạo nghiệp? Tạo nghiệp hết sức nghiêm trọng, [nhưng ngược lại] vẫn cứ cho đó là chuyện tốt, không biết là tự mình có lỗi lầm sai trái.

Không chỉ là học Phật mà trái nghịch lời dạy của chư Phật, Bồ Tát, cho đến các pháp lành của thế gian cũng không biết một chút gì. Đối với hết thảy các pháp xấu ác mà cho là pháp lành, đối với hết thảy các ý niệm xấu ác, tà vạy mà cho là chánh niệm. Do đó mới chiêu cảm kiếp nạn lớn lao này.

Chúng ta ngày nay phải biết triệt để sám hối, một đời này mới có thể được sống trong sự biết ơn, trong hạnh phúc mỹ mãn. Bằng cách nào mới có thể làm được như vậy? Tai không nghe lời xấu ác, mắt không nhìn những việc xấu ác, thì quý vị mới có thể gìn giữ được tâm ý thanh tịnh của mình.

Nhưng thế gian này có rất nhiều người, một số người học Phật cũng không tránh khỏi, trong đó có cả những người xuất gia, lại chuyên nghe ngóng những việc làm xấu ác, những điều xấu ác của người khác, từ sáng đến tối gặp ai cũng sinh chuyện thị phi, tranh nhau chỗ hay dở tốt xấu, tạo nghiệp hết sức nặng nề mà không tự biết.

Việc của người khác thì liên can gì đến ta? Chỉ nghe thôi cũng không nên nghe. Có một số đồng tu đến bảo tôi, có người bịa chuyện về thầy. Họ nghe được người khác bịa chuyện [về tôi] liền ghi âm lại, rồi mang băng ghi âm đến cho tôi [làm bằng chứng]. Tôi không hề mở nghe. Có văn bản ghi chép, tôi cũng không xem, tôi mang vất cả vào giỏ rác. Vì sao vậy? Tôi mong muốn duy trì một ấn tượng tốt đẹp nhất [đối với mọi người].

Cho nên, trong mắt tôi thì mọi người đều là người tốt, mọi người đều là người hiền thiện, mọi người đối với tôi đều có ân đức. Ví như họ có đôi lời hủy báng, có những chuyện bàn ra tán vào [không hay] lúc rỗi việc, đó là sự nhận hiểu sai lầm của họ. Hoặc có thể họ nghe theo lời bịa đặt của người khác, không phải họ cố ý, ta đâu cần phải ôm giữ việc ấy trong lòng? Ta đâu cần phải để tâm mình bị nhiễm ô vì sự việc?

Vấn đề là từ bên ngoài đến, quý vị có tiếp nhận hay không? Không tiếp nhận thì quý vị mãi mãi giữ được tâm thanh tịnh. Quý vị tiếp nhận thì mới bị ô nhiễm, không tiếp nhận thì tuyệt đối không bị ô nhiễm. Chúng ta đâu cần phải vướng vào những việc như vậy?

Làm người phải thấu hiểu được một nguyên tắc quan trọng: "Làm việc thiện với người khác." Trong Kinh điển đức Phật giảng giải rất rõ ràng, rất thấu triệt. "Hết thảy chúng sinh [đối với ta] đều là cha mẹ trong quá khứ, đều là chư Phật trong tương lai." Đã là cha mẹ trong quá khứ, chúng ta cần phải đem tâm cung kính, hiếu thuận mà đối đãi. Đó chẳng phải là đã nói hết sức rõ ràng, hết sức minh bạch rồi sao?

Đem tâm hiếu thuận, cung kính đối đãi với hết thảy

chúng sinh, thành tựu thiện nghiệp của chính bản thân mình, thành tựu các phẩm tính thanh tịnh bình đẳng giác của chính mình, như vậy chúng ta mới là chân chánh học Phật, mới là chân chánh quay đầu hướng thiện.

Việc lợi hại đối với riêng bản thân mình thì hoàn toàn không quan tâm. Việc lợi hại đối với chúng sinh, nếu không phải là tai hại lớn cũng không cần quan tâm. Nếu thực sự là điều tai hại lớn lao thì phải dùng trí tuệ để giải quyết, xử lý, không thể theo tình cảm mà xử sự.

Về chuyện bị người lừa gạt, tôi cũng đã gặp rồi. Trong quá khứ, pháp sư Đạo An cũng gặp rất nhiều. Chuyện như thế nào? Là chuyện lừa gạt tiền bạc. Pháp sư Đạo An thường xuyên bị người gạt tiền. Ngài là một người rất tuyệt vời. Không phải ngài không biết. Nếu không biết thì là si mê ngu muội. Ngài biết rất rõ, nhưng biết rồi có đưa tiền cho người ấy hay không? Vẫn cứ đưa tiền cho họ. Đó mới là điểm tuyệt vời [của ngài]. Biết rõ quý vị đến đây lừa tôi, tôi vẫn đưa tiền cho quý vị. Đó là phương pháp hóa độ chúng sinh. Lừa gạt được rồi, mãi lâu về sau nếu có một ngày người ấy hiểu ra được, hóa ra trước đây mỗi lần mình lừa gạt thì hòa thượng ấy đều biết. Người ấy liền sinh tâm xấu hổ, quay đầu hướng thượng. Lão hòa thượng không hề si mê ngu muội.

Chúng ta gặp phải những trường hợp như vậy, nếu không có được trí tuệ như pháp sư Đạo An, cũng có một phương pháp khác. Đó là điều tra tìm hiểu rõ ràng sự thật. Nếu quả người ấy đang có việc thiết yếu, [vì cần tiền nên] dùng thủ đoạn bất chính, chúng ta vẫn nên giúp đỡ người ấy. Nếu là muốn dùng tiền lừa gạt được để ăn chơi trác táng mà lại làm việc bất chánh thì ta không đưa tiền cho họ. Đó cũng là một phương pháp giải quyết.

Làm người, mỗi một niệm tưởng đều phải hướng về điều thiện mà suy ngẫm, mỗi một ý niệm đều chỉ nghĩ đến chỗ hay, chỗ tốt của người khác. Mỗi người đều có ưu điểm, đều có chỗ sở trường, nhưng cũng có khuyết điểm, cũng có lỗi lầm, sai sót. Đó gọi là: "Người chẳng phải thánh hiền, sao có thể không mắc lỗi?" Phải bao dung chỗ lầm lỗi, ngợi khen khuyến khích chỗ tốt đẹp của người khác, thường bồi đắp nuôi dưỡng tâm đạo của chính mình. Thực sự có tâm đạo thì nhất định không có tai nạn, nhất định có chư Phật, Bồ Tát hộ niệm, nhất định có thần hộ pháp bảo vệ, giúp đỡ.

Lẽ thường đối với ai cũng vậy, chúng ta gặp người hiền thiện thì ai ai cũng hết lòng bảo vệ, giúp đỡ, vì thiện với thiện có sự tương ứng. Nếu tâm quý vị bất thiện, hành vi bất thiện, chư Phật, Bồ Tát, các vị thiện thần đều xa lánh, yêu ma quỷ quái liền đến vây quanh. Việc này trong Cảm ứng thiên nói đến rất nhiều, nói rất chi tiết. Khi ấy, quý vị sẽ thường gặp nhiều tai nạn, sẽ thường gặp nhiều điều bất như ý.

Bài giảng thứ 69

(Giảng ngày 4 tháng 8 năm 1999 tại Hương Cảng, file thứ 70, số hồ sơ: 19-012-0070)

Thưa quý vị đồng học, cùng tất cả mọi người.

Lần trước đã giảng đến câu thứ 27 trong Cảm ứng thiên: "Bất chương nhân đoản, bất huyễn kỷ trường." (Không phô bày nhược điểm của người, không khoe khoang ưu điểm của mình.) Trong phần trước tôi cũng có nói, hai câu này vừa mới nghe qua có vẻ rất tầm thường, chẳng có gì đặc biệt, nhưng trong thực tế quan hệ hết sức trọng yếu với đạo làm người, với sự tu dưỡng của chúng ta.

Người sống ở đời, lỗi lầm lớn nhất là thích phê phán, bình phẩm về người khác, thích công kích những chỗ khiếm khuyết, kém cỏi của người khác. Đây là điều làm tổn hao âm đức nhiều nhất. Vào lúc tạo nghiệp như thế chỉ biết hài lòng khoái ý trong thoáng chốc, không hề nghĩ đến ngày sau phải chịu quả báo cực kỳ thê thảm. Kinh Địa Tạng nói đến các địa ngục Bạt Thiệt (kéo lưỡi), địa ngục Hỏa Hoạch (chảo lửa), đều là do những nghiệp báo loại này chiêu cảm.

Người thời xưa tâm ý thuần hậu, ai ai cũng nhận được sự giáo dưỡng. Người hiện nay thật đáng thương, không được ai dạy dỗ, [mọi việc đều] thuận theo tập khí phiền não của bản thân. Nhìn lại phong khí xã hội, bên trong thì tạo nhân xấu ác, bên ngoài thì gặp duyên chẳng lành, do đó tạo ra bao nhiêu tội nghiệp dẫy đầy. Điều này thật đáng để chúng ta lưu tâm cảnh giác. Tự thân mình quả thật có [như vậy] thì phải hết lòng hối cải lỗi lầm đã tạo. Những lỗi lầm này nếu không sửa đổi thì dù có niệm Phật cũng không thể vãng sinh Tịnh độ.

Chúng ta phải luôn ghi nhớ, đức Phật vì chúng ta giới thiệu cõi Tịnh độ, giảng giải rõ ràng, minh bạch. Ở thế giới Tây phương, hết thảy đều là "các bậc thượng thiện cùng hội tụ một nơi", nhất định không thể dung chứa kẻ có tâm hành bất thiện đến nơi ấy làm rối loạn đời sống của mọi người. Cho nên [những người có tâm hành bất thiện] nhất định không thể vãng sinh. Chúng ta phải muôn ngàn lần ghi nhớ kỹ điều này.

Trong phần chú giải nêu ra rất nhiều ví dụ. Hãy xem người xưa hàm dưỡng [công hạnh] như thế nào, chúng ta phải làm theo, phải học tập. Ở đây liệt kê một số người thời xưa, chúng ta đọc trong sử truyện, văn chương xưa đều đã từng biết, khá là quen thuộc, như Hàn Kỳ, Vương Tố, Văn Trưng Minh vào triều Tống, đều là những người trí thức, có tấm lòng độ lượng bao dung.

Con người có những sai sót, lỗi lầm vụn vặt, nói thật ra người xưa cho đó là chuyện bình thường: "Người chẳng phải thánh hiền, sao có thể không mắc lỗi?" [Đối với] lỗi nhỏ của người mà thêm thắt tô vẽ thành lỗi lớn, khiến cho tiền đồ của họ phải sụp đổ gián đoạn, kẻ tạo nhân như vậy phải nhận chịu quả báo hết sức nặng nề. Người bị hại như thế trong lòng không phục. Hay nói cách khác, họ nhất định sẽ báo thù. Sự báo thù đó không ngay đời này thì cũng là đời sau, hoặc đời sau nữa, rồi oán thù vay qua trả lại tiếp nối không thôi, chẳng lúc nào dứt được.

Thời xưa, bạn đồng học với nhau thấy bạn mình có lỗi thì khuyên bảo. Khuyên bảo vào lúc nào? Lúc chỉ riêng có hai người, đem tình thân sâu đậm mà ngỏ lời cảnh tỉnh, khuyến khích bạn sửa lỗi. Khuyên bảo [ở chỗ riêng tư như vậy] hai lần, ba lần mà vẫn không chịu sửa lỗi, trong đạo Phật sẽ dùng phương pháp "mặc tấn". Mặc tấn nghĩa là không để ý tới người ấy nữa.

Chúng ta thấy đức Phật Thích-ca Mâu-ni thời tại thế người theo học không ít, trong Kinh điển ghi lại là 1.255 người, cũng là một đoàn thể khá lớn. Chúng ta xem trong Kinh điển thấy đoàn thể tăng chúng ấy không có [những hình thức] tổ chức hiện đại hóa [như ngày nay], vì sao rất đông người có thể sống chung có quy củ như thế, nghiêm chỉnh như thế, ý nghĩa nằm ở đâu? Đó là vì mọi người đều vâng giữ, tuân theo sáu pháp hòa kính, mọi người đều tu tập mười nghiệp lành, giữ theo năm giới. Ví như có chút lỗi lầm sai sót thì mỗi ngày nghe Phật giảng kinh thuyết pháp liền tự biết lỗi, tự trách mình mà sám hối.

[Trong Kinh điển] chúng ta không nghe nói đến chuyện đức Phật Thích-ca Mâu-ni phân xử bất cứ người đệ tử nào, cũng không nghe nói ngài khai trừ đệ tử nào. Đó chính là khuôn mẫu điển hình cho chúng ta. Ngày nay chúng ta làm theo không được, muốn học theo mà học không được. Cho nên, xem lại trong Kinh điển mới thấy đức Phật Thích-ca Mâu-ni là một con người hoàn hảo trọn vẹn biết bao. Hiện thân của ngài đã là một bài thuyết pháp dạy dỗ chúng ta. Suốt một đời ngài đối đãi với người, tiếp xúc với muôn vật, không một mảy may tỳ vết khiếm khuyết. Đây mới thực sự là hiển lộ trí tuệ rốt ráo viên mãn.

Câu tiếp theo là: "Không khoe khoang ưu điểm của mình." Tự mình có sở trường, có ưu điểm, người thời nay thấy là đáng kiêu ngạo. Thấy đáng kiêu ngạo, đó là khoe khoang sở trường, ưu điểm của mình, ưu điểm đó của quý vị lập tức mất đi, không còn nữa. Cho nên, bản thân có ưu điểm cần phải kín đáo, ẩn giấu tài năng mà tu dưỡng [công hạnh]. Các bậc thánh hiền xưa dạy dỗ chúng ta rằng, tự thân mình có khuyết điểm phải bộc lộ ra, có ưu điểm thì phải kín đáo, che giấu, [như vậy là] tu tích âm đức.

Làm việc thiện là bổn phận của ta, có gì đáng để khoe

khoang? Nhất là những công việc thuộc bổn phận mình thì càng phải làm thật tốt, phải tận tâm tận lực mà làm, vì đó là bổn phận. Nếu làm không tốt, đó là có lỗi, là sai lầm, không đáng để khoe khoang. Công việc thuộc bổn phận mình có thể làm tốt, đó là việc thiện lớn. Thực sự có thể làm tốt, chu đáo mọi mặt cũng không dễ dàng gì. Cho nên, không có trí tuệ, không có học vấn thì quý vị không có phương tiện khéo léo [để thực hiện].

Người đời có ai lại không muốn làm tốt công việc thuộc bổn phận của mình? Tại sao không làm tốt được? Vì sao rơi vào chỗ tội lỗi đầy mình? Nguyên nhân là ở đâu? Chúng ta cần phải chú tâm suy ngẫm kỹ. Nói tóm lại một câu, đó là cái lỗi không học. Không học lại tự cho là đúng, nên khi gặp việc phải có nhiều sai lầm. Việc thế gian là như vậy, việc lớn xuất thế lại càng khó khăn hơn nhiều. Cho nên đối với mọi việc, tự mình phải suy xét kỹ năng lực, trí tuệ của mình, việc này mình có thể làm tốt hay không? Có thể làm thật trọn vẹn hoàn hảo hay không? Có thể mang lại lợi ích cho xã hội, cho đại chúng hay không? Nếu như [tự xét mình] không đủ khả năng thì không dám tiếp nhận. Còn nếu có đủ trí tuệ, có đủ năng lực, lại gặp được cơ hội, thì đó là điều người xưa gọi là: "Việc cần làm, không đùn đẩy." Gặp việc cần làm, nếu ta không làm sẽ không có ai làm.

Nếu không đủ năng lực, không đủ trí tuệ, không gặp cơ duyên, không thể miễn cưỡng mà làm. Miễn cưỡng mà làm ắt sẽ như trong kinh Địa Tạng đã dạy: "Khởi tâm động niệm đều là tội lỗi." Cho nên nói rằng, con người quý ở chỗ tự rõ biết mình. Người khác không biết nhưng tự mình phải biết, phải hiểu thật rõ năng lực bản thân mình đến đâu, trí tuệ ở mức nào, khả năng chịu đựng đến mức nào.

Bản thân tôi suốt đời không dẫn dắt ai. Theo cách nói ngày nay là tôi không làm lãnh đạo. Suốt đời tôi chịu sự lãnh đạo của người khác, không có kinh nghiệm dẫn dắt người khác. Tôi tự biết rất rõ. Cho nên suốt đời tôi không xây dựng đạo tràng, không làm trụ trì, không dám quản lý người khác, không dám quản lý công việc. Vì sao vậy? Vì tôi tự biết mình không có năng lực đó, cũng không có phước báo đó, nếu làm sẽ không làm tốt. Làm không tốt là tạo tội nghiệp. Tôi không gượng ép làm [những việc đó] là chỉ hy vọng trong đời này ít mắc phải lỗi lầm mà thôi. Thấy người khác làm được thì tôi hoan hỷ, tôi đứng bên cạnh hỗ trợ, giúp đỡ. Tôi hết lòng hết sức giúp đỡ hỗ trợ cho họ.

Theo tập tục của Trung quốc thì những người lãnh đạo trong mạng số đều phải có "quan ấn". Nói như vậy cũng không phải là không có lý. Cho nên tôi tự rõ biết mình, suốt đời chỉ phục tùng lãnh đạo, thực hiện những công việc phải làm thuộc bổn phận mình. Từ sau khi gặp được Phật pháp, tôi tự cảm thấy mình hết sức may mắn, trong đời này có thể được đọc những quyển sách mình vui thích đọc, được làm những công việc mình vui thích làm. Sự nghiệp của tôi sau khi học Phật là giảng kinh thuyết pháp, là truyền rộng ý nghĩa giáo pháp đạo Phật.

Tự tôi đã có tâm nguyện nhưng cũng cần phải có duyên. Nếu không có duyên, dù có tâm nguyện cũng không làm được. Dù là pháp thế gian hay xuất thế gian cũng đều cần có nhân tốt, duyên lành, thì sau đó mới được quả tốt lành.

Trong việc học Phật, đức Phật dạy chúng ta phải tu [các môn] giác, chính, tịnh, phải tu tâm thanh tịnh. Muốn tâm địa thanh tịnh thì phải bớt việc. Nếu quá nhiều việc [phải làm] thì nhất định quý vị không thể đạt được tâm thanh tịnh. Cho dù sự nghiệp của quý vị có tốt đẹp, có huy hoàng, hiền thiện, cũng chỉ rơi vào chỗ hưởng phước báo trong hai cõi trời người.

Đối với việc vãng sinh, quý vị phải luôn ghi nhớ: "Tâm

thanh tịnh thì cõi Phật thanh tịnh." Tâm không thanh tịnh thì không thể vãng sinh. Đàn Kinh nói rất hay: "Đối với việc [vãng sinh] này, phúc đức không cứu được." Xây dựng đạo tràng là tu phúc, giảng kinh thuyết pháp cũng là tu phúc, cứu độ chúng sinh cũng là tu phúc. [Những việc ấy] không thể giúp quý vị thấu triệt sinh tử, vượt thoát ngoài ba cõi. Cho dù có phúc lớn cũng chẳng liên can gì đến việc vượt thoát ngoài ba cõi. Điều này chúng ta cần phải rõ biết.

Quý vị chỉ cần lưu ý một chút là có thể thấy được ngay, nơi đạo tràng của người xuất gia, nơi đạo tràng của người cư sĩ, những người trụ trì các đạo tràng ấy có mấy người được vãng sinh? Có mấy người lúc lâm chung được điềm lành xuất hiện? Ngược lại không bằng những người lặng im không nói không nghe, chỉ chơn chất niệm Phật, thường bị người đời coi rẻ xem thường.

Pháp sư Đàm Hư kể lại với chúng ta trong Ảnh trần hồi ức lục, và ở phần sau quyển Niệm Phật luận cũng có ghi chép, chuyện Pháp sư Tu Vô vãng sinh ở chùa Cực Lạc, Cáp Nhĩ Tân. Đó là chuyện thật, hoàn toàn không giả dối. Pháp sư Tu Vô là người chưa từng đọc sách, ngài không biết chữ. Trước khi xuất gia làm thợ nề, sau khi xuất gia rồi chỉ biết niệm mỗi một câu A-di-đà Phật. Ngài là người hết sức nhún nhường khiêm hạ, hết sức hòa ái cung kính với mọi người, dù đối với bất kỳ ai ngài cũng đều cung kính. Ở trong chùa, ngài nhận làm những việc hết sức nặng nhọc, tu hành khổ hạnh, mọi thứ đều nhường cho người khác, chỉ những gì người khác không cần dùng nữa thì ngài mới dùng. Quý vị xem, ngài vãng sinh hết sức tự tại, hết sức thanh thoát. Pháp sư Đàm Hư, Pháp sư Đế Nhàn đều vãng sinh nhưng điềm lành so ra không bằng ngài.

Pháp sư Đế Nhàn có một người đệ tử [trước đây] làm thợ hàn nồi. Khi tôi giảng kinh vẫn thường nhắc đến ông, cũng là một người hoàn toàn không biết chữ. Ông niệm Phật ba năm thì đứng mà vãng sinh. Vãng sinh rồi còn đứng yên ba ngày, chờ sư phụ ông đến lo hậu sự. Sư phụ ông lúc vãng sinh so ra không bằng ông. Sư phụ ông là Lão hòa thượng Đế Nhàn, một trong các đời Tổ sư của tông Thiên Thai. Vì sao sư phụ không bằng đồ đệ? Vì đồ đệ chỉ tỉnh tâm lo một việc [niệm Phật], sư phụ làm trụ trì, mỗi ngày phải nhiều việc ứng phó, nặng lo. Nói cách khác, bàn về việc tu phúc thì đồ đệ không bằng sư phụ, nhưng nói về công phu tu hành thì sư phụ không bằng đồ đệ. Sự thật này ở ngay trước mắt, chúng ta có thấy được hay không?

Pháp sư Đàm Hư, Lão hòa thượng Đế Nhàn đều là các bậc đại đức trong cửa Phật, chỗ nhận hiểu và hành trì thực sự tương ưng nhau, thực sự là những bậc xuất gia tu hành rất tốt. Nếu sự hành trì tu tập, đức hạnh của chúng ta không bằng các ngài [mà làm người dẫn dắt đồ chúng] thì nhất định phải đọa lạc.

Cho nên, dẫn dắt đồ chúng không phải chuyện dễ dàng. Các vị ấy không phải người phàm, phải thực sự có trí tuệ, có đức hạnh mới có thể dẫn dắt đồ chúng. Nhất là đại chúng trong xã hội hiện đại này thật không dễ dẫn dắt. Ngày trước con người chơn chất, biết nghe lời. Con người hiện nay không chơn chất, mỗi người đều có rất nhiều ý kiến. Nếu không có đức hạnh chân chánh khiến đại chúng kính phục [mà giữ cương vị dẫn chúng] thì chướng nạn của quý vị không thể nào tránh khỏi.

Người học Phật phải biết ơn và báo ơn, nhất định không báo oán. Phải cùng hết thảy chúng sinh kết mối duyên lành, không cùng chúng sinh kết duyên xấu ác. Đối với mọi việc đều nhẫn nhịn nhún nhường. Quý vị cần đến, tôi sẽ biếu tặng tất cả. Không chỉ là buông xả những vật ngoài thân [để bố thí], cho đến sinh mạng tôi cũng có thể bố thí.

Đức Phật Thích-ca Mâu-ni từng nêu gương cho chúng ta noi theo. Ma vương Ba-tuần khuyến khích Phật nhập Niết-bàn, theo cách nói ngày nay là muốn Phật chết sớm. Đức Phật Thích-ca Mâu-ni liền chấp nhận đáp ứng nguyện vọng của ma, liền nhập Niết-bàn. Phật thỏa mãn tâm nguyện của hết thảy chúng sinh nên cũng thỏa mãn tâm nguyện của ma. Trong tương lai, ma tiêu diệt Phật pháp ắt còn có chỗ lưu tình một chút, xuống tay còn lưu tình. Nếu Phật không thỏa mãn nguyện vọng của ma, sợ rằng về sau khi ma diệt Phật pháp sẽ xuống tay không lưu tình.

Quý vị thấy đó, đức Phật đối với người xấu ác, đối với Ma vương, đều thỏa mãn mọi tâm nguyện, huống chi đối với những người bình thường. Chỗ này chúng ta phải học tập.

Những chỗ tốt đẹp, ưu điểm của các bậc hiền thánh xưa, chúng ta nhất định phải ghi nhớ kỹ, phải hết sức nỗ lực làm theo. Những chỗ yếu kém, khuyết điểm của người khác, tuyệt đối không nói ra cửa miệng. Chẳng những không nói ra, mà tốt nhất là tai cũng không nghe vào. Vì sao vậy? Vì bảo vệ tâm thanh tịnh của chính mình. Điều này dứt khoát là có lợi cho bản thân mình.

Người thích nghe lỗi lầm của người khác, thích nghe ngóng dò tìm lỗi lầm của người khác, chắc chắn phải đọa vào địa ngục. Vì sao đọa vào địa ngục? Vì tự mình làm tự mình gánh chịu. Không phải do người khác xô đẩy quý vị vào địa ngục, chính vì quý vị tạo nhân bất thiện nên chiêu cảm quả bất thiện. Điều này chúng ta không thể không rõ biết.

Cho nên, Tăng đoàn thực sự sống đúng Chánh pháp, như Tăng đoàn thời đức Thế Tôn còn tại thế, ngày nay chúng ta học tập cách gì cũng không làm theo nổi. Nguyên nhân là tăng chúng thời nay dù không tập hợp đông đảo như thời ấy, mỗi nơi tập trung chỉ ba, bốn mươi người, nhưng đã mỗi người một tâm niệm, mỗi người một tư tưởng. Ngay điều thứ nhất trong Lục hòa đã không làm được, không có cách gì đạt được "kiến hòa đồng giải". Cho nên hoàn toàn không có nền tảng căn bản.

[Đã thế,] chúng ta lại còn phân chia thành nhiều nhóm nhỏ hơn, chọn rồi người đứng đầu quản lý, như vậy thật là [phân tán] quá lắm. Nhưng đây cũng là cách làm bất đắc dĩ thôi. Vì sao vậy? Vì người [thời nay] không thể tự quản chính mình. Thời đức Phật còn tại thế, trong Tăng đoàn mỗi người đều biết tự trọng, biết tự ái, biết tự trị, không cần phải có tổ chức [quản lý], mỗi người đều có khả năng tự quản chính mình rất tốt. Đó là Tăng đoàn theo Phật pháp.

Chúng ta phải suy ngẫm kỹ, nếu quý vị đạo hữu đồng học cộng tu một nơi mà không đạt được đến mức độ này thì thà không [tổ chức tu tập chung] còn hơn. Tự mình lo tu tập, tự mình nhất định có thành tựu. Những việc không đúng pháp thì không làm. Việc gì thực sự đúng pháp thì phải làm ngay, hoàn toàn noi theo gương đức Phật Thích-ca Mâu-ni.

Những gì các bậc Tổ sư đại đức đã làm vốn đã cắt giảm đi rất nhiều [so với thời Phật tại thế]. Chúng ta biết rằng, những sự cắt giảm này đều là chuyện bất đắc dĩ mới phải làm. [Tăng đoàn cộng tu] trọn vẹn, đầy đủ nhất, rốt ráo nhất chính là phương thức [tự quản tự nguyện] như vào thời đức Phật còn tại thế. Đây là điều chúng ta phải ghi nhớ.

Thực sự thành tựu trí tuệ, đức hạnh, học vấn của tự thân thì mới có thể thực sự đạt đến việc tự mình hành trì, hóa độ người khác, mới thực sự có năng lực lãnh đạo, dẫn dắt đồ chúng. Lãnh đạo đồ chúng [theo cách như vậy] là hoàn toàn [thuận] tự nhiên, không cần đến bất kỳ hình thức tổ chức nào. Đó là [thuận] tự nhiên, tự nhiên là tốt đẹp nhất, tự nhiên là hiền thiện nhất.

Hôm nay thời gian đã hết, chúng ta giảng đến đây thôi.

Bài giảng thứ 70

(Giảng ngày 5 tháng 8 năm 1999 tại Hương Cảng, file thứ 71, số hồ sơ: 19-012-0071)

Thưa quý vị đồng học, cùng tất cả mọi người.

Xin mời xem đến mục thứ 28, chỉ có một câu là "Át ác dương thiện." (Ngăn điều xấu ác, tán dương điều thiện.)

Trong chú giải của phần này vừa mở đầu đã nói rất hay: "Việc xấu ác của người đời vốn không do bản tánh mà có, đều do tập nhiễm quá sâu nặng, dẫy đầy không ngăn nổi. Hoặc có những điều biết sai mà cố phạm, hoặc có những điều không biết nên lầm lạc. Xét chỗ đã hình thành thì tạo tội đến ngập trời, mà nguồn gốc ban đầu chỉ do một niệm sai lầm trì trệ."

Câu này chúng ta phải hết sức tĩnh tâm suy ngẫm, phải chú tâm nhận hiểu kỹ. Ở Trung quốc vào thời xưa, tuổi nhi đồng khi bắt đầu vào học thì nói chung đều được học trước hết là quyển Tam tự kinh. Mở đầu Tam tự kinh là câu: "Nhân chi sơ, tính bản thiện. Tính tương cận, tập tương viễn." (Con người ban sơ vốn tánh hiền thiện. [Thuận theo] tánh ngày càng gần [đạo, thuận theo] thói quen xấu ác ngày càng xa [đạo].) Đem so những câu này với đoạn [chú giải] trên thì ý nghĩa hoàn toàn tương đồng.

Con người vì sao tạo tội ác? Tánh người ban đầu vốn hiền thiện, nhưng [phẩm tính] thiện đó không phải là cái thiện trong [sự phân biệt tương đối] thiện với ác. Cái thiện [tương đối trong phân biệt] thiện ác đã là nghĩa [tương đối] thứ hai, không còn là nghĩa [tuyệt đối] thứ nhất.

Cho nên, bậc Đại thánh của Nho gia là Khổng tử dạy rằng "thuận theo tánh thì ngày càng gần đạo", nhưng những gì Tuân tử, Mạnh tử giảng giải chính là "thuận theo thói quen xấu ác thì ngày càng xa đạo".

Quý vị xem, Mạnh tử chủ trương "tánh thiện", Tuân tử lại nói về "tánh ác". Thiện, ác [mà hai người này nói] đều là tương đối, đều thuộc về tập tính, [tức thói quen được tập thành,] không phải bản tánh [vốn có].

Khổng tử nói [về tánh] chính là bản tánh. Bản tánh [vốn có] của tất cả chúng sinh đều như nhau. Trong Phật pháp dạy rằng, sự trang nghiêm của y báo và chánh báo trong mười pháp giới đều cùng một tâm tánh. Làm thiện, tạo ác thảy đều do tập tánh. Cho nên, trong đoạn này nói về nguồn gốc mọi việc xấu ác của con người, chính là nguồn gốc tạo ác không phải nơi tự tánh.

Chư Phật, Bồ Tát tâm ý đã sáng rõ, thấy được tự tánh, không chỉ [các ngài] nhất định không làm điều xấu ác, mà ngay cả một ý niệm xấu ác [các ngài] cũng hoàn toàn không có. Không chỉ là không có ý niệm tạo ác, mà ngay cả ý niệm làm thiện cũng không có. Vì sao vậy? Vì tập khí đã dứt sạch. Làm thiện, tạo ác đều là tập khí, chúng ta gọi là tập tánh, là thói quen, tập quán lâu ngày thành tự nhiên. Loại tập tánh này chẳng phải trong một đời được nuôi dưỡng bồi đắp mà thành, chính là từ nhiều đời nhiều kiếp trong quá khứ, từ vô thủy kiếp đến nay nuôi dưỡng mà thành, nuôi dưỡng [như thế mới] hình thành tập quán, thói quen [của một người].

Người không hiểu biết thì cho rằng đó là tính trời sinh. Chỉ những bậc giác ngộ triệt để, tâm ý sáng tỏ thấy được tự tánh, mới rõ biết là trong bản tánh không hề có [tập quán làm thiện cũng như tạo ác]. Vậy từ đâu mà có? Do thói quen huân tập lâu ngày mà thành. Sự tập nhiễm như vậy đã quá sâu nặng, do huân tập từ vô lượng kiếp [trong quá khứ] đến nay. Phàm phu không thể thành Phật, không thể làm Bồ Tát, đều là do tập tánh [đã huân tập lâu ngày] này che chướng, ngăn ngại.

Trong đoạn này dùng chữ "tập nhiễm" rất hay, là tập khí

nhiễm ô chân tánh của chính mình từ vô lượng kiếp đến nay. Do đó mới tạo thành vô lượng vô biên tội nghiệp. Trong việc tạo tội đó, có những lúc tự thân mình biết rõ, do biết rõ nên đó là biết mà cố phạm; có những lúc tự thân không hiểu biết, không biết rằng việc mình làm là đang tạo ra tội nghiệp. Bất kể là quý vị rõ biết hay không rõ biết, trong đoạn này nói rằng nếu truy cứu đến tận nguồn gốc của những tội lỗi ấy, đều là do [khởi sinh từ] một ý niệm sai lầm trì trệ.

Một ý niệm sai lầm trì trệ đó, nhà Phật gọi là một niệm mê hoặc. Vì sao bị mê hoặc? Vì tập nhiễm quá sâu nặng. Các bậc hiền thánh thế gian cũng như xuất thế gian đều dạy chúng ta sửa đổi lỗi lầm, đều dạy chúng ta quay đầu hướng thiện. Nhưng phải quay đầu từ đâu? Từ chỗ tập nhiễm mà quay đầu. Như vậy mới gọi là thực sự quay đầu hướng thiện, là triệt để quay đầu.

Nhưng sự quay đầu hướng thiện đó cũng phải có chỗ để khởi đầu. Kinh Lăng Nghiêm gọi là "tối sơ phương tiện" (phương tiện trước nhất), chúng ta phải bắt đầu công phu tu tập từ chỗ nào? Bốn chữ "át ác dương thiện" (ngăn điều xấu ác, tán dương điều thiện) này chính là dạy chúng ta phương thức khởi đầu tu tập. Bốn chữ này, dù sâu xa hay cạn cợt đều không có chỗ giới hạn. Chúng ta mới học thì công phu cạn cợt, đạt đến địa vị Bồ Tát thì công phu thành sâu xa.

Dùng chữ "át" (ngăn cấm) là nói có sự nỗ lực hạn chế, ngăn cản, cũng chính là nói phải khắc phục, đè nén. Đè nén điều gì? Đè nén điều xấu ác, những ý niệm xấu ác, những hành vi xấu ác. Không chỉ là chúng ta phải khống chế, ngăn giữ những hành vi xấu ác, không được tạo tác, thực hiện, mà cho đến ý niệm xấu ác cũng không được khởi sinh.

Niệm xấu ác, nếu không là do vô minh thì cũng là vọng tưởng. Những thứ này trong nhiều đời nhiều kiếp đã làm hại chúng ta phải ở trong sáu đường chịu bao khổ nạn. Khổ nạn không phải do người khác gây ra cho ta, là chính ta tự làm tự chịu, do nơi quý vị khởi tâm động niệm không tương ưng với tự tánh. Nếu là tương ưng với tự tánh thì trong tự tánh không hề có thiện hay ác. Tự tánh vốn là thanh tịnh. Cho nên không chỉ những ý niệm xấu ác mới làm tổn hại chúng ta, ngay cả những ý niệm hiền thiện cũng gây tổn hại.

Trong Kinh điển đức Phật đã dạy rất rõ ràng, niệm xấu ác chiêu cảm quả báo trong ba đường ác, niệm hiền thiện chiêu cảm quả báo trong ba đường lành. Ba đường lành hay ba đường ác thì cũng đều ở trong sáu đường luân hồi. Thiền tông thường dạy người: "Đừng nghĩ thiện, đừng nghĩ ác." Câu này có ý nghĩa gì? Mọi ý niệm dù thiện dù ác cũng đều dứt sạch hết đi. Khi ấy, "bản lai diện mục" (khuôn mặt vốn có xưa nay) của quý vị liền hiển lộ ngay đó. "Bản lai diện mục" đó là gì? Là tâm ý sáng tỏ thấy được tự tánh.

Bồ Tát thị hiện trong sáu đường [luân hồi] để hóa độ chúng sinh, quả thật đối với mọi ý niệm thiện cũng như ác đều không sinh khởi. Cho nên, Bồ Tát không trụ nơi sinh tử, cũng không trụ ở Niết-bàn. Không khởi niệm thiện, không khởi niệm ác, cho nên Bồ Tát không trụ nơi sinh tử. Trong phương pháp cũng như sự vận dụng cách thức cứu độ, giáo hóa chúng sinh, Bồ Tát không có việc thiện, không có việc ác, cho nên không trụ ở Niết-bàn. Sinh tử với Niết-bàn, cả hai bên Bồ Tát đều không trụ. Hai bên đều không trụ, đó chính là an trụ ở cả hai bên.

Vì thế, việc giáo hóa chúng sinh phải xem nơi căn tánh của chúng sinh. Chúng sinh có căn tánh lương thiện, tốt đẹp thì dùng pháp lành hóa độ. Chúng sinh căn tánh bất thiện thì dùng pháp xấu ác để hóa độ. Cho nên, Bồ Tát hóa độ chúng sinh, việc thiện việc ác đều có đủ. Nhưng đó chỉ là việc [thiện ác], các ngài không hề khởi tâm [thiện ác]. Việc [thiện ác] đó là vận dụng cách thức để giáo hóa chúng sinh, không phải mục đích hướng tới.

636

Các bậc đại thánh đại hiền thì tâm địa vĩnh viễn là thanh tịnh, bình đẳng, giác ngộ. Mọi ý niệm thị phi, thiện ác các ngài đều đã dứt sạch, không giống như phàm phu.

Sự tập nhiễm của phàm phu chúng ta đã từ vô thủy kiếp [đến nay], trong một lúc nhất định không thể dứt trừ hết được. Các bậc cổ đức thường nói: "Lý khả đốn ngộ, sự tu tiệm trừ." (Về lý có thể hiểu được ngay, về sự phải dứt trừ dần.) Ý nghĩa này quý vị phải nghe cho rõ. Quý vị có thể nhận hiểu, giác ngộ rất nhanh, nhưng tập khí [nhiều đời] của quý vị không thể ngay một lúc dứt trừ hết được, phải dần dần dứt trừ.

Về phương pháp dứt trừ, trước hết phải kiểm soát, chế ngự được những ý niệm xấu ác, những hành vi xấu ác, không để chúng sinh khởi. Đối với người niệm Phật, tôi vẫn thường nói, ý niệm vừa khởi lên liền lập tức đề khởi trong tâm câu "A-di-đà Phật". Niệm thứ nhất vừa sinh khởi, bất kể đó là niệm thiện hay niệm ác, sang niệm thứ hai vẫn là "A-di-đà Phật". Dùng ý niệm "A-di-đà Phật" thay thế ngay cho ý niệm [vừa khởi sinh] trước đó. Đây chính là "ngăn niệm xấu ác". Quý vị cần hiểu rõ, chữ "ác" ở đây chỉ cho ý niệm xấu ác. Như vậy là tu tập bắt đầu từ căn bản.

Về hành vi xấu ác, nói chung thì trong việc đối xử với người khác, với xã hội, với chúng sinh, nếu tạo ra ảnh hưởng bất lợi, [tổn hại cho đối tượng] thì những hành vi ấy đều xem là xấu ác, nhất định không được làm. Đó gọi là "tổn hại lẽ trời", nếu quý vị vẫn cứ làm thì tội nghiệp rất nặng.

Người ta làm điều ác không gì khác hơn là do nghĩ đến bản thân mình được một chút lợi ích. Một chút lợi ích đó, nói thật ra là quá nhỏ nhoi. Người xưa có đưa ra ví dụ, chẳng hạn như nếu quý vị giết oan một người, người ấy hoàn toàn không có tội, nhưng sau khi giết người ấy rồi thì quý vị được làm hoàng đế. Như thế cũng không làm. Thà không làm hoàng đế, nhất định không chấp nhận giết oan một người. [Quyết định] như vậy mới là người có trí tuệ. Nếu là người có tội, tự nhiên sẽ có người trị tội đối phó với họ. Quốc gia có pháp luật để chế tài. Chúng ta không phải người chấp pháp, không phải người lập pháp, nhìn thấy người khác tạo tội nghiệp, ta không có quyền lực chế tài đối với họ. Ý nghĩa này cần phải hiểu rõ.

Người [có trách nhiệm] lập pháp, chấp pháp, áp dụng chế tài đối với người khác không tạo thành tội nghiệp. Chúng ta không phải người chấp pháp, thấy người khác có tội ta trừng phạt họ thì bản thân ta đã có sai lầm. Trong trường hợp đó ta phải làm sao?... Nếu là việc tạo tội ác nặng nề, gây hại cho xã hội, gây hại cho nhiều chúng sinh, chúng ta có thể trình báo với cơ quan pháp luật, như vậy là được, vì chúng ta không thể trừng phạt họ. Phật pháp dạy cho quý vị vận dụng trí tuệ, dùng trí tuệ ở mức cao minh, tuyệt đối không phải làm việc theo tình cảm. Chúng ta thường nói là hợp tình, hợp lý, hợp pháp. Đó là Phật pháp. Đó là những gì chư Phật, Bồ Tát dạy bảo chúng sinh.

Một người tu hành, đó là tu sửa cho chân chánh những hành vi sai trái của bản thân mình, đó gọi là tu hành. Tu hành không có giới hạn dừng lại. Vì sao vậy? Hành vi của chúng ta thường luôn có sai lầm. Còn sai lầm là còn phải tu sửa. Bồ Tát Đẳng giác vẫn cần phải tu hành. Vì sao vậy? Vì vị ấy vẫn còn có một phẩm Sanh tướng vô minh chưa phá trừ, đó là chỗ còn khiếm khuyết, lỗi lầm, nên vẫn chưa thể lìa bỏ sự tu hành. Đạt đến quả vị Như Lai hoàn toàn không còn khiếm khuyết, lỗi lầm, đó là công đức tu hành trọn vẹn đầy đủ, không còn bất kỳ công hạnh nào còn phải tu tập nữa.

Quý vị phải hiểu rằng, Bồ Tát ở địa vị Đẳng Giác vẫn còn cần phải tu hành, chúng ta sao có thể không tu? Từ địa vị Đẳng Giác trở xuống là chúng sinh trong chín pháp giới, chúng ta cần phải nhận thức thật rõ ràng. Chúng ta ngày nay phải bắt đầu tu tập từ đâu? Chúng ta là phàm phu, nằm trong chín pháp giới, địa vị [hiện nay] của ta rất thấp, tập khí nghiệp chướng lại hết sức nặng nề, phải từ chỗ dứt ác tu thiện mà bắt đầu. Chúng ta chưa đủ khả năng dứt hết mọi việc thiện ác. Nói cách khác, chưa có cách gì vượt thoát ra khỏi sáu đường luân hồi.

Ở trong sáu đường, chúng ta dứt được các việc ác, tuyệt đối sẽ không rơi vào ba đường ác. Tu thiện, có thể được phước báo trong hai cõi trời, người. Đó là quả báo nhỏ. Trong Phật pháp mà nói, [so với quả vị xuất thế] thì không gì nhỏ hơn những quả báo [hữu lậu] này.

Phần trích dẫn trong chú giải là lời của Đạo gia. Câu ["át ác dương thiện"] này đích thực là của Đạo gia. Cảm ứng thiên là của Đạo gia. Phật dạy: "Chỉ ác hành thiện." (Dừng việc ác, làm việc thiện.) Nho gia nói: "Ẩn ác dương thiện." (Che giấu việc ác, biểu dương việc thiện.) Đó là các bậc thánh nhân của Tam giáo đối với vấn đề này đều nói ra hoàn toàn tương đồng.

Do đó có thể biết rằng, chúng ta thấy việc xấu ác của người, phải biết che giấu, tuyệt đối không nói ra cửa miệng. Không chỉ miệng không nói ra, mà tốt nhất là cũng không giữ trong lòng. Tôi thường nói rằng, như thế thì tâm của chúng ta mới được thanh tịnh. Trong tâm quý vị lưu giữ chuyện này chuyện nọ như thế thì làm sao có thể thanh tịnh? Tâm không thanh tịnh thì không phát sinh trí tuệ. Tâm quý vị khởi sinh phiền não. Đem tâm phiền não mà học Phật thì dù học cách gì cũng không [làm theo] giống được. Đem tâm phiền não mà nghiên cứu Kinh điển giáo pháp, dù có nghiên cứu cách gì đi nữa cũng không nghiên cứu thông suốt được. Phải từ tận trong đáy lòng dứt trừ hết đi.

Thấy điều hiền thiện của người khác phải tán thán. Vì sao vậy? Để khuyến khích mọi người làm điều thiện. Tối hôm qua tôi gặp cư sĩ Chung Mậu Sâm, người Quảng Châu. Anh là người trẻ tuổi, chỉ mới hơn hai mươi, nhưng là một người ít có. Anh đã lấy được học vị tiến sĩ ở Mỹ. Mấy năm trước khi tôi ở Mỹ, anh có đến nghe tôi giảng kinh. Sau khi nghe rồi hết sức cảm động, phát khởi chín điều đại nguyện hiếu thuận với cha mẹ. Anh viết ra rồi có đưa cho tôi xem. Hiện nay anh đã hoàn tất học vị tiến sĩ, về nhà thăm người thân. Tối hôm qua trong lúc giảng kinh tôi gặp lại anh. Anh cùng đi với người trong gia đình, có ông bà, cha mẹ với một bà cô, cùng đến gặp tôi. Người trẻ tuổi này thật ít có. Hôm qua anh ấy lại mang chín điều [đại nguyện] đọc cho tôi nghe. Tôi nói, tốt lắm, đưa cho tôi, tôi sẽ cho đăng trên tờ tạp chí "Phật Đà Giáo Dục" để biểu dương điều thiện, khuyên mọi người làm theo.

Người Trung quốc thời xưa thường nói: "Tôi trung từ nhà con hiếu." Anh này hiện đang giảng dạy ở Đại học Đức Châu. Thật không dễ gì được như vậy. Anh ấy nhờ đâu có được thành tựu lớn lao đến thế? Từ một phần tấm lòng hiếu thảo của anh, chúng ta có thể hiểu được. Tiên sinh Liễu Phàm thường quan sát những người công danh phú quý. Quan sát điều gì? Quan sát nơi đức hạnh của họ. Đức hạnh rất khó có được. [So với đức hạnh thì] tri thức, kỹ thuật không thể tính là gì cả. Đức hạnh mới khó được. Người có đức hạnh nhất định được chư Phật, hộ niệm, nhất định được thiện thần giúp đỡ, ủng hộ.

Anh bạn trẻ này rất đáng để chúng ta ngợi khen tán thán, rất đáng để chúng ta biểu dương. Anh là mẫu mực, là khuôn mẫu cho những người trẻ tuổi noi theo. Tối nay giảng kinh, cả nhà anh lại sẽ đến.

Bốn chữ "át ác dương thiện" này, chúng ta một đời làm theo không hết. Không chỉ là một đời, mà đời đời kiếp kiếp, mãi cho đến khi thành tựu địa vị Như Lai đều không thể xa lìa. Phải vĩnh viễn ghi nhớ, mỗi giây mỗi phút, dù ở bất cứ nơi đâu cũng đều phải biết dứt ác tu thiện.

Bài giảng thứ 71

(Giảng ngày 6 tháng 8 năm 1999 tại Hương Cảng, file thứ 72, số hồ sơ: 19-012-0072)

Thưa quý vị đồng học, cùng tất cả mọi người.

Xin mời xem đến đoạn 29, chỉ có một câu là: "Thôi đa thủ thiểu." (Cho ra nhiều, giữ lại ít.) Câu trước đã dạy chúng ta dứt ác tu thiện, điều này phải vận dụng trong thực tế như thế nào? Câu [tiếp theo] này chính là lời răn dạy chân thật [cho việc này].

Con người nếu không thể nhường nhịn nhau thì việc dứt ác tu thiện không thể thực hiện. Cho nên phải biết nhường nhịn. Nhường nhịn lẫn nhau là đức tốt. Trong sách xưa của Trung quốc có ghi chép, Khổng Dung lúc bốn tuổi đã biết khiêm tốn nhường nhịn, có thể thấy đó là căn lành hết sức sâu dày. Tất nhiên, việc giáo dục sau đó cũng là nhân tố quyết định.

Con người ai cũng có căn lành, đó là điều chúng ta không thể phủ nhận. Căn lành bị che lấp không hiển lộ là vì không có cơ hội tiếp nhận sự răn dạy của thánh hiền. Các bậc hiền thánh xưa của Trung quốc hiểu rất rõ sự thật này, cho nên đối với sự giáo dục hết sức xem trọng. Không chỉ việc giáo dục trẻ em là quan trọng thiết yếu, thánh hiền còn mở rộng đến phạm vi giáo dục từ lúc còn trong thai mẹ, gọi là thai giáo. Theo đó, trong lúc người mẹ đang mang thai thì mọi tâm trạng, tình cảm, hành vi cử chỉ đều có ảnh hưởng đến thai nhi. Cho nên, giáo dục của Nho gia là bắt đầu từ thai giáo. Trong thời gian mang thai, người mẹ phải giữ tư tưởng thuần chánh, thanh tịnh, thực sự theo khuôn phép: "Việc không hợp lễ nghi thì không nhìn, không nghe, không nói." Người mẹ như vậy mới thực sự là quan tâm chu đáo đến con.

Người thời nay đâu hiểu được ý nghĩa ấy? Cho nên, dù có căn lành sâu dày cũng bị tập nhiễm phong khí xã hội [không tốt] hiện nay, khiến căn lành phúc đức không thể hiển lộ, mà bao nhiêu tập khí xấu ác đều phát xuất ra. Đây mới thực sự là nguồn gốc gây rối loạn xã hội, là căn bản của hết thảy mọi điều bất an.

Nho giáo, Đạo giáo và Phật giáo, có thể nói đều là các nền giáo dục xã hội đa nguyên văn hóa. Các hệ thống này có năng lực cạnh tranh trong xã hội nhưng đều chủ trương buông bỏ sự cạnh tranh; có khả năng giành lấy công danh phú quý, nhưng cũng hoàn toàn buông bỏ, [chủ trương] sống ẩn cư, thanh bần, vui thích dấn thân vào sự nghiệp vĩ đại giáo dục xã hội, thực sự phụng hiến bản thân mình để tạo phúc cho loài người. Tầm nhìn của các tôn giáo này thật sâu xa rộng lớn, không chỉ giới hạn chỉ trong một đời này mà nhìn thấu đến nhiều đời nhiều kiếp lâu xa về sau, cho nên những thành tựu của Tam giáo mới được người đời tôn sùng kính ngưỡng. Trong mấy ngàn năm qua, nhắc đến các bậc hiền thánh xưa [của Tam giáo] vẫn còn rất nhiều người tôn kính, tán thán, hướng theo các vị học tập.

Thái thượng Cảm ứng thiên là giáo học của Đạo gia. Văn tự tuy không nhiều nhưng nghĩa lý vô cùng phong phú, hết sức trọn vẹn đầy đủ, mỗi câu mỗi chữ đều không thể giảng nói hết được.

"Cho ra nhiều, giữ lại ít" chính là vận dụng thực tiễn việc dứt ác tu thiện. Trong phần tiểu chú, câu mở đầu nói rất hay: "Phạm vi câu này rất rộng lớn." Cả lý và sự đều sâu rộng vô cùng tận. Trong sách nêu ra một thí dụ. Anh em phân chia gia tài, bạn bè có quan hệ qua lại về tiền bạc, cần phải biết khiêm tốn, nhường nhịn, đó là đức tốt. Nếu như tranh giành về mình, quý vị phải biết, tham sân si phiền não liền có mặt. Đây là điều kiêng kỵ lớn nhất trong nhà Phật. Ba món độc tham sân si với phiền não nếu không chế ngự, chặn đứng được thì quả báo phải đọa vào ba đường ác. Cho nên, trước mắt giành được một chút lợi ích có đáng gì? Được không bằng mất, lợi không bằng hại.

Bạn bè cùng làm ăn cũng phải nhường nhịn nhau. Có một số đồng tu đến hỏi tôi, bạn bè đến mượn tiền có nên giúp hay không? Tôi nói, quý vị nếu có năng lực thì nên giúp, nhưng phải nhớ rằng, đã đưa cho mượn thì nhất định đừng nghĩ đến việc họ sẽ trả lại. Như vậy thì giao tình giữa bạn bè với nhau mới ngày càng sâu đậm. Cho mượn mà nghĩ đến việc họ trả lại, còn muốn đòi nợ thì bạn bè tốt hóa thành thù nghịch. Sao lại phải khổ sở như vậy? Cho nên, lúc đưa mượn nhất định không nghĩ rằng người ấy sẽ trả lại. Đưa cho mượn ấy là biếu tặng, thì tâm quý vị an ổn biết bao, vui thích biết bao. Trong tương lai nếu họ trả lại thì quá tốt, quá vui, nhưng nếu họ không trả thì đừng bao giờ nhắc tới.

Cho nên, muốn giúp người khác trước hết phải nghĩ đến khả năng của mình. Hết lòng hết sức giúp đỡ người khác là nuôi dưỡng lòng nhân hậu của mình, phúc đức về sau lớn lao vô cùng. Quý vị thường làm như vậy thì có thể xây dựng được niềm tin của mọi người trong xã hội, quý vị làm việc gì cũng sẽ được rất nhiều người ủng hộ, được rất nhiều người giúp đỡ. Quý vị vui vẻ giúp người là gieo nhân, người khác giúp đỡ quý vị là quả báo. Gieo nhân lành được hưởng quả lành, phải hiểu rõ ý nghĩa này.

Vì thế, cần phải biết nhường nhịn. Chúng ta sống trong cuộc đời này, thật ra những thứ thiết yếu cho đời sống bản thân chẳng đáng là bao. Các bậc đại đức xưa thường nói, người sống ở đời bất quá ngày ăn ba bữa, tối ngủ sáu thước, [chỉ cần được vậy là] quý vị đã có thể an ổn, thư thái thanh thản sống qua một đời, vì sao không chịu nhường nhịn nhau?

Nhân tố quan trọng thiết nhất để được sống lâu khỏe mạnh là tâm địa phải chân thành, thanh tịnh, từ bi. Đó là nguyên nhân thực sự của việc sống lâu mạnh khỏe. Không phải do được ăn ngon, cũng không phải do mỗi ngày đều tẩm bổ. Quý vị hãy quan sát thật kỹ, trong các vị đế vương, quan tướng qua nhiều đời, đều là những kẻ đại phú đại quý, điều kiện sống hết sức dồi dào đầy đủ, chuyện ăn uống luôn hết sức chú trọng, người bình thường không thể sánh bằng. Thế nhưng nhìn lại lịch sử, nào có mấy người trong bọn họ được sống lâu? Đại đa số chỉ khoảng ba mươi, bốn mươi đến năm mươi tuổi đã chết. Những người sống được đến bảy mươi, tám mươi tuổi là cực kỳ hiếm có.

Ngược lại thật không bằng các nông dân miền quê, chúng ta vẫn thường nghe nói họ sống đến tám mươi, chín mươi hoặc hơn trăm tuổi. Quý vị hãy nhìn lại xem họ ăn uống thế nào, chỉ là trà thô cơm nhạt, nhưng vì sao họ được khỏe mạnh? Vì sao họ được sống lâu? Có thể thấy rằng, được sống lâu khỏe mạnh không phải nhờ tẩm bổ, cũng không thể dùng thuốc men trị liệu mà được. Các lão nông nhờ đâu được khỏe mạnh? Nhờ tâm họ thanh tịnh, thành khẩn, từ bi.

Thấu hiểu được ý nghĩa này thì trong cuộc sống mọi việc đều tùy duyên là tốt. Hơn nữa, việc ăn uống hằng ngày càng ít càng tốt. Tâm thanh tịnh, giữ lòng trong sạch, ít ham muốn thì tự nhiên sẽ được khỏe mạnh sống lâu. Trong sách trích dẫn một đoạn kinh Di Giáo do chính đức Phật nói ra. Phật dạy: "Đa dục chi nhân, đa cầu lợi cố, khổ não diệc đa." (Người nhiều tham dục, do mong cầu nhiều nên khổ não cũng nhiều.)

Lời dạy này của đức Phật không có gì khó hiểu. Người nhiều tham dục thì lòng tham muốn nặng nề, những gì chưa có được thì mong muốn có được, những gì có được rồi thì lo sợ mất đi, trong lòng chất chứa quá nặng nề, phiền não quá nhiều, lo được lo mất. Người như vậy vì sao chết sớm? Nguyên nhân chính là ở chỗ này. Ngạn ngữ có câu: "Ưu năng sử nhân lão." (Buồn lo sẽ mau già.) Câu này là kinh nghiệm thực tế của người xưa nói ra. Người nhiều lo âu, buồn bực, trong lòng ôm ấp quá nhiều chuyện, rất dễ suy yếu, mau già, nhiều bệnh, tuổi thọ tự nhiên không thể kéo dài.

Từ nơi sự thật này, ý nghĩa này mà quan sát, chúng ta sẽ hiểu được rằng Nho giáo, Đạo giáo cũng như Phật giáo đều thông tuệ sáng suốt, hiểu rõ được phép dưỡng sinh, đều nỗ lực hết sức buông bỏ những ưu tư, sầu não, đạt đến thân tâm tự tại.

Giáo hóa chúng sinh là sự nghiệp của người tu hành. Khi thực hiện sự nghiệp ấy phải thực sự nỗ lực hết sức nhưng nhất định không có sự mong cầu. Vì sao vậy? Có mong cầu liền có phiền não. Không mong cầu thì không phiền não, nhiều mong cầu sẽ nhiều phiền não. Khi dạy dỗ, đào tạo đệ tử, đối với những đệ tử ấy nhất định không đặt hy vọng. Vì sao vậy? Có hy vọng thì có thất vọng. Nhìn thấy đệ tử có thành tựu, căn lành, phúc đức nhân duyên tốt đẹp thì chúng ta vui mừng. Nhìn thấy đệ tử không thể y theo lời dạy vâng làm, không thể tiếp nhận những lời răn dạy, vẫn cứ tạo tác tội nghiệp, ta cũng chỉ có thể chấp nhận như vậy, là do tập khí phiền não của họ quá nặng. Cho nên, trong lòng không để lại một chút tỳ vết vướng bận nào, đó mới thật là đạo dưỡng sinh chân chính.

Chúng ta làm mọi việc đều vì xã hội; vì chúng sinh mà làm việc tốt đẹp. Có duyên thì làm, đó là chúng sinh có phúc, chúng ta nên làm, cố gắng làm nhiều một chút. Nếu không có duyên, chúng sinh không có phúc, ta quay về với [cuộc sống] thanh nhàn tự tại, nhất định không chạy đuổi theo duyên, [không khởi lên ý niệm] "ta nhất định phải làm thế này, thế này...", [vì như vậy là] quý vị có ưu phiền khổ não, có dục vọng mong muốn.

Chúng ta xem Kinh điển đều thấy, Chư Phật, Bồ Tát ở trong mười pháp giới, tùy loại hóa thân, tùy căn cơ chúng sinh thuyết pháp. Bản thân các ngài có muốn đến nơi nào đó giáo hóa chúng sinh hay không? Không hề có. Nếu có mong muốn như vậy thì đó là phàm phu, chẳng phải thánh nhân. Vậy các ngài đến [thế gian] như thế nào? Vì chúng sinh có sự chiêu cảm, các ngài liền ứng hiện. Theo cách nói của chúng ta ngày nay là nhận lời mời thỉnh, yêu cầu. Ứng hiện như vậy là thụ động, không phải [các ngài] chủ động. Chúng sinh có sự chiêu cảm, có sự mong cầu, các ngài liền hiện đến. Nếu chúng sinh không có những ý niệm [mong cầu, chiêu cảm], các ngài không đến. Các ngài đến làm gì? Các ngài đến không phải để tìm sự phiền phức.

Cho nên chư Phật, Bồ Tát, cũng như [các bậc thánh nhân] Nho giáo, Đạo giáo [ra công] dạy dỗ, hoặc nói là vì xã hội phục vụ, vì chúng sinh phục vụ, hết thảy đều là bị động, nhất định không có sự chủ động, [không có ý tưởng] "ta phải làm thế này, thế này... Ta phải tạo cơ hội thế này, thế này"..., [các ngài] làm gì nhiều chuyện đến thế? Cách làm như vậy, những ý niệm như vậy, đều là trái nghịch với phép tắc tự nhiên. Phép tắc của tự nhiên chính là tính đức của tự tánh. Nho giáo, Phật giáo cũng như Đạo giáo đều [chủ trương] tâm địa thanh tịnh vô vi, không làm gì cả. Không làm gì cả mà không có gì không làm. Đó là sự cảm ứng.

Tôi đến Hương Cảng (Hong Kong) vì mọi người giảng kinh, không phải do tôi muốn đến, mà do quý vị muốn nghe kinh nên tìm tôi đến. Quý vị đã muốn nghe kinh, nếu tôi không đến thì có lỗi với quý vị. Nếu quý vị không tìm cầu, tôi tuyệt đối không đến. Năm xưa có bà Lôi [ở Hương Cảng], mỗi năm đều thỉnh mời tôi. Vì thế, mỗi năm tôi đều đến giảng kinh trong một tháng. Bà Lôi qua đời rồi, không còn ai mời tôi sang nữa. Cho nên, khá nhiều năm [sau đó] tôi không đến Hương Cảng. Khi Hương Cảng được [Anh quốc] trao trả [chủ quyền về Trung quốc], tôi có đến thăm. Ngày trước giảng kinh ở đây hơn mười năm, cũng có một chút tình cảm, nên khi Hương Cảng được trao trả, tôi liền đến thăm một lần. Khi ấy, gặp một số các vị đồng tu cũ, những thính chúng ngày trước, họ nói: "Đã bảy năm rồi thầy không đến đây." Tôi nói: "Đâu có lâu đến thế?" Nhẩm tính lại, quả đúng là bảy năm. Tôi nói: "Không phải tôi không đến, chỉ là quý vị không tìm tôi. Quý vị không tìm tôi, tôi làm sao đến?" Thế là, một số vị đồng học lại đến thỉnh mời tôi.

Quý vị tìm thỉnh tôi, đó là cảm; tôi [nhận lời] đến là ứng. Chúng ta học tập theo đức Phật Thích-ca Mâu-ni, vĩnh viễn là thụ động, vĩnh viễn không chủ động. Chủ động thì có phiền não, chủ động thì tâm không thanh tịnh. Hoàn toàn là thụ động thôi. Đức Phật dạy chúng ta tùy duyên nhưng không chạy đuổi theo duyên. Tùy duyên là thụ động. Chạy đuổi theo duyên là chủ động. Cho nên câu này ý nghĩa hết sức sâu rộng.

Đức Phật cũng dạy: "Người ít tham dục, không mong cầu, không tham muốn, ắt không có những mối lo [được mất]." Đó là Phật dạy chúng ta phải làm sao trong một đời này được sống thật tự tại, sống thật hạnh phúc. Tục ngữ nói rất hay: "Lý đắc tâm an." (Thông đạt lý lẽ thì tâm an ổn.) Ý nghĩa được nhận hiểu rõ ràng sáng tỏ thì tâm tự nhiên an ổn. Nhận hiểu ý nghĩa rõ ràng rồi thì tham muốn không còn nữa, dục vọng không còn nữa.

Cho nên, khi cùng chung sống với hết thảy chúng sinh, họ cần điều gì thì ta đều đem hết khả năng cung cấp cho họ. Họ cần danh tiếng thì cho danh tiếng, cần lợi dưỡng thì cho lợi dưỡng, cần tiền bạc thì cho tiền bạc, cùng tất cả chúng sinh kết duyên hoan hỷ. Những gì [người tu hành] chúng ta cần, chúng sinh không cần; những gì họ cần, chúng ta không cần. Họ cần danh tiếng, lợi dưỡng, năm món dục trong sáu trần cảnh, những thứ như vậy chúng ta không cần. Chúng ta cần tâm ý thanh tịnh, tâm thanh tịnh này chúng sinh [si mê] không cần đến. Cho nên, chúng ta chung sống với hết thảy người đời [si mê] không có xung đột, mâu thuẫn.

Người đời vì sao không thể chung sống tốt với nhau? Vì có xung đột vấn đề lợi hại, bên này bên kia cạnh tranh lẫn nhau, cho nên không thể cùng nhau sống chung. [Người tu hành] chúng ta có thể cùng với hết thảy chúng sinh sống chung rất tốt. Như quý vị đã thấy, chúng ta hiện nay sống chung rất tốt với nhiều người khác chủng tộc, khác tôn giáo, vẫn cùng nhau sống chung rất tốt. Nguyên nhân ở đâu? Họ cần đến điều gì chúng ta đều cung cấp. Họ không cần cái chúng ta cần, cho nên nhất định không có sự xung đột lợi hại. Như vậy chúng ta mới có thể cùng họ chung sống tốt.

Ta giúp đỡ mọi người, đó là ta tiếp nhận lời răn dạy của chư Phật, Bồ Tát, của các bậc hiền thánh xưa. Đó là chỗ lợi ích chân thật đạt được trong một đời. Chúng ta cống hiến cho mọi người, chia sẻ với mọi người một phần lợi ích đó. Nếu như quý vị giác ngộ nhận hiểu, quý vị nhất định cũng có thể "cho ra nhiều, giữ lại ít". Nhu cầu thực sự cần thiết cho đời sống của chúng ta hết sức giới hạn, chẳng đáng là bao, rất dễ dàng thỏa mãn đầy đủ.

Thời gian tôi còn cầu học, vào khoảng hơn ba mươi tuổi, chừng ba mươi hai, ba mươi ba, cùng sống với lão cư sĩ Lý Bỉnh Nam. Lý lão sư mỗi ngày chỉ ăn một lần, mỗi ngày chỉ ăn một bữa. Tôi bắt đầu học Phật năm hai mươi sáu tuổi. Ngay trong năm ấy, nửa cuối năm tôi bỏ không ăn bữa tối, nhà Phật gọi là "trì trai". Tôi sống như vậy không ít năm. Khi đến Đài Trung sống với Lý lão sư, thầy chỉ ăn một bữa, tôi nghĩ điều này cũng không khó, liền bỏ luôn bữa ăn sáng, mỗi ngày chỉ còn ăn một bữa. Tôi ăn như vậy đến tám tháng mới nói cho thầy biết. Thầy hỏi: "Ông thấy thể lực thế nào?" Tôi đáp: "Thể lực hết sức bình thường, không thấy có gì không thoải mái." Thầy vỗ tay lên mặt bàn, bảo tôi: "Cứ như vậy luôn đi, trọn đời không cầu người khác."

Đời sống [đơn giản] như vậy thật dễ dàng. Người nhiều ham muốn ắt phải cầu cạnh người khác [để đáp ứng], người ít ham muốn chẳng phải cầu cạnh ai. Người xưa nói rất hay: "Con người đạt đến chỗ không mong cầu thì phẩm giá tự nhiên cao quý." Cho nên, từ lúc đó tôi chỉ ăn ngày một bữa. Ăn như vậy được 5 năm. Sau tôi đến Đài Bắc giảng kinh, nữ cư sĩ Hàn Anh thỉnh tôi về nhà bà. Bà thấy tôi ăn mỗi ngày một bữa liền nói: "Pháp sư! Thế này không được. Thầy ăn như thế này tương lai thân thể suy yếu, có vấn đề gì cả nhà chúng tôi không gánh nổi [trách nhiệm]. Nếu như thầy nhận lời ở Đài Bắc này hoằng pháp, nhất định thầy phải ăn ngày ba bữa."

Tôi suy nghĩ, việc hoằng pháp là quan trọng thiết yếu, phải tùy duyên thôi. Tôi liền đem một bữa chia ra thành ba bữa. Thuở ấy tôi còn ít tuổi, mỗi bữa bình thường ăn ba chén cơm. Cho nên, khi ăn ngày ba bữa thì tôi chia ra mỗi bữa ăn một chén.

Tôi ở nhà nữ cư sĩ Hàn được ba mươi năm, nhờ bà chăm sóc. Hiện nay bà đã vãng sinh rồi, không còn ai hạn chế tôi nữa. Cho nên tôi muốn trở lại ăn ngày một bữa, bớt việc. Như vậy bớt đi rất nhiều phiền toái.

Cho nên, nhu cầu trong đời sống càng ít, chúng ta cống hiến cho người khác càng được nhiều hơn. Đó là việc tốt. Đối với bản thân nhất định được lợi ích, đối với người khác cũng có lợi ích. Như vậy là lợi mình, lợi người.

Nhất định phải biết khiêm nhường. [Trong một bài] trước tôi đã từng giảng qua với mọi người. Người với người giao tiếp, phải biết lễ nhượng, nhẫn nhượng. Người ở địa vị lãnh đạo phải biết khiêm nhường, khiêm tốn, mọi việc đều nhường người khác. Chúng ta giao thiệp qua lại với hết thảy chúng sinh, không có sự xung đột lợi hại, trong sự giao thiệp sẽ không có bất kỳ mâu thuẫn nào, cũng không có bất kỳ sự hiểu lầm nào, lại có thể thực sự đạt đến sự tôn trọng lẫn nhau, thương yêu cung kính, hỗ trợ hợp tác với nhau. [Như vậy thì] đối với sự an định của xã hội, hòa bình của thế giới, phúc lành của hết thảy chúng sinh, tất cả đều sẽ tự nhiên được thành tựu trọn vẹn đầy đủ.

Hôm nay thời gian đã hết, chúng ta giảng đến đây thôi.

Bài giảng thứ 72

(Giảng ngày 8 tháng 8 năm 1999 tại Tịnh Tông Học Hội Singapore, file thứ 73, số hồ sơ: 19-012-0073)

Thưa quý vị đồng học, cùng tất cả mọi người.

Hôm nay chúng ta xem đến câu thứ 30 trong Cảm ứng thiên: "Thụ nhục bất oán." (Chịu nhục không oán hận.) Câu này nói về không sân hận, là dứt trừ tham sân si, không có sân hận.

[Việc bị làm] nhục đối với người Trung quốc từ xưa đến nay được xem là cực kỳ nghiêm trọng. Người xưa nói: "Sĩ khả sát, bất khả nhục." (Người trí thức có thể chịu chết, không thể chịu nhục.) Điều mà người trí thức Trung quốc thời cổ đại theo đuổi chính là đạo nghĩa. Kẻ sĩ là thành phần có học trong xã hội, ngày nay ta gọi là trí thức, thời xưa gọi là người đọc sách thánh hiền. Người thời xưa cho rằng, đối với người trí thức thì dù bị giết chết cũng có thể xem là không quan trọng, nhưng bị làm nhục là chuyện không thể chấp nhận. Họ xem việc bị làm nhục là chuyện cực kỳ quan trọng.

Phật pháp truyền đến Trung quốc, Phật dạy chư Bồ Tát sáu điều cương lĩnh. Dạy Bồ Tát tức là dạy người học Phật. Theo thuật ngữ Phật giáo thì chư Bồ Tát là những người học Phật. Phật dạy người học Phật trong việc tu dưỡng đức hạnh có sáu điều cương lĩnh, tức là Lục độ (sáu độ), hay sáu ba-la-mật. Ba-la-mật là Phạn ngữ, Hán dịch là "độ", [nghĩa là qua bờ bên kia], nên sáu ba-la-mật là sáu độ. Sáu cương lĩnh này là những nguyên tắc hàng đầu của người học Phật. Quý vị đã là người học Phật thì nhất định phải tuân thủ sáu điều này, bao gồm: bố thí, trì giới, nhẫn nhục, [tinh tấn, trí tuệ, thiền định]. Trong đó có nhẫn nhục.

Trong thực tế, ý nghĩa Phật dạy không hẳn là nhẫn nhục. Ý nghĩa của điều này là nhẫn nại. Các bậc đại đức phiên dịch Kinh điển khi xưa quan sát tâm lý người Trung quốc đa số đều xem việc bị làm nhục là hết sức nghiêm trọng, nên mới đặt chữ nhục theo sau chữ nhẫn. Cho nên, cách dịch nhẫn nhục là [thích hợp] riêng đối với người Trung quốc. Cách phiên dịch như vậy cũng phù hợp với nguyên tắc chung trong nền giáo học của đức Thế Tôn, tức là tùy theo căn cơ mà thuyết pháp. Cách chuyển dịch như vậy phù hợp với căn cơ của người Trung quốc, cũng là phù hợp với yêu cầu của xã hội Trung quốc. Cho nên, dịch như vậy là rất hay.

Bị nhục [là điều nghiêm trọng nhất] mà có thể nhẫn chịu được thì còn có điều gì không thể nhẫn chịu? [Như vậy thì] không có chuyện gì không thể nhẫn được cả. Hơn nữa, nhẫn là điều kiện tất yếu để tu học thành công. Trong kinh Kim Cang, Phật dạy: "Hết thảy các pháp đều thành tựu từ đức nhẫn." Người Trung quốc xưa cũng nói: "Việc nhỏ không nhẫn chịu ắt hỏng việc lớn." Do đó có thể biết rằng, dù là pháp thế gian hay xuất thế gian, mọi thành tựu lớn nhỏ đều phải hoàn toàn xem nơi công phu nhẫn nại của quý vị. Công phu nhẫn nại được lớn lao thì thành tựu cũng lớn lao, công phu nhẫn nại nhỏ nhoi thì thành tựu cũng nhỏ nhoi. Không có khả năng nhẫn nại thì hoàn toàn không có thành tựu. Sự thật ấy là trước mắt chúng ta.

Quý vị chỉ cần tỉnh táo quan sát những người quanh mình, xem những ai có sự thành tựu, những ai không thể thành tựu, thì tự nhiên thấy được [lý lẽ ấy] rõ ràng trước mắt. Những lời răn dạy của chư Phật, Bồ Tát, chúng ta đọc qua rồi, nghe qua rồi, suy ngẫm kỹ lưỡng, lại quan sát thật kỹ những người chung quanh mình, những ai thành công, những ai thất bại, lại xem trong lịch sử ghi chép những nhân vật thành công hay thất bại. Như vậy thì chúng ta có thể tự chứng thực được những lời răn dạy của chư Phật, Bồ Tát.

Những lời răn dạy của các bậc hiền thánh xưa đều là chân thật, đối với chúng ta có lợi ích lớn lao.

Đặc biệt ở chỗ này [Cảm ứng thiên] nói rất hay: "Thụ nhục bất oán." (Chịu nhục không oán hận.) Đây quả là đức hạnh chân thật. "Oán" nghĩa là oán hận. Nói thật ra, một người bình thường chịu nhục, bị người khác làm nhục, ví như có thể nhẫn chịu được, không đáp trả, không báo thù, nhưng ý niệm oán hận thì ít nhiều nhất định phải có. Ý niệm oán hận đó, trong thực tế chính là nghiệp nhân, là nguồn gốc của sự báo thù trong tương lai. Đời này không báo thù, nhờ đọc sách thánh hiền nên có thể nhẫn chịu qua được, nhưng đời sau [ý niệm] báo thù đó sẽ bộc lộ.

Là người học Phật, quý vị đều có thể tin chắc được rằng con người không chỉ có một kiếp sống này, mà còn có những kiếp sau nữa. Nếu con người chỉ có một đời này thôi, không có đời sau, thì việc [khởi sinh ý niệm oán hận] này cũng chẳng hại gì. Bao nhiêu phiền phức ở đây chính là vì con người còn có đời sau nữa.

Ngày nay ở các nước phương Tây, như khi tôi hoằng pháp nhiều năm ở Mỹ, Canada, những người ngoại quốc đối với việc kiếp trước kiếp sau đều tin là có thật. Đối với việc Kinh Phật giảng về sáu đường luân hồi họ cũng đều thừa nhận. Những người nào thừa nhận? Chính là các tín đồ Cơ đốc giáo, Thiên chúa giáo. Những người này trước đây không tin có sáu đường luân hồi. Bây giờ họ đã tin là có sáu đường luân hồi. Vì sao họ tin? Đó là thông qua hiện tượng thôi miên sâu [biết được kiếp quá khứ] nên họ tin.

Hiện nay ở nước ngoài, những hồ sơ ghi lại các trường hợp thôi miên lên đến con số hơn mấy trăm ngàn. Những sách đã xuất bản về chủ đề này cũng rất phong phú. Thông qua thôi miên, người bị thôi miên nói ra được kiếp trước của họ. Những điều họ nói ra được ghi chép lại, sau đó mới tiến hành điều tra kiểm chứng. Nói về kiếp trước, khoảng hơn một nửa số trường hợp là những sự việc trong vòng một, hai trăm năm trước. Những hồ sơ ghi chép này đều được chính phủ lưu giữ, hiện có thể tra cứu được. Người nói ra sự việc vốn suốt đời chưa từng đi đến địa phương mà họ đề cập đến, đối với nơi ấy hoàn toàn xa lạ, hoàn toàn không biết gì. Nhưng người ấy lại mô tả được rõ ràng tình trạng ở địa phương ấy cách nay vài trăm năm, lại nói rõ tên họ của mình vào thời điểm ấy, rằng mình đã cư ngụ ở địa phương ấy. Khi được hỏi về tên đường phố, về loại tiền tệ sử dụng thời ấy, thì người này đều trả lời chính xác. Trải qua tiến trình điều tra kiểm chứng, quả nhiên hoàn toàn đúng. Lại hỏi về chuyện sống chết của họ khi ấy, lúc chết như thế nào, đầu thai trở lại vào lúc nào, họ đều nói ra hết sức rõ ràng, minh bạch.

Những sách ấy có được dịch sang tiếng Trung quốc, nhưng không nhiều lắm, chính tôi đã từng được xem qua. Lại có những người đời trước là súc sinh, đời trước là chim chóc, là rắn, là động vật... Điều này chứng minh có việc từ cảnh giới súc sinh đầu thai chuyển sang cảnh giới con người. Lại cũng có một số người, không nhiều lắm, đời trước không phải người ở trái đất này. Đời trước họ ở một tinh cầu khác. Điều này chứng minh thật có những sinh vật cao cấp ở nơi khác, nhất định không phải chỉ riêng có địa cầu này. Riêng với những người ở tinh cầu khác, họ dùng ngôn ngữ chúng ta hoàn toàn không hiểu được. Họ từ tinh cầu ấy đầu thai đến địa cầu này.

Do trải qua những thực nghiệm khoa học như vậy nên chứng thực được con người thật có kiếp trước. Đã có kiếp trước thì đương nhiên khẳng định là phải có kiếp sau. Những điều này trong Kinh điển đức Phật đã giảng nói rất rõ ràng, minh bạch.

Vũ trụ khởi đầu như thế nào? Sự sống khởi đầu như thế

nào? [Vạn pháp] diễn biến như thế nào? Về sau sẽ kết thúc như thế nào? [Những điều này] chỉ duy nhất đức Phật thuyết giảng được thấu triệt trong Kinh điển. Chúng ta đọc qua Kinh điển có thực sự thấu hiểu được chăng? Quả thật cũng rất khó.

Nói thật ra, Phật pháp hết sức phù hợp với tinh thần khoa học. Thậm chí ngày nay trong khoa học còn phát hiện ra nhiều nhầm lẫn,nhưng trong Kinh điển của Phật thì hoàn toàn không có. Trong Kinh điển, Phật nói ra mỗi câu, mỗi việc, đều dạy chúng ta phải thông qua thực chứng [trước khi tin nhận]. Cho nên, trong nhà Phật nói về [bốn giai đoạn tu tập là] tín (tin nhận), giải (hiểu rõ), hành (thực hành) và chứng (chứng nghiệm). Giai đoạn cuối cùng là chúng ta phải tự mình chứng thực được những điều đã học [từ Kinh điển]. Nếu như quý vị chưa chứng thực được mà đã vội tin theo, đó gọi là mê tín. [Niềm tin] phải thông qua sự chứng thực, xác nhận được sự thật đúng là như vậy, đó mới gọi là chánh tín.

Thế nhưng quý vị muốn thấy được quá khứ, muốn thấy được tương lai, thì quý vị phải có được năng lực đột phá [vượt qua] không gian. Quả thật là không gian cũng có phạm vi [có thể vượt qua], giống như [vượt qua] một bức tường vậy. Các nhà khoa học ngày nay đã biết, đối với không gian họ đã dần dần phát hiện ra là không gian không đơn giản [như xưa nay ta vẫn tưởng]. Họ phát hiện ra được không gian ba chiều, không gian bốn chiều, không gian năm chiều, cũng gọi là [không gian] tam độ, tứ độ, ngũ độ. [Do đó,] về mặt suy luận có thể thấy là không gian có vô số chiều, vô số độ. Nhưng khoa học hiện nay chỉ xác thực được sự tồn tại của không gian mười một chiều, tức là không gian thập nhất độ.

Lão cư sĩ Hoàng Niệm Tổ ở sau phần chú giải kinh Vô Lượng Thọ có đính kèm một báo cáo của các nhà khoa học phương Tây, so với nội dung kinh Phật có nhiều điểm tương tự. Vào lúc chú giải bản kinh, ông không đưa vào những điều này. Khi tôi đến Bắc Kinh, ông ấy mới đột nhiên nghĩ đến việc đưa thêm vào. Ông ấy lại còn có mấy bản văn nữa, lúc ấy trao hết cho tôi, tôi liền cho in thêm vào cuối bản kinh để mọi người tham khảo.

Việc phát hiện ra các chiều không gian là như thế, nhưng rốt lại làm thế nào để đột phá, vượt qua được các chiều không gian thì hiện nay [khoa học] vẫn chưa có kỹ thuật ấy, vẫn chưa có được khả năng ấy. Thế nhưng trong Phật pháp thì điều này đã làm được từ rất sớm. Đức Phật đã sử dụng phương pháp gì? Chính là dùng thiền định. Ý nghĩa này tôi đã từng nói với quý vị rồi. Không gian [đa dạng] nhiều chiều như thế từ đâu phát sinh? Các nhà khoa học không thể biết được.

Đức Phật dạy, thời gian và không gian vốn không thực sự hiện hữu. Chúng ta đọc qua luận Bách pháp minh môn, tôi không biết quý vị có nghĩ đến điều này hay không, "bách pháp" đó chính là giải thích về vũ trụ nhân sinh, nói rõ về chân tướng của vũ trụ nhân sinh. Bồ Tát Di-lặc rất siêu việt, ngài đem những điều Phật giảng dạy trong kinh luận tổng hợp, quy kết lại thành sáu trăm sáu mươi pháp, trong luận Du-già sư địa. Luận Du-già sư địa chính là tác phẩm của Bồ Tát Di-lặc. Bồ Tát Thế Thân đọc được bộ luận này, thấy rằng sáu trăm sáu mươi pháp vẫn còn là quá nhiều, không thuận tiện cho người mới học, nên ngài đem tất cả quy nạp lại thành một trăm pháp, tiện lợi cho việc dạy và học. Một trăm pháp ấy phân chia thành năm nhóm lớn, gồm Tâm pháp, Tâm sở pháp, Sắc pháp, Tâm bất tương ưng hành pháp và Vô vi pháp. Năm nhóm pháp này chính là nói rõ về toàn bộ vũ trụ nhân sinh.

Cho nên, luận này đã giảng rõ lời dạy của Phật: "Hết thảy pháp đều là vô ngã." Hết thảy pháp [ở đây] chính là quy nạp về một trăm pháp, vô ngã chính là [các ý nghĩa] nhân vô ngã và pháp vô ngã [được giảng rõ trong luận]. Quý vị phải nhận hiểu thấu triệt được chân tướng sự thật [về vũ trụ nhân sinh] thì mới thực sự hiểu được thế nào gọi là vô ngã, [trong luận này] giảng giải rất rõ ràng, giảng giải rất thấu triệt.

Vậy các chiều không gian được xếp vào nhóm nào [của năm nhóm lớn] trong Bách pháp? Là được xếp vào nhóm Bất tương ưng hành pháp. Nhóm này có tổng cộng 24 mục, trong đó có mục Thời phân. Thời phân đó chính là nói về thời gian. Lại có mục Phương phân, chính là nói về không gian. Thời phân và phương phân là thời gian với không gian, đều là giả lập thôi, không phải chân thật. Các pháp "bất tương ưng hành" nếu nói theo ngôn ngữ hiện đại tức là các khái niệm trừu tượng, không phải sự thật. Khái niệm từ đâu sinh ra? Chính là từ vọng tưởng, phân biệt bám chấp mà sinh ra. Vọng tưởng phân biệt bám chấp của hết thảy chúng sinh là vô lượng vô biên, cho nên biến hiện thành vô lượng vô biên các chiều không gian. Điều này chỉ có đức Phật mới có khả năng nói ra được.

Quý vị phải hiểu rõ được sự hình thành [của thời gian với không gian] như thế nào, quý vị mới có thể nghĩ đến phương pháp đột phá, vượt qua. Đột phá, vượt qua như thế nào? Quý vị chỉ cần buông xả hết vọng tưởng, phân biệt bám chấp thì đột phá được, vượt qua được. Cho nên, khi hành giả nhập định thì ý chí tập trung, không có vọng tưởng, liền có thể dần dần đột phá vượt qua, từ không gian ba chiều nhìn thấy đến bốn chiều, từ bốn chiều thấy được đến năm chiều... Tùy theo công phu định lực sâu cạn mà có thể đột phá, vượt qua được nhiều tầng bậc lớn nhỏ không giống nhau. Nhà Phật nói đến chuyện vượt qua không gian và thời gian là có ý nghĩa, có căn cứ lý luận. Lý luận ấy so với sự thật hoàn toàn phù hợp, kết hợp thành một thể.

Mọi người đều biết, Phật pháp có tám vạn bốn ngàn pháp

môn, [hàm ý] là vô lượng pháp môn. Pháp [môn] là gì? Pháp là phương pháp, môn là con đường. Tuy có nhiều phương pháp, có nhiều con đường, nhưng về mặt nguyên lý, nguyên tắc chỉ có một mà thôi. [Nguyên tắc] đó là tu định. Cho nên, quý vị đồng tu nhất thiết phải ghi nhớ, tuyệt đối không được cho rằng chỉ có Thiền tông mới tu thiền định, còn những pháp môn khác không tu thiền định. Như chúng ta [tu tập] niệm Phật, [niệm đến] nhất tâm bất loạn, há chẳng phải là thiền định đó sao? Giáo tông đề xướng [tu tập] chỉ quán, chỉ quán đó cũng chính là thiền định. Mật tông [dạy pháp] Tam mật tương ưng, tương ưng đó cũng chính là thiền định. Cho nên phải biết rằng, tám vạn bốn ngàn pháp môn chính là vận dụng tám vạn bốn ngàn phương pháp khác nhau, tất cả đều là để tu thiền định. Đây mới thật là ý nghĩa mà trong kinh nói: "Các pháp môn đều bình đẳng, không có cao hay thấp."

Quý vị có thể sử dụng những phương pháp không giống nhau, nhưng phương hướng, mục tiêu [tu tập] đều là một, thành tựu đạt được hoàn toàn tương đồng. Phương pháp tu tập không giống nhau là vì mỗi người đều có căn tánh khác nhau, sự tập nhiễm cũng khác nhau. Nếu [chọn phương pháp] phù hợp với căn tánh của mình việc tu học sẽ dễ dàng thành tựu. [Phương pháp] không phù hợp với căn tánh của mình, việc tu học sẽ gặp nhiều khó khăn.

Cho nên chúng ta nhất định phải hiểu được rằng, Phật pháp bao giờ cũng tùy thuận căn tánh chúng sinh để dạy dỗ, giáo hóa. Phương pháp ấy là thuận theo tự nhiên, không có chút miễn cưỡng nào. Chúng ta hiện nay nói là miễn cưỡng, trong kinh Phật gọi là theo ý riêng, hoàn toàn không thêm vào mảy may ý riêng của mình. Cho nên nói rằng Phật không hóa độ chúng sinh. Phật đối với hết thảy chúng sinh hoàn toàn không có chút miễn cưỡng nào, không mảy may theo ý riêng của mình. Quý vị nói xem, thật tự tại biết bao.

Chúng ta ngày nay nói đến "chân thiện mỹ tuệ" (chân thật, hiền thiện, tốt đẹp, sáng suốt), chỉ khi nhìn vào cuộc đời, hành trạng của đức Phật, nhìn vào phương pháp giáo dục của ngài, chúng ta mới thể hội được [những gì là] "chân thiện mỹ tuệ".

Người đời hiện nay nói đến trí tuệ cao cấp, chúng ta trong thực tế không thể hội được, cũng chẳng nhìn thấy được. Nhưng trong Kinh điển của Phật, chúng ta thực sự thể hội được, thấy được trí tuệ cao tột, đó là điều chúng ta phải học tập. Có thể tùy thuận hoàn toàn theo tự nhiên, đó là tốt đẹp lành mạnh nhất. Thêm một chút ý riêng của mình vào, đó là gốc bệnh.

Cho nên Phật dạy về ba độc: tham, sân, si. Ba độc đó là gì? Nói theo ngôn ngữ hiện nay thì đó chính là virus gây bệnh. Khi trong người quý vị đã có virus gây bệnh nghiêm trọng, bên ngoài nếu gặp gió, gặp lạnh, quý vị đều dễ dàng ngã bệnh. Trong tâm quý vị không có tham sân si, trong người quý vị không có virus gây bệnh, thì bao nhiêu tác nhân bên ngoài đều không thể gây bệnh cho quý vị.

Sự lăng nhục [của người khác] là thuộc về ngoại cảnh, là bên ngoài. Bên trong nếu có sân hận, bên ngoài dù một chút hủy nhục quý vị cũng sẽ lập tức phản ứng. Sự phản ứng đó cũng chính là bệnh của quý vị đã phát tác. Bệnh này không thể xem nhẹ, không thể cho là nhỏ nhặt. Vì sao vậy? [Vì khởi sinh tâm ý như vậy thì dù] vô tình hay cố ý cũng đều kết thành mối thù sâu hận lớn với người khác. Điều này chúng ta từng thấy rất nhiều trong lịch sử. Trong lúc vô ý đắc tội với người khác, về sau khi người ấy có sức mạnh báo thù thì không chống đỡ nổi, thậm chí phải mang lấy họa sát thân.

Vào thời xưa, có những mối họa tiêu diệt cả một dòng họ, là do nguyên nhân gì? Đều do không nhẫn chịu được việc nhỏ, [khởi tâm oán hận rồi] trong lúc vô ý đắc tội với người khác. Lịch sử ghi lại những trường hợp điển hình như thế rất nhiều. Trong phần chú giải phía sau [của sách Cảm ứng thiên] nêu rất nhiều ví dụ, tôi cũng chưa xem kỹ.

Chúng ta trong cuộc sống thường ngày, nhất là đối với những người xấu ác, tâm lượng hẹp hòi, nhất định đối với họ phải hết sức khiêm nhường, phải cung kính, không kết thành oán thù. Cho nên Phật dạy chúng ta, quý vị xem trong mười đại nguyện của Bồ Tát Phổ Hiền, bốn nguyện đầu tiên dạy rằng: "Lễ kính chư Phật, xưng tán Như Lai, quảng tu cúng dường, sám hối nghiệp chướng." Nếu chúng ta có thể làm được theo đúng bốn câu mười sáu chữ này thì lợi lạc suốt đời không hết.

Bất kể đối với hạng người nào cũng đều phải hết mực khiêm nhường, đều phải cung kính, nhất định không được có hành vi ngạo mạn, không được tự cho mình là đúng, không được tự cho mình là hoàn hảo, tài ba. So với bất kỳ vị Phật nào, vị Bồ Tát nào, thậm chí với một vị A-la-hán hay Tu-đà-hoàn, chúng ta đều không thể sánh nổi, vậy thì có gì đáng để kiêu ngạo? Nếu thường hướng về chư Phật, Bồ Tát [để so sánh như thế] thì tâm ngạo mạn của chúng ta sẽ mất đi, tự nhiên nuôi dưỡng được đức khiêm hạ. Khiêm hạ là thuộc về tánh đức. Phật dạy chúng ta như vậy, Khổng tử cũng dạy ta như vậy.

Trong sách Lễ ký, đức Khổng tử giảng dạy điều gì? Không có gì hơn là phải biết tự hạ mình mà tôn trọng người khác. Đó là tinh thần trong toàn bộ Lễ ký, dạy chúng ta trong việc đối đãi với người, tiếp xúc với muôn vật phải luôn biết khiêm hạ, phải tôn trọng người khác. Bản thân đức Khổng tử đã làm được như vậy. Chúng ta xem trong sách Luận ngữ, thấy ngài tiếp xúc gặp gỡ với bất kỳ ai cũng đều hết sức nhún nhường khiêm hạ. Trong kinh Phật chúng ta cũng thấy được, đức Phật Thích-ca Mâu-ni khi gặp gỡ bất cứ người nào cũng đều khiêm hạ. Các bậc đại thánh đại hiền ở thế gian hay xuất thế gian mà còn như vậy, chúng ta thì có gì đáng để kiêu ngạo? Con người mà khởi sinh một ý niệm kiêu mạn là xem như hỏng rồi.

Về cách nhìn người của Khổng tử, sách Luận ngữ có chép lại một câu nói lên được quan điểm của ngài trong việc quan sát, xét đoán con người. Ngài nêu ra một giả thuyết, là ví dụ thôi, không phải có thật. Thật ra là ngài dùng ví dụ này để dạy học trò, để khích lệ học trò. Ngài nói, ví như có người đức hạnh, tài hoa, tốt đẹp như Chu công. [Nên biết,] Chu công là người mà Khổng tử nể phục nhất. Chúng ta xem những gì được ghi chép lại thấy có rất nhiều chỗ ngài ngợi khen, tán thán Chu công. Mà quả thật Chu công là người rất tuyệt vời. So trong lịch sử Trung quốc mà nói, ông là một chính trị gia vĩ đại nhất. Nhà Chu từ khi dựng nước, có thể giữ được tám trăm năm không suy thoái, đó là nhờ ở những thiết chế của Chu công vạch ra. Tác phẩm của Chu công còn truyền lại được đến ngày nay là bộ sách Chu lễ. Chu lễ là sách gì? Nói theo ngôn ngữ ngày nay thì đó là một bộ Hiến pháp của nhà Chu. Bộ Hiến pháp này do chính Chu công chế định.

Hồi còn trẻ tôi rất thích đọc sách. Tiên sinh Phương Đông Mỹ có lần hỏi tôi: "Ông đọc Chu lễ chưa?" Tôi đáp: "Chưa đọc." Tiên sinh nói: "Phải đọc đi." Tiên sinh trước sau nhắc tôi đọc quyển này có hơn chục lần, nhưng tôi chỉ thích đọc sách Lễ ký. Các sách Chu lễ, Nghi lễ tôi chỉ lướt nhanh qua, không có hứng thú lắm. Cho nên tôi vẫn chưa đọc qua. Tiên sinh lại bảo tôi: "Đây là bộ Hiến pháp hay nhất trên toàn thế giới. Nếu như con cháu nhà Chu hoàn toàn làm đúng theo sách này thì triều Chu đến vạn vạn năm cũng không bị thay thế." Tiên sinh Phương Đông Mỹ đối với sách này khen ngợi, tán thán đến mức như vậy. Thế nhưng tôi đối với chính trị không có hứng thú, tôi vẫn chỉ muốn học Phật pháp thôi. Dù vậy, qua sự giới thiệu của tiên sinh, tôi mới biết được Chu lễ là một bộ sách hay. Cho nên, Khổng tử đối với Chu công hết lời ngợi khen xưng tán.

Khổng tử dạy học trò rằng: "Ví như có một người đức hạnh, học vấn đều tốt đẹp sánh ngang Chu công, nhưng kiêu ngạo và keo kiệt, thì tất cả những đức tánh của người ấy không cần xem đến nữa." Ngài nói, nếu mắc phải hai tật xấu này, một là kiêu ngạo, hai là keo kiệt, thì người này không cần phải xem xét nữa, hết thảy [những phẩm tánh của họ] đều là giả, không phải thật. Như vậy, quý vị có thể thấy được sự kiêu ngạo gây tổn hại lớn lao đến đức hạnh của một người như thế nào. Keo kiệt đó tức là tham lam, tức phiền não tham. Kiêu ngạo đó tức là sân hận, tức phiền não sân. Nhưng Nho gia không giảng về Ba độc, chỉ nhà Phật mới giảng giải thấu triệt. Phiền não ba độc của quý vị chưa dứt trừ thì học vấn, đạo đức của quý vị [nếu có] đều là giả, không thể là thật. Khổng tử nói ra câu ấy, chúng ta từ chỗ này phải thể hội, ý nghĩa hết sức rõ ràng, sáng tỏ.

Làm cách nào dứt trừ tâm tham? Phải tu tập bố thí. Khi tôi học Phật, ngày đầu tiên gặp Đại sư Chương Gia, ngài đã đem điều này ra dạy cho tôi. Người đời keo kiệt tiền bạc, không chịu bỏ ra. Phật dạy chúng ta tiền tài từ đâu mà có? Chính nhờ bố thí mà có, càng bố thí càng có nhiều [tiền tài] hơn. Nếu như quý vị không chịu bố thí, tiền tài của quý vị đến mức đó là dừng lại, chỉ được chừng ấy thôi. Quý vị chịu bố thí thì cũng giống như dòng nước chảy, được lưu thông [không ứ đọng], sẽ mãi mãi hưởng thụ không hết, vậy sao lại không làm? Keo kiệt chính là ngăn bít [dòng chảy] lại. Ngăn bít rồi thì phía sau không tiếp tục chảy tới được nữa, chỗ có được của quý vị chỉ chừng ấy thôi, sử dụng hết sẽ không còn nữa. Ý nghĩa này cần phải hiểu rõ, càng bố thí sẽ càng có được nhiều hơn, mãi mãi dùng hoài không hết.

Cho nên, nếu chúng ta muốn cho suốt đời không bị thiếu thốn vật chất thì điều này có thể làm được. Chỉ cần quý vị chịu thực hành bố thí, quý vị nhất định sẽ không bao giờ bị thiếu thốn, mãi mãi được lợi lạc khôn cùng. Nhưng khi có được càng nhiều thì quý vị lại càng phải bố thí nhiều hơn. Cho nên nhà Phật thường nói "xả đắc" (buông xả được), cách nói này thực sự có hai ý nghĩa. Ý nghĩa cạn là quý vị có buông xả tài vật của mình thì quý vị mới thực sự đạt được. Ý nghĩa sâu xa hơn là quý vị đạt được rồi thì mau mau buông xả. Đạt được rồi phải mau mau buông xả, như vậy thì quý vị được hưởng hoài không hết. Đạt được rồi nếu không chịu buông xả thì phước báo của quý vị chỉ dừng lại ở mức đó, chỉ là phước báo nhỏ nhoi mà thôi. Cho nên, đạt được điều gì đều phải mau mau buông xả, nhất định không giữ lại. Tiền bạc của cải là như vậy, trí tuệ cũng như vậy, hết thảy mọi việc cũng đều như vậy. Vì thế, Phật dạy chư Bồ Tát phải học theo sáu cương lĩnh tu tập, [sáu pháp ba-la-mật,] trong đó trước tiên là bố thí.

Pháp Ba-la-mật thứ hai là trì giới. Trì giới là tuân thủ, giữ theo pháp luật, ý nghĩa nhất định phải được hiểu rõ. Pháp luật của quốc gia nhất thiết phải tuân thủ, không làm bất cứ điều gì vi phạm pháp luật, như vậy mới được tâm an ổn, lý lẽ hiểu rõ ràng. Đối với việc tốt nhưng có lệnh cấm cũng không được làm. Không phải do ta không muốn làm, là do chúng sinh không có phúc [nhận hưởng việc ấy]. Tự bản thân ta được niềm vui thanh nhàn, niềm vui tự tại, như vậy có gì không tốt? Cho nên phải có duyên. Lúc có duyên thì chúng ta phải tận tâm tận lực mà làm. Lúc không có duyên thì quay về tu dưỡng tự thân, tự mình hoàn thiện, có duyên mới làm thêm việc thiện cho chúng sinh. Quyết định không làm những việc phạm pháp thì chúng ta đi đến đâu cũng được người ta hoan nghênh.

Pháp luật là [những quy định] có văn bản. Còn có [những quy định] không có văn bản như đạo đức, phong tục, tập quán. Đi đến nơi nào phải thăm dò tập tục địa phương nơi ấy. Vào nhà người khác phải thăm dò những điều húy kỵ phải né tránh trong nhà ấy. Nhà người ta có điều kiêng kỵ gì thì [khi vào nhà] nhất định không phạm vào. Đó là lời Phật dạy chúng ta.

Pháp ba-la-mật thứ ba [là nhẫn nhục], phải có lòng nhẫn nại, tâm phải bình tĩnh, khí phải hòa hoãn. Chúng ta nêu [một việc của] Thiền tông làm ví dụ. Khi Tổ sư [Bồ-đề Đạt-ma] vừa đến Trung quốc, đó là thời vua Lương Vũ Đế. Ngài cùng vua nói chuyện không hợp căn cơ, vua không chịu hộ trì ngài. Ngài liền về chùa Thiếu Lâm ngồi quay mặt vào tường [suốt chín năm], chờ đợi cơ duyên. Quả nhiên không sai, ngài đợi được đến lúc gặp một người là Huệ Khả, [từ đó] mỗi đời đều có một người truyền nối. Truyền đến Đại sư Huệ Năng thì nhân duyên mới thành thục. Quý vị nói xem, các vị ấy đều có tâm nhẫn nại biết bao. Tổ sư mang Phật pháp truyền đến Trung quốc, phải đợi đến đời [truyền nối] thứ sáu thì mới làm lợi ích cho hết thảy chúng sinh. Đây là một điển hình nhẫn nhục rõ ràng nhất.

Chúng ta ví như có phát tâm lớn lao, nguyện lớn lao, có đức lớn, năng lực lớn, muốn làm lợi ích hết thảy chúng sinh nhưng nhân duyên chưa thành thục, phải học theo Tổ sư Bồ-đề Đạt-ma, có thể tìm một, hai người truyền nối, đời đời truyền nối về sau, đợi đến một ngày cơ duyên thành thục sẽ có thể làm lợi ích cho hết thảy chúng sinh. Đâu cần phải nhất định tự mình làm ngay trong đời này? Không cần phải như vậy. Đó mới là trí tuệ chân thật. [Không đủ cơ duyên thì] không cần phải tự mình làm, hãy truyền nối lại cho đệ tử. Đệ tử không gặp cơ hội, lại truyền cho đệ tử đời tiếp theo. Từ việc này chúng ta thấy rằng, tâm nhẫn nại như thế của các bậc hiền thánh xưa, người bình thường không thể sánh được.

Như vậy mới có thể thực hiện được sự việc [hoằng dương Chánh pháp] một cách trọn vẹn đầy đủ mà không có sai sót khiếm khuyết. Đó là điều chúng ta phải học tập.

Chịu nhục nhất định không có lòng oán hận. Câu này ý nghĩa rất sâu xa, đối với sự tu học của chúng ta có quan hệ rất lớn lao. Hôm nay chỉ giảng với quý vị một phần, ngày mai sẽ nêu ra một số điển hình để làm rõ. Chúng ta phải hết sức xem trọng câu này, nếu không thì chẳng những sẽ gặp chướng ngại lớn lao trên đường đạo, mà đối với việc đọc Kinh điển muốn hiểu sâu ý nghĩa cũng sẽ gặp trở ngại.

Quý vị đọc Kinh điển không được khai ngộ. Vì sao không được khai ngộ? Vì những phiền não [tham sân si] này vẫn còn nguyên đó, chúng ở bên trong gây tai họa, tạo chướng ngại. Cho nên điều này phải giảng giải cho thật rõ ràng, thật sáng tỏ.

Hôm nay thời gian đã hết, chúng ta giảng đến đây thôi.

Bài giảng thứ 73

(Giảng ngày 9 tháng 8 năm 1999 tại Tịnh Tông Học Hội Singapore, file thứ 74, số hồ sơ: 19-012-0074)

Thưa quý vị đồng học, cùng tất cả mọi người.

Hôm qua đã giảng đến câu thứ 30 trong Cảm ứng thiên: "Thụ nhục bất oán." (Chịu nhục không oán hận.)

Điều này thật rất khó làm, nhưng tất yếu vẫn phải làm. Vì sao vậy? Vì có quan hệ hết sức thiết thân, lợi hại đối với [sự tu tập] của chúng ta. Thế gian này có ai trong đời lại không từng gặp phải những sự việc ân oán như thế? Trong Phật pháp dạy chúng ta về tám nỗi khổ, [trong đó có] "oán tắng hội khổ" (khổ vì gặp gỡ người mình oán ghét) và "ái biệt ly khổ" (khổ vì xa lìa người mình yêu thương). Đây là những điều mà từ xưa đến nay ở bất cứ nơi đâu cũng đều làm cho lòng người cảm thán. Cả hai nỗi khổ này đều không phải do ta mong muốn xảy ra, nhưng trong cuộc sống lại ngày ngày gặp phải, lúc nào cũng gặp phải, nơi nào cũng gặp phải.

Nguyên nhân là vì đâu? Chính là vì không thể nhẫn nhục, nên từ mối oán nhỏ kết thành thù sâu hận lớn. Trong bài văn Âm chất của Văn Xương Đế quân, ta thấy ngay từ mở đầu Đế quân đã tự kể lại những việc báo ân báo oán trong quá khứ của ngài, thê thảm đến nỗi mắt không nỡ nhìn. Nếu như [Đế quân] không gặp Phật pháp thật rất khó để giác ngộ, rất khó quay đầu hướng thiện. Đó thực sự là si mê mới tạo ra những nghiệp ác như thế.

Chư Phật, Bồ Tát, các bậc thánh hiền dạy dỗ chúng ta, nhất định đều là những điều có ý nghĩa, nhất định là có chỗ tốt đẹp, có lợi ích. Các ngài dạy chúng ta: "Thường nhớ nghĩ chỗ tốt của người, không nên ghi nhớ việc xấu. Thường nhớ nghĩ ơn đức của người, không nên ghi nhớ oán thù." Hai câu này hết sức quan trọng, thiết yếu. Quý vị có thể thực sự làm theo đó thì đời đời kiếp kiếp được hưởng phúc, đời đời kiếp kiếp đều gặp được nhiều người thương yêu bảo bọc, giúp đỡ hỗ trợ.

Thế nhưng vẫn luôn có rất nhiều người không nhẫn chịu được. Trước đây tôi có nói qua một ví dụ điển hình về việc này. Đó là chuyện chính tôi đã học được [rồi mới] có thể nhẫn nhục. Câu chuyện nhẫn nhục của tôi xảy ra khi tôi còn là học sinh ở trường, là một người bạn đồng học đã cho tôi bài học đó. Thời điểm sau kháng chiến thắng lợi, tôi ở Nam Kinh đi học. Có một người bạn đồng học mà tên họ tôi nhớ rất kỹ, vì người ấy đã dạy tôi bài học nhẫn nhục. Anh tên là Bạch Chấn Hoàn. Tôi cũng không biết ngày nay anh ấy còn sống hay không. Anh ấy là người có tu dưỡng. Tôi đối với anh vô cùng bội phục.

Hồi còn đi học ở trường, tôi trẻ tuổi hiếu thắng, lại được thầy giáo yêu thương che chở, bạn đồng học kính trọng. Theo cách nói bây giờ thì tôi là một lãnh tụ học sinh. Người bạn đồng học họ Bạch này, lúc đó tôi rất xem thường, thường làm nhiều việc khó coi đối với anh ấy, xúc phạm làm nhục anh ấy. Nhưng anh không hề có chút gì bực tức oán giận. Điều này thật rất khó làm. Hơn nữa, lúc vắng mặt tôi anh ấy còn khen ngợi, tán thán tôi, chưa từng có lúc nào nói lời không tốt về tôi.

Sau một học kỳ, việc làm của anh ấy khiến tôi cảm động. Anh ấy đã dùng chính hành động của mình để dạy dỗ tôi, [đó là thân giáo,] là điều hết sức khó làm. Cho nên [nhờ anh] tôi đã học được [đức nhẫn nhục] này. Từ đó về sau, tôi thực sự được lợi ích vô cùng lớn lao. Dù rơi vào bất kỳ trường hợp nào, dù bị người đối diện đối xử vô lễ, hủy nhục, chửi mắng, phỉ báng, tôi đều xem như không có chuyện gì, cũng không cần nói ra câu nào. Quý vị muốn chửi mắng, cứ để quý vị chửi mắng. Chửi mắng đến mỏi mệt rồi, chẳng phải là quý vị cũng phải ngưng chửi hay sao? Quý vị muốn đánh, tôi cứ để quý vị đánh, tuyệt đối không đánh trả. Đến lúc đánh mệt rồi quý vị sẽ không thể đánh nữa. Tôi đã học được điều đó. Nhưng người bạn đồng học họ Bạch này, phải đến hết một học kỳ, khoảng chừng bốn, năm tháng, anh ấy mới cảm hóa được tôi. Cho nên tôi là một người rất khó cảm hóa.

Có lần một bạn đồng nghiệp chửi mắng tôi, đánh tôi, [tôi nhẫn nhục không hề phản ứng,] chưa quá ba ngày người ấy đã hiểu ra, rất nhanh. Sau ba ngày liền mua lễ vật đến gặp tôi, xin tôi tha lỗi, tự nói mình đã sai. Tôi nói với người ấy: "Anh không có gì sai." Người này so với tôi thật hơn xa. Không quá một tuần lễ đã được cảm hóa, đã quay đầu hướng thiện.

Thật ra, người [hủy nhục] như thế đối với với tôi có lợi ích gì không? Quả thật có lợi ích rất lớn. [Hồi đó,] khi xét thành tích để thăng thưởng, tôi được xếp hàng đầu, chính là nhờ sự giúp đỡ của người này. Cho nên, quý vị có thể nhẫn nhục, không chỉ là không thiệt thòi gì mà còn được phần lợi ích rất lớn. Quý vị làm việc trong công ty, cửa hàng... cấp trên của quý vị nếu nhận ra quý vị là người có đạo đức, có tu dưỡng thì sẽ khen ngợi, bạn đồng nghiệp sẽ tôn trọng, khi có cơ hội thăng tiến, quý vị sẽ luôn được xếp ở hàng đầu. Ai giúp quý vị nhanh chóng đạt được điều đó? Chính là những người chửi mắng quý vị, đánh quý vị, làm nhục quý vị, những người ấy giúp quý vị rất nhanh chóng. Nếu quý vị không thể nhẫn nhục, quý vị ắt sẽ tranh chấp, sẽ cãi cọ, sẽ gây náo loạn, như vậy sẽ gây tổn hại rất lớn cho chính bản thân quý vị. Điều này là sự thật ngay trước mắt, là sự lợi hại ngay trước mắt, nhưng có mấy người nhận hiểu được? Họ đều không biết "thụ nhục bất oán".

Tôi nói cùng quý vị, đạo Phật dạy rằng [làm được như vậy] thì hoa báo, quả báo càng thêm thù thắng. Hoa báo là báo ứng ngay trong đời này, quả báo là sang đời sau. Những kẻ oán thù, những người đối đầu với quý vị đều được hóa giải, đều hóa thành bè bạn, đều chuyển sang thành những người nhiệt tình giúp đỡ, hỗ trợ cho quý vị. [Khi ấy,] bất kể quý vị làm việc gì cũng đều được dễ dàng thành tựu.

Cho nên, chư Phật, Bồ Tát dạy chúng ta, thà liều bỏ thân mạng chứ không kết thành oán thù với người khác. Thân mạng có đáng kể gì? Việc bỏ thân này thọ thân khác, hết thảy chúng sinh đều không tránh khỏi. Đó là chuyện nhỏ nhặt. Cho nên nói sinh tử là chuyện nhỏ, tử sinh mới là chuyện lớn. Hai chữ này đảo ngược lại thì ý nghĩa hoàn toàn không giống nhau.

Sinh tử là chuyện của một đời này, đó là chuyện nhỏ. [Tử sinh là] sau khi chết rồi quý vị phải tái sinh, tái sinh vào đường nào [trong sáu đường], đó là chuyện lớn. Nếu thân này chết đi rồi sinh vào loài súc sinh, hóa thành ngạ quỷ, đọa vào địa ngục, quý vị nói xem như vậy là chuyện lớn hay không lớn? Thân này chết rồi, quý vị [có thể] thành Phật, thành Bồ Tát, sinh về cõi trời. Cho nên, sau khi chết rồi tái sinh về đâu mới là chuyện lớn.

Việc này có mấy người hiểu rõ được? Có mấy người tin nhận được? Trong xã hội vào thời xưa thì đa số người ta đều tin nhận, vì đã được tiếp nhận nền giáo dục của thánh hiền. Người thời nay tin nhận được điều này ngày càng ít hơn. Nhưng chỉ cần tĩnh tâm suy ngẫm thật kỹ lưỡng, cẩn thận thì người ta sẽ tin nhận.

Hiện nay người ta học theo khoa học rất nhiều, mê muội đặt niềm tin [quá đáng] vào khoa học. Khoa học đòi hỏi phải đưa ra chứng cứ, không có chứng cứ thì không tin nhận. Cho nên, trước đây lão sư Lý Bỉnh Nam khi giảng kinh có đề cập đến việc này. Thầy đưa ra một câu chuyện rất buồn cười, nói rằng: "Quý vị có cha, quý vị tin nhận điều đó hay không? Tin chứ, vì có nhìn thấy cha. Vậy việc có ông nội, quý vị tin hay không tin? Tin được, vì cũng đã từng thấy rồi. Đến việc có ông cố nội thì quý vị tin hay không tin? Ông cố nội chưa từng nhìn thấy. Không nhìn thấy tức là không có, không có là không tin được. Như vậy là phù hợp với khoa học."

Trong thế gian này, có rất nhiều sự việc chưa từng nhìn thấy, rất nhiều sự việc không thể chứng minh. Vài trăm năm trước, quý vị nói quả đất tròn có ai tin không? Không có chứng cứ gì cả. Về sau, khoa học kỹ thuật phát triển, chứng thực được, mới nói ra được sự thật ấy. Hiện trạng trong sáu đường luân hồi, khoa học kỹ thuật hiện nay chưa thể đạt tới, đợi khi khoa học kỹ thuật tiến bộ hơn, chứng thực được rồi, khi ấy quý vị sẽ nói sao? Cho nên, nhất định không thể nói là những gì bản thân tôi không nhìn thấy thì tôi không tin. Niềm tin theo cách đó đích thực là mê tín. Người thông minh có thể suy lý [để biết].

Tôi nghĩ là nhiều vị đồng tu ở đây đều đã từng có kinh nghiệm này. Chúng ta đi đến một vùng đất xa lạ nào đó, chỉ mới đến lần đầu tiên, đột nhiên ta cảm thấy nơi này rất quen thuộc, giống như trước đây đã từng đi qua, thậm chí đối với đường xá, kiến trúc trong khu vực đều có thể phán đoán biết được, từ chỗ nào bước đi, sẽ gặp những tòa nhà, công trình xây dựng như thế nào... Nhưng đích thực là ta chỉ mới đến đó lần đầu, từ trước chưa từng đi đến. Chúng ta thường đi du lịch bên ngoài, gặp những nơi phong cảnh xinh đẹp, bất ngờ trong lúc ấy bỗng có ý niệm rằng nơi này dường như mình đã đi qua rồi, là trong đời quá khứ, chẳng phải đời này. Nếu như không có đời quá khứ, làm sao có việc như vậy xảy ra?

Để tôi kể lại một việc này. Ngày trước ở thành phố Dallas, Hoa Kỳ, có một cư sĩ tên Thái Văn Hùng, chính là từ nơi đây mà tin nhận việc con người có kiếp trước. Khi tôi nêu việc này với ông, ông kể cho tôi nghe một câu chuyện. Ông nói đích thực là lần đầu tiên khi ông đến San Francisco, trong lúc lái xe bị lạc đường, đi đến một thị trấn nhỏ, đột nhiên ông cảm thấy thị trấn này rất quen thuộc. Ông liền nói với những người ngồi trên xe rằng đi qua đường nào sẽ có những kiến trúc gì... Quả nhiên đúng thật không sai. Nhưng đích thực đó là lần đầu tiên ông đến thị trấn ấy. Cho nên ông hết sức mơ hồ không hiểu được, vì sao lại có sự việc như vậy? Tôi bảo ông, San Francisco trước đây là một nơi đào vàng, có thể ông là một người đào vàng thuở trước, sống ở thị trấn nhỏ này. Sau khi chết tái sinh trở lại làm người như bây giờ. Ông ấy ngẫm nghĩ cho là có lý.

Cư sĩ Thái Văn Hùng thì quý vị ở đây đều biết. Cho nên, mọi người cùng ở một chỗ, suy nghĩ thấy chỉ riêng mình ông trong chuyến du lịch được gặp lại [chốn cũ], nếu như không có đời quá khứ, làm sao có thể xảy ra hiện tượng như vậy? Bao nhiêu người cùng lái xe đến thị trấn nhỏ này, vì sao ông có hiện tượng ấy mà người khác không có? Là vì trong đời quá khứ ông đã từng ở nơi đây.

Tại Hoa Kỳ rất thịnh hành thuật thôi miên, dùng phép thôi miên để làm cho một người có thể nói ra kiếp trước của họ. Kiếp trước có người là người, đầu thai trở lại. Cũng có người kiếp trước là súc vật, lại cũng có người kiếp trước không phải là sinh vật ở địa cầu này. Những hồ sơ như vậy, tại Hoa Kỳ hiện có đến mấy chục ngàn trường hợp. Có một số trường hợp thông qua giới truyền thông mà công bố ra, có đến một, hai ngàn trường hợp. Chúng ta cũng thấy được một phần trong số đó. Cho nên người ta mới tin nhận việc nhà Phật nói về sáu đường luân hồi.

Biết được có sáu đường luân hồi, chúng ta lại nghĩ đến việc đời sau phải làm sao? Thời gian một đời này hết sức ngắn ngủi. Ví như có thực sự sống được đến trăm năm thì [xem lại] bất quá cũng chỉ như thời gian khảy móng tay mà thôi. Tôi sống đến hơn bảy mươi tuổi rồi, những việc hồi còn năm, sáu tuổi tôi vẫn còn nhớ được, giống như mới ngày hôm qua thôi. Cho nên ngẫm nghĩ, đời người có ý nghĩa gì? Vì sao phải tạo nghiệp xấu ác? Vì sao phải gây khó khăn cho người khác? Phải nghĩ nhiều về việc này.

Nên làm việc tốt cho người, nhất định không kết duyên xấu ác với người khác. Người ta đối với mình có ác ý, chúng ta nhất định phải quay đầu hướng thiện, tự mình phản tỉnh, không cần phải một mực nhắm vào những chỗ sai lầm của họ, [phải xem như] không thấy. Người ấy xấu ác đối với ta, vì sao không xấu ác với người khác? Cho nên tự mình phải tỉnh táo suy nghĩ lại, như vậy tâm mới bình tĩnh được. Tâm bình tĩnh mới khởi sinh trí tuệ, mới sáng suốt. Nếu không phải tự thân ta đã làm điều không tốt thì cũng là đã nói ra điều gì sai lầm, vô ý đắc tội với người ta.

Người khác đối với ta có thái độ không tốt, ta phải thấy được đó là chuyện hợp lý, do ta đã làm một người không tốt nên phải tiếp nhận quả báo này. Nếu việc gì cũng đổ lỗi về đối phương, đều trách móc người khác, đó là lỗi lầm hết sức nghiêm trọng. Ví như trong đời này không hề kết oán với người, hẳn đó cũng là việc từ đời trước. Chúng ta là người học Phật, tin nhận có đời trước, đời sau, nên mối oán thù ấy ta phải nhận lấy, quyết định không có sự báo thù. Vậy thì oán thù đến đây chấm dứt, hoàn toàn không còn dây dưa gì nữa.

Nhẫn nhịn, nhường nhịn là quan trọng thiết yếu hơn hết. Đặc biệt đối với những việc nhỏ, việc không đáng nói thì càng không nên tính toán. Những chuyện xúc phạm, hủy nhục trọng đại đều không tính toán, huống chi là những chuyện nhỏ nhặt. Nhất định phải vận dụng trí tuệ, phải vận dụng từ bi để hóa giải. Con người không có ai là không thể cảm hóa. Nếu không thể cảm hóa người khác, đó là do công phu [tu tập], do đức hạnh của bản thân mình chưa đủ, do trí tuệ của mình chưa đủ.

Trong lịch sử Trung quốc, quý vị đều biết đến vua Nghiêu, vua Thuấn, vua Vũ, vua Thang là những bậc đại thánh nhân thời cổ đại. Quý vị hãy xem hoàn cảnh gia đình của vua Thuấn. Cha ông, mẹ kế ông, rồi đến em trai do mẹ kế sinh ra, [tất cả đều hết sức khắc nghiệt với ông]. Chúng ta ngày nay xem lại, hoàn cảnh gia đình của vua Thuấn quả là hết sức tồi tệ, đến mức không thể nào tồi tệ hơn nữa. Vậy mà vua Thuấn vẫn có thể nhẫn chịu được. Ưu điểm lớn nhất của vua Thuấn là không bao giờ nhìn vào những lỗi lầm của người khác, chỉ tự thấy lỗi của mình. Ông có thể trở thành bậc đại thánh cũng là nhờ ở điểm này. Cho nên, ông có thể khiến cho cha, mẹ kế đều cảm động. Có thể khiến cho láng giềng lối xóm đều cảm động. Cuối cùng, ông có thể khiến cho vua Nghiêu cũng cảm động.

Vua Nghiêu nghe được những sự việc về ông liền cho mời ông đến, đem ngôi vua truyền lại cho ông, đem cả hai người con gái gả cho ông. Ông kế thừa ngôi vua. Trong hai mươi bốn gương hiếu của Trung quốc, ông được kể đến trước tiên. Vì sao ông có được năng lực lớn lao đến thế? Không có gì khác hơn là biết tự phản tỉnh. Hết thảy lỗi lầm đều nhận về mình, hết thảy điều tốt lành, lợi lạc đều trao về người khác. Đây là điều chúng ta phải học tập.

Lục tổ Đại sư Huệ Năng nói rất hay: "Nhược chân tu đạo nhân, bất kiến thế gian quá." (Bậc tu hành chân chánh, không thấy lỗi người đời.) Ai làm được như vậy? Vua Thuấn đã làm được. Quý vị nghĩ xem có đúng không? Bản thân Lục tổ Đại sư Huệ Năng cũng làm được. Chúng ta xem trong Đàn Kinh, thấy ngài xử sự, đối đãi với người, tiếp xúc muôn vật đều khiêm tốn biết bao, thái độ hoàn toàn không một mảy may kiêu căng ngã mạn.

Chúng ta muốn học Phật, bắt đầu học từ đâu? Những vị này chính là tấm gương cho chúng ta học theo, mà điều này là quan trọng thiết yếu nhất trong tất cả những lời răn dạy.

Chúng ta đọc kinh Kim Cang thấy đức Phật dạy Bồ Tát

tu học sáu cương lĩnh, sáu pháp ba-la-mật, Phật giảng giải nhiều nhất là hai pháp bố thí và nhẫn nhục. Nói cách khác, đức Phật đối với hai pháp này xem trọng nhất.

Bố thí là dạy chúng ta buông xả. Nhẫn nhục là then chốt của sự thành bại. Nhẫn nhục được thì quý vị có thành tựu. Không thể nhẫn nhục thì không thể thành tựu. Cho nên nói rằng: "Hết thảy các pháp đều thành tựu từ đức nhẫn." "Hết thảy các pháp" là bao gồm tất cả các pháp thế gian cũng như xuất thế gian. [Cho nên,] các pháp thế gian cũng như xuất thế gian, có thể thành tựu hay không thì mấu chốt đều ở nơi sự nhẫn nại. Điều này chúng ta phải thường suy ngẫm.

Từ xưa đến nay, dù ở bất cứ nơi đâu, người giữ cương vị lãnh đạo đều phải chọn lựa những người trợ giúp, chọn lựa cán bộ. Nhẫn nại là một trong những điều kiện cực kỳ quan trọng để chọn lựa. Một người tài hoa nhưng gặp việc không thể nhẫn nại thì cũng không dùng được, cho dù thông minh cũng không thể gánh vác được trọng trách. Nếu kém đi một chút tài hoa nhưng có thể nhẫn nhục thì vẫn có thể giao cho gánh vác việc lớn. Tài hoa kém đi một chút cũng không sao, tìm một số người tài năng làm tham mưu giúp họ là được, công việc vẫn có thể thành tựu.

Người có thể nhẫn nại thì đầu óc sáng suốt, rõ ràng, không mơ hồ, tâm không rối loạn, không mê muội. Không rối loạn thì có trí tuệ sáng suốt, có thể quyết đoán sự việc. Khi lắng nghe ý kiến đóng góp của nhiều người, người ấy có thể hiểu rõ được, biết được những ý kiến nào trong tương lai sẽ dẫn đến những hậu quả nào. Người ấy có thể chọn lựa, có thể đưa ra quyết định dứt khoát cuối cùng. Những trường hợp điển hình như thế này rất nhiều.

Cho nên, lời dạy này chúng ta phải đặc biệt xem trọng. Hy vọng quý vị đồng tu đều ghi nhớ: "Ký nhân chi ân, bất ký nhân chi oán." (Nhớ điều ơn nghĩa của người, không nhớ điều thù oán.) Người khác có oán thù đối với ta, có điều không tốt đối với ta, xóa sạch hết đi, tuyệt đối không để trong lòng. Người khác có điều hiền thiện, phải ghi nhớ. Người khác có ân đức đối với ta, không thể không nhớ. Phải biết ơn và báo ơn.

Người khác có lỗi lầm, có điều không tốt, phải biết rằng rồi họ sẽ sửa đổi. Đó gọi là "Lãng tử hồi đầu." (Người hư hỏng cũng có lúc quay đầu.) Người xưa dạy rằng: "Nhân phi thánh hiền, thục năng vô quá?" (Người chưa thành bậc thánh hiền, sao có thể không phạm lỗi?) Ví như người ấy có điều xấu ác mà thực sự sửa lỗi hướng thiện thì khả năng vượt hơn ta rồi, ta không thể sánh bằng người ấy, sao có thể xem thường?

Chúng ta xem các bậc thánh hiền thế gian cũng như xuất thế gian, tâm địa các ngài luôn quang minh lỗi lạc, các ngài tu tập [bắt đầu] từ đâu vậy? Cũng là từ [những phẩm tính như trên] mà tu tập. Một người tâm địa hoàn toàn hiền thiện không xấu ác, gặp kẻ xấu ác, gặp việc xấu ác, hoàn cảnh xấu ác, thảy đều không giữ trong lòng. Trong lòng không có những thứ ấy, chỉ toàn [nghĩ nhớ đến] người thiện, việc thiện, hoàn cảnh an vui luôn ở trong lòng. Quý vị nói xem, người ấy sống một đời tốt đẹp biết bao, sống hạnh phúc biết bao!

Việc tốt đẹp không giữ trong lòng, chỉ toàn ghi nhớ những chuyện xấu xa hư hại, người như vậy sống đời đau đớn khổ sở biết bao, đêm nằm chỉ toàn ác mộng. Ai tìm đến những việc ấy? Chính là tự mình làm, tự mình chịu, không phải do người khác gây ra cho họ.

Cho nên, những điều lành dữ, họa phúc đều do trong một ý niệm của chúng ta. Ý niệm hoàn toàn chân chánh thì đời sống hạnh phúc, sống một đời tốt đẹp trọn vẹn. Ý niệm bất thiện thì phải sống một đời hết sức khổ đau cay đắng. Trong Cảm ứng thiên nói rõ với chúng ta những ý nghĩa này, chân tướng sự thật này, hết sức tỉ mỉ rõ ràng.

Bài giảng thứ 74

(Giảng ngày 10 tháng 8 năm 1999 tại Tịnh Tông Học Hội Singapore, file thứ 75, số hồ sơ: 19-012-0075)

Thưa quý vị đồng học, cùng tất cả mọi người.

Trong Cảm ứng thiên, ba câu thứ 28, 29 và 30 chính là dứt trừ hết phiền não ba độc [tham, sân, si] trong lòng chúng ta, [đạt đến chỗ] không tham, không sân, không si. Những lời dạy của Tam giáo: Nho, Phật, Lão đều hoàn toàn tương đồng. Đúng như lời người xưa: "Chỗ thấy của các bậc anh hùng về đại thể đều như nhau."

Đức Phật gọi là ba độc, theo cách nói hiện nay của chúng ta thì đó là virus gây bệnh. [Tham, sân và si] chính là những virus gây bệnh nghiêm trọng nhất. Chúng không chỉ có thể giết chết thân mạng chúng ta, khiến cho thân ta nhiều bệnh, không khỏe mạnh, chết yểu - những điều đó đều là nhỏ nhặt - mà còn làm tổn hại pháp thân tuệ mạng của ta - đây mới là chuyện lớn.

Vì sao chúng ta đọa lạc trong luân hồi, từ vô lượng kiếp đến nay không có ngày ra khỏi? Bàn đến nguyên nhân căn bản thì chính là do phiền não ba độc không trừ hết được. Mỗi vị đồng học trong chúng ta, bất kể là sinh trưởng ở đâu, hoàn cảnh sống hiện nay như thế nào, chỉ cần quý vị có duyên được nghe Phật pháp, được nghe đến một danh hiệu Phật, Bồ Tát, thì duyên phận của quý vị không hề cạn cợt. Trong Kinh điển Phật dạy rằng, phải từ vô lượng kiếp đến nay gieo trồng căn lành sâu dày thì quý vị mới có cơ duyên nghe đến danh hiệu Phật, nhìn thấy được hình tượng Phật, gặp được Kinh điển. Điều này cho thấy rõ chúng ta học Phật không chỉ là chỉ trong một đời này. Chỉ riêng một đời này thì làm sao có được những căn lành sâu dày như vậy?

Do đó có thể biết rằng, chúng ta từ vô lượng kiếp trước đã từng gặp được Phật pháp, đã từng tu học Phật pháp. Nhưng vì sao không thành tựu? Chính là vì phiền não ba độc không dứt trừ được hết.

Mấy câu trên đây trong Cảm ứng thiên nói thật ra là dạy chúng ta biết chỗ bắt đầu hạ thủ công phu để dứt trừ phiền não ba độc. Chúng ta cần phải lưu ý.

"Thôi đa thủ thiểu." (Cho ra nhiều, giữ lại ít.) Điều này Nho gia gọi là tiết kiệm. Chư vị đều biết về đức hạnh của Khổng tử. Trong sách Luận ngữ, các học trò xưng tán ngài là "ôn, lương, cung, kiệm, nhượng" (ôn hậu, thiện lương, cung kính, tiết kiệm, nhẫn nhượng). Tại Trung quốc, Khổng tử được tôn xưng là "vạn thế sư biểu" (bậc thầy tiêu biểu của muôn đời). "Sư" là khuôn mẫu, mô phạm cho chúng ta, là điển hình cho chúng ta. Phẩm tính khuôn mẫu này nằm ở đâu? Chính là ở năm chữ "ôn, lương, cung, kiệm, nhượng". Ngài suốt đời luôn là một người ôn hậu, thiện lương, cung kính, tiết kiệm, nhẫn nhượng. Ngài là tiêu biểu cho những đức hạnh tốt đẹp của người Trung quốc.

Cho nên, trong đời sống phải biết tiết kiệm, có thể giảm bớt điều gì thì giảm bớt. Nếu ta có thể tiết kiệm bớt lại một xu, đó là có thêm một xu để giúp đỡ, hỗ trợ người khác. Lúc nào cũng nghĩ đến sự giúp đỡ, hỗ trợ cho xã hội, giúp đỡ chúng sinh, còn bản thân mình chỉ cần vừa đủ sống là tốt rồi.

"Thụ nhục bất oán." (Chịu nhục không oán hận.) Sự nhẫn nhục này là vô cùng quan trọng thiết yếu. "Thôi đa thủ thiểu" (Cho ra nhiều giữ lại ít), quý vị nghĩ xem, đó là bố thí, là giúp chúng ta đoạn trừ tâm tham. Nhẫn nhục là [giúp ta] đoạn trừ sân hận. Cho nên, một chữ nhẫn này, Phật dạy chúng sinh phải xếp vào hàng quan trọng thiết yếu nhất. Chúng ta xem trong kinh Đại thừa thấy chính đức Phật có năng lực nhẫn.

Cuối đoạn này trích dẫn một đoạn trong kinh Niết-bàn. Thời Phật tại thế, có người xưng tán Phật có tướng đại phước đức. Đích thực là Phật có tướng mạo trang nghiêm, ba mươi hai tướng tốt, tám mươi vẻ đẹp. Việc này trong Kinh điển giảng giải rất rõ ràng. Phật vì sao thị hiện tướng mạo tốt đẹp như vậy? Trong Kinh điển cho chúng ta biết, Bồ Tát thành Phật tức là đã tu hành đạt đến mức trí tuệ, phúc đức đều trọn vẹn đầy đủ. Trí tuệ, phúc đức trọn vẹn đầy đủ hoàn toàn không phải là biểu trưng cho tướng mạo trọn vẹn đầy đủ. Tướng mạo là vấn đề thuộc về nhân quả. Cho nên, Bồ Tát chứng đắc Vô thượng Bồ-đề rồi, sau đó phải dùng thời gian một trăm kiếp để chuyên tu phúc.

Một trăm kiếp là thời gian rất dài, Bồ Tát tu tập những gì? Tu tập hình tướng tốt đẹp. Vì sao phải tu tập hình tướng tốt đẹp? Vì hóa độ chúng sinh. Chúng sinh bám chấp nơi hình tướng, chỉ nhìn nơi vẻ ngoài. Vẻ ngoài không khiến cho chúng sinh kính phục thì họ không chịu tiếp nhận những lời răn dạy. Cho nên Phật phải dùng đến thời gian một trăm kiếp chuyên tu tập để có hình tướng tốt đẹp. Đó là gieo nhân lành được quả lành. Nhưng cần phải hiểu rằng, việc gieo nhân lành để có quả lành của đức Phật như vậy không phải là vì tự thân ngài, mà vì hết thảy chúng sinh.

Ba mươi hai tướng tốt của Phật, mọi người đều biết là có tướng lưỡi rộng dài. Do nhân gì được tướng lưỡi rộng dài? Đó là do nhân không nói dối, bốn nghiệp của khẩu đều tu tập đến mức trọn vẹn đầy đủ, gồm không nói dối, không nói lời ác độc, không nói hai lưỡi, không nói lời thêu dệt vô nghĩa. Cho nên, lưỡi của đức Phật khi thè ra có thể che kín cả khuôn mặt, chúng ta không ai có thể làm được như vậy. Trong kinh Phật nói, người nào thè lưỡi ra có thể chạm đến đầu mũi là đã tu tập trong ba đời [quá khứ] không nói dối, như vậy mới có được tướng tốt ấy. Cho nên, lưỡi của đức Phật khi thè ra có thể che trùm cả khuôn mặt, mọi người đều thấy thật quá tuyệt vời. Lời của Phật là thành thật, tuyệt đối không có lời nói dối. Nói dối thì nhất định không thể có được tướng tốt này, mọi người có thể tin chắc như vậy. Cho nên, Phật tu hành hết thảy [công đức] đều là vì tất cả chúng sinh.

[Trở lại chuyện] có người xưng tán đức Phật có tướng đại phúc đức, người khác liền hỏi: "Làm sao thấy được?" Người kia kể ra rất nhiều việc, lại nói rằng đức Thế Tôn "tuổi tác và tâm chí đều tốt đẹp". Tuổi tác vừa ba mươi, bốn mươi, trẻ tuổi cường tráng, nhưng [tính khí của ngài] như thế nào? Phật thể hiện [tính khí] hết sức ôn hòa, không hề có một mảy may thô bạo trong hành vi, thái độ. Ví như bị người khác đánh cũng không khởi tâm sân hận, bị mắng chửi cũng không bực tức, như thế chẳng phải tướng đại phúc đức thì là gì?

Ba mươi hai tướng tốt của đức Phật chúng ta không học theo nổi. Đó không phải là những điều có thể nhất thời học được. Thế nhưng những điều này thì chúng ta có thể học tập theo được: Lễ phép ôn hòa, lịch sự nho nhã, hòa mục thân ái, gần gũi hòa đồng, chịu nhục không chỉ là không báo thù mà ngay cả ý niệm báo thù cũng không khởi sinh. Đó là đức lớn, thực sự là tướng phúc đức. Chúng ta nếu gặp phải những trường hợp như thế này cần phải vâng làm theo lời Phật dạy, tuyệt đối không thể buông thả tùy thuận theo phiền não của tự thân. Nếu buông thả theo phiền não của tự thân thì phiền phức đến ngay.

Vâng làm theo lời dạy của Phật chính là cách để khảo nghiệm xem tự mình có phúc đức hay không. Tự mình có phúc đức thì tự nhiên sẽ được tâm bình lặng, khí hòa hoãn. Nếu như trong tâm vẫn còn một chút ý niệm sân hận, một chút ý niệm không thoải mái [khi chịu nhục], ngay lập tức tự mình có thể nhận biết là bản thân mình phúc đức mỏng manh, hoặc không có phúc. Người không có phúc đức thì chẳng những không thể giúp đỡ, hỗ trợ người khác, mà việc tự cứu chính mình cũng không thể được.

Quý vị xem, đức Phật dạy chúng ta phải tu tập song song phúc đức và trí tuệ, lại đặt phúc đức là yếu tố đứng trước, trí tuệ xếp thứ nhì. Thứ tự trình bày này có ý nghĩa hết sức sâu sắc. Ở Trung quốc, người xưa thường nói: "Phúc chí tâm linh." (Phúc đức tới thì tâm ý linh hoạt, nhạy bén.) Đây cũng là xếp phúc đức ở trước tiên. Khi phúc đức của một người hiển lộ, thì người ấy tự nhiên trở nên thông minh, trí tuệ khai mở. Điều này cũng cho thấy rõ phúc đức và trí tuệ là đồng nhất, không phải tách biệt. Vì trí tuệ khai mở thì nhất định biết tu phúc, phúc đức hiện tiền thì người ấy nhất định trở nên thông minh, trí tuệ khai mở.

Do đó có thể biết rằng, chúng ta đã không có phúc, cũng chẳng có tuệ, còn chẳng chịu tu thì làm sao có thể thành tựu? Cách tu như thế nào? Có rất nhiều phương pháp. Những phương pháp mà các bậc thánh nhân trong Tam giáo chỉ dạy cho chúng ta, chính là trong nhà Phật gọi là tám vạn bốn ngàn pháp môn, hay vô lượng pháp môn. Quý vị chỉ cần nắm chắc một pháp môn là được thành công. Chỉ có điều quý vị phải thực sự tu tập, thực sự khởi làm, không thực sự tu tập thì không được.

Trong đoạn văn này, sau cùng có một đoạn ngắn trích dẫn lời của Trịnh Huyền, cũng dạy cho chúng ta những phương pháp bắt đầu tu tập.

[Bốn] câu trích dẫn này rất thú vị, [câu thứ nhất là]: "Mặc mặc mặc, vô lượng thần tiên tùng thử đắc." (Lặng lặng lặng, vô số thần tiên nhờ đây thành tựu.) "Mặc" tức là trầm mặc, lẳng lặng, nhưng nói như vậy mọi người hơi khó hiểu. Tôi nói theo cách khác [nôm na dễ hiểu hơn] thì đó là ít mở miệng, ít nói. Quý vị xem trong Niệm Phật Đường của chúng ta có để bảng "cấm nói", "không nói chuyện". Quý vị có thể ngưng không nói nữa thì quý vị thành thần tiên. Quý vị ngẫm nghĩ xem câu này có ý nghĩa gì không? Người phàm không thể làm thần tiên là do nói quá nhiều lời vô bổ. Như vậy thì quý vị làm sao có thể thành tiên, thành thần? Tâm không thể an định được.

Cho nên đây là một phương pháp hay: Nói ít lại. Người xưa dạy ta nói ít nghe nhiều. Hiện nay nói thật với quý vị, chẳng những phải nói ít mà còn phải nghe ít nữa. Tốt nhất là không nghe. Vì sao vậy? Những chuyện này nọ mà quý vị nghe đó chỉ toàn là phiền não, làm tăng trưởng vô minh, vọng tưởng của quý vị, làm tăng trưởng phân biệt, bám chấp. Cho nên hiện nay thì chuyện này chuyện kia đều không thể nghe, không thể nhìn.

Những điều mà Tứ Đại Thiên Vương dạy chúng ta, quý vị xem như Quảng Mục Thiên Vương ở phương tây, dạy chúng ta xem nhiều, Đa Văn Thiên Vương ở phương bắc, dạy chúng ta nghe nhiều, quý vị cần hiểu rằng, những điều đó không [thích hợp] trong giai đoạn hiện nay của chúng ta. Giai đoạn hiện nay của chúng ta phải học theo ai? Học theo Thiên vương ở phương đông, học theo Thiên vương ở phương nam, hai vị này dạy cho chúng ta. Phương đông là Trì Quốc Thiên vương, phương nam là Tăng Trưởng Thiên vương. Hai vị này dạy chúng ta điều gì? Dạy chúng ta phải làm hết chức trách của mình. Câu này phải suy ngẫm, phải nhìn nhận từ góc độ hết sức sâu xa, đó là tận hiếu tận trung. Quý vị nghĩ xem có đúng vậy không?

Hai chữ trung hiếu ở phần trước tôi đã giảng giải rất nhiều lần, giảng giải rất chi tiết, tường tận. Lời dạy của Thiên vương ở phương đông là bản thân chúng ta ở cương vị nào phải hết lòng hết sức hoàn tất công việc của mình cho đến mức tốt đẹp nhất. Như vậy chính là tận trung tận hiếu. Mỗi người đều thực hiện thật tốt công việc của mình, xã hội tự nhiên được ổn định, phồn vinh, thế giới nhất định hòa bình. Cho nên chỉ cần mỗi cá nhân làm thật tốt công việc của mình là được.

Tăng Trưởng Thiên vương ở phương nam dạy chúng ta cầu sự tiến bộ, Nho gia nói là "nhật tân hựu tân" (mỗi ngày đều đổi mới), trong Phật pháp gọi là tinh tấn. Đường học vấn phải có tiến bộ, đức hạnh phải có tiến bộ, tài nghệ phải có tiến bộ, cho đến mức sống trung bình của chúng ta cũng phải có tiến bộ. Mọi chuyện đều phải có tiến bộ. Cho nên, Phật pháp không phải là thủ cựu, giữ y như cũ.

Từ nhiều năm qua, tôi đi đến đâu cũng khuyến khích chư vị đồng học, Phật pháp nhất định phải được hiện đại hóa và địa phương hóa. Thật ra, hai điều này tuy là do tôi nói ra, nhưng không phải là phát minh của tôi. Phật pháp xưa nay vốn đã là như vậy. Hai ngàn năm trước, Hán Minh Đế lễ thỉnh hai vị cao tăng Ma-đằng và Trúc Pháp Lan [từ Ấn Độ] sang Trung quốc. Các vị này ngay sau khi đến Trung quốc rồi liền lập tức địa phương hóa mọi việc, y phục thì dùng áo bào Trung quốc tay rộng cổ lớn, toàn y phục của người Trung quốc; ăn uống hành xử mọi việc đều hoàn toàn Trung quốc hóa, xây dựng đạo tràng, tự viện cũng đều theo hình thức của Trung quốc, không mang theo bất kỳ hình thức Ấn Độ nào đến Trung quốc, hết thảy đều biết địa phương hóa. Cho nên, người Trung quốc mới hoan nghênh, mới tiếp nhận [Phật giáo].

Tạo hình tượng Phật cũng vậy, mặt mũi đều theo hình thể người Trung quốc, [nên người Trung quốc] vừa nhìn qua đã thấy thân thiết biết bao. Vì thế, khi tôi ở Hoa Kỳ có nói với người Mỹ rằng: "Phật giáo chưa đến Hoa Kỳ." Người Mỹ nghe vậy cảm thấy hết sức kỳ quái, Phật giáo ở Hoa Kỳ đã [phát triển] rất nhiều, vì sao nói Hoa Kỳ không có Phật giáo? Tôi liền hỏi họ: "[Ở đây đã] có hình tượng Phật, Bồ Tát nào giống người Mỹ chưa?" Cho nên, Phật, Bồ Tát chưa đến Hoa Kỳ, chỉ có [Phật giáo của] Hoa kiều, Nhật kiều đến Hoa Kỳ thôi, chưa thực sự là [Phật giáo của] người Mỹ. Cho nên, nhất định phải biết địa phương hóa, hiện đại hóa, thì nền giáo dục mới có thể phát triển mở mang rộng lớn.

Những lời dạy dỗ của đức Phật chúng ta phải hiểu rõ. Đức Phật lặng lẽ ít nói, không hề có lời vô nghĩa. Trừ phi có người nêu vấn đề xin được chỉ dạy, ngài mới giải đáp. Không có người hỏi thì ngài không nói. Quý vị không thưa hỏi thì có đến gặp Phật, Phật cũng không nói lời nào. Tâm thanh tịnh biết bao! Không nói đó là nói, không dạy đó là dạy. Dạy quý vị điều gì? Đó là dạy quý vị ít nói.

Câu trích dẫn thứ hai tiếp theo là: "Nhiêu nhiêu nhiêu, thiên tai vạn họa nhất thời tiêu." (Dung dung dung, muôn ngàn tai họa nhất thời tiêu.) [Dung là khoan dung,] là tha thứ, dung thứ cho người khác, không so đo tính toán với người khác thì tai họa không đến nỗi phát sinh. Tai họa đó là sự xung đột. Mâu thuẫn, xung đột không có, vì từ trong nội tâm đã dứt trừ được rồi.

Câu trích dẫn thứ ba là: "Nhẫn nhẫn nhẫn, trái chủ oan gia tùng thử ẩn." (Nhẫn nhẫn nhẫn, oan gia trái chủ đều khuất mất.) Chúng ta trải qua nhiều đời nhiều kiếp, cùng chúng sinh kết thành biết bao ân oán nợ nần, nhiều đời nhiều kiếp tích tụ chằng chịt không tháo gỡ hết. Nếu không nhẫn nhục thì những phiền phức, chướng nạn này không thể nào tránh khỏi.

Câu trích dẫn cuối cùng là: "Hưu, [hưu, hưu, cái thế công danh bất tự do.]" (Buông buông buông, công danh trong đời đều trói buộc.) "Hưu" là buông xả.

Cho nên, đoạn này dạy chúng ta bốn phương pháp: lặng lẽ ít nói, khoan dung tha thứ, nhẫn nhịn khiêm nhường và buông xả. Hết thảy đều là những chỗ bắt đầu hạ thủ công phu để dứt trừ phiền não ba độc, ở đây nêu ra được rất hay. Chúng ta thực sự thấu hiểu được, thực sự có thể tu tập làm theo được thì đạo nghiệp mới mong thành tựu.

Nói đạo nghiệp thực ra là cao siêu quá, chúng ta không thể hiểu được thế nào là đạo nghiệp. Nói ở mức gần gũi nhất, [ý nghĩa] cạn cợt nhất thì đó là quý vị có thể đạt được một cuộc sống hạnh phúc mỹ mãn. Không chỉ là về đời sống tinh thần quý vị đạt được như vậy, mà cả về đời sống vật chất cũng có thể đạt được. Quý vị muốn cầu công danh, muốn cầu phú quý thì đây đều là những phương pháp tốt, là phương pháp chân chánh thích hợp, đúng lẽ đúng pháp. Những gì quý vị đạt được là phước báo chân thật.

[Nếu đạt được điều gì mà] không đúng lẽ, trái nghịch tình lý, không đúng pháp, thì chỗ đạt được đó của quý vị chính là tạo nghiệp. Trước mắt tuy tham cầu được một chút lợi ích, hậu quả sau này thật [khủng khiếp] không dám nghĩ đến, phải chịu báo ứng. Nếu cầu được theo đúng lý lẽ, đúng pháp, đó là quý vị xứng đáng được thụ hưởng. Ý nghĩa này chúng ta phải hiểu rõ.

Theo sau [là câu thứ 31]: "Thụ sủng nhược kinh." (Được vinh dự sủng ái phải lo sợ.) Đó là không si mê.

Cho nên, kết hợp với hai câu trước đó [thì nêu đủ được ba độc là] tham, sân si. Đó là không tham, không sân, không si, là ba căn lành. Hết thảy pháp lành ở thế gian đều từ ba căn lành này khởi sinh.

Hôm nay thời gian đã hết, chúng ta giảng đến đây thôi.

Bài giảng thứ 75

(Giảng ngày 11 tháng 8 năm 1999 tại Tịnh Tông Học Hội Singapore, file thứ 76, số hồ sơ: 19-012-0076)

Thưa quý vị đồng học, cùng tất cả mọi người.

Hôm nay chúng ta xem tiếp mục thứ 31 trong Cảm ứng thiên, chỉ có một câu là: "Thụ sủng nhược kinh." (Được vinh sủng phải biết lo sợ.) Câu này giảng về không si mê, đi liền theo với hai câu trước [giảng về không tham lam và không sân hận]. Cho nên, cả ba câu này nói theo đạo Phật là [giảng về] ba căn lành.

Câu này ý nghĩa rất sâu xa, rất khó thể hội. Ngày xưa nói vinh sủng, ngày nay gọi là vinh dự. Người khác dành cho ta sự vinh dự, tự bản thân ta phải biết suy ngẫm, vinh dự này có nên nhận hay không? Nếu là không nên nhận mà nay ta được nhận thì nhất định đó không phải điều tốt đẹp. Lão tử nói: "Trong điều phúc tiềm ẩn mối họa." Lời nói này rất có ý nghĩa. Ví như là điều [tốt đẹp] xứng đáng có được cũng phải hết sức khiêm tốn nhún nhường, nếu không thì đó cũng là rước lấy mối họa. Là mối họa gì? Nếu quý vị tỉnh táo quan sát sẽ không khó thấy được, những sự ganh ghét, chướng ngại rất nhiều.

Quý vị làm việc tốt, quý vị là người tốt, các nơi trong xã hội đều biểu dương, ngợi khen quý vị, sẽ có rất nhiều người thấy vậy trong lòng không vui, không thoải mái, nhất là trong thời hiện đại này. Vào thời xưa lòng người chơn chất, thuần hậu. Nói cách khác, số người ganh ghét đố kỵ vào thời xưa có ít hơn, nhưng cũng không phải là không có. Người trong thời hiện đại hoàn toàn không có duyên phận tiếp nhận nền giáo dục của thánh hiền, chỗ thấy chỗ nghe, chỗ học tập hẹp

687

hỏi của họ tất cả đều là theo hướng tranh danh đoạt lợi. Nhìn thấy người khác được vinh dự, họ làm sao có thể bỏ qua được?

Cho nên, hiện nay ở thế gian này làm việc tốt hết sức khó khăn. Làm việc tốt phải chịu sự hủy báng, chịu sự nhục mạ của người khác, thì [người tốt] ấy mới có thể tồn tại. Làm việc tốt mà thường được người khen ngợi, tán dương thì e rằng người tốt ấy không tồn tại được lâu dài. Quý vị thử nghĩ xem, hiện tại có phải là xã hội như thế hay không? Cho nên, đối với một câu "Thụ sủng nhược kinh" này, hôm nay xem đến tôi có cảm xúc đặc biệt rất sâu sắc. Chúng ta phải thấu hiểu được ý nghĩa này. Hiểu được ý nghĩa này rồi chúng ta mới biết được mình nên làm như thế nào. Bất kể là làm những việc tốt gì, việc càng lớn lao thì tư thế càng phải khiêm hạ, phải hạ mình càng thấp càng tốt. Làm việc tốt thì càng ít người biết càng tốt.

Cảm ứng thiên dạy chúng ta tích tụ âm đức. Âm đức là làm việc tốt không cần người khác biết đến. Để cho người khác biết thì không còn là việc tốt nữa. Thế nhưng ngày nay thông tin hết sức phát triển, [quý vị] vừa làm một chút việc tốt thì đã có các phóng viên báo chí đến tìm hiểu nghe ngóng, rồi đưa tin lên báo chí, rồi ngợi khen xưng tán quý vị, khiến cho người khác nhìn thấy sinh lòng ganh ghét đố kỵ, gây chướng ngại, tìm đến gây phiền phức. Những việc này chúng ta có nghĩ đến hay không?

Việc hư hại nhất định không được làm, việc tốt nên làm. Làm việc tốt thì điều trọng yếu nhất là tuyệt đối không cầu quả báo. Nếu tạo nhân mong cầu phước báo thì không chỉ là không được phước báo mà còn phải gánh lấy tai họa. Thời xưa đã có những việc như vậy, hiện tại cũng có rất nhiều.

Nói như vậy thì việc tốt có nên làm hay không? Có nhất định phải làm hay không? Xin thưa cùng quý vị, việc tốt rất nên làm, nhất định phải làm. Nhưng vì ai mà làm? Phải vì xã hội mà làm, vì chúng sinh mà làm, mong cầu cho xã hội ổn định bình an, thế giới hòa bình, nhất định không phải vì bản thân mình mà làm.

Hôm qua tôi có xem băng ghi hình của nữ cư sĩ họ Tề, chuyện bà kể hết sức gần với sự thật. Có một người trong đêm tối kéo xe, trên xe chở năm người. Thực tế đó không phải con người mà là năm con quỷ. Kéo đến trước cửa một nhà kia thì bọn ấy đi vào nhà ấy để đầu thai, đầu thai làm kiếp lợn. Trong nhà ấy [có con lợn nái] liền sinh ra năm chú lợn con. Điều này cho thấy rõ sáu đường luân hồi là có thật, chẳng phải giả dối. Những chuyện như vậy có rất nhiều. Lần trước, tại đây có nữ cư sĩ họ Lôi người Hương Cảng cũng nói với chúng ta rằng sáu đường luân hồi là có thật, chính bà đã trải qua, có kể cho chúng ta nghe chuyện ấy. Chúng ta cũng có ghi hình lại. Quý vị thường thấy những việc như vậy, thường nghe những việc như vậy, không phải là chuyện giả dối, không phải là mê tín.

Cho nên, vấn đề ở đây là phải có cách nhìn xa trông rộng một chút, chúng ta đời sau biết sẽ tái sinh về đâu? Liệu có sinh làm kiếp lợn chăng? Liệu có sinh làm rắn độc, làm thú dữ chăng? Sau khi chết tái sinh về đâu đều là do trong một niệm [quyết định]. Đức Phật dạy, một niệm sau cùng [trước khi chết] sẽ quyết định quý vị tái sinh về cảnh giới nào.

Chư Phật, Bồ Tát, các bậc đại đức đều khuyên chúng ta niệm Phật, đó là điều tốt đẹp. Niệm Phật có thể vãng sinh hay chăng? Quyết định là do nơi một niệm cuối cùng [trước khi chết]. Nếu niệm cuối cùng đó vẫn là niệm Phật thì chắc chắn sẽ được vãng sinh. Nếu như niệm cuối cùng đó thay đổi, một niệm không hài lòng, quên mất Phật hiệu, một niệm sân hận dấy lên, như vậy sẽ đi ngay vào ba đường ác; một niệm tham ái dấy lên, có thể sẽ đi vào ba đường lành [thay vì được vãng sinh], do quý vị tham muốn giàu sang phú quý trong hai cõi trời người. Quyết định là ở niệm sau cùng [trước khi chết].

Do đó, người học Phật chúng ta cần biết rằng, niềm tin và nguyện lực phải mạnh mẽ. Bất kể là hoàn cảnh thuận lợi hay trái nghịch, phải mãi mãi kiên cố không thay đổi, như vậy thì chúng ta mới mong đạt được mục đích mong cầu của mình.

Cho nên, trong việc dứt ác tu thiện, tích lũy công đức, chúng ta thường nói là đem công đức này hồi hướng về Tịnh độ, hồi hướng về [quả vị] Bồ-đề, hồi hướng cho tất cả chúng sinh, không phải vì bản thân mình. Không vì bản thân mình, nên tự thân chúng ta trong đời gặp phải những điều lành dữ, họa phúc đều không đáng nói, tâm luôn thản nhiên, không vướng bận gì trong lòng. Thế nhưng nhất định phải dứt ác tu thiện, nhất định phải tích lũy công đức, vâng theo lời dạy của chư Phật, Bồ Tát mà làm, như vậy chắc chắn là đúng đắn, tâm lượng nhất định sẽ rộng mở.

Quý vị phải hiểu được rằng, hết thảy tội nghiệp từ đâu sinh ra? Là vì tâm lượng quá nhỏ hẹp, không bao dung được người khác. Không bao dung được những ý kiến của người khác, như vậy là sai lầm. [Chúng ta] nhất định phải học theo chư Phật, Bồ Tát, tự mình không có ý kiến gì, cho nên có thể dung nạp được ý kiến của hết thảy chúng sinh. Chư Phật, Bồ Tát hoàn toàn không có ý kiến gì. Chư Phật, Bồ Tát dung nạp được ý kiến của hết thảy chúng sinh. Chúng ta làm sao biết được? Chúng ta thấy chư Phật, Bồ Tát giảng thuyết đủ các loại kinh điển, đó là dung nạp ý kiến của người khác. Những kinh điển, giáo pháp mà đức Phật giảng thuyết đều là lắng nghe ý kiến của người khác rồi đáp ứng. Sự đáp ứng của ngài là trí tuệ chân thật, là trí tuệ rốt ráo, là trí tuệ trọn vẹn đầy đủ, cho nên có thể giúp cho chúng sinh nghe qua rồi thì được khai ngộ, được chứng quả.

Tuy giúp họ được khai ngộ, được chứng quả, thay đổi được

cách nghĩ, cách nhìn nhận của họ về vũ trụ nhân sinh, nhưng hoàn toàn không thay đổi thói quen của họ, không thay đổi những sự tôn sùng trong đời sống của họ, cho đến phong tục tập quán của họ cũng đều không phá bỏ. Vậy thay đổi chúng sinh là gì? Chỉ là giúp đỡ, hỗ trợ cho họ phá trừ si mê, mở ra giác ngộ. Đó là Phật pháp. Phật pháp như vậy là giáo dục. Cho nên Phật pháp có thể khiến cho hết thảy chúng sinh đều hoan hỷ tiếp nhận, nguyên nhân là ở chỗ này.

Nói tóm lại, tất cả đều là muốn cho chúng ta có thể được sự lợi ích hiện tiền. Nói những điều quá cao siêu, quá huyền diệu thì chúng ta ta không được lợi ích. Đó gọi là lời vô bổ, chư Phật không nói ra. Trong giáo pháp ở mức độ thấp nhất, có lợi ích thiết thực nhất, Phật dạy chúng ta phải đem những ý kiến riêng tư của mình buông xả hết. Điều này trong kinh điển đức Phật giảng giải hết sức rõ ràng. Chỉ sau khi chứng đắc quả vị A-la-hán mới có thể tin vào ý riêng của mình. Chúng ta ngẫm nghĩ xem như vậy là thế nào? A-la-hán là bậc chánh giác. Khi còn chưa chứng đắc quả vị A-la-hán, cho dù quý vị có thông minh, có trí tuệ, trong Phật pháp cũng xem đó là "thế trí biện thông" (loại trí tuệ thế gian chỉ giỏi biện luận) mà thôi. Điều này quý vị nên biết, người "thế trí biện thông" là rơi vào một trong tám nan [xứ]. Đó là nan [xứ] gì? Là sở tri chướng, [chướng ngại do quá nhiều hiểu biết không hợp chánh pháp].

Vì sao trí tuệ của vị A-la-hán được xem là trí tuệ chân thật, có thể tự tin vào [tư tưởng] của chính mình? Đó là vì vị A-la-hán đã đạt đến vô ngã, cho nên có thể tin vào [tư tưởng] của chính mình. Chúng ta ngày nay khởi tâm động niệm đều là chấp ngã, là hữu ngã. Đã là hữu ngã, đương nhiên là mỗi khi động niệm, trong lúc không hề tự biết, không kể là hữu ý hay vô ý, quyết định có phù hợp hay không phù hợp với lợi ích bản thân, trong chỗ vô tình hay hữu ý thì [ý niệm] đó đều gây họa hại.

Cái gì là [bản] ngã? Trong kinh điển thuộc Duy thức tông (hay Pháp tướng tông) dạy rằng, thức thứ bảy là mạt-na thức bám chấp nơi một phần của [thức thứ tám là] a-lại-da thức, cho đó là ngã. Pháp tướng tông giải thích rõ ràng hơn: "Bốn phiền não lớn thường nương theo nhau." Cái gì là ngã? Si là ngã, tức là ngu si. Kiến là ngã. Kiến là gì? Tức là thành kiến, là cách suy nghĩ của chúng ta, cách nhìn nhận của chúng ta [đối với mọi việc]. Có triết gia nước ngoài cho rằng: "Tôi tư duy tức là tôi hiện hữu."[1] Quý vị suy nghĩ xem, đó chẳng phải là ngã kiến hay sao? Ông này nói không sai. Pháp tướng tông của Phật giáo nói rằng ngã là gì? Ngã là ngã kiến. Vậy so với câu nói trên là cùng một ý. Nhưng ông này chỉ nêu ra được một điều [là ngã kiến] thôi, đức Phật nói đến bốn [phiền não lớn] là ngã si, ngã kiến, ngã mạn, ngã ái. Mạn là sân hận. Ái là tham ái. Những thứ gì là ngã? [Các phiền não] tham sân si là ngã, thành kiến là ngã, nên quý vị có những tư tưởng, kiến giải thế này thế kia đều không chính xác.

Vị A-la-hán không hề có [phiền não], bốn phiền não lớn đều đã dứt trừ hết. Quý vị phải biết rằng, đối với ngã kiến thì vị Tu-đà-hoàn đã trừ dứt. Ngã kiến thuộc về kiến hoặc. Ngã si, ngã mạn và ngã ái thuộc về tư hoặc. Điều này trong kinh điển giảng giải rất rõ ràng. Cho nên, trong Phật pháp phân biệt tiêu chuẩn tà chánh là dựa vào chánh giác (giác ngộ chân chánh). Tiêu chuẩn chánh giác là phải dứt trừ hết bốn loại phiền não kể trên. Chư Phật Như Lai, các vị Pháp thân Đại sĩ có tâm lớn như hư không, bao trùm hết thảy các thế giới, tâm lượng lớn thì phúc đức lớn. Chúng ta phải hiểu được ý nghĩa này.

Vinh dự không dễ nhận lãnh. Người đời đều cho là điều tốt, người người đua nhau tranh giành, nhưng người thông

---

[1] Người nói ra câu này là René Descartes (1596–1650), triết gia đồng thời cũng là nhà khoa học, nhà toán học người Pháp.

minh trí tuệ thì luôn tìm đủ mọi phương cách để né tránh. Chúng ta nhất định phải hiểu được điều này.

Trong phần chú giải cũng dẫn lại một câu chuyện xưa, là chuyện Chu Thành Vương sai Bá Cầm về thụ phong đất Lỗ.[1] [Khi ấy] Chu công có mấy lời dặn dò [con trai là] Bá Cầm. Những lời ấy được trích lại trong đoạn chú giải này, rất đáng cho chúng ta học tập.[2] Chu công dặn: "Con đừng lấy [việc mình được phong] nước Lỗ mà kiêu ngạo với người khác." Vào thời ấy, nước Lỗ có nền văn hóa hưng thịnh, nổi tiếng nhất. Chu công là bậc đại thánh nhân mà Khổng tử suốt một đời kính ngưỡng, khâm phục nhất. Khổng tử [sau này cũng] là người nước Lỗ. Văn hóa ở nước Lỗ thời ấy mức bình quân cũng rất cao tột [so với các nước chư hầu khác]. [Chu công dạy con rằng,] ngàn vạn lần cũng không được lấy việc mình là người nước Lỗ mà kiêu ngạo. Đó đều là răn ngừa dạy dỗ.

Chu công nói: "Ta nghe rằng, người có đức hạnh rộng lớn nhưng luôn giữ sự cung kính khiêm hạ, đó là vinh dự." Chúng ta suy ngẫm xem ý nghĩa thế nào là người thực sự có đức, có hạnh. Thế nào là đức? Chúng ta có thể tổng kết tất cả những điều tu học trong Phật pháp, tôi có viết ra thành hai mươi chữ, tin rằng mọi người đều đã nhớ được rất kỹ. Đó là chân thành, thanh tịnh, bình đẳng, chánh giác, từ bi. [Mười chữ này] là đức. Trong lòng thường ghi nhớ mười chữ này, đó là đức.

Thế nào là hạnh? Nhìn thấu, buông xả, tự tại, tùy duyên,

---

[1] Đất Lỗ trước đó có tên là Khúc Phụ, được phong cho Chu công để làm vua ở đó, nhưng Chu công suốt đời giúp việc triều chính cho các vua nhà Chu nên Chu Thành Vương mới sai con trai Chu công là Bá Cầm về Khúc Phụ thụ phong. Sau Bá Cầm trở thành vị vua đầu tiên của nước Lỗ, do đó thường được gọi là Lỗ Bá Cầm.

[2] Những lời dạy này của Chu công được lưu truyền lại trong Chu công giới tử thư (Thư răn dạy con của Chu công). Những câu trích dẫn trong phần chú giải này của Cảm ứng thiên đều là lấy nguồn từ bản văn này.

niệm Phật. [Mười chữ này] là hạnh. Người thực sự có đức, có hạnh thì biểu hiện ra bên ngoài là sự cung kính, đối với hết thảy chúng sinh đều cung kính. Người như vậy mới thực sự là vinh dự.

Chúng ta suy ngẫm về lời này [của Chu công], Khổng tử là người đã làm được. Học trò đều xưng tán ngài là đức hạnh, là ôn hậu, thiện lương, cung kính, tiết kiệm, nhẫn nhượng. Khổng tử đối với người khác luôn cung kính, bất kể người đó là ai, tuyệt đối không dám khinh chê xem thường người nào, do đó mà thành tựu đức hạnh. [Cho nên,] trải qua muôn đời ngàn năm, người đời sau đều hướng mọi sự vinh dự về Khổng tử.

[Trong lời dặn con của Chu công,] câu tiếp theo là: "Người được đất phong mênh mông nhưng vẫn luôn giữ sự cần kiệm, đó là an ổn." Thời xưa, những ai có công lớn với nước với dân được vua phong thưởng thì cắt đất phong cho. Ngày nay chúng ta hiểu ý nghĩa "đất phong mênh mông" đó tức là giàu có về tiền bạc. Quý vị có rất nhiều tiền bạc, hết sức giàu có, nhưng quý vị vẫn có thể giữ được sự kiệm ước, tiết kiệm, như thế thì quý vị mới được bình an. Nếu quý vị giàu có, nhiều tiền bạc, sống đời xa xỉ thì họa hại đến ngay.

Tại Trung quốc có một người rất nổi tiếng là Thạch Sùng, hết sức giàu có. Ông sống đời hưởng thụ xa hoa, lãng phí phá tán, cuối cùng thân bại danh liệt, bị người giết hại, tài sản bị tịch thu. Phải tiết kiệm, vì tiền bạc từ đâu mà có? Cũng chính từ sự bố thí trong đời trước cũng như đời này mới có được.

Người Trung quốc ngày trước thờ cúng thần tài. Thần tài là ai? Chính là Phạm Lãi [người đời Chiến quốc]. Hiện tại nghe có người nói thần tài là Quan Công, không biết ai đưa ra sự thay đổi này? Hoàn toàn vô lý. Quan Công là bậc nghĩa khí, bậc trung nghĩa, đó là danh xưng với thực chất phù hợp nhau. Về quản lý tài chánh, chưa từng nghe nói Quan Công từng làm qua công việc lãnh đạo về tài chánh, về kinh tế, thật chưa từng nghe qua. Khả năng quản lý tài chánh của Quan Công là điều chúng ta chưa từng nghe qua.

Còn về Phạm Lãi, quý vị có thể thấy ông là người giúp Việt vương Câu Tiễn đánh bại nước Ngô. Ông biết Việt vương là người chỉ có thể cùng chung hoạn nạn, không thể cùng chung hưởng phú quý. Lòng trung của ông chỉ vì đất nước, không vì bản thân mình. Sau khi đất nước khôi phục hưng thịnh, ông biết việc từ chức sẽ không được Việt vương chấp nhận nên lén trốn, bỏ đi nơi khác, thay tên đổi họ làm nghề kinh doanh buôn bán. Không bao lâu ông phát đạt, giàu có lớn. Trở nên giàu có rồi, ông đem hết tất cả tiền của bố thí cho người nghèo khổ, rồi lại bắt đầu buôn bán nhỏ, gầy dựng lại. Rất nhiều lần như vậy, ông giàu có lên thì lại buông xả bố thí hết, tự thân mình lúc nào cũng sống tiết kiệm, chỉ lo giúp đỡ xã hội. Cho nên, người Trung quốc sau này biết ông có tài quản lý tài chánh thành công, là tấm gương tốt cho xã hội noi theo [trong lãnh vực này], liền thờ phụng ông, tôn xưng ông là thần tài.

Ý nghĩa là như vậy, nên quý vị nếu muốn phát tài, muốn giàu có thì phải hướng theo thần tài mà học tập, hướng theo Phạm Lãi mà học tập. Giàu có phát tài không phải để tự thân mình hưởng thụ, giàu có phát tài là vì cứu giúp những người nghèo khổ trong xã hội. [Sử dụng] tiền bạc như vậy là xứng đáng có được, là có ý nghĩa, là có giá trị. Nếu giàu có phát tài chỉ để một người hưởng thụ, một nhà hưởng thụ, một nhóm nhỏ hưởng thụ, nhất định là sai lầm, sẽ dẫn đến tai họa.

[Lời răn dạy] tiếp theo [của Chu công] là: "Người được bổng lộc nhiều, địa vị cao nhưng vẫn giữ được sự khiêm hạ, đó là đáng quý." Bổng lộc nhiều, địa vị cao là quý vị được làm quan lớn, giữ cương vị cao. Quan chức càng cao, tước vị càng lớn lại càng phải biết hạ mình khiêm tốn, không dám đứng trên người khác. Tự hạ mình mà tôn trọng người, như vậy mới thực sự là người đáng tôn quý. Sự phú quý đó sẽ không mất đi. Lời răn dạy này quả là chân thật.

[Chu công lại dạy con] lời tiếp theo là: "Người có quân đông tướng mạnh nhưng vẫn giữ lòng cảnh giác lo sợ, đó là chiến thắng." Câu này nói về [người nắm] quân đội, vũ lực của một quốc gia, cho dù hết sức hùng mạnh nhưng vẫn luôn giữ được sự cảnh giác lo sợ [không khinh địch], đó mới là thực sự thắng lợi. Nếu dựa vào binh hùng tướng mạnh mà đến đâu cũng khinh rẻ xem thường người khác, đến đâu cũng áp bức người khác, thì rốt cùng thế nào cũng sẽ bị hủy diệt. Đó gọi là "Kiêu binh tất bại." (Quân kiêu căng chắc chắn sẽ bại.) Trong lịch sử chúng ta thấy rất nhiều trường hợp như vậy. Hiện nay trong thế gian này chúng ta cũng thấy [được việc ấy] rất rõ ràng, minh bạch.

Hai câu [dạy con] tiếp theo [của Chu công là]: "Người thông minh sáng suốt hiểu biết nhiều nhưng vẫn [khiêm hạ thấy mình] ngu dốt, đó là lợi ích. Người nghe rộng biết nhiều nhưng vẫn thấy mình cạn cợt, đó là học rộng."

Chu công dạy con là Bá Cầm sáu điều như trên, những lời vàng ngọc quý giá, chính là vận dụng ý nghĩa "thụ sủng nhược kinh" (được vinh dự phải biết lo sợ) vào thực tế, là thực sự hiểu được cách đối đãi với người, tiếp xúc muôn vật, làm sao có thể bảo toàn được công danh phú quý của bản thân mình, rất đáng cho chúng ta học tập.

Chúng ta hoằng pháp lợi sanh nhất định không phải vì bản thân mình, mà vì phúc lành của hết thảy chúng sinh, vì một thế giới hòa bình hạnh phúc. Quý vị phải hiểu được rằng, một quốc gia của chúng ta được giàu mạnh, những quốc gia chung quanh không giàu mạnh [thì cũng không có hạnh phúc], đó là như lời cổ ngữ Trung quốc: "Một nhà no ấm ngàn nhà oán hận." Đó là sự thật trong đời.

Mọi người đều được tốt đẹp thì điều tốt của chúng ta là chân thật. Chỉ một mình ta được điều tốt đẹp, mọi người đều không được tốt đẹp, đó là tai nạn đến ngay. [Khi ấy] quý vị là kẻ thù của mọi người, hứng chịu sự ganh ghét, hứng chịu sự sân hận, quý vị còn có được ngày tháng tốt đẹp hay chăng? Cho nên, phải giúp đỡ, hỗ trợ hết thảy những người không cùng chủng tộc; giúp đỡ, hỗ trợ hết thảy những người không cùng tôn giáo; giúp đỡ, hỗ trợ hết thảy những người khổ nạn trong thế gian, khi đó thì mọi người mới có được cuộc sống thực sự hạnh phúc mỹ mãn. Đó chính là những gì các bậc hiền thánh xưa đã dạy bảo chúng ta.

Chỉ có [tấm lòng] không vị kỷ mới thực sự tích lũy được công đức. Nếu có mảy may ý niệm riêng tư xen tạp vào, bao nhiêu công đức của quý vị liền tiêu hoại hết. Điều này chúng ta phải luôn ghi nhớ.

Bài giảng thứ 76

(Giảng ngày 12 tháng 8 năm 1999 tại Tịnh Tông Học Hội Singapore, file thứ 77, số hồ sơ: 19-012-0077)

Thưa quý vị đồng học, cùng tất cả mọi người.

Hôm qua đã giảng đến câu: "Thụ sủng nhược kinh." (Được vinh sủng phải biết lo sợ.) Trong phần chú giải của Cảm ứng thiên có dẫn một đoạn đối thoại vào triều Chu giữa Chu công với [con trai là] Bá Cầm. Chu công nêu ra sáu điều [răn dạy con].

Điều thứ nhất là: "Người có đức hạnh rộng lớn nhưng luôn giữ sự cung kính khiêm hạ, đó là vinh dự." Người có đức lớn nhưng trong việc xử sự, đối đãi với người khác, tiếp xúc muôn vật vẫn có thể luôn giữ lòng khiêm hạ cung kính, đó thực sự là điều vinh dự. Nhất định không thể ngạo mạn kiêu căng. Ngạo mạn kiêu căng nhất định sẽ thất bại.

Cho nên, chúng ta xem như đức Phật Thích-ca Mâu-ni, đức Khổng tử, tất cả các vị thánh triết từ xưa đến nay, các ngài đều hết sức khiêm hạ nhún nhường, đều có thể rộng lòng bao dung, đối đãi với người khác đều hết sức cung kính. Đó là điều chúng ta phải học tập theo.

Điều thứ hai, Chu công nói: "Người được đất phong mênh mông nhưng vẫn luôn giữ sự cần kiệm, đó là an ổn." An ổn tức là thân tâm đều an ổn. Người Trung quốc khi chúc phúc thường nói [mong cho được] bình an. Cách nói này rất có ý nghĩa. Thế nào là bình? Đó là bình đẳng, bình đẳng mới là an ổn, ổn định nhất. Cho nên, chúng ta xem trong xã hội, xem trong lịch sử, từ xưa đến nay ở bất cứ quốc gia nào, vào những lúc xã hội rối loạn bạo động, nhất định là có sự nghèo giàu không quân bình, do vậy mới khởi sinh sự tranh giành.

Nghèo giàu không quân bình, mọi việc đều không bình đẳng, thực tế mà nói thì đó luôn là sự thật. Chúng ta xòe bàn tay ra, năm ngón dài ngắn khác nhau, làm sao có sự bình đẳng?

Nguyên nhân vì sao không bình đẳng? Mỗi người tạo nghiệp không giống nhau. Trồng nhân lành được quả lành. Người tạo nghiệp ác muốn được quả lành, lẽ nào có chuyện như vậy? Cho nên chúng ta hiểu được rằng, [chúng sinh trong] mười pháp giới nhất định không bình đẳng. Không bình đẳng là không an toàn, không thể tạo ra được một xã hội an toàn.

Cho nên các bậc hiền thánh xưa dùng đến phương pháp giáo dục, dạy người giàu sang phải biết bố thí, giúp đỡ người nghèo khó, dạy người nghèo khó phải hiểu được lẽ nhân quả trong ba đời. Chúng ta đời này nhận chịu quả báo [nghèo khổ] là do chính mình tự tạo [trong quá khứ], không được oán trời trách người. Chỉ có dùng phương pháp giáo dục như vậy khiến cho mọi người đều bình tâm lại.

Sự tướng dù không bình đẳng, chỉ cần tâm bình là được. Cho nên, người nghèo hèn thì cũng có thể lo tu tích phước đức, làm việc thiện, tương lai quả báo nhận được cũng sẽ tốt đẹp. Người giàu sang không biết tu tích phước đức, không làm việc thiện thì phước báo rồi sẽ hưởng cạn, đời sau không có nữa. Vì thế, phải có người đem ý nghĩa [nhân quả], chân tướng sự thật như vậy giảng giải rõ ràng, sáng tỏ, khiến cho mỗi người đều giác ngộ, hiểu rõ thì tâm được bình lặng. Như vậy thì một có thể đạt đến một xã hội an định, một thế giới hòa bình.

Thế nhưng, ý nghĩa này người đời hiện nay rất khó tiếp nhận. Khó tiếp nhận lại càng phải giảng giải [nhiều hơn]. Không thể nói là vì khó tiếp nhận nên không giảng giải nữa, như vậy không thể được.

Tối hôm qua, quý vị thấy Lý Đạo trưởng của Đạo giáo ngồi bên cạnh tôi. Ông ấy hiện cũng đang nghe [băng giảng] Cảm ứng thiên. Tôi có tặng ông các băng giảng, nên hiện nay ông ấy đang nghe. Ông ấy nói: "Thật khó lắm, không có ai tin nhận được." Không có ai tin nhận tôi lại càng phải giảng. Vì sao không có ai tin nhận? Vì mê muội quá sâu. Người mê muội quá nhiều. Trong xã hội hiện nay, mọi người đều cho rằng việc làm điều xấu ác, gây hại cho kẻ khác là lẽ đương nhiên. Quý vị xem có ai là người không làm hại người khác? Có ai là người làm việc tốt? Làm việc tốt thì có kết quả gì đâu, làm người xấu, quý vị thấy kết quả [trước mắt] tốt biết bao, danh tiếng, lợi dưỡng đều có được. [Thế nhưng phải biết rằng,] sự giàu sang phú quý của người đó không phải do làm việc xấu ác mà có được, chính là do đời trước có tu tích [phước báo].

Trong Phật pháp nói [về việc này] rất hay: "Dục tri tiền thế nhân, kim sinh thụ giả thị." (Muốn biết nhân đời trước, xem quả nhận đời này.) Quả báo chúng ta nhận lãnh trong đời này chính là do nhân ta đã tạo trong đời trước. "Dục tri lai thế quả, kim sinh tác giả thị" (Muốn biết quả đời sau, xem việc làm đời này.) Quý vị muốn biết quả báo trong đời sau, chính là những điều tạo tác trong đời này. Đó chẳng phải là nói rõ nhân quả báo ứng tương quan trong cả ba đời [quá khứ, hiện tại và tương lai] hay sao?

Đời này hưởng giàu sang phú quý, tuyệt đối không phải do đời này làm việc xấu ác có được, mà là do trong mạng số [báo ứng] đã sẵn có. Đời này dựa vào sự giàu có, ỷ thế khinh người, làm điều sai quấy, giàu sang phú quý đời này hưởng hết, sang đời sau tái sinh về đâu? Chuyện đầu thai làm lợn là có thật. Quý vị xem trong Văn sao của Đại sư Ấn Quang có ghi chép, Tào Tháo là trường hợp như vậy. Tào Tháo cũng đầu thai làm lợn rồi. Đại sư Ấn Quang ghi chép câu chuyện này cho chúng ta xem rõ. Đó là chuyện hồi những năm đầu

Dân quốc.[1] Có người mổ lợn, moi lấy nội tạng con lợn ấy ra thì nhìn thấy trên lá gan có hai chữ Tào Tháo. Cho nên mọi người mới biết con lợn này chính là Tào Tháo đầu thai.

Tào Tháo [sống vào thời Tam quốc,] cách chúng ta đã hơn một ngàn [tám trăm] năm,[2] giờ vẫn còn đầu thai làm lợn. Chúng ta thật không thể biết được là ông ấy đã phải đầu thai làm lợn bao nhiêu lần rồi. Nhân quả báo ứng rõ ràng như vậy, chân tướng sự thật như vậy, không phải nói chuyện đùa cợt mua vui cùng quý vị, không phải mượn phương tiện bịa đặt nói như vậy để khuyến khích quý vị làm việc thiện. Nếu chúng ta suy nghĩ như vậy là hoàn toàn sai lầm. Các bậc thánh hiền thế gian cũng như xuất thế gian, thảy đều giống như trong kinh Kim Cang đã nói là [chỉ nói ra] "chân ngữ" (lời chân chánh), tuyệt đối không có lời nào giả tạo; là "thật ngữ" (lời đúng thật), tuyệt đối không có lời nào hư dối; là "như ngữ" (lời như thật), hoàn toàn đúng như sự thật, không thêm không bớt. [Các vị] nói với chúng ta toàn là lời chân thật. Quý vị nghe qua rồi hoài nghi không thể tin nhận, đó là vì quý vị không có căn lành, không có phước báo. Gặp được người sáng suốt chỉ cho đường đi mà quý vị không tin nhận, không tiếp thu, điều này phải gọi là ngu si, ngu si hết mức rồi.

Ý nghĩa trong điều thứ hai này là là nói [trường hợp] quý vị được giàu có. Quý vị được giàu có thì phải làm sao để được thân tâm an ổn? Nhất định phải biết tiết kiệm. Đức Phật còn dạy chúng ta phải biết bố thí. Không chỉ là tiết kiệm mà thôi, còn phải biết bố thí, phải biết giúp đỡ người khác, như vậy thì quý vị mới được an ổn. Quý vị tự thân mình tiết kiệm nhưng không biết bố thí, vậy thì cũng không được an toàn. Cướp lớn trộm nhỏ đều chăm chăm nhắm vào nhà quý vị, bởi trong nhà quý vị có nhiều tiền bạc, của cải.

---

[1] Tức là bắt đầu từ năm 1912, năm thành lập chính phủ Trung Hoa Dân quốc.

[2] Tào Tháo sinh năm 155, mất năm 220.

Quý vị phải thường bố thí, thường giúp đỡ những người nghèo khổ ở gần gũi quanh mình, như vậy thì quý vị có thể an ổn ngủ ngon giấc. Trộm cướp có tìm đến, láng giềng lối xóm sẽ bảo vệ quý vị, sẽ quan tâm đến quý vị. Quý vị đối với họ có ân huệ, quý vị giàu có họ cũng được hưởng nhờ, nên họ mong cho quý vị càng giàu càng tốt. Nếu như quý vị giàu có nhưng không có lòng nhân ái, dù có tiết kiệm nhưng không chịu giúp đỡ hỗ trợ người khác, thì khi trộm cướp tìm đến thăm dò, hàng xóm sẽ vạch đường chỉ lối cho chúng. Nhà quý vị có bị cháy họ cũng chỉ đứng ngoài xem, cháy như vậy là tốt, đáng cháy lắm. Đó là chuyện thường tình của người đời. Cho nên, làm sao để [khi giàu có] được thân tâm an ổn? Phải hết lòng hết sức giúp đỡ người khác, giúp người nhất định là đang tự giúp mình. Phải hiểu rõ được ý nghĩa này.

[Chu công dạy con] điều thứ ba là: "Người được bổng lộc nhiều, địa vị cao nhưng vẫn giữ được sự khiêm hạ, đó là đáng quý." Câu trước nói về sự giàu có, câu này nói về sự tôn quý, địa vị cao. Quý vị làm sao để có thể duy trì được sự giàu sang phú quý của mình?

Tôn quý nghĩa là trong xã hội quý vị có địa vị cao, làm quan chức lớn, vậy thì phải có thái độ như thế nào? Phải khiêm tốn, nhún nhường, hạ mình, không dám đứng trên người khác. Ý nghĩa này quý vị phải quan sát thật kỹ, quan sát những tấm gương người xưa, quan sát trong lịch sử, đọc lại những truyện ký của người xưa. Trong xã hội hiện nay quý vị cũng có thể quan sát kỹ, người ở địa vị cao mà có thể khiêm tốn nhún nhường đối với người khác thì địa vị của họ không chỉ như hiện nay, mà sẽ còn lên cao hơn nữa. Nhưng nếu như ỷ thế hơn người, lấn áp người khác, kiêu căng ngạo mạn, thì địa vị ấy không thể lâu dài, không thể giữ được lâu. Phước báo của người ấy hưởng hết rất nhanh. Chúng ta đều có thể thấy những điều ấy rất rõ ràng.

Tôi đã từng gặp gỡ Tổng thống Vương [Đỉnh Xương] của Singapore. Tối hôm qua quý vị cũng đều được thấy tiên sinh Nathan, ông ấy là ứng cử viên tổng thống. Chỉ duy nhất một ứng cử viên thôi, nên nhất định ông ấy sẽ đắc cử,[1] có được sự ủng hộ rộng rãi trong xã hội. Quý vị xem, ông ấy hết sức khiêm nhường, đối xử với ai cũng thận trọng giữ lễ, không một chút cao ngạo, nên ông ấy có thể duy trì, gìn giữ được sự phú quý của mình.

Người học lễ phải tự hạ mình mà tôn trọng người khác. Quý vị phải học theo như vậy. Đức Phật Thích-ca Mâu-ni đối với bất kỳ ai cũng đều cung kính như nhau, đối với vua chúa cũng không khác với người hành khất, xem hết thảy đều bình đẳng, nhất định không hề khởi tâm phân biệt. Đó là [cách hành xử] của chư Phật, Bồ Tát, chúng ta phải học theo. Sự cung kính [đối với người khác] đó xuất phát từ tâm chí thành, chân thành, không phải hư dối ngụy tạo, không phải giả vờ. Nếu là giả vờ có thể thấy biết ngay, hoặc [cách ứng xử] hư dối, ngụy tạo, khách sáo thì nhìn qua cũng có thể biết ngay. [Sự cung kính đó phải] xuất phát từ sự chân thành.

[Điều dạy con thứ tư của Chu công là:] "Người có quân đông tướng mạnh nhưng vẫn giữ lòng cảnh giác lo sợ, đó là chiến thắng." Ý nghĩa này cần phải hiểu rõ. Đối với người bình dân chúng ta, ý nghĩa câu này cần được nhận hiểu mở rộng hơn. Có thể hiểu là chúng ta có tài hơn người, hoặc chúng ta giỏi nghề nghiệp hơn người, hoặc chúng ta có học thức hiểu biết hơn người, chỉ cần có một điều gì đó vượt hơn người khác thì đều là thắng. Đó là hơn người mà thắng, thắng như vậy

---

[1] Bài này được giảng ngày 12 tháng 8 năm 1999. Trong thực tế thì 6 ngày sau đó, ông Nathan đắc cử Tổng thống, tức vào ngày 18 tháng 8 năm 1999, trong cuộc bầu cử mà ông là ứng cử viên duy nhất, do hai đối thủ của ông đều đã bị loại trước đó vì lý do không đủ tiêu chuẩn theo Hiến pháp. Ông trở thành vị Tổng thống thứ 6 của Singapore và là Tổng thống thứ hai được dân bầu, kế nhiệm Tổng thống Vương Đỉnh Xương.

rất dễ dàng khởi tâm kiêu ngạo, tự thấy xứng đáng để kiêu ngạo.

Trái lại với kiêu ngạo là biết lo sợ, thường giữ tâm lo lắng, sợ sệt, cảnh giác, trong lòng thấy mình không bằng người. Đó là [luôn nghĩ rằng] ngoài người này ra vẫn còn người khác [giỏi hơn], trên trời vẫn còn có trời, đâu có gì đáng để kiêu ngạo? Thực sự có nắm chắc phần thắng người hay chăng? Suy ngẫm cho kỹ, chúng ta cho dù có tài năng hơn, so với chư Phật Như Lai, so với chư Bồ Tát, hãy còn thua xa nhiều lắm. Không nói so với các vị ấy, chỉ so với vị Tu-đà-hoàn của Tiểu thừa ta cũng không so nổi, đâu có gì là hơn người khác.

[Cho nên] không được khinh thường, xem nhẹ đối với hết thảy chúng sinh. Trong số hết thảy chúng sinh cũng có chư Phật, chư Bồ Tát hóa thân trong đó. Đây là sự thật rất thường xảy ra. Chúng ta xem trong các sách xưa có thể thấy được [những trường hợp] chư Phật, Bồ Tát ứng hóa tại Trung quốc. Có lý nào thời xưa chư Phật, Bồ Tát ứng hóa, thời nay lại không có hay sao? Cứ theo lý mà suy, chúng sinh càng nhiều tai nạn, chư Phật, Bồ Tát càng hóa hiện nhiều hơn, vì là hiện đến để cứu khổ cứu nạn. Các ngài thị hiện đều trong hình tướng của người bình thường, quý vị không thể nhìn ra được, các ngài cũng không nói cho quý vị biết. Người thực sự học Phật có thể thấy biết được, trong lòng tự biết. Làm sao thấy biết được? Vì tư tưởng, hiểu biết, lời nói của các vị đều giống với Bồ Tát, dựa theo Kinh điển làm tiêu chuẩn. Nếu thấy rất giống Bồ Tát, mọi việc làm so với những lời răn dạy trong Kinh điển đều phù hợp, tương ưng, người ấy không phải Bồ Tát thì ai mới là Bồ Tát? Chúng ta tự mình muốn vượt phàm lên thánh phải từ chỗ này mà học tập [làm theo].

Cho nên, tôi thường khuyên bảo, khuyến khích quý vị đồng học, phải buông bỏ đi thành kiến của riêng mình, buông bỏ đi những vọng tưởng, phân biệt, bám chấp của mình, vâng theo những lời răn dạy của chư Phật, Bồ Tát, nghe theo những lời chỉ bảo của chư Phật, Bồ Tát. Chúng ta thực sự nỗ lực học tập như vậy, đó gọi là học Phật, học Bồ Tát. Nếu thực sự tương ưng thì tự thân mình hoàn toàn không chủ định cũng tự nhiên vượt phàm lên thánh.

Cho nên, không được cho rằng thế gian này quá loạn lạc rồi, tai nạn quá nhiều rồi. Biết đâu được chính trong những điều kiện nhân duyên như hiện nay, chư Phật, Bồ Tát mới đến thế gian này để cứu khổ cứu nạn.

Thường giữ tâm lo lắng sợ sệt. Quý vị thấy trong Liễu Phàm tứ huấn, tiên sinh Liễu Phàm dạy con cũng đặc biệt chú trọng đến tâm lo lắng sợ sệt này.

Điều thứ năm tiếp theo, [Chu công dạy con rằng:] "Người thông minh sáng suốt hiểu biết nhiều nhưng vẫn [khiêm hạ thấy mình] ngu dốt, đó là lợi ích." Lợi ích ở đây là đạt được lợi ích. Quý vị thông minh, có trí tuệ, là người thông minh trí tuệ thì có mấy ai biết giữ mình [khiêm hạ, thấy mình] ngu dốt? Có thể thấy mình ngu dốt, đó mới là người thực sự thông minh. Thường thì những kẻ "phô tài khoe trí" đều không phải là chuyện tốt.

Hồi tôi còn trẻ cũng mắc phải lỗi này, cha tôi dạy tôi phải biết "học ngu", phải biết thu liễm, che giấu [tài năng]. Khi tôi theo học với Lão cư sĩ Lý Bỉnh Nam, thầy giảng dạy cho tôi rất nhiều lần việc này, dạy tôi phải biết "học ngu". Thầy nói cả đời thầy muốn học mà học chưa thành. [Lão tử nói:] "Đại trí nhược ngu." (Bậc đại trí giống như ngu.) Lời thánh hiền đã dạy như vậy. Thầy Lý Bỉnh Nam khuyến khích tôi học điều ấy, bảo tôi rằng tự thân thầy cũng đang học, học suốt cả đời mà xem như vẫn học chưa thành công. Thầy hết sức khích lệ tôi phải học. Tôi [hiện nay] cũng đang nỗ lực học, quý vị có thể thấy điều đó chăng?

Tôi cũng có một chút tâm đắc. Quý vị cho rằng tôi giảng giải việc này việc kia đều rất hay, nhưng tự tôi [nghe như vậy] cảm thấy hết sức bối rối, lúng túng, không thể có chuyện đó. Một đời tôi không đặt bút viết ra văn chương, vì sao vậy? Vì không dám viết, cảm thấy rất hổ thẹn. Tôi nói với quý vị như vậy là lời chân thật, tuyệt đối không phải giả dối. So với các bậc hiền thánh xưa, so với các bậc tổ sư, đại đức thời gần đây, bản thân tôi ngay cả việc theo hầu bên cạnh cũng không đủ tư cách. Tôi nói với mọi người đây là lời hoàn toàn chân thật. Cái ngu đó của tôi chẳng phải là học ngu, mà là ngu thật, đâu cần phải học? Học ngu là người thực sự có trí tuệ, như thế mới phải học ngu. Tôi không có trí tuệ, trí tuệ chưa khai mở, bất quá chỉ là đem tâm chân thành đối đãi với người, tiếp xúc muôn vật, không dám có chút hư dối ngụy tạo. Bản thân tôi trong việc tu học Phật pháp có được đôi điều tốt đẹp, nói ra đây để mọi người cùng được thụ hưởng, cùng chia sẻ mà thôi.

[Điều thứ sáu] tiếp theo [trong lời dạy con của Chu công] là: "Người nghe rộng biết nhiều nhưng vẫn thấy mình cạn cợt, đó là học rộng." Đây là nói trên đường học vấn có được tài năng thiên phú, nghe nhiều nhớ giỏi. Quý vị thấy biết nhiều, nghe biết rộng, lại có khả năng ghi nhớ. Theo cách nói hiện nay là người có kiến thức phong phú, uyên bác, học rộng nghe nhiều. Trước sau nếu vẫn luôn thấy mình cạn cợt, thì học vấn, tri thức của quý vị mới có thể tăng thêm, mở rộng, không dám đem học thức của mình ra khoe khoang.

Tổng cộng [Chu công dạy con có] sáu điều. Trong sáu điều này, điều thứ nhất dạy chúng ta phải biết cung kính, điều thứ hai dạy ta phải biết tiết kiệm, điều thứ ba dạy ta phải biết khiêm hạ, điều thứ tư dạy ta phải thường giữ tâm lo lắng, tự tỉnh giác, [điều thứ năm dạy ta phải tự] thấy mình ngu dốt, [điều thứ sáu dạy ta phải] tự thấy học thức của mình cạn cợt.

[Làm được như vậy thì] quý vị mới có thể giữ gìn được đức hạnh, không đi đến chỗ thối lui, thất bại. Đó là những lời dạy của Chu công, chúng ta phải học tập.

Đức Phật cũng dạy chúng ta sáu điều, đó là: bố thí, trì giới, nhẫn nhục, tinh tấn, thiền định, trí tuệ. Các bậc thánh hiền dạy người, hết thảy đều dùng lời đơn giản, ý nghĩa bao gồm. Không nói nhiều lời, nội dung thông thường là lời đơn giản, ý nghĩa bao gồm. Ý nghĩa bao gồm đó, rốt cuộc là bao gồm đến phạm vi nào? Là [gồm khắp] hư không pháp giới, quá khứ, vị lai, không một chút giả dối. Đó mới thực sự là học vấn lớn lao. Thế nhưng chỗ "đơn giản, bao gồm" đó có mấy người hiểu được, có mấy người thể hội được? Chúng ta phải suy nghĩ thật kỹ càng, nếu không thì việc học Phật không thể biết được chỗ khởi sự công phu.

Những lời dạy của thánh hiền, một chữ, hai chữ cũng đều [hàm chứa ý nghĩa] sâu rộng vô cùng. Chỉ vì chúng ta dùng tâm ý thô tháo, thường chỉ xem xét qua loa, giản lược, không thực sự chú tâm tìm hiểu, nên căn bản đã không hề hiểu được những chỗ sâu cạn trong ý nghĩa lời dạy, như vậy thì học hỏi được gì? [Cho nên dù] gặp được rất nhiều cơ duyên, cơ duyên thù thắng không gì sánh bằng, nhưng hết thảy đều bỏ lỡ, thật đáng tiếc biết bao!

Nhất định không thể nói rằng, hiện nay không có người tin nhận nên không giảng giải. Không có ai tin nhận thì càng phải giảng, phải giảng nhiều hơn nữa, phải giảng rộng khắp nơi. Giảng giải nhiều rồi cũng có người tin nhận. Lời giả dối mà nói mãi nhiều lần người ta còn tin nhận, huống chi là lời chân thật. Cần phải hiểu rõ ý nghĩa này, chúng ta mới có thể giúp đỡ, hỗ trợ chúng sinh khổ nạn quay đầu hướng thiện.

Những lời giả dối mà nói mãi đến trăm lần, ngàn lần người ta còn tin là thật, lời chân thật chúng ta nói ra ngàn lần, vạn lần, làm sao người ta có thể không tin nhận? Làm sao không quay đầu hướng thiện? Cho nên nhất định không thể cho rằng vì xã hội hiện nay đối với [giáo pháp] không tin nhận thì chúng ta không nên giảng giải, giảng giải chỉ làm cho người ta phản cảm, không thích. Không thích là việc của họ. Giảng một lần họ không thích, mười lần không thích, trăm lần không thích, đến ngàn lần họ sẽ không còn không thích nữa, đến vạn lần thì họ sẽ tin nhận. Bồ Tát giáo hóa chúng sinh, Phật dạy chúng ta qua kinh điển cũng đều là ngàn lần, vạn lần chúng ta mới tin nhận. Chúng ta cũng không phải nghe qua một lần, mười lần, hai mươi lần mà đã chịu tin nhận.

Chúng ta học tập như thế nào, chúng ta nên giúp đỡ hỗ trợ những người chưa có lòng tin như thế ấy, từ nơi kinh nghiệm của chính bản thân mình mà nhận hiểu, thể hội được phương pháp này, phương pháp hữu hiệu, lặp lại không ngừng, thực sự nỗ lực thực hiện, giới thiệu với mọi người.

Được rồi, hôm nay thời gian đến đây đã hết.

Bài giảng thứ 77

(Giảng ngày 13 tháng 8 năm 1999 tại Tịnh Tông Học Hội Singapore, file thứ 78, số hồ sơ: 19-012-0078)

Thưa quý vị đồng học, cùng tất cả mọi người.

Chúng ta đã xem qua ba mục trong Cảm ứng thiên là "thôi đa thủ thiểu" (cho ra nhiều, giữ lại ít), ý nghĩa này trong nhà Phật gọi là vô tham, "thụ nhục bất oán" (chịu nhục không oán hận), trong nhà Phật gọi là vô sân, "thụ sủng nhược kinh" (được vinh sủng phải biết lo sợ), trong nhà Phật gọi là vô si.

Trong Kinh điển cũng gọi là ba căn lành, ở đây ba câu mười hai chữ này nêu ra với chúng ta cách vận dụng vào thực tế ba căn lành này. Phải biết vận dụng ba căn lành như thế nào trong đời sống thường ngày, trong việc đối đãi với người, tiếp xúc muôn vật, như vậy mới không thất bại [trong sự tu tập].

Phàm phu thật không dễ dàng chịu sống trong hoàn cảnh tịch tĩnh, vắng lặng. Cho nên, chỉ có bậc đại thánh đại hiền mới thực hiện được niềm vui tĩnh lặng. Phàm phu một khi không có việc gì [để làm] liền suy tưởng lung tung, làm càn làm bậy. Đó là do nguyên nhân gì? Chính là biểu hiện của phiền não ba độc tham, sân, si quá nặng, quá nhiều. Ý nghĩa này, chân tướng sự thật này, chúng ta phải hiểu thật rõ ràng, phải thay đổi sửa lỗi, như vậy mới là công phu tu hành. Đặc biệt là đối với hàng trí thức, người có học vấn, nếu dùng tâm bất thiện thì con đường học vấn, con đường tu tập đều nhất định không thể thành tựu.

Chúng ta xem gương người xưa, khoảng hồi nửa thế kỷ

trước, như cư sĩ Giang Vị Nông, cư sĩ Từ Úy Như, những vị đại cư sĩ tu hành tại gia như vậy. Hoặc người xuất gia như Đại sư Ấn Quang, Pháp sư Đế Nhàn, quý vị đều biết rất rõ, Pháp sư Viên Anh, Pháp sư Hưng Từ, các vị như thế người đời đều xem là hàng trí thức, những người có học vấn. Các vị ấy có thể đem hết tinh thần, đem hết thời gian tập trung vào sự học hỏi, vào pháp môn tu tập của bản thân mình. Trong thực tế, đối với họ thì một ngày hai mươi bốn giờ là không đủ dùng, họ làm gì có thời gian khởi sinh vọng tưởng? Làm gì có thời gian làm những việc ngoài bổn phận của mình? Điều này rất đáng để chúng ta tham khảo, cũng rất đáng để chúng ta tự cảnh tỉnh e sợ.

Cho nên, trong Kinh điển đức Phật khuyến khích người tu học, trước tiên phải phát tâm Bồ-đề. Người thực sự phát tâm Bồ-đề, việc tu hành chứng quả đâu cần đến ba đại a-tăng-kỳ kiếp? Một đời này nhất định được thành tựu. Chúng ta đọc kinh Hoa Nghiêm thấy Đồng tử Thiện Tài, vì sao có thể trong một đời được thành tựu? Chính là nhờ thực sự phát tâm Bồ-đề.

Nói theo ngôn từ thế gian thì đó là tận trung, là thực hành đạo hiếu. Tận trung với chức trách, bổn phận của mình, đó là chân chính phát tâm Bồ-đề. Toàn tâm toàn ý thực hiện bổn phận của quý vị cho đến mức tốt đẹp nhất, hoàn thiện nhất, đó là phát tâm Bồ-đề. Bất kể là công việc gì trong thế gian hoặc xuất thế gian, phải chuyên chú nhất tâm mới thành công. Không chỉ thành công, mà sẽ được thành công một cách trọn vẹn đầy đủ. Nói chung, nếu không thực hiện được đến mức trọn vẹn đầy đủ thì đó là quý vị đã không hết lòng hết sức.

Ba căn lành Phật dạy chúng ta, hoàn toàn là thiện tâm, hoàn toàn là thiện ý, là ý niệm hiền thiện. Thiện tâm là thể, trong thiện tâm nhất định không có ý niệm xấu ác. Thiện tâm này hoàn toàn không phải cái thiện trong thiện ác [phân biệt đối đãi] mà chúng ta thường nói đến. Cái thiện trong thiện ác [phân biệt đối đãi] này không phải thiện tâm.

Thiện tâm là chân tâm, thiện tâm là tâm Bồ-đề. Thiện tâm cũng là tâm thanh tịnh, là tâm chí thành, trong đó không có thiện hay ác [theo nghĩa phân biệt đối đãi], không có chân hay vọng, không có tà hay chánh. Trong kinh Duy-ma-cật có Pháp môn Bất nhị, đó là chân thiện. "Các bậc thượng thiện nhân cùng hội về một chỗ" ở thế giới Cực Lạc, các vị này không phải hạng người thiện như trong ý nghĩa thiện ác phân biệt đối đãi. Thiện nhân trong ý nghĩa thiện ác phân biệt đối đãi còn cách biệt rất xa [với thiện nhân ở thế giới Cực Lạc]. Họ là người hiền thiện trong ba đường lành [của sáu đường]. Chúng ta phải nhận thức ý nghĩa này thật rõ ràng.

Tâm địa thuần chân đến mức cùng tột, chân thành đến mức cùng tột, đó gọi là tâm thuần thiện, cũng hoàn toàn là chân tâm, hoàn toàn là tâm thanh tịnh.

Thiện tâm khởi dụng là thiện ý. Thiện ý là nghĩa thứ hai, [hay nghĩa đối đãi,] thiện tâm là nghĩa thứ nhất, [hay nghĩa rốt ráo]. Thiện ý là gì? Là đại từ đại bi, phát xuất từ thiện tâm. Điều này chúng ta phải hiểu rõ.

Khi đối đãi với hết thảy mọi người, với hết thảy sự vật sự việc luôn thuần nhất là thiện ý. Trong thiện ý nhất định không có ý niệm xấu ác.

Thế nào là ý niệm xấu ác? Quý vị phải biết rằng, những ý niệm tự tư tự lợi là xấu ác. Hết thảy những nghiệp xấu ác đều từ ý niệm [tự tư tự lợi] này khởi sinh. Người không có [ý niệm] tự tư tự lợi thì nhất định không tạo nghiệp xấu ác.

Theo kinh luận của Pháp tướng tông, nguồn gốc của [ý niệm] tự tư tự lợi chính là ngã chấp. Đây là nguồn gốc, là căn bản của sáu đường luân hồi. Chỉ cần ý niệm [tự tư tự lợi] này còn tồn tại thì đừng mong ra khỏi sáu đường luân hồi. Sáu đường luân hồi từ đâu mà có? Chính từ cội gốc [là ý niệm tự tư tự lợi] này biến hiện ra, tự mình làm, tự mình gánh chịu.

Cội gốc [ngã chấp] này, trong Pháp tướng tông giảng giải là ngã si, ngã kiến, ngã mạn, ngã ái. Bốn điều này quý vị chú tâm suy ngẫm kỹ thì thể hội được [đó chính là] ngã. Ngã là gì? Ngã là si mê, là kiến chấp (kiến là thành kiến, cố chấp), là ngạo mạn, là tham ái. Chúng ta ngày nay gọi là "tự tư tự lợi", trong đạo Phật giảng giải tường tận, tỉ mỉ hơn, nhưng bốn điều [ngã si, ngã kiến, ngã mạn, ngã ái] này chính là tự tư tự lợi.

Chỉ cần có một mảy may ý niệm tự tư tự lợi này, tâm ý của quý vị đã là bất thiện, quý vị nhất định sẽ tạo vô số tội nghiệp mà tự mình cũng không biết được.

Chúng ta học Phật là học những gì? Chính là học thiện tâm, thiện ý. Thiện tâm, thiện ý lưu xuất thành thiện hạnh, cũng là biểu hiện trong đời sống của chúng ta, đời sống là thiện hạnh; biểu hiện trong công việc, biểu hiện trong việc xử sự, đối đãi với người, tiếp xúc muôn vật, không một điều gì là bất thiện.

Xin nói cùng quý vị, người nào có đủ thiện tâm, thiện ý, thiện hạnh thì hoàn toàn không có phiền não, tập khí cũng tiêu trừ, trí tuệ sinh khởi. Có trí tuệ rồi, quý vị tự nhiên có thể phân biệt được chân vọng, tà chánh, thị phi, thiện ác. Quý vị tự có năng lực phân biệt đó.

Trước đây tôi đã từng giảng qua, ở Trung quốc đại lục xảy ra hiện tượng Pháp Luân Công, vì sao có hiện tượng ấy? Chính là vì người thường không có năng lực phân biệt chân vọng, tà chánh, thị phi, thiện ác. Nếu như có năng lực phân biệt, chỉ nhìn qua một lần là thấy biết được ngay. Những việc làm như thế là giả, là tà, là ác, là bất thiện, ai cần quan tâm đến? Tôi giảng qua hy vọng mọi người nghe lại nhiều lần.

Trong thực tế, nói một lần không đủ, nghe lại nhiều lần thì quý vị tự nhiên hiểu rõ.

Những điều tôi giảng về thiện tâm, thiện ý, thiện hạnh, dựa vào đâu làm tiêu chuẩn? Nếu quý vị chưa có khả năng lý giải điều này thì xem như thất bại. Trong thực tế, kinh điển Phật giáo Đại thừa giảng giải việc này hết sức rốt ráo, trọn vẹn đầy đủ, chỉ có điều số lượng quá nhiều, chúng ta chỉ cần chọn đọc một bộ kinh Vô Lượng Thọ hoặc một bộ kinh Hoa Nghiêm là đủ. Nhưng phải thấu hiểu được nghĩa lý sâu xa, suốt một đời hết lòng hết sức dành trọn thời gian vào đó thì may ra mới có được chỗ vào. Nếu như không hết lòng hết sức, không dành hết thời gian cho sự tu học, thì nói thật ra quý vị không thể bước vào trong cửa, chỉ đứng ngoài nhìn mà thôi, chỉ là kẻ ngoại cuộc.

Vì sao nói là phải dành hết thời gian, phải hết lòng hết sức trong sự tu học mới được? Đó gọi là nhất tâm, nhất tâm liền được thành tựu. [Nhất tâm thì] quý vị không có vọng tưởng, không có tạp niệm. Tất cả phàm phu đều có phiền não, đều có tập khí. Phiền não, tập khí, hiện tượng đó là cảm xúc trong lòng. Cho nên chúng ta quan sát thấy chúng sinh rối ren biết bao cảm xúc. Những cảm xúc ấy có mức độ cao hoặc thấp, giống như sóng nước, có lúc bình lặng được một chút, lại có lúc khởi lên gió lớn sóng to.

Vì sao có hiện tượng này? Đó là phiền não tập khí từ vô thủy kiếp đến nay. Cảnh giới bên ngoài như gió, tập khí phiền não trong lòng quý vị như nước, một cơn gió lớn thổi qua liền nổi sóng. Phàm phu trong sáu đường có ai không như thế? Tất cả đều là như thế. Tình cảm trong lòng mãi mãi bình lặng thì không phải phàm phu. Phàm phu nhất định không được vậy.

Đối với người bình thường chúng ta mà nói thì người thực sự có học vấn, thực sự có tu dưỡng, sự học vấn, tu dưỡng đó biểu hiện ở điểm nào? Đó là tâm bình lặng, khí an hòa, mãi mãi giữ được như vậy. Đó là thực sự có học vấn, thực sự có tu dưỡng. Nói theo Phật pháp thì các vị Thanh văn, Duyên giác, Bồ Tát quyền giáo trong bốn thánh pháp giới là những vị thực sự có thể duy trì được tâm bình lặng, khí an hòa, không suy tưởng lung tung, không làm càn làm bậy. Đó thực sự là công phu học vấn đến nơi đến chốn. Tập khí phiền não của các vị này vẫn chưa dứt được, nhưng đã khuất phục được rồi. Các vị đã có đủ định lực và trí tuệ để hàng phục được phiền não. Nếu như có thể dứt trừ được hết phiền não tập khí thì đó là bậc thánh nhân. Trong kinh Hoa Nghiêm gọi đó là Pháp thân Đại sĩ.

Chúng ta học Phật, học kinh điển giáo pháp phải lấy đây làm tiêu chuẩn, nỗ lực sao cho trong một đời này phải chứng đắc được quả vị Bồ Tát Sơ trụ của Viên giáo. Điều này tuy khó khăn, nhưng Đồng tử Thiện Tài đã làm được. [Trước đó] ngài là người thường, cũng là phàm phu, so với chúng ta hoàn toàn không khác. Ngài có thể làm được, điều đó chứng minh rằng chúng ta ai ai cũng có thể làm được. Vấn đề nằm ở đâu? Đồng tử Thiện Tài đã phát tâm Bồ-đề, chúng ta không phát tâm Bồ-đề. Ngài một lòng một dạ học đạo Bồ Tát, chúng ta tuy học đạo Bồ Tát nhưng ngày ngày vẫn còn suy tưởng lung tung, khác nhau là ở chỗ này.

Ngài một lòng một dạ học đạo Bồ Tát, không có thời gian khởi sinh vọng tưởng. Cho nên, chúng ta thấy ngài thực sự tinh tấn, không phải giả tạo, thực sự là tinh tấn. Quý vị xem qua năm mươi ba lần tham vấn, mỗi lần tham vấn một vị thiện tri thức thì cảnh giới của Đồng tử Thiện Tài lại được nâng lên cao hơn một bậc. Khi tham vấn Tỳ-kheo Đức Vân, ngài ở địa vị Bồ Tát Sơ trụ. Khi đến tham vấn Tỳ-kheo Hải Vân, ngài vượt lên địa vị Bồ Tát Nhị trụ. Tham vấn Bồ Tát Diệu Trụ thì vượt lên đến Bồ Tát Tam trụ. Càng ngày càng vượt lên cao hơn. Nếu như có mảy may giải đãi, mảy may lười nhác thì hẳn ngài phải đọa lạc, làm sao có thể vượt lên cao hơn? Mãi mãi duy trì được sự tinh tấn không gián đoạn, cho nên ngài mới có thể ngay trong một đời chứng đắc viên mãn quả vị Bồ-đề.

Đó chính là trong kinh Hoa Nghiêm này đức Thế Tôn đã vì chúng ta đưa ra một tấm gương điển hình, nói rõ việc bất cứ ai cũng có thể chứng đắc quả vị Vô thượng Bồ-đề ngay trong một đời. Chỉ cần quý vị học theo sự phát tâm của Đồng tử Thiện Tài, nỗ lực tinh tấn giống như ngài. Điều đó có ai lại không làm được? Bất cứ ai cũng có thể làm được cả.

Đại sư Thiện Đạo nói rất hay, người ta sở dĩ không thể làm được như vậy "đều là do gặp duyên khác nhau". Câu này hết sức trọng yếu. Những gì là duyên? Đó là hoàn cảnh tu học, hoàn cảnh sống [của riêng mỗi người]. Nếu thực sự gặp được duyên phần tốt đẹp, gặp được bậc thiện tri thức tốt đẹp, gặp được hoàn cảnh sống tốt đẹp, có bạn đạo tốt đồng tham đồng học, thì trong một đời này quý vị nhất định được thành tựu, quá trình tu học của quý vị không gặp chướng ngại gì.

Thế nhưng, quý vị thử nghĩ xem, muốn gặp được những duyên phần tốt đẹp như vậy ắt phải có nhiều phước báo lớn lao. Chúng ta ngày nay ở trong hoàn cảnh này, một hoàn cảnh có thể nói là rất thù thắng, thế nhưng vẫn có những người gây khó khăn cho quý vị, nhìn quý vị thấy chướng mắt, nói với quý vị những lời khó nghe, khiến quý vị bực dọc. Chúng ta gặp những việc như vậy, trong lòng phải nghĩ rằng do mình chưa đủ phước báo.

Nhưng so với người bình thường ta vẫn được nhiều phước báo hơn, ta có được hoàn cảnh tu học tốt đẹp biết bao. Luôn luôn phải tự mình giác ngộ, luôn luôn phải tự mình thực sự nỗ lực, hết lòng hướng thượng, làm việc thiện cho người. Chúng ta trong một đời này giữ tâm thiện, ý thiện, làm việc thiện, gặp gỡ bất kỳ ai cũng chỉ nhìn thấy điều thiện của người ấy, không nhìn những điểm xấu ác. Chúng ta sống một đời trong thế gian chỉ toàn điều thiện, quý vị nói xem, đời sống như vậy tốt đẹp biết bao, người như vậy hạnh phúc biết bao.

Cho nên, hạnh phúc hay không là do trong một niệm của quý vị. Một niệm chân chánh thì quý vị sống đời hạnh phúc mỹ mãn, một niệm tà vạy thì quý vị liền sống trong đời loạn lạc, cuộc sống đầy dẫy chông gai, đầy dẫy khổ nạn.

Cho nên, ở đây chúng ta tổng kết ba câu [không tham, không sân, không si] này lại, nhất định phải học theo chư Phật, Bồ Tát, đem thiện tâm, thiện ý, thiện hạnh đối đãi với hết thảy mọi người, đối đãi với hết thảy sự vật sự việc. Như vậy thì những người ta gặp không có ai không phải người hiền thiện, những nơi ta ở tất cả đều là cảnh giới hiền thiện. Như thế chẳng phải là thế giới Tịnh độ, thế giới Hoa Tạng đều ở ngay trước mắt rồi đó sao? Việc này đều phụ thuộc vào sự giác ngộ của chính bản thân ta.

Người giác ngộ mãi mãi duy trì một niệm thiện tâm. Một niệm thiện tâm đó cũng là chân tâm của chính mình, cũng là bản tánh của chính mình. Trong Thiền tông nói "minh tâm kiến tánh" (tâm ý sáng rõ thấy được bản tánh), cũng chính là nói đến điều này.

Đức Phật dạy chúng ta tu hành cũng là bắt đầu từ ba căn lành này khởi tu, không tham, không sân, không si. Điều này Phật dạy có đến hơn vạn lần, chúng ta nghe đã quen tai, chỉ có điều vẫn cứ không làm được. Nguyên nhân không làm được là vì không buông bỏ đi ý niệm tự tư tự lợi, không khởi sinh được ý niệm làm lợi ích chúng sinh.

Đối với người xuất gia chúng ta ngày nay, bổn phận là phải vì người khác diễn nói [Giáo pháp]. Bổn phận này chúng ta không làm được. Ngày hôm kia tôi hội kiến với vị tổng thống tương lai của Singapore là tiên sinh Nathan. Ông bảo tôi rằng ông hết sức tôn kính Phật giáo, vì Phật giáo không xem trọng hình thức mà rất chú trọng sự tu tập nội tâm. Ông ấy nói ra câu này chứng tỏ là hết sức am tường [Phật giáo]. Ông ấy thấu hiểu rõ ràng, biết được rằng bổn phận [của người Phật tử] là nỗ lực tu hành, là dùng nội lực công phu tu tập để nâng cao cảnh giới của chính mình.

Đức Phật dạy chúng ta phải vì người khác diễn nói. "Diễn" là biểu diễn, nghĩa là phải tự mình làm để người khác nhìn vào [học theo]. Cho nên, nói về cương lĩnh tổng quát của chúng ta trong việc giảng kinh thuyết pháp, trước đây có lần ông Đại sứ Trần hỏi tôi: "Cương lĩnh chung của quý vị là gì?" Tôi đáp: "Cương lĩnh tổng quát của chúng tôi là 'Học vi nhân sư, hành vi thế phạm.' (Học để làm thầy người khác, hành động để nêu gương cho đời.)" Hai câu này chính là vận dụng thực tiễn lời dạy của đức Thế Tôn: "Vì người khác diễn nói." Diễn là biểu diễn, là làm khuôn mẫu, chuẩn mực [cho người khác làm theo].

Chúng ta phải làm được thì sau đó mới có thể dạy người khác. Tự thân mình còn chưa làm được mà giảng giải Kinh điển thế này sẽ cảm thấy rất hổ thẹn. Cảm thấy hổ thẹn như vậy thì có nên giảng giải hay không? Vẫn phải giảng, nếu không giảng là quý vị tiêu đời rồi, không được cứu chữa rồi. Mỗi lần giảng cảm thấy hổ thẹn, lương tâm khởi lên [bứt rứt], đó là điều tốt. Nếu như [những trường hợp này] không cảm thấy hổ thẹn, người như vậy là gỗ đá vô tri rồi, tiêu đời rồi. Vẫn còn thấy hổ thẹn thì vẫn còn cứu được, quý vị còn có lương tri. Cho nên nhất định phải giảng giải, thường xuyên giảng giải, giảng giải thật nhiều lần, dần dần như vậy rồi tự thân mình hoàn toàn không chủ định cũng tự nhiên khế nhập được vào cảnh giới [trong Kinh điển].

Cho nên chúng ta thấy được rằng tiên sinh Nathan rất hiểu chuyện. Nếu chúng ta có thể từ chỗ này bắt đầu hạ thủ công phu, từ chỗ này thực sự nỗ lực [tu tập], thì con đường tu tập nhất định có sự tiến bộ, có sự thành tựu. Đặc biệt là đang trong thời đại có nhiều tai nạn như hiện nay, nếu chúng ta có thể một lòng chú tâm vào con đường tu tập, một lòng chuyên chú vào bổn phận của mình thì có thể quên đi những tai nạn của thế gian này.

Hôm nay tôi đem đoạn văn Duyên khởi trong Khoa văn biểu giải kinh Hoa Nghiêm in ra để quý vị đồng học tham khảo, quý vị hãy mang đi photocopy thêm ra. Quý vị [xem trong bài Duyên khởi này thì] thấy đó, giữa thời đại khốn khổ gian nan như ngày nay mà người ta [cất công] làm học thuật như thế nào. Mỗi ngày đều kiên trì công việc này, lòng vui [trong công việc] đến không biết mỏi mệt, chuyện thiên hạ đại loạn cũng đều quên sạch không biết đến. Các vị ấy vì sao quên đi được hết? Vì tâm ý hoàn toàn chuyên chú vào công việc, không nghĩ đến chuyện gì khác, nhờ vậy mới thành công.

Ngày nay chúng ta phải chuyên chú vào Kinh điển giáo nghĩa thì thiên hạ tự nhiên thái bình, không có chuyện gì [bất ổn] xảy ra. "Cảnh tùy tâm chuyển" (hoàn cảnh do tâm chuyển đổi) là sự thật, tuyệt đối không phải chuyện nói suông, mà ngàn lần vạn lần chắc chắn đây là sự thật.

Bài giảng thứ 78

(Giảng ngày 14 tháng 8 năm 1999 tại Tịnh Tông Học Hội Singapore, file thứ 79, số hồ sơ: 19-012-0079)

Thưa quý vị đồng học, cùng tất cả mọi người.

Xin mời xem Cảm ứng thiên đến đoạn thứ 32: "Thi ân bất cầu báo, dữ nhân bất truy hối." (Làm ơn không cầu báo đáp, giúp người rồi không hối tiếc.)

Ngày trước tôi giảng Cảm ứng thiên cũng có viết ra được một phần phân đoạn. Hai câu này ở đây giảng về việc thực hành bố thí đạt đến trạng thái đầy đủ trọn vẹn. Đạo Phật gọi là [bố thí đạt đến] "tam luân thể không" (bản thể của người thí, người nhận và vật thí đều là không). Đoạn này chính là phương tiện trước tiên để đạt đến "tam luân thể không", cũng là bước đầu vận dụng "tam luân thể không" vào thực tiễn, là điều mà chúng ta có thể làm được.

Trong phần chú giải [của đoạn này] nói rất hay, làm ơn mà mong cầu báo đáp thì đó là: "Tâm tham lam chưa mất, tặng cho người khác rồi hối tiếc, lòng keo kiệt chưa đổi, tham lam lại keo kiệt, người quân tử không dính vào."

Nho gia nói [đó là] tiêu chuẩn thấp nhất. Tiêu chuẩn cao nhất của Nho gia là thánh nhân, thấp hơn một bậc là người hiền, lại thấp hơn nữa là quân tử. Nói theo ngày trước là những người có học, có đọc sách, nuôi chí noi theo bậc thánh hiền. Người có học phải tự nâng cao cảnh giới của mình, mức thấp nhất cũng phải ngang bằng cảnh giới người quân tử, như vậy thì cái học của quý vị mới được xem là hữu ích.

Do đó có thể biết rằng, người quân tử của Nho gia tuy chưa dứt được phiền não ba độc, nhưng đã có thể hàng phục được. Trong Phật giáo gọi là hàng phục phiền não, họ có thể hàng phục được rồi. Phiền não tập khí chưa hàng phục được, đó là ở mức thấp hơn quân tử, đó là tiểu nhân. Chúng ta nhất định phải hiểu rõ, phải sáng tỏ được điều này.

Vì sao phải đọc sách, phải học tập? Mục đích, ý nghĩa chân chánh của việc đọc sách là ở đâu? Nho gia, Phật giáo đều nói là không ngoài việc để làm một người hiểu biết sáng tỏ. Người hiểu biết sáng tỏ [hoàn toàn về] sự tướng và lý lẽ được tôn xưng là thánh hiền. Người hiểu biết một phần là quân tử.

Cho nên, bố thí nhất định không được mong cầu quả báo. Trong kinh điển quả thật đức Phật có dạy, trong cửa Phật bố thí [cúng dường] chư Phật, Bồ Tát, A-la-hán, quả báo không thể nghĩ bàn. Đó gọi là: "Thí nhất đắc vạn báo." (Bố thí được quả báo gấp vạn lần.) Thật ra, nói "vạn lần" chỉ là cách nói hình dung, không phải con số thật, nên nhất định quả báo còn hơn gấp vạn lần. Chỗ này có nhiều người hiểu sai ý nghĩa, cho rằng trong cửa Phật thật dễ làm ăn buôn bán, một vốn vạn lời, mọi người đều kéo nhau vào chùa bố thí cúng dường, cầu phúc. Mục đích là gì? Là cầu được phát tài, cầu thăng quan tiến chức, cầu chư Phật, Bồ Tát bảo vệ giúp đỡ, hết thảy đều vì tham lam.

Vì lòng tham [mà bố thí] như vậy có được quả báo hay không? Nói thật ra, bố thí đó là gieo nhân, nên quả báo nhất định phải có, làm sao lại không có quả báo? Thế nhưng quả báo không lớn lao đến thế.

Ý nghĩa bố thí nếu giảng giải ra thật hết sức sâu xa, phải nói đến động cơ bố thí của quý vị là gì? Quý vị dụng tâm thế nào? Nếu động cơ của quý vị là thuần thiện, quý vị dụng tâm rộng lớn, thì quả báo rất lớn lao. Nếu động cơ là vì mong cầu lợi riêng cho bản thân mình, tâm lượng hết sức hẹp hòi, thì sự bố thí của quý vị có quả báo rất nhỏ nhoi.

Nhà Phật nói về trường hợp bố thí ít được quả báo nhiều, quả báo lớn lao, đó là khi tâm người thanh tịnh, chân thành. Đem tâm thanh tịnh, rộng mở mà tu pháp bố thí, bố thí như vậy quả báo không thể nghĩ bàn. Chúng ta dù làm giống như vậy, đức Phật bố thí một đồng, ta cũng bố thí một đồng. Nhưng chúng ta bố thí một đồng, quả báo có thể chỉ được một đồng, đức Phật bố thí cũng một đồng như vậy nhưng quả báo là không thể nghĩ bàn, là vô lượng vô biên. Nguyên nhân vì sao? Vì đức Phật dùng chân tâm [bố thí], tâm Phật rộng lớn như hư không, trùm khắp các pháp giới, chúng ta sao có thể so sánh được? Cho nên nhà Phật nói bố thí được quả báo gấp vạn lần là sự thật, không phải giả dối. Chỉ có điều quý vị cần hiểu rõ được rằng, phải dùng tâm lượng như thế nào mới đạt được quả báo thù thắng không gì sánh được như thế.

Tôi thường nói với quý đồng học, có người đến mượn tiền quý vị hãy hoan hỷ đưa cho mượn, nhưng tuyệt đối không được nghĩ đến chuyện người ấy sẽ trả lại cho mình. Họ đến mượn, ta đưa cho mượn chính là biếu tặng họ. Mai sau họ trả lại thì quá tốt, họ không trả cũng tốt, quý vị không khởi sinh phiền não. Bạn bè giao hảo cùng quý vị như vậy ngày càng thâm tình hơn. Quý vị xem, có biết bao nhiêu trường hợp bạn tốt của nhau chỉ vì vay mượn tiền bạc rồi về sau hóa thành thù địch. Trong lịch sử cũng có, hoàn cảnh hiện nay chúng ta cũng thấy được không ít. Vì sao có sự thành ra như thế? Chính là vì đưa tiền cho mượn mà nghĩ đến việc lấy lại. Đó là sai lầm, nhất định là sai lầm.

Tiền cho mượn còn không mong lấy lại, huống chi là bố thí? Bố thí mong cầu quả báo thì tâm quý vị đã không thanh tịnh. Tâm không thanh tịnh thì quả báo nhỏ nhoi. Tâm thanh tịnh, không mong cầu gì cả, nhưng quả báo lại rất lớn lao. Theo cách nói ngày nay chúng ta gọi là bố thí một cách vô tư, bố thí không điều kiện. Bố thí như vậy quả báo rất thù thắng.

Quý vị biếu tặng người khác lại kèm theo nhiều điều

kiện. [Trong trường hợp đó,] người khác ví như có báo đáp cho quý vị, thường là chẳng bao giờ quý vị thấy vừa ý. Lấy ví dụ trong thực tế, chỉ cần quý vị tỉnh táo suy xét một chút là thấy ngay. Hồi Thế chiến thứ hai, sau khi đại chiến kết thúc rồi, Hoa Kỳ đứng ra viện trợ kinh tế cho toàn thế giới, có nơi họ cho mượn, có nơi họ biếu không. Đối với những quốc gia chịu nhiều tai nạn, bị thiệt hại vì chiến tranh trên toàn thế giới, tất cả đều chấp nhận sự viện trợ kinh tế [từ Hoa Kỳ]. Đó là bố thí. Thế nhưng [sự bố thí này] kèm theo rất nhiều điều kiện. Kết quả là những quốc gia nhận viện trợ đó không một nước nào không chán ghét người Mỹ, không một nước nào không oán trách người Mỹ. Nguyên nhân vì sao? Vì [làm ơn mà] mong cầu báo đáp. Nếu như người Mỹ có đọc qua Thái thượng Cảm ứng thiên, có hiểu biết Phật pháp, thì ngày nay chắc chắn là họ có thể thống trị toàn thế giới rồi. Trên toàn thế giới này ai ai cũng biết ơn họ, ai ai cũng ủng hộ họ. Vì sao vậy? Vì họ bố thí không mong cầu báo đáp. Điều đó có ý nghĩa gì? Đó là ân đức bố thí có thể cảm động lòng người. Người Mỹ không hiểu được ý nghĩa đó.

Ngày nay quý vị gặp phải hoàn cảnh khó khăn, tôi mang tiền bạc đến giúp đỡ quý vị, kèm theo nhiều điều kiện. Quý vị đương nhiên là chấp nhận. Vì sao vậy? Phải chấp nhận để giải quyết hoàn cảnh khó khăn trước mắt, nhưng trong lòng không phục. Lẽ thường ai ai cũng vậy thôi. Nếu như những điều kiện kèm theo đó lại quá khắc nghiệt thì tâm oán hận sẽ mãi mãi không hóa giải được. Đó là vì không có trí tuệ, không đọc sách thánh hiền, không hiểu được ý nghĩa lớn lao này.

Trong kinh điển đạo Phật nói rằng, các bậc đế vương thống trị trong thế gian này thì cao nhất là vị Kim luân Thánh Vương. Vị này thống trị khắp Tứ thiên hạ,[1] chúng ta

---

[1] Theo giải thích trong kinh điển thì địa cầu của chúng ta chỉ là một phần trong Tứ thiên hạ, gọi là Thiệm-bộ châu nằm về phương nam, hay Diêm-phù-đề châu. Ba phần còn lại là phương tây có Ngưu-hóa châu hay Cồ-da-ni châu, phương đông có Thắng-thần châu hay Phất-bà-đề châu, phương bắc

ngày nay cũng dưới quyền thống trị của vị này nhưng không tự biết được, chúng ta cũng chưa từng nghe nói qua. Trường hợp này giống như thế nào? Giống như trong một quốc gia quá rộng lớn, có người sống ở nông thôn, suốt đời không ra khỏi cửa, làm sao biết được ai là hoàng đế? Ai là tổng thống? Người ấy không biết được. Người ấy mỗi ngày sống đời thái bình, phạm vi của họ là vùng đất họ đang sống mà thôi. Trong kinh Phật nói về Kim luân Thánh vương, phạm vi thống trị lớn đến đâu? Là cả một thế giới. Phần trước chúng ta đã nói một thế giới là một thái dương hệ. Vị này thống trị một thái dương hệ. Chúng ta chỉ là một tinh cầu nhỏ trong thái dương hệ này. Cho nên, có người nói đã nhìn thấy đĩa bay, tôi nghe nói có đĩa bay, tôi cũng từng thấy qua, có thể đó là Kim luân Thánh vương phái người đi tuần tra.

Vì sao gọi vị này là Luân vương? Trong kinh Phật nói rằng, vị này có bánh xe báu. Bánh xe báu này hình tròn như bánh xe, chính là phương tiện di chuyển của vua, cũng là binh khí, giống như hiện nay chúng ta gọi là chiến đấu cơ (máy bay chiến đấu). Bánh xe báu đó là phương tiện di chuyển của vua. Đĩa bay cũng hình tròn, chẳng phải rất giống bánh xe báu [của vua] hay sao? Tốc độ bay cực kỳ nhanh, trong kinh Phật nói là trong một ngày có thể bay đi tuần tra khắp thái dương hệ, phạm vi rộng lớn mà vua thống trị. Đó là theo cách tôi đã giải thích trước đây. Nếu theo cách giải thích của Lão cư sĩ Hoàng Niệm Tổ thì một thế giới mà chúng ta đang nói đó là một hệ Ngân hà. Vị vua [cai quản] hệ Ngân hà là Kim luân Thánh vương. Chúng ta nằm trong hệ Ngân hà, hiện nay theo sự tính toán của các khoa học gia thì tất cả tinh cầu lớn nhỏ [trong hệ Ngân hà] ít nhất cũng lên đến cả chục triệu.[1] Địa cầu chúng ta trong hệ Ngân hà cũng chỉ được xem

---

có Câu-lô châu, hay Uất-đan-việt châu. Vị Chuyển luân Thánh vương (tức Kim luân Thánh vương) thống trị hết bốn cõi này, gọi là Tứ thiên hạ.

[1] Nguyên tác bản văn là "至少有一百億個" (chí thiểu hữu nhất bá ức cá), một trăm ức là mười triệu. Trong thực tế, theo các nhà khoa học hiện nay thì

là một tinh cầu nhỏ, không lớn. Đó là đức Phật nói về vị vua lớn nhất, có phước báo lớn nhất. Thấp dần xuống là Ngân luân vương, Đồng luân vương và Thiết luân vương. Các vị quốc vương ở thế gian này của chúng ta không nằm trong số đó, không được tính đến. Những vị vua ấy phước báo rất lớn, bất kể là so trong cõi người hay các cõi trời.

Nói về giàu có là tiền bạc của cải, về tôn quý là địa vị cao sang, hết thảy những điều đó đều là quả báo. Phú quý hay tuổi thọ đều có nhân duyên. Nếu không tu tập gieo nhân, quý vị làm sao có được quả báo? Người có địa vị càng cao thì càng thông minh trí tuệ vượt hơn người thường, đức hạnh cũng vượt hơn người thường. Những điều ấy từ đâu mà có? Không phải do trời sinh, hết thảy đều là nhờ nhận được một nền giáo dục tốt đẹp, nhờ giáo dục mà có.

Ngày trước khi Pháp sư Diễn Bồi còn tại thế, dường như là lần thứ hai tôi đến Singapore, khoảng năm 1979. Pháp sư mời tôi dùng cơm, hỏi tôi: "Ông tán thánh chế độ dân chủ hay chế độ quân chủ?" Tôi trả lời: "Tôi tán thành chế độ quân chủ." Pháp sư nói: "Ông lạc hậu rồi." Tôi nói: "Tôi hoàn toàn không lạc hậu." Vị đế vương của chế độ quân chủ luôn mong muốn gìn giữ, duy trì truyền thống [hoàng tộc] của mình, mong muốn triều đại của mình truyền nối đời đời cho con cháu về sau. Ông ta có lòng mong muốn như vậy nên đối với người kế thừa phải lo bồi dưỡng, có thể nói là phải đem hết tâm huyết ra bồi dưỡng. Bởi vì có được người kế thừa tốt đẹp thì chính quyền, triều đại mới có thể duy trì được. Nếu như gặp đứa con hư hỏng thì nhất định nhà tan nước mất. Vì thế, đối với việc bồi dưỡng cho người kế thừa, dạy dỗ người kế thừa, nhà vua phải lo mời thỉnh những người tài giỏi nhất nước, có đức hạnh, có học vấn để dạy dỗ thái tử. Nói cách khác, thái tử nhận được sự giáo dục tốt nhất. Điều này rất khó được. Người khác không

---

dải Ngân Hà chứa khoảng 100 - 400 tỷ ngôi sao lớn nhỏ bên trong, và số lượng các hành tinh là hơn 100 tỷ.

thể có được cơ hội này, chỉ thái tử mới có được cơ hội này. Chỉ cần [về sau] thái tử không bị những thứ "tài, sắc, danh, thực, thùy" mê hoặc làm cho điên đảo, thì việc cai trị đất nước nhất định không đến nỗi bại vong.

Chuyện quốc gia như vậy, chuyện gia đình cũng như vậy. Cho nên, ngày trước cha mẹ luôn hết lòng hết sức dạy dỗ con cái. Những điều này không có trong xã hội dân chủ. Nói thật ra, trong xã hội dân chủ thì tinh thần trách nhiệm không sánh được với các vị đế vương ngày trước. Dân chủ thì một nhiệm kỳ ba năm, bốn năm, hết nhiệm kỳ rồi có đắc cử nữa hay không hãy còn chưa biết. Cho nên tôi luôn cảm thấy chế độ dân chủ không sánh được với chế độ quân chủ. Đặc biệt là chế độ chính trị ở Trung quốc cổ đại, so với phương Tây hoàn toàn khác. Đế vương ở phương Tây đích thực đều là độc tài.

Nói thật ra, chế độ chính trị ở Trung quốc có thể nói từ triều Chu đã khá kiện toàn, đến triều Hán thì đã xác lập. Quý vị xem vào thời xưa, đọc qua lịch sử có thể thấy, quân quyền (quyền hạn của vua) với tướng quyền (quyền hạn của người đứng đầu hành chính) phân chia rất rõ ràng. Quan hệ giữa quân quyền với tướng quyền rất giống như trong công ty thời nay. Quân quyền là như Hội đồng Quản trị, là cơ cấu nắm quyền lực, tổ chức. Tướng quyền là như [Ban Giám Đốc], là cơ cấu thực hiện, điều hành công việc, như Tổng giám đốc. Tể tướng [ngày xưa] cũng như Tổng giám đốc; hoàng đế [ngày xưa] cũng giống như Chủ tịch Hội đồng Quản trị. Quyền hạn và trách nhiệm được phân chia hết sức rõ ràng.

Hoàng đế không phải hoàn toàn chuyên chế, vẫn phải hỏi ý kiến người khác, tiếp thu ý kiến người khác, điều này từ nhỏ [hoàng đế] đã được giáo dục. Không biết tiếp thu ý kiến người khác, không biết tôn trọng người khác thì vị hoàng đế ấy nhất định không ngồi được lâu trên ngai vàng, nhất định sẽ có người nổi lên thay thế, lật đổ ngay. Cho nên, chế độ chính trị của Trung quốc [ngày xưa] hết sức tốt đẹp. Trước đây tiên sinh

Phương Đông Mỹ ít nhất cũng đã giảng giải cho tôi nghe mười mấy lần, chỉ có điều tôi không có hứng thú [với chính trị]. Thầy bảo tôi đọc Chu lễ, nói rằng Chu lễ là bản Hiến pháp chế độ hay nhất trên toàn thế giới, là do Chu công chế định. Nếu như con cháu đời sau của nhà Chu làm theo đó không trái nghịch, thầy bảo rằng có thể cho đến ngày nay thiên hạ vẫn còn là của nhà Chu. Vì con cháu [nhà Chu] không làm theo đó nên cũng không còn cách gì cứu vãn, đành mất nước.

Triều Thương-Ân, vua Trụ bại vong là do Đát Kỷ, do sủng ái nữ sắc mà mất nước. Chu U vương bại vong cũng vì sủng ái nữ sắc. Những hoàng đế ấy một khi chạy theo sắc dục là tiêu đời. Họ không vì nguyên nhân nào khác, chỉ vì mọi việc đều nghe theo người đẹp mà họ sủng ái. Những đại thần có lòng trung, lo việc nước, họ không quan tâm đến. Chẳng những không quan tâm mà còn ghét bỏ, sát hại, như vậy làm sao không mất nước? Cho nên, quý vị phải hiểu rằng, sự diệt vong của triều đại không phải do vấn đề chế độ, mà do những đế vương đời cuối này hôn mê nên mới diệt vong. Nếu họ có thể giữ làm theo phương pháp của tổ tông thì không thể diệt vong.

Giữ theo lời răn dạy của thánh nhân thì có thể thu phục được người trong thiên hạ, đó là [khiến cho họ] trong lòng vui vẻ vâng theo. Lời răn dạy của thánh nhân là: ở địa vị cao thì phải biết bố thí ân đức cho người trong thiên hạ.

Quý vị xem, chư Phật dạy các vị Bồ Tát, thứ nhất là bố thí, thứ hai là vâng giữ pháp tắc. Trì giới tức là vâng giữ pháp tắc, ý nghĩa vâng giữ pháp tắc sâu rộng vô cùng. Thứ ba là nhẫn nhục, phải có tâm nhẫn nại, phải nhẫn chịu được. Thứ tư là tinh tấn, thứ năm là thiền định. Thiền định tức là trong tâm ý có chủ định rõ ràng, không dễ dàng bị ngoại cảnh làm dao động, thay đổi. Cuối cùng là trí tuệ. Thế nào là trí tuệ? [Làm ơn] không mong cầu báo đáp là trí tuệ, [cho đi rồi] không hối tiếc là trí tuệ. Giúp đỡ người khác còn kèm theo nhiều điều kiện, đó là không có trí tuệ. Cho nên, chỉ có trí tuệ cao siêu mới thực sự giải quyết được vấn đề.

Đoạn sau của phần chú giải [trong Cảm ứng thiên] dẫn một câu trong kinh Kim Cang: "Bồ Tát ư pháp, ưng vô sở trụ nhi hành bố thí." (Bồ Tát theo đúng pháp, [đem tâm] không có chỗ trụ mà thực hành bố thí.) Trạng thái này so với hai câu vừa nói [trong Cảm ứng thiên] là cao siêu hơn rất nhiều. Không có chỗ trụ là hoàn toàn không trụ nơi hình tướng, thực sự đạt đến "tam luân thể không". Cho nên trong kinh dạy rằng: "Nếu Bồ Tát bố thí không trụ nơi hình tướng, phước đức ấy không thể suy lường."

Trên đây đều là những lời chân thật, để giải quyết sự phân tranh trong thế giới, lãnh đạo thế giới, chủ trì thế giới này, chỉ cần [thực hiện theo] sáu ba-la-mật là đủ.

Trước đây tôi từng nói qua với quý vị nhiều lần. Các vị đã thấy được, Thế chiến thứ nhất, Thế chiến thứ hai, chiến tranh Vùng Vịnh... chúng ta đã mua các đĩa VCD và quý vị đều được xem qua, [chiến tranh] có giải quyết được các vấn đề bất ổn không? Không những đã không giải quyết được mà càng làm cho vấn đề trở nên phức tạp hơn. Chiến tranh nếu có thể giải quyết được vấn đề thì sau Thế chiến thứ nhất, vấn đề hẳn phải được giải quyết rồi, không thể tiếp tục có Thế chiến thứ hai. Thế chiến thứ hai rồi cũng không giải quyết được vấn đề, vậy thì sẽ có thế chiến lần thứ ba, tương lai rồi sẽ có thế chiến thứ tư, thứ năm, cho đến vô số lần. Điều này cho thấy rõ là chiến tranh không thể giải quyết được các vấn đề bất ổn.

Bằng cách nào có thể giải quyết được vấn đề? [Thực hành theo phương châm] "Làm ơn không mong cầu báo đáp, cho đi rồi không hối tiếc" thì các vấn đề bất ổn có thể được giải quyết. Người Mỹ tham gia chiến tranh Hàn quốc, chi phí hết 18 triệu Mỹ kim. Nếu đem 18 triệu Mỹ kim[1] đó bố thí vô điều

---

[1] Nguyên tác bản văn là "一百八十億美元" (nhất bách bát thập ức Mỹ nguyên), 180 ức, tức là 18 triệu Mỹ kim. Trong thực tế, theo các nghiên cứu gần đây thì chi phí của Hoa Kỳ trong cuộc chiến này là 67 tỷ Mỹ kim.

kiện cho Nam, Bắc Hàn, tôi nghĩ rằng vấn đề đã được giải quyết rồi. Sau khi bố thí rồi quý vị đến điều đình thì ai mà không tôn trọng quý vị? Ai mà không nghe theo quý vị? Quý vị là người tốt.

Chiến tranh Việt Nam tốn kém gấp mười lần, 180 triệu Mỹ kim,[1] chẳng những không thể giải quyết được vấn đề mà còn kết thành mối oán thù vĩnh viễn, hận thù vay trả không lúc nào dứt được. Có ai mong muốn sự việc như thế? Nếu như 180 triệu Mỹ kim ấy đem biếu tặng [vô điều kiện] cho Việt Nam, tôi tin rằng người Việt Nam khi gặp người Mỹ sẽ hết sức tôn kính gọi là đại ân nhân.

Cho nên, chúng ta tỉnh táo suy ngẫm sẽ thấy rằng, giúp đỡ người khác một cách vô tư, vô điều kiện, thực sự nghĩ đến lợi ích của người khác thì mới có thể giải quyết được vấn đề. Ngày nay sự tranh chấp trên thế giới này không giải quyết được, vì sao vậy? Đó là vì bất kể bên nào, khi xem xét đến vấn đề thì quan điểm trước tiên là: Việc này có lợi ích cho mình hay không? Chúng ta thường đọc thấy trên báo chí, người Mỹ xử lý các vấn đề cũng như khi quan hệ ngoại giao đều dựa trên tiêu chí có phù hợp với lợi ích của nước Mỹ hay không. Chỉ một ý niệm này đã là không giải quyết được vấn đề. Vấn đề bế tắc chính là ở chỗ này, cho dù có vận dụng phương cách gì cũng đều không thể giải quyết được.

Để giải quyết vấn đề, thánh hiền dạy rằng quý vị phải nghĩ đến lợi ích của đối phương, đến việc có phù hợp với lợi ích của đối phương hay không? Phù hợp với lợi ích của đại chúng hay không? Không được đem những gì phù hợp với lợi ích của mình đưa ra trước nhất. [Đòi hỏi] lợi ích của chính mình là tự tư tự lợi, làm sao có thể thuyết phục người khác? Xin thưa cùng quý vị, nếu có thể lúc nào cũng nghĩ đến lợi ích

---

[1] Nguyên tác bản văn là "一千八百億美元" (nhất thiên bát bá ức Mỹ nguyên), 1.800 ức, tức là 180 triệu Mỹ kim. Theo các nghiên cứu gần đây thì chi phí của Hoa Kỳ trong cuộc chiến này là vào khoảng 173 tỷ Mỹ kim.

của người khác, đến lợi ích của xã hội, của đại chúng, quên đi lợi ích của riêng bản thân mình, như vậy thì bản thân mình sẽ thực sự đạt được lợi ích thù thắng nhất.

Như vậy chúng ta đã thấy rõ, làm theo lời răn dạy của thánh hiền thì thực sự có thể giải quyết được vấn đề. Lời nói của người Trung quốc hiện nay người ta thực sự rất xem thường, không ai tin nhận. Nhưng câu nói của [nhà sử học, triết gia] người Anh là [Arnold Joseph] Toynbee thì người ta tin nhận. Ông này nói rất hay, không sai lệch chút nào: "Muốn giải quyết được vấn đề xã hội của thế kỷ 21, [thế giới này] chỉ có thể dựa vào Phật pháp Đại thừa và học thuyết Khổng Mạnh mà thôi." Qua câu này ông đã chỉ ra rất rõ ràng [phương thức giải quyết vấn đề].

Nhưng những gì là Phật pháp Đại thừa? Những gì là học thuyết Khổng Mạnh? Phải tìm kiếm ở đâu? Hiện nay, muốn tìm sách vở [về học thuyết] Khổng Mạnh không khó, tìm [Kinh điển] Phật pháp Đại thừa cũng không khó, nhưng tìm được rồi thì không hiểu được. Nhà Phật thường nói: "Phật pháp vô nhân thuyết, tuy trí mạc năng giải." (Phật pháp không có người giảng giải, dù có trí tuệ cũng không hiểu được.) Tìm được rồi nhưng xem không hiểu, hoặc hiểu sai ý nghĩa, hoặc giải thích lệch lạc, như vậy cũng không thể giải quyết được vấn đề. Cho nên, tổng kết lại thì đây là vấn đề giáo dục, phải giải quyết được vấn đề giáo dục, mà trước tiên hết là nguồn lực giảng dạy, làm thế nào để bồi dưỡng đội ngũ giảng viên, thầy cô giáo?

Ngày nay, công đức lớn lao nhất ở thế gian này chính là việc bồi dưỡng đội ngũ thầy cô giáo. Quý vị nhất định phải hiểu được rằng, ngày nay những vấn đề mất nước, diệt chủng đều không đáng sợ, chỉ là chuyện nhỏ. Truyền thống đạo pháp bị dứt mất mới là chuyện lớn. Nhà Phật gọi là pháp thân tuệ mạng, là điều không thể để cho dứt mất. Nếu pháp thân tuệ mạng dứt mất thì người thế gian phải chịu khổ nạn vô biên. Cho nên, truyền thống đạo pháp không thể dứt mất. Có được một người, hai người nối tiếp cội nguồn trí tuệ của đức Phật thì hết thảy chúng sinh có hy vọng được cứu độ, có một tia sáng cho tương lai. Cơ hội như vậy không dễ dàng có được. Chúng ta có được rồi thì phải biết trân quý. Chúng ta phải gánh lấy sứ mạng kế tục nối truyền lâu dài truyền thống đạo pháp của chư Phật, Bồ Tát. Đây là sứ mạng vĩ đại nhất trong thế gian.

Quý vị có thể làm được chăng? Đều là do ở sự phát tâm của quý vị. Quý vị phải thực sự phát tâm, nhất định phải đầy đủ [các bước tu tập] như Đại sư Thanh Lương đã dạy là "tín, giải, hành, chứng" (tin nhận, hiểu rõ, thực hành, chứng đắc). Bốn bước này hoàn toàn đầy đủ thì quý vị đủ khả năng làm được, có thể gánh vác sứ mạng này. Bất kể hiện nay quý vị sống như thế nào, bất kể quý vị đang làm việc gì, ở cương vị nào cũng đều có thể làm được. Dù là người nghèo khổ lưu lạc cho đến kẻ hành khất cũng đều có thể làm được. Trong những người hành khất cũng có Phật, có Bồ Tát, cũng có thánh hiền. Vấn đề là quý vị có phát tâm hay không? Quý vị có chịu làm hay không? Vẫn là cương lĩnh tổng quát trong việc giảng kinh thuyết pháp hiện nay của chúng ta: "Học vi nhân sư, hành vi thế phạm." (Học để làm thầy người khác, hành động để nêu gương cho đời.)

Tự mình phải luôn suy ngẫm, khởi tâm động niệm, nói năng hành động có thể làm gương tốt cho người khác noi theo hay không? Nếu thực sự có thể nêu gương tốt cho hết thảy chúng sinh noi theo thì quý vị là thánh hiền, là Phật, là Bồ Tát. Điều này tôi đã giảng giải rất nhiều lần, quý vị nhất định phải chú tâm tham cứu.

Tâm hành của thánh nhân tương ưng với tánh đức. Tánh đức là gì? Tánh đức là chân thành, thanh tịnh, bình đẳng, nhất định không có sự [phân biệt] cao thấp. Trong quý vị có một số đồng học đã từng cùng tôi tham quan một công ty truyền hình, truyền thông ở Sydney, Australia. Vị Tổng giám đốc tiếp đón chúng tôi, bảo tôi rằng, trong công ty này của ông, từ tổng giám đốc xuống đến nhân viên, cho đến người lao công dọn vệ sinh, tất cả đều là số một, đều được tôn trọng như nhau, đều bình đẳng như nhau.

Nhân khi chúng tôi đến nơi thì cũng vừa đúng lúc một người công nhân vệ sinh mang dụng cụ đến quét rác ở gần đó. Người này là số một [trong công việc của anh ta], anh ta quét rác vô cùng sạch sẽ, đúng là số một. Nhân viên phục vụ trong quầy tiếp tân tiếp đãi thân thiết, làm việc chăm chỉ trách nhiệm, quả là số một. Làm giám đốc, cũng là số một. Công ty của họ mỗi người đều là số một, quả đúng thật. Cho nên, khi vị Tổng giám đốc đưa chúng tôi vào, đến ngay chỗ gặp người công nhân quét rác thì chào hỏi thân thiết, đôi bên cùng chào hỏi nhau. Vì sao vậy? Vì ai ai cũng đều là số một, không có ai là hạng nhì. Công ty này gọi là công ty số một.

Mỗi người hết lòng hết sức làm thật tốt công việc, trách nhiệm được giao thì người ấy là số một, người người đều là số một, mỗi phần công việc đều là số một. Công ty như vậy mới thực sự gọi là công ty số một. Cho nên, chúng tôi đem Phật pháp đến với những người này, họ tiếp nhận rất dễ dàng. Những lời răn dạy của Phật so với chỗ nghĩ, chỗ làm của họ tương ưng với nhau. Xét về chức vụ vẫn có giai cấp nhưng về nhân cách là bình đẳng. Có giai cấp là vì chức vụ không giống nhau, nhưng người với người là bình đẳng vì không khác gì nhau.

Có giai cấp hay không? Sự thật là có. Có bình đẳng hay không? Sự thật cũng là có. Đúng như trong kinh Hoa Nghiêm dạy rằng: "Hành bố không ngăn ngại viên dung, viên dung không ngăn ngại hành bố."[1] Hành bố là giai cấp, ví như có

---

[1] Hành bố và viên dung là hai khái niệm tu tập được nêu ra trong kinh Hoa nghiêm. Bồ Tát tu tập các giai vị trước sau tiệm tiến, từ thấp lên cao, đó gọi là hành bố. Chứng đắc thật tánh bản thể, thấy được tất cả các giai vị trước sau đều tương tức, đồng thời, đó gọi là viên dung. Câu kinh này hàm ý dạy

Chủ tịch Hội đồng Quản trị, có Tổng giám đốc, có Trưởng phòng, có nhân viên phòng, xuống đến các nhân viên cấp dưới, đó là có giai cấp, là hành bố. Thế nhưng tất cả đều bình đẳng, bất kể là ở trong cương vị công việc nào, quý vị thấy mọi người đều bình đẳng, thân thiết với nhau. Cho nên, chức vụ thì có cao thấp, nhưng chức vụ không gây trở ngại cho sự bình đẳng.

Khi tôi đến đó nhìn thấy, thật không nghĩ rằng [lời dạy trong] kinh Hoa Nghiêm lại có thể được vận dụng vào thực tiễn tại công ty này. Tôi hết sức bội phục, vô cùng ngợi khen tán thán. Tinh thần này, ý tưởng này, khi đó tôi còn hy vọng họ có thể phát triển lan rộng ra, lan rộng cho đến hết thảy các cơ quan chính phủ, các tổ chức tư nhân. Có thể lan rộng ra như thế thì Australia sẽ là số một, thế giới ấy là số một. Cho nên, khi quý vị bước vào đó, [cảm nhận] một bầu không khí an hòa, tốt lành, một bầu không khí đoàn kết, tôn trọng giúp đỡ lẫn nhau, kính yêu nhau, hỗ trợ, hợp tác với nhau. Đó là nhờ vị Tổng giám đốc của họ có phương pháp lãnh đạo. Đó là trí tuệ, trí tuệ chân chánh vận dụng vào trong đời sống, vận dụng vào công việc, thật rất đáng cho người ta ngợi khen tán thán.

[Đạo tràng] Cư Sĩ Lâm, Tịnh Tông Học Hội của chúng ta cũng đang làm, xem ra cũng đã có kết quả, nhưng thực tế vẫn là chưa đủ, vẫn còn phải tích cực, vẫn phải nỗ lực [hơn nữa].

Hôm nay thời gian đã hết, chúng ta giảng đến đây thôi.

---

rằng, cả hai khái niệm này đều được vận dụng đồng thời trong sự tu tập, không hề có sự mâu thuẫn, ngăn ngại lẫn nhau.

Bài giảng thứ 79

(Giảng ngày 15 tháng 8 năm 1999 tại Tịnh Tông Học Hội Singapore, file thứ 80, số hồ sơ: 19-012-0080)

Thưa quý vị đồng học, cùng tất cả mọi người.

Hôm qua chúng ta đã giảng đến đoạn: "Thi ân bất cầu báo, dữ nhân bất truy hối." (Làm ơn không cầu báo đáp, giúp người rồi không hối tiếc.)

Hai chữ "thi ân" (làm ơn) cần phải chú ý. Việc bố thí ân đức, làm việc thiện cho người khác, trong khi giảng kinh tôi vẫn thường nói đến. Nói chung [khi thực hiện] phải luôn giữ tâm thuần thiện, ý niệm thuần thiện, lúc nào cũng nghĩ đến vì người khác, đó là bố thí ân đức. Nhưng bố thí ân đức là người khác nghĩ như vậy, người khác nói như vậy, còn nếu tự thân chúng ta mà khởi lên tâm niệm [mình đang] bố thí ân đức thì đó là sai lầm. Sai lầm ở đâu? Ở chỗ ta đã bám chấp vào hình tướng. Bám chấp hình tướng là [việc bố thí đó] không trọn vẹn đầy đủ, bám chấp hình tướng là gieo nhân lành [để thọ báo] trong sáu đường luân hồi, so với tánh đức không tương ưng.

Ý nghĩa này hết sức sâu rộng, người học Phật không thể không rõ biết. Quý vị không rõ biết thì không thể đạt được tâm thanh tịnh. Quý vị phải biết rằng, tâm thanh tịnh thì mới là chân thiện, mới là đại thiện.

Hôm qua tôi đến tham dự Đại hội của Hồi giáo biểu dương các bà mẹ vĩ đại. Tôi không biết là ở đó lại quy tụ nhiều quan chức lớn. Có ba vị bộ trưởng của Singapore và tổng thống tiền nhiệm đến tham gia, ứng cử viên tổng thống nhiệm kỳ sắp tới là tiên sinh Nathan cũng tham gia, còn có các vị đại sứ thuộc Đại sứ quán của nhiều nước. Chúng tôi ở trong phòng khách quý cùng nhau trò chuyện. Mọi người gặp tôi đều rất vui vẻ. Họ nói thoạt nhìn thấy tôi có vẻ như còn rất trẻ tuổi, nên hỏi tôi bao nhiêu tuổi. [Khi biết tuổi thật của tôi,] họ hỏi tôi làm cách nào để giữ gìn được trẻ khỏe như thế. Tôi bảo họ: "Thanh tâm quả dục." (Giữ tâm thanh tịnh, ít ham muốn.)

Giữ tâm thanh tịnh, ít ham muốn, đó không phải là không làm gì, mà chuyện gì cũng làm cả, làm rất nhiệt tình, làm rất cần mẫn, nỗ lực. Làm theo cách như thế nào? Làm mà không bám chấp vào hình tướng, đem hết tâm ý mà làm. [Nhưng nếu] làm được việc gì rồi thì giữ mãi trong lòng không quên là không được.

Tôi giảng với họ về giữ tâm thanh tịnh, ít ham muốn, giảng về buông xả mọi phân biệt bám chấp. Họ nghe qua đều hiểu được, nhưng thật khó, không dễ dàng làm được. Nói thật ra thì có gì là khó? Khó là vì không thực sự hiểu rõ được chân tướng vũ trụ nhân sinh. Khó là ở chỗ đó. Cho nên, khi đức Phật còn tại thế, mỗi ngày đều vì chúng ta khai thị trong suốt 49 năm, không gì khác hơn là giảng rõ ý nghĩa sự thật này. Sự thật [về thực tướng] đã hiểu rõ được thì không có gì là khó.

Sự thật đó là gì? Là người đạt được và pháp đạt được đều không thể [nắm bắt]. Nhà Phật thường nói: "Vạn pháp giai không" (Hết thảy các pháp [bản thể] đều là không), quý vị còn khởi sinh vọng tưởng hay sao?

Tiên sinh Viên Liễu Phàm [là người] đã hiểu rõ, nhưng chỗ hiểu của ông cũng chưa phải là ý nghĩa cực kỳ sâu xa này. Chỗ ông ấy hiểu được bất quá chỉ là ý nghĩa nhân quả báo ứng, đó là sự việc trong phạm vi hình tướng, rằng "hạt cơm miếng nước [ta có được] đều do nhân đời trước". Trong một đời này của quý vị, được công danh phú quý, giàu hay nghèo, sống thọ hay chết yểu, hết thảy đều do sự tu tập, gieo nhân trong quá khứ, nên đời này chiêu cảm quả báo, mảy may không sai lệch.

Những sự tướng [nhân quả] như vậy chỉ là cái chân tướng ở mức độ rất cạn cợt, dễ thấy. Viên Liễu Phàm hiểu rõ được chân tướng này. Sau khi hiểu rõ thì ông đạt được sự an ổn không dao động. Thế nhưng vọng tưởng, phân biệt bám chấp vẫn chưa trừ dứt được, chỉ giảm nhẹ đi. So với người thường thì đã giảm nhẹ đi rất nhiều rồi. Tiên sinh cùng thiền sư Vân Cốc ngồi trong thiền đường đến ba ngày ba đêm không khởi sinh vọng tưởng. Nguyên nhân vì sao? Vì đã hiểu rõ "hạt cơm miếng nước đều do nhân đời trước" nên buông xả hết.

Nhưng đó vẫn chưa phải là sự thật chân tướng [rốt ráo]. Người hiểu rõ được sự thật chân tướng [rốt ráo] thì tâm mới thực sự được thanh tịnh. Quý vị xem, tiên sinh Liễu Phàm từ sau khi gặp được thiền sư Vân Cốc, được ngài khai thị, chỉ bày, liền phát tâm học hành cầu được công danh, thay đổi vận mạng của chính mình. Đó là tấm gương tốt trong thế gian, tấm gương tốt cho chúng sinh trong sáu đường luân hồi, nhưng chưa phải người học Phật.

Tuy chưa phải người học Phật, nhưng đã có nền tảng rất tốt cho việc học Phật. Việc học Phật phải được phát triển từ nền tảng đó, đây là điều không thể phủ nhận. Phật pháp là pháp lành lớn lao xuất thế. Pháp lành lớn lao nhất định phải được xây dựng trên nền tảng các pháp lành nhỏ. Ý nghĩa này hiện nay rất ít người hiểu được. Vào thời xưa thì có nhiều người hiểu được, nhưng chưa chắc đã làm được. Vì sao không làm được? Điều này có hai nguyên nhân. Nguyên nhân thứ nhất là hiểu biết không thấu đáo, không triệt để. Nguyên nhân thứ hai là không buông xả tập khí phiền não, không chống lại được sự dụ hoặc của danh tiếng, lợi dưỡng. Nguyên nhân là ở chỗ đó.

Chúng ta hiểu rõ được rồi thì phải biết cách làm như thế

nào. Phải y theo lời răn dạy của Phật, [như vậy] nhất định không sai lầm. Dùng thiện tâm, thiện hạnh mà giúp đỡ, hỗ trợ người khác. Người khác lừa gạt mình, vẫn cứ dùng thiện tâm, thiện hạnh đối đãi với họ. Nhất định không thể vì bị người khác lừa gạt rồi tránh xa họ, không quan tâm đến họ. Nếu như vậy là chúng ta vẫn còn khởi tâm động niệm, vẫn còn rơi vào chỗ phân biệt bám chấp hình tướng.

Người khác đối đãi với ta bằng thành ý hay lừa gạt ta, không thể không rõ biết. Không biết là hồ đồ, ngu muội. Mọi việc đều phải rõ biết, không một chút mơ hồ lẫn lộn, nhưng vẫn luôn đem tâm chân thành đối đãi với người, đó là Phật, Bồ Tát, là thực hành Bồ Tát hạnh, là thực sự làm ơn cho người. Làm ơn nhưng tự bản thân mình không có ý nghĩ mình đang làm ơn, như vậy làm sao có việc mong cầu báo đáp? Giúp đỡ người khác, thành tựu cho người khác, bố thí cúng dường người khác, nhất định không có ý niệm hối tiếc về sau.

Hôm qua tôi có nói rồi, nếu có ý niệm mong cầu báo đáp thì đó là tâm tham chưa dứt trừ, việc bố thí không được đầy đủ trọn vẹn. Nói về pháp bố thí ba-la-mật, quý vị tuy có bố thí nhưng không có ba-la-mật. Quý vị biếu tặng cho người rồi sau đó lại hối tiếc, đó là tâm keo kiệt vẫn còn, lòng bủn xỉn tiếc của chưa mất. Đó là một trong ba độc, phiền não tham lam không thể dứt trừ. Đức Phật dạy pháp bố thí để giúp chúng ta nhổ trừ tâm tham lam, keo kiệt. Nếu quý vị quả thật có lòng mong cầu báo đáp, [cho đi rồi lại] có tâm hối tiếc về sau, đó là phiền não tham lam keo kiệt không thể nhổ trừ, tuy có bố thí nhưng không thể gọi là bố thí ba-la-mật.

Bồ Tát tu hành bố thí ba-la-mật. Phàm phu chúng ta tu bố thí nhưng không đạt đến ba-la-mật. Thế nhưng, không tu tập bố thí ba-la-mật thì chúng ta nhất định không thể vượt thoát sáu đường luân hồi, nhất định không thể dứt trừ phiền não, không thể khai mở trí tuệ. Trí tuệ vốn là sẵn có, hết thảy chúng sinh trong tự tánh xưa nay đều sẵn đủ, nhưng trí tuệ ấy vì sao không khai mở? Chính là vì bị phiền não che lấp, cho nên trí tuệ không thể biểu lộ hiện tiền. Đức Phật dạy chúng ta phải trừ dứt hết phiền não thì trí tuệ liền hiển hiện.

Phiền não nghiêm trọng nhất chính là tham lam keo kiệt. Hai câu "Thi ân bất cầu báo, dữ nhân bất truy hối" (Làm ơn không cầu báo đáp, giúp người rồi không hối tiếc) là dạy chúng ta phải hết sức cần mẫn, hết sức nỗ lực học làm theo. Chúng ta từ vô thủy kiếp đến nay tập khí phiền não hết sức nặng nề, những ý niệm mong cầu báo đáp hay [cho đi rồi] hối tiếc vẫn thường hiện hữu.

Quý vị cũng từng nghe tôi kể qua chuyện cư sĩ Giản Phong Văn ở Đài Bắc. Ông hiến cho tôi một giảng đường ở Hàng Châu Nam Lộ. Về sau ông hết sức thẳng thắn kể với tôi rằng, sau khi hiến rồi ông hối tiếc đến một năm rưỡi, nửa đêm thường giật mình tỉnh giấc, suy nghĩ vì sao số tiền lớn đến thế lại đem cho mất hết đi. Sau một năm rưỡi, mỗi ngày đều nghe giảng kinh, ông mới dần dần hiểu ra, sau đó mới không còn hối tiếc. Thật không dễ dàng chút nào.

Cho nên hiện tượng [cho rồi hối tiếc] đó là bình thường. Quý vị nếu như không có việc ấy, đó là căn lành, phúc đức của quý vị [hết sức sâu dày], người bình thường không thể sánh được. Chịu bố thí đã là việc không dễ dàng. Bố thí rồi mong cầu báo đáp, rồi hối tiếc, đều là những việc hết sức bình thường. Thế nhưng chúng ta phải hiểu rằng, nếu vẫn còn những ý niệm như vậy thì phiền não không trừ được hết, trí tuệ không thể hiện tiền. Phải thường suy ngẫm đến sự thật này.

Tham lam, sân hận, si mê, thị phi, nhân ngã, hết thảy đều buông xả được thì tâm của quý vị mới được thanh tịnh. Tâm thanh tịnh khởi sinh trí tuệ. Khi đó quý vị mới hiểu được, tham lam, sân hận, si mê, kiêu mạn khởi sinh phiền não, không khởi sinh trí tuệ. Chúng ta nếu muốn khai mở trí tuệ, [làm theo] hai câu này [trong Cảm ứng thiên] là rất tốt, phải thường làm ơn cho người, dùng trí tuệ giúp đỡ hỗ trợ người khác, đem sức lực giúp đỡ người khác, đem tiền tài giúp đỡ người khác, hết thảy đều phải buông xả.

Quý vị phải hiểu được rằng, tiền tài càng buông xả càng được nhiều hơn. Không phải buông xả đi là không có nữa, mà càng buông xả càng được nhiều hơn. Buông xả là nhân, được nhiều hơn đó là quả. Tu nhân có lẽ nào lại không được quả? Nhưng có điều không được có ý niệm mong cầu quả báo. Vì sao vậy? Khởi niệm mong cầu quả báo, đó là tâm tham. Quả báo hiện tiền là chân lý, nhân quả nhất định tương ưng nhau.

Sau đó quý vị sẽ hiểu được rằng, đem sức lực của mình ra bố thí, thân thể càng được khỏe mạnh hơn. Đem trí tuệ của mình ra bố thí, quý vị càng có thêm nhiều ý niệm tốt đẹp, tư tưởng tốt đẹp, chủ ý tốt đẹp. Giúp đỡ người khác giải trừ nguy nan, quý vị tu nhân như vậy sẽ tăng trưởng trí tuệ.

Trí tuệ của đức Phật vì sao rộng lớn đến như thế? Đức Phật mỗi ngày đều giảng kinh thuyết pháp, bố thí [cho chúng sinh] những chủ ý tốt đẹp, dạy người phá trừ si mê, mở ra giác ngộ. Cho nên trí tuệ mới rộng lớn đến như thế. Chúng ta tự thân mình có được chút gì tốt đẹp thì hết sức tham tiếc, keo lận, chỉ sợ người khác học được. Như vậy có lý nào lại được trí tuệ? Cho nên có rất nhiều người mang đến tặng cho tôi tác phẩm của các vị pháp sư. Quý vị có biết trước hết tôi nhìn gì không? Là nhìn vào trang bản quyền phía sau sách. Trên trang ấy nếu thấy ghi "Giữ bản quyền, cấm in lại" thì quyển sách đó tôi gấp lại không xem. Vì sao vậy? Tâm lượng [người viết sách] quá nhỏ hẹp, họ làm gì có thể viết ra được điều gì tốt đẹp? Chỉ mất thời gian của tôi thôi. Tâm lượng quá nhỏ hẹp thì không có trí tuệ. Tự mình có được chút gì tốt đẹp thì ôm giữ khư khư quyền lợi của riêng mình. Quyền tài sản trí tuệ gì chứ, họ làm gì có trí tuệ? Người thực sự có trí tuệ thì muôn duyên buông xả, bản quyền cũng buông xả, không cần đến. Người như vậy mới có trí tuệ. Đó là nguyên tắc đọc sách của tôi. Như vậy mới không lãng phí thời gian.

Cho nên phải học theo chư Phật, Bồ Tát, nhiệt tình giúp đỡ người khác, phải thực sự làm mà không mong cầu quả báo, làm rồi không hối tiếc. Nhất định phải thâm nhập Kinh tạng, lý lẽ, sự tướng đều phải thấu triệt. Nhất định phải vận dụng thực tiễn vào đời sống, thực sự nỗ lực thực hiện.

Trong phần chú giải [của đoạn này] có mấy câu rất hay. Chỗ này trích dẫn trong kinh nói, người đem tài vật giúp đỡ người khác, trong lòng không thấy có ta là người bố thí. Đem cái ta quên bỏ đi. Bên ngoài cũng không nắm níu, bám chấp có người nhận sự bố thí. Khoảng giữa cũng quên đi không còn có vật bố thí. Đó gọi là "tam luân thể không" (người thí, vật thí và người nhận thí bản thể đều là không).

Chư Phật, Bồ Tát giúp đỡ hỗ trợ người khác đều là như vậy. Dùng tài vật bố thí, dúng Chánh pháp bố thí, dùng sự an ổn không lo sợ bố thí, tâm địa [các ngài] vĩnh viễn thanh tịnh bình đẳng, bố thí ít cũng được phước báo lớn lao. Trong phần ví dụ nói, bố thí một đấu gạo được vô lượng vô biên phước báo. Đó là sự thật, hoàn toàn không giả dối. Vì sao vậy? Vì tương xứng với tự tánh. Người bố thí ấy được vô lượng vô biên phước báo, đó là tánh đức của họ khai mở hiển lộ. Ý nghĩa là như vậy. Bỏ một xu tiền bố thí có thể tiêu trừ được tai nạn trong ngàn kiếp. Lời này cũng là chân thật, không giả dối.

Chúng ta ngày nay tu phúc, đạt được quả báo hết sức nhỏ nhoi, cũng không cách gì tiêu trừ tai nạn. Nguyên nhân tại đâu? Vì tâm không thanh tịnh. Bố thí cũng rất nhiều, nhưng so với tánh đức vẫn không thay đổi, còn cách xa một bậc. Cho nên vẫn như cũ, phải ở trong sáu đường luân hồi sống đời khổ sở. Cũng vì chúng ta vẫn còn ý niệm mong cầu báo đáp. Ý niệm mong cầu quả báo còn tồn tại, cho nên tu tập cách gì rồi so với chư Phật, Bồ Tát cũng vẫn sai lệch rất lớn.

Đặc biệt là ý niệm [cho rồi] hối tiếc. Đây là điểm then chốt rất lớn. Nếu như làm việc xấu ác rồi sau hối tiếc thì rất tốt. Ý niệm xấu ác như thế dần dần không còn nữa. Nhưng nếu làm việc tốt, việc thiện rồi lại hối tiếc, cội gốc của ý niệm hiền thiện tốt đẹp đó liền bị dứt mất, về sau không còn tu thiện nữa.

Người đời hiện nay tu thiện, có phải dùng chân tâm tu thiện hay không? Nhất định về sau có quả báo, họ thấy như vậy là đúng, nhưng giống như đánh bạc, họ đặt tiền xuống cũng có lúc thấy sai. Đó không phải dùng tâm thanh tịnh.

Không dùng tâm thiện chân chính, không một điều gì không vì tự tư tự lợi, những gì có lợi ích cho bản thân mình thì mới thường làm. Chư Phật, Bồ Tát làm việc thiện, bên trong nhất định không có lợi ích riêng. Cho nên tâm các ngài thanh tịnh, các ngài khởi sinh trí tuệ, các ngài có đại phúc đức, vô lượng vô biên phúc đức. Chúng ta ngày nay không chỉ tự mình phải hiểu rõ ý nghĩa đó, hiểu rõ sự thật chân tướng đó, giảng giải cho người khác nghe, mà còn phải thực sự tự mình làm tốt để nêu gương cho người khác noi theo.

Giảng giải cho người khác nghe, làm tốt cho người khác noi theo, mục đích là gì? Tuyệt đối không có mục đích của riêng mình, chỉ mong cho người khác được tốt, mong cho xã hội được tốt, mong cho mọi người đều sống chung hòa thuận vui vẻ. Tự bản thân mình vẫn luôn không nhiễm bụi trần, vẫn luôn thanh tịnh vô vi. Đó mới là đệ tử Phật, đó mới là người chân chính học Phật.

Nếu như giúp đỡ người khác rồi sau hối tiếc, ngược lại chẳng bằng là không giúp đỡ. Vì sao vậy? Sợ rằng căn lành của bản thân do đó mà dứt mất.

Trong phần tiểu chú [của đoạn này] có thí dụ, cũng có thuyết pháp, thuyết giảng rất hay. Đoạn thứ hai nói: "Bố thí có ba loại. Pháp thí, tài thí và tâm thí." Điều này so với sự giảng giải thông thường của chúng ta có một điểm sai biệt.

Bình thường chúng ta nói có tài thí, pháp thí và vô úy thí. Cách giải thích này thường gặp nhất.

Ở đây nói "tâm thí", vậy tâm là gì? Đó là chân tâm. Chân tâm bố thí như thế nào? Đó là dạy cho người khác cũng hiểu được họ có chân tâm, chân tâm của họ cũng có thể nhờ vào sự giáo hóa, giảng giải của quý vị mà có sự khởi phát, chân tâm của họ được hiển lộ. Đó là tâm thí. Đó là việc khó nhất, nhưng công đức thật [lớn lao] không có giới hạn, không cùng tận. Điều này chỉ có chư Phật Như Lai, các bậc Pháp thân Đại sĩ mới làm được.

Nhưng trong phần chú giải ở đây giảng giải [tâm thí] theo nghĩa hẹp. Nghĩa hẹp là gì? Là tự mình không đủ sức bố thí, chỉ cần có tâm bố thí, như tục ngữ nói "tâm nguyện có thừa nhưng sức không đủ", không phải không có tâm, vẫn thường giữ được tâm [mong muốn bố thí]. Đó là ý nghĩa hẹp của tâm thí. Thường thường có tâm bố thí, có nguyện vọng giúp đỡ người khác, chỉ có điều tự mình không đủ sức. Tâm [mong muốn bố thí] đó vĩnh viễn không bỏ mất, điều đó tốt. Tâm [thí] đó là nghĩa hẹp, chúng ta có thể khởi sự từ đây. Nhưng trong hoàn cảnh sinh hoạt thường ngày thì chúng ta chỉ cần hết sức làm tốt công việc, bổn phận của mình, đó là tâm thí.

Chúng ta là người xuất gia. Người xuất gia làm những việc gì? Công việc bổn phận của người xuất gia là gì? Đó là "vì người khác diễn nói".

"Diễn" là biểu diễn, đời sống của người xuất gia là biểu diễn [cho người khác nhìn vào]. "Học để làm thầy, hành để làm khuôn mẫu." Làm thầy là tự mình nêu lên mẫu mực. Khuôn mẫu là chuẩn mực cho người khác noi theo. Đời sống của người xuất gia chúng ta là khuôn mẫu cho hết thảy chúng sinh [nhìn vào] noi theo. Chúng ta mặc y phục là vì hết thảy mọi người mà làm khuôn mẫu cho việc mặc y phục, nên phải sạch sẽ, phải chỉnh tề. Y phục có rách cũng không sao, rách thì có thể vá lại, nhưng nhất định phải sạch sẽ, nhất định phải nghiêm chỉnh, ngay ngắn. Người xuất gia ăn cơm là nêu khuôn mẫu cho việc ăn cơm. Ăn cơm phải có quy củ, phải có cách thức, phải suy ngẫm xem chúng ta ăn theo cách thức như thế nào để có thể làm khuôn mẫu cho người khác noi theo. Đó là Phật pháp. Phật pháp là giáo dục trong đời sống, mỗi mỗi sự việc đều phải làm khuôn mẫu tốt đẹp cho chúng sinh noi theo. Chúng ta có làm được như vậy hay không?

"Nói" là vì chúng sinh mà giảng giải, nói rõ. Người khác nhìn thấy khuôn mẫu của chúng ta [nêu lên], sẽ hướng về ta mà thưa hỏi, ta phải vì họ mà giải thích, vì họ mà nói rõ.

Chúng sinh nhìn thấy [khuôn mẫu] rồi, họ tin nhận, đó là tín; nghe [chúng ta giải thích] rồi, họ nhận hiểu, đó là giải. Khi họ có tín, có giải rồi, họ cũng sẽ bắt chước làm theo, họ cũng sẽ học tập. Phật pháp không phải chỉ nói mà không làm. Phật pháp là nói với làm tương ưng, phù hợp nhau, sự hiểu biết và thực hành đều xem trọng như nhau.

Trong Kinh điển Đại thừa, sự hành trì được xếp trước, sự nhận hiểu được đặt sau. Trong Tịnh độ tông cũng vậy, Bồ Tát Quán Thế Âm được xếp ở trước, Bồ Tát Đại Thế Chí được đặt phía sau. Bồ Tát Quán Thế Âm là tiêu biểu cho sự hành trì, Bồ Tát Đại Thế Chí là tiêu biểu cho sự nhận hiểu. Trong kinh Hoa Nghiêm thì Bồ Tát Phổ Hiền tiêu biểu cho hành trì, đặt ở vị trước trước tiên. Bồ Tát Văn Thù tiêu biểu cho sự nhận hiểu, được xếp ở vị trí thứ hai.

Nhận hiểu và hành trì vốn chỉ là một, không phải hai. Đặc biệt nhấn mạnh thực hành [là hàm ý] nói được phải làm được, có như vậy chúng ta mới thực sự đạt được lợi ích. Chỗ lợi ích thực sự đó là tràn đầy niềm vui, tràn đầy pháp hỷ. Niềm vui đó không phải do [trần cảnh] bên ngoài kích thích tạo thành.

Hiện tại người đời thụ hưởng những niềm vui gì? Đó là thụ hưởng niềm vui được kích thích từ năm món dục trong sáu trần cảnh. Đó là loại niềm vui từ bên ngoài đến, cũng giống như những cảm giác khoái lạc khi uống thuốc kích thích, chích morphine, không phải niềm vui chân thật. Phật pháp dạy rằng niềm vui [chân thật] phải từ trong tâm [khởi sinh], cũng giống như suối từ trong nguồn tuôn trào ra bên ngoài. Đó là niềm vui chân thật, đó gọi là tràn đầy pháp hỷ.

Chúng ta không đạt được, vì sao không đạt được? Vì không làm được. Đem những lời răn dạy của đức Phật vận dụng được vào đời sống thường ngày, [nhờ đó] trong đời sống khởi sinh được niềm vui. Đó là niềm vui chân thật. Niềm vui đó không phải từ bên ngoài đến. Hơn nữa, xin nói cùng quý vị, niềm vui chân thật này là sự hàm dưỡng thù thắng nhất trong đời người.

Người đời cũng có người hiểu được, đó gọi là "gặp lúc vui tinh thần sảng khoái", tinh thần [phấn chấn] ngay. Cho nên, chư Phật, Bồ Tát chẳng bao giờ mệt chán, không mỏi mệt, không phiền nhọc. Đó là ý nghĩa gì? Vì luôn có niềm vui tràn đầy, luôn có pháp hỷ.

Chúng ta làm việc vì sao thường mỏi mệt, buồn chán, phiền nhọc? Vì không có niềm vui. Chúng ta tu học Phật pháp mà không có được pháp hỷ thì làm sao có khả năng tiến bộ? Sau khi quý vị đạt được pháp hỷ rồi thì mới thực sự có được bước tiến dài, không còn thối chuyển. Không đạt được pháp hỷ thì rất dễ dàng thối chuyển.

Pháp hỷ nhất định phải từ chỗ xem trọng cả nhận hiểu và hành trì thì mới có thể đạt được, thiên lệch về một bên thì không thể đạt được. Có nhận hiểu mà không hành trì cũng không thể được, có hành trì mà không nhận hiểu cũng không thể được. Đó là chỗ mà Đại sư Thanh Lương trong chú giải kinh Hoa Nghiêm đã nói: "Hữu giải vô hành, tăng trưởng tà kiến; hữu hành vô giải, tăng trưởng vô minh." (Nhận hiểu mà không hành trì, tà kiến thêm lớn; hành trì mà không nhận hiểu, vô minh thêm dày.) Cả hai trường hợp trên đều không đạt được pháp hỷ. Pháp hỷ nhất định phải [khởi sinh từ] nhận hiểu và hành trì tương ưng, phù hợp nhau.

Trong Thiền tông dạy là định và tuệ phải đồng thời tu học, trong chỗ tu học đó quý vị mới đạt được pháp hỷ. Nếu định và tuệ không quân bình nhau thì không thể đạt được pháp hỷ. Nhất định phải quân bình nhau thì từ trong đó mới khởi sinh pháp hỷ.

Hai câu này [trong Cảm ứng thiên: "Thi ân bất cầu báo, dữ nhân bất truy hối" (Làm ơn không cầu báo đáp, giúp người rồi không hối tiếc) là nói về sự hành trì. Hy vọng chúng ta phải lưu ý, phải thực sự thể hội, phải suy ngẫm, nỗ lực thực hành, nhất định phải vận dụng vào thực tế đời sống.

Chúng ta ngày nay làm ơn với người khác, biếu tặng người khác, nhất định phải lấy Phật pháp là chính, không phải tài vật là chính. Từ nay về sau, quý vị có nhận sự bố thí của người khác, tức là những trường hợp có được tiền của, có được rồi phải tức thời chuyển sang người khác, phải bố thí ra ngay, nhất định không lưu giữ lại. Quý vị lưu giữ ắt sẽ có điều xấu xa, khởi sinh điều xấu xa. Vì sao vậy? Vì [do sự lưu giữ tiền bạc ấy mà] phiền não khởi sinh, tăng trưởng tham lam, sân hận, si mê, kiêu mạn. Cho nên phải buông xả, phải xả bỏ hết, nhất định không để cho phiền não tăng trưởng, phải làm cho trí tuệ tăng trưởng.

Hãy luôn nhớ rằng, chỉ có trí tuệ mới có thể giải quyết vấn đề, giải quyết vấn đề [vượt thoát] sáu đường luân hồi, giải quyết vấn đề sinh tử, giải quyết hết thảy các vấn đề của thế gian và xuất thế gian. Nhưng phải là trí tuệ chân thật.

Bài giảng thứ 80

(Giảng ngày 16 tháng 8 năm 1999 tại Tịnh Tông Học Hội Singapore, file thứ 81, số hồ sơ: 19-012-0081)

Thưa quý vị đồng học, cùng tất cả mọi người.

Mời quý vị xem đến đoạn thứ 33: "Sở vị thiện nhân." (Gọi là người hiền thiện.) Đoạn này chỉ có một câu bốn chữ như thế. Từ đây cho đến câu "Thần tiên khả ký" là nói về người hiền thiện.

Từ đoạn thứ 33 đến 35, văn tự không nhiều, đều là nói về quả báo hiền thiện, gieo nhân lành nhất định được quả lành. Phước báo của người hiền thiện không những rất lớn lao, hơn nữa còn chắc chắn không bao giờ sai lệch. Từ xưa đến nay, dù ở đâu cũng vậy, chúng ta nhìn trong lịch sử cũng thấy, mà ngay trong xã hội hiện tiền, chỉ cần lưu ý quan sát kỹ cũng sẽ thấy rất rõ ràng, nhân duyên quả báo không mảy may sai lệch. Quả báo hiền thiện là như vậy, quả báo xấu ác cũng là như vậy. Chỉ cần lưu tâm quan sát kỹ [là thấy ngay].

Nhà Phật nói: "Không phải không có quả báo, chỉ là chưa đến lúc." Nói "chưa đến lúc" đó, cũng có ý nghĩa. Đó là nói về những phước lành, hoặc quả báo xấu ác trong quá khứ còn lưu lại. Đời này làm việc thiện, ví như không thấy quả báo tốt đẹp, đó là do nghiệp ác trong quá khứ quá nặng nề, cho nên việc nhận lãnh những quả báo xấu ác từ quá khứ vẫn chưa dứt hết, quả báo tốt đẹp ngày nay chưa thể được thấy ngay. Vì thế mà dù tu thiện thế nào cũng không thấy được quả báo hiền thiện.

Người làm việc xấu ác mà vẫn đang hưởng phước báo, đó là do phước báo rất nhiều trong quá khứ, từng làm rất nhiều việc thiện, nên phước báo của những việc hiền thiện ấy vẫn còn lưu lại chưa hưởng hết. Những việc làm xấu ác trong đời này, một khi phước báo ngày trước đã hết thì quả báo xấu ác sẽ hiện tiền. Ý nghĩa là như vậy.

Những người tâm ý thô tháo chỉ nhìn thấy được việc trước mắt, cho nên có lúc khởi sinh cách nghĩ sai lầm, rằng người làm việc xấu ác được hưởng phước lành, người làm việc thiện phải chịu khổ sở, từ đó đánh mất đi ý niệm dứt ác tu thiện. Đó là một cách nhìn, cách nghĩ hoàn toàn sai lầm.

Trong phần chú giải [của đoạn này] có mấy câu rất hay cho ta thấy được một nguyên tắc chung. Thế nào gọi là thiện? "Thực sự là người hiền thiện thì trước tiên không nhầm lẫn đúng sai, nên trí tuệ dũng lực đều có đủ, sau là không còn bám chấp nhân ngã, nên nhân từ khoan thứ cùng thực hành." Hai câu này rất hay, nói rõ được cả việc thiện của thế gian cũng như xuất thế gian.

Bản văn "Cảm ứng thiên" là của Đạo giáo, nhưng phần chú giải có Nho giáo, có Đạo giáo, cũng có Phật giáo, tất cả đều hòa lẫn trong cùng một bản văn, thật là ít có. Những lời răn dạy của các bậc hiền thánh xưa đều có đủ trong bản văn này.

Khổng tử suốt đời lo lắng nhất một điều là: "Học mà không dạy, có lỗi không sửa." Từ sự ưu tư đó của Khổng tử, chúng ta tự mình cũng phải tỉnh táo quan sát. Bậc thánh nhân vì sao được tôn xưng là thánh nhân? Chư Phật, Bồ Tát vì sao có thể tu tập thành Phật, Bồ Tát? Hai việc của Khổng tử nêu ra, chúng ta phải hiểu rõ, phải nhận biết sáng tỏ, như vậy thì câu trả lời có thể biết được. Một là học rồi phải dạy [cho người khác], hai là phải sửa chữa lỗi lầm.

Học rõ nghĩa là giải môn, sửa đổi lỗi lầm là hành môn. Giải hành tương ưng (nhận hiểu và hành trì phù hợp với nhau), định lực và trí tuệ cùng tu học, như vậy mới có thể thành bậc đại thánh đại hiền. Nhà Phật gọi đó là vượt phàm lên thánh.

Khổng tử suốt một đời dạy người khác học, sửa đổi lỗi

lầm, mỗi ngày đều sửa lỗi. Đức Phật Thích-ca cũng vậy, bốn mươi chín năm đều dạy người khác học, mỗi ngày đều sửa lỗi, khuyên người sửa lỗi. Đó là điều chúng ta phải học theo.

Trong việc này ý nghĩa hết sức sâu xa, hết sức rộng lớn. Kẻ phàm phu không hề tự biết mình có lỗi lầm. Chúng ta suy ngẫm trong Phật pháp Đại thừa, cho đến quả vị Bồ Tát Đẳng giác vẫn còn phải sửa lỗi. Chúng ta hẳn sẽ thắc mắc, Bồ Tát Đẳng giác còn có lỗi lầm gì? Các ngài vẫn còn có một phẩm vô minh sinh tướng chưa phá trừ hết, đó là lỗi lầm của các ngài. Bồ Tát Đẳng giác còn như thế, chúng ta có lý nào lại không lỗi lầm?

Cho nên, quý vị có thể phát hiện được lỗi lầm của mình thì đó là giác ngộ. Sửa chữa được lỗi lầm ấy, đó gọi là chân chánh tu hành, đó gọi là người hiền thiện.

Trong phần chú giải này nói "thực sự là người hiền thiện", đó là nói thực chất, như thế nào mới có thể gọi là người hiền thiện? "Trước tiên không nhầm lẫn đúng sai", đó là tiêu chuẩn đầu tiên, ở mức thấp nhất thì người hiền thiện phải có khả năng phân biệt đúng sai, tà chánh, có khả năng phá trừ tà pháp, thực hành chánh đạo. Cho nên nói là "trí tuệ dũng lực đều có đủ", trí tuệ có thể phân biệt, dũng lực có thể giữ lấy hoặc buông bỏ, giữ điều thiện bỏ điều ác, đó là người hiền thiện.

"Sau" là nói đến mức độ cao hơn. Mức độ cao hơn đó theo nhà Phật là "nhân ngã đều quên", kinh Kim Cang nói là phá trừ bốn tướng: "Vô ngã tướng, vô nhân tướng, vô chúng sinh tướng, vô thọ giả tướng." (Kết hợp có các tướng ngã, nhân, chúng sinh, thọ giả.) Tâm đại từ đại bi lưu xuất hiển lộ, đó là bậc đại thiện nhân.

Theo tiêu chuẩn này mà nói, bậc đại thiện nhân đó chính là chư Phật, Bồ Tát. Hạng tiểu thiện nhân hay người hiền thiện chính là bậc hiền nhân quân tử của thế gian [theo Nho gia]. Câu văn này chúng ta phải đặc biệt xem trọng, vì sao vậy? Trong kinh luận đức Phật nhắc đến rất nhiều lần, trong kinh nói "thiện nam tử, thiện nữ nhân", quý vị đều đọc thấy rất nhiều. Chúng ta tự mình suy ngẫm, tâm hành của mình đã phù hợp với những tiêu chuẩn đức Phật giảng trong kinh điển hay chưa?

Trong khi nghiên cứu kinh điển giáo pháp, tôi đã từng nêu ra với quý vị, đạo Phật giảng về "thiện nam tử, thiện nữ nhân" có ba mức độ là bậc cao, bậc vừa và bậc thấp. Bậc thấp là nói tiêu chuẩn thấp nhất của một người hiền thiện. Chúng ta dùng "tịnh nghiệp tam phúc" (ba phước lành tạo nghiệp thanh tịnh) để nói thì mọi người đều hiểu rõ, cũng là ý nghĩa Phật dạy. [Thứ nhất là] "Hiếu dưỡng phụ mẫu, phụng sự sư trưởng, từ tâm bất sát, tu thập thiện nghiệp" (hiếu dưỡng cha mẹ, phụng sự bậc sư trưởng, giữ lòng từ không giết hại, tu mười nghiệp lành). Đây là [tiêu chuẩn] của "thiện nam tử, thiện nữ nhân" thuộc bậc thấp trong Phật pháp. [Tiêu chuẩn của] bậc trung là: "Thọ trì tam quy, cụ túc chúng giới, bất phạm oai nghi." (Thọ trì tam quy, giữ theo các giới, không mất oai nghi.) [Tiêu chuẩn của] bậc thượng là: "Phát Bồ-đề tâm, thâm tín nhân quả, độc tụng Đại thừa, khuyến tấn hành giả." (Phát tâm Bồ-đề, tin sâu nhân quả, tụng đọc kinh điển Đại thừa, khuyên bảo khuyến khích người tu.)

Chúng ta suy ngẫm xem mình đang ở phẩm bậc nào [trong ba bậc này]? Kinh Phật thường nói đến rất nhiều quả báo thù thắng, chúng ta xem trước đó đều có thêm danh xưng "thiện nam tử, thiện nữ nhân". Chúng ta tụng đọc, tu học [theo kinh điển] không đạt được quả báo [như trong kinh nói], thường sinh lòng hoài nghi cho rằng kinh Phật nói những điều ấy chỉ là lời để khuyến khích người tu, không phải sự thật. Chúng ta đã làm y theo đó rồi, không thấy được kết quả thực tế. Nhưng thật không biết rằng, những lời Phật giảng đó đều có nêu giới hạn áp dụng. Giới hạn đó chính là dành cho "thiện nam tử, thiện nữ nhân". Chúng ta suy ngẫm xem, chúng ta đã phù hợp với những tiêu chuẩn Phật dạy hay chưa? Cũng chính là ý nghĩa mà trong chú giải chỗ này nói rõ, chúng ta có khả năng phân biệt tà chánh hay không? Điều này không thể không rõ biết.

Phá trừ bốn tướng [như kinh Kim cang nói] là điều quá khó khăn, không phải thuộc tầm mức của chúng ta. Người xưa nói: "Dao ngôn chỉ ư trí giả." (Lời đồn đại không qua được kẻ trí.) Người trí tuệ có khả năng phân biệt, người không có trí tuệ bị mắc mưu người khác, bị người khác lừa gạt. Nếu như thật có một chút trí tuệ, người khác nói với mình chuyện gì, ta cần phải điều tra ngay xem có phải thật vậy hay không? Có thể tin được hay không? Nếu sự việc không liên quan gì đến mình, có thể không cần quan tâm đến. Nếu có quan hệ với mình, cần điều tra cho rõ. Đó là điều nên làm. Sau khi điều tra, sự việc đã rõ ràng, sáng tỏ, chúng ta mới biết nên xử lý sự việc như thế nào, tự nhiên sẽ có [cách ứng xử] chừng mực, hết sức thích hợp, thỏa đáng. Trải qua việc điều tra cũng biết được động cơ của người đặt điều sinh sự. Có những động cơ có thể châm chước tha thứ được, cũng có những động cơ không thể tha thứ, nhưng dù không thể tha thứ cũng phải tha thứ cho họ. Người nào tạo nghiệp người ấy chịu quả báo.

Trong phần chú giải, đoạn sau cũng nói: "Hơn nữa còn lập tâm dụng ý, đối đãi với tự thân mình cũng như người khác, trong thì luôn vâng theo năm đạo thường,[1] tu trăm đức hạnh, ngoài đối với sự vật luôn khéo léo thích hợp, không một điều gì là không cặn kẽ." Câu này nói về sự dụng tâm, dụng ý của người hiền thiện.

Phần trước tôi đã giảng qua về thiện tâm, thiện ý, thiện hạnh. Thuần nhất thiện tâm là chân tâm. Thuần nhất thiện ý xử sự, đối đãi với người khác, tiếp xúc với muôn vật, đó mới thực sự đạt đến mức hiền thiện tột bậc. Trong Phật pháp Đại thừa gọi là tâm Bồ-đề. Trong kinh Quán Vô Lượng Thọ Phật

---

[1] Năm đạo thường (Ngũ thường), tức nhân, nghĩa, lễ, trí, tín.

dạy rằng tâm chí thành là thiện tâm, là tâm sâu vững, tâm phát nguyện hồi hướng là thiện ý. Thiện ý đem vận dụng vào thực tế đời sống, vào việc đối đãi với người, tiếp xúc muôn vật, đó là thiện hạnh.

Nói tóm lại, thiện hạnh cũng không ngoài sự ưa thích đức hạnh, hiền thiện, không ngoài năm giới, mười nghiệp lành. Đó là cương lĩnh chung, là nguyên tắc tổng quát. Các bậc thánh nhân thế gian và xuất thế gian trong mọi hành vi, việc làm, đem công hạnh chính mình giáo hóa người khác, đều không ra ngoài nguyên tắc này. Chư Phật, Bồ Tát cũng vậy, quỷ thần trong trời đất cũng là như vậy. Quỷ thần trong trời đất cũng ưa thích điều hiền thiện, [như Nho gia nói:] "Thiên tâm háo thiện." (Lòng trời ưa thích điều hiền thiện.) [Chư thiên ở các cõi trời] Tứ vương thiên, Đao-lợi thiên, quý vị đều biết, nhờ tu mười nghiệp lành mới chiêu cảm được quả báo [sinh về các cõi trời ấy]. Do đó có thể biết rằng, chư thiên ở các cõi trời đều là người hiền thiện. Những kẻ tâm hành bất thiện nhất định không thể sinh về cõi trời.

Trong cảnh giới quỷ và súc sinh thì xấu ác nhiều, hiền thiện ít. Thế nhưng chúng ta xem trong kinh Địa Tạng, mọi người đều tụng niệm qua rất nhiều, thấy nói rằng trong các cảnh giới địa ngục, ngạ quỷ, các vị quỷ vương đều hết sức hiền thiện. Tâm địa họ lương thiện, vì sao phải đọa vào những cảnh giới quỷ, địa ngục? Chúng ta vừa xem qua liền hiểu ngay, đó là chư Bồ Tát hóa thân, vào đó làm quỷ vương, vào địa ngục làm Diêm vương. Bồ Tát thị hiện trong những cảnh giới ấy để giáo hóa những chúng sinh nghiệp ác quá sâu nặng.

Đoạn này cho thấy rõ chư thiên đều là hiền thiện, chúng ta tin được. Các vị quỷ vương hiền thiện là chư Phật, Bồ Tát hóa thân trong đó. Chúng sinh càng tạo nhiều tội nghiệp, càng phải chịu nhiều khổ nạn, chư Phật, Bồ Tát càng thị hiện nhiều hơn, hiển thị lòng đại từ đại bi chân thật. Cho nên, người xưa nói: "Thiên tâm háo thiện nhi ố ác." (Lòng trời ưa điều thiện, ghét điều ác.) Trời không vui với những việc làm xấu ác. "Nhân tâm hữu thiện nhi vô ác." (Lòng người có thiện không có ác.) Câu này là thật, chẳng phải giả.

Thế nhưng con người hiện nay, chúng ta nhìn qua thấy dường như chỉ có ác không có thiện. Cho nên thế giới hiện tại mới phải chịu những tai nạn hết sức lớn lao. Vì sao lại hóa ra như thế? Đó là như câu nói của Khổng tử: "Học rồi không dạy, có lỗi không sửa." Lỗi lầm không sửa được là không tu hành theo chánh đạo. Tu hành chính là tu sửa [lỗi lầm].

Chúng ta suy ngẫm, vào thời xưa, trong các bản văn xưa ta còn đọc thấy được, những người có đạo đức, có học vấn, thường làm việc giảng giải, dạy học. Trong xóm dăm ba nhà cũng có một vị tú tài nghèo mở lớp dạy học. Người đến nghe, đến học chừng dăm bảy người, mười người là chuyện thường. Ở các đô thị thì quy mô giảng dạy lớn hơn, mấy chục người nghe, một hai trăm người nghe. Từ đô thị đến làng quê [đều có người dạy học].

Khi tôi còn nhỏ, khoảng bảy, tám tuổi, tôi vẫn còn nhớ được rất rõ, trong làng quê tôi sống khuynh hướng giáo dục, dạy học vô cùng phát triển. Người dạy học đa số là mượn nhờ các từ đường, nhà thờ tộc họ. Trong các từ đường thì dạy học, trong các chùa chiền thì những vị pháp sư xuất gia giảng kinh. Đạo trường nào cũng có người giảng kinh. Cho nên, xã hội thời ấy bình an, ổn định, lòng người hướng về điều thiện, không tạo nghiệp ác.

Xã hội hiện nay vì sao hóa thành như thế này? Vì không có người dạy học, không có người giảng kinh. Nỗi lo lắng ưu tư của Khổng tử là hoàn toàn chính xác. Cũng có người rất muốn mời chúng ta đến giảng kinh, nhưng trong lòng còn lo sợ. Họ lo sợ quý vị đến giảng kinh rồi mang hết tín đồ của họ đi, sự cúng dường của tín đồ bị quý vị lấy đi mất. Cho nên họ không dám mời quý vị [đến giảng kinh].

Chúng ta cần phải hiểu rõ được yếu tố đó, phải trừ bỏ đi sự lo lắng của họ. Họ mời ta đến giảng kinh, nhất định không tiếp xúc với tín đồ của họ. Giảng kinh xong là đi ngay, không cùng tín đồ gặp gỡ chào hỏi gì cả. Tín đồ có cúng dường, để lại hết cho những người chủ trì ở đó, một xu cũng không lấy đi. Như vậy thì họ không còn lo sợ. Tín đồ muốn quy y, [bảo họ] quy y với vị pháp sư trụ trì ở đó, người giảng kinh chúng ta không tiếp nhận. Như vậy thì họ yên tâm không lo gì nữa. Họ sẽ vui vẻ mời quý vị đến giảng.

Thế nhưng các vị pháp sư đi giảng kinh [lại không làm như vậy,] đều nhận phong bì. Đối với tín đồ không chỉ xin tên họ, số điện thoại, địa chỉ, còn muốn xin một tấm hình dán vào [sổ tay], sợ quên đi. Quý vị nói xem như vậy thì thế nào? Thu nhận nhiều đệ tử quy y, khiến vị trụ trì ở đó lo sợ chết được, lần sau không dám mời quý vị [giảng kinh] nữa. Không chỉ là không mời quý vị, mà bất cứ ai muốn đến giảng kinh, vị ấy đều sẽ cự tuyệt, đều không muốn mời đến. Tôi đã gặp qua như vậy rồi.

Cho nên, chúng ta biết được phải làm cách nào để người khác không lo sợ, vui vẻ khi mời quý vị đến giảng kinh. Phải hết sức đề xướng, thúc đẩy việc giảng giải, giáo dục, sửa đổi lỗi lầm, như vậy thì xã hội mới mong được cứu vãn. Chúng ta ta tham lam mưu cầu một chút lợi riêng, công đức giảng kinh như vậy không có, còn mang lấy tội nghiệp đầy mình, khiến cho rất nhiều vị pháp sư mất đi cơ hội, duyên lành được giảng kinh. Quý vị nói xem, tội lỗi ấy có nặng nề không? Điều này phải hiểu thật rõ ràng, phải biết tự mình nên làm thế nào.

Cho nên, người hiền thiện có tiêu chuẩn xác định, chúng ta có phải người hiền thiện hay không? Nếu như quả thật chưa phải người hiền thiện, không chỉ là việc tu học Phật pháp phải gặp rất nhiều khốn khổ, rất khó thành tựu, mà cho đến việc đọc kinh, nghe giảng kinh, khai ngộ cũng đều gặp nhiều chướng ngại.

Hôm nay giảng đến đây thôi.

Bài giảng thứ 81

(Giảng ngày 17 tháng 8 năm 1999 tại Tịnh Tông Học Hội Singapore, file thứ 82, số hồ sơ: 19-012-0082)

Thưa quý vị đồng học, cùng tất cả mọi người.

Mời quý vị xem đến hai đoạn 33 và 34 [trong Cảm ứng thiên]: "Sở vị thiện nhân, nhân giai kính chi, thiên đạo hữu chi, phúc lộc tùy chi, chúng tà viễn chi, thần linh vệ chi." (Là người hiền thiện, người người đều kính trọng, đạo trời nâng đỡ, phước lộc tùy theo, tà ác tránh xa, thần linh hộ vệ.)

Cho đến đoạn này, tiêu chuẩn về người thiện nêu ra rất nhiều. Trong đó tiêu chuẩn cao nhất là bậc đại thánh đại hiền. Trong kinh A-di-đà gọi là "chư thượng thiện nhân câu hội nhất xứ" (các bậc thượng thiện cùng hội về một chỗ). Đức Phật nói ra câu này không phải là tùy tiện, đích thực là vì chúng ta xác lập một tiêu chuẩn [về người được vãng sinh]. Tiêu chuẩn này cũng chính là "tịnh nghiệp tam phúc" (ba điều phúc lành tạo nghiệp thanh tịnh) được giảng trong kinh Quán Vô Lượng Thọ Phật.

Trong ba điều này, tổng cộng có mười một câu, nếu làm được tất cả thì đó là bậc thượng thiện. Nếu làm được hai điều trước tiên, chỉ điều cuối cùng không làm được thì là bậc trung thiện. Nếu chỉ làm được duy nhất một điều trước tiên, điều thứ hai và thứ ba không làm được thì là bậc hạ thiện. Thế nhưng người làm được điều thứ nhất thôi cũng đã không nhiều. Cho nên người niệm Phật nhiều mà người được vãng sinh ít. Vì sao vậy? Được sinh về thế giới Tây phương Cực Lạc nhất định phải là người hiền thiện.

Trong điều thứ nhất có bốn câu, câu thứ nhất là "hiếu dưỡng phụ mẫu" (hiếu dưỡng cha mẹ), câu thứ hai là "phụng sự sư trưởng" (phụng sự bậc sư trưởng), câu thứ ba là "từ tâm bất sát" (tâm từ không giết hại), câu thứ tư là "tu thập thiện nghiệp" (tu mười nghiệp lành). Chúng ta đối với bốn câu này có làm được hay không? Nói thật ra, nếu bốn câu này không làm được thì cho dù niệm Phật theo bất kỳ cách nào, ngày đêm không gián đoạn, nói như người xưa là niệm đến mức [vững chãi] như "tường đồng vách sắt", cũng không thể được vãng sinh. Vì sao vậy? Vì quý vị không phải người hiền thiện. Người vãng sinh về [Cực Lạc] đều là người hiền thiện tụ họp về một nơi. Không chỉ là người hiền thiện, mà còn là các bậc thượng thiện tụ họp về nơi ấy, quý vị làm sao có khả năng về được [nếu không phải người hiền thiện]?

Kinh Vô Lượng Thọ cũng nêu ra với chúng ta một điều kiện: "Phát Bồ-đề tâm, nhất hướng chuyên niệm." (Phát tâm Bồ-đề, một lòng chuyên niệm.) Câu "phát tâm Bồ-đề" này nằm ở đâu? Đây chính là câu thứ nhất trong điều thứ ba của "tịnh nghiệp tam phúc": "Phát Bồ-đề tâm, thâm tín nhân quả, độc tụng Đại thừa, khuyến tấn hành giả." (Phát tâm Bồ-đề, tin sâu nhân quả, tụng đọc kinh điển Đại thừa, khuyên bảo khuyến khích người tu.) Đây là bậc thượng thiện. Cho nên, người phát tâm Bồ-đề thì đó là bậc bậc thượng thiện.

Thế nào gọi là tâm Bồ-đề? Tâm Bồ-đề là tâm chân chánh giác ngộ. Bồ-đề là tiếng Phạn, có nghĩa là "giác ngộ", đã chân chánh giác ngộ. Giác ngộ điều gì? Kinh Kim Cang nêu rõ tiêu chuẩn giác ngộ, chân chánh giác ngộ là [thấu hiểu được]: "Phàm sở hữu tướng, giai thị hư vọng." (Hết thảy hình tướng đều là hư vọng.) Nếu quý vị đối với câu này thực sự giác ngộ thì mọi thứ đều buông xả, quý vị còn có gì không buông xả được? Vì là hư vọng nên chẳng có gì là không buông xả được. Buông xả được rồi thì không phải phàm phu, đó là bậc đại thánh, đã triệt để buông xả tất cả.

Câu kinh này chúng ta tụng đọc đã quá quen thuộc, nhưng ý nghĩa trong đó vẫn chưa hiểu thấu. Chúng ta không hề buông xả, cũng là chưa hề giác ngộ. Đức Phật dùng tỉ dụ để nói với chúng ta về chân tướng của vũ trụ nhân sinh là "như mộng ảo bào ảnh, như lộ diệc như điển" (như mộng huyễn, bọt nước, như sương, như điện chớp) và dạy chúng ta "ưng tác như thị quán" (nên quán sát như vậy). Cách nhìn như vậy chính là cách nhìn của chư Phật Như Lai, là cách nhìn chân thật nhất, không một chút sai lệch. Nếu thực sự nhìn được rõ ràng, sáng tỏ [thật tướng] của tất cả các pháp thì quý vị còn lo âu, phiền não gì nữa? Trong lòng quý vị còn vướng mắc, bám chấp gì nữa? Không, không còn gì cả. Đúng như Đại sư Huệ Năng đã nói: "Bản lai vô nhất vật, hà xứ nhạ trần ai?" (Xưa nay không một vật, bụi trần bám vào đâu?)

[Các vị hiền thánh] vì sao có thể làm được? Vì các vị đối với những lời Phật dạy nhận thức được rõ ràng, sáng tỏ. Đó là tâm Bồ-đề hiện tiền.

Tâm Bồ-đề vận dụng vào đời sống hằng ngày là phải hiếu dưỡng cha mẹ mới thực hiện được trọn vẹn đầy đủ. Thế nào gọi là hiếu? Phần trước đã giảng với quý vị rất nhiều. Người xưa nói rất hay, chữ "hiếu" đó là hợp cả cha mẹ, anh chị em, vợ con trong một người, đó gọi là hiếu. Đó không phải là sự chia tách, đó là một thể thống nhất. Cha con, anh em, vợ con... là một hợp thể thống nhất. Chúng ta nhìn thấy [quan điểm này] không có gì sai lệch, có thể nói đã [thành tựu] được phần nào. Đây là đức hiếu ở mức độ nhỏ. Chúng ta xem như chư Phật Như Lai, bậc Pháp thân Đại sĩ, các ngài hợp nhất hết thảy chúng sinh trong pháp giới cùng khắp hư không thành một thể. Đức hiếu này mới là trọn vẹn đầy đủ.

Nếu chúng ta đối với cha mẹ, anh chị em, vợ con... có sự [phân tách], họ là họ, ta là ta, đó là đại bất hiếu, quý vị làm sao có thể thành tựu được? Ý nghĩa chữ hiếu quý vị còn chưa hiểu rõ, làm sao có thể vận dụng vào thực tế? Chư Phật Như Lai, chư đại Bồ Tát, các ngài đương nhiên là được như ở đây nói "nhân gia kính chi, thiên đạo hữu chi" (người người đều kính trọng, đạo trời nâng đỡ). Đạo trời ở đây là nói các vị thiên thần, chư thiên. Các vị theo bảo vệ, hộ vệ cho các ngài. Các ngài hợp nhất hết thảy chúng sinh trong pháp giới cùng khắp hư không thành một thể, cho nên mới có sự cảm ứng như vậy. Đây mới gọi là bậc thiện nhân chân chánh.

Chúng ta tự mình suy ngẫm xem, đến bao giờ ta mới đạt được mức độ như vậy? Theo lý mà nói thì trong khoảng thời gian một niệm, chỉ cần quý vị chuyển đổi được ý niệm liền có thể chuyển phàm thành thánh, có thể chuyển mê thành ngộ. Một niệm không chuyển đổi được thì vĩnh viễn là phàm phu, luân chuyển trong sinh tử luân hồi. Một niệm chuyển đổi được thì vượt phàm lên thánh.

Từ đâu bắt đầu chuyển đổi? Là chuyển đổi từ tất cả những vọng tưởng, phân biệt, bám chấp. Những thứ này gây hại cho chúng ta từ vô lượng kiếp đến nay, đời đời kiếp kiếp khiến ta lăn lộn trong sáu đường luân hồi, kết thành vô lượng vô biên ân oán nợ nần với hết thảy chúng sinh. Có thể nào trả hết [những ân oán nợ nần đó] chăng? Không thể được. Những ân oán nợ nần này chỉ có mỗi đời trôi qua càng chồng chất tăng thêm, nhất định không thể nào tiêu trừ hết được. Quý vị ngẫm nghĩ xem có phải đúng vậy hay chăng?

May thay, đức Phật đã chỉ rõ cho chúng ta thấy được sự thật ấy. Những ân oán nợ nần kia cũng giống như bóng tối, tuy là đời đời kiếp kiếp tích lũy tăng thêm, nhìn chung cũng vẫn là một vùng bóng tối, chỉ cần một ngọn đèn sáng là có thể xua tan bóng tối này. Đó gọi là, một ngọn đèn có thể xua tan bóng tối ngàn năm trong nhà tối. [Ngọn đèn đó] ý nói là gì? Là quay đầu hướng thiện. Chỉ cần quay đầu hướng thiện là không còn gì nữa cả. Tiếp tục đọa lạc trong đó thì vay trả,

trả vay vĩnh viễn không cùng tận. Cho nên quay đầu hướng thiện là rất quý.

Ân đức của Phật đối với chúng ta chính là ở chỗ này. Nếu không có đức Phật dạy bảo, chúng ta làm sao thấy được chân tướng sự thật này? Làm sao biết quay đầu hướng thiện? Đây thật là đại ân đại đức của Phật đối với chúng ta.

Người có thể quay đầu hướng thiện mới thực sự gọi là người hiền thiện. Do đây mới biết chúng ta tự mình có vô lượng vô biên tội lỗi, điều này hoàn toàn là sự thật. Hết thảy chúng sinh cũng có vô lượng vô biên tội lỗi, so với bản thân ta không khác. Chúng ta có thể châm chước, khoan thứ cho bản thân mình, vì sao không thể khoan thứ cho người khác? Người xưa dạy rất hay: "Đem tâm khoan thứ cho chính mình để khoan thứ người khác thì oán thù có thể được hóa giải, đem tâm chê trách người khác để chê trách chính mình thì mới có thể sửa lỗi, hoàn thiện bản thân." Lời dạy này rất hay, chúng ta phải ghi nhớ, phải theo đó vâng làm.

Hiếu dưỡng cha mẹ, phải nuôi dưỡng cha mẹ cả thân và tâm, nuôi dưỡng tâm chí của cha mẹ, đem [tâm nguyện đối đãi với] cha mẹ mở rộng ra đối với tất cả chúng sinh, xem hết thảy chúng sinh đều là cha mẹ của mình, hết thảy chúng sinh đều là chư Phật Như Lai. Hiếu dưỡng, phụng sự [như vậy] đạt thấu hư không pháp giới, thiện hạnh như vậy mới là trọn vẹn đầy đủ. Đức Phật đã làm được như vậy, các vị Pháp thân Bồ Tát làm được như vậy. Chúng ta vì sao không làm được? Là do phân biệt, vọng tưởng, bám chấp gây hại, khiến chúng ta không thể làm được, khiến chúng ta phải vĩnh viễn làm người xấu ác.

Lấy tiêu chuẩn người hiền thiện trong Phật pháp thì dù chỉ ngoài mép thôi chúng ta cũng chưa chạm được. Đây là chỗ khó của Phật pháp. Nhưng chỗ khó đó không phải là không thể khắc phục. Tự mình có quyết tâm, có nghị lực, có trí tuệ thì quý vị có thể khắc phục được. Trí tuệ là hiểu rõ được sự thật chân tướng. Quyết tâm, nghị lực khắc phục được vọng tưởng, phân biệt, bám chấp của chính tự thân mình, cảnh giới của quý vị liền được nâng lên, nâng lên rất cao.

Chúng ta ngày nay tuy nói là đã phát tâm rồi, đã học Phật rồi, muốn giúp đỡ hỗ trợ chúng sinh, nhưng thật ra chỉ mới có ý niệm vậy thôi. Ý niệm đó còn hết sức yếu ớt. Nói cách khác, trong mắt ta chưa thấy có chúng sinh mà chỉ xem trọng bản thân mình. Xem trọng bản thân mình đến chín mươi chín phần, chúng sinh chỉ được một phần, không hề đặt mình vào vị trí người khác để suy nghĩ, không hề có ý niệm thực sự giúp đỡ người khác. Vì thế dẫn đến điều gì? Trí tuệ của ta không khai mở. Người khác không có lỗi trong chuyện này, lỗi hoàn toàn là ở chúng ta.

Thực sự muốn tu thiện thì trong Phật pháp dạy ta có ba giai đoạn dứt ác tu thiện. Tiêu chuẩn [phân biệt] thiện ác thấp nhất [để khởi đầu] là mười nghiệp ác, mười nghiệp lành. Tiêu chuẩn thấp nhất này chưa đạt đến mức như năm giới. Phật dạy chúng sinh như vậy, chúng ta đối với tiêu chuẩn thấp nhất này đã làm được chưa? Đối với bài học đầu tiên này thực sự làm cho thật tốt, học tập cho thật trọn vẹn đầy đủ thì mới có thể tiếp tục nâng cao lên đến [giai đoạn thứ hai là] năm giới, rồi tiếp tục đến [giai đoạn thứ ba là] mười giới.

Quý vị nếu suy ngẫm kỹ chỗ này thì làm sao có thể không thấy hổ thẹn? Chúng ta thọ giới là thọ giới gì? mười nghiệp lành của người thế gian mà ta chưa làm được thì còn có giới luật gì? Hiện tại mọi người cùng nhau sống lây lất qua ngày, không thực sự nỗ lực tu tập. Nếu thực sự nỗ lực tu tập, nhất định không cần nghĩ nhiều đến những chuyện cao siêu viển vông. Quý vị là người xuất gia, người khác đối với quý vị xưng một tiếng "sư phụ". Chỉ một tiếng tôn xưng ấy đã đẩy quý vị xuống tận địa ngục A-tỳ rồi. Vì sao vậy? Quý vị thực có phải sư phụ hay không, có xứng đáng làm sư phụ [người khác] hay không? Làm sư phụ thì tối thiểu phải giữ được năm giới, thực hành được mười điều lành. Làm được mười điều lành nhưng chưa giữ trọn được năm giới thì không thể xưng là sư phụ.

Đây là chúng ta đã hạ thấp tiêu chuẩn xem xét đến mức không thể thấp hơn được nữa rồi, so với tiêu chuẩn đức Phật đưa ra là rất thấp. Theo tiêu chuẩn Phật dạy thì [như vậy] quý vị chỉ mới được gọi là tiểu sư thôi. Tiểu sư là gì? Là chú sa-di. Thử hỏi mười giới của bậc sa-di, hai mươi bốn môn oai nghi, quý vị đã làm tròn được hay chưa? Quý vị làm được thì mới xứng gọi là tiểu sư.

Người khác tôn xưng quý vị, danh xưng với thực chất không tương xứng thì quý vị phải chịu đọa lạc, đâu phải dễ xưng hô? Xưng là đại sư có được không? Những ai có thể xưng là đại sư? Bậc Pháp thân Đại sĩ mới có thể xưng là Đại sư. Trong đạo Phật, quý vị cứ xem trong Cao tăng truyện, những ai dám xưng là Đại sư? Bồ Tát Văn Thù, Bồ Tát Phổ Hiền, Bồ Tát Quán Âm, các ngài đều không dám xưng, chỉ xưng là Đại sĩ, không dám xưng là Đại sư. Ai xưng là Đại sư? Chỉ có Phật xưng là Đại sư. Danh xưng ấy dám tùy tiện sử dụng được sao? Quý vị không phải Phật, người khác tôn xưng quý vị là Đại sư, đó là quý vị giả mạo làm Phật. Giả mạo làm Phật sao có thể được? Quý vị đi ra ngoài kia giả mạo Tổng thống, người ta lập tức bắt quý vị giam vào tù ngục, xử tội ngay. Quý vị giả mạo Phật sao có thể được?

Cho nên chúng ta luôn phải biết rõ, học Phật là học để làm người hiểu biết sáng tỏ, không phải học để thành người hồ đồ tối tăm. Người chân thật bao giờ cũng được nhiều người tôn kính. Vì sao vậy? Vì quý vị là một người chân thật, quý vị là một người giữ đúng phận mình. Người chân thật, biết giữ phận mình thì nhất định không cuồng vọng, không hư ngụy, không kiêu mạn. Thực sự nỗ lực học tập theo Phật, nhất định phải dứt trừ tập khí, tập khí phiền não rất nặng nề. Tập khí xấu nhất là ưa thích dò xét tìm hiểu chuyện người khác, trong đầu chứa đầy những chuyện thị phi, nhân ngã. Đây là thứ tập khí, thói quen xấu nhất, dễ dàng [khiến ta] tạo nghiệp.

Nếu như làm việc phá hoại Tam bảo, tội nghiệp ấy rất nặng nề. Trong kinh Phát Khởi Bồ Tát Thù Thắng Chí Lạc, Phật dạy rằng những tội [phá hoại Tam bảo] này đều đọa vào địa ngục A-tỳ. Vì sao phải tạo nghiệp? Có miệng biết nói, sao không dùng để khuyên người khác làm điều tốt đẹp? Vì sao phải nói những lỗi lầm sai sót của người khác, tạo ra vô lượng vô biên tội nghiệp? Một người thông minh sáng suốt hay hồ đồ ngu muội, nhìn ở điểm này là thấy được ngay hết sức rõ ràng. Người hiền thiện, kẻ xấu ác cũng do ở điểm này mà phân biệt rõ.

Đọc kinh, học pháp không ngoài mục đích để hiểu rõ lý lẽ. Việc thiện lớn nhất trong thế gian cũng như xuất thế gian là dạy người khác học. Khổng tử một đời dạy người khác học. Đức Phật Thích-ca Mâu-ni một đời dạy người khác học. Các ngài tự mình giáo hóa người khác không ngoài hai việc: một là dạy người khác học, hai là sửa lỗi bản thân. Học rồi không dạy, có lỗi không sửa, một đời Khổng tử ưu tư lo lắng nhất là hai việc này.

Học rồi sao không dạy? Quý vị học rồi phải dạy lại cho người khác, quý vị có hiểu được ý nghĩa này không? Học rồi phải dạy lại [cho người khác], phải giảng giải nhiều lần cho người khác nghe, đi đến đâu cũng khuyên bảo, khuyến khích người khác. Có lỗi phải sửa, quý vị học rồi không dạy [người khác] thì đó là lỗi lầm lớn nhất.

Quý vị nói rằng không có cơ hội để dạy. Trong một ngày hôm nay, từ sáng đến tối quý vị không gặp được một người nào hay sao? Gặp được một người thì giảng giải cho một người ấy. Gặp được hai người thì giảng giải cho hai người. Thực tế nếu chẳng gặp ai thì như Sinh công [ngày xưa] cũng giảng giải cho những tảng đá nghe. Vui thích giảng giải, vui thích trong việc cứu độ chúng sinh, vui thích trong việc giúp đỡ hỗ trợ người khác. Phải biết rằng, khuyên bảo người khác là khuyên bảo chính mình. Khuyên được thật nhiều lần, thời gian lâu dài thì tự nhiên có sự ngấm ngầm, âm thầm biến đổi, tự mình không hay biết mà có sự chuyển hóa tốt đẹp, tự thân mình thực sự tỉnh ngộ.

Có thể thấy việc dạy người khác học có hiệu quả lớn lao biết bao, sao có thể không dạy? Nói thật ra, hiện tại so với quá khứ thuận tiện hơn rất nhiều. Quý vị mua một máy ghi âm, máy ghi hình, không có ai đến nghe cũng giảng, đứng trước máy mà giảng. Giảng xong rồi mở ra nghe, quý vị nghe lại bài giảng trong máy. Quý vị giảng cho máy nghe, máy giảng cho quý vị nghe. Đó là trong thời hiện đại này biết lợi dụng khoa học kỹ thuật phát triển để tu học. Chúng ta sử dụng phương pháp này để hỗ trợ bản thân trong việc ngăn sửa điều lỗi, khuyến khích điều thiện. Khi có cơ hội phải giúp đỡ người khác, không được để luống qua. Chúng ta biết được bao nhiêu thì giảng giải bấy nhiêu, không biết thì không giảng, như vậy tránh được việc giảng sai. Điều gì hiểu biết được cần phải giảng dạy [cho người khác], có chỗ nghi hoặc nhất định phải hỏi, tìm đến người khác thưa hỏi, lắng nghe người khác chỉ bày. Khi có ý kiến bất đồng, phải có trí tuệ, năng lực phân biệt, phải có tâm lượng bao dung rộng lớn thì mới khai mở được trí tuệ, trên đường tu tập mới có sự tiến bộ.

Những câu tiếp theo đều dễ hiểu, không cần phải giảng giải nhiều.

"Người người đều kính trọng", điều này rất rõ ràng dễ thấy, như Khổng tử, Phật Thích-ca Mâu-ni, các vị Bồ Tát, là người trước đây cả mấy ngàn năm mà người đời nay nhắc đến vẫn tôn kính.

"Đạo trời nâng đỡ", là thiên thần theo bảo vệ, giúp đỡ.

"Phước lộc tùy theo", là nói người thực sự hiền thiện trong tâm ý, hành vi nhưng không có phước báo. Không có phước báo quý vị cũng được phước báo. Phước từ đâu đến? Phước từ sự hiền thiện mà đến, sự cảm ứng của hiền thiện là phước lộc.

"Tà ác tránh xa", tà ác là nói các loài yêu ma quỷ quái, tự nhiên sẽ tránh xa [khi quý vị là người thiện].

"Thần linh hộ vệ", là nói thần hộ pháp bảo vệ, che chở người hiền thiện.

Bài giảng thứ 82

(Giảng ngày 18 tháng 8 năm 1999 tại Tịnh Tông Học Hội Singapore, file thứ 83, số hồ sơ: 19-012-0083)

Thưa quý vị đồng học, cùng tất cả mọi người.

Xin mời xem tiếp đoạn thứ 35 và 36 trong Cảm ứng thiên.

Đoạn thứ 35: "Sở tác tất thành, thần tiên khả ký." (Việc làm ắt thành tựu, có thể thành thần tiên.)

Đoạn thứ 36: "Dục cầu thiên tiên giả, đương lập nhất thiên tam bách thiện. Dục cầu địa tiên giả, đương lập tam bách thiện." (Nếu muốn thành thiên tiên, phải làm một ngàn ba trăm điều thiện. Nếu muốn thành địa tiên, phải làm ba trăm điều thiện.)

Bản văn cho đến chỗ này là giảng xong về quả báo hiền thiện. Tiếp theo bên dưới sẽ giảng về quả báo xấu ác, trong chương thứ tư. Ngày trước [khi giảng Cảm ứng thiên] tôi có ghi ra một bảng phân đoạn, gọi tên đoạn này là "thành sở tác", thành tựu những việc mình làm. "Việc làm ắt thành tựu" là một câu khẳng định mạnh mẽ, nói rõ với chúng ta rằng nhân lành phải được quả lành. Phạm vi ý nghĩa câu này hết sức rộng lớn.

Phần tiểu chú của câu này nói rằng: "Ở đời không việc gì không thể thành tựu. Người trong thiên hạ đều có khả năng làm được." Hai câu này nói rất hay, người người đều có thể làm việc thiện, người người đều có thể thành tựu sự nghiệp kỳ vọng của mình. Đó gọi là "hữu nguyện tất thành" (có nguyện ắt sẽ thành tựu). Đây là điều mà các bậc thánh hiền xưa, chư Phật, Bồ Tát đều thuyết dạy.

Thế nhưng trong kinh nghiệm đời này của chúng ta, có vẻ như làm một điều gì tốt đẹp thì lại gặp rất nhiều khốn khó.

Đó gọi là "việc tốt nhiều chướng ngại". Điều này là sự thật. Hai cách nói trên liệu có mâu thuẫn nhau hay chăng? Cách nói nào là chính xác? Chúng ta phải thận trọng tham cứu tường tận. Nói theo ngôn ngữ hiện nay là phải nghiên cứu thật kỹ.

Làm việc tốt gặp nhiều khó khăn chướng ngại là sự thật. Khó khăn chướng ngại từ đâu đến cần phải biết rõ. Khó khăn chướng ngại nếu không thể khắc phục vượt qua thì việc tốt cũng không thể thành tựu, nhất là trong xã hội hiện đại này, vì sao vậy? Vì khi quý vị làm một điều tốt đẹp, nhất định sẽ phương hại đến những người đang được hưởng lợi ích nào đó. Những người này nhất định sẽ cố gây chướng ngại. Chúng ta thường cho là ganh ghét, chướng ngại. Điều này có ý nghĩa rất sâu rộng.

Thế nhưng lời dạy của thánh nhân "Gieo nhân lành được quả lành, việc làm hiền thiện nhất định có sự thành tựu", điều này cũng chính xác. Vấn đề là sự phát tâm của quý vị có thuần thiện hay không, có chân chánh hay không? Nếu phát tâm thuần thiện, chân chánh, đó gọi là "người có đạo được nhiều trợ giúp".

Chướng ngại khó khăn nhất định phải có. Đức Thế Tôn thị hiện thành Phật còn có ma chướng. [Khi ấy ngài là] Bồ Tát tu hành đã chứng quả, lẽ nào còn có ác ý? Đó là tâm địa thực sự thuần thiện vẫn có ma chướng. Chúng ta phải hiểu rằng, khó khăn chướng ngại đó là đến từ những ân oán nợ nần giữa ta với chúng sinh đã kết thành từ vô lượng kiếp đến nay. Ân nghĩa không thể báo đáp hết, oán thù cũng không cách gì chấm dứt, nợ nần càng không thể trả sạch, nên quý vị có thể thấy được sự vấn vít ân oán nợ nần chằng chịt. Đó chính là nguyên nhân khi Bồ Tát thành Phật vẫn phải gặp ma chướng.

Từ vô lượng kiếp quá khứ đến nay, chúng ta đời này sang

đời khác cũng tạo tác những ân oán nợ nần như vậy. Ngày nay trên đường tu đạo Bồ-đề, cho dù muốn theo đuổi sự nghiệp làm lợi ích hết thảy chúng sinh, trong ý niệm không một mảy may tự tư tự lợi, nhưng vẫn không thể né tránh được ma chướng.

Bồ Tát có trí tuệ, người học Phật chính là phải học được trí tuệ. Sự khởi dụng của trí tuệ là biết cách làm sao tiêu trừ ma chướng, làm sao chuyển đổi ma chướng thành trợ lực. Đó là trí tuệ, đó là điều chúng ta phải học theo đức Thế Tôn. Thế Tôn có thể làm cho Ma vương biến thành Hộ pháp, chân thành cảm hóa lòng người. Đây chính là chỗ khiếm khuyết của chúng ta, không có tâm ý chân thành.

Có lòng tốt là điều đúng đắn, nhưng lòng tốt không thôi thì chưa đủ, vẫn chưa có cách gì cảm hóa được tâm địa chúng sinh. Điểm này chúng ta cần phải nghiêm túc, nỗ lực.

Phần cuối chú giải này có mấy câu rất hay: "Duy dĩ thật tâm hành thiện, tắc nhân sự ký hợp thiên tâm, nhi thiên ý khởi vi nhân nguyện." (Chỉ cần đem lòng chân thật làm việc thiện, ắt việc người làm đã phù hợp với lòng trời, mà ý trời đâu lẽ nào trái với tâm nguyện của người.)

"Chỉ cần đem lòng chân thật làm việc thiện." Tâm chân thật chính là tâm chân thành, trong Phật pháp gọi là tâm Bồ-đề, nhà Nho gọi là "thành ý chánh tâm", phải thành ý chánh tâm mà làm việc thiện.

"Ắt việc người làm đã phù hợp với lòng trời." Ở đây gọi là "lòng trời", trong đạo Phật gọi là tánh đức. Quý vị khởi tâm động niệm, nói năng hành động đều phải tương ưng, phù hợp với tánh đức.

"Mà ý trời lẽ nào trái với tâm nguyện của người." Ở đây nói "ý trời" để chỉ quỷ thần trong trời đất. Tâm quý vị chân chánh, chân thành, thanh tịnh, bình đẳng, từ bi thì quỷ thần kính ngưỡng. Ví như gặp phải kẻ oán thù hay có nợ nần cũ, người ấy nhìn thấy quý vị như vậy cũng sinh lòng bội phục, kính ngưỡng, dù không hỗ trợ giúp đỡ cũng không thể ra tay làm hại, đó là lẽ nhất định.

Nói thật ra, giáo dục vào thời xưa so với giáo dục thời nay không giống nhau. Thời xưa, người ta hiểu rõ được lý lẽ này. Ví như người nào đó cùng ta có mối thù giết cha, có mối thù không đội trời chung, nhất định phải báo thù. Thế nhưng người ấy hiện nay vì xã hội phụng sự, vì đại chúng phụng sự, thì ta không thể ra tay trả thù được. Vì sao vậy? Nếu ta vì báo thù mà giết người ấy đi thì chúng sinh không còn được hưởng phúc. Người ấy hiện nay đang thực sự vì chúng sinh phụng sự. Phải đợi đến lúc nào mới báo thù? Phải đợi khi người ấy không còn làm việc nữa, lui về nghỉ hưu, không phục vụ cho xã hội nữa. Vào thời điểm đó mới có thể ra tay báo thù. Đó là lễ nghĩa thời xưa của Trung quốc. Lấy ví dụ người ấy đang làm Tri huyện, đó là đang vì nhân dân trong huyện mà phục vụ. Chẳng những không thể ra tay báo thù mà còn phải hỗ trợ người ấy trong công việc, giúp cho người ấy được thành tựu. Vì sao vậy? [Chúng ta làm vậy] là vì [lợi ích của] chúng sinh, vì cả xã hội, không phải vì cá nhân người ấy. Đó gọi là hiểu biết lý lẽ.

Thế nhưng người đời nay không được giáo dục như vậy, làm sao hiểu được lý lẽ này? Không biết rằng việc gây chướng ngại một người làm việc thiện là gây tổn hại nghiêm trọng, nặng nề cho hết thảy chúng sinh trong xã hội. Việc quý vị báo thù là một lẽ, nhưng cái trách nhiệm nhân quả của sự việc ấy quý vị phải gánh lấy. Người thực sự có trí tuệ thì thấy biết sáng tỏ, nên món nợ oán cừu này họ mới có thể tính toán được rõ ràng. Người ngu si làm sao hiểu được lý lẽ này?

Việc này xét đến nguồn gốc vẫn là do vấn đề giáo dục. Cho nên Khổng tử dạy rằng: "Học rồi không thể không dạy [cho người khác]." Ngày ngày đều giảng giải [những điều đã học], đó là giáo hóa chúng sinh.

Dạy học không nhất định phải có trường lớp cố định, cũng không cần phải có số lượng người học nhất định, phải linh hoạt tùy nơi, tùy lúc. Chúng ta ngày nay gọi là cơ hội giáo dục, trong Phật pháp gọi là tùy duyên, "tùy loại hiện thân, tùy duyên thuyết pháp" (tùy theo chủng loại chúng sinh mà hiện thân thích hợp, tùy nhân duyên mà thuyết pháp). Theo cách nói ngày nay thì cơ hội giáo dục có thể là với ba người, năm người, bất kể ở nơi nào.

Khi tôi còn nhỏ đã từng thấy, những người già dạy học phần lớn là ở đâu quý vị có biết không? Là ở quán trà, họ dạy học phần nhiều là ở quán trà. Có dăm ba người bạn bè đến uống trà, họ liền ở đó giảng giải đạo lý. Những người uống trà chung quanh cũng lắng nghe, thật hết sức thú vị. Lắng nghe những lời của họ được tăng thêm học vấn, tăng thêm kiến thức. Quán trà thành ra lớp học ở vùng nông thôn.

Tuy nhiên, các vùng nông thôn khác có thể không có hiện tượng này. Ở quê tôi khuynh hướng văn chương rất mạnh, điều này mọi người đều biết. Đời nhà Thanh có văn phái Đồng Thành chính là xuất phát từ quê tôi. Cho nên ở vùng nông thôn quê tôi, các em nhỏ đều đi học, đều biết viết chữ. [Hồi đó] tôi nghĩ rằng các vùng nông thôn khác cũng vậy, nhưng rồi nghe nói các vùng khác không giống như quê tôi. Khuynh hướng văn chương, học tập ở quê tôi rất mạnh mẽ. Cho đến ngày nay, tuy có phần ít đi nhưng vẫn còn giữ được đôi chút căn bản.

Cho nên, đối với câu nói Khổng tử nói: "Học mà không dạy, có lỗi không sửa", tôi có sự thể hội rất sâu sắc. Cách làm của người xưa rất đáng cho chúng ta noi làm theo, chúng ta phải học tập theo người xưa. Trong đạo Phật có Tứ vô ngại biện (bốn biện tài không ngăn ngại) thì biện tài sau cuối là Nhạo thuyết vô ngại biện (Ưa thích giảng giải không ngăn ngại), vui vẻ thuyết giảng, vui vẻ dạy người. Người khác tìm đến thưa hỏi, đương nhiên ta phải giảng dạy. Người không tìm đến thưa hỏi, Bồ Tát cũng làm bạn không mời. Người ta không mời thỉnh, quý vị không thể lôi kéo họ đến để giảng giải. Điều đó không hợp lý. Quý vị có thể giảng giải với những người quen của mình, khiến họ đang ở gần đó cũng nghe thấy. Đó là vì họ mà làm người bạn không mời.

Thật ra, những điều nghi vấn của chúng sinh là vô lượng vô biên, nhưng có mấy người biết hướng Phật thỉnh pháp? Chúng ta xem trong Kinh điển thấy rõ, những vị hướng Phật thỉnh pháp đều là Phật, Bồ Tát hóa thân thị hiện. Do đó có thể biết rằng, đức Thế Tôn cũng thường vì chúng sinh mà làm "bằng hữu không mời". Việc này có ý nghĩa sâu xa, súc tích, chúng ta cần phải có khả năng thể hội.

Tóm lại, lúc nào cũng mong cho hết thảy chúng sinh đều được phá trừ si mê, mở ra giác ngộ, khai mở trí tuệ chân thật; lúc nào cũng mong cầu hết thảy chúng sinh đều dứt ác tu thiện. Phá mê khai ngộ, đó là trí; dứt ác tu thiện, đó là đức. Những gì chư Phật, Bồ Tát, các bậc hiền thánh thực hiện ở thế gian này đều là như thế. Ngoài việc này ra, các ngài không có mong cầu gì khác. Các ngài thực sự đạt đến mức "không tranh với người, không mong cầu trong đời". Đó thực sự là gương sáng để người tu học chúng ta noi theo.

Cho nên, chúng ta cần phải thực sự phát tâm Bồ-đề. Đạo Phật nói tâm Bồ-đề, trong thực tế thì nhà Nho cũng nói tâm Bồ-đề. Quý vị đem những điều nhà Nho với đạo Phật đã giảng giải so sánh với nhau sẽ thấy rõ ràng. Nhà Nho nói thành ý, trong Quán kinh [của đạo Phật] nói là tâm chí thành. Quý vị suy ngẫm xem thành ý với tâm chí thành có giống nhau chăng?

Nhà Nho nói chính tâm, trong Kinh Phật nói tâm sâu vững, tâm hồi hướng phát nguyện. Nhà Nho chỉ nói một điều, gọi là chính tâm. Phật pháp giảng thành hai điều, tâm sâu vững là tự mình lợi lạc, tâm hồi hướng phát nguyện là làm lợi lạc người khác, nhà Nho chỉ gọi chung là chính tâm.

Cho nên, các bậc thánh nhân thế gian hay xuất thế gian cũng đều lấy tâm Bồ-đề làm căn bản. Sự lợi lạc tự thân của chính tâm là tâm sâu vững. Tâm sâu vững là ưa thiện mến đức, trong lòng không một mảy may ý niệm xấu ác.

Tâm hồi hướng phát nguyện, trong luận Khởi tín gọi là tâm đại từ bi, đem tâm từ bi đối đãi với người khác. Chí thành là thể của tâm Bồ-đề, tâm sâu vững là lợi lạc của tâm Bồ-đề đối với chính mình, tâm hồi hướng phát nguyện là lợi lạc của tâm Bồ-đề đối với người khác.

Nhà Nho nói đơn giản, thành ý là thể, chính tâm là khởi dụng, sau đó mới có thể tu thân, tề gia, trị quốc, bình thiên hạ. Nói "bình thiên hạ", đó là hết thảy chúng sinh trong thiên hạ đều đạt đến sự bình đẳng, ý nghĩa là như vậy. Đem tâm thanh tịnh, bình đẳng đối đãi với hết thảy chúng sinh, đó là ý nghĩa của việc bình thiên hạ.

Tương tự như vậy, hai câu sau [trong chú giải] nói: "Tự nhiên được sự giúp đỡ âm thầm, làm việc gì cũng thông suốt, làm việc gì cũng thành tựu." Trong Phật pháp gọi đây là chư Phật hộ niệm, các vị trời, rồng, thiên thần theo hỗ trợ, giúp đỡ quý vị. Không phải do điều gì khác, vẫn là một tấm lòng thành.

Quý vị xem, nữ cư sĩ Tề từng kể cho chúng ta nghe một câu chuyện cũ. Ở núi Thiên Mục, đạo tràng kia có một nhóm quỷ cư ngụ. Những quỷ này là quỷ nào? Là quỷ từ địa ngục vừa mới ra. Quý vị nên biết, người tạo tác nghiệp ác phải đọa vào địa ngục, thời gian chịu tội trong đó rất lâu. Nhóm quỷ này sau thời gian chịu tội trong địa ngục, vừa ra khỏi thì trú ngụ trên núi ấy. Những quỷ thần như vậy đều không phải hiền thiện, nhưng nhìn thấy nữ cư sĩ họ Tề ở nơi ấy hộ trì đạo trường, không một chút lòng riêng tư, cho nên những quỷ thần này theo hộ trì bà. Họ hỏi bà xin một căn phòng, chuyện này bà ấy không kể với quý vị. Đó là phòng số 8. Phòng này luôn đóng cửa, mỗi năm chỉ mở một lần, chỉ duy nhất một mình bà Tề được vào đó, người khác không ai được vào.

Nhóm quỷ ấy từ địa ngục ra, ở nơi ấy tu hành. Những quỷ ấy cũng hộ trì đạo trường. Cho nên, tâm địa quý vị chân thành, vì Phật pháp, vì chúng sinh, những quỷ thần ấy thấy biết rất rõ ràng, họ theo giúp đỡ quý vị. Nếu quý vị không tu hành chân chánh, lên núi đó ở thì họ quấy phá quý vị, căn bản là quý vị không thể nào ở được trên núi ấy. Tương lai quý vị nào có cơ hội cứ lên núi ấy ở lại thử xem, cũng là để khảo nghiệm xem quý vị đã thật tu hay còn giả dối? Xem quý vị có đạt đến mức được quỷ thần hỗ trợ, giúp đỡ hay sẽ bị quỷ thần quấy phá, đùa bỡn?

Nữ cư sĩ Tề có kể lại, cũng đã có nhiều vị pháp sư lên núi ấy muốn ở lại, nhưng chưa được hai, ba hôm đã phải tự ý xuống núi. Chuyện này cho thấy rõ luân hồi là có thật. Quỷ thần trong trời đất theo giúp đỡ hay quấy phá người cũng là chuyện có thật. Chúng ta tự mình phải rõ biết để cảnh tỉnh, phải biết để phát khởi tâm nguyện phấn chấn hướng thượng tu tập.

Chỗ mong cầu của người theo Đạo giáo là được làm thần tiên, cho nên phần cuối đoạn thứ 35 nói "thần tiên khả ký" (có thể được làm thần tiên). Chúng ta học Phật, chí nguyện không ở chỗ được làm thần tiên, cũng không phải sinh về các cõi trời. Người học Phật chí nguyện là được thành Phật, nên chỉ cầu được vãng sinh Tịnh độ, so với chỗ mong cầu của Đạo giáo không giống nhau. Nhưng muốn thành Phật, thành Tổ, muốn được vãng sinh, thì thiện tâm, thiện hạnh của chúng ta phải vượt xa hơn họ rất nhiều. Ở đây nói muốn thành thiên tiên phải làm được một ngàn ba trăm điều thiện, muốn thành địa tiên phải làm ba trăm điều thiện. Điều này cho chúng ta thấy được một sự thật là, tất cả thần tiên đều là người hiền thiện. Tâm hành bất thiện chỉ có thể làm quỷ, không thể làm thần tiên.

Hôm nay thời gian đã hết, chúng ta giảng đến đây thôi.

Bài giảng thứ 83

(Giảng ngày 19 tháng 8 năm 1999 tại Tịnh Tông Học Hội Singapore, file thứ 84, số hồ sơ: 19-012-0084)

Thưa quý vị đồng học, cùng tất cả mọi người.

Hôm qua đã giảng đến đoạn cuối cùng nói về quả báo hiền thiện trong Cảm ứng thiên: "Sở tác tất thành, thần tiên khả ký." (Việc làm ắt thành tựu, có thể thành thần tiên.) Tu hành theo Đạo giáo, mục đích cuối cùng là mong được làm thần tiên. Mục đích tu hành của đạo Phật là để thành Phật. Mục đích tu dưỡng của Nho gia là hướng về thánh hiền. Nói tóm lại, tất cả đều là những cảnh giới tu dưỡng cao nhất của đời người.

Trong Tam giáo, cách giảng nói tuy không giống nhau, nhưng nguyện vọng tu tập hết sức tương tự, tất cả đều dạy người dứt ác tu thiện, tu dưỡng tâm tánh, như vậy mới mong đạt đến mục đích tu tập cuối cùng.

Thế nhưng, trong Phật pháp giảng giải đặc biệt tinh tế, đề cập đến những phiền não hết sức vi tế, nhỏ nhặt, không chỉ là không dễ dứt trừ, mà trong thực tế còn là rất khó phát hiện. Những phiền não thô tháo, nặng nề rất dễ phát hiện, vừa nói ra thì chúng ta đều có thể lý giải được, còn với các phiền não vi tế chúng ta không có cách gì lý giải được. Chẳng hạn như đức Phật giảng rằng vọng tâm, vọng niệm sinh khởi và diệt mất trong từng sát-na, đó là điều chúng ta không cách gì thấy được, cũng không cách gì thể hội, cảm nhận được.

Thần tiên cũng chưa ra ngoài ba cõi. Nói cách khác, họ có khả năng hàng phục được phiền não, đó là kiến hoặc và tư hoặc, có thể hàng phục được nhưng chưa dứt trừ hết. Trong kinh Phật dạy rằng, những cảnh giới của Tứ thiền và Bát định đều là công phu thiền định rất cao sâu, không phải loại công phu của người bình thường. Hành giả đi vào cảnh giới ấy rồi có khả năng thấy rõ được trạng huống của sáu đường luân hồi. Trong sáu đường luân hồi thì đặc biệt là cõi Địa ngục. Kinh Địa Tạng nói rất rõ, cảnh giới địa ngục nếu như không phải hàng Bồ Tát, không phải những tội nhân đã tạo ác nghiệp phải vào đó, thì không ai khác có thể nhìn thấy được. Thế nhưng đối với hành giả có công phu thiền định rất sâu [như nói trên], các vị khi nhập định có thể thấy được cảnh giới địa ngục ấy. Điều này cho chúng ta biết, cảnh giới trong thiền định đột phá vượt qua các chiều kích không gian và thời gian, cho nên hành giả trong định có thể thấy được sáu đường luân hồi, có thể thấy được quá khứ, có thể thấy được tương lai.

Thiền định trong Phật pháp so với các mức định ấy còn sâu xa hơn, những gì hành giả nhìn thấy được so ra còn rộng hơn. Hết thảy tâm hành của chúng sinh trong các pháp giới cùng khắp hư không đều có thể nhìn thấy.

Trong kinh Lăng Nghiêm giảng về "Tịnh cực quang thông đạt", an tịnh đến mức cùng cực. Trong thực tế, nói an tịnh đến mức cùng cực đó cũng chính là bình thường chúng ta gọi là buông xả, buông xả hết mức. Cho đến tự thân ý niệm buông xả cũng buông xả luôn, bản năng của tự tính khôi phục hoàn toàn rồi thì việc dứt ác tu thiện, tu tâm dưỡng tính liền có hiệu quả viên mãn hiện tiền.

Công danh phú quý mà người thế gian mong cầu, hay sống lâu khỏe mạnh, đều là chuyện nhỏ nhặt, đương nhiên có thể cầu được. Quý vị xem trong Liễu Phàm tứ huấn có thể thấy được. Trong phần chú giải của Cảm ứng thiên cũng có rất nhiều trường hợp điển hình. Vận mạng có thể thay đổi, trong thực tế đó là quả báo, quả báo đó có thể thay đổi. Vì sao quả báo còn có thể biến hóa thay đổi? Vì nhân thay đổi, mà nhân với quả lại tương ưng. Nhân ở đây là mọi sự khởi tâm động niệm. Trong quá khứ [chúng ta] không hiểu được ý nghĩa này, khởi tâm động niệm đều tạo tác ác nghiệp, tùy thuận phiền não, cho nên quả báo không được như ý. Ngày nay [chúng ta] tiếp nhận được sự răn dạy của thánh hiền, đối với việc này hiểu biết rõ ràng, biết rằng những ý niệm xấu ác, hành vi xấu ác đều là sai trái, có thể sửa đổi tất cả thành chân chánh, đó là khởi sự công phu [sửa đổi vận mạng] từ việc gieo nhân. Nhân đã được thay đổi, sửa chữa, quả đương nhiên phải khác đi. Nhân lành được quả lành, nhân ác phải chịu quả xấu ác, đó là sự thật. Tại Trung quốc, các bậc thánh nhân của Tam giáo đều dạy chúng ta như vậy. Trong Cảm ứng thiên có dẫn chứng rất nhiều sự việc, quý vị có thể lấy đó tham khảo.

Trong phần đầu [của chú giải đoạn này] dẫn chuyện Lý Đoan Nguyện vào triều Tống hỏi thiền sư Đạt Quán: "Thiên đường, địa ngục rốt lại là có hay không?" Đây không phải vấn đề của riêng ông này, mà là nghi vấn của rất nhiều người. Đặc biệt là trong xã hội hiện đại, có rất nhiều người nêu ra vấn đề này. Có lẽ trong tương lai chúng ta cũng sẽ gặp rất nhiều người đưa ra câu hỏi này. Như vậy [thiên đàng và địa ngục] rốt lại là có hay không có?

Ngài Đạt Quán là thiền sư nên câu trả lời của ngài đầy thiền ý, là cảnh giới của thiền. Ngài đáp không sai, nhưng ý tứ quá cao siêu, người hiện nay có thể nghe qua mà hiểu được tôi cho là không nhiều. Câu trả lời của ngài là: "Chư Phật nhắm vào chỗ không mà nói có, như mắt thấy hoa đốm. Thái úy lại đi tìm cái không từ trong chỗ có."

Lý Đoan Nguyện thời ấy làm chức Thái úy, là một vị quan lớn, địa vị rất cao. Thiền sư bảo: "Ông đi tìm không trong chỗ có, như mò trăng đáy nước." Câu trả lời này rất hay. Thế nhưng ngày nay nếu có người hỏi chúng ta vấn đề này, nếu dùng hai câu trên để trả lời, chắc chắn là họ không thể hiểu được.

Trả lời với người đời nay phải nói thẳng rằng những sự việc [như thiên đàng, địa ngục] chắc chắn thật có. Vì sao nói khẳng định là có? So với câu trả lời của thiền sư không giống nhau. Thiền sư trả lời đó là chẳng có chẳng không, là cảnh giới cao tột. Vì sao nói khẳng định là không? Là vì quý vị có tâm. Quý vị có tâm là những việc ấy có, quý vị không có tâm thì không có. Sự thật là như vậy.

Nói có tâm, tâm đó là ý niệm. Quý vị có ý niệm là những sự việc ấy có. Quý vị không có ý niệm thì không có. Ý niệm là gì? Là những vọng tưởng, phân biệt, bám chấp [của quý vị]. Sáu đường luân hồi là do vọng tưởng, phân biệt, bám chấp biến hiện mà có. Bốn thánh pháp giới cũng do vọng tưởng, phân biệt biến hiện, nhưng trong đó không có sự bám chấp. Cho nên, lìa dứt được vọng tưởng, phân biệt, bám chấp thì không chỉ sáu đường luân hồi không còn nữa, mà cho đến mười pháp giới cũng không còn. Chúng ta cần phải hiểu rõ ý nghĩa này.

Hiểu rõ được ý nghĩa này rồi thì sẽ hiểu được việc dứt trừ hết thảy mọi việc xấu ác, tu tập hết thảy mọi pháp lành là lẽ đương nhiên phải vậy. Lợi ích cho hết thảy chúng sinh là sự nghiệp duy nhất của chúng ta trong đời này. Bất kể thân phận hiện nay của chúng ta là gì, bất kể ta đang làm công việc gì, nói chung đều là vì chúng sinh phục vụ, vì xã hội phục vụ, giúp đỡ hết thảy chúng sinh sửa lỗi, hướng thiện, giúp đỡ xã hội được bình an, ổn định và phồn vinh. Nếu không như vậy thì sinh ra ở thế gian này để làm gì?

Nhưng việc giúp đỡ chúng sinh, hỗ trợ xã hội có nhiều phương thức, cách làm không giống nhau, linh hoạt biến hóa vô cùng. Phần cuối kinh Hoa Nghiêm với 53 lần tham vấn [của Đồng tử Thiện Tài] chỉ bày cho chúng ta rất nhiều điều.

Chúng ta xem trong kinh thấy có những người hiền thiện, làm việc thiện, nhưng dường như cũng thấy những người rất giống như xấu ác, làm việc ác. Những vị ấy tất cả đều là Bồ Tát, đều là Phật, [việc làm] không gì là không lợi ích xã hội. Trong xã hội ấy căn tánh chúng sinh không tương đồng. Có những người đem lời hiền thiện khuyên bảo thì họ quay đầu hướng thiện. Lại có những người dùng lời hiền thiện khuyên bảo thì họ hết sức xem thường, phải dùng biện pháp dữ dội xấu ác thì họ mới chịu khuất phục, nghe lời. Cho nên, chư Phật, Bồ Tát gặp người hiền thiện thì đối với họ cũng hiền thiện, họ liền mến phục. Gặp người xấu ác, các ngài dùng biện pháp xấu ác với họ, người xấu ác cũng khuất phục. Cho nên các ngài thị hình hình tướng dù là thiện hay ác, vẫn thuần một tấm lòng lành, thuần nhất thiện tâm.

Chúng ta xem tượng Bồ Tát Quán Âm mười một khuôn mặt, trên đầu lại có thêm đầu khác, những khuôn mặt không giống nhau. Có khuôn mặt hết sức hiền từ, có khuôn mặt hết sức hung ác. Bồ Tát lẽ nào lại có nhiều đầu đến thế? Đó chỉ là phương pháp biểu trưng thôi, để cho chúng ta biết rằng, khuôn mặt [Bồ Tát] linh hoạt biến hóa vô cùng, gặp người như thế nào thì có khuôn mặt [thích hợp] như thế ấy. Khuôn mặt linh hoạt biến hóa vô cùng, phương cách [giáo hóa] cũng linh hoạt biến hóa vô cùng, nhưng tâm bất biến. Tâm địa [các ngài] luôn chân thành, thanh tịnh, từ bi, bình đẳng, điều này vĩnh viễn không thay đổi. Chúng ta phải học tập ở điểm này.

Người đời nói học để làm người, chúng ta trong Phật pháp phải học làm Bồ Tát, như vậy mới thành tựu được bản thân mình. Chỗ cao tột sáng suốt của chư Phật Bồ Tát là từ trong sự không phân biệt khởi sinh phân biệt, phân biệt mà không phân biệt; từ trong chỗ không bám chấp khởi sinh bám chấp, bám chấp mà không bám chấp.

Không bám chấp, không phân biệt là từ nơi chân tâm các ngài lưu xuất hiển lộ. Phân biệt, bám chấp là phương tiện cách thức để giúp đỡ hỗ trợ chúng sinh. Cho nên, chỉ là một thể đồng nhất, không phải hai việc khác nhau.

Ma chướng phiền não của chúng ta hôm nay đều là vì không có được trí tuệ như thế, đem sự phân biệt với không phân biệt, bám chấp với không bám chấp, nhất định phân chia thành hai việc khác nhau, không hiểu được rằng đó chỉ là một thể đồng nhất. Như thế chẳng những không thể làm lợi ích chúng sinh, mà đối với chính bản thân mình cũng hết sức bất lợi, vậy nên vọng tưởng, phân biệt, bám chấp vĩnh viễn không dứt trừ được.

Không thể dứt trừ vọng tưởng, phân biệt, bám chấp thì cho dù chúng ta có dứt ác tu thiện, trì giới, niệm Phật, hết thảy đều là những việc thiện [hưởng phước báo] trong sáu đường luân hồi. Điều này chúng ta không thể không rõ biết.

Những việc thiện trong sáu đường luân hồi chiêu cảm quả báo tốt đẹp trong ba đường lành. Chúng ta học Phật, mục đích là thành Phật, thành Bồ Tát, đối với mục đích [hưởng phước báo trong ba đường lành] là mâu thuẫn nhau. Làm thế nào để phá trừ được sự mê chấp này là điều hết sức khó khăn. Nhưng nếu chúng ta thực sự phát tâm muốn thành tựu [đạo nghiệp] ngay trong một đời mà không giải quyết được [mê chấp] này thì nguyện vọng của chúng ta sẽ vĩnh viễn không thể nào đạt được.

Nếu muốn đột phá vượt qua cửa ải này, đức Phật dạy chúng ta biện pháp duy nhất là tụng đọc Kinh điển Đại thừa. Nhưng trong việc tụng đọc Kinh điển Đại thừa phải có đủ các yếu tố "tín, giải, hành, chứng" (tin nhận, hiểu rõ, hành trì, chứng nghiệm), như vậy mới thực sự là tụng đọc.

Phải tin nhận lời Phật răn dạy trong kinh. Bằng cách nào có thể khởi sinh lòng tin? Quý vị nhất định phải nhận hiểu, lý giải thật chính xác. Sự tin nhận được phát sinh từ sự hiểu rõ, sự hiểu rõ lại từ sự tin nhận mà đạt được. Tín và giải phụ thuộc lẫn nhau và thành tựu cho nhau. Nếu như lý giải, nhận hiểu được chính xác, nhất định sẽ y theo lời dạy vâng làm. Nhận hiểu được một phần, quý vị sẽ có thể thực hành được một phần. Thực hành được một phần sẽ có thể lý giải nhận hiểu lên được hai phần. Cho nên, giải và hành cũng phụ thuộc lẫn nhau và thành tựu cho nhau.

Chỗ học được của chúng ta nếu không thể vận dụng vào thực tế thì sẽ không có cách gì hướng thiện nâng cao hơn nữa. Sự vận dụng thực tế này, Khổng tử nói rất đơn giản, nói rất hay, rằng vận dụng thực tế chính là dạy người khác học và sửa lỗi [của chính mình]. Vui vẻ giảng giải cho người khác, mỗi ngày đều tự phản tỉnh sửa chữa lỗi lầm. Đó là cái học thực sự, thực sự được lợi lạc. Nếu không chịu giảng giải cho người khác [những điều mình học được], không thể sửa chữa được lỗi lầm của mình. Như vậy không chỉ là không phù hợp với cảnh giới của thánh hiền, mà ngay cả những lời giảng dạy của thánh hiền quý vị cũng không có cách gì lý giải, nhận hiểu được. Cho nên, "nguyện giải Như Lai chân thật nghĩa" (nguyện hiểu được ý nghĩa chân thật [trong lời dạy của] Như Lai) là việc không dễ dàng.

Hai câu cuối cùng, [đoạn thứ 36] là: "Dục cầu thiên tiên giả, đương lập nhất thiên tam bách thiện. Dục cầu địa tiên giả, đương lập tam bách thiện." (Nếu muốn thành thiên tiên, phải làm một ngàn ba trăm điều thiện. Nếu muốn thành địa tiên, phải làm ba trăm điều thiện.) Trong phần chú giải có chú thích rất hay về thiên tiên và địa tiên, trích dẫn kinh Lăng Nghiêm nói về mười loại thần tiên. Hán Chung Ly là một vị trong Bát tiên, từng nói rằng có năm hạng thần tiên. Những điều này chúng ta có thể tham khảo. Chúng ta hiểu được cảnh giới tu học của những người theo Đạo giáo, đó cũng là những hiểu biết thường thức rất tốt.

Bài giảng thứ 84

(Giảng ngày 20 tháng 8 năm 1999 tại Tịnh Tông Học Hội Singapore, file thứ 85, số hồ sơ: 19-012-0085)

Thưa quý vị đồng học, cùng tất cả mọi người.

Đoạn cuối cùng nói về quả báo hiền thiện trong Cảm ứng thiên, sách Vị biên có đưa ra một kết luận. Sự tu hành theo Đạo giáo, quả báo là thành tiên. Trong Phật pháp chỉ có kinh Lăng nghiêm nói đến vấn đề này. Thông thường trong kinh Phật đều chỉ nói đến sáu đường [luân hồi], riêng trong kinh Lăng nghiêm đề cập đến bảy cõi, tức là bảy đường [luân hồi]. [Ở đây] ngoài sáu đường [thông thường] ra còn nói thêm đến cõi tiên hay tiên đạo. Kinh nói đến mười hạng thần tiên, đều được trích dẫn liệt kê ở phần này trong Vị biên, quý vị có thể xem qua, có thể tham khảo.

Ngay trong Đạo giáo nói về thần tiên cũng có tầng bậc cao thấp khác nhau. Theo họ thì thấp nhất là quỷ tiên, tức là trong cảnh giới quỷ có loại tiên này. Tiếp theo, [cao dần lên] có nhân tiên, địa tiên, thần tiên, thiên tiên. Theo Đạo giáo thì cao nhất là thiên tiên, cũng giống như nhà Phật nói về cảnh giới chư thiên. Chúng ta xem thấy Đạo giáo nói về thần tiên rất giống với [nhà Phật nói về] chư thiên trong Dục giới, giống như Tứ vương thiên, Đao-lợi thiên, nhưng thiên tiên [của Đạo giáo] có thể là các vị [thiên tử] cao hơn, đến tận các tầng trời thuộc Sắc giới. Đó là quả báo của sự tu hành.

Chỗ mong cầu đạt đến của Nho gia là thánh nhân, hiền nhân, quân tử. Chỗ mong cầu của người tu theo Phật là thành Phật, Bồ Tát, A-la-hán. Có thể thấy rằng sự tu hành [của Tam giáo] đều có mục tiêu hướng đến, đều hy vọng có thể được chứng quả thánh. Quả báo trong Tam giáo cao thấp bất đồng, công phu tu hành khác biệt, thế nhưng từ nơi việc dứt ác tu thiện, tích lũy công đức mà nói thì cả Tam giáo đều cùng một ý như nhau. Do đó chúng ta có thể nhận hiểu được rằng, trong việc tích lũy công đức, dứt ác tu thiện, công phu quả thật có sâu cạn khác nhau, rộng hẹp bất đồng, cho nên quả báo cũng khác biệt nhau rất lớn.

[Người tu hành trong] nhà Phật có thể đạt đến quả báo rốt ráo chính là nhờ nơi tâm Bồ-đề. Chúng ta tuy đã được nghe rất nhiều về tâm Bồ-đề, đã quá quen thuộc với tên gọi này, thế nhưng nói đến chỗ rốt ráo [của tâm Bồ-đề] thì chúng ta vẫn còn mịt mờ không biết. Hàm nghĩa của danh từ này hết sức sâu rộng, chúng ta không thể dùng sự suy nghĩ, tưởng tượng của mình để hiểu thấu hết được.

Trong kinh điển đức Phật dạy rằng, những suy nghĩ, tưởng tượng của chúng ta hết thảy đều không thể vượt ra ngoài ý thức. Nói cách khác, ý thức là một giới hạn, là một phạm vi. Phạm vi giới hạn đó trong kinh điển gọi là mười pháp giới. Vượt qua được [giới hạn] mười pháp giới mới gọi là pháp giới nhất chân. Chúng ta trong hiện tại không dễ dàng vượt qua được cánh cửa này. Hết thảy chúng ta đều để cho ý thức làm chủ bản thân mình. Dùng ý thức đó mà tu hành thì dù đạt đến [quả vị] cao nhất, viên mãn nhất, cũng chỉ đến mức như trong tông Thiên Thai gọi là Tương tự tức Phật, chưa phải là giai vị Phần chứng.[1] Bốn thánh pháp giới trong

---

[1] Theo giáo lý tông Thiên Thai, Đại sư Trí Giả căn cứ kinh Đại Bát Niết-bàn phân chia sáu giai vị từ phàm phu đến thành Phật như sau: (1) Lý tức (理 即) hay Lý tức Phật, (2) Danh tự tức (名字即) hay Danh tự tức Phật, (3) Quán hành tức (觀行即) hay Quán hành tức Phật, (4) Tương tự tức (相似 即) hay Tương tự tức Phật, (5) Phần chứng tức (分証即) hay Phần chứng tức Phật, và (6) Cứu cánh tức (究竟即) hay Cứu cánh tức Phật. Chỉ khi đạt đến Cứu cánh tức Phật mới là quả Phật viên mãn, rốt ráo. Các giai vị trước đó đều còn đang trong quá trình tu tập nâng cao, chẳng hạn như bốn mươi mốt giai vị Pháp thân Đại sĩ được nói trong kinh Hoa Nghiêm đều thuộc về Phần chứng tức Phật.

mười pháp giới là Tương tự tức, tuy chưa phải là cứu cánh viên mãn nhưng cũng không phải dễ dàng chứng đắc.

Tông Thiên Thai nói về giai vị Quán hành (quán xét và tu hành), chúng ta thông thường gọi là nỗ lực công phu tốt. Giai vị Quán hành chưa thể thoát ly sáu đường [luân hồi]. [Hành giả] có thể sinh về các tầng trời Dục giới, Sắc giới, thậm chí có thể sinh về các tầng trời Vô sắc giới, nhưng không ra khỏi sáu đường [luân hồi]. Giai vị Tương tự thì ra khỏi được sáu đường, nhưng chưa thể ra khỏi mười pháp giới.

Do đó có thể biết rằng, việc tu hành chứng quả thật không phải chuyện dễ dàng. Chỉ riêng với người toàn tâm toàn ý tu học theo Tịnh độ mới được Phật lực gia trì. Chúng ta ngẫm nghĩ xem, dựa vào đâu mà được Phật lực gia trì? Trong kinh A-di-đà dạy chúng ta là phải dựa vào thiện tâm (tâm hiền thiện), thiện hạnh (hành vi hiền thiện) và nguyện tâm (tâm phát nguyện) mới có thể được Phật lực gia trì. Thiện tâm và thiện hạnh đó phải phù hợp với những tiêu chuẩn Phật dạy.

Những tiêu chuẩn Phật dạy đó, trong thực tế chính là tịnh nghiệp tam phúc (ba phước lành tạo nghiệp thanh tịnh). Chúng ta làm sao biết được như vậy? Trong Quán kinh, phu nhân Vi-đề-hy vì chán bỏ thế gian này, mong muốn được vãng sinh về cõi lành, nên thỉnh cầu đức Phật Thích-ca Mâu-ni chỉ bày cho bà. Đức Phật dùng thần lực khiến các cõi Phật trong mười phương đều hiện ra ngay trước mắt bà, giống như chúng ta ngày nay xem trên truyền hình vậy, để cho bà tự chọn lựa. Bà xem qua hết rồi liền chọn thế giới Tây phương Cực Lạc. Đức Thế Tôn hết sức ngợi khen sự chọn lựa của bà, đó là một sự chọn lựa đầy trí tuệ.

Chọn lựa xong rồi thì phải làm sao để được sinh về thế giới Cực Lạc? Đức Phật khi còn chưa dạy về phương pháp vãng sinh, trước đó đã thuyết dạy về tịnh nghiệp tam phúc (ba phước lành tạo nghiệp thanh tịnh). Thuyết dạy xong, đức

Phật nói với phu nhân Vi-đề-hy rằng, ba điều [phước lành] này là "chánh nhân tạo nghiệp thanh tịnh của chư Phật trong mười phương, ba đời". Câu này hết sức trọng yếu, cực kỳ trọng yếu, vì cho chúng ta hiểu rõ được rằng, trong Phật pháp bất kể là tu học theo pháp môn nào, quý vị muốn chứng quả đều phải lấy ba điều phúc lành này làm nền tảng. Bất kể là quý vị học theo pháp môn nào, quý vị đều phải lấy ba điều này làm nền tảng thì mới có thể được thành tựu. Cho nên, đây là "chánh nhân tạo nghiệp thanh tịnh của chư Phật trong mười phương, ba đời".

Vì thế, chúng ta hiểu được rằng, bất kể là tu học pháp môn nào, có thể thành tựu hay không thì phải quan sát xem ba điều phúc lành này quý vị có làm được hay không? Không có nền tảng là ba điều phúc lành này, dù tu pháp môn nào cũng đều không thể thành tựu, niệm Phật cũng không thể thành tựu, cũng không thể vãng sinh. Do đây chúng ta biết rằng ba điều phúc lành này là hết sức trọng yếu. Đây là pháp tu hành căn bản trong Phật pháp.

Có được nền tảng [là ba điều phúc lành] này rồi, thêm lòng tin sâu vững, tâm nguyện thiết tha thì nhất định sẽ được vãng sinh. Nếu không có được nền tảng như vậy, trong một đời này dù có niệm Phật cũng không thể vãng sinh.

Thế nhưng, việc niệm Phật cũng không phải hoàn toàn vô ích, [dù không vãng sinh nhưng] sẽ được phước báo trong hai cõi trời, người. Nói rằng được phước báo trong hai cõi trời người, nhưng cũng nhất định phải tương ưng, phù hợp với mười nghiệp lành thì mới được sinh trong hai cõi trời, người. Nếu như niệm Phật mà tâm bất thiện, việc làm bất thiện, tuy cũng được phước báo nhưng là phước báo phải sinh vào trong cảnh giới ngạ quỷ, súc sinh mà thụ hưởng. Riêng cảnh giới địa ngục thì dù có phước báo cũng không cách gì được hưởng. Trong địa ngục nhất định không có phước báo. Thế nhưng phước báo quý vị đã tu tích cũng không hề mất đi. Sau khi ra khỏi địa ngục sinh làm quỷ, hoặc sinh làm súc sinh, làm người, thì phước báo ấy sẽ hiển hiện.

Điều này quý vị có thể nhận hiểu được từ lời kể lại của nữ cư sĩ họ Tề trong mấy ngày qua. Bà kể rằng ở núi Thiên Mục có một nhóm quỷ vừa mới từ địa ngục ra. Đó là những kẻ [trước đây] tạo mười nghiệp ác và năm tội nghịch,[1] phải đọa vào địa ngục, chịu tội trong một thời gian rất lâu. Chịu tội xong rồi mới được thoát ra. Những kẻ này vừa ra khỏi địa ngục lại sinh làm quỷ, nhưng trong quá khứ nhất định đã có duyên phần rất sâu với Phật pháp, cho nên ra khỏi địa ngục sinh làm thân quỷ mà biết tu hành. Họ đi tìm một chỗ thanh tịnh để tu hành.

Những vị này nương gá vào thân người để nói ra những điều họ muốn nói. Họ nói những điều rất có ý nghĩa. Trên núi ấy tất nhiên có rất nhiều người, nhưng họ không dám nương gá vào, vì người bị quỷ nương gá sẽ tổn hại nguyên khí rất nặng nề. Cho nên họ phải đi tìm một người còn trẻ có thân thể cường tráng. Người thân thể yếu ớt, suy nhược họ không tìm đến. Họ còn có tâm từ bi, không tùy tiện gây tổn hại cho người khác. Từ chỗ này chúng ta có thể quan sát thấy được hết sức rõ ràng, minh bạch, chuyện này quả là sự thật, không phải giả dối.

Vì thế, lần này nữ cư sĩ họ Tề đến đây chính là Phật, Bồ Tát bảo bà đến để vì chúng ta mà làm một sự chứng thực, làm người chứng thực mắt thấy tai nghe. Như nói rằng bà ấy đến đây để thỉnh kinh, để tham học, thật không bằng nói rằng chư Phật, Bồ Tát sai phái bà đến đây để vì chúng ta làm một người chứng mắt thấy tai nghe, giúp chúng ta tăng trưởng lòng tin.

---

[1] Năm tội nghịch hay ngũ nghịch tội, bao gồm các tội: giết cha, giết mẹ, giết A-la-hán, làm ô uế hình tượng Phật và phá hòa hợp Tăng.

Hy vọng quý vị đồng học chúng ta, trong tương lai nếu có dịp nào đến núi Thiên Mục tham học, hãy giúp đỡ hỗ trợ cho đạo trường nơi ấy, khôi phục lại đạo trường nơi ấy. Chúng ta biết rằng đạo trường ấy có Phật, Bồ Tát an trụ ở đó, lại có rất nhiều loài chúng sinh mà mắt thường chúng ta không thể nhìn thấy cũng tu hành nơi đó. Thậm chí bà Tề còn tiết lộ thông tin là ở đó có cả những con vật biết tu hành. Trên núi ấy quả thật có Hộ pháp.

Do đó có thể biết rằng, trong Phật pháp không phân chia tộc loại, hết thảy đều bình đẳng, [phát tâm tu hành thì] là quỷ cũng tốt, súc sinh cũng tốt, chỉ cần thực sự chân tu thì đều được chư Phật hộ niệm, các vị hộ pháp, thiện thần theo giúp đỡ bảo vệ. Theo lời bà ấy kể lại rõ ràng, nếu không phải bậc chân tu, tâm hạnh không chân chánh, thì dù là người xuất gia, một lão hòa thượng đến hơn tám mươi tuổi, cũng bị đuổi xuống khỏi núi.

Chúng ta nghe qua điều này thì trong lòng hết sức sáng tỏ, cũng thấy được an ủi hết sức, chỉ cần có chư Phật, Bồ Tát ở đâu thì địa phương ấy đều là đất lành, là phúc địa. Nơi ấy sẽ được che chở bảo vệ, không có tai nạn lớn, đó là phước báo của người dân Trung quốc. Những nơi chư Phật, Bồ Tát, thần tiên tu hành, thảy đều là những thánh địa hết sức tốt đẹp. Tôi hiện nay bị chút hư danh trói buộc, tùy ý hành động không thuận tiện, nếu không thì nghe qua việc này rồi tôi nhất định sẽ lên núi [Thiên Mục] ấy mà tham học. Cho nên hy vọng quý vị đồng tu ghi nhớ kỹ điều này, đó là một nơi tốt đẹp [để tu hành].

Trước đây tôi từng nghe nói, Trung quốc có nhiều đạo trường thù thắng, nhưng sự cảm ứng, linh nghiệm cũng không nghe được nhiều lắm, nhất là những cảm ứng rõ ràng như [ở núi Thiên Mục] này, tôi thật rất ít nghe nói đến. Chúng ta biết rằng đó là chư Phật, Bồ Tát thị hiện cho chúng ta thấy được, để giúp chúng ta tăng trưởng thiện tâm, thiện nguyện, khuyến khích chúng ta [tu hành], ngay trong một đời này nhất định phải có sự thành tựu, giúp cho chúng ta có thể ở nơi đầu sào trăm thước tiến thêm bước nữa.

Đoạn này trong Vị biên chú giải không nhiều, nhưng mỗi câu đều hết sức chọn lọc, súc tích, hết thảy đều là trích từ kinh Phật, thực sự là tinh hoa trong kinh điển, hy vọng quý vị đồng môn có thể tự mình xem kỹ. Phần cuối [của chú giải], sách này dẫn ra hai câu trong Vạn thiện đồng quy tập: "Vạn điều lành là hành trang Bồ Tát trên đường tu đạo. Muôn công hạnh là giai tầng thang bậc trợ đạo chư Phật." Hai câu này hết sức quan trọng thiết yếu. Quý vị đồng tu học Phật không thể không có thiện tâm, không thể không có thiện ý. Những thiện tâm, thiện ý này biểu hiện ngay trong cuộc sống thường ngày là những công hạnh, việc làm, bởi tâm ý biến thành hành vi, đó cũng là thiện hạnh. Hai câu này chúng ta có thể diễn đạt lại theo cách hơi khác một chút. Thiện tâm, thiện ý là điều kiện tất yếu để Bồ Tát tu hành chứng quả. Thiện hạnh là giai tầng thang bậc trợ đạo của chư Phật, tức là những nhân tố để không ngừng hướng thượng vươn lên.

Chư Phật [đang nói ở đây] là Phần chứng tức Phật. Trong kinh Hoa Nghiêm, bốn mươi mốt giai vị Pháp thân Đại sĩ là thuộc về Phần chứng tức Phật. Tuy đã thành Phật nhưng [vì là Phần chứng tức Phật nên] vẫn còn tầng bậc, vẫn không ngừng hướng thượng vươn lên. Phải nhờ nơi việc làm thiện, công hạnh thiện này mới hỗ trợ quý vị nâng cao, tăng tiến thêm. Muốn vượt qua bốn mươi mốt tầng bậc giai vị, chứng đắc quả Phật viên mãn rốt ráo, đều phải dựa vào việc làm, công hạnh hiền thiện.

Cho nên, [ba yếu tố] thiện tâm, thiện ý, thiện hạnh này chúng ta nhất định phải học tập, phải y chiếu theo tiêu chuẩn trong kinh điển. Trong giai đoạn hiện nay của chúng ta thì tiêu chuẩn chính là ba điều phúc lành [tạo nghiệp thanh tịnh]. Trong ba điều phúc lành này có nói đến mười nghiệp lành, có nói đến Tam quy y, có nói đến các điều giới, giới luật, cuối cùng nói đến tâm Bồ-đề, tin sâu nhân quả, trong đó bao quát hết thảy thiện tâm, thiện ý, thiện hạnh.

Nhất định phải nghe theo lời răn dạy của đức Phật, phải buông xả hết mọi thành kiến của bản thân, triệt để buông xả hết mọi sự phân biệt bám chấp của bản thân, theo đúng lời răn dạy của đức Phật. Như vậy thì một đời này của chúng ta mới có sự thành tựu, mới không luống qua vô ích.

Hôm nay giảng đến đây là tôi đã giới thiệu xong hết chương [thứ ba nói về quả báo hiền thiện]. Phần tiếp theo bắt đầu từ đoạn thứ 37 là thuộc về chương thứ tư, nói về quả báo xấu ác.

Hôm nay chúng ta giảng đến đây thôi.

Bài giảng thứ 85

(Giảng ngày 21 tháng 8 năm 1999 tại Tịnh Tông Học Hội Singapore, file thứ 86, số hồ sơ: 19-012-0086)

Thưa quý vị đồng học, cùng tất cả mọi người.

Xin mời xem đoạn thứ 37 trong Cảm ứng thiên: "Cẩu hoặc phi nghĩa nhi động, bội lý nhi hành." (Nếu như nghĩ điều phi nghĩa, làm việc trái lẽ.)

Từ câu này cho đến câu thứ 44, "Cương cường bất nhân, ngận lệ tự dụng" (Cứng rắn chẳng có lòng nhân, tùy ý làm điều tàn nhẫn) là nói về những điều ác lớn.

Nội dung trong toàn bản văn Cảm ứng thiên không gì khác hơn là khuyên làm việc thiện, ngăn làm việc ác. Phần văn khuyên làm thiện ít, phần nói về ngăn việc ác nhiều, chỗ dụng ý này của bản văn chúng ta có thể nhận hiểu được. Chính như trong kinh Địa Tạng, đức Phật cũng có dạy: "Chúng sinh trong cõi Diêm-phù-đề, khởi tâm động niệm không một điều gì là không tạo tội." Chúng ta cũng thấy rõ trong luận Bách pháp minh môn, chỉ có 11 pháp lành nhưng đến 26 pháp xấu ác.

Do đó có thể biết rằng, Tuân tử nói về tánh ác không phải là vô lý. Tánh ác đó là tập tánh, do thói quen tập thành, không phải bản tánh vốn có. Bản tánh thì không thể nói là thiện hay ác. Cho nên, Khổng tử nói về tánh so với Mạnh tử, Tuân tử là khác biệt. Khổng tử nói về [tánh là] bản tánh, cho nên "tánh tương cận" (tánh [của mọi người] đều gần nhau). Bản tánh của hết thảy chúng sinh đều rất gần gũi nhau. Trong Phật pháp dạy rằng bản tánh [của tất cả chúng sinh] là một, [không chia tách], không phải hai. Ý nghĩa này còn sâu sắc hơn nữa.

Mạnh tử, Tuân tử nói về [tánh là] tập tánh, cho nên "tập tương viễn" (tập quen thì ngày càng xa). Tập tánh đó [mỗi ngày đều tiêm nhiễm, tập thành thói quen], dần dần xa lìa bản tánh. Nói "ngày càng xa" đó là xa lìa bản tánh. Trong Phật pháp dạy rằng đó là mê muội đánh mất bản tánh. Tập tánh [thành thói quen] mê muội đánh mất đi bản tánh.

Một lần mê muội rồi không hiểu biết để quay đầu hướng thiện, mê muội không phản tỉnh, không biết quay đầu. Không quay đầu hướng thiện thì càng mê càng lún sâu. Quý vị xem, từ nơi Phật pháp giới, trong mười pháp giới, từ Phật pháp giới xuống dần đến Bồ Tát, Duyên giác, Thanh văn, đến sáu đường luân hồi, thẳng vào ba đường ác, càng mê càng lún sâu, quả thật là kiếp sau lại càng tồi tệ hơn kiếp trước. Đây là hiện trạng thực tế [của hết thảy chúng sinh], cứ mỗi kiếp sinh ra lại càng tồi tệ hơn kiếp trước đó. Cho nên mới làm khổ nhọc chư Phật, Bồ Tát [phải vào] trong sáu đường, mười pháp giới để giáo hóa chúng sinh.

Người căn tánh nhanh lẹ sáng suốt, có duyên cùng chư Phật, Bồ Tát thì nghe qua lời khuyên dạy liền dễ dàng giác ngộ, chịu quay đầu hướng thiện, đó gọi là được cứu độ. Người duyên phần cạn cợt không được gặp chư Phật, Bồ Tát thì không có cách nào [giải thoát]. Người gặp được chư Phật, Bồ Tát, nghe được lời răn dạy của chư Phật, Bồ Tát, nhưng không thể tin sâu, không thể vâng làm, vẫn như cũ tạo tác ác nghiệp đọa lạc vào đường ác, nhưng khi ấy trong thức a-lại-da cũng đã gieo cấy được căn lành. Chỉ là căn lành ấy còn rất mong manh yếu ớt, mà tập khí phiền não thì mạnh mẽ lớn lao, nên căn lành không chống chọi được với tập khí phiền não, vẫn phải chịu luân chuyển nhiều kiếp dài lâu.

Chúng ta đời này gặp được Phật pháp, thật hết sức may mắn là có thể tin nhận, vâng làm theo. Nên biết rằng đó là căn lành được tích lũy từ vô lượng kiếp đến nay, trải qua đời đời kiếp kiếp đã từng được nghe Phật pháp, đến đời này [căn lành ấy] mới khởi sinh tác dụng [tốt đẹp] này. [Căn lành] khởi sinh tác dụng là được cứu độ, vì chư Phật, Bồ Tát từ bi, nên nói rằng "trong cửa Phật không bỏ một ai".

Hôm qua, Lý Hội trưởng bảo tôi cách đây hai ngày có một vị lão bà cư sĩ, đã hơn sáu mươi tuổi, thường đến Niệm Phật đường của chúng ta niệm Phật. Bà có bệnh, mà bệnh rất nặng, liền nói với Lý cư sĩ là bà sắp vãng sinh, nhờ Lý cư sĩ giúp bà lo hậu sự. Lý cư sĩ nói: "Ngày 26 này tôi phải đi Trung quốc, bà nếu có vãng sinh thì phải đi trước ngày này, tôi mới có thể lo hậu sự cho bà. Nếu bà đi sau ngày đó thì tôi không lo được."

Bà nói: "Được." Thế rồi đến ngày hôm qua, tức là ngày 20, bà nói đến 5 giờ chiều sẽ vãng sinh. Điều này trước đó mấy ngày bà cũng nói với người khác rồi. Hôm qua, quả đúng 5 giờ chiều, không sai lệch một giây một phút nào, bà thực sự vãng sinh. Lý cư sĩ nhận lời bà nên đứng ra lo hậu sự. Ông nói sau khi lo hậu sự rồi, đến ngày 25 thì mới hoàn tất viên mãn, ngày 26 ông sẽ đi Trung quốc.

Chuyện như thế này không chỉ xảy ra một lần, trước đây đã gặp như vậy nhiều lần rồi. Không chỉ là biết trước ngày giờ vãng sinh, mà còn có thể đi trước đó, hoặc chậm lại sau đó. Trong Phật pháp gọi là "sinh tử tự tại" (sống chết tùy ý muốn). Bà ấy có thể đi trước đó, cũng có thể đi sau đó, muốn đi ngày nào thì đi, đó thật là sinh tử tự tại. Một lão bà niệm Phật trong Niệm Phật Đường [mà được như thế].

Quý vị phải biết rằng, đó gọi là chúng sinh căn cơ đã chín muồi. Bà lão này thực sự đã thành tựu. Bà về làm Phật ở thế giới Tây phương Cực Lạc rồi. Cho nên tôi cũng thường nói, đạo trường thù thắng, Niệm Phật Đường thù thắng, không phải ở chỗ có đông người, mà ở chỗ thực sự vãng sinh được bao nhiêu người, đó mới gọi là thù thắng. Chúng ta xem trong sách Tây phương xác chỉ, Bồ Tát Giác Minh Diệu Hạnh cùng một nhóm người đồng tu, cả thảy chỉ có 12 người, tất cả 12 người đều được vãng sinh. Quý vị nói xem, thật thù thắng biết bao. [Đạo trường] thù thắng hay không phải xét ở điểm này. Đông người thì ồn ào náo nhiệt, có gì là thù thắng?

Niệm Phật nhờ đâu có thể vãng sinh? Những ý nghĩa, phương pháp, phạm vi này, chúng ta hiện nay đã hiểu được cũng khá rõ ràng rồi. Tu học theo đúng lý, đúng pháp thì như các bậc đại đức xưa đã nói: "Muôn người tu, muôn người vãng sinh." Đó là sự thật. Nói chung tu hành [niệm Phật] không thể vãng sinh là do quý vị đối với thế gian này còn có sự lưu luyến, đó cũng gọi là không buông xả được. Điều này thực sự là chướng ngại.

Chúng ta mỗi ngày đều tụng đọc Kinh điển Đại thừa, nhất định phải hiểu rõ được rằng thế gian này là hư ảo, không phải chân thật. Hết thảy những gì có hình tướng đều là hư vọng, hết thảy các pháp hữu vi đều như mộng ảo, như bọt nước, bất kể sự việc gì cũng đều không xem là chân thật, chỉ có việc niệm Phật cầu vãng sinh là chân thật, quyết tâm kiên định, người như vậy là tuổi thọ vô lượng, là sáng suốt vô lượng.

Vị lão bà cư sĩ hôm qua vừa vãng sinh, trước đó khi bà đến đây niệm Phật, nhiễu Phật cũng đều là tuổi thọ vô lượng, đều là sáng suốt vô lượng. Vãng sinh đó là sống mà vãng sinh, không phải chết rồi mới vãng sinh. Phật pháp như vậy gọi là Phật pháp thành tựu khi đang sống. Sinh về thế giới Tây phương Cực Lạc thì cái túi da hôi thối này không cần đến nữa, vất bỏ hẳn đi, chuyển đổi một thân thể khác, chuyển sang một thân thể không khác với thân Phật A-di-đà. Trong kinh cho chúng ta biết đó là "tử ma chân kim sắc thân" (sắc thân bằng vàng ròng tử ma),[1] tướng tốt vẻ đẹp rực rỡ tươi sáng so với Phật hoàn toàn tương đồng.

---

[1] Tử ma chân kim: vàng ròng tử ma, một loại vàng quý hiếm nhất được đề cập đến trong kinh điển, có màu vàng sáng ngã sang màu đỏ tía rất đẹp.

Thế giới Tây phương Cực Lạc là thế giới bình đẳng, đó mới là chân thật, ngoài ra thì mọi thứ đều là giả. Đã là giả thì giữ trong lòng để làm gì? Chúng ta phải hiểu rõ được ý nghĩa này, phải nhận biết được sự thật này.

Dứt ác tu thiện là căn bản của việc học Phật, là điều kiện phải có để được vãng sinh. Khi giảng kinh tôi cũng đặc biệt nhấn mạnh, đã sinh về thế giới Tây phương Cực Lạc thì mỗi người đều là bậc thượng thiện, ắt phải có đủ các điều kiện của bậc thượng thiện.

Về bậc thượng thiện, tôi đã có nói qua, tâm phải thiện, ý phải thiện, công hạnh phải thiện, trong đời sống thường ngày, đối đãi với người, tiếp xúc muôn vật không một mảy may ác ý. Chúng ta có đủ được những điều kiện này thì niệm Phật mới được vãng sinh.

Do đó có thể biết rằng, có rất nhiều người niệm Phật, suốt một đời niệm Phật, cuối cùng không thể vãng sinh. Đại đa số là vậy. Ngày trước khi tôi ở Đài Trung, lão sư Lý Bỉnh Nam thường nói với tôi: "Muôn người niệm Phật, thực sự được vãng sinh chỉ vài ba người mà thôi."

Vì sao có hiện trạng như vậy? Nguyên nhân này hiện nay chúng ta đã hiểu được rồi. Niệm Phật rất tốt, cũng hết sức tinh tấn, dũng mãnh, trì giới thật tinh nghiêm, nhưng vẫn không thể vãng sinh. Nguyên nhân là gì? Vì ba tiêu chuẩn tâm thiện, ý thiện, công hạnh thiện vẫn chưa đạt được. Trong hoàn cảnh thuận vẫn còn khởi sinh tham ái, trong hoàn cảnh trái nghịch vẫn còn khởi sinh sân hận. Như vậy thì không thể vãng sinh. Điều này chúng ta phải hiểu rõ thật sáng tỏ.

Thế nào là ác niệm, thế nào là ác hạnh, đặc biệt cũng phải nhận hiểu rõ. Điều ác dứt trừ được hết thì đó chính là thiện. Cho nên, trong Cảm ứng thiên giảng về quả báo xấu ác rất nhiều, không chỉ nhiều hơn nói về quả báo hiền thiện một phần. Chúng ta xem về phân lượng thì giảng về quả báo hiền thiện chỉ một phần tư, trong khi giảng về quả báo xấu ác có đến ba phần tư.

Câu đầu tiên [của chương này] là nói tổng quát: "Cẩu hoặc phi nghĩa nhi động, bội lý nhi hành." (Nếu như nghĩ điều phi nghĩa, làm việc trái lẽ.) Phần chú giải của câu này nói rất rõ: "Từ nay đến chết luôn ghi nhớ, rõ ràng làm ác là chuốc điều tai họa. Hai câu này nêu lên đề cương bao quát." Ở đây nói hai câu này là cương lĩnh tổng quát.

Lại trong chú giải nói rất hay: "Nghĩ là khởi lên trong lòng, làm là thể hiện thành sự việc."

Ở đây, "động" là khởi tâm động niệm, đó là nói tâm xấu ác, ý xấu ác. "Làm việc trái lẽ" là làm việc xấu ác, so với thiện tâm, thiện ý, thiện hạnh là hoàn toàn trái ngược.

Nói "nghĩ điều phi nghĩa", chữ "nghĩa" ở đây là nghĩa lý, chỉ một chữ này [hiểu theo] tiêu chuẩn sâu cạn đã khác nhau rất nhiều.

Theo tiêu chuẩn [sâu xa] của Đại thừa, "nghĩa" ở đây là đức của tự tánh. Những ý niệm nào không phù hợp với đức của tự tánh thì đều là xấu ác. Tiêu chuẩn dựa theo đức của tự tánh là rất cao, là tiêu chuẩn của hàng Bồ Tát. Chúng ta lấy một ví dụ trong Đàn kinh mà nói, Đại sư Huệ Năng dạy rằng "bản lai vô nhất vật" (xưa nay không một vật), nên chỉ cần "có một vật" là đã sai rồi. Vì thế, Thiền tông [có câu nói rằng]: "Niệm một tiếng Phật, súc miệng ba ngày còn chưa sạch." Nói như vậy có ý nghĩa gì không? Quả thật có ý nghĩa. Trong tâm xưa nay vốn không có một vật, Phật từ đâu đến?

Quý vị xem, ngay cả việc niệm Phật còn là sai lầm, trong lòng khởi lên bất kỳ ý niệm gì, dù nghĩ đến Phật cũng là sai trái, huống chi nghĩ đến chuyện gì khác? Chúng ta thử đặt lại câu hỏi, trong tâm không có bất cứ điều gì, không có bất cứ ý niệm gì, như vậy đúng hay không? Không đúng, như vậy vẫn là sai lầm. Sai lầm như thế nào? Đó là quý vị rơi vào vô minh. Quý vị thực sự không nghĩ tưởng gì trong tâm, tương lai quý vị sẽ sinh về đâu? Sinh về cõi trời Vô tưởng. [Sinh về] cõi trời Vô tưởng đều là ngoại đạo.

Như vậy, quý vị nói khởi tâm động niệm là sai, không khởi tâm động niệm cũng là sai, rốt lại phải làm thế nào? Các bậc tổ sư, đại đức thường đến chỗ then chốt này thì không nói nữa, quý vị phải tự mình tham cứu.

Sự tu học Phật pháp, bất kể là Đại thừa hay Tiểu thừa, đều phải ghi nhớ một cương lĩnh chung, một nguyên tắc chung, đó là định và tuệ phải song song tu học. Có định mà không có tuệ thì rơi vào vô minh. Có tuệ mà không có định thì rơi vào vọng tưởng. Vô minh và vọng tưởng, cả hai bên đều không rơi vào, đó gọi là "định tuệ cùng học", cũng gọi là "phước tuệ cùng tu". Mọi thứ đều rõ biết, đó là tuệ. An nhiên không lay động, đó là định. Trong lúc an nhiên không lay động thì cũng đồng thời mọi thứ đều rõ biết. Trong lúc mọi thứ đều rõ biết thì cũng đồng thời an nhiên không lay động. Đó là công phu chân thật.

Bất kể rơi vào hoàn cảnh thuận hay nghịch, gặp phải thiện duyên hay ác duyên, đối với hành giả đều không thấy trở ngại. Bên ngoài không bám chấp hình tướng, bên trong không dao động nội tâm, sáng tỏ rõ ràng. Kinh điển Đại thừa thường nói là "tĩnh lặng mà sáng suốt, sáng suốt mà tĩnh lặng". Tĩnh lặng là an nhiên không lay động, sáng suốt là mọi thứ đều rõ biết. Cho nên, bất kể làm gì thì vẫn luôn sống trong định tuệ, so với kẻ phàm phu hoàn toàn khác biệt.

Cảnh giới ấy rất cao, những người mới học như chúng ta nhất định không đạt đến. Không thể đạt đến thì tiêu chuẩn hiểu về chữ "nghĩa" ở đây cần phải hạ thấp xuống. Hạ xuống đến tiêu chuẩn thấp nhất, như tôi thường khuyên mọi người là, vâng theo lời răn dạy của Phật, đó là "nghĩa", hiểu theo trình độ của chúng ta hiện nay.

Chúng ta y theo kinh Vô Lượng Thọ, y theo Cảm ứng thiên. Cảm ứng thiên có thể thể dựa theo được, tuy không phải là kinh Phật, nhưng được Tổ Ấn Quang đề xướng. Những gì trong Cảm ứng thiên giảng giải đều chính là [lời Phật dạy]: "Không làm các việc ác, thành tựu các hạnh lành." Trong chú giải của sách Vị biên cũng có [lời Phật dạy]: "Tự làm trong sạch tâm ý." Những điều này so với lời Phật dạy không khác, chúng ta nên dựa vào, nên y theo, [tu tập] thành tựu thiện tâm, thiện ý, thiện hạnh của mình.

Cho nên, mỗi lúc khởi tâm động niệm đều phải thường tự suy ngẫm xem ý niệm của mình, tư tưởng của mình có thuận theo lời Phật dạy hay không? Nếu theo như trong kinh điển đức Phật không cho phép những suy nghĩ như vậy, không cho phép ta khởi lên ý niệm như vậy thì phải nhanh chóng buông bỏ đi. Nếu trong kinh điển đức Phật có cho phép những suy nghĩ như vậy, khuyến khích chúng ta khởi lên những ý niệm như vậy, thì nhất định phải sinh khởi những ý niệm đó.

Hôm nay nói thật với mọi người, trong pháp môn Tịnh độ chỉ nhờ có "đới nghiệp vãng sinh" (mang theo nghiệp cũ mà vãng sinh) chúng ta mới có thể làm được. [Để có thể] "đới nghiệp vãng sinh", Phật dạy chúng ta phải chấp trì danh hiệu [Phật]. Vì thế, đối với thiền học, quả thật chúng ta ngay cả mép ngoài cũng không chạm được tới, vì cảnh giới ấy cao siêu quá. Chúng ta [tu tập là] từ chỗ có đi đến chỗ không, hành giả tu thiền là từ chỗ không đến chỗ có.

Phương pháp [niệm Phật] của chúng ta ngày nay là từ chỗ có đi đến chỗ không. Phật dạy chúng ta niệm Phật, nhớ tưởng đến Phật. Nhớ tưởng là nghĩ tưởng, chúng ta ngày ngày nghĩ tưởng đến Phật, nghĩ tưởng đến tướng hảo của Phật, nghĩ tưởng đến sự sáng suốt của Phật, nghĩ tưởng đến tâm lượng của Phật, nghĩ tưởng đến công hạnh của Phật. Nghĩ tưởng nhiều rồi thì chúng ta dần dần trở nên tương tự như Phật, phát nguyện cầu vãng sinh liền có thể được vãng sinh.

Nếu như trái lời Phật dạy, hành động trái ngược với đức của tự tánh, đó là đại ác. Chúng ta bình thường chỉ nói như thế là sai lầm, trong Cảm ứng thiên ở chỗ này gọi là đại ác. Hai câu này là nguồn gốc của những điều đại ác: "Nghĩ điều phi nghĩa, làm việc trái lẽ."

Hai câu này vừa mới nghe qua thật hết sức ôn hòa, nhưng ý nghĩa quở trách [sự sai lầm của] chúng ta thật hết sức sâu xa. Chúng ta phải thể hội, nhận hiểu thật thấu đáo.

Bài giảng thứ 86

(Giảng ngày 22 tháng 8 năm 1999 tại Tịnh Tông Học Hội Singapore, file thứ 87, số hồ sơ: 19-012-0087)

Thưa quý vị đồng học, cùng tất cả mọi người.

Trước đây đã giới thiệu xong phần quả báo hiền thiện trong Cảm ứng thiên. Kể từ đoạn thứ 37 trở về sau là một đoạn văn rất dài giảng về quả báo xấu ác. Mở đầu là hai câu cho chúng ta biết nguồn gốc khởi sinh những quả báo xấu ác: "Cẩu hoặc phi nghĩa nhi động, bội lý nhi hành." (Nếu như nghĩ điều phi nghĩa, làm việc trái lẽ.)

Hai câu này ý nghĩa rất sâu sắc, người thời nay thường xem thường bỏ qua, bởi tâm ý thô tháo nên lơ là xem nhẹ. Văn chương của người xưa thường hết sức hàm súc, nhưng trong Cảm ứng thiên những lời văn hàm súc như vậy rất ít, đa phần đều hết sức rõ ràng, dễ hiểu. Tuy nhiên, hai câu này lại thuộc loại hàm súc, nghĩa lý hết sức sâu xa.

Thế nào là nghĩa, thế nào là lý? Hai chữ này không chỉ là đối với người học Phật, mà hết thảy người thế gian đều phải tuân theo. Nếu như không có hai chữ nghĩa lý này, thế gian nhất định sẽ hỗn loạn. Những người viết sử ở Trung quốc vào thời cổ đại, thường dùng hai chữ nghĩa lý này làm tiêu chuẩn thẩm định. Phù hợp với nghĩa lý thì gọi là thời an trị, đó là thiên hạ được trị vì yên ổn, cũng có nghĩa là việc trị nước rất tốt đẹp, xã hội bình an ổn định, phồn vinh, đời sống nhân dân được an vui hạnh phúc. Nếu là thời loạn lạc, xã hội không an định, rối loạn không trật tự, đời sống người dân hết sức khốn khổ, đó là khi chẳng còn ai trong xã hội tuân theo nghĩa lý.

Chúng ta ngày nay nhìn vào xã hội có vẻ như hết sức

phồn vinh, khoa học kỹ thuật phát triển, đời sống vật chất của con người được rất nhiều phương tiện thuận lợi. Thế nhưng nghĩa lý đích thực đã không còn nữa. Cho nên trong xã hội ngày nay chúng ta thấy rất rõ ràng, người giàu có không được vui vẻ, đời sống vật chất hết sức tốt đẹp mà tinh thần hết sức khốn khổ, trong lòng bất an. Vì thế, quý vị cần phải hiểu rằng, hạnh phúc chân thật là "tâm an lý đắc" (hiểu rõ lý lẽ thì tâm an ổn).

Tâm nhờ đâu được an? Vì đạt được nghĩa lý, tức là thấu hiểu rõ ràng, sáng tỏ, khởi tâm động niệm, hết thảy mọi việc làm, hành động, cũng tức là mọi sinh hoạt trong đời sống, trong công việc, trong đối đãi với người, tiếp xúc muôn vật, hết thảy đều phù hợp với nghĩa lý. Như vậy thì thân tâm đều được an ổn, đó mới thực sự là hạnh phúc mỹ mãn.

Nếu như không thấu hiểu được nghĩa lý thì đời sống của chúng ta nhất định sẽ tùy thuận phiền não, tùy thuận tập khí. Những tập khí này đều là tập khí xấu xa gây hại. Tôi vẫn thường nói hết sức nôm na dễ hiểu rằng đây là những tập khí tự tư tự lợi, tập khí tham lam mưu cầu danh lợi, tập khí tạo tác mười nghiệp ác. Những tập khí này mỗi ngày đều phát triển tăng thêm, không hề thấy giảm nhẹ đi.

Cho nên, trong thế kỷ 20 có rất nhiều người nói rằng đạo đức đã mất hết, đạo đức không tồn tại nữa. Nói đúng ra, đạo đức so với nghĩa lý cao hơn một bậc. Vấn đề này đúc kết lại ở đâu? Đúc kết lại vẫn là vấn đề thuộc về giáo dục. Thời đại này không có người dạy [đạo đức] nữa. Vì sao không có người dạy? Vì không có ai chịu học.

Nguyên nhân trong việc này hết sức phức tạp. Trung quốc vào thời cổ xưa, tuy nói là một đất nước nghèo yếu [hơn so với bây giờ], nhưng người dân ai ai cũng được an cư lạc nghiệp. Chúng ta quan sát kỹ trong lịch sử từ xưa đến nay, so sánh khắp mọi nơi, có thể nói một câu công bình là người dân Trung quốc [ngày xưa] hết sức lương thiện. Nhân tố tạo thành sự lương thiện này chính là sự giáo hóa qua nhiều ngàn năm của các bậc thánh hiền, thật là hết sức không dễ dàng. Thế nhưng cùng với sự phát triển của khoa học kỹ thuật, súng dài pháo lớn từ nước ngoài đổ vào đã phá tan đi nền văn hóa cổ xưa của Trung quốc. Từ đó, những người trẻ tuổi mê muội chạy theo văn minh vật chất phương Tây, phủ nhận hết toàn bộ nền văn minh tinh thần của Trung quốc, cho nên mới tạo thành kiếp nạn của ngày hôm nay.

Chúng ta nhớ đến nỗi ưu tư của Khổng tử, ngày nay ta đã thực sự nhìn thấy. Nỗi ưu tư của Khổng tử là: "Học mà không dạy, có lỗi mà không sửa." Hai câu này của ngài quả là lời vàng ngọc. Dạy ở đây là dạy cái học của thánh hiền. Có lỗi phải lập tức sửa đổi, đó là hành động phù hợp với nghĩa lý. Học mà không dạy [cho người khác] thì ai hiểu rõ được nghĩa, ai thấu triệt được lý? [Như vậy thì] có lỗi chẳng những không thể sửa, mà còn xem điều lỗi ấy là việc thiện, là việc tốt đẹp nên làm, chẳng phải nguy hiểm lắm sao?

Cho nên, câu tiếp theo [trong Cảm ứng thiên] nói rằng: "Dĩ ác vi năng, nhẫn tác tàn hại." (Lấy việc làm ác cho là tài năng, nhẫn tâm gây tàn hại.) Đây chính là những gì hiện nay chúng ta đang nhìn thấy trong xã hội này. Ngày nay, nếu mang đạo thánh hiền ra nói, người đời thấy được, nghe được sẽ sỉ nhục quý vị, sẽ bảo là quý vị lạc hậu rồi, quý vị không hợp thời. Họ hoàn toàn không có khả năng tiếp nhận. Cho nên, [người đời] đua nhau tạo ác nghiệp, trong lòng chỉ toàn tự tư tự lợi, tham lam, sân hận, si mê ngày một tăng trưởng, trong cuộc sống có thể nói là không việc ác nào không làm. Như thế cho nên mới chiêu cảm kiếp nạn hiện nay cùng thiên tai, nhân họa.

Tai họa do con người tạo ra, chúng ta hiện nay đều biết, chiến tranh vũ khí nguyên tử, chiến tranh hạt nhân, so với trong quá khứ thật hoàn toàn khác nhau. Kiểu chiến tranh hạt nhân này, theo trong kinh Phật nói thì đó là tiểu tam tai. Tiểu tam tai có khả năng đến trước rồi.

Những lời tiên tri thời cổ của phương Tây hiện nay lưu hành rất nhiều, quý vị hết sức dễ dàng tìm thấy. Tất cả đều nói rằng năm 2000 tới đây, thế kỷ này vừa hết sẽ là ngày tận thế. Hôm kia, Hiệp hội Hồi giáo mời tôi đến diễn giảng. Họ nêu vấn đề hỏi tôi: "Trong kinh Phật có nói đến ngày tận thế vào năm 2.000 này hay không?" Tôi trả lời họ rằng, tận thế là những lời [tiên tri] của phương Tây, của Cơ đốc giáo, của Thiên chúa giáo nói ra, trong Phật pháp hoàn toàn không nói như vậy. Trong Phật pháp chỉ nói đến việc có tai nạn, không nói ngày tận thế, nhân vì pháp vận của Phật vẫn còn đến chín ngàn năm. Pháp vận của đức Phật Thích-ca Mâu-ni kéo dài mười hai ngàn năm, giờ mới qua ba ngàn năm, vẫn còn lại chín ngàn năm. Nhưng vấn đề tai nạn thì chúng tôi cho là có khả năng có. Vì sao? Chúng tôi hiểu rõ ý nghĩa cảm ứng, gieo nhân lành gặt quả lành, gieo nhân ác phải chịu quả báo xấu ác. Nguyên nhân chiêu cảm thiên tai, nhân họa đều là ở chỗ này.

Cho nên, học rồi thì phải giảng dạy [cho người khác], chúng ta ở đây phải nỗ lực đề xướng việc này. Hiện tại nơi đây, đồng học chúng ta có được mười mấy vị pháp sư trẻ tuổi, tôi khuyên bảo, khuyến khích họ, trong gia đình các vị đồng tu có người nào vui vẻ chịu nghe đạo lý thánh hiền thì mỗi tuần nên đến nhà cư sĩ ấy giảng giải một lần, giảng trong một giờ hoặc một giờ rưỡi. Tôi nghĩ rằng giảng trong một giờ là thích hợp, vì người đời hiện nay tâm nhẫn nại không bằng ngày trước, giảng kéo dài người ta không thích nghe. Chỉ giảng một giờ thôi, còn nửa giờ thảo luận. Nghe giảng xong thì nêu ra vấn đề, rồi giải đáp, rồi thảo luận, mỗi tuần làm một lần như vậy.

Phương thức này trước đây lão cư sĩ Lý Bỉnh Nam ở Đài Trung đã thực hiện trong rất nhiều năm. Khi tôi mới vừa đến Đài Trung cầu học, gần như mỗi buổi chiều đều đến nhà cư sĩ để nghe giảng kinh. Ban đầu Lão sư tự mình đi giảng. Thầy không hề nghỉ ngơi, ngày thứ Hai giảng ở nhà cư sĩ họ Trương, sang thứ Ba giảng ở nhà cư sĩ họ Lý, đến thứ Tư lại giảng ở nhà cư sĩ họ Vương... cứ luân chuyển mà giảng ở nhiều nơi như vậy. Người đến nghe được khoảng mười mấy người, là người trong gia đình ấy cùng với bạn bè, láng giềng, chừng khoảng mười mấy hai mươi người. Mỗi ngày đều giảng, không hề dừng nghỉ.

Về sau thầy đào tạo một số học sinh giảng kinh chúng tôi. Thầy mở ra một lớp trong hai năm, đào tạo được khoảng hơn hai mươi người. Đào tạo thành công được hơn hai mươi người này rồi, phân chia đi giảng ở rất nhiều nhà cư sĩ, cũng theo phương thức luân phiên giảng. Cho nên, tôi nói với các bạn đồng học rằng, quý vị học một bộ kinh, ít nhất phải giảng giải bộ kinh ấy được mười lần. Giảng mười lần là theo phương thức nào? Mỗi tuần quý vị giảng bảy lần, đều là đến nhà cư sĩ giảng. Thứ Hai giảng tại một nhà, thứ Ba sang nhà khác... đến mỗi nhà đều giảng lại cùng một nội dung đó. Quý vị xem, như vậy [trong một tuần] quý vị giảng đoạn kinh văn đó được bảy lần, đến tuần thứ hai lại giảng đến đoạn kinh tiếp theo. Không thể nói là học xong một bộ kinh rồi mới mang ra giảng lại. Không phải vậy. Học đến đâu, giảng đến đó. Tuần này giảng giải một đoạn kinh, còn đoạn tiếp theo thì sao? Đoạn tiếp theo còn chưa học đến. Cách học thành tựu của chúng tôi là như vậy. Cho nên, học đến điều gì cũng hết sức tinh tường, hết sức nhuần nhuyễn, đích thực phù hợp với lời dạy của Khổng tử: Học rồi cần phải giảng dạy.

Việc học không thể không giảng dạy. Điều này có nghĩa là quý vị học một câu cần phải giảng dạy một câu, học một đoạn phải mang ra giảng dạy [cho người khác] một đoạn, mỗi ngày đều phải giảng dạy. Việc giảng dạy, khuyên bảo người khác cũng là khuyên bảo chính mình, hỗ trợ chính mình sửa lỗi hoàn thiện, ý nghĩa là ở chỗ này. Nếu như việc giảng giải [Kinh điển] thịnh hành ở nơi nào, nơi ấy nhất định được bình an, ổn định, người ở địa phương ấy nhất định hiểu rõ được nghĩa lý, nhất định có trí tuệ.

Người nào có thể hiểu rõ được nghĩa lý, có trí tuệ thì cuộc sống nhất định hết sức hạnh phúc. Bất kể là đời sống hiện tại giàu có hay nghèo túng, người ấy đều có thể sống ung dung tự tại, đều có thể hoan hỷ vui sống. Con người giàu sang phú quý hay nghèo hèn thiếu thốn đều là do đã tạo nhân khác nhau trong quá khứ. Cho nên, hiểu rõ được ý nghĩa này thì người giàu sang an ổn trong giàu sang, mà người nghèo khó cũng an ổn trong nghèo khó, xã hội như thế không thể rối loạn.

Ngày nay có nhiều người không hiểu biết, cho rằng sự hỗn loạn trong xã hội này là do khoảng cách khác biệt giàu nghèo tạo ra. Những người này chỉ nhìn thấy được hình thức bên ngoài của hiện tượng, họ không thấy được nguồn gốc của hiện tượng đó. Sự khác biệt giàu nghèo trong xã hội này là sự thật. Có thể nào làm cho quân bình như nhau hay không? Không thể nào. Vì sao vậy? Vì mỗi người tạo nhân, gieo nhân không giống nhau. Trồng dưa được dưa, trồng đậu hái đậu, làm sao có thể khiến cho dưa đậu trộn lẫn thành một loại giống nhau? Không thể được.

Người xưa vì sao có thể cai trị xã hội một cách hết sức tốt đẹp? Phải đem ý nghĩa [nhân quả] giảng giải thật rõ ràng, sáng tỏ. Người nghèo khổ hiểu rõ ý nghĩa này rồi, biết được rằng trong quá khứ mình đã không gieo nhân lành, nên hiện tại phải chấp nhận đời sống như thế này. Đã biết là phải chấp nhận thì họ sẽ vui vẻ chấp nhận, sẽ không gây rối loạn. Người giàu có cuộc sống dư thừa [khi hiểu được ý nghĩa nhân quả] cũng sẽ thường xuyên bố thí, cứu giúp những người nghèo khổ.

Ngày trước xã hội được bình an ổn định đều là nhờ [sự hiểu biết] ý nghĩa nhân quả. Người giàu sang biết rõ vì sao mình được giàu sang, là nhờ trong đời quá khứ làm việc bố thí nên nay được hưởng phước báo. Hiện tại đã được hưởng phước báo lại càng phải bố thí nhiều hơn, mong rằng đời sau được hưởng phước báo lớn hơn, nhiều hơn. Họ hiểu rõ ý nghĩa này nên vui thích làm việc bố thí. Người nghèo khổ cũng vui thích làm việc tu phúc. Tu phúc thì không tạo nghiệp ác, không làm những việc hại người lợi mình. Làm việc hại người lợi mình không phải là tu phúc.

Người người đều có tâm hiền thiện, ý hiền thiện, công hạnh hiền thiện, xã hội như vậy sao có thể không tốt đẹp? Đương nhiên sẽ hài hòa tốt đẹp. Nếu chúng ta nói về chủng tộc khác nhau, cũng có thể nói như vậy. Người giàu sang là một chủng tộc, người nghèo khổ cũng là một chủng tộc, hai chủng tộc này có thể vui vẻ sống chung hòa thuận, có thể hỗ trợ hợp tác cùng nhau, không khởi sinh mâu thuẫn, không nảy sinh xung đột, vấn đề xã hội đã được giải quyết.

Mọi người đều biết, tôn chỉ giáo dục của Phật pháp, các bậc tổ sư, đại đức vẫn thường nói là: "Phá mê khai ngộ, ly khổ đắc lạc." (Phá trừ si mê mở ra giác ngộ, lìa khổ được vui.) Nói được vui là được vui ngay trong hiện tại, không phải nói đời sau, kiếp sau mới được vui. Kiếp sau chúng ta còn chưa thấy được, phải được vui ngay trong hiện tại này.

Thời xưa ở Trung quốc đại lục, những người ăn mày, phải đi xin cơm ăn, nghe được Phật pháp cũng hoan hỷ vui mừng vô cùng. Vì sao họ vui mừng? Vì thấu hiểu rõ ràng được lý nhân quả. Tuy là người ăn mày, nhưng đối với những tài vật phi nghĩa họ cũng không nhận lấy, không cần đến. Họ giữ tròn bổn phận của mình. Quý vị nói xem, đây quả thật là điều khó làm, đáng quý, đáng cho mọi người tôn kính. Xã hội tôn xưng [những người ăn mày ấy] là "nghĩa cái", tức là ăn mày có đạo nghĩa.

Vào thời đức Phật Thích-ca Mâu-ni còn tại thế, ngài [và Tăng đoàn] sinh sống hằng ngày bằng cách đi khất thực, tức là ôm bình bát đi đến từng nhà. [Thật là một phương thức] thực sự có trí tuệ, có đạo đức, có học vấn. Ngài chọn phương thức này để dạy cho chúng ta một bài học rất lớn. Ngài dạy chúng ta điều gì? Một khi không tranh giành với người, không mong cầu gì ở đời, thì cuộc sống của quý vị hết sức ung dung tự tại. Người như vậy thì tâm được thanh tịnh biết bao, hoan hỷ biết bao, hoàn toàn không ưu tư, không phiền não, không trói buộc, cuộc sống hết sức đơn giản, càng đơn giản lại càng khỏe mạnh.

Về sự trụ thế của đức Phật Thích-ca Mâu-ni, trong thực tế ngài có thể trụ thế lâu dài, chỉ tiếc là không có người khải thỉnh, thỉnh cầu ngài trụ thế lâu hơn. Người đời có sự sơ sót thì Ma vương được thuận lợi. Ma vương Ba-tuần đến gặp Phật, yêu cầu Phật nhanh chóng nhập diệt, đừng ở lâu nơi thế gian này. Ma yêu cầu như vậy thì đức Phật gật đầu chấp thuận, đáp ứng yêu cầu của ma. Đức Phật nhập Niết-bàn như thế.

Sự việc này cho chúng ta một bài học. Chúng ta vì sao không thỉnh Phật trụ thế? Trong mười đại nguyện của Bồ Tát Phổ Hiền cũng dạy chúng ta: "[Lục giả] thỉnh chuyển pháp luân, [thất giả] thỉnh Phật trụ thế." (Nguyện thứ sáu thỉnh chuyển pháp luân, nguyện thứ bảy thỉnh Phật trụ thế.) Chúng ta [là đệ tử Phật] mỗi ngày không thỉnh Phật, nên ma đến thỉnh, đó là lỗi lầm của chúng ta. Đức Phật đã cho chúng ta một lời cảnh tỉnh, trong đó có hai việc. Thứ nhất là phải thân cận, gần gũi thiện tri thức. Cơ duyên [được gần gũi thiện tri thức] là ít có, khó gặp, nhất định phải gấp rút nắm chắc lấy, phải tận dụng. Thứ hai là phải thỉnh Phật trụ thế, phải thỉnh [Phật] chuyển pháp luân.

Trong thực tế, mười đại nguyện của Bồ Tát Phổ Hiền thì hai điều nguyện này là chủ yếu, là quan trọng thiết yếu nhất. Thỉnh chuyển pháp luân là [thỉnh người] giảng dạy. Bốn nguyện trước đó đều là sửa lỗi, bao gồm lễ kính chư Phật, xưng tán Như lai, rộng tu cúng dường, sám hối nghiệp chướng. Đó đều là sửa lỗi. Người có thể sửa lỗi thì có thể "thường tùy Phật học" (thường học theo Phật). Muốn thường học theo Phật thì phải có Phật trụ thế mới được. Phật không trụ thế, chúng ta học theo với ai? Cho nên mới có hai đại nguyện: "thỉnh chuyển pháp luân, thỉnh Phật trụ thế".

Chư Phật, Bồ Tát đích thực là như thế, chúng ta đọc trong Kinh điển Đại thừa thấy được rất nhiều. Chúng ta phải đặt lòng tin sâu vững, không thể hoài nghi. Chúng sinh có cảm thì chư Phật, Bồ Tát liền có ứng. Cảm ứng giao hòa trong đạo thể, mảy may không sai lệch. Chúng ta có lòng mong muốn học Phật pháp, chư Phật, Bồ Tát liền ứng hóa thị hiện đến nơi này. Nếu không có tâm nguyện mong muốn ấy thì chư Phật, Bồ Tát không hóa hiện đến. Các ngài đến như vậy không có ý nghĩa, không có tác dụng gì.

Cho nên, chư Phật, Bồ Tát trụ thế hay không, có hóa hiện đến giáo hóa hay không, vấn đề là ở phía chúng ta có chịu học Phật hay không? Có thật học hay không? Nếu là chịu học, là thật học thì chư Phật, Bồ Tát mới hóa hiện đến. Chỉ học hình thức bên ngoài, trong lòng không học theo thì chư Phật, Bồ Tát không đến, phải thực sự nỗ lực học tập mới được.

Vì thế, phải nhận hiểu rõ ràng nghĩa lý. Thuận theo nghĩa lý nhất định được quả báo tốt lành. Trái nghịch với nghĩa lý thì đó là đại ác. Cho nên lấy hai câu: "phi nghĩa nhi động, bội lý nhi hành" (nghĩ điều phi nghĩa, làm việc trái lẽ) này làm cương lĩnh chung [để xác định điều xấu ác] là rất có ý nghĩa.

Những sự việc nào trái với nghĩa lý? Tiếp theo sẽ nêu ra từng điều để nói rõ với chúng ta. Trong thực tế cũng không thể nêu ra hết được, chỉ là một số điều tiêu biểu, hy vọng chúng ta từ những điều tiêu biểu này mà có thể lĩnh hội, giác ngộ. Chúng ta hiện nay đối đãi với người, ứng đối với sự vật, sự việc, từ cách nghĩ, cách nhìn, cách làm, hết thảy đều là ác, chẳng phải thiện. Chỉ khi hiểu được rõ ràng, sáng tỏ như vậy chúng ta mới có thể quay đầu, dứt ác hướng thiện, không chỉ là có thể tự cứu lấy mình mà cũng có thể cứu vãn xã hội, cũng có thể hỗ trợ giúp đỡ chúng sinh, đó là đại thiện.

Hôm nay thời gian đã hết, chúng ta giảng đến đây thôi.

Bài giảng thứ 87

(Giảng ngày 4 tháng 9 năm 1999 tại Tịnh Tông Học Hội Singapore, file thứ 88, số hồ sơ: 19-012-0088)

Thưa quý vị đồng học, cùng tất cả mọi người.

Đoạn thứ 37 trong Thái thượng Cảm ứng Thiên, bắt đầu chương thứ tư, giảng đến quả báo xấu ác, dùng hai câu trước tiên làm cương lĩnh tổng quát [để xác định điều ác]: "Phi nghĩa nhi động, bội lý nhi hành." (Nghĩ điều phi nghĩa, làm việc trái lẽ.)

Hai chữ nghĩa lý ở đây [ý nghĩa] vô cùng sâu rộng. Có thể thấu hiểu rõ ràng nghĩa lý là bậc đại học vấn. Người Trung quốc xưa kia gọi đó là thật học. Thật học nghĩa là học vấn chân thật. Tiêu chuẩn của chân thật ở đây là gì? Là hoàn toàn có thể mang lại lợi ích thiết thực, không phải cái học cao siêu xa vời; là những điều tốt xấu, lành dữ, thiết thực đối với bản thân chúng ta, như vậy mới gọi là thật học.

Chúng ta lấy trường hợp của người xuất gia ra làm ví dụ, nghĩa là điều nên làm. Điều nên làm thì quý vị phải làm. Nói "nghĩ điều phi nghĩa", phi là không nên làm. Điều không nên, nếu quý vị làm thì đó là ác. Chẳng những là ác, mà là đại ác.

Thuận theo lý mà làm là thiện. Lý đó là gì? Lý là đức của tự tánh. Nếu trái nghịch với lý, đó cũng là đại ác. Chúng ta tuy có những lúc dường như không thấy rằng đây là điều ác rất lớn, đâu biết rằng tích lũy lâu ngày liền hóa thành đại ác. Đó là nhiều điều ác nhỏ dồn lại thành điều ác lớn, nhiều điều ác lớn dồn lại thành cực ác. Ý nghĩa là ở chỗ này.

Người xuất gia chúng ta phải tùy thuận nghĩa lý như thế nào? Đức Phật đã nêu gương cho chúng ta noi theo. Các vị Bồ

Tát đã nêu gương cho chúng ta noi theo. Các bậc Tổ sư qua nhiều đời cũng nêu gương cho chúng ta noi theo. Phật, Bồ Tát là những tấm gương theo đúng tiêu chuẩn tuyệt đối. Các bậc Tổ sư, đại đức là những tấm gương có phần linh hoạt nới lỏng. Vì sao vậy? Vì sợ chúng ta làm theo không nổi, cho nên có phần linh hoạt nới lỏng. Tuy nới lỏng nhưng vẫn không trái nghịch quá lớn, cho nên các ngài vẫn có thể thành tựu.

Nếu như quên mất hai chữ nghĩa lý này, ý nghĩ việc làm hoàn toàn trái nghịch nghĩa lý, người xuất gia như vậy nhất định sẽ đọa vào địa ngục A-tỳ. Điều này chúng ta phải rõ biết.

Đức Phật nêu gương cho chúng ta noi theo những gì? Là một lòng cầu đạo, tu đạo, hành đạo. Thế nào là đạo? Đạo là giới, định, tuệ chân thật. Đó là đại đạo. Đức Như Lai thuyết giảng hết thảy các pháp trong suốt một đời ngài, quy nạp lại chính là ba môn học giới, định, tuệ. Do đó có thể biết rằng, nghĩa lý cũng có ba tầng ý nghĩa. Ý nghĩa cao nhất của nghĩa lý là tuệ học, tiếp theo là định học và thấp nhất là giới học. Chúng ta khởi tâm động niệm, nói năng hành động có phù hợp, tương ứng với ba môn học này hay không? Chúng ta cần phải từ chỗ này mà xem xét.

Hai môn định, tuệ thật rất cao. Tuy cao nhưng vẫn cần phải học. Vì sao vậy? Vì không học thì [đường tu] không thể thành tựu. Nếu muốn thấu triệt lẽ sinh tử, thoát ra ngoài ba cõi, không có định tuệ thì không thể làm được.

[Tu tập] giới học đến mức thù thắng nhất cũng chỉ được hưởng phước báo trong hai cõi trời người mà thôi, không phải đọa vào ba đường ác. Quý vị nhất định phải nhận hiểu rõ ràng, nếu muốn ngay trong một đời này thấu triệt lẽ sinh tử, thoát ra ngoài ba cõi, cho dù có niệm Phật cầu sinh Tịnh độ cũng cần phải [tu tập] định tuệ. Công phu niệm Phật ở mức thấp nhất cũng phải đạt đến công phu kết thành một khối mới có thể được vãng sinh. Công phu kết thành một khối, đó là bước đầu của định tuệ. Không có điều này thì không thể vãng sinh.

Quý vị niệm Phật thật tốt, trì giới thật nghiêm, thì việc niệm Phật này cũng chỉ mang lại phước báo trong hai cõi trời người mà thôi. Cho nên, cần phải nhận hiểu cho thật rõ ràng thế nào là định, thế nào là tuệ.

Ở Trung quốc, bất kể là tông phái nào, bất kể là người học Phật nào, cũng đều đọc qua kinh Kim Cang. Kinh Kim Cang chính là tiêu chuẩn của định và tuệ. [Kinh dạy:] "Bất thủ ư tướng, như như bất động." (Không vướng mắc nơi hình tướng, an nhiên không lay động.) Đó là định tuệ. Đó là thiền định. Một lòng cầu sinh thế giới Tây phương Cực Lạc, đó là tuệ. Nếu đối với cảnh giới bên ngoài vẫn còn bị dẫn dụ mê hoặc, sáu căn tiếp xúc với sáu trần vẫn còn dao động, người như vậy dù trì giới rất tốt, niệm Phật rất tốt cũng không thể vãng sinh.

Cho nên, muốn được vãng sinh phải chấm dứt được sự dẫn dụ mê hoặc, không để cảnh duyên bên ngoài làm dao động trong tâm, chỉ một lòng chuyên niệm. Người như vậy nhất định được vãng sinh. Chúng ta học Phật, mục tiêu cuối cùng là ở chỗ này, nhất định không thể làm sai.

[Những điều] phi nghĩa, trái lý, trong xã hội ngày nay chúng ta nhìn thấy quá nhiều. Rõ ràng dễ thấy nhất là việc tín đồ ưa thích một vị pháp sư, gần gũi thân cận vị pháp sư đó, trong chỗ ưa thích khởi sinh tình cảm. Đó là phi nghĩa, đó là trái lý. Pháp sư thì gắn bó, ve vuốt tín đồ vì tín đồ ấy có quyền thế, giàu có, sợ rằng vị "đại hộ pháp" này bỏ đi mất. Đó là phi nghĩa, đó là trái lý.

[Người ta] cúng dường bốn món thiết yếu[1] cho quý vị,

---

[1] Cúng dường bốn món thiết yếu: tức là tứ sự cúng dường, bao gồm cúng dường thực phẩm, thuốc men, y phục và chỗ trú ngụ. Vị tỳ-kheo tối thiểu cũng phải cần đến bốn món thiết yếu này để tu tập.

giúp quý vị sống thật thong thả thoải mái, đạo tâm hoàn toàn không có. Đối với người bình thường thì cho đây là vị đại hộ pháp, tốt lắm. Nhưng thật ra là gì? Trong mắt tôi thì đó là đại ma vương, không phải đại hộ pháp. Quý vị từ vô lượng kiếp đến nay không dễ dàng có được thân người trong kiếp này, được nghe Phật pháp, có được một cơ hội để giải thoát, ngay lúc ấy thì người này lôi kéo quý vị lại. Đó chính là ma vương. Ngày nay có rất nhiều người xem ma vương là thiện tri thức, xem mười nghiệp ác là thiện tri thức. Đó là sai lầm.

Đức Phật Thích-ca Mâu-ni vì chúng ta nêu tấm gương sáng. Quý vị là người xuất gia, công việc của quý vị trong một đời này là gì? Chúng ta suy ngẫm thật kỹ về cuộc đời đức Phật [sẽ thấy rõ], bao nhiêu danh tiếng, lợi dưỡng của thế gian, năm món dục trong sáu trần cảnh ngài đều buông bỏ hết sạch. Đó là điều trước tiên chúng ta phải học theo. Thứ hai, ngài gần như dành trọn thời gian, ngày đêm không nghỉ, dũng mãnh tinh tấn tu tập ba môn học giới, định, tuệ. [Đức Phật] tự mình tu học có chỗ tâm đắc, [mang ra] giáo hóa hết thảy chúng sinh, đó là công đức vô lượng. [Đức Phật] tự mình sống hết sức đơn giản, một bình bát với ba tấm y, trong lòng vĩnh viễn thanh tịnh, bình đẳng, giác ngộ. Người phàm phu chúng ta nhìn thấy đời sống của Phật thanh đạm khắc khổ, tự thân ngài trong [cuộc sống ấy] thụ hưởng niềm an lạc vô biên, chúng ta không cách gì tưởng tượng biết được. Điều này chúng ta phải hiểu thật rõ ràng.

Xin nói để quý vị được biết, chư Phật, Bồ Tát, các vị Tổ sư, đại đức không có vị nào xây dựng đạo trường. Đức Phật Thích-ca Mâu-ni suốt đời không có đạo trường. Tinh xá Trúc Lâm, tinh xá Kỳ Hoàn (vườn Kỳ thọ Cấp Cô Độc), những cơ sở ấy đều có chủ nhân, họ thỉnh cầu Phật đến đó hoằng pháp. Đức Phật chỉ ở tạm nơi đó thôi. Cho nên chúng ta đọc trong kinh Phật thấy ghi "Phật tại" (Phật ở tại), Phật đang ở tại một nơi nào đó, không nói là "Phật trụ". Khi nói [một người] trụ [ở đâu] tức là nhà của người ấy, có nhà mới trụ. Phật "ở tại" một nơi nào đó, so với "trụ" là không giống nhau. Nói "ở tại" là không có nhà, nói "trụ" là có nhà.[1]

Cho nên, chư Phật, Bồ Tát đều là những bậc đã giác ngộ thị hiện ra đời mà các ngài còn như vậy, người tu hành chúng ta phải tự xét xem mình là hạng người nào? Đều là phàm phu nghiệp chướng sâu nặng, nếu như thật có những sự việc [cám dỗ mê hoặc] như vậy phá hoại, sự nghiệp tu hành nhất định phải tiêu tan.

Cho nên, tôi thường khuyên các vị đồng tu, chân chánh học đạo thì phải làm theo giống như tôi trong việc này. Tôi rất may mắn, suốt một đời tôi không hề quản lý người khác, không quản sự việc, không quản tiền bạc, không có một việc gì phải bận tâm, cho nên mới có được đôi chút thành tựu [trong tu tập]. Nếu như bảo quý vị phải quản lý người khác, phải quản công việc, quản tiền bạc thì quý vị xem như tiêu đời rồi.

Chúng ta phải tự mình suy ngẫm, nghĩ cho thật kỹ, chúng ta vì việc gì mà xuất gia? Không thể làm trái với bản nguyện ấy.

Người xuất gia có nên xây dựng đạo trường hay không? [Quý vị] chiếm hữu một đạo trường thì so với người thường trong xã hội nào có khác gì? Trong công việc này là tranh danh đoạt lợi, vậy có làm hay không? Cứ làm đi, nếu quý vị

---

[1] Đây là một quan điểm giải thích khá mới mẻ của Hòa thượng. Tuy nhiên, trong thực tế thì chư đại đức dịch kinh xưa nay vẫn dùng cả hai cách nói này. Chúng tôi tìm thấy gần 700 bản kinh hiện còn trong Đại Chánh Tạng dùng chữ "Phật trụ", mà tiêu biểu là A-di-đà kinh sớ, soạn vào đời Tống của ngài Trí Viên. Mặt khác, các từ điển Hán Việt đều giải thích chữ "trụ" cũng có nghĩa "tạm trú", không hẳn phải là chủ nhà. Như từ điển Trần Văn Chánh đưa ví dụ: 我昨天在朋友家住了一夜 (Ngã tạc thiên tại bằng hữu gia trụ liễu nhất dạ. - *Hôm qua tôi ở trọ nhà bạn một đêm.) Chúng tôi nêu ra điều này để quý đồng tu không sinh tâm ngờ vực khi đọc Kinh điển.*

có phước báo này, quý vị cũng có thể đạt được đôi chút, nhưng chỉ trong chớp mắt là sẽ đi vào địa ngục A-tỳ.

Trong đời tôi, có người mang đạo trường dâng cúng cho tôi, tôi không nhận. Năm xưa, cư sĩ Giản Phong Văn hiến cúng đạo trường Hàng Châu Nam Lộ, tôi hỏi ông ấy: "Có phải ông muốn hại tôi không?" Ông ấy nghe hỏi thì sửng người, rồi nói: "Pháp sư, con sao lại hại thầy?" Tôi nói: "Ông hiến cúng đạo trường cho tôi, đó là hại tôi. Đạo trường này có cần phải quản lý hay không?" Ông ấy đáp: "Đương nhiên cần phải quản lý." Tôi lại hỏi: "Vậy có cần đến chi phí hay không?" Ông ấy đáp: "Đương nhiên phải cần đến chi phí." Tôi nói: "Thế không phải ông hại tôi sao?"

Cuối cùng tôi đưa ra điều kiện với ông ấy: "Ông hiến cúng đạo trường cho tôi cũng được, nhưng ông phải lo việc quản lý, lo việc chi tiêu." Ông ấy chấp nhận hoàn toàn. Như vậy thì được, tôi nhận. Tôi không quản đến mọi sự việc. Việc tôi nhận đạo trường này cũng như nhận cái hư danh thôi, thực sự không quản đến công việc, như vậy thì trong tâm tôi mới có sự chuyên nhất.

Mỗi ngày đều đọc kinh, lúc không đọc kinh thì suy ngẫm nghĩa kinh, mỗi giây mỗi phút đều ghi nhớ những lời Phật dạy trong tâm, tông môn gọi đó là nghi tình. Lâu ngày chầy tháng, không nhất định khi nào, gặp được cơ duyên nào đó tự nhiên có chỗ vỡ ra, ý nghĩa Phật dạy [trong kinh] liền hiểu rõ. Đó gọi là: "Đại nghi đại ngộ." (Nghi tình càng lớn, chỗ ngộ càng cao.) Nghi ở đây không phải hoài nghi, mà là [ý nghĩa] lý lẽ quá sâu xa nên chưa thấu hiểu ngay được. Chỉ cần thường nhớ nghĩ đến trong tâm, không biết được là đến lúc nào về sau, khi gặp cơ duyên liền bừng hiểu sáng tỏ.

Nếu như quý vị có việc phải để tâm lo nghĩ, quý vị mỗi ngày từ sáng đến tối nghĩ tưởng lung tung rối loạn, điều đó không chỉ gây chướng ngại cho sự khai ngộ, chướng ngại sự định tâm, mà cũng chướng ngại cả việc trì giới. Cả ba môn học giới, định, tuệ đều bị chướng ngại. Mỗi ngày từ sáng đến tối [trong tâm] sinh khởi những điều gì? Sinh khởi toàn là phiền não, toàn là vọng tưởng, phân biệt, bám chấp. Nói cách khác, quý vị đang tạo nghiệp, thật là quá sai lầm đến mức không còn gì sai lầm hơn.

Cho nên suốt một đời tôi, mỗi khi giảng kinh cũng thường nói đến điều này, đạo trường nhất định phải là của cư sĩ tại gia. Cư sĩ xây dựng đạo trường, lễ thỉnh người xuất gia đến hoằng pháp lợi sinh. Cũng giống như vào thời đức Phật Thích-ca Mâu-ni, đạo trường đều là của các vị quốc vương, đại thần, trưởng giả giàu có. Các vị này lễ thỉnh đức Phật đến giảng kinh thuyết pháp, cứu độ giáo hóa chúng sinh.

Người xuất gia đối với năm món dục trong sáu trần cảnh không một mảy may dính mắc nhiễm ô, như vậy là tốt. Thanh tịnh, tự tại, vĩnh viễn duy trì được trí tuệ cao minh của mình, dù một mảy may cũng không dính mắc nhiễm ô. Cho nên nhất định phải có tâm xuất trần, phải có tâm vượt ngoài thế tục. Nếu còn muốn tranh đoạt đạo trường, giành lấy đạo trường, chiếm hữu đạo trường, kiểm soát đạo trường, đó là tâm luân hồi. Tâm luân hồi thì dù có tham thiền, niệm Phật, giảng kinh, thuyết pháp cũng đều là nghiệp luân hồi, vẫn không ra khỏi được sáu đường luân hồi. Hơn nữa [còn tạo] tội nghiệp vô cùng nghiêm trọng. Nghiêm trọng ở chỗ nào? [Ở chỗ] quý vị mang chiêu bài [là đệ tử] Phật để tạo nghiệp luân hồi, cho nên quả báo phải vào địa ngục. Nếu như không mang chiêu bài [là đệ tử] Phật, quả báo chưa hẳn phải vào địa ngục. Chỉ cần mang chiêu bài [là đệ tử] Phật để làm những việc như vậy, không ai thoát khỏi địa ngục. Chúng ta cần phải hiểu rõ điều này.

Hai chữ nghĩa lý phải hiểu thật sáng tỏ. Hai chữ này [ý nghĩa] sâu rộng vô cùng. Cho nên các bậc cổ đức dạy ta "cùng lý tận tính" ([thấu hiểu] trọn lý tận tánh), đạt đến mức trọn vẹn đầy đủ nhất chính là quả vị Như Lai.

Là đệ tử Phật, bất kể là người xuất gia hay tại gia, đối với hai chữ nghĩa lý này phải nhận hiểu rõ ràng, sáng tỏ. Chúng ta biết được đến đâu phải thực hành đến đó, mà thấp nhất thì mọi người đều biết là năm giới với mười nghiệp lành.

Vâng theo lời Phật dạy là thuận với nghĩa lý. Trái lời Phật dạy thì đó là "phi nghĩa nhi động" (nghĩ điều phi nghĩa, làm việc trái lẽ). Phật dạy chúng ta hiếu dưỡng cha mẹ, chúng ta đã làm được chưa? Phật dạy chúng ta phụng sự bậc sư trưởng, chúng ta đã làm được chưa? Quý vị có thể hiếu dưỡng cha mẹ, phụng sự bậc sư trưởng thì đó là [đạt được] nghĩa lý nhỏ.

Sâu hơn nữa, rộng hơn nữa, trong kinh đức Phật dạy rằng: "Hết thảy nam giới đều [từng] là cha ta, hết thảy nữ giới đều [từng] là mẹ ta." Quý vị có thể đem tâm hiếu dưỡng cha mẹ mở rộng ra mà hiếu dưỡng đối với hết thảy kẻ nam người nữ, đó là quý vị [đạt được] nghĩa lý lớn, nhưng vẫn chưa phải là trọn vẹn rốt ráo.

[Đạt đến] trọn vẹn rốt ráo là như kinh Hoa Nghiêm nói: "Tình dữ vô tình, đồng viên chủng trí." ([Hết thảy] chúng sinh vô tình cũng như hữu tình đều trọn thành Phật trí.)[1] Không chỉ hiếu dưỡng đối với tất cả mọi người như đối với cha mẹ mình, mà đối với hết thảy các loài súc sinh, đối với hết thảy chúng sinh cũng đều hiếu dưỡng. Như vậy mới gọi là trọn vẹn rốt ráo. Đó là nghĩa lớn của chư Phật, Bồ Tát, là chân lý của chư Phật, Bồ Tát.

Chúng ta hiện nay chưa làm được như vậy. Nếu quý vị

---

[1] Chủng trí trong câu này là nói tắt của Nhất thiết chủng trí, là trí tuệ viên mãn rốt ráo nhất nên cũng là Phật trí. Theo luận Trí Độ thì có ba trí giải thoát từ thấp lên cao: Nhất thiết trí (của hàng Thanh văn, Duyên giác), Đạo chủng trí (của hàng Bồ Tát) và Nhất thiết chủng trí là trí tuệ viên mãn của Phật.

có thể đạt đến mức hiếu dưỡng, cung kính hết thảy nhân loại thì cũng đã xem là rất tốt rồi. Tạm thời không nói đến cả mười pháp giới, chỉ nói pháp giới con người. Quý vị có thể [đem sự hiếu dưỡng] mở rộng đến khắp nhân loại, như vậy đã xem là tốt lắm rồi.

Thế nào mới gọi là hiếu thuận? Phần trước tôi đã giảng đoạn nói đến "trung hiếu" rất nhiều. Thuận theo tự tánh chính là hiếu thuận, không phải thuận theo tình cảm. Thuận theo tình cảm con người là sai lầm, phải thuận theo đức của tự tánh. Những gì là đức của tự tánh? năm giới là đức của tự tánh, mười nghiệp lành là đức của tự tánh.

Nói cách khác, chúng ta [phạm vào năm giới như] giết hại, trộm cướp, tà dâm... đó là trái nghịch nghĩa lý, là bất hiếu. Chúng ta [phạm vào mười nghiệp ác như] nói dối, nói hai lưỡi... đó là trái với đức của tự tánh, là bất hiếu, là không [hiếu] thuận. Các bậc thánh nhân thế gian cũng như xuất thế gian dạy cho ta những tiêu chuẩn đã xác lập, chúng ta nhất định phải thuận theo, phù hợp với những tiêu chuẩn ấy, không thể trái nghịch. Đây là ranh giới phân biệt giữa thiện và ác.

Thế nhưng chúng ta làm việc thiện rất khó, rơi vào việc ác rất dễ, nguyên nhân là tại đâu? Là do tập khí từ vô lượng kiếp. Trong Kinh điển Phật dạy rất rõ ràng, chúng ta có đến 26 tâm sở phiền não, chỉ có 11 tâm sở thiện. Quý vị thử nghĩ xem, ác nhiều thiện ít, cho nên làm việc ác rất dễ, làm việc thiện rất khó. Ngay ở chỗ này phải có sự giác ngộ nhận biết cao độ, phải thực sự tỉnh giác. Người như thế gọi là khai ngộ, là giác ngộ.

Khống chế được tập khí phiền não của bản thân, hành động đều thuận theo nghĩa lý thì chúng ta sẽ được thành tựu.

Người xuất gia phải luôn ghi nhớ, tôi nói lời này thành thật, nếu như quý vị sở hữu đạo trường, quý vị nhất định phải đọa vào địa ngục A-tỳ.

Những người nào có thể giữ đạo trường? Phải là người đã đại triệt đại ngộ. Thời xưa, khi Phật giáo truyền sang Trung quốc thì người xuất gia mới quản lý các đạo trường. Quản lý đạo trường là những người nào? Đều là chư Phật, Bồ Tát thị hiện. Quản lý đạo trường là phục vụ người tu hành, đó là chư Phật, Bồ Tát, chẳng phải phàm phu. Nếu chúng ta là Phật, Bồ Tát thị hiện thì làm được, không có vấn đề. Quý vị làm là vì tâm đại từ đại bi nên làm một vị hộ pháp. Quản lý đạo tràng là người hộ pháp, không phải người tu hành theo pháp. Làm một vị hộ pháp [như vậy] thì quý vị là Bồ Tát, là Phật thị hiện.

Nếu như chúng ta tự biết mình chỉ là phàm phu, tập khí phiền não chưa dứt trừ hết thì không nên làm [chủ đạo trường]. Cho dù tập khí phiền não đã dứt trừ hết cũng còn phải xem duyên phần như thế nào. Không có duyên phần, miễn cưỡng [mà làm] không thể được.

Một đời này của chúng ta thời gian có hạn, hết sức ngắn ngủi. Nếu quý vị đã vào tuổi trung niên, quý vị có biết còn sống được bao nhiêu năm nữa hay chăng? Nếu tự cho mình sống được đến tám mươi, chín mươi, điều đó không chắc. Có rất nhiều người chết ở độ tuổi bốn, năm mươi. Trong số các đạo hữu đồng học với tôi thời mới xuất gia, khoảng ba phần tư nay đã không còn. Bọn họ đều qua đời ở tuổi bốn, năm mươi. "Hoàng tuyền lộ thượng vô lão thiếu." (Đường đến suối vàng không phân già trẻ.) Cho nên, mỗi một phút giây còn được sống, chúng ta đều phải luôn nắm chắc, không được lãng phí.

Bài giảng thứ 88

(Giảng ngày 5 tháng 9 năm 1999 tại Tịnh Tông Học Hội Singapore, file thứ 89, số hồ sơ: 19-012-0089)

Thưa quý vị đồng học, cùng tất cả mọi người.

Đoạn thứ 37 trong Cảm ứng thiên nói về cương lĩnh tổng quát [để xác định] quả báo xấu ác: "Phi nghĩa nhi động, bội lý nhi hành." (Nghĩ điều phi nghĩa, làm việc trái lẽ.) Câu này tôi đã giảng qua hai lần, hai chữ "nghĩa, lý" [dùng trong câu này] cực kỳ quan trọng thiết yếu, không chỉ là trong đạo làm người cần phải hiểu rõ [thuận theo], mà việc tu hành chứng quả cũng vĩnh viễn không được trái nghịch. Có thể nói [nghĩa lý này] sâu rộng vô cùng, là nguồn gốc của hết thảy mọi pháp lành trong thế gian cũng như xuất thế gian. Nếu thực sự phi nghĩa, trái lý lẽ, đó chính là nguồn gốc của mọi điều xấu ác.

Đức Thái thượng tại chỗ này đặc biệt thức tỉnh chúng ta. Theo trong Phật pháp mà nói thì nhận thức được hai chữ "nghĩa lý" này càng sâu xa, phẩm vị càng cao hơn. Đối với hai chữ này nhận thức được đến mức trọn vẹn đầy đủ thì đó là quả vị Như Lai. Cho nên, nhất định phải hiểu thật rõ ràng thế nào là nghĩa, thế nào là lý.

Phần cuối của chú giải có câu kết luận rất hay: "Duy ư nghĩa lý, kiến đắc tinh thục, cố thủ chi tuần chi, xuất ư tự nhiên." (Chỉ cần thấy biết tinh tường rõ rệt về nghĩa lý, giữ làm theo đó thì [mọi hành vi] đều phát xuất tự nhiên.) Phần trước là nói sự nhận biết về nghĩa lý, phần sau nói sự vận dụng nghĩa lý vào thực tế, cho nên mọi hành vi đều trở nên hết sức tự nhiên.

Vì sao chư Phật, Bồ Tát, các bậc thánh hiền có thể hành

xử hoàn toàn tự nhiên, khởi tâm động niệm, nói năng hành động đều có thể thuận theo nghĩa lý? Không gì khác hơn là nhờ vào sự nhận biết thấu triệt. Phàm phu chúng ta khởi tâm động niệm đều trái nghịch với nghĩa lý, [đó là do] đối với hai chữ này nhận thức không rõ ràng, nhận thức không được thấu triệt. Khiếm khuyết [của chúng ta] là ở chỗ này.

Câu tiếp theo là: "Dĩ ác vi năng." (Lấy việc làm ác cho là tài năng.) Chúng ta nhất định không được xem thường câu này. Vì sao vậy? Câu này chính là [nói đúng] khuyết điểm của bản thân chúng ta. Phạm vi của cái ác quá lớn, quá rộng. Tiêu chuẩn trong Phật pháp để xác định thiện ác là gì? Khởi tâm động niệm, tất cả đều vì bản thân mình, đó là ác. Khởi tâm động niệm, tất cả đều vì người khác, đó là thiện.

Vì sao áp dụng tiêu chuẩn phân biệt này? Người đời nghe qua đều nghi hoặc. Có người nào lại không vì bản thân mình? Vì bản thân mình thì có gì là sai chứ? Mỗi người đều cho rằng vì bản thân mình là chuyện đúng đắn. Đặc biệt là trong xã hội hiện đại còn có quyền riêng tư, khắp nơi đều luôn tìm kiếm mọi phương cách làm sao để có thể bảo vệ mỗi cá nhân khỏi sự gây hại từ người khác. Pháp luật cũng bảo vệ điều này. Vì sao đức Phật lại nói như vậy là ác?

Tiêu chuẩn, dụng ý của đức Phật, chúng ta cần phải hiểu rõ. Tiêu chuẩn của thế gian là không ra khỏi luân hồi, không vượt ngoài ba cõi. Tiêu chuẩn của Phật pháp là dạy chúng ta thấu triệt sinh tử, thoát khỏi luân hồi, vượt ngoài ba cõi. Nghiệp nhân nào đưa chúng sinh vào ba cõi sáu đường? Chính là ngã chấp, là sự bám chấp vào bản ngã. Chúng ta cần phải hiểu rõ ý nghĩa này. Quý vị hiểu được rồi thì sẽ thấy tiêu chuẩn xác định [thiện ác] của đức Phật đưa ra là chính xác.

Đức Phật đem nguyên nhân [chấp ngã] này quy vào ba nhóm lớn là: vọng tưởng, phân biệt và bám chấp. Hiện nay tôi dùng cách nói như vậy thì mọi người đều dễ hiểu, trong kinh Phật dùng các thuật ngữ là phiền não "vô minh, kiến tư, trần sa". Vô minh chính là vọng tưởng, trần sa là phân biệt, kiến tư là bám chấp. Quý vị có đủ ba loại phiền não này thì là chúng sinh trong sáu đường [luân hồi].

Trong [nhóm phiền não] bám chấp thì nghiêm trọng nhất là [bám chấp vào] bản ngã. Khởi tâm động niệm, [mọi thứ] đều là vì bản ngã. Sự bám chấp vào bản ngã là nguồn gốc của muôn điều xấu ác. Cho nên, hôm nay [nói đến] "dĩ ác vi năng" (lấy việc làm ác cho là tài năng), chúng ta hãy tự nghĩ xem bản thân mình có phải như vậy không? Quả là đúng vậy, không sai chút nào. Hết thảy đều tự cho mình là đúng, tự cho mình là tài năng. Một ngày nào đó giác ngộ rồi, buông bỏ sự bám chấp vào bản ngã, không còn quay trở lại bám chấp vào bản ngã, không còn trở lại bám chấp vào những điều tự tư tự lợi, khởi tâm động niệm đều có thể vì hết thảy chúng sinh, đó là thiện.

Cho nên Phật dạy tham, sân, si là phiền não ba độc, ngược lại thì không tham, không sân, không si là ba căn lành. Hết thảy các pháp lành đều từ nơi không tham, không sân, không si mà sinh khởi. Đức Phật dạy như vậy là rõ ràng, sáng tỏ, thực sự giúp chúng ta giải quyết được vấn đề. Chúng ta tự mình phải nhận hiểu rõ ràng, phải nhận thức sáng tỏ sự việc này.

Đức Phật dạy đệ tử, mỗi ngày ít nhất phải có hai thời khóa công phu sáng tối. Ý nghĩa của hai thời khóa công phu sáng tối tôi cũng đã giảng qua nhiều lần. Thời công phu sáng là tự cảnh tỉnh mình. Thời công phu tối là tự nhìn lại, phản tỉnh, tự kiểm điểm [lỗi lầm trong ngày], sám hối, sửa lỗi để hoàn thiện chính mình. Mỗi ngày đều sám hối, mỗi ngày đều phản tỉnh, mỗi ngày đều sửa lỗi, đó gọi là chân chánh tu hành, ba môn học giới, định, tuệ của chúng ta mới có thể tăng trưởng, phát triển.

[Ý nghĩa hai chữ] nghĩa lý càng được nhận biết thấu triệt, quý vị càng buông xả được nhiều hơn. Người buông xả được tự tư tự lợi thì gọi là bắt đầu giác ngộ. Quý vị bắt đầu giác ngộ rồi, từ trên nền tảng đó phải không ngừng hướng thượng vươn lên. Nếu nói theo quả vị của hàng Bồ Tát Đại thừa thì bắt đầu giác ngộ là Bồ Tát ở giai vị Sơ tín. Vươn lên nữa [phải vượt qua] 52 giai vị mới đạt đến quả vị rốt ráo viên mãn.

[Hiểu được như vậy] rồi quý vị mới hiểu được hai chữ "kiến đạo" (thấy đạo) trong nhà Phật. Thế nào là đạo? Nói theo vấn đề chúng ta đang bàn ở đây thì nghĩa lý chính là đạo. Nhận biết về nghĩa lý càng thấu triệt thì phẩm vị [tu tập] của quý vị càng cao hơn, từ Thập tín lên đến Thập trụ, Thập hạnh, Thập hồi hướng, Thập địa, cho đến Đẳng giác, Diệu giác rồi viên mãn. Quý vị thử nghĩ xem, đó chẳng phải là như trong kinh Hoa Nghiêm nói: "Nhất tức nhất thiết, nhất thiết tức nhất" (Một là tất cả, tất cả là một) đó sao? Hoàn toàn không sai chút nào.

Phần chú giải của bốn chữ "dĩ ác vi năng" (lấy việc làm ác cho là tài năng) nói rất hay: "Bốn chữ này chính là căn bệnh của hết thảy những kẻ ác lớn nhỏ trong ngàn vạn đời qua, cho nên xếp ở hàng đầu trong tất cả các điều ác."

Câu này rất hay, không sai chút nào. Chúng sinh trong sáu đường, có ai không "lấy việc ác cho là tài năng"? Ai là người giác ngộ? Ai là người quay đầu hướng thiện? Thời xưa đọc sách thánh hiền, đọc kinh Phật thì mới được khai ngộ. Khai ngộ là đối với việc này có thể xem như nhận hiểu được một vài phần. Người thời nay không đọc sách thánh hiền, cũng không tìm cầu pháp Phật, nên căn bệnh "lấy việc ác cho là tài năng" từ trước đến nay đã được nuôi dưỡng thành tập quán, cũng giống như dùng chất gây nghiện, đã thành nghiện ngập rồi, không cách gì dứt bỏ được.

Lúc ấy phải làm sao? Chư Phật, Bồ Tát vốn luôn từ bi,

cho nên ngày nay muốn cứu vãn [sự suy thoái đạo đức trong] cuộc đời, trong lòng người, dạy cho mọi người hiểu rõ nghĩa lý, khuyên bảo mọi người dứt ác tu thiện, chỉ có thể dựa vào nền giáo dục của tôn giáo. Giáo dục xã hội đã không giảng dạy được nội dung này, hầu như là không có khả năng, nên chỉ có thể dựa vào giáo dục tôn giáo để bổ sung vào.

Lần này tôi đến Australia, nghe các vị đồng tu ở đó nói rằng chính phủ Australia đã có luật quy định việc học sinh tiểu học trong các nhà trường, nếu có vài ba em tin theo tôn giáo khác [với Thiên chúa giáo] thì phụ huynh có thể yêu cầu nhà trường mời thầy dạy [về tôn giáo ấy để dạy riêng] cho các em đó. Chính phủ Australia hiện nay đã khảo sát đến vấn đề này. Giáo dục tôn giáo bắt đầu từ đâu? Từ trong vườn trẻ mẫu giáo, từ bậc tiểu học. Hay lắm, như vậy là thực sự hiểu rõ được vấn đề. Cho nên họ nhờ tôi giúp biên soạn giáo trình dạy về tôn giáo cho các em nhỏ. Tôi đã mang các thông tin ấy về đây.

Hiện nay giáo trình tôn giáo dạy ở bậc tiểu học là một quyển "Thích-ca Mâu-ni Phật truyện ký" do Đài Loan in ấn, được dùng làm sách giáo khoa. Các em nhỏ trong vườn trẻ mẫu giáo phải dùng giáo trình có hình ảnh là chủ yếu, càng ít chữ càng tốt, dùng để bắt đầu triển khai giáo dục [tôn giáo] cho các cháu ở độ tuổi mẫu giáo trong vườn trẻ.

Ngày nay ở nước ngoài, tôi tin rằng Australia chịu ảnh hưởng của người Anh nên đã nghĩ đến việc giáo dục đạo đức phải bắt đầu từ tuổi nhỏ. Các cháu mẫu giáo cho đến học sinh bậc tiểu học, trung học, đại học đều có môn học tôn giáo. Các em thuộc tín ngưỡng, tôn giáo nào cũng đều có thể mời thầy dạy thuộc tôn giáo ấy đến truyền dạy. Điều này rất đáng cho chúng ta tôn kính, rất đáng ngợi khen tán thán, rất đáng cho chúng ta phổ biến, tuyên dương. Người ta có điểm tốt như vậy, chúng ta phải học tập theo.

Trung quốc là một quốc gia Phật giáo, hiện nay vẫn chưa nghĩ đến việc [giáo dục tôn giáo cho trẻ em] như thế. Nước ngoài [như Australia] là một quốc gia Cơ đốc giáo, Thiên chúa giáo, vậy mà họ đã nghĩ đến việc này rồi. Hơn nữa, tâm lượng của họ lại lớn lao, có thể bao dung bất kể tôn giáo nào. Cho dù quý vị tin theo tôn giáo nào cũng đều có thể yêu cầu nhà trường mời thầy thuộc tôn giáo đó đến dạy. Cũng không có sự giới hạn yêu cầu phải là đa số học sinh, chỉ cần vài ba em học sinh [có nhu cầu] là đã có thể yêu cầu nhà trường mời thầy dạy. Nếu như trong trường học có một số học sinh thuộc gia đình tin theo Phật giáo, phụ huynh có thể [yêu cầu nhà trường] mời các vị pháp sư đến dạy đạo cho các em.

Chúng ta thấy nghe qua sự việc này, rất đáng để tự phản tỉnh suy ngẫm sâu xa. Thế kỷ [21] tới đây, sự phát triển quốc gia lớn mạnh sẽ không phụ thuộc vào khoa học kỹ thuật, mà phụ thuộc vào đạo đức. Khoa học kỹ thuật phát triển hơn nữa, công thương nghiệp phát triển hơn nữa, nhưng giữa người với người không có lòng thương yêu, hết thảy mọi sự giao tiếp đều dựa trên tiêu chuẩn lợi nhuận, [giao tiếp] có lợi là bạn bè, không có lợi là thù địch, như vậy sao có thể được? Xã hội như thế làm sao không hỗn loạn? Đất nước như vậy đầy dẫy các nguy cơ. Nguy cơ không đến từ bên ngoài. Nguy cơ ở ngay trong nội bộ đất nước.

Cho nên, những bậc cao minh trí tuệ ở thế gian, các bậc chí sĩ nhân ái, đều nhìn thấy được nguyên nhân của vấn đề này, phải dùng giáo dục tôn giáo để bổ sung vào, phải giáo dục bồi dưỡng đạo đức [cho người dân]. Trung quốc từ xưa đến nay, vào thời Hán Vũ Đế đã chính thức lấy học thuyết Khổng Mạnh làm phương châm giáo dục. Chính sách đó kéo dài cho đến triều Mãn Thanh vẫn không hề thay đổi, thực hiện trải qua không dưới hai ngàn năm. Cho đến thời đại Dân quốc, chỉ còn biết học theo phương Tây, vất bỏ hết những lời răn dạy của thánh hiền xưa, nên trăm năm gần đây phải chịu nhiều khổ nạn lớn lao. Phải biết rõ, nguyên nhân khổ nạn từ đâu đến? Vì đem phương pháp từ xưa của tổ tông vất bỏ đi nên phải gặp khổ nạn.

Nhật Bản chỉ là một đất nước nhỏ như thế mà có thể trở thành cường quốc trên thế giới, đó là dựa vào đâu? Là dựa vào nền giáo dục theo Nho gia của Trung quốc. Chúng ta từ bỏ, còn họ học làm theo, họ giữ gìn không để mất, một mặt khác họ lại học theo khoa học kỹ thuật của phương Tây. Cho nên Nhật Bản trở thành cường quốc số một trên thế giới, người phương Tây đối với họ ngưỡng mộ mà không theo kịp.

Chúng ta thực sự có những điều tốt đẹp [trong văn hóa], người phương Tây hiện nay đã phát hiện được, họ thu thập để học theo. Chúng ta nếu không chịu giác ngộ hiểu ra, vẫn không thể đón đầu chạy đuổi thì trong vài ba mươi năm nữa, họ phát triển lên rồi, Trung quốc sẽ thành suy thoái, lạc hậu. Điều này thật đáng cho chúng ta tự cảnh tỉnh lo sợ, hy vọng mọi người chúng ta đều có lòng cảnh giác.

Đọc Cảm ứng thiên cần phải đọc giống như đọc kinh Phật, phải hiểu sâu nghĩa lý, phải thực sự nỗ lực phản tỉnh, phải tìm cho ra tất cả những nguyên nhân căn cơ, vì sao chúng ta không thể tu thiện, không thể khai ngộ, không thể thành tựu. Sau đó mới [đem những nguyên nhân ấy mà] chỉnh sửa, thay đổi. Đó gọi là tu tập bắt đầu từ căn bản.

Mỗi câu trong Cảm ứng thiên đều có nhiều câu chuyện được nêu ra làm ví dụ, cũng nói đến sự hành trì trong đời sống thường ngày, nêu ra rất nhiều ví dụ để chúng ta có thể tham khảo, học tập.

Chúng ta cần phải nhận biết rõ ràng thế nào là thiện, thế nào là ác, thế nào là giác ngộ, thế nào là mê muội. Sau đó mới có thể dứt ác tu thiện, mới không trở thành những lời nói suông vô bổ. Thực sự nỗ lực làm thì mới có được công đức, lợi ích thù thắng.

Trong chú giải nêu ra rất nhiều ví dụ, chúng ta không thể giảng giải kỹ lưỡng, chỉ có thể nêu ra một số điều, để mọi người đọc qua rồi trong tâm cảm nhận được sự thiết thực. Tự nghĩ xem, trong câu "lấy việc làm ác cho là tài năng", chúng ta có những chỗ nào phạm vào ý này.

Hôm nay thời gian đã hết, chúng ta giảng đến đây thôi.

Bài giảng thứ 89

(Giảng ngày 6 tháng 9 năm 1999 tại Tịnh Tông Học Hội Singapore, file thứ 90, số hồ sơ: 19-012-0090)

Thưa quý vị đồng học, cùng tất cả mọi người.

Hôm qua đã giảng đến câu: "Phi nghĩa nhi động, bội lý nhi hành, dĩ ác vi năng."

Trong kinh Phật có một câu được trích dẫn ở đoạn chú giải của phần này: "Phật dạy rằng, tất cả những người ác trong thế gian khi chết đều đọa vào địa ngục."

Trong địa ngục cũng có người quản lý, tên gọi là Ngưu Đầu A Bàng, dân gian Trung quốc thường gọi là "ngưu đầu mã diện" (đầu trâu mặt ngựa). Đây là người quản lý, điều hành các hình phạt ở địa ngục. Ngưu Đầu A Bàng cực kỳ hung ác, người bình thường chúng ta đều thấy như một mảy may từ bi cũng không có. Vị này nhìn thấy chúng sinh chịu khổ sở nhưng tuyệt đối không khởi lên một chút gì thương xót. Ngược lại còn thấy người chịu khổ như vậy chưa đủ, gia tăng hình phạt cũng vẫn chưa đủ nặng, cho nên thường ôm lòng ác độc.

Những người đọa vào địa ngục, trong kinh Phật dạy rằng, đó đều là những người "bất hiếu với cha mẹ, hủy báng Tam bảo, mạ nhục thân bằng quyến thuộc, khinh mạn bậc sư trưởng, vu cáo hãm hại người hiền thiện, giết hại chúng sinh, tạo các nghiệp ác".

Chúng ta thử nghĩ xem, những điều Phật nói đó, bản thân chúng ta có mắc phải hay không? Chúng ta đã nghe nói về hiếu thuận với cha mẹ, bản thân ta có làm được hay chưa? Ý nghĩa của hai chữ hiếu thuận này sâu rộng vô cùng, trước đây tôi đã giảng giải rất nhiều.

Tuổi trẻ còn đi học, không chuyên tâm học hành tốt, phẩm hạnh đạo đức không tốt, đó là bất hiếu. Những người trẻ tuổi hiện nay mấy ai biết được?

Sau khi hoàn tất việc học, bước chân vào xã hội, lập gia đình, gầy dựng sự nghiệp, nếu gia đình bất hòa, trong công việc không thể hòa thuận vui vẻ cùng đồng nghiệp, bạn bè, thường khiến cho cha mẹ phải đem lòng lo lắng, đó là bất hiếu.

Người xuất gia không nỗ lực tu hành chân chánh, ba môn học giới, định, tuệ không tăng trưởng, trong một đời này không thể vượt ngoài ba cõi, thoát ly sáu đường luân hồi, đó là bất hiếu.

Cho nên, chúng ta đọc đến một câu "bất hiếu với cha mẹ", phải biết rằng đức Phật không phải nói với người nào khác, chính là đang nói với bản thân chúng ta.

Mỗi người trong cương vị bổn phận của mình, trong công việc đang làm của mình, làm thế nào để tận trung tận hiếu? Cơ duyên để quần chúng quảng đại trong xã hội tiếp nhận nền giáo dục của thánh hiền, tiếp nhận sự giáo dục của Phật pháp đang ngày càng ít hơn. Chúng ta thật may mắn đã được gặp [Phật pháp]. Sau khi gặp rồi thì trong một đời này nhất định phải nắm chắc lấy cơ hội khó được này, phải tận dụng thật tốt. Hai chữ trung hiếu, nếu chúng ta nhìn khái quát từ góc độ Phật pháp thì có thể khái quát được hết sự thị hiện giáo hóa chúng sinh của tất cả chư Phật Như Lai. Thế nào là Phật pháp? Trung hiếu là Phật pháp, trung hiếu là đạo lớn Bồ-đề.

Trong Quán kinh dạy về "tam phúc tịnh nghiệp" (ba phước lành tạo nghiệp thanh tịnh) thì câu đầu tiên là "hiếu dưỡng phụ mẫu, phụng sự sư trưởng". Thực hiện được câu này đến mức rốt ráo trọn vẹn tức là thành Phật, vì chỉ đạt đến quả vị Như Lai mới thực hiện được câu này rốt ráo trọn vẹn. Đối với hàng Bồ Tát Đẳng Giác vẫn còn một phẩm vô minh sinh tướng chưa phá trừ, nên việc hiếu dưỡng cha mẹ, phụng sự bậc sư trưởng vẫn còn có một phần khiếm khuyết, không thể đạt đến mức rốt ráo trọn vẹn.

Cho nên, lời Phật dạy về "bất hiếu với cha mẹ", thậm chí đối với hàng Bồ Tát Đẳng Giác mà nói cũng vẫn là một lời cảnh tỉnh, nhắc nhở, rằng đạo hiếu của quý vị ấy vẫn còn chưa thực hiện được rốt ráo trọn vẹn. Chúng ta nghe đến câu này phải khởi tâm cảnh giác cao độ, đó gọi là học Phật.

Đức Phật là bậc đại hiếu rốt ráo viên mãn, là bậc phụng sự sư trưởng đến mức rốt ráo viên mãn. Sư trưởng của Phật là tất cả chư Phật trong quá khứ. Không chỉ là tất cả chư Phật trong quá khứ, mà còn là hết thảy chư Phật trong hiện tiền, hết thảy chư Phật trong tương lai, đức Phật đều phụng sự cúng dường, chúng ta nào đâu biết được?

Về tội "hủy báng Tam bảo", chúng ta rất nhiều khi phạm vào. Quý vị đồng học nghe nói như vậy hẳn cho là không đúng. Kỳ thực, chúng ta là bốn chúng đệ tử của Phật, bao gồm hết thảy nam nữ tại gia và xuất gia, nếu như không chân chánh vâng làm theo lời Phật dạy để biểu hiện một hình tượng chân thật của người đệ tử Phật giữa xã hội này, thì đó là chúng ta đã hủy báng Tam bảo, khiến cho người trong xã hội nhìn vào [chê cười rằng] đệ tử của Phật là như thế đấy! Quý vị nghĩ xem, như thế chẳng phải là hủy báng Tam bảo hay sao?

Cho nên, hình tượng [của người đệ tử Phật] rất quan trọng thiết yếu. Chúng ta là bốn chúng đệ tử Phật, bất cứ khi nào, bất kỳ ở đâu, khi chung sống, tiếp xúc với mọi người, nếu có thể khiến cho người khác lễ kính Tam bảo, cung kính Tam bảo, tán thán Tam bảo, thì đó là làm vẻ vang Tam bảo, khiến cho Phật pháp thêm tỏa sáng. Đó là làm lợi ích chúng sinh. [Ngược lại] nếu như hành vi của chúng ta vẫn là tạo tác nghiệp ác, khiến cho người khác khinh chê hủy báng, khiến cho người khác vì ta mà tạo nghiệp, đó chẳng phải là hủy báng Tam bảo rồi sao?

Vì thế, là đệ tử Phật thì việc hành trì trong đời sống, nói năng hành động đều phải làm chuẩn mực tốt đẹp cho tất cả chúng sinh noi theo.

Cho nên, đức Phật dạy câu này, chúng ta phải thực sự nỗ lực phản tỉnh, phải suy nghĩ, phải học tập như thế nào để tránh được những lỗi lầm như trên. Những lỗi lầm như thế đều là nghiệp nhân đẩy ta vào địa ngục A-tỳ.

Về tội "mạ nhục thân bằng quyến thuộc", mạ là hủy báng, nhục là làm nhục, làm những việc này với quyến thuộc, với người thân trong gia đình.

Về tội "khinh mạn sư trưởng", khinh là khinh thị, xem thường. Đối với bậc sư trưởng sinh tâm ngạo mạn, trong mắt nhìn xem bậc sư trưởng không ra gì.

Phạm vi nói đến của hai chữ sư trưởng là rất lớn. Thầy cô giáo dạy dỗ chúng ta là sư trưởng. Chúng ta từng học qua tiểu học, trung học, có một số quý vị đồng tu cũng học qua đại học, những người đã từng trực tiếp giảng dạy chúng ta trong quá trình đó đều là bậc sư trưởng của ta. Nếu đem phạm vi này mở rộng hơn, thì tất cả những vị nhân sĩ dấn thân vào công việc giáo dục đều là sư trưởng. Người thời xưa biết tôn kính những vị này, tôn kính hàng trí thức, vì trí thức giáo hóa, dạy dỗ cho đại chúng trong xã hội. [Thời ấy] hầu như mỗi một người trí thức đều là một vị thầy giáo dục xã hội. Chúng ta tôn trọng bậc trí thức, tôn trọng những người làm công việc giáo dục trong xã hội, đó là "tôn sư trọng đạo" (tôn kính thầy, xem trọng đạo lý). Họ là những người giúp thay đổi tập quán phong tục [cho hoàn thiện hơn], đó là việc thiện lớn lao, có mấy người hiểu được?

Hiện tại chưa nói đến những người làm công việc phổ cập

giáo dục rộng rãi trong xã hội, chỉ nói những thầy cô giáo đã từng trực tiếp dạy dỗ chúng ta, liệu có mấy người còn nhớ đến họ? Còn có mấy người quan tâm nhớ nghĩ đến thầy cô giáo cũ? Trong xã hội hiện tại, chúng ta thấy rất rõ ràng, thực hiện được điều này là chánh đạo, là làm cho xã hội an định, thế giới hòa bình, là phúc lành cho hết thảy chúng sinh.

Cho nên đức Phật mới đem vấn đề "hiếu dưỡng phụ mẫu, phụng sự sư trưởng" này kể ra đầu tiên trong "tam phúc tịnh nghiệp". Không phân biệt chủng tộc, tôn giáo, chỉ cần là người làm công việc giáo dục, chúng ta đều phải hiếu dưỡng, đều phải phụng sự. Trong xã hội này, chúng ta phải dẫn đầu khởi xướng việc này, phải xây dựng một khuôn mẫu [tôn sư trọng đạo] tốt đẹp.

Cho nên, mỗi một câu [nói trên] đều có ý nghĩa sâu rộng vô cùng, chúng ta có thể dùng kinh Hoa Nghiêm để ấn chứng. Mỗi lời Phật dạy đều có phạm vi cùng tận hư không biến khắp pháp giới, không chỉ giới hạn trong một vùng miền, trong một giai đoạn. Chúng ta là người học Phật phải nhận biết rõ ràng, trong hiện tại ở vùng miền này, trong giai đoạn này phải làm như thế nào [là thích hợp]. Đó gọi là quán cơ. Lý lẽ và cơ duyên cùng khế hợp, như vậy mới có thể tự cứu độ mình và cứu độ người khác.

Về tội "vu cáo hãm hại người lương thiện", phần lớn đều là do sinh lòng đố kỵ, ganh ghét. Những phiền não như đố kỵ, sân hận đều là câu sinh (cùng sinh ra), nghĩa là tích lũy từ đời trước, nên khi chúng ta vừa sinh ra đã sẵn có. Khi nhìn thấy người khác làm được điều gì tốt đẹp, nhất là khi thấy người khác vượt trội hơn mình, trong lòng ta liền cảm thấy hết sức khó chịu. Cảm thấy khó chịu nhưng không làm gì gây chướng ngại cho họ thì nghiệp ấy cũng nhẹ. Nhưng nếu thực sự có hành vi gây chướng ngại, ngăn cản người khác làm việc thiện, tội ấy thật rất nặng.

Trong Giới kinh quy kết đánh giá tội này tùy theo ảnh hưởng việc thiện của người kia đối với xã hội. Nếu đó là việc có ảnh hưởng càng lớn thì tội gây chướng ngại này càng nặng. Nếu việc thiện ấy đối với xã hội không có ảnh hưởng lớn thì việc gây chướng ngại đó tạo tội tương đối nhẹ. Đó là nói về quả báo của hành vi.

Chúng ta học Phật, là người tu hành, nếu nhìn thấy người khác làm được việc tốt đẹp mà trong lòng cảm thấy ganh ghét đố ky như thế, phải ngay lập tức khởi tâm cảnh giác, phải sinh lòng hổ thẹn. Chư Phật, Bồ Tát dạy chúng ta, các bậc thánh hiền thế gian cũng dạy chúng ta phải "thành nhân chi mỹ" (thành tựu điều tốt đẹp cho người khác). Điều này có nghĩa là, khi thấy người khác làm việc tốt đẹp, việc hiền thiện, đối với xã hội, đối với chúng sinh có lợi ích, chúng ta chẳng những không được ganh ghét đố ky, mà còn phải hỗ trợ, giúp đỡ họ, giúp cho họ thành tựu công việc. Chúng ta giúp đỡ họ, thành tựu cho họ, ngợi khen tán thán họ thì tự bản thân mình cũng được phước báo, công đức, lợi ích tương đương như người đứng ra làm việc thiện ấy.

Do đó có thể biết rằng, khi gặp những trường hợp như thế thì lành hay dữ, họa hay phúc thực sự đều do trong thời gian một niệm của chính bản thân ta. Một niệm giác ngộ, nhận biết thì đó là tốt lành, là phước báo hiện tiền. Một niệm mê muội, ganh ghét đố ky, gây chướng ngại cho người thì đó là việc dữ, là tai họa sẽ đến.

Việc thiện nhỏ chỉ giới hạn trong một vùng miền, trong một nhóm người. Việc thiện lớn thì không giới hạn trong vùng miền, không giới hạn chủng tộc, không giới hạn trong tôn giáo tín ngưỡng. Thật là lớn lao. Người xưa nói rất hay: "Không đọc Hoa Nghiêm không thể biết được cảnh giới Như Lai. Không thâm nhập Hoa Nghiêm, không thể mở rộng tâm lượng của chính mình."

Tâm lượng của chính ta so với tâm lượng của chư Phật Như Lai xưa nay vốn không khác biệt. Tâm ấy bao trùm cả hư không, rộng khắp các pháp giới. Chúng ta hiện nay vì mê hoặc, vì tình chấp nên đem tâm lượng của chính mình hạn cuộc thành nhỏ hẹp, không thể bao dung người, không thể bao dung mọi việc. Đó là lỗi lầm của chính ta.

Cho nên, nhìn thấy người khác làm việc thiện, chúng ta phải nhiệt tâm tận tình tán trợ giúp đỡ. Quý đồng tu học Phật rất nhiều, trong đó cũng có một số ít, nói như lời Lý lão sư trước đây là nghiêng theo lậu hoặc, thiên kiến, bám chấp. Những người này học Phật chỉ giới hạn phạm vi bên trong Phật giáo, nhìn các tôn giáo khác đều là đối lập; giới hạn bên trong chủng tộc của mình, nhìn các chủng tộc khác, người nước khác đều là đối lập. Họ cũng trì giới, cũng tụng kinh, cũng ăn chay, cũng lễ Phật, nhưng tâm lượng của họ hoàn toàn không rộng mở.

Khi thấy tôi tiếp xúc với các tôn giáo khác, các chủng tộc khác, những người như vậy khởi sinh trùng trùng nghi vấn, nói rằng: "Pháp sư Tịnh Không làm gì vậy chứ, hiện nay sao không lo học Phật, sao lại đi làm chuyện đa nguyên văn hóa?" Tôi nghe như vậy rất buồn. Phật giáo chúng ta dạy phát tâm Bồ-đề, dạy rằng "chúng sinh vô biên thệ nguyện độ". Những người không học Phật mới gọi là "đa nguyên văn hóa". Đa nguyên văn hóa là gì? Đa nguyên văn hóa chính là chúng sinh vô biên thệ nguyện độ. Tên gọi khác nhau nhưng ý nghĩa hoàn toàn tương đồng.

Người chủ trương đa nguyên văn hóa không phân biệt chủng tộc, tôn giáo, văn hóa, hết thảy đều xem bình đẳng như nhau, yêu kính lẫn nhau, tôn trọng lẫn nhau, hợp tác hỗ trợ cho nhau. Quý vị nghĩ xem, như thế chẳng phải chúng sinh vô biên thệ nguyện độ thì là gì? Họ thực sự làm được điều đó, còn chúng ta ngày ngày chỉ biết hô to khẩu hiệu "chúng sinh vô biên thệ nguyện độ", nhưng lại xem hết thảy chúng sinh như oan gia đối đầu với mình, thật sai lầm.

Chúng ta ngày nay cúng dường những tôn giáo khác trong việc xây dựng viện dưỡng lão, viện cô nhi, trại cai nghiện, cùng các hoạt động từ thiện xã hội khác. Chúng ta cúng dường họ một số tiền, tín đồ Phật giáo thấy vậy thì phiền lòng khó chịu, [họ nói] vì sao đem tiền của chúng ta đưa cho các tôn giáo khác?

Tôi hỏi lại những người ấy: Chúng ta có nên xây viện dưỡng lão hay không?

Họ nói, nên xây.

Tôi lại hỏi, có nên xây viện cô nhi hay không?

Họ cũng nói, nên xây.

Tôi hỏi: Có nên làm các việc từ thiện xã hội hay không?

Họ nói, nên làm.

Tôi bảo: Vậy thì quý vị làm đi!

Họ đáp: Chúng tôi không có thời gian, không có tiền bạc.

Tôi nói, vậy người ta đã làm xong cả rồi, chúng ta chỉ đầu tư thêm vào, chẳng phải kết quả cũng giống như chúng ta làm đó sao? Chúng ta là cổ đông góp vốn cùng họ, quý vị nói có đúng không? Đã có người phát tâm làm rồi, chúng ta chỉ đầu tư thêm vào như cổ đông góp vốn, lẽ nào những sự nghiệp từ thiện đó ta không có một phần trong đó? Quý vị cúng dường cho tôi, tôi đem tiền bạc ấy đầu tư rộng khắp, quý vị mỗi người đều thành cổ đông góp vốn làm từ thiện xã hội. Tôi không hề đem tiền cúng dường của quý vị sử dụng hoang phí.

Quý vị tự mình cũng biết được, quý vị đều là những ông chủ, những cổ đông góp vốn trong các sự nghiệp từ thiện ấy, bất kể là đưa ra bao nhiêu tiền cũng đều tốt cả. Vì sao tâm lượng lại hẹp hòi đến thế? Vì sao không thể bao dung người khác? Vì sao không thể thấy được việc tốt người khác làm? Cứ như là việc tốt chỉ để riêng cho quý vị tự mình làm, người khác làm thì mình phiền lòng, khó chịu. Như vậy thì dù vô tình hay cố ý cũng đều tạo thành nhiều tội nghiệp, tự mình còn cho rằng học Phật cũng không tệ, học rất tốt, nhưng tương lai đọa vào địa ngục A-tỳ cũng không biết vì sao mình phải đọa. Vua Diêm-la khi ấy mới vì quý vị giải thích cặn kẽ từng điều từng điều, nhưng đến lúc ấy mới hối hận thì đã không kịp rồi.

Cho nên, trong hai câu trước đã giảng rất kỹ, người học Phật phải hiểu sâu, sáng tỏ nghĩa lý. Nhưng đối với việc hiểu sâu và sáng tỏ nghĩa lý, nếu mỗi ngày không đọc kinh, mỗi ngày không nghiên cứu, thảo luận, giảng giải, thì quý vị làm sao thâm nhập? Vì thế, quy cứu đến tận ngọn nguồn vẫn là do lỗi lầm không hiểu rõ giáo nghĩa Đại thừa. Nếu như quả thật hiểu sâu giáo pháp, hiểu sâu Phật lý, thì những vọng tưởng, phân biệt, bám chấp của quý vị tự nhiên tiêu mất. Khi ấy, cách nghĩ, cách nhìn, cách làm của quý vị đều tự nhiên tương ưng với chư Phật, Bồ Tát.

Bài giảng thứ 90

(Giảng ngày 7 tháng 9 năm 1999 tại Tịnh Tông Học Hội Singapore, file thứ 91, số hồ sơ: 19-012-0091)

Thưa quý vị đồng học, cùng tất cả mọi người.

Hôm qua đã giảng một đoạn trích dẫn kinh Phật trong chú giải của Cảm ứng thiên, nói rõ việc tạo các tội nghiệp nặng nề phải đọa vào địa ngục A-tỳ, đó là: "bất hiếu với cha mẹ, hủy báng Tam bảo, mạ nhục thân bằng quyến thuộc, khinh mạn bậc sư trưởng, vu cáo hãm hại người hiền thiện". Hôm qua đã giảng đến chỗ này.

Tiếp theo [trong kinh còn đề cập đến] hai tội nữa là "giết hại chúng sinh, tạo các nghiệp ác" và nói: "Những người như vậy, phải đọa vào địa ngục để chịu sự khổ này." Phần bên dưới quý vị có thể tự mình xem qua thì rõ.

Về tội "giết hại chúng sinh", đặc biệt nhất là các loài sinh vật nhỏ, thường quấy nhiễu chúng ta, như ruồi, muỗi, kiến, bọ chét... Người không học Phật thì không nói làm gì, người đã học Phật rồi cũng không tránh khỏi có những lúc vô tình hay cố ý làm tổn hại đến các loài chúng sinh này. Chúng ta là những người chân chánh học Phật, muốn không giết hại chúng sinh phải bắt đầu từ đâu? Phải từ chỗ này mà bắt đầu. Những sinh vật nhỏ bé này quấy nhiễu, gây khó chịu cho ta, ta phải có lòng nhẫn nại, phải nhẫn chịu được.

Từ xưa đến nay, các bậc đại đức chân chánh tu hành, khi gặp những sự quấy nhiễu khó chịu này đều không sinh lòng oán giận bực tức, mà ngược lại sinh tâm hổ thẹn. Hết thảy các pháp thế gian và xuất thế gian đều không ra ngoài nhân quả, vì sao cũng có nhiều người khác mà các con vật nhỏ này không quấy nhiễu, chỉ đến quấy nhiễu ta? Như vậy nhất định là có nhân từ đời trước. Trong quá khứ hẳn chúng ta cũng đã từng là kiến, là muỗi, là ruồi... cũng quấy nhiễu gây khó chịu người khác, nên ngày nay ta chuyển sinh thân này phải chịu [quấy nhiễu].

Cho nên, thuyết nhân quả nói rằng: "Nhất ẩm nhất trác mạc phi tiền định." (Mỗi một miếng cơm ngụm nước đều đã định trước.) Giữa người với người, hoặc giữa người với hết thảy chúng sinh, nghiệp duyên [kết nối] từ vô lượng kiếp đến nay không ngoài bốn việc: báo ân, trả oán, đòi nợ, trả nợ. Nếu không có một trong bốn duyên này thì có gặp nhau cũng không nhìn thấy, hoặc cũng có lúc thấy như không thấy, [chẳng lưu tâm gì nhau]. Những việc như thế là sự thật, tôi nghĩ là mỗi vị đồng tu đều có thể nhận hiểu, thể hội được. Chỉ có điều là thể hội chưa được sâu sắc mà thôi.

Nguyên nhân thể hội chưa được sâu sắc là vì đối với giáo nghĩa kinh điển chưa có chiều sâu thâm nhập. Trong kinh Phật dạy chúng ta phải hiểu sâu nghĩa lý. Nếu như chúng ta thực sự có chiều sâu thâm nhập, khế hợp vào sâu trong kinh điển, thì quý vị sẽ tự nhiên hiểu biết sáng tỏ rõ ràng. Sau đó thì sống giữa thế gian này quý vị có thể giữ được tâm bình thản, điềm đạm. Gặp hoàn cảnh thuận lợi cũng không khởi tâm tham chấp bám víu, gặp hoàn cảnh trái nghịch cũng không khởi tâm chán ghét bất bình. Đối với người hiền thiện, kẻ xấu ác đều xem bình đẳng như nhau, trong tâm liền được an bình. Ý nghĩa này chúng ta phải hiểu thật rõ ràng.

Tu hành phải tu ở chỗ nào? Chính là phải ở nơi chỗ [gặp việc khó chịu] này mà tu. Tu hành không chỉ giới hạn trong việc tụng kinh, niệm Phật, cũng không giới hạn trong việc trì danh hiệu Phật. Bất cứ pháp môn nào cũng đều hàm chứa, dung nhiếp tất cả các pháp môn. Rất ít người hiểu được ý nghĩa này, mà người thực hành được lại càng ít hơn. Trong kinh Phật dạy ta rằng, thực sự hiểu thấu và làm được [điều này] là các vị Pháp thân Đại sĩ, Bồ Tát Quyền giáo. Các bậc thánh giả Nhị thừa tuy thấu hiểu được nhưng chưa làm được. Những lý luận, phương pháp, cảnh giới này, trong kinh Hoa Nghiêm giảng giải thấu triệt nhất, rõ ràng nhất.

Năm xưa Đại sư Hoằng Nhất dạy người học Phật, đặc biệt là đối với giới trí thức, nên bắt đầu từ bộ Hoa Nghiêm sớ sao. Điều này rất hữu lý. Thông đạt được lý luận, cảnh giới, phương pháp trong kinh Hoa Nghiêm thì bất kể là tu học pháp môn nào cũng đều là pháp Đại thừa Viên đốn, đều có thể hỗ trợ chúng ta ngay trong đời này vượt lên đến cảnh giới thù thắng. Tám vạn bốn ngàn pháp môn, vô lượng pháp môn, thảy đều là đời sống của chư Phật trong kinh Hoa Nghiêm. Cho nên các bậc đại đức xưa xưng tán bộ kinh này là căn bản của [việc chuyển] bánh xe pháp, thật hết sức hữu lý.

Câu cuối cùng đề cập đến việc "tạo các nghiệp ác". Nghiệp ác có vô lượng vô biên vô số, theo tiêu chuẩn của hàng Bồ Tát thì những gì trái nghịch với đức của tự tánh đều là nghiệp ác. [Những việc] người thế gian chúng ta cho là pháp lành, Bồ Tát xem là xấu ác, vì sao vậy? Vì không ra khỏi sáu đường luân hồi, phải ở trong ba đường lành của sáu đường mà hưởng phước báo. Như vậy không phải pháp lành chân thật, vì phước báo hưởng hết rồi cũng vẫn phải đọa lạc. Không chỉ trong sáu đường luân hồi không có pháp lành chân thật, mà cho đến bốn thánh pháp giới cũng không có pháp lành chân thật. Pháp lành chân thật nhất định phải siêu việt khỏi mười pháp giới, đó mới là pháp lành chân thật. Vĩnh viễn không còn thối chuyển, đó mới là pháp lành chân thật.

Đoạn văn này đưa ra kết luận: "Người làm ác nhất định phải đọa vào địa ngục." Cách nói ở đây hết sức khẳng định, dứt khoát, không một mảy may do dự, phân vân: "Nhất định phải đọa vào địa ngục."

Câu cuối cùng khuyên bảo chúng ta: "Còn ở đời một giây phút nào, phải ra sức thực hành nhân từ."

Việc "còn ở đời" chính là quý vị đang hết sức may mắn có được thân người trong mười pháp giới. Được thân người trong giai đoạn này của chúng ta là thời kỳ mạt pháp của đức Phật Thích-ca Mâu-ni, tuổi thọ con người không dài. Đời nhà Đường, Đỗ Phủ từng nói: "Nhân sinh thất thập cổ lai hy." (Người sống đến bảy mươi tuổi xưa nay hiếm có.) Người đời Đường nói thế, có thể mọi người cho rằng hiện nay y học rất phát triển, tuổi thọ con người hẳn phải lâu dài hơn. Nhưng không phải vậy. Nếu quả cho rằng y học phát triển, tuổi thọ con người có thể kéo dài, vậy chẳng phải định luật nhân quả bị thay đổi rồi sao? Tuổi thọ được dài lâu riêng có nguyên nhân khác, chúng ta phải hiểu rõ điểm này.

Nếu xét theo tuổi thọ bình quân của người dân trên toàn thế giới thì [hiện nay] không đến bảy mươi tuổi. Đây là tuổi thọ bình quân. Cá biệt có những trường hợp tuổi thọ được dài hơn, là do sự tu tập trong quá khứ. Nghiệp nhân, quả báo của mỗi người đều khác nhau, chúng ta phải hiểu rõ điều này, phải tin sâu không nghi ngại.

Cho nên, [nói chung thì] thời gian ta "còn ở đời" này không lâu. Nhưng trong Phật pháp có câu rất hay: "Phật thị môn trung, hữu cầu tất ứng." (Trong cửa Phật, có cầu liền có ứng.) Cầu sống lâu sẽ được sống lâu. Cầu sống lâu tuyệt đối không phải là cầu thuốc men [kéo dài tuổi thọ], không phải cầu sự bảo vệ nuôi dưỡng [thân mạng]. Những điều đó không cách gì thay đổi được vận mạng [do nghiệp nhân từ trước].

Vậy làm thế nào mới cầu được sống lâu? Phải sửa đổi nghiệp nhân của chính mình. Quý vị xem trong sách Liễu Phàm tứ huấn đã thấy, tiên sinh Liễu Phàm tuổi thọ chỉ đến 53 tuổi, nhưng ông đã sống được đến hơn 70 tuổi. Điều này cho thấy nghiệp nhân quả báo không mảy may sai lệch.

Chúng ta muốn cầu loại quả báo nào thì phải tạo loại nghiệp nhân ấy. Nhân quả nhất định tương ưng, phù hợp nhau.

Cho nên, chư Phật, Bồ Tát ở đây khuyên dạy chúng ta. Thời gian chúng ta còn được sống trong đời này rất ngắn ngủi, phải hiểu rõ được ý nghĩa đó, phải "ra sức thực hành nhân từ, rộng tu các pháp lành, tiêu trừ ba chướng, thanh tịnh sáu căn, niệm Phật trì trai, tham thiền học đạo, vượt ngoài ba cõi, vượt thoát bốn loài".[1] Khuyên dạy chúng ta những điều như vậy. Khi mới bắt đầu học thì làm hết sức miễn cưỡng, sau mấy năm thực hành thì sẽ dần dần thành thói quen.

Tôi mang thân phàm phu, nghiệp chướng, tập khí rất nặng nề, nhưng nói như Đại sư Chương Gia thì trong đời này tôi thực sự được chư Phật, Bồ Tát quan tâm chiếu cố. Chư Phật, Bồ Tát khiến tôi phải chịu nhiều sự trắc trở thử thách, tôi tin lời thầy dạy, [biết rằng] những trắc trở thử thách này đều là sự quan tâm của chư Phật, Bồ Tát đối với tôi.

[Chẳng hạn, hoàn cảnh] khiến cho tôi phải tu bố thí, vì sao? Người ta cứ nhất định theo xin, tôi không cho không được, tốt thôi, vậy là học bố thí. Dần dần học như thế, học qua bao nhiêu năm thành tự nhiên. Về nhẫn nhục, người ta lấn lướt ức hiếp quý vị, làm nhục quý vị, giày vò quý vị, cứ nhẫn chịu hết. Từ sự nhẫn chịu đó dần dần tâm được bình lặng, tâm được an định. Nhẫn nhục là phương tiện chuẩn bị trước cho thiền định. Tâm thanh tịnh, tâm an định rồi thì trí tuệ liền khai mở. Cho nên, những người nào giày vò tôi, hủy nhục tôi, trong mắt tôi đều xem đó là chư Phật, Bồ Tát thị hiện. Không có những người như vậy gây trắc trở, tôi làm sao có

---

[1] Bốn loài ở đây là chỉ tất cả chúng sinh được sinh ra bởi một trong bốn cách (tứ sinh): 1. sinh ra từ bào thai (thai sinh), 2. sinh ra từ trứng (noãn sinh), 3. sinh ra các nhân duyên trong môi trường ẩm ướt (thấp sinh) và 4. sinh ra từ sự biến hóa (hóa sinh). Vượt thoát bốn loài là không còn sinh ra bởi một trong bốn cách này, nói cách khác là đã vượt thoát sinh tử, đạt đến chỗ không sinh không diệt.

thể thành tựu? Tu tập sáu ba-la-mật được thành tựu là nhờ như thế, sao có thể nói ở trong những hoàn cảnh thuận buồm xuôi gió mà tu tập được thành tựu sáu ba-la-mật? Không có lý như vậy.

Đức Phật Thích-ca Mâu-ni [trước khi] thành Phật còn phải trải qua rất nhiều ma nạn. Trong tám tướng thành đạo cũng có tướng hàng phục chúng ma.[1] Nói để quý vị được biết, [đức Phật] hàng phục chúng ma không phải chỉ trong một giai đoạn, một thời kỳ, mà từ khi Phật đản sinh cho đến thị hiện thành đạo, trong mấy chục năm đó mỗi ngày đều hàng phục chúng ma, vì mỗi ngày đều có ma chướng. Nói cách khác, quý vị phải chịu đựng, vượt qua được những khảo nghiệm thì quý vị mới có thể thành tựu.

Con người phải có lòng thương yêu. Chúng ta hiện nay đọc Kinh điển Đại thừa, trong đó giảng giải rất rõ ràng, chư Phật Như Lai lấy tất cả chúng sinh trong các pháp giới cùng khắp hư không làm thân tướng của chính mình. Bậc Pháp thân Đại sĩ không có thân tướng, hết thảy chúng sinh trong các pháp giới cùng khắp hư không chính là thân tướng của các ngài, gọi là pháp thân. Thân các ngài hiện ra là báo thân. Báo thân là trí tuệ, trí tuệ cũng không có hình tướng. Báo thân là Bát-nhã, pháp thân là lý thể, ứng hóa thân là giải thoát. Giải thoát chính là tự tại, là đại tự tại.

Vì sao ứng hóa thân gọi là giải thoát? Đó là đối với chúng

---

[1] Tám tướng thành đạo, là nói 8 giai đoạn, sự kiện quan trọng nhất trong cuộc đời đức Phật, mang ý nghĩa thị hiện giữa cõi Ta-bà này. Tám tướng này bao gồm: 1. Đâu suất lai nghi, từ cung trời Đâu-suất giáng trần; 2. Lam-tì-ni viên giáng sinh, đản sinh trong vườn Lumbini; 3. Tứ môn du quan, dạo chơi bốn cửa thành nhận ra sự thật của đời sống. 4. Du thành xuất gia, lìa bỏ hoàng cung xuất gia tìm đạo. 5. Tuyết sơn thị tu, thị hiện tu hành khổ hạnh trên Tuyết sơn. 6. Bồ-đề thụ hàng ma, hàng phục chúng ma dưới cội Bồ-đề và thành đạo. 7. Lộc dã uyển chuyển pháp luân, thuyết pháp chuyển bánh xe pháp lần đầu tiên nơi vườn Lộc dã. 8. Sa-la lâm hạ Bát Niết-bàn, nhập Niết-bàn dưới cây Sa-la, trong rừng Sa-la song thọ.

sinh mà nói, thân thể nghiệp báo của chúng sinh không được tự tại, bị phiền não trói buộc, bị sinh tử hạn cuộc. Phật thị hiện đủ mọi thân tướng, tùy chủng loại [của chúng sinh] mà hiện thân. Thân thị hiện đó không có phiền não, đã giải trừ phiền não, không có sinh tử. Không có sinh tử gọi là thoát, không có phiền não gọi là giải. Thân thị hiện của chư Phật, Bồ Tát so với chúng ta không giống nhau. Thân giải thoát đó thông thường gọi là Pháp thân Đại sĩ, thoát ly sáu đường, vượt ngoài mười pháp giới, phiền não kiến tư đều đã giải trừ, phiền não trần sa cũng đã giải trừ, phiền não vô minh cũng đã phá được một phần. Cho nên, ứng hóa thân của chư Phật, Bồ Tát so với phàm phu chúng ta không giống nhau.

Phật dạy chúng ta phải có tâm thương yêu chân thành, tâm từ bi đối với tất cả chúng sinh, không phân biệt tà chánh, không phân biệt thiện ác, không phân biệt lợi hại, hết thảy đều bình đẳng thương yêu bảo bọc.

Phần trước chúng ta đã nói, phải thuần nhất thiện tâm, thuần nhất thiện ý, thuần nhất thiện hạnh, phải thuần thiện. Thế nhưng đối với tà chánh, đúng sai, thiện ác, hết thảy đều như thật rõ biết, nhận thức sáng tỏ, minh bạch, biết rõ chúng sinh làm việc thiện sẽ được quả lành, làm việc ác phải chịu quả báo ác.

Thấy biết tất cả rõ ràng minh bạch, đó là sự quán chiếu của trí tuệ. Quán chiếu thấy biết rõ ràng nhưng trong lòng nhất định không hề dao động, không hề khởi tâm động niệm, cũng chính là không có tốt xấu. Không phải [nghe người khác] nói điều lành thì hoan hỷ vui mừng với họ, nghe điều xấu ác thì ghét bỏ họ. Không phải vậy. Không khởi tâm, không động niệm là như vậy. Đó là trong tâm thuần thiện. Cái thiện này không phải cái thiện trong thiện ác đối đãi phân biệt. Thiện ác đối đãi phân biệt cũng là bất thiện. Hai bên thiện ác đều lìa khỏi, hai bên tà chánh đều lìa khỏi, hai bên lợi hại đều lìa khỏi, đó mới gọi là cái thiện chân thật.

Cho nên bất cứ khi nào, bất cứ ở đâu, dù trong hoàn cảnh nào, tâm thức cũng luôn thanh tịnh, bình đẳng, giác ngộ. Đó mới gọi là "rộng tu các pháp lành".

Về "tiêu trừ ba chướng", khi ấy ba chướng tự nhiên tiêu trừ. Nếu không có công phu tu tập này, việc tiêu trừ ba chướng là rất khó. Ba chướng là chỉ hoặc nghiệp khổ, cũng có thể nói như chúng ta hiện nay là vọng tưởng, phân biệt, bám chấp.

Về "thanh tịnh sáu căn", sáu căn tiếp xúc với sáu trần cảnh bên ngoài thực sự không hề nhiễm ô. Tiếp xúc thì rõ biết sáng tỏ, minh bạch, đó là trí quán chiếu Bát-nhã. Không nhiễm bụi trần, đó là thiền định hết sức thâm sâu. Hoàn toàn sáng tỏ, rõ ràng minh bạch, quả thật không khởi tâm, không động niệm, không phân biệt, không bám chấp, đó là sáu căn thanh tịnh, đó là thâu nhiếp được sáu căn.

Về "niệm Phật trì trai", chữ "trai" hàm nghĩa [giữ cho] thân tâm đều thanh tịnh. Hiện nay về mặt tập tục, những người trì trai đều cho rằng chỉ ăn chay là đã trì trai rồi, như vậy cũng được, nhưng thật ra ăn chay chỉ là một phần trong ý nghĩa trì trai.

Về "tham thiền học đạo", chữ "tham" ở đây không dùng đến ý thức mới gọi là tham, dùng đến ý thức thì không gọi là tham. Quý vị xem, trong Thiền tông dạy rằng: "Ly tâm ý thức tham." (Lìa tâm, ý, thức mà tham.) Tâm, ý, thức là [thuộc về] tám thức, tâm là thức a-lại-da [thứ tám], ý là thức mạt-na [thứ bảy], thức là ý thức thứ sáu. Ý thức thứ sáu là phân biệt, mạt-na là bám chấp, a-lại-da là ghi lại ấn tượng. Lìa tâm, ý, thức chính là nói không bám chấp, không phân biệt, không ghi lại ấn tượng. Đó gọi là tham.

Thiền là gì? Thiền là tâm Phật, giới là hạnh của Phật, giáo pháp là ngôn ngữ của Phật, nhưng một câu Phật hiệu thâu nhiếp được hết thảy những điều đó. Đây là quy về pháp môn niệm Phật.

844

Cho nên, đoạn văn này rất hay, trước nói "niệm Phật trì trai", [sau nói] "tham thiền học đạo". Đồng tử Thiện Tài qua 53 lần tham học, lần đầu tiên đến tham học Tỳ-kheo Cát Tường Vân. Tỳ-kheo Cát Tường Vân giảng dạy cho 21 pháp môn niệm Phật. 21 pháp môn đó triển khai ra, hết thảy vô lượng vô biên Phật pháp mà chư Phật Như Lai đã thuyết giảng, không một pháp nào có thể vượt hơn pháp môn niệm Phật.

"Vượt ngoài ba cõi, vượt thoát bốn loài", không chỉ là vượt thoát sáu đường luân hồi, vượt thoát mười pháp giới, cho đến bốn cách sinh ra là thai sinh, noãn sinh, thấp sinh và hóa sinh cũng vĩnh viễn thoát khỏi, [đạt đến chỗ] không sinh không diệt. Đó là đức Phật ở đây đem tâm từ bi hết sức khó nhọc khuyên dạy dẫn dắt chúng ta, ta phải thực sự nỗ lực ngay trong cuộc sống thường ngày, trải qua sự rèn luyện tâm thức, phải chịu đựng, vượt qua được sự gian nan rèn luyện, luyện đến mức công phu thành tựu viên mãn, khế nhập vào cảnh giới của chư Phật.

Cảnh giới của chư Phật đó mới là "bản lai diện mục" (mặt mũi xưa nay) của chính ta, là môi trường điều kiện sống xưa nay của chính ta. Đó thực sự là quay đầu, thực sự là về nhà. Sáu đường luân hồi là ở bên ngoài dạt trôi lưu lạc, thể nhập pháp giới nhất chân là quay về nhà, đó mới là đạt được sự an ổn chân thật.

Hôm nay thời gian đã hết, chúng ta giảng đến đây thôi.

Bài giảng thứ 91

(Giảng ngày 8 tháng 9 năm 1999 tại Tịnh Tông Học Hội Singapore, file thứ 92, số hồ sơ: 19-012-0092)

Thưa quý vị đồng học, cùng tất cả mọi người.

Hôm qua đã giảng đến đoạn kinh Phật khuyên chúng ta phải "ra sức thực hành nhân từ, rộng tu các pháp lành, tiêu trừ ba chướng, thanh tịnh sáu căn, niệm Phật trì trai, tham thiền học đạo, vượt ngoài ba cõi, vượt thoát bốn loài". Những câu này có thể nói là đã nêu rõ được cương lĩnh tổng quát về sự giáo hóa chúng sinh của tất cả chư Phật trong mười phương ba đời.

Tiếp theo, Phật lại dạy chúng ta: "Thiết vật túng tham sân si, hành sát đạo dâm." (Tuyệt đối không buông thả tham, sân, si, làm những việc giết hại, trộm cướp, tà dâm.)

Hai chữ "thiết vật" (tuyệt đối không) là khẳng định một cách dứt khoát, một cách hết sức khẩn thiết, muôn ngàn lần [dù vì bất cứ lý do gì] cũng không được làm.

Tham, sân, si là ba độc phiền não, chư Phật, Bồ Tát khác biệt với phàm phu chính là ở điểm này. Chư Phật, Bồ Tát đã dứt trừ hoàn toàn tham, sân, si, nhất định không hề có những hành vi giết hại, trộm cướp, dâm dục. Chẳng những không có hành vi, mà ngay cả những ý niệm này cũng không có. Đó là thánh nhân.

Tham, sân, si của phàm phu cùng những ý niệm giết hại, trộm cướp, dâm dục xưa nay chưa từng dứt trừ. Chỉ vì không có duyên bên ngoài nên không hiện khởi, một khi gặp duyên từ bên ngoài, những thứ này liền lập tức hiện khởi, bộc lộ. Đây là nguyên nhân khiến cho kẻ phàm phu tu hành không thể chứng quả, không thể khai ngộ.

Quý vị đồng tu học Phật, không ít người thường bàn luận với tôi, làm sao mới có thể khế nhập vào cảnh giới của chư Phật, Bồ Tát? Khế nhập đây chính là chứng đắc. Làm sao mới có thể khế nhập? Cần phải khai mở sự nhận hiểu, nhận hiểu được rồi mới có thể khế nhập. Nhận hiểu với hành trì là một, không phải hai. Nhận hiểu ở trong hành trì, hành trì ở trong nhận hiểu, như vậy là khế nhập.

Nếu chúng ta chỉ đơn thuần y theo những lễ nghi phép tắc đức Phật nói ra mà làm, nhưng không có khả năng hiểu sâu nghĩa lý, thì vẫn không có khả năng khế nhập cảnh giới [của chư Phật, Bồ Tát]. Điều này nhất định phải hiểu rõ.

Đại sư Thanh Lương trong phần chú giải Hoa Nghiêm sớ sao có một câu rất hay: "Hữu giải vô hành, tăng trưởng tà kiến; hữu hành vô giải, tăng trưởng vô minh." (Nhận hiểu mà không hành trì, tà kiến thêm lớn; hành trì mà không nhận hiểu, vô minh thêm dày.) Cả hai trường hợp này đều không thể thành tựu.

Cho nên người thực sự dụng công, công phu thực sự hiệu quả, nhất định phải xem trọng cả nhận hiểu và hành trì như nhau. Định và tuệ phải cùng học, tuệ là nhận hiểu, định là hành trì. Trong hai câu nói trên thì "không buông thả tham, sân, si" là thuộc về pháp nhận hiểu, "không làm những việc giết hại, trộm cướp, tà dâm" là thuộc về pháp hành trì. Có hành trì mà không nhận hiểu thì sự hành trì đó là miễn cưỡng, không thể đạt đến cảnh giới tự nhiên vốn có của các pháp. Có nhận hiểu mà không hành trì thì sự nhận hiểu đó nhất định là không thấu triệt, không khỏi sinh ra những kiến giải sai lệch, bám chấp hẹp hòi. Cho nên, hai câu này rất quan trọng, thiết yếu.

Chúng ta xem trong xã hội hiện nay, không cần phải nhìn nơi nào khác, chỉ ngay trong cửa Phật đây thôi, trong đạo trường này của chúng ta, các đạo hữu đồng học quanh đây, liệu được mấy người có thể dứt trừ tham, sân, si? Liệu được mấy người có thể không làm những việc giết hại, trộm cướp, tà dâm? Chỉ là ở mức độ khác nhau mà thôi.

Những tập khí, ý niệm sai lầm này của chúng ta chưa thực sự buông bỏ hết thì đối với sự nhận hiểu hay hành trì của chúng ta đều nhất định khởi sinh chướng ngại.

Trong kinh điển Phật dạy rằng, căn tánh của hết thảy chúng sinh có lanh lợi sáng suốt, có chậm lụt trì độn, nên mới chia ra thượng căn, trung căn và hạ căn. Ba căn này từ đâu mà có? Chúng ta thuộc về căn nào? Nói thật ra, ba căn này chẳng phải là yếu tố nhất định, không thay đổi. Phật không nói ra một pháp nào nhất định không thay đổi. Quý vị chịu buông bỏ thì quý vị thuộc hàng thượng căn. Có thể buông bỏ một phần, vẫn còn một phần không thể buông bỏ thì quý vị thuộc về trung căn. Hoàn toàn không thể buông bỏ, đó là quý vị thuộc về hạ căn. Đâu có gì nhất định? Hoàn toàn do nơi tự thân mình.

Nhất thời buông bỏ hết thân tâm, thế giới, các pháp thế gian và xuất thế gian, ngay khi đó quý vị là hàng thượng thượng căn. Do đó có thể biết rằng, căn tánh với sự tụng đọc [kinh điển], nghe [thuyết giảng] giáo pháp, có sự quan hệ hết sức mật thiết. Đọc nhiều kinh điển Đại thừa, nghe giảng giải nhiều thì dễ dàng giác ngộ. Nói cách khác, [điều này] giúp đưa chúng ta từ hàng hạ căn lên đến trung căn, từ trung căn lên đến thượng căn.

Các bậc tổ sư, đại đức dạy chúng ta tụng đọc [kinh điển] phải nhận hiểu rõ ràng ý nghĩa, từ nơi văn kinh đi vào quán chiếu. Nương theo câu chữ trong kinh điển, nương theo hết thảy các pháp đức Thế Tôn thuyết dạy, [dần dần rồi] tự bản thân mình không hề hay biết nhưng đã thâm nhập vào cảnh giới [của chư Phật, Bồ Tát]. Đó là nhập quán.

Theo cách nói hiện nay thì trong chỗ không hề tự biết mà

chuyển biến được cách nghĩ, cách nhìn của bản thân mình. Đó là "tùy văn nhập quán" (từ nơi văn kinh đi vào quán chiếu). Đọc [kinh điển] lâu ngày, đọc rất nhiều, nghe giảng nhiều, đó gọi là sức huân tu. Sức huân tu rõ ràng nhất là "vị nhân diễn thuyết" (vì người khác diễn nói). Sức tu tập theo cách này rất lớn, hiệu quả cực kỳ thù thắng. Vì người khác giảng giải một lần, ấn tượng phải sâu sắc hơn so với bản thân mình đọc qua mười lần. Cho nên, trong Tứ vô ngại biện của chư Phật, Bồ Tát có Nhạo thuyết vô ngại biện, đó là ưa thích, vui vẻ giảng giải [cho người khác].

Chư Phật, Bồ Tát [thị hiện] không gì khác hơn là nêu gương tu học tốt cho chúng ta noi theo. Chúng ta phải học được đến mức vui thích giảng giải [cho người khác], như vậy mới có tiến bộ. Vui thích thưa hỏi [đạo lý], người khác không hỏi mình thì mình quay sang thưa hỏi họ. Như vậy đối với trí tuệ, kiến giải của bản thân đều được tăng trưởng. Trí tuệ thực sự tăng trưởng được một phần thì đối với các duyên trong đời, bao gồm cả các duyên với Phật pháp, quý vị đều có thể tự nhiên buông bỏ được một phần.

Tôi nói cùng quý vị điều này, không chỉ các duyên trần tục không được vướng nhiễm, mà ngay cả các duyên với Phật pháp cũng không được vướng nhiễm. Quý vị cũng từng nghe Thiền tông dạy rằng: "Niệm Phật một tiếng, súc miệng ba ngày chưa sạch." Đó là cách nói biểu trưng, để giúp chúng ta thấy được vấn đề, để nói cho chúng ta biết rằng, Phật pháp ở bậc cao thì các pháp thế gian cũng như Phật pháp đều không vướng nhiễm.

[Như vậy thì] pháp thế gian và Phật pháp có cần phải xa lìa, cách ly hay không? Không cần. Vì sao vậy? Không có gì chướng ngại, nếu quý vị xa lìa, cách ly là sai lầm. Bám chấp [vào đó] là sai, xa lìa cũng là sai. Xa lìa thì thế nào? Đó là quý vị đã khởi tâm động niệm rồi. Nhất định phải không khởi tâm, không động niệm. Tất cả các pháp vốn dĩ tự nhiên như vậy.

Chúng ta nói buông bỏ, buông bỏ thì hai bên đều phải buông bỏ. Bên có phải buông bỏ, bên không cũng phải buông bỏ; bám chấp phải buông bỏ, không bám chấp cũng phải buông bỏ; phân biệt phải buông bỏ, không phân biệt cũng phải buông bỏ. Đó mới là thực sự buông bỏ.

Buông bỏ sự bám chấp, hết thảy đều không bám chấp, nếu quý vị lại bám chấp vào chỗ "hết thảy đều không bám chấp" thì quý vị vẫn chưa buông bỏ. Cho nên mới nói: "Lưỡng biên phóng hạ, trung đạo bất tồn." (Hai bên đều buông bỏ, khoảng giữa cũng không còn.) Như vậy thì quý vị mới thể nhập được vào cảnh giới chư Phật.

Đồng tử Thiện Tài cầu học với ngài Đức Vân, trải qua bảy ngày không gặp được ngài. Đại sư Thanh Lương trong phần chú giải cho rằng bảy ngày không gặp được đó, bảy ngày là biểu thị cho bảy giác chi. Bảy giác chi còn chưa quên mất, cho nên quý vị không thể thấy đạo. Bảy giác chi buông bỏ hết rồi, như vậy mới có thể thấy đạo.

Cách giảng của Đại sư Thanh Lương không thể nói là không có lý. Đó là cách giải thích của ngài. Nhưng chúng ta cũng có thể thay đổi một cách giải thích khác. Bởi vì trong kinh Phật không nói [con số] bảy ngày này nhất định là biểu trưng cho điều gì, ý nghĩa này có thể linh hoạt. Theo tôi thì số bảy này trong Phật pháp tượng trưng cho sự viên mãn, rốt ráo trọn vẹn. Số bảy cũng hàm nghĩa bốn phương cộng với phương trên, phương dưới và khoảng giữa.

Tôi nghĩ, chúng ta có thể không dùng cách giải thích của Đại sư Thanh Lương mà dùng ý nghĩa biểu trưng của số bảy, đó là sự rốt ráo trọn vẹn, hết thảy mọi thứ đều buông bỏ [đến rốt ráo trọn vẹn], đó là ý nghĩa của số bảy. Buông bỏ được rốt ráo trọn vẹn rồi thì quý vị mới có thể thấy đạo. Bởi vì Tỳ-kheo

Đức Vân là biểu trưng cho [Bồ Tát ở] địa vị Sơ trụ, nên mọi thứ đều buông bỏ được rồi thì quý vị mới có thể nhập vào địa vị Sơ trụ [như ngài].

[Nếu] còn có một điều không buông bỏ, điều cuối cùng phải buông bỏ là gì? Đó là Phật pháp. Khi còn phân biệt Phật pháp, bám chấp vào Phật pháp thì quý vị không thể thấy đạo.

Bồ Tát Mã Minh soạn bộ luận Đại thừa khởi tín. Quý vị nên biết, cảnh giới trong bộ luận này là gì? Chính là cảnh giới Bồ Tát Sơ trụ theo Viên giáo [của tông Thiên Thai]. Đồng tử Thiện Tài bảy ngày không gặp [ngài Đức Vân], sau bảy ngày thì gặp được. Chính là Bồ Tát Mã Minh trong luận Khởi tín đã nói. Tuy ngài chỉ nêu một sự việc, nhưng đó là một ví dụ biểu trưng, chúng ta có thể từ đó suy ra để hiểu biết nhiều hơn. Trong luận nói, chúng ta nghe pháp phải lìa tướng ngôn thuyết, lìa tướng danh tự, lìa tướng tâm duyên. Nói lìa chẳng phải là buông bỏ đó sao?

Nghe kinh có thể lìa ba tướng ấy, đọc kinh có thể lìa tướng văn tự. Nhưng mở quyển kinh ra không phải không cần đến văn tự. Hai mắt vẫn nhìn vào chữ nghĩa trong kinh đó thôi, nhưng trong đó chỉ thấy rất nhiều những danh từ tướng pháp, lìa cũng là không lìa, đó là chân lý.

Không phải là mọi việc thế này thế khác đều không cần, đều vất bỏ, như thế thì quý vị cũng không phải là lìa. Quý vị lìa cái có, lại bám chấp vào cái không. Lìa tướng ngôn thuyết nghe kinh, không phải là không lắng tai nghe kinh, cũng vẫn nghe rõ ràng từng câu từng chữ. Vậy thì lìa thế nào? Không bám chấp, không phân biệt. Chúng ta nghe, nghe với tâm không phân biệt, không bám chấp, ngay nơi tướng mà lìa tướng. Chúng ta nhìn, nhìn với sự không phân biệt, không bám chấp, đó gọi là "diệu quán sát" (sự quán sát nhiệm mầu).

Chúng ta nhìn hình sắc, nghe âm thanh, phiền nhiễu là

tại đâu? Chính là vì có sự phân biệt, có bám chấp, khởi sinh vọng tưởng là hỏng rồi. Lỗi lầm là ở chỗ này. Những thứ ấy hết thảy đều buông bỏ, ngay hiện tại liền được thanh tịnh, bình đẳng, giác ngộ. Thanh tịnh, bình đẳng, giác ngộ là Phật chân thật. Bồ Tát Sơ trụ của Viên giáo là Phật chân thật, không phải Phật giả, đó là Phần chứng tức Phật.

Do đó có thể biết rằng, Đồng tử Thiện Tài tham học với Tỳ-kheo Đức Vân, con số bảy trong bảy ngày [không gặp] đó là biểu trưng cho vọng tưởng, vô minh. Sau bảy ngày [được gặp], ý nghĩa là đã phá trừ được một phẩm vô minh. Phá trừ một phẩm vô minh là chứng được một phần pháp thân, chứng nhập giai vị Sơ trụ của Viên giáo.

Cách giải thích này của chúng ta so với chú giải của ngài Thanh Lương dễ hiểu hơn, ý nghĩa cũng trọn vẹn đầy đủ. Cho nên, những gì của các bậc đại đức xưa chúng ta có thể tham khảo, nhưng không thể bám chấp vào. Nếu nhất nhất mọi thứ đều vâng theo, tự thân quý vị không thể khai ngộ.

Thế nhưng trong lúc mới bắt đầu học thì cần phải vâng theo. Không vâng theo [người xưa] thì tự bản thân mình tư tưởng rối loạn hỗn tạp. Chúng ta tự mình chưa giác ngộ, nếu tùy tiện giảng giải ý nghĩa kinh điển theo ý mình, giảng không tròn nghĩa, người khác nêu ra vài ba vấn đề thắc mắc liền bế tắc, như vậy sao có thể được? Tự mình thực sự có chỗ chứng ngộ rồi mới buông bỏ những chú giải của người xưa. Buông bỏ những chú giải của người xưa mới thể nhập được vào kinh điển giáo pháp. Lại buông bỏ cả kinh điển giáo pháp, quý vị mới có thể thấy tánh.

Cho nên, đức Phật đã đưa ra một ngụ ý hết sức sâu xa khi nói rằng: "Phật vô hữu pháp khả thuyết." (Phật không một pháp nào có thể thuyết.) Không chỉ là không có pháp nhất định, mà Phật không có một pháp nào có thể thuyết. Đây chính là dạy chúng ta không nên bám chấp vào hết thảy các pháp mà đức Phật Thích-ca Mâu-ni đã thuyết dạy. Quý vị bám chấp vào hết thảy các pháp Phật đã thuyết dạy, vậy thì quý vị cũng sẽ bảy ngày không gặp được Tỳ-kheo Đức Vân.

Hết thảy pháp của Phật Thích-ca Mâu-ni đều buông bỏ, pháp của tự tánh liền hiện tiền, quý vị liền kiến tánh. Tâm ý sáng tỏ, thấy được tự tánh, thấy tánh thành Phật. Thế nhưng mọi người nghe tôi nói những điều này, muôn ngàn lần cũng không được nhận hiểu sai lầm. Trong hiện tại quý vị nhất định phải y theo Phật pháp. Không những là y theo Phật pháp, mà còn phải y theo chú giải của các bậc đại đức xưa nay. Vì sao vậy? Hiện tại là phàm phu, một phẩm phiền não cũng chưa dứt trừ, chúng ta sao có thể so sánh được với Thiện Tài? Quý vị nên nhớ, Đồng tử Thiện Tài tham học với Tỳ-kheo Đức Vân, [khi ấy] phiền não kiến tư đều đã dứt hết, phiền não trần sa đều dứt hết, cũng có nghĩa là phân biệt, bám chấp đều đã dứt hết, chỉ còn vọng tưởng chưa dứt trừ, cho nên bảy ngày không gặp được. Dứt trừ được một phẩm vọng tưởng, tự tánh liền hiện tiền, thể nhập pháp giới.

Sau khi nhập pháp giới thì tu pháp môn gì? Tu pháp môn niệm Phật. Về mặt hình tướng, theo hiện tướng mà nói, Tỳ-kheo Đức Vân thị hiện trên đỉnh núi cách biệt, ngài ở trên ngọn núi. Núi là biểu trưng sự cao vút, hàm ý siêu xuất. Ngài riêng ở trên một đỉnh núi cao mà kinh hành. Riêng ở trên một đỉnh núi cao là biểu trưng cho ý nghĩa gì? Là biểu trưng cho một pháp môn đặc biệt. Pháp môn niệm Phật là pháp môn đặc biệt. Người xưa nói đây là "môn dư đại đạo" (đạo lớn nằm ngoài tất cả pháp môn), hàm ý nói niệm Phật là pháp môn đặc biệt nằm ngoài hết thảy tám vạn bốn ngàn pháp môn. Tỳ-kheo Đức Vân ở trên núi cao kinh hành niệm Phật, chúng ta hiện nay gọi là Ban-chu Tam-muội, chuyên niệm A-di-đà Phật.

Trong kinh Phật có đủ cách thị hiện, hết thảy đều hàm

chứa ý nghĩa rất sâu xa. Nếu bám chấp nơi câu chữ, bám chấp vào lời nói thì quý vị không thể nhận hiểu, thể hội được ý nghĩa. Cho nên, "ly tướng tức tướng, ly tức đồng thời, ly tức bất nhị" (lìa tướng là tướng, lìa cũng là không lìa, lìa với không lìa chẳng phải khác nhau), như vậy thì quý vị mới có chỗ thể nhập.

Quý vị đồng học chúng ta hiện nay học kinh điển giáo pháp, đối với ý nghĩa này nhất định phải rõ biết, phải thực sự nỗ lực học tập. Không chỉ đối với việc học kinh điển giáo pháp phải rõ biết "tùy văn nhập quán" (từ nơi văn kinh nhập vào quán chiếu), mà còn phải đem những điều học được trong kinh điển giáo pháp áp dụng vào đời sống, tùy sự việc mà đi vào quán chiếu, sáu căn tiếp xúc với cảnh giới sáu trần, mỗi mỗi sự việc sự vật đều có thể dùng trí tuệ quán sát.

Dùng trí tuệ quán sát [thấy được] những biểu hiện hình tướng đó là gì? Nói một cách tổng quát, những biểu hiện hình tướng đó là "nhất thiết hữu vi pháp, như mộng ảo bào ảnh" (hết thảy các pháp hữu vi đều như mộng huyễn, như bọt nước). Cần phải ở ngay trong đời sống thực tế mà quán chiếu, không phải khởi lên vọng tưởng, không phải cứ nhìn sự việc rồi nghĩ tưởng cho đó là mộng huyễn, bọt nước. Không phải vậy. Không dùng đến sự suy tưởng. Quán chiếu là không dùng đến tâm, ý, thức, không có vọng tưởng, không có phân biệt, không có bám chấp, phải quán sát [các pháp] theo cách như vậy. Luôn luôn ghi nhớ, đề khởi nguyên tắc trong bốn câu kệ của kinh Kim Cang:

"Nhất thiết hữu vi pháp,
Như mộng ảo, bào ảnh,
Như lộ diệc như điển,
Ưng tác như thị quán."

(Hết thảy pháp hữu vi,
Như mộng huyễn, bọt nước,

Như sương sa, điện chớp,
Nên quán chiếu như vậy.)

Vận dụng nguyên tắc này so sánh đối chiếu khi sáu căn của chúng ta tiếp xúc với sáu trần cảnh, sau đó quý vị mới đạt đến một kết luận chung là: "Phàm sở hữu tướng, giai thị hư vọng." (Hết thảy những gì có hình tướng đều là hư vọng.) [Khi ấy] tâm quý vị liền tự nhiên được thanh tịnh, tự nhiên buông bỏ được hết, không còn vướng nhiễm trở lại. Trí tuệ của quý vị được khai mở.

Khi quý vị nhận thức rằng hết thảy mọi sự vật sự việc đều là chân thật, đều là thực có, quý vị đã sai lầm. [Như vậy,] không chỉ là quý vị không thể khai mở trí tuệ, mà nhất định quý vị còn sẽ tạo nghiệp giết hại, trộm cướp, dâm dục, vẫn sinh khởi tham sân si, vẫn tạo các nghiệp ác như vậy. Tạo các nghiệp ác thì nhất định phải nhận lãnh quả báo xấu ác.

Sáu đường luân hồi là do chính ta tạo ra, ba đường ác, địa ngục cũng do chính [tâm thức] ta biến hiện ra. Lìa khỏi tâm này của chính mình thì không một pháp nào có thể nắm bắt. Không lìa bỏ tâm thức của chính mình, tuy biến hiện hết thảy các pháp nhưng tất cả pháp ấy cũng đều không thể nắm bắt. Pháp thế gian không thể nắm bắt, Phật pháp cũng không thể nắm bắt.

Trong kinh Đại Bát-nhã, ba chữ "bất khả đắc" (không thể nắm bắt) này được lặp lại đến mấy ngàn lần. Chúng ta phải ngay trong đời sống thường ngày, khi sáu căn tiếp xúc với cảnh giới sáu trần mà trải nghiệm, xem xét, thực chứng [ý nghĩa này]. Như thế gọi là chứng quả. Như thế gọi là chứng đạo.

Bài giảng thứ 92

(Giảng ngày 9 tháng 9 năm 1999 tại Tịnh Tông Học Hội Singapore, file thứ 93, số hồ sơ: 19-012-0093)

Thưa quý vị đồng học, cùng tất cả mọi người.

Chúng ta xem tiếp phần thứ 39 trong Cảm ứng thiên: "Nhẫn tác tàn hại" (Nhẫn tâm làm những việc tàn ác tổn hại) và phần thứ 40 gồm hai câu: "Âm tặc lương thiện, ám vũ quân thân" (lén lút hại kẻ hiền lương, âm thầm khinh nhờn hủy báng người trên).

Từ đây cho đến hết phần "mạn kì tiên sinh, bạn kì sở sự, cuống chư vô thức, báng chư đồng học, hư vu trá nguy, công yết tông thân, cương cường bất nhân, ngận lệ tự dụng" (khinh thường thầy dạy, không kính phụng thầy, lừa gạt người không biết, bôi xấu bạn học, dối trá lừa bịp, công kích bới móc thân tộc, cứng rắn không nhân từ, tùy ý làm việc tàn ác) là một đoạn lớn. Trong đoạn lớn này, hầu như mỗi câu đều là một đoạn nhỏ, tất cả đều nói về những điều ác lớn, nêu lên nhiều ví dụ điển hình.

Trong phần chú giải của câu "nhẫn tác tàn hại" (nhẫn tâm làm những việc tàn ác tổn hại) đề cập "chỉ nói riêng về sinh mạng loài vật", [đây là nói đến] những chuyện giết hại sinh mạng. Về việc này, người đời nay hầu như đều không tiếp nhận được những lời răn dạy của các bậc thánh hiền, đối với chuyện nhân quả ba đời dường như không thể tiếp nhận. Hơn nữa, khuynh hướng chung trong xã hội [ngày nay mọi người đều] chạy theo lợi ích thực dụng, chỉ tìm cầu lợi ích riêng tư cho bản thân mình, không quan tâm đến sự sống chết của chúng sinh, của người khác, cho nên đối với loài vật thì rõ ràng không cần phải nói, họ có thể tùy ý giết hại, ăn nuốt.

Thời gian sống của một đời này rất ngắn. Thế nhưng trong thời gian ngắn ngủi ấy lại tạo ra bao nhiêu nghiệp xấu ác, cùng với chúng sinh kết thành những mối oán cừu [giết hại sinh mạng], như vậy thì đời đời kiếp kiếp về sau phải đền trả mãi mãi không dứt.

Những ý nghĩa, sự thật này, chỉ trong kinh Phật mới nói được thấu triệt. Cảm ứng thiên cũng nói rất rõ ràng. Hành vi [giết hại vật mạng] này, trong thực tế đều xuất phát từ sự tàn nhẫn, không có mảy may lòng trắc ẩn thương xót. Đến khi bản thân mình gặp tai nạn cũng sẽ không có ai thương xót nghĩ đến. Vì sao vậy? Vì nghiệp nhân, quả báo không một mảy may sai lệch.

Trong phần chú giải nói rất hay: "Chư thiện bản ư nhất từ." (Căn bản của mọi việc thiện là tâm từ.) Một niệm từ bi là nguồn gốc của tất cả điều lành. "Chư ác bản ư nhất nhẫn." (Căn bản của mọi việc ác là sự nhẫn tâm.) Do sự tàn nhẫn nên người ta dám làm hết thảy mọi điều xấu ác mà không hề có sự kiêng dè sợ sệt. "Trừ bỏ sự nhẫn tâm, tu tập từ bi" thì ngay nơi đó là công đức của chư Phật, Bồ Tát, của các bậc thánh hiền. Chúng ta học Phật, mong cầu làm bậc thánh hiền, phải từ chỗ này mà bắt đầu tu tập.

Nhưng thế nào gọi là từ bi? Thế nào là tàn nhẫn? Hình tướng thô thiển thì rõ ràng dễ thấy, nhưng hình tướng vi tế thật không dễ thấy được rõ ràng. Trong sách Liễu Phàm tứ huấn nói rất hay: Việc thiện có thật, có giả, có thiên lệch, có trọn vẹn. Sách trình bày rất nhiều [về vấn đề này]. Có thể thấy rằng, đối với những chỗ [phân biệt] chi ly, vi tế như vậy, nếu quý vị không có trí tuệ, không có học vấn thì không thể nào thấy được.

Trong xã hội hiện nay, có quá nhiều những sự việc tưởng chừng như đúng mà thật ra là sai, nhiều không thể nói hết. Việc tin vào những gì tự thân mình nhìn thấy, tin vào cách nhìn, cách nghĩ của bản thân mình thường luôn dẫn đến sai lầm lớn lao, không thể cứu vãn. Chúng ta xem trong lịch sử có những nhân vật giết hại đến muôn ngàn người, đến muôn ức người, nếu truy cứu đến nguyên nhân căn bản của sự giết hại ấy thì đều là do những kẻ giết hại đã tin vào cách nghĩ, cách nhìn của họ, [cho đó là đúng đắn]. Thế chiến thứ nhất, Thế chiến thứ hai, đều là do có những cá nhân tin vào cách nghĩ, cách nhìn của riêng họ, khiến cho muôn ức người phải chịu họa hại, tạo thành vô lượng vô biên tội nghiệp.

Chúng ta ngày nay không có quyền lực, địa vị, uy thế như những nhân vật ấy, nhưng trong đời sống thường ngày nếu không biết cẩn thận, không biết tìm cầu trí tuệ, buông thả theo những vọng tưởng, phân biệt, bám chấp của bản thân mình, thì cũng sẽ tạo ra những tội nghiệp không khác gì họ. Chúng ta làm sao mà biết được ảnh hưởng của những tội nghiệp ấy? Cho nên, mỗi lúc khởi tâm động niệm, nói năng hành động, không thể không hết sức cẩn thận.

Những kẻ trí thức thời xưa lấy Khổng tử, Mạnh tử làm khuôn mẫu noi theo. Người học Phật chúng ta xem đức Phật Thích-ca Mâu-ni, Thập đại đệ tử Phật là những khuôn mẫu cho sự tu hành của mình. Đó là ta có chỗ để noi theo, có chỗ để quay về nương tựa. Vậy phải chân chánh tu học mới được. Chỉ học Phật ngoài cửa miệng, chỉ học Phật một cách hình thức thì không phải thực sự vận dụng khuôn mẫu của chư Phật, Bồ Tát để xây dựng bản thân mình. Như vậy thì trong một đời này rất khó được thành tựu, giỏi lắm cũng chỉ là kết được mối duyên lành với Phật mà thôi.

Như chúng ta từ vô lượng kiếp quá khứ đến nay, đời đời kiếp kiếp từng kết duyên với Phật mà chưa được thành tựu. Chúng ta lại nghĩ đến những ai là người được thành tựu? Có hai hạng người được thành tựu. Thứ nhất là các vị Bồ Tát thị hiện, vì chúng sinh giảng kinh thuyết pháp, chúng ta cũng hết sức hướng về noi theo nhưng thực sự rất khó làm được. Hạng thứ hai quả thật là những chúng sinh hiện thời, [nguyên nhân] sự thành tựu của họ không gì khác hơn là lặng lẽ ít nói, chơn chất tu hành.

Quý vị cần quan sát thật kỹ Niệm Phật Đường này của chúng ta, xem những người niệm Phật đã được vãng sinh, vãng sinh tức là được thành tựu, các vị ấy đều hiện điềm lành hiếm có. Sau đó suy ngẫm đến [cuộc sống] lúc còn sinh tiền của các vị ấy, nhất là sự biểu hiện trong vòng một, hai năm ngay trước lúc vãng sinh. Từ sự quan sát ấy chúng ta có thể thấy ra được rằng, nhìn chung những người tu hành được thành tựu đều là những người bớt nghĩ, bớt việc. Quả thật [đối với họ] nhiều việc không bằng ít việc, ít việc không bằng vô sự, nên tâm họ mới được thanh tịnh. Tâm thanh tịnh là Niệm Phật Tam-muội, cho nên công phu [tu hành] của họ đạt hiệu quả.

Quý vị ở trong cửa Phật mà quá nhiều vọng tưởng, quá nhiều tạp niệm, quá nhiều chuyện thị phi vô bổ thì bất kể quý vị có là người xuất gia hay tại gia cũng chỉ có thể tu phước mà thôi. Người giảng kinh thuyết pháp nhưng nếu vọng niệm vẫn còn nhiều, vọng tưởng còn nhiều, ngoại duyên vướng víu nhiều, thì [việc giảng kinh thuyết pháp] đó cũng chỉ là được phước báo hữu lậu của thế gian mà thôi, không có công đức.

Quý vị nhất định phải làm rõ điều này, công đức là tâm thanh tịnh. Vọng tưởng của quý vị qua mỗi năm đều giảm đi so với năm trước, mỗi tháng đều giảm đi so với tháng trước, đó là công đức. Ngoại duyên vướng víu cũng ít hơn, đó là biểu hiện của công đức. Chúng ta là phàm phu, là người mới học, không phải Bồ Tát ứng hóa ra đời. Bồ Tát ứng hóa ra đời thì [đối với ngoại duyên] không có quan hệ gì, các ngài tâm địa thanh tịnh, bình đẳng, không rơi vào thiên lệch, cực đoan, như vậy là được. Chúng ta công phu chưa đạt được đến mức ấy, nếu muốn trong một đời này được thành tựu, nhất định phải dựa vào sự chọn lựa bằng trí tuệ của bản thân mình.

Trong bảy giác chi, yếu tố đầu tiên là Trạch pháp [giác chi], tức là sự chọn lựa. Phải lựa chọn pháp môn tu học nào có lợi ích đối với bản thân mình, chọn lựa hoàn cảnh sống nào có lợi ích đối với sự tu học của mình, tránh né những sự mê hoặc dẫn dụ, tránh né những bó buộc quấy nhiễu, hy vọng một đời này không đến nỗi luống qua vô ích. Như vậy là người thực sự có trí tuệ, là người thực sự có thành tựu. Tự bản thân mình phải có tâm nguyện như thế, nhất định phải cầu nguyện chư Phật, Bồ Tát gia trì. Không có sức Phật gia trì, phàm phu chúng ta làm không nổi.

Trước đây trong thời gian tôi đang cầu học, giai đoạn vừa mới bắt đầu công việc hoằng pháp, khó khăn chồng chất. Trong cả đời tôi, giai đoạn này chính là nhiều thử thách khốn đốn nhất, thế nhưng tôi vui lòng chấp nhận. Thầy tôi dạy rằng, hết thảy những gì trong cuộc đời này đều do chư Phật, Bồ Tát sắp xếp cho tôi. Cho nên, dù gặp bất kỳ hoàn cảnh nào, tôi cũng đều vui vẻ đón nhận. Tôi ở ngay trong những hoàn cảnh đó mà rèn luyện bản thân, đem những phiền não tập khí của mình gọt giũa cho lắng xuống, cho mất đi, nhờ vậy mới có được một chút thành tựu. Nếu không chịu đựng được những thử thách khảo nghiệm thì nhất định không thể thành tựu.

Việc chọn lựa hoàn cảnh tu học là điều kiện then chốt của sự thành bại trong một đời tu học của chúng ta. Trong đời tôi cũng đã gặp được rất nhiều người nhiệt tâm hỗ trợ, giúp đỡ, nhưng tôi đều từ chối không nhận. Tôi chỉ chấp nhận riêng sự quan tâm của Hàn Quán trưởng, ý nghĩa này không nhiều người hiểu được. Một người quan tâm, tôi chỉ cảm ơn, cảm tạ một người. Mười người, tám người quan tâm, trong tương lai tôi phải cảm ơn, cảm tạ mười người, tám người... vậy chẳng phải là mệt mỏi quá lắm hay sao? Ý nghĩa này cần phải hiểu rõ. Có rất nhiều người so với Hàn Quán trưởng có hoàn cảnh tốt hơn nhiều, tôi đều không lưu tâm mảy may. Người ta bố thí ân huệ [cho mình] không dễ tiếp nhận, tương lai phải báo ơn. Nơi này ở không được tốt chuyển sang nơi khác, lại ở không được tốt, lại chuyển sang nơi khác nữa... Như vậy thì một đời của quý vị xem như tiêu rồi, còn ai dám nhận quý vị đến ở?

Ở Trung quốc vào thời xưa, người xuất gia tạm trú [ở các tự viện]. Nhận cho tạm trú là việc của thầy tri khách. Thầy tri khách nhất định sẽ hỏi quý vị xem từ đâu đến? Đã tạm trú ở nơi đó bao lâu? Trong quá khứ đã từng tạm trú ở những nơi nào khác? Nếu như quý vị từng cư trú ở mỗi nơi chỉ một thời gian rất ngắn, thầy tri khách sẽ hiểu ngay rõ ràng là quý vị không phải người thích nghi tốt, sẽ không muốn lưu giữ quý vị. Nếu mỗi nơi quý vị đều cư ngụ được ba năm, năm năm... thì quý vị là người sống tốt, có thể sống chung hòa hợp với mọi người, người ta sẽ vui lòng lưu giữ quý vị.

Từ điểm này cũng có thể quan sát thấy được quý vị có khả năng nhẫn nhục hay không, quý vị có tâm nhẫn nại hay không. Chúng ta hãy tự suy ngẫm về chính bản thân mình, ta có tâm nhẫn nại được bao nhiêu thì sẽ được thành tựu bấy nhiêu, nhẫn nhục được đến mức nào thì sẽ đạt định tuệ đến mức đó. Những ai sống chung với người khác không thể nhẫn nhục, trong hoàn cảnh công việc không thể nhẫn nhục thì sự thành tựu của người ấy nhất định chỉ có hạn.

Câu "chỉ nói riêng về sinh mạng loài vật" hàm nghĩa là không chỉ đối với việc của người phải nhẫn chịu được, mà đối với loài vật cũng phải nhẫn chịu được. "Loài vật" ở đây thường là chỉ những loài vật nhỏ bé. Khi nhìn thấy những loài vật nhỏ bé, chúng ta có khởi lên ý niệm gì hay không?

Trong đời quá khứ ta cũng từng mang thân như chúng, có khởi lên ý niệm như vậy hay không? Trong một đời này nếu chúng ta không được vãng sinh, đời sau càng có rất nhiều nguy cơ tái sinh mang thân như chúng. Nếu như khởi lên ý niệm như vậy, đó gọi là bắt đầu nhận hiểu. Đó là quý vị bắt đầu giác ngộ. Chúng ta càng phải tự khích lệ mình, tự nhắc nhở cảnh tỉnh mình, không dám giải đãi buông thả.

Chúng ta đã từng trải qua nhiều đời nhiều kiếp sinh làm kiến, muỗi, sinh làm ruồi nhặng... thân mạng bất cứ loài nào cũng đều đã từng trải qua, [chỉ có điều đã] quên mất cả rồi. Ta cũng đã từng sinh vào địa ngục, từng sinh làm ngạ quỷ, cũng từng sinh làm thiên vương, chỉ là một cơn mộng. Nay vẫn còn muốn tiếp tục cơn ác mộng như thế hay sao?

Cho nên, đối với hết thảy các loài động vật đều phải khởi tâm từ bi, phải thương yêu bảo vệ chúng, phải quan tâm đến chúng, phải nghĩ rằng tự thân ta với chúng [bản thể] không hề khác biệt, chỉ khác nhau về hình tướng, thân thể [hiện nay] mà thôi, chỉ khác nhau về phương thức sống mà thôi.

Tâm tàn nhẫn là tâm [dẫn vào] ba đường ác. Những chúng sinh thấp kém của sáu đường luân hồi, lòng thường ôm ấp sự hung hăng tàn nhẫn, chỉ trong chớp mắt đã đọa vào địa ngục, đã sinh làm ngạ quỷ, cho đến thân súc sinh cũng không dễ đạt được. Chúng ta sao có thể không hết sức sợ sệt cảnh giác?

Hôm nay thời gian đã hết, chúng ta giảng đến đây thôi.

Bài giảng thứ 93

(Giảng ngày 10 tháng 9 năm 1999 tại Tịnh Tông Học Hội Singapore, file thứ 94, số hồ sơ: 19-012-0094)

Thưa quý vị đồng học, cùng tất cả mọi người.

Hôm qua đã giảng đến câu thứ 39 trong Cảm ứng thiên: "Nhẫn tác tàn hại." (Nhẫn tâm làm những việc tàn ác tổn hại.) Những người tạo các nghiệp ác như thế này thường là do tập khí xấu ác tích lũy qua nhiều đời, không tự mình hay biết, tuy cũng có lúc nhận biết được đó là những việc không nên làm, nhưng rồi trong thực tế cũng vẫn luôn tạo nghiệp [xấu ác]. Từ điểm này chúng ta có thể quan sát thấy được tính chất nghiêm trọng của những tập khí xấu ác.

Người đời trong những dịp vui mừng, chúc thọ, hoặc trong nhiều dịp đáng mừng vui chúc tụng, rất nhiều người làm việc giết hại vật mạng để cúng tế quỷ thần, tạo ra vô số tội nghiệp xấu ác nhưng tự bản thân họ lại không hề hay biết. Những việc như thế chúng ta đã thấy rất nhiều. Trong kinh điển đức Phật dạy rất rõ ràng, ngày vui của bản thân mình cũng nên tạ ơn quỷ thần [che chở hộ trì]. Nhưng tạ ơn quỷ thần tuyệt đối không được giết hại vật mạng cúng tế. Nói thật ra, giết hại vật mạng cúng tế thì tất cả thiện thần, thiện quỷ đều tránh xa, không muốn gánh lấy những tội lỗi ấy. Quý vị vì họ mà giết hại nên [nếu dự vào thì] tội lỗi ấy họ phải gánh chịu. [Cho nên,] chỉ duy nhất chỉ có những hung thần ác quỷ mới không hề sợ sệt tránh né, đến thọ nhận những máu thịt chúng sinh dâng cúng cho họ. Do việc này mà cả người dâng cúng lẫn quỷ thần tiếp nhận đều phải đọa lạc. Đang mang thân người mà tạo nghiệp ác thì đời sau phải đọa vào địa ngục. Quỷ thần tạo nghiệp ác, đời sau cũng đọa vào địa ngục. Cứ như thế mà luân chuyển trong sáu đường.

Cho nên, trong hết thảy những ngày vui mừng chúc tụng, nhất định không được giết hại vật mạng. Vị biên nói đến điều này, trong đó có một đoạn ngắn gọn mà rất hay: "Bình đẳng vi Phật, chính trực vi thần." ([Tâm] bình đẳng là Phật, chính trực là thần.) Câu này rất hay! Trong kinh điển, đức Phật thường dạy rằng Phật có tâm bình đẳng, Bồ Tát có tâm [thực hành] sáu ba-la-mật, các vị Duyên giác có tâm [quán chiếu] nhân duyên, các vị Thanh văn có tâm [tu tập] Tứ diệu đế. Trong tâm thường có những pháp như thế mới có thể vượt thoát sáu đường luân hồi.

Lại nói: "Nhất định không có lẽ nào [quỷ thần] lại do việc nhận hối lộ mà ban phúc lành." Chúng ta giết hại vật mạng cúng tế thần linh, lại cũng có thể giết hại vật mạng để cúng tế chư Phật, Bồ Tát. Quả thật đã từng có chuyện như thế. Ngày trước tôi ở Đài Loan, lúc đã xuất gia rồi, tại vùng Đại Khê có chùa Hương Vân, khi đó tôi ở chùa này. Dân chúng trong vùng quanh đó vào những ngày rằm, mồng một đều mang những đầu heo, gà vịt, thịt cá lên chùa lễ Phật, cúng Phật. Quý vị nói xem, thế là thế nào? Biến Phật, Bồ Tát thành những thần linh rồi lễ bái, cúng kiếng. Đem những thứ đầu heo, gà vịt, thịt cá ấy mà cúng tế quỷ thần, cúng tế chư Phật, Bồ Tát, đó chính là hối lộ. Họ đối với chư Phật, Bồ Tát, đối với quỷ thần làm việc hối lộ, mong rằng Phật, Bồ Tát, quỷ thần sẽ [vì nhận hối lộ] mà ban phúc lành cho họ. Có lẽ nào như vậy được?

Do đó có thể biết rằng, những người như thế đối với Phật pháp không biết một chút gì, chỉ hoàn toàn là mê tín. Ở Đài Loan còn tồn tại sự mê tín ấy, tôi tin rằng trên thế giới này những kiểu mê tín tương tự như vậy hẳn là không ít. Truy đến tận cùng những nhân tố [mê tín] này, đệ tử học Phật chúng ta, đặc biệt là những đệ tử xuất gia, cũng phải có trách nhiệm, nhất định không thể đùn đẩy [cho người khác]. Người xuất gia chúng ta không làm tròn trách nhiệm giáo hóa chúng sinh, không đem Phật pháp giảng giải rõ ràng được cho đại chúng trong xã hội, để đến nỗi vẫn còn có những người mê tín như vậy. Thậm chí [trong] chúng ta còn có người làm những việc dẫn dắt đại chúng sai lầm đi vào đường mê tín, tội lỗi đó quả thật là vô lượng vô biên. Chính là vì những việc như thế này mà người xưa nói: "Trước cửa địa ngục nhiều thầy tăng."

Chúng ta dẫn dắt hết thảy chúng sinh làm chuyện mê tín, thật là tội lỗi không gì nặng nề hơn. Thậm chí ngày nay chúng ta nói rằng Phật giáo là tôn giáo, như vậy là đã dẫn dắt chúng sinh sai lầm đi vào mê tín. Chúng ta ngày nay phải hiểu thật rõ ràng, thật sáng tỏ rằng Phật giáo không phải một tôn giáo, Phật giáo là những lời răn dạy đầy trí tuệ của đức Phật, không có quan hệ gì với tôn giáo cả. Vì thế, ngày nay chúng ta xem Phật giáo như một tôn giáo, đó là sai lầm dẫn dắt đại chúng đi vào mê tín, thật là tội lỗi vô lượng vô biên.

Cho nên ở chỗ này [trong Vị biên] có một đoạn văn rất hay. Trong xã hội có rất nhiều người đối trước Phật, Bồ Tát, đối trước quỷ thần mà hứa nguyện, tự mình có chỗ mong cầu liền hứa nguyện, khi nào đạt được sự mong cầu ấy sẽ giết hại vật mạng cúng tế [tạ ơn]. Nguyện như thế chính là ác nguyện. Chỗ này giải thích thật hay: "Ví như có được toại nguyện", chỗ mong cầu của quý vị [như nói trên] nếu thực sự đạt được, như quý vị muốn thăng quan, quả nhiên được thăng quan, muốn phát tài quả nhiên được phát tài v.v... Trong thực tế, đó không phải Phật, Bồ Tát [nhận lời rồi] giúp quý vị được mãn nguyện, hay quỷ thần giúp quý vị được mãn nguyện. Không phải vậy. Đó là trong mạng số [nhân duyên quả báo] của quý vị đã sẵn định như vậy, căn bản là đối với chư Phật, Bồ Tát hay quỷ thần chẳng có liên quan gì. Nhưng lời hứa nguyện của quý vị là ác nghiệp, quý vị tạo nghiệp ác [giết hại vật mạng], quả báo nhất định sẽ theo sau, nếu không phải ngay trong đời này thì ắt là đời sau. Ngay trong đời này là nói vào những năm tháng sau này của quý vị, sẽ gặp phải quả báo xấu ác. Nhân duyên quả báo không một mảy may sai chạy.

Trong Cảm ứng thiên nói rất rõ ràng, nhưng chỉ nói về lý nên không nhiều. Phần chú giải trong Vị biên bổ sung vào, cho nên nói là có đủ lý luận trọn vẹn đầy đủ. Nhưng phần sự tướng được nói rất nhiều. Phần sự tướng này chính là những chứng cứ chân thật, những chứng cứ của việc gieo nhân lành được hưởng quả lành, tạo nhân ác phải nhận quả báo xấu ác. Rất nhiều chứng cứ như vậy.

Chúng ta đọc sách này, xem thấy những nghiệp nhân quả báo như vậy trong quá khứ, sau đó mới quay lại quan sát kỹ trong xã hội hiện nay của chúng ta. Người thời nay tạo tác [như thế nào], lại xem thấy người thời nay nhận lãnh quả báo [như thế nào], đem so với những điều được ghi chép trong sách lại càng thấy rõ ràng hơn, chúng ta sao có thể không tin? Sao có thể không thực sự nỗ lực học tập?

Quý vị đồng học nêu lên hai vấn đề, so với những gì tôi đang giảng đây cũng không khác biệt. Xã hội hiện tại do việc gia tăng dân số nên có nhiều quốc gia, nhiều địa phương tìm đến biện pháp kế hoạch hóa gia đình, tiết giảm việc sinh sản. Tại Hoa Kỳ cũng vậy, cho nên ở Hoa Kỳ hiện nay có hiện tượng là người Mỹ da trắng gần như không tăng dân số, còn người Mỹ da đen thì dân số tăng nhanh. Người Mỹ da đen không tiết giảm sinh sản, mỗi gia đình thường có bốn, năm con cho đến năm, sáu con cũng rất bình thường. Cho nên, tương lai nước Mỹ sẽ là của người Mỹ da đen. Họ theo chế độ dân chủ bầu cử, nên người da đen đông hơn tất nhiên sẽ bầu chọn người da đen làm tổng thống, đó là nhân quả báo ứng. Người da đen trước đây là nô lệ ở châu Phi, tương lai những nô lệ ấy sẽ làm chủ nhân [ở nước Mỹ]. Người da trắng [trước đây] là chủ nhân giờ phải chuyển sang làm nô lệ. Đó là nghiệp nhân quả báo. Người Trung quốc dân số đông, cho nên phải tiết giảm sinh sản, [mỗi gia đình] chỉ được phép sinh một con. Người Ấn Độ không tiết giảm sinh sản, có khả năng không bao lâu dân số sẽ vượt qua Trung quốc. [Đoạn văn này dịch đầy đủ theo nguyên bản nhưng ý nghĩa có phần bất ổn vì dữ kiện không chính xác và dường như không có lợi gì cho sự tu tập của Phật tử.]

Dân tộc Trung quốc từ xưa nay vốn trọng nam khinh nữ, nếu sinh con trai thì từ nhỏ đã được chiều chuộng nâng niu. Quý vị đâu biết được đứa trẻ ấy sinh vào nhà mình để báo ân hay báo oán? Là sinh ra để đòi nợ hay trả nợ? Cho nên, vấn đề của xã hội ngày nay nếu không thấu hiểu sâu xa Phật pháp thì không thể giải quyết.

Dựa vào những quan niệm, cách nghĩ, cách nhìn của bản thân chúng ta thì chỉ thấy được những điều trước mắt, không thấy được hậu quả về sau. Trước mắt thấy phương pháp đó, cách làm đó là không sai, nhưng kết quả về sau như thế nào thì hoàn toàn không biết, khả năng sản sinh tai họa về sau là rất lớn. Người bình thường suy ngẫm khảo xét thường chỉ khảo xét những điều nhìn thấy trước mắt, cho nên thời đại ngày nay kém rất xa so với thời xưa.

Trung quốc vào thời xưa, đặc biệt là những bậc nhân sĩ điều hành đất nước, điều hành chính phủ, những suy nghĩ, khảo xét của họ hướng đến thời gian rất lâu dài. Chỗ suy xét của những bậc đế vương thời xưa là hướng đến ngàn năm muôn đời, mong cho vương quyền của họ được mãi mãi củng cố, con cháu của họ đời đời truyền nối không dứt mất. Người làm Tể tướng thì [vạch ra chính sách] ít nhất cũng phải suy nghĩ đến ảnh hưởng năm mươi năm, trăm năm về sau. Những người trí thức, có học, ví như không làm quan, chỉ làm một người dân thường, họ cũng vì con cháu đời sau mà suy nghĩ, vì sứ mạng lịch sử mà suy nghĩ, cho nên suy nghĩ [hướng đến] rất dài lâu.

Nhà Phật nói về thiện ác rất đầy đủ, trọn vẹn. Những việc hiện nay là thiện, kết quả cho đời sau bất thiện thì đó không phải việc thiện chân thật. Có những việc hiện nay tuy là bất thiện, nhưng kết quả đời sau rất tốt. Việc như thế rất đáng làm. Hiện nay rất ít người có trí tuệ như thế, cho nên không có năng lực phân biệt thiện ác. Rất nhiều sự việc trước mắt dường như đúng đắn mà thực tế là sai trái, bản thân chúng ta thường làm sai là vì không có trí tuệ, không có mắt nhìn. Nguyên nhân vì đâu? Là do lỗi không đọc sách thánh hiền, sách thánh hiền giúp chúng ta tăng trưởng trí tuệ; không đọc sách lịch sử, nhất là lịch sử Trung quốc.

Lịch sử Trung quốc ghi chép những gì? Chính là ghi chép [những trường hợp] thiện ác báo ứng. Hai mươi lăm bộ sử[1] đều là nói về nghiệp nhân quả báo, giúp chúng ta tăng thêm kiến thức, giúp chúng ta có năng lực phân biệt thị phi, thiện ác. Cho nên, người xưa xem đọc sách là điểm quan trọng trong giáo dục.

Kinh điển và sử học, một bên là trí tuệ học vấn, một bên

---

[1] Nhị thập ngũ sử: Hai mươi lăm bộ sử được kế tục biên soạn ghi lại toàn bộ lịch sử Trung quốc, bao gồm: 1. Sử Ký, do Tư Mã Thiên soạn năm 91 trước Công nguyên; 2. Hán Thư, do Ban Cố soạn năm 82; 3. Tam Quốc Chí, do Trần Thọ biên soạn năm 280; 4. Hậu Hán Thư, do Phạm Diệp soạn năm 445; 5. Tống Thư, do Thẩm Ước soạn năm 488; 6. Tề Thư, do Tiêu Tử Hiển soạn năm 537; 7. Ngụy Thư, do Ngụy Thâu soạn năm 554; 8. Lương Thư, do Diêu Tư Liêm soạn năm 636; 9. Trần Thư, do Diêu Tư Liêm soạn năm 636; 10. Bắc Tề Thư, do Lý Bách Dược soạn năm 636; 11. Bắc Chu Thư, do Lệnh Hồ Đức Phân soạn năm 636; 12. Tùy Thư, do Ngụy Trưng soạn năm 636; 13. Tấn Thư, do Phòng Huyền Linh soạn năm 648; 14. Nam Sử, do Lý Diên Thọ soạn năm 659; 15. Bắc Sử, do Lý Diên Thọ soạn năm 659; 16. Đường Thư, do Lưu Hu soạn năm 945; 17. Ngũ Đại Sử, do Tiết Cư Chính soạn năm 974; 18. Tân Ngũ Đại Sử, do Âu Dương Tu soạn năm 1053; 19. Tân Đường Thư, do Âu Dương Tu soạn năm 1060; 20. Liêu Sử, do Thoát Thoát (Toktoghan) soạn năm 1345; 21. Kim Sử, do Thoát Thoát soạn năm 1345; 22. Tống Sử, do Thoát Thoát soạn năm 1345; 23. Nguyên Sử, do Tống Liêm soạn năm 1370; 24. Minh Sử, do Trương Đình Ngọc soạn năm 1739; 25. Tân Nguyên sử, do Kha Thiệu Văn hoàn tất năm 1919.

là kiến thức. Lịch sử là một tấm gương soi, trong việc đối đãi với người, ứng xử với sự việc, tiếp xúc với muôn vật, nếu thường đọc sách thánh hiền có thể tránh được nhiều sai lầm. Mỗi một sai lầm, nếu dùng con mắt Phật mà xem xét thì họa hại về sau thật lớn lao vô cùng. Điều này người thế gian không thể lý giải được.

Có vị đồng tu nói với tôi, ở Trung quốc đại lục, những nơi chùa chiền, đạo trường của Phật giáo, thường có người mang các bé gái sơ sinh đến bỏ. Người trong các chùa ấy, trên căn bản từ bi của nhà Phật nên nhặt lấy các em bé này về, biết làm sao khác được? Nghe nói có chùa mỗi năm nhặt về đến mười mấy, hai mươi đứa trẻ.

Quý vị nên biết, hiện nay cũng như trước đây đều có, cách đây nửa thế kỷ, lúc tôi mười mấy tuổi, thường thấy trong thành thị có các Dục anh đường là nơi nuôi trẻ. Vì sao gọi là Dục anh đường? Đó là nơi người ta nuôi dưỡng những trẻ em bị bỏ rơi. Cha mẹ không cần đến chúng, mang vất bỏ, người ta nhặt được mang về đó nuôi dưỡng. Cho nên, các đạo trường Phật giáo ở Trung quốc nên xây dựng những Dục anh đường như thế. Lời tôi nói là chân thật, đây là việc tốt nên làm.

Cẩn thận nuôi dạy tốt những trẻ em này, nuôi dưỡng chúng lớn lên thành người, thận trọng trong việc dạy dỗ chúng, từ nhỏ đã áp dụng nền giáo dục của thánh hiền để dạy dỗ chúng. Những đứa trẻ này rất dễ dạy. Vì sao vậy? Vì không có ai can thiệp vào. Những trẻ khác có cha mẹ chúng làm chủ, còn đối với những trẻ này ta có thể làm chủ [trong việc dạy dỗ], không cần phải đưa chúng đến trường lớp nào. Trong Dục anh đường của chúng ta tự có chương trình giáo dục riêng, có thầy cô giáo riêng, dạy cho trẻ về luân thường, đạo đức, về nhân quả báo ứng, cùng với những ý nghĩa lớn lao mà các bậc thánh hiền giảng giải về tâm tánh.

Những đứa trẻ này được dạy dỗ nuôi dưỡng, tương lai lớn

lên có thể đi theo hai đường. Một là lập gia đình. Vì chúng đều là con gái nên sẽ là những người vợ hiền, những bà mẹ tốt, sẽ vì đất nước mà nuôi dạy bồi dưỡng một thế hệ nhân tài tiếp theo. Nếu theo đường xuất gia, đây sẽ là những vị ni sư tốt.

Cho nên, chúng ta phải biết tùy nơi tình thế mà dẫn dắt theo hướng lợi lạc, phải làm cho thật tốt việc này. Làm việc này là vô lượng công đức. Nhà Phật thường nói: "Cứu một mạng người hơn xây tòa tháp bảy tầng." Huống chi quý vị không chỉ cứu sống các em, quý vị còn nuôi dưỡng, giáo dục chúng. Chúng ta làm việc này cũng là vì quốc gia, vì xã hội, vì Phật pháp, vì chúng sinh bồi dưỡng nhân tài. Đó chính là thực hành đạo Bồ Tát.

Cho nên, toàn bộ vấn đề xã hội quy kết lại chính là vấn đề giáo dục. Phật giáo là giáo dục, là giáo dục xã hội, hơn nữa còn là nền giáo dục xã hội đa nguyên văn hóa. Chúng ta hiểu rõ được điều này, hiện nay đã chọn đi theo con đường giáo dục này thì phải thực sự nỗ lực học tập cho thật tốt, phải làm cho thật tốt. Như vậy thì chúng ta mới xứng đáng với chư Phật, Bồ Tát, mới xứng đáng với xã hội; chúng ta tiếp nhận sự cúng dường của bốn chúng đồng học mới thực sự có thể "trên đền bốn ơn nặng, dưới cứu khổ ba đường", tiếp nối kế thừa sự nghiệp của chư Phật, Bồ Tát, hoàn thành sứ mạng mà chư Phật, Bồ Tát giao phó cho chúng ta.

Bài giảng thứ 94

(Giảng ngày 11 tháng 9 năm 1999 tại Hương Cảng (Hong Kong), file thứ 95, số hồ sơ: 19-012-0095)

Thưa quý vị đồng học, cùng tất cả mọi người.

Chúng ta sau khi thâm nhập kinh tạng mới có thể biết được chân tướng của vũ trụ nhân sinh, [mới biết] chư Phật, Bồ Tát cùng hết thảy chúng sinh trong các pháp giới cùng khắp hư không đều cùng một pháp thân thanh tịnh. Cho nên, tâm thương yêu chân thành lưu xuất hiển lộ tự nhiên, đối với hết thảy chúng sinh trong các pháp giới cùng khắp hư không đều quan tâm bình đẳng, đều thương yêu, bảo vệ như nhau, làm sao có chuyện giết hại chúng sinh?

Vì thế, trong Cảm ứng thiên chúng ta đọc thấy một đoạn văn được sách Vị biên giải thích khá tường tận. Tôi cũng đã trình bày qua đoạn này. Trong đó nêu lên mấy trường hợp điển hình và nói rằng hết thảy chúng sinh đều "tham sống sợ chết, thương yêu thân quyến, cảm nhận sự đau đớn", [những điểm này] so với bản thân ta không hề khác biệt. Chúng ta chỉ cần quan sát kỹ sẽ thấy ngay những điều này rõ ràng trước mắt.

Đức Phật dạy chúng ta tu hành là tu sửa cho chính đáng những quan niệm sai trái, những hành vi sai trái, dạy chúng ta lúc nào cũng phải khởi lên công phu quán chiếu. Thế nào gọi là quán chiếu? Đó là không rơi vào sự nhận biết theo tình cảm, biết vận dụng trí tuệ. Vận dụng trí tuệ chân thật để quán chiếu hết thảy sự tướng, lý lẽ, đó gọi là quán chiếu.

Người thực sự giác ngộ nói rằng: "Đâu đâu cũng là đạo, nơi nơi đều là cội nguồn." Câu này tràn đầy ý đạo, nhưng người thế gian rất khó nhận hiểu, thể hội được. Người mới học cũng không dễ gì nhận hiểu.

Gọi là đạo, đó là chân tướng của vũ trụ nhân sinh. Gọi là cội nguồn, đó là sự sinh khởi từ [chân tướng] ấy, là sự luân chuyển nhân quả qua lại, rõ ràng sáng tỏ. Đó gọi là cội nguồn. "Nơi nơi đều là cội nguồn", là nói cội nguồn không phải nơi nào xa xôi, chính thật ở ngay trước mắt.

Ngày nay người đời tìm kiếm thăm dò nguồn gốc của vũ trụ, nguồn gốc của sự sống, thảy đều ở ngay trước mắt. Nhưng phải là người thấy đạo, phải là người chứng đạo thì mới có thể rõ biết được. Cho nên [các vị mới] bảo chúng ta nhất định phải giữ tâm nhân từ, nhất định không thể làm những việc tổn hại, trái nghịch lẽ trời, phải biết tự mình nỗ lực tu tập.

Trong phần này [của chú giải] nêu ra một số trường hợp điển hình trong lịch sử, là những chuyện mà giới trí thức ngày xưa phần lớn đều đã từng đọc qua. [Sách này trích dẫn] trong kinh Phật nói rằng, hết thảy chúng sinh đều quý tiếc mạng sống của mình. [Ngày trước] Vương Khắc [chuẩn bị] giết dê đãi khách, con dê quỳ xuống khóc trước mặt người khách, hai dòng nước mắt chảy ra rõ ràng. Quý vị thử nghĩ xem, con dê ấy cũng biết quý tiếc mạng sống của mình. [Ví như] chúng ta ở trong tình cảnh ấy, nhìn thấy như vậy, lẽ nào còn nhẫn tâm giết dê ăn thịt được sao?

Cho nên, chúng ta hãy quan sát kỹ những loài vật như thế. Trước đây mấy giờ, chúng ta đã được nghe nữ cư sĩ họ Tề ở chùa Thiên Mục nói về chuyện phóng sinh, kể chuyện thả con ba ba. Quý vị xem, con ba ba ấy có linh tính, vừa nghe người khác nói không giết nó, sẽ mang đi thả, nó liền tỏ lòng biết ơn, nằm mọp sát đất. Có rất nhiều biểu hiện tình cảm như thế, chúng ta có thể thấy được, biết được rằng [tình cảm của] loài vật so với con người hoàn toàn không khác biệt.

Hết thảy loài vật có mạng sống, một khi bị con người bắt

được, tự biết sẽ bị giết mổ, sẽ bị ăn thịt thì đều hết sức đau đớn khổ sở. Chúng ta từ nơi sự biểu hiện cảm xúc của chúng có thể nhìn thấy được, như cúi đầu khiếp sợ, mắt lệ lưng tròng. Tình trạng biểu hiện đáng thương như vậy so với con người có gì khác biệt? Thế nhưng hết thảy chúng sinh quả thật là có mắt mà không nhìn thấy, có tai mà không nghe được, có tâm mà không cảm xúc, mới đành lòng thuận ý giết mổ [loài vật] để thỏa mãn sự ham muốn [miếng ăn] của mình. Tạo nghiệp ác, kết oán thù, thật không còn gì có thể hơn thế nữa. Bậc thánh nhân dạy rằng: "Đạo trời [nhất định] đền trả", nhân quả báo ứng của việc này không mảy may sai lệch.

Cho nên, bảo vệ sự sống, thực hành phóng sinh, không ăn thịt chúng sinh, đó là công đức lớn nhất. Chúng ta phải thường xuyên tự cảnh tỉnh bản thân mình. Không chỉ đối với chúng sinh hữu tình mới thương yêu bảo vệ, ngay cả cỏ cây hoa lá cũng có tánh linh, chúng ta quan sát thật kỹ có thể cảm nhận được. Chúng ta yêu thích một cái cây thì cây ấy lớn nhanh đặc biệt. Đó là nó đền đáp cho ta, dâng hiến vẻ đẹp cho ta thưởng thức. Chúng ta yêu hoa, hoa ấy cũng sẽ nở ra đặc biệt xinh đẹp, dường như có sự tương giao tình cảm với chúng ta. Đó là sự thật.

Không chỉ hoa cỏ thực vật có cảm tình, cho đến sỏi đá cũng có cảm tình, khoáng vật cũng có cảm tình. Kinh Hoa Nghiêm nói: "Tình dữ vô tình, đồng viên chủng trí." ([Hết thảy] chúng sinh vô tình cũng như hữu tình đều trọn thành Phật trí.) Trong đời sống thường ngày, chúng ta lưu tâm quan sát kỹ đều có thể thấy được. Thời xưa có chuyện "Sinh công thuyết pháp, đá cũng gật đầu",[1] chúng ta phải tin sâu không nghi ngại.

---

[1] Sinh công, tức ngài Đạo Sinh, một cao tăng Trung quốc sinh khoảng năm 355 và viên tịch vào năm 434. Ngài là một trong những người xiển dương giáo lý về tánh Phật rất sớm, ngay từ khi kinh Đại Bát Niết-bàn còn chưa có bản dịch Hán ngữ. Vì thế, rất nhiều người hoài nghi sự thuyết pháp của ngài. Nhân đó, ngài lên núi cao thuyết giảng trước một bãi đá và nguyện rằng nếu

Cho nên, nội dung trong đoạn văn này là đem tâm từ bi khó nhọc khuyến khích chúng ta. Mừng sinh nhật không được giết hại vật mạng. Ngày mừng thọ, nếu giết hại vật mạng để tổ chức yến tiệc linh đình, mừng cho bản thân mình tăng thêm tuổi thọ mà khiến chúng sinh phải bị cướp đi mạng sống ngắn ngủi, có lý lẽ nào như thế? Việc này xét cả về tình về lý đều sai trái, không thích hợp.

Chúc mừng tuổi thọ, mừng ngày sinh, tạo nghiệp giết hại để mừng ngày sinh, quý vị nghĩ xem có hợp tình hợp lý hay chăng? Vốn dĩ tuổi thọ của mình rất dài lâu, nhưng do việc mỗi năm đều mừng sinh nhật theo phương cách giết hại vật mạng như thế này mà làm cho tổn giảm, ngắn ngủi đi. Không chỉ là giảm mất tuổi thọ, mà đời sau còn phải chịu nhiều quả báo khổ não. Kết thành oan nghiệp oán thù với những chúng sinh bị giết hại thì oan oan tương báo, vay trả trả vay không bao giờ chấm dứt. Người hiểu biết sáng suốt thì những dịp mừng sinh nhật, mừng thọ, quyết định dứt khoát không thể giết hại vật mạng.

Trong đoạn này nêu rất nhiều trường hợp điển hình. Trong tang lễ cũng không được giết hại vật mạng. "Tang dĩ ai vi chủ." (Trong tang lễ, đau buồn là điểm chính.) Đãi khách tốt nhất nên dùng thức ăn chay.

Cúng tế cũng không được giết hại vật mạng. Trong kinh Địa Tạng, đức Phật giảng giải rất rõ ràng. Người đọc kinh Địa Tạng cần phải ghi nhớ. Quý vị mỗi năm đều cúng giỗ tổ tiên, cúng giỗ những người thân đã qua đời. Người Trung quốc thì mỗi năm đều có các lễ cúng thanh minh, rằm tháng bảy, tiết đông chí... Trong kinh Địa Tạng dạy rằng, nếu giết hại vật mạng để cúng tế, vong linh người đã khuất chẳng

---

lời thuyết giảng đúng với Phật pháp thì đá sẽ gật đầu. Quả nhiên đã xảy ra như vậy. Về sau, khi bản dịch Hán ngữ của kinh Đại Bát Niết-bàn được lưu hành, mọi người mới biết rằng những lời thuyết giảng của ngài là chân thật, đúng với Phật pháp.

những không được hưởng phúc mà tội nghiệp còn nặng thêm. Sự giết hại đó là vì họ, nên quả báo khổ não của họ càng tăng thêm. Đó là điều người sống chúng ta ở dương gian không hề biết. Các vong linh nếu đọa vào ba đường ác thì tội nghiệp vốn đã hết sức nặng nề, sao còn nhẫn tâm làm cho tội nghiệp ấy nặng nề hơn nữa? Cho nên, chúng ta một lòng thương yêu nhớ tưởng nhưng do không hiểu biết mà tạo thành tội nghiệp, khiến cho người thân của mình phải chịu khổ nạn nặng nề hơn. Hiểu rõ được chân tướng sự lý trong việc này rồi thì nhất định không thể nhẫn tâm giết hại vật mạng để cúng tế [người thân].

Lễ Phật phát nguyện [điều gì] lại càng không thể giết hại vật mạng [làm lễ vật]. Chư Phật, Bồ Tát đại từ đại bi, cứu khổ cứu nạn [chúng sinh] còn chưa đủ, sao có thể giết hại chúng sinh để dâng cúng chư Phật, Bồ Tát?

Phần tiếp theo còn nói tiếp, những ngày hôn lễ, tiệc tùng không được giết hại, mời khách đãi đằng cũng không được giết hại.

Lại nói đến việc mưu sinh [không được giết hại]. Nói cách khác, chúng ta sống trong xã hội tất yếu phải có một nghề nghiệp mưu sinh chính đáng. Những nghề nghiệp nào giết hại chúng sinh đều không thể phát tài. Quý vị [làm những nghề như vậy nếu có] được lợi nhuận, tuyệt đối không phải do sự giết hại chúng sinh mà thu được lợi nhuận. Lợi nhuận, tiền tài đó là do trong quá khứ quý vị đã từng tu tập bố thí mà có được.

Đức Phật dạy rất rõ ràng. Quý vị tu tập bố thí tài vật, quý vị được quả báo nhiều tài vật. Quý vị tu tập bố thí pháp, quý vị được thông minh trí tuệ. Quý vị tu tập bố thí sự an ổn cho người khác, quý vị được quả báo khỏe mạnh, sống lâu. Nếu như trong đời này quý vị làm nghề nghiệp giết hại chúng sinh, cho dù hiện tại có được giàu sang, đời sống hết sức sung túc dư dã, cuộc sống rất tốt. Thế nhưng quý vị phải biết rằng, sự giàu có sung túc đó không phải do nghiệp giết hại mà có, mà là nhờ nơi sự tu tập đời trước. Bất kể quý vị làm nghề nghiệp gì, [do nhân tu tập đó] quý vị cũng đều sẽ được giàu có sung túc.

Trong mạng số [nhân quả] nếu không có tiền tài, ví dụ như việc mở nhà hàng, quán ăn, vì sao người khác cũng làm những việc ấy mà không kiếm được tiền? Quý vị làm những việc ấy thì kiếm được tiền. Từ điểm này chúng ta có thể thấy ra được, người kiếm được tiền là do trong mạng số [nhân quả] đã sẵn có, bất kể họ làm nghề nghiệp gì rồi cũng sẽ kiếm được tiền.

Chọn nghề nghiệp giết hại sinh mạng chúng sinh thì khi những phước đức đời trước của quý vị đã hưởng hết, quả báo xấu ác liền hiện tiền. Cho nên chúng ta phải hết sức tỉnh táo, quan sát thật kỹ lưỡng thì sẽ thấy được những hiện tượng như thế.

Vì thế, trong công việc mưu sinh, nghề nghiệp của chúng ta cần phải chọn lựa, nhất định không thể làm những nghề giết hại chúng sinh. Những nghề nghiệp ấy chắc chắn là không có lợi cho chúng ta. Những lợi nhuận nhìn thấy trước mắt nhất định không phải do việc giết hại chúng sinh mà có được, nhưng quả báo [xấu ác] của nghề nghiệp ấy về sau chắc chắn ta phải gánh chịu. Chúng ta phải hiểu rõ điều này.

Lại nói đến việc phụng dưỡng cha mẹ trong đời sống hằng ngày cũng không được giết hại. Trong các món ăn chay để nuôi dưỡng quý vị đã không thể nào dùng hết, việc gì phải giết hại sinh mạng chúng sinh? Thời tôi còn trẻ, rất may mắn gặp được Phật pháp, được đọc qua các sách Liễu Phàm tứ huấn, Cảm ứng thiên, tôi hết sức tin nhận những ý nghĩa trong đó. Năm tôi 26 tuổi, trong khoảng sáu tháng cuối năm, tôi đem những ý nghĩa, lý luận trong các sách này phân tích thật sáng tỏ, rõ ràng. Từ đó tôi phát tâm ăn chay trường.

Tôi ăn chay được 50 năm rồi, hơn nữa còn sống hết sức đơn giản, không một mảy may lãng phí, nhưng thân thể cũng như tình trạng sức khỏe của tôi không kém gì người khác, tinh thần lại rất tốt, mỗi ngày giảng kinh hai giờ, không bỏ sót ngày nào. Điều này có thể làm gương cho mọi người noi theo. Nếu như quý vị nói rằng ăn chay không đủ dinh dưỡng, ăn chay không thể khỏe mạnh, thì quý vị cứ quan sát thật kỹ những người xuất gia. Như vậy có thể giúp quý vị tăng trưởng lòng tin, thay đổi quan niệm.

Phần sau còn nói việc dưỡng bệnh không được giết hại vật mạng, lại càng phải thương yêu bảo vệ sinh mạng của hết thảy chúng sinh. Có như vậy thì bản thân ta mới được sống lâu. Bố thí sự an ổn không sợ sệt cho chúng sinh chính là gieo nhân để được khỏe mạnh, sống lâu.

Tiếp theo còn có một điều nói về việc Đạo giáo khi tổ chức các pháp hội có nghi lễ hiến tế tam sinh [dùng ba loài vật] tế thần. Chúng ta thử đặt mình vào vị trí của thần minh để suy nghĩ xem sao. "Chính trực thông minh gọi là thần." Vị thần [chính trực thông minh] như thế mà còn tham muốn những thứ máu thịt của quý vị dâng cúng để rồi hộ trì giúp đỡ cho quý vị hay sao? Làm gì có lý lẽ ấy? Cho nên, các pháp hội cúng tế thần minh không thể giết hại sinh mạng chúng sinh.

Phần cuối cùng nói đến [tục lệ] mừng năm mới. Mừng năm mới thì nhà nhà đều giết hại vật mạng, nhà nhà đều ăn thịt, đặc biệt là [tập tục] giết hại vật mạng để cúng tế tổ tiên. Nói thật ra chính là làm nặng thêm tội nghiệp của tổ tiên. Tổ tiên không những là không được hưởng phúc [từ sự cúng tế này] mà còn do đó phải gặp nạn khổ. Đó là do quan niệm sai lầm của chúng ta tạo thành.

Cho nên chúng ta mỗi năm đến dịp mừng năm mới nên đặc biệt kêu gọi, khuyến khích việc ăn chay, nuôi lớn thêm lòng thương yêu che chở chúng sinh.

Ngày lễ tết không được giết hại, có dịp vui mừng cũng không được giết hại. Đưa tặng quà biếu là bày tỏ cảm tình, qua lại biếu tặng nhau không nên [nhân dịp đó] giết hại vật mạng [đãi đằng]. Đưa tiễn người [đi xa càng] không được giết hại vật mạng.

Lại có một số người ưa thích nuôi chim kiểng, thú cưng. Quý vị nên biết, tự mình nuôi những con thú cưng ấy, chúng có ăn thịt [những con vật khác] hay không? [Chẳng hạn,] nuôi cá vàng thì phải cho ăn tép sống, cá nhỏ; nuôi chim phải cho ăn thịt... Quý vị nên biết, phải giết hại biết bao nhiêu con vật khác để làm no đủ những con thú cưng này? Quý vị có biết là trong việc này mình đang tạo nghiệp giết hại hay không? Có biết là trong việc này rồi phải chịu quả báo xấu ác nghiêm trọng?

Cho nên, Phật dạy chúng ta phải đem những ái dục, những sự ưa thích ham muốn mà dứt sạch hoàn toàn. Như vậy thì quý vị mới có thể khôi phục được tâm thanh tịnh, tâm thanh tịnh mới khởi sinh trí tuệ, có trí tuệ mới hiểu rõ được thực tướng của vũ trụ nhân sinh.

Phần trên đã nêu lên một số trường hợp điển hình, hy vọng người nghe có thể từ đó suy rộng, nghe một biết mười, nuôi lớn tâm đại từ bi, tâm đại trí tuệ.

Chúng ta mỗi ngày đều niệm câu kệ hồi hướng này: "Trên đền bốn ơn nặng, dưới cứu khổ ba đường." Thực sự phát tâm đền ơn, cứu khổ thì phải từ chỗ này mà vận dụng thực tế, thương yêu che chở hết thảy chúng sinh, tuyệt đối không làm tổn hại sự sống của hết thảy chúng sinh. Đó là thực sự đền ơn, cứu khổ, vận dụng vào thực tế đời sống hằng ngày của chúng ta.

Ý nghĩa trong Kinh điển sâu rộng vô cùng, tôi chỉ nói qua thật đơn giản với mọi người đến chỗ này thôi.

Bài giảng thứ 95

(Giảng ngày 12 tháng 9 năm 1999 tại Hương Cảng (Hong Kong), file thứ 96, số hồ sơ: 19-012-0096)

Thưa quý vị đồng học, cùng tất cả mọi người.

Ở phần chú giải của đoạn thứ 39 trong Vị biên, sau cùng có mấy đoạn răn dạy của các bậc đại đức xưa nêu vấn đề rất hay. Như tiên sinh Hoàng Lỗ Trực có bài kệ tụng rằng:

"Ngã nhục chúng sinh nhục,
Danh thù thể bất thù.
Nguyên đồng nhất chủng tính,
Chỉ thị biệt hình khu.
Khổ não tùng tha thụ,
Phì cam vi ngã tu.
Mạc giáo Diêm lão đoán,
Tự sủy khán hà như."

Thịt của mình với thịt chúng sinh,
Tên gọi khác nhau vẫn cùng một thể.
Vẫn đồng chủng tánh không hai,
Chỉ là khác biệt hình hài mà thôi.
Khổ não đớn đau chúng sinh chịu,
Ngọt ngon béo bổ giành phần ta.
Đâu cần Diêm chúa phán tra,
Tự mình xem xét, thế là đúng sai?

Bài kệ tụng này nêu lên hết sức rõ ràng. Bản thân chúng ta mang thân máu thịt này, động vật cũng mang thân máu thịt như vậy không khác. Người và cầm thú, tên gọi tuy khác nhau nhưng thân thể máu thịt với tánh linh không khác. Tánh linh của động vật, chỉ cần chú tâm một chút là quý vị có thể thấy được rất rõ ràng. Chúng so với con người không có gì khác biệt, cũng đều tham sống sợ chết như nhau.

"Mạnh hiếp yếu, cá lớn ăn cá bé" đúng là hiện tượng tự nhiên trong môi trường sống. Nhưng nếu chúng ta từ chỗ đó dựng lên thành lý lẽ thì thật sai lầm. Con người thật không bằng cầm thú. Cọp, sư tử khi ăn no rồi thì những con vật nhỏ có ở quanh đó chúng cũng không quan tâm, tuyệt đối không muốn làm hại. Con người thì không như thế, dù [những lúc] không ăn được cũng ra tay giết hại. Con người nếu như không được giáo dục, không biết đến lễ nghĩa, người xưa nói là "so với cầm thú có hơn gì", hàm ý rằng con người [nếu không được giáo dục] so với cầm thú đâu có gì khác biệt? Chúng ta cần phải suy ngẫm chỗ này.

Chúng ta giết hại chúng sinh, ăn thịt chúng sinh, tiên sinh Hoàng [Lỗ Trực] nói rằng, không cần đến Diêm vương phán xử, cứ tự mình suy xét xem [việc này] nên xử như thế nào là đúng?

Đời nhà Đường, Lã Động Tân nói về điều này rất hay. Ông bảo mọi người, nếu muốn được sống lâu thì phải thực hành phóng sinh, đó là chân lý tuần hoàn xoay chuyển. Khi con vật sắp chết, quý vị cứu nó, thì khi quý vị sắp chết, trời sẽ cứu quý vị.

Người đời ai cũng cầu mong được sống lâu, cầu được nhiều con cái. Có cách nào cầu được không? Quả thật có, "chỉ cần không giết hại, thực hành phóng sinh là được". Đây là lời của Lã Động Tân.

Những người [được trích dẫn trong chú giải] ở đây đều là những người có trí tuệ, những người thực sự có đức hạnh. Đối với sự lý nhân quả họ đều thấy được rõ ràng, thấy được thấu triệt, chúng ta nên tin tưởng không nghi.

Nhà Phật thường nói, thành Phật hay Bồ Tát, đọa ba đường ác hay sinh làm súc sinh, tất cả đều do chính bản thân ta quyết định, không liên quan đến người khác. Chúng ta phải tự mình phản tỉnh sâu sắc, tự mình nỗ lực hướng thiện, đừng đi vào đường chết.

Đoạn kết của phần này trích dẫn một bài văn của Kỳ Hề Độ. Bài văn được chia thành nhiều đoạn, diễn đạt rất hay. Chúng ta vừa xem qua biết ngay đây là một Phật tử, vì những điều ông nói ra toàn là những lời răn dạy của chư Phật, Bồ Tát.

Mở đầu ông nói rằng: "Nhất thể bản cụ thể chi thể, chúng sinh giai ngô sinh chi sinh." (Trong một thể vốn có đủ các thể, chúng sinh đều cùng sinh mạng giống như ta.) Đây là cảnh giới của chư Phật và các vị Đại Bồ Tát, vì đã biết được rằng các pháp giới trong hư không đều cùng một thể, chúng ta thường nói là cùng một thể tánh sinh mạng. Cho nên, hết thảy chúng sinh cũng chính là bản thân mình.

Ông nói về sự ăn uống của người đời rằng: "Bát trân la tiền, tận thị hô hào oán nghiệp." (Món ngon bày ra, hết thảy đều là nghiệp khóc gào oán hận.) Điều này chúng ta vẫn thường thấy rõ, những lúc yến tiệc bày ra, trên mâm đầy rượu thịt, toàn những gà, vịt, cá, thịt... đích thực đều là oán nghiệp. Những con vật này khi bị giết không hề cam tâm tình nguyện dâng hiến cho quý vị. Chúng chỉ vì không chống lại nổi nên bị giết. Hôm nay quý vị ăn thịt chúng, rất nhiều khả năng chính trong lúc quý vị đang ăn đó thì những oan hồn của chúng đang vây quanh quý vị, đang ở trước, ở sau, ở ngay bên cạnh quý vị. Hiện tại quý vị vẫn còn vận may, khí vận còn mạnh, chúng không dám xâm phạm. Một ngày nào đó quý vị suy yếu, những oan gia đối nghịch này nhất định tìm tới.

Tại Đài Loan, trong nhà Phật chúng ta có một pháp sư hiệu Quảng Hóa. Rất nhiều người biết đến ông, tôi với ông cũng là bằng hữu. Lúc chưa xuất gia ông là một quân nhân, phụ trách quản lý quân nhu, tức là quản lý tài sản, vật dụng [trong quân đội]. Vì thế, ông tiêu tiền rất dễ dàng. Ông kể với tôi rằng khi còn làm trong quân đội, mỗi ngày ông ăn một con gà, không biết được đã ăn bao nhiêu con rồi. Về sau học Phật, xuất gia, tu hành rất tốt, trì giới rất nghiêm, thật khó tìm được một vị pháp sư tốt như ông. Ông xuất gia sớm hơn tôi hai năm. Hồi ở Đài Trung, ông dạy ở Phật học viện, vốn Hán học khá, có thể viết văn, có thể làm câu đối. Ông kể rằng, có một hôm ông đang tắm, bỗng thấy gà đầy trong nhà tắm, bay nhảy loạn xạ, ông né tránh liền trượt chân té ngã gãy chân. Do đó trở thành tàn phế, phải chống gậy khi đi, cuối cùng phải ngồi xe lăn. Ông nói với tôi, trường hợp của ông là tội nặng chịu báo ứng nhẹ. Đây là nhân quả báo ứng rõ ràng, vì trong quá khứ ông ăn thịt quá nhiều gà.

Đến lúc ông chết, cái chết cũng hết sức tồi tệ. Khi đã bệnh nặng, ông cho người tìm tôi, muốn đem đạo trường của ông hiến cúng cho tôi. Tôi đến gặp ông thì đã đến lúc ông không còn nói được, ngồi trên xe lăn, nước dãi chảy ra quanh miệng, hết sức đáng thương. Tôi cùng đi với Hàn Quán trưởng, thấy quanh ông có mấy người đệ tử, cho nên tôi cảm ơn ông mà không nhận [sự hiến cúng đạo trường].

[Trở lại] câu văn [của Kỳ Hề Độ], ta thấy quả thật hoàn toàn không sai. Những thịt cá bày ra trên mâm đó đều là oán nghiệp, là oan hồn vất vưởng. Người có mắt sáng vừa nhìn đã thấy rõ, làm sao còn dám ăn nuốt? Nghĩ tưởng trong nhà Phật dạy "đều cùng một thể đại bi", nhìn thấy hết thảy chúng sinh đều là cha mẹ mình trong quá khứ, đều là những vị Phật trong tương lai, rộng độ khắp chúng sinh, cứu vớt hết thảy còn không kịp, sao có thể ra tay giết hại? Sao có thể ăn nuốt chúng sinh?

Cho nên, chỉ cần chúng ta chuyển biến được trong một ý niệm liền giác ngộ, tập khí ăn thịt chúng sinh khi đó không khó dứt trừ, động cơ giết hại chúng sinh cũng được dứt trừ, khôi phục được tâm thanh tịnh, tâm bình đẳng, tâm từ bi. Đó chính là tự mình tu tập cứu lấy chính mình.

Chẳng những không được giết hại chúng sinh, mà làm cho chúng sinh khởi sinh phiền não chúng ta cũng có tội. Ngạn ngữ có câu: "Người sống ở đời, trong mười phần có có đến tám, chín không vừa ý." Vì sao những chuyện không vừa ý lại nhiều đến thế? Là do quả báo. Trong quá khứ quý vị không đối đãi tốt với người khác nên ngày nay phải chịu quả báo như vậy. Nếu như chúng ta có thể dùng thiện tâm, thiện ý, thiện hạnh để đối đãi với hết thảy mọi người, ứng xử với sự việc hay tiếp xúc với muôn vật, thì trong cuộc đời này mọi việc đều sẽ được như ý, bất cứ lúc nào, bất kỳ ở đâu cũng đều gặp được người tốt giúp đỡ.

Chúng ta giúp đỡ hỗ trợ người khác, tự nhiên sẽ được người khác giúp đỡ hỗ trợ. Nghiệp nhân quả báo không mảy may sai lệch. Chúng ta kính trọng người khác, người khác sẽ kính trọng ta. Chúng ta có thể thương yêu hết thảy loài vật, quỷ thần trong trời đất sẽ thương yêu che chở cho ta. Chúng ta khinh rẻ, xem thường người khác, người khác nhất định sẽ khinh rẻ, xem thường chúng ta. Đó gọi là tự làm tự chịu, không hề có thiên thần, quỷ thần nào an bài sắp xếp. Hoàn toàn không có. Hết thảy các pháp thế gian cũng như xuất thế gian đều chỉ vận hành theo một nguyên lý nhân duyên quả báo mà thôi. Phật pháp cũng không là ngoại lệ.

Mục đích học Phật là gì? Chính là ở chỗ phải chứng đắc pháp thân thanh tịnh. Quý vị muốn chứng đắc pháp thân thanh tịnh thì không thể có dù mảy may ô nhiễm, phải đợi đến khi nào chúng ta có thể đem tất cả những phiền não như thị phi, nhân ngã, tham sân si mạn dứt trừ hết sạch.

Về lý luận, phương pháp để dứt trừ [phiền não], các bậc thánh hiền thế gian cũng như xuất thế gian đã nói rất nhiều, chúng ta phải chú tâm tụng đọc kỹ, phải khảo xét kỹ lưỡng, phải nhận hiểu thật rõ ràng, thật sáng tỏ, rồi y theo những lời dạy ấy mà làm, như vậy mới có thể được cứu vớt. Nếu không thể tin nhận làm theo thì không cách gì có thể đạt đến "tín giải hành chứng", nhất định không thể tránh khỏi luân hồi, quả báo.

Vòng xoay sinh tử này vốn có nghiệp, có nhân. Chúng ta hiện nay thân thể được khỏe mạnh sống lâu hay phải chịu nhiều bệnh não, chết yểu, tất cả đều là do nghiệp báo. Chúng ta phải tin nhận những lời răn dạy chân thật của chư Phật, Bồ Tát, gieo nhân lành nhất định sẽ được hưởng quả lành. Nhân lành đó phải được hình thành từ trong tâm. Việc làm thiện, nói lời thiện nhưng tâm bất thiện thì không thể thay đổi được y báo, [tức là không thể thay đổi được điều kiện sống quanh ta].

Một khi tâm hiền thiện thì hết thảy đều hiền thiện, từ ngôn ngữ, hành vi, dù làm những việc [thấy như] ác cũng vẫn là thiện. Nếu tâm bất thiện thì dù lời nói thiện, hành vi thiện cũng đều là giả dối, không phải chân thật hiền thiện. Người khác nói lời tốt đẹp với ta, giúp ta làm việc tốt, nhưng họ có mục đích, có ý đồ mong cầu, đó là bất thiện. Nếu người có tâm hiền thiện, dù họ nói ra những lời khó nghe, dù họ làm những việc rất khó coi, nhưng đó vẫn là hiền thiện, quả báo sẽ là hiền thiện. Bởi họ [nói và làm như thế] là vì lợi ích chúng sinh, vì lợi ích cho quý vị, họ không làm tổn hại quý vị.

Người có tâm bất thiện, dù nói lời ngọt ngào dễ nghe, đó chỉ là lời trau chuốt. Những ai không có trí tuệ vẫn thường bị dối gạt, thường bị mắc lừa. Người bị mắc lừa nhiều lần nhưng dần dần cũng nhận ra được, cũng giác ngộ, như vậy là rất tốt. Có những người mắc lừa, chịu thiệt thòi nhưng cả đời cũng không nhận ra, đó thật là ngu si hết mức rồi.

Cho nên, người học Phật muốn được phước báo, điều

trước tiên là nhất định không cùng chúng sinh kết thành oán cừu. Oan gia nên giải tỏa, không nên kết chặt. Hết thảy oan nghiệp thảy đều hóa giải, dứt trừ. Thiếu nợ mạng thì đền mạng, thiếu nợ tiền thì trả tiền, chúng ta cam tâm tình nguyện đền trả, bất kể rơi vào hoàn cảnh khắc nghiệt khó khăn thế nào cũng không oán trời trách người, vì tự biết đó là nghiệp báo hiện nay của bản thân mình. Hóa giải được những nghiệp báo xấu ác đó rồi thì trong tâm tự có chuyển biến, chuyển ác thành thiện, chuyển mê thành ngộ. Ví như có nghiệp nhất định phải chịu thì quả báo cũng được giảm nhẹ hơn. Trong tâm ta đã có sự chuyển hóa, cho nên nghiệp nặng cũng sẽ chuyển thành nhẹ, nghiệp nhẹ sẽ được hóa giải mất đi.

Trong việc này thì quan trọng thiết yếu nhất là phải có tâm chân thành. Tâm chân thành có thể cùng chư Phật, Bồ Tát cảm ứng giao hòa trong đạo thể, có thể cảm động quỷ thần trong trời đất. Cho nên, dù trong quá khứ chúng ta đã tạo tội nghiệp, đã làm điều sai trái cũng không đáng sợ, chỉ sợ ta không quay đầu hướng thiện, không giác ngộ. Người xưa nói rất hay: "Nhân phi thánh hiền, thục năng vô quá?" (Người chưa thành bậc thánh hiền, sao có thể không phạm lỗi?)

Trong quá khứ không được đọc sách thánh hiền, không hiểu rõ những lời răn dạy của thánh hiền, ở nhà không được cha mẹ dạy bảo, đến trường không được thầy cô chỉ bày, nên chúng ta tạo tác hết thảy nghiệp ác, điều này có thể châm chước lượng thứ. Trong kinh Vô Lượng Thọ, đức Phật cũng nói [những trường hợp như vậy] là "không đáng trách".

Thế nhưng ngày nay chúng ta đã được đọc sách thánh hiền, được nghe Phật pháp, nhất định phải hối cải, nhất định phải giác ngộ. Nếu như đã đọc sách thánh hiền, đã nghe chư Phật, Bồ Tát giảng kinh, mà vẫn không chịu quay đầu hướng thiện, vẫn tiếp tục tạo nghiệp ác, như vậy thì quý vị không còn cứu vãn được nữa, càng đem tội chồng thêm tội.

Đặc biệt đối với người xuất gia, chúng ta tự mình khoác lên hình tướng [bậc xuất thế], nếu không làm theo được giống như [bậc xuất thế] thì tội lỗi rất nặng. Trong xã hội này, so với bất kỳ việc làm nào khác cũng đều nghiêm trọng hơn. Bởi vì thành tựu [của bậc xuất thế] là thù thắng không gì sánh bằng, nên [tội giả mạo] cũng là nghiêm trọng nhất. Chúng ta phải hiểu rõ ý nghĩa này, phải thấu hiểu được sự thật này.

Dứt ác, phải đem tất cả mọi việc xấu ác dứt trừ cho hết sạch; tu thiện, phải luôn hy vọng [nuôi dưỡng] thiện tâm trọn vẹn đầy đủ. Như vậy thì chúng ta mới xứng đáng với chư Phật, Bồ Tát, xứng đáng với các bậc thiện tri thức đã trải qua nhiều đời truyền nối Chánh pháp [đến nay]. Phải luôn ghi khắc tâm niệm báo ơn.

Báo ơn như thế nào? [Trong kinh dạy:] "Thọ trì tụng đọc, vì người khác diễn nói", như thế mới thực sự là "trên đền bốn ơn nặng, dưới cứu khổ ba đường", là sự chân chánh báo ơn. Chúng ta học không tốt, thực hành không đúng, đó là đã có tội rồi. Tự mình phải luôn hiểu rõ, ngàn vạn lần cũng không được bất cẩn sơ sót để phải thực sự rơi vào điều như người thế tục thường nói: "Trước cửa địa ngục nhiều thầy tăng." Nếu chúng ta lại là một trong các "thầy tăng" đó thì thật sai lầm, quá sai lầm đến mức không còn gì nghiêm trọng hơn.

Bài giảng thứ 96

(Giảng ngày 13 tháng 9 năm 1999 tại Hương Cảng (Hong Kong), file thứ 97, số hồ sơ: 19-012-0097)

Thưa quý vị đồng học, cùng tất cả mọi người.

Mời quý vị xem đến đoạn thứ 40 trong Cảm ứng thiên. Đoạn này chỉ có hai câu là: "Âm tặc lương thiện, ám vũ quân thân." (Lén lút hãm hại người lương thiện, âm thầm khinh nhờn hủy báng người trên.) Đây là nói đến những tội ác nghiêm trọng.

"Âm tặc" là âm mưu hãm hại, như kẻ lén lút bắn cung, rất khó đề phòng. Ở trong bóng tối mà lén lút mưu hại người khác, làm tổn hại người khác, trong khi người khác hoàn toàn không biết việc quý vị mưu hại họ, như thế là thuộc về trường hợp này. Người có tâm địa như vậy là vô cùng tàn nhẫn, cực kỳ ngấm ngầm ác độc. Nếu là đối với người bình thường cũng đã là tội lỗi nghiêm trọng, huống chi hãm hại người hiền lương thì đó là tội lỗi cực lớn.

Trong số năm tội nghịch, các tội giết cha, giết mẹ nhất định phải đọa vào địa ngục A-tỳ. Cha mẹ đối với con cái có ơn dưỡng dục, quý vị không thể báo đáp, không thể hiếu dưỡng cha mẹ, lại còn gây tổn hại cho cha mẹ, như vậy là đại ngỗ nghịch, không còn đạo lý. Đó là tội ác cực kỳ nghiêm trọng.

Đức Phật cũng dạy, [trong năm tội nghịch còn có các tội] giết A-la-hán, làm thân Phật chảy máu, phá sự hòa hợp của Tăng-già. Đây đều là những tội xếp ngang với giết cha, giết mẹ. Thậm chí các tội này so với giết cha, giết mẹ còn phải xem là nặng hơn.

Nói thế là ý nghĩa gì? Điều này chúng ta cần phải hiểu rõ. Chư Phật, Bồ Tát, A-la-hán, Tăng đoàn là những bậc hiền thiện trong thế gian. Những việc các ngài làm trong xã hội này đều là những sự nghiệp từ thiện tốt nhất, tuyệt vời nhất. Sự nghiệp từ thiện này đem so với những công việc cứu khó giúp nghèo của người thế gian còn vượt xa hơn nhiều, lớn lao, thù thắng hơn rất nhiều. Những gì các ngài là đều là để giúp chúng sinh phá trừ si mê, mở ra giác ngộ, là giúp chúng sinh dứt ác tu thiện, hơn nữa còn tự thân nêu lên những tấm gương hiền thiện tốt đẹp để mọi người noi theo. Trong xã hội còn có các ngài hiện hữu là phúc báo cho đại chúng, là đối tượng để hết thảy đại chúng đều ngưỡng vọng, là nơi để hết thảy đại chúng đều quy y. [Cho nên], những ai âm mưu hãm hại các bậc hiền thiện này thì quả báo đều là đọa vào địa ngục A-tỳ, so với tội giết hại cha mẹ còn nặng nề hơn, thời gian đọa địa ngục còn lâu hơn, chúng ta phải hiểu rõ được ý nghĩa này.

Mức độ của tội lỗi này không phải xét ở việc đắc tội với riêng các bậc hiền thiện ấy, mà là sự đắc tội với hết thảy chúng sinh, lại xem xét phạm vi ảnh hưởng của các bậc hiền thiện này rộng lớn đến mức nào, thời gian ảnh hưởng dài lâu như thế nào. Nếu ảnh hưởng của các vị càng lớn lao, thời gian ảnh hưởng càng lâu dài, thì tội hãm hại các ngài sẽ càng nặng nề hơn.

Vì sao lại khởi sinh ý niệm xấu ác muốn làm hại người hiền thiện? Tôi cho rằng nhân tố trước tiên là do sân hận, ganh ghét đố kỵ, tâm lượng nhỏ hẹp, không dung chứa, chấp nhận được sự hay giỏi của người khác, không dung chứa chấp nhận được những việc tốt đẹp của người khác, do đó mới tạo ra nghiệp ác [hãm hại] như thế. Đâu biết rằng quả báo của việc ấy lại quá nặng nề, quá khổ não, quá đáng sợ.

Nếu trong một niệm có thể chuyển hóa thay đổi được, chẳng những không ganh ghét đố kỵ mà còn hoan hỷ tán thán, hết lòng hết sức hỗ trợ giúp đỡ người hiền thiện, giúp họ thành tựu những hạnh nguyện tốt đẹp, như vậy thì công đức, phúc báo của quý vị so với các bậc hiền thiện ấy cũng lớn lao như vậy.

Những thiện hạnh của các vị ấy làm thế nào thành tựu được? Nhất định phải nhờ vào sự đồng tâm hiệp lực của đại chúng mới có thể thành tựu. Huống chi trong kinh điển, đức Phật đã dạy chúng ta về ý nghĩa căn bản rằng, mọi việc làm thiện ác tạo ra quả báo lớn hay nhỏ đều là tùy thuộc vào tâm niệm. Tâm lượng lớn lao thì phúc báo cũng lớn lao, tâm lượng nhỏ hẹp thì phúc báo cũng nhỏ hẹp. Cùng làm một việc thiện như nhau mà quả báo được phúc không giống nhau. Cho nên, chư Phật, Bồ Tát dù làm một việc thiện tạo phúc chỉ mảy may nhưng quả báo đều lớn lao trùm khắp hư không pháp giới, đó là vì sao? Là vì tâm lượng [các ngài] rất lớn lao. Người đời làm những việc thiện rất lớn lao nhưng lại được quả báo không lớn, nguyên nhân do đâu? Chính là vì tâm lượng quá nhỏ hẹp. Tâm lượng hẹp hòi gây chướng ngại cho phúc báo của quý vị. Quý vị tu phúc không thể nào vượt quá tâm lượng của chính mình. Chư Phật, Bồ Tát tâm lượng như hư không, trùm khắp các pháp giới, cho nên các ngài gieo trồng hạt giống thiện nhỏ vẫn được phúc báo vô lượng. Ý nghĩa này chúng ta cần phải rõ biết. Nếu như mở rộng được tâm lượng của chính mình thì ý niệm xấu ác không còn nữa. Ý niệm xấu ác còn không có, sao có thể có những hành vi xấu ác? Điều này chúng ta cần phải rõ biết.

Câu tiếp theo sau là "ám vũ quân thân" (âm thầm khinh nhờn hủy báng người trên). Đây là nói trong chỗ mờ ám, cũng là nói [vào những lúc] người khác không hề thấy biết, không hề nghe biết, bản thân chúng ta lại làm những việc khinh nhờn, hủy báng người trên mình. Chữ "quân" ở đây chỉ những bậc tôn trưởng, giữ cương vị cấp trên, không nhất thiết [như ngày xưa] chỉ các bậc vua chúa, đế vương. Trong xã hội chúng ta, hiện nay [mối quan hệ "quân thần" trước đây được gọi] là lãnh đạo và được lãnh đạo. Chúng ta ở địa vị những người được lãnh đạo, đối với những người lãnh đạo mình thì đó chính là "quân", người đời nay thường gọi là cấp trên.

Quý vị làm việc trong một công ty thì ông chủ công ty, giám đốc công ty hay chủ tịch hội đồng quản trị công ty ấy đều là cấp trên. Người có học, thông hiểu lý lẽ thì biết là phải tôn kính họ, sao có thể khinh nhờn hủy báng? Ví như những cấp trên ấy có sự sắp xếp không hợp lý, có những cách làm không vừa ý mình, vẫn phải tôn kính họ. Vì sao vậy? Vì hết thảy những phương cách mà họ làm, chúng ta đều không thể hiểu hết được. Sự suy xét quan tâm của họ là toàn diện, mục đích họ nhắm đến là lợi ích chung cho tập thể. Chúng ta chỉ là một viên chức nhỏ, điều chúng ta thấy được chỉ là những lợi ích của một bộ phận, không thấy được toàn diện. Để đạt được lợi ích chung cho toàn thể, đôi khi cần phải hy sinh phần lợi ích của một vài bộ phận, cho nên những suy xét, đánh giá, những cách làm, cách sắp xếp của người lãnh đạo nhất định phải có ý nghĩa, chúng ta sao có thể nghị luận được? Sao có thể lén lút lừa dối họ? Sao có thể lén lút khinh thường, hủy báng họ?

Đối với cấp trên, đối với những người đứng đầu đều không thể có những suy nghĩ, hành vi như vậy, mà đối với bậc trưởng thượng trong gia đình của mình cũng không được như vậy. Chữ "thân" ở đây là chỉ các bậc cha mẹ, trưởng bối [trong tộc họ]. Người xưa nói: "Quân thân ân đồng thiên địa." (Ơn vua và cha mẹ lớn như trời đất.) Câu nói này rất có ý nghĩa.

Khi ta làm một việc mà không dám để cho cấp trên, cho

cha mẹ hoặc bậc trưởng thượng biết được, đó gọi là lén lút, cũng là lừa dối. Chúng ta xem những bậc quân tử trí thức thời xưa, hoặc các vị Bồ Tát học Phật, trong tâm luôn trong sáng không vướng bận gì, không có bất cứ điều gì phải che giấu người khác. Quý vị nói xem, người như thế tự do tự tại biết bao! Quang minh lỗi lạc biết bao! Sao có thể có điều gì cần phải che giấu người khác? [Nếu có việc gì] không thể nói với bậc tôn trưởng, không thể nói với cha mẹ của chính mình, đó là quý vị đã lừa dối, xem thường bậc tôn trưởng. Lừa dối, xem thường cha mẹ, đó là quý vị phạm vào tội ác rất lớn. Việc ác lớn như thế quý vị còn dám làm thì còn có chuyện xấu xa nào khác mà quý vị không làm? Cho nên ở chỗ này Thái Thượng chỉ nêu ra một vài điều quan trọng tiêu biểu mà thôi, đó là những điều tạo thành tội ác rất lớn.

Chúng ta đối với cha mẹ cung kính phụng dưỡng. Cha mẹ già yếu, thể lực suy kém, phải thường xuyên lưu tâm chăm sóc. Nếu chúng ta không hết sức chân thành, hoặc bên ngoài ra vẻ thuận theo nhưng trong lòng âm thầm trái nghịch thì đó là phạm vào tội "ám vũ quân thân".

Tình hình trong xã hội ngày nay, chúng ta tai nghe mắt thấy đã quá nhiều, cho nên xã hội không bình yên ổn định, khắp nơi đều hết sức rối loạn, đêm tối không dám ra khỏi nhà. Chúng ta nghĩ xem, vào thời xưa những khi nền chính trị trong sạch sáng suốt, phong tục thuần hậu, [người dân] ban đêm còn không cần đóng cửa, huống chi lúc ban ngày. Chiều tối vẫn mở rộng cửa nhà nhưng không hề có kẻ xấu vào quấy nhiễu. Người người đều giữ lễ nghĩa, người người đều tuân thủ pháp luật. Người thời ấy sống như thế nào? Chúng ta ngày nay sống như thế nào?

Chúng ta ngày nay, bất luận là các nhà giàu có hay bình thường, nơi cư ngụ đều phải đề phòng nghiêm ngặt, cẩn mật, luôn lo sợ kẻ trộm cướp chờ cơ hội sơ xuất để đột nhập vào nhà, hết thảy cửa sổ đều phải có song sắt chắn kỹ. Ngày xưa, cửa có song sắt chỉ được dùng trong các nhà giam, nhà tù. Hiện nay chúng ta nhìn thấy mỗi một căn nhà đều là nhà tù, tất cả đều như bị nhốt trong lồng sắt [bê-tông]. Quý vị nói xem, thật đáng thương biết bao. Như vậy là loại văn hóa gì? Là kiểu văn minh gì? Chúng ta tai nghe mắt thấy sao có thể không chạnh lòng?

Thử truy cứu đến căn nguyên vì sao thành ra như thế? Đó là lỗi không đọc sách thánh hiền, không được giáo dục về luân lý, về đạo đức, cho nên mới có hiện tượng như vậy. Người giác ngộ, hiểu biết sáng tỏ, cũng sống trong xã hội này, có cần phải phòng thủ [nghiêm cẩn] như vậy hay không? Câu trả lời là không cần thiết. Như vậy nếu có người đến quấy nhiễu, có người đến trộm cướp, gây hại thì sao? Cũng vẫn không cần phải đề phòng giữ gìn. Vì sao vậy? Vì người hiểu biết sáng tỏ thì đều biết rằng "nhất ẩm nhất trác mạc phi tiền định" (miếng cơm ngụm nước đều đã định trước). Nếu người khác có oán thù, có cừu hận với quý vị, cho dù có đề phòng ngăn giữ, họ cũng vẫn tìm đến báo thù rửa hận. Nếu không thù không oán thì dù không đề phòng ngăn giữ cũng không có ai đến làm hại quý vị.

Trong nhà Phật có một câu chuyện xưa. Vào thời Tùy Đường, có Hòa thượng Đỗ Thuận là Tổ sư đời thứ nhất của tông Hoa Nghiêm.[1] Ngài sống trong một chòi tranh nhỏ giữa nơi đồng trống để tu hành. Trong vùng có rất nhiều kẻ trộm. Có người tín đồ mang đến cúng dường hòa thượng một đôi hài mới, nhìn thấy ngài đang ngồi thiền nhập định, không dám làm kinh động nên liền treo đôi hài bên ngoài cửa. Qua một năm sau, người tín đồ ấy mới có dịp đi ngang qua đó, lại

---

[1] Đỗ Thuận (杜順, 557-640). Tông Hoa Nghiêm do ngài Hiền Thủ Pháp Tạng, nhưng trước đó ngài Đỗ Thuận và tiếp theo là ngài Trí Nghiễm đã có sự nghiên cứu thiết lập tông chỉ. Vì thế, hai vị đi trước này được xem là Sơ tổ và Nhị tổ của tông Hoa Nghiêm.

tìm đến viếng thăm hòa thượng, thấy đôi hài vẫn còn treo bên ngoài cửa. Người này vào gặp hòa thượng rồi liền thưa hỏi: "Bạch hòa thượng, con cúng dường ngài một đôi hài, treo bên ngoài cửa, ngài đã thấy hay chưa?"

Hòa thượng đáp: "Ta đã thấy rồi."

Người kia nói: "Vậy sao hòa thượng vẫn để đôi hài treo nơi ấy? Trong vùng này có rất nhiều kẻ trộm, không sợ bị ai lấy mất hay sao?"

Hòa thượng trả lời: "Ta đời trước không thiếu nợ họ, cho dù có vật gì của ta để ngay trước mắt, họ cũng không động lòng."

Đó là đời trước không thiếu nợ người khác. Nếu đời trước quý vị thiếu nợ họ, dù quý vị giấu kỹ nơi đâu cũng sẽ bị họ tìm ra, cũng sẽ bị họ lấy mất. Điều này chứng minh rõ ràng "nhất ẩm nhất trác mạc phi tiền định" (miếng cơm ngụm nước đều đã định trước). Đã là xác định trước rồi thì quý vị phòng giữ để làm gì? Nếu họ muốn đến lấy, tốt thôi. Đó là trả nợ cho họ, vậy là hết nợ, một lần thanh thỏa cho xong. Đâu cần phải phòng ngừa ngăn giữ. Đời trước nếu không có nợ, người khác sẽ không động lòng [tham muốn của quý vị]. Thiếu tiền phải trả tiền, nợ mạng phải đền mạng.

Đức Phật dạy rất hay, trong pháp thế gian, sáu đường luân hồi là những việc gì? Không gì khác hơn là đền trả nghiệp báo mà thôi. Sinh ra trong thế gian này, không có việc gì khác hơn ngoài những việc báo ơn, báo oán, đòi nợ, trả nợ. Chính là vì những việc này mà sinh ra.

Người giác ngộ rồi thì có ơn phải báo, có nợ phải trả. Còn thù oán thì sao? Xem như đã dứt, người khác thiếu nợ ta cũng không quan tâm, một lúc xóa sạch tất cả [thù oán, nợ nần]. [Như vậy thì] quý vị hết sức tự do tự tại, đời sau không còn phải làm những việc như vậy nữa.

Cho nên, người giác ngộ thì trong thế gian này chỉ làm hai việc: báo ơn và trả nợ. Người mê muội làm đủ bốn việc [báo ơn, báo oán, đòi nợ, trả nợ] thì vĩnh viễn không bao giờ làm xong, không bao giờ chấm dứt được.

Trong phần chú giải phía sau có mấy câu, "bất trung bất hiếu, tổn hại giáo lý, phản nghịch đạo pháp". Sự giáo hóa của thánh hiền, người xưa ví như là "mắt sáng của trời người, đèn sáng trong tăm tối". Nếu quý vị làm chướng ngại [sự giáo hóa ấy] thì tội lỗi rất lớn. Quý vị làm hại một người hiền thiện, đặc biệt là người làm việc giáo dục trong xã hội, hoặc người giáo hóa cho hết thảy chúng sinh, thì tội lỗi ấy không chỉ là tội làm hại một người, mà phải xét trong toàn xã hội, hết thảy chúng sinh được tiếp nhận sự giáo dục đó mà định thành tội. Đó chính là quý vị đã làm dứt mất pháp thân tuệ mạng của hết thảy chúng sinh, làm mất đi cơ hội học Phật của hết thảy chúng sinh. Tội lỗi như vậy rất nặng nề, so ra nặng hơn cả tội giết người.

Cho nên, trong kinh Phát Khởi Bồ Tát Thù Thắng Chí Lạc, ngay đoạn mở đầu quý vị đã thấy [kể chuyện] hai vị pháp sư giảng kinh thuyết pháp, giáo hóa rất nhiều chúng sinh. Có một số người thấy các pháp sư ấy dường như được hưởng nhiều danh tiếng, nhiều lợi dưỡng, nên cảm thấy khó chịu, sinh lòng ganh ghét, gây sự chướng ngại, tìm đủ mọi cách để phá hoại. Họ làm cho những người đến học với pháp sư phải khởi sinh sự hiểu lầm, đánh mất lòng tin đối với pháp sư, [do đó mà] cơ hội học hỏi Phật pháp phải mất đi. Những người phá hoại như vậy rồi, do tội lỗi ấy phải đọa vào địa ngục A-tỳ. Phải đọa vào địa ngục trong bao nhiêu năm? Quý vị hãy xem trong kinh, thời gian bị đọa là mười tám triệu năm! Đó là nói theo thời gian ở cõi người. Những kẻ ấy ở trong địa ngục thì cảm nhận thời gian là vô lượng kiếp. Thời gian ở địa ngục và ở cõi người khác biệt, không giống nhau.

Chỉ một tâm niệm xấu ác mà thành sai lầm lớn lao như vậy. Dứt mất pháp thân tuệ mạng của hết thảy chúng sinh, tội ác như vậy thật không chấp nhận được. Đối với hai vị pháp sư kia, nói thật ra chẳng có ảnh hưởng gì lớn. Chịu tổn hại lớn lao chính là vô lượng chúng sinh. Quý vị làm hại chỉ có hai người, nhưng liên lụy đến vô lượng chúng sinh [do đó mà] không nhận được sự lợi ích từ Phật pháp.

Cho nên, trong lễ nghi xưa kia chúng ta còn đọc thấy, [ví như] chúng ta có mối thù giết cha, có mối thù không đội trời chung, thế nhưng kẻ thù ấy hiện nay đang làm quan thì ta có thể ra tay trả thù được không? Không thể được. Người ấy làm quan là làm những việc gì? Chính là vì dân phục vụ, vì dân tạo phúc. Người ấy hiện nay đang làm việc tốt, đang vì đại chúng mà làm việc tốt. Cho dù chúng ta có thù cũng không thể ra tay báo thù. Ta còn phải giúp đỡ người ấy, thành tựu những việc tốt đẹp cho người ấy. Đó là [cách làm] của hàng trí thức hiểu rõ lý lẽ. Vậy đến lúc nào mới báo thù? Đợi khi người ấy hết trách nhiệm, không còn làm công việc ấy nữa, đó là lúc có thể báo thù. Trong khi họ còn đang làm công việc lợi ích cho đại chúng, chẳng những không thể ra tay báo thù mà còn phải giúp đỡ họ làm việc tốt. Người hiểu rõ lý lẽ thì ân oán phân minh, sáng tỏ rõ ràng. Người ấy hiện tại đang làm những việc thực sự vì xã hội, thực sự vì chúng sinh, chúng ta phải hết lòng hết sức hỗ trợ cho họ, thành tựu công đức cho họ. Mối thù riêng của cá nhân, đợi khi người ấy không còn làm công việc đó nữa, ta có thể giết họ, làm hại họ, lúc đó có thể được.

Cho nên, chúng ta phải đọc qua sách vở [thánh hiền], phải hiểu rõ lý lẽ, không được gây sự chướng ngại những việc thiện mang lại lợi ích cho đại chúng trong xã hội, không thể phá hoại những điều tốt đẹp của đại chúng. Ngày nay có mấy ai hiểu được ý nghĩa này?

Vì sao không hiểu được? Do lỗi không đọc sách thánh hiền. Cho nên, tôi nghe nói quỷ thần ở núi Thiên Mục đều yêu cầu được nghe kinh thời gian nhiều hơn. Con người thật không bằng quỷ thần, quỷ thần có lòng ham học, có nguyện vọng được nghe pháp. Điều này rất đáng cho chúng ta suy ngẫm sâu sắc, rất đáng cho chúng ta phản tỉnh.

Hôm nay thời gian đã hết, chúng ta giảng đến đây thôi.

Bài giảng thứ 97

(Giảng ngày 15 tháng 9 năm 1999 tại Tịnh Tông Học Hội Singapore, file thứ 98, số hồ sơ: 19-012-0098)

Thưa quý vị đồng học, cùng tất cả mọi người.

Xin mời cùng mở bản văn, xem đến đoạn thứ 41, chỉ có hai câu là: "Mạn kỳ tiên sinh, bạn kỳ sở sự." (Khinh thường thầy dạy, không cung kính phụng sự thầy.) Đây là Thái Thượng nêu lên cho chúng ta một điển hình tiêu biểu, việc xấu ác này là đại ác trong các việc ác.

"Tiên sinh", hiện nay chúng ta gọi là thầy cô giáo. Trong phần chú giải trích dẫn những điều người xưa đã dạy, nói rằng [đó là những người] "truyền đạo, dạy nghề, giải trừ mê hoặc". Nhà Phật thường nói, thân mạng của chúng ta có được từ cha mẹ, còn tuệ mạng có được từ thầy dạy. Chư Phật, Bồ Tát là thầy dạy của chúng ta. Thân mạng đem so với tuệ mạng thì tuệ mạng quan trọng, thiết yếu hơn nhiều. Nếu người có được tuệ mạng thì đời đời kiếp kiếp nhất định không đọa vào ba đường ác, nhất định có thể vượt thoát ra khỏi luân hồi, vượt thoát ra khỏi mười pháp giới. Do đó có thể biết rằng, tuệ mạng quan trọng hơn thân mạng, [cho nên] ân đức của chư Phật, Bồ Tát vượt hơn cha mẹ. Ý nghĩa này chúng ta phải hiểu rõ.

Thế nhưng, trong thế gian hiện nay hầu như không thấy những bậc thầy có thể thực sự giúp chúng ta đạt được tuệ mạng. Đó cũng là sự thật. Nhà Phật thường nói: "Trong cửa Phật không bỏ người nào." [Vậy thì] sao ngày nay chúng ta phát tâm cầu được pháp thân tuệ mạng nhưng chư Phật, Bồ Tát không hiện đến giúp đỡ hỗ trợ chúng ta? Chúng ta học Phật đã lâu như thế, đối với Kinh điển giáo pháp cũng đã đi sâu được phần nào, chúng ta có thể khẳng định lời của chư Phật Bồ Tát là chân thật, nhất định không phải hư dối. Nói cách khác, [chư Phật, Bồ Tát] nhất định không bỏ chúng ta.

Vấn đề là tâm cầu đạo của chúng ta chân thật hay giả tạo. Nếu tâm cầu đạo của chúng ta không chân thật thiết tha, chư Phật, Bồ Tát sẽ không đến, vì đến cũng không có ý nghĩa gì. Nếu tâm cầu đạo của chúng ta thực sự khẩn thiết chân thành, nhất định sẽ có sự cảm ứng. Do đó có thể biết rằng, chúng ta cầu pháp tu hành, trong một đời này có thể thành tựu hay không, thành tựu sớm hay muộn, hết thảy đều do chính ta quyết định, không phải do người nào khác quyết định cho ta. Tự mình có tâm chân thành, tâm thanh tịnh, nỗ lực y theo giáo pháp thực hành, chư Phật, Bồ Tát liền hiện đến. Các ngài có những phương tiện khéo léo không thể nghĩ bàn để gia trì cho chúng ta. Nếu trong lòng có mảy may không thành thật, không chơn chất, nhất định không thể có sự cảm ứng.

Cho nên, người đời nay tâm địa cảm ứng được chỉ toàn là yêu ma quỷ quái. Vì sao lại có hiện tượng như vậy? Vì trong tâm họ toàn tham lam, sân hận, si mê, kiêu mạn, trong tâm có những tri thức, kiến giải tà vạy. Tà với tà cảm ứng nhau, chân với chân cảm ứng nhau. Lẽ nhất định là như vậy.

Hiện nay chúng ta tự mình không biết phải tu học như thế nào, nên tâm chân thành không thể phát khởi. Cha mẹ cũng không biết, thậm chí các bậc thầy ngày nay cũng không biết. Thực trạng này thật hết sức đáng buồn.

Khi tôi còn nhỏ, ngày đầu tiên đến trường tư thục, cũng vào khoảng chừng bảy tuổi, vẫn nhớ được hết sức rõ ràng ấn tượng vào lúc đó. Trường tư thục ấy là bên trong từ đường của một họ. Thầy giáo họ gì tôi không nhớ, vì chuyện đó nhỏ nhặt quá. Tôi chỉ nhớ được khi ấy cha tôi đi trước tôi, có chuẩn bị lễ vật để dâng biếu thầy giáo. Khi đến từ đường, vào gặp thầy giáo thì trước hết mang lễ vật dâng lên, rồi cha tôi đứng trước, tôi đứng phía sau. Nơi đó cũng có một điện thờ, bên trên ngay giữa điện thờ là bài vị "Đại Thành Chí Thánh Tiên Sư", chính là bài vị đức Khổng tử. Chúng tôi hướng về bài vị đức Khổng tử thi hành đủ lễ nghi ba lần quỳ, chín lần khấu đầu. Vẫn là cha tôi phía trước, tôi phía sau cùng làm lễ.

Lễ bái như vậy xong rồi, [cha tôi] thỉnh thầy giáo ngồi giữa, cha tôi lại đứng trước, tôi đứng sau, cùng hành lễ với thầy giáo, cũng đủ ba lần quỳ, chín lần khấu đầu. Ấn tượng của tôi khi ấy hết sức sâu sắc. Bậc phụ huynh mang con em mình đến giao phó cho thầy giáo, nhờ thầy giáo nghiêm khắc dạy dỗ, dùng đến lễ nghi hết sức long trọng như thế. Phụ huynh phải lễ lạy thầy giáo. Quý vị nghĩ xem, thầy giáo nếu không dạy dỗ thật tốt học trò thì làm sao xứng đáng với sự tôn trọng như vậy của các bậc phụ huynh?

Hiện nay không còn nữa, không còn ai hiểu được điều đó. Năm xưa, lão cư sĩ Lý Bỉnh Nam ở Đài Trung mở một lớp học, gọi là lớp "Nghiên cứu nội điển". Lớp có tám học sinh, thầy dạy có sáu người, tôi là một trong số đó.[1] Thầy Lý đích thân chịu trách nhiệm lớp học ấy. Ngày khai giảng, thầy Lý thỉnh cả sáu thầy giáo chúng tôi lên ngồi ghế trên, chúng tôi sáu người vốn đều là học trò của thầy. Thầy Lý đứng trước, tám học sinh của lớp đứng sau thầy, cùng lạy chúng tôi ba lạy. Thầy Lý nói: "Tôi đại diện cho phụ huynh của các học sinh này." Nói chung, trong đời này tôi chỉ gặp việc như thế một lần duy nhất, không hề gặp lại. Thầy Lý đại diện cho các phụ huynh, dẫn dắt cả tám học sinh [cùng hành lễ]. Chúng tôi sáu người ngồi phía trên, nhận của thầy và tám học sinh ấy đủ ba lạy. Chúng tôi nếu không thực sự nỗ lực dạy dỗ các học sinh ấy thì sao còn có thể nhìn mặt thầy?

---

[1] Trong bài giảng thứ 53 giảng ngày 12 tháng 7 năm 1999, Hòa thượng kể lại là có năm vị thầy được mời, nhưng ở đây là sáu vị. Chúng tôi chưa xác định được con số nào chính xác nên giữ nguyên theo bản ghi Trung văn.

Hiện nay đâu ai hiểu được ý nghĩa này? Không những quý vị không nhìn thấy mà cũng không hề nghe nói đến. Cho nên, thời xưa tình thầy trò như cha con, thực sự so ra còn thân thiết hơn cả cha con. Các con của thầy với chúng tôi như anh em một nhà, suốt một đời thương yêu giúp đỡ lẫn nhau. Cho nên, người làm thầy dù hết sức cay đắng khó nhọc, tầng lớp trí thức [ngày xưa] hết sức nghèo khó, nhưng họ đều hết sức hài lòng. Học trò được dạy dỗ thật tốt, tương lai có thể thành người xuất sắc phi thường, con cháu của họ nhiều đời đều có người quan tâm, họ không còn phải lo lắng việc về sau.

Người thời xưa có đạo nghĩa, hiện tại không có. Hiện tại chúng ta quan sát cấu trúc của xã hội, người với người gắn bó với nhau qua điều gì? Chẳng qua là mối quan hệ lợi hại mà thôi. Có lợi thì là bè bạn, là thân thuộc; khi không có lợi thì đó là oan gia, là kẻ đối đầu. Quý vị nói xem, như thế là xã hội gì chứ?

Từ chỗ này chúng ta thể hội được sự trọng yếu của nền giáo dục thánh hiền. Đánh mất đi nền giáo dục của thánh hiền thì người với cầm thú có gì khác nhau nhau? Đó thực sự là lời đức Khổng tử. Người cũng là động vật, so với hết thảy động vật khác biệt ở chỗ nào? Chính là con người hiểu biết đạo nghĩa, có thể phân biệt sáng tỏ "đạo, đức, nhân, nghĩa, lễ", còn những động vật khác thì không biết. Nhưng con người vì sao rõ biết được "đạo, đức, nhân, nghĩa, lễ"? Là nhờ có thầy dạy. Cho nên, đối với thầy cô giáo sao có thể khinh thường xem nhẹ?

Về việc "khinh thường thầy dạy", nói thật ra các bậc thầy đều thuộc hàng trí thức, đều là người hiểu rõ lý lẽ, đối với danh vọng, lợi dưỡng đều hết sức xem nhẹ, cũng không cần đến sự cung kính của người khác. Học trò đối với thầy tỏ lòng cung kính, đó là cung kính điều gì? Chính là cung kính cái học của mình, ý nghĩa ở chỗ này. Thầy dạy học trò, mối quan tâm thực sự có khác biệt nhau. Đó là nguyên nhân gì? Thầy quan sát người học trò, nếu có một phần cung kính thì dạy cho một phần, hai phần cung kính thì dạy cho hai phần. Nguyên nhân vì sao? Tuyệt đối không phải do sự cung kính đối với thầy nhiều hay ít, mà bởi vì [nhận biết được] khả năng tiếp nhận của quý vị nhiều hay ít.

Tổ sư Ấn Quang trong Văn Sao giảng rằng: "Nhất phần thành kính đắc nhất phần lợi ích." (Một phần thành kính được một phần lợi ích.) Nếu dạy cho quý vị hai phần là thừa ra một phần, như vậy là lãng phí. Khả năng dung chứa của quý vị chỉ có chừng ấy, dù có đưa nhiều vào cũng chỉ chứa được chừng ấy, đưa vào nhiều hơn thì tràn mất. Quý vị có mười phần thành kính tức là dung chứa được nhiều, phải dạy cho quý vị nhiều hơn. Chỉ một phần thành kính là khả năng dung chứa nhỏ hẹp lắm, chỉ có thể dạy một phần thôi. Ý nghĩa là ở chỗ này. Không phải thầy vui vẻ với quý vị, khi quý vị cung kính, nịnh bợ thì thầy dạy cho quý vị. Không phải vậy. Đó là xem khả năng tiếp nhận của quý vị được đến mức nào. Quý vị có mười phần thành kính, thầy dạy cho quý vị chín phần là không xứng đáng [làm thầy]. Quý vị có một phần thành kính, dạy cho quý vị hai phần là dư thừa, quý vị không tiếp nhận hết. Ý nghĩa là như vậy.

Nếu vị thầy tham muốn sự cung kính của người khác thì đó là phàm phu, đâu phải thánh nhân? Cho nên, sự thành kính đó đích thực là tâm ham học của quý vị, là tâm hoan hỷ tiếp nhận [tri thức], là tâm y theo lời dạy vâng làm, hiển lộ ra bên ngoài. Vị thầy quan sát thấy được tâm ấy thì không thể không dạy cho quý vị.

Trong quá khứ tôi học qua với ba vị thầy. Lúc ấy đời sống hết sức thanh bạch, nghèo khổ. Nói thật ra, không có lấy một xu để hiếu kính thầy. Khi tôi học với thầy Phương [Đông Mỹ], thầy đặc biệt dành thời gian đến dạy cho tôi mà tôi không hề nộp một xu tiền học phí. Đến khi học với Đại sư Chương Gia trong ba năm, tôi cũng chưa từng có một xu nào cúng dường Đại sư. Thầy biết điều này, thầy biết hoàn cảnh của tôi. Có những lúc thầy trò bàn luận rất lâu, đến quá mười hai giờ, thầy giữ tôi ở lại dùng cơm. Rồi tôi theo học với thầy Lý Bỉnh Nam trong mười năm, thầy lại thường cho tiền tôi, chăm sóc tôi, trong khi tôi không lo được gì cho thầy. Thầy có rất nhiều học sinh, tiền dâng biếu rất nhiều, thầy thường cho tôi tiền ăn uống, tiền may quần áo. Còn tôi chưa từng nộp thầy một xu tiền học phí.

Với cả ba vị thầy, tôi đều chưa từng nộp một xu tiền học phí, nhưng đều được các thầy đặc biệt quan tâm. Nguyên nhân vì sao? Chính là nhờ thái độ thành khẩn, thực sự muốn học. Quý vị nên biết, cả ba bậc thầy [tôi vừa nhắc trên] đều là những bậc đại đức danh tiếng, rất đông học trò theo học, nhưng không có học trò nào hết lòng kính lễ các thầy giống như tôi. Thật không có người nào cả. Cũng không phải là tôi được dạy dỗ [phải cung kính thầy]. Không ai dạy tôi cả. Từ nhỏ tôi đã phải trải qua rất nhiều khó khăn khổ nạn. Gặp phải giai đoạn kháng chiến, trong tám năm phải trải qua rất nhiều cay đắng khổ nhọc, ngày nào cũng phải chạy trốn, quân Nhật ở phía sau truy đuổi theo. Kháng chiến tám năm, tôi trốn chạy qua mười tỉnh, tất cả đều là chạy bộ. Cho nên đối với mười tỉnh vùng Giang Nam tôi có ấn tượng vô cùng sâu sắc, vì tôi từng chạy bộ qua đó. Thời ấy chưa có nhiều phương tiện giao thông. Phương tiện tốt nhất là đi thuyền, nhưng phải gặp những vùng có sông ngòi mới có thuyền. Những vùng không có sông ngòi thì chỉ có cách chạy bộ.

Vì phải trải qua rất nhiều khổ nạn, tôi không có cơ hội đi học, cho nên lòng tôi đối với việc học vô cùng khẩn thiết, gặp khi có được cơ hội nhất định không để mất đi. Hiện nay cuộc sống của mọi người quả thật sung túc dư dả hơn rất nhiều so với tôi ngày ấy. Cuộc sống quá tốt, tâm cầu học thành ra lạnh nhạt, dù có được học hay không cũng không quan trọng. Cho nên, khuynh hướng "tôn sư trọng đạo" của tôi hầu như phát xuất một cách tự nhiên, như là trong bẩm tính.

Phần tiểu chú có mấy câu rất hay: "Cha mẹ sinh ra thân ta, nhất định nhờ thầy thành tựu việc học." Mấy chữ "nhất định nhờ thầy" dùng rất hay, tất yếu phải có thầy để thành tựu pháp thân tuệ mạng của chúng ta.

"Cho nên phải tôn trọng thầy cũng như bậc cha mẹ, bậc quân chủ." Bậc quân chủ ngày trước là vua chúa. Thời xưa không có người dân nào là không tôn kính vua chúa, tôn kính người lãnh đạo đất nước. Hiện tại do nền giáo dục của thánh hiền đã bị phế bỏ, nên người đời đối với bậc lãnh đạo không còn giữ lòng tôn kính, thật đáng tiếc.

"Người thời nay mời thầy dạy con, thường thường nói ra những lời sáo rỗng." Sách [Vị biên] này được viết ra khoảng cuối triều Thanh, đã có sự ảnh hưởng của văn hóa phương Tây. Nói thật ra, văn hóa phương Tây truyền vào Trung quốc đã phá hoại đi truyền thống văn hóa cổ xưa của Trung quốc. Cho nên đất nước, dân tộc Trung quốc trong hơn trăm năm qua, đúng hơn là gần hai trăm năm qua, phải chịu sự thống khổ hơn bất kỳ quốc gia nào khác trên thế giới. Chúng ta cũng không thể trách người khác, chỉ tự trách mình không hiểu biết, tự trách mình mê muội đặt niềm tin, mê muội tin vào văn minh vật chất của phương Tây, đem tất cả những gì sẵn có của mình vất bỏ hết. Đây là một điểm mà chúng ta kém rất xa so với người Nhật.

Người Nhật thông minh hơn so với chúng ta. Họ biết rằng truyền thống của Trung quốc có giá trị, cho nên họ bảo lưu, gìn giữ mãi mãi, còn khoa học kỹ thuật của phương Tây thì họ học theo. Họ xem trọng cả hai [giá trị], cho nên một đất nước nhỏ như thế mà trở thành lớn mạnh được như thế. Chúng ta thì hoàn toàn đem [vốn quý] của mình quên mất hết, chỉ thấy cái hay cái tốt của người khác, cho rằng những thứ của mình là quá cũ kỹ, quá cổ xưa, không hợp thời, hoàn toàn đem vất bỏ. Vì sao người Nhật không chịu vất bỏ? Điều này chúng ta so ra không bằng người Nhật.

[Trên đây là nói] hiện tượng vào cuối đời Thanh, người đi thỉnh thầy dạy học cho con không đủ lòng chân thành. "Tiếc tiền, thiếu lễ", là nói việc tiền bạc thù lao cho thầy hết sức ít ỏi, lễ nghi thì không có sự chân thành cung kính. "Ngay cả lời nói cũng không khiêm tốn, thiếu sự cung kính, khác nào những kẻ vô văn hóa." Đây là nói sự khinh rẻ, xem thường thầy dạy. Các bậc thầy đều có gia cảnh thanh bần, hầu hết có cuộc sống rất nghèo khó. Chỗ này nói tâm địa của người [xem thường thầy dạy] là tầm nhìn thiển cận, so với cầm thú thật không khác biệt.

Thế nhưng đối với bậc làm thầy, nhất định không thể vì phụ huynh học sinh đối với mình không kính trọng, xem thường mà quý vị không nỗ lực dạy dỗ học sinh. Nếu vậy thì quý vị sai rồi, nếu vậy thì quý vị không phải người có học. Quý vị vẫn phải hết lòng dạy dỗ, phải làm hết trách nhiệm người thầy. Như vậy quý vị mới là một người thầy có đạo đức, mới thực sự hiểu biết lý lẽ. Nếu quả thật chỉ vì tham cầu tiền thù lao của phụ huynh học sinh, trả nhiều tiền thì nỗ lực dạy dỗ, trả ít tiền thì đối với học sinh đó không dạy dỗ tốt. Người thầy như thế không phải bậc thầy tốt. Người thầy như thế tương lai phải lãnh chịu trách nhiệm nhân quả. Mỗi người đều có nhân quả của riêng mình.

Nhân đây chúng ta phải thực sự hiểu rõ về ý nghĩa nhân quả báo ứng. Chỉ cần tự mình làm tốt bổn phận của mình, nỗ lực hết sức thực hiện bổn phận của mình cho thật hoàn hảo tốt đẹp, hết lòng hết sức mà làm, nhất định sẽ được quả báo tốt đẹp về sau. Nói về tích lũy công đức, người dạy học tức là giáo dục, trong công việc giáo dục đó tích lũy công đức.

Bài giảng thứ 98

(Giảng ngày 17 tháng 9 năm 1999 tại Tịnh Tông Học Hội Singapore, file thứ 99, số hồ sơ: 19-012-0099)

Thưa quý vị đồng học, cùng tất cả mọi người.

Xin mời xem đoạn thứ 41 trong Cảm ứng thiên: "Mạn kỳ tiên sinh, bạn kỳ sở sự." (Khinh thường thầy dạy, không kính phụng thầy.)

Đoạn này phần trước tôi đã có giới thiệu qua, thế nhưng ý nghĩa rất sâu, rất nhiều, nói không hết được. Hai câu này, thực tế mà nói cũng chính là chỗ lỗi lầm mà chúng ta hiện nay phạm vào. Tuy phạm vào nhưng tự thân lại không có cách gì nhận biết được, luôn tự cho là mình làm đúng, làm rất tốt. Đây cũng là chỗ mà tổ phiên dịch của chúng ta có nhắc đến, trong sách Liễu Phàm tứ huấn mô tả là: "Phi nghĩa chi nghĩa, phi lễ chi lễ, phi tín chi tín, phi từ chi từ." ([Việc làm] phi nghĩa lại giống như hợp đạo nghĩa, [việc làm] trái lễ giáo lại giống như hợp lễ, [việc làm] bất tín lại giống như giữ đúng chữ tín, [việc làm] không có lòng từ ái lại giống như từ ái.)

Nói thật ra, trí tuệ chúng ta chưa đạt đúng mức, kiến thức chưa đạt đúng mức. "Phi nghĩa" là điều không nên làm, "nghĩa" là những điều thuộc bổn phận của chúng ta, phải làm. Việc chúng ta không nên làm (phi nghĩa) nhưng trước mắt lại rất giống như việc nên làm (nghĩa). Đây là những trường hợp thuộc về "phi nghĩa chi nghĩa" (việc làm phi nghĩa lại giống như hợp đạo nghĩa).

Trước mắt nhìn thấy dường như rất đúng nhưng ảnh hưởng tạo ra trong thực tế [về sau] lại là sai lầm. Ví như ngày nay nói về khoa học kỹ thuật tiên tiến, chế tạo đầu đạn hạt nhân, chế tạo những vũ khí phòng thủ, đó là điều nên làm, nền quốc phòng của chúng ta cần phải có. Nhưng nếu quý vị nghĩ đến hậu quả [có thể] hủy diệt toàn thể nhân loại thì đó lại là việc sai lầm, không nên làm.

Người Trung quốc xưa kia có trí tuệ, vì sao Trung quốc không phát triển khoa học kỹ thuật? Nếu như muốn phát triển thì trước đây hai ngàn năm Trung quốc đã phát triển được khoa học kỹ thuật tiên tiến. Nếu hai ngàn năm trước Trung quốc phát triển khoa học kỹ thuật tiên tiến thì hiện nay có lẽ trái đất này không còn nữa. Tôi đọc thấy trong các thư tịch cổ là từ thời Vương Mãng[1] đã có nghiên cứu việc di chuyển trong không gian. Vào thời đó, đã có người chế tạo tàu lượn [đưa người bay lượn trong không trung], quý vị nói xem, thật sớm biết bao. Những thứ như la bàn, thuốc nổ, quý vị nên biết là đều được phát minh từ thời đại Hoàng Đế. Thế nhưng Trung quốc chỉ dừng lại ở mức giải trí mua vui, không tiếp tục phát triển để làm thành vũ khí chiến tranh. Như vậy là người Trung quốc hiểu rõ những gì nên làm và những gì không nên làm. Trước mắt có lợi ích nhưng tương lai không có lợi ích, đời sau không được lợi ích, những điều ấy không nên làm. Trước mắt dường như không có lợi ích gì, nhưng quý vị nghĩ đến tương lai, đời sau sẽ được lợi ích, những điều như vậy nên làm. Việc này phải có trí tuệ chân thật mới có thể thấy rõ được.

Phần bên dưới nói "phi lễ chi lễ" (việc làm trái lễ giáo lại giống như hợp lễ), ý tứ cũng là như vậy. Lễ tiết là quy tắc trong sự giao thiệp giữa người với người. Quy tắc ấy biểu hiện sự chân thành của chúng ta, biểu hiện lòng thương yêu của chúng ta, đó là lễ tiết.

---

[1] Vương Mãng sinh năm 45 trước Công Nguyên, mất năm 23 sau Công nguyên, thọ 68 tuổi.

Thế nào là "phi lễ"? Đó là những việc hư ngụy giả dối, không có sự chân thành, những thủ đoạn, không có lòng thương yêu, là những điều chúng ta không nên làm. Vì lợi ích trước mắt của bản thân mà lừa dối người khác, dối trá, lừa bịp, trong lịch sử chúng ta đã nhìn thấy như trước khi nổ ra Thế chiến thứ nhất, Hội nghị quốc tế toàn là những điều dối trá, không có gì là chân thành, mỗi bên đều ôm lòng quỷ quyệt. Hội nghị kết thúc rồi thì sau đó Thế chiến bùng nổ. Giao thiệp quốc tế như vậy, giữa các nước trên phạm vi quốc tế với nhau như vậy, gọi là "phi lễ chi lễ".

Chúng ta [giao thiệp] giữa người với người, đặc biệt là những khi cần sự giúp đỡ hỗ trợ từ người khác, lúc nào cũng quan sát vẻ mặt của họ, dùng đủ mọi thủ đoạn để lừa dối, cố đạt được mục đích của riêng mình. Thủ đoạn như thế có thực sự là đạt được mục đích hay không? Không hẳn đã hoàn toàn như thế. Việc đạt được mục đích đều là do nhân quả báo ứng. Quý vị dùng tâm chân thành, quyết định không lừa dối, một khi đạt được ý muốn thì người khác sẽ đặc biệt vui vẻ giúp đỡ, hỗ trợ quý vị. Nếu quý vị dùng thủ đoạn bất chính, biểu hiện bên ngoài thật cung kính, chu đáo thì rồi sẽ không giữ được lời hứa, về sau người ta sẽ không còn tin tưởng quý vị. Quý vị muốn lấy lại lòng tin thật không dễ dàng. Điều này chúng ta phải biết rõ.

Phía trước đặt thêm chữ "phi" đều là để [biểu đạt] sự dối trá, đều là không có thành ý, tâm từ bi cũng là giả dối. Trong thế gian có rất nhiều người làm từ thiện, nhưng trong đó có những người chân thật, có những người giả dối, chúng ta phải phân biệt rõ ràng. Ngạn ngữ có câu: "Làm từ thiện, khởi nghiệp nhà." Đó là lời nói châm biếm những kẻ mượn việc làm từ thiện để được cả đôi đường danh lợi. Danh là được tôn xưng nhà đại từ thiện, lợi là [kiếm chác từ việc làm từ thiện đó] mà thành người giàu có lớn. Đi ra bên ngoài vận động quyên góp, quyên được một vạn đồng, làm được bao nhiêu việc tốt? Bỏ ra làm được vài, ba ngàn đồng đã là người rất có lương tâm, còn lại đến hai phần ba là [bỏ túi riêng] tự mình hưởng thụ. Như vậy mới gọi là "làm từ thiện khởi nghiệp nhà". Đó chính là "phi từ nhi từ" (việc làm không có lòng từ ái lại giống như từ ái).

Những chuyện như vậy trong cửa Phật chúng ta cũng sinh ra rất nhiều. Trước đây khi tôi in kinh ở Đài Bắc, trang bản quyền phía sau ghi rõ mười ngàn quyển hoặc năm ngàn quyển... Người của xưởng in thường hỏi tôi: "Pháp sư, ông ghi thế này có thật không?" Tôi nói: "Lại có thể giả sao?" Người ấy nói: "Có chứ. Người ta ghi phía sau là in mười ngàn quyển nhưng thực tế chỉ in hai ngàn thôi. Họ yêu cầu tôi ghi là mười ngàn quyển, nhưng thực tế chỉ có hai ngàn quyển." Nói cách khác, tám ngàn quyển là họ đã bỏ vào túi riêng. So với tôi thì không phải vậy. Tôi ghi ở trang bản quyền bao nhiêu quyển là in đúng bấy nhiêu, tuyệt đối không có giả dối. Người của xưởng in nói, hiện nay giả dối như vậy rất nhiều. Cho nên tôi mới biết được, Phật pháp ở Đài Loan tuy hưng thịnh nhưng vì sao vẫn phải chịu nhiều tại nạn? Là vì giả dối. Cũng như việc in kinh đó, [nói là] mười ngàn quyển mà chỉ in hai ngàn quyển, sao có thể không gặp tai nạn? Những trường hợp này chính là "phi tín chi tín, phi từ chi từ" (việc làm bất tín lại giống như giữ đúng chữ tín, việc làm không có lòng từ ái lại giống như từ ái). Quý vị in kính, trang [bản quyền] phía sau là chứng tín, chứng tín không chân thật, cũng là làm việc xấu xa gian dối. Mấy câu này ý nghĩa là như vậy.

Chúng ta ngày nay nói: "Mạn kỳ tiên sinh, bạn kỳ sở sự" (Khinh thường thầy dạy, không kính phụng thầy), chính là những việc này: khinh thường thầy, lừa dối thầy, ngoài mặt ra vẻ nghe theo, trong lòng thì trái lại.

Chúng ta trong công việc thì lừa dối cấp trên, lừa dối đồng nghiệp, lừa dối hết thảy mọi người, lại tự cho rằng mọi việc mình làm đều chính xác, đã mang lại được lợi ích cho bản thân. [Lại lập luận rằng:] "Nếu tôi không làm như thế, làm sao tôi có được lợi ích." Hiện nay cả xã hội đều theo khuynh hướng như vậy, còn nói gì được nữa? Trong xã hội ngày nay, dường như không làm những việc dối trá thì không thể sống được. Buôn bán mà không trốn thuế, không lừa dối khách hàng thì làm sao kiếm được tiền? Dường như hết thảy những lợi ích nào mà quý vị đạt được thì đều phải dựa vào sự dối trá, phải dựa vào thủ đoạn. Người không dùng thủ đoạn sẽ là người ngu ngốc, sẽ bị thời đại này đào thải. Quý vị nói xem, nếu mỗi người đều giữ quan niệm [lừa dối] như vậy, thế giới này có thái bình được chăng? Xã hội này có bình yên ổn định được chăng? Tai nạn có thể tránh né được chăng?

Chúng ta phải hiểu rõ rằng, cần phải tin nhận lời dạy của chư Phật, Bồ Tát, phải tin nhận lời dạy của các bậc hiền thánh xưa: "Nhất ẩm nhất trác mạc phi tiền định." (Mỗi một miếng cơm ngụm nước đều đã định trước.) Việc tích lũy công đức nhất định là điều đúng đắn, nên làm.

Đối với bậc thầy của mình phải tôn kính. Việc tôn kính thầy không chỉ giới hạn nơi biểu hiện bên ngoài, mà quan trọng nhất là phải y theo lời dạy vâng làm, đó là thực sự tôn kính. Đối với công việc của mình, nhất định phải lo tròn trách nhiệm, làm hết chức trách, hết lòng hết sức thực hiện bổn phận của mình thật tốt, đó là báo ơn [thầy]. Trong nhà Phật mỗi ngày đều niệm câu: "Thượng báo tứ trọng ân, hạ tế tam đồ khổ." (Trên đền bốn ơn nặng, dưới cứu khổ ba đường." Báo ơn, cứu khổ đều là ở chỗ tự thân chúng ta có thể làm tốt công việc, bổn phận của mình.

Trong phần chú giải của sách Vị biên trích dẫn một số đoạn rất hay, đều là những tấm gương tốt cho chúng ta. Như chuyện Hán Minh Đế, Phật giáo truyền sang Trung quốc không thể không có công lao của ông vua này. Ông đã phái sứ giả sang Tây Vực cung thỉnh [tượng Phật và tăng sĩ Phật giáo] về. Ông chính là một người tôn sư trọng đạo. Là người tôn sư trọng đạo thì nhất định cũng là người hiếu thuận với cha mẹ. Là bậc đế vương, ông đã nêu một tấm gương sáng về hiếu thuận cha mẹ và tôn kính thầy để mọi người noi theo. Thầy của Hán Minh Đế là Hoàn Vinh. Ông đối với thầy rất thành kính, luôn giữ theo lễ nghĩa, khiến người khác nhìn vào đều cảm động.

Phần tiếp theo nhắc đến Nhạc Phi. Ông là học trò của Chu Đồng, chúng ta đọc biết trong lịch sử. Nhạc Phi theo Chu Đồng học võ nghệ. Chu Đồng mang cây cung mà ông ưa thích nhất trao tặng cho Nhạc Phi. Cây cung này sức bung rất mạnh, nặng đến ba trăm cân. Lúc giương cung lên, sức nặng đến ba trăm cân nên người bình thường không thể giương lên nổi, quý vị biết là có thể bắn mũi tên đi rất xa. Về sau khi Chu Đồng chết rồi, mỗi năm đến ngày giỗ Nhạc Phi đều nhất định phải về tảo mộ. Lúc cúng tế thầy nhất định phải dùng cây cung ấy bắn ra ba mũi tên, không lúc nào quên thầy. Trước đây thầy đã dạy cho những gì, ông đều đến trước phần mộ của thầy biểu diễn tất cả để thầy xem lại. "Thờ người chết như phụng sự người sống." Quý vị xem, tình cảm thật sâu dày biết bao, [tưởng niệm] ân đức [thầy] sâu dày biết bao.

Không hiếu thuận cha mẹ, không tôn kính thầy thì không thể có sự thành tựu. Ví như có được thành tựu cũng không phải người hiền thiện, quả báo nhất định rơi vào ba đường ác.

Phần sau trích dẫn một đoạn lễ tiết xưa kia, quý vị có thể tự mình đọc qua.

Về đạo thờ thầy, học trò theo học với thầy phải giữ đạo "như con em đối với cha anh". Trước kia nói vậy thì được, hiện nay thì không được. Hiện nay trong mắt người ta cha mẹ cũng không là gì cả, cho nên nói câu này không phù hợp.

Trước đây trong xã hội đều có nề nếp giáo dục gia đình. Hiện nay, đặc biệt là với các nhà giàu có, các bậc cha mẹ luôn bận rộn chuyện giao tiếp, không còn thời gian quan tâm chăm sóc con cái. Vậy giao cho ai chăm sóc con cái? Giao cho người giúp việc. Người giúp việc thay cha mẹ chăm sóc con nhỏ, mỗi tuần lễ chỉ gặp con cái một, hai lần đã là rất khó. Bản thân những người ấy trong một đời có thành tựu, nhưng thế hệ tiếp theo thì xem như xong mất rồi. Con cái với cha mẹ không một chút tình cảm thân thiết, làm sao chúng không hoài nghi, làm sao chúng không ngờ vực?

Thời xưa không phải như vậy. Thời xưa đích thực là có nề nếp giáo dục trong gia đình, cha mẹ phải là những tấm gương tốt cho con cái, để chúng từ nhỏ đã thường xuyên nhìn thấy, thường xuyên nghe thấy, ghi khắc trong lòng. Đó gọi là: "Thiểu thành nhược thiên tính, tập quán thành tự nhiên." (Tập quen từ nhỏ giống như bẩm tính trời sinh, thói quen lâu ngày thành tự nhiên.) Con cái tự nhiên hiểu rõ phải phụng dưỡng cha mẹ như thế nào, phải tôn kính bậc huynh trưởng như thế nào. Hiện nay những sự giáo dục như thế đều hoàn toàn bỏ mất, hoàn toàn không còn nữa. Cho nên, chúng ta ngày nay đọc sách xưa, trong đó nói: "Về đạo thờ thầy, phải giữ đạo như con em đối với cha anh" thì còn ai hiểu được?

Phần tiếp theo nêu ra một vài ví dụ tiêu biểu, như "hành tùy ư hậu" (khi đi phải theo phía sau), bậc trưởng bối đi phía trước, hàng con em phải theo phía sau. Hiện nay thì con cái đi trước, cha mẹ theo sau, điên đảo cả rồi. Cho nên hiện nay có người nói "hiếu tử", là nghĩa thế nào? Là nói hiếu thuận với con cái, cha mẹ phải hiếu thuận với con cái của mình. Thế giới đảo điên cả rồi!

"Tọa liệt ư bàng", là nói khi người lớn đã ngồi, kẻ nhỏ mới ngồi ở vị trí một bên, [không phải chỗ giữa]. "Lộ ngộ tắc chính lập củng thủ, ngôn đàm tắc khuynh nhĩ hư tâm." (Gặp trên đường đi thì đứng ngay ngắn chắp tay, lúc chuyện trò thì nghiêng tai mở lòng [cung kính lắng nghe].) Đó là chúng ta ngày nay đọc lại, xem qua về trạng huống xã hội thời xưa. Hiện nay những trạng huống như thế không còn thấy nữa. Chẳng những không còn nhìn thấy mà thậm chí cũng không nghe nhắc đến nữa. Chúng ta nếu không đọc sách xưa thì đâu biết được?

Chúng ta lại đọc tiếp theo đoạn văn này: "Hối lận ưu ngu nhi bất dị." (Lúc buồn vui lo nghĩ đều không khác.) Câu này ý nói bất kể trong hoàn cảnh nào, dù thuận hay nghịch, đối với thầy cũng luôn giữ lòng cung kính vĩnh viễn không thay đổi.

"Cát hung họa phước dĩ dữ đồng." (Lành dữ, họa phước cùng chung chịu.) Tức là có phước cùng hưởng, có họa cùng chịu, học trò luôn cùng với thầy vượt qua mọi khó khăn khổ nạn.

"Sinh tắc lễ nghiêm khuể bộ, tử tắc tâm tang tam niên." (Khi sống giữ theo lễ nghi nghiêm cẩn từng chút, khi chết để tang trong lòng ba năm.) Khi thầy còn sống, phải đem tâm chân thành cung kính mà quan tâm chăm sóc thầy, quan tâm chăm sóc như vậy suốt đời. Đó gọi là: "Nhất nhật vi sư, chung thân vi phụ." (Một ngày làm thầy, suốt đời xem như cha.) Ân đức của thầy so với cha mẹ không khác biệt.

Cho nên, trước đây bậc làm thầy là tự nguyện, là sẵn lòng dạy dỗ học trò, học trò luôn hiểu rõ ý nghĩa đó. Học trò nhờ đâu hiểu rõ? Là do cha mẹ dạy dỗ. Cha mẹ dạy con cái đạo lý tôn kính phụng sự thầy, thầy dạy học trò phải hiếu thuận cha mẹ, đôi bên cùng hỗ trợ qua lại cho nhau trong việc giáo dục trẻ.

Các bậc làm cha mẹ không có cách gì trực tiếp nói với con cái rằng: "Chúng ta là cha, là mẹ của con, con phải hiếu thuận với chúng ta." Không thể mở miệng nói ra như thế được. Con cái sẽ hỏi, tại sao con phải hiếu thuận với cha mẹ?

Cho nên phải có một người trung gian đứng ra giảng giải, dạy dỗ. Cùng một ý nghĩa như vậy, người thầy đối với học trò không thể nói: "Ta là thầy của con, con phải tôn trọng ta." Cũng không thể nói ra như vậy được, phải nhờ có cha mẹ dạy dỗ điều này.

Cho nên cha mẹ với thầy phối hợp với nhau rất tốt thì mới có thể dạy dỗ đứa trẻ nên người. Hai bên thiếu đi một thì không có cách gì dạy dỗ tốt được.

Trong phần này có một câu chuyện xưa, quý vị có thể tự mình xem qua. Sách kể rằng, xưa có một nhà nông dân. Người Trung quốc thời xưa giữ lòng nhân hậu, khi kể lại những chuyện xấu ác thường không nêu rõ tên họ. Đó là giữ lòng nhân hậu. Cho nên chỉ nói có một người kia, sinh được một đứa con trai, thỉnh thầy đến dạy học, tâm ý rất tha thiết nhưng đối với ông thầy hết sức đơn giản, xem thường, không có lòng cung kính. Tuy vậy, vị thầy cũng rất tốt, vẫn đem hết lòng hết sức dạy dỗ cho đứa trẻ. Nhưng rồi đứa trẻ ấy lớn lên cũng chẳng thành tựu được gì, cuối cùng vẫn quay về làm nông. Việc này chứng minh điều gì? Chứng minh rằng đây là quả báo của việc xem thường thầy giáo. Thầy giáo vẫn hết sức nỗ lực dạy dỗ, nhưng học trò không phát triển được. Đó là do quả báo. Chỗ này giảng giải rất nhiều về quả báo ấy.

Về giáo dục, người xuất gia chúng ta công việc chính là dạy dỗ, cũng là người làm công việc giáo dục trong xã hội. Chúng ta phải nhận biết rõ ràng vai trò, bổn phận của mình. So với những thầy cô giáo dạy ở trường học, trách nhiệm của chúng ta còn nặng nề hơn. Các bậc thầy của thế gian, chúng ta chỉ nói hiện nay, không nói vào thời trước kia, đều nghiêng về chú trọng các môn khoa học kỹ thuật. Giáo dục trong Phật pháp chú trọng sự khai mở trí tuệ, thực sự là [nuôi dưỡng] pháp thân tuệ mạng.

Chúng ta ngày nay đã chọn lựa công việc [giáo dục] này,

biểu hiện rõ ràng là vai trò, bổn phận như vậy, nếu công việc [dạy dỗ] này không làm thật tốt, đó là khiến cho con em người ta lầm lạc, là lừa dối chúng sinh, cũng là lừa dối Phật-đà. Quý vị nói xem, tội lỗi ấy nặng nề biết bao!

Cho nên, làm người xuất gia rất khó. Thầy Lý Bỉnh Nam trước đây cả đời không dám khuyên người khác xuất gia. Khuyên người quy y, không dám khuyên người thọ giới, không dám khuyên người xuất gia. Đại sư Ấn Quang suốt đời không nhận đệ tử xuất gia, đó là ý nghĩa gì? Vì ngài biết rằng đi theo con đường này không dễ dàng chút nào. Nếu như làm không tốt, tội lỗi hết sức nặng nề, việc gì phải giúp đỡ hỗ trợ người ta trong việc tạo ra tội lỗi nặng nề như thế? Thế nhưng, nếu làm tốt được thì công đức không gì thù thắng hơn.

Vì thế, chúng ta nhất định phải tự khích lệ bản thân, ví như lúc mới xuất gia không hề nghĩ đến vấn đề có ý nghĩa nghiêm trọng như thế này, chỉ nhận hiểu một cách mơ hồ mù mờ mà xuất gia, nhưng nay đã xuất gia rồi, hiện nay đã nhận biết rồi, thì phải thực sự nỗ lực, nhất định phải làm cho thật tốt công việc giáo hóa chúng sinh, phải thật thà chơn chất mà nêu gương tốt đẹp cho đại chúng trong xã hội noi theo.

Bài giảng thứ 99

(Giảng ngày 19 tháng 9 năm 1999 tại Tịnh Tông Học Hội Singapore, file thứ 100, số hồ sơ: 19-012-0100)

Thưa quý vị đồng học, cùng tất cả mọi người.

Xin mời xem đoạn thứ 42 trong Cảm ứng thiên, cũng chỉ có tám chữ: "Cuống chư vô thức, báng chư đồng học." (Lừa dối người không biết, báng bổ bạn đồng học.) Những điều này đều thuộc về đại ác.

Sách Vị biên nói rất hay: "Với người không biết, đúng ra phải tùy sự việc mà dạy bảo cho họ biết rõ, dùng nghĩa lý cảnh tỉnh họ, dùng việc thiện ác cảm động họ, khiến cho họ được giác ngộ, không rơi vào mê hoặc." Sao có thể nhân vì họ ngu muội không biết mà lừa dối họ?

Tiếp theo sau dẫn một câu kinh Lăng Nghiêm rằng: "Lừa gạt người không biết, khiến chúng sinh nghi hoặc sai lầm, [những người này] sau khi chết sẽ đọa vào địa ngục Vô gián."

Cho nên, người sống trong thế gian, thường cố ý hoặc vô tình tạo ra tội nghiệp hết sức nặng nề nhưng tự thân lại hoàn toàn không biết, cũng không biết là quả báo rất đáng sợ.

Cảm ứng thiên đưa ra một số trường hợp điển hình, chúng ta suy xét phản tỉnh chi ly sẽ thấy những lỗi lầm ấy bản thân mình cũng rất thường phạm vào. Thế nhưng từ xưa nay chưa từng nghĩ đến quả báo lại nghiêm trọng như vậy. Chúng ta tự mình luôn xem đó là những điều nhỏ nhặt, thậm chí còn cho rằng không đáng nói. Vì sao lại có sự sai lầm nghiêm trọng đến như vậy? Là do chúng ta không đọc kinh Phật, không hiểu rõ được sự thật này.

Những người ngu muội không hiểu biết, đều là từ nhiều kiếp trong quá khứ đến nay tạo tác rất nhiều nghiệp bất thiện, mới chiêu cảm quả báo [ngu si] như vậy. Chư Phật, Bồ Tát rõ biết điều này, nên những chúng sinh như vậy chính là đối tượng cứu độ của các ngài. Hơn nữa còn xem họ là đối tượng ưu tiên hàng đầu. Vì sao vậy? Vì những người này nếu không nhanh chóng được giúp đỡ, chỉ trong chớp mắt họ có thể đã đọa vào địa ngục rồi. Cho nên, chư Phật, Bồ Tát hỗ trợ, giúp đỡ chúng sinh, đối với những người khổ não nhất, quả báo nghiêm trọng nhất thì nhất định sẽ xếp vào hàng ưu tiên nhất. Những người tạo nghiệp so ra còn nhẹ, không đến nỗi phải đọa lạc chịu khổ đến mức ấy thì có thể chậm lại một chút, không cần quá gấp rút. Điều này rất hợp tình hợp lý.

Ngoài yếu tố đặc thù so sánh [tội nghiệp nặng nhẹ] này, trong kinh Phật cũng thường nói đến việc cứu độ trước cho những người căn cơ thuần thục. Thế nào gọi là căn cơ thuần thục? [Là những người mà] cơ duyên thành Phật đã đến. Những người này cũng phải ưu tiên hỗ trợ, giúp đỡ cho họ. Giúp họ thành Phật rồi, sau đó họ có thể rộng độ chúng sinh, ý nghĩa ưu tiên là ở chỗ này.

Thế nhưng rốt lại thì trong thế gian, những người thuộc hạng ngu muội không biết vẫn chiếm đa số. Chúng ta thử nghĩ xem, bản thân chúng ta liệu có thuộc vào hạng "không biết" này chăng? Suy xét thật chi ly, tự phản tỉnh, kiểm điểm lại mình, đích thực là chúng ta cũng thuộc vào hạng "không biết" này. Vì sao vậy? Vì cho dù mỗi ngày đều học kinh điển, giáo pháp, nhưng vẫn cứ thường thường phạm vào lỗi lầm như trước đây, như vậy chẳng phải là không biết hay sao? Cho nên phải tùy sự việc mà nhắc nhở thức tỉnh. Mọi lúc mọi nơi, trong mọi hoàn cảnh, nếu không có sự nhắc nhở thì sẽ phạm vào lỗi lầm. Ví như lời nói, hành vi không phạm lỗi lầm thì ý niệm cũng thường phạm vào, khởi tâm động niệm [phạm vào lỗi lầm].

Vì sao chư Phật, Bồ Tát mỗi ngày đều giảng kinh? Chính là vì [sự phạm lỗi] như thế này [của chúng sinh]. Liệu có mấy người nghe kinh một lần, hoặc nghe qua một bộ kinh mà có thể quay đầu hướng thiện, có thể giác ngộ, có thể chứng đắc quả vị? Người như vậy không phải là không có, nhưng quá hiếm hoi, trong mấy trăm năm mới thấy được một người, trong hàng triệu người cũng khó tìm được một người. Do đó có thể biết rằng, đa số con người đều thường phạm lỗi, như bản thân chúng ta cũng là thuộc vào loại này. Nghiệp chướng, tập khí đều hết sức sâu nặng, cho nên phải cần đến bậc thiện tri thức thường xuyên nhắc nhở cảnh tỉnh chúng ta.

Phải tìm ở đâu những bậc thiện tri thức [có thể nhắc nhở chúng ta] như vậy? Trong thực tế không thể tìm được, nên những lúc này các bậc đại đức xưa dạy chúng ta phải cúng dường Tam bảo. Chúng ta cúng dường tôn tượng Phật, cúng dường tôn tượng Bồ Tát là với dụng ý gì? Là muốn nương vào các hình tượng này để thường xuyên tự nhắc nhở chính mình. Khi nhìn thấy tôn tượng Phật, liền nghĩ tưởng đến sự dạy dỗ của chư Phật, Bồ Tát. Không nhìn thấy tôn tượng Phật, mọi thứ liền quên mất. Cúng dường tôn tượng Phật là dụng ý như vậy. Cho nên, không phải xem Phật như một vị thần minh, không phải cầu xin ngài bảo vệ, giúp đỡ cho ta được thăng quan phát tài, mà là nương vào [hình tượng] ngài để thường xuyên tự nhắc nhở cảnh tỉnh chính mình.

[Phương thức] cảnh tỉnh hay nhất là tụng đọc kinh điển. Nhìn thấy tôn tượng Phật cũng phải nghĩ tưởng đến việc tụng đọc kinh điển. Tụng đọc kinh điển là nghe chư Phật, Bồ Tát giảng kinh thuyết pháp, giúp chúng ta hiểu rõ nghĩa lý. Nghĩa là gì? Là điều nên làm, [phân biệt được] những gì nên làm, những gì không nên làm, đó gọi là nghĩa. Lý là chân tướng của vũ trụ nhân sinh. Hết thảy những kinh điển Phật đã thuyết dạy, nội dung quy kết lại đều không ra ngoài hai việc này. Nghĩa là dứt trừ hết thảy điều xấu ác, tu hết thảy điều thiện, đây là những điều quý vị nên làm. Lý là sáng rõ tâm ý, thấy được tự tánh.

Không chỉ tự mình phải học, mà còn phải giúp đỡ, hỗ trợ người khác. Làm thế nào hỗ trợ người khác? Phải tự mình nêu gương tốt để người khác noi theo. Nêu gương như thế nào? Dùng việc thiện ác mà cảm động họ. Chúng ta phải có hành động. Những gì chúng ta khởi tâm động niệm, người khác không nhìn thấy được, nhưng những gì chúng ta nói năng hay hành động thì người khác thấy có thể thấy nghe. Chúng ta có giữ được suốt đời miệng không nói ra lời xấu ác hay không, suốt đời không nói dối hay không, không lừa dối người khác hay không.

Phải từ đâu bắt đầu làm? Từ hôm nay bắt đầu làm trọn một ngày. Trong suốt một ngày hôm nay, từ sáng đến tối không nói dối, không nói lời ác độc, điều này rất rõ ràng, [người khác] dễ dàng nhìn thấy.

Phật dạy người sơ học bắt đầu làm từ mười nghiệp lành. Trong Quán kinh nói về Ba phước lành cũng nêu ra cho chúng ta một cương lĩnh chung: "Hiếu dưỡng cha mẹ, phụng sự bậc sư trưởng, tâm từ không giết hại, tu mười nghiệp lành."

Chúng ta có thể đặt câu hỏi, hiếu thuận cha mẹ như thế nào? Tôn kính, phụng sự bậc sư trưởng như thế nào? Tu tập tâm từ, tu tập mười nghiệp lành, đó là hiếu thuận cha mẹ, đó là phụng sự bậc sư trưởng. Nếu như ba nghiệp thân, khẩu ý của chúng ta đều bất thiện, đó là bất hiếu, đó là bất kính. Phải từ điểm này mà bắt đầu làm.

Nếu như thực sự làm được, mỗi ngày đều làm như vậy, thì đó là người hiền thiện. Người hiền thiện không cần phải được người khác khen ngợi xưng tán. Nếu chúng ta mong muốn được người khác khen ngợi xưng tán, mong muốn được người khác biểu dương việc ta làm được thì điều đó đã là bất thiện rồi. Vì sao vậy? Vì trong lòng ta bất thiện. Hành vi dù thiện nhưng tâm bất thiện, đó là tâm địa ô nhiễm, không thanh tịnh. Nên làm với tâm hoàn toàn không mong cầu. Làm như vậy là để giúp đỡ, hỗ trợ người khác, là rộng độ chúng sinh, để người khác nhìn vào mà có thể giác ngộ. [Họ sẽ nghĩ rằng:] "Vì sao người ấy có thể làm được mà ta làm không được?" Họ nhìn vào [tấm gương tốt của ta] lâu ngày thì có thể phản tỉnh.

Các bậc tổ sư, đại đức xưa nay giảng kinh, người khác được cảm hóa, trong Phật pháp nói là rộng độ chúng sinh, theo cách nói ngày nay là cảm hóa người khác, thảy đều là dùng tâm chân thành, tâm từ bi mà nêu gương tốt cho người khác noi theo.

Tấm gương tốt đẹp nhất là vua Thuấn. Vua Thuấn vào thời còn tuổi trẻ, hoàn cảnh sống vô cùng tồi tệ, sống trong nghịch cảnh, ác duyên nhưng ngài có thể cảm hóa được, thực hiện được một cách vô cùng đầy đủ trọn vẹn, một cách hết sức thành công, trở thành tấm gương tốt đẹp nhất [để mọi người noi theo].

Vì sao vua Thuấn có thể làm được như vậy? trong Đàn kinh của Đại sư Lục tổ Huệ Năng có một câu: "Không thấy lỗi của thế gian." Chính là do đó mà vua Thuấn làm được [sự cảm hóa phi thường]. "Không thấy lỗi của thế gian" chính là lý. Ngài đã sáng tỏ được lý. Người khác vì sao có ác ý với ta? Làm việc ác với ta? Đều là do ta bản thân ta có lỗi lầm. Cho nên ngài thường suy ngẫm, không bao giờ nhìn thấy lỗi của người khác, luôn cho rằng thái độ của người khác dù thế nào cũng đều là chính xác, là đúng đắn. Tất cả đều do bản thân ta có lỗi lầm sai sót, cần phải tự phản tỉnh, phải kiểm điểm, phải sửa lỗi hoàn thiện chính mình, khiến cho những người có ác ý hướng về mình cũng không còn thấy mình có lỗi lầm gì nữa. Đó là thực sự hiểu rõ ý nghĩa và phương pháp tu hành chân chánh. Vua Thuấn đã hiểu rõ được như vậy.

Theo trong Phật pháp mà nói thì vua Thuấn là một vị đại Bồ Tát thị hiện, đâu có lý nào lại là người phàm? Chúng ta quan sát thật chi ly, kỹ lưỡng thì thấy sự hành trì của ngài so với Đồng tử Thiện Tài trong kinh Hoa Nghiêm không khác biệt.

Đồng tử Thiện Tài suốt một đời tu hành không hề nhìn thấy lỗi của người thế gian, chỉ tự thấy lỗi của bản thân mình. Không thấy lỗi của thế gian, cho nên ngài luôn xuôi buồm thuận gió, ngay trong một đời viên mãn Bồ-đề. Đây là tấm gương [tu tập] tốt đẹp nhất đức Phật nêu ra trong Kinh điển. Từ địa vị phàm phu trải qua 51 giai vị Bồ Tát, từ địa vị [Bồ Tát] Sơ tín đến [Bồ Tát] Thập tín ngài theo học với một vị thầy, chính là Bồ Tát Văn-thù-sư-lợi. Sau khi hoàn tất trọn vẹn địa vị Thập tín, vị thầy bảo ngài đi ra ngoài tham học, cho nên sau đó có 53 lần tham học.

Mỗi lần tham học với một vị thiện tri thức thì địa vị của ngài lại được nâng cao thêm một bậc. Khi tham học với Tỳ-kheo Cát Tường Vân, ngài ở địa vị Sơ trụ, tham học với Tỳ-kheo Hải Vân ngài đã lên hàng Nhị trụ, tham học với Tỳ-kheo Diệu Trụ thì ngài lên hàng Tam trụ... Chúng ta nghĩ xem, ngài đã sống cuộc sống như thế nào? Quay lại suy ngẫm xem, bản thân mình đã sống cuộc sống như thế nào? Đạo nghiệp của ngài mỗi ngày một tăng trưởng, định tuệ cùng song song học, đời sống như vậy viên mãn biết bao, phong phú đầy đủ biết bao! Chúng ta ngày nay mỗi ngày đều tạo nghiệp, cho nên ở chỗ này [trong Cảm ứng thiên] gọi là [hạng người] "không biết".

Chúng ta mà không phải hạng người "không biết" thì ai mới là không biết? Chúng ta không hiểu rõ được những nghĩa lý mà đức Phật giảng giải. Tôi tu học qua bốn mươi bảy năm, bốn mươi bảy năm rồi mới hiểu ra được một chút ý nghĩa. Cho nên, có cơ hội [tu học], tôi với mọi người cùng tận dụng, không quên thường xuyên nhắc nhở cảnh tỉnh bạn đồng học, khuyến khích bạn đồng học, không bỏ qua một ngày nào mà không nỗ lực hết khả năng mình.

Tự tôi hiểu rất rõ ràng, rất sáng tỏ rằng, chỉ cần mấy ngày không có người nhắc nhở khuyến khích thì kinh cũng lười đọc, những tập khí khiếm khuyết đều bộc lộ ra. Người Trung quốc thời xưa nói rất hay, là nói về người đọc sách: "Ba ngày không đọc sách thánh hiền, mặt mũi đã hoàn toàn khác trước." Người thời xưa nói vậy, nhưng hoàn cảnh sống của họ so với chúng ta nói thật ra là tốt đẹp hơn nhiều. Thật lòng mà nói, hiện nay không cần đến ba ngày, chỉ một ngày không đọc cũng đã hoàn toàn thay đổi rồi. Mà nói một ngày cũng là dài lắm, chỉ nửa ngày không đọc thôi cũng đã đủ để hoàn toàn thay đổi.

Người xưa còn có thể đợi được ba ngày, chúng ta ngày nay chỉ cần nửa ngày không tụng đọc [kinh điển] thì bao nhiêu tập khí khiếm khuyết đều đã hoàn toàn bộc lộ. Thậm chí là ngay trong khi tụng đọc kinh điển thì song song theo đó tập khí khiếm khuyết cũng đồng thời biểu lộ ra bên ngoài. Quý vị nói xem, còn có cách gì nữa chứ? Tụng đọc kinh điển sinh phiền não, nghe giảng kinh cũng sinh phiền não, nghiên cứu thảo luận thì tranh cãi kịch liệt. Cho nên, nghĩ đến việc người xưa còn chịu đựng được đến ba ngày thì mới biết chúng ta hiện nay tập khí khiếm khuyết đã nghiêm trọng đến mức nào.

Vì thế, khi đọc đoạn văn này, nói đến việc lừa dối những người "không biết", ngẫm nghĩ lại thì bản thân chúng ta cũng đều là những người "không biết". Những kẻ lừa dối chúng ta thật quá nhiều, đi lại đầy đường đều là người lừa dối, mà người nhắc nhở, cảnh tỉnh chúng ta thì không hề có, biết đi đâu mà tìm? Những người ta tiếp xúc, toàn là người lừa dối ta. Cho nên câu: "Cuống chư vô thức, báng chư đồng học"

(Lừa dối người không biết, báng bổ bạn đồng học) này, mới xem qua hết sức bình thường nhưng ý tứ thật quá thâm sâu.

Vì thế, lần này có được cơ duyên, tôi lại đem sách "Kim cang kinh giảng nghĩa" ra xem kỹ lại một lần nữa. Xem qua rồi lại cảm thấy trong đó còn có một số điểm cần phải bổ sung, giảng rõ. Vì sao vậy? Vì người bình thường đọc qua không thể hiểu được. Nếu không bổ sung [cho dễ hiểu hơn] thì có lỗi với chúng sinh thời nay.

Cho nên, người xưa giảng kinh dễ dàng, chỉ cần chỉ ra là đủ, người đọc kinh xem qua liền có thể hiểu ngay. Hiện nay thì không được, dù chỉ điểm thế nào người ta cũng không thông hiểu được, không thể không nhiều lời, không thể không phiền phức. Vì thế, hóa độ chúng sinh ngày nay so với ngày xưa khó khăn hơn rất nhiều, chúng ta phải có tâm nhẫn nại. Nếu không có sự hiểu biết thường thức phong phú, không có đức hạnh, không thể quán sát căn cơ thì việc tự mình tu tập và giáo hóa người khác đều không thành công. Cho nên, không thể không nỗ lực, vì chúng sinh, vì Phật pháp mà tinh tấn dũng mãnh.

Lời thưa

Trong kinh Pháp Cú, đức Phật dạy rằng: "Pháp thí thắng mọi thí." Thực hành Pháp thí là chia sẻ, truyền rộng lời Phật dạy đến với mọi người. Mỗi người Phật tử đều có thể tùy theo khả năng để thực hành Pháp thí bằng những cách thức như sau:

1. Cố gắng học hiểu và thực hành những lời Phật dạy. Tự mình học hiểu càng sâu rộng thì việc chia sẻ, bố thí Pháp càng có hiệu quả lớn lao hơn. Nên nhớ rằng **việc đọc sách còn quan trọng hơn cả việc mua sách.**

2. Phải trân quý kinh điển, sách vở in ấn lời Phật dạy. Khi có điều kiện thì mua, thỉnh về nhà để tự mình và người trong gia đình đều có điều kiện học hỏi làm theo. Không nên giữ làm của riêng mà phải sẵn lòng chia sẻ, truyền rộng, khuyến khích nhiều người khác cùng đọc và học theo. Không nên để kinh sách nằm yên đóng bụi trên kệ sách, vì **kinh sách không có người đọc thì không thể mang lại lợi ích.**

3. Tùy theo khả năng mà đóng góp tài vật, công sức để hỗ trợ cho những người làm công việc biên soạn, dịch thuật, in ấn, lưu hành kinh sách, **để ngày càng có thêm nhiều kinh sách quý được in ấn, lưu hành.**

Thông thường, việc chi tiêu một số tiền nhỏ không thể mang lại lợi ích lớn, nhưng nếu sử dụng vào việc giúp lưu hành kinh sách thì lợi ích sẽ lớn lao không thể suy lường. Đó là vì đã giúp cho nhiều người có thể hiểu và làm theo lời Phật dạy. Mong sao quý Phật tử khắp nơi đều lưu tâm đóng góp sức mình vào những việc như trên.

TINH YẾU THỰC HÀNH PHÁP THÍ

- Mua thỉnh kinh sách về đọc, tự mình sẽ được rất nhiều lợi ích.

- Chia sẻ, truyền rộng bằng cách cho mượn, biếu tặng kinh sách đến nhiều người thì lợi ích ấy càng tăng thêm gấp nhiều lần.

- Đóng góp công sức, tài vật để hỗ trợ công việc biên soạn, dịch thuật, giảng giải, in ấn, lưu hành kinh sách thì công đức lớn lao không thể suy lường, vì có vô số người sẽ được lợi ích từ việc lưu hành kinh sách.

www.ingramcontent.com/pod-product-compliance
Lightning Source LLC
Chambersburg PA
CBHW071854090426
42811CB00004B/600